பாகீரதியின் மதியம்

ஆசிரியரின் பிற படைப்புகள்

'இன்னும் சில வீடுகள்' (கவிதைகள், 1992)

'ஒரிஜினல் நியூஸ் ரீல் சிறுகதைகள்' (1996)

'எட்டிப் பார்க்கும் கடவுள்' (கவிதைகள், 2000)

'ராஜன் மகள்' (சிறுபுதினங்கள், 2002)

'தாண்டவராயன் கதை' (புதினம், 2008)

'நீளா' (கவிதைகள், 2014)

உயிர்கள் நிலங்கள் பிரதிகள் மற்றும் பெண்கள் (கட்டுரைகள், 2017)

வாராணசி (புதினம், 2018)

முறிந்த ஏப்ரல் (மொழிபெயர்ப்புப் புதினம், 2023)

பா. வெங்கடேசன் கவிதைகள் (1988-2018)

பாகீரதியின் மதியம்

பா. வெங்கடேசன்

எண்பதுகளின் பிற்பகுதி தொடங்கித் தமிழ் இலக்கியச் சூழலில் செயல்பட்டுவரும் பா. வெங்கடேசன், மதுரையில் பிறந்து கல்லூரிக் காலம் வரையில் அங்கேயே வளர்ந்தவர். தொண்ணூறுகளின் மத்தியில் பணி நிமித்தமாக ஓசூருக்குக் குடிபெயர்ந்து பிறகு அங்கே தங்கிவிட்டிருக்கிறார். புதினங்கள், சிறுகதைகள், குறும்புதினங்கள், கவிதைகள், கட்டுரைகள், மொழிபெயர்ப்புகள் என்று இலக்கியத்தின் சாத்தியப்பட்ட தளங்களில் தன் பங்களிப்பைச் செய்து வருகிறார். புனைவிலக்கியத்தில் இவருடைய சீரிய பங்களிப்பிற்காக ‘ஸ்பாரோ’, ‘தமிழ்திரு’, ‘விளக்கு’ ஆகிய விருதுகள் வழங்கப்பட்டிருக்கின்றன.

அன்பார்ந்த வாசகருக்கு,

வணக்கம்.

காலச்சுவடு நூலை வாங்கியமைக்கு நன்றி.

நூலின் உள்ளடக்கம், உருவாக்கம், அட்டைப்படம் இன்ன பிற அம்சங்கள் பற்றிய உங்கள் கருத்துகளையும் ஆலோசனைகளையும் காலச்சுவடு வரவேற்கிறது. தகவல், எழுத்து, வாக்கியப் பிழைகள் தென்பட்டால் அவசியம் தெரிவித்து உதவுங்கள். நூல் தயாரிப்பில் கடும் குறைபாடு இருப்பின் மாற்றுப் பிரதி உங்களுக்குக் கிடைக்கக் காலச்சுவடு ஏற்பாடு செய்யும்.

மின்னஞ்சல்: **publisher@kalachuvadu.com**

காலச்சுவடு நாகர்கோவில் அலுவலகத்திற்குக் கடிதம் அனுப்பலாம்.

தங்கள்
எஸ்.ஆர். சுந்தரம் (கண்ணன்)
பதிப்பாளர் — நிர்வாக இயக்குநர்

Unauthorised use of the contents of this published book, whether in e-book or hardcopy format, for any type of Artificial Intelligence (AI) training — including but not limited to Machine Learning, Deep Learning, Natural Language Processing, Computer Vision, Chatbot Training, Image Recognition Systems, Recommendation Engines, and Language Models — is strictly prohibited without prior licensing from the publisher. Any such unauthorised use may result in legal action.

பா. வெங்கடேசன்

பாகீரதியின் மதியம்

காலச்சுவடு பதிப்பகம்

பாகீரதியின் மதியம் ◆ நாவல் ◆ ஆசிரியர்: பா. வெங்கடேசன் ◆
© பா.வெங்கடேசன் ◆ முதல் (குறும்) பதிப்பு: மே 2016, ஆறாம் பதிப்பு: ஜூலை
2025 ◆ வெளியீடு: காலச்சுவடு பப்ளிகேஷன்ஸ் (பி) லிட்., 669, கே. பி.
சாலை, நாகர்கோவில் 629001

paakiiratiyin matiyam ◆ Novel ◆ Author: Ba. Venkatesan ◆
© Ba. Venkatesan ◆ Language: Tamil ◆ First (Short) Edition: May 2016,
Sixth Edition: July 2025 ◆ Size: Demy 1 x 8 ◆ Paper: 18.6 kg maplitho ◆
Pages:712

Published by Kalachuvadu Publications Pvt. Ltd., 669, K.P.Road,
Nagercoil 629001, India ◆ Phone: 91-4652-278525 ◆ e-mail: publications
@kalachuvadu.com ◆ Printed at Clicto Print, Jaleel Towers,42 KB
Dasan Road, Teynampet Chennai 600018

ISBN: 978-93-5244-016-0

07/2025/S.No. 692, kcp 5871, 18.6 (6) 1k

நஞ்சுண்டன்,
தேடிவந்து கற்றுத் தந்த உங்கள் விசித்திர அன்பிற்கு

நன்றி

ராஜன் குறை (பிரதி செழுமைப்படுத்தலுக்கான ஆலோசனைகள், தகவல் பிழைதிருத்தங்கள்)
சம்பு (வடிவச் செழுமைக்கான ஆலோசனைகள்)
பாலசுப்பிரமணியன் பொன்ராஜ் (வடிவச் செழுமைக்கான ஆலோசனைகள்)
பத்மபாரதி (வடிவச் செழுமைக்கான ஆலோசனைகள்)
முத்தழகம்மை (மெய்ப்புத் திருத்தம்)
அம்பை (பிழைதிருத்தங்கள்)
துரைக்குமரன் (மெய்ப்புத் திருத்தம்)
புலியூர் முருகேசன் (பிழைதிருத்தம்)
கார்த்திகா யக்ஞன் (புதினத்தின் மீதான தொடர்ந்த உரையாடல்கள் மற்றும் விவாதங்கள்)
நித்யா (எழுத்தில் தொடர்ந்து இயங்குவதற்கான உந்து சக்தி)
சங்கர், கல்கத்தா (பேராச்சாப்பா பயணத்தில் உதவி)
திலிப் குமார் மைதே (பழம்பொருள்கள் சேகரிப்பாளர், பேராச்சாப்பா)
'ஆழி' செந்தில்நாதன் (நூல் உதவி)
புது எழுத்து (பகுதிப் பிரசுரம்)
உயிர் எழுத்து (பகுதிப் பிரசுரம்)
சுபா, மணிகண்டன் (நூலாக்கம்)
காலச்சுவடு (நூல் பிரசுரம்)
மணிவண்ணன் (முகப்போவியம், அட்டை வடிவமைப்பு)
மணா (*அழியாத கோடுகள்*)
மு. கருணாநிதி - (*நெஞ்சுக்கு நீதி*)
இரா. செழியன் *(Shah Commission Report - Lost and Regained)*
பாரதிதாசன் (பாரதிதாசன் கவிதைகள்)
ப்ராம் ஸ்டோக்கர் *(Dracula)*
டி.வி. ஈச்சர வாரியர் *(Memories of a Father)*
எம்.ஜி. தேவசகாயம் *(JP Movement: Emergency and India's Second Freedom)*
எம்.கே. தாஸ் மற்றும் ஜிதேந்திர ராய் - *(The Railway Strike)*
டேவிட் எல் ஷான்டன் - *(Mithila Painting : A Dalit Intervention)*
இன்னும் பல மின்-நூல்கள் மற்றும் இணையக் கட்டுரைகள்

Have you come to tell me that there is no more land or greatness for us, that others have taken advantage of us as we took advantage of the original owners of all this?

Carlos Fuentes *(The Death of Artemio Cruz)*

பெண்ணின் வாய் எப்போதும் சுத்தமானது.

மநு ஸ்மிருதி v:130

1974ஆம் வருடம் செப்டம்பர் மாதம் 17ஆம் தேதி அமரர் ஈவெராவின் தொண்ணூற்றைந்தாவது பிறந்தநாளையொட்டி மதுரை திலகர் திடலில் கூட்டப்பட்டிருந்த கழகக் கூட்டத்தில் அன்னார் இறந்த பிறகு (1973) நடக்கும் முதல் பிறந்தநாள் கூட்டம் என்கிற முக்கியத்துவத்தையும் தாண்டி (இறந்து இன்னும் முழுதாக ஒரு வருடம்கூட ஆகவில்லை) அவருடைய நினைவுகளோடு கூடவே விவாதிக்கவும் நினைவுபடுத்தவும் மேலும் சில கவலையளிக்கக்கூடிய அவசரமான விஷயங்களும் மதுரை வட்டாரத்தின் நட்சத்திரப் பேச்சாளர் தீப்பொறி ஆறுமுகத்தின் கைவசம் இருந்தன. கழக ஆட்சியைக் குறைகூறி மத்திய அரசிடம் எம்ஜியார் சமர்ப்பித்திருந்ததாகச் சொல்லப்பட்ட ஐம்பத்து நான்கு ஊழல் புகார்களைக் கொண்ட பட்டியலில் எத்தனை சதவீதம் (பூஜ்யம்) பொய்யென்பதை மக்களுக்குக் கணக்கிட்டுக் காட்ட வேண்டிய கடமை, திண்டுக்கல் தேர்தலில் அந்த நடிகரை வெற்றி பெறச் செய்த ஜனங்களுடைய, கழகத்தின் தியாகம் மற்றும் திராவிட இயக்க வரலாற்றின்மீதான பெரும் மறதி ஆகியவற்றையும் அதற்குக் காரணமான திரைப்பட மோகத்தையும் வன்மையாகவும் அன்போடும் கண்டிக்க வேண்டிய நிர்பந்தம் மற்றும் புலி வருது புலி வருது என்று பயங்காட்டிக்கொண்டேயிருக்கும் இந்திரா அரசின் அவசரநிலைப் பிரகடனம் குறித்த ஊகங்களையும் வதந்திகளையும் எதிர்கொண்டு வெற்றி பெறுவதற்கான பாடங்களைச் சொல்லிக் கொடுத்து மதுரை ஜனங்களைத் தயார்ப்படுத்தியாக வேண்டிய பொறுப்பு ஆகியன அவருக்கு இருந்தன. மாவுத்தூள் சலிப்பைப்போல சன்னமாகப் படர்ந்து இறங்கிக்கொண்டிருந்த மழைத் தூறலைப் பொருட்படுத்தாமல் திடலை நிறைத்து அதன்

இடுப்புயரச் சுற்றுச் சுவர்களுக்கு அப்பாலும் பிதுங்கி அந்தப் பக்கம் மதுரை நூற்பாலை வாசலிலிருந்து இந்தப் பக்கம் தமிழ்ச் சங்கம் வரையிலும் கிழக்கு மேற்காகப் பரவியிருந்த ஜனக்கடலின்மேல் அவருடைய பேச்சு வெடித்துக் குளிரைச் சிதறடித்து உஷ்ணமேற்றிக்கொண்டிருந்தது. திலகர் திடலைச் சுற்றியிருந்த மணிநகரம், கமலத்தோப்புத் தெரு, ஓர்க் ஷாப் சாலை, பேச்சியம்மன் படித்துறைப் பிரதேசங்களின் வீடுகளினுள் ளிருந்தபடியே அவருடைய இரட்டையர்த்த வசனங்களைச் செவி மடுத்துக்கொண்டிருந்த பெண்களின் முகங்களைச் சிவக்கச் செய்தும் பிறகு ஏதேதோ ஞாபகங்களின் மீதமாக (தீப்பொறியார் வேண்டிக்கொண்டதென்னவோ கழகத்தின் கடந்த காலச் சாதனைகளை ஞாபகப்படுத்திக்கொள்ளும்படி மட்டும்தான். ஆனால் ஆசை நாயகிகளுக்கு உதாரணமாக அவர் சொல்லிக்கொண்டிருந்த வாடகை மிதிவண்டி உதாரண மும் அதில் ஏறி அமர்கிறவர்களின் பல்விதமான சவாரிப் பாணிகள் குறித்த விளக்கமும் அதைத் தாண்டி (அல்லது அதைத் தவிர) வேறு காட்சிகளின் மீதான கற்பனைகளை அவர்கள் கண்களில் விரித்துக்கொண்டிருந்தது) அவர்களுடைய உதடுகளில் ஒரு வசீகரப் புன்னகையைச் சிருஷ்டித்தபடியும் காற்றில் பயணித்துக்கொண்டிருந்தது. ஜனங்கள் அவ்வப்போது பொங்கியெழும் தங்களுடைய கபடமற்ற சிரிப்பலைகளின்மேல் தாங்களே சொக்கி மிதந்து கொண்டிருந்தார்கள். போதாதற்கு அளவுகடந்து கிச்சுகிச்சு மூட்டப்பட்ட உரையால் ஏற்கெனவே உள்ளே சென்றிருந்த மது இன்னும் அதிகமாக வேலைசெய்து கூடுதலான போதையைத் தரத் தீப்பொறியார் ஏதோ தங்கள் ஒவ்வொருவர் முன்பும் தனித்தனியாகப் பிரசன்னமாகித் தங்களுடன் நேரடியாகவே பேசிக்கொண்டிருப்பதான கற்பனை யில் உரிமையோடும் வெறியோடும் அவரை உரத்து விளித்து மேலும் மேலும் அவ்விதம் பேசுவதற்கு அவரைத் தூண்டிக் கொண்டிருந்த கைவண்டிக்காரர்களின் (அவர்களில் அதிமுக தொண்டர்களும்கூட அடக்கம்தான்) வாய்களிலிருந்தும் உற்சாகம் கொப்பளிக்கும் வெட்கமற்ற கெட்ட வார்த்தைகள் வெடித்துத் தெறித்துக்கொண்டிருக்க சூழல் குதூகலத்தின் கொதிப்பேறித் தகித்துக்கொண்டிருந்தது. வெளி முழுவதிலும் அமர்ந்த நிலையிலும் நின்ற ஸ்திதியிலும் அங்குமிங்கும் இலக்கற்று உலாவியபடியும் பேச்சை மாந்திக்கொண்டிருந்த ஜனமத்தனையையும், ஒருவரின் அசைவை இன்னொருவரின் அசைவே நிர்ணயிக்கிறதோ என்கிற பிரமை ஏற்படும்படியாக, ஒரு சங்கிலிக் கண்ணியைப்போல இணைத்துக் கட்டிப்போட்டிருந்த ஒலித்துகள்கள் சிதறிவிடாதவண்ணம் அந்த மாயாஜாலச்

சூழலுக்கு ஒரு சமச்சீர்த் தளமாக தேசிய நெடுஞ்சாலை எண் நாற்பத்தொன்பதும் மாறிப்போயிருந்தது. நெடுஞ்சாலையிலிருந்து ஒரு கிளையாக விலகிப் பிரிந்திருந்த மணிநகரம் பிரதான வீதியின் முனையில் மட்டுமே, அது அதிகமாகப் பள்ளிக் குழந்தைகளின் நடமாட்டம் இருக்கும் பகுதியென்கிற அனிச்சையான ஓர்மை ஜனங்களுக்கு எப்போதுமே இருந்த காரணத்தாலோ என்னவோ (அந்தக் குழந்தைகள் வருடங்களுக்குமுன் வேறு பெயரில் இடிந்து விழுந்த அதே பள்ளிக்கூடத்தின் இடிபாடுகளிலிருந்து தப்பித்து வெளியேறின பழைய மாணவர்களின் துர்மரணம் பற்றின ஞாபகங்களின் எச்சங்களாயும் சிலசமயம் அவர்களின் உறவுகளாயும் வாரிசுகளாயும் இருக்கலாமென்கிற இரக்கமும் பச்சாதாபமும் அந்தப் பள்ளியையொட்டிய தெருக்குழாயில் ஒலிபெருக்கிக்குக் காதுகளைக் கடன் கொடுத்தபடியே பித்தளைக் குடங்களில் தண்ணீர் பிடித்துக்கொண்டிருந்த பெண்களின் நனவிலியில் எப்போதுமே அழுந்தித்தான் கிடந்தது) ஜன அடர்த்தி சற்று குறைவாக இருந்தது.

அந்த முனையில் ஒரு தேநீர்க் கடை. அதன் வாசலிலிருந்து தான் நம் கதை துவங்குகிறது. அதன் முகப்பில் இற்றுக் கொண்டிருக்கும் மூங்கில் தப்பைகளின் தாங்கலில் எப்போதும் விழுந்துவிடுவேனென்கிற பயமுறுத்தலுடன் சிதிலமடைந்து அங்கங்கே கருத்துப் பொடிந்த ஓலைத் துணுக்குகளாயும் அண்ணாந்து பார்ப்பவர்களின் கண்களுக்குள் பாய்ந்து சொருகி விடும் ஈர்க்குச்சிகளாயும் தொங்கிக்கொண்டிருந்த, கழிந்த சித்திரைக்காகப் போடப்பட்டிருந்த ஓலைப் பந்தலினடியில் இரண்டு இளைஞர்களுக்கிடையில் ஆர்பாட்டமோ பகட்டோ உரத்த விளிப்புகளோ மிகையான உடலசைவுகளோ இவற்றால் தன்னைச் சுற்றி நிறுத்தி வைத்துக்கொள்ளும் கூட்டமோ இன்ன பிற லட்சணங்களோ எதுவுமே இல்லாத, நெருங்கி நின்று தேநீர்க் கோப்பையைச் சுழற்றி வாய்க்குள் கவிழ்த்துக்கொண்டிருந்த ஈரோர் ஆட்களின் கவனத்தைக்கூட ஈர்த்துவிடாத கவனத்துடன், தணிந்த குரலில், ஆனால் மிக உக்கிரமான அழுத்தத்துடனும் வன்மத்துடனும் ஒரு வாக்குவாதம் நடந்துகொண்டிருந்தது. இருவரில் ஒருவன் கட்டுக் குடுமியும் மழைச் சாரலில் நனைந்தும் அழியாமல் தன்னுடைய பழைய பசை ஸ்திதிக்கும் சாம்பலின் ஆதிக் கருப்பு நிறத்திற்கும் திரும்பிப் பிடிவாதமாக நெற்றியில் துலங்கிக்கொண்டிருந்த நெற்றிப்பட்டையும் கவர்ச்சிகரமான, நவநாகரீக, மேற்பொத்தான் போடப்படாத, செயற்கை நாரிழைச் சட்டையின் திறப்பு வழியாக அவ்வப்போது காற்று உட்புகுந்து கழுத்துப் பட்டையை விலக்கி விளையாடிக்கொண்டிருந்த

சமயங்களிலெல்லாம் சன்னமாக வெளியே தெரிந்த முப்புரி நூலும் அவனுடைய சமூகத்தின் ரசனைக்கும் பரிகாசத்திற்குமுரியதாயும் அமரர் ஈவெராவின் கண்டனத்திற்குரியதாயுமிருந்த வினோதமான தமிழ் உச்சரிப்புமாக (அகம் என்பதற்கு ஆம், இருக்கிறாரில்லையா என்பதற்கு இருக்கிறாரோன்னோ, உனக்கு என்பதற்கு நோக்கு) திக்கித் திக்கிப் பேசிக்கொண்டிருந்தான். இன்னொருவன் ஏற்றிக் கட்டியிருந்த லுங்கியும் மிக மெலிதாக வியர்வை வாடை வீசும் பருத்திச் சட்டையும் (அவனும் மேல் இரு பொத்தான்களைக் கழற்றித்தான் விட்டிருந்தான். மதுரையின் பொதுப் பழக்கம்) சண்டியர் தோற்றத்தைக் கொடுக்கும்படியான, பாதிக் கன்னம்வரை வளர்த்துக் கிருதாவை நோக்கி முறுக்கிவிடப்பட்டிருந்த மீசையும் மதுரையின் பிரத்யேகத் தமிழ் உச்சரிப்புமாக (வந்தாய்ங், பேசுப்பூ) முன்னவனுக்குப் பதில் சொல்லிக்கொண்டிருந்தான். இருவருடைய முகங்களிலும் அவர்களுடைய பிரத்யேக அடையாளங்களைத் தாண்டிப் படித்த களை சுடர்விட்டுக்கொண்டுதானிருந்தது. வாக்குவாதம் அது நடந்துகொண்டிருந்த அந்தப் பகல் நேரத் திற்கு இருபத்தாறு வருடங்களுக்குமுன் நடந்து முடிந்து ஏற்கெனவே ஒரு பெரிய விவாதத் தீயாக நன்கு ஊதி எரிய விடப்பட்டு, பிறகு காலப்போக்கில் அணைந்து சாம்பலாகி நீர்த்துப்போய்விட்டிருந்த ஈவெரா, மணியம்மை திருமணத்தைப் பற்றியது. திட்டமிடப்பட்ட, முன்தயாரிப்புகளுடன் துவக்கப்பட்ட வாய்ச் சண்டை அல்ல அது. சொல்லப்போனால் அந்த இரண்டு இளைஞர்களும் ஒருவருக்கொருவர் பரஸ்பரம் சிறிதளவேனும் முன்பின் அறிமுகமில்லாத அந்நியர்கள்தான். அந்தக் குடுமி இளைஞனைப் பொறுத்தவரையில் அவன் ஓர் அவசர வேலை யாகத் தமிழ்ச் சங்கச் சாலையின் வழியே வீட்டிற்குப்போக முயற்சித்துக்கொண்டிருந்த வேளையில் எதிர்பாராதவிதமாகத் தான் இந்த ஜனநெரிசலுக்குள் தன் இரு சக்கர வாகனத்துடன் (பச்சை நிற பஜாஜ் சேதக்) சிக்கிக்கொள்ள நேர்ந்து விட்டிருந்தது (பிறந்தநாள் கூட்டமென்னவோ போதுமான விளம்பரங்களோடும் சம்பிரதாயமான அனுமதியோடும்தான் நடைபெற்றுக்கொண்டிருந்தது. ஆனால் தெருவில் நின்று சுவரொட்டிகளை வேடிக்கை பார்க்கும் பழக்கமோ கழகக் கூட்டங்களைப் பொருட்படுத்தும் பழக்கமோ இல்லாதிருந்த தாலும் அன்று மாலை தான் அளிக்கவிருக்கிற விருந்திற்கான ஏற்பாடுகளின்மீதான நினைவில் மனமும் புத்தியும் முழுவதுமாக ஆட்கொள்ளப்பட்டிருந்ததாலும் அவனுக்கு இது எதிர்பாராத வொன்றாகத்தான் ஆகிவிட்டிருந்தது. மேலும் எப்படியாவது புகுந்து போய்விடலாமென்கிற முட்டாள்தனமான நம்பிக்கையிலும் சுற்று வழியாயிற்றேயென்கிற சலிப்பிலும் அவன் நெரிசலின்

விளிம்பிலேயே தலைமைத் தபால் அலுவலக வீதியைத் தேர்ந்தெடுத்து வடக்குவெளிவீதிச்சாலையைச் சென்றடைந்து விடும் முயற்சியைத் தவறவிட்டுவிட்டு அவசரத்திலும் சபலத்திலும் உந்தப்பட்டவனாய் நெரிசலுக்குள் வெகுதூரம் முன்னேறி வந்துவிட்டதால் திரும்பிச் செல்லும் வாய்ப்பையும் இழந்து விட்டிருந்தான்). காத்துக்கொண்டிருப்பதைத் தவிர வேறு வழியில்லாமல் போய்விட்ட நிலையில் மழைக்கு (அழகான, உறுத்தலற்ற தூறல்தான். ஆனால் சூழலில் கவனமோ விருப்பமோ இல்லாமல் தப்பித்துச் செல்லத் தவித்துக்கொண்டிருக்கும் ஒருவனுக்கு இஃதெல்லாம் பெரிய உபத்திரவமாகத் தோன்றத்தானே செய்யும்) ஒதுங்குவதற்காயும், அவன் கூட வந்திருந்த நண்பர் அந்த நேரத்தில் தீப்பொறியாரின் பேச்சைக் கேட்டுக்கொண்டே சுடச்சுட ஒரு தேநீர் அருந்துவதென்பது தேவலோகத்து அமிர்தத்தைப் பருகுவதற்கு ஒப்பான சுகானுபவத்தைத் தர வல்லது என்று நச்சரித்ததற்காயும் நடைபாதைக் கடைகளில் தேநீர் பருகும் பழக்கத்திற்கு அவனுமொன்றும் எதிரியல்லயென்பதாலும் அந்தத் தேநீர்க்கடையின் வாசலுக்கு வந்து நின்ற அவன் தான் இப்படி வலுக்கட்டாயமாகத் தடுக்கப்பட்டுவிட்ட ஆற்றாமையை யாரிடமாவது கொட்டித் தீர்த்துக்கொள்ளவேண்டுமென்கிற தவிப்பில், ஆனால் அவனுடைய நடுத்தர வயது நண்பர் அதைக் கேட்பதற்கு ஆர்வமில்லாதவராய் தேநீர்க் கோப்பை கைக்கு வந்ததுமே அவன் இருப்பதையே மறந்துபோய்த் தீப்பொறியாரின் பேச்சிற்குத் தன்னை ஒப்புக்கொடுத்துவிட்டிருந்ததால் வேறு வழியின்றித் தன்னையறியாமலேயே தனக்குத்தானே சுற்றியிருந்த ஜனங்களை நொந்து கொள்வதும் (வேலை வெட்டி இல்லாதவர்கள், ஒரு சுறுசுறுப்பான வேலை நாளின் மதிய நேரத்தில் சாவதானமாக பிரசங்கம் கேட்டுக்கொண்டிருக்கும் சோம்பேறி ஜனங்களையுடைய நாடு எப்படித்தான் உருப்படும்) அவர்களை அசையவிடாமல் நடுவீதியில் கட்டிப்போட்டிருந்த பேச்சாளரையும் அவருடைய, ஒவ்வொரு வாக்கியத்திலும் வார்த்தையிலும் இரட்டையர்த்தம் தொனிக்கும் பிரசித்தமான பகடிப் பேச்சைப் பழிப்புக் காட்டுவதும் (இவருடைய பேச்சை இதுவரை கேட்டேயிராதவர்கள் இவருடைய மனைவியும் குழந்தைகளுமாகத்தானிருக்கும்) இதற்கெல்லாம் காரணமான கழகத்தைச் சபிப்பதுமாயிருந்த (இப்படியாகப்பட்ட ஒரு பேச்சுக் கலாச்சாரத்தை வளர்த்து விட்டுவிட்டு இவர்களைப்பற்றிப் புகார் சொன்னால் இவர்களுக்குக் கோபம் வேறு வருகிறது) அவனுடைய முணுமுணுப்பு ஏதோவொரு கணத்தில் அவனையறியாமலேயே எதிரேயிருந்தவர்களின் செவிகளில் விழத்தக்க வகையில் சிறிது உரத்த குரலில் வெளிப்படத் துவங்கிவிட்டிருந்தது.

ஒலிப்பெருக்கியின் வலிமை அவனிடமிருந்து சில அடிகள் விலகியிருந்தவர்களின் காதுகளில் அந்த ஆற்றாமைக் குரல் விழாதவண்ணம் பிரித்துவிட்டிருந்தது என்பதென்னவோ வாஸ்தவம்தான். ஆனால் அவனுக்கு மிக அருகில் நின்று ஒரு கையால் தேநீர் நிரம்பிய கண்ணாடிக் கோப்பையைச் சுழற்றியபடியும் மறு கையின் நுனிவிரல்களால் பற்றியிருந்த புகைச்சுருளின் சாம்பலை அவ்வப்போது சுண்டிச் சுண்டித் தட்டியபடியும் தீப்பொறியாரின் பேச்சைச் சிரிப்பையே வெளிப்படுத்தாத மிகத் தீவிரமான முகபாவத்துடன் தலையைக் குனிந்தபடியே உற்றுக் கவனித்துக்கொண்டிருந்த மீசை இளைஞனுக்கு அந்த முணுமுணுப்பு தெளிவாகக் காதில் விழத்தான் செய்தது. முதலில் அவன் அதைப் பொருட்படுத்தவில்லையென்றாலும் (நிமிர்ந்து ஒரு கணம் எதிரே நிற்பவனுடைய முகத்தையும் குடுமியையும் பார்த்தவுடனேயே அவன் பொருட்படுத்தத் தக்கவனல்லன் என்று அவன் முடிவுசெய்துவிட்டிருந்தான்) ஒரு கட்டத்திற்குமேல் பொறுத்துக்கொள்ளவியலாத, உடனே அதட்டி அடக்கியாகவேண்டிய ஓர் அபத்தமான புலம்பலாயும் அது மாறிவிட்டதால் அவன் சற்று கடுகடுத்த முகபாவத் தோடும் வெளிப்படையாகவே எரிச்சலடைந்த தொனியோடும் அவனைப் பார்த்து, ஐயா, இது ஒரு தீவிரமான கூட்டம், சட்டைக்குள் பதுங்கியிருக்கும் ஆயுதத்தைப்போல அவருடைய இடக்கரடக்கல் பேச்சிற்குள் பதுங்கியிருக்கும் தோல்வியின் துயரத்தையும் நையாண்டிகளால் அதை மறப்பதற்கும் மறைப்பதற்குமாகப் போராடும் பிரயத்தனத்தின் வலியையும் தேர்தல் தோல்வி முன்னறிவித்துக்கொண்டிருக்கும் எதிர்காலப் பிரச்சனைகள் குறித்தான அச்சத்தையும் சற்றுநேரம் புலம்பாமல் பேச்சைக் கேட்டுக்கொண்டிருந்தீர்களானால் ஒருவேளை உங்களால் புரிந்துகொள்ள முடியலாம், அல்லது உங்களுக்கு இந்த உதவாக்கரைக் கூட்டத்தின் மத்தியில் நிற்பது அவமானகரமானதாயிருந்தால், இடத்தைவிட்டு நகர்ந்து விட்டீர்களானால் மற்றவர்களாவது அதைப் புரிந்துகொள்ள அது உதவக்கூடும், தயவு செய்யுங்கள் என்றான். ஏற்கெனவே வழி அடைபட்டுவிட்டதென்கிற ஆதங்கத்திலிருந்த குடுமி இளைஞனின் சுரணையைச் சட்டென்று இந்தப் பேச்சு குத்திச் சிலிர்க்கச் செய்துவிட்டது. அவனும் அடங்கிய, ஆனால் அழுத்தமான கோபத்துடன் பதிலுக்கு, நானொன்றும் இந்தப் பேச்சைக் கேட்பதற்கோ இந்த இடத்தைவிட்டு அகலாமலிருக்க மனமில்லாமலோ இங்கே தாமதிக்கவில்லை, வேறு வழியில்லாமல் தான் நின்றுகொண்டிருக்கிறேன், மற்றபடி, மறைந்த ஒரு தலைவரின் பிறந்தநாளைக் கொண்டாடுவதைப்போலவா

இருக்கிறது இந்தப் பேச்சு, ஈவெராவுக்கு இதுவும் வேண்டும், இன்னமும் வேண்டும் என்றான். கழகக் கூட்டங்களைப் பற்றிய இம்மாதிரியான, பொதுப்புத்தியிலிருந்து வெளிவரும் குறிப்புகள் உடன்பிறப்புகளுக்குச் சாதாரணமானதும் பழக்கமானதும்தான், ஆனால் பெரியாரை ஏதோ அவன்தான் பெயர் வைத்ததைப்போல ஈவெரா என்று அழைத்ததை (அதுவும் பழக்கமானதுதானென் றாலும்) மீசை இளைஞனால் ஒத்துக்கொள்ள முடியவில்லை. அவன் சட்டென்று, பெரியாரைப் பெயர் சொல்லி அழைக்கும் அருகதையோ அவரைப் பற்றிப் பேசும் உரிமையோ உங்களுக்குக் கிடையாது என்றான் வெளிப்படையான கோபத்துடன். அவன் எந்த அர்த்தத்தில் அதைச் சொல்கிறானென்பதைக் குடுமி இளைஞன் உடனே உட்கிரகித்துக்கொண்டு, ஏன், வாழ்நாள் முழுவதும் பிராமண எதிர்ப்பையே தன் லட்சியமாக வரிந்து கொண்டிருந்த அவரைப் பற்றிப் பேசப் பிராமணர்களைத் தவிர வேறு யாருக்கு அதிக உரிமையும் யோக்கியதையும் உண்டு என்று பதிலுக்குக் கேட்டான். அந்த அளவில் ஒரு சிறிய முகச் சுளிப்பாயும் முணுமுணுப்பாயும் முடிந்து போய்விட்டிருக்க வேண்டிய அந்த உரையாடல் சட்டென்று ஒரு வாக்குவாதமாக வளர்ந்துவிட்டது. இரண்டு பேருமே படித்தவர்களென்பதால் உரத்த குரலில் சண்டையிட்டுப் பிறர் கவனத்தைத் தங்கள்பால் இழுப்பதற்கு வெட்கப்படுபவர்களாயிருந்தார்களென்றாலும் வாய்ச்சண்டைக்கேயுரிய, பொதுவாகவே அது கிளறிவிடக்கூடிய, வாதத்தால் ஒருவர் மற்றவரை ஜெயித்துவிடவேண்டுமென்கிற அகம்பாவம் மற்றும் சுயமோகத்தின் போதைக்குள் விடுவித்துக் கொள்ளவியலாதபடி இருவருமே இறங்கி இமைக்கும் நேரத்திற்குள் அந்த போதையின் ஆழத்தில் மாட்டிக்கொண்டும் விட்டார்கள். மேலும் மூன்றாவது ஆள் யாராவது குறுக்கிட்டுத் தங்களை அந்த ஆழத்திலிருந்து மேலேயிழுத்துவிட்டுவிடுவானோவென்று அஞ்சியவர்களைப்போலவும் (குடுமி இளைஞனுடன் வந்திருந்த, மேடைப் பேச்சைக் கேட்கும் ஆர்வத்தில் தன்னையுமறியாமல் சுடுபானத்தைச் சப்பியபடியே ஒலிப்பெருக்கிக் கம்பத்தின் அடிப் பகுதியை நோக்கி நகர்ந்து நகர்ந்து அவனைவிட்டுத் தொலை வாகச் சென்றுவிட்ட அவனுடைய மத்திய வயது நண்பரால்கூட, அவர் ஏதோவொரு கணத்தில் கூட்டத்தினர் அனைவரையும் கொல்லென்று சிரிக்க வைத்த தீப்பொறியாரின் ஏதோவொரு விகடத் துணுக்கிற்கு அவன் என்ன எதிர்வினை கொடுக்கிறான் என்று பார்ப்பதற்காக அங்கிருந்தபடியே அனிச்சையாக அவன் பக்கம் திரும்பிப் பார்த்தபோது முத்தமிடவிருக்கிறவனைப்போல மீசை இளைஞனின் முகத்தோடு முகம் வைத்தபடி பேசிக் கொண்டிருந்த தன் நண்பன் உண்மையில் அவனுடன் கடும்

வாக்குவாதத்திலிருக்கிறானென்பதைத் தெரிந்துகொள்ள முடியவில்லை) ஒருவரைக் கட்டிக்கொண்டு இன்னொருவர் அமிழ்ந்துகொண்டேயிருந்த அந்த உலகத்தின் ஆழத்தில் ஒரு காதல் ஜோடியைப்போல தொடர்ந்து தாங்களிருவரும் மட்டுமே இருக்க விரும்பியவர்களைப்போலவும் விவாதத்தில் தீவிரம் கூடக்கூட அவர்களுடைய குரலும் தணிந்துகொண்டேபோய் (தலைக்கு மேல் ஒலிபெருக்கி வேறு தீப்பொறியாரின் அறைகூவல்களை விடாமல் முழங்கிக்கொண்டிருந்த நிலையில்) கடைசியில் கிட்டத்தட்ட ஒருவன் சொல்வதை மற்றவன் கேட்பதற்காகச் சொல்பவனுடைய உதடுகளுக்கு மிகச் சமீபம்வரை தன் காதைக் கொண்டு சென்றாக வேண்டிய அளவிற்கு இறங்கிவிட்டது. (இப்படியாகத்தான் மீசைக்காரனுடைய நனவிலியின் கண்களில் தன்னுடைய குடுமி ஒரு தாக்கப்பட வேண்டிய இலக்காக ஏற்கெனவே பதிவாகி விட்டிருக்கக்கூடுமென்று பின்பு அந்தக் குடுமி இளைஞன் உதவிக் காவல் ஆய்வாளரிடம் குறிப்பிட்டான்). குடுமி மனிதன் தான் அங்கிருந்து வெளியேறிச் செல்லவேண்டிய அவசரத்திலிருக்கிறோமென்பதையும் மீசை இளைஞன் தான் அங்கே தன்னுடைய அபிமானப் பேச்சாளரின் பேச்சைக் கேட்கத்தான் வந்திருக்கிறோமென்பதையும்கூட மறந்தே போய்விட்டார்கள்.

பேச்சு, பொதுவாகவே ஈவெராவைப்பற்றிய சம்பாஷணைகள் அவரில் தொடங்கி ஆத்திக நாத்திக வாதத்தில் வந்து முடிவதைப் போல முடிந்துவிடாமல், (அது அப்படியிருந்திருந்தால் உண்மையில் அது முடியவே முடியாது என்பதையும் சீக்கிரமே களைத்துப் போய்விடுவோமென்பதையும், அதில் ஈடுபடுகிற எவரையும் போலவே, இரண்டு பேருக்குமே, பேச்சைத் துவங்குகிறபோதே தெரிந்துபோய், பரஸ்பர வசைகளுடன் எப்போதோ பிரிந்து போயிருப்பார்கள், வாதம் ஒரு சண்டையாக அத்தனை தூரத்திற்கு வளர்ந்து முற்றியுமிருந்திராது) ஈவெராவே ஆத்திகரா நாத்திகரா என்கிற கேள்வியையே பிடிவாதமாகச் சுற்றிச்சுற்றி வந்துகொண்டிருந்தது. பாதி ஆயுட்காலம் வரை கடவுள் நம்பிக்கையுடையவராய்க் (அதிலும் சில வருடங்களைப் பண்டாரமாய்) கழித்த ஒருவரால் பிறகு அவரை மறுக்கத் தொடங்கவே முடியாது என்கிறான் குடுமி. அப்படித் தன் வாழ்நாள் முழுவதும் முயன்று பெற்ற அனுபவங்களையும் படிப்பினைகளையும் வெங்காயம் என்று தள்ளிவிட முடிந்ததால் தான் அவர் பெரியார் என்கிறான் மீசை. காந்தியும் காங்கிரஸும் செய்த துரோகமும் அதற்குக் காரணமான சுயராஜ்ஜியக் கட்சியும் அதன் பிரதான அங்கத்தினர்களாக பிராமணர்களும் அவர்களுடைய பெரிய பலமாகக் கடவுளும் இருந்ததுதான் ஈவெராவுக்குக் கடவுள்மீது

வெறுப்புவரக் காரணம், அது ஒரு பரம ஆத்திகன் தன்னுடைய துரதிர்ஷ்டம் ஒன்றிற்காக இறை நிந்தனை செய்வதற்கு ஒப்பான, தற்காலிகமான புலம்பலேயன்றி புத்தரைப் போலவோ ரஸ்ஸலைப் போலவோ ஆய்ந்து தெளிந்த அறிவின்பாற்பட்டதல்ல என்கிறான் ஒருவன். கடவுள் என்பது மனிதச் சமூகத்தின் ஒரு நெடிய, இழையறாத கனவு, ஒவ்வொரு யுகத்திலும் அது சில பிம்பங்களை உருவாக்கித் தன் வெளியில் நடமாட விடுகிறது, காந்தியோ காங்கிரஸோ அப்படியான, இந்திய சமூகக் கனவின் இருபதாம் நூற்றாண்டுப் பிம்பங்கள்தானே தவிர அவர்களே உண்மையில்லை, இதைப் பெரியார் சொல்லியுமிருக்கிறார், ஒரு திரைப்படம் முடிந்து அரங்கைவிட்டு வெளியேறுவதைப்போல தான் அது நடந்துகொண்டிருந்தது, பிம்பங்கள் கலைகிறதென்றால் திரைப்படம் முடிகிறது என்று அர்த்தம், ஒரு திரைப்படம், அல்லது ஒரு கனவு, எந்த அளவிற்கு உண்மையோ அந்த அளவிற்குத்தான் கடவுளும் உண்மை, இதில் பலமென்றோ பலவீனமென்றோ எந்த வெங்காயமும் கிடையாது என்கிறான் மற்றவன். கடவுள் பற்றிய ரகசியமான நல்லபிப்பிராயம் ஈவெரா வுக்கு எப்போதுமே இருந்தது, அவர் பிராமணர்களிடமிருந்து பிராமணர்களல்லாதாரை மட்டுமல்ல, கடவுளையே மீட்டெடுக்கப் போராடிக்கொண்டிருந்தார் என்பது குடுமியின் வாதம். உண்மை அதற்கு நேரெதிரானது, பிராமணர்களை அவர்கள் ரத்தத்தில் காலகாலமாக ஊறிப்போயிருந்த கடவுளும் அதன் இருப்பின் மீது அசைக்க முடியாதபடி எழுப்பப்பட்டிருந்த சாஸ்திரங்கள் மற்றும் சாதி என்கிற கற்பிதங்களும்தான் தன் சக மனிதர்களுக்கு எதிரான அகம்பாவமாகப் பிடித்தாட்டுகிறது என்பது பெரியாருடைய அவதானிப்பு, பிராமணர்களல்லர், பிராமணீயம் தான் என் எதிரி என்று அவர் சொல்லிக்கொண்டிருந்ததன் அர்த்தம் இதுதான், அவர் கடவுள் என்கிற துர்க்கனவிலிருந்து பிராமணர்களையும் சேர்த்தேதான் காப்பாற்றப் போராடிக் கொண்டிருந்தார் என்பது மற்றவனுடைய எதிர்வாதம். இறை மற்றும் இறைமை என்பதன் விண்டு சொல்ல முடியாத அனுபவத்தை ஈவெரா தெரிந்துதான் வைத்திருந்தார், கடவுள் என்கிற பதத்தால் அதைத் தூலப்படுத்த முயலும் போதெல்லாம் அது அபத்தமானதாயும் வறண்டதாயும் வன்முறை கொண்டதாயும் ஆகிவிடுகிறது என்பதுதான் அவருடைய கவலையாயிருந்தது, கடவுள் என்கிற தத்துவத்தை இவர்கள் யாராவது புரிந்து கொண்டிருக்கிறார்களா என்பது சந்தேகம்தான் என்று அந்தப் பொருளில்தான் அவர் குடி அரசில் எழுதினார் என்று அவன் சொன்னால், ஒரே காட்சி இரண்டுபேருக்கு, அவரவர் பிறப்பு வளர்ப்பு பழக்கவழக்கங்களையொட்டி அனுபவத்தைத் தரலாம் அல்லது தராமலும் போகலாம், எனவே இறையனுபவம் என்று

பிதற்றப்படுவதெல்லாமுமே சூழலால் திணிக்கப்பெறும் அறிவின்பாற்பட்டதுதான் என்பதே பெரியாரின் சாராம்சம் என்று இவன் பதில் சொன்னான். இப்படியே கொஞ்சநேரம் சுற்றிக்கொண்டிருந்த பிறகு விவாதம் மெதுவாக நகர்ந்து ஈவெராவிற்கும் அவருடைய சீடப் பிள்ளைகளுக்குமிடையில் முளைத்த கருத்து வேற்றுமையினிடத்திற்கு வந்தபோது மீசை தி.க.விலிருந்து திமுக உருவான ஒரு சம்பவமே பெரியார் கறாரான நாத்திகர் என்பதை நிரூபிக்கப் போதுமானதென்றான், அதன் உக்கிரம் அந்நியருக்கெதிரான நூறு வருடப் போராட்டத்தையே மறுக்குமளவிற்குச் சகிப்புத் தன்மையற்றதாக வளர்வதைக் கண்டு, அந்த மறுப்பு அந்தப் பிரசித்தி பெற்ற போராட்டத்தில் பார்ப்பனரல்லாதாருக்குப் பங்களிப்போ உரிமையோ இல்லை யென்கிற எண்ணத் தடத்தை வருங்கால சந்ததிகளிடம் உருவாக்கிவிடுமோயென்கிற அச்சத்தினாலும் அந்நியர்களை வெளியேற்றியபின் உண்டாகியிருக்கக் கூடிய வெற்றிடத்தில் பிராமணரல்லாதாரை முன்னிறுத்தக் கிடைத்திருக்கும் ஒரு பொன்னான வாய்ப்பை அந்தப் பிடிவாதம் கலைத்துவிடுமோ வென்கிற கவலையினாலும்தான் அண்ணா அவரிடமிருந்து விலகிக் கடவுள் இல்லையென்னும், அரசியலுக்கு உபயோகப் படாத அரூபச் சிந்தனையின் மூர்க்கத்தை ஒருவனே தேவன் என்பதாக மாற்றித் தூலப்படுத்தித் தணித்து மனிதர்களைத் தன்னிடம் தக்கவைத்துக்கொண்டார் என்றான் அவன். குடுமி இளைஞனோ ஈவெராவிடமிருந்து அண்ணாதுரை விலகியது ஈவெரா பிரகடனம் செய்த கருப்பு தினத்தை ஏகோபித்த மனதுடன் அத்தனை பேரும் ஏற்றுக்கொண்டிருந்தால் அது பிராமணீயத்திற்கும் அவர்களால் சுட்டிக்காட்டப்பட்டுக் கொண்டிருந்த கடவுளுக்கும் இறுதி அடியாக இருந்துவிடுமென்றும், அப்படிப் பிராமணர்களுடைய கடவுள் முற்றிலும் மறைந்துபோகும் ஒருநாளில் அதுகாறும் அதன் ஆகிருதியால் மறைக்கப்பட்டிருந்த, தன்னுடைய கால இடச் சூழலுக்குச் சொந்தமான, தனக்கேயுரிய அரூபக் கடவுளை இயல்பாகவே ஒவ்வொரு தனிமனிதனும் கண்டுபிடித்துவிடக் கூடுமென்றும், ஈவெராவினுடைய கடவுள் மறுப்பு அந்த இடத்திற்குத்தான் போய்ச் சேருமென்றும், அது ஒருவேளை தன்னுடைய வலிமையனைத்தையும் இழந்துவிட்ட பிராமணனுக்குமேகூட புதிய, தோழமையுணர்வுள்ள கடவுளைக் கொடுக்கக்கூடுமென்றும் அஞ்சியதாலும், அப்போது மீண்டும் பிராமணனைத் தங்களுடன் சேர்த்துக்கொள்ளக்கூடிய சூழ்நிலை உருவாக்கக்கூடுமோ என்று கவலையடைந்ததாலும் நிகழ்ந்த தென்று நம்பினான். கெட்டுப்போன பழையதை நிர்மூலமாக்கு வதன் வழியே புத்தம் புதிய ஒன்றை நிர்மாணிப்பதற்கான

வெளியைத் திறந்துவிடுவது ஈவெராவின் லட்சியமாக இருந்தது, அங்கே தன்னுடைய முக்கியத்துவமும் தனக்கான தேவையும்கூட இல்லாமல் போய்விடலாம், அதற்கு அஞ்சக்கூடாது, நட்ட கல்லும் பேசுமோ நாதனுள்ளிருக்கையில் என்று திருமூலர் பாடியதைப்போல கடவுளை ஓரிடத்தில் மறுத்துப் பிறிதோரிடத்தில் கண்டுகொள்ளும் ஆத்திகம்தான் அது, ஆனால் அண்ணாதுரையை, அவரோடு ஈவெராவைவிட்டு விலகி வந்தவர்களைப் பொறுத்தவரை அவர்களுடைய இயக்கமே பிராமணர்கள் பிராமணர்களாக இருக்கும்வரைதான் சாத்தியப்படும், எனவேதான் கடவுள் இல்லை என்னும் ஈவெராவின் நிர்மூல மந்திரம் சமரசப்படுத்தப்பட்டு ஒன்றே தேவன் என்னும், பிராமணீயத்தைத் தொடர்ந்து தன் எதிரியாகத் தக்கவைத்துக் கொள்ளும் திமுகவின் கொள்கையாக மாற்றப்பட்டது, இறைவனை ஏற்று இறையனுபவத்தை அழிக்கும் நாத்திகம் அது என்றான் அவன். ஏன், ஏழையின் சிரிப்பில் இறைவன் என்கிற அண்ணாவின் பிரகடனம் பெரியாருடைய லட்சியம் இல்லையா என்று கேட்டான் மீசை. அந்த ஏழை ஒரு பிராமணனா யிருந்தால் அவனுடைய சிரிப்பிலும் இறைவனைக் காணலா மென்று ஈவெரா சொல்லுவாரா என்று திருப்பிக் கேட்டான் குடுமி. பொருளாதார ஏற்றத்தாழ்வுகளல்ல, மாறாகக் கடவுள், அவரை உபயோகப்படுத்திக்கொள்ளும் பிராமணன், இவைதான் ஈவெராவின் பிரச்சனை. இப்படியே பேச்சு ஒன்றைத் தொட்டு இன்னொன்றாக மேலும் வளர்ந்து கடைசியில் ஈவெராவின் திருமணத்தில் வந்து நின்றது. துவக்கத்திலிருந்தே அதைப்பற்றிப் பேச மீசை இளைஞனுக்குப் பிடிக்கவில்லை. திருமணம் ஒருவருடைய சொந்த விஷயம், மேலும் அதைப்பற்றி அவருடைய சீடர்களே போதுமான அளவு விவாதித்து முடித்து விட்டார்கள் என்று முனகினான் அவன். ஆனால் குடுமியோ ஈவெராவின் திருமணம் அவர் உண்மையில் என்ன சொல்லிக்கொண் டிருந்தார் என்பதைப் பட்டவர்த்தனமாக அறிவிக்கும் ஒரு முக்கியமான, பெரிய உருவகம் என்றும் ஒரு பிராமணனாகத்தான் பொருட்படுத்துவது அந்த உருவகத் தன்மையைத்தானே தவிர தூல நிகழ்வையல்ல என்றும் சொல்லிப் பிடிவாதமாக அதற்குள் மீசையைப் பிடித்து இழுத்தான். அது அதுவரை அவரால் ஆபாசங்கள் என்று விமரிசிக்கப்பட்டுக்கொண்டிருந்த புராணங்களிலும் சரித்திரங்களிலும் நிகழ்ந்த எந்தவொரு மாபெரும் நிகழ்வையும் போலவே திமுக என்கிற ஒரு பெரும் அரசியல் நிகழ்வுக்குக் காரணமாயிருந்த ஒரு மகத்தான காதலின் புதிர், அதுகாறும் அவர் கேள்வி கேட்டுக்கொண்டிருந்த திரௌபதியின் காதலுக்கும் குந்தியின் காதலுக்கும் பகுத்தறிவின்

கொடுங்கோன்மைக்குள் அடங்க மறுக்கும் ஒரு விடையை அவருடைய சீடப் பிள்ளைகளுக்குக் கொடுத்தது, அன்பினால் முழுமையாக விழுங்கப்படும்போது அதைத் தவிர வேறெதையும் ஒருவனால் செய்ய முடிந்திருக்காது என்பதுதான், அப்போது சுயநலத்தைத் தவிர வேறெதுவுமே அவன் கண்ணிற்குப் பெரிதாகத் தோன்றாது என்பதுதான் (பொதுநலத் தொண்டன்கூட தனக்குச் சந்தோஷம் இருக்கிறது என்கிற சுயநலத்தில்தான் அதில் ஈடுபடுகிறான் என்று ஈவெராவேதான் சொல்லியிருக்கிறார்), காதல் ஒருவனை ஆட்கொண்டிருக்கும்போது அதன் பொருட்டாக யுத்தம், அது ட்ராயிலென்றாலும் குருக்ஷேத்திரத்திலென்றாலும் ஊட்டி வளர்த்த கழகத்திலென்றாலும், வரக்கூடுமென்றாலும், கேள்விகளற்ற சரணாகதியானது அடிமைத்தனத்தையும் சாதியை யும் உருவாக்கி வளர்க்குமென்றாலும், விளக்க முடியாத, வயதுப் பொருத்தமற்ற உறவு அதுகாறும் வளர்த்தெடுத்த தத்துவங் களையும் இயக்கத்தையும் தன்னுடைய தொண்டர்களையுமேகூட தனக்கு அந்நியமாகச் செய்துவிடுமென்றாலும் அவற்றைப் பற்றிக் கவலைப்படும் புத்திபரமான யோசனைகளிலிருந்து அவனைத் தள்ளிச் சென்றுவிடும் என்பதுதான் ஈவெராவின் திருமணம். ஆனால் மீசை இளைஞனுக்கு அவனுடைய தலைவரை ஒரு காதலராகக் கற்பனை செய்து பார்ப்பதே வெட்கத்தையும் குற்றவுணர்வையும் தரக்கூடிய செயலாக இருந்தது. அவன் குடுமியின் பேச்சு உலகத்தில் எது நடந்தாலும் அதைக் கடவுளின் அனுக்கிரஹத்திற்குள் கொண்டு வந்து அடைத்துவிடும் அவர்களுடைய பரம்பரைப் புத்தியின் வெளிப் பாடு என்றான். அதைத் தான் மறுக்கப் போவதில்லையென்றும், காணி வேண்டாம், உறவு வேண்டாம், உன் பாதமூலம் பற்றுவதொன்றே வேண்டுமென்று ஆழ்வார் பாடியதும் நாயக்கர் தன் கணிசமான தொண்டர்களை மணியம்மையின் பொருட்டு உதறியெறிந்ததும் ஒரே அன்பின் விளைவென்பதுதான் உண்மை என்றும், அண்ணாதுரை அதைக் கண்டுபிடித்தபோது அது அவரை இவரிடமிருந்து பிரிக்கவும் செய்துவிட்டது என்றும், உலகின் எந்தக் காதலனுக்கும் நிகழ்ந்த சோகம்தான் ஈவெராவுக்கும் நடந்தது, அதனாலேயே உலகின் எந்தக் காதலையும்விட உயர்ந்ததாயும் பக்தியென்கிற நிலைக்கு மேலெழும்புவதாயும் அது இருந்தது என்றும் குடுமி பதில் சொன்னான். ஈவெரா அதுவரையில் என்ன சொல்லிக்கொண்டிருந்தார் என்பதைச் சரியாகப் புரிந்துகொள்ளாததினால்தான் எழுபது வயதிற்குமேல் ஒருவருக்குக் காதல் வரும் என்பதை அண்ணாதுரையால் நம்பவோ ஏற்றுக்கொள்ளவோ முடியவில்லை. பெரும் வரலாற்று நிகழ்வுகளையெல்லாம் வெறும் ஆண்பெண் உறவின் பின்னணியி

லேயே வைத்துப் பார்ப்பது புராணிகப் புத்தியின் வக்கிரம் என்றான் மீசை. பதிலுக்கு, பிரபஞ்ச இயக்கத்தின் ஆதார நிகழ்வான ஆண் பெண் காதலை வெறும் படுக்கையறை நிகழ்வாகப் பார்ப்பது பகுத்தறிவின் கற்பனை வறட்சி என்றான் குடுமி. அய்யா அம்மையார் திருமணம் காதலைத் தாண்டிய கடமையுணர்ச்சியின் விளைவாக நடந்தேறிய ஒன்று, அதைப் பேரறிஞர் அப்போது ஒத்துக்கொள்ளாவிட்டாலும் பெரியாரின் எண்ணப் போக்குகளைச் சரியாகப் புரிந்துகொண்டவர்கள் என்றுமே ஒத்துக்கொண்டுதானிருந்தார்கள், எனக்குப்பின் இயக்கத்தையும் கழகத்தின் சொத்துக்களையும் கட்டிக் காக்க உண்மையான தொண்டர்கள் இல்லை என்று அவரே தன் செயலுக்கான காரணத்தை விளக்கினார் என்றான் மீசை. ஒரு பெண்ணைத் தன்னுடன் சேர்த்துக்கொள்வதற்கு இப்படியொரு காரணத்தை வெளிப்படையாகச் சொன்ன தீர்க்கதரிசிகள் இந்தியச் சரித்திரத்தில் இரண்டே பேர்கள்தான், ஒருவர் மனு, மற்றொருவர் ராமசாமி நாயக்கர் என்றான் குடுமி. அந்த வார்த்தைகளைக் கேட்டதும் மீசை இளைஞனுக்குப் பயங்கரமான ஆங்காரம் வந்துவிட்டது. கடுங்கோபத்தில் அவன் உடல் பதறவும் தொடங்கிவிட்டது. அவன் பரபரப்புடன் சுற்றுமுற்றும் பார்த்தான். கைக்கெட்டும் தூரத்தில், தேநீர்க் கடையின் முகப்பில் பரப்பப்பட்டிருந்த எண்ணெய்ப் பலகாரங்களுக்கு மத்தியில் வாழைக்காயும் வெங்காயமும் நறுக்குவதற்காக வைக்கப்பட்டிருந்த கத்தி அவன் கண்களில் பட்டது. உடனே சட்டென்று பாய்ந்து அதைக் கையில் எடுத்துக்கொண்டு திரும்பி குடுமி இளைஞனின் அருகே முகத்தைக் கொண்டுவந்து அவனை முறைத்துப் பார்த்துக் கொண்டே, மனுவும் அய்யாவும் ஒன்றாகத் தெரிகிறார்களா உன் பார்ப்பனக் கண்களுக்கு என்று உறுமினான். இதற்குப் பிறகுதான், அதாவது கடைக்குள் நின்றிருந்த விற்பனைப் பெண்மணி அவன் கத்தியைக் கையிலெடுப்பதைப் பார்த்து விட்டுத் தானும் பதற்றமடைந்து அவனை உரத்து அதட்டும் குரலைக் கேட்டபிறகுதான், சுற்றியிருந்தவர்களுடைய கவனம் அவர்களிருவர் மேலும் விழுந்தது. ஆனால் அங்கே ஏதோ அசம்பாவிதம் நடந்துகொண்டிருக்கிறது என்பது புத்தியில் உறைத்து அவர்கள் மேடைப் பேச்சு மயக்கத்திலிருந்து தங்களை விடுவித்துக்கொண்டு அவர்களை நோக்கி ஓடி வருவதற்குள் இந்தக் கதையை எது துவக்கிவைத்ததோ அது நடந்தேவிட்டது. தன்னை முறைத்துப் பார்த்த மீசையின் கண்களை உற்றுப் பார்த்துக்கொண்டே அவனுடைய கோபத்தை மேலும் கிளறிவிடும் விதமாகத் தன் உதடுகளில் ஒரு கேலிச் சிரிப்பைத் தவழவிட்டுக்கொண்டேயும் குடுமி, இல்லை, என் கண்களுக்குத்

தெரிவதென்னவென்றால் எத்தனை பெரிய தீர்க்கதரிசிகளானாலும் அவர்கள் காலத்திற்குக் கட்டுப்பட்டவர்களாயிருக்கும் அதிசயம், அல்லது அவலம் என்றுகூடச் சொல்லலாம் அதை என்றான். அதாவது அப்படிச் சொல்ல முயற்சித்தான். ஆனால் அவன் அந்த வாக்கியத்தை முடிக்க மீசை அவனை அனுமதிக்கவில்லை. மேலும் அப்போது அவனுடைய நிலையுமே குழப்பமானதாகத்தான் இருந்தது. ஆங்காரத்தில் கத்தியைக் கையிலெடுத்துவிட்டானே தவிர அதை எடுத்த கணத்திலேயே தன்னுடைய அதிகப்படியான கோபத்தை அவன் உணர்ந்துவிட்டான். அதிர்ச்சியுடன் தன் கையிலிருந்த ஆயுதத்தைத் தானே ஒரு நம்ப முடியாத பார்வையால் பார்த்தான். உடனே அதைக் கீழே போட்டுவிட வேண்டுமென்றும் அவாவினான். ஆனாலும் ஓர் அருவருக்கத்தக்க பூச்சியைப்போன்ற அந்தக் குடுமி இளைஞனின் உடலைத் தீண்டிக்கொண்டிருந்த தன் கையை அதிலிருந்து விடுவித்துக்கொள்ளவே ஓர் அறுவை சிகிச்சையைப்போல அந்தக் கத்தியை உபயோகப்படுத்தித்தானாக வேண்டுமென்று தவிப்பவனாகவோ அல்லது அந்தப் பூச்சிக்கு அத்தனை அகம்பாவமாகப் பேசும் பைசாச சக்தியை எது கொடுத்துக்கொண்டிருந்தது என்பதைத் திடீரென்று கண்டுபிடித்து விட்ட வெற்றியாளனாகவோ தன்னை உணர்ந்தோயென்னவோ எதிராளியின் கழுத்திற்கு நேரே பிடித்துக்கொண்டிருந்த கத்தியை உயர்த்திச் சடுதியில் அவனுடைய சிமிலியைக் கையில் பற்றி அதை ஒரேயிழுப்பில் அறுத்துவிட்டான். அறுத்த வேகத்திலேயே நரநரவென்று மணல் தன்மையுடன், தனியாக உயிர்கொண்டிருந்த தென்கிற பிரமையைத் தோற்றுவிக்கும் விதத்தில் கைகளுக்குள் ஓரிரு வினாடிகள் காற்றில் நெளிந்த அதைப் பல்லியின் வாலைப் பிடித்துவிட்டதைப்போன்ற அசூயையுடன் பார்த்துவிட்டுத் தரையில் வீசினான்.

குடுமியறுபட்ட அந்தப் பிராமணனின் பெயர் வாசுதேவன் என்று நாம் சொன்னால்தான் வாசகர்களுக்குத் தெரியும். ஆனால் அறுபட்ட அந்தக் குடுமி கடவுள் மனிதனைத் தன்னுடைய பாதகமலங்களுக்கு இழுக்கவிருக்கும் நேரத்தில் அவருக்குப் பற்றிக்கொள்ள வாகாய் இருக்குமென்பதாக இந்து உள்ளிட்ட பல மதங்களிலும், இந்து தர்ம சாஸ்திரங்களில் பிராமணனுக்குரிய லட்சணங்களிலொன்றாயும் பல ஆயிரக்கணக் கான வருடங்களாக அடையாளம் காணப்பட்டிருக்கிறது என்பதை அவர்கள் நாம் சொல்லித் தெரிந்துகொள்ள வேண்டிய தில்லை. இருபதாம் நூற்றாண்டின் முதல் கால் பகுதியின் வாலிபர்கள் தொடங்கிப் பிறகு ஐம்பது வருடங்கள் தமிழ்நாட்டில் பிறந்த ஒவ்வொரு மனிதவுயிரியின் அன்றாடச் செயல்பாட்டையும் (சிந்தனையால்தானென்பதில்லாமல் வெறும் பழக்கத்தினாலேயே

கூட) நேர்மறையாகவோ எதிர்மறையாகவோ பாதித்த திராவிட இயக்கச் சிந்தனைகளின் பழிப்பிற்கும் பரிகசிப்பிற்குமான பிராமணியக் கேந்திரங்களிலொன்றாகியிருக்கிறது இந்த குடுமியென்கிற வஸ்து என்பதும் நேயர்களுக்கு ஏற்கெனவே தெரிந்ததுதான். அந்தச் சிந்தனை புறத்தே வளர்ந்து வந்த அதே வேகத்திற்கும் அளவிற்கும் ஈடாக அகத்தே தங்களுடைய பாரம்பரியப் பல்லவியையும் வீம்பையும் வளர்த்துக்கொண்ட பிடிவாதப் பிராமணர்களின் அகம்பாவ சாந்தியின் அடையாள மாயும் தங்கள் இருப்பிற்கான அவர்களுடைய நியாயப்படுத்தலாயும் அது இருந்திருக்கிறது என்பதுவும்கூட நேயர்கள் அறியாததல்ல தானே. ஆனால் தர்ம சாஸ்திரமெதையும் கிரமமாகப் படித்திராத இந்தக் காலத்து உத்யோகப் பிராமணர்களிலொருவனான, வாசுதேவன் என்கிற அந்தப் பிரஸ்தாபப் பிராமணனுக்குக் குடுமி என்பது பாரம்பரியம் அல்லது பழக்கம் அல்லது எதிர்ப்பு என்று மேற்கண்ட இவற்றில் எதன் அடையாளமுமில்லை, குடுமி அவனுக்குப் பிடித்திருந்தது, அவ்வளவுதான். அதன் அழகை அவன் விரும்பினான். அதில் ஒரு பெருமிதமும் சாகஸவுணர்வும் (ஆரியனுக்கானது என்றில்லாமல் ஒரு காலத்தில் திராவிட சமூகமுமே, பண்டைய கிரேக்க, அரேபியப் (குடுமிப் பழக்கம் இஸ்லாமிலிருந்து நம்மைத் தொற்றிக்கொண்டது என்கிற பார்வையைக்கூட அவனுடைய தாத்தா மறுத்ததில்லை) பழங்குடிகள் உள்ளிட்ட உலகளாவிய மனிதயினங்களைப் போலவே தலையின் உச்சியிலோ பக்கவாட்டிலோ பின்னாலோ கர்வத்தோடு (கடவுளுக்கு உதவுவதற்காகவேதான்) அள்ளி முடிந்துகொண்டிருந்த குடுமியை அவர்கள் தலைகளிலிருந்து கரகரவென்று அறுத்தெறிந்துகொண்டிருந்த மேலை நாகரீக வியூகத்திற்குள் தனியொருவனாகப் புகுந்து வாளைச் சுழற்றும், தற்கொலைக்கொப்பான சாகஸவுணர்வாய்க்கூடயிருக்கலாம் அது) அழகியல் சார்ந்த தன்னம்பிக்கையும் அவனுக்குக் கிடைத்தது என்பதுதான் அவன் அதை, அதன்மீது எப்போதும் அடையாக அப்பியிருந்த கேலி மற்றும் விரோதப் பார்வைகளைச் சட்டை செய்யாமல் தன்வசம் தக்க வைத்துக்கொண்டிருந்ததற்கு உண்மையான காரணம். குடுமி சார்ந்த அவனுடைய இந்த உணர்வுகளே ஒரு வகையில் வைதீகப் பிராமண மனப்பான்மை சார்ந்ததுதான் என்று நாம் சொன்னால் அவன் அதைக் கண்டிப்பாக மறுப்பானென்றாலும் (ஆரியம் என்பது திராவிடத் தாலும் திராவிடம் என்பது ஆரியத்தாலும் பரஸ்பரம் எதிரெதிர் முனைகளிலிருந்து ஒப்பீட்டு வசதிக்காக உருவாக்கப்படும் வெறும் வார்த்தைகள்தான் வாசு, இரண்டும் அதனதன் சுய தன்மையில் இயங்கும்போது இயம் என்பதும் அதில் இருப்பதில்லை என்பார் அவனுடைய தாத்தா) அதில் உண்மையும் இருக்கலாம்.

ஏனென்றால் குடுமி வைத்துக்கொள்வது அவன் தன் சிறு வயதிலிருந்தே தன்னுடைய சாஸ்த்ரோக்தமான தாத்தாவிடமிருந்து பெற்றுக்கொண்ட ரசனை. அவன் அவர் அவனுடைய எட்டாவது வயதில், அவருடைய சஷ்டியப்தபூர்த்தி வைபவம் கழிந்த அதேநாள் நள்ளிரவில் (ஒருவேளை அதீத சந்தோஷத்தினால் சுவாசம் திணறி) அவர்களுடைய பிதிரார்ஜிதமான கும்பகோணம் நாலு கட்டு வீட்டில், அதற்கான எந்த சமிக்ஞையும் இல்லாமல் திடீரென்று காலமான நாள்வரை (மறுநாள் காலைவரை அவருடைய பிரேதத்தைக் கட்டிக்கொண்டே படுத்திருந்த அவனுடைய உடம்பிற்குள் அவருடைய ஆவி எளிதாகப் புகுந்து கொண்டதுதான் அவனுடைய அசட்டுத்தனமான குடுமி ஆசையின் காரணம் என்பார் அவனுடைய தகப்பனார்) அவருட னேயே பல் விளக்கி அவருடனேயே காலைக்கடன் கழித்து அவருடனேயே குளித்து அவருடனேயே உண்டு அவர் மார்பு மேலேயே உறங்கி அவர் பேசுவதையே வாயைப் பிளந்தபடி கேட்டுக்கொண்டு அவர் கையைப் பிடித்தபடியே அவர் போகுமிடங்களுக்கெல்லாம் போய்வந்துகொண்டுதான் வளர்ந்தான். அதில் அவர் தன் குடுமியைப் பேணுவதைக் கண்டு ரசித்துக்கொண்டிருக்கும் பழக்கமும் அடங்கியிருந்தது. குளிக்கும்போதுகூட அவர் தன் கையால் சிகையை அவிழ்க்க முயலாதிருந்தார். ஒரு சொம்புத் தண்ணீர் தலையில் விழுந்ததும் (அவன் பிறப்பதற்கு ஓரிரு வருடங்களுக்கு முன்பிருந்தே அவர் நதிக்குக் குளிக்கச் செல்வதை, காவிரியின் வேகம் மூப்பின் விரைவைப் பலவந்தமாகத் தன்மீது திணிப்பதாக உணர்ந்து, நிறுத்திவிட்டிருந்தார்) அது நெகிழ்ந்து தானாகவே அவிழ்ந்து சிறிய அருவிபோல (நரைத்த தலையென்பதால் இங்கே அருவி உவமானமாகச் சொல்லப் பட்டது) காதுகளில் வழிந்து கழுத்திற்கு இறங்கி இரண்டு தோள்களிலும் பரவும் காட்சியை சிறுவனான அவன் ஓர் அதிசயமாகப் பார்த்து முடித்துவிட்டுத்தான் தன் தலையில் தண்ணீர் விட்டுக்கொள்ளத் தொடங்குவான். பின்னும் ஒவ்வொரு சொம்புத் தண்ணீரும் சடையாக வழியும் சிகையை அலைக்கழித்து நீரோட்டத்தைப்போல ஒரு முடிவிலியான மாய நீளத்தை அதற்குச் சிருஷ்டிப்பது அவனுக்குப் பார்க்கத் திகட்டாத காட்சியாக வளர்ந்துகொண்டேயிருந்தது. சிகை சடையாக அவிழ்வதுபோலவே குளியலுக்குப்பின் மீண்டும் அது குடுமியாகச் சுருண்டுகொள்ளும் காட்சியும் வியப்பிற்குரியதாகத்தானிருந்தது. எப்போதும் அந்த அலங்காரத்தை அவன் பாட்டிதான் தன் கணவருக்குச் செய்துவிடுவாள் (குடுமியை முடிந்தபின்தான் அவர் சந்தியாவந்தனத்தை ஆரம்பிக்கவேண்டுமென்பதால் அவள் அவருக்கு முன்பே குளித்து முடித்திருக்கவேண்டும், எனவே அது புலர்வுக்கு மிகமிக முன்னதாகவே நடந்து

முடிந்துவிடும் (எனவே அவன் தன் பாட்டியைத் தூங்கியெழுந்த அவளுடைய இயல்பான லட்சணத்தில் பார்த்ததே கிடையாது). சடையைப் பற்றித் துணியால் சவட்டித் துடைத்து சாம்பிராணி யிட்டு சீப்பை உபயோகிக்காமல் (தீட்டு) வெறும் விரல்களாலேயே நீவி (இதற்காகவே அவள் விரல்கள் எப்போதும் ஓரங்குல நீளத்திற்கு வெட்டப்படாத நகங்களை உடையதாகவே இருக்கும்) தனித்தனி ரோமமாகப் பிரித்து உலர்த்திப் பிறகு நான்கு விரல் களைச் சேர்த்து சடையை அதில் சுழற்றி முடிச்சிட்டு அவருடைய பின்கழுத்து பாதி தெரியும்வண்ணம் அது தொடங்குவதற்குச் சற்று மேலாக (அது கழுத்தை நோக்கி இறங்கும் ஸ்திதியைப் பார்த்துவிட்டு நாவிதனைக் கூப்பிட வேண்டிய நேரம் வந்து விட்டது என்பதையும் அவள்தான் தாத்தாவிற்கு நினைவு படுத்துவாள்) மிக அழகான குடுமிப் பந்தாக்கித் தொங்கவிடுவாள். தாத்தாவின் குடுமி, எத்தனை வியர்வைக் கசகசப்பிற்கப்பாலும் எத்தனை வேகமான தலையசைப்பினாலும் என்னவிதமான கை சேஷ்டைகளின் காரணமாயும் நாளின் எந்தப் பொழுதிலும் (உறங்கும்போதுகூட) அவிழ்ந்து அவன் பார்த்ததேயில்லை. அத்தனை இறுக்கமாயும் (அதே நேரத்தில் தலையை ஒரு பாரமாக உறுத்தாததாயும்) திரும்ப அவிழ்த்து நேராக முடிய அவசிய மில்லாத படிக்கும் (பின்னாளில் அவன் தன் குடுமிப் பராமரிப்பு சார்ந்து இந்த விதமான தினசரிச் சடங்குகளை மேற்கொள்ள முனைந்தபோது பாட்டியளவிற்குப் பெண்கள் யாரும் (திருமணத்திற்கு முன் அவன் தாயாரோ திருமணத்திற்குப் பின் அவன் மனைவியோ) அதில் சிரத்தையோ ஆர்வமோ அதனால் உதவியோ காட்ட முன்வராததால் தானே அதைச் செய்து கொண்டாக வேண்டியிருந்த நிலையில் தன் தாத்தாவின் மண்டையோட்டின்மீது அத்தனை அருமையாக வளர்ந்த அந்தக் குடுமியை அவர் ஒரு தடவைகூடத் தன் விரல்களால் தொட்டதே யில்லையென்பதை அடிக்கடி நினைவுகூர்ந்து மேலும் ஆச்சரியப் படுவான்) பாட்டி அதைத் தாத்தாவின் சிரத்தில் பொருத்தி யிருப்பாள். தாத்தா நல்ல கல்விமான். தமிழ், சமஸ்கிருதம், ஆங்கிலம் ஆகிய மூன்று மொழிகளிலுமே பண்டிதர். பள்ளி உபாத்தியாயராயிருந்தார். சில உரை நூல்களையும் (சங்கரருடைய பிரம்ம சூத்திரத்திற்கு பாஷ்யம் மற்றும் நாச்சியார் திருமொழிக்குப் பெரியவாச்சான் பிள்ளையையொட்டிய வியாக்கியானம் (சைவப் பிராமணராயிருந்தும்கூட) இத்யாதி) தமிழ் இலக்கண நூல்களையும் கொஞ்சம் கணிதப் புதிர்கள் சம்பந்தப்பட்ட புத்தகங்களையும் வேறு எழுதிப் பதிப்பித்திருந்ததால் (கும்பகோணம் வீட்டை விற்றுவிட்டு மதுரைக்குக் குடியேறியபோது அவனுடைய தந்தை அவற்றில் ஒன்றைக்கூடத் தன்னுடன் எடுத்துவர விரும்பவில்லை) ஊரில் அவருக்கு நல்ல மதிப்பும் மரியாதையும் இருந்தது.

இதோடுகூட பாட்டியின் அற்புதமான கைவண்ணம் காரணமாக அவருடைய பெயரும் குடுமி அய்யர் என்றே கும்பகோணம் முழுவதிலும் பிரசித்தி பெற்றிருந்ததால், தெருவில் அவர் நடந்து செல்கிறபோது எதிரே வருகிறவர்களிடமிருந்து (அநேகமாக எல்லோரிடமிருந்துமே) அவருக்குக் கிடைக்கும் முகமன்கள், வந்தனங்கள், விசாரிப்புகள் அத்தனையுமே அவருடைய குடுமிக்குத்தான் கிடைப்பதாக அவனுக்குத் தோன்றிக்கொண் டிருந்தது. உண்மையில் அவன் தன் தாத்தாவின் குடுமியை ரசித்தான் என்று சொல்வதைவிட, தான் அழகாய் அமைந்த தோடல்லாமல் மற்றவர்களுடைய விதந்தோதலினால் மேலும் அதிகமாக ஒளி கூடிக்கொண்டேயுமிருந்ததான அதன் வசீகரத்தில் அவன் சொக்கிப்போயிருந்தானென்று சொல்வதுதான் பொருத்த மாக இருக்கும். தாத்தாவுக்கும் பேரன் தன் சிகையலங்காரத்தை ரசிக்கிறானென்பது தெரியும். ஆனால் தன் காலத்திற்குப் பிறகு தன்னைப் பின்பற்றி அவன் தானும் ஒரு குடுமி வைத்துக்கொண்டு இரண்டு வேளை சந்தியாவந்தனம் பண்ணிக் கொண்டிருப்பா னென்று அவர் சத்தியமாகக் கனவு கூடக் காணவில்லை. ஏனென்றால் அவருக்குத் தன் மகனையே ஒரு நல்ல பிராமணனாக வளர்க்க முடியவில்லை என்கிற வருத்தம் அவர் சாகும்வரையிலும் இருந்தது (அவனுடைய தகப்பனார் சடங்காசாராங்களில் பற்றில்லாதவராயிருந்தார். தன் தகப்பனாரின்முன் எப்போதும் மேற்சட்டையுடனேயே தன்னைக் காண்பித்துக்கொள்ளும் பழக்கமுள்ளவராகயிருந்ததால் உள்ளே அவர் பூணூல் அணிய வில்லையென்பது ரொம்ப நாள் வரையில் அவருடைய தகப்பனாருக்குத் தெரியமாலேயேதானிருந்தது. பிறகு தெரிந்த போதும்கூட சில காலம்வரையில் பெர்னார்ட் ஷா மற்றும் பெர்ட்ரன்ட் ரஸ்ஸல் போன்றவர்களின் ஆவி தன் மகனின் உடம்பில் புகுந்திருப்பதுதான் அதற்குக் காரணமென்று நம்பிக் கொண்டு அவர் தன் மகனுடன் மேலை மற்றும் கீழைத் தேயங்களின் கலாச்சார அடிப்படைகள்பற்றி விவாதித்து அவனுடைய கோத்திர வாசனையை எப்படியாவது அவன் முகர்ந்து பார்க்கச் செய்துவிடவேண்டுமென்று வியர்த்தமாக முயன்றுகொண்டிருந்தார். பிறகு ஒருநாள் தற்செயலாக மகனுடைய பெட்டியைத் திறந்து பார்க்க நேர்ந்த சந்தர்ப்பத்தில் அதற்குள் ஒரு கரப்பான் பூச்சியைப்போல பதுங்கியிருந்த சில குடி அரசு இதழ்களைப் பார்த்துவிட்டுக் கடவுள் குறித்த தன் உபன்யாசங்களை அதோடு நிறுத்திக்கொண்டு விட்டார். (வாசுதேவனுடைய தந்தை பூணூலைத் தன் வாழ்க்கையில் மூன்றே சந்தர்ப்பங்களில்தான் தன் மார்பின்மீது படர அனுமதித்தார். முதல் தடவை பிரம்மோபதேச நாளின்போது

(அப்போது அதை ஏற்றோ மறுத்தோ பேசுமளவிற்கு அவர் வளர்ந்திருக்கவில்லை), இரண்டாவது தடவை தன் திருமணத்தின் போது (அது தகப்பனாருடைய மன்றாடலுக்குச் செவிசாய்க்க வேண்டுமென்பதற்காக மட்டுமே மேற்கொள்ளப்பட்ட ஒன்றாய் இருந்தது. அதையும் அதைத் தொடரும் அனுட்டானங்களையும் தன் மகன் முழு மனதோடு செய்துகொண்டிருக்கவில்லையென்பது தகப்பனுடைய கண்ணிலும் மனதிலும் மிகத் துலக்கமாகவே தோன்றி உறுத்துமளவிற்கு அது சிறு முணுமுணுப்புக்கூட இல்லாத ஒரு யந்திரத்தனமான கீழ்ப்படிதல். அதுவும்கூட அந்த ஒரே ஒருநாள்தான். சாந்திமுகூர்த்தம் கழிந்த அறைக்குள் மறுநாள் சென்ற பெண்ணின் சகோதரன் படுக்கையில் கசங்கிய பூக்களோடும் சிந்திய உதிரக் கறைகளோடும் பூணூலும் கிடப்பதைப் பார்த்துவிட்டுப் பதறிப்போய்த் தன் பெற்றோரிடம் வந்து சொல்ல ஒரு பாஷாண்டிக்குத் தன் பெண்ணைக் கொடுத்து விட்டோமேயென்று அவர்கள் (அதை வெளியிலும் சொல்ல முடியாமல்) ரகசியமாகத் தலையிலடித்துக்கொண்டே அழுது தீர்த்துவிட்டு ஊருக்குக் கிளம்பிப் போனார்கள். இன்னொருபுறம், அப்படிக்கூட ஒருவரால் தன் விருப்பமின்மையை வெளிக்காட்ட முடியுமென்பதை வாசுதேவனுடைய தாத்தா முதல்தடவையாகத் தன் மகன் மூலம் தெரிந்துகொண்டபோது அந்தத் தெரிதல் திடீரென்று, அதுவரையில் ஒரு சிறு சலிப்பைக்கூட வெளிக் காட்டாமல் தன் சிகையைப் பராமரித்துக்கொண்டிருந்த தன் மனைவியின் பணிவை ஒரு பெரும் எதிர்ப்பாக உணர்ந்து திடுக்கிடும்படி அவரை உலுக்கிவிட்டது. மகன், மனைவி இருவருடைய அதீதமான பணிவின்மீதான உள்ளார்ந்த வெறுப்பும் அச்சமும் அந்த அச்சத்தினால் எழுந்த சந்தேகமும் அந்தச் சந்தேகம் கிளப்பிவிட்ட மிகையான எச்சரிக்கை உணர்வும் அதனால் மேற்கொண்டேயாகவேண்டுமென்று அவராகவே கற்பனை செய்துகொண்ட தற்காப்பு நடவடிக்கைகளும் அதற்காக வலிந்து கடைப்பிடிக்கவேண்டியதாகிவிட்ட வீம்பும் அதனால் தன் சிகை மற்றும் நித்யானுஷ்டானம் இரண்டும்தான் மேற்படி இருவரையும் தனக்குக் கீழானவர்களாகத் தன்னிடம் தக்க வைத்துக்கொள்ளத் தனக்கு உதவவிருக்கும் இரண்டு ஆயுதங்கள் என்கிற வைராக்கியமும்தான் வாசுதேவனுடைய தாத்தாவின் கடைசி பத்து வருட வாழ்க்கையாக இருந்து முடிந்தது). மற்றபடி வாசுதேவனுடைய பிரம்மோபதேசத்தின்போதும் (தாத்தாதான் காயத்ரி மந்திரத்தை வாசுதேவனின் காதுகளில் (அழுதுகொண்டே) ஓதினார்) தகப்பனாரின் சரம சம்ஸ்காரங்களின்போதும்கூட அவர் யக்ஞோபவீதம் அணிந்துகொள்ளப் பிடிவாதமாக மறுத்து விட்டார் (அதற்காக சாதிப் பிரஷ்டம் செய்யும் காலங்களும்

மலையேறிவிட்டன)). ஆனால் சிறுவனான வாசுதேவனின் காதுகளில் முன்பு விழுந்த தாத்தாவின் கீழைத் தேய நம்பிக்கைகள் மற்றும் ஞானம் குறித்த உபன்யாசங்களெல்லாம், அவர் குடி அரசு இதழ்களைக் கண்டு அவற்றை நிறுத்திக்கொண்டதும் அவன் மனதினுள் சென்று வேலை செய்யத் தொடங்கின. அதே சமயத்தில் அவனுடைய புலன்கள் சிறுவர்களின் பொதுவான வழக்கப்படியே தன் தந்தையின் நடத்தைகளையும் மௌனமாகக் கவனித்துக்கொண்டேதானிருந்தது. எங்கோ ஓரிடத்தில் அவர் தன் தாத்தாவை அவருக்கு எதிரான நடவடிக்கைகளின் மூலமாகப் போலி செய்வதாய் உணர்ந்தது. அப்படி உணர்வது போதையைக் கொடுத்தது. குடுமி அந்தப் போதையின் உருவகமாய் இருந்தது (அந்த இடம் எது என்று திடீரென்று தெரிந்துபோய் ஒருவிதத்தில் அந்தப் பரவசத்தில் அதைத் தான் வெளிப்படுத்திய தருணம்தான் தன் குடுமி தன்னிடமிருந்து வெட்டப்பட்ட தருணமும் என்று பின்னாளில் அவன் பேராபுடீமாவின் சன்னதி யில் நின்றுகொண்டிருந்தபோது அவளிடம் பேசுவதுபோல் தனக்குத்தானே முணுமுணுத்துக்கொண்டான்). எனவேதான் தன் தாத்தாவின் குடுமிக்குக் கிடைத்த மரியாதையையும் பராமரிப்பையும் பார்த்துப் பார்த்தே வெளியுலகைக் கற்பனை செய்துகொண்டிருந்த அவனுக்கு இருபதாம் நூற்றாண்டின் இரண்டாம் கால் பகுதியைத் துவக்கிய இளைஞர்களின் வாரிசுகளால் நிரம்பியிருந்த முதல் நாள் வகுப்பறையிலேயே அது தன்னை ஒரு கேலிப் பொருளாக மாற்றிவிட்டதைப் பார்த்து அதிர்ச்சியாகத்தானிருந்ததென்றாலும் அன்றிரவு அவனுடைய கண்ணீரைத் துடைத்துவிட்டுவிட்டு தாத்தா அவனுக்குச் சொன்ன அறிவுரையின்படி (அவனுக்குப் புரிகிறதா புரியவில்லையா என்பதைப்பற்றிக் கவலைப்படாமல் அடுத்த அறையில் சாய்வு நாற்காலியில் அமர்ந்து புத்தகம் படித்துக் கொண்டிருந்த தன்னுடைய பிள்ளைக்குக் கேட்கும்வகையில் அவர் உரக்கச் சொன்னார், பாரதியைப்போல குடுமியையும் பூணூலையும் அறுத்தெறிவது அது இரண்டும் இல்லாதவர்கள் எழுச்சியுறாத காலத்தில் புரட்சியாக இருக்கலாம், ஆனால் அவர்களுடைய குரல் கேட்கத் தொடங்கிய பிறகு அதைச் செய்வது அவர்களுடைய உரிமையில் தலையிட்டு நானும் நீயாகிவிட்டேனென்று சொல்லி அவர்களிடம் பங்கு கேட்கும் ஈனச் செயலுக்கு ஒப்பாகிவிடும், அந்த நேரத்தில் குடுமி, பூணூல் இரண்டையும் தரித்துக்கொண்டிருப்பதுதான் ஒரு வகையில் ஒரு பிராமணன் பிராமணனல்லாதவனுக்குச் செய்யும் நியாயமாகக்கூட இருக்கும்) பிறகு தன்னுடைய காலத்திற்காகக் காத்துக்கொண்டிருக்க அவன் விரைவிலேயே பழகிவிட்டான்.

அந்த வகையில் ஒருவிதத்தில் வாசுதேவனுடைய முப்பதாவது வயதில் அறுக்கப்பட்டதாகச் சொல்லப்பட்ட குடுமி முப்பத் தொன்றாவது வருடம்தான் அறுக்கப்பட்டது என்று கொஞ்சம் உயர்வு நவிற்சியாக நாம் சொன்னால்கூட, அவனுடைய பார்வையிலிருந்து அது ஒத்துக்கொள்ளும்படியாகத்தானிருக்கும். ஏனெனில் அது அவன் தன் தாயின் கருப்பையிலிருந்தே (முண்டன வைபவத்திற்கப்பாலும்) காப்பாற்றிக்கொண்டுவந்த, அவனறியாமலேயே அவனால் உணரப்பட்டுக்கொண்டிருந்த அவனுடைய பூர்வ ஜென்ம ஞாபகமாக இருந்தது. அதனால்தான் கடைசியில் ஒரு நடைமேடைத் தேநீர்க் கடையின் காய்கறி வெட்டும் கத்தியால் அறுத்து வீசப்பட்டு கரப்பான் பூச்சியைப்போல தரையில் கிடந்த அதை உற்றுப் பார்த்துக்கொண்டிருந்த அந்தக் கணத்தில் அவன் மனம் முதல்தடவையாக அப்போதுதான் தொப்புள்கொடி அறுக்கப்பட்ட துயரத்தையும் திடீரென்று ஒரு மயான வெளியில் யாருக்கோ தகனக் கிரியைகள் செய்யும் கோலத்தில் நிராதரவாக்கப்பட்டு நிற்கும் அச்சத்தையும் அடைந்தது (உண்மையில் அது காலத்தின் இன்னும் வலிமையான ஆழத்தில், அவன் தாயின் கர்ப்பப் பைக்குள் பிரவேசித்த விந்துவை அவளோடு சேரும் கணத்திற்கு முன்புவரை சுமந்து கொண்டலைந்த ஓர் ஆணைப் பிரசவிக்கும் கடமைக்காகப் பல தலைமுறைகளுக்கு முன்பிருந்தே பிறந்து வளர்ந்து கொண்டிருந்தவர்களின் யுகங்களுக்குச் சொந்தமான, மிகப் புராதனமான முதல் அழுகையுணர்வு. வாசுதேவனின் தாத்தா உயிரோடு இருந்திருந்தால் வேதங்கள் திரும்பத் திரும்பப் பிரகிருதியிடம் புலம்புவதெல்லாம் சொற்களால் உருப்பெறாத இந்த, மனிதயினத்தின் முதல் துயரத்தையும் அச்சத்தையும்தானென்றும் அதனால்தான் அவற்றால் இந்த மண்ணின் லௌகீகப் பிரச்சனைகளைக் குறித்த கவலை கொண்டவையாகத் தங்களை வெளிப்படுத்திக்கொள்ள முடிவதில்லையென்றும் மேலும் அதனாலேயேதான் இத்தனை பிரம்மாண்டமான மேதமையின் உளறல்களினுடைய தொகுப்பை வேதங்களைத் தவிர உலகின் வேறெந்த இலக்கியத்திலும் காண முடியாது என்று மாக்டொன்னல் எழுதுகிறார் என்றும் சொல்லியிருப்பார்). அனைத்தும் கண்ணிமைக்கும் நேரத்தில் நடந்து முடிந்துவிட்டது. அவன் அங்கேயே உரத்து அழ வேண்டுமென்று விரும்பினான். ஆனால் அதற்குள் அருகில் வந்து சண்டையிட்ட இருவரையும் சூழ்ந்துகொண்டுவிட்ட கூட்டம் அதை அவன் நிறைவேற்றிக்கொள்வதற்கு இயலாத வெட்கத்தை அவனிடம் உண்டுபண்ணிவிட்டது. அவர்களில் சிலர் கீழே கிடந்த முடிக்கற்றையையும் ஸ்தம்பித்து நின்றிருந்த

பிராமணனையும் பார்த்துவிட்டுப் பரிதாபப்பட்டார்கள். சிலர் நல்லவேளை என்றார்கள் (தலைக்கு வந்தது குடுமியோடு போயிற்று). பெரியார் பிறந்த நாள் கூட்டம் நடந்துகொண்டிருக்கும் நேரத்தில் இம்மாதிரி ஒரு பிராமணன் குடுமியறுபட்ட சம்பவம் விரும்பத்தகாத செய்தியாகவோ தனிப்பட்ட இருவரின் சண்டை ஒரு பொது நிகழ்வாகவோ ஆகிவிடக்கூடுமோ என்று பயந்தவர்கள் தாங்கள் எதிர்பார்த்த அசம்பாவிதம் எதையோ தடுத்து நிறுத்திவிடும் முன்யோசனையுடனும் திடீரென்று முளைத்த சமூக அக்கறையுடனும் உடனே ஓடிச்சென்று சிறிது தொலைவில் காவலுக்காக நின்று அரட்டையடித்துக் கொண்டிருந்த மூன்று காவலர்களுக்குச் செய்தி சொல்லி அவர்களைக் கையோடு கூட்டி வந்தார்கள். காவலர்கள் தலையைக் கண்டவுடனேயே மீசை தன் கையிலிருந்த கத்தியை மீண்டும் கடைக்குள்ளேயே வீசியெறிந்துவிட்டு, மின்னல் வேகத்தில் வாசுதேவனை ஒருமுறை திரும்பிப் பார்த்து, மன்னியுங்கள், உணர்ச்சிவசப்பட்டுவிட்டேன் என்றும் சொல்லிவிட்டு, அவன் ஆயுதம் வைத்திருந்த ஞாபகத்திலேயே இன்னும் தங்கியிருந்த கூட்டத்தின் அனிச்சையான அச்சம் மற்றும் அதனாலுண்டான விலகலினூடே நுழைந்து மணிநகரத்தின் குறுக்கே வெட்டிச் சந்தைத் திடலின் பக்கவாட்டை நோக்கி இட்டுச்செல்லும் குறுக்குத் தெருவில் புகுந்து ஓடினான். வந்துகொண்டிருக்கும்போதே அதைக் கவனித்துவிட்ட மூன்று காவலர்களில் ஒருவர் (அவர் அவர்களுக்குள் மூத்த ஊழியராகவோ அல்லது அவர்களைவிட வயதானவராகவோ இருக்கக்கூடும்) தன்னுடன் வந்த மற்ற இரண்டு காவலர்களையும் அவனைத் துரத்திப் பிடிக்கும்படி ஏவிவிட்டுவிட்டு (அரைமணி நேரத்திற்குப் பிறகு அவர்கள் காவல்நிலையத்திற்கு வெறுங்கையுடன் திரும்பி வந்து குதிரை லாயத்தினருகே, அங்கிருந்து காமாட்சியம்மன் கோவிலுக்கும் செல்லத்தம்மன் கோவிலுக்கும் வடக்குவெளிவீதிக்கும் தமிழ்ச் சங்கத்திற்கும் ஓர்க்ஷாப்பிற்கும் வக்கீல்புதுத்தெருவிற்குமென்று இடவலமாகச் சரமாரியாய்ப் பிரியும் சிம்மக்கல் சந்திப்பின் நடுவே அவனைக் கண்பார்வையிலிருந்து தவறவிட்டுவிட்டதாகத் தெரிவிக்கவிருக்கிறார்கள்) வாசுதேவனிடம் வந்து என்ன நடந்தது என்று உசாவினார். அவனோ பதில் கூறும் நிதானத்திலில்லாதவனாகத் தன் பின்னந்தலையைத் தடவித் தடவிக் குடுமி அறுபட்ட முனையின் சொரசொரப்பை விரல் நுனிகளில் உணர்ந்து திரும்பத் திரும்பத் திடுக்கிட்டுக்கொண்டிருந்தான். எனவே அவனுடன் வந்திருந்த அவனுடைய மத்திய வயது நண்பரே அவனுக்குப் பதிலாக (அப்படியொரு அசம்பாவிதத்தை முன்னூகித்துத் தடுத்திருந்திருக்கும் வாய்ப்பைத் தவறவிட்டுவிட்ட தன்னுடைய பொறுப்பின்மையைத் தானே மனதிற்குள்

நொந்துகொண்டவராயும் அதனால் பெருகிய குற்றவுணர்வை அழுத்திச் சமனப்படுத்திக்கொள்வதற்காயும்) என்ன நடந்தது என்பதைக் காவலரிடம் விளக்கிச்சொன்னார். அறுபட்டது கழுத்தாகவோ தோளாகவோ அல்லது குறைந்தபட்சம் விரல் நுனியாகவோகூடயில்லாமல் கேவலம் ஒரு கொத்து மயிராக இருந்தது குறித்துக் கூட்டத்திலிருந்த சிலபேரைப் போலவே அந்தக் காவலரும் தனக்குள்ளாக நகைத்துக்கொண்டே, அதே சமயத்தில் குடுமியைப் பறிகொடுத்தவனின் முகத்தில் இறங்கியிருந்த பீதி, அவமானம் மற்றும் துயரத்தின் செந்நிறத்தைப் பார்த்ததினால் உண்டான பரிதாப உணர்வும் மேலிட அவன் அந்தச் சம்பவம் சம்பந்தமாகக் காவல்நிலையத்தில் புகார் ஏதும் பதிவு செய்ய விரும்புகிறானா என்று கேட்டார். வாசுதேவன் அதுவரை கீழே கிடந்த தன்னுடைய மாஜி அவயவத்தின்மீதே விலகாமல் ஒட்டிக் கிடந்த தன் கண்களை சட்டென்று விலக்கி அவரை நிமிர்ந்து பார்த்து அவர்கள் யார் மீதும் தனக்கு நம்பிக்கையில்லை என்று கூறினான். ஆனால் இதைச் சொல்வதற்குள் அவன் படாதபாடு பட்டுவிட்டான். காரணம் அவன் வாய் அப்போது மிக அசிங்க மாகக் கோணிக்கொண்டு திக்கத் தொடங்கிவிட்டிருந்தது. காவலர் முகம் மாறிவிட்டது. அவர் ஏதோ சொல்வதற்காக வாயெடுத்தார். ஆனால் அதற்குள் நண்பர் குறுக்கிட்டு எதிர் பாராமல் தாக்கப்பட்டுவிட்ட பதற்றத்தில் அவன் முன்பின் தொடர்பில்லாமல் பேசுகிறானென்றும் அவனுக்காக அவரிடம் தான் மன்னிப்புக் கேட்டுக்கொள்வதாயும் காவல்நிலையத்திற்கு வரத் தங்களுக்குச் சம்மதம்தானென்றும் காவலரிடம் கூறிவிட்டு வாசுதேவனிடமும், அப்படிச் செய்வதில் கைப்பொருள் நஷ்டம் ஒன்றும் ஏற்பட்டுவிடப்போவதில்லையென்றும் அந்தப் போக்கிரி கிடைத்தால் நல்லது, இல்லையானால் நாம் அப்படியொரு புகாரைக் கொடுக்கவில்லையென்பதாகவே இருந்துவிட்டுப் போகிறது என்றும் கூறிச் சமாதானப்படுத்தினார். பிறகு அவர்கள் சூழயிருந்தவர்களில் ஆர்வமும் கணிசமான கால அவகாசமும் கொண்டவர்களாயிருந்த சிலர் தயக்கமான நடையில் பின் தொடர (வாசுதேவன் கீழே கிடந்த தன்னுடைய குடுமியைக் கையில் எடுத்துக்கொண்டு), பி–4 காவல்நிலையத்திற்குச் சென்றார்கள். காவல்நிலையத்தை அடைந்த வேளையிலும் பிராமணனால் அதிர்ச்சியிலிருந்து தன்னை விடுவித்துக்கொண்டு திக்காமல் கோவையாகப் பேசும் சக்தியை மீட்டுக்கொள்ள முடியவில்லையாதலால் காவல்நிலையத்தின் கனத்த உத்திர விதானத்தையும் துளைத்துக்கொண்டு மேலேயிருந்து நேரடியாக மண்டைக்குள் இறங்கிக்கொண்டிருந்த தீப்பொறியாரின் ஒலிபெருக்கப்பட்ட பேச்சினடியில் அங்கிருந்த உதவி ஆய்வாள ரிடம் அவனுக்காக அவன் நண்பர் பாதி விஷயத்தையும்

அவர்களை அங்கே அழைத்து வந்த காவலர் மீதி விஷயத்தையும் சொன்னார்கள். உதவி ஆய்வாளர் சுரத்தில்லாமல் எழுத்தரை அழைத்து அவரிடம் அவர்கள் தன்னிடம் சொன்னதைத் திரும்பச் சொல்லச் சொல்லி பிறகு எழுத்தரை அதை அவர்களிடமே சொல்லச் சொல்லி சரி பார்த்துக்கொண்டபின் முதல் தகவலறிக்கை ஒன்றைத் தயார் செய்து அதில் அவர்களிடம் கையெழுத்து வாங்கிக்கொண்டு ஆவன செய்வதாகச் சொல்லி அனுப்பி வைத்தார். காவல்நிலையத்திற்கு வெளியே வந்ததும் வாசுதேவனுடைய நண்பர் ஒர்க் ஷாப் சாலைவரை அவன்கூட வந்து ஒரு ஜட்கா வண்டியைப் பிடித்து வண்டிக்காரனிடம் தன்னிலையிழந்திருந்த அவனைப் பத்திரமாக அவன் வீட்டில் இறக்கிவிட்டுவிடுவதாக உறுதிமொழி வாங்கிக்கொண்டு அவனையும் ஆறுதல் வார்த்தைகளால் தேற்றி (போகிறது விடுங்கள், என்னவோ நடந்துவிட்டது, இதற்காக அதிகமாகக் கவலைப்பட்டீர்களென்றால் முடி வளர்ச்சி பாதிக்கப்படும், இல்லையேல் இன்னும் ஒரு வாரத்தில் குடுமி தானாக வளர்ந்துவிடும்) அவனுடைய வீட்டிற்கு அனுப்பிவைத்துவிட்டு அவனுடைய இரு சக்கர வாகனத்தைத் தானே எடுத்துக்கொண்டு தானும் தன் இருப்பிடத்திற்குத் திரும்பினார் (அவருக்கும் அதற்குப் பிறகு, திட்டமிட்டிருந்தபடி, அவனுடன் அவன் வீட்டிற்குச் செல்லும் மனநிலை திரிந்துபோய்விட்டிருந்தது).

1970ஆம் வருடம் மதுரை நூற்பாலைக்குத் திருவாளர் மார்ட்டின் ஹென்றி பொது மேலாளராகப் பணியாற்ற இங்கிலாந்திலிருந்து கிளம்பியபோதே அங்கே (மதுரையில்), இந்தியா சுதந்திரம் பெற்று இருபது வருடங்களுக்குமேல் கடந்த பின்பும், இன வேறுபாடு இருந்துகொண்டிருப்பதாகக் கேள்விப்பட்டிருந்தார். அது உண்மையென்றால், முணுக்முணுக்கென்று கோபப்பட்டுக் கொண்டு நிர்வாகத்திற்கெதிரான பதாகைகளுடன் ஆலையின் முன் தெருவில் அமர்ந்துவிடும் மதுரை நூற்பாலைத் தொழிலாளர்களின் (இங்கிலாந்து வரையில் அவர்களின் அந்தக் கோபம் பிரசித்தி) அன்றாடக் கவலைகளைத் தீர்த்து வைப்பதைவிட, முடிவிலியாகத் தொடரும் இன வேறுபாட்டைக் களையவேண்டியதுதான் தன்னுடைய தலையாயக் கடமையென்றும் அது தன்னை ஒரு நல்ல மனிதனாக நிரூபித்துக்கொள்ள கர்த்தர் அபூர்வமாய்த் தனக்களித்த சந்தர்ப்பம் எனவும் முடிவு செய்துகொண்டுதான் விமானமேறவும் செய்தார். ஹென்றி கேள்விப்பட்டது வெறும் வதந்தியில்லைதான். ஆனால் உற்பத்திக் கேந்திரத்திற்குள் வெள்ளையர்கள் யாரும் தொழிலாளிகளாக வேலையிலிருக்க

வில்லையாதலால் துரதிர்ஷ்டவசமாக ஹென்றிக்குக் கர்த்தர் அருளியிருந்த நல்வாய்ப்பைப் பயன்படுத்திக்கொள்ளும் அதிர்ஷ்டம் ஆலைத் தொழிலாளர்களுக்குக் கிடைக்கவில்லை. வெள்ளையர்களும் வேறுபாடும் அதிகாரிகளுக்கிடையிலும் அலுவலர்களுக்கிடையிலும்தான் இருந்ததாகத் தெரிய வரவே தன்னுடைய சீர்திருத்தத்தை அந்த இரண்டு உபவர்க்கங்களும் புழங்கும் மனமகிழ் மன்றத்திலிருந்து துவங்கிவிட வேண்டியதுதான் என்று ஹென்றி முடிவு செய்துகொண்டு, நிர்வாகத்துடன் கலந்து பேசி, மதுரையின் மையப் பகுதியில் வெள்ளைக்காரர்களுக்கு மட்டுமேயானதாக உபயோகப்பட்டுக்கொண்டிருந்த, ஆடம்பர மான மதுரை மனமகிழ் மன்றக் கட்டிடத்தை வந்த விலைக்கு விற்றுவிட்டு அந்த வரும்படியைக் கொண்டு கோச்சடையில் இந்தியப் பணியாளர்களுக்கென்று தனியாக ஒதுக்கப்பட்டிருந்த (மேசைப்பந்து விளையாட்டுக்கும் சீட்டாட்டத்திற்குமாக இரண்டு அறைகளையும் ஒரு நடன அரங்கையும் மட்டுமே உள்ளடக்கிய) சிறிய, நாற்பத்து நான்கு வருடப் பழைய, தோட்ட மனமகிழ் மன்றக் கட்டிடத்தை இடித்துப் பெரிதாகக் கட்டி அதை இரண்டு இனத்தவருக்குமே பொதுவான புழக்கத்திற்கானதாய் ஆக்குவதற்கு அனுமதி வாங்கினார். மேலும், வசதிகளைவிட அதிகமாக அழகுணர்ச்சிக்கே முன்னுரிமை தரும் வெள்ளை ரத்தம் ஹென்றியை புதிதாகக் கட்டவிருக்கும் மனமகிழ் மன்றத்தையும் புராதன நகரமான மதுரையின் சரித்திரத்தில் ஓர் அடையாள அம்சமாக தவிர்க்கவியலாதபடி நிலைநிறுத்திவிடவேண்டுமென்கிற கூடுதல் அவா நிம்மதியிழக்கச் செய்தபோது கொழும்புவின் பிஷப் கல்லூரியையும் முப்பத்து மூன்றாம் வீதியையும் மதுரை பாய்ஸ் டவுனையும் திரும்பத் திரும்ப மனக்கண் முன் கொண்டுவந்து நிறுத்தி (ஆனால் வுல்ரிக் ப்ளெஸ்னரென்கிற டானிஷ் கலப்பிலிருந்து விடுபட்டிருந்த ஒரு கறாரான கீழைத் தேசத்துக் கட்டிட வடிவமைப்பு மனத்தை வேண்டி) அந்தக் கட்டிடத்தை வடிவமைக்க உலகப் புகழ் பெற்ற கட்டிட வடிவமைப்பாளரான திருவாளர் ஜியாஃப்ரே பாவாவையும் சிலோனிலிருந்து வரவழைத்தார். யௌவனத்தின் சிறகடிக்கும் கற்பனைகளனைத்தையும் இத்தாலிக்கும் லண்டனுக்கும் தாரை வார்த்துக் கொடுத்த பின்னும் கொழும்புவின் கடற்கரையோர ரப்பர் தோட்டங்களைவிட்டு மனதைத் திருப்பிக்கொள்ள முடியாதவராயிருந்த ஜியாஃப்ரே பாவாவும் லண்டனின் கண்கள் வழியே மதுரையை உற்று நோக்கிக்கொண்டிருந்த ஹென்றியும் மதுரையின் (பெரும்பாலும் புழுக்கமும் மயக்கத் தன்மையும் மிகுந்த) அரையிருட்டு மாலை வேளையை மதுப்புட்டியைத் திறந்து துவக்கிப் புதிய

கட்டிடத்தின் மீதான பின்னவரின் கனவுகளைச் சளைக்காமல் விவாதித்தபடியே இரவுகளாகக் கரைத்துக்கொண்டிருந்த அந்தக் காலக்கட்டத்தில் ஷ்ராஃப் என்கிற ஒரு பார்ஸி மனிதர் அதே மதுரை நூற்பாலையில் தொழிற்சாலைப் பொறியாளராக வேலை செய்துகொண்டிருந்தார். இந்த ஷ்ராஃப்தான் நாம் முன்பு பார்த்த தெருச் சண்டைக்குச் (ஒரு வசதிக்காக நாமும் அதை அப்படியே குறிப்பிடுவோம்) சாட்சியாக நின்ற, (பிறகு அதை ஒருவேளை முன்பே அவதானித்துத் தடுத்திருக்கலாமோயென்கிற குற்றவுணர்வால் பீடிக்கப்பட்ட) அதிலீடுபட்டிருந்த இருவரில் ஒருவனான வாசுதேவனின் மத்திய வயது நண்பர். அவர் மேலதிகாரியென்கிற முறையில் ஹென்றியுடன் அடிக்கடி உத்யோக ரீதியாகத் தொடர்புகொள்ளவும் ஹென்றியினுடைய வீட்டிற்கே சென்று அலுவலக விஷயங்களைப்பற்றி விவாதிக்கவும் வேண்டியிருந்ததாலும் அதைத் தாண்டி தனிப்பட்ட முறையில் ஆங்கிலேயர்களுக்கே உரித்தான துருவும் இயல்புடன் ஹென்றி அவரிடம் ஆயிரம் வருடங்களுக்கு முன் அவருடைய மூதாதையர்கள் ஈரானின் எந்தப் பகுதியிலிருந்து இஸ்லாமியப் படை வீரர்களை எதிர்த்தார்கள் என்பது குறித்து அவருடைய தாத்தா பாட்டிகளால் விபரங்கள் ஏதேனும் சொல்லப்பட்ட ஞாபகம் அவருக்கு இன்னும் இருக்கிறதா என்பது போன்றோ அல்லது மதுரை போன்ற, அமைதிக் கோபுரங்களோ பிணந்தின்னிக் கழுகுகளோ இல்லாத நகரத்தில் இறக்க நேர்கிற பார்ஸிகள் எவ்விதம் ஆத்ம சாந்தியடைகிறார்களென்பதைப்பற்றி அவெஸ்தாவில் என்ன சொல்லியிருக்கிறது என்கிற ரீதியிலோ திரும்பத் திரும்பக் கேட்கும் அபத்தமான கேள்விகளைப் பல்லைக் கடித்தபடி பொறுத்துக்கொண்டிருந்ததாலும் இயல்பாகவே ஹென்றிக்குக் கிருஷ்ணதேவராயர் தெனாலிராமன், போஜராஜன் காளிதாசன், அக்பர் தான்சேன், துரியோதனன் ராதேயன் போன்றவர்களின் கதைகளை இங்கிலாந்திலேயே பத்தொன்பதாம் நூற்றாண்டு மொழிபெயர்ப்பாகக் கேள்விப்பட்டும் படித்து மிருந்ததில் இந்திய நட்பின்மேல் ஒரு காவியத்தனமான மயக்கம் இருந்ததாலும் ஹென்றிக்கும் நல்ல நண்பராயிருந்தார். அந்த ஹோதாவில் அவர் ஜியாஃரே பாவாவுடன் விவாதித்துக்கொண் டிருக்கும் சந்தர்ப்பங்களில் அவர்களுடன் கூட இருப்பதற்கும் அவ்வப்போது ஏதேனும் யோசனைகளை முனகுவதற்கும் (ஷ்ராஃபுக்கு மதுவருந்தும் பழக்கம் கிடையாது) அவரும் அழைக்கப் பட்டுக்கொண்டிருந்தார். அப்போதெல்லாம் ஒரு மேதையின் முன்னிலையில் அமர்ந்திருக்கும் வியப்பும் நம்பிக்கையின்மையும் பெருமிதமும் மதுவில் மூழ்கியிருக்கும் மற்ற இருவருக்கும் கிடைக்காத உன்னதமான போதையுலகிற்குள் ஷ்ராஃபை மிதக்கச் செய்துகொண்டிருந்தது. (இதே போதைதான் பாவாவின்

கட்டிட வடிவமைப்புக் கலையின் மீதான பாண்டித்தியத்தையும் உலகளாவிய ஞானத்தையும் மீறி அவர் தன்னுடைய தொழில் சார்ந்த அழகியல் பார்வை மூலம் ஆசிய மனம் என்பதன் தனித்தன்மையைப்பற்றிப் புரிந்து வைத்திருந்த விதத்தையும் நல்ல மனம் படைத்தவரான ஹென்றியிடமிருந்து மிதமிஞ்சிய போதையில் எப்போதாவது அவரையும் மீறி அவருடைய வெள்ளைப் புத்தி வெளிப்படும்போதெல்லாம் அந்தப் புரிதலை அதற்கெதிராக சமயோசிதத்துடனும் நிஜமான பெருமையுடனும் அவர் பயன்படுத்திய தந்திரத்தையும் கண்டு வியந்து அவர்பால் தவிர்க்கவியலாமல் ஈர்க்கப்படவும் அவரருகில் எப்போதும் இருக்கவேண்டுமென்கிற ஆவலை ஒரு வெறியாக உள்ளத்தில் வளர்த்துக்கொள்ளவும் பின்னாளில் மதுரை நூற்பாலை வேலையை ராஜிநாமா செய்துவிட்டு அவரைத் தன் எசமானராக ஏற்றுக்கொள்ளவும் துணியுமளவிற்கு ஷ்ராஃபை அவருடைய பரம ரசிகனாயும் நண்பனாயும் ஆக்கிவைத்தது).

எழுபதாம் வருடத் துவக்கத்தில் மார்ட்டின் ஹென்றியைச் சந்திக்க வந்த ஜியாஃப்ரே பாவா நீண்ட விவாதங்களுக்குப் பிறகு திட்ட வரைவுகளுடனும் விவாதங்களால் தூண்டிவிடப்பட்ட கற்பனைகளுடனும் சிலோன் சென்றுவிட்டு பூர்த்தியான வரைபடங்களுடன் இரண்டு வருடங்கள் கழித்து, அதாவது 1972இல், திரும்ப மதுரை வந்தார். இந்த இரண்டு வருட காலத்திற்குள் ஹென்றியின் மதுரை மனமகிழ் மன்றச் சீரமைப்புத் திட்டம் ஷ்ராஃபுக்கு மற்றுமொரு நண்பனையும் பரிசாகக் கொடுத்திருந்தது. இந்தக் கதையின் துவக்கத்தில் குடுமியறுபட்ட வாசுதேவனைத்தான் குறிப்பிடுகிறோம். மனமகிழ் மன்றப் புனருத்தாரணத் திட்டத்தின்கீழ் நகரின் மத்தியப் பகுதியிலிருந்த பழைய மன்றத்தின் கட்டிடத்தை விலை பேசும் செயல் திட்டத்தை ஹென்றி முன்னெடுத்த சமயத்தில் அந்தக் கட்டிடத்தோடுகூட அது இருந்த நிலத்தினுடைய சந்தை மதிப்பு, விற்பனை மதிப்பு, கட்டிடத்தின் தேய்மானத்தை நிலத்தின் தற்போதைய சந்தை மதிப்பால் ஈடுகட்டும் வழிவகைகள் மற்றும் அந்த வருமானத்தின் மீதான வருமான வரியைச் சரிக்கட்டும் தந்திரங்கள் ஆகியவற்றைக் கணக்கிட்டு நிர்வாகத்திற்கு ஆலோசனை வழங்குவதற்கான சிறப்புப் பட்டயக் கணக்காளனாக நியமிக்கப்பட்ட அவன் இயக்குநரவைக்கு அறிக்கை தாக்கல் செய்ய வரும்போதுகூட கழுத்துப்பட்டை உள்ளிட்ட மேற்கத்திய உடைப்பாணிகளுடன் தொங்கத் தொங்கக் கட்டுக் குடுமியையும் நெற்றிப் பட்டையையும் மறக்காமல் அள்ளிப் போட்டுக்கொண்டு கூச்சப்படாமல் வந்து நிற்கும் கண்டிப்பான ஆசாரகனாகத்தான் ஷ்ராஃபுக்கு அறிமுகம் செய்துவைக்கப்பட்டான். இத்தனைக்கும் அவனுக்கு

அப்போது வயதும் அடுத்தவர்களுடைய அபிப்பிராயங்களைப் புறமொதுக்கிவிட்டுத் தன் ஆசாரங்களைச் சார்ந்து நிற்குமளவிற்கு பழுத்ததாயுமிருக்கவில்லை. நாம் முன்பே பார்த்தபடி முப்பதுகளின் துவக்கத்திலிருந்த கட்டுமஸ்தான இளைஞனாகத்தான் அவன் இருந்தான். முதல் சில சந்திப்புகளில் வினோதமாய்த் தெரிந்த அவனுடைய கட்டுக் குடுமியும் விபூதிப் பட்டையும் அவனுடன் பழகப்பழக, வாலிபத்தின் சுறுசுறுப்புடனும் தெளிவான ஆங்கில உச்சரிப்புடனும் கணக்குச் சட்ட நுணுக்கங்கள் மீதான தேர்ந்த அறிவுடனும் அலுவலகர்களிடையே கேள்விகளோடு அவன் வளைய வரும் சமயங்களில் ஷ்ராஃபின் கண்களுக்கு ஒரு விசித்திரமான வேற்றுலக உயிரியின் அழகாய்த் தெரியத் துவங்கிப் பிறகு அவன் குடும்பத்தினருடைய அறிமுகம் கிடைத்தபோது அவன் மீதான மதிப்பும் அவனுடனான (மிகச் சொற்பக் காலத்திற்கே நீடித்திருந்த) நெருக்கமும் அதிகமானது. குடும்பமென்றால் அது அவனுடைய மனைவி பாகீரதி மற்றும் அவர்களுடைய ஒரே செல்லப் பெண் ஹேமா ஆகிய இரண்டுபேரை உள்ளடக்கியது. ஹேமாவுக்கு அப்போது எட்டு வயது. அவள் ஒரு மாலை நேரச் சந்திப்பில் ஷ்ராஃப் அவர்களுக்குப் பழக்கமான வேகத்திலேயே மாமா மாமா என்று கொஞ்சிக்கொண்டு அவருடைய கால்களுக்கடியில், அவரைப் புறப்படவே அனுமதிக்காமல், ஒரு பூனையைப்போல புகுந்துகொண்டிருக்குமளவிற்குப் பழகிவிட்டாள். மேலும் அதே முதல் சந்திப்பிலேயே ஷ்ராஃபின் எண்ணத்திற்கும் பேச்சிற்குமிடையே இயங்கியாகவேண்டிய தர்க்க ரீதியான தொடர்பை பாகீரதியின் அழகு ஸ்தம்பிக்கச் செய்துவிட்டிருந்தது. அதை வெட்கமின்றி வாய்விட்டுச் சொல்லி அவர்கள்முன் ஒத்துக்கொண்ட பிறகே அவரால் தன்னைத் தன் சமனிலைக்கு மீட்டுக்கொள்ள முடிந்தது. பாகீரதியும் வாசுதேவனும் காதலித்துத் திருமணம் செய்துகொண்டவர்களென்று அவருக்குச் சொல்லப்பட்டபோது உண்மையில் அவர் தன் வியப்பை அடக்கிக்கொள்ள முடியாமல் பாகீரதியைப் போன்ற ஒரு தேவதையைக் காதலிக்குமளவிற்கு மனிதயினத்தைச் சேர்ந்த ஆண்களில் யாருக்காவது தகுதி உண்டா என்றும் (அதை அவர்கள் அவருடைய வயதிற்கொவ்வாத அசட்டுப் பேச்சு என்பதாக எடுத்துக்கொண்டாலும் பரவாயில்லையென்று) கேட்டேவிட்டார். நல்லவேளையாக அவர்களிருவருமே அதைக் கேட்டுவிட்டு (அப்படி அவர்கள் அதற்கு முன்னும் நிறையபேர் சொல்லிக் கேட்டிருந்தபடியால்) வாய்விட்டுச் சிரிக்கத்தான் செய்தார்கள். பாகீரதி பிறகு பெருந்தன்மையுடன் தான் சற்று அழகாக இருப்பதாக யார் கண்ணுக்காவது தெரிந்தால் அதற்கு

38 பா. வெங்கடேசன்

முழுக் காரணமும் வாசுதேவன்தான் என்றும் அவன் தனக்குக் கொடுத்திருக்கும் நிறைவான வாழ்வும் அதற்கடையாளமாக அவன் தனக்குப் பரிசளித்திருக்கும் அந்த அற்புதமான வீடும் செல்ல மகள் ஹேமாவும் தன்மேல் படர்த்தியிருக்கும் பூரிப்பும் பெருமிதமும்தான் அடுத்தவர் கண்களுக்குத் தன்னை அழகாகக் காட்டுகிறதே தவிர உண்மையில் திருமணத்திற்கு முன்பு வாசுதேவனைப் போன்ற கம்பீரமும் கற்பனைத் திறனும் கொண்ட ஓர் ஆணால் காதலிக்கப்படுமளவிற்குத் தானொன்றும் அத்தனை லட்சணமானவளாய் இருக்கவில்லையென்றும் (அந்த நிறையப் பேரிடம் முன்னர் சொன்னது போலவே) சொன்னாள். ஆனால் பாகீரதியின் இந்தவிதமான பதில்களும் பேச்சுக்களும் அவள் அழகை இன்னும் அதிகமாகத்தான் எடுத்துக் காட்டினவேயொழிய குறைப்பதாயிருக்கவில்லை. இதற்கு மேலாக தேநீர்த் தயாரிப்பு என்னும் கலையில் பாகீரதியிடம் கூடியிருந்த ஞானம். ஒருவேளை பாகீரதியின் அழகைக் குறைத்துக் காட்டக்கூடிய அம்சமென்று அந்த வீட்டில் ஏதேனும் ஒன்று இருந்ததென்றால் அது அவள் கையால் போட்டுத் தரக்கூடிய சுவை மிகுந்த தேநீராகத்தானிருக்கும் என்று ஷ்ராஃப் நாம் இந்தக் கதையின் துவக்கத்தில் பார்த்த தெருச்சண்டை நடந்து முடிந்து மூன்று வருடங்களுக்குப் பிறகு வாசுதேவன் பாகீரதி தம்பதிகளைப் பற்றிய விபரங்களைத் தன்னிடம் உசாவ வந்த அரங்கநாதன் நம்பியிடம் பழைய ஞாபகங்களின் மீதான கிறக்கத்துடன் சொன்னார் (வாசுதேவனுடனான நட்புக் காலத்தில் பல முறை நான் அவர்கள் வீட்டில் உணவருந்தியிருக்கிறேன், அபாரமான கைப்பக்குவம் உடையவள் பாகீரதி என்பதில் சந்தேகமேயில்லை, ஆனால் அவையெவையும் அவள் தரும் ஒரு கோப்பைத் தேநீருக்கு (இத்தனைக்கும் ஒரு தடவைக்கு ஒரு கோப்பைக்குமேல் அதை அடைய அவள் அவரை ஒருபோதும் அனுமதித்ததில்லை. இரண்டாவது கோப்பைத் தேநீர் அதன் மயக்கத்திலிருந்து அருந்துபவர்களை விடுவித்துக் கண்ணுக்குத் தெரியாத குறைகளையும் என்னுடைய பலவீனத்தையும் காட்டிக் கொடுத்துவிடும் என்பாள் அவள் தன்னடக்கத்துடன்) ஈடாகாது, சீனச் சக்கரவர்த்தி ஷென்னாங்கின் வெந்நீர்க் கோப்பைக்குள் தவறி விழுந்த முதல் தேயிலையைப்போல நான்காயிர வருடங் களின் புராதனம் ரத்த நாளங்களுக்குள் ஊடுருவும் உடல் நடுக்கத்தை உணரும் ஆச்சரியத்தையும் பரவசத்தையும் அதை அருந்தும் ஒவ்வொரு தடவையும் ஏற்படுத்தக்கூடியதாயிருந்தது அது, அப்படியொரு தேநீரை எத்தனை அவலட்சணமான பெண் ஒரு கோப்பையில் ஊற்றிக் கொடுத்தாலும் அது அவளை, அதை அருந்துபவனின் கண்களுக்கு, அடைவதற்கு

அசாத்தியமான அழகியாக மாற்றிக் காட்டிவிடும்). ஒரு விகல்பமில்லாத அர்த்தத்தில் பாகீரதியின் அழகும் அன்பும் விருந்தோம்பலும் வாசுதேவன் தன்னுடைய கட்டுக் குடுமியும் விபூதிப் பட்டையுமான அலங்காரம் பெரும்பாலோரின் இரகசியப் பரிகாசத்திற்கு உள்ளாகக்கூடியதாக இருந்தது என்பதைத் தெரிந்து வைத்திருந்ததற்கப்பாலும் தன்னம்பிக்கைமிக்க இளைஞனாக வலம் வரவும் நட்பு வட்டத்தைப் பெரிதுபடுத்திக்கொள்ளவும் அவனுக்கு உதவியது என்பது உண்மைதான் (அந்த வட்டத்திற்குள் வந்து சேர்ந்த அத்தனை பேருக்குமே பாகீரதியினுடைய தோற்றம் களங்கமற்ற அழகியல் உணர்வையே கொடுத்திருக்குமென்று சொல்ல முடியாது. ஆனால் அது பாகீரதியின் குற்றமல்ல. பிரகிருதி யின் அழகைப்போல (அதிலொரு பாகமான) பெண் என்னும் சிருஷ்டியின் அழகு முற்றிலும் ஆண்வயமாகிக் கிடக்கும் இந்த உலகில் முகத்திலருள் காட்டினாள் மோகமது தீர்ந்தேன் என்று லட்சியக் கவிஞர்களால் பாடப்படுவதைப்போல பார்ப்பவன் எந்த மனநிலையிலிருந்தாலும் அதைத் தன்வயப்படுத்தி மோன நிலைக்கு ஆட்படுத்திவிடும் வல்லமை கொண்டதல்ல, மாறாக மிகவும் பலவீனமானது, தண்ணீர் பாலோடு கலந்து அதிக பாலாகி விடுவதைப்போல தன்னைக் காண்பவனின் கண்கள் புலப்படுத்தும் நோக்கத்தோடு ஒன்றறக் கலந்து நெருப்பில் வார்க்கப்படும் நெய்யைப்போல அதை மேலும் பெரிதாக வளரச் செய்துவிடுவது, அந்த நோக்கம் காதலென்றால் காவியக் காதல், கருணையென்றால் பெருங்கருணை, காமமென்றால், கற்பனையிலேனும், சந்தேகமில்லாமல் பலாத்காரம்தான்). ஏன், ஷ்ராஃபேகூட வாசுதேவனின் நட்புக் கிடைத்த புதிதில் அவன் வீட்டிற்குச் சென்று விருந்தாடிவிட்டு வந்ததற்கு பாகீரதியின் அழகு மட்டுமேகூட ஒரு காரணமாக இருக்கத்தான் செய்தது. வேலை சார்ந்த மன அழுத்தங்களிலிருந்து அது அவரைச் சற்றுநேரம் விடுவித்து அமைதியடையச் செய்த ஒரு வலி நிவாரணியாக, அவரும் அதையே விரும்பி அங்கு சென்றதால், உபயோகப்பட்டது. இதையும் அவர் (தன் சமனிலையை மீட்டுக் கொள்வதற்காகவேதான்) வாசுதேவனிடமே வெளிப்படையாகச் சொல்லவும் செய்திருக்கிறார் (வாசுதேவனுமே, பாகீரதியின் தகப்பன் வயதுள்ள ஷ்ராஃபிடம் அவளைப்பற்றிப் பேசும்போது சிரித்துக்கொண்டே உங்கள் காதலி என்று குறிப்பிட்டுத்தான் பேசுவான். உங்கள் காதலியின் தேநீர் இன்று சகிக்கவில்லை, மதிப்பெண் இடுவதற்கு நீங்கள் இல்லையென்றோ என்னவோ. அல்லது, இன்று மதியத்தூக்கத்தில் உங்களை ஒரு பிள்ளை பிடிப்பவனாயும் ஒரு பிரம்பால் உங்களை நையப் புடைத்து ஓட ஓட விரட்டுவதாயும் கனவு கண்டாளாம் உங்கள் அருமைக் காதலி). இவையெல்லாம் எதற்காக இங்கே இப்போது சொல்லப்

படுகின்றனவென்றால், பாகீரதியின் அழகு மற்றும் அதை வேராகப் பற்றிக்கொண்டு பசுமையாக வளர்ந்து கிளைத்திருந்த வாசுதேவனின் குடும்பத்தின் பொறாமை கொள்ளத்தக்க மகிழ்ச்சி இரண்டையும்பற்றி நேயர்கள் இத்தனை சுருக்கமாகவாவது அறிமுகப்படுத்திக்கொண்டால்தான் இந்த இரண்டிற்கும் இன்றியமையாத ஒரு காரணமாக அவர்கள் அப்போது குடியிருந்த வடக்குவெளிவீதி வீட்டின் பின்னணியை (ராசி என்கிற வார்த்தையை உபயோகிப்பதில் ஷ்ராஃபிற்குத் தயக்கமிருந்தது. மாறாக வீடுகளின் அமைப்பு விசேஷம் அதில் வாழ்பவர்களின் மன அமைப்பைக் குறிப்பிடத்தக்க விதத்தில் பாதிக்கிறது என்கிற நம்பிக்கை அவருக்கு உண்டு) ஷ்ராஃப் கருதினாரென்றாலும் (வாசுதேவன் அதைப் பரிசாக அளிப்பதற்குமுன் தன்னுடைய லட்சணமும் அதிர்ஷ்டமும் அத்தனை விகாசமாகப் பரிமளிக்க வில்லை என்று பாகீரதியே (அது அடக்கத்தினாலென்றேகூட இருக்கட்டுமே) ஒத்துக்கொண்டிருக்கிறாளல்லவா), மேலும், இதன் காரணமாகத்தான் கீழைத் தேசத்தின் வீடுகள் சார்ந்த அழகியலுக்கும் நம்பிக்கைகளுக்கும் அதிக முக்கியத்துவம் தரும் அவருடைய பெருமைக்குரிய நண்பரும் மானசீக குருவுமாயிருந்த ஜியாஃப்ரே பாவாவும் உயரதிகாரி மார்ட்டின் ஹென்றியும் இரண்டு வருடங்களுக்குப் பின் மீண்டும் மதுபானங்களோடு சுகந்தமான போதையில் மாலை நேர மயக்கத்தில், பூர்த்தியான வரைவின்மேல் மறுவிவாதங்களைப் பெருக்கியதற்கிடையில் பகிர்ந்துகொண்ட மற்றுமொரு புதுமையான யோசனையின்மேல், அதாவது புதிய மன்றத்திற்கான அத்தனை கட்டுமான மற்றும் உள்ளலங்காரச் சாதனங்களும் முற்றிலும் மதுரையைச் சுற்றிப் பத்துக் கல் தொலைவிற்குள் கிடைக்கும் பாரம்பரியப் பொருட்களைக்கொண்டே உருவாக்கப்படவேண்டும் என்கிறதான திடீர் முடிவின்மேல் மதுரை மற்றும் அதன் சுற்றுவட்டாரங்களில் இருந்த வீடுகள் மற்றும் நிலத்தின் தன்மை வற்புறுத்துகிற கட்டிட அமைப்பையும் சேர்மான மாதிரிகளையும் கைவினை அம்சங்களையும் சுற்றிப் பார்ப்பதற்காகக் கிளம்பிய சமயத்தில் ஷ்ராஃபையும் உடனழைத்தபோது ஒரு வினாடிகூட யோசிக்காமல் சட்டென்று வாசுதேவனின் வீட்டைப்பற்றி பாவாவுக்குச் சொன்னாரென்றாலும், அதனடியிலிருந்த தனிப்பட்ட நியாயத்தை நேயர்களால் புரிந்துகொள்ள முடியும் என்பதால்தான்.

அந்த வீடு மதுரையில் தனியார் மருத்துவமனைகள் இந்த அளவிற்குப் பெருகியிராத காலத்தில், பொது மருத்துவமனையை மதுரை நகராட்சி சுவீகரித்துக்கொண்ட வருடத்தில், தன் மகளுடைய புற்றுநோய்க்கான சிகிச்சைக்காக அவளை

அங்கே சேர்க்க முயன்றுகொண்டிருந்த, சேடப்பட்டியைச் சேர்ந்த நாடார் சாதி நிலக்கிழார் ஒருவரால் அவளை அருகில் இருந்து கவனித்துக்கொள்வதற்காகவே அவருடைய உறவுக்காரப் பெண்ணொருத்தியை அங்கே குடிவைப்பதற்காக, மருத்துவமனையிலிருந்து பதினைந்து நிமிட நடைத் தொலைவி லிருந்த அந்த இடத்தில் அவள் பெயரில் நிலமாக வாங்கிக் கட்டப்பட்டது (ஆனால் வீட்டின் வேடிக்கையான மூலப் பத்திரங்களில் அந்தப் பெண் அவளுடைய கணவரின் பெயராலோ அல்லது அவளுடைய வாரிசுகளின் பெயராலோ எந்தயிடத்திலும் அடையாளப்படுத்தப்பட்டிருக்க மாட்டாள். ஒருவேளை அவள் அந்த நிலக்கிழாருடைய (சக்களத்தியின் மகளைத் தன் மகளாக நினைக்குமளவிற்கு நல்ல மனமுள்ள) வைப்பாட்டியாக இருந்திருக்கக்கூடும், அல்லது நோயுற்ற அந்தப் பெண் அவருக்கும் அவளுக்குமே பிறந்த, ஆனால் அப்படி அவரால் பகிரங்கமாகச் சொல்லிக்கொள்ள முடியாத, ரகசிய மகளாக இருக்கக்கூடும்). அவளுக்குப் பிறகு அந்த வீடு அவளுக்கும் அவளுடைய உரிமை கொண்டாட முடியாத கணவருக்கும் பிறந்து தழைத்திருக்கக்கூடிய பிற்கால வாரிசு ஒருவரிடமிருந்து, அதை வாசுதேவன் ஆயிரத்துத் தொள்ளாயிரத்து அறுபத்தொன்பதாம் வருடம் பாகீரதியின் பெயரில், டிவியெஸ் நிறுவனத்தின் கணக்கு வழக்குகளுக்குப் பட்டயச் சான்றுரைத்த வகையில் கிடைத்த தன்னுடைய முதல் வருமானத்தில் பாதியை முன்தொகையாகக் கொடுத்துக் கிரயம் பண்ணிக்கொள்ளும்வரை, பரம்பரைச் சொத்தாக அனுபவிக்கப்பட்டுக்கொண்டிருந்தது. பிறகும், அசைவப் பழக்கமுள்ள அந்த நாடார் சந்ததியரிடமிருந்து விலைக்கு வாங்கப்பட்ட அந்த, ஒரு நூற்றாண்டுப் பழைமை வாய்ந்த வீட்டின் உட்பகுதிகள் பிராமணப் புழக்கத்திற்கேற்ப வாசுதேவன் குடும்பத்தினரால் (பாகீரதியால், அவளுடைய ரசனைக்கேற்ப) மாற்றியமைக்கப்பட்ட பின்னும் முன்னவர்கள் வாழ்ந்த காலம், ஒரு வளர்ப்பு மிருகத்தைப்போல, அங்கிருந்து வெளியேறிப் போய்விடாமல் அவர்களால் அவர்களை யறியாமலேயே பிடிவாதத்துடன் இருத்திவைத்துப் போஷிக்கப் பட்டுக்கொண்டிருந்தது (அதைப் பிற்காலத்தில் தன் திருமணச் சீதனமாக அடுத்துக் கைப்பற்ற வாய்ப்பிருக்கிற ஹேமாவே அதனுள் நெடிது நீண்டு கிடந்த காலத்தின் வால் நுனியாக ஷெராஃபின் கண்களுக்குத் தோன்றியதால்தான் ஒருவேளை அவர் அவளுடைய விட்டுப் பிரிய அனுமதிக்காத பிரியத்தை ஒரு செல்லப் பிராணியின் தழுவலாகக் கற்பனை செய்துகொண்டாரோயென்னவோ). நகரத்தின் பரபரப்பு மிக்க பகுதியொன்றின் மையத்திலிருந்தாலும்கூட சந்தடிகளிலிருந்தும்

கருஞ்சாந்துச் சாலை உமிழும் வெக்கையிலிருந்தும் தன்னைத் துண்டித்துக்கொண்ட மோனத்தில் ஆழ்ந்திருக்கும் அதன் சுவர்களினுள் நண்பகல் நேரத்தில்கூடக் காணக் கிடைக்கக்கூடிய பழமையின் பிசுபிசுப்பேறிய, இரவிலும் அதை உணரவேண்டு மென்பதற்காகவே அந்நியர்கள் புழங்கும் வரவேற்பறையைத் தவிர்த்துப் பிற அறைகளில் தொங்கவிடப்பட்டிருந்த, காமாலை நிற ஞாபகங்களை மேலிருந்து உதிர்க்கவல்ல டங்ஸ்டன் இழை விளக்குகளிலும், காரையுதிர்ந்து பாழடைந்து விடாமலும் அதே சமயம் பிராயக் காலங்களின் அடையாளங்கள் மாற்றத்தின் சிறுபிள்ளைத்தனமான ஆர்வ வேகத்தினுள் புதைந்து போய்விடாத படியும் பாகீரதியின் பிரத்யேக மேற்பார்வையில் வருடாவருடம் புதுப்பிக்கப்பட்டுக்கொண்டிருக்கும் தந்த வர்ணச் சுவர்களிலும், பின்புறக் கிணற்றிலும், அதைச் சுற்றிய விஸ்தாரமான வெளியில் வளர்ந்திருக்கும் நாரத்தை மரம், செண்பக மரம் மற்றும் துளசி மாடம் முதலான பிராமண லட்சணங்களிலும், மூன்றங்குலப் பருமன் கொண்ட, காருக்குறிச்சி மேலத்தெருவிலிருந்த தங்கள் வீட்டிற்குப் பக்கத்து வீட்டில் குடியிருந்து பிற்பாடு பம்பாய்க்குக் குடிபெயர்ந்துவிட்ட குடும்பமொன்றின் சரிந்துபோன கட்டிடத்திலிருந்து பிடுங்கிக் கொண்டுவந்து பொருத்தப்பட்ட, பத்தொன்பதாம் நூற்றாண்டின் கடைசித் தச்சர் சந்ததியொன்றின் கைவண்ணத்தில் உருவான, அபூர்வமான, கைலாசநாதர் கோவில் தேரோட்ட ஊர்வலக் காட்சிகள் சிறு அலங்காரச் சிற்பங்களாக அழகுற இழைக்கப்பட்ட, திண்ணைக் கதவிலும், கால்களின்கீழ் நூறு வருடப் புழக்கத்தால் வெண்ணையாய் இழைந்து வழுக்கும், குளிர்ந்த, செங்காவித் தளத்தோடும் தலைக்குமேல் நாட்டோட்டுக் கூரையோடும் வாசலைப் பார்த்த சுவரில் தொங்கவிடப்பட்டிருக்கும் மூன்று வினோத ஓவியங்களோடும் (அதில் ஒன்று ஒரு காட்டின் நடுவே ஆண் ஒருவனும் இரண்டு பெண்களும் நின்றுகொண்டிருப்பதைப் போன்ற சித்திரம். இரண்டாவது சித்திரத்தில் ஒரு பிரகாசமான மஞ்சள் நிற ஒளி வட்டமும் அதைச் சுற்றிலும் சில நீள்சதுர வடிவக் கட்டங்களும் அருகே ஒரு விலங்கின் நிழலுருவமும் வரையப்பட்டிருக்கும். தூய வெண்ணிறப் பின்புலத்தில் தன் உடலைத் தரையை உந்தி மேலெழும் ஒரு நடன பாவத்தைப்போல அபிநயித்தும் விறைப்பாகவும் நிறுத்தியிருக்கும், சிவப்பு, கருப்பு ஆகிய இரு வண்ணங்களால் மட்டுமே தீட்டப்பட்ட, ஓர் உயரமான இளம் பெண்ணின் உருவம் மூன்றாவது சித்திரமாக இருந்தது) அரையடி இடைவெளியில் சீராகக் கம்பியழி பதித்த நீண்ட தேக்கு மரச் சட்டக வேலியோடும் நடுவே அதே கம்பிகளாலேயே நிறுவப்பட்ட வாயிற்கதவோடும்

(வாஸ்தவத்தில் வீடு முன்திண்ணையின் உட்பக்கத்திலிருந்துதான் துவங்குகிறதென்றாலும் கூடத்திலிருந்து அந்தக் கதவைத் திறந்து அங்கிருந்தே வெளியே யார் வந்திருக்கிறார்கள் என்பதைப் பார்ப்பதற்கும் கோடைக் காலங்களில் காற்றோட்டமாக முன்திண்ணையிலேயே படுத்து உறங்குவதற்கும் வசதியான அமைப்பு) விரிந்து கிடந்த முன்திண்ணையிலும் உறைந்து போயிருந்த அந்த, காலம் என்கிற, வாலைச் சுழற்றும் பூனை அங்கே வந்து செல்கிறவர்களினுடைய மனதின் காலை நக்கி ஏற்படுத்துகிற குளிர்ந்த சிலிர்ப்பை, தன்னையறியாத மன அசைவை, பாவாவுக்கும் ஹென்றிக்கும் மதுரையின் பழமையைத் தங்களுடைய கூட்டுச் சிருஷ்டியின் ஆன்மாவாக ஏற்றிவிட வேண்டுமென்கிற கனவும் திட்டமும் இருந்தது என்பதைத் தெரிந்துகொண்ட வினாடியிலேயே, அவர்களுடைய கண்களுக்குப் புலப்படுத்திவிடவேண்டுமென்று ஷ்ராஃப் மிக விரும்பினார். பாவா மறுப்புச் சொல்லவில்லை (சொல்ல மாட்டார்). ஆனால் ஷ்ராஃப் அவர்களை அழைத்தது சிருஷ்டிபரமான சில புதிருணர்வுகளையும் கற்பனைகளையும் உந்துதல்களையும் வாசுதேவனின் வீட்டிலிருந்து பெற முடியுமென்கிற நிச்சயத்தின் பேரிலேயேயன்றி மனமகிழ் மன்றத்திற்கான உடைமைகள் ஏதேனும் அங்கே கிடைக்குமாயென்று பார்ப்பதற்காக அல்ல வென்பதாலும் திட்டத்தைப்பற்றி ஏற்கெனவே தீர விவாதித்து முடித்துவிட்ட நிலையில் இனியும் செயலில் இறங்காமல் உந்துதல்களுக்காகத் தொடர்ந்து மாதிரிக் கட்டிடங்களைப் பார்வையிட்டுக்கொண்டிருப்பது வேலைகளைத் துவக்குவதைத் தாமதப்படுத்தும் என்கிற யோசனையாலும் அங்கே வருவதற்கு ஹென்றிதான் சுணங்கினார். ஒரு பொறுப்புள்ள பொது மேலாளராக, திட்டங்களை நிறைவேற்றுவதற்காக மேலிடம் ஒதுக்கும் கால அவகாசம் மற்றும் பணச் செலவு ஆகியவை அனுமதிக்கும் எல்லைக்குள்தான் தன்னுடைய தனிப்பட்ட வரலாற்றுணர்வையும் அழகுணர்ச்சியையும் இயங்கச் செய்ய முடியுமென்கிற நிர்பந்த நிலையில் அவருடைய கவனமெல்லாம் பொருள்களைச் சுற்றிப்பார்க்கும் இடங்களுக்கு முற்றுப்புள்ளி வைத்துவிட்டு அவற்றை விற்பனை செய்யும் இடங்களை நோக்கிச் செல்வதிலேயே இருந்தது என்றால் அது நியாயமும்கூடத்தானே. அதிசயங்களுக்குக் குறைவான நிலமா மதுரை, நாம்தானே ஏதாவது ஓர் இடத்தில் போதும் என்று நிறுத்திக்கொண்டாக வேண்டும். எனவே ஷ்ராஃப் அரைகுறை மனதுடன் வாசுதேவனின் வீட்டை விட்டுவிட்டு நாகமலையைச் சிபாரிசு செய்தார். ஆனால் போகும் வழியெல்லாம் பாவாவின் அரட்டைகளுக்கும் கேள்விகளுக்கும் காதைக் கொடுத்துக்கொண்டிருந்தாரே தவிர

மற்றபடி அவர் வாசுதேவன் வீட்டைப் பற்றிய நினைவாகவேதான் இருந்தார். நாகமலையடிவாரத்தில் தளக்கற்கள் விற்பனை செய்பவர்களிடம் அவர்களிருவரும் பேசிக்கொண்டிருந்தபோதும் மனமகிழ் மன்றத் தூண்களைச் செப்பனிடாமல், மலையிலிருந்து வெட்டியெடுக்கப்பட்ட, கச்சாவான, நீண்ட பாறை வடிவிலேயே எழுப்பி நிறுத்துவதுபற்றி பாவா அபிப்பிராயம் கேட்டபோதும் ஷ்ராஃபால் நெடிய கனவொன்றிலிருந்து திடீரென்று வெளியே இழுக்கப்பட்டதைப்போல மிரள மிரள விழிக்கத்தான் முடிந்ததேயொழிய சாதகமாகவோ பாதகமாகவோ அவர்கள் திருப்தியுறும்வண்ணம் பதில்களைச் சொல்ல முடியவில்லை. ஷ்ராஃபின் விலகலை ஹென்றி பொருட்படுத்தவில்லை. ஆனால் பாவா என்கிற கலைஞனின் மெல்லிய மனதை அது நெருடிக்கொண்டேதானிருந்ததாதலால் தளக்கற்கள் விற்பனை யாளர்களிடம் பேசிவிட்டுச் சமணர் படுகையை நோக்கி அவர்கள் சென்ற சமயத்தில் ஹென்றியைச் சற்று முன்னே நடக்கவிட்ட அவர் கணப்பொழுது ஷ்ராஃபின் காதுகளைத் தன்பக்கம் இழுத்து அந்த வாரத்தில் ஒருநாள் அவர் சொன்ன அந்த வீட்டைப் பார்வையிடுவதற்கு ஏற்பாடு செய்யும்படியும் தான் மட்டும் அன்று அங்கே வருவதாயும் கிசுகிசுத்தார். ஷ்ராஃப் மகிழ்ச்சியுடன் தன் நண்பனைக் கலந்து பேசிவிட்டு மறுநாளே அதற்கு ஏற்பாடு செய்வதாகச் சொன்னார். பிறகே அவரால் அன்று அந்தச் சூழ்நிலையுடனும் அவர்களுடைய உரையாடல் களுடனும் தேடல்களுடனும் ஒன்ற முடிந்தது.

ஆனால் பாவா தங்க வைக்கப்பட்டிருந்த மேலவெளிவீதி விடுதியிலிருந்து (மங்கம்மாள் சத்திரத்தில் ஒரு சிறப்பு அறை, பாவாவின் தனிப்பட்ட விருப்பத்தின்படி) பதினைந்து நிமிடப் பயணத்தையும் ஒரு மணிநேர உரையாடலையும் எளியதொரு விருந்தையும் முத்தரப்பிலும் அதிகபட்ச மகிழ்ச்சியையும் மட்டுமே வேண்டி நிற்குமென்று ஷ்ராஃபால் நல்ல மனதோடு திட்டமிடப்பட்ட அந்தச் சிறிய சந்திப்பிற்குக்கூட விதியின் அனுமதி வேண்டியதாகத்தானிருந்தது. மறுநாள் ஷ்ராஃப் வாசுதேவனைச் சந்தித்தபோது பாவாவைப் பற்றியும் அவரிடம் அவனுடைய வீட்டைப் பற்றித் தான் பிரஸ்தாபித்தவற்றையும் அவர் அவன் வீட்டிற்கு வர இசைந்திருப்பதைப்பற்றியும் சொன்னபோது, வாசுதேவன் (அதற்கு முன்பே அவன் பாவாவைப்பற்றிக் கேள்விப்பட்டிருந்தானாயினும் மனமகிழ் மன்ற ஆலோசனைகளைப் பகிர்ந்துகொள்ளும் பொருட்டுத் தொழிற்சாலைப் பக்கம் வரும் பழக்கத்தை பாவா கைக்கொண் டிருக்கவில்லையாதலால் அதற்குமுன் அவரைப் பார்த்ததில்லை

யென்றாலும் அந்த உலகப் புகழ்பெற்ற மனிதரைச் சந்திக்கும் உற்சாகமும் ஆர்வமும், ஷ்ராஃப் சொன்ன விதத்தில் அவனையும் உடனே பற்றிக்கொண்டுவிட்டதால்) ஆர்வத்துடனும் பொறுப்புடனும் அவரை வரவேற்க ஒத்துக்கொண்டான். அதே சமயத்தில் பாகீரதி அன்றுதான் வீட்டு விலக்காகியிருந்ததால் சந்திப்பை ஓர் இரண்டு நாட்களுக்கு மட்டும் தள்ளிப் போடும்படியும் வருத்தத்துடன் கேட்டுக்கொண்டான். பாவா ஆட்சேபிக்கவில்லை. ஆனால் மூன்றாவது நாள் ஓட்டுக் கூரைகளுக்கான மாதிரிகள் கிடைக்கிறதென்று கீழக்குயில்குடிக்கு ஹென்றி அழைத்ததன்பேரில் திடீரென்று அவர் அங்கே புறப்பட்டுப் போகவேண்டியதாகிவிட்டது. எனவே சந்திப்பு மேலும் இரண்டு நாட்களுக்குத் தள்ளிப்போனது. பிறகு வாசுதேவன் தரப்பில் ஹேமாவுக்கு உடம்பு சரியில்லையென்று ஏதோவொரு காரணம். பதிலுக்கு பாவாவின் பக்கத்தில் அவருடன் ஹென்றியின் விடாப்பிடியான அண்மை மற்றும் அலைச்சல். பிறகு வாசுதேவனுக்கு உத்தியோக நிமித்தமாக ஒரு சிறிய வெளியூர் பயணம். பாவாவுக்கு அவருடைய கடமைகள். கடைசியில் ஒருவழியாக வாசுதேவனும் பாகீரதியும் பாவாவும் அவரவர் தரப்பில் தயாராக இருப்பதாகச் சொன்னபோது ஒன்றல்ல இரண்டல்ல, கிட்டத்தட்ட ஆறு மாதங்கள் கடந்து விட்டிருந்தன. அதற்குள் மனமகிழ் மன்ற வேலைகள் துவங்கிக் கட்டிடமே பாதியளவு உயர்ந்தும்விட்டது. படிப்படியாக ஷ்ராஃபும் வாசுதேவனும் துவக்கத்திலிருந்த அவர்களுடைய ஆர்வத்தை இழந்துகொண்டிருந்தார்களென்றாலும் பாவா அதிலிருந்து கொஞ்சமும் பின்வாங்கவில்லை. கூடவே அவர் ஷ்ராஃபின் மனதிலிருந்த ஆர்வத்தின் பொறி அணைந்துவிடாமல் அவ்வப்போது விசிறிவிட்டுக்கொண்டேயுமிருந்தார் (உங்கள் நண்பரின் வீடு என்னுடைய கற்பனைகளை வளர்க்குமென்று நீங்கள் நம்பினீர்களென்றால் அதை நான் இந்தத் திட்டத்தில்தான் பயன்படுத்திக்கொள்ளவேண்டுமென்கிற கட்டாயம் எதுவுமில்லையே). கடைசியில் ஒருநாள் அவரே ஷ்ராஃபைக் கூப்பிட்டு அன்று மாலை ஹென்றியிடமிருந்து அவருடைய இம்பாலாவையும் ஓர் ஓட்டுநரையும் இரவல் பெற்றுக் கொண்டு நேராக வாசுதேவனின் இல்லத்திற்கு வந்துவிடுவதாயும் அவரை வரவேற்க ஷ்ராஃப் அங்கே இருக்கவேண்டுமென்றும் சொல்லியே விட்டார். முதல்நாளின் பரபரப்பும் சந்தோஷமும் மீண்டும் ஷ்ராஃபையும் வாசுதேவனையும் தொற்றிக்கொண்டன. பாகீரதியும் தன் பங்கிற்கு அவளுடைய தேவாமிர்தமான தேநீருடனும் இரவு விருந்திற்கு மரபான பிராமணப் பதார்த்தங்களுடனும் தயாராய் இருப்பதாயும், ஆனால் வீட்டை

பாவா பார்வையிடுகையில், ஷ்ராஃப் (ஏற்கெனவே பாவாவையும் அவருடைய ரசனையையும், அதே சமயத்தில் இவர்களுடைய காரிய சாத்தியங்களையும் எல்லைகளையும், ஒருசேர நேரடியாக அறிந்தவரென்கிற முறையில்) உறுத்தல்களும் துறுத்தல்களும் ஒழிந்ததாக சிறுசிறு அலங்காரங்களுடனும் இடமாற்றங்களுடனும் அதைத் தயார்படுத்தி வைப்பதற்கு உதவி செய்ய ஒரு மணிநேரம் முன்னதாக அலுவலகத்தை விட்டு வெளியேற அனுமதி வாங்கிக்கொண்டு வாசுதேவனோடு நான்கு மணியளவில் வீட்டிற்கு வந்துவிடவேண்டுமென்று கண்டிப்பாகச் சொல்லிவிட்டாள். பரபரப்பில் நேரம் ஆக ஆக அவளுக்கும் வீட்டின் அந்நேரத்திய லட்சணத்தின்மேல் அதிருப்தி கூடிக்கொண்டேயிருந்தது. கூடத்தின் கிழக்குச் சுவரில் கட்டுமானத்தின்போதே காரை சரியாகப் பூசப்படாததால் உண்டாகிப்போயிருந்த லேசான இரண்டடிப் பள்ளத்தினுள் மேலிருந்து இறங்கும் மின்விளக்கு வெளிச்சம் விழுந்து உண்டாக்கும் அசிங்கமான, புழுதி படிந்தாற்போன்ற, நிழலை ஏதேனும் சுவாமி படத்தை மாட்டி எப்போதோ சமாளித்திருக்கலாம், வாசலிலிருந்து பார்த்தால் நேராகப் புழக்கடைத் துளசிமாடம் தெரியும்படியில்லாமல் நடுவே அரையடிக்கு அடுக்களைச் சுவர் பார்வையைத் தட்டும்படி நீட்டிக்கொண்டிருப்பது நிச்சயம் வருகிறவரின் பார்வையில் ஒரு கேலிக்கிடமான விஷயமாக ஆகப் போகிறது, புத்தக அலமாரியின் விரிசல் விட்டிருக்கும் கண்ணாடிக் கதவு கடைசிவரை சரிசெய்யப்படவேயில்லை, உல்லாசமான மனநிலை வாய்க்கும் தருணங்களில் படிப்பதற்கென்று வாங்கி வைத்து அலமாரி உயரத்தில் குவிந்துகிடக்கும் டெபோனர்களை மற்ற புத்தகங்களின் நடுவிலிருந்து பிரித்துப் படுக்கையறைக்குக் கடத்திவிடவேண்டுமென்று மாதக்கணக்காகப் பேசிக்கொண்டே செய்யாமலிருந்தாயிற்று, இவற்றில் ஏதொன்றும் பாவாவின் கண்களில் நகைப்பிற்குரிய விஷயமாக ஆகிவிடாமல் பார்த்துக் கொள்ள வேண்டியது ஆண்களிருவரின் (குறிப்பாக ஷ்ராஃபின்) பொறுப்பு.

பாகீரதி வரச் சொன்னது நான்கு மணியளவில்தான் (அல்லது நான்கு மணிக்கு மேல்). என்றாலும் வாசுதேவன் இரண்டு மணிக்கே ஷ்ராஃபைக் கூட்டிச் செல்வதற்காக அவருடைய அலுவலகத்திற்கு வந்துவிட்டான். பாகீரதியின் மதிய நேரத் தூக்கப் பழக்கத்தைப்பற்றி நன்கு தெரிந்து வைத்திருந்த ஷ்ராஃப் அந்த நேரத்தில் யாரும் தன்னை எழுப்புவதை (அது எத்தனை தலை போகிற அவசரமாயிருந்தாலும்) அவள் விரும்ப மாட்டாளென்று தயங்கினாலும் வாசுதேவனின் வற்புறுத்தலுக்காக

முனகிக்கொண்டே அந்த நேரத்தில் அவனுடைய சேதக்கில் ஏறி அமர்ந்தார். ஆனால் பத்து நிமிடத்தில் வீட்டை அடைந்து விடலாமென்கிற உத்தேசத்துடன் தேசிய நெடுஞ்சாலை எண் நாற்பத்தொன்பதில் இறங்கிய அவர்கள் வீடு போய்ச் சேர்ந்தபோது ஆறு மணிநேரம் தாமதமாகிவிட்டிருந்தது. அதிலும் வாசுதேவன் மட்டும் தனியாகத்தான், ஷ்ராஃப் ஏற்றிவிட்ட குதிரை வண்டியில் வீடு போய்ச் சேர்ந்தான். (ஷ்ராஃப் தன் இருப்பிடம் போய்ச் சேர்ந்ததும் பாவாவிடம் எதிர்பாராத காரணத்தால் விருந்து தடைப்பட்டுவிட்டதென்றும் அவருடைய வரவை இன்னும் சில நாட்களுக்குத் தள்ளிப்போட வேண்டுமென்றும் தொலைபேசி மூலம் தகவல் தெரிவித்துவிட்டார்). ஏனெனில் அப்படிப் பாகீரதி யாராலும் தொந்தரவு செய்யப்பட விரும்பாத அந்த மதியப் பொழுதில் கிளம்பி வந்தபோதுதான் எதிர்பாராத விதமாக தமிழ்ச்சங்கச்சாலை முழுவதும் திரண்டிருந்த ஈவெரா பிறந்த தினக் கூட்டத்திற்குள் அவர்களிருவரும் மாட்டிக்கொள்ள நேரிட்டது. அதையொட்டிய சம்பவங்களைத்தான் நாமும் ஏற்கெனவே பார்த்தோம். சண்டைக்குச் சில நாட்களுக்குப் பிறகு வாசுதேவன், காதுகளையொட்டி இறுக்கமாகச் சிரைக்கப்பட்ட ராணுவப்பாணி சிகையலங்காரத்துடன் ஹென்றியுட்பட எல்லாருடைய ஆச்சரியப் பார்வையும் அவன்மீது மொய்க்க அலுவலகத்திற்கு வந்தான். ஷ்ராஃப் அவனிடம் பூணூலையாவது அணிந்திருக்கிறானா அல்லது அதையும் கழற்றிவிட்டானா என்று ஹாஸ்ய பாவத்துடன் கேட்டபோது அவன் சிரிக்கவில்லை. ஷ்ராஃப் தான் பேசியது அசந்தர்ப்பமானது என்பதைப் புரிந்துகொண்டு அவனிடம் மன்னிப்பும் கேட்டுக்கொண்டு உண்மையில் குடுமியில்தான் தன் லட்சணம் முழுவதையும் அவன் பொதிந்து வைத்திருந்ததைப்போன்ற ஓர் உணர்வு அவன் அப்படி ஒட்ட வெட்டிய சிகையுடன் வந்து நிற்கும்போது தனக்குத் தோன்றுவதாயும் தான் மட்டுமல்லாமல் மற்றவர்களுமேகூட அவனை அந்தப் பழைய (பரிகாசத்தையும் அதனடியில் ரகசிய வாத்ஸல்யத்தையும் மனதில் எழுப்பக்கூடிய) முகலட்சணத்தில் பார்ப்பதையே விரும்பினார்களென்றும் கூறி அவனைப் பழைய வாசுதேவனாக மாறுவதற்கு உந்தினார். ஆனால் வாசுதேவன் மறுத்துவிட்டான். மட்டுமல்லாமல், தன்னை அவமானப்படுத்திய போக்கிரியைக் காவலர்கள் மூலமாகத் திரும்பச் சந்திக்கும்வரை தன் சிகையைக் குடுமியாக முடியப்போவதில்லை என்று புராணிகப் பாணியில், அதைக் கேட்பவர்களும் நகைக்கத்தக்க வகையில் (ஆனால் நல்லவேளையாக அதை அவன் ஷ்ராஃபைத் தவிர வேறு யாரிடமும் சொல்லவில்லை) சூளுரைக்கவும் செய்தான். அதுவெல்லாம் நடந்ததா, அவன் மீண்டும் அந்த மீசைக்கார இளைஞனைப் பார்த்தானா, மீண்டும் தன்

குடுமியை முடிந்துகொண்டானா என்பதையெல்லாம் ஷ்ராஃப் அரங்கநாதன் நம்பிக்குச் சொல்லவில்லை. ஆனால் அதற்குக் காரணம், நாம் முன்பு சொன்னதுபோல, அவர் அதைப் பொருட்படுத்தாததினாலல்ல, மாறாக ஷ்ராஃபே அந்த விபரங்களைத் தெரிந்துகொள்ளும் வாய்ப்பைப் பெற வில்லை. காரணம் குடுமியறுபட்ட சில நாட்களிலேயே வாசுதேவன் மார்ட்டின் ஹென்றியைப் பார்த்துத் தன்னைத் தன் பொறுப்பிலிருந்து விடுவித்துத் தன் கணக்கை முடித்துவிடும்படி கேட்டுக்கொண்டுவிட்டான். ஷ்ராஃப் அவனுக்கு ஆறுதலாக இருக்கட்டுமென்று பின்பொருநாள் மறுபடியும் ஜியாஃரே பாவாவை அவர்கள் வீட்டிற்கு அழைத்து வர முயற்சி செய்யலாமா என்று கேட்டபோது அதையும் தனக்கு அதிலிருந்த ஆர்வமும் சிரத்தையும் போய்விட்டது என்று கூறி மறுத்துவிட்டான். மனமகிழ் மன்ற வருமான வரி சம்பந்தமான கணக்குகளைக் கவனிக்க வேறொரு பட்டயக் கணக்காளர் நிறுவனத்தால் நியமிக்கப்பட்ட பின் ஷ்ராஃபுக்கும் ஏனோ வாசுதேவன் வீட்டிற்குச் செல்லும் வாய்ப்புக் குறைந்து பிறகு நின்றேவிட்டது (அவரையுமறியாமல் அவருடைய குற்றவுணர்வும் அந்தக் குற்றவுணர்வையும் மீறி அவனுடைய குடும்பத்தவர்களிடம் சிரித்துப் பேச முயல்வது தன் மனதில் வேறுவிதமான குற்றவுணர்வையும் கூடவே எழுப்பிவிடக் கூடுமென்னும் அச்சமும் அவருள்ளிருந்து அந்த வேலையைச் செய்திருக்கக்கூடும்).

வாஸ்தவத்தில் இந்தக் கதை வாசுதேவனின் குடுமி அறுபட்ட சம்பவத்திலிருந்துதான் துவங்குகிறதென்றாலும் அதற்கு முன்பு நடந்த, இங்கே விவரிக்கப்பட்ட, மதுரை மனமகிழ் மன்றக் கட்டிட வரலாற்றின் பின்னே சொல்லப்படாதவையாக மறைந்திருக்கும் பல கதைகளில் ஒன்றாக இருக்கக்கூடிய இந்தக் கதை இங்கே ஏன் சொல்லப்பட்டதென்றால், பாகீரதியின் மதிய நேரத்துக் கனவு அந்த மாலைக்குப் பிறகு ஒரு மனநோயாகப் பழுக்கக் காரணம் வாசுதேவனின் குடுமியறுப்புச் சம்பவம்தான் என்று வாசுதேவனும் அரங்கநாதன் நம்பியும் நம்ப, அந்தச் சம்பவம் நிகழக் காரணமே பாகீரதி கனவு கண்டுகொண்டிருந்த அந்தப் பொழுதிற்குள் (அதாவது மதியப் பொழுதிற்குள்) வாசுதேவன், தான் சொல்லச் சொல்லக் கேட்காமல், தன் நிஜத்தால் குறுக்கீடு செய்ய முயற்சித்ததுதான் என்றும் அப்படியொரு குறுக்கீட்டைப் பொறுத்துக்கொள்ள முடியாத அளவிற்குப் பலவீனம் கொண்டவையான பாகீரதியின் அவ்விதமான கனவுகளுக்குக் காரணம் அவர்களுடைய வீடுதானென்றும் ஷ்ராஃப் நம்பினா ரென்பதால்தான். வாசுதேவன் பாகீரதி தம்பதிகளுக்கு அதற்குப் பிறகு என்ன நடந்தது என்பதைத் தெரிந்துகொள்ளாத நிலையில்

(தெரிந்துகொள்ள விரும்பாமலும்) பின்னாளில் தன்னை மெட்ராஸில் (பாவாவின் அலுவலகச் சிப்பந்தியாக) சந்தித்த அரங்கநாதன் நம்பியிடம் அவர் சொன்னார், பாவாவால் பார்க்கப்படும் சந்தர்ப்பத்தை இழந்துபோன, புராதனமும், தன்னுடைய பிராயத்தினுடையதாக மட்டுமல்லாமல் தனக்கு அறிமுகமேயில்லாத, தனக்குமுன் அங்கே இருந்து வாழ்ந்து போன வேறு யார் யாரோ அந்நியர்களினுடைய, பிராயங்களின்மீதான நினைவேக்கங்களையும் தன்னுடையதேபோல காலத்தின் ஆழத்தைக் கடைந்து மேலெழுப்பிவிடும் குணம் கொண்ட அந்த வீடும், அதன் முன்திண்ணைக்குள் தன் உஷ்ண குணத்தி லிருந்து தன்னையே விடுவித்துக் கொண்டு ஆசுவாசமடைய வேண்டுமென்று எண்ணியதைப்போல் ஆசையாசையாக வந்து இருந்துகொள்ளும் மதிய நேரத்தின் வெய்யிலும் அங்கே வாழ்பவர் மீது பலவந்தமாகத் திணிக்கும் அசதியும் கற்பனைகளும் தூக்கமும் நிஜத்தைப்போலவே தோன்றி யதார்த்தத்தினுள் ஊடுருவித் திரிய வல்லமையுள்ள பிம்பங்களை உருவாக்கக்கூடிய அப்படிப்பட்ட மர்மமான கனவுகளைக் கிளர்த்த வல்லவைதான். எனவேதான் வாசுதேவனோ பாகீரதியோ சற்றும் எதிர்பார்த்தேயிராத விதத்தில் அந்த வீடு ஷ்ராஃபை எப்படி ரகசியமாகப் பாதித்திருந்தது என்பதை நாமும் தெரிந்துகொள்ள வேண்டி இது இங்கே விவரிக்கப்பட்டது.

வாசுதேவனின் தாத்தா காலத்திற்குப் பிறகு, மற்ற எவரும் அவனுடைய குடுமியைப் பெரிதாகப் பொருட்படுத்தாததைப் போலவே பின்னாளில் பாகீரதியும் அதை அவசியம் கொண்டாடியாகவேண்டிய விசேஷ அலங்காரமாகக் கருதிய தில்லைதான். ஆனால் அவன் அதைத் தன் அவயவ லட்சணங்களில் ஒன்றாக உணர்கிறானென்பது அவளுக்குத் தெரியும். அந்த உணர்வை அவள் மதித்தாள். மேலும் அவனைத் தங்களுடைய கணக்குத் தணிக்கையாளனாக நியமனம் செய்திருந்த தொழிலதிபர்களின் அழைப்பிற்கிணங்கி அவர்களுடைய நிறுவனத்தின் ஆண்டுக் கணக்கறிக்கை தாக்கல் செய்யப்பட்டு முடிந்த கையோடு இயக்குநர்களுக்காக பாண்டியனிலோ மிட்லாண்டிலோ அல்லது காலேஜ் ஹவுஸிலோ ஏற்பாடு செய்யப்படும் மேலைப் பாணி விருந்துகளுக்குச் செல்லும்போது ஆடம்பரமான தன்னுடைய உடையலங்காரத்தை அவனுடைய குடுமியோடு உறுத்தலின்றிப் பொருத்திக் கொள்ளுமளவிற்கு அவள் மிக ஆழமாக அவனை நேசிக்கவும் செய்தாள். திருமணத்திற்கு முன்புகூட, அவளுடைய தகப்பனாரின் மறைவிற்காக துக்கம்

விசாரிக்க வந்திருந்த அவனுடைய பெற்றோரோடு உடன் வந்தவனாக அவனை முதல் தடவை சந்தித்த சந்தர்ப்பத்தில் (அவர்களிருவருக்கும் நடுவே கிடந்த அவள் தந்தையின் மானசீகப் பிரேதவுருவையும் தாண்டி) அவனுடைய காலத்திற்கொவ்வாத குடுமி அவளுள் அசூயை ஏற்படுத்தாமல் பரிகாச சம்பந்தமற்ற ஹாஸ்ய உணர்வைக் கிளர்த்திவிட்டதற்கு அந்தக் கணத்தினுடைய துக்கத்தின் மிகப் பெரும் ஆறுதலாக அவனுடைய வாலிபம் அவள் கண்களுக்குப் புலப்பட்டதும் அந்தக் கணத்திலிருந்தே அவள் மனம் அவனை நேசிக்கத் தொடங்கிவிட்டதும் ஒவ்வொரு முறையும் அவன் தன்னருகே நெருக்கமாக வரும்போதெல்லாம் குடுமி அவனுடைய அந்த முதல் பிரசன்னத்தைத் தன்முன் திரும்பத் திரும்ப நிகழ்த்திக்காட்டுவதும்தான் காரணம் என்று அவள் பலமுறை, புணர்ச்சிக்குப் பின்னான ஏகாந்தமான தருணங்களில் (அவை பெரும்பாலும், முயக்கத்தின் வேகத்தில் அவிழ்ந்துவிடும் குடுமி பிறகு அவன் தலையின்பின்னே ஒரு கருப்பு நிறச் சூரியனைப்போல அல்லது அவன் புத்திக்குள்ளிருந்து விடுபட்டு எண்திசையும் பாய்ந்து செல்ல முன்னும் சர்ப்பங்களைப்போல வியர்வை சொட்டத் தலையணையின்மேல் ஒட்டிப் பரந்து கிடக்கும் காட்சியுடன் உருப்பெறுகின்றனவாயிருக்கும். அல்லது பாகீரதி வேண்டுமென்றே அவன் குடுமியை அவிழ்த்துவிட்டு (சிகையை அள்ளி முடியும் வேலையை அவள் அவனுக்குச் செய்ய மாட்டாளேயொழிய அதை அவிழ்த்துவிடுவது அவளுக்கு மிகவும் பிடித்தமான, அவளே வலிந்து ஏற்றுக்கொள்ளும் ஒரு பணிதான்) அந்தக் காட்சியைத் தலையணையில் வரைந்து இரவு விளக்கின் மிக மங்கிய நீலநிற வெளிச்சத்தில் போதை கசியும் விழிகளால் பார்த்துக்கொண்டிருப்பாள்), வாசுதேவனின் இடக் காதிலும் வலக் காதிலுமாகப் புலம்பித் தீர்த்திருக்கிறாள். அவர்களிருவரும் ஒருவருக்குள்ளொருவராகச் சிக்குண்டிருந்த அவர்களுடைய காதற்காலங்களிலும்கூட எத்தனையோ முறை அவளை அழைத்துச் செல்லவோ அல்லது கொண்டுவிடவோ வெறும் தட்டுச்சுற்று வேட்டி, கதர்ச் சட்டையுடனும் கட்டுக் குடுமியுடனும் வாசுதேவன் மீனாட்சி கல்லூரி வாசலில் அவளுடைய நவ நாகரிக தோழியரின்முன் (பாகீரதியின் யவ்வனப் பருவத்தை நன்கு போஷித்துப் பிரகாசிக்கச் செய்யுமளவிற்கு வசதியுள்ள குடும்பமாக அவளுடைய பிறந்தவீடு (தலைவனற்ற குடும்பமாகயிருக்கச் சபிக்கப்பட்டுவிட்ட விதியால்) இல்லாதிருந்த காரணத்தால் திருமணத்திற்குமுன் அவள் விலையுயர்ந்த தாவணி மற்றும் சேலை வகைகளைக் கையால் தொட்டுக்கூடப் பார்த்ததில்லையென்றாலும் அவ்வகை உடைகளை அணிந்து கொண்டு வரும் மாணவிகளுக்குச் சவால் விடுமளவிற்கு, நியாயவிலைக்கடையிலோ அல்லது (இரக்கப்பட்டவர்கள்

மூலமாக) டிவியெஸ் கூட்டுறவுப் பண்டக சாலையிலோ மலிவு விலையில் வாங்கிய அல்லது கிருஷ்ணராயர் தெப்பக்குளத் தெரு அனுமார் கோவிலில் வருடத்திற்கொரு முறை பிராமண இளைஞர் சங்கத்திலிருந்து தானமாகப் பெற்ற சீட்டித்துணி உடுப்புகளைத் தன்னுடைய உடையலங்கார நேர்த்தியால் மிகப் பகட்டான நிலைக்கு உயர்த்திக் காட்டிவிடுமளவிற்கு நாகரிகப் பிரக்ஞையும் தன் லட்சணத்தின்மீது நம்பிக்கையும் (பெருமிதமல்ல) கொண்டவளாகத்தானிருந்தாள்) தோன்றியிருக்கிறான். அவளும் சிறிதும் லஜ்ஜையோ தர்மசங்கட உணர்வோ இன்றி பலத்த பரிகசிப்பிற்கிடையில் (அவ்விதமான காட்சி அவ்விதமான உணர்விற்குரியதாகவே அவர்கள் பார்த்துவந்த திரைப்படங்களில் காட்டப்பட்டுக்கொண்டிருந்தது) அவனுடைய சேதக்கின் பின்னிருக்கையில் தொற்றிக்கொண்டு சிமிலிக் கட்டிலிருந்து பிரிந்துவிட்ட இரண்டொரு முடிச் சிலுப்பல்கள் முகத்தில் பட்டுக் குறுகுறுக்கப் புறப்பட்டு மதுரை வீதிகளைச் சந்தோஷ மாகவே வலம் வந்திருக்கிறாள். வாசுதேவன் தன் தாத்தாவின் குடுமியை ரசித்ததும் பாகீரதி வாசுதேவனின் குடுமியைச் சகித்துக்கொண்டதும் ஒன்றல்லதான். வாசுதேவனுக்கு அவன் தாத்தா என்பதே அவருடைய குடுமியும் அது சார்ந்த அனுட்டானங்களும்தான். பாகீரதிக்கு அது வாசுதேவனின் விருப்பம், எனவே தன் விருப்பமும்கூட. தினமும் அவளைப் பாதியிரவில் தூக்கிவாரிப்போட்டுக்கொண்டு எழுந்திருக்கப் பண்ணும் அவனுடைய குறட்டையை ரசிப்பதுபோல் (சில வினாடிகள் அலங்கமலங்க விழித்துக்கொண்டிருந்தபின் அவனை முத்தமிட்டுவிட்டுத் திரும்பப் படுத்துக்கொள்வாள்) சிணுங்கலும் செல்லமுமான குற்றச்சாட்டுடன் ரசித்துக்கொண்டிருக்கும் அவனுடைய கெட்ட பழக்கம். அதனால்தான் குடுமியறுபட்ட கணத்தில் வாய்விட்டு அழ விரும்பிய வாசுதேவனை அப்படிச் செய்யவியலாவண்ணம் சூழ்நிலை தடுத்தபோது அவன் அங்கிருந்து உடனே தப்பிச் சென்று பாகீரதியின் மடியில் புகுந்து தன் துக்கத்தைக் கரைத்துக்கொள்ளவேண்டுமென்று தவியாய்த் தவித்தான். காவல்நிலைய அலைச்சலும் விசாரணைகளும் முதல் தகவலறிக்கைத் தயாரிப்பும் பிறகு ஒரு சாவதானமான குதிரை வண்டிப் பயணமும் மிக நீண்ட காலதாமதத்தை உண்டு பண்ணியிருந்ததற்கப்பாலும் அவனுடைய அந்தத் தவிப்பின் வேகம் வீட்டை அடையும்வரை அடங்காமல் அதன் கொதிநிலை யிலேயேதான் இருந்தது. பாகீரதி அவனைக் கண்டதும் பதறியடித்துக்கொண்டு ஓடிவந்து அவனைத் தொட்டு உலுக்கி என்ன நடந்தது என்று கேட்பாள், நடந்தவற்றைக் கேட்டதும் அதிர்ச்சியடைவாள், என்றாலும் அதை வெளிக்காட்டிக் கொள்ளாமல் சிகையையிழந்த அவனுடைய பின்தலையைத்

தடவிச் சூள்கொட்டி அவன் முகத்தைத் தன் மார்போடு சேர்த்துச் சாய்த்துக்கொள்வாள், விடுங்கள், கத்தி உங்கள் முகத்திற்கு நேராக வந்துபோன பின்னும் உயிரோடு வந்து நிற்கிறீர்களே, அதுவரையில் கடவுளுக்கு உங்களிடமிருந்து சிகையை எடுத்துக்கொண்டு மாங்கல்யத்தை என் கழுத்தில் தங்கவிட்டுச் செல்லுமளவிற்கு நம்மேல் கருணையிருந்திருக்கிறது, குடுமி போனால் போகிறது, மீண்டும் வளர்த்துக்கொள்ளலாம் என்று அபத்தமாகவேனும் சொல்லித் தாலியை எடுத்துத் தன் கண்களில் ஒற்றிக்கொள்வாள், தாத்தா இறந்தபோது அதை ஓர் இழப்பாக உணர்ந்து அழத் தெரியாத சிறுவனாயிருந்த வாசுதேவன் வளர்ந்த பின்னும் அந்த மரணத்தின் தடமும் பிரிவின் அழுத்தமும் காலத்தால் அவனைவிட்டு வெகு தூரம் தள்ளிப் போய்விட்டிருந்ததால் துக்கத்தை மனதின் ஆழத்தி லிருந்து மேலெழுப்புமளவிற்கு அவருடனான நாட்களை அவை நிகழ்ந்த காலத்தின் அதே துல்லியமான உணர்வோதங்களோடு மீட்டெடுக்கும் சம்பவமெதுவும் பிறகு அவன் வாழ்வில் நடந்து விட்டிருக்காத நிலையில் நினைவுகளைத் திரும்பக் கூட்டி அவர் பிரிவிற்காக மனம் நிறைய அழ வேண்டுமென்று விரும்பினால் அதற்குக் குடுமியறுபட்ட இந்த நாளை விட்டால் பிறகொரு நாளும் (அது வடிந்து படர அந்த அளவிற்கு பாகீரதியின் மடி நெகிழ்ந்து விரிந்து இடம் கொடுக்கும் இன்னொரு அந்தி வேளையும்) திரும்பக் கிடைக்காதாகையால் அவன் ஒரு குழந்தையைப்போல அந்த இரவு முழுவதும் அழுது தன்னுடைய இருபத்துமூன்று வருடப் பழைய துக்கத்தைத் தீர்த்துக்கொள்வான். மானத்தைக் கட்டி முடிந்து வைத்திருந்த ஓர் உயிரார்ந்த பொருளின் இழப்பிற்குப் பிறகு பைத்தியம் பிடித்துவிடச் சாத்தியமுள்ள தன் கையாலாகாத்தனத்தின் மீதான நினைவுகளை வேறு எப்படித்தான் ஈடு செய்யமுடியும்.

ஆனால் துரதிர்ஷ்டவசமாக நடந்தது என்னவென்றால் மழைத் தூறல் கிளப்பிவிட்டிருந்த குளிர்ந்த தட்பவெப்பத்திற்கப்பாலும் வேர்த்துக்கொண்டிருந்த முகத்திலும் பிடரியிலும் ஒட்டிக் கொண்டிருந்த நீண்ட சடை முடியுடன் தலைவிரி கோலமாக ஜட்கா வண்டியிலிருந்து இறங்கி வீட்டு வாசலுக்கு முன் வந்து நின்ற வாசுதேவனைக் கண்டதும் கூடத்தில் ஹேமாவின் வீட்டுப் பாடங்களுடன் அமர்ந்திருந்த பாகீரதி அவளை மடியிலிருந்து கீழே இறக்கி விட்டுவிட்டு அவனை வரவேற்பதற்காக வழக்கம்போல கூடத்திற்கும் முன் திண்ணைக்கும் இடைப்பட்ட கதவில் பிரவேசித்ததென்னவா வாஸ்தவம்தான், ஆனால் அதற்குமேல், வாசுதேவன் எதிர்பார்த்ததுபோல (ஏங்கிக்கொண்டிருந்ததுபோல) பதறியடித்துக்கொண்டு ஓடிவந்து அவனைத் தொட்டு உலுக்கி

என்ன நடந்தது என்று கேட்கவில்லை. மாறாக அவள் அவனைக் கண்ணிமைக்காமல் பார்த்துக்கொண்டும் மேற்கொண்டு ஓர் அடி எடுத்து வைக்காமலும், என் கனவு, என் கனவு என்று அரற்றிக்கொண்டும் அங்கேயேதான் நின்றுகொண்டிருந்தாள். வாசுதேவன் ஒரு கணம் தன் துக்கத்தை மறந்து குழம்பிவிட்டான். அந்தக் குழப்பம் தன் பரதேசிக் கோலமும் தன்னுடன் வருவதாகச் சொன்ன சிலோன் கட்டிடக்கலை வல்லுநரோ ஷ்ராஃபோ தன்னருகிலில்லாததும் அவள் கண்களில் பட்டதா படவில்லையா என்பது குறித்தே தவிர அவள் உச்சரித்த (புலம்பிய) வார்த்தைகளைக் கேட்டதால் விளைந்ததல்ல. ஏனென்றால் திரும்பத் திரும்ப இரண்டு முறை உச்சரிக்கப்பட்ட, கனவு என்கிற அந்தச் சொல்லும் அதைப் பாகீரதி உச்சரித்த விதமும் அவனுக்கொன்றும் நூதனமான அனுபவமில்லை. அவன் அவளைத் திருமணம் செய்துகொண்ட பிறகு அவ்வப்போது கேட்க வாய்த்திருந்த, பாகீரதியைப் பீடித்திருந்த ஒரு கெட்ட பழக்கத்தின் வழக்கமான வெளிப்பாடுதான். கெட்ட பழக்கம் என்றுதான் அவளுடைய தாயார் வாசுதேவனிடம் அவளைப் பற்றிப் பேசும்போதெல்லாம் குறிப்பிடுவது வழக்கம். பாகீரதியின் தந்தை அவளுடைய பதின்மூன்றாவது வயதில் திடீரென்று மாரடைப்பால் இறந்துபோனதாகக் கூறி அவருடைய அலுவலக சகாக்கள் (அவர் திருநெல்வேலி புகைவண்டி நிலையத்தில் அனுமதிச் சீட்டு பரிசோதகராகப் பணியாற்றிக்கொண்டிருந்தார்) பிரேதத்தை அவர்கள் வீட்டு முற்றத்தில் கொண்டுவந்து கிடத்திய மதியப் பொழுதிலிருந்து அந்தப் பழக்கம் அவளுக்கு அறிமுக மாகிப் பிறகு பெரியவளான பிறகும் விடாமல் தொற்றிக் கொண்டுவிட்டதாம். அதாவது எந்த வேலைக்கு நடுவிலும் மதியத்தூக்கத்தால் ஆட்கொள்ளப்பட்டு வேலைகளை அப்படியப்படியே போட்டுவிட்டு முன்திண்ணையில் போய்ப் படுத்துக்கொண்டுவிடுவது. மதியத்தூக்கம் குடும்பப் பெண்களுக்கு ஆகாத பழக்கம் என்று தெரிந்தும் தன்னால் அதைத் தன் பெண்ணிடமிருந்து விலக்கிவிட முடியவில்லை என்பார் அவர். பூரணி. பாகீரதியின் தாயார் (கணவரின் பிரேதம் கொண்டுவரப்பட்டபோது பாகீரதிக்கு அம்மை போட்டிருந்ததால் கடைசிவரை அவர் முகத்தைப் பார்க்க அவள் அனுமதிக்கப்படவில்லையென்றும் மாடியறையிலேயே அவளுடைய சகோதரியின் காவலுடன் சிறைவைக்கப்பட்டிருந்தா ளென்றும் அழுகையைக் குறைப்பதற்கும் கவனத்தைத் திசை திருப்புவதற்கும் அந்தச் சகோதரி பாகீரதிக்குப் பிரகலாதன் கதையைக் கூறித் தூங்க வைக்க முயன்றாளென்றும் அந்த வீட்டின் கடைக்குட்டியும் தகப்பனுடைய செல்லக் குழந்தையுமான அவள் (அவளும் அவர்மீது உயிரையே வைத்திருந்தாள்) அப்படிப்

பலவந்தமாகத் தூங்க வைக்கப்பட்ட சம்பவமானது அவளுடைய ஆழ்மனதைப் பலமாகத் தாக்கியதுதான் அவளுடைய அந்த, விடாப்பிடியான மதியத்தூக்கத்திற்கு மூல காரணம் என்றும் அவர் அவரே யோசித்துக் கண்டுபிடித்த ஒரு காரணத்தைப் பின்னாளில் பாகீரதி வாசுதேவன் விஷயமாகக் கல்கத்தா வந்து தன்னைச் சந்தித்த அரங்கநாதன் நம்பியிடமும்கூடத் (ஆனால் அது ஒரு நோயாக அல்ல, பழக்கமாக மட்டுமே என்கிறவொரு அடிக்குறிப்பையும் கவனமாகக் கூடச் சேர்த்துக்கொண்டேதான்) தெரிவித்தார். ஆனால் அரங்கநாதன் நம்பி அதைப் பெரிதாகப் பொருட்படுத்தவில்லை. ஏனென்றால் மதியத்தூக்கம் வீட்டி லிருக்கும் பெண்களுக்கு ஒரு பெரிய விஷயமேயில்லை. அதை ஆகாத பழக்கம் என்று நினைக்கும் வழக்கமுள்ளவர்கள் அதை நியாயப்படுத்துவதற்காக இம்மாதிரியான காரணங்களைக் கண்டுபிடிக்கத் தலைப்படுவதும் வழக்கமாக நடக்கக்கூடிய ஒன்றுதான்). ஆனால் மதியத்தூக்கப்பழக்கம் மட்டுமல்ல, அந்தத் தூக்கத்தில் வினோதமான கனவுகளைக் காணும் பழக்கமும் (அவற்றின் மூலம் தந்தை இறந்த மதியத்தில் அவளுக்குச் சொல்லப்பட்டுக்கொண்டிருந்த புராணக் கதையி லிருக்கிறதென்பார் பூரணி) கூடவே பாகீரதிக்கு இருந்தது. கனவுகளென்றாலே வினோதம்தானே, பிறகெதற்கு வினோதக் கனவுகள் என்கிறவொரு தனியான அடைமொழி என்று நேயர்கள் கேட்பார்களேயானால் பாகீரதியின் கனவுகள் பல சமயங்களில் அவளுடைய உறக்கத்திற்கு வெளியே தாவிக் குதித்து அவளைத் தொட்டுத் தட்டித் தூக்கத்திலிருந்து எழுப்பிவிடும் வல்லமை கொண்டவையாயிருந்தன. மேலும் அப்படி எழுப்பப்பட்ட பிறகு பாகீரதியும் அந்தக் கனவுகளின் பாதையில் சிறிது தூரம் தூலமாகவே பயணப்படவும் துவங்கிவிடுகிறவளாயிருந்தாள். உதாரணமாக உள்ளறையில் புகுந்துவிட்ட ஒரு திருடனைப் பற்றிய கனவு அவளுடைய அந்தரங்கத்திலிருந்து வெளியே குதித்துவிட்டதென்றால் அவள் முன்திண்ணையிலிருந்து எழுந்து சென்று ஒரு தடியால் நுரைமெத்தை இருக்கையைச் சில நிமிடங்கள் நையப் புடைத்துக்கொண்டிருப்பாள். அல்லது தலைக்குக் குளித்துவிட்டுத் தூங்கும் ஒருநாளில் அது ஒரு சாவு பற்றிய கனவாக இருந்துவிடுமேயானால் நேராக கிணற்றடிக்குப் போய் ஒரு வாளித் தண்ணீரை எடுத்துத் தலையில் கவிழ்த்துக்கொள்வாள். பிறகு முதல் புடைப்போடும் முதல் தண்ணீர் துளியோடும் திடுக்கிட்டுக் கனவிலிருந்து விழித்துக் கொண்டு வெளியேறி வருவாள். தனக்கு இந்தப் பழக்கம் இருப்பது பாகீரதிக்குத் தெரியும். வாசுதேவனுக்கும் தெரியும். இன்னும் சரியாகச் சொல்ல வேண்டுமானால் திருமணமாகி வாசுதேவனுடன் தனிக்குடித்தனம் வந்ததற்குப் பிறகுதான்

அவளுடைய மதியத்தூக்கப் பழக்கம் வினோதக் கனவுகளை உற்பத்தி செய்யும் கேந்திரமாகவும் வளர்ந்தது. அதற்கு முன்பே கூட இந்தக் கனவுகள் அவளுக்குள் இருந்திருக்கலாம், நமக்குத் தெரியவில்லை. ஆனால் திருமணத்திற்கு முன்பு பள்ளிக் காலங்களிலும் சரி, கல்லூரிக் காலங்களிலும் சரி, வகுப்புகளுக்கும் தோழிகளுக்கும் நடுவே அவள் தனியாக இருந்த மதிய நேரங்கள் மிக மிகக் குறைவென்பதாலும் (அநேகமாக இல்லவே இல்லை) அவை நீண்ட பகல் தூக்கங்களுக்கு அவளை இயல்பாகவே அனுமதிக்காதபடியாலும், அந்தச் சொப்பனங்கள் அப்போது அவளுள்ளிருந்து வெளிப்படாமல் தக்க தருணத்தை எதிர்பார்த்து உள்ளுக்குள்ளேயே பதுங்கியிருந்திருந்தனவோயென்னவோ. திருமணத்திற்குப் பிறகும்கூட ஹேமா பள்ளிக்குச் செல்லத் துவங்கும் காலம்வரை அவளுடைய மதியத்தூக்கம் குழந்தையினுடைய தேவைகளாலும் கொஞ்சல்களாலும் தாய்மை என்னும் இயல்பூக்கத்தாலும் நடுநடுவே கத்தரிக்கப்பட்ட ஒன்றாகவேதான் இருந்து வந்ததால் கனவுகளின் உக்கிரம் சரிவர வெளிப்பட வாய்ப்புக் கிடைக்காதிருந்திருக்கக்கூடும். ஹேமா பள்ளி செல்லத் துவங்கியபிறகு, வாசுதேவனும் வீட்டிலில்லாத பிற்காலத்தைய மதிய நேரங்களில்தான் பாகீரதி முதன்முதலாகத் தன் வாழ்வில் ஏகாந்தமான தனிமையை உணரவாரம்பித்தாள். யாருடைய குறுக்கீடுமற்ற நீண்ட, நிர்வாணமான மதியம் ஒரு ரகசியக் காதலனைப்போல அவள்முன் தன் வசீகரங்களுடன் விரிந்து கிடந்ததானது அவளுக்கு முன்னெப்போதுமறிந்திராத புது அனுபவமாயிருந்தது (அதனால்தானோயென்னவோ வாசுதேவன் அருகில் படுத்திருக்கும் இரவு நேரத்துச் சொப்பனங்கள் அவளை எழுப்பித் தங்கள் பின்னே அழைத்துச் செல்லும் வலுவற்றனவாயிருந்தன). முதலில் தயக்கத்துடனும் தவிர்க்க வியலாமலும் பிறகு அடங்காத விருப்பத்துடனும் பாகீரதி அந்தப் பொழுதிற்குத் தன்னை முழுவதுமாக ஒப்புக்கொடுத்தாள். மதியத்தூக்கம் அவளுக்குள் கிளப்பிவிடும் கனவுகளையும் மிக விருப்பத்துடன், அது சிருங்காரக் கனவோ, பீதியூட்டும் சொப்பனமோ அல்லது துயரத்தில் கனத்து வடியும் காட்சிகளோ எதுவாயிருந்தாலும் கண்டு ரசித்தாள். அதுபோலவே கனவுகளும் மாதவிலக்கைப்போல முதலில் அவ்வப்போதான நாட்களாக அவளை நெருங்கத் துவங்கிப் பிறகு நாட்கள் செல்லச் செல்ல மெதுமெதுவாக மிகுந்த வலுக் கொண்டவையாய் அவளை ஆக்கிரமிக்கத் தொடங்கின. முன் திண்ணையின் குளிர்ந்த செங்காவித் தரையில் படுத்துத் தூங்கத் துவங்கிப் படுக்கை யறையிலோ கிணற்றடியிலோ சமையலுள்ளுள்ளோ கண் விழிக்கும் அனுபவம் (பாகீரதி படுக்கச் செல்லும்முன் மிக எச்சரிக்கையாக சாலையைப் பார்த்திருக்கும் முன்வாசல் கதவைச் சார்த்தி

உட்பக்கம் தாளிட்டுவிடுவாள்) அவளுக்கு ஒரே நேரத்தில் பீதி நிறைந்த உற்சாகத்தைக் கொடுத்தது. அதைத் திரும்பத் தன் ஞாபகத்திற்குக் கொண்டுவந்து மாடு இரை மெல்லுவதைப்போல மனதின் வாயால் மென்றுகொண்டிருப்பதும் அவளுக்குப் புளகாங்கிதத்தைக் கொடுத்துக்கொண்டிருந்தது. அதுவரையில் தன்னுடைய மதியத்தூக்கப் பழக்கத்தைப்பற்றி வாசுதேவன் பிரலாபிக்கும்போதெல்லாம் தலையைக் குனிந்துகொண்டுவிடும் வழக்கமுள்ளவளாயிருந்த அவள் கனவுகளைச் சுவைத்துப் பழகிய பிறகு அதை அவனுடன் பகிர்ந்துகொள்ளாவிட்டால் அந்தச் செல்லப் பிராணிகள் தன்னைக் கைவிட்டுச் சென்றுவிடும் என்று நினைத்தவளைப்போல அவனிடம் வாயோயாமல் அவற்றைப் பற்றிப் பேசவாரம்பித்தாள். கை கால்களை விஸ்தாரமாக ஆட்டியபடிக் குரலிலும் தேவையான ஏற்றத்தாழ்வுகளுடன் வாசுதேவனை மட்டுமில்லாமல் ஹேமாவையும் முன்னால் உட்கார்த்தி வைத்துக்கொண்டு (அவள் சொல்வதைக் கேட்பதில் சுகம் கண்டு ஹேமாவும் (தன் தாத்தாவிடம் தான் மயங்கி யிருந்ததைப்போல) பிற்காலத்தில் ஒரு கனவுப் பைத்தியமாக ஆகிவிடப் போகிறாள் என்று கவலைப்படுவதுபோல நடிப்பான் வாசுதேவன்) ஆனால் விரைவிலேயே இரண்டு பேரையுமே மறந்துபோய்த் தன் விவரிப்புகளில் தானே ஆழ்ந்துவிடும் மயக்கத்துடன் கனவின் முடிவில் அவள் எங்கே நின்றிருந்தாள், என்ன செய்துகொண்டிருந்தாள் என்பதன் மீதான ஆர்வத்தைக் கேட்பவருக்குள் ஊறச் செய்துவிட வேண்டுமென்கிற கவனத் துடனும் எதிரிலிருப்பவர் போதும் போதும் என்று சொல்லும் வரை மூச்சு விடாமல் பேசிக்கொண்டேயிருப்பதுதான் அன்றைய மதியத்தின் சொப்பனத்தை விவரிக்கும் அவளுடைய பாணியாக இருந்தது. கனவின் தன்மைக்கேற்ப அவளுடைய கதை சொல்லலின் தொனியும் பீதியிலோ (வாசுதேவன் ஒரு மலை மீதிருந்து குப்புற விழுந்து உயிர் துறப்பதாக அவள் கனவு கண்ட அன்று), துயரத்திலோ (ஹேமா ஏதோவொரு கோவில் வாசலில் தன் பெற்றோரைத் தவறவிட்டுவிட்டுத் தவிக்கும் காட்சியைக் கண்டுவிட்டுத் தூக்கத்திலேயே கண்ணீர் விட்டு அழுத அன்று), குதூகலத்திலோ (இறந்துபோன அவளுடைய தந்தை நேரில் தோன்றித் தலையைத் தடவி அவளுடன் உரையாடிவிட்டுச் சென்ற மாதிரியான நாட்களில்), வியப்பிலோ (சிறு வயதில் அவள் குடும்பம் வாழ்ந்துவந்த குக்கிராமத்து வீட்டின் (காருக்குறிச்சி) புழக்கடைக் கதவை ஒருமுறை அவள் திறந்தபோது அதற்கப்பால் மிகப்பெரிய நகரமொன்று உச்சபட்ச வாகனச் சலிப்புகளுடனும் பெரிய பெரிய உணவு விடுதிகள், திரையரங்குகள் மற்றும் நவநாகரிக யுவதிகளின் சன்னதமேறினாற்போன்ற ஆடல் பாடல்களுடனும்

பாகீரதியின் மதியம் ❀ 57 ❀

இவற்றோடு, இவற்றின் நடுவே, இவற்றின் பிரதிபலிப்பே சிறிதும் அற்றதான நிர்மல ஸ்திதியில் ஓடிக்கொண்டிருந்த ஒரு நதியுடனும் (நிச்சயம் அந்த நகரம் மதுரையோ திருநெல்வேலியோ அந்த நதி வைகையோ தாமிரபரணியோ இல்லை என்பதை மட்டும் அவள் உறுதியாக வாசுதேவனிடம் தெரிவித்தாள்) விரிந்திருந்ததைக் கண்ட அன்று) தோய்ந்ததாக இருக்கும். சுருக்கமாகச் சொல்ல வேண்டுமானால் அப்படி விவரிப்பதன்மூலம் மீண்டும் ஒருமுறை கனவில் வாழும் (அது எந்த மாதிரியானதாக இருந்தாலும்) சந்தர்ப்பத்தைப் பாகீரதி பெற விரும்பினாள். வாசுதேவனுக்கு அவளுக்கு எப்படி அவனுடைய குடுமியின்மீது தனிப்பட்ட ஈடுபாடு எதுவும் இல்லையோ அதுபோலவே அவளுடைய பைத்தியக்காரத்தனமான கனவுகளைக் கேட்பதில் பெரிய உற்சாகம் இருந்ததில்லைதான். ஆனால் அவளைப் போலவே அவனும் அவளுடைய உணர்வுகளை மதிக்கத் தெரிந்தவனாகயிருந்ததால் அவற்றைப் பொறுமையாகச் செவிமடுக்கப் பழகிவிட்டிருந்தான். பாகீரதி சொல்வதில் ஆர்வமுடையவளாயும் கெட்டிக்காரியாயும் இருந்தாளேயொழிய ஒருபோதும் வாசுதேவனிடம் தன் கனவுகளுக்கு விளக்கம் கோரி நின்றதில்லை, அதன் பலனைத் தெரிந்துகொள்ளப் புத்தகங் களைப் புரட்டியதில்லை, ஜோசியக்காரர்களை நாடியதில்லை. மதியத்தூக்கமும் கனவு காண்பதும் அவளுக்கு வெறுமே அவளுடைய அன்றாடக் கடமைகளின் ஒரு பகுதியாக இருந்தது. வலியோ சந்தோஷமோ, அன்றைய தினத்தோடு அன்றைய கனவின் தாக்கமும் அவளிடமிருந்து மறைந்துவிடும். அதைத் தன் குடும்பத்தவரிடம் பகிர்ந்துகொண்ட கணத்தோடு அதை மறந்துவிட்டு மறுநாள் பகல் தூக்கத்திற்கும் மர்மம் நிறைந்த மற்றொரு புத்தம்புதிய கனவுக்கும் அவள் தயாராகிவிடுவாள்.

ஆனால் ஒரு போக்கிரியால் அவமானப்படுத்தப்பட்டவனாய் அவளுடைய மடி தேடி வீட்டு வாசலுக்கு வந்து சேர்ந்த கணவனை என்ன ஏது என்று விசாரிக்கக்கூடத் தோன்றாமல் என் கனவு என் கனவு என்று புலம்பிக்கொண்டு முன்திண்ணை நிலையினருகிலேயே அவள் நின்ற அன்று அவளுடைய மதியத் தூக்கத்துக் கனவின் முடிவு அப்படியொரு வழக்கமான அனுபவ மாக இருந்திருக்கவில்லை. அன்று பாகீரதி ஜெமினி என்கிற தன்னுடைய அபிமான ஓவியர் ஒருவருடன் (அவரைப்பற்றி நாம் பிறகு நிறைய பேசவிருக்கிறபடியால் இங்கே அவருடைய பெயரோடு மட்டும் நிறுத்திக்கொள்வோம்) அவருடைய மூன்று ஓவியங்களைத் (முன்திண்ணையின் கதவு நிலையின்மேல் வாசலைப் பார்த்தபடி மாட்டப்பட்டிருந்தவை என்று நம்மால் முன்பு குறிப்பிடப்பட்ட அதே ஓவியங்கள்தாம்)

தன் அன்பிற்குரிய அப்பா தனக்குப் பரிசளித்த தன்னுடைய பத்தாவது பிறந்த தினத்திலிருந்து அவர்மீது மானசீகமாகத் தான் கொண்டிருந்த பிரேமையைச் சொல்லியும் அவருடைய ஓவியங்கள் எப்படிப் பிறரிடம் தன்னை அறிவு ஜீவியாகக் காட்டிக்கொள்ளவும் வாசுதேவன் வீட்டிற்குக் கூட்டிவரும் அவனுடைய சில (ஆண்) நண்பர்களின் தொந்தரவு செய்யும் பார்வை மற்றும் பேச்சுக்களிலிருந்து தன்னைக் காப்பாற்றும் ரட்சையாக பயன்படுகிறது என்பதை விவரித்தும் அவர் கையால் தன்னுடைய உருவப்படம் ஒன்று வரையப்பட்டு அது அவராலேயே தனக்குப் பரிசாக அளிக்கப்படவேண்டுமென்னும் தன்னுடைய நெடுங்காலத்திய உளக்கிடக்கையை வெட்கத்துடன் (உங்களுடைய ஆத்மார்த்தமான ரசிகையென்கிற அளவில் அதை அடைய எனக்குத் தகுதி உண்டு என்றே நான் நம்புகிறேன்) வெளியிட்டும் உரையாடிக் கொண்டிருப்பதாய்க் கனவு கண்டுகொண்டிருந்தாள். சொப்பனம் என்கிற சலுகைக்கு அப்பாலும்கூட அந்தச் சந்திப்பில் சில கூடுதல் வினோதங்கள் இருந்தன. ஒன்று, பாகீரதி சிறு வயதிலிருந்தே ஜெமினி என்கிற அந்த மேற்கு வங்க ஓவியருடைய துஸாத் பாணி ஓவியங்களை மிக விரும்புகிற ரசிகையாயும் அவை அவ்வப்போது இடம்பெறும் ஆங்கில சஞ்சிகைகளைத் தருவித்துப் படித்தும் சேகரித்தும் சந்தோஷப்படுகிற விசிறியாயும் இருந்தாளே தவிர (ஒருவிதத்தில் அவள் தன் தந்தையிடம் கொண்டிருந்த அளவற்ற பிரியம்தான் பிற்காலத்தில் ஜெமினியின் ஓவியங்கள் மீதான ரசனையாக மாறிற்று என்று பூரணியம்மாள் பிறகொரு நாள் அரங்கநாதன் நம்பியிடம் சொன்னதை அவரைப் போலவே நாமும் முற்றிலும் கற்பனையென்று ஒதுக்கிவிடாமல் ஏற்றுக்கொள்ளலாம்தான்) தன்னுடைய பதினைந்து வருட மதியத்தூக்கப் பழக்கத்தில் ஒருநாள் ஒரு பொழுதுகூட அவரைக் கனவு கண்டதே கிடையாது (மாலையில் நிகழவிருந்த கட்டிட வடிவமைப்புக் கலை மேதையான ஜியாஃப்ரே பாவாவின் வருகையை நினைத்துக்கொண்டே அவள் அன்று மதியம் கண்ணயர்ந்திருப்பாளென்றும், ஒருவிதத்தில் சித்திரக்கலை கட்டிட வடிவமைப்புக் கலையோடு சம்பந்தமுள்ள ஒன்று என்கிற தகுதியில் அது அவளுடைய நனவிலியின் சிந்தனை களையும் ஆசைகளையும் வலையாகப் பின்னி ஜெமினியை அவளுக்குள்ளிருந்து வெளியே இழுத்திருக்கக்கூடும் என்றும் வாசுதேவனிடம் பின்பு எளிதான ஓர் ஊகம் பிடி கொடுத் திருந்தது. ஆனால் ஏனோ அவனுக்கு அதை அரங்கநாதன் நம்பியிடம் தெரிவிக்கவேண்டுமென்று (ஒருவேளை அதற்கான அவகாசம் அவனுக்கு அளிக்கப்படவில்லையென்பதால்கூட இருக்கலாம்) தோன்றவில்லை). இரண்டு, ஜெமினியைப் பாகீரதி

நேரில், குறைந்தபட்சம் புகைப்படத்திலோகூட (அவர் தன் படைப்புகளுக்கப்பால் தான் யாரென்பதை நேயர்களுக்குத் தெரியப்படுத்திக்கொள்ளும் வழக்கமில்லாதவராக அறியப்பட்டிருந்தார்) பார்த்ததே கிடையாது. நான்கு மாதங்களுக்குப் பிறகு அவரைத் தேடிச் செல்வதென முடிவெடுத்த அன்றுகூட வாசுதேவன் அவளிடம் அவர் எப்படியிருந்தார் என்று உசாவியபோது அவள் மிகத் தீவிரமாக அந்த உருவத்தை யோசிக்க முயன்று தோற்றுப்போய்க் கடைசியில் அது அவருடைய ஓவியங்களில் அதுவரையில் வரையப்பட்ட பிம்பங்களின் குழப்பமான கலவை என்றுதான் பதிலிறுத்தாள். மூன்றாவது வினோதம், நிஜத்தில் தன்னுடைய உருவத்தை ஜெமினி அவர் கையால் வரைந்து தனக்குப் பரிசாக அளிக்கவேண்டுமென்கிற ஓர் ஆசை தன் உள்ளத்தில் இருப்பதாகப் பாகீரதி சத்தியமாக ஒருபோதும் நம்பியதில்லை. அப்படியிருக்க எப்படி அப்படியொரு வேண்டுதலைத் தான் வெளியிட்டோமென்பதே அவளுக்கு அவளுடைய வழக்கமான கனவுகள் தீட்டும் மாயக் காட்சிகளை விஞ்சும் தீராத அதிசயமாய் இருந்தது. நான்காவதும் இறுதியானதும் அதிபயங்கரமானதுமான வினோதமென்னவென்றால் ஜெமினியுடன் பேசி முடித்தபின் அவரை வழியனுப்புவதற்காக வாசல்வரை அவருடன் கூடவே செல்லுவதான இறுதிக் காட்சியில் (அங்கே அறுபட்டுவிட்டது என்பதால் அது இறுதியென்று இங்கே சொல்லப்பட்டது) அவர் திடீரென்று அவள் பார்வையிலிருந்து மறைந்துபோனதும் அந்த அதிர்ச்சியில் (அல்லது அன்று அது சாலை வாகனமொன்று வெளியிட்ட காற்றொலிப்பானின் நாராசவொலியினாலும் நிகழ்ந்திருக்கலாம்) வழக்கம்போல உலுக்கப்பட்டு விழித்துக்கொண்ட பாகீரதி தான் நிஜமாகவே கதவைத் திறந்துகொண்டு வீட்டைவிட்டு வெளியேறி எப்போதும் போக்குவரத்து நெரிசலால் அவதியுறும் வடக்குவெளிவீதிப் பிரதானச் சாலையின் நட்டநடுவே வந்து நின்றுகொண்டிருப்பதையும் வாகனங்கள் வசவுகளை வாரியிறைத்தபடி தன்னைப் பக்கவாட்டில் கடந்து சென்றுகொண்டிருப்பதையும் தன் முதுகின் பின்னே வீட்டின் கம்பியழிக் கதவுகள் விரியத் திறந்து கிடப்பதையும் கண்டுவிட்டு அதிர்ச்சியில் வெலவெலத்துப்போனாள். முதலில் அதை அவளால் நம்பவே முடியவில்லை. தான் உயிரோடுதான் இருக்கிறோமா என்பதையும் எந்தத் திசையில் கால்களை எடுத்து வைக்க வேண்டுமென்பதையும் சில கணங்களுக்கு நிச்சயப்படுத்திக்கொள்ளவும் முடியவில்லை. தன்னைச் சுதாரித்துக்கொண்டு உறுமும் இயந்திரங்கள் இரண்டு புறமும் கடல்போல் சூழ்ந்துகொண்டிருக்க நடுச்சாலைத் தீவிலிருந்து தப்பித்துக் கரையேறி வருவதற்குள் அவளுக்குப்

போதும் போதுமென்றாகிவிட்டது. கணப் பொழுதில் ஒரு வேடிக்கைப் பொருளாகிவிட்ட அவமானவுணர்வு பிடரியை உந்த ஓடிவந்து வீட்டிற்குள் நுழைந்து வாயிற்கதவைச் சார்த்திவிட்டு திண்ணைப் படிகளில் சாடியேறிக் கூடத்திற்குள் பாய்ந்து நுரையிருக்கையில் விழுந்து துடிக்கும் மார்பை இறுகப் பிடித்தபடி நெடுநேரம் அவள் அசைவற்றுக் கிடந்தாள். நடந்து முடிந்ததன் (அல்லது நடக்கவிருந்ததன்) பயங்கரத்தை நினைத்து அவள் உடல் பலமாக நடுங்கிக்கொண்டிருந்தது. அதிர்ஷ்டவசமாக அவள் சாவு ஒத்திப்போடப்பட்டுவிட்டதுதான். ஆனால் அந்த ஆசுவாசத்தைவிட எப்போது வேண்டுமானாலும் தன் மரணம் அந்த விதத்தில் நிகழ்வதற்கான வழி ஒன்று தனக்குத் தெரியாமல் பல வருடங்களாகத் தன் பாதங்களுக்கு நேர் கீழே திறந்தே கிடந்திருக்கிறது என்கிற கிலிதான் அவளைத் திரும்பத் திரும்பத் திடுக்கிடச் செய்துகொண்டிருந்தது. இத்தனை ஆபத்தான பலவீனத்தை வைத்துக்கொண்டு (பாகீரதி முதன்முதலாகத் தன் பழக்கத்தைப்பற்றி இப்படி நினைக்கிறாள்) வாயிற்கதவைச் சார்த்தித் தாழிட எப்படி மறந்துபோனோம் என்று அவள் தன்னையே கேட்டு நொந்துகொண்டாள் (அவளென்னவோ அந்தத் தவறு அன்றுதான் முதன்முதலாக நடந்ததென்று நினைத்துக்கொண்டிருந்தாள். இருக்கலாம். நாமும் அப்படித்தான் நினைத்துக்கொண்டிருந்தோம். ஆனால் இப்போது அது அப்படித்தானா என்று சந்தேகமாக இருக்கிறது, அவள் வாயிற்கதவைத் தாழிட மறந்துபோய்த் தூங்கத் தொடங்கிவிடுவதென்பது வெகு காலமாகவே அவ்வப்போது நடந்துகொண்டிருந்த ஒன்றாயும் வாசலிருந்த திசையை நோக்கித் தூக்கத்தில் நடந்து சென்ற சம்பவம்தான் அன்று முதல் தடவையாக நிகழ்ந்ததாயும் எனவே அன்றுதான் அது அப்படி நடந்ததாக அவளுக்குத் தோன்றிற்று என்பதாயும் அது ஏன் இருக்கக் கூடாது). மேலும் எப்போதும் போலன்றி படபடப்பு அடங்கியபிறகு அவள் அதைப்பற்றி நினைப்பதை அறவே தவிர்த்துவிடவேண்டுமென்று அந்த மதியத்திற்குப் பிறகான பிற்பகல் முழுவதும் தன்னாலான மட்டும் முயற்சித்துக்கொண்டேயுமிருந்தாள். ஆனால் மருந்தைக் குடிக்கும்போது குரங்கை நினைக்காதே என்று சொல்வதைப் போல பழக்கம் அவளை அந்தக் கனவின் மீதான ஞாபகப் புள்ளிக்கேதான் திரும்பத் திரும்ப இட்டுவந்து நிறுத்திக் கொண்டிருந்தது. நேரம் கடந்தபோது அது அவளுடைய, கட்டுப்பாடற்றுப் பெருகிக்கொண்டிருந்த விபரீதக் கற்பனைகளில் (யாரோ ஒரு நபர் தன்னைக் கையைப் பிடித்து வலிய இழுத்துச் சென்று நடுவீதியில் நிற்க வைத்துவிட்டுப் போனதைப் போலவும் புகையைப்போல சிதறியும் சேர்ந்தும் கலைந்து கலைந்து

பாகீரதியின் மதியம்

தோன்றிக்கொண்டேயிருந்த, குறுக்கும் நெடுக்குமாய் ஒன்றுக்குள் ஒன்றாக ஊடுருவிப் பாயும் கோடுகளாலான ஒரு நிதானமற்ற உருவத்தின் விழிகள் மட்டும் அத்தனை நிச்சயமாகத் தன்னை மிகத் தீவிர பாவத்தோடு உற்றுப் பார்த்தபடியேயிருப்பதாயும் (கனவிலிருந்த அத்தனை நேரமும் தான் மட்டுமேதான் பேசிக்கொண்டிருந்தோமென்பதுவும் ஜெமினி ஒருபோதும் தன்னை மறுத்தோ ஆமோதித்தோ மறுமொழியெதையும் கூறவேயில்லையென்பதுவும் பாகீரதிக்கு அவள் அச்சத்தைப் பல மடங்கு அதிகரிக்கச் செய்யும்வண்ணம் நன்றாக நினைவிருந்தது) ஆன கற்பனைகள்) கடையப்பட்டு மெல்ல மெல்ல, நிகழவிருக்கிற மோசமெதையோ முன்னறிவிக்கிற ஒரு கெட்ட நிமித்தமாகவும் நிறங்கொள்ளத் தொடங்கிவிட்டது. இந்தப் புதிய நிறம் அவளுடைய கனவிற்கு ஒருவிதமான தூலத் தன்மையை அவள் கற்பனையில் ஏற்றியும் வைத்தது. விளைவாக, பாகீரதி அன்று ஹேமாவின் வருகையையும் வாசுதேவனின் வருகையையும் முன்னெப்போதையும்விட அதிகமாகப் பெருகிக் கொண்டிருந்த காதலுடனும் கவலையுடனும் எதிர்பார்த்துக் கொண்டிருந்தாள். இந்தக் கலக்கத்தோடேயேதான் ஜியாஃரே பாவாவை வரவேற்பதற்கான ஏற்பாடுகளையும் இயந்திர கதியில் (விருந்துச் சமையல் மற்றும் சில்லரை சுத்தப்படுத்தல்கள் இத்யாதி) செய்துகொண்டிருந்தாள். ஆனால் மதியத்திற்கு முன்பிருந்த ஆர்வமும் உற்சாகமும் அவளிடமிருந்து முற்றிலும் வடிந்துபோயிருந்தன. விருந்தாளி வருவதற்கு நெடுநேரத்திற்கு முன்பிருந்தே அவர் எப்போது வீட்டைவிட்டு வெளியேறுவார், எப்போது மதியம் நடந்த இந்தப் பயங்கரத்தை வாசுதேவனிடம் சொல்லி ஆற்றிக்கொள்வோமென்கிற நினைப்பிலேயே அவளுடைய பிற்பகல் கழிந்துகொண்டிருந்தது. மாலை ஹேமா அவளுடைய வழக்கமான நேரத்திற்கு (நான்கு மணி) வீட்டின் முன்னால் மூன்று சக்கர மிதிவண்டியிலிருந்து கீழே குதித்ததைப் பார்த்ததும் அவளுக்குப் பாதி உயிர் திரும்பி வந்தது. மீதி உயிரைத் தன் கணவன் வந்து மீட்டுக் கொடுப்பானென்று காத்திருந்தாள். ஆனால் குறித்த நேரத்திற்கு வாசுதேவன் வீட்டிற்கு வரவில்லை. விருந்தாளிகளும் வரவில்லை. அதைச் சாதாரணமாக எடுத்துக்கொண்டு இன்னும் சிறிதுநேரம் காத்திருக்கும் பொறுமை அவளுக்கும் அன்று இல்லாமலிருந்த தால் நூற்பாலைக்குத் தொலைபேசி அவனைப்பற்றி உசாவியதில் அவனும் ஷ்ராஃபும் இரண்டு மணி சுமாருக்கே அலுவலகத்தைவிட்டுக் கிளம்பிப் போய்விட்டனர் என்பது தெரியவர பீதியும் கற்பனைகளும் படபடப்பும் இன்னும் அதிகமாகிவிட்டன. அது மிகச் சரியாக அவள் தூக்கத்தில்

விழுந்த நேரம். எனவே அந்த நேரத்தில் வாசுதேவனுக்குத் தொலைவில் நடந்த ஏதோவொரு கெடுதியைத்தான் வரவே வராத நபரைப் பற்றிய உருவகக் கனவாகக் கண்டுவிட்டுச் சாவையும் நெருங்கிச் சென்றிருக்கிறோமென்று அவள் முடிவே செய்துகொண்டுவிட்டாள். ஒருவிதத்தில் அதற்குப் பிறகு பாகீரதி வாசுதேவனுக்குப் பதிலாக அவனைப்பற்றிய தகவலைத்தான் எதிர்பார்த்துக் காத்துக்கொண்டிருந்தாள் என்று சொல்வதுகூட மிகைக் கூற்றாக இருக்காதுதான் (தீயென்றால் நாக்கு வெந்தா போகும்).

எனவே, எதிர்பார்க்கப்பட்ட நேரத்திற்கு இரண்டு மணிநேரம் தாமதமாக வாசுதேவன் வீட்டின் வாயிற்கதவைத் திறந்தபோது (அதை எதிர்பார்த்துக் கதவை அவள் வெறுமேதான் சார்த்தி வைத்திருந்தாள்) அவன் சந்தேகப்பட்டதைப்போல அவளொன்றும் அவன் தனியாக வந்து இறங்கியிருக்கிறானென்பதையோ அவனுடைய வாகனத்தைக் காணவில்லையென்பதையோ ஷ்ராஃப்போ ஜியாஃரே பாவாவோ அவனுடன் வரவில்லை யென்பதையோ, இதற்கெல்லாம் மேலாக, சுடலைச் சிவனைப்போல தலைவிரி கோலமாக அவன் வந்து நிற்கும் அவலத்தையோ கவனிக்காமல் முன்திண்ணையின் உட்பக்கக் கதவருகே நின்று என் கனவு என் கனவு என்று அரற்றிக் கொண்டிருக்கவில்லை. மாறாக அவற்றை அவள் உடனே கவனித்துப் புத்தியில் வாங்கிக்கொண்டுவிட்டதால்தான் (அந்த மாதிரி (அதைவிடவும் மோசமான) காட்சியைத்தானே தன்னுடைய மதிய நேரத்துக் கனவின் விளைவு தனக்கு முன்னறிவித்ததாக அவள் கற்பனை செய்துகொண்டிருந்தாள், அதனால் அவன் சாதாரணமாகவே வந்திருந்தால்கூட அந்த அடையாளங்களைத்தானே (அப்படியெதுவும் இல்லையென்பதை உறுதி செய்துகொள்வதற்காக) அவனையும் மீறி அவள் கண்கள் அவனிடம் தேடியிருக்கும், பின்னெப்படி அது அவள் கண்களி லிருந்து தப்பிவிட முடியும்) அவனை நோக்கி முன்னேற முடியாத ஸ்தம்பிதம் அவளை ஆட்கொண்டது. நிகழவிருந்து தப்பிச் சென்ற ஒரு சாவிற்கு, கிட்டத்தட்ட அது நிகழ்ந்துகொண்டிருந்த அதே நேரத்தில், ஏற்கெனவே அதற்கான சரம சம்ஸ்காரங்களைச் செய்துவிட்டவனைப்போல (அதாவது பாகீரதி இறந்து இரண்டு மணி நேரமாகிவிட்டது என்பதைப்போல) தலையைச் சிரைத்துக்கொண்டு வந்து நிற்கும் கணவனைப் பார்த்ததும் அவளுக்குப் பொறி கலங்கித்தான் போய்விட்டது. அவள் அவனிடம் என்ன நடந்தது என்று கேட்கவேயில்லை. மாறாக ஏதோவொரு விதத்தில் அவனுடைய குடுமியறுப்பிற்குத்

தானும் ஒரு மறைமுகக் காரணம்தானென்றும் அதன்மீது தான் கொண்டிருந்த அலட்சியம்தான் தன்னை ஒருநாளுமில்லாமல் வாயிற்கதவிற்கு வெளியே இழுத்துக்கொண்டுபோய் நடுவீதியில் விட்டு அதை ஒரு கெட்ட தருணமாக்கியிருக்கிறது என்றும் வாசுதேவனுடைய குழப்பமும் திகிலும் இன்னும் அதிகமாகும்வண்ணம் சம்பந்தமில்லாமல் புலம்பிக் கொண்டே முகத்திலும் மார்பிலும் அடித்துக்கொண்டு ஒப்பாரி வைக்கத் தொடங்கிவிட்டாள். கடைசியில் வாசுதேவன்தான் வேறு வழியில்லாமல் தன் துக்கத்தைத் தள்ளிப் போட்டுவிட்டு அவளைத் தன் தோளில் வாங்கிக்கொண்டு என்ன நடந்தது என்று கேட்டு அவள் மடிக்குள்ளிருந்து பெற வேண்டுமென்று எதிர்பார்த்து ஏங்கிக்கொண்டிருந்த ஆறுதல் மொழியையெல்லாம் தானே அவளுக்குச் சொல்லித் தேற்ற வேண்டியதாகிவிட்டது, போனது கேவலம் மயிர்தானே (இதைச் சொல்லும்போது அவன் தன் மனதை எத்தனை கல்லாக்கிக்கொண்டிருந்திருக்கவேண்டும்), ஒரு வாரத்தில் வளர்ந்துவிட்டுப் போகிறது, அவளுடைய கெட்ட பழக்கமும் (ஆனால் வாசுதேவன் இதைச் சொல்வது இது முதல் தடவையல்ல) எல்லோருக்கும் தெரிந்த விஷயம்தானே, என்ன, அன்று வாசல் கதவைத் தாழிட மறந்துபோயிருக்கிறாள், அதுவும்கூட நல்லதற்குத்தான், இதற்குப் பிறகு அதில் அவளுக்கு முன்னிலும் அதிகமான கவனம் ஏற்படப்போகிறது, இதற்குப்போய் இத்தனை விபரீதமான அர்த்தங்களைக் கற்பித்துக்கொண்டு அவதிப்பட வேண்டுமாயென்ன. ஆனால் அவன் எத்தனை சொல்லியும் பாகீரதியால் தன்னைத் தேற்றிக்கொள்ளவே முடியவில்லை. அவனை அவள் நிமிர்ந்து பார்த்தபோதெல்லாம் அவனுடைய சிகையற்ற முகம் அதன் உயிர்க்களை முழுவதும் வற்றிச் சுருங்கிவிட்ட பிரேதாம்சத்துடன் (ஒ, அதன் இன்மை இப்படிப் பட்டவர்த்தனமாயும் கோரமாயும் தெரியுமளவிற்கு அத்தனை காந்தியையும் சாந்த ஸ்வரூபத்தையுமா அவனுடைய முக லட்சணத்திற்குக் கொடுத்துக்கொண்டிருந்தது) கண்முன் தென்பட, அதை ஒரு நிமித்தமாக முன்னறிவிப்பதற்காக ஜெமினி நிஜமாகவே தன்னைச் சந்திக்க வந்துவிட்டுப் போனதாக அவள் நம்பவே தொடங்கிவிட்டாள்.

இதுதான் நேயர்களே, 1974 செப்டம்பர் 17ஆம் தேதி, அமரர் ஈவெராவின் தொண்ணூற்றைந்தாவது பிறந்த தினத்தன்று வாசுதேவன் பாகீரதி என்கிற பிராமணத் தம்பதியினருக்கு நடந்த துயரச் சம்பவம். குடுமியறுப்பு பாகீரதியின் புதிய மனநோய்க்கா (வாசுதேவன் பின்னால் தற்காலிகமாக முடிவு செய்துகொண்டிருந்தபடி) அல்லது பாகீரதியின் கனவு வாசுதேவனின் நியம நிஷ்டையறுப்பிற்கா (ஆம், அப்படித்தான்

சொல்ல வேண்டும். ஏனென்றால் தாத்தாவிடமிருந்து பெற்ற குடுமியை இழந்த பிறகு அவரிடமிருந்தே கற்றுக்கொண்ட அன்றாட வழிபாடுகளிலும் அவனுக்கிருந்த ஈடுபாடும் அவனை யறியாமலேயே சிறிது சிறிதாக விலகிக்கொண்டுவிட்டது. ஒவ்வொரு சூர்யோதயத்தின்போதும் அதை மீண்டும் கைப்பற்றும் ஏக்கமும் ஆனால் அதை என்னவோ அதுவரை அவன் தன் குடுமியில்தான் முடிந்துகொண்டிருந்துவிட்டு இப்போது தொலைத்துவிட்டதைப்போல அதற்காக மெனக்கெட முடியாத சோம்பலும் அதனாலுண்டான சுயவெறுப்பும் குற்றவுணர்வும் இதற்கெல்லாம் காரணமான அந்தப் போக்கிரி இளைஞன்மீது திரும்பத் திரும்பப் பொங்கியெழும் அடக்க மாட்டாக் கோபமும் அவனைப் பிறகு பல மாதங்கள் துன்புறுத்திக் கொண்டேதா னிருந்தன), எதற்கு எது நிமித்தமாயிருந்தது என்கிற ஆராய்ச்சிக்குள் நாம் இறங்கப் போவதில்லை. ஏனென்றால் இது நிமித்தங்களைப் பற்றிய புராணமல்ல. மாறாக அந்த நாளுக்குப் பிறகு பாகீரதி வாசுதேவன் தம்பதிகளின் வாழ்வில் என்ன நடந்தது என்பதைச் சொல்லவிருக்கும் யதார்த்தக் கதை.

புயலடித்து ஓய்ந்தது என்பார்களே, அதுபோல அந்தத் தம்பதி களின் தீயநாள் நிகழ்ச்சிகளுக்குப் பிறகு ஒரு நான்கு மாதங்கள் வரை அவர்களுடைய அன்றாடம் (நடந்தவற்றின்மீதான நினைவச்சுவடுகளின் அழுத்தத்தின் கீழ் வெளிப்படையாகப் புலப்படாத ஒரு மௌனத்தையும் அச்சத்தில் அதிகப்பட்ட (எனவே ஒருவரையொருவர் இறுகப் பற்றிக்கொள்ளும் தவிப்பினாலுண்டான) மேலதிகக் காதலையும் ஒரு கசடாக அடியில் தேக்கி வைத்துக்கொண்டபடி) வழக்கம்போலத்தான் ஓடிக்கொண்டிருந்தது. முதல் சில வாரங்கள் (ஏகதேசமாக ஓர் ஒன்றரை மாத காலம்) அன்று பெரிதாக எதுவும் நடந்துவிடவில்லை யென்பது போல நடித்து வாசுதேவன் தன் குடும்பத்தின் தினசரியை சகஜமாக்க முயன்றுகொண்டிருந்தும் பயனில்லாமல் பாகீரதி அடிக்கடி தன்வசமிழக்கவும் அவ்வப்போது கூரையை வெறித்துப் பார்த்துக்கொண்டிருக்கவும் திடீர் திடீரென்று செயலற்று நின்றுவிடவுமான சம்பவங்கள் நடக்கத் துவங்கியதைப் பார்த்துவிட்டு மிகவும் பயந்துபோய்விட்டிருந்தான். மதிய நேரங்களில் அவளைத் தனியே விட்டுவிட்டுச் செல்வதென்பது அவள் பயப்படவேண்டாமென்று கூறியதற்குப் பின்னும்கூட மிகுந்த யோசனைக்குப் பிறகு வேறு வழியின்றிச் செய்தாக வேண்டிய செயலாக ஆகிக்கொண்டிருந்தது. அலுவலகத்திலும் அந்தக் கவலை அவனுடைய கவனத்தை வேலைகளிலிருந்து பிடுங்கித் தின்றுகொண்டிருந்தது. பாகீரதி தன் பங்கிற்கு தன் மதியத் தூக்கப் பழக்கத்தை நிறுத்திக்கொள்ள முயற்சி செய்து பார்த்தாள்.

ஓரளவிற்கு வெற்றியும் பெற்றாளென்று வைத்துக்கொள்ளுங்கள். ஆனால் அதற்கான பிரயாசை அவளுடைய மாலை நேர சோபைக்கும் இரவுத் தூக்கத்திற்கும் இடையூறு செய்வதாய் ஆகிவிட்டிருந்தது. மேலும் மதிய நேரம் துவங்கும்போதே சூனியத்திற்குள்ளிருந்து உருவாகி ஓர் உணர்வாகத் திரண்டு தன்முன் நிற்கும் ஓர் ஆணின் சித்திரக் கோடுகளாலான இரட்டைப் பரிமாண உருவத்தையும் அதன் அழைப்பையும் அவளால் கலைத்துப்போட முடியாதிருந்தது (பாகீரதியின் ரகசியப் பயம் என்னவென்றால் கடைசியில் அதையும் தன் மனம் விரும்பத் தொடங்கிவிடுமோவென்பதுதான்). இதற்கு நடுவில் (அதாவது இந்தச் சில வாரங்களுக்குள்ளாக) வாசுதேவன் பாகீரதியை ஒரு மனநல மருத்துவரிடம் காண்பித்து விடுவது நல்லது என்கிற முடிவிற்கு வந்து ஆனால் அதைச் சொல்லி அவளை அழைத்தால் அவன் தன்னைப் பைத்தியம் என்றே முடிவு கட்டிவிட்டதாக நினைத்து அந்தத் துக்கத்தில் அவள் இன்னும் கூடுதலாகத் தன்னைத் துன்புறுத்திக்கொள்ளத் துவங்கிவிடுவாளோவென்கிற அச்சத்தில் அதை நடைமுறைப்படுத்தத் தயங்கி, என்றாலும் ஒரு கட்டத்தில் குடும்பம் சார்ந்த பொருளாதாரக் கவலைகளுக்கும் அதற்கான முயற்சிகளுக்கும் மத்தியில் (அவன் அந்தக் காலக்கட்டத்தில்தான் மதுரையின் முன்னணிப் பட்டயக் கணக்காளர்களில் ஒருவனாகப் பரவலாகத் தெரிய வந்துகொண்டிருந்தான். விரைவிலேயே தன் சேதக்கை விற்றுவிட்டு ஃபியட் ஒன்றை வாங்கும் கனவும் திட்டமும் அவனை ஓயாத உழைப்பிற்குள் செலுத்திக் கொண்டிருந்த நாட்களாக அவை இருந்தன) அவளை எத்தனை காலத்திற்குத்தான் தொடர்ந்து தன் கண்காணிப்பின்கீழ் வைத்திருக்கவும் வேலை நேரத்தில் அதில் மனதைச் செலுத்த முடியாமல் அவளுடைய பத்திரத்தைப் பற்றியும் ஆரோக்கியத்தைப் பற்றியும் கவலைப்பட்டுக்கொண்டிருக்கவும் முடியுமென்று தோன்ற, அதற்குமேல் பொறுக்க முடியாதென்கிற முடிவுடன் தானே ரகசியமாக சந்தைப்பேட்டைத் தெருவிலிருந்த ஒரு மனநல மருத்துவரை அணுகிப் பாகீரதியைப் பற்றிச் சொல்லி வைத்திய ஆலோசனை கேட்க முற்பட்ட கூத்தும் நடந்தது. அந்த மருத்துவரால் அவன் சொன்ன விபரங்களை வைத்துக் கொண்டு பாகீரதி துன்புறுவது ஸோமாம்புலிசத்தாலா அல்லது ஷிஸோப்ரேனியாவாலா என்று சரியாகக் கணிக்க முடியவில்லை (அல்லது முன்னது முற்றி இரண்டாவதாக வளரத் தொடங்கியிருக்கிறதா). அவர் நோயாளியை நேரில் பார்த்தாலொழியத் தன்னால் எதையும் சொல்ல முடியாது என்று கூறிக் கையை விரித்துவிட்டார். வாசுதேவன் அசட்டுத்தனமாகத் தன் தோற்பணப் பையிலிருந்த பாகீரதியின் புகைப்படத்தை

எடுத்துக் காண்பித்து அதை வைத்துக்கொண்டு ஏதாவது செய்ய முடியுமா என்று கேட்டு அவரிடம் வசவு வாங்கிக் கட்டிக்கொண்டு வந்தான் (அந்த அளவிற்கு எத்தைத் தின்றால் பித்தம் தெளியுமென்று அவன் குழம்பிப் போயிருந்தான்). எனினும், பாகீரதியின் புகைப்படத்தை நெடுநேரம் உற்றுப் பார்த்துக்கொண்டிருந்துவிட்டு அந்த மருத்துவர் அசம்பாவிதம் நிகழ்ந்துவிட்டது என்பதற்காக அவளுடைய அன்றாடப் பழக்கமான மதியத்தூக்கத்தை வலிந்து கட்டுப்படுத்த முயல்வது வேறுவிதமான பக்க விளைவுகளை உருவாக்கிவிடுமாதலால் அவ்விதமான முயற்சிகளில் இருவருமே இறங்கவேண்டாமென்றும், மதிய நேரத்தில் தூக்கம் வந்தால் அடம் பிடிக்காமல் தூங்குவதும் அதன் போக்கிலேயே சென்று படிப்படியாக அதைக் குறைத்துக்கொள்வதும்தான் அதன் தீவிரத்தையும் யதார்த்தத்தில் அது கிளப்பிவிடும் மாயத் தோற்றங்களையும் கட்டுப்படுத்த முறைப்படிப் பரிந்துரைக்கப்பட்ட வழி என்றும் யாவற்றுக்கும் மேலாக, உடனே, அதாவது மறுநாளே, அந்தப் பெண்ணைத் தன்னிடம் கூட்டி வந்து காண்பிப்பது அவளுக்கு நல்லது என்றும் அறிவுரை கூறி அவனை அனுப்பிவைத்தார். வாசுதேவனுக்கு மட்டும் அதைத் தள்ளிப்போடவேண்டுமென்று ஆசையாயென்ன. ஆனால் யதார்த்தத்தில் பாகீரதியிடம் அதைக்கூறி அவளை அழைக்க அவனுக்குப் போதுமான மனத் தைரியம் கடைசி வரை கைகூடவேயில்லை. மேலும், சில வாரங்களுக்குப் பிறகு பாகீரதியுமேகூட தன்னுடைய துவக்கக் காலப் பதற்றங்களிலிருந்தும் பயத்திலிருந்தும் விடுபட்டு (மதிய நேரத்துக் காற்றில் ஓர் அந்நிய ஆணின் கெட்ட நிமித்தம் கூறும் மணம் எழுவது மட்டும் இன்னும் நிற்கவில்லையானாலும்) ஓரளவு நிதானத்திற்கு வந்துவிட்டிருந்தாள் (பள்ளி செல்லும் வயதில் ஒரு குழந்தையை வைத்துக்கொண்டு எப்போது பார்த்தாலும் அழுது வடிந்துகொண்டு இருக்க முடியுமா. மேலும் எல்லா வலிகளுக்குமே காலம் என்கிற ஒரு பரம ஔஷதம் இருக்கவேயிருக்கிறதே). மெதுமெதுவாக மதியத்தூக்கம் ஒரு பழைய தோழியைப்போல திரும்ப வந்து அவளுடன் சேர்ந்துகொண்டது. மருத்துவர் அறிவுரைப்படி வாசுதேவனும் அதைக் கண்டிக்கவோ கட்டுப்படுத்தவோ முற்படவில்லை. பதிலாக அவன் அவளுடன் பேசி ஓர் ஏற்பாடு செய்துகொண்டான். அதன்படி அதுவரை மதிய நேரச் சாப்பாட்டைக் காலையிலேயே வீட்டிலிருந்து பொட்டலமாகக் கட்டி எடுத்துக்கொண்டு கிளம்பும் வழக்கத்தைக் கொண்டிருந்த அவன் அதை மாற்றி மதியச் சாப்பாட்டிற்கு வீட்டிற்கு வந்து விடுவதென்றும் சாப்பிட்டுவிட்டுக் கிளம்பும்போது தன்னை வாசல்வரை வந்து

வழியனுப்பிவிட்டுப் பாகீரதி வாயிற்கதவைச் சார்த்தி உட்புறம் தாழிட்டுக்கொள்வதை நிச்சயப்படுத்திக்கொள்வதென்றும் முடிவானது. மேலும் அந்த நாளின் தாக்கத்திலிருந்து பாகீரதி விடுபடுவதற்கு அது குறித்த ஓயாத பேச்சுகளும் பிரமைகளும் ஓயத் தொடங்கியபின் மெதுவாக அவளுடைய கவனப் பரப்பில் அழுத்தம் கொடுக்கத் தொடங்கிய, வாசுதேவனின் குடுமியறுப்புச் சம்பவம் பற்றிய அவனுடைய தாமதமான விவரணைகள் பெருமளவிற்கு உதவவும் செய்தன. சுமார் ஒன்றரை மாதங்களுக்குப் பிறகுதான் தலையைக் குட்டையாக வெட்டிப் பக்கவாட்டில் வகிடெடுத்துச் சீவும் பாணிக்குத் தாவியிருந்த வாசுதேவனைப் பாகீரதி சரியாகக் கவனிக்கவாரம்பித்தாள். காட்டிலிருந்து வழி தவறி நகரத்திற்குள் வெளியேறிவிட்ட விலங்கு கட்டிடங்களின் நடுவே தடுமாறுவதைப்போல அவன் கண்ணாடியைப் பார்த்துப் பார்த்து (சில நேரங்களில் கண்களில் பொட்டாகத் துளிர்த்திருக்கும் கண்ணீருடன்) அதில் தெரியும் புதிய உருவத்திற்குத் தன்னைப் பழக்கப்படுத்திக்கொள்ள மேற்கொள்ளும் பிரயத்தனங்களைப் பார்த்த போதெல்லாம் அவளுள் சுரந்த இரக்கமும் காதலும் சில நேரங்களில் வாஞ் சையுடன் பெருகும் அடக்க மாட்டாத சிரிப்பும் அவளுடைய அந்தத் தற்காலிக மனநோய்க்கு மருந்தாக அமைந்தன. சிலநேரம் அவர்களுடைய முதல் சந்திப்பு நிகழ்ந்த அந்தத் துக்க நாளிலிருந்து அவள் மனதில் தோன்றிப் பதிந்துபோன அவனுடைய பழைய முகத்தை (அதில் இப்போது கூடியிருக்கும் கம்பீரமும் பக்குவமும் நவீனத் தோற்றமும் உணர்ச்சியைத் தூண்டக்கூடிய கவர்ச்சியும் மனதிற்குப் பிடித்துத்தானிருக்கிறதென்றாலும்) நிஜத்தில் காண மாட்டோமாயென்கிற ஏக்கத்தை உருவாக்கிவிட்டு மறையும் மதிய நேரத்துக் கனவுகளிலொன்றாக அவ்வப்போது அவள் உணர்ந்து அந்தப் பிரிவேக்கத்துடன் அவனைப் பின்னாலிருந்து கட்டியணைத்துக்கொள்வாள். மேலும் சிலநேரம் திடீரென்று தனக்குப் பழக்கமில்லாத அந்த முகம்தான் அன்று மதியம் தன் கனவில் தோன்றித் தன்னைச் சாலைக்கு இழுத்துச்சென்ற அந்நிய உருவமோ என்கிற சந்தேகத்திற்குள் விழுந்து அது பற்றி யோசித்துக்கொண்டிருப்பாள். வாசுதேவனும் இவற்றுக்கப்பால் தன் பங்கிற்குப் பாகீரதியிடம் (மருத்துவர் எச்சரித்திருந்தபடி) அவளுடைய தூக்கத்தில் நடக்கும் அதிக ஆபத்தற்ற பழைய பழக்கம் கனவுருக்களை நிஜத்தில் காணும் பைத்தியமாக வளர்ந்துகொண்டிருப்பதைப் பக்குவமாகச் சுட்டிக் காட்டி மருத்துவரைப் பார்த்துப் பேச அவளை அழைத்துக்கொண்டு செல்லும் நாளையும் அதற்கான தருணத்தையும் எதிர்பார்த்துக் காத்துக்கொண்டிருந்தான். ஆனால் நான்கு மாதங்களுக்குப் பிறகு ஒருநாள் மதியம் அதற்கான தேவை திடீரென்று

இல்லாமல் போய்விட்டது. பாகீரதி பைத்தியத்தின் துவக்க நிலையிலிருந்து தன்னுடைய மனோ பலத்தால் தானே தன்னை மீட்டுக்கொண்டுவிட்டாளாயென்றால் அப்படியெல்லாம் ஒன்றும் நடக்கவில்லை. மாறாக அன்று அவர்களிருவருமே கிட்டத்தட்ட பைத்தியமாகுமளவிற்கு மீண்டும் ஒரு வினோதம் அவர்கள் வீட்டில் நடந்து தொலைத்தது.

அன்று வாசுதேவன் மாலையில் வீட்டிற்குத் திரும்பி வந்தபோது முன்பைப் போலவே பாகீரதி வெளிறிப்போன முகத்துடன் என் கனவு, என் கனவு என்று அரற்றியபடியே அவனை வரவேற்க வந்தாள். மறுபடியும் அந்தப் பாழாய்ப்போன ஓவியரைப் பற்றிய கனவைக் கண்டுவிட்டு அது முன்னறிவித்துவிட்டுச் சென்ற அசம்பாவிதமேதாவது தனக்கு நிகழுமென்று எதிர்பார்த்துக் கொண்டிருந்தாளா என்றும் தான் முழுசாகவே வீட்டிற்குத் திரும்பி வந்திருப்பதாயும் எனவே மீண்டும் ஒரு நாடகத்தைத் திரும்ப ஆரம்பிக்க வேண்டாமென்றும் வாசுதேவன் (இந்த முறை அது அப்படித்தானென்றால் அந்தக் கணமே, அவளைப் பலவந்தப்படுத்தியாவது, மருத்துமனைக்கு அழைத்துச்சென்று சேர்த்துவிட வேண்டியதுதானென்று மனதிற்குள் முடிவு செய்துகொண்டவனாய்) பிரமை வயப்பட்டவர்களைக் கன்னத்திலறைந்து பிரக்ஞைக்கு இழுத்து வருவதைப்போல அவளிடம் பழைய நினைவுகளின் கசப்போடு சற்று கடுமையாகவே கூறினான். ஆனால் அப்படியெல்லாம் எதுவும் நடக்கவில்லை (அன்று பாகீரதி தன் தூக்கத்தில் கனவு எதையும் காணவேயில்லை (அல்லது அது அவளுக்கு நினைவிலில்லாத அளவிற்குச் சாதாரணமான ஏதோவொன்று). அப்படியும் நடப்பது வழக்கம்தான்). நடந்தது இன்னும் மோசமான ஒன்று. அன்று மதியம் பாகீரதி தூங்கி எழுந்து வாயிற்கதவைப் பார்த்தபோது (தூக்கத்தில் நடந்து நடுவீதிக்குச் சென்றுவிட்ட சம்பவத்திற்குப் பிறகு அவளறியாமலேயே அவளை இந்தப் பழக்கம் பற்றிக்கொண்டுவிட்டிருந்தது) அதன் கம்பியழிகளின் இடைவெளி வழியாக வீட்டினுள் நுழைக்கப்பட்டுத் திண்ணைக்கு ஏறும் முதல் படியின்மேல் (அதற்குமேல் கைகளை வெளியிலிருந்து உள்ளே நகர்த்த அழியின் குறுகிய இடைவெளி அனுமதிக்காது) சார்த்தி வைக்கப்பட்டிருந்த ஒரு காகிதப் பொட்டலம் அவள் பார்வையில் பட்டிருக்கிறது. மூன்றடி உயரமும் இரண்டடி அகலமும் கொண்ட அந்தத் தட்டையான செவ்வக வடிவப் பொட்டலத்தைப் பார்த்தவுடனேயே அது ஒரு சட்டமிடப்பட்ட ஓவியம் என்பதும் அவளுக்குத் தெரிந்துவிட்டிருக்கிறது (அது ஏன் ஒரு புகைப்படமாக இருக்கலாமென்று அவள் நினைக்கவில்லையென்றால் அதைக் கண்ட அதே நொடியில்

அது என்ன என்பதை மட்டுமல்ல, அதிலிருப்பது என்ன என்பதையும் நாஸ்தாஸ்யாவிடமிருந்து வந்த காதல் கடிதத்தை உறையைக் கிழிக்காமலேயே மிஷ்கின் வாசித்துவிட்டானென்று தாஸ்தாயெவ்ஸ்கி அசடனில் எழுதியதைப்போல பாகீரதி ஊகித்துத் தெரிந்துகொண்டுவிட்டதால் ஒரு சித்திரமாக இருப்பதைத் தவிர அந்த வஸ்துவிற்கு இந்தக் கதையில் வேறு தேர்வே இல்லாமலிருந்தது). பாகீரதி வாசுதேவனிடம் சொன்னாள், அது என் பார்வையில் பட்டதும் நான் முதலில் செய்த காரியம் கண்களை நன்றாகக் கசக்கிவிட்டுக்கொண்டும் கையை ஒருமுறை கிள்ளிப் பார்த்துக்கொண்டும் நான் இன்னும் கனவுலகில் இல்லையென்பதை உறுதிசெய்துகொண்டதுதான், ஒருவேளை அது என் கனவுதானென்று தெரிந்திருந்தால் நிச்சயம் நான் உங்களைப் பலவந்தப்படுத்தியாவது ஒரு மனநல மருத்துவரிடம் என்னைக் கூட்டிக்கொண்டு செல்லுங்கள் என்று, நீங்கள் அதை விரும்ப மாட்டீர்களென்று தெரிந்தாலும், வற்புறுத்தியிருப்பேன், ஆனால் அது கனவில்லை, நிஜமாகவே அந்தச் சித்திரம் (மேலும் நிச்சயம் அது ஒரு பெண்ணின் உருவச் சித்திரமாகத்தான் இருக்கப்போகிறது, அல்லது வேறேதோவாக இருந்தாலும் என் கை பட்டவுடன் அதுவாக மாறிவிடப் போகிறது) என் கண்முன் வாயிற்படியில் நான் அதைக் கையிலெடுப்பதற்காகக் காத்துக் கொண்டிருந்தது, நிஜம் என்று தெரிந்ததும் அதைத் திறந்து பார்க்கலாமா கூடாதா என்கிற குழப்பமும் என்னைப் பீடித்துக் கொண்டுவிட்டது, ஏனென்றால் அதில் வரையப்பட்டிருப்பதைப் பார்த்துவிட்டுப் பிரமையடித்து நிற்கவோ மயங்கிக் கீழே சரிந்துவிடவோ மாட்டாத அளவிற்குத் தனியாக இருக்கும் எனக்குத் தைரியம் இருக்கிறதா என்றும் எனக்குச் சந்தேகமாக இருந்தது, எனவே அது நிஜம் என்று தெரிந்தபிறகும்கூட நான் அதை நம்பாமலிருக்கத்தான் முயன்றேன், அதனிடம் பாராமுகமாக இருந்தால் அது தானாகவே அந்த இடத்தைவிட்டு மாயமாய் மறைந்துவிடும் (அல்லது தெருவில் போகிற யாரேனும் கைக்கெட்டும் தொலைவிலிருக்கும் அதைத் திருடிக்கொண்டுதான் போய்விடட்டுமே) என்று குழந்தைத்தனமாக எண்ணிக்கொண்டு நான் அதை எடுக்காமலேயே வீட்டினுள் சென்று நெடுநேரம் என்னை அடுப்பங்கரையில் மறைத்துக்கொண்டும் இருந்து பார்த்தேன், ஆனால் வாசு, பின்னும் நான் திரும்பி வந்து பார்த்தபோது அது அதேயிடத்தில் என்னை எதிர்பார்த்துக் கொண்டுதானிருந்தது, ஏனென்றால் அலாவுதீனின் தன்னை யறியாத ஒரு வினாடி உரசல் அவனை விளக்குப் பூதத்தின் எசமானனாக்கிவிட்டதைப்போல என் கனவு அதை என் மதியத்தூக்கத்தில் அவாவிய அன்றே அந்தச் சித்திரத்திற்குப் பாத்யதைப்பட்டவளாக என்னை ஆக்கிவிட்டிருந்தது, அது

எனக்காக, நான் வேண்டிக் கேட்டுக்கொண்டதற்கிணங்க என் அந்தரங்க உலகத்தால் எனக்கு அனுப்பப்பட்டிருக்கும் பரிசு, எனக்கு நானே கொடுத்துக்கொண்ட பரிசு, அப்படியிருக்க அதைக் கையில் வாங்க மாட்டேனென்று சொல்ல எனக்கு என்ன தேர்வு இருக்கிறது, எனவே இனி வேறு வழியில்லையென்பதும், கையிலெடுக்காதவரை அது என்னை வேறு வேலைகளெதையும் செய்ய அனுமதிக்கப்போவதில்லையென்பதும் எனக்கு நன்றாகவே தெரிந்துவிட்டது, என் குழப்பங்களுக்கும் கேள்விகளுக்கும் அச்சத்திற்குமப்பால் இளகிப் பீறிட்டுக்கொண்டிருந்த பரவசத் தோடும் அதிசயத்தோடும் (உரிமையோடும்கூட) நான் அதை நெருங்கிய சமயத்தில் அது அப்படி நடக்கமுடியுமா என்று என் புத்தி யோசிக்கவேயில்லை, அதை யார் வரைந்திருப்பார்க ளென்றோ (ஜெமினியைத் தவிர அது வேறு யாராய் இருந்துவிட முடியும், அவரிடம்தானே நான் அப்படியொரு சித்திரத்தை வரைந்து தரும்படி வேண்டினேன், அதுவும், நிஜவுலகில் நானே அப்படி யோசித்துப் பார்த்திராத அத்தனை ரகசியமான த்வனியில்), எதை மாதிரியாக வைத்துக்கொண்டு அதைச் செய்திருப்பார்களென்றோ ஏன் அதை என்னை எழுப்பி (அல்லது, வழக்கம்போல, என் கனவிற்குள்ளேயே புகுந்து) கையில் கொடுக்காமல் வாயிற்படியில் வைத்துவிட்டுச் செல்லவேண்டு மென்றோ, எதையுமே நான் யோசிக்கவில்லை, அதைக் கையிலெடுத்து அதைச் சுற்றியிருந்த காகிதப் போர்வையை விரல்களால் உரித்த கணத்தில் என்னிடமிருந்து பீறிட்டுக்கொண் டிருந்ததெல்லாம் நான் என்னவாக அந்தச் சித்திரத்தில் ஆகியிருக்கிறேன் என்பதைப் பார்க்கும் ஆவலைத் தவிர வேறெதுவுமாக இருக்கவில்லை.

ஓவியம் பாகீரதிக்குப் பெரிய ஆச்சரியம் எதையும் அளிக்க வில்லையென்பதைச் சொல்ல வேண்டியதில்லை. அது ஓர் உருவச் சித்திரம்தான், இரட்டைப் பரிமாணத்தில், மிகக் குறைந்த அளவானவையும் மிகப் பிரகாசமானவையுமான வண்ணங்களை உபயோகித்து, வரையப்பட்ட ஒரு பெண்ணின் மார்பளவான சித்திரம். மேலும் அந்த உருவம் உருவாவதற் காகத் திரைச்சீலையெங்கும் குறுக்கும் நெடுக்குமாகக் கோடு களும் வண்ணங்களும் பயணப்பட்டிருந்த பாணியே (அவள் ஊகித்துவிட்டிருந்தபடி) அது ஜெமினி வரைந்தது என்பதை அறிவிக்கப் போதுமானவையாக இருந்தன (மற்றபடி அதனடியில் அவருடைய கையொப்பம் எதுவும் இடப்பட் டிருக்கவில்லை). எல்லாமே பாகீரதி கற்பனையில் ஊகித்து வைத்திருந்ததுபோல்தான். ஆனால் அதே சமயத்தில் பாகீரதிக்கு அது முழு மகிழ்ச்சியைத் தந்த சித்திரமாக இருந்துவிடவுமில்லை.

ஏனென்றால் அதில் வரையப்பட்டிருந்தது அவள் மிக ஆவலுடன் எதிர்பார்த்துக்கொண்டிருந்ததைப்போல அவளுடைய உருவமில்லை. மாறாக ஆயிரத்துத் தொள்ளாயிரத்து ஐம்பதுகளில் ஃபெமினா உலக அழகியாகத் தேர்ந்தெடுக்கப்பட்ட லீலா நாயுடுதான் ஓர் அற்புதமான ஓவியமாக அதில் பதிவாகியிருந்தார். பாகீரதிக்கு ஏன் அந்தப் பெண்மணியை ஜெமினி தனக்குப் பரிசாகத் தரவேண்டும் என்று புரியவில்லை. நிஜத்தில் லீலா நாயுடுவளவிற்கே பாகீரதியும் ஒரு பேரழகியென்கிற ஒற்றுமையைத் தவிர மற்றபடி அந்தப் பெண்மணிக்கும் அவளுக்கும் சாயலில்கூட கடுகளவேனும் சம்பந்தமில்லையென்பது மட்டுமல்ல இந்திய அளவில் அவருடைய பிரபலத்தினால் காஷ்மீர் முதல் கன்னியாகுமரிவரை யாருக்கும் அவரைப்பற்றித் தெரியாமலிருக்கச் சந்தர்ப்பமே கிடையாது என்பதற்கப்பால் தனிப்பட்ட முறையில் தன் கனவில்கூட அந்த அம்மணியைப்பற்றி அவள் ஒருநாளேனும் தன்னுடன் ஒப்பிட்டுக் கற்பனை செய்து பார்த்துக்கொண்டதும் கிடையாது. சின்னஞ்சிறு வயதிலிருந்தே மூன்று சித்திரங்களாக அறிமுகமாகி ஒரு மானசீகக் காதலராக மாறியிருந்த ஜெமினியினுடைய நான்காவது புதிய சித்திரமொன்று இப்போது தன் கைகளில் தவழ்ந்துகொண்டிருக்கிறது என்னும் பரவசத்தையும் அது தன்னைத் தேடித் தன் வீட்டு வாயிற்படியி லேயே வந்து தனக்காகக் காத்துக்கொண்டிருந்தது என்னும் வியப்பையும் இப்படியொருத்தி இருக்கிறாளென்பதையே அறிந்து கொள்ள முற்றிலும் வாய்ப்பேயில்லாத, மேற்கு வங்கத்தின பிரபல ஓவியர்களுள் ஒருவரான, ஜெமினி இங்கே தன் வீட்டு வாசலுக்கு வருவதென்பது எப்படிச் சாத்தியம் என்னும் நம்பிக்கையின்மையையும் அச்சத்தையும் தாண்டி அந்த ஓவியம் ஏன் லீலா நாயுடுவாக இருக்கவேண்டுமென்கிற குழப்பம் பாகீரதியை வெகுவாக அலைக்கழித்துவிட்டது. நெடுநேரம் அந்தச் சித்திரத்தைக் கைகளில் பிடித்துக் கண்களுக்கருகே வைத்து உற்று நோக்குவதும் தரையில் கிடத்திப் பருந்துப் பார்வையில் பார்ப்பதும் சுவரில் சார்த்திவைத்து அதற்கு அருகிலும் தொலைவிலும் நேராகவும் பக்கவாட்டிலுமாக இப்படியுமப்படியும் நகர்ந்து கவனிப்பதுமாக இருந்த அவள் எந்தக் கோணத்திலிருந்து அதைப் பார்த்தால் அதிலிருந்து தன்னுடைய உருவம் புறப்பட்டு எழுந்து வருமென்பதைக் கண்டுபிடிக்க முடியாமல் களைத்துப்போய் வாசுதேவனுடன் அதைப் பகிர்ந்துகொள்ளும்போது ஒருவேளை அவன் பார்வையிலிருந்து அது வெளிப்படலாமென்று முடிவு செய்துகொண்டு தன் முயற்சியைக் கைவிட்டுவிட்டு அவனுக்காகக் காத்திருக்கத் தொடங்கிவிட்டாள். அவள் நினைத்ததைப்போல வாசுதேவன் அந்தச் சித்திரத்தில் தன் முழுக் கவனத்தையும் செலுத்திப் பார்த்திருப்பானேயானால் ஒருவேளை அதைக்

கண்டுபிடித்திருப்பானோயென்னவோ. ஆனால் அவன் அன்றும் பிறகெப்போதும் அந்தச் சித்திரத்துடன் அதைச் சிலாகிக்கும் மனநிலையுடன் ஒன்ற முடியாதவனாகவேதானிருந்தான். நடுங்கும் கரங்களால் சித்திரத்தை எடுத்துக் காண்பித்தபடி பாகீரதி கேட்ட எந்தக் கேள்வியும் அவன் காதுகளில் விழவில்லை. அவளிடமிருந்த மகிழ்ச்சியும் வியப்பும் அவனைத் தொற்றிக்கொள்ளவுமில்லை. மாறாக அதுவரையில் அலைக்கழித்துக்கொண்டிருந்த குழப்பம் சட்டென்று அவனிடமிருந்து விலகி (ஆக, தன் குடுமியறுக்கப்பட்ட அதே மதியத்தில் வீட்டில் ஏதோ நடந்திருக்கிறது. நிஜமாகவே பாகீரதி அன்று யாரையோ முன்திண்ணையில் சந்தித்திருக்கிறாள்) அந்த இடத்தைக் கோபம் சூழ்ந்துகொண்டது (பரிசு தருமள விற்குப் பிரியமிருந்தாலுமேகூட வீட்டில் தனியாக இருக்கும் பெண்ணிடம் என்ன குறும்புத்தனம் இது). கூடவே, புத்தம் புதிய மலரின் நறுமணத்தை முகர்ந்து பார்ப்பதைப்போன்ற ஒரு பெரும் ஆசுவாசமும் அவன்மேல் படர்ந்தது, அவனும் அவன் சொன்னதைக் கேட்டு அந்த மனநல மருத்துவரும் எண்ணிக் கொண்டதுபோல் பாகீரதியைக் கனவுருக்களை நிஜமென்று நினைக்கும் நோயொன்றும் பீடித்துக்கொண்டு விடவில்லை. பதிலாக, மதியத்தில் கனவு காண்பதும் மாலையில் அதை ஓர் உணர்ச்சிமிக்க கதையாக மாற்றுவதுமான அவளுடைய பல வருடப் பழக்கமும் கிழக்கே எங்கோ கண் காணாத நிலத்தில் வாழ்ந்துகொண்டிருக்கும் ஜெமினியின் வரவிற்குச் சாத்தியமேயில்லையென்னும் யதார்த்தம் சார்ந்த நம்பிக்கையும் நிஜத்தில் நடந்த ஒரு நிகழ்வைக் கனவு என்று அவளை நம்பச் செய்து அப்படியே விவரிக்கவும் வைத்திருக்கிறது. அவளுடைய இடத்தில் யாராயிருந்தாலும் அவர்கள் அப்படிக் குழம்பித்தான் போயிருப்பார்கள்.

பாகீரதிக்காக ஒரு மனநல மருத்துவரைத் தேடிச் செல்ல வேண்டியதில்லை என்கிற எண்ணமே வாசுதேவனிடமிருந்து தைரியக் குறைவை நீக்கியதோடு (இம்மாதிரியான மருத்துவர்களுடைய பேச்சே அவர்கள் விவரிக்கும் பைத்தியத்தின் துவக்க நிலை அடையாளங்கள் முழுவதும் தன்னிடம் இருப்பதைப்போன்ற பிரமையையும் கலக்கத்தையும் உண்டாக்கிவிட வல்லவை) பிரச்சனையின் புதிய பரிமாணங்களை நோக்கி யோசிக்கும் தெளிவைக் கொடுத்தது. உண்மையிலேயே ஜெமினி என்கிற அந்த ஓவியர் தன் வீட்டிற்கு அந்த மதியத்தில் எப்படி வந்திருக்க முடியும் என்று அவன் யோசித்தான். பாகீரதியையும் அவள் அந்தச் சித்திரத்தைப் பார்த்துப் பார்த்து அதிசயப்பட்டுக்கொண்டிருந்தது போதுமென்று சொல்லி வாங்கி அப்பால் வைத்துவிட்டு அதைப்பற்றி யோசிக்கச் சொன்னான் (பாகீரதியும் நிதானத்திற்கு

வந்திருந்தாள்). அன்று இரவுச் சாப்பாடு முடிந்து ஹேமாவும் தூங்கியானபின் அவர்களிருவரும் இதைப்பற்றித் தீவிரமாகப் பேசினார்கள். பேச்சிற்குப் பலனில்லாமல் போய்விடவில்லை. பாதி ஜாமம் கடந்தும் நீண்டுகொண்டிருந்த அந்த உரையாடல் கடைசியில் பாகீரதியின் ஞாபகத்திற்குள் சில மாதங்களுக்குமுன் ஹிந்து பத்திரிக்கையில் கண்ட ஒரு விளம்பரத்தை இழுத்துக் கொண்டுவந்தேவிட்டது. அவள் வாசுதேவனிடம் இந்தக் கதை துவங்கிய அதே செப்டம்பர் மாதத்தின் முதல் வாரத்தில் தமுக்கம் மைதானத்தில் பங்களாதேஷ் பஞ்ச நிவாரண நிதிக்காக அகில இந்திய ஓவியர்களின் ஓவியக் கண்காட்சி ஒன்று ஒரு வார காலத்திற்கு ஏற்பாடு செய்யப்பட்டிருந்ததைப்பற்றி அவசர அவசரமாகச் சொன்னாள், ஒருவேளை அந்தக் கண்காட்சிக்கு ஜெமினி வந்திருக்கலாமோ. வாசுதேவனிடமும் அந்தத் தகவல் மிகுந்த உற்சாகமும் நம்பிக்கையும் அளிப்பதாகவே வந்து சேர்ந்தது. அப்படியானால் (அவர்கள் இப்படிப் பேசிக்கொண்டார்கள்), ஒரு குருட்டு ஊகத்தில், அந்த வங்காளி ஏன் ஒருநாள் கண்காட்சி அரங்கிலிருந்து வெளியேறிப் புராதன நகரமாகிய மதுரையைச் சித்திரங்களாக மாற்றிக்கொள்ளும் உத்தேசத்துடன் காலாற நடக்கக் கிளம்பியிருக்கக்கூடாது, அந்த நடை வடக்குவெளிவீதிவரை அவரை இட்டு வந்திருக்கக் கூடாது, வீதி வழியே அவர்கள் வீட்டைக் கடக்கவிருக்கும் சமயத்தில் முன்திண்ணை முகப்பில் வாசலைப் பார்த்து மாட்டப்பட்டிருக்கும் தன்னுடைய இருபது வருடத்திற்கு முந்தைய ஓவியங்களை எதிர்பாராத விதமாகக் கண்டு சந்தோஷத்திலும் ஆச்சரியத்திலும் திகைத்துப் போயிருக்கக் கூடாது, வீட்டிலிருப்பவர்களிடம் அதைப்பற்றி உசாவுவதற்காக வாயிற்கதவைத் தட்ட முயன்றிருக்கக் கூடாது, ஆனால் வாயிற்கதவு திறந்தே கிடப்பதையும் முன்திண்ணையில் ஒரு பெண் அஜாக்கிரதையாகப் படுத்திருப்பதையும் கண்டு (ஒருவேளை இரண்டு மூன்று முறை குரல் கொடுத்தும் அவள் எழுந்திருக்காததைக் கண்டு) அருகே சென்று அவளை எழுப்பிக் கேட்கும் ஆர்வம் உந்த உள்ளே நுழைந்திருக்கக்கூடாது, அதே சமயத்தில், வழக்கம்போல கனவு நிலையின் பாதியிலேயே எழுந்துவிட்ட பாகீரதி, பிரக்ஞையின் எல்லைக்கு உட்பட்ட அறிவுலகிலிருந்து விடுபட்டு ஆழ்மனவுலகின் எல்லையற்ற கற்பனைச் சூட்சுமத்தில் சலித்துக்கொண்டிருந்ததால் அங்கிருந்தே அவரை அடையாளம் கண்டுகொண்டு அவரிடம் பேசத் துவங்கியிருக்கக் கூடாது, அவரிடம் தன்னுடைய உருவப்பட மொன்றை வரைந்து கொடுக்குமாறு கேட்டிருக்கக் கூடாது, அவர் நிலைமையைப் புரிந்துகொண்டு அவளை எழுப்பாமல் மௌனமாக வெளியேறியிருக்கக் கூடாது, மேலும் அந்த ரசிகைக்கு ஒரு பரிசைக் கொடுக்க வேண்டுமென்றும் அப்போது

முடிவு செய்திருக்கக் கூடாது, ஆனால் அவளுடைய உருவப் படமொன்றை வரையுமளவிற்கு அவகாசமும் அவளுடன் பழக்கமும் இல்லாத நிலையில் அவளுக்குப் பதிலாக மற்றொரு பேரழகியின் உருவத்தை வரைந்து அதைத் தன் பழைய ஓவியங்களைக் கண்களில் காட்டித் தனக்கு அவள் தந்த சந்தோஷத் திகைப்பிற்குப் பதில் செய்யும் வகையில் தானும் அவளுக்குக் கூடுதல் அதிசயமொன்றைக் கொடுத்துத் திகைக்கச் செய்யவேண்டுமென்கிற அவாவுடன் அவளுக்குத் தெரியாமல் வீட்டு வாயிற்படியில் விட்டுச் சென்றிருக்கக் கூடாது. ஜெமினி மதுரைக்கு வந்து சென்றிருக்கும் பட்சத்தில் அப்படி நடந்திருக்கச் சாத்தியமில்லையாயென்ன. ஏதோவொரு நிலத்தில் ஏதோவொரு ஆன்மா திரும்பத் திரும்பக் கனவின் வழியே தனக்குக் கிடைத்த அதிசயப் பரிசின் ஞாபகங்களில் மூழ்கி அதைக் கண்ணில் படுபவரிடமெல்லாம் கதையாகப் பரப்பிச் சந்தோஷப்படுமென்கிற நினைவும் அதன் காரணகர்த்தா தான்தானென்கிற கர்வமும் தரவிருக்கும் போதையை எந்தக் கலைஞன் வேண்டாமென்று மறுத்து அப்படியான அசாதாரணமான தருணம் ஒரு சாதாரண சந்திப்பாகத் தன்னைக் கடந்து செல்லச் சம்மதிப்பான்.

சற்று முன்பு வாசுதேவன் ஒரு மனநல மருத்துவரைச் சென்று சந்தித்துவிட்டுப் பிறகு அதற்கு அவசியமில்லையென்று முடிவு செய்யும்படியானதால் மேற்கொண்டு அவரைச் சந்திக்கச் செல்வதைத் தவிர்த்துவிட்டானென்று சொன்னோமில்லையா. அந்த மனநல மருத்துவர் பின்னாளில் திரட்டிய தகவல்களினடிப்படையிலும் அவற்றைக்கொண்டு, அவருடைய தேடுகைக்குள் அகப்படாமல்போன பிற பகுதிகள் இன்னவாகத்தானிருக்குமென்கிற ஊகத்திலும்தான் வாசுதேவன் பாகீரதி தம்பதிகளைப் பற்றின இந்தக் கதை நேயர்களுக்குச் சொல்லப்பட்டுக்கொண்டிருக்கிறது. அவர் பெயர் அரங்கநாதன் நம்பி. அமெரிக்காவில் உளவியல் படித்து விட்டு ஆயிரத்துத் தொள்ளாயிரத்து நாற்பத்தெட்டில், மனநல மருத்துவமென்பது பைத்தியங்களுக்கான வைத்தியமாயும் சாமானியர்கள் (படித்தவர்கள்கூட) நெருங்குவதற்கு அச்சம் தரும் துறையாயும் அறியப்பட்டிருந்த காலத்திலேயே, இப்போது குடிசைகளாலும் நடைமேடைத் தொழிற்சாலைகளாலும் வசவுச் சந்தடியாலும் நிரம்பி வழிகிற சந்தைப்பேட்டைத் தெருவில் (அப்போது அது அப்படியில்லை) ஓர் இடத்தை வாங்கித் தன் மனநல மருத்துவமனையை (பைத்தியக்கார ஆஸ்பத்திரியாகத்தான் அவரைத் தவிர்த்த பிற யாவரும் அதை

அடையாளம் கண்டார்கள்) நிறுவி அங்கேயே பல வருடங்களாக வெற்றிகரமாக நடத்திக்கொண்டிருந்த பிரபலஸ்தர். அந்தப் பிரபலத்திற்குத் தகுதியானவரும்கூட. தமிழ்நாட்டில் அப்போது வெகு சொற்பமாயிருந்த மனநல மருத்துவர்களுக்குள் இன்னும் அரிதாயிருந்த துறைசார் விற்பன்னர்களில் ஒருவர். பிற மருத்துவர்களால் அடிக்கடி முன்மாதிரிகளாக எடுத்தாளத்தக்க பல மருத்துவ நிகழ்வுகளை நடத்திக் காட்டியவர். இதற்கு மேலாக, பொதுவாக (அவர் நம்மிடம் தன்னை அப்படிச் சொல்லிக்கொள்ளவில்லையென்றாலும்கூட) நல்லவர். சாது என்று பெயரெடுத்தவர். ஆண் பெண் இரு பாலரையும் தன் அறிவினாலும் நடத்தையினாலும் லட்சணத்தினாலும், அவருடைய நடுத்தர வயதிலும்கூட உரைகளோ விவாதங்களோ அல்லது விருந்துகளோ கொண்டாட்டங்களோ அவரில்லாமல் சுவை பெறாது என்று சொல்கிற அளவிற்கு யாரையும் புண்படுத்தாத தன் நகைச்சுவையுணர்வால் தன்பால் ஈர்த்துக்கொண்டிருந்தவர். அணுகும் எவருள்ளுமே மாசற்ற அரவணைப்பின் கதகதப்பைக் கடத்தும்படியான அபாயமற்ற மனிதர். அப்படித் தானுண்டு தன் வேலையுண்டு என்பதாகத் தன் உலகத்திற்குள் உழன்றுகொண்டிருந்த அந்த அரங்கநாதன் நம்பியென்கிற மனநல மருத்துவரை இதுவரை உலகம் இப்படியான சிருஷ்டித் திறன் படைத்த மனித ஜென்மத்தை பிரம்மா படைத்ததில்லையென்று பார்ப்பவரிடமெல்லாம் சொல்லிச் சொல்லி அவரே பிரமிக்கிற அளவிற்குத் தங்கள் வசம் கவர்ந்திழுத்து வைத்திருந்த இரண்டு ஆளுமைகள்தான் தவிர்க்க முடியாத துரோகங்களினாலும் பிறழ்வுகளினாலும் ஆன இந்தக் கதைக்குள் வலிந்து இழுத்து வந்தார்கள். முதலாமவர் அமரர் மோகன்தாஸ்தாஸ் கரம்சந்த் காந்தி. இந்திய சுதந்திரப் போராட்டம் அதன் உச்சகட்டத்தை எட்டிக்கொண்டிருந்ததும் காந்தி அதன் நடுநாயகனாக வலம் வந்துகொண்டிருந்ததுமான காலத்தில் உளவியல் படிப்பிற்காக அரங்கநாதன் நம்பி மேல்நாட்டிற்கு விமானமேறியபோது அவருக்கு காந்தி, போராட்டம் என்கிற இந்த இரண்டைப் பற்றியுமான பெரிய பொருட்படுத்தல்கள் எதுவும் இல்லாமல்தானிருந்தது. சற்றுமுன் குறிப்பிட்டதைப்போல தானுண்டு தன் வேலையுண்டு என்று இருக்கும்படி பெற்றோர்களால் சிறகுகளுக்குள் பொத்தி வளர்க்கப் பட்ட அப்பாவி மேல் மத்தியதர வர்க்கத்துப் பையன்களில் ஒருவராகத்தான் அவரும் இருந்தார். ஆனால் வெள்ளையனே வெளியேறு இயக்கத்தின் துணிச்சலும் வினோதமும் அதன் சிருஷ்டி கர்த்தாவினுடைய பெயரும் நியூயார்க் நகரச் சந்துபொந்துகளில் அடைந்த பிரபலமும் அவற்றை எப்போதும் காதுகளில் வாங்கிக்கொண்டேயிருப்பதற்கு வசதியாக

ஏற்பட்டுப்போயிருந்த தாய் தந்தையரின் தவிர்க்கவியலாத சேய்மையும் (மேலும் புத்லிபாயைப் போலன்றி நம்பியின் தாயார் தன் மகனின் நடத்தையில் மிகுந்த நம்பிக்கையுடையவராக இருந்த காரணத்தால் வெளிநாடு செல்லும்முன் அவரை வற்புறுத்தி உறுதிமொழிகளெதையும் வாங்கிக்கொள்ளவுமில்லை) ஆயிரத்துத் தொள்ளாயிரத்து நாற்பத்தைந்தில் படிப்பை முடித்துவிட்டு அவர் மீண்டும் இந்திய மண்ணில் காலடி எடுத்து வைத்தபோது காந்தியின் மானசீக சீடனாகத் தன்னை அறிவித்துக்கொள்வதற்கும் போராட்டங்களில் பங்கெடுப்பதற்கும் நாற்பத்தாறாம் வருட மதக் கலவரப் படுகொலைகளின்போது காந்தியின் அழைப்பை ஏற்று அதே வருடத்தில் நிறைவேற்றிவிட வேண்டிய திட்டமாக இருந்த தன் தாய் தந்தையரின் தனி மருத்துவமனைக் கனவைப் புறக்கணித்துவிட்டுக் கல்கத்தா கிளம்பிப் போவதற்குமான துணிவையும் காந்தி மீதான கவர்ச்சியையும் போதுமான அளவிற்குப் புகட்டியிருந்தன (தன் மண்ணிலேயே நடந்துகொண்டிருந்த பிரளயங்களைப் பற்றிய பல நுணுக்கங்களையும் அவற்றின் தத்துவங்களையும் சில சமயம் அவற்றின் சமூக உளவியல் கூறுகளையும் அவற்றைவிட்டு விலகியிருந்த காலக்கட்டத்தில்தான், ஒரு பருந்துப் பார்வையில், நன்றாகப் பார்த்துத் தன்னால் புரிந்துகொள்ள முடிந்தது என்றார் அவர் அன்று தன்முன் அழுதுகொண்டு நின்ற பெற்றோரிடமும் இரண்டு மூன்று வருடங்களுக்குப்பின் ஒருநாள் தன் மனைவியிடமும் இருபத்தேழு வருடங்களுக்குப் பின் இங்க்ளய்யா என்கிற ஒரு கூக் இனக் காட்டுவாசியிடமும்). அதே வேளையில் சத்தியாக்கிரகம், அஹிம்சை, கதர் என்று அந்தக் கிழவரின் புத்தியிலிருந்து ஒன்றன்பின் ஒன்றாகப் பிறந்து பிரவாகமெடுத்துக்கொண்டேயிருக்கும் கற்பனைகளின் நதியில் துரும்பைப்போல விழுந்து கை நழுவிப் போய்க்கொண்டேயிருக்கும் புத்திரர்களை வேடிக்கை பார்த்துக்கொண்டே கரையில் நின்று புலம்புவதைத் தவிர வேறெதுவும் செய்யவியலாதவர்களாயிருந்த லட்சக்கணக்கான இந்தியப் பெற்றோர்களைப் போலவே நம்பியினுடைய பெற்றோர்களும் காந்தி எப்போது சாவார் என்று காத்துக்கொண்டும் அவரைச் சீக்கிரமாக அழைத்துக்கொள்ளும்படி கடவுளிடம் பிரார்த்தித்துக்கொண்டுமிருந்தார்கள். நம்பியும் காந்தி படுகொலைக்கு ஐந்து மாதங்களுக்குப் பிறகுதான் வேறு வழியின்றி அதுவரை தன்னைத் தன் போக்கில் இயங்க அனுமதித்த பெற்றோரின் தன்னுடைய எதிர்காலம் குறித்த கவலை நிறைந்த மன்றாடலில் நியாயமிருப்பதாகத் தோன்றவே தன்னைக் கொன்றுவிடக் காத்திருந்த துயரத்தின் அழுத்தத்தை மடை மாற்றிவிடவும் மருத்துவத் தொண்டு மகாத்மாவுக்கான நிஜமான அஞ்சலியாக இருக்குமென்கிற நம்பிக்கையுடனும் சந்தைப்

பேட்டைத் தெருவில் மனநல மருத்துவக்கூடத்தைத் தொடங்கினார் (தாய் தந்தையர் மட்டுமல்லாது அவருடைய தொழில்முறை நண்பர்களுமேகூட பிற்காலத்தில் அந்த இடத்திலிருந்து மருத்துவக் கூடத்தை இடம்மாற்றி சொக்கிகுளம், டிவியெஸ் நகர் போன்ற வேறு ஒரு நல்ல, மேல்தட்டு மனிதர்கள் வசிக்கிற பகுதிக்குக் கொண்டு செல்லும்படி எவ்வளவோ வற்புறுத்தியும் காந்தியினுடைய ஆன்மா அந்த ஏழைகளுடனான அண்மையை விரும்புமென்பதற்காகவே அந்த இடத்தை விட்டுத்தர அவர் மறுத்துவிட்டார்). தொடங்கிய அன்றே என்ன தலைபோகிற தனிப்பட்ட வேலையாக இருந்தாலும் வாசலில் ஒரு நோயாளியைப் பார்த்துவிட்டால் அவரைக் கவனிக்காமல் வெளியேறுவதில்லையென்று காந்தியினுடைய உருவப்படத்தின்முன் பிரதிக்ஞையும் எடுத்துக்கொண்டார்.

காந்தி என்கிற அசாதாரணமான மனிதரைப்பற்றி நம்பி வியக்கவும் உளவியல் பாட நூல்களைப் படிப்பதற்கு இணையான வேட்கையுடன் அவரை வாசிக்கவும் ஆரம்பித்திருந்த அதே காலக்கட்டத்தில்தான், கூடியிருந்த படிப்புச் சுமையை இன்னும் அதிகமாக்கும்வண்ணம், அவரைத் தன்வசம் ஈர்த்த இன்னொரு மனிதனும் அவருக்கு அறிமுகமானான். அவனும் காந்தியைப் போல உலகம் பூராவும் அறிந்திருந்த ஒரு பிரபலஸ்தன்தான். அவனும் ஓர் அசாதாரணமான பேர்வழிதான். ஒரு வித்தியாசம், காந்தியைப்போல அவன் பிரம்மாவின் நேரடிப் படைப்பு இல்லை. மாறாக ஒரு மனிதரின் படைப்பு. அவன் பெயர் ட்ராகுலா. ப்ராம் ஸ்டோக்கரின் மகத்தான கற்பனையில் உயிர் பெற்றெழுந்த பிண மனிதன். ஆனால் நம்பிக்கு அவன் தனக்கு அறிமுகமான நாளிலிருந்து ஒருபோதும் அவனை ஒரு கற்பனைக் கதாபாத்திரமாக எண்ணவே முடியாமல் போய்விட்டிருந்தது. அவனுடைய சாகவியலாத் துயரமும் ஜென்மாந்திரக் காத்திருப்பும் பெண்ணின் குருதியைச் சுகிக்கும் கனவுகளும் அவனைச் சிருஷ்டித்தவரின் கற்பனைகள்தான் என்னும் உண்மையை அவர் ஒருபோதும் ஒத்துக்கொண்டதேயில்லை. நியூயார்க் ராக்ஸியில் எர்ல் கேன்டனின் ட்ராகுலாவின் இல்லம் திரையிடப்பட்டபோதுதான் முதன்முதலாக அவர் ரெனே டெஸ்கார்ட்டுக்கும் ஜான் லாக்குக்கும் இடையிலான இரு நூற்றாண்டுப் பழைய சண்டைகளை விளக்கும் வகுப்புகளைப் புறக்கணித்துவிட்டு நண்பர்களோடு திரைப்படங்களுக்குச் செல்லக் கற்றுக்கொண்டார் (மதிப்பெண்களைக் கைப்பற்றுவதில் அவர் அத்தனை மோசமில்லையாதலால் ஆசிரியர்கள் அதைப்பற்றிக் கவலைப்படவில்லையென்று வைத்துக்கொள்ளுங்கள்). அதே நாளில்தான் அந்தப் புகழ்பெற்ற சாத்தானின் இருப்பைப் பற்றியும்

அவர் அறிந்துகொண்டார். படம் மிகப் பிடித்திருந்ததெனினும் எட்வர்ட் லோவேயின் சாத்தானால், அவன் யாருடைய நிழலாக அந்தத் திரைப்படத்தில் படைக்கப்பட்டிருந்தானோ அந்த அசல் கோமகன் ட்ராகுலாவின் காவியச் சோகத்தை ஒருபோதும் பார்வையாளனின் மனதில் பதிய வைக்க முடியவில்லையென்று நண்பர்கள் சொன்னதன்பேரில் அன்றே ப்ராம் ஸ்டோக்கரின் புத்தகத்தையும் வாங்கிக்கொண்டு திரையரங்கிலிருந்து வீட்டிற்குத் திரும்பினார். மறுநாள் விடிவதற்குள் அதை ஒரே மூச்சில் முழுக்க வாசித்து முடித்தார். காதலின் வலியையும் வலிமையையும்பற்றி எத்தனை சோகக் காவியங்கள் சொல்லத் திணறுவதை ட்ராகுலா தன் நாளங்களில் வற்றிப்போய்விட்ட அன்பின் குருதியைத் திரும்ப நிரப்பிக்கொள்ளும் தவிப்பால் அனாயசமாக உணர்த்துகிறான் என்பதை நினைக்க நினைக்க அன்று முழுவதும் அவரால் தன் பிரமிப்பிலிருந்து விடுபடவே முடியவில்லை. காகிதப் பரப்பிலும் வெள்ளித்திரைப் பரப்பிலும் பிறகு அவர் மினா மர்ரேயைத் துரத்திச் செல்லும் ட்ராகுலாவை விடாமல் தானும் துரத்திக்கொண்டேயிருந்தார். ட்ராகுலாவின் இல்லம் தொடங்கி வெர்னர் ஹெர்ஜாக்கின் தங்கக் கரடி பரிசு பெற்ற நோஸ்ஃபெராட்டுவரை, மூர்னாவ் உருவாக்கிய முதல் ஊமைப் பேயைத் தவிர (அதன் கதாநாயகனைப் போலவே ஆண்டுக் கணக்காய் ஒரு திரைச்சுருளாய்ப் பெட்டிக்குள்ளேயே ஆணியடித்து முடக்கி வைக்கப்பட்டிருந்த, ப்ராம் ஸ்டோக்கரின் விதவையால் தீயிடப்பட்ட பின்பும் சாம்பலிலிருந்து உயிரோடு எழுந்து வந்த அந்தத் திரைப்படத்தைப் பார்க்கும் விருப்பம் வாசுதேவனின் வரவால் கடைசிவரையில் அவருக்கு நிறைவேறாத கனவாகவே போய்விட்டது), மற்றபடி அவர் வெள்ளித்திரையில் சந்திக்காத ட்ராகுலாவின் பரிமாணங்களே கிடையாது என்றாகியிருந்தது. 1918லிருந்து அதுவரையில் வெளிவந்திருந்த அத்தனை ட்ராகுலா திரைப்படங்களையும் அவர் பார்த்து முடித்திருந்தார். ட்ராகுலாவை அறிந்தவர்கள் காந்திக்கு இணையான அமானுடத் தன்மை கொண்ட அவனையும் அவரளவிற்கு விரும்பவே செய்வார்களென்று நிச்சயமாக நம்பவும் செய்தார் (ஆனால் காந்தியிடம் ஜனங்கள் கொண்டிருக்கும் அன்பு அவரை அவர்களிடமிருந்து விலக்கி உயரே தூக்கிச் செல்வதைப் போலல்லாது ட்ராகுலாவின்மீது அவர்கள் கொள்ளும் பிரேமை அவனிடம் தங்களை அடையாளம் கண்டு அவனைத் தங்களுக்குள் உட்செரித்துக்கொள்வதாக இருக்குமென்று அவருடைய உளவியல் கல்வியறிவு அவருக்குச் சொன்னதையும் சரியா தவறா என்று கேள்வி கேட்காமல் ஏற்றுக்கொண்டார்).

இனி, இந்த இரண்டு மனிதர்களும், அதாவது திருவாளர்கள் மோகன்தாஸ் கரம்சந்த் காந்தி, ட்ராகுலா என்கிற, தண்டவாளக் கம்பிகளைப்போல ஒட்டாமல் ஆனால் இணையாக நம்பியின் மனதில் பயணித்துக்கொண்டிருந்த எதிரும் புதிருமான இரண்டு ஆதர்ச பிம்பங்களும், அவருடனான வாசுதேவனின் சந்திப்பை அவருடைய இருபத்தியாறு வருட மருத்துவ வாழ்வை அன்றாடம் கடந்து போய்க்கொண்டிருந்த நூற்றுக்கணக்கான சந்திப்புகளில் ஒன்றாக நிகழ்ந்து முடிந்துவிட அனுமதிக்காமல் அதையொரு அசாதாரண சம்பவமாக்கி இந்தக் கதைக்குள் எப்படி இழுத்துக் கொண்டுவந்து சேர்த்தார்களென்பதைப் பார்ப்போம். முதலில் காந்தியின் உருவப் படத்தின்முன் எடுத்துக்கொண்ட பிரதிக்ஞையில் அரங்கநாதன் நம்பி அத்தனை தூரம் ஒட்டிக் கொண்டிருந்தவராயில்லாதிருந்திருந்தால் வாசுதேவன் அவரை அன்று நிச்சயம் சந்தித்திருக்கவே முடியாது. அவனுடைய கதையும் நமக்குக் கிடைத்திருக்காது. ஏனென்றால் அது நம்பியின் இருபத்தைந்தாவது திருமண நாளாய் இருந்தது. வெள்ளி விழா ஆண்டு. அதிலும் கூடுதல் விசேஷமாக அவர் வருடக்கணக்காக எதிர்பார்த்துக்கொண்டிருந்த நோஸ்ஃபெராட்டு என்னும் பயங்கரத்தின் இன்னிசை (மூர்னாவினுடைய ஊமைப் பேயனின் படம்தான்) விக்டோரியா அரங்கில் (ரீகல் அரங்கு என்று சொல்லும் பழக்கம் அவருக்கு என்றுமே கைகூடவில்லை) அன்றேதான் திரையிடப்பட்டிருந்தது. திருமணநாள் பரிசாக அவருடைய மகனும் மருமகளுமாகச் சேர்ந்து அந்தப் படத்தினுடைய மாலைக் காட்சிக்கு ஏற்கெனவே முன்பதிவு செய்துவிட்டு அவருடைய மனைவியுடன் அவருக்காக வீட்டில் தயாராகக் காத்திருப்பதாகத் தகவல் தெரிவித்துவிட்டிருந்தார்கள். அரங்கநாதன் நம்பியின் மனம் பூரா இன்னும் ஓரிரு மணி நேரங்களில் நிகழவிருக்கும் திருமணநாள் கொண்டாட்டங்களிலும் அதற்குப் பிறகு சந்திக்கவிருக்கும் தன் அபிமானப் பிசாசு பற்றிய கற்பனைகளிலும் மிதந்துகொண்டிருந்த அந்த வேளையில்தான் வாசுதேவன் அவருடைய பெண் உதவியாளர் மூலமாகத் தன் வரவை அவருக்கு அறிவித்தான். மருத்துவக்கூடத்தை மூடிவிட்டுக் கிளம்பும் தருணத்திற்காகக் கடிகாரத்தைப் பார்த்தபடி காத்துக் கொண்டிருந்த அரங்கநாதன் நம்பிக்கு அந்த வரவு எரிச்சலைக் கிளப்பியதென்றாலும் தன்னுடைய மனச்சாட்சியை அவர் பொக்கை வாயும் மொட்டைத் தலையுமாகச் சட்டமிடப்பட்ட உருவப்படமாக்கித் தன் கண்முன்னாலேயே சுவரில் ஆணியடித்துத் தொங்கவிட்டு வைத்திருந்ததால் வேறு வழியின்றி அவனை வரவேற்றுத் தன்னெதிரேயிருந்த இருக்கையில் உட்காரவைத்து அவன் யாரென்பதையும் என்ன பிரச்சனையென்பதையும்

உசாவத் தொடங்கினார். அதை அவர் செய்ததும் நிச்சயமாக மருத்துவருக்கேயுரிய மெய்யான கரிசனத்துடன்தான். ஆனால் வந்தவன் தன்னை வாசுதேவனென்றும் மதுரையின் பிரபல பட்டயக் கணக்காளர் குழுமமொன்றின் நிறுவனனென்றும் அறிமுகப்படுத்திக்கொண்டபின் பிரச்சனை தனக்கில்லை யென்றும் தன் மனைவிக்குத்தானென்றும் அவள் தன் கனவில் கண்ட உருவங்களை நிஜமென்று நம்பும் மனோ வியாதிக்கு ஆட்பட்டிருக்கிறாளென்றும் சொல்லத் தொடங்கியபோது அடங்கியிருந்த எரிச்சல் மீண்டும் அவரைத் தொற்றிக்கொண்டு விட்டது. நோயாளியைப் பார்க்காமல் அவன் சொல்வதை மட்டும் வைத்துக்கொண்டு முன்பின் பார்த்தேயிராத ஒரு நபரின் நோயைப் பற்றித் தன்னால் எந்த முடிவிற்கும் வர முடியாது என்றும் அந்த அளவிற்கு அதை ஒரு காய்ச்சல் தலைவலியைப் போல சாதாரணமாக அவன் கையாள முயற்சித்தது மிகவும் கண்டிக்கத் தக்கது என்றும் அவன் அவனுடையதை மட்டுமல்லாமல் தன்னுடைய நேரத்தையும்கூட வீணடித்துக்கொண்டிருக்கிறா னென்றும் இதற்கெல்லாம் மேலாக, மனைவியேயானாலும், அவள் ஒரு மனநோயாளி என்று மருத்துவ ஆலோசனையின்றி, அவனே முடிவு செய்துகொண்டு வந்து தன்னிடம் சொல்வது மிகுந்த ஆட்சேபத்திற்குரியதென்றும் இறுதியாக, பிறகொரு நாள் (ஆம், பிறகொரு நாள்தான், மறுநாள் என்று அப்போது நம்பி சொல்லவில்லை) அவன் மனைவியையும் அழைத்துக்கொண்டு தன்னை வந்து பார்க்கும்படியும் சொல்லிவிட்டுத் தானும் அறையைவிட்டு வெளியேறத் தயாராகிவிட்டார். ஆனால் வாசுதேவனோ இருக்கையைவிட்டு எழுந்திருக்காமல் பிடிவாத மாக உட்கார்ந்துகொண்டு, பைத்தியங்களுக்கான மருத்துவர் ஒருவரிடம் பரிசோதனைக்காக வரவேண்டுமென்று தன் மனைவியைத் தான் அழைத்தால் அதைப் புரிந்துகொண்டு அமைதியாக ஒத்துழைக்குமளவிற்கு அவளுடைய மனம் பக்குவப்பட்டிருக்கிறதா என்பதில் தனக்குச் சந்தேகம் இருக்கிறது என்றும் அவர் அவளைப்பற்றி எந்தக் கேள்வி கேட்டாலும் அவளுக்காகத் தானே பதில் சொல்லத் தயாராயிருப்பதாயும் எனவே தயவு செய்து அவனுடைய நிலைமையைப் புரிந்துகொண்டு அவர் தனக்கு உதவ வேண்டுமென்றும் கெஞ்சினான். பார்ப்பதற்கு மிக நாகரிகமான தோற்றத்தையும் நகரத்தின் பிரபலஸ்தர்களிலொருவனென்கிற அடையாளத்தையும் கொண்டிருக்கிற அவனை எப்படிப் பலவந்தமாக வெளியேற்றுவது என்று நம் மருத்துவருக்குத் தெரியவில்லை. உண்மையில் ஒரு மருத்துவராக அவருடைய பிரச்சனை மேலே பட்டியலிட்டுச் சொல்லப்பட்டவை மட்டுமன்று, சில சமயங்களில் அது இன்னும்

சிக்கலானது, அதாவது அந்தச் சில சமயங்களில் நோயானது நோயாளிகளென்று அழைத்து வரப்படுபவர்களிடம் இல்லாமல் அவர்களை அழைத்து வருபவர்களிடமே மறைந்திருப்பதை அவர் தன் அனுபவத்தில் கண்டிருக்கிறார், அவர்கள் தங்கள் நோய் கண்டுபிடிக்கப்படாமலிருப்பதற்காக, முந்திக்கொண்டு எதிராளி யிடம் அது இருப்பதாகச் சொல்லி அவர்களை நம்ப வைத்து அவரிடம் கூட்டி வருவதும் உண்டு, இதை அவர்கள் திட்ட மிட்டுச் செய்வதில்லை, அவர்களையறியாமல் அவர்களுடைய நோயின் ஒரு கூறாகவேதான் அது வெளிப்படுகிறது, எனவேதான் வெளிப் பார்வைக்குச் சிகிச்சைக்குச் சம்பந்தமில்லாததைப்போல தோன்றும் சில கேள்விகளை அழைத்து வந்தவர் அழைத்து வரப்பட்டவர் என்று இரு தரப்பினரையுமே, ஆழம் பார்ப்பதற்காக, தனித்தனியாக உளவியல் மருத்துவர்கள் கேட்டு வைப்பதுமுண்டு. வாசுதேவன் நோயாளியை அழைத்து வராமல் அவளைப்பற்றிய உரையாடலை மட்டும் நிகழ்த்தியே அவளைப் புரிந்துகொள்ள அவரை நிர்பந்திப்பது அம்மாதிரியான சந்தேகங்களை நோக்கி அவரை இட்டுச் செல்ல வல்லது. வாசுதேவன் அவரை மிகவும் வற்புறுத்தத் தொடங்கியபோது நம்பி வேறு வழியில்லாமல் இதை வெளிப்படையாகவே அவனிடம் சொல்லிவிட்டார், வாசுதேவனே ஒருவேளை அவனுடைய மனைவிக்குப் பதிலாகத் தானே மருத்துவரைத் தேடி வரும், ஓர் உருவாகிக் கொண்டிருக்கும் மனோவியாதிக்காரனாக ஏன் இருக்கக்கூடாது. நம்பியின் இந்த அறிவிப்பு எதிரேயிருப்பவனை விரைவாக வெளியே அனுப்பிவிட்டுத் (பிரதிக்ஞை விஷயமெல்லாம் நோயாளிகளுக்கு மட்டும்தான்) தானும் சீக்கிரமாக வீட்டிற்குக் கிளம்ப வேண்டு மென்கிற எண்ணத்தில் மட்டுமே எழுந்தது என்பதென்னவோ வாஸ்தவம்தான். ஆனால் அது அவர் எதிர்பார்த்ததைப் போலல்லாது வாசுதேவனை இருக்கையிலிருந்து வெளியே கிளப்புவதற்குப் பதிலாக அஃதோடு பசை போட்டாற்போல ஒட்டி இன்னும் அழுத்தமாக உட்கார வைத்துவிட்டது. அவன் இந்தத் தாக்குதலை எதிர்பார்க்கவில்லை. பொறியில் மாட்டிக்கொண்டுவிட்ட எலியைப்போல, அதாவது, தெரியாத் தனமாக தானே வலிய அந்தச் சபிக்கப்பட்ட இடத்திற்கு வந்து மாட்டிக்கொண்டுவிட்டதாயும், தானொரு பைத்தியக் காரனல்லன் என்பதை தக்ஷணமே நிரூபிக்காத பட்சத்தில் வெளியேயிருக்கும் ஜனங்களின் நன்மையை உத்தேசித்து தன்னைத் தன் அனுமதியின்றியே பிடித்து ஏதேனும் ஓர் இருட்டறைக்குள் அடைத்துவிட்டு வெளியேறிவிடும் உரிமை மருத்துவரென்கிற முறையில் எதிரேயிருப்பவரிடம் இருக்கிறது என்பதாயும் கற்பனை செய்துகொண்டு, என்ன செய்வதென்று தெரியாமல் திகைத்துப்போய்விட்டான். அவன் முகமும்

சட்டென்று இருண்டுவிட்டது. பதற்றத்தில், மருத்துவர் தன்னை நம்புவதற்குத் தன் மனைவியின் முகத்தைக் காட்டினால்போதும் என்று அவனே முடிவுசெய்துகொண்டு, அவசர அவசரமாகத் தன் பிருஷ்டத்தைத் தடவிக் காற்சட்டைப் பையில் கைவிட்டுத் தோற்பணப்பையை வெளியே எடுத்து அதை விரித்து உட்பக்கம் பொருத்தியிருந்த கண்ணாடித்தாள் சட்டகத்தினுள் செருகப்பட்டிருந்த பாகீரதியின் கையளவுப் புகைப்படத்தை வெளியே உருவி அதை மேசைமீது வைத்துத் தன் ஆள்காட்டி விரலால் கண்ணாடிப் பரப்பின்மேல், இதுதான் ஐயா அந்த நோயாளி, என் மனைவி, என்று சொல்லிக்கொண்டு நம்பியை நோக்கித் தள்ளினான்.

எந்தவொரு மனிதரையும் பொறுமையிழக்கவும் கோபம் கொள்ளவும் செய்யப் போதுமான செயல்தான் அது. ஆனால் அரங்கநாதன் நம்பி பின்னும் பொறுமையைக் கைவிட்டு விடாமல் (அவனைப் பைத்தியம் என்ற அர்த்தம் தொனிக்கப் பேசிவிட்டதற்காகச் சிறிதே வெட்கப்பட்டு அதனாலுண்டான தடுமாற்றத்துடனும்) வலிந்து ஓர் அழுத்தமான சிரிப்பை உதட்டில் வரவழைத்துக்கொண்டு ஒரு நோயாளியைக் கண்ணில் காட்ட வேண்டுமென்பது அவருடைய புகைப்படத்தைக் காட்டுவதாகாது என்றும் புகைப்படங்கள் நிஜ முகங்களின் உணர்ச்சிகளை அப்படியே பிரதிபலிக்கின்றன என்று நம்பிய காலத்திலிருந்து மனிதர்கள் வெகுதூரம் விலகி வந்துவிட்டார்கள் என்றும் அதைத் திருவாளர் வாசுதேவனும் கண்டிப்பாக ஒத்துக்கொள்வாரென்றே தான் நம்புவதாயும் எனவே அவன் தயவுசெய்து அவன் மனைவியுடன் ஒரு சில நாட்கள் கழித்து அவனுக்கு வசதிப்பட்டபோது வந்து தன்னைச் சந்திப்பது தான் உசிதம் என்றும் சொல்லிவிட்டுத் தன்முன் நகர்த்தப் பட்டிருந்த அந்தப் புகைப்படத்தை மீண்டும் அவன் பக்கமே நகர்த்திவிட்டு, கிளம்பலாம் என்று அறிவிக்கும் விதமாக இருக்கையிலிருந்து கண்டிப்புடன் எழ முயன்றார். கிட்டத்தட்ட எழுந்தும்விட்டாரென்றே வைத்துக்கொள்ளுங்கள். ஆனால் அதற்குள் அவர் கண்கள் புகைப்படத்திலிருந்த பெண்ணைப் பார்த்துவிட்டன. இங்கேதான், மருத்துவர் அரங்கநாதன் நம்பியின் ட்ராகுலா மீதான பிராயக்கணக்கான மயக்கமும் அடுத்த சில மணி நேரங்களில் அவனைத் திரையில் காணவிருப்பதன்மேல் வாசுதேவன் தன்னைச் சந்திப்பதற்குச் சில நிமிடங்களுக்கு முன்புவரை அவர் தன்னுள் கிளர்த்திவிட்டுக்கொண்டிருந்த கற்பனை வயப்பட்ட மனநிலையும் அதுவரை இந்தக் கதைக்கு வெளியிலேயே நின்றுகொண்டிருந்த அவரை ஒரு பாத்திரமாகி உள்ளே இழுத்துவிட்ட எதிர்பாராத சம்பவம் நடந்தது.

பாகீரதியின் உருவத்தைப் பார்த்த கணத்தில் ஒரு வினாடி அரங்கநாதன் நம்பியின் உள்ளம் பலமாக அதிர்ந்தது. அடுத்த கணம் அவர் முன்னாலிருந்த, மருத்துவ உபகரணங்களாலும் புத்தக அலமாரிகளாலும் பணிப் பெண்ணால் பளிச்சென்று சுத்தம் செய்யப்பட்ட மேசை நாற்காலிகளின்மேல் போர்த்தப்பட்டிருந்த வயோலெட்டாவின் நறுமணம் கமழும் விரிப்புகள் மற்றும் தூய வெண்ணிறத் துவாலைகளாலும் மனவுளைச்சலுடன் உள்ளே வருகிறவர்களை (தற்காலிகமாகவாவது) அமைதிப் படுத்தும் மலர்கள் மற்றும் குழந்தைகளின் காட்சிகளைத் தாங்கிய நாட்காட்டிகள் மற்றும் சுவரொட்டிகளாலும் (மருந்து நிறுவனங்களின் அன்பளிப்பு) மனதிற்குகந்த குழல் விளக்கு வெளிச்சத்தாலும் உற்றுக் கேட்டாலொழியக் காதுகளில் விழாத சன்னமான தொனியில் எப்போதும் சரோஜ்நாராயணஸ்வாமியோ அல்லது கேயெஸ் ராஜாவோ பேசிக்கொண்டேயிருக்கும் மர்ஃபி வானொலியின் பச்சை நிறக் கண் சிமிட்டலாலும் இவற்றுக்கெல்லாமப்பால் உயரே வெள்ளிச் சட்டமிடப்பட்ட படத்திலிருந்து அவரை நேருக்கு நேராக உற்று நோக்கிக்கொண்டிருந்த அமரர் திருவாளர் மோகன்தாஸ் கரம்சந்த் காந்தியின் பொக்கை வாய்ச் சிரிப்பாலும் நிறைந்திருந்த அந்த அறை அவரோடும் வாசுதேவனோடுமேகூட சட்டென்று மறைந்துபோக, அந்த வெறுமையில், ஸ்லோவாக் காட்டுமிராண்டிகளின் தொலைதூரத்துப் பிரார்த்தனைகள் மற்றும் எண்ணெய்த் திரியும் கண்ணாடிச் சுவருமின்றி எரிந்து கொண்டிருக்கும் புராதன வெள்ளி விளக்கின் (இருளின் இருப்பை அப்பட்டமாக உணர்த்தும்) நோய்க்கூறான மஞ்சள் நிற மாய வெளிச்சம் மற்றும் அந்த வெளிச்சம் பாசியும் தூசியும் படிந்த சுவர்களில் படர்த்தும் ஏதேதோ உருவங்களின் உருப்பெருக்கப்பட்ட நிழல்கள் மற்றும் ஓநாய்களின் இடை விடாத ஓலம் மற்றும் இவற்றால் நிரம்பிய காகத்தியன் மலைக் கோட்டையும் இவற்றோடுகூட அந்தக் கோட்டையின் கணக்கிட முடியாத புதிர் அறைகளினுள்ளொன்றில் வறுத்த கோழியிறைச்சியும் ஹங்கேரி தேசத்துப் பதப்படுத்தப்பட்ட டோக்கே மதுவும் பரிமாறப்பட்ட மிக மிக நீண்ட மேசையின் ஒரு கோடியில் தன் வருங்கால மனைவியான மினா மர்ரேயின் திருவுருவப் புகைப்படத்தைத் தாங்கிய சங்கிலிப் பதக்கத்தை விகல்பமின்றி எடுத்துக் காட்டியபடி அமர்ந்திருக்கும் அப்பாவி ஜோனதன் ஹார்க்கரும், துயரமும் பழம் நினைவுகளும் தாக்கும் வலியோடு அந்தப் புகைப்படத்தை உற்றுப் பார்த்தபடி கணக்கிட முடியாத வருடங்களின் கனம் அழுத்த மேசையின் இந்தக் கோடியில், அவளை நெருங்கும் தருணம் துவங்கிவிட்டதென்கிற அறிதலால் உண்டான பரபரப்பை மறைத்துக்கொள்ளவியலாமல்

வெளிக்காட்டவும் முடியாமல் அலைபாய்ந்துகொண்டிருக்கும் நோஸ்ஃபெராட்டுவும் அவரே பீதியடைந்து பின்வாங்கும்படியாக திடீரென்று வெளிப்பட்டார்கள். அவர் வாசுதேவனிடம், இந்தப் பெண்ணுடைய சொந்த ஊர் எது என்று கேட்டார். வாசுதேவன், திருநெல்வேலிப் பக்கம், காருக்குறிச்சி, என்றான். அரங்கநாதன் நம்பியின் தலை அவரையறியாமலேயே அதை மறுப்பதைப்போல இடவலமாக ஆடியது. பிறகு அவர் வாயும் அவரையறியாமல், சுமக்க முடியாமல் சுமந்துகொண்டிருக்கும் நித்தியத்துவமென்னும் சாபத்திலிருந்து விடுவித்துச் சாவென்னும் பெரும் கொடுப்பினையின் மடியில் நிரந்தரமாக நித்திரை கொள்ளும்படி என்னை அமைதிப்படுத்தவிருக்கிற என் பூர்வ ஜென்மத்தின் காதலை, இதோ, இறுதியில் நான் கண்டடைந்து விட்டேன் என்று முணுமுணுத்தது.

இருபத்தியேழு வயதுப் பாகீரதியைப் புகைப்படப் பிம்பமாகச் சந்தித்த அந்த நாளில் மருத்துவர் அரங்கநாதன் நம்பி ஐம்பத்து மூன்று வயதைக் கடந்துகொண்டிருந்த அரைக் கிழவர். மனித மனதின் பின்னல்களையும் புதிர் வழிகளையும் நன்கு அறிந்தவரென்று அவரையறிந்த கல்வியாளர்கள் மத்தியிலும் வாடிக்கையாளர்கள் மத்தியிலும் மதிக்கப்பட்ட பிரபலஸ்தர் என்றும் அவரைப்பற்றி நாம் அறிந்திருக்கிறோம். கூடவே, பண்பட்ட காந்தியவாதியென்கிற படிமம் அவருடைய மருத்துவர் என்கிற தகுதிக்குக் கூடுதல் பரிமாணமொன்றையும் கொடுத்துக் கொண்டிருந்தது என்பதையும். அப்படிப்பட்ட குணவானான அவரை அன்று ஸ்தம்பிக்கச் செய்தது எது. பாகீரதியின் அழகா (அதற்கு எப்போதுமே வாய்ப்பிருந்ததுதானென்றாலும்). ப்ராம் ஸ்டோக்கரைப் படித்திருக்கும் நேயர்கள் நினைவுபடுத்திச் சொல்லுங்கள், கோமகன் ட்ராகுலா, மினா மர்ரேயின் உருவத்தை ஜோனாதனின் கழுத்துச் சங்கிலிப் பதக்கத்தில் பார்த்துவிட்டுப் பரவசப்பட்டு நின்றது அவளுடைய அழகைக் கண்டா. இல்லையல்லவா. மாறாக, அந்த அழகு ஏற்கெனவே தனக்குச் சொந்தமானது என்கிற ஞாபகத்திலும் அதை இழந்துவிட்டோமென்கிற துயரத்திலும் (அஃதல்லவா அவனை நிம்மதியாகச் சாக விடாமல் துன்புறுத்திக்கொண்டிருந்தது) இப்போது அது இன்னொருவனின் சொந்தமென்கிற நியாயமான பொறாமையிலும் அசூயையிலும்தான் இல்லையா. மிகச் சரியாக அதே போன்றவொரு உணர்வினால்தான் நம்பியும் அந்தக் கணத்தில் ஸ்தம்பித்து நின்றுகொண்டிருந்தார். அந்தப் புகைப்படத்திலிருந்தது அவர் தன் முன்ஜென்மத்தில் இழந்துவிட்டிருந்த (இந்த முன்ஜென்மம் என்பது நம்பி தன் இருபத்தெட்டாவது வயதிற்கு முன் வாழ்ந்த வருடங்களைத்

தோராயமாகக் குறிக்கிறது) அவருடைய காதலியேதான். அவளைத்தான் வாசுதேவனின் மனைவியாக அவர் தன் கண்முன்னே திரும்பக் கண்டுகொண்டிருந்தார். ட்ராகுலாவிற்கும் நம்பிக்குமிடையேயிருந்த ஒரு வித்தியாசமென்னவென்றால் ட்ராகுலா தன் மனைவி இஸாபெக்காவை ஒரு ஜென்மம் பூராவும் தேடிக்கொண்டேயிருந்து கடைசியில் மினா மர்ரேயிடம் அவளைக் கண்டடைந்தான். நம்பியோ பாகீரதியைக் கண்ணால் கண்ட அந்த க்ஷணத்தில்தான் தான் அதுவரையில் அறிந்தேயிராத தன்னுடைய காதலியைத் தன் நினைவுகளில் புத்தம் புதிதாகச் சிருஷ்டித்தார். அதாவது இருபத்தாறு வருடங்களாகத் தன் உள்ளம் காதலென்னும் முள் பாய்ந்து புரையோடி க்ஷீணித்துக் கிடக்கிறது என்கிற உண்மையை அந்த மெத்தப் படித்த மேதாவி பாகீரதியின் புகைப்படத்தைப் பார்த்தபோதுதான் முதல் முறையாகத் தெரிந்துகொண்டார் என்று சொல்கிறோம்.

அது 1948ஆம் வருடம். இளைஞன் அரங்கநாதன் நம்பி மருத்துவப் பணிகளில் முழுவதுமாகத் தன் மனதைச் செலுத்தி காந்தியின் இழப்பினாலுண்டான வெறுமையை வென்று தன்னை மீட்டுக் கொள்ளக் கடுமையாகப் போராடிக்கொண்டிருந்த நேரம். அந்த வகையில் அவனுடைய (இது இளவயது அரங்கநாதன் நம்பியைப் பற்றிச் சொல்லும் பகுதியாதலால் இந்தப் பகுதி முடியுமட்டும், ஓர் அன்னியோன்னியத்திற்காக, நம்பியை அவன் இவன் என்றே விளித்துக் குறிப்பிடுவதற்கு நேயர்கள் நம்மை அனுமதிக்க வேண்டும்) மனவுலகங்களின் ஆய்வுக்கூடம் அவனை நிஜவுலகிலிருந்து பறித்துத் தன் அரவணைப்பிற்குள் பொதிந்துகொள்ளும் கனவுலகமாகவேயிருந்துகொண்டிருந்தது. ஆனால் காந்தி இறப்பதற்காகவே காத்திருந்த அவனுடைய பெற்றோருக்கு அது அப்படியிருக்கவில்லை. அவர்கள் அவனுடைய அந்த நேரத்திய பலவீனமான மனநிலையைத் தங்களுக்குச் சாதகமாக்கிக்கொண்டு அவசர அவசரமாக அவனை யதார்த்த உலகிற்குள் இழுத்துவிடும் நோக்கத்தோடு அவனுக்கு ஒரு கால்கட்டைப் போட்டுவிடும் முயற்சிகளில் முழு மூச்சுடன் இறங்கிவிட்டிருந்தார்கள். குடும்ப வாழ்க்கை குறித்துப் பெரிதாக விருப்பமோ கனவுகளோ இல்லையாயினும் முன்போல தேசத்தை முன்னிறுத்தி அதை மறுத்துக் குரலெழுப்பும் சக்தியோ அது குறித்த விவாதங்களில் கால விரயம் செய்ய அவகாசமோ கொண்டிராத அளவிற்கு அரங்கநாதன் நம்பி தன் புதிய மருத்துவக்கூடத்தைப் பிரபலமாக்கும் முயற்சிகளில் சுறுசுறுப்பாக இயங்கிக்கொண்டிருந்ததால் அவனுக்கும் அவர்களுடைய காரியங்களில் தலையிடத் தோன்றவில்லை. ஆக ஏதோவொரு வழியில் அவனுடைய கிரகஸ்த பருவம் அவனை

நெருங்கிக்கொண்டிருந்தது என்று வைத்துக்கொள்ளுங்கள். இந்தக் காலக்கட்டத்தில் அவர்கள் வீட்டில் சாம்புவய்யர் (சாம்பசிவம்) என்று ஒரு பிராமணப் பரிசாரகர் வேலை பார்த்துக்கொண்டிருந்தார் (பரிசாரகர் என்று சொல்வதைவிட அவரை நம்பியினுடைய வளர்ப்புத் தந்தை என்று சொல்வது தான் பொருத்தமாக இருக்கும். அரங்கநாதன் நம்பியின் தாத்தா காலத்திலிருந்தே அவர்கள் வீட்டின் சமையலறைப் பொறுப்போடு, நம்பியினுடைய பிள்ளைப் பிராயத்திலிருந்தே எந்த நேரமும் அவனுடன் செலவிடுவதற்கான கால அவகாசம் அற்றவர்களாகவேயிருந்த, சுறுசுறுப்பான உடல்நல மருத்துவர் களான அவனுடைய பெற்றோர்களின் கைகளிலிருந்து அவனை வாங்கித் தன் தோள்களில் எடுத்துக்கொண்டு அவனை வளர்த்து ஆளாக்கும் பொறுப்பையும் உவந்து ஏற்றுக்கொண்டவர். கட்டைப் பிரம்மச்சாரி. மிகப்பெரிய இசை ரசிகர். முக்கியமாகக் கர்நாடக சங்கீதம் கேட்பதில். பாடத் தெரியாதானாலும் அந்த இசையின் ராகங்களைத் துல்லியமாகக் கண்டுபிடித்து ரசிப்பதிலும், பெரிய இசை மேதைகளானாலும் சுரம் பிசகினால் (வானொலியில்தான்) தைரியமாகச் சுட்டிக்காட்டி எதிரேயிருப்பவர்களை அசர வைப்பதிலும் விற்பன்னர். இவர் அரங்கநாதன் நம்பியின் திருமணம் முடிந்து ஒரு வருடத்திற்குப் பிறகு அவனிடம் (அவனிடம் மட்டும்தான்) விடைபெற்றுக் கொண்டு தன் சொந்த ஊரான காரைக்காலுக்குத் திரும்பிச்சென்று அதற்கு இரண்டு வருடங்களுக்குப் பின் தன்னுடைய எழுபத்தி ரெண்டாவது வயதில் அங்கேயே காலமானார்). அவர் திடீரென்று ஒருநாள் மாலை நேரத்தில் அவர்கள் வீட்டிலிருந்து கிட்டத் தட்ட மூன்று கல் தொலைவிலிருக்கும் அரங்கநாதன் நம்பியி னுடைய மருத்துவக் கூடத்திற்கு ஒரு ரிக்ஷா வண்டியைப் பிடித்துக்கொண்டு அவனைப் பார்ப்பதற்காகப் பதற்றத்துடன் வந்துசேர்ந்தார். அப்படியெல்லாம் அங்கே சாதாரணமாக வந்து போகக்கூடியவரில்லை அவர். மருத்துவக்கூடத்தில் வரிசையாக அமர்ந்திருக்கும் விதவிதமான மனநோயாளிகளைப் பார்க்கவும் அவருக்குப் பிடிக்காது (மூப்பு பொதுவாக உண்டாக்கும் மரணத்தை நோக்கிய மன நடுக்கம் என்பதைவிட மனநோயாளி களைக் கிராமத்துத் தெய்வங்களின் சன்னதிகளில் உரக்கச் சத்தமிடும் ஆங்காரர்களாகவே பார்த்துப் பழகியிருந்த தனக்கு மருத்துவக்கூடத்தின் கண்டிப்பான அமைதிக்குள் கண்களில் அச்சம் மற்றும் வெறுப்பு அல்லது அதைவிடக் குரூரமான வெறுமையின்நெருப்புத் துளிகள் மின்ன வருகிறவர் போகிறவர் களை உற்றுப் பார்த்தபடி அமர்ந்திருப்பவர்களைக் காண்பது தெய்வங்களால் கைவிடப்பட்ட உலகமொன்றைப்பற்றிய அச்சம் தரும் கற்பனைகளைத் தன்னுள் வளர்க்கிறது என்று அவர்

அரங்கநாதன் நம்பியிடம் சொல்லுவார்). ஆனால் அன்று சூழ்நிலை அவர் அவனை உடனே நேரில் சந்தித்துப் பேசுவதைத் தவிர வேறு வழியில்லையென்கிற நிலையை உருவாக்கியிருந்தது. அஃதென்னவென்றால் அரங்கநாதன் நம்பியின் வீட்டில் அன்று மதியம் தொடங்கிச் சில மணி நேரங்களாக ஒரு பெரிய களேபரம் நடந்துகொண்டிருந்தது. அவனைப் பார்ப்பதற்காக சிவகாசியைச் சேர்ந்த ஒரு நாடார் சாதித் தம்பதியினர் தங்களுடன் தங்கள் பெண்ணையும் கூட்டிக்கொண்டு அவர்களுடைய வீட்டிற்கு வந்திருந்தார்கள். மதிய நேரத்தில் அப்படி வந்து சேர்ந்த அவர்கள் அந்தப் பெண்ணை அரங்கநாதன் நம்பியினுடைய மனைவியாக்குவதற்கு அவனுடைய பெற்றோர்களின் அனுமதி வேண்டுமென்று கேட்டுக்கொண்டு, சாம்புவய்யர் வேறு வழியின்றி அவனை நேரே அழைத்து வந்துவிடுவதுதான் நல்லது என்று தனக்குத்தானே முடிவு செய்துகொண்டு கிளம்பிய அந்த மாலைப் பொழுதுவரை வீட்டு வாசலிலேயே தவம் கிடந்துகொண்டிருந்தார்கள். அந்தப் பெண் அரங்கநாதன் நம்பியை உயிருக்குயிராய் நேசிக்கிறாளென்றும் அதற்கு இரண்டு வருடங்களுக்கு முன் காந்தியின் உத்தரவுப்படி மீனாட்சியம்மன் கோவிலில் நுழைவதற்கு ஹரிஜனங்களைத் திரட்டும் குழுவில் நம்பி இருந்தபோது அதே குழுவில் அவளும் ஓர் உறுப்பினராக இருந்தாளென்றும் அப்போது அவனைப் பார்த்திருக்கிறாளென்றும் அவளும் ஒரு காந்தியவாதிதானென்றும் பார்த்த நொடியிலிருந்தே அரங்கநாதன் நம்பியை அவள் விரும்பத் தொடங்கிவிட்டதாயும் அவனுக்குத் தெரியாமலேயே அவன் அன்றாடம் போய் வரும் பாதைகளில் அவனைப் பார்த்து ரசித்துக்கொண்டிருந்ததாயும் ஆனால், ஒரு பெண்ணாதலாலும் வேறு சாதிக்காரியானதாலும், அவனிடம் தன் விருப்பத்தைச் சொல்வதற்கு வெட்கப்பட்டுக்கொண்டு தங்களிடம் அதைச் சொல்லி வைத்ததாயும் (உண்மையில் அவளுடைய கற்பனை காந்திஜீயின் முன்னிலையில் அவருடைய நேரடி ஆசீர்வாதத்துடன் தன் கழுத்தில் அரங்கநாதன் நம்பி தாலி கட்டுவதுவரை வளர்ந்திருந்ததாம். ஆனால் துரதிர்ஷ்டவசமாக அதற்குள் நாதுராம் கோட்ஸே என்கிற நிஜம் அந்தக் கற்பனையைக் கலைத்துவிட்டது) அவர்கள் அரங்கநாதன் நம்பியின் தாய் தந்தையரிடம் சொல்லி யிருக்கிறார்கள். கூடவே, பையனுடைய பெற்றோர் இதற்குச் சம்மதிப்பார்களென்று நம்பாவிட்டாலும் பெண்ணின் விருப்பத்திற்குக் குறுக்கே நின்றதாக அவளுக்கு மனக்குறை இருக்கக்கூடாது என்பதற்காக மட்டுமே எங்கும் இல்லாத வழக்கமாய் மாப்பிள்ளை கேட்டு அவர்கள் வீட்டிற்கு வந்ததாயும் சொல்லி எனவே தங்களைப்பற்றிக் குறைவாய் மதிப்பிட்டுவிட

வேண்டாமென்றும் கேட்டுக்கொண்டிருக்கிறார்கள் (அவர்களைப் பார்க்கவும் கௌரவமான குடும்பத்தைச் சேர்ந்தவர்களாய்த்தான் சாம்புவய்யருக்குத் தெரிந்தது).

அரங்கநாதன் நம்பிக்குத் தெரிந்து ஆண்டாளுக்குப் பிறகு எந்தப் பெண்ணாவது உங்கள் மகனை எனக்கு மணமுடித்துக் கொடுங்கள் என்று கூறிக்கொண்டு எந்தப் பெற்றோர் முன்பாவது வந்து நின்றிருப்பதாக அவன் கேள்விப்பட்டிருந்ததில்லை. எனவே அந்தப் பெண்ணை நினைத்து அவனுக்கு ஆச்சரியமாக இருந்தது. தனக்குத் தெரியாமலேயே தான் ஒரு பெண்ணால், அதுவும் கிட்டத்தட்ட மூன்று வருடங்களாக விரும்பப்பட்டுக் கொண்டிருந்திருக்கிறோமென்கிற எண்ணம் பெருமிதத்தையும் சுகானுபவத்தையும் கொடுக்கக்கூடியதாயும்தான் இருந்தது. என்றாலும் அவனால் என்ன செய்துவிட முடியும். தன் திருமணம் தன்னுடைய பெற்றோர்களின் பொறுப்பு என்றே அதுவரையில் அவன் எண்ணிக்கொண்டிருந்ததால் மருத்துவக்கூடத்தையும் மனநோயாளிகளையும் தாண்டித் தன்னுடைய தனிப்பட்ட குடும்ப வாழ்க்கை பற்றியோ தனக்கு வரவிருக்கும் மனைவியின் சாமுத்ரிகா லட்சணங்கள் மற்றும் குண விசேஷங்கள் பற்றியோ திரைப்படத்தனமான கனவுகளெதையும் அவன் ஒருபோதும் தனக்குள் வளர்த்துக்கொண்டிருந்ததில்லை. மேலும் அவன் அந்தப் பெண்ணை முன்பே பார்த்துப் பழகியிருந்தாலாவது அது அவனுடைய விருப்பத்தையும் உரிமையையும் பிரகடனப்படுத்தத் தகுதியான விஷயமாக இருந்திருக்கும். ஆனால் காந்தி உயிரோடு இருந்த காலம்வரை அவனுக்கு அவரைத் தவிர வேறு நினைப்பே இருந்ததில்லையாகையால் ஆலயப் பிரவேசக் குழுவில் ஒருத்தியாக அப்படியே ஒருவேளை அவளை அவன் பார்த்திருந்தாலும்கூட அது தண்ணீர்மேல் எண்ணெயாக நினைவில் ஒட்டாமல் வழிந்தோடித்தான் போயிருக்கும். இதையெல்லாம்விட முக்கிய மாக அரங்கநாதன் நம்பியின் வம்சாவளி செட்டியார் குலத்தைச் சேர்ந்தது. அவனுடைய தாய் தந்தையர்களும் உறவினர்களும் நிச்சயமாக இம்மாதிரி சாதி தாண்டிய விஷயங்களுக்கெல்லாம் ஒத்துக்கொள்ளவே மாட்டார்கள். அரங்கநாதன் நம்பிக்கு மட்டுமல்ல, சாம்புவய்யருக்கும் இது மிக நன்றாகவே தெரிந்த விஷயம்தான். எனவே பிறகெதற்கு அவர் தன்னை இத்தனை தூரம் வருத்திக்கொண்டு தன்னிடம் சேதி சொல்வதற் காக வந்தாரென்று நினைத்து அவன் வியப்படைந்தான். வந்திருப்பவர்களை அவனுடைய பெற்றோர்களே சமாளித்து அனுப்பிவிடுவார்களே (முதலில் அந்தத் தம்பதியினரை அழைத்து வரவேற்பறையில் அமர்த்திப் பேசிக்கொண்டிருந்த

நம்பியினுடைய தாயும் தகப்பனும் அவர்கள் வந்த நோக்கம் தெரிந்ததும் தாட்சண்யமின்றி அவர்களை வெளியே போய் நிற்கச் சொல்லிவிட்டார்களென்று சாம்புவய்யருங்கூட அவனிடம் தெரிவிக்கத்தான் செய்தார்). ஆனால் சாம்புவய்யர் வெறுமே செய்தி சொல்வதற்காக அத்தனை தூரம் மெனக்கெட்டு அந்த நேரத்தில் அவனைப் பார்க்க அங்கே வரவில்லை, மாறாக அவர் அவனைக் கையோடு அழைத்துப் போகும் முடிவிலிருந்தார். அவருக்கு என்ன ஆச்சரியமென்றால் அரங்கநாதன் நம்பி அந்த சிவகாசிப் பெண் சொல்கிறபடி, அவளை ஆலயப் பிரவேசத் திட்டக்குழுச் சந்திப்புகளின்போது ஒரு முறையேனும் பார்க்க நேர்ந்திருந்தால் அவளை எப்படி அவனால் தவறவிட்டுவிட முடிந்திருக்குமென்பதுதான். அவர் அவனிடம் சொன்னார், நீயில்லை குழந்தை, எந்த ஆணும் அவளை ஒருமுறை பார்த்து விட்டால் பிறகு தன் ஆயுசுக்கும் அவளை அடையாமல் இரவுத் தூக்கத்தைப் பார்க்க மாட்டான், அப்படியொரு அழகு அவள், வார்த்தைகளால் வர்ணிக்க முடியாத பிரபை, நியாயமாக நீதான் மதனகாமராஜனைப்போல அவளைக் கண்டு பைத்தியமாகி அவளையன்றி வேறு யாரையும் திருமணம் செய்துகொள்ள மாட்டேனென்று உன் தாய் தகப்பனிடம் சண்டை போட்டிருக்க வேண்டும், மாறாக அந்தத் தேவதை நீ அவளைப் பொருட்படுத்தியேயிராத போதும் உன்னைத் தேடிக் கொண்டு வந்திருக்கிறாளென்றால் அது உன் போன பிறவிக் கொடுப்பினையைத் தவிரக் கண்டிப்பாக வேறெதுவுமில்லை, உண்மையைச் சொல்லப்போனால் என்னால் இதை இன்னுமே கூட நம்ப முடியவில்லை, நீ வந்து பார், நான் சொல்வது உண்மையா இல்லையா என்பது உனக்கே தெரியும். வாஸ்தவத்தில் அரங்கநாதன் நம்பியாலும்தான் சாம்புவய்யர் சொன்னதை நம்ப முடியவில்லை. உளவியல் பட்டதாரியான அவன் அழகு என்பது பார்க்கும் நேரத்திய மனநிலையைப் பொறுத்தது என்றும் அந்தப் பெண் சாம்புவய்யர் சொல்கிறபடி அப்படியொரு தவிர்க்கவே முடியாத அழகியாயிருந்தால் அவளைப் பார்த்த கணத்திலேயே சாதியை மட்டுமல்லாமல் காந்தியையும்கூட மறந்து அவளைத் தான் விரும்பத் தொடங்கியிருக்கவேண்டுமேயென்றும் ஆனால் அப்படியெதுவும் நடக்கவில்லையென்பதிலிருந்தே அவள் வலிந்து தன் பெற்றோரிடம் தன்னை விரும்புவதைச் சொல்ல வந்த துணிச்சலும் அவர்களைப் புறந்தள்ளிவிட்டு நேரடியாகவே தன்னை அணுகி மயக்கித் தன் மூலமாகவே அவர்களை எதிர்கொள்ளும் தந்திரமெதையும் கையிலெடுக்க முயலாத கண்ணியமும், அப்படியிருக்க அவர்களைத் தன் பெற்றோர் நாகரீகக் குறைவாக நடத்தியவிதம் அவர் மனதில் அவர்கள்மேல்

சுரக்கச் செய்திருக்கக்கூடிய இரக்கமும்தான் அவளுடைய வடிவழகைப் பல மடங்காக சாம்புவய்யர் கண்களுக்குப் பெருக்கிக் காட்டுகிறதென்றும் எண்ணினான். எனவே நிலைமையை விளங்க வைத்து (அஃதொன்றும் அவருக்கு ஏற்கெனவே தெரியாததல்ல) அவரை வீட்டிற்குத் திருப்பியனுப்பிவிட முயற்சித்தான். ஆனால் சாம்புவய்யர் பிடிவாதமாகவே அவன் வராமல் அங்கிருந்து நகர மறுத்துவிட்டார். அவளும் ஒரு காந்தி பக்தையென்பது கூடவா அவளுடைய சாதியைப் பொருட்படுத்தாமலிருக்கத் தான் வளர்த்த பிள்ளைக்குப் போதாமலிருக்கிறது என்று கேட்டார் அவர். அரங்கநாதன் நம்பிக்கு இந்தக் கேள்வி மிகுந்த தர்மசங்கடத்தை ஏற்படுத்தியது. அவனைப் பொறுத்தவரை சாதியல்ல பிரச்சனை, காதலுக்காக சாதியைத் துறப்பது என்பது ஒரு காந்தியவாதிக்கு மிகுந்த மன மகிழ்ச்சியைக் கொடுக்கக் கூடியதுதான். ஆனால் முன்பின் பார்த்தேயிராத ஒரு பெண்ணுக்காக திடீரென்று பெற்றோரின் மனதைப் புண்படுத்தும் ஒரு செயலை வலிந்து செய்ய வேண்டிய அவசியம் என்ன என்பதுதான் அவனுடைய கேள்வியாக இருந்தது. ஆனால் அவன் அவளை ஒருமுறை பார்த்தால் பார்த்த மாத்திரத்திலேயே அவளுக்காகப் பெற்றவர்களையல்ல, ஒரு சைன்னியத்தையேகூட எதிர்கொள்ளும் துணிவை அடைந்துவிடுவான் என்று கூறிக் கொண்டு ஒரு குழந்தையைப்போல கால்களால் தரையை உதைத்துப் பிடிவாதம் பிடித்துக்கொண்டிருந்த சாம்புவய்யரை என்ன சொல்லிச் சரிக்கட்டுவது என்றுதான் அவனுக்குத் தெரிய வில்லை. எனவே அவரை முதலில் கிளம்பி வீட்டிற்குச் சென்று நடப்பவற்றைக் கவனித்துக்கொண்டிருக்கும்படியும் மீதமிருக்கும் நோயாளிகளைக் கவனித்து அனுப்பிவிட்டுப் பின்னாலேயே வந்து தான் அவளைப் பார்ப்பதாயும் ஆனால் எந்தச் சாதகமான முடிவிற்கும் தன்னால் உத்திரவாதம் தர முடியாது என்றும் சொல்லி அனுப்பிவைத்தான். சாம்புவய்யர் தனியாகத் திரும்பிச் செல்ல முதலில் சுணங்கினார். அவனை தக்ஷணமே தன்னோடு கிளப்பி வீட்டிற்குக் கூட்டிச் சென்றுவிடவேண்டுமென்று தவியாய்த் தவித்தார். ஆனால் தாய் தந்தையரின் இறப்புச் செய்தியே வந்தாலும் வாசலில் காத்துக்கொண்டிருக்கும் நோயாளிகளைப் பார்க்காமல் பாதியில் திருப்பியனுப்புவதில்லையென்கிற அவனுடைய கொள்கை அவருக்கும் தெரியுமாதலால் சிறிய மன்றாடலுக்குப் பிறகு அதுவே அதிகமென்பது போல் அரை குறையாகத் திருப்திப்பட்டுக்கொண்ட மனதோடு வீட்டிற்குக் கிளம்பிச் சென்றார். அவர் சென்ற பிறகு, அந்தப் பெண்ணுடைய அழகை ஓர் இசைக் கோலத்தைப்போல உள்வாங்கி அதைத் தன்முன் பிடிவாதமும் கெஞ்சலும் பரவசமும் பதற்றமும்

நிறைந்த குரலில் அவர் வெளிப்படுத்திக்கொண்டிருந்த காட்சி நினைவை விட்டு நீங்காமல் மனதிற்குள்ளேயே ஊறிப் பழுக்கத் துவங்கியதாலும் அது முன்பின் பார்த்தேயிராத அந்தப் பெண்ணின்மேல் சிறிய அளவிலேனும் கற்பனையையும் எப்படித்தான் இருக்கிறாளென்று பார்க்கலாமேயென்கிற ஆர்வத்தையும் ஏற்படுத்தி வைத்திருந்ததாலும் அரங்கநாதன் நம்பியும் அன்று அவனைச் சந்திக்க வந்திருந்தவர்களுடன் சற்றுச் சுருக்கமாகவே உரையாடி ஆலோசனைகளைப் பகிர்ந்து முடித்துக்கொண்டு மறுவருகைக்கான நாளையும் குறித்துக் கொடுத்துவிட்டு விரைவாக வீட்டிற்குக் கிளம்பிச் சென்றான்.

ஆனால் அதற்குள் காலம் கடந்துவிட்டிருந்தது. ஒரு தலையாக அரங்கநாதன் நம்பியை நேசித்துக்கொண்டிருந்த அந்தப் பெண்ணும் அவளுடைய பெற்றோர்களும் அவன் வீட்டைச் சென்றடைவதற்குச் சில நிமிடங்களுக்கு முன்புதான் கிளம்பிப் போய்விட்டிருந்தார்கள் (அதாவது தன் பிரதிக்ஞையின் மீதான பிடிவாதத்தை நம்பி மட்டும் அன்று சற்று தளர்த்திக் கொண்டிருந்தால் அவன் அந்தப் பெண்ணை அன்று சந்தித்தேயிருந் திருக்கலாம். என்ன, பாகீரதி வாசுதேவனின் கதை நம் கவனத்திற்கு வராமல் இந்த உலகத்தில் கணந்தோறும் பிறந்து நிகழ்ந்து முடிந்துகொண்டிருக்கிற எத்தனையோ கோடிக்கணக்கான கதைகளில் ஒன்றாக இங்கே சொல்லப்படாமலேயே கரைந்து போயிருக்கும்). ஓர் இளம்பெண்ணுடன் அந்நியர்கள் இருவர் அவர்கள் வீட்டு வாசலில் நெடுநேரமாக நின்று கொண்டிருந்த காட்சி அக்கம்பக்கத்தவர்களின் கவனத்தை ஈர்க்கத் தொடங்கிவிட்டதென்றும் மெதுமெதுவே அவர்களைச் சுற்றி ஆட்கள் சேரவும் அவர்களை விசாரிக்கவும் ஆரம்பித்து விட்டார்களென்றும் இது வீண் புரளிகளைக் கிளப்பித் தங்கள் கௌரவத்தையும் நிம்மதியையும் பறிக்கப்போகிறது என்று அரங்கநாதன் நம்பியின் பெற்றோர்களும் அவர்களைக் கடிந்து கொள்ள ஆரம்பிக்கவே அவர்களுக்கும் அதைத் தவிர வேறு வழியில்லாமல் போய்விட்டது என்றும் கனத்துத் தொங்கிய முகத்துடன் சமையலறையில் அவனுக்காகக் காத்துக்கொண்டிருந்த சாம்புவய்யர் சொன்னார். வீடோ அப்படியொரு சம்பவம் நடந்து முடிந்த தடயமேயில்லாமல் தன் வழக்கமான சூழலில் இயங்கிக் கொண்டிருந்தது. அரங்கநாதன் நம்பியின் தாய் தந்தையரில் ஒருவரேனும் சாம்புவய்யருக்கு அத்தனை தீவிரமானதாகத் தோன்றி அவனைத் தேடி மருத்துவக்கூடம்வரை ஓடிச் செல்ல வைத்த அந்த மனிதர்களின் வருகையைப் பொருட்படுத்தி அவனாக வாய் திறந்து கேட்கும்வரை ஒரு தகவலாகக்கூட அவனிடம் அதைப்பற்றித் தெரிவிக்கவில்லை. கேட்டபோதும் மிக

மேலெழுந்தவாரியாகவும் அசிரத்தையுடனும் நாம் துவக்கத்தில் அவர்களைப்பற்றிச் சொன்ன தகவல்களைச் சொல்லிவிட்டுப் பேசாமலிருந்துவிட்டார்கள். குறைந்தபட்சம் தங்கள் மகன் அந்தப் பெண்ணை அதற்குமுன் பார்த்திருக்கிறானா என்று சம்பிரதாயத்திற்குக்கூடக் கேட்கவில்லை. அரங்கநாதன் நம்பிக்கும் அது குறித்துப் பெரிய இழப்புணர்வு எதுவும் ஏற்பட்டு விடவில்லை என்று வைத்துக்கொள்ளுங்கள். அவனென்ன அவளைப் பார்த்து உருகிக்கொண்டிருந்தானா. சாம்புவய்யர் ஒருவர்தான் திரும்பத் திரும்ப அவனை அத்தனைக் காலம் தான் வளர்த்ததே அந்தப் பெண்ணின் கைகளில் அவனை ஒப்படைக்கத்தான் என்று அவளைப் பார்த்தபோது தனக்குத் தோன்றிக்கொண்டேயிருந்தது என்று அவனிடம் சொல்லிப் புலம்பினார். அரங்கநாதன் நம்பி தன்னுடைய மகிழ்ச்சிக்காகத் தான் அதை அவர் விரும்பியிருந்தாரென்றால் அதில் தனக்கு வருத்தம் ஒரு சிறிதும் இல்லையென்றும் அவர் சொன்னதற்காக மட்டும்தான் தான் அவளைப் பார்க்க வந்தாயும் எனவே அவர் தன் மனதை வருத்திக்கொள்ளத் தேவையில்லையென்றும் கூறித் தேற்ற முயற்சித்தான். உண்மையில் மனிதர்களின் மனங்களோடு உறவாடத் தெரிந்தவனென்பது உண்மையானால் அன்று அவன் ஒரு மகத்தான பொருளை இழந்துவிட்டதாக வருந்திக் கொண்டிருப்பவரைத் தேற்றும் வழி அதுவல்ல என்பதைத் தெரிந்துகொண்டிருந்திருக்க வேண்டும், அந்த வார்த்தைகளுக்குப் பதிலாக, அடடா, நானும் அவளைப் பார்க்காமல் விட்டு விட்டேனே என்று பாவனைக்காகவாவது புலம்பியிருக்க வேண்டும், நீங்கள் அத்தனை சொல்லியும் தாமதமாகிவிட்டது என்று சலித்துக்கொண்டாற்போல் நடிக்கவாவது செய்திருக்க வேண்டும், என் பாழாய்ப்போன பிரதிக்ஞை என்னை உடனே புறப்பட்டு வர முடியாதபடி கட்டிப்போட்டுவிட்டது என்று ஒப்புக்காவது அரற்றியிருக்கவேண்டும். அவன் அதைச் செய்ய வில்லை. விளைவாக அடுத்த கணம் அவன் சற்றும் எதிர்பாராத ஒரு சம்பவம் நடந்தது. அந்தச் சம்பவம்தான் அதற்கு இருபத்தாறு வருடங்களுக்குப் பிறகு அவன் தன்னை ட்ராகுலாவாகவும் அவனிடம் மனநோயாளி என்கிற குறிப்புடன் வெறுமே ஒரு புகைப்படப் பிம்பமாக அறிமுகப்படுத்தப்பட்ட பெண்ணை முன்ஜென்மத்துக் காதலியாகவும் உணர வைத்து அவளைத் தேடித் திருவனந்தபுரத்திற்கும் மெட்ராஸுக்கும் தேனிக்கும் ஒசூருக்கும் கல்கத்தாவிற்குமாகத் துக்கத்தைச் சுமந்துகொண்டு பின்னாளில் அலையவைத்தது.

கை தவறிப் போய்விட்ட பேரதிர்ஷ்டமெனத் தன்னால் மதிக்கப்படும் ஒரு நிகழ்வு நுண்ணுணர்வற்ற எசமானனையும்

எசமானியையும் போலவே தன்னை நன்கு புரிந்துகொண்டவன் என்று நம்பிக்கொண்டிருந்த தன் வளர்ப்புப் பிள்ளையாலும் பொருட்படுத்தத் தேவையற்ற ஓர் அற்ப விஷயமாகப் பார்க்கப் படும் அலட்சியத்தைத் தாங்கிக்கொள்ளச் சக்தியில்லாத அந்தக் கிழவர் சக்திக்கு மீறிய வேகத்துடன் அவரைவிட்டுச் சில அடிகள் நகர்ந்துவிட்ட அரங்கநாதன் நம்பியின்மீது பாய்ந்து அவன் முதுகில் அறைந்து அவனைத் தன் பக்கம் திருப்பித் திருப்பிய கையோடு அவனுடைய சட்டையின் கழுத்துப் பட்டையைக் கொத்தாகப் பிடித்துத் தூக்கி அவனைத் தன் முகத்திற்கு வெகு அருகே கொண்டுவந்து நிறுத்தித் தாறுமாறாக வெளிப்பட்டுக் கொண்டிருந்த சுவாசத்திற்கிடையில் இப்படிச் சொன்னார், நம்பீ, அய்யோ முட்டாளே, உனக்குத் தெரியவில்லை, நீ பார்க்காத தால் அதன் அருமை உனக்குத் தெரியத்தானில்லை, உன் கைகளிலிருந்து நீ தவறவிட்டிருப்பது இனி உன் வாழ்வில் என்றுமே காண முடியாத ஒரு பேரழகை, பணத் திமிராலும் சாதித் திமிராலும் உன் தாயும் தகப்பனும், சத்தியம் சோதனை என்பது போன்ற சற்றும் நெகிழத் தெரியாத அந்தப் பாழாய்ப்போன காந்தியின் தந்திர வார்த்தைகள் மீதிருக்கும் பித்தினால் நீயும் பிரம்மாவின் மிக அபூர்வமான ஒரு படைப்பிற்குப் பெருத்த அவமானத்தைச் செய்துவிட்டீர்கள், இதற்குப் பிறகு அந்த மானமுள்ள பெண் திரும்பவும் உன்னைத் தேடி வருவாளென்று நான் நம்பவில்லை, ஆனால் அதுவல்ல என் கவலை, நம்பீ, அந்த மாசற்ற அழகு ஆண்டவனால் படைக்கப்பட்டதன் நோக்கம் உன் பொருட்டுத்தானென்று நம்பித்தான் அதை உன் கைகளில் ஒப்படைக்க அவள் உன்னைத் தேடி வந்தாள், நீ மறுத்துவிட்டாய், அவள் தன் பங்கைச் சரிவரச் செய்துவிட்டுப் போய்விட்டாள், இப்போது நீதான் அந்த நோக்கம் நிறைவேற முடியாமல், உன் பங்கை ஆற்றாமல் கை நழுவ விட்டுவிட்டிருக்கிறாய், உன்னுடைய கடன் மீதமிருந்து கொண்டேயிருக்குமே நம்பீ, விதியின் வட்டத்தைப் பூர்த்தி செய்யும்வரை அது உன்னை நிம்மதியாக இருக்கவே விடாதே, குழந்தை, இனி நீ உன் கடனை அடைக்க அவளைப் பின்தொடர்ந்து அலைந்துகொண்டே யிருக்கப்போகிறாய், இன்று இழந்துவிட்ட அழகிற்காக உன் வாணாள் முழுவதும் துக்கப்படப் போகிறாய். முகத்தோடு முகமாக நெருக்கப்பட்டுக்கொண்டிருந்த அரங்கநாதன் நம்பியால் அத்தனை அருகில் நேருக்கு நேராகப் பார்க்கவே முடியாத படி சாம்புவய்யரின் கண்கள் கோபத்திலும் துயரத்திலும் அச்சத்திலும் நெருப்பைப்போல ஜொலித்துக்கொண்டிருக்க அவன், நான்தான் அவளைப் பார்க்கவேயில்லையே, இழந்தோ மென்றே அறியாதபோது ஓர் இழப்பு எப்படி ஒருவரை நிம்மதி யிழக்கச் செய்யும் என்று முனகினான். ஆனால் அவனுக்குத்

தெரியும் அது வெறும் தர்க்க வாதமென்றும் சாம்புவய்யர் அதற்குப் பதில் சொல்ல மாட்டாரென்றும். அவன் சாம்புவய்யர் சொன்ன அந்த வார்த்தைகளையுமேகூடப் பெரிதாகப் பொருட் படுத்தவில்லைதான். அது அவருடைய அந்த நேரத்திய ஆற்றாமை யின் வெளிப்பாடு. ஆனால் அவர் அவற்றைச் சொன்ன தோரணை, ஒரு கொடிய சாபத்தை ஏவுவதைப்போல அதைச் சொல் சொல்லாக அவர் உச்சரித்த விதம், அதில் துக்கத்தையும் அக்கறையையும்விட அதிகமாகப் புரையோடியிருந்த பீதியின் சாயல். அது அவன் மனதில் இனி என்றென்றும் நிலைத்திருக்கும் படி ஓர் அசைவை நிகழ்த்தித்தான்விட்டது (மிகச் சரியாக அதே அசைவைத்தான் அதற்குப் பல வருடங்களுக்குப் பிறகு பாகீரதியின் புகைப்படத்தைப் பார்த்தபோது அரங்கநாதன் நம்பி தன்னுள் மீண்டும் உணர்ந்தார்). செய்யக்கூடாத தவறைச் செய்துவிட்டவனைப் போன்ற உணர்வில் திடீரென்று அவன் உடல் நடுங்கத் தொடங்கிவிட்டது. அது மட்டுமல்ல, சாம்புவய்யரின் அந்த ஆற்றாமையின் தேம்பல் சில நிமிடங்கள் கழித்துத் தன்னிலைக்குத் திரும்பிவிட்ட அவர் தன் பிடியை நெகிழ்த்தி அவனை விடுவித்தபின் (அதுவரையில் அவனும் அந்தப் பிடியிலிருந்து தன்னை விடுவித்துக்கொள்ளும் பிரக்ஞையில் இல்லை) மௌனமாகச் சமையலறையைவிட்டு வெளியே வந்தவனின் கண்களில் வரவேற்பறையின் நுரையிருக்கையில் உதிர்ந்து சிதறியிருந்த நாலைந்து மல்லிகைப் பூக்கள் பட்டபோது அதுவரையில் ஒருபோதும் அனுபவித்தேயறியாத வலியையும் அவற்றைக் கைகளில் அள்ளி அப்படியே வாயிலிட்டு விழுங்கிவிட வேண்டுமென்கிற வினோதமான வேட்கையையும், கூடவே ஒரு பெரும் கேவலையும் மிகத் தீவிரமாக அவனுடைய அடிவயிற்றி லிருந்து கிளர்த்தியும்விட்டது. அவை அந்தப் பெண்ணின் கூந்தலிலிருந்து உதிர்ந்தவையாகத்தான் இருக்க வேண்டும். அரங்கநாதன் நம்பி நிற்கச் சக்தியற்றவனாக அந்த மலர்களின் அருகில் சென்று அமர்ந்து வாடத் தொடங்கிவிட்டிருந்த அந்தப் பூக்களிலிருந்து அந்தப் பெண்ணின் முகத்தைத் திரட்டுவதற்கு முயன்றான் (தொட்டால் பொடிப்பொடியாக உதிர்ந்துவிடும் நிலையில் அவர் அந்தப் பூக்களை இன்றும் தன் நாற்பத்தெட்டாம் வருடத்திய நாட்குறிப்பின் பக்கங்களினுள் பொதித்துப் பத்திரமாகப் பாதுகாத்து வைத்திருக்கிறார்). அந்தக் கணத்திலிருந்து, பிரத்யட்சமாகப் பார்த்தேயறியாத அந்தப் பெண்ணை அவன் மனம் தீவிரமாகக் காதலிக்கத் தொடங்கிவிட்டது (மனைவியோடு படுக்கையைப் பகிர்ந்துகொண்ட எத்தனையோ இரவுகளில் அந்த அம்மையாரின் முயக்கத்தில் அரங்கநாதன் நம்பியினுடைய காமம் அவரையறியாமலேயே அவளைத் தேடியிருக்கிறது, ரத்தமும் சதையுமாக அந்தப் பெண்மணி தன்னை அவருக்கு வழங்கிக்

கொண்டிருந்த தருணங்களில் அது அவரின் விருப்பமின்றியே அதை ஒரு சுய மைதுனமென்கிற அளவிற்குக் கற்பனைக் காமமாக்கிச் சிதைத்துச் சுகித்துக்கொண்டிருந்திருக்கிறது).

சாம்புவய்யர் இருந்தவரை அரங்கநாதன் நம்பிக்குத் தன் மனதை அலைக்கழித்துக்கொண்டேயிருந்த அந்தத் தாமதமான காதலினுள் தான் அமிழ்ந்து கரைந்துபோய்விடாமல் ஏதோ ஒரு வகையில் தன்னை அவருடைய இருப்பு காப்பாற்றிக் கொண்டிருந்ததைப்போல ஒரு பிரமை இருந்தது. தன்னுடைய வார்த்தைகள் கடைசியில் அவனுடைய இருப்பை அசைத்தே விட்டது என்கிற குரூர திருப்தியை சாம்புவய்யரும் கடைசிவரை தன்னுடன் தக்கவைத்துக்கொண்டேதானிருந்தார். அவ்வப்போது தனிமையில் அவன் அவரிடம் அந்தப் பெண்ணின் முகத்தை, குரலை, நாணத்தை, கவலையை வர்ணிக்கச் சொல்லிக் கேட்டுக் கொண்டிருப்பான். ஏதோ அவள் அவருடைய மகளேதா னென்பதைப்போல அவள் தன்னை மன்னிப்பாளா என்றும் திரும்ப வருவாளா என்றும் பைத்தியக்காரத்தனமான கேள்விகளையும் முன்வைத்துக்கொண்டிருப்பான். அந்தப் பெண் பிறகு சாம்புவய்யர் ஊகித்தது போல கடைசிவரை அவனைத் தேடி வரவேயில்லை. (நம்பியின் பெற்றோர்களால் அடைந்த அவமானம் அவளை இழந்த காதலைவிடவும் அதிகமாகவே காயப்படுத்தியிருக்கக்கூடும், அல்லது அவளுடைய பெற்றோர்களேகூட அவளுக்காகவே நடத்தப்பட்ட அந்தப் பரீட்சைக்குப் பிறகு அவளை அவனை வந்து சந்திப்பதி லிருந்து தடுத்திருக்கலாம், அதுவுமல்லது நம்பி அவனுடைய பெற்றோர்களின் சாபத்தின்மேல் தன்னை அடைவதை அவள் விரும்பாதிருந்திருக்கவும் கூடும்). நம்பியாலும் அவளைத் தேடிச் செல்ல முடியவில்லை. காரணம் தான் வேலை பார்க்கும் வீட்டிற்கு யார் யார் வந்து போகிறார்கள் என்பதை நோட்ட மிடும் வழக்கம் கொண்டவரல்ல சாம்புவய்யர் என்பதால் அன்று வந்தவர்கள் வந்தவுடனேயே (ஒருவேளை) தங்களை இன்னாரென்றும் இங்கிருந்து வருகிறோமென்றும் சொல்லி அறிமுகப்படுத்திக்கொண்டபோது அவர் அதைக் கவனிக்கத் தவறிவிட்டிருந்தார். சிறிது நேரத்திற்குப் பிறகு வரவேற்பறையில் வார்த்தைகள் உஷ்ணமாயும் உரத்தும் எசமான் குடும்பத்தினரின் வாயிலிருந்து வெளிப்படுவது கவனத்தை ஈர்த்தபோதுதான் விஷயம் என்னவென்பதை அறிந்துகொள்ளும் ஆர்வத்தில் அவர்களைக் கவனிக்கவே ஆரம்பித்திருக்கிறார். அரங்கநாதன் நம்பியை அழைத்துவரக் கிளம்பியபோதுகூட, அவன் வரும் வரையில் அவர்கள் அங்கேயே இருப்பார்கள் என்று நம்பியதால், அவர்களைப் பற்றிய மேல் விபரங்களெதையும் கேட்டுக்கொள்ள

வேண்டுமென்றும் அவருக்குத் தோன்றவில்லை. இதற்கப்பால், வீட்டு எசமானர்களால் கதவிற்கு வெளியே நிறுத்தப்பட்டிருக்கும் மனிதர்களிடம் சென்று பரிவுடன் என்ன ஏதென்று ஒரு வேலைக்காரன் விசாரிப்பதை உள்ளேயிருப்பவர்களால் எப்படிப் பொறுத்துக்கொள்ள முடியும். ஆனால் தான் அத்தனை சொல்லியும் கேட்காமல், தன்னுடைய பரிதவிப்பையும் மன்றாடலையும் மதிக்காமல் அவளைப் புறக்கணித்த அரங்கநாதன் நம்பி இனி அவளைத் தேடியபடியே தன் மிகுதிக் காலத்தைக் கழிக்க வேண்டுமென்பது அந்தப் புறக்கணிப்பிற்கான தண்டனை யல்ல, மாறாக அவன் கண்களில் தட்டுப்படாமலேயே ஒரு கனவைப்போல் முதல் கணம் தோன்றி மறுகணம் மாயமாய் மறைந்துபோன அந்த அபூர்வ அழகிற்கான அங்கீகரிப்பு என்று அவர் உறுதியாக நம்பினார். நிச்சயமாக அவர் தன் வளர்ப்புப் புத்திரனின் தவிப்பைக் கண்டு தன் சாபம் பலித்து விட்டதாக எண்ணியெல்லாம் சந்தோஷப்படவில்லை, அவன் துயரம் நிச்சயமாக அவர் துயரமாயும்தான் இருந்தது, அவனுடைய புலம்பல்கள் அவருடைய புலம்பல்களாயும்தான் இருந்தன, நம்பி கண்ணீர் மல்கும்போதெல்லாம் அவரும் கண்ணீர் மல்கினார்தான், ஆனால் அவருக்கு அந்தத் துயரம் தேவையாயிருந்தது. வேடிக்கையென்னவென்றால் இதுவெல்லாம் தெரிந்திருந்தும் அரங்கநாதன் நம்பியும் அதிலிருந்து விடுபட முயற்சிக்கவில்லையென்பதும் அதற்கு முயற்சிக்கவே விரும்பவில்லையென்பதும்தான். அவன் நினைத்திருந்தால் சாம்புவய்யரின் உளப் போக்கிற்கு ஃப்ராய்டிலிருந்தும் யுங்கிலிருந்தும் ஆயிரம் காரணங்களைக் கண்டுபிடித்து தன்னை அந்தச் சுழலிலிருந்து வெளியேற்றிக்கொண்டிருந்திருக்கலாம் (சாம்புவய்யருடைய பிரம்மச்சாரியமும் தனிமையும் அவற்றின் இருப்பிற்கு ஒரே பற்றுக்கோலாக இருந்த தன்னுடைய அன்பை இழந்துவிடுமோவென்று அஞ்சின, அதற்காகவே தான் பெரிய இழப்பென்று கருதி என்றென்றைக்குமாகக் குற்றவுணர்வு கொள்ளும் வண்ணம் அந்தப் பெண்ணின் வரவையும் அழகையும் அவர் மிகைப்படுத்திச் சொன்னார், இசைப் பிரியரான அவர் (தற்கொலைக்குத் தூண்டாத வரையில்) மிகை வார்த்தைகளால் சிருஷ்டிக்கப்பட்ட ஒரு காவிய சோகத்தை அவர் கண்முன் தான் அனுபவிப்பது மனதை நெகிழ்த்தும் ஹம்சத்வனியை நிரந்தரமாகத் தன் புலன்களை அனுபவிக்கச் செய்துகொண்டேயிருக்குமென்று நம்பினார் என்பதாக இப்படி எத்தனை இல்லை மருத்துவத் துறையில் தவிப்புகளையும் வலிகளையும் தீர்த்துக்கட்டிவிடும் வாதங்கள்). மேலும் அந்த வீட்டில் அந்த மதியப் பொழுதில் அப்படியொரு சம்பவம் நடந்ததை நினைவுபடுத்துவதற்கான எந்தத் தடயமும் அதற்குப்

பாகீரதியின் மதியம்

பிறகு எஞ்சியிருக்கவுமில்லை, வரவேற்பறை நுரையிருக்கையில் உதிர்ந்து கிடந்த அந்த மல்லிகை மலர்களைத் தவிர (அதுகூட ஏன் அந்தப் பெண்ணின் தலையிலிருந்து உதிர்ந்ததாக இருக்க வேண்டும், ஏன் அது அரங்கநாதன் நம்பியினுடைய தாயின் கூந்தலிலிருந்து உதிர்ந்ததாக இருக்கக்கூடாது. ஆனால் நம்பி அதை அவளுடையது என்றுதான் நம்ப விரும்பினான். ஏனென்றால் அதற்குமுன் தன் தாயின் கூந்தலிலும் பிற பெண்களின் கூந்தலிலும் எத்தனையோ முறை அவன் மல்லிகை மலர்களைப் பார்த்திருக்கிறான், ஒரு துயரார்ந்த உணர்வின் உருவகமாய்த் தங்கள் மணத்தாலும் நிறத்தாலும் தங்களை ஒருபோதும் அவை அவன்முன் அப்படிக் காட்டிக்கொண்டதில்லை, அவனைத் தங்கள்பால் ஈர்த்ததில்லை, அவற்றின் இருப்பையே அதுவரை அவன் பொருட்படுத்தியதுமில்லை). சில வாரங்களுக்குப் பிறகு ஒரேயொரு முறை அவன் சாம்புவய்யரிடம் அந்தப் பெண்ணின் பெற்றோர் எதற்கும் பையன் பார்த்து முடிவு செய்யட்டும் என்று சொல்லி, அவளுடைய புகைப்படம் எதையேனும் கொடுத்தார்களா என்று கேட்டான். ஆம், அதையும் அவர்கள் கொடுக்கத்தான் செய்தார்கள், ஆனால் அரங்கநாதன் நம்பியின் தந்தை கோபத்தில் அதை அவர்கள் கண் முன்னாலேயே சுக்கல் சுக்கலாகக் கிழித்து அவர்கள் கையிலேயே கொடுத்துவிட்டார். எனவேதான் அவன் பெற்றோர் அடுத்த வருடமே மரகதவல்லியை அவனுக்குப் பெண் பார்த்தபோது அதை மறுக்கத் தன் ஊமைக் காதலை ஒரு ஸ்தூலமான காரணமாக அவனால் சொல்ல முடியாமல் போய்விட்டது.

மரகதவல்லி அரங்கநாதன் நம்பியினுடைய மனைவியாக வந்தது சாம்புவய்யருக்குப் பிடிக்கவில்லை. அவர் அவளை வெறுத்தாரென்று சொல்ல முடியாது. ஒரு பெண்ணாக அவளை, அவளுடைய வெகுளித்தனத்தை அவருக்குப் பிடித்தேயிருந்தது. ஆனால் அவரால் அவளைத் தன் மகனின் மனைவியாகத் தான் ஒத்துக்கொள்ள முடியவில்லை. ஏதோவொரு வகையில் அவள் அவனை நெருங்கியிருப்பது தன்னைத் தொந்தரவு செய்துகொண்டேயிருந்ததாக அவரே அவனிடம் ஒருமுறை சொன்னார். மரகதவல்லி தன் கணவனைத் தன் அன்பால் அவளறியாத அந்த நாடார் பெண்ணின் வலிந்து புதைக்கப்பட்ட நினைவுகளிலிருந்து விலக்கித் தொலைவாக அழைத்துச் சென்றுவிட முயன்றுகொண்டிருந்தபோது அவர் தன்மகன் கை நழுவ விட்டுவிட்ட அதிர்ஷ்டத்தின் ஒரே சாட்சியாக நின்றபடி அந்தத் தடத்தைத் தன் நினைவுகளில் பதித்து வைத்திருந்த ஓர் ஏகாந்தமான துயர இசை பாதியில் அறுந்து போய்விடுமோவென்று எண்ணிக் கவலைப்பட்டுக்கொண்டிருந்தார். அந்தக் கவலையுடனேயே

ஒரு வருட காலம் பொறுத்திருந்து பார்த்தபின் அரங்கநாதன் நம்பியை மரகதவல்லியிடம் விட்டுக்கொடுப்பதைத் தவிர வேறு வழியில்லை என்கிற முடிவை அவர் வந்தடைந்தபோது அவன் மனதிலிருந்து என்றேனும் மறைந்து போய்விடக்கூடுமென்று தான் அஞ்சிய அந்த இழப்புணர்வை நிரந்தரமாக அங்கேயே தக்க வைக்கத் தன்னையே காவு கொடுத்துக்கொள்வதென்றும், அதாவது நம்பியைப் பிரிந்து செல்வதென்றும் முடிவுசெய்து விட்டார். தன்னுடைய பிரிவு ஏற்கெனவே அவனுள் தங்கியிருந்த துயரத்தையும் காதலையும் நிச்சயமாகப் பல மடங்கு பெருக்கிவிடு மென்பது அவருக்கு நன்றாகத் தெரியும். அவனைப் பிரியும் துயரம் தன்னையும் சிறிது சிறிதாகக் கொன்றுவிடுமென்பதையும் அவர் அறிவார். என்றாலும் அந்த முடிவை எடுப்பதைத் தவிர அவருக்கு வேறு வழியில்லாமலிருந்தது. அவருடைய அஸ்திரம் குறி தப்பவில்லை. சாம்புவய்யரின் பிரிவும் அதற்கு இரண்டு வருடங்களுக்குப் பிறகு நிகழ்ந்த அவருடைய அனாதை மரணமும் முகமறியாத நாடார் பெண்ணின் மீதிருந்த அரங்கநாதன் நம்பியின் காதலைப் பல மடங்காகப் பெருக்கித்தான் விட்டன. தன்னுடைய அன்றாடங்களில் வெளிப்படையாகப் பிரதிபலித்துவிடாத அளவிற்கு ஒரு திறமையான மன வைத்தியப் பட்டதாரியும் புலனடக்கம் பற்றின காந்தியின் சிந்தனைகளில் பாண்டித்தியம் உள்ளவனாகத் தன்னைக் கருதிக் கொண்டிருந்தவனுமான அவனால் எச்சரிக்கையாக இருக்க முடிந்ததுதானென்றாலும் காலப்போக்கில் ஒரு நாட்பட்ட காயத்தைப் பார்ப்பதைப்போல அந்த உணர்வைத் தள்ளி நின்று ரசித்துப் பார்க்கக்கூடத் தான் கற்றுக்கொண்டுவிட்டதாக நினைத்துப் பெருமைப்பட்டுக்கொண்டிருந்தான்தானென்றாலும் அவனுடைய அந்தரங்கத்தில் அதன் சாயலும் மந்தகாசமும் ஒரு கணமேனும் மறைந்து போகாமல் அப்படியேதான் இருந்து வந்தன. அவன் பிறகு அவர் ஆகி, அவருக்கு ஒரு மகன் பிறந்து அவனுக்கும் திருமணமாகி அவர் தாத்தாவாக ஆகவிருந்த நிலையில் அவர் மனதில் ஒரு பசித்த ஓநாயைப்போல பதுங்கியிருந்த அந்தக் காதலின் மூர்க்கத்தைப் பற்றி யாரேனும் பிறகு அவருக்குச் சொல்லியிருந்தால்கூட அவர் அதுவொரு பழங்கதையென்று சொல்லிச் சிரித்துவிட்டு நகர்ந்திருப்பாரே தவிர ஒத்துக்கொண்டிருந்திருக்க மாட்டார். அதனால்தான் இது நடந்து முடிந்து இருபத்தியேழு வருடங்களுக்குப் பின் அவருடைய இருபத்தைந்தாவது மணநாள் மாலையின்போது வாசுதேவனின் கையிலிருந்த அவனுடைய மனைவியின் புகைப்படத்தைப் பார்த்த கணத்தில் தனக்குள் ஒளிந்திருந்த காதலின் சூடு அறாத இருப்பைக் கண்டு (கூடுதலாகச் சாம்புவய்யர் என்னும் கிராமாந்திரத்துத் தற்குறிப் பிராமணருக்கு வசப்பட்டிருந்த

மனத்தின் சிக்கலான செயல்பாடுகள்மீதான பாண்டித்தியத்தின் முன் மோசமான முறையில் தன் பல்கலைக்கழகப்பட்ட அறிவு தோல்வியடைந்திருப்பதை நினைத்தும் அவருடைய அகம்பாவம் வெட்கித் தலை குனிந்தது) அரங்கநாதன் நம்பியின் மனம் அதிர்ந்தபோது அது முன் நிகழ்ந்த அதே போன்றவொன்றின் சாயலாகவல்லாது அப்போதுதான் நிகழத் தொடங்கியிருக்கும் முதல் காதலனுபவத்தில் மூழ்கிக்கொண்டிருக்கும் ஒரு யவ்வனப் பிராயத்தினுடைய மலரினும் மெல்லிய மனதின் அதிர்வாக இருந்தது. அந்த ஐம்பத்து மூன்று வயது மனிதரின் வயிறு அப்போது உள்வாங்கிக்கொண்ட, ஒரு கத்திக்குத்தைப் பெற்றதைப் போன்ற வலியும் பீறிட்டுக் கிளம்பிய கேவலும் ஒரு சதவீதம்கூட நாட்பட்ட உணர்வுகளன்று. நூறு சதவீதம் புத்தம் புதியவை. அந்தத் தருணமும் வாதையும் சந்தேகத்திற்கிடமின்றி அவர் பல வருடங்களுக்கு முன் தன் வீட்டு நுரையிருக்கையில் உதிர்ந்து கிடந்த மல்லிகை மலர்களைக் கண்ட அதே தருணமும் வாதையும்தான். அதற்கு ஒரு நொடிகூட முன்பானதோ பின்பானதோ அல்ல. அது பழைய நினைவின் மீட்டலும் அல்ல. அதாவது தன்முன் நீட்டப்பட்டுக் கொண்டிருந்த புகைப்படத்திலிருந்த பெண்ணைப் போலத்தான் பல வருடங்களுக்குமுன் தான் சந்திக்கத் தவறிவிட்ட அந்தப் பெண் இருந்திருப்பாளென்பதாயிருக்கவில்லை அப்போது அரங்கநாதன் நம்பியின் மனதில் ஓடிய எண்ணம், மாறாக அந்தப் புகைப்படத்தில் தான் பார்த்துக்கொண்டிருப்பது அதே பெண் என்பதும் தன் தகப்பனாரால் தான் பார்த்துவிடக் கூடாதென்கிற நோக்கத்துடன் கிழித்தெறியப்பட்ட அவளுடைய அந்தப் புகைப்படம் கடைசியில் தன் கைக்குக் கிடைத்து விட்டதென்பதும்தான் அவர் இருதயத்தின் நரம்புகளில் மின்வெட்டிப் பாய்ந்த முதல் உணர்வு. இன்னும் துல்லியமாகச் சொல்லவேண்டுமென்றால் அது காதலால் சாவைப் பறி கொடுத்துவிட்டு அமைதியற்றுத் தவித்த ட்ராகுலாவின் பாழடைந்த காகத்தியன் கோட்டை உணவுக்கூட மேசையின் விளிம்பிலிருந்து இருண்ட நினைவுச் சுவர்களில் முடிவில்லாமல் மோதி மோதி இங்குமங்கும் பறந்தலைந்துகொண்டேயிருந்த அந்த இரங்கத்தக்க வௌவால் மனிதனின் உள்ளத்தில் கிளர்ந்தெழுந்த உணர்வு. அதற்குப் பிறகு அரங்கநாதன் நம்பியிடமிருந்து வீட்டிற்குப் புறப்படும் மனநிலை கழன்றுவிட்டது. அவர் வாசுதேவனிடம் (நோயாளியைப் பார்க்காமல் நோயையோ அதற்கான சிகிச்சையையோ முடிவு செய்யமுடியாது என்கிற நிலைப்பாட்டை விட்டுக்கொடுக்காமலேயே) என்ன நடந்தது என்பதைச் சுருக்கமாக விளக்குமாறு கேட்டார் (சூழ்நிலையை விளங்கிக்கொள்ளும் உத்தேசத்துடன் கேட்கப்பட்ட கேள்வியல்ல

அது என்பது இப்போது நமக்குத் தெரியும், மாறாக உரையாடலை முடிந்த அளவிற்கு நீட்டி எதிராளிக்குத் தன் விரல்களில் சிக்கிக் கொண்டிருக்கும் புகைப்படப் பெண்ணின் உருவத்தில் தன் பார்வை சிறைப்பட்டிருப்பது வித்தியாசமாகத் தோன்றாதபடிக்கு அவன் கவனத்தைத் திசை திருப்பும் தந்திரத்துடனும் அவன் அவளை அழைத்துக்கொண்டு திரும்பத் தன்னிடம் வரும் முடிவை எடுக்கவேண்டுமானால் தான் அந்தப் பிரச்சனையில் மெய்யான ஈடுபாட்டுடன் இருப்பதாக அவன் மனம் உணர்ந்தால்தான் அது சாத்தியப்படும் என்கிற யோசனையின் அடிப்படையிலும் இதற்கு மேலாக அந்தப் புகைப்படத்தைத் திரும்பத் தருவதற்கு மனமில்லாமலும் உருவாக்கப்பட்டது). வாசுதேவனும் மிகுந்த அக்கறையுடன் அமரர் ஈவெராவின் தொண்ணூற்றைந்தாவது பிறந்த தினத்தன்று ஒரு தெருச் சண்டையில் தன் குடுமி அறுக்கப்பட்ட கதையையும் அதே நாளில் அதே நேரத்தில் தன் மனைவி ஒரு தூரதேசத்து ஓவியரைக் கனவு கண்டுகொண்டிருந்ததைப்பற்றியும் அதன் முடிவில் அவள் ஆபத்திற்கிடமான முறையில் தூக்கத்திலேயே நடந்து நடுவீதிவரை வந்துவிட்ட பயங்கரத்தையும் கிட்டத்தட்ட மரணத்தைத் தொட்டு மீண்ட இந்த வினோத நிகழ்விற்கும் தன் குடுமியறுபட்ட நிகழ்ச்சிக்கும் தொடர்பிருக்கிறதென்று நினைத்தும் தனக்கு ஏற்படவிருக்கும் ஏதோ தீங்கை முன்னறிவிப்பதற்காக நிஜமாகவே யாரோ தன் தூக்கத்திற்கிடையில் வந்து தன்னைச் சந்தித்து அதைச் சூசகமாகத் தெரிவித்துவிட்டுப் போயிருக்கிறார்களென்று எண்ணியும் குழம்பிவிட்டிருப்பதையும் பிறகு அடிக்கடி அந்த நபரை உருவெளியில் பார்த்து அவருடன் பேசத் தொடங்கிவிடும் பழக்கம் அவளைத் தொற்றிக்கொண்டிருப்பதையும் பற்றி அவரிடம் விலாவாரியாக விளக்கிக் கூறினான். அரங்கநாதன் நம்பியும் புகைப்படத்தின்மீது ஒட்டிக்கொண்டுவிட்ட பார்வையை அகற்றாமலேயே அவன் சொன்னவையனைத்தையும் கவனமாகக் கேட்டுக்கொண்டிருந்தபின் அவன் மனைவி துன்புறுவது ஸோமாம்புலிசத்தாலா அல்லது ஷிஸோப்ரேனியாவாலா என்று அவன் பேசுவதை வைத்துக்கொண்டு தன்னால் சரியாகக் கணிக்க முடியவில்லையென்றும் ஆனால் உடனடியாக சிகிச்சையை ஆரம்பிக்காவிட்டால் அவளுடைய நோய் அந்த இரண்டில் எதுவாக இருந்தாலும் அது அதன் உச்சநிலைக்குச் சென்றுவிடும் வாய்ப்பிருக்கிறது என்று மட்டும் தன்னால் நிச்சயமாகச் சொல்ல முடியும் என்றும் கூறி எனவே அவன் மறுநாளே (ஆம், மறுநாளேதான், சில நாட்கள் கழித்து அவனுக்கு வசதிப்படும் நேரத்திலல்ல) அவளை அழைத்துக்கொண்டு தன் மருத்துவக்கூடத்திற்கு வந்துவிடும்படி அன்புக் கட்டளையிட்டு

(கெஞ்சிக் கேட்டுக்கொண்டு) அரைகுறை மனதோடு பாகீரதியின் புகைப்படத்தையும் அவனிடம் திரும்பக் கொடுத்து அவனை அனுப்பிவைத்தார். வாசுதேவனும் அப்படியே செய்வதாகச் சொல்லிவிட்டு அதற்கான திட்டங்களையும் பாகீரதியிடம் சொல்லவேண்டிய பொய்களையும் பற்றி யோசித்தபடியே அவரிடமிருந்து விடைபெற்றுக்கொண்டான். வாசுதேவனின் தலை மறைந்த பிறகும் நெடுநேரம்வரை திடீரென்று நிகழ்ந்து முடிந்துவிட்ட அதிசயத்தின் மீதான பிரமிப்பிலும் அது பற்றிய சிந்தனையிலும் மூழ்கி மணநாள் கொண்டாட்டங்களையும் நோஸ்ஃபெராட்டு என்னும் பயங்கரத்தின் இன்னிசையையும் மறந்து இருக்கையிலேயே உட்கார்ந்திருந்த மருத்துவர் பிறகு இந்த முறை தன்னைத் தன் மானசீகக் கணவனாக வரிந்துகொண்டு தன் வீட்டு வாயிற்படியில் தனக்காகக் காத்திருந்த நாடார் குலப் பேரழகியை நிச்சயமாக நேரில் சந்தித்துவிடுவோமென்கிற நம்பிக்கையுடன் தன்னைத் தேற்றியபடி மருத்துவக்கூடத்தைப் பூட்டச் சொல்லிச் சாவியைக் கையில் வாங்கிக்கொண்டு தானும் வீட்டை நோக்கிக் கிளம்பினார்.

ஆனால் சிந்தாமணித் திரையரங்கிற்கும் நேவி பேனா விற்பனையகத்திற்குமிடையில் ஒரு கோடு போட்டாற்போன்ற மரக் கதவின் (அதில் மேற்பாதி கம்பியழியிட்டிருந்தது) பின்புறம் சோகையாக இயங்கிக்கொண்டிருந்த அகில இந்திய ஓவியர் சம்மேளனத்தின் மதுரைக் கிளை அலுவலகத்திற்குச் சென்று ஜெமினியைப்பற்றி விசாரித்தபோது செப்டம்பர் முதல் வாரத்தில் நடந்த ஓவியக் கண்காட்சிக்கு அப்படிப் பெயர் கொண்ட ஓவியர் யாரும் அழைக்கப்படவில்லையென்றும் அவருடைய ஓவியங்களெதுவும் பார்வைக்கு வைக்கப்படவில்லையென்றும் பதில் கிடைத்தது. வாசுதேவன் அதை அங்கே சென்று விசாரிக்காமலேயே இருந்திருக்கலாம் என்று எண்ணி நொந்துகொண்டான். நிஜமோ கற்பனையோ, ஜெமினி என்பவரைப்பற்றிய ஊகம் செப்டம்பர் 17ஆம் தேதிய, பகுத்தறிவிற்கு அப்பாற்பட்ட நிகழ்வுகளுக்கு ஏதோவொரு தர்க்க ரீதியான விளக்கத்தையும் அதனால் மனச் சாந்தியையும் அளித்திருக்கும் பட்சத்தில் பாகீரதி அதை அப்படியே விட்டிருந்திருக்கலாம். ஆனால் தெருவில் போகிற யாரோ ஒரு நபர் திடீரென்று உங்களைப் பிடித்து நிறுத்தி உங்கள் கைகளில் ஒரு நூறு ரூபாயைத் திணித்து வைத்துக்கொள்ளுங்கள் என்று சொன்னால் முதலில் நீங்கள் ஆஹா கிடைத்ததே என்று சந்தோஷப்படுவீர்களா அல்லது திடீரென்று எதற்காக சம்பந்தமேயில்லாத இந்த

ஆள் எனக்குப் பணம் கொடுக்கவேண்டும் என்று நினைத்துக் கலவரமடைவீர்களா என்று வாசுதேவனைப் பார்த்துக் கேட்ட அவள் அவனை நிம்மதியாக இருக்கவிடாமல் நச்சரித்து ஜெமினியைப் பற்றி விசாரித்து அவரைப்பற்றி ஓர் இரவு பூரா பேசி முடிவுசெய்து வைத்திருந்த ஊகங்கள் சரிதானென்று உறுதிப்படுத்திக்கொண்டு வரும்வரையில் தனக்குத் தூக்கம் பிடிக்காது என்று சொல்லி ஓவியர் சம்மேளன அலுவலகத்திற்கு அவனையும் அழைத்துக்கொண்டு கிளம்பிவிட்டாள். கிடைத்த தகவலோ பிரச்சனையின் ஆழத்தையும் கவலையின் பரப்பையும் இன்னும் அதிகப்படுத்துவதாக ஆகிவிட்டது. ஜெமினி மதுரை வரவில்லையென்றால் பின் என்னதான் நடந்தது அன்று. ஓவியர் சம்மேளன அலுவலகத்திலேயே அந்தப் பாழாய்ப்போன ஜெமினி என்பவரைப்பற்றி மேற்கொண்டு தகவல்களெதுவும் கிடைக்குமா என்று அவர்கள் முயற்சி செய்து பார்த்தபோது அங்கு யாருக்குமே ஜெமினி என்கிற சைத்ரீகரைப் பற்றிய விபரங்களெதுவும் தெரிந்திருக்கவில்லையாயினும் (அவர்களுக்குத் தெரிந்த சித்திரக்காரர்களெல்லாருமே மாத மற்றும் வாராந்திரிகளில் தொடர்கதைகளுக்குப் படம் போடும் பிரபலஸ்தர்களாகவேயிருந்தார்கள். அன்று பார்வைக்கு வைக்கப்பட்டிருந்ததும் அவர்களுடைய ஓவியங்கள்தானென்றும் அவர்கள் சொன்னார்கள் (பஞ்ச நிவாரண நிதிக்குப் பணம் சேர வேண்டுமென்றால் கண்காட்சிக்குள் பார்வையாளர்கள் குறைந்த பட்சம் நுழையவாவது வேண்டாமா) அவர்களில் ஒருவர் மட்டும் ஓவியர் ஆதிமூலத்தைப் பற்றிக் குறிப்பிட்டு அவரை விசாரித்தால் அவருக்கு இந்த மாதிரி அதிகம் வெளியே பேசப்படாத ஓவியர்களைப்பற்றித் தெரிந்திருக்க வாய்ப்பிருக்கிறது என்று சொல்லி வைத்தார். கிடைத்த வரையில் லாபம் என்று கணவனும் மனைவியும் மெட்ராஸிலிருந்த ஆதிமூலத்தினுடைய வீட்டு முகவரியை வாங்கிக்கொண்டு வீடு வந்து சேர்ந்தார்கள். பிறகு மீண்டும் ஜெமினியைப்பற்றித் தெரிந்துகொள்ள மெட்ராஸ்வரை சென்றுவர வேண்டியது அவசியம்தானா என்று ஒரு நீண்ட விவாதம். பாகீரதி அது நடந்தேயாகவேண்டுமென்பதில் பிடிவாதமாகவேயிருந்தாள். லீலா நாயுடுவின் சித்திரத்தைத் தன் வீட்டு வாயிற்படியில் கண்ட நாளிலிருந்து அதுவரை (அவளொரு தீவிர ஜெமினி ரசிகையாயிருந்த போதிலும்) ஜெமினி என்பவர் எப்படியிருப்பாரென்றோ அவருடைய தனிப்பட்ட வாழ்க்கை எப்படியிருந்தது என்பது குறித்தோ ஆர்வமேதும் இல்லாதிருந்த அவளுக்கு அவற்றைப்பற்றித் தெரிந்துகொள்ள வேண்டுமென்கிற தவிப்புக் கூடியிருந்தது (வீட்டைத் தேடிச் சித்திரத்தைக் கொண்டு வந்து வைக்குமளவிற்கு ஒரு கலைஞனுக்குத் தன் ரசிகையின்மேல்

பாகீரதியின் மதியம்
103

மதிப்பிருந்தால் அவளும் அதைத் திருப்பிக் கொடுக்க வேண்டு மென்று விரும்புவதொன்றும் ஆச்சரியத்திற்குரிய விஷய மில்லையே. மேலும் இந்தக் குறுகுறுப்பையும் தவிப்பையும் அவள் மனதில் கிளர்த்திவிட வேண்டுமென்பதற்காகவேதான் அந்த மனிதரும் வேண்டுமென்றே தன்னை மறைத்துக்கொண்டு தன் பரிசுப் பொருளை மட்டும் வீட்டு வாயிற்படியில் விட்டுவிட்டுச் சென்றாரோயென்னவோ. கலைஞர்களுக்கே இம்மாதிரியான குறுக்குப் புத்தியும் வக்கிர ஆசைகளும் எப்போதுமே உண்டுதானே). வாசுதேவனுடைய கண்டிப்பான உத்தரவால் இன்னும் சுவரில் மாட்டப்படாமல் படுக்கையறை அலமாரியின் பின்புறமாகச் சார்த்தி வைக்கப்பட்டேயிருந்த லீலா நாயுடுவின் சித்திரத்தை அவள் அவ்வப்போது வெளியே இழுத்துப் பார்க்கும்போதெல்லாம் அது அவள் கைகளுக்கு வந்த விதம் குறித்த துவக்க கால அச்சமும் கவலையும் மேவுவதற்குப் பதிலாக பரிவும் குறும்பும் மிகுந்த ஒரு ஜோடி விழிகள் எங்கிருந்தோ (ஆனால் வெகு நெருக்கத்திலிருந்து. அல்லது அந்தச் சித்திரப் பெண்ணின் கண்கள் மூலமாகவேகூட ஒருவேளை) பார்த்துக்கொண்டிருப்பதாயும் தோழமை மிகுந்த ஒரு ஜோடிக் கரங்கள் அவளைத் தழுவிக்கொள்வதற்குத் தயாராக அகல விரிந்தபடியேயிருப்பதைத்தான் சாலையை நோக்கிக் கம்பியழித் தடுப்புகளின் வழியே திறந்து கிடக்கும் தன்னுடைய பழைய பாணி வீட்டின் முன்திண்ணையின் விகாசமும் ஒவ்வொரு மதியமும் தன்னை ஆட்கொள்ளும் உறக்கமும் உருவகமாகக் காட்டுவதாயும் அவள் உணர்ந்தாள். அந்த உணர்வு அவளை முன்னிலும் அதிகப் பாதுகாப்புணர்வுடன் மதியத்தூக்கத்திற்குள் விழச் செய்துகொண்டிருந்தது (இதனாலேயே லீலா நாயுடுவின் சித்திரம் வந்த விதமும் அதை அப்படி வரவழைத்த ஈவெரா பிறந்த நாளின் துக்க நிகழ்வுகளும் அப்பட்டமாக அவர்களுக்கு உணர்த்திய அந்த வீட்டினுடைய திறந்த கட்டமைப்பின் பாதுகாப்பின்மையைச் சொல்லிக் கம்பியழிகளை அகற்றிவிட்டு செங்கல் சுவரையும் மரக் கதவுகளையும் பொருத்தப்போவதாக வாசுதேவன் அறிவித்தபோது அவள் அதைப் பலமாக வாதாடி மறுத்துவிட்டாள். வீட்டின் தனித்தன்மையே அதனால் அழிந்துவிடும், மேலும், உள்ளே ஒளித்து வைத்துக்கொள்ளக்கூடிய ரகசியமெதுவும் தன்னிடம் இல்லையென்று சொல்லுகிற மாதிரியான அந்தப் பழைய பாணித் திண்ணைக் கட்டுமானத்திலிருக்கும் வெகுளித்தனமும் வரவேற்கும் தன்மையும் அதனுள் சிறைப்பிடித்து வைக்கப் பட்டிருக்கும் கடந்த காலமும் ஒருவேளை அதன் வாசலில் நிற்பவன் திருடனாகவேயிருந்தாலும் அவன் அதை ஊடுருவிக் கொண்டு உள்ளே நுழைய முயற்சிக்கும்போதே அந்த

எண்ணத்தை மறக்கும்படி செய்துவிடும், கடந்த மாதங்களில் நடந்த சம்பவங்கள் அதைத்தானே நமக்குச் சொல்லுகின்றன). சுருக்கமாகச் சொல்லப்போனால் ஜெமினி மற்றும் அவருடைய சித்திரம் சம்பந்தப்பட்ட நிகழ்வுகள் நாள்பட நாள்பட வாசுதேவனின் மனதில் கசப்பையும் எச்சரிக்கையுணர்வையும் சலிப்பையும் வளர்த்துக்கொண்டேயிருந்த அதே வேகத்தில் பாகீரதியின் மனதில் வியப்பையும் குழந்தைத்தனமான குதூகலத்தையும் சுதந்திரவுணர்வையும் அதே நேரத்தில் சிறகுகளுக்குள் பொதிந்திருக்கும் கதகதப்பையும் புகட்டிக் கொண்டேயிருந்தன. வாசுதேவன் ஆதிமூலத்தைச் சந்திக்க மெட்ராஸ் கிளம்பியபோதுகூட அவளுக்குத் தானும் அவனுடன் கூடப் புறப்பட்டுச் செல்லவேண்டுமென்கிற ஆசைதான். ஆனால் ஹேமாவினுடைய ஆண்டிறுதித் தேர்வுகள் நெருங்கிக்கொண் டிருந்ததாலும் அவளைத் தனியே விட்டுவிட்டுச் செல்லவியலாது என்பதாலும் (கூப்பிட்டுவிட்டால் பூரணியம்மாள் வந்து இருந்து கொள்வார்தான். ஆனால் அவர் அப்போது பாகீரதியின் தமக்கை வீட்டிற்குச் சென்றிருந்தார்) அவள் அரைகுறை மனதுடன் அவனைத் தனியே சென்றுவர அனுமதித்தாள்.

வாசுதேவன் கிட்டத்தட்ட தன் வயதேயான ஓவியர் ஆதிமூலத்தை அவருடைய சோழ மண்டல ஓவியர்கள் கிராமத்திலிருந்த வீட்டில் சந்தித்தான். அவருக்கு மதுரையில் நடந்த ஓவியக் கண்காட்சி பற்றி எதுவும் தெரிந்திருக்கவில்லை (தான் ஆஸ்திரேலியாவிலிருந்து திரும்பிச் சில நாட்கள்தான் ஆகியிருந்ததாகத் தெரிவித்தார்). ஜெமினியைப் பற்றிக் கேள்விப்பட்டும் ஏழு வருடங்களுக்கு மேலாகிவிட்டது என்றார். அவர் ஒரு பத்து வருடங்களில் இரண்டு முறை ஜெமினியைச் சந்தித்திருந்தார். ஐந்தரை அடி உருவம், ஒடிசலான தேகம், தொடைவரை நீண்ட ஜிப்பா மற்றும் ஓர் அழுக்கு வேட்டி, அவர் அந்த அரைகுறையான அழுக்கு உடுப்புகளுடனேயேதான் வகுப்பறைக்கும் வந்திருந்தார் என்று நினைவு, உதடுகளுக்கு மேலே கீழுதட்டை மறைக்கும் வண்ணம் அடர்ந்து தொங்கிக்கொண்டிருந்த, சீப்பைச் சொருகி வைத்தது போன்ற நரைத்த மீசை, ஐன்ஸ்டீனைப் போலவோ அல்லது தாகூரைப் போலவோ, அசிரத்தையுடன் ஒட்டடைப் படலமாய்க் கேசம் சிலும்பிப் பரந்திருக்க பின்புறமாக இழுத்துக் காதுகளின் பின்னே வழித்து வாரிவிடப்பட்டிருந்த தலை மயிர் (ஆனால் அதில் இப்போது புத்தி ஜீவிகளாலோ அல்லது ஹிப்பிகளாலோ பிரபலப்படுத்தப்பட்டுக்கொண்டிருக்கிற சிகையலங்காரப் பாணியின் சாயலை நான் பார்க்கவில்லை, மாறாக குலதெய்வத்திற்கு முடியைக் காணிக்கையாக

நேர்ந்துகொண்டிருக்கும் ஒரு கிராமத்தானின் அள்ளி முடிந்த கோலம்தான் அதில் தென்பட்டது), அவசரமாகக் குளித்து விட்டுக் குளியலறையிலிருந்து வெளியே வரும் பெண்ணின் உடலிலிருந்து இன்னும் வடிந்துகொண்டிருக்கும் நீர்த் தாரைகளைப்போல அவருடைய உடலிலிருந்து இடைவிடாமல் வழிந்துகொண்டேயிருந்த கனிந்த வயது (அப்போது அவருக்கு வயது ஐம்பது ஐம்பத்தைந்து இருக்கலாம்), பல காலக் கடும் உழைப்பும் இடைவிடாத அலைச்சலும் ஓயாத சிந்தனைச் சுளிப்பும் கூச்ச சுபாவமும் உடலெங்கும் ஓடும்படி உண்டாக்கியிருந்த தேன் நிற ரேகைகள் என்று ஜெமினியின் தோற்றத்தைப் பற்றிக் கூரையை நோக்கி யோசனையில் உயர்ந்திருந்த பார்வையுடன் அவருடனான தன் முதல் சந்திப்பை நினைவுகூர்ந்த அவர் தானும் தன்னுடைய நண்பர்களும் (நண்பர்களென்றால் கிருஷ்ணமூர்த்தி, பாஸ்கரன், ஹரிதாஸ், வெங்கடபதி ஆகிய மற்ற நான்கு ஓவியர்கள்) 1965ஆம் வருடம் பனஸ்தலி வித்யா பீடம் ஏற்பாடு செய்திருந்த இரண்டுமாத வண்ண ஓவியப் பயிற்சி வகுப்புகளுக்காகச் சென்றிருந்த காலக்கட்டத்தில் அங்கே சிறப்புப் பேச்சாளராக வந்திருந்த அவரை ஒரு மாலை நேரத்தில் அவருடைய அறையில் அவருடைய அழைப்பின் பேரிலேயே முதல்முறையாகச் சென்று சந்தித்தபோது அறையினுள்ளிருந்து அவர் தன் கைகளை வரவேற்கும் முகமாக நீட்டியபடியே தங்களை நோக்கி எழுந்து வந்த நிமிடத்தில் ஓட்டு விதானத்தில் மாட்டப்பட்டிருந்த டங்ஸ்டன் இழை விளக்கு மேலேயிருந்து செங்குத்தாகப் பொன்னிறத் தூசிபோல் உதிர்த்துக்கொண்டிருந்த மஞ்சள் நிற ஒளியில் அவர்மேல் அரைகுறையாகக் கவிந்த நிழல் இன்னொரு தனித்த, புதிரான வன விலங்கைப்போல அவரிடமிருந்து பிரிந்து அவர்கூடவே, ஆனால் தன்னிச்சையாக எழுந்து முன்னே வந்த காட்சி பிறகு தான் அங்கிருந்த நேரம் முழுவதும் உரையாடலில் கவனத்தைச் செலுத்தவிடாமல் திரும்பத் திரும்பத் தன்முன் தோன்றித் தன்னுடைய கவனத்தைச் சிதறடித்துக்கொண்டேயிருந்தது என்றார் (அவர் இதைச் சொன்னபோது வாசுதேவனுக்கு ஏனோ தானே அந்தக் காட்சியை நேருக்கு நேராக ஏற்கெனவே பார்த்திருப்பதைப்போன்ற பிரமை ஒரு வினாடி எழுந்தது). மேலும் இந்தக் காட்சிக்கு, அது அவர் மீதான தன் பார்வையில் விளைவித்த பாதிப்பிற்குப் பிறகு அந்தச் சந்திப்பிற்கு முன்னாலும் பின்னாலும் நிகழ்ந்த நாட்களை முன்வைத்துத் தான் அவரைப்பற்றி வரைந்து வைத்திருந்த மனப்பிம்பம்கூட மாறுதலுக்குட்பட்டுவிட்டது என்றும் சொன்னார். எனக்கென்னவோ ஜெமினி எப்போதுமே தூலமாக ஒரு வெளியில் செயல்பட்டுக்கொண்டிருக்க

பா. வெங்கடேசன்

அவருடைய (ஒருவேளை அவரேயறியாத) நிழல் தன் போக்கில் இயங்கிக்கொண்டிருப்பதான பிரமை காரணமேயில்லாமல் அடிக்கடி ஏற்பட்டுக்கொண்டிருந்தது. அதற்கேற்றாற்போல நாங்கள் அவரைத் தனியே அவருடைய அறைக்குச் சென்று சந்திப்பதற்கு முன்பு வகுப்பறைகளில் விரிவுரையாளராகக் கவனித்துக்கொண்டிருந்த போதெல்லாம் அவருடைய ஏதோ வொரு வங்காள மொழி உச்சரிப்பை வைத்துக்கொண்டு (மைதிலி என்று சொன்னதாக நினைவு) அவர் ஒரு பிறவி வங்காளி என்று நாங்கள் நினைத்துக்கொண்டிருக்க (ஆனால் வடகிழக்கு வனாந்திரங்களின் ஆழம்வரை திராவிட இனத்தின் பூர்வகாலத் தொடர்ச்சியிருப்பதால் அந்தத் தோற்றம் பார்ப்பவரை ஏமாற்றக் கூடுமென்றும் கூடப் பேசிக்கொண்டோம்தான்) அவருக்கோ பச்சைத் தமிழரென்றும் சித்திரக்கலை மீதிருந்த தீவிரமான ஆர்வத்தால் சிறு வயதிலேயே வீட்டைவிட்டு ஓடிவந்து வடக்கே தங்கிவிட்டவரென்றுமான இன்னொரு பிம்பம் கூடவே இருந்துகொண்டிருந்தது, நாங்கள் தமிழ்நாட்டைச் சேர்ந்தவர்கள் என்பதைப் பெயர்ப் பட்டியலிலிருந்து தெரிந்து கொண்டு அந்த ஒரு காரணத்திற்காகவேதான் ஜெமினி எங்களைவருடனும் பேச விருப்பம்கொண்டுமிருந்தார், அந்தக் கணத்தில் தான் சிறுவயதில் வீட்டைவிட்டு ஓடிவந்த பிறகும் நெடுங்காலமாக உணராதிருந்த பிரிவேக்கத்தை அதன் முழு வீச்சோடு மூச்சையிழுத்து அனுபவித்ததாயும் நாங்கள் அவரை அடையாளம் கண்டுகொண்டு ஒரு புன்னகையாவது செய்யவேண்டுமென்கிற ஆசையைத் தன்னால் கட்டுப்படுத்தவே முடியாமலிருந்ததென்றும் ஆனால் இளைஞர்களானதால் அலட்சியத்தினாலோ அல்லது மரியாதையினாலோ நாங்கள் அவரை அணுக முயற்சிக்கவில்லையென்று நினைத்துப் பிறகு தானே முதலில் கையை நீட்டுவது என்கிற முடிவிற்கு வந்ததாயும் அவர் எங்களிடம் தெரிவித்தார், ஆனால் உண்மையில் அந்த இரண்டுமே அவரை நாங்கள் சந்திக்க முயலாமலிருந்த தற்குக் காரணமில்லை, பாண்டவ புத்திரர்களைப் போல நாங்களைவரும் எங்கு சென்றாலும் ஒன்றாகவே போவதும் வருவதும் பாஷைக் குழப்பத்தால் வரும் இடைஞ்சல்களைச் சுவாரஸ்யமான அனுபவங்களாக்கிச் சிரித்துப் பகிர்ந்துகொள்ள ஒருவருக்கொருவர் துணையிருப்பதும் (ஊண்ட்தூத் என்று அவர்கள் திரும்பத் திரும்பச் சொல்லச் சொல்ல வெளுத்த தெல்லாம் மாட்டுப்பால் என்கிற நிச்சயத்துடன் சரிதான் சரிதான் என்று சொல்லிக்கொண்டே நாங்கள் ஒட்டகப் பாலைக் கோப்பை கோப்பையாகக் குடித்துத் தீர்த்தோம், அவர்கள் பரிமாறிய பதார்த்தங்களில் லட்டுவைத் தவிர வேறெதையும்

வாயில் வைக்க முடியாத நிலையில் பசிக்கு வேறென்னதான் செய்வது, பிறகு சிறப்பு அனுமதி பெற்று நானே அறையில் சமைக்கத் துவங்கிய நாளில் இந்தியாவின் வடக்குமல்லாத தெற்குமல்லாத புதிய திசைச் சமையல் என்றும் என்றாலும் ஒட்டகப் பாலாக இல்லாதவரை நல்லது என்றும் சொல்லி அதை என் நண்பர்கள் சகித்துச் செரித்துக்கொண்டார்கள்) சில சமயங்களில் மொழிப் பிரச்சனையை எங்களுக்குச் சாதகமாகவேகூட எடுத்துக்கொள்வதுமாக இருந்ததால் (புகை வண்டிப் பிரயாணத்தின்போது எங்களெதிரேயிருந்த ஓர் அழகான வடக்கத்திப் பெண்ணின்முன் நான் பாடிய தமிழ்த் திரைப்படக் காதல் பாடல்களைக் கேட்டுவிட்டு பாஷை புரியாத நிலையிலேயே அவள் என்னை மோகனப் பார்வை பார்த்துச் சிரித்துக்கொண்டேயிருந்தாள்) பாஷை புரியாமையை ஒரு பெரும் மன அழுத்தமாயும் அதைத் தவிர்ப்பதற்காக வலிந்து யாரேனும் ஒரு வடக்கத்திக்காரரை நண்பராக்கிக்கொள்வதை ஒரு நிர்பந்தமாயும் நாங்கள் உணரவில்லையாதலால் ஜெமினியை ஒரு தென்னிந்தியராக மனம் உணர்ந்தாலும் அதை ஊர்ஜிதப்படுத்திக் கொள்ளவோ அதற்காக அவரை அணுகவோ நாங்கள் மெனக்கெடவில்லையென்பதுதான் உண்மை, எனவே நான்கு நாட்களுக்குப்பின் கல்லூரிப் பணியாள் மூலமாக ஜெமினி எங்களைத் தன்னுடைய அறைக்குக் கூப்பிட்டனுப்பியபோது நாங்கள் அதைக் கேட்டு ஆச்சரியப்பட்டோம். போகும் வழியில்கூட ஓவியத் துறையில் கிட்டத்தட்ட முப்பது வருட அனுபவமுள்ள ஒரு பழுத்த மனிதரென்று அறிமுகப்படுத்தப்பட்டிருந்த அவரை ஈர்க்குமளவிற்கு நாங்கள் அப்படியென்ன விசேஷத் திறமையைப் பயிலரங்கத்தில் நிகழ்த்திக் காட்டிவிட்டோமென்றும் ஒருவேளை திடீரென்று முடிவு செய்யப்பட்ட, வகுப்பிற்கு வெளியிலான சிறு கலந்துரையாடல் எதற்கேனும் பல்கலைக்கழக நிர்வாகமோ அல்லது மூத்த ஓவியர்கள் கூடிப் பேசியோ ஏற்பாடு செய்திருக்கலாமோவென்றும்தான் நாங்கள் ஒருவர் மாற்றி ஒருவர் ஊகித்துப் பேசிக்கொண்டே சென்றோமேயொழிய அது எங்களுக்கேயான பிரத்யேக அழைப்பாக இருக்கலாமென்றோ அதற்கு நாங்களைவரும் தமிழர்கள் என்கிற ஒரே தகுதிதான் காரணமென்றோ அடுத்த மூன்று மணிநேரம் முழுக்க முழுக்கத் தமிழில்தான் உரையாடிக்கொண்டிருக்கப் போகிறோமென்றோ அந்த உரையாடல் தனிப்பட்ட முறையில் சித்திரக்கலை பற்றிய எனது பார்வையில் கணிசமான பாதிப்பைப் பின்னாளில் ஏற்படுத்தப்போகிறது என்றோ நானும் என் நண்பர்களும் நினைத்துக்கூடப் பார்த்திருக்கவில்லை, இது மட்டுமில்லாமல் வித்யா பீடத்தின் நிகழ்ச்சி அட்டவணையின்படி வண்ண ஓவியங்

களைப் பற்றிப் பேசுவதற்காக வரவழைக்கப்பட்டிருந்த அவருக்குப் பதிலாக அவருடைய அறையில் அவருடைய குரலில் கருப்பிலோ அல்லது அடர்ந்த ஒற்றை வண்ணத்திலோ இழுக்கப்படும் கோட்டுச் சித்திரங்களைப்பற்றியும் வரைபரப்பில் அவற்றின் தீவிர இயக்கத்தைப் பற்றியும் தன் போக்கில் பேசிக்கொண்டிருந்தது அவருடைய நிழல்தானென்றும் எனக்குப் பட்டது, இதற்கப்பால் வகுப்பறை விவாதங்களில் வெளிப்பட்ட அவருடைய மேதமை அவரை ஏதேனுமொரு பிரசித்தி பெற்ற ஓவியக் கல்லூரியின் பெருமைமிகு முன்னாள் மாணவரென்கிற கற்பனைப் பிம்பத்தை மாணவர்களிடையே உருவாக்கிக்கொண்டிருக்க அவரோ தான் ஆரம்பப் பள்ளிக்கூடத்தையே தாண்டியிராத, எந்த ஓவியப் பள்ளியிலும் முறையான பயிற்சி பெற்றிராத ஒரு தான்தோன்றிச் சைத்ரீகன் என்றும் தன்னுடைய தனித்துவமிக்க பாணி என்று பிறர் சொல்லும் பழங்குடிப் பாணிக் கோட்டுச் சித்திரங்களுக்கான உந்துதல் தனக்குத் தன்னுடைய நாட்டுப்புறத் துஸாத் இன மனைவியிடமிருந்தே கிடைத்தது என்றும் வெட்கப்படாமல் சொல்லிக்கொண்டிருந்தார், எனவே சிலசமயம் நான் உண்மையிலேயே ஜெமினியென்கிற நபரை பனஸ்தலியில் சந்தித்தேனா அல்லது வேறு யாராவது ஒருவருடைய அல்லது வேறு ஏதோவொரு கருத்துருவத்தின் கெட்டியான திரட்சியை ஜெமினியென்கிற கற்பனை நபராக உருவகப்படுத்திக்கொண்டு என்னுள் தக்கவைத்துக்கொண்டிருக்கிறேனா என்றுகூட எனக்கு நானே பாதி வேடிக்கையாயும் பாதி தீவிரமாயும் கேட்டுக் கொள்வதுண்டு.

ஜெமினியைப்பற்றி ஓவியர் ஆதிமூலம் பகிர்ந்துகொண்ட தகவல்களை வாசுதேவன் சுவாரஸ்யமாகத்தான் கேட்டுக் கொண்டிருந்தான். ஆனால் அவற்றைச் சொல்லிக்கொண்டிருந்த போது தவிர்க்கவியலாமல் அவர் ஜெமினியால் விதந்தோதப்பட்ட கோட்டுச் சித்திரங்களைப் பற்றியும் அந்த உரையாடலின் தாக்கம் தன்னிடம் இன்றுவரை நிலைத்திருப்பதைப் பற்றியும் சொன்னவற்றில் பெரும்பாலானவற்றை அவனால் புரிந்து கொள்ள முடியவில்லை. அவற்றில் சிறிதளவையேனும் உட்கிரகித்துக்கொண்டு பாகீரதியிடம் சொல்லி அவளைச் சந்தோஷப்படுத்தி ஜெமினியைக் கண்டுபிடிக்கவியலாத வருத்தத்தைச் சரிக்கட்டிவிடலாமென்கிற யோசனையுடன் எவ்வளவோ உன்னிப்பாகக் கவனித்தும்கூட பழங்குடிகளின் வண்ணத் தேர்வும் அதன் பின்னணியிலிருக்கும் பிரகிருதி சார்ந்த அவர்களுடைய புரிதல்களும் மிகப் புதிரானவையென்றும் மழையைக் கருவுருத்தலோடு நேரடித் தொடர்புடையதாக அவர்கள் உணர்ந்தால் கருவுறுதலோடு நெருங்கிய தொடர்புடைய

சிவப்பு வண்ணத்தை அவர்கள் மழைக்காக ஒதுங்கும் எந்தக் குகைகளின் உட்புறச் சுவர்களிலும் எந்தக் காட்சியைக் குறிக்கும் கோட்டுச் சித்திரத்திலும் (ஒரு மரத்தையோ பறவையையோ யானையையோ குறிக்கக்கூட) பயன்படுத்தத் தயங்குவதில்லை என்றும் ஜெமினி அன்று பீம்பேத்கா குகைச் சித்திரங்களை உதாரணம் காட்டிப் பேசினாரென்று சொன்னதையோ அல்லது ஒரு மனித உருவத்தையோ இயற்கையின் ஓரம்சத்தையோ நேருக்கு நேராகச் சந்திக்கும் எந்தக் கண்ணும் தன்னுடைய உணர்வின் வண்ணத்தைத்தான் அவற்றின்மீது பிரதிபலித்து அவற்றைப் பார்க்கிறதேயன்றி அவை வெளிப்படுத்தும் வண்ணங்களை அல்ல, அதாவது வண்ணங்கள் என்பவை பார்ப்பவனின் பார்வை வழியாகப் பார்க்கப்படும் வஸ்துவின்மீது படர்த்தப்படும் ஓரம்சமேயன்றி அவற்றுக்குத் தங்களுடைய வண்ணங்களைச் சுயமாக வெளிப்படுத்தும் வலு கிடையாது, ஆகவே ஓர் ஓவியனின் சவால் தன்னுடைய கோடுகளின் மூலமாக பார்ப்பவரின் மனதில் வண்ண உணர்வுகளைக் கிளர்த்துவதேயன்றி வண்ணங்களைத் தானே கித்தானில் வரையறை செய்வதல்ல, உண்மையில் வண்ண ஓவியம் என்பது அரூபமான, உள்வயத் தேடலின், மேதமையின் மொழியென்றால் கோட்டுச் சித்திரம் என்பது மனித நேயத்தின் வெளிப்பாடு என்று ஓவியக்கலை பற்றிய அடிப்படையான ஒரு கருத்தை ஓவியக் கல்லூரியில் சேர்வதற்கு முன்பே கீரம்பூரில் மண் பொம்மைகளுக்கு வண்ணம் பூசும் ஒரு வயதான கைவினைக் கலைஞர் போகிற போக்கில் அடிக்கடி தன்னிடம் சொல்லிக்கொண்டிருப்பாரென்றும் திரும்பத் திரும்பக் கேட்டுக்கொண்டிருந்த அந்த வார்த்தைகள்தான் தன்னையும் அந்தப் பொம்மைக் கலைஞரைப் போலவே ஒரு சித்திரக்காரனாக்கிவிட்டது என்றும் ஆனால் அந்த ஆள் சொன்னதெல்லாம் பொம்மைகளுக்கு வண்ணம் பூசும் வேலையில் வெகு காலமாகத் தோய்ந்திருந்துகொண்டிருந்ததால் உண்டான சலிப்பின் வெளிப்பாடு என்பதைத் தவிர வேறில்லையென்றும் தன் தாயார் பின்னாளில் ஒருமுறை தன்னிடம் சொன்னாரென்று சொன்னதையோ (ஆனால் அதைச் சொன்னது தனபால் என்கிற தன்னுடைய ஓவியக் கல்லூரிக் குருவால் சொல்லப்பட்டது என்றுதான் ஆதிமூலம் ரொம்ப நாட்களாக நினைத்துக்கொண்டிருந்தாராம். பின்பு ஜெமினியென்பது உண்மையா பொய்யா என்கிற சந்தேகம் சமயங்களில் தன்னுள் எழுவதைப்பற்றி அவர் குறிப்பிட்டபோது அது எதுவாகயிருந்தாலும் ஜெமினியென்கிற ஒரு நிகழ்வினுடைய ஞாபகங்கள் தன் மனதில் கோட்டுச் சித்திரங்கள் பற்றிய சிந்தனைப் போக்கோடு பிரிக்க முடியாதபடி பின்னிப்

படர்ந்து கிடக்கின்றன என்கிற வகையில் அவரைத் தான் உண்மையென்றே நம்ப விரும்புவதாயும் அதற்கு உதாரணமாக ஓவியம் பற்றிய அந்த வேர்க் கருத்தைச் சொன்னது ஓர் அநாமதேய பொம்மை வண்ணப்பூச்சுக்காரர் என்பதைத் தன் புத்தி மறந்துவிட்டிருந்தது என்று சொல்வதைவிட அம்மாதிரியான ஒரு முக்கியமான கருத்தைச் சொல்பவர் தனபாலைப் போன்ற, தன்னால் பிரமிப்புடன் பார்க்கப்படுகிற ஒரு கலைஞனைத் தவிர வேறொரு ஆளாக இருந்துவிட முடியாதென்றுதான் தன் ஆழ்மனம் நம்ப விரும்பியது என்றும் அவ்வகைப்பட்டவைதான் ஜெமினியைப்பற்றிய தன் நினைவுத் தடங்களும் என்றும் சொன்னார்) அவனால் உட்கிரகித்துக் கொள்ளவே முடியவில்லை. சிக்கலான கோட்டுச் சித்திரங்க ளென்றால் அதிகபட்சம் அவனுக்குத் தெரிந்ததெல்லாம் ஆனந்தவிகடன் பிரபலப்படுத்தியிருந்த சில்பியின் திருக்கோயில் சித்திரங்களாகத்தானிருந்தது (சில்பியைப் பற்றி ஆதிமூலம் சிலாகித்துப் பேசினாரென்றால் ஏதோவொரு விதத்தில் அவர் கோட்டுச் சித்திரங்களைப்பற்றிப் பேசியவற்றில் தனக்கும் ஓரளவிற்குப் புரிதலும் உடன்பாடும் இருக்கிறதென்றும் அதைப் பாகீரதியிடம் விவரிப்பதில் தடுமாற்றமோ திரிபோ இருக்காதென்றும் அவன் ஒரு குழந்தைத்தனமான எதிர் பார்ப்புடனுமிருந்தான்). ஆனால் ஆதிமூலம் சில்பியின் சித்திரங் களைச் சிலாகிக்கவில்லை. சில்பியின் கோடுகள் அவரைப் பொறுத்தவரையில் சிக்கல் மற்றும் அடர்த்தி என்பதற்கு மாறாக நுணுக்கம் மற்றும் விவரணையை அடிப்படையாகக் கொண்டவையாக இருந்தன. ஒரு புகைப்படத்தின் தத்ரூபம், அதிலும் மின்விளக்கைப் பளிச்சிடும் புகைப்படக் கருவி சில்பியின் கோடுகளை முக்கியத்துவமற்றதாக்குகிறது, காரணம் இருட்டின் உலகிற்குள் காணக்கூடியதும் காணப்படாததுமாக இருக்கும் நிலையில் கருவறை உருவங்களும் கோபுரப் பொம்மைகளின் அடர்த்தியும் உருவாக்கும் ஒருவித மயக்க நிலையை சில்பி தன் நுண்ணிய சிக்கலற்ற கோடுகளின்மூலம் வெட்ட வெளிச்சத்திற்குக் கொண்டுவந்து சிதறடித்துவிடுகிறவராக இருக்கிறார், இது அவருடைய கோடுகளின் உலகத்திற்குள்ளிருந்து வௌவால்களை, புறாக்களை, அவற்றின் எச்ச மணத்தை, சாயங்காலக் குருவிகளின் சிறகடிப்புகளை, மனிதர்களின் மெல்லிய முணுமுணுப்புகளை, சிற்பங்களின் நிலை குத்திய விழிகளிலிருந்து தெறிக்கும் உக்கிரத்தை, சுருக்கமாகச் சொல்ல வேண்டுமானால் அந்தச் சித்திரங்களில் உறைந்து நிற்கும் காலத்தை வெளியேற்றி விடுகிறது என்று அவற்றை விமரிசித்தார் அவர். அதுவும் வாசுதேவனுடைய புரிதலின் எல்லைக்குள் பிடிபடவில்லை.

ஆனால் அந்த கோட்டுச் சித்திரக் கலை சார்ந்த புரியாத, பேச்சின் அடியில் ஜெமினியென்கிற ஆகிருதியின்மேல் ஆதிமூலம் கொண்டிருந்த வியப்புதான் (அவர் அசலா நிழலா) அதன் தொனியாகத் தனித்தனி நரம்பு கிளைத்து ஓடுகிறது என்பதை மட்டும் அவனால் உணர்ந்துகொள்ள முடிந்தது. அது போதுமென்றும் அவனுக்குத் தோன்றியது. எனவே அவனும் அதுதான் சமயமென்று ஜெமினி சம்பந்தமாக அவன் வீட்டில் சில மாதங்களுக்கு முன் நடந்த வினோத சம்பவங்களையும் லீலா நாயுடுவின் சித்திரம் அவன் வீட்டிற்கு வந்த வழியையும் தானும் பேசிப் பகிர்ந்துகொண்டான். ஆதிமூலம் அதைக் கேட்டுச் சிரித்தாரே தவிர ஆச்சரியப்படவில்லை. நிச்சயமாக அப்படியெல்லாம் செய்யக்கூடியவர்தான் ஜெமினி, அதில் சந்தேகமேயில்லை என்று சொன்ன அவர் ஜெமினியுடனான தன்னுடைய இரண்டாவது சந்திப்புக்கூட அதே வகைப்பட்டதுதான் என்றார்.

உண்மையில் சந்திப்புத்தானா அது. இரண்டுபேர் நேருக்கு நேராக ஒருவரையொருவர் பார்த்துக்கொண்டால்தான் சந்திப்பு என்று அதற்குப் பெயரென்றால் ஆதிமூலத்தின் ஜெமினியுடனான இரண்டாவது பரிச்சயத்திற்குப் பெயர் சந்திப்பு இல்லைதான். ஆனால் ஆதிமூலம் அதை அப்படித்தான் குறிப்பிட விரும்பினார். ஏனெனில் ஜெமினி தன்னைச் சந்திக்காமல் விலகிச் சென்றுகொண்டிருந்த அதே நேரத்தில் அவருடைய நிழலைத் தன்னருகில் நிறுத்தியேதான் வைத்திருந்தாரென்பதே அவருடைய நம்பிக்கையாக இருந்தது. என்ன நடந்தது என்பதைக் கிரமமாகவே சொல்லுவோம். பனஸ்தலியிலிருந்து திரும்பியதற்கு அடுத்த வருடம் அதுவரையில் சக ஓவியர்களின் படைப்புகளின் மத்தியில் தன்னுடையதையும் தில்லிக் கண்காட்சிகளுக்கு அனுப்பிக் கொண்டிருந்த ஆதிமூலம் முதன்முதலாகத் தன் தனி ஓவியக் கண்காட்சியை மெட்ராஸில் நடத்தினார். அதிக அளவில் இடம் பெற்றன என்று சொல்ல முடியாவிட்டாலும் நனவிலியில் அவர் மனதில் பதிந்துபோயிருந்த நிழல் கோடுகள் காகிதங்களில் வெளிப்பட்டிருந்த விதம் பலருடைய கவனத்தை ஈர்த்துப் போதுமான பாராட்டுகளை அந்த நாட்கள் முழுவதும் அவருக்குப் பெற்றுத் தந்துகொண்டிருந்தது. தினமும் இரவு அரங்கத்திலிருந்து வெளியேறிய பிறகு கையோடு வீட்டிற்குக் கொண்டுவரும் வருகைப் பதிவேட்டில் விதவிதமான கோட்டுச் சித்திரங்களைப்போல நிரம்பிக் கிடக்கும் பலதரப்பட்ட கையெழுத்துகள் சொல்லும் அறிவுரைகளையும் வியப்புரைகளையும் ஆலோசனைகளையும் விமர்சனங்களையும் மணிக்கணக்கில் படித்துக்கொண்டிருக்கும்

உற்சாகத்தில் விடியற்காலை வேளைகளே உறக்கத்திற்குரிய பொழுதுகளாய் மாறிப் போயிருந்தன. பிற்காலத்தில் எத்தனையோ முக்கியஸ்தர்களிடமிருந்து தன்னுடைய ஓவியங்கள் எத்தனையோ பாராட்டுகளைப் பெற்றிருக்கின்றனவென்றாலும் அவற்றில் எதுவுமே அந்த முதல் கண்காட்சிக்கான குறிப்பேட்டில் கிறுக்கப் பட்டிருந்த வாசகங்கள் தந்ததற்கு ஈடான சந்தோஷத்தைத் தந்த தில்லை என்றார் அவர். பிற்காலத்தில் என்னுடைய ஓவியங் களுக்குள் பார்ப்பவர்களினுடைய மேதமையின் துருவிப் பார்க்கும் பரப்பிற்குள் அகப்பட்டுவிடாத, சாரீரத்திற்கும் சாதகத்திற்கும் அப்பாற்பட்ட ஜாலமாக ஒரு நல்ல இசை வெளிப்படுத்தும் நெகிழ்ச்சியைப்போன்ற, உணர்வார்ந்த கலைமையொன்று அவர்கள் பாராட்டுகளிலிருந்து தப்பித்து என்னுடைய அடுத்த படைப்பை நோக்கி நகர்ந்துகொண்டேயிருக்கிறது என்கிற கர்வத்துடனும் அது எனக்கு மட்டுமே வசப்படக்கூடியது என்கிற நிச்சயத்துடனும்தான் அவர்களுடைய விமர்சனங்களை நான் எதிர்கொண்டிருக்கிறேன், ஆனால் என்னுடைய கன்னிக் கண்காட்சியின்போது எனக்குக் கிடைத்த பாராட்டுரைகள் அப்படிப்பட்டவையல்ல, அவை என்னை நோக்கித் தங்கள் நேசத்தையும் அக்கறையையும் மலர்த்தியபோது அவர்கள் அவற்றில் கண்டுபிடித்துச் சொல்லிக்கொண்டேயிருக்கிறவற்றை நானே ஏன் முதலில் அடையாளம் கண்டுகொள்ளவில்லை என்கிற ஆதங்கமும் வியப்பும் அவர்கள் பாராட்டுகிற ஆதிமூலம் என்கிற நபர் நான்தானா, இந்தக் கைகள்தான் அவற்றை வரைந்ததா என்கிற அநிச்சயமும் என்னைச் சந்தோஷத்திற்கும் சந்தேகத்திற்குமிடையில் அலைக்கழித்துக்கொண்டிருந்தன, நான் அவற்றை ஆசையுடன் (சில சமயங்களில் கண்ணீர் உகுத்துக் கொண்டும்) திரும்பத் திரும்பப் படித்தேன், பல சமயங்களில் நான் உறங்கிவிட்ட பிறகும்கூட என்னுடைய நனவிலி அவற்றைத் தொடர்ந்து வாசித்தபடியே இருந்தது, இறுதி நாள்வரை இந்த அனுபவம் கொஞ்சம்கூடக் குறையாமல் என்னைப் பரவசத்தில் திணறடித்துக்கொண்டிருந்தது, அந்த மாதிரியான நேரங்களில் ஒரு கலைஞனின் மனநிலைக்கு இந்தப் பிரபஞ்சத் தின் எந்த அதிசயமும் ஈடுகொடுக்க முடியாமல் திணறுகிறது என்றுகூடச் சொல்வேன், அவனுடைய பரவசத்தை வடியச் செய்து அவனை நிதானப்படுத்தி யதார்த்தத்தில் காலூன்றச் செய்யும் உச்சபட்ச சந்தோஷத்தைக் கொடுக்கக்கூடிய ஒரு பாராட்டுக் கடிதமோ அல்லது ஒரு விமர்சனக் கடிதமோ எப்போதுமே அவனால் படிக்கப்பட்டுக்கொண்டிருக்கும் கடிதத்திற்கு அடுத்த கடிதமாகவே, இன்னும் படிக்கப்படாத லிகிதமாகவே, இருக்கிறதேயொழிய அவன் கையிலிருக்கும்

கடிதமாக மாறுவதேயில்லை, ஒரு கலைஞனுடைய மாய வித்தை யென்பது அதை அடுத்த கடிதமாக மாற்றி முடிவில்லாமல் பின்னகர்த்திக்கொண்டேயிருப்பதாகவேயிருக்கிறது.

இவற்றோடுகூட கண்காட்சியின் இறுதி நாளன்று, மற்றுமொரு எதிர்பாராத இன்ப அதிர்ச்சியும் ஆதிமூலத்திற்காகக் காத்திருந்தது. அன்று காட்சி முடிந்ததும் ஓவியங்களையெல்லாம் அறைக்குக் கொண்டுவந்து சேர்த்துவிட்டுப் பெரியதொரு விடுதலை உணர்வுடனும் சாதித்த களைப்புடனும் அன்றைய பார்வையாளர் குறிப்புகளை அவர் வாசிக்கத் தொடங்கியபோது குறிப்பேட்டின் பக்கங்களுக்கிடையில், அதன் பின்பக்கத்திலிருந்தே தனியாகக் கிழித்தெடுக்கப்பட்ட ஒரு தாளில் இரண்டு பக்கங்களிலும் கிறுக்கலான கையெழுத்தில், ஆங்கிலத்தில் அவசரமாக எழுதப்பட்ட (பின்னாளில் இந்த மாதிரியான கையெழுத்தின் ஆதி வடிவமாகத்தான் சோழர்காலக் கோவில்களின் சுவர்க்கற்களில் பொறிக்கப்பட்டிருந்த லிபிகளை நான் அடையாளம் கண்டேன்) குறிப்பு ஒன்று (குறிப்பு என்று சொல்வதைவிட கடிதம் என்று அதைச் சொல்வதுதான் பொருத்தமாக இருக்கும்) அதன் இறுதியில் ஜெமினி என்கிற தமிழ்க் கையெழுத்துடன் இரண்டாக மடித்துச் சொருகப்பட்டிருந்தது. ஆதிமூலத்தால் தன் கண்களையே நம்ப முடியவில்லை. ஜெமினி தன்னுடைய கண்காட்சிக்கு வந்திருந்தாரா. கடிதத்தைப் பரபரப்புடன் பற்றியெடுத்த அவர் அதற்குள் உடனே போகத் தோன்றாமல் அந்தக் கையெழுத்தையே ஆச்சரியத்துடன் நெடுநேரம் திரும்பத் திரும்பத் தடவிப் பார்த்துக்கொண்டிருந்தார். மேலும் ஜெமினியின் கையெழுத்தைக் கண்ட கணத்தில்தான் அந்த வயோதிகரால் தான் மிகவும் பாதிக்கப்பட்டிருக்கிறோமென்பதையும் அவரை (எப்படிச் சாத்தியம் என்றெல்லாம் யோசிக்காமலேயே) அந்தக் கண்காட்சியில் தன் மனம் எதிர்பார்த்துக்கொண்டிருந்தது என்பதையும் அவர் தெரிந்துகொண்டார். ஆனால் அவர் ஏன் தன்னைப் பார்க்காமலே சென்றுவிட்டார் என்பதை அவரால் ஊகிக்க முடியவில்லை. அதைவிட வருத்தத்திற்குரிய ஆச்சரியம் அவரைத் தானும் தன் பார்வையிலிருந்து தவறவிட்டிருந்தோமென்பது. ஓவியங்களைப் பார்வையிட வருபவர்களின் அசைவுகளை இருந்த இடத்திலிருந்தே கவனிப்பதும் அவர்கள் என்ன நினைக்கிறார்கள் என்பதை அவர்களுடைய முகபாவங்களிலிருந்து (பல சமயங்களில் அவர்கள் தங்கள் முகங்களைக் கல்லைப்போல கடினமாக வைத்துக்கொள்ளப் பயிற்சி பெற்றிருந்தார்களென்றபோதும்) ஊகித்துக்கொள்ள முயற்சிப்பதும் (அந்த ஊகமே பல சமயங்களில், அவர்களுடன் நேரடியாகப்

பேசவோ அவர்களுடைய குறிப்புகளைப் படிக்கவோ அவசிய மில்லாதபடி, நான் எதிர்பார்க்கும் திருப்தியை எனக்குத் தந்துவிடும்) ஆதிமூலம் வளர்ந்த பிறகுதான் தன்னுள் வளர்த்துக் கொண்ட, வித்யாகர்வம் சார்ந்த பழக்கம். ஆனால் துவக்கக் காலங்களில் கண்காட்சிக்கு வருபவர்களைக் கவனிப்பதைவிட ஒவ்வொரு பார்வையாளருடைய முதுகிற்குப் பின்னாலும் போய் நின்றுகொண்டு அவருடைய பார்வைக் கோணத்திலிருந்து தன்னுடைய ஓவியங்களைத் தானே மறுபடி மறுபடி பார்த்து அவர் நினைப்பதைத் தானும் ஊகிக்க முயலும் தவிப்புத்தான் (அது மிகவும் இயற்கையானதும் ஆரோக்கியமானதுமான ஒன்று என்றுகூட என் நண்பர்கள் என்னிடம் சொன்னார்கள்) ஆதிமூலம் என்கிற இளைஞனைத் தொற்றிக்கொண்டிருந்த பழக்கமாயிருந்தது. எனவே ஜெமினி கண்காட்சிக்கு வந்து சென்றதை அவர் கவனிக்கவில்லை யென்றால் ஒரு வகையில் அந்த வயதில் அது ஓரளவு எதிர்பார்க்கக் கூடியதுதான். கண்காட்சிக்கு ஜெமினி தனியாக வரவில்லை. அவர் தன் மகனுடன் வந்திருந்தார் என்பதை தனக்குக் கோர்வையாக கடிதங்கள் எழுதிப் பழக்கமில்லையாதலால் கடிதத்தின் வாக்கியங்கள் தன்னால் தமிழில் சொல்லப்படத் தன் மகனால் மொழிபெயர்த்து எழுதப்படுகிறது என்கிற அவருடைய குறிப்பு தெரிவித்திருந்தது. மனைவி மற்றும் மகனுடன் கல்கத்தா நகரிலிருந்து குடிபெயர்ந்து தன் சொந்தக் கிராமமான ஒசூரை நோக்கித் தான் சென்றுகொண்டிருப்பதாயும் போகும் வழியில் மெட்ராஸிலிருந்து புகைவண்டி மாறியாகவேண்டிய நிலையில் எதிர்பாராதவிதமாகக் கிடைத்த சில மணிநேர அவகாசத்திற்குள் மகனின் உதவியுடன், முன்பு பரிச்சயமாகியிருந்த சில ஓவியர் களைத் தொடர்புகொண்டு அவர்கள் மூலமாக ஆதிமூலத்தைக் கண்டுபிடிக்க முயற்சித்ததாயும் அதன் வழியே அவருடைய ஓவியக் கண்காட்சியைப்பற்றியும் அது நடக்கும் முகவரியையும் அறிந்துகொண்டதாயும் பிறகு அதையே புகைவண்டி நிலையச் சுவரில் ஒட்டப்பட்டிருந்த சுவரொட்டி மூலமாக உறுதிப் படுத்திக்கொண்டதாயும் அவர் அதில் தெரிவித்திருந்தார். ஆதிமூலத்தைப் பிரத்யேகமாகத் தன் மனது நினைவில் வைத்துக் கொண்டிருந்ததையும் மெட்ராஸில் இறங்க நேர்ந்ததை அவரைப் பார்க்கக் கிடைத்த வாய்ப்பாக அது எண்ணத் தலைப்பட்டதையும் அவரும் ஓர் ஆச்சரியமாகவேதான் சொல்லியிருந்தார். பனஸ்தலியில் அவருடைய அறையில் சிந்தனையைத் தூண்டும் வகையிலான அத்தனை நீண்ட உரையாடல்களுக்கிடையில் ஜெமினியின் முகத்தை மட்டுமே கவனித்தபடி அவர் கடைப் பிடித்துக்கொண்டிருந்த மௌனத்தில் ஒரு கலைஞனுக்கு மிக

இன்றியமையாத தேவை என்று ஜெமினி கருதிய, பெண் தன்மையுடைய, சிருஷ்டிபூர்வமான, கர்வமில்லாமல் சட்டென எதன்மேலும் வியப்படையத் தன்னை அனுமதித்துக்கொள்ளும் வெகுளித்தனமும் (அது அறியாமையல்ல) லஜ்ஜையற்ற அபத்த மான புரிதல்களால் வடிவங்களின் சாரத்தை நேரடியாகத் தொட்டுவிடும் தன்னுணர்வற்ற, இயல்பான மேதமையும் இருந்ததாக அவருக்குத் தோன்றியிருக்கிறது. அது தத்ரூபங்களின் சலிப்படையச் செய்யும் பழக்கவுணர்வைச் சிதைத்து அவற்றை நுணுக்கமான மற்றும் மிகைப்படுத்தப்பட்ட வரைகோடுகளாக்கும் (அதீதச் சித்தரிப்பின் மூலமாக நிஜத்தின் தனித்தன்மையை, தீவிரத்தன்மையை வெளிக்கொண்டுவருவதுதானே கலையின் மகத்துவம்) அபத்தவகைப் புரிதலைச் சாத்தியமாக்கக்கூடியது என்று அவர் குறிப்பிட்டிருந்தார். கிட்டத்தட்ட முப்பது முப்பத் தைந்து வருடங்களாக கற்றுக்கொண்டேயிருக்கிறவரென்கிற முறையில் ஆதிமூலத்தினுடைய புரிதல் முறையின் பின்னே வலுவான, எதிர்பார்க்க முடியாத கோடுகளின் சிருஷ்டிக்குச் சாத்தியமிருக்கிறது என்றும் கண்காட்சியில் இடம்பெற்றிருந்த ஓவியங்கள் அவ்வகைப்பட்ட புரிதலின் முழு வெளிப்பாடுகள் அல்லவென்றாலும் அவை யாவும் விரைவிலேயே தீர்க்கமான கோடுகளாகக் கனியவிருக்கின்றனவாகவே தங்களை வெளிப் படுத்திக்கொண்டிருக்கின்றன என்றும் அவர் எழுதியிருந்தார். தன் படைப்புகளைத் தாண்டி படைப்பு மனநிலையை நோக்கிப் பிரத்யேகமாக அந்தக் கடிதம் எழுதப்பட்டிருந்தது என்பதனாலோ அல்லது அவரைத் தனியாகச் சந்தித்துப் பேசும் வாய்ப்பு மிக நெருங்கி வந்திருந்தும் அதைத் தவறவிட்டுவிட்டோமென்கிற குற்றவுணர்வினாலோ அல்லது சுமந்து செல்ல வசதியாக அது ஒரு கிழித்தெடுக்கப்பட்ட காகிதத்தில் எழுதப்பட்டிருந்ததனாலோ ஆதிமூலம் ஜெமினியின் அந்தக் கடிதத்தைப் பிறகு தன் சட்டைப் பையிலேயே வைத்துப் பல மாதங்கள் (ஓர் இரண்டு வருட காலம் இருக்கலாம்) தோன்றும்போதெல்லாம் எடுத்துப் படிப்பதைப் பழக்கமாக்கிக்கொண்டிருந்தார். மடிப்புகளின் விளிம்புகள் நைந்து அது கிழியத் தொடங்கியபோது பால்க்ளீயின் ஓவியப் புத்தகத்திற்குள் அதைப் பாடம் பண்ணிவைக்க முயன்றதில் திருமணத்திற்குப் பிறகோ நெசவாளர் பணி மையத்தில் வேலைக்குச் சேர்ந்த வருடத்திலோ (அப்போதுதான் தன் உடைகளைத் தன் விருப்பத்திற்கு அணிய முடியாது என்கிற சூழ்நிலை எனக்கு உருவானது) அல்லது வீடு மாற்றியபோதோ அது அந்தப் புத்தகத்தோடேயே எங்கோ தொலைந்துவிட்டது. அல்லது அந்தப் புத்தகத்தையே யாருக்கேனும் பரிசாகவோ இரவலாகவோ கொடுத்திருக்கவும்கூடும். தெரியவில்லை. ஆனால் அதைப்பற்றி வாசுதேவனிடம் சொல்லிப் பகிர்ந்துகொண்டபோது ஆதிமூலம்

அதை ஒரு பெரிய இழப்பாகத்தான் மீண்டும் தன் மனதில் உணர்ந்தார். ஏனென்றால் அவரைப் பொறுத்தவரையில் ஜெமினி ஒரு கற்பனை மனிதன் அல்ல என்பதை மற்றவர்களுக்கில்லா விட்டாலும் தனக்குத் தானேவாவது உறுதிப்படுத்திக்கொள்ள அவரிடமிருந்த ஒரே சான்றாக அந்தக் கடிதம்தான் இருந்தது. அல்லது அவர் பின்னர் நம்பத் தொடங்கியிருந்ததைப்போல ஜெமினி அவர் மனதின் குரலேயன்றி வேறல்ல என்பதை உறுதிப் படுத்திக்கொள்வதற்காகவே அது மறைந்து போகவேண்டும் என்று விதி இருந்ததா. மேலும் அந்தக் கடிதத்தை ஆதிமூலம் பல மாதங்கள் பல தருணங்களில் முதல் தடவை அதைக் கண்ணுற்றபோது உண்டான நெகிழ்வும் ஆச்சரியமும் பெருமிதமும் கொஞ்சமும் வடியாத உணர்வுடனேயே பலமுறை வாசித்திருந்தும்கூட அது தொலைந்துபோய்விட்டதென்று தெரியவந்த பிறகு அதை அப்படியே இன்னொரு தாளில் எழுதிவைத்துக்கொள்ள அவர் முயன்றபோது அதிலிருந்த வரிகளைக் கோர்வையாக அவரால் நினைவுபடுத்திக்கொள்ளவே முடியாமலிருந்தது. அதன் சாராம்சம் மட்டுமே வறண்ட படுகையில் எஞ்சியிருக்கும் நதி நீரின் தடத்தைப்போல அவர் நினைவில் (வாசுதேவனிடம் அதைத் தெரிவித்த கணத்தில் தங்கியிருந்த அளவிற்கே) தங்கியிருந்தது. அந்த வகையில் ஆதிமூலம் வாசுதேவ னிடம் பகிர்ந்துகொண்டது ஜெமினியின் அசல் வார்த்தை களையுமல்ல. மாறாக ஜெமினி எழுதியிருந்ததாக அவர் நினைவில் தக்கவைத்துக்கொண்டிருந்த பிறிதொரு கடிதத்தைத் தான்.

கடிதம் முழுவதிலும் மிகுந்த நம்பிக்கை தரும் உற்சாகமான வரிகளைத்தான் ஜெமினி எழுதியிருந்தாரென்றாலும், மேலும் தன்னைப்பற்றியோ தன் குடும்பத்தைப்பற்றியோ எந்தவொரு தகவலையும் அதில் குறிப்பிட்டிருக்கவில்லையானாலும் ஏனோ (ஒருவேளை அப்படிக் குறிப்பிடாததனாலேயேகூட) ஒரு சோகத்தையும் விரக்தியையும் அந்த வரிகளின் அடியிலிருந்து, அந்தக் கடிதத்தின் மொத்தச் சாராம்சத்திலிருந்து ஒரு கலைஞனாக ஆதிமூலத்தால் உடனடியாக உணரமுடிந்தது. ஒருவேளை, தன்னைப் போலவே ஓவியங்களின் மீதான வெறித் தனமான ஈடுபாட்டின் காரணமாக வீட்டைவிட்டுச் சொல்லிக் கொள்ளாமல் ஓடி வந்தவனென்று பனஸ்தலியில் தன்னைப் பற்றிப் பெருமையாகச் சொல்லிக்கொண்ட ஜெமினி, (ஆனால் ஆதிமூலத்தினுடையது அவர் வீட்டாருடைய, அவருடைய எதிர்காலம்பற்றிய கலக்கத்துடன்கூடிய அரைகுறை அனுமதி யுடனான விலகல்தான்) அப்படிப்பட்ட தான் இப்போது வரைவதை நிறுத்திவிட்டதாகத் தன் கடிதத்தில் எங்கேனும் குறிப்பிட்டிருந்தாரா. கடிதத்தின் சாராம்சத்தை மரணப் படுக்கையி

லிருந்து தன் சொத்துக்களை வாரிசுகளுக்குக் கையளித்துவிட்டுச் செல்லும் ஒரு தகப்பனின் இறுதி வாசகங்களைப் போலவோ அல்லது தன் வித்தையைச் சீடனுக்குத் தாரை வார்த்துவிட்டு வனமேகவிருக்கும் குருவினுடைய பிரியாவிடையைப் போலவோ ஆதிமூலம் உணர்ந்ததற்கு அந்த வரிகள்தான் காரணமா. ஆனால் அப்படியான வரிகள் அதில் எழுதப்பட்டிருந்ததாக ஆதிமூலத்தால் நிச்சயமாக வாசுதேவனிடம் கூற முடியவில்லை. கடிதத்திலிருந்தவை ஜெமினியினுடைய சிந்தனைகளாயிருந்தாலும் அதை எழுதிக்கொண்டிருந்தவர் அவருடைய மகன் என்கிற நிலையில் கண்டிப்பாக அப்படிப்பட்ட அமங்கலமான இறுதி வரிகளை எழுத அவர் ஒத்துக்கொண்டிருக்க மாட்டார் என்றுதான் அவருக்குத் தோன்றிற்று. ஒருவேளை அத்தனை மௌனக்கெடலுக்குப் பிறகு அவர் தன்னைச் சந்திக்காமலேயே சென்றுவிட்ட நிகழ்வு அவருள் கிளர்த்தியிருந்த வியப்பும் துயரமும்தான் அப்படியான வரிகள் அதில் இருந்ததாக அவரை உணரத் தூண்டியதோ. தெரியவில்லை. கடிதம் தொலைந்துவிட்டது. வருடங்கள் ஓடிவிட்டன. நினைவுகள் மங்கி அவற்றோடு, இப்படித்தான் இருந்தது என்கிற நிச்சயத்தைவிட இப்படித்தான் இருந்திருக்க வேண்டும் என்கிற, தன் விருப்பம் சார்ந்த, கற்பனைகளும் பிரமைகளும் கலந்துபோய்விட்டன. ஜெமினியைப் பிறகு ஆதிமூலம் பார்க்கவில்லை. ஆனால் பனஸ்தலியில் தங்களை வலிந்து வரவழைத்துப் பரிச்சயப்படுத்திக்கொண்ட அந்த நிழல் மனிதர் திடீரென்று கண்காட்சியில் பிரத்யட்சமாகித் தன்னைச் சந்திக்காமலும் சென்றுவிட்ட நாளைவிட அவருடைய கடிதம் தொலைந்துபோன விஷயம் திடீரென்று பிரக்ஞையில் உறைத்த பிறிதொரு நாளில்தான் அவருடைய செயல்களின் புதிர்த் தன்மை தன் மனதில் அதிகமாகக் கனப்பதாகத் தோன்றிவிட அதை அவர் தீவிரமாகத் தேடத் துவங்கினார். வாசுதேவன் அவரைச் சந்தித்த நாள்வரை அது அவர் கைகளுக்குக் கிடைக்கவேயில்லை யென்றாலும் அதில் அவர் அடைந்த ஏமாற்றத்திற்குப் பதிலாக அந்தத் தேடல் அவரே எதிர்பாராதவண்ணம் அவருக்கு வேறு சில அனுகூலங்களைக் கொடுத்தது. முதலில் அவர் அந்தக் கடிதத்தை ஜெமினியின்மீது தனக்கிருந்த உணர்ச்சிக் கனிவினாலேயே தேடிக்கொண்டிருப்பதாகத்தான் நினைத்துக்கொண்டிருந்தார், ஆனால் சில நாட்கள் சென்றபிறகுதான் (குறிப்பாக அவர் அதை திடீர்திடீரென்று நினைத்துக்கொண்டு ஒவ்வொரு முறையும் ஒரு காதல் கடிதத்தைத் தொலைத்துவிட்டதைப் போன்ற பதற்றத்துடனேயே தேடத் துவங்குவதாக அவர் மனைவி பாதிக் கேலியும் பாதி எரிச்சலுமாகச் சுட்டிக்காட்டிய ஒருநாளில்தான்) அதைத் தேடும்போதெல்லாம் அதை எழுதியவருடன் நெருக்கமாக இருக்கும், அவருடன் உரையாடிக்கொண்டிருக்கும்

ஓர் அந்தரங்க உணர்வைத் தான் அடைகிறோமென்பதையும் அந்த உணர்வு நாட்பட்ட மதுவைச் சுவைப்பதுபோல தன்னுள் ஒரு போதையை ஆழ இறக்குகிறது என்பதையும் அந்த லஹரியில் திளைப்பதற்காகவே முடிவிலியான அந்தச் செயலைத் திரும்பத் திரும்ப (ஒருவேளை அது கைகளுக்குக் கிடைத்துவிடக்கூடாதென்கிற இரகசியமான பிரார்த்தனையுடனேயேகூட) செய்துகொண் டிருக்கிறோமென்பதையும் ஆச்சரியத்துடன் தெரிந்துகொண்டார். மெய்யாகவே அந்த நாட்களில்தான் பனஸ்தலி வித்யாபீட அறையின் மஞ்சள் விளக்கொளி சிருஷ்டித்த நிழலினுள் பார்வையின் மேற்பரப்பிலிருந்து (ஆனால் கவனிப்பின் ஆழ்தளத்தி லிருந்தல்ல) தப்பிவிட்டிருக்கக்கூடிய ஜெமினியினுடைய உருவ அமைப்பின் தனித்தன்மைகள் அவருடைய கடிதம் மற்றும் அவருடைய வினோத நடவடிக்கை ஆகியவற்றின் ஸ்தூல வெளிப்பாடுகளாக ஆதிமூலத்தின் ஞாபகங்களில் படிப்படியாகத் துலங்கத் துவங்கின. அதே நாட்களில்தான் சட்டைப்பைக்குள் அடங்க மறுக்கும் வார்த்தைகளையும் கண்காட்சிச் சாலைகளில் தாமதிக்க முடியாமல் தப்பித்துச் செல்லும் இருப்பையும் தன் ஆளுமையாகக் கொண்டிருக்கும் ஒரு மனித உயிரியை அபத்தமான, சிதைந்த கோடுகளின் மூலமாகக் கச்சிதமான சித்திர வெளிப்பாடாக உருவாக்கவேண்டுமென்கிற தீர்மானமும் அவர் மனதில் விதையாக விழுந்து வளர்ந்துகொண்டேயிருந்தது. 1968இன் நடுப்பகுதியில் தோன்றி இரவுகளைத் தின்னும் விதமாக அப்படி வளரத் தொடங்கிய இந்தச் சிந்தனைதான் 1969ஆம் வருடம் முழுவதும் அவருடைய, பிரக்ஞைபூர்வமான, முதலாவதும் பிரபலமானதுமான கோட்டுச் சித்திரத் தொகுப்பாக மாறி வரைபரப்புகளைத் தொடர்ந்து நிரப்பிக்கொண்டேயிருந்தது. அதே வருடத்தின் அக்டோபர் மாதத்தில் அவற்றை அவர் பார்வையாளர்களுக்காகக் கண்காட்சியில் வைத்தார். சுருக்கங்களினால் பிடிவாதத்தையும் நிழலினால் தப்பித்தலையும் சட்டையற்ற உடலினால் நினைவுகளோடான நெருக்கத்தையும் கோடுகளினால் மனித நேயத்தையும் அந்த மனித உருவம் வெளிப்படுத்திக்கொண்டிருப்பதாகக் கூறி பார்த்தவர்க ளெல்லோருமே அவற்றைப் பாராட்டினார்கள். அது அவர்களுக்கு மிகவும் பரிச்சயமான உருவமாக இருந்தது என்பதைவிட அந்த உருவம் தங்களுக்கு ஏற்கெனவே பரிச்சயமான ஒன்று என்று சொல்லிக்கொள்வதால் அடையக்கூடிய பெருமித உணர்வே அதற்கு ஒரு பொதுவான பெயரை வைக்க அவர்களைத் தூண்டியதாக அவருக்குத் தோன்றியது. பார்வையாளர்கள் அவரை அவருடைய சிறுவயது முதலான சித்திரப் பிரக்ஞையாய் அலைக்கழித்துக்கொண்டேயிருந்த அந்தக் கோட்டுருவச்

சித்திரங்களின் தொகுப்பை மோகன்தாஸ் கரம்சந்த் காந்தி என்றழைத்தார்கள். ஆதிமூலம் அதை மறுக்கவில்லை.

ஆதிமூலத்திடம் பேசிக்கொண்டிருந்ததில் வாசுதேவனுக்கு இரண்டு விஷயங்களில் நிச்சயமேற்பட்டுவிட்டது. ஒன்று, தன் வீட்டுத் திண்ணைப்படிகளில் லீலா நாயுடுவின் சித்திரத்தைக் கொண்டுவந்து வைத்துவிட்டு ஓசையெழுப்பாமல் திரும்பிச் சென்றுவிட்ட நபர் ஜெமினியைத் தவிர வேறு யாருமில்லை. அவர் பஞ்ச நிவாரணக் கண்காட்சிக்கு வரவில்லையேயென்பதெல்லாம் அவருடைய தனிப்பட்ட விஷயம், கண்காட்சிக்கு அல்லவென்றால் வேறேதோ சொந்த விஷயத்திற்காக மதுரை வந்திருக்கலாம், தன் வீட்டைக் கடந்திருக்கலாம் இத்யாதி ஊகங்கள் இருக்கவே யிருக்கின்றன. ஆனால் ஆதிமூலம் சொல்வதை வைத்துப் பார்க்கும்போது 1965லேயே அவருக்கு வயது ஐம்பதுக்கு மேலென்றால் எழுபத்து நான்கில் அது கிட்டத்தட்ட அறுபதைத் தாண்டிக்கொண்டிருக்க வேண்டும். அத்தனை வயதுடைய ஒரு மனிதருக்கு (அவருடைய இயல்பே அப்படித்தானென்று ஆதிமூலம் உதாரணத்துடன் விளக்கிவிட்ட பின்பும்கூட) முன்பின் தெரியாத ஒரு பெண்ணிடம் அப்படி விளையாடத் தோன்றுமா. இந்தக் கேள்விகளுக்கெல்லாம் ஜெமினியைச் சந்தித்தால்தான் விடை கிடைக்கும். இதற்கப்பால் உறுதியாகிவிட்ட இன்னொரு விஷயம் ஜெமினி ஒசூரில் இருக்கிறார் என்பது. அவர் ஏன் மதுரைக்குக் குடிபெயர்ந்திருக்கக் கூடாது என்னும் கேள்வியும் இங்கே கேட்கப்படக் கூடியதுதான். ஆனால் அவரைப்பற்றித் தெரிந்தவர்கள் மிகக் குறைவாகவே இருக்கும் நிலையில் அவர் மதுரையில் இருக்கிறாரா என்பதையே ஒசூர்வரை போய் யாரையாவது கேட்டுத்தான் தெரிந்துகொள்ள வேண்டியிருக்கும். மேலும் ஐம்பது வயதிற்குமேல் தன்னுடைய சொந்த நிலத்தைத் தேடி வந்துவிட்டவர் பிறகு அதை விட்டுவிட்டு வேறொரு இடத்திற்குப் போகப் பிரியப்படுவாரா என்பதும் சந்தேகத்திற்குரிய விஷயம்தான். ஆனால் இவற்றுக்கெல்லாம் முதலில் வாசுதேவன் மனதில் இதையெல்லாம் அவசியம் தெரிந்து கொள்ளத்தான் வேண்டுமா என்கிற கேள்வியே பிரதானமாக எழுந்துகொண்டிருந்தது. தமிழ்நாட்டின் வடகோடியிலிருந்த கடைசி நிலமான ஒசூர் என்கிற ஊரைப்பற்றிக் காவிரி நீர்ப் பங்கீடு சம்பந்தமாக மைசூர் சமஸ்தானத்தோடு தமிழ்நாடு 1924இல் செய்துகொண்ட ஐம்பது வருட ஒப்பந்தம் முடிவிற்கு வந்ததன்மேல் கர்நாடக தமிழ்நாடு எல்லைகளில் அரங்கேறிக் கொண்டிருந்த சில சில்லரைக் கலவரங்களின் மூலமாகவும் அதை எதிர்கொண்ட கையோடு அதுவரை தெலுங்கு மற்றும் கன்னடம் பேசும் மக்களால் நிரம்பியிருந்த, அதிகம் அறியப்படாத

அந்த நிலப்பகுதியில் தமிழ்நாட்டின் பிற பகுதிகளிலிருந்து தமிழர்களையும் அதிக அளவில் பெயர்த்துக் குடியேறச் செய்யும் மறைமுக உத்தேசத்தையும் மனதில் கொண்டு துவக்கப்பட்டிருந்த மிகப்பெரும் தொழிற்பேட்டையின் ஆச்சரிய இருப்பாலும் செய்தித் தாள்கள் மற்றும் பிற பகுதி மக்களின் கவனத்தை ஈர்க்கத் துவங்கும்முன் அது தவறு செய்யும் அரசு அதிகாரிகளுக்கான சைபீரியா என்பதாயும் நக்ஸலைட் பகுதியாக அறியப்பட்டிருந்த தர்மபுரி மாவட்டத்தின் ஆழத்தில், அப்படி அறியப்படுவதற்கான எல்லாச் சாத்தியங்களுடனும் பதுங்கியிருக்கும் ஒரு காட்டுப் பகுதியென்பதாயும் தொற்று நோய்களின் நிலம் என்பதாயும் கேள்விப்பட்டிருந்ததற்கப்பால் அதில் ஓர் எதிர்கால இரு சக்கர வாகனத் தொழிற்சாலைத் திட்டத்திற்காக இடம் வாங்கிப்போடும் திட்டத்தின் சாதக பாதக அம்சங்களை விவாதிப்பதற்காக டிவியெஸ் குழுமம் அமைத்திருந்த குழுவில் தானும் இடம் பெறுவதற்கு முன்புவரை அங்கே என்ன மாதிரியான மனிதர்கள் வாழ்ந்துகொண்டிருக்கிறார்கள் என்பதைப் பற்றியோ அந்த நிலத்தின் தட்பவெப்பம் என்ன என்பதைப் பற்றியோ அங்கே என்னதான் விளைகிறது என்பதைப் பற்றியோ குறைந்தபட்சம் அந்த நிலத்தின் ஸ்தல தெய்வம் யாரென்பதைப் பற்றியோகூட மற்ற தமிழர்களைப் போலவே அவனும் அதிகம் கேள்விப்பட்டதில்லை. ஆனால் மெட்ராஸிலிருந்து பெங்களூர் செல்லும் நாட்களில் புலர்ந்தும் புலராத அதிகாலை இருட்டில் பேருந்து ஒசூரைக் கடந்து செல்லும்போது (அதிகாலைத் தூக்கத்திலிருந்து அபூர்வமாய் விழித்துக்கொண்டிருந்தால்) அதைத் தான் சன்னல் வழியே பார்த்திருப்பதாயும் மேலும் அதைப்பற்றி நண்பர்கள் மூலமாய்க் கேள்விப்பட்டுமிருப்பதாயும் தெரிவித்த ஆதிமூலம் ஜெமினி அந்த ஊரிலிலேயே இன்னும் வாழ்ந்துகொண்டிருக்கும் பட்சத்தில் (வாசுதேவனும் அவரைக் காண அங்கே செல்லும் திட்டத்தைக் கைக்கொண்டிருக்கும் பட்சத்தில்) அவரைப் பார்க்காமல் திரும்பி வர வாய்ப்பே கிடையாது என்று சொல்லுமளவிற்கு அது ஒரு தீப்பெட்டி அளவேயான சிறிய கிராமமென்றும் சொல்லியிருந்தார். ஒருவேளை ஜெமினியைச் சந்திக்க நேர்ந்தால் பனஸ்தலியில் அவர்முன் மௌனமாக அமர்ந்து அவர் பேசுவதைக் கேட்டுக்கொண்டிருந்த ஆதிமூலம் என்கிற இளைஞனை மெட்ராஸில் மர்மப் பரவசத்தில் தவிக்க விட்டுவிட்டுச் சப்தமெழுப்பாமல் சென்றுவிட்ட நினைவுகள் இன்னும் அவரிடம் மீந்திருக்கின்றனவா என்று கேளுங்கள், ஒருவேளை அவர் ஆம் என்றால் அவரை நான் மோகன்தாஸ் கரம்சந்த் காந்தியென்கிற பெயரில் தமிழ்நாடு பூராவிலும் அறிமுகம் செய்திருக்கிறேனென்றும் சொல்லுங்கள். வாசுதேவன் அப்படியே செய்வதாக ஆதிமூலத்திடம் சொல்லி

விடைபெற்றுக்கொண்டு தான் தங்கியிருந்த விடுதி அறைக்கு வந்தான். வந்ததும் பாகீரதியைத் தொலைபேசியில் தொடர்பு கொண்டான் (அதற்கு முன்பு ஆதிமூலத்தைச் சந்தித்த கதையையும் அவரிடமிருந்து கிரகித்துக்கொண்டவைகளையும்பற்றி (குறிப்பாக ஓவியங்களைப்பற்றி அவர் பேசியவற்றை) அவளிடம் எப்படி விவரிப்பது என்பதை ஒருமுறை திருப்தியாக ஒத்திகை பார்த்துக்கொண்டும் ஒருவேளை ஜெமினியைத் தேடி ஒசூர்வரை போய்விட்டு வந்துவிடுங்கள் என்று அவள் சொல்லிவிட்டால் (அவனுக்கு அதில் விருப்பமில்லை. ஆனால் பிடிவாதக்காரியான அவள் அதைத்தான் சொல்லப்போகிறாள்) என்ன சொல்லி அதைத் தட்டிக் கழிப்பது என்பதை யோசித்து வைத்துக்கொண்டும்தான் (இரண்டு நாட்களில் ஹேமாவுக்குப் பிறந்த நாள் வருகிறது, அன்று தான் வீட்டிலிருக்க வேண்டுமானால் மீனாட்சி மில் சம்பந்தப்பட்ட தணிக்கை அறிக்கைகளை இரவு பகலாகப் பார்த்து இந்த இரண்டு நாட்களுக்குள் முடித்துக்கொடுத்தாக வேண்டும், குழந்தையை ஏமாற்ற முடியாது, யாரோ ஒரு முகமறியாத சைத்ரீகனைத் தேடி ஓர் அத்துவான நிலவெளியில் அலைந்து நேரத்தை விரயம் செய்வதற்கில்லை, அவளுடைய வற்புறுத்தலுக்காகத்தான் தான் இதுவரை வந்தது என்பதைப் புரிந்துகொண்டு அவள் அதோடு திருப்திப்பட்டுக்கொள்ள வேண்டும்) தொலைபேசியின் ஒலிவாங்கியைக் கையிலேயே எடுத்தான். ஆனால் அவன் தன்னைத் தெரியப்படுத்திவிட்டு அடுத்த வார்த்தைக்காக வாயைத் திறக்குமுன்பே பாகீரதி அவனை அடுத்த புகைவண்டியைப் பிடித்து உடனே ஊருக்குக் கிளம்பி வரும்படியும் அவன் மெட்ராஸ் சென்ற மறுநாள் மதியமே ஜெமினியைத் தானே நேரில் சந்தித்துவிட்டதாயும் தெரிவித்தாள்.

ஆதிமூலத்தின் கண்காட்சிக்கு வந்துவிட்டு வந்த சுவடே தெரியாமல் திரும்பிச் சென்றுவிட்ட ஜெமினி அரங்கக் குறிப்பேட்டிலிருந்து கிழித்தெடுத்த தாளில் எழுதிய தன் கடிதத்தில் ஓரிடத்தில் பெண் தன்மையென்பது லஜ்ஜையற்ற அபத்தமான மற்றும் மிகைப்படுத்தப்பட்ட (அறிவைக் கலக்காத உணர்வு நிலை என்கிற பொருளில்) புரிதல்களால் தன்னுணர்வற்ற, இயல்பான வழியில் கலை வடிவங்களின் சாரத்தை நேரடியாகத் தொட்டுவிடும் திறமை கொண்டது என்று குறிப்பிட்டிருந்ததாக ஆதிமூலம் வாசுதேவனிடம் சொன்னதைக் குறிப்பிட்டிருந்தோமல்லவா. அதைப் பெண் அல்லது கலை வடிவங்கள் மீதான உலகளாவிய மனித நம்பிக்கையின் வெளிப்பாடு என்பதாகவோ அல்லது

கலைஞன் என்கிற முறையில் பெண்ணினத்தின் மீதான ஜெமினியினுடைய அதீதக் கரிசனம் என்பதாகவோ நேயர்கள் எடுத்துக்கொண்டுவிடுகிற பட்சத்தில் அது பாராட்டுதலாகவோ அல்லது விமர்சிப்பதாகவோ (அது அப்படி இருக்க வேண்டியது அவசியம்தானா, பெண் தன்மை என்பது எப்போதுமே கலை வடிவங்களின் சாரத்தை அந்த வழியில் தொட்டுவிடுமா, பெண் எப்போதுமே அப்படியான பார்வையைப் பெற்றிருக்குமளவிற்கு அப்பாவிதானா, பெண் என்பவளுக்கு அப்படியான மாயத் தன்மைகளைக் கற்பிப்பது அவளைத் தனிமைப்படுத்தும் எல்லைக்கு இட்டுச்சென்றுவிடாதா) ஜெமினியென்கிற, பொதுக் கல்வி மற்றும் ஓவியக் கல்வி இரண்டிலுமே முறையான பள்ளிப் பயிற்சி வாய்க்கப் பெற்றிராத ஒரு சுயம்புவான ஓவியக் கலைஞரைப் பற்றிய, அவருடைய வாஸ்தவமான ஆகிருதியைவிடப் பெரியதான (அல்லது சிறியதானதாகவோகூட) ஒரு பிம்பத்தை அவரைப் பற்றிப் பின்னால் நாம் படிப்படியாகத் தெரிந்துகொள்வதற்கு முன்பே அவர்கள் மனதில் பதிய வைத்துவிடக் கூடுமென்று நாம் அஞ்சுவதால் அதை இப்போதே கலைத்துவிடுவது நல்லது. ஜெமினி தன் வாணாள் முழுக்க அறிந்துவைத்திருந்தது சவிதா தேவியென்கிற ஒரேயொரு பெண்ணையும் அவளுடனான சந்திப்பைச் சாட்சாத் சரஸ்வதி தேவியின் தரிசனமாக உருவகித்து அவளால் அருளப் பெற்றது என்று அவர் நம்பிய, கடைசிவரை விடாப்பிடியாகப் பழங்குடியினப் பாணியில் இரட்டைப் பரிணாமக் கோட்டுச் சித்திரங்களை வரைந்துகொண்டிருந்த தன் தூரிகையையும் தவிர வேறு எதையுமில்லை. இவையிரண் டிற்குமப்பால் பெண் என்கிற சகவுயிரியைப் பற்றிய சிக்கலான தத்துவார்த்தச் சிந்தனைகளையெல்லாம் அவர் வளர்த்துக் கொள்ள விரும்பியதுமில்லை. எனவே ஜெமினியின் அந்த வார்த்தைகளை நாம் ஜெமினி தன் தனிப்பட்ட வாழ்வனுபவங்களி லிருந்து திரட்டியெடுத்துக்கொண்ட அவருடைய சொந்தக் கருத்தாகவே பார்க்கலாம். நிஜத்தில் அவை அவருடைய மனைவியும் பீஹாரி மாதுவுமான திருமதி சவிதா தேவியை மற்றும் அவருடனான தன் காதல் கதையை மனதில் வைத்து எழுதப்பட்டவைதானென்பதால் ஜெமினி இறந்து (1970) எட்டு வருடங்களுக்குப் பின்னர், பாகீரதியைத் தேடியலையும் வழியில், தற்செயலாக அவரைப்பற்றித் தெரிந்துகொள்வதற்காக அந்தப் பெண்மணியைச் சந்திக்க வரவிருக்கிற மருத்துவர் அரங்கநாதன் நம்பியிடம் புத்தி பேதலித்த நிலையில் தன் கல்லறை நாட்களை எண்ணிக்கொண்டிருந்த அவருக்குப் பதிலாகப் பேசிய ஜெமினி சவிதா தேவி தம்பதிகளின் மகனான மகாவதன் பகிர்ந்துகொள்ளவிருக்கிற (தன்னிடம் அநேக முறை

தன் தந்தையால் சொல்லப்பட்ட) அந்தக் கதையை வாசுதேவன் மெட்ராஸிலிருந்து மதுரைக்குப் பயணப்பட்டுக்கொண்டிருக்கும் அவகாசத்திற்குள் நேயர்களும் கதையின் மாய சாத்தியமுள்ள காலப் பரப்பில் சற்று முன்னகர்ந்துபோய் கேட்டுத் தெரிந்து கொண்டு திரும்பிவிடலாம்.

ஜெமினி சவிதாவை முதன்முதலாகச் சந்தித்தது 1934இல் சௌரத்திலிருந்து ஐஞ்ஜர்பூர் செல்லும் வழியிலிருக்கும் மதுபனி கிராமத்தில் பீகார் நிலநடுக்கம் வீழ்த்திப் போட்டிருந்த வீடுகளின் குட்டிச் சுவர்களுக்கும் அதைச் சுற்றி நின்று புலம்பிக்கொண் டிருந்த கூட்டத்திற்கும் நடுவே அவளுடைய தோழர்களில் ஒருவனான சஷாங்கின் தோள்கள்மேல். அப்போது அவளும் அவளுடைய ஐந்து ஆண் தோழர்களுமாகச் சேர்ந்து ஐஞ்ஜர்பூரில் திருடுவதற்காகப் போய்க்கொண்டிருந்தார்கள். அதற்கு அன்றைக்கான காரணமும் பூகம்பம்தான். பீஹாரில் பூமி அப்படி இரண்டாகப் பிளந்தது ஹரிஜனங்களை ஏமாற்றிக் கொண்டிருப்பதற்காக அவர்களல்லாதவர்களுக்குக் கடவுள் கொடுத்த தண்டனை என்று மகாத்மாஜீ அவர் வாயாலேயே சொல்லிவிட்டாரென்றாலும் ஹரிஜனங்களுக்காக உண்டான பூகம்பம் ஏன் ஹரிஜனங்களையும் சாகடிக்கவேண்டும் என்பதைப்பற்றி அவர் ஏதும் சொல்லவில்லை. ஒரு சில மனிதர்களுக்கு வாழ்வது என்பது ஆசீர்வதிக்கப்பட்டதாய் இருப்பதைப்போலவே வேறு சில மனிதர்களுக்குச் சாவது என்பதும் ஆசீர்வதிக்கப்பட்டதாய் இருக்கும் என்று அவரும் கடவுளும் கருதினார்கள் போலும். இருக்கலாம். அவர்களுடைய ஒவ்வொரு செயலுக்கும் தகுந்த காரணம் இல்லாமல் போகாது. தங்களின மனிதர்கள் ஆயிரக்கணக்கில் மரித்துப் போனதைப்பற்றி சௌரத்தின் புறச்சேரிக் குடிசைகளில் குடியிருந்த துஸாத்துகள் அவ்வளவாக அலட்டிக்கொள்ளவில்லை. காந்திஜீயும் கடவுளும் நினைத்ததைப்போல எசமானர்களிடம் அடிபட்டும் அவர்களுக்கு வேலை செய்தே நோய்வாய்ப்பட்டும் சாவதைவிட இப்படிச் சாவது எவ்வளவோ மேல்தான். மாறாக அவர்கள் கவலைப்பட்டதெல்லாம் பன்றிகளைப் பற்றித்தான். அவற்றைச் சாகடிப்பதைப் பற்றிக் கடவுள் எப்படித்தான் யோசித்திருக்க முடியுமென்பதை அவர்களால் விளங்கிக் கொள்ளவே முடியவில்லை. அவற்றை அவர்கள் தங்கள் கண்ணின் மணிகளைப்போல காப்பாற்றி வரவில்லையா. ஊருக்குள்ளிருப்பவர்கள் அவர்களைப்பற்றிக் களவாணிகள், வழிப்பறிக் கொள்ளையர்கள், மலம் தின்னும் பன்றிகளோடு புரள்பவர்கள், காவல் நாய்கள், அசுத்தப் பிறவிகள், உயிர்களிடத்தில் இரக்கமற்ற முரடார்கள் என்று ஆயிரம் சொன்னாலும் பன்றிகளின்

மரணத்தை மட்டும் துஸாத்துகளால் பொறுத்துக்கொள்ள முடியாமல்தான் இருந்தது. பன்றிகள் அவர்களுக்குச் சைலேஷ்வர் ராஜா அவர்களுடைய வாழ்க்கைக்காக அருளியிருக்கும் சொர்ணப் புதையல்களில்லையா. அவை அவர்களுடைய செல்லங்களில்லையா. என்ன நியாயத்தின்பாற்பட்டும் கடவுள் அவற்றைக் கொன்றிருக்கக்கூடாது. எனவேதான், புதிய பன்றிகளை வாங்குவதற்கான செல்வத்தைத் தேடிப் பிளந்திருந்த நிலத்தின் வழியாக அமளிதுமளிகளினூடே வெளியே சென்று கிடைத்ததை எடுத்துக்கொண்டு வருவது என்று அவர்கள் முடிவு செய்தார்கள். துஸாத்துகளைப் பொறுத்தமட்டில் பீஹார் பூகம்பம் என்பது சத்ய யுகத்தில் தன்னுடைய விசுவாசம் மாறாத பஹேர்தாரான சுகத்மல்லுக்குப் பன்னிரெண்டு வருடச் சம்பளத்தைக் கொடுக்காமல் குலேஷ்வர் ராஜா ஏமாற்றி விரட்டிய போது அவருடைய அரண்மனைக் கஜானாவரை இரண்டாகப் பிளந்து கங்கைத் தாய் சுகத்மல்லுக்கு வழிவிட்டு உதவியதைப் போல இந்தக் கலியுகத்திலும் ஜமீன்தார்களும் பிராமணர்களும் அவர்களைப் படுத்திய பாட்டைப் பார்த்து மனம் பொறுக்காமல் பூர்ணேயாவிலிருந்து செம்பரான் வரை, காட்மாண்டுவிலிருந்து முங்கர்வரை, இடிந்து தரைமட்டமாகிப்போன அவர்களுடைய கஜானாக்களை நோக்கிப் பூமி இரண்டாகப் பிளந்து வழிவிட்ட சம்பவமாகத்தான் காட்சியளித்தது. மானஸாவின் உடம்பைப்போல சத்ய யுகத்திலிருந்து கலியுகம்வரை வளைந்து நீண்டு கிடந்த மிகப் பிரம்மாண்டமான பிளவு அது. மேலும் காந்திஜீயே சொல்லிவிட்டார், பிறகென்ன. பூகம்பம் பணப்பெட்டி களையும் நகைப்பெட்டிகளையும் நாற்றிசைகளிலும் திறந்து காட்டியிருந்தாலும் சாலேஷ் சிலையின் முன்னால் நிற்க வைக்கப்பட்ட சித்ராவின் குழந்தை கிழக்குத் திசையை நோக்கிக் கையைக் காட்டியதால் அவர்களில் ஆறுபேர் கொண்ட ஒரு குழு ஜஞ்ஜர்பூர் பட்டணத்தை நோக்கிக் கிளம்பியது. ஆறுபேரில் சவிதா ஒருத்திதான் பெண் என்பதை ஏற்கெனவே சொல்லி யாயிற்று. அவளைத் துஸாத் ஜாதியின் குஸுமா என்றுதான் அவர்களினத்தவர்கள் பெருமையாகக் கூப்பிட்டார்கள். மருதாணியிடும் சாக்கில் அசட்டுப் பிராமணப் பெண்களிடம் பேசி அவர்கள் வீட்டை நோட்டமிட்டுவிட்டு வருவதில் அப்போது சௌரத்தில் மட்டுமல்ல, சரிதா, ஜத்வர்பூர், ராந்த்தி பகுதிகளிலும்கூட சவிதாவுக்கு நிகர் இல்லாதிருந்தது. ஒவ்வொரு முறை கொள்ளைக்குப் போய்விட்டு வந்த பிறகும் பிராமணப் பெண்கள் இரவின் மோகனத்தில் மயங்கும் பொழுதை நீ எப்படி பகலிலேயே அவர்கள் முகத்தைப் பார்த்துக் கண்டுபிடிக்கிறாய் என்று விபின் பாஸ்வான் அவளைக் கேட்டுக் குடைந்தெடுப்பான். இதெல்லாம் சொல்லிக்கொடுத்து வருவதாயென்ன. அவனுக்குச்

சவிதா சாலேஷ் ராஜாவின் செல்லக்கிளி. அவனும் அவளும் கிளம்பியதாகத் தெரிந்தாலே நூறு பன்றிகளுக்கான பேரத்தை சௌரத் சேரித் துஸாத்துகள் மாலிகளுடன் தைரியமாகப் பேசவாரம்பித்துவிடுவார்கள்.

அன்று அவர்கள் பூகம்பத்தில் நொறுங்கிப்போன சாஹேப்களின் வீடுகளைக் கொள்ளையிடுவதற்காகக் கிளம்பி ஐஞ்ஜார்பூரை நோக்கிப் போய்க்கொண்டிருந்தபோது வழியில், மதுபனியில் பில் துரை வந்திருந்தாரென்று ஒரே கூட்டமாகயிருந்தது. வில்லியம் ஆர்ச்செர் என்கிற அவருடைய நிஜப் பெயர் அவர்கள் யாருக்கும் தெரியாது. துரைமார்களுடைய பெயர்களெல்லாம் அவர்கள் வாயிலேயே நுழையாது. அவரை எல்லோரும் பில் என்று அழைக்கிறார்கள் என்று ஒரு சமயம் சஷாங்க் வந்து அவர்களுக்குச் சொன்னான். அன்றிலிருந்து அவர்களுக்கும் அவர் பில் ஆகிவிட்டார். அடிக்கடி ஹரிஜனங்களைப் பார்க்கச் சேரிகளுக்கு வந்துவிட்டுப் போவார். யோக்கியமான சர்க்கார் அதிகாரியாயிருந்ததால் அவரை அசட்டுத் துரை என்றுகூட அவர்கள் தங்களுக்குள் ரகசியமாக அழைத்துக்கொண்டார்கள். சஷாங்க் சிலசமயம் தைரியமாக அப்படி அவர் முன்னாலேயே அவரை விளித்துப் பேசினான். அவர் கேட்டால் வாய்க்கு வந்த ஏதாவதொரு பொய்யைச் சொல்லிவிடுவான். பில் துரையும் அதை நம்பிச் சிரித்துக்கொண்டே போய்விடுவார். பாட்டெல்லாம்கூட எழுதுவார். மோகன் பண்டிட்டிடம் சாலேஷ் ராஜாவின் கதைப் பாடலைப் பாடும்படி ஒருசமயம் வந்து கேட்டு அதை ஒரு நோட்டுப்புத்தகத்தில் எழுதிக் கொண்டு போனார். திருடர் குழு ஐஞ்ஜார்பூரை நோக்கிச் சென்றுகொண்டிருந்த நேரத்தில் மதுபனிக்கு பில் துரை விஜயம் செய்திருக்கிறாரென்று கேள்விப்பட்டவுடனேயே, வேலைகளை ஆரம்பிப்பதற்கு அவர்களுக்கும் நிறைய அவகாசமிருந்ததால் (எங்கே போய்விடப்போகின்றன ஐஞ்ஜார்பூரும் அதன் பணக்கார வீடுகளும்), சரி நாமும் அவருக்கு ஒரு சலாம் சொல்லி வைப்போம் என்று அவர் இருந்த அக்கிரஹாரத்தை நோக்கிச் சென்றால் மதுபனி நிலத்திலும் ஒரே கீறல் மயம். எங்கே பார்த்தாலும் வலியோலமும் ஒப்பாரி அழுகையும் (சரிதா கிராமத்துத் துஸாத்துகள் ஏற்கெனவே வந்து கைவரிசையைக் காட்டியிருந்தார்கள்). துரையைச் சுற்றி நல்ல கூட்டம். ஆண்டைகளெல்லோரும் அவர்முன் தலையிலடித்தபடி அழுதுகொண்டிருந்தார்கள். யார் என்ன ஜாதியென்றே பிரித்தறிய முடியாதபடி அத்தனை பேரும் அழுக்குடம்பும் கந்தையுடையுமாகத் திரிந்துகொண்டிருந்தார்கள். சொல்லக்கூடாதுதான், ஆனால் நன்றாகப் பட்டும் என்று

அவர்களை அப்போது பார்த்தபோது துஸாத் குழுவினருக்குத் தோன்றத்தான் செய்தது. வெள்ளைத் துரையென்றால் வெட்கமில்லாமல் தங்கள் அசிங்கங்கள் முழுவதையும் காட்டிக்கொண்டு நிற்பார்கள். இதுவே காந்திஜீ முன்பு ஒருமுறை ஏதோ பிரச்சனைக்காக வந்திருந்தபோது ஏதோ அவர்களுக்கும் அவர்கள் இழந்த சொத்துக்களுக்கும் சம்பந்தமேயில்லாத மாதிரியும் அவர்களும் அந்த இடத்தைப் பார்வையிட வந்த அதிகாரிகள்தான் என்பதைப்போலவும் மிடுக்காக கைகளை இடுப்பில் ஊன்றியபடி விளக்கமளித்துக்கொண்டிருந்தார்கள். துஸாத் குழுவிற்கு அவர்களைப் பார்த்தால் ஒரு பக்கம் கோபமாயும் இன்னொரு பக்கம் சிரிப்பாயும் வந்தது. அந்தச் சிரிப்பு, அவர்களை விசாரிக்க வந்த பில் துரை அங்கே செய்துகொண்டிருந்த வேலையைப் பார்த்த பிறகு அதிகமாகவும் ஆனது. கூட்டத்திற்குள் முண்டியடித்துக்கொண்டு துரையைப் பார்ப்பதற்காக சவிதாவும் சகாக்களும் கிட்டத்தட்ட முன்வரிசைக்கு அருகில் போய்விட்டாலும், சவிதா கொஞ்சம் குட்டையாதலால், அவளால் அங்கே என்ன நடக்கிறது என்பதைப் பார்க்க முடியவில்லை. அவளை விட்டுவிட்டு மற்ற ஐந்து ஆண் தடியர்களும் முன்னே எதையோ பார்த்துவிட்டுச் சிரியோ சிரியென்று சிரித்துக்கொண்டிருந்தார்கள். அவள் காரணம் கேட்டாலும் சொல்ல மறுக்கிறார்கள். சுற்றிலுமிருப்பவர்கள் முகத்திலோ பழைய தீவிரமும் அழுகையும்தான் இருக்கிறது. இத்தனை துக்கத்திற்கு மத்தியில் இவர்கள் மட்டும் சிரிப்பதற்கான விஷயம் அங்கே என்ன அப்படி இருக்க முடியுமென்று சவிதாவுக்குத் தெரியவில்லை. கூட்டத்தை விலக்கிக்கொண்டு அதற்குமேல் போகவும் வழியில்லை. முன்னே போகப்போக ஜன நெரிசல் அதிகமாகிக்கொண்டிருந்தது. எனவே அவள் சஷாங்கைச் சுரண்டித் தன்னைத் தூக்கிக்கொள்ளும்படி வற்புறுத்தினாள். அந்தப் பீமன் சிறிது பிகு பண்ணிக்கொண்டபின் (சவிதா ஒடிசலான பெண்தான், இருந்தாலும் ஒரு பத்தொன்பது வயதுப் பெண்ணைத் தோள்மீது தூக்குவது என்பது கொஞ்சம் சிரமமான வேலைதானே) விபின் பாஸ்வான் அதற்கு முன் வந்ததைப் பார்த்துவிட்டு அவளைத் தோள்களின்மீது தூக்கிக் கொண்டான். எனவே இப்போது அவளாலும் முன்னால் என்ன நடக்கிறது என்பதைப் பார்க்க முடிந்தது. அங்கே பில் துரை செய்துகொண்டிருந்த வேலையைப் பார்த்து மற்றவர்களைப் போல அவளுக்குச் சிரிப்பு வரவில்லை. மாறாக அவரை அசட்டுத் துரை என்று துஸாத்துகள் கூப்பிடுவது பொருத்தம்தான் என்கிற நினைப்புத்தான் மனதிற்குள் ஓடியது. அதே சமயத்தில் திடீரென்று ஆஷாட் பூர்ணிமாக் காலங்களில் கங்கைக் கரையோரம் பிணச் சாம்பல் குவியல்களுக்கிடையில்

பங்கியடித்துவிட்டு எதையோ எப்போதும் தேடிக்கொண்டு அலைபவர்களாக கண்களில் தென்படும் அகோரிகளைப் பார்க்கும்போது உண்டாகக்கூடிய துக்கமும் அச்சமும் மரியாதையும் கூடவே எழுந்தது. பில் துரை அது மாதிரியான ஒரு காரியத்தைத்தான் செய்துகொண்டிருந்தார். அவர் இடிந்து தரையில் விழுந்து கிடந்த வீடுகளின் சுவர்ப் பாளங்களைத் தன் கூட வந்திருந்த இரண்டு எடுபிடிகளைக்கொண்டு தூக்கி வந்து தன் முன்னே போடும்படி பணித்து அதில் பிராமணப் பெண்கள் வரைந்து வைத்திருந்த பர்ணி படங்களைத் தொட்டுத் தொட்டுப் பார்த்துக்கொண்டிருந்தார். அவற்றைப் பற்றி அங்கிருந்த மகாபாத்ரர்களிடம் வியந்து வியந்து கேள்விகள் கேட்டுக்கொண்டுமிருந்தார். அந்தப் பிராமணர்களும் கண்ணீரைத் துடைத்துக்கொண்டு முந்தானையை முகத்தில் வழியவிட்டபடி தங்கள் முதுகுக்குப் பின்னே வந்து மறைந்து நின்றுகொண்டிருந்த வீட்டுப் பெண்களிடம் கேட்டுத் துரைக்குப் பதில் சொல்லிக்கொண்டிருந்தார்கள். யாருக்குமே அவர் வந்த காரியத்தை விட்டுவிட்டு வேறெதையோ செய்துகொண்டிருக்கிறார் என்கிற எண்ணமே எழவில்லை. பிராமணப் பெண்களோ கைப்போக்காகத் தாங்கள் கிறுக்கி வைத்திருந்த படங்களைப்பற்றித் துரை இப்படிக் கேட்பதே தங்களுடைய இழப்பிற்கான நஷ்ட ஈடு என்று எடுத்துக்கொண்டுவிட்டதைப்போல சந்தோஷத்திலும் வெட்கத்திலும் முகம் சிவந்து போயிருந்தார்கள். சவிதாவுக்கு துரை அப்படி வியந்து கேட்குமளவிற்கு அவற்றில் அப்படியென்ன விசேஷம் இருக்கிறது என்று விளங்கவில்லை. அவளுடைய சகாக்கள் போதுமென்கிற அளவு சிரித்து முடித்த பிறகு வேலையைப் பார்க்கக் கிளம்பலாம் என்று புறப்பட்டார்கள். சஷாங்க் சவிதாவின் எடை தன் தோளை அழுத்துகிறது என்று முறையிடத் தொடங்கியிருந்தான். சவிதாவும் கீழே இறங்கியிருக்கவேண்டியவள்தான். ஆனால் மகானான சாலேஷ் ராஜாவையே சிறையில் தள்ளிய விதிக்கு அந்தச் சாமான்யப் பெண்ணின் எதிர்கால வாழ்க்கை அந்தக் கணத்தில்தான் நிச்சயமாகவேண்டுமென்கிற தீர்மானமிருந்தபோது அதிலிருந்து அவள் மட்டும் தப்பிவிட முடியுமா என்ன. அவள் சஷாங்கை இன்னும் சில நிமிடங்கள் பொறுத்துக்கொள்ளும்படி வேண்டிக் கொண்டுவிட்டுத் துரையைப் பார்த்துத் திடீரென்று இப்படிக் கத்தினாள், துரை, இதென்ன பிரமாதம், எங்கள் ருத்ரப்பூர் சேரிக்கு வாருங்கள், இதைவிடப் பிரமாதமான புலி, காளி, சைலேஷ் ராஜாவின் நான்கு காதலிகள், புனித மாணிக்தா குளம் எல்லாம் பார்க்கலாம், வருகிறீர்களா. சவிதா இப்படிச் செய்யப்போவதை எதிர்பார்க்காத சஷாங்க் அவள் ஏதோ கொலைக் குற்றம் செய்துவிட்ட மாதிரி தொடைகளில்

படீரென்று அடித்து அவளைக் கூட்டிக்கொண்டு வந்ததே தவறு என்று கடிந்துகொண்டான். அவளைத் தன் தோள்களிலிருந்து இறக்கிவிடவும் முயன்றான். ஆனால் சவிதா அவன் தலை மயிரை இறுகப் பிடித்துக்கொண்டு இறங்க மறுத்தபடி மறுபடியும் துரையைப் பார்த்து, துரை, பதில் சொல்லுங்கள் என்று கத்தினாள்.

நண்பர்கள் பயந்ததைப்போல அவளுடைய கூக்குரல் துரையையோ அங்கே அவரைச் சுற்றிக் குழுமியிருந்த மற்றவர் களையோ கொஞ்சம்கூடப் பாதிக்கவில்லை. துரை சவிதாவை ஒருகணம் நிமிர்ந்து பார்த்தார். அவளுடைய உயரத்தையும் அவள் உட்கார்ந்திருந்த சிம்மாசனத்தையும் பார்த்து ஒரு சிரிப்புச் சிரித்தார். பிறகு, பேசாமலிரு என்று ஊமைச் சைகை காட்டிவிட்டுப் பழையபடி திரும்பி அந்தப் பிராமணர்களுடன் பேசவாரம்பித்துவிட்டார். அவருடைய இரண்டு எடுபிடிகளில் கன்னங்கரேலென்றிருந்த ஒருவன் மட்டும் கூடக் கொஞ்சநேரம் அவளை உற்றுப் பார்த்துக்கொண்டிருந்தான். இருபத்திரண்டு வயது இளைஞனான அவன் பெயர் ஜெமினி. வட தமிழ்நாட்டில் தாழ்த்தப்பட்ட சாதிகளிலொன்றில் பிறந்தவன். சிறு வயதிலிருந்தே சித்திரக் கலையின்மீது தீராக் காதல் கொண்டிருந்தவன். அதில் கவனம் குவிக்கவும் அது சார்ந்த கற்பனைகளில் தோய்ந்து வாழவும் அவன் பிறந்த சமூகம் மேல்சாதி ஆண்டைகளின் கோபத்திற்கும் சாபத்திற்கும் பயந்து அவனை அனுமதிக்க மறுத்தபோது வீட்டைவிட்டு இரவோடிரவாக ஓடிவந்துவிட்டவன். ஆனால் மைசூர், விஜயவாடா, இடார்சி என்று மாறி மாறி அலைந்து பல எசமானர்களிடம் வேலை செய்தபின் வெகு சீக்கிரமே ஒரு ஹரிஜன் தனக்குச் சொந்த வேலையென்றோ நிலமென்றோ வீடு என்றோ ஸ்திரமான சொத்து ஒன்றை விரும்புவானேயானால் அதற்காக அவன் தன்னுடைய தனிப்பட்ட அபிலாஷைகளையெல்லாம் விலையாகக் கொடுத்தாகவேண்டுமென்பதைத் தெரிந்துகொண்டபின் நாடோடியாகவே மிகுதிக் காலத்தைக் கழித்துவிடுவது என்றும் தற்காலிக வேலைகளை மட்டுமே ஏற்றுக்கொள்வது என்றும் முடிவு செய்து வைத்திருந்தான். அந்தப்படிக்கே மிகச் சமீபத்தில்தான் பில் துரையிடம் வேலைக்குச் சேர்ந்திருந்தான். ஆனால் பரவலாக இருந்த நம்பிக்கையின்படி யேசுவைத் துதிக்கும் மதத்தினரான பில் துரை அவருடைய பெயரால் அவனுக்கு விசேஷமான சலுகைகளைதையும் காட்டிவிடாதபோதிலும் சுதேசி ஆண்டைகளிடம் கிடைக்காத ஒருவிதமான பெருந்தன்மை அவரிடம் இருக்கத்தான் செய்தது. அதற்குக் காரணம் அவருடைய தனிப்பட்ட குண விசேஷமே தவிர அவருடைய கடவுளின் போதனைகள் அல்லயென்பதையும் ஜெமினி விரைவிலேயே

தெரிந்துகொண்டான். பொதுவாக ஜெமினி பில் துரையின் வீட்டின் பல்வேறு அறைகளுக்குள் பணிகளின் நிமித்தமாக சகஜமாகப் புழங்குவதற்கு அனுமதிக்கப்பட்டிருந்தான். அதிலொரு அறை அவருடைய நூல்நிலையம். அதன் சுவர்களில் வெள்ளிச் சட்டகத்தினுள் பதிக்கப்பட்டுத் தொங்கவிடப்பட்டிருந்த மேற்கத்திய சித்திரங்களையும் தங்க விளிம்புகளிழைக்கப்பட்ட தேக்கு மரத்தினாலான அலமாரிகளினுள் அடுக்கி வைக்கப் பட்டிருந்த கணக்கிலடங்காத சித்திரப் புத்தகங்களையும் பார்த்துப் பார்த்து ஜெமினி சொக்கித்தான் போனான். முதல் சில நாட்களிலேயே அந்த அறையின்மீதான அவனுடைய குழந்தைத்தனமான ஆர்வத்தையும் சித்திரப் புத்தகங்கள் அவனுக்குள் கிளப்பும் குதூகலத்தையும் கவனித்துவிட்ட பில் துரை அவற்றை அவன் புரட்டிப் பார்ப்பதைத் தடை செய்யவில்லை (இதுவே வேறு யாராவது ஜமீன்தாராகயிருந்தால் ஒன்று புரட்டிய கையை வெட்டிப்போட்டிருக்க மாட்டாரா, அல்லது எல்லோரும் அறியும்படியாக அவனுடைய தவறு என்ன என்பதைத் தண்டோரா போட்டு அறிவித்துவிட்டு அவனைச் சுட்டு கொல்லாமல் விட்டிருப்பாரா). இதற்கு மேலாக ஜெமினி ஒருநாள் அவரிடம் தன்னை அடக்கிக்கொள்ள முடியாமல் அன்றாடம் வேலைகளை முடித்துவிட்டுக் குதிரை லாயத்தில் படுத்துக்கொள்ளப் போகும்போது அலமாரிகளிலிருக்கும் சித்திரப் புத்தகங்களிலொன்றை எடுத்துக்கொண்டுபோய் படம் பார்த்துவிட்டுக் கொண்டுவந்து வைத்துவிடுவதற்குத் தன்னை அவர் அனுமதிக்க முடியுமா என்று கேட்டேவிட்டான். பில் அவை யாவும் மிக விலையுயர்ந்த புத்தகங்களென்றும் குதிரை லாயம் போன்ற இடங்கள் அவற்றைத் தன்னுள் அனுமதிக்கத் தகுதியானவையல்ல என்றும் கூறிவிட்டார். ஆனால் ஜெமினி தன் ஏமாற்றத்தை விழுங்கிக்கொண்டு திரும்பும் முன்பே (இதைக் கேட்டதற்காகவே உன்னை வேலையைவிட்டுத் தூக்கிவிடுகிறேனென்று சொல்லாமல் விட்டாரே) அவர் அவனிடம் அவனுக்கு அந்தப் புத்தகங்களில் அத்தனை ஆர்வம் இருக்குமானால் இரவு அந்த அறையிலேயே ஒரு மூலையில் படுத்துக்கொள்வதற்கு அவனைத் தான் அனுமதிப்பதாயும் தெரிவித்தார். ஜெமினிக்குத் தன் காதுகளையே நம்ப முடியவில்லை. தான் அழுதுவிடப் போகிறோமோயென்றுகூட அவன் பயந்தான் (அழுவது அவனுக்குப் பிடிக்காது). பிறகு நல்லவேளையாகத் தன்னைக் கட்டுப்படுத்திக்கொண்டு தன் பரவசம் மட்டும் ஓரளவு புலப்படும்படியான தழுதழுத்த குரலில் நன்றி சொல்லிவிட்டுத் திரும்பினான். (பில் துரை ஜெமினிக்குத் தான் அளித்த இந்தச் சலுகைக்குக் கைமாறாக அவனிடம் அவனைச் சந்தித்த

நாளிலிருந்து அவரை ஈர்த்துக்கொண்டிருந்த அவனுடைய பெயரின் பின்னணியை மட்டும் தனக்குச் சொல்லும்படி கேட்டார். அதாவது அவனுக்கு எப்படி ஜெமினி என்று பெயர் வைக்கப்பட்டது, இந்தியாவில் கீழ்சாதியினர் அப்படியாகப்பட்ட பெயர்களை வைத்துக்கொள்ள அவர்களுடைய எசமானர்கள் அனுமதிக்க மாட்டார்களே. அவர் சொன்னது உண்மைதான். ஜெமினிக்குப் பூர்வீகத்தில் சங்கிலி என்றொரு பெயர்தான் இருந்தது. ஆனால் அவனுடைய தாய்க்கு அவர் எங்கேயோ பேச்சுவாக்கில் கேள்விப்பட்ட ஜெமினியென்கிற பெயர் மிகவும் பிடித்துப் போகவே குடிசைக்குள் தன் மகனோடு தனித்திருக்கும் சமயங்களில் அவனை அந்தப் பெயரைக்கொண்டே ஆசையாகக் கூப்பிட்டுக் கொஞ்சும் வழக்கத்தை ஏற்படுத்திக்கொண்டிருந்தார். ஜெமினியின் தந்தைக்குக்கூட அவனுக்கு அப்படியொரு பெயர் இருந்தது கடைசிவரை தெரியாமல்தானிருந்தது (அவர் அதை ஒத்துக்கொள்ள மாட்டாரென்பதால் அந்தப் பெண்மணி அவரிடம் அதைப்பற்றித் தெரிவிக்கவில்லை). பிறகு, வீட்டைவிட்டு ஓடி வந்தபிறகு ஜெமினியிடம் அவனுடைய உடலைத் தவிர தாயின் நினைவாக கையில் எஞ்சியிருந்த பொருள் என்று எதுவும் இல்லாதிருந்ததால் அவன் ரகசியமாக தனக்கிட்ட பெயரை விட்டுவிடாமல் தன்னிடம் தக்க வைத்துக்கொண்டான். தமிழ் பேசும் நிலத்திற்கு வெளியே அதுவொன்றும் ஆட்சேபத்திற்குரிய பெரிய வித்தியாசமாக அவனுடைய அவ்வப்போதைய ஆண்டைகளுக்குப் படவில்லையென்பதால் அந்தப் பெயர் அவனுக்கு நிலைத்தும்விட்டது). அதன் பிறகு பீஹார் நிலநடுக்கம் நிகழ்ந்த அதே வருடம் பில் துரைக்கும் டிம் துரைச்சானிக்கும் திருமணம் நடந்த நாள் வரையில் ஜெமினி அந்த நூலகத்தில்தான் தன்னுடைய இரவுப் பொழுதுகளைத் தூங்காமல் கழித்தான். கைக்குக் கிடைக்கும் அத்தனைப் புத்தகங்களிலும் தீரத் தீரப் படம் பார்த்து ரசித்தான். வான்கா, ரெம்ப்ராண்ட், பிக்காஸோ, மைக்கேலாஞ்சலோ, ரவிவர்மா, பியரி அகஸ்டி காட், மோனே. ஆனால் ஜெமினிக்கு அப்போது அவர்கள் யாருடைய பெயரும் தெரியாது. அந்தப் பக்கங்களில் எழுதப்பட்டிருந்த ஓவியங்கள் பற்றிய குறிப்புகளை வாசிக்கத் தெரியாது, அவற்றை எப்படிப் பார்க்கவேண்டும், அவை எந்த நாட்டின் சித்திரங்கள், எது அவற்றை வரையச் சொல்லி அந்தச் சைத்ரீகர்களை உந்திற்று, பாதி நிர்வாண நிலையில் மெத்தைமேல் சாய்ந்திருக்கும் பெண்ணிடம் அவள் தத்ரூபமாய் இருக்கிறாளென்பதைத் தவிர வேறென்ன விசேஷமிருக்கிறது என்று எதுவுமே தெரியாது. அதை அவன் பில் துரையிடம் கேட்கவும் முடியாது. அவர் சொல்லலாம், சொல்லாமலுமிருக்கலாம். ஆனால் அவனுக்கு

இந்தச் சித்திரங்களின் புதையலோடு இரவைக் கழிக்க அனுமதி கொடுத்ததே பெரிய விஷயமாயிருக்கும்போது அவருடைய வேலைகளுக்கு நடுவில் சித்திரங்களைப்பற்றித் தனக்குச் சொல்லச் சொல்லிக் கேட்பதென்பது மிக அதிகப்படியான சலுகையென்று அவனுக்கே தெரிந்திருந்தது. மேலும் ஜெமினி பில் துரையின் நூலகத்தில் தன்னந்தனியே இரவுப் பொழுதுகளைக் கழித்த காலக்கட்டத்தில்தான் சித்திரங்களை யாருடைய குறிப்புமின்றித் தானே பார்த்துத் தானே ரசித்துத் தனக்குத் தோன்றுகிற விதத்தில் அவற்றை அர்த்தப்படுத்திக்கொண்டு அதன் வழியே தன்னுடைய சொந்தப் படைப்புகளுக்கான உந்துதலைப் பெறும் மௌனக் கல்விப் பயிற்சியைப் பழகிக்கொண்டான் (சித்திரம் வரைவதை நிறுத்துவது என்று ஜெமினி முடிவு செய்த நாள்வரை படிப்பறிவின்மையினாலுண்டான அந்தப் பழக்கம் அவரை ஒரு தனித் தன்மை வாய்ந்த ஓவியரென்றே பிற வங்காள தேசத்துச் சைத்ரீகர்களைச் சிறிது சலிப்புடனும் சிறிது பொறாமையுடனும் முணுமுணுக்க வைத்திருந்தது). நிலநடுக்கம் பீஹாரைப் புரட்டிப் போட்டுவிட்டு ஓய்ந்ததற்குப் பிறகு பாதிக்கப்பட்ட இடங்களைப் பார்வையிடுவதற்காக பில் துரை கிளம்பியபோது மதுபனியில் தன் காலத்திற்குப் பிறகும் தன் புகழை இந்தியாவில் என்றென்றும் நிலைக்கச் செய்யவிருக்கும் சித்திரப் புதையலொன்று தன்னால் கண்டெடுக்கப்பட்டு பிரபலமடையக் காத்துக்கொண்டிருக்கிறது என்று அவருக்கோ அவருடன் கடைசி நேரத்தில் தற்செயலாகத் தொற்றிக்கொண்ட ஜெமினிக்கோ தெரியவே தெரியாது. ஆனால் இடிந்த வீடுகளின் குட்டிச் சுவர்கள் மலர்த்திப் போட்டிருந்த வினோதமான தெய்வச் சித்திரவுருக்களைப் பார்த்த கணத்தில் பில் துரை வந்த வேலையை மறந்துவிட்டு ஆச்சரியத்திலும் சந்தோஷத்திலும் நிஜமாகவே தரையிலிருந்து ஓர் அடி எழும்பிக் குதித்துவிட்டார். அந்தச் சந்தோஷத்தை உடனே பகிர்ந்துகொள்ளாவிட்டால் தலை வெடித்துவிடும்போலாகிவிட்ட நிலையில் அவருடைய அதே உணர்வை அதே வேகத்தோடு தன் ரத்த நாளங்களில் உணர்ந்து கொண்டிருந்த ஜெமினியிடம் அவர் தன் துரைத்தனத்தை மறந்துவிட்டு, ஜெமினி, பார்த்தாயா வெட்டவெளிப் பொக்கிஷத்தை, நாம் நூலகத்திற்குள் கரையானரிக்காமலும் குதிரை லாயம்வரைகூடக் கொண்டுபோகாமலும் பொத்திப் பொத்திப் பாதுகாத்து வைத்திருக்கும் கலை எத்தனை சாதாரணமாக சளியும் கரிப் புகையும் தீற்றிக்கொள்ளும் சுவர்களில் பெரிய பெரிய பூகம்பங்களைத் தாண்டித் தப்பித்து மூச்சுவிட்டுக்கொண்டிருக்கின்றன பார் என்றார். ஜெமினியோ பில் துரையின் நூலகத்திற்குள் நிரம்பிக் கிடக்கும் ஆயிரக்கணக்கான

சித்திரங்களில் ஒன்றைக்கூட பிரதிபலிக்காத, புத்தம்புதியதான ஒரு சித்திரப் புதையலின்முன் சற்றும் எதிர்பாராத வெட்ட வெளியில் திடீரென்று கண்கூச நின்றுவிட்ட திகைப்பிலிருந்து மீள முடியாதவானயிருந்தான். பில் துரை ஓடி ஓடி அந்தச் சித்திரங்களைப் புகைப்படம் எடுத்துக்கொண்டிருந்தார். ஜெமினியும் அவருடைய இன்னொரு வேலையாளும் அதற்கு ஈடுகொடுக்கும்வண்ணம் அதே வேகத்தில் ஓடி ஓடிக் கவிழ்ந்து கிடக்கும் குட்டிச் சுவர்களை நிமிர்த்திப் போட்டும் புதிய புதிய சுவர்ப் பாளங்களைக் கண்டுபிடித்து வெளியே இழுத்தும் வேலை செய்துகொண்டிருந்தனர். ஜெமினிக்கு அதுவரையில் அவன் பார்த்த அத்தனைச் சித்திரங்களின் ஞாபகங்களும் தன் புத்தியிலிருந்து அழிந்துபோய்விடுமோயென்கிற அச்சம்கூட வந்துவிட்டது. அவயவங்களின் அளவுகள், முகபாவம் காட்டும் உணர்ச்சி நிலை, பொருத்தமான பின்னணி, மந்தகாச மனநிலையை உண்டாக்கும் நிகழ்வுத் தேர்வு என்று எதிலுமே கவனம் செலுத்தாத, ஒரே போல உருட்டிய விழிகளும் நிழலேயற்ற பிரகாசமான ஒற்றை வண்ணத் தீற்றலும் பெரும்பாலும் சூழல் பின்னணியேயற்ற தனித்த இருப்புமாக உருவெடுத்து நின்றுகொண்டிருக்கும் மதுபனி கிராமத்தின் அதுவரை அறியப்படாத சித்திரங்கள் அவை எடுத்துக் காட்டிக்கொண்டிருந்த புராணிகங்களின் காலத்திலும் வெளியிலும் அலட்சியமாக மிதந்துகொண்டிருந்தன. கலையென்பது மிகைப்படுத்தல், தத்ரூபமல்ல என்கிற கருத்து முதன்முதலாக ஜெமினியின் மனதில் மின்வெட்டியது அப்போதுதான்.

ஆனால் அவன் அந்தப் பரவசத்தில் மேலும் முற்றாகத் தன்னை மூழ்கடித்துக்கொள்ளும் முன்பாகவே சவிதாவின் குரல் அவனுடைய கவனத்தைக் கலைத்துத் தன் பக்கம் கவர்ந்திழுத்துவிட்டது. பில் துரையோடு சேர்ந்து அவனும் ஓர் ஆணின் கழுத்தின்மீது ஏறி சப்பிரமமாக உட்கார்ந்துகொண்டு கூட்டத்தினரின் தலைகளுக்கு மேலாக ஓர் அழுக்குத் தேவதையைப்போல தன்னுருவத்தை மிதத்திக்கொண்டிருந்த அவளைப் பார்த்தான். தன்முன் கொட்டிக் கிடந்த சித்திரச் செல்வத்தைப் பார்த்து இதென்ன பிரமாதம் என்று சொல்லிச் சிரிக்கும் அவளுடைய குரலைக் கேட்டான். இன்னொரு உலகமும் இருக்கிறது, வா என்று தன்னைப் பிரத்யேகமாக அழைப்பதாக உணர்விக்கும் அவளுடைய கைகளின் அலைவையும் கவனித்தான். அந்தக் கணத்தில் ஜெமினியின் மனதில் முதன்முதலில் மின்வெட்டிய எண்ணம் பில் துரையிடம் உத்தரவு பெற்றுக்கொண்டு அந்தத் தேவதையிடம் வேலைக்காரனாகப்

போய்ச் சேர்ந்துவிடலாமா என்பதுதான். பில் துரை அவளைச் சட்டை செய்யவில்லை. அவர் அவர்களைப் பார்த்து அமைதியாயிருக்கும்படி சைகை காட்டியபிறகு ஜெமினியிடமும் அவனுடைய சக பணியாளனிடமும் தொடர்ந்து இடிபாடுகளிலிருந்து சித்திரங்களைத் தோண்டியெடுக்கும் பணியிலீடுபடச் சொல்லி ஆணையிட்டுவிட்டு தன் புகைப்படக் கருவியைத் தீட்டிக்கொள்ளவாரம்பித்துவிட்டார். ஜெமினியும் வேறு வழியில்லாமல் பணிக்குத் திரும்பிவிட்டான். ஆனால் மதுபனிக் கிராமத்தின் கவனமற்ற சித்திரங்கள் எப்படி அதற்குமுன் அவனைப் பிரமிக்கச் செய்துகொண்டிருந்த மேலைநாட்டுச் சித்திரங்கள் பற்றிய பிம்பங்களைக் கலைத்துப் போட்டனவோ அதைப்போல அறியப்படாத இன்னொரு அற்புதத்தைப் பற்றிய அந்தத் துஸாத் இனப் பெண்ணின் குறிப்பு அவன்முன் இறைந்து கிடந்த சித்திரங்களின்மீதான ஆர்வத்தை ஒரே கணத்தில் சற்றுக் குறைத்துத்தான் விட்டன. அவன் அவற்றைப் பார்த்தேயாகவேண்டுமென்று விரும்பினான். அப்படியொரு மிதக்கும் தேவதை தன்னை அந்தச் சந்தர்ப்பத்திற்கு அழைத்தும் செல்லாமலிருப்பது ஒருவேளை கடவுள் தனக்காக அருளியிருக்கும் மிக முக்கியமான ஒரு வரத்தைத் தவற விட்டுவிடுவதாகக்கூட ஆகிவிடலாம். ஜெமினி அதற்குப் பிறகும் (அதாவது மதுபனிப் பயணம் முடிந்து பில் துரையின் வீட்டிற்கு வந்து சேர்ந்து அன்றாடப் பணிகளில் ஈடுபட்ட பிறகும்) அந்தப் பெண் மற்றும் அவளுடைய குரல் ஆகியவற்றின் நினைப்பாகவே நடமாடிக்கொண்டிருந்தான். அவனுக்குத் தெரிந்துபோயிற்று, வெகு விரைவிலேயே மேற்கத்தியச் சித்திரங்களின் நூலகத்திலிருந்து தான் வெளியேறப் போகிறோமென்பது.

ஜெமினியினுடைய பொழுது இப்படியாகக் கழிந்துகொண்டிருந்தபோது இந்தப் பக்கம் சவிதா தேவி, அவள் பில் துரையின் காதிற்குக் கத்திக் கூறிய செய்தி காதில் வாங்கிக்கொள்ளப்படாமல் காற்றோடு போனபின் மேற்கொண்டு அங்கே நிகழ்ந்துகொண்டிருந்தவைகளை வேடிக்கை பார்ப்பதிலிருந்த ஆர்வம் வடிந்துவிட்டதால் சஷாங்கின் தோளிலிருந்து இறங்கி அவன் கன்னத்திற்கு ஒரு முத்தம் கொடுத்ததோடு அதை முற்றாக மறந்துவிட்டாள். கற்பனை செய்யவும் யோசிக்கவும் ஆயிரம் முக்கியமான வேலைகள் வேறு இருக்கின்றன அவளுக்கு. அவர்கள் ஆறு பேரும் விரைவாக ஜஞ்ஜர்பூரை நோக்கி நடையைக் கட்டினார்கள். வழியெங்கும் சாதி பேதமில்லாமல், ஏழை பணக்கார வித்தியாசமில்லாமல், பெரியவர்கள் குழந்தைகளென்கிற பாகுபாடில்லாமல் ஒரே நாசம், ஒரே சாவு.

ஆனால் நாடறிந்த அந்த பூகம்பத்தைப்பற்றி நேயர்களுக்கு நாம் மறுபடியும் விலாவாரியாகச் சொல்லத் தேவையில்லை. ஆண்கள் அந்தச் சாணி மெழுகிய சுவர்க் கோலங்களை பில் துரை அப்படிப் பார்த்துக்கொண்டிருந்ததைப்பற்றி ஆச்சரியத்துடன் பேசிக்கொண்டே வந்தார்கள். அதில் ஆச்சரியப்படுவதற்கு எதுவுமிருப்பதாக சவிதாவிற்குத் தெரியவில்லை. பொதுவாகவே துரைமார்கள் அந்தக் காலத்தில் இங்கே எதைப் பார்த்தாலுமே வாயைப் பிளந்துகொண்டுதானிருந்தார்கள். அகோரிகள் பங்கியடிப்பதை, சாமர்கள் செத்த மாடுகளைத் தூக்கிக்கொண்டு போவதை, காவத்துகள் கதை சொல்வதை, அவர்களுடைய ஒற்றை நரம்பு வாத்தியத்தை, சாலேஷ் ராஜாவின் கிளியை, அவர்களுக்கு ஆச்சரியத்தை உண்டாக்காத விஷயங்கள் இங்கே என்ன இருக்கிறது. கலுவாகியில் ஒருமுறை சீதளா தேவி கொடையின்போது ஒரு துரை உடல் முழுக்க இராணுவக் கவசம் ஒன்றை அணிந்துகொண்டு (அவர்கள் சின்னம்மையைக் கண்டால் காத தூரம் விலகி ஓடுகிறவர்கள்) அவளுடைய கழுதை ஊர்வலத்தைப் பார்க்க வந்துவிட்டான். அவனிடம் பிரமோத் மோச்சி என்கிற ஒரு குறும்புக்காரச் சாமர்ப் பையன் தேவி கையிலிருக்கும் சட்டியையும் ஓலை விசிறியையும் பற்றித் தனக்குத் தெரியாததையெல்லாம் தெரிந்ததைப்போல புளுகிக்கொண்டிருந்தான். பிரமோத்தும் அவனுடைய நண்பர்களும் தன்னைக் கேலிசெய்துகொண்டிருக்கிறார்கள் என்பதைத் தெரிந்துகொள்ளாமல் துரையும் அவர்கள் சொல்வதற்கெல்லாம் தலையைத் தலையை ஆட்டிக்கொண் டிருந்தான். அந்தக் கொடை பூரா கலுவாகி சாமர் சேரியில் அந்தத் துரையை பிரமோத் மோச்சி துட்டு வாங்காத கோமாளியாக்கிவிட்டதில் பெண்பிள்ளைகளுக்கிடையே அசகாய சூரனென்றும் பெயர் வாங்கிவிட்டான். பற்றாக்குறைக்குத் தன்னை முட்டாளாக்கிக்கொண்டிருந்த கோஷ்டிக்குத் துரை அவர்களுடைய அன்பை மெச்சிச் சாராயத்திற்குவேறு துட்டுக் கொடுத்துவிட்டுப் போனான். அதனால் அவர்களுடைய பிளந்த வாயை சவிதாவால் ஒருபோதும் சிலாகித்துப் பேச முடிந்ததேயில்லை. துரைச்சானிகளுடைய ரோஜாப்பூ நிறம் அவளைச் சில வேளைகளில் பொறாமைக்குட்படுத்துவதுண்டுதான். ஆனால் கடவுளுடைய பரிசு என்பதற்குமேல் அவர்களுடைய புத்திசாலித்தனம் அதில் என்ன இருக்கிறது. அன்று அவளுடைய ஆச்சரியமெல்லாம் எதைப்பற்றி இருந்ததென்றால் காந்திஜீ சொன்னதைப்போல இந்தப் பூகம்பம் ஆண்டைகளுக்கும் பிராமணர்களுக்கும் ஒரு தண்டனையெனில் அதுகூட எப்படிக் கடைசியில் அவர்களுக்குச் சாதகமாகவே முடிகிறது.

எப்படியிருந்தாலும் அவர்கள் ராம்பட்டியைக் கடப்பதற்குள் அதையெல்லாம் மறந்துவிட்டு வேலையைப் பற்றிய விவாதங்களில் மும்முரமாகிவிட்டார்கள். ஜஞ்ஜார்பூரில் அந்த முறை அவர்களுக்குப் பெரிதாக ஒன்றும் கிடைக்கவுமில்லை. அவர்களுக்கு முன்னரே கோகர்திகாவிலிருந்து துஸாத்துகள் வந்து கைவரிசையைக் காட்டிவிட்டுப் போயிருந்தார்கள். சரி, துஸாத்துகளில் யாருக்குக் கிடைத்தாலென்ன என்று அவர்கள் பிரம்மஸ்தான் கடைவீதியில் ஓர் இடிந்து கிடந்த உணவுச்சாலைக்குள் புகுந்து சில பித்தளைப் பாத்திரங்களையும் ஓரிரு மூட்டை கோதுமையையும் எடுத்துக்கொண்டு கிளம்பி வந்தார்கள். ஓர் அதிர்ஷ்டம், வழியில் லக்ஷ்மண் பாஸ்வானுடைய பால் வடியும் முகத்தைப் பார்த்துவிட்டு ஒரு ஜா சவிதாவிடம் வந்து அவனைத் தன்னுடைய இடிந்த அரண்மனையைப் புதுப்பித்துக் கட்டும்வரை அதிலிருக்கும் பொக்கிஷங்கள் களவு போய்விடாமல் காவல் காக்கும் வேலைக்கு அனுப்பிவைக்க முடியுமா என்று கேட்டான். லக்ஷ்மணை அவன் சவிதாவினுடைய தம்பி என்றும் அவள்தான் அவனுடைய நல்லது கெட்டதுகளுக்குப் பொறுப்பு என்றும் நினைத்துக்கொண்டிருந்தான். களவாணிக் குழு உள்ளூரச் சிரித்துக்கொண்டே, உங்களுக்குச் சுகத்மலலைத் தெரியுமா என்று கேட்டது (புராண காலத்துச் சுகத்மல் தன் எஜமான் வீட்டில் திருடிவிட்டுக் கங்கையையே பிளந்துகொண்டு தப்பியதைப்போல சாமர்த்தியசாலியான லக்ஷ்மண் பாஸ்வானும் கமலா பாலன் நதியைப் பிளந்துகொண்டு மீண்டு வந்துவிடுவான் என்பது அந்தக் கேள்வியின் உட்கிடை). அந்த ஜா தெரியாது என்றான். எனவே இவர்கள் பொறுப்புள்ளவர்கள்போல் முகத்தை வைத்துக்கொண்டு அப்படியானால் இவனை அனுப்புவதில் எங்களுக்கொன்றும் பிரச்சனையில்லை, இந்த மாதிரிச் சமயங்களில்கூட மனிதர்க்கு மனிதர் உதவவில்லையென்றால் அப்புறம் என்னயிருக்கிறது என்றும் பவிசாகச் சொல்லிவிட்டு, லக்ஷ்மணிடம் தாங்கள் என்றைக்கு எங்கே சந்தித்துக்கொள்ள வேண்டும் என்பதை ரகசியமாகப் பேசிக்கொண்டபின் அவனை அனுப்பிவைத்துவிட்டு வந்தார்கள். ஜஞ்ஜார்பூர் விஜயம் அந்த அளவில் உடனடியான பலனெதுவும் கிடைக்கவில்லையென்றாலும் வெற்றிதான். லக்ஷ்மண் பத்து நாட்கள் கழித்து அவனுடைய தகவலின் பேரில் ஜஞ்ஜார்பூர் சென்ற சஷாங்க் உள்ளிட்ட துஸாத் ஆட்களோடு நூறு பன்றிகளுக்கு வேண்டிய செல்வத்தையும் எடுத்துக்கொண்டு சௌரத் வந்து சேர்ந்தான். அதற்குள் மற்றவர்களும் பூகம்பத்தால் தகர்ந்துபோயிருந்த குடியிருப்பைச் சரிசெய்து முடித்திருந்தார்கள் (சரி செய்வதற்கு என்ன இருக்கிறது, மரங்கள்தான் சேதப்படும், நாணல்கள் சேதமடைவதில்லையென்று சொல்வதைப் போல சிதிலப்படுவதற்கும் நஷ்டமடைவதற்கும் அங்கென்ன

அரண்மனைகளா கட்டியெழுப்பப்பட்டிருந்தன. இல்லை, பூகம்பத்தில் ஓட்டுக் கூரைகளைப்போல ஓலைக் கூரைகள்தான் கீழே விழுந்து நொறுங்கிப் போய்விடப்போகின்றனவா. முன்பே சொன்னதைப்போல, பன்றிகளைத் தவிர பெரிய நஷ்டம் ஒன்றும் அவர்களுக்கில்லை (நாம் இதில் மனிதர்களைச் சேர்க்கவில்லை, அந்த, திரும்பப் பெற முடியாத, இழப்பு இருக்கவேயிருக்கிறது)). எனவே அவர்கள் எதுவுமே நடக்காத மாதிரி, சௌரத்திற்குச் சற்று மேலே, லோஹாவுக்குக் கொஞ்சம் நெருக்கமாக நகர்ந்து தங்களுடைய புதிய களிமண் சுவர்களையும் பனையோலைக் கூரைகளையும் பத்து நாட்களுக்குள் எழுப்பி முடித்துவிட்டார்கள். இதற்குள் மதுபனிவரை மகாத்மாஜீயும் வந்துவிட்டுப் போயிருந்தார். சேரியின் பெரிய தலைக்கட்டுகள் அவரைப் போய்ப் பார்த்து மகஜர் கொடுத்துவிட்டு வந்தார்கள் (ஹரிஜனங்களுக்கெல்லாம் அவர்தான் சர்க்கார்). துரைச் சர்க்கார் துஸாத்துகளுக்கு வீடு கட்டப் பணமும் லோஹாவில் அவர்கள் குடிபெயர்ந்த நிலத்திற்குப் பட்டாவும் தந்தது. ஆனால் அதுவெல்லாம் அதற்குரிய சம்பிரதாயங்களெல்லாம் முடிந்து வெகு நாட்களுக்குப்பின் நடந்த கதைகள். அதற்குள், ஒதுக்கப்பட்ட தொகை துஸாத் ஜனங்களுடைய எண்ணிக்கையைவிடக் குறைவாக இருப்பதாகக் கணக்கிடப்பட்டு அதை ஈடு செய்வதற்காக அவர்களில் கொஞ்சப்பேரைத் திருட்டுக் குற்றத்திற்காகக் கைது செய்து சிறைக்குக் கொண்டுபோன கூத்தும் நடந்தேறியிருந்தது. எப்படியோ, பத்து நாட்களுக்குள், லக்ஷ்மண் பாஸ்வான் மூலமாக உறுதி செய்யப்பட்டுவிட்ட பண வரவின்பேரில் கடனுக்கு வாங்கிய பன்றிச் செல்வங்களோடு துஸாத்துகளின் வாழ்க்கை அதன் அன்றாட கதிக்குத் திரும்பிவிட்டது. லக்ஷ்மண் பாஸ்வான் ஜாவை ஏமாற்றிவிட்டுத் திரும்பி வந்த நாளையொட்டி அடுத்து வந்த பௌர்ணமியன்று சேரியில் கங்கையம்மனுக்குப் பதினோரு ஆடுகளும் (லக்ஷ்மண் என்ன புராண காலத்துத் துஸாதான சுகத்மாலா, நூற்றியொரு ஆடுகள் தருவதாக வேண்டிக்கொள்ள) பனங்கள்ளும் படையலிடப்பட்டு மாட்டிறைச்சியுடன் எல்லோருக்கும் விருந்தளிக்கப்பட்டது. அந்த இரவில்தான் இளவட்டப் பெண்பிள்ளைகள் லக்ஷ்மண் பாஸ்வானைச் சூழ்ந்து உட்கார்ந்தபடி அவனுடைய பிரதாபக் கதையைத் பாங்கித் தாம்பூலத்தோடு சேர்த்துச் சவைத்துச் சுவைத்துக்கொண்டிருந்தபோது சவிதா தேவி அதற்குப் பிறகான அவளுடைய முப்பத்தாறு வருட வாழ்க்கையின் மாறாத் துணையாயும் அவளுடைய மகனின் தந்தையாயும் ஆகவிருக்கிற ஜெமினியை முதன்முதலாகச் சந்தித்தாள். முதன்முதலாகவா, அப்படியானால் மதுபனியில் அவர்களிருவரும் (அல்லது ஜெமினி அவளை) பார்த்துக்கொண்டதற்குப் பெயர் சந்திப்பில்லையா.

ஆனால் சந்திப்பு என்பதன் அகராதி அர்த்தம் சில சூழ்நிலை விசேஷங்களைப் பொறுத்துச் சிலசமயம் செல்லாததாகிவிடுகிறது என்று முன்பு ஓரிடத்தில் நாம் குறிப்பிட்டிருந்தற்கொப்ப அதை முதல் சந்திப்பாக எடுத்துக்கொள்ள முடியாது. பில் துரையின் பக்கலிலிருந்து தன்னை வெறித்துப் பார்த்துக்கொண்டிருந்த அந்தக் கார் வண்ண இளைஞனின் கண்களைச் சவிதாவின் கண்களும் ஒரு கணம் சந்தித்துத்தான் விலகியிருந்தனவென்றாலும் அன்றாடம் நம் வாழ்க்கையில் ஆயிரம் மனிதர்களைப் போகும்போதும் வரும்போதும் பார்க்கிறோம், ஆனால் அவர்களில் யாராவது ஒருவருடன் நேரடி அறிமுகம் ஏற்படும்போது மட்டும்தானே பார்த்தல் என்கிற யதேச்சை சந்தித்தல் என்கிற இச்சையாக முன்னேறுகிறது.

எனவே, வாஸ்தவத்தில் சவிதாவைவிட வயதில் மூன்று வருடங்கள் பெரியவனான ஜெமினியை விபின் பாஸ்வான், லோஹா நதியின்மேல் முழு நிலவின் பிரதிபலிப்பு கூடுதல் மதுவைச் சிந்திக்கொண்டிருந்த இரவின் பின்னணியில், அவளைச் சந்திக்கவேண்டுமென்று சொல்லிக்கொண்டு வந்தானென்று சொல்லிப் பாங்கிக் கிறக்கத்தின் நடுவே கொண்டுவந்து நிறுத்தியபோது அவனை அதற்குமுன் பார்த்த ஞாபகமே அவளுக்கு இருக்கவில்லையாதலால் அவளுக்குத் தம்பியென்று சொல்லலாம்போல அத்தனை மெலிந்த தோற்றத்தைக் கொண்டிருந்த அவனை யாரோ பொடியன் என்று நினைத்து எடுத்த எடுப்பிலேயே அவள் சுபாவப்படி அவனை ஒருமையில் விளித்து நீ யார், என்னை எதற்காகப் பார்க்கவேண்டும் என்று கேட்டுவிட்டாள் (பிறகு சவிதா தேவி அவருடைய அருமை ஜெமினியை, அவருடன் சேர்ந்து வாழ்ந்த நாட்களின் கடைசி வினாடிவரை ஒருமையில், மரியாதையில்லாமல் விளிப்பதையும் பெயர் சொல்லி அழைப்பதையும் பொடியன் என்று கேலி செய்வதையும் ஒருபோதும் நிறுத்திக்கொள்ளவேயில்லை. ஜெமினியும் அதை மிக விரும்பினார்). ஜெமினி அவள் கேள்விக்குப் பதில் சொல்வதற்குப் பதிலாக அவள்தானே அன்று மதுபனிக்கு வருகை தந்திருந்த, மாவட்ட அதிகாரி பில் துரையிடம் சௌரத்திலிருக்கும் சுவரோவியங்களைப் பற்றிப் பேசியவள் என்று பதில் கேள்வியொன்றைக் கேட்டான். அதைக் காதில் வாங்கியதும்தான் அவன் அன்று துரைக்குத் தகர்ந்த சுவர்களிலிருந்த காயஸ்த பிராமணர்களுடைய சுவர்க் கோலங்களை எடுத்துக் காட்டிக்கொண்டிருந்த அவருடைய இரண்டு எடுபிடிகளில் ஒருவன் என்பது சவிதாவுக்கு ஞாபகம் வந்தது. உடனே ஒருவேளை தன்னுடைய அழைப்பை ஏற்றுச்

சௌரத் சேரியில் இடிந்து குப்புறக் கிடக்கும் துஸாத் இனச் சித்திரங்களையும் பார்த்துவிடலாமென்று நினைத்து பில் துரைதான் அவனை அவளிடம் தூது விட்டிருக்கிறாரோயென்கிற ஐயப்பாடும் அவளுக்கு வந்துவிட்டது. அந்த நினைப்பு அவளுக்கொன்றும் கர்வத்தையோ சந்தோஷத்தையோ கொடுத்துவிடவுமில்லை. அவை பில் துரைக்கு வேண்டுமானால் பெரிய ஆச்சரியங்களாயிருக்கலாம். அன்றாடம் அவற்றை வீட்டுச் சுவர்களில் கிறுக்கிக்கொண்டிருக்கும் கூட்டத்தைச் சேர்ந்த அவளுக்கு அப்படியில்லை. மேலும் இப்போது அதைவிட முக்கியமான வேலைகள் அவளுக்கு இருக்கின்றன. அவரை அழைத்துக்கொண்டு மீண்டும் சௌரத்திற்குச் சென்று மாண்டுபோன பன்றிக்குட்டிகளின் நினைவில் ஒரு பாட்டம் அழுது ஒப்பாரி வைப்பதற்குரிய பொறுமையையும் மனநிலையையும் சூழ்நிலையையும் அவள் கடந்தும் வந்துவிட்டாள். அது பில் துரை அப்போது செய்துகொண்டிருந்த கோமாளித்தனத்தைப் பார்த்த வேகத்தில் தன்னை மீறி வெளியே எழுந்து வந்த கூவல். ஓர் இமைக்கும் நேரத்து உணர்ச்சிக் கொப்பளிப்பு. அந்த அழைப்பிற்கு உயிர் ஒரே ஒரு கணம்தான். அந்த ஒரு கணத்தைப் பற்றிக்கொண்டு பில் துரை பிராமணர்களின் சுவர்க் கிறுக்கல்களைக் கீழே போட்டுவிட்டு உடனே அவளுடன் சேரிக்குக் கிளம்பியிருப்பாரேயானால் ஒருவேளை அவள் அவற்றை அவருக்குக் காட்டியிருக்கக்கூடும். ஆனால் ஜெமினி தன்னைத் துரை அனுப்பவில்லையென்றும் தானே தன்னுடைய சொந்த விருப்பத்தின்பேரில் துஸாத் சாதியினரின் ஓவியங்களைப் பார்க்க வந்ததாயும் சொன்னான். அது அவனுடைய வருகையின் முக்கியத்துவத்தையும் சவிதாவினுடைய ஆர்வத்தையும் இன்னும் பாதியாகக் குறைக்கவும் அவளுடைய பொறுமையின்மையை மேலும் வளர்க்கவும் போதுமானதாயிருந்தது. அங்கே தான் இருப்பதை அவன் எப்படித் தெரிந்துகொண்டானென்று அவள் அவனைச் சற்று கோபத்துடன் கேட்டாள். அவளே அவளுடைய வசிப்பிடத்தைப் பற்றிய விபரங்களை மதுபனியில் அன்று குழுமியிருந்த அனைவருமே செவியுறும்வண்ணம் உரத்து அறிவித்ததை ஜெமினி பணிவுடன் ஞாபகப்படுத்தினான் (அவன் முதலில் சௌரத்திற்குச் சென்று பிறகு அங்கேயிங்கே விசாரித்து அவர்கள் லோஹா நதிக்கரைக்குக் குடிபெயர்ந்திருப்பதைத் தெரிந்துகொண்டிருந்தான்). அவனுடைய அந்தப் பதிலும் பணிவும் சவிதாவைச் சற்று வெட்கங்கொள்ளச் செய்தது. பிறகே அவள் சற்று நிதானத்திற்கு வந்தாள். அவனுடைய பெயரை உசாவினாள். அவளுக்கு அவனையும் அவன் பேசிய அரைகுறை மைதிலி பாஷையையும் பார்த்தால் (ஜெமினி பில் துரையிடம் வேலைக்குச்

சேர்ந்த பிறகுதான் தன் சகாவிடம் பேசிப் பேசி அதைக் கற்றுக் கொள்ளத் துவங்கியிருந்தான்) பீஹாரி போல தெரியவில்லை. அவன் தன்னை மெட்ராஸ் ராஜதானியைச் சேர்ந்தவன் என்று அறிமுகப்படுத்திக்கொண்டான். சவிதாவுக்கு அப்படியொரு நிலம் பற்றித் தெரிந்திருக்கவில்லை (கல்யாணமாகும்வரை அவளுக்கு ஜெகப் பிரசித்தி பெற்ற தாஜ்மஹால் பற்றியேகூட எதுவும் தெரியாமல்தானிருந்தது). ஜெமினி தன்னாலான வரையில் கோவில்கள், தலங்கள், தலைவர்கள் என்று பல பிரசித்தமான பெயர்களைச் சொல்லிப் பார்த்துப் பயனில்லாமல் கடைசியில் பதின்மூன்று வருடங்களுக்குமுன் காந்திஜீயின் உடுப்புகளைக் கழற்றி அவரைப் பண்டாரமாக்கியது எங்கள் ராஜதானிதான் என்று சொன்னான். உண்மையாகவே அந்தக் காலக்கட்டத்தில் அதைவிடக் கச்சிதமாக யாராலும் வேறெந்த அடையாளத்தாலும் தமிழ் நிலத்தை அதையறியாதவர்களுக்கு அறிமுகப்படுத்தியிருக்க முடிந்திருக்காதுதான். ஜெமினி மேலும் சொன்னான், இன்றும், நாமிருவரும் பேசிக்கொண்டிருக்கும் இந்தக் கணத்திலும், மகாத்மாஜீ அதே ராஜதானியின் ஏதோவொரு கிராமத்தின் தெருக்களில்தான் ஹரிஜனங்களுக்கான பிரச்சாரத்திற்காகச் சுற்றிக்கொண்டிருக்கிறார், இந்த முறை அவர் கண்களில் மூக்குக் கண்ணாடியும் கைத்தடியும் கால் செருப்பும்கூட இல்லாமல் நடமாடும் வறிய முதியவர் யாரும் படாதிருக்க வேண்டும் என்பதுதான் அவரை ஏற்கெனவே பக்கிரிக் கோலத்தில் பார்த்துச் சகித்துக்கொள்ள முடியாமலிருக்கிறவர்களினுடைய பிரார்த்தனை. ஓ, என்று வியந்துகொண்டாள் சவிதா தேவி. அந்த ராஜதானியில் எங்கே, மகாத்மாவைப் பக்கிரியாக்கிய அதே ஊரா. இல்லை, அவரை அப்படிச் செய்ய வேண்டாமென்று தடுக்க முயற்சித்தவரின் ஊர். ஜெமினியின் அந்தப் பதிலை சவிதா ரசித்தாள் (அவனை அவள் அப்போதே விரும்பவும் தொடங்கிவிட்டாள்). முன்பின் அறிமுகமில்லாத அவனைச் சீக்கிரம் அனுப்பிவைத்துவிடவேண்டுமென்கிற எண்ணம் அவள் மனதிலிருந்து அதற்குப் பிறகு அகன்றுவிட்டது (அல்லது குறைந்த பட்சம் குறைந்துவிட்டது). அவள் அவனிடம் உண்மையான வருத்தத்துடன் சொன்னாள், நன்றாகத்தான் பேசுகிறாய், ஆனால் பார், பழைய குடியிருப்பிலிருந்து எங்களுடைய பாத்திரம் பண்டங்களைத் திரட்டும் வேலையில் நாங்கள் ஏற்கெனவே இடிந்துபோயிருந்த சுவர்களை மேலும் தகர்த்து அவற்றி லெழுதப்பட்டிருந்த சித்திரங்களைச் சிதைத்து விட்டோமே, அவை இப்போது பில் துரையைப்போல இடிபாடுகளில் விருப்பமுள்ள அசட்டு வெள்ளைக்காரர்களைத் தவிர மற்றவர்களுக்கு உவப்பானதாயிராதே. அதைக் கேட்டதும் ஜெமினியின் முகத்தில் தின்பண்டம் வாங்காமலேயே கடையைக்

கடந்துவிட்ட சிறு குழந்தையைப்போல ஏக்கம் படர்ந்துவிட்டது. சிறிதுநேரம் என்ன பேசுவதெனத் தெரியாமல் திருதிருவென்று விழித்தபடியே மௌனமாக நின்றுகொண்டிருந்த அவன் பிறகு அவர்களுடைய புதிய குடிசைகளின் சுவர்களிலாவது ஏதேனும் புதிதாக வரையப்பட்டிருக்கின்றனவா என்று வினவி னான். சவிதா சுவர்ச் சித்திரங்கள் பொழுதுபோக்கிற்காக வரையப்படுபவையல்லவென்றும் அவை சுவர்களில் தீட்டப் படுவதற்கான விசேஷ காரணங்களும் முகூர்த்த நாட்களும் பண்டிகைகளும் எப்போதாவது ஒருமுறைதான், அல்லது குறைந்தபட்சம் வருடத்திற்கு ஒருமுறைதான் வருமென்றும் அவனுக்குத் தெரியப்படுத்தி அவன் தன்னுடைய இருப் பிடத்தைப்பற்றித் தெரிவித்துவிட்டுச் செல்வானேயானால் அப்படியொரு நாள் வாய்க்கும்போது இயன்றால் அதை அவனுக்குச் சொல்லியனுப்புவதாய் வாக்களித்தாள். முதலில் தயக்கத்துடன் அதை ஒத்துக்கொண்ட ஜெமினி அவளிடம் விடைபெற்றுக்கொள்ளும்முன் ஆனால் தனக்கு முகவரியேதும் கிடையாதென்றும் பில் துரை வீட்டுக் குதிரை லாயத்தைவிட்டு நாளையேகூட தான் வெளியேறிவிடலாமென்றும் எனவே அவள் பிறகொரு நாள் பண்டிகைச் சமயத்தில் சித்திரம் வரையும் கொண்டாட்டங்களின் நடுவே தன்னை நினைவு வைத்திருந்து அநிச்சயமான ஓரிடத்திற்குத் தன்னைத் தேடி வருவது என்பதெல்லாம் யதார்த்தத்தில் நடக்கவியலாத சங்கதியென்பதால் அப்போதே ஒருமுறை துஸாத்துகளுடைய பழைய குடியிருப்புக்குத் தன்னை அழைத்துச் செல்லமுடியுமா என்றும் நயந்து கேட்டான். சவிதாவுக்கு ஏனோ அவன் முகத்தைப் பார்த்து முடியாது என்று சொல்ல மனம் வரவில்லை. அவள் இசைவைப் பெற்றவுடன் ஜெமினி மறுநாள் வருவதாகக் கூறிவிட்டுச் சந்தோஷமாகத் தன் இருப்பிடத்திற்குத் திரும்பினான். அன்று இரவு முழுவதும் அவன் உறங்கவில்லை. நூலகத்தின் தரையில்தான் படுத்திருந்தா னெனினும் வழக்கம்போல சித்திரப் புத்தகங்களை எடுத்துப் புரட்டிப் படம் பார்த்துக்கொண்டிருக்கும் மனநிலையும் இல்லை. மதுபனியில் பில் துரை கண்டெடுத்ததைப்போன்ற மிக அபூர்வமான, அவரால் அலட்சியப்படுத்தப்பட்ட சுவர்ச் சித்திரங்களை இடிந்த சேரியின் குட்டிச் சுவர்களிடையில் தான் கண்டுபிடிக்கப்போகும் காட்சி மல்லாந்து படுத்திருந்த அவன் கண்களுக்கு நேர் மேலேயிருந்த மேற்கூரை விதானத்தின் அலங்கார உட்சுவரில் திரும்பத் திரும்பப் பலப்பல விதங்களில் வரையப்பட்டுக்கொண்டேயிருந்தது.

மறுநாள் அதிகாலையிலேயே துரையிடம் உடம்புக்கு முடிய வில்லையென்று ஏதோ காரணத்தைச் சொல்லி அனுமதி

கேட்டுக்கொண்டு லோஹறா நதிக்கரையை நோக்கிக் கிளம்பிப் போய்விட்டான். விடிந்ததும் விடியாததுமாக தன் குடிசையின் முன் வந்து நிற்கும் அவனைக் கண்டதும் இரவுத் தூக்கத்தின் வழியே பாங்கியின் கிறக்கத்திலிருந்து தன்னை விடுவித்துக் கொண்ட நிதானத்திலிருந்த சவிதா நிஜமாகவே சற்றுப் பயந்துதான் போனாள். சித்திரங்களைப் பார்ப்பதற்காக இப்படிப் பிச்சைக்காரனைப்போல தன்னைக் கெஞ்சிக்கொண்டு அலையும் பிடிவாதக்காரனான ஒருவனுக்குப் படிக்காத மத்திய வயதுப் பெண்களின் நடுங்கும் கரங்களால் சாணி கரைத்து மெழுகப்பட்ட சுவரில் மூங்கில் குச்சியை வைத்து இப்படியுமப்படியுமாக இழுக்கப்படும் (மேலும் மதுபனிச் சித்திரங்களில் வெளிப்படும் இதிகாசக் கதைகளினளவிற்குப் பிரபலமடையாத துஸாத் இனக் கதாபாத்திரங்களாலும் அவர்களுடைய சலிப்பூட்டும் அலைச்சல்கள் அன்றாடங்கள் மற்றும் பன்றிக்குட்டிகளின் உருவங்களாலும் நிரப்பப்பட்டிருக்கும்) தடித்த உருவங்கள் ஏதாவது திருப்தியைத் தர வேண்டுமே ரஹூ சுவாமி. ஆனால் சவிதா பயந்ததைப் போலல்லாமல் அவர்களிருவரும் சௌரத்தைச் சென்றடைந்தபோது அங்கே (அவள் முன்பே சொல்லியிருந்தபடி) ஏற்கெனவே மண்மூடிப் புதர் மண்டிப் போய்விட்டிருந்த சுவர்த் துணுக்குகளில் சிலபல விள்ளல்களோடு காணக் கிடைத்த, துர்கா பூஜைக்காக கார்த்திகை மாதத்தில் ஜமுனா அக்கா வரைந்திருந்த, வெளிறிப்போன, பகவதியம்மன் சித்திரத்தையும் பஹாரியா பூஜையை முன்னிட்டுத் தவ்னா வரைந்த ராணி சந்த்ரவதியின் மானை சாலேஷ் ராஜா அம்பெய்து கொல்லும் படத்தையும் அபர்ணா வீட்டுச் சுவரில் சாமர்கள் செத்த பசுவைத் தூக்கிச் செல்லும் காட்சியையும் பார்த்துவிட்டு ஜெமினியும் பில் துரையைப்போலவே புதையலை எடுப்பதைப்போல வாரியெடுத்துத் தன்முன் சாய்த்து நிறுத்திவைத்துக்கொண்டு, ஆனால் அவரைப்போல தன் கையில் புகைப்படக் கருவி இல்லாத குறையை ஈடு செய்துகொள்ள விரும்பியவனைப்போல கண்களாலேயே புத்திக்குள் ஆசையாசையாய் அவற்றைக் கவ்வியெடுத்தபடி நெடுநேரம் நின்றிருந்தான். அவ்வப்போது அவன் கண்களிலிருந்து நீர் வழிந்தபடியுமிருந்தது. அவன் கண்முன் குட்டிச் சுவர்களில் கரித் துண்டுகளால் இழுக்கப்பட்டிருந்தவை நினைவு தெரிந்த நாளிலிருந்து தன் தகப்பன் முதுகில் வாங்கிய சவுக்கடித் தழும்புகளுடன் உடல் நாற நாற மாடுகளை ஓட்டிக்கொண்டிருந்த வயல்வெளியின் வெறுப்பூட்டும் பச்சை விளைச்சலுக்கு நடுவிலும் வீட்டினுள் இறைந்து கிடக்கும் உடைசல் மண் கலயங்களின் விளிம்புகளில் ஊர்ந்துகொண்டிருந்த

புழுக்களின் எலும்பற்ற உடலிலும் சாணியைத் தெளித்துத் தெளித்துக் களிம்பேறிப் பிசுபிசுத்துக்கொண்டேயிருந்த மண் தரையின் பச்சை மணத்திலும் அவன் தேடிக்கொண்டேயிருந்த கோடுகளேதான். இது அல்ல இது அல்ல என்று, எதைத் தேடி அவற்றை விலக்குகிறோமென்று தெரியாமலேயே அவன் விலக்கிக்கொண்டிருந்த, மகா கலைஞர்களின் பிரமிப்பூட்டும் ஓவியச் சிருஷ்டிகளின் பளுவில் மண்மூடிப் புதையுண்டு கிடந்த, ஆனால் ஒரு முற்பிறவி ஞாபகம்போல் அவனுடைய அப்பிரக்ஞையில் கோடுகளைப் பதித்திருந்த அவனுக்கேயான உலகம் அதுவேதான். அதுதான் அவனை வீட்டைவிட்டு ஓடிவரச் செய்தது. நாடோடியாய் நிலம் நிலமாக அலைய வைத்தது. கலங்கரை விளக்கத்தைப்போல தன் மாய ஒளியை அவன் மீது பாய்ச்சி அந்த அலைச்சல் முழுவதையும் தான் வெளிப்படவிருக்கும் தருணத்தை நோக்கியே குவித்து இழுத்துக்கொண்டிருந்தது. அவனருகில் நின்று அவன் அந்தச் சித்திரங்களுடன் நிகழ்த்தும் வினோதமான உரையாடலையும் (அதையும் நிச்சயமாகப் பார்க்க முடியுமளவிற்கு அது அத்தனை வெளிப்படையாகத்தானிருந்தது) அவனுடைய முகபாவங்களையும் வேடிக்கை பார்த்துக்கொண்டிருந்த, பிறந்ததிலிருந்தே அந்தச் சித்திரங்களுடன் அடுக்களைப் பாத்திரங்களைப்போல புழங்கி அவற்றைச் சாதாரணமாக்கிக்கொண்டிருந்த (அல்லது அது சவிதாவாயிருப்பதால் கன்னக்கோல் என்று வேண்டு மானாலும் சொல்லிக்கொள்வோம்) சவிதாவுக்குச் சிறிது நேரத்திலேயே அங்கே நின்றுகொண்டிருப்பது அலுத்துப்போய் நேரமாகிக்கொண்டிருப்பதைத் தெரிவிப்பதற்காக ஜெமினியின் தோளைத் தொட்ட சமயத்தில் அபர்ணாவின் சித்திரத்தின்முன் நின்றிருந்த அவன் தன்னை மறந்த நிலையிலேயே உருளைக்கிழங்கு தின்பவர்கள் என்று முனகினான். அவன் என்ன சொல்கிறான் என்று அவளுக்குப் புரியவில்லை (ஜெமினியே பில் துரையின் நூலகத்தில் ஒவ்வொரு பின்னிரவு வரையிலும் தான் புரட்டிப் புரட்டிப் பார்த்துக்கொண்டிருந்த அயல்நாட்டுச் சித்திரங்களில் எந்த வகை மாதிரிகள் தன் மனதை அழுத்தமாகப் பாதித்திருக்கின்றன என்பதை அப்போதுதான் கண்டுபிடித்தான்). ஆனால் அந்த வார்த்தைகள் காதில் விழுந்த மறுகணம் அவள் யோசிக்காமல் உடனே வெடுக்கென்று, ஆனால் பிராமணர்களைப்போல் வாயு உபத்திரவத்தால் அவதிப்படாத ஜீரண சக்தி கொண்டவர்கள் என்று மறுமொழி சொன்னாள். (வருடங்களுக்குப் பிறகு, அவர்களிருவரும் கல்கத்தா அரசினர் கலைக் கல்லூரியில் ஏற்பாடு செய்யப்பட்டிருந்த ஜெமினியினுடைய ஓவியக் கண்காட்சிக்காக சென்றிருந்தபோதுதான் சௌரத் சேரியின்

இடிந்து கிடந்த சுவர்களின்முன் ஜெமினியால் ஒரு முனகலாகக் குறிப்பிடப்பட்ட அந்த உருளைக் கிழங்கு தின்பவர்கள் என்கிற வான்காவின் சித்திரத்தை அபானிந்த்ரநாத் தாக்கூர் அரங்கச் சுவரில் சவிதா முதன்முதலாகப் பார்த்தாள். ஜெமினிதான் அதை அவளுக்குக் காட்டினான். வான்காவைப் பற்றி அவளுக்குப் புரிகிறாற்போல சிறிது கூறிவிட்டுக் கூடவே அபர்ணாவின் செத்த மாட்டைச் சுமப்பவர்களின் சித்திரமும் வான்காவின் உலகப் புகழ்பெற்ற ஓவியமும் அடிப்படையில் ஒரே விதமான மனநிலையில் உருவானவையாக இருக்கும் அல்லது அப்படித் தான் இருக்க முடியுமென்று தனக்குத் தோன்றுவதாகச் சொன்னான். சவிதாவுக்கு என்றுமே ஓவியங்களிலோ அந்தக் கலையின் நுணுக்கங்களிலோ பரிச்சயமும் கிடையாது, ஈடுபாடும் கிடையாது. பழைய நாட்களின் ஓர் இனிய நினைவுகூரல் என்பதற்குமேல் அவளால் அந்த இரண்டு சித்திரங்களையும் இணைக்கும் பொதுவான அம்சம் எதையும் அதில் பார்க்கவும் முடியவில்லை. ஒருவேளை, வறுமையிலும் அழுக்கிலும் உழன்ற சுரங்கத் தொழிலாளர்களின் இருட்டு உருவங்களோடு செத்த மிருகங்களைத் தூக்கிச் சென்று பிழைக்கும் சாமர்களின் ஏழ்மையை ஜெமினியின் மனம் ஒப்பிட்டுப் பார்த்திருக்கக்கூடும் என்று அவள் நினைத்தாள். ஜெமினி வான்காவினுடைய திப்பித் திப்பியான வண்ணத் தீற்றல்களும் கனத்த கோடுகளும் துஸாத்துகள் எங்கள் சுவர்ச் சித்திரங்களின் வாரியிறைக்கும் நிழல் கலக்காத, பிரகாசமான, நேரடியான வண்ணப் பூச்சுகளோடு அவற்றைப் பிரயோகிக்கும் மனநிலையின் அடிப்படையில் தொடர்பு கொண்டவை என்றான். சவிதா ஆனால் நாங்களொன்றும் அந்தச் சித்திரக்காரனைப்போல காதுகளை அறுத்துப் போடும் பைத்தியங்கள் இல்லை என்று சற்றுக் கோபத்துடன் அவனுக்கு மறுமொழி சொன்னபோது ஜெமினி பதற்றப்படாமல் துஸாத் பெண்களுடைய கபடமற்ற மனநிலையில் நின்று ஒருவகை ஓவியப் பாணியை உருவாக்கும், பண்படாத, வண்ணக் குழைவுகளைப்பற்றிய பிரக்ஞையற்ற, ஓர் ஆதிவாசி மனநிலையை நோக்கித்தான் வான்காவினுடைய பைத்தியமும் செல்கிறது என்று பதில் சொன்னான் (ஜெமினியின் இந்த மனப்பதிவுதான் பின்னாளில் ஆதிமூலத்திற்கு ஜெமினி எழுதிய கடிதத்தில் பெண்ணினம் பற்றிய அவருடைய பொதுவான பார்வையாயும் பதிவானது). அவனைச் சவிதா மிக விரும்பினாளென்பதால் அவன் சொன்ன வாக்கியங்கள் பின்னால் அவற்றை அப்படியே தன் மகனிடமும் பிறகு அவன் மூலமாக அரங்கநாதன் நம்பியிடம் ஒப்பிக்குமளவிற்கு அவள் மனதில் உளியால் செதுக்கப்பட்டவை போல பதிந்திருந்தனவேயொழிய அவற்றின் பொருளை அவள் ஒருபோதும் அறிய முடிந்ததில்லை. அறிய முயற்சித்ததுமில்லை)).

சவிதா ஜெமினியை சௌரத் அழைத்துச்சென்ற அன்று அவன் அவளிடம் துஸாத் சாதிப் பெண்களிடமிருந்து (அந்தச் சித்திரங்களையெல்லாம் பெண்கள் மட்டுமே வரைகிறார்கள் என்பதுவும் அப்போது துரைமார்கள் சமூகம் வரை ஆச்சரியமாகப் பேசப்பட்ட ஒன்றாயிருந்தது. அதில் ஜெமினியும் விலக்காய் இருக்கவில்லை) இந்த மாதிரியான சித்திரக் கலையைக் கற்றுக் கொள்ள விரும்புவதாகக் கூறினான். கற்றுக்கொள்வதற்கு அதில் என்ன இருக்கிறது என்று சவிதாவுக்கு விளங்கவில்லை. துஸாத்துகளில் யாரும் அதைக் கற்றுக்கொள்ளவென்று தனியே மெனக்கெடுவதில்லை. அதைச் சொல்லிக்கொடுப்பதற்கு பண்டிட் யாரையும் வைத்துக்கொள்வதுமில்லை. ஒரு கல்யாணமோ பண்டிகையோ வருகிறதென்றால் மூங்கில் குச்சியில் பஞ்சைச் சுற்றி சுவர்க் கரியை வழித்துச் சாணக் கரைசலில் முக்கிக் கொண்டு கோடுகளை இழுக்கத் தொடங்கவேண்டியதுதான். நிறங்கள் வேண்டுமென்றால் அரிசி மாவும், அவுரியும், சிவப்புச் சந்தனமும் இருக்கவே இருக்கின்றன. ஆனால் இவையெல்லாம் இருந்துவிட்டால் மட்டும் துஸாத்துகளைப்போல சித்திரங்களை உருவாக்கிவிட முடியுமென்று நம்ப ஜெமினி தயாராக இல்லை. சித்திரக் கலையென்கிற பெயரில் தன் மூளைக்குள் சேகரமாகி யிருக்கும் அதிகப்படியான அறிவைத் துடைத்துவிட்டுப் புராதனக் கோடுகளின் ஆதார ஜாலத்தை நோக்கிப் போகவேண்டும் என்றான் அவன் சவிதாவிடம் ஏதோ கனவுலகிலிருந்து பேசுபவனைப்போல. புதிதாகத் தெரிந்துகொள்வதற்கல்ல, ஏற்கெனவே தெரிந்துகொண்டவற்றை மறந்துபோவதற்கே துஸாத்துகளிடமிருந்து அவர்களுடைய சித்திரக் கலையைக் கற்றுக்கொள்ள விரும்புவதாயும் சொன்னான். ஜெமினியின் இந்தவிதமான பேச்சு சவிதாவுக்கு எப்போதுமே இனம் புரியாத மனக் குழைவையும் சந்தோஷத்தையும் கொடுக்கக்கூடியதாக இருந்தது. அவன் தன் காதலைக்கூடச் சிக்கலான மொழியில்தான் பேசினான் (சஷாங்கின் தோளிலேறி அமர்ந்துகொண்டு பில் துரையை சவிதா உரக்க விளித்த விதம் அப்போது அவளால் குறிப்பிடப்பட்ட துஸாத் சித்திரங்களை வரையும் மனநிலையோடு நெருங்கிய தொடர்புடையதாம், துஸாத்துகளின் சித்திரங்களைப் பார்க்க வேண்டுமென்பதாக அவன் மனதில் அப்போது கிளைத்த விருப்பம் அவளைப் பார்க்கும் விருப்பத்திலிருந்து விலகிய ஒன்றல்லவாம். இதுதான் ஜெமினி பின்பொருநாள் தன் மனதிலிருந்த காதலை அவளுக்காகத் தூது வந்த விபின் பாஸ்வான் மற்றும் சஷாங் மூலமாக அவளுக்குத் தெரியப்படுத்திய விதம்). அவன் குறிப்பிட்ட அந்தக் காதறுந்த ஓவியனைப்போல அவனே ஒருநாள் பைத்தியமாக மாறிவிடக்கூடுமென்று சவிதா பயந்த இரவுகளும் இருக்கத்தான் செய்தன (சித்திரங்கள்பற்றி அவர்கள்

பேசிக்கொண்டது அநேகமாக கல்கத்தா கல்லூரி வளாகத்தில் வைத்து நிகழ்ந்த அந்த ஒரேயொரு சந்தர்ப்பத்தில்தான். பிறகெப்போதுமில்லை).

சௌரத்திலிருந்து திரும்பி வந்தபிறகு ஜெமினி லோஹா சேரிக்கு அடிக்கடி வரவாரம்பித்தான். சேரிப் பெண்களிடம், குறிப்பாக முதிய பெண்களிடம் துரைக்கு வேண்டியவன் என்கிற பீடிகையோடு சவிதா அவனைப்பற்றிச் சொல்லிவைத்திருந்தாள். அவர்களுக்கு அவன் பாதி வினோதனாயும் பாதிக் கோமாளியாயும் காட்சியளித்துக் கொண்டிருந்தாலும் தங்களிடம் நெருங்கிப் பழகுவதை அவர்கள் யாரும் தடுக்கவில்லை. அதே சமயத்தில் அவர்கள் யாரும் அவனுக்குத் துஸாத் ஓவியங்களை கற்றுக் கொடுக்க வேண்டுமென்று மெனக்கெடவுமில்லை (அவர்கள் வெட்கப்பட்டார்கள்). ஜெமினியின் கற்றல் என்பது எனவே (இப்போது அவன் இரவு வேளைகளில் பில் துரையின் நூலகத்திலல்ல, குதிரை லாயத்தில்தான் தங்குகிறான். அதுதான் இஷ்டப்பட்ட வேளைகளில் எழுந்து லோஹாவுக்கு ஓடி வந்துவிட வசதியாயிருக்கிறது) சிறுசிறு பண்டிகைகளின்போதும் விசேஷங்களின்போதும் அவர்கள் வரையும் சித்திரங்களை அருகேயிருந்து கவனித்துக்கொண்டிருப்பதும் அவற்றை வரைவதற்காக அவர்கள் தாவரங்கள், மிருகக் கொழுப்பு, எண்ணெய், கரித்தூள், சுண்ணாம்பு, குங்குமம் முதலான சாமான்களிலிருந்து வண்ணங்கள் தயாரிப்பதற்கு உதவி செய்துகொண்டிருப்பதும் சாலேஷ்வர் சுவாமியின் கதையையும் மற்றும் அது சம்பந்தப்பட்ட வேறு உப புராணங்களையும் முதியவர்கள் வாயால் சொல்லக் கேட்டுக்கொண்டிருப்பதும் சேரிக் குழந்தைகளோடு லோஹாவில் குதித்து விளையாடிக்கொண்டிருப்பதும் அவ்வப்போது விபின் பாஸ்வானோடும் சஷாங்கோடும் சேர்ந்து பங்கியடித்துவிட்டு நிலவொளியில் தன் ஊரின் நாட்டுப் பாடல்கள் சிலவற்றை (தமிழில்) உரக்கப் பாடிக் காட்டிக்கொண்டிருப்பதுமாகவே நிகழ்ந்துகொண்டிருந்தது. அவனுடைய புதிர்த் தன்மையதான பேச்சுக்கள் ஒரு வாத்திய இசையைப்போல எப்போதுமே சவிதாவைப் போதையிலாழ்த்தியிருந்தன (அது கோஹனியாக்கள் இளைப்பாறும் சமயத்தில் பிரகாசமாகும் ஜால் வாத்தியத்தின் தனியாவர்த்தனம்). அவற்றைப்பற்றி எப்போதும் யோசித்துக் கொண்டிருக்க அவள் விரும்பினாள். அதிகமாக யோசித்து அர்த்தத்தைக் கண்டுபிடித்து அவற்றின் வசீகரத் தன்மை யைத் தொலைத்துக்கொண்டுவிடுவோமோ என்று பயந்து கொண்டுமிருந்தாள். ஆனால் பெற்றோர்கள் திருமணப் பேச்சை எடுக்கும்வரையில் ஜெமினியைத் தன் மனம் விரும்புவதை அவளே அறிந்திருக்கவில்லை. எனவே ஜெமினி தன் விஷயமாக என்ன

சிந்திக்கிறானென்பதை அறியவும் அந்த நாட்களில் ஒருபோதும் அவள் முயன்றதுமில்லை. ஜெமினி அவளை விரும்பியது அவனுக்குத் தெரிந்துதானிருந்தது. ஆனால் அவள் அதற்குச் சம்மதிக்காத பட்சத்தில் தன் மனம் அடையக்கூடிய ஏமாற்றம் தன்னுடைய லோஹா வரவுகளையும் அதன் சித்திரங்கள் குறித்த தன்னுடைய கற்பனைகளையும் பாதித்துவிடக்கூடுமென்கிற அச்சத்தில் அதை வெளிக்காட்டிக்கொள்ளாமல் மறைத்து வைத்திருந்தான். ஜெமினியும் சவிதாவும் சந்தித்துக்கொண்ட இரண்டாவது வருடம் சவிதாவினுடைய திருமணம் குறித்து அவளுடைய தாய் அவளிடம் பேசத்தொடங்கினார். அப்போதே அந்த வைபவம் மிகத் தாமதமாகியிருந்தது. சவிதாவுக்கு வயதும் அப்போது இருபத்தொன்றாகியிருந்தது. சவிதாவின் தாய் தந்தையர்கள் அவள் விபினையோ அல்லது சஷாங்கையோ தேர்ந்தெடுப்பாளென்று எதிர்பார்த்தார்கள். ஆனால் அவர்களிரு வரையும்தான் ஜெமினியிடம் சம்மதம் கேட்க அவள் தன் சார்பாகத் தூதனுப்பினாள். அந்த இரண்டு நல்லவர்களும் (சஷாங்க் ஒரு முத்தத்திற்கதிகமாக அவளிடம் வேறொன்றையும் ஒருபோதும் எதிர்பார்த்தவனில்லை. விபின் பாஸ்வானுக்கு சவிதா தன்னைத் தேர்ந்தெடுக்காதது குறித்து மனக்குறைதான், ஆனால் அவன் அதை வெளிக்காட்டிக்கொள்ளவில்லை. அவன் பிறகு யாரையும் கல்யாணம் செய்துகொள்ளவுமில்லை. ஆனால் சவிதா எதிர்பார்த்ததற்கு மாறாக, அவளுடைய திருமணத்திற்குப் பிறகு, அவளும் ஜெமினியும் சௌரத்தைவிட்டு வெளியேறி வெகுதூரத்திற்குத் தனிக்குடித்தனம் சென்றுவிட்டபின்னும், அவர்கள் ஒட்டுமொத்தமாகத் தமிழ்நாட்டிற்குக் குடியேறிச் செல்லும்வரை, சஷாங்கைவிட அதிகமாக, பல வருடங்கள், விபின் பாஸ்வான்தான் அவர்களுடன் இடைவிடாத தொடர்பு வைத்திருந்தான். கம்யூனிஸ்டான அவன் கட்சி வேலைகளுக்காக அடிக்கடி கல்கத்தா வந்துபோய்க்கொண்டிருந்ததும் அதற்கு ஒரு வாய்ப்பாக அமைந்திருந்தது, அவனுக்கு ஜெமினியை மிகவும் பிடித்திருந்தது) அதை மனப்பூர்வமாகவே செய்தார்கள். ஜெமினி உடனே சம்மதித்தான். சவிதாவைப்போல அவனுக்கு (அவனுடைய சொந்த ஊரில் அப்போது அவனுடைய பெற்றோர்கள் உயிருடன்தான் இருந்தார்களென்றாலும்) யாருடைய அனுமதியும் தேவைப்படவில்லை. சவிதாவின் பெற்றோர்கள் மாப்பிள்ளையினுடைய குடும்பப் பின்புலமோ பழக்கவழக்கங்களோ எதுவும் தெரியாத குழப்பத்தில் முதலில் சிறிது முரண்டு பிடித்தாலும் பிறகு சம்மதித்தார்கள். இவ்விதமாக சவிதாவும் ஜெமினியும் சந்தித்துக்கொண்ட மூன்றாவது வருடத் துவக்கத்தில் வைஷாலியிலிருந்த சாலேஷ்தானில் (அதுதான் சௌரத் துஸாதுகளின் குடும்பக் கோவில்) அவர்கள்

திருமணம் நடந்தேறியது. பில் துரை சார்பில் கொஞ்சம் பணம் கொடுத்தனுப்பப்பட்டிருந்தது. ஜெமினி அதை வாங்க மறுத்து விட்டான். மட்டுமல்ல, திருமணமான மறுநாளிலிருந்தே துரை வீட்டிற்குப் போவதையும் அவன் நிறுத்திவிட்டான். பிராமணர்களின் ஓவியங்களிலிருக்கும் மிதமான வண்ணப் பிரயோகங்களும் மெல்லிய ஆனால் நெருக்கமான கோடுகளும் சட்டக அலங்காரங்களுமே பில் துரையின் ரசனையோடு ஒத்துப்போனதென்பதும் அவரால் துஸாத்துகளினுடைய, முகத்திலடித்தாற்போன்ற, நேரடியான ஓவியப் பாணியை ரசிக்க முடியவில்லையென்பதும், அவை தன் மனதிற்கு மிக நெருக்கமானவையாக இருந்தனயென்பதால், அவர்மேல் அதிருப்தியைக் கொடுத்துவிட்டது என்று சவிதாவிடம் பழைய எசமானனை விட்டுக்கொடுக்காமல் ஒரு பொதுவான காரணத்தைச் சொன்னான் அவன் (அந்த அதிருப்தி அடிப்படையற்றதல்ல என்பதை நிரூபிப்பதுபோலவே மதுபனி அக்ரஹாரத்திலிருந்து குரல் கொடுக்கும் தொலைவிலிருந்தும்கூட, துரைச் சர்க்கார் இந்தியாவைவிட்டு வெளியேறும்வரை துஸாத்துகளின் ஓவியங்களை யாரும் கண்டுகொள்ளவேயில்லை. பிராமணர்களுடைய சித்திரங்களைப்பற்றித் தெரிந்துகொள்வதற்கு வெள்ளைக்காரர்களுக்கு ஒரு பூகம்பம் தேவைப்பட்டதைப்போலவே துஸாத்துகளினுடைய சித்திரங்களை அவதானிப்பதற்கு (பீஹார் பூகம்பத்திற்கு முப்பது வருடங்களுக்குப் பிறகு) பெரும் பஞ்சமொன்று தேவைப்பட்டது. ஜெமினி சவிதாவிடம் அப்போது பெருமூச்சு விட்டுக்கொண்டே, துரதிர்ஷ்ட காலங்கள் மனிதனுக்குள் ஒளிந்து கிடக்கும் ஆதிக் குணத்தை எழுப்புகின்றன, அப்போது கலையின்மேல் நாட்டங்கொண்டிருக்கும் மனம் எளிதில் அதன் ஒளிவிடத்தைக் கண்டுகொண்டுவிடுகிறது என்று கூறினான். ஆனால் அது வேறு கதை. நம் கதைப் பரப்பின் எல்லைக்குள் வராத, அதற்கு வெளியே நடந்துகொண்டிருந்த பிரத்யட்ச சரித்திரம்). அவன் சொன்னதை உண்மையென்று நம்பிய சவிதா அவன் மாய்ந்து மாய்ந்து புகழ்வதைப்போல துஸாத்துகளின் சித்திரங்களில் நிஜமாகவே ஏதேனும் சொல்லிக் கொள்ளும்படியான அம்சம் இருந்தால் பில் துரை அவற்றை நேரில் பார்க்க வாய்ப்புக் கிடைத்திருக்கும் பட்சத்தில் நிச்சயமாகக் அவர் அதைக் கண்டுகொண்டிருப்பாரென்று அங்கலாய்த்துக்கொண்டாள். அவளுக்குப் பில் துரையின் ரசனைமீது நம்பிக்கையிருந்தது. ஆனால் துரதிர்ஷ்டவசமாக உண்மை அதுவாக இருக்கவில்லை. என்ன நடந்ததென்றால், பில் துரை மற்றும் டிம் துரைச்சானி தம்பதிகளின் முதலாமாண்டு திருமண விழா கொண்டாட்டத்தின்போது ஜெமினி தன் சக்திக்கு

பா. வெங்கடேசன்

மீறிச் செலவு செய்து கண்ணாடிச் சட்டமிட்டு ஆசையாசையாய் தனது எசமானருக்கும் எசமானியம்மாளுக்கும் தன்னுடைய அன்புப் பரிசாகக் கொண்டுபோய்க் கொடுத்த மூன்று துஸாத் கோட்டுச் சித்திரப் பாணி ஓவியங்களை (அந்த வகையில் துஸாத் சித்திரச் சரித்திரத்தில் கித்தான் துணியில் வரையப்பட்ட முதல் துஸாத் பாணிச் சித்திரம் ஜெமினியினுடையதுதான்) பில் துரை லட்சியமே செய்யவில்லை. உபயோகமற்ற சாமான்களைப் போட்டு வைக்கும் அறையில் அதைக் கொஞ்ச நாள் போட்டு வைத்திருந்துவிட்டு ஒரு சந்தர்ப்பத்தில் அவற்றைத் தன்னைச் சந்திக்க வந்த, இருப்புப் பாதைத் துறையில் வேலை செய்யும் தன்னுடைய நண்பரொருவருக்கு ஜெமினியின் கண் முன்னாலேயே பரிசாகத் தூக்கிக் கொடுத்துவிட்டார். அதிலிருந்து பில் துரையை ஜெமினிக்குப் பிடிக்காமல் போய்விட்டது (பிடிக்காமல் என்பது அவனுடைய அந்நேரத்திய மனநிலையை அழுத்திச் சொல்வதற்காகப் பிரயோகிக்கப்பட்ட வார்த்தை. பில் துரையின்பேரில் அவனுக்கு வருத்தமேற்பட்டுவிட்டது என்பதே சரி). பில் துரையின்மேல் ஹரிஜனங்களுக்கிருந்த நல்லபிப்பிராயத்தையும் பழங்குடி மக்களோடு அவருக்கிருந்த நல்லுறவைப்பற்றியும் சவிதா அவனுக்கு விளக்க முனையும்போதெல்லாம் அவள் தலையை இரக்கத்துடன் தடவிக்கொண்டே அவன் இப்படிச் சொல்லுவான், சவிதா, ஹரிஜனங்கள்மேல் துரைமார்கள் கொண்டிருப்பது இரக்கம், சாஹேப்புகள்மேல் அவர்கள் வைத்திருப்பது வியப்புக் கலந்த மரியாதை, ஆனால் என் கண்மணி, அடுத்தவனுடைய இரக்கத்தின்மீது தன் வாழ்க்கையை அமைத்துக்கொள்ளப் பிச்சைக்காரனுக்கு மட்டும்தானே உரிமையுண்டு. சவிதாவைப் பொறுத்தவரை ஜெமினி எப்போதுமே எதையுமே சரியாகத்தான் சொல்லுவான். துரை அவனுடைய பரிசை அலட்சியப்படுத்தியிருக்கக்கூடாதுதான். தன் பரிசு தன் அன்புக்குரியவர்களின் கைகளில் என்றும் தங்கியிருக்கிறது என்கிற நிச்சயம் ஒருவனுக்கு எத்தனை பெரிய சந்தோஷத்தையும் மனோபலத்தையும் கொடுக்க வல்லது. ஜெமினி பின்னாளில் கலைத் துறையில் பிரபலஸ்தரும் பில் துரையின் நண்பருமான கோபி கிருஷ்ண கனோரியா உள்ளிட்ட பிரபல சித்திரக்காரர்களாலேயே பெரிதும் சிலாகிக்கப்பட்ட எத்தனையோ சித்திரங்களை வரைந்திருக்கிறார். அவை மனம் நிறைந்த பரிசுகளையும் பாராட்டுகளையும் அவருக்குப் பெற்றுத் தந்துமிருக்கின்றன. ஆனால் அவருடைய சித்திரக் கலைபற்றிய சிந்தனைகளை மாற்றியமைத்த (அல்லது, குறைந்தபட்சம் பழுக்க வைத்த) அந்த முதல் மூன்று துஸாத் பாணி ஓவியங்கள் தன் கண் முன்பாகவே போகுமிடம் தெரியாமல் கைமாறிக் காணாமல்

பாகீரதியின் மதியம் 149

போய்விட்டது குறித்த வருத்தத்தின் தடம் மட்டும் அவர் சாகும்வரை அவரிடமிருந்து மறையவேயில்லை. ஜெமினி சவிதா தேவி திருமணத்திற்கு ஒரு வருடத்திற்கு முன்பு நடந்த நிகழ்ச்சி இது என்பதால் திருமதி சவிதா தேவிக்கும்கூட அவருடைய அருமைப் பொடியன் ஜெமினியின் அந்த மூன்று கன்னி ஓவியங்களை (அதில் ஒன்று ஒரு காட்டின் நடுவே ஆண் ஒருவனும் இரண்டு பெண்களும் நின்றுகொண்டிருப்பதைப் போன்ற சித்திரமாம். இரண்டாவது சித்திரத்தில் ஒரு பிரகாசமான மஞ்சள் நிற ஒளி வட்டமும் அதைச் சுற்றிலும் சில நீள்சதுர வடிவக் கட்டங்களும் அருகே ஒரு விலங்கின் நிழலுருவமும் வரையப்பட்டிருக்குமாம். தூய வெண்ணிறப் பின்புலத்தில் தன் உடலைத் தரையை உந்தி மேலெழும் ஒரு நடன பாவத்தைப்போல அபிநயித்தும் விறைப்பாகவும் நிறுத்தியிருக்கும், சிவப்பு கருப்பு ஆகிய இரு வண்ணங்களால் மட்டுமே தீட்டப்பட்ட, ஏகதேசமாக சவிதாவின் சாயலைக் கொண்ட, ஓர் உயரமான இளம் பெண்ணின் உருவம்தான் மூன்றாவது சித்திரம் என்று ஒருமுறை ஜெமினி அவரிடம் சொல்லியிருக்கிறார்) கடைசிவரை பார்க்க முடியாமலே போய்விட்டதாலுண்டான ஏக்கம் இந்தக் கதையை அரங்கநாதன் நம்பியிடம் பகிர்ந்துகொண்ட சமயத்தில்கூட அவருடைய மகன் மகாவதனின் குரலில் வெளிப்படத்தான் செய்தது. ஏதோவொரு விதத்தில் அது அவருடைய காதலின் விளைபொருளல்லவா.

ஜெமினியைச் சந்தித்துவிட்டதாகப் பாகீரதி தொலைபேசியில் தெரிவித்ததும் வாசுதேவன் முதலில் உணர்ந்தது வியப்போ களைப்போ அல்ல. சலிப்பு. இதற்காக எத்தனை தூரப் பயணம் என்கிற சலிப்பு. அவன் வீடு வந்து சேர்ந்ததும் அவர்கள் ஜெமினியைப் பற்றி முன்பு ஓர் இரவு முழுவதும் பேசி ஊகித்து வைத்திருந்ததனைத்தும் உண்மையென்றும் ஜெமினி மதுரையிலிருக்கும் தன் உறவினர்களைப் பார்ப்பதற்காக வந்திருக்கிறாரென்றும் ஒருநாள் மதியப் பொழுதில் எதேச்சை யாக அவர்கள் வீட்டைக் கடந்து செல்கையில் அவருடைய சித்திரங்கள் கண்ணில் பட, திறந்திருந்த கதவின் வழியாக உள்ளே நுழைந்தவர் தான் தூக்கத்திலும் அவருடைய பெயரைச் சொல்லிப் புலம்பிக்கொண்டிருந்ததைக் கேட்டுவிட்டு ஆச்சரியப்பட்டு தன்னுடைய இன்னொரு தூக்கத்தின்போது அவர் ஏற்கெனவே வரைந்து வைத்திருந்த லீலா நாயுடுவின் சித்திரத்தை அந்த ஆர்வத்திற்குப் பரிசாக வைத்துவிட்டுப் போயிருக்கிறாரென்றும் அவள் சொன்னபோது அந்தச் சலிப்பே

பொறுப்புத் தீர்ந்த பெரும் களைப்பாகவும் மாற அவன் அப்படியே படுக்கையில் சாய்ந்துவிட்டான். அந்த நிலையிலேயேதான் பாகீரதியிடமிருந்து மீதிக் கதையையும் கேட்டுக்கொண்டான். ஜெமினி தனக்கு வயது அறுபதைக் கடந்துகொண்டிருக்கிறது என்று சொல்லிக்கொண்டாலும் நாற்பது வயதைத் தாண்டாத தோற்றத்தையே பெற்றிருந்தாரென்றாள் பாகீரதி. அவருடைய மனைவியும் (சவிதா தேவி) மகனும் (மகாவதன்) அவருடைய கலை வாழ்க்கை முழுமை பெற அவருடன் கழித்திருக்கவேண்டிய தங்களுடைய பொழுதுகளைத் தியாகம் செய்து அவற்றை எப்படி அவருக்கு அளித்து அவரை ஊக்குவித்தார்கள், கல்கத்தாவி லிருந்து ஊர்ப்பாசம் காரணமாக ஒசூருக்குக் குடிபெயர்ந்து வரவேண்டுமென்கிற அவருடைய ஆசையைக் கல்கத்தாவிலேயே பிறந்து வளர்ந்து அதையே தன் சொந்த நிலமாகக் கொண்டிருந்த அவருடைய மகனும் பிறப்பால் ஒரு பீஹாரியான அவருடைய மனைவியும் எப்படித் தயங்காமல் ஏற்றுக்கொண்டு கூட வந்தார்கள் என்று இவற்றைப் பற்றியெல்லாம் அவர் தன்னிடம் பேசிக்கொண்டிருந்ததுபற்றி அவள் கண்கள் விரிய விலாவாரியாக அவனுக்கு எடுத்துரைத்தாள். அவள் முதலில் தன்னை ஜெமினி என்று சொல்லிக்கொண்டு சரியாக அவள் தூங்கவிருக்கும் மதியப் பொழுதில் வாசற்கம்பியழிக் கதவைப் பிடித்துக்கொண்டு வந்து நின்ற நபரைக் கண்டதும் போன தடவையைப் போன்ற இன்னொரு கனவைத்தான் தான் இன்றும் கண்டுகொண்டிருக்கிறேமென்றே எண்ணி இன்று என்ன விபரீதம் நடக்கப்போகிறதோவென்கிற நினைப்பில் பயந்துவிட்டாளாம். அது நிஜம்தானென்பதைப் புரிந்துகொள்ளவே அவளுக்குப் பல நிமிடங்கள் ஆகிவிட்டதாம். எனினும் சந்தேகம் தீராமல் அவள் அவரிடம் அவர் உண்மையாகவே ஜெமினியாயிருந்தால் அன்று ஒரு திருடனைப்போல லீலா நாயுடுவின் சித்திரத்தைத் திண்ணைப்படியில் வைத்துவிட்டுப் போனதற்குத் தானும் தன் கணவரும் ஊகித்து வைத்திருந்த விடை என்ன என்பதைச் சொல்லவேண்டும் எனக் கேட்டாளாம். அவர் படைப்பை முன்னால் நிறுத்திவிட்டுத் தன்னைப் பின்னால் மறைத்துக் கொள்வது ஒரு கலைஞனின் அடிப்படைக் குணாம்சம் என்று சரியான பதிலையே சொன்னாராம். பிறகு ஏன் இன்று இந்த வீட்டைத் தேடி வந்தாரென்று கேட்டபோது படைப்பை அனுபவிக்கவிட்டுப் பிறகு அதன் வழியே தன் ரசிகன் (இங்கே ரசிகை) அடைந்த பரவசத்தைக் கேட்டுப் பகிர்ந்துகொள்ள வேண்டும் என்று ஆசைப்படுவதும்கூட ஒரு கலைஞனுக்கேயான, பொறுமையின்மை என்னும், இன்னொரு குணா விசேஷம்தானென்றாராம். கூடவே இந்த

முரண்பாடான மனநிலைகள்தான் உண்மையில் ஒரு சாதாரண மனிதனைக் கலைஞனாக மாற்றுகிறது என்றும் சொன்னாராம். பாகீரதிக்கு அவருடைய பதில்கள் திருப்தியளிக்கவே கதவைத் திறந்து அவரை உள்ளே அனுமதித்தாளாம். ஆனால் அவர் வீட்டின் உள்ளறையினுள் பிரவேசிக்க மறுத்துவிட்டு வாசல் திண்ணையிலேயே, அதுவே தனக்குப் பிடித்தமானதாயிருக்கிறது என்று சொல்லியபடி அமர்ந்துகொண்டுவிட்டாராம். பிறகு நெடுநேரம் தன்னுடைய ஆதர்சமான அந்த ஆகிருதியைக் கண்டுவிட்ட (அவரே வீடு தேடி வந்துவிட்ட) பரவசத்துடன் அவருடன் உரையாடிக்கொண்டிருந்தாளாம். விடைபெறும்போது அவர் தான் இன்னும் சில வாரங்கள் மதுரையில்தான் தங்கவிருப்பதாயும் வசதிப்பட்டால் பிறகு ஓரிரு தடவைகள் மீண்டும் வந்து அவளைப் பார்த்துவிட்டுச் செல்வதாயும் உறுதியளித்துவிட்டுச் சென்றிருக்கிறாராம். பாகீரதி கதை சொன்ன விதத்தைக் கேட்டு வாசுதேவன் சில வேளைகளில் அவள் மீண்டும் ஜெமினியைக் கனவு கண்டுவிட்டு அதை முன்போலவே நிஜம் என்று நம்பிப் பேசிக்கொண்டிருக்கிறாளோ என்றுகூட சந்தேகப்படவாரம்பித்துவிட்டான். ஏனென்றால் ஜெமினி வந்து போனதற்கான எந்த அடையாளத்தையும் பாகீரதி அவனிடம் காட்டவில்லை (அப்படியெல்லாம் சாட்சிகள் வைத்துக்கொண்டு ஒருவரை வரவேற்றுப் பேசிக்கொண்டிருக்க முடியாது என்பது தெரிந்திருந்தாலும் கடந்த தினங்களின் அனுபவங்கள் அவனை அதை எதிர்பார்க்க வைத்தன). பற்றாக்குறைக்கு மதுரையில் ஜெமினி எங்கே தங்கியிருக்கிறாராம் என்று அவன் அவளைக் கேட்டபோது அவள் திருதிருவென்று விழித்து அதீத உற்சாகத்தில் தான் அதைக் கேட்க மறந்துவிட்டதாயும் சொன்னாள். ஆனால் பாகீரதி ஜெமினியின் குடும்பத்தைப்பற்றிச் சொன்ன விவரணைகள் முழுவதும் மெட்ராஸில் ஆதிமூலம் தனக்குச் சொன்ன கதையுடன் பொருந்திப்போவதைக் கண்டபிறகு அனாவசியமாக பயப்படவேண்டியதில்லையென்று தன்னைத் தேற்றிக்கொண்டான் (மேலும் அதீத உற்சாகத்தில் ஆதாரமான கேள்விகளைக் கேட்க மறந்துவிடுவதும் வாழ்க்கையில் அவ்வப் போது நடக்கக்கூடியதுதான். ஒரு மனைவி தங்கள் குடும்பத்தின் தரித்திரத்தைப் போக்கக் கடவுளைப் பார்த்து ஏதாவது வரம் வாங்கிக்கொண்டு வரும்படி அவள் கணவனை அனுப்பினாளாம், அவன் போய் ரிஷிகளுக்கும் தேவர்களுக்குமே சாமான்யத்தில் காட்சி கொடுக்காத கடவுளை எப்படியோ பார்த்துவிட்டுத் திரும்பி வந்து அவருடைய மேனியழகையும் ஆபரணங்களின் ஜொலிப்பையும் கருணை பொங்கும் விழிகளையும் எடுத்துக்கூறி வேதங்களும் புராணங்களும் கடவுளைப்பற்றிக் கூறுவது ஒரு சதவீதம்கூடப் பொய்யில்லை, அவர் அத்தனை அழகு

என்றானாம் தன் மனைவியிடம், அவள் அது சரி அவரிடம் கேட்டு வாங்கி வந்த வரம் எங்கே என்று கேட்டாளாம், அவன் தலையைச் சொறிந்துகொண்டு கடவுளைப் பார்த்துவிட்டு மனம் நிறைந்துபோன பிரமிப்பில் அவரிடம் வரம் கேட்கவேண்டுமென்று எனக்குத் தோன்றவேயில்லை என்றானாம்). ஆக ஜெமினியென்கிற மாயக் கனவு எதனெதன் மேலோ தங்களை அலைக்கழித்துவிட்டுக் கடைசியில் ஒரு நிஜக் காட்சியாகி முடிவிற்கு வந்துவிட்டது. இனி அவரவர் வேலைகளை அவரவர் பார்க்கப் போகலாம். அடுத்த முறை ஜெமினி வந்தால் அவரைத் தானும் பார்க்க ஆசைப்படுவதாக அவன் பாகீரதியிடம் கூறிவிட்டு (அவள் அது சந்தேகம்தான், அவர் எப்போது வருவாரென்பதைப்பற்றியும் தன்னிடம் நிச்சயமாக எதையும் சொல்லவில்லையென்றாள்) பல நாட்களுக்குப் பிறகு அன்றிரவு நிம்மதியாகத் தூங்கினான்.

ஆனால் பாகீரதி வாசுதேவனுக்குச் சொன்ன, அவள் ஜெமினியைச் சந்தித்த கதை அல்ல நிஜத்தில் நடந்தது. நடந்ததை நாம் நேயர் களுக்குச் சொல்லுவோம். வாசுதேவன் கிளம்பிச் சென்றதற்கு மறுநாள் அவள் வீட்டு வேலைகளை முடித்துவிட்டு (வாசுதேவன் இல்லாததினால் ஹேமாவுக்கான தயாரிப்புகளைத் தவிர மற்றபடி அதிக வேலைகளும் இல்லை) மதியத்தூக்கத்திற்குத் தயாராகிக்கொண்டிருந்த வேளையில் (வழக்கமாக அந்தத் தயாரிப்பு என்பது ஈரக் கைகளைத் துடைத்துக்கொண்டுவந்து (தூங்குவதற்குமுன் கை கால்களை கழுவிக்கொள்ளும் பழக்கம்) திண்ணையின் நடுவே தரையில் உடலைத் தளர்த்தியபடி அமர்ந்துகொள்ள வேண்டியது, சிறிதுநேரம் சாலையில் மதிய வேளைக்கேயுரிய தூக்கக் கலக்கத்துடன் வீட்டின் வாயில் சட்டத்தை அப்படியுமிப்படியுமாகக் கடந்து செல்லும் மந்தமான போக்குவரத்தை வேடிக்கை பார்த்தபடி மையமில்லாமல் எதையாவது சிந்தித்துக்கொண்டிருக்க வேண்டியது (பெரும்பாலும் ஹேமாவின் மதிப்பெண்கள், வாசுதேவனுடனான முந்தின இரவின் உரையாடல் அல்லது நெருக்கம், சில்லரை வீட்டுக் கணக்குகள், மாலை வேளைக்கான தயாரிப்பு இத்யாதி), பிறகு திரும்பித் தலைக்கு மேலே உயரத்தில் மாட்டப்பட்டிருக்கும் ஜெமினியின் மூன்று சித்திரங்களில் கண்களைப் பதித்து அதில் வரையப்பட்டிருக்கும் காட்சிகளைப் பற்றியும் அவற்றின் இருப்பையொட்டி அவ்வப்போது நிகழ்ந்த சுவாரஸ்யமான ஏதாவது நிகழ்ச்சிகளையும் (அதிலொன்றை நாம் விரைவில் பார்க்கவிருக்கிறோம்) அவற்றோடு தொடர்பு கொண்ட சிறு பிராயத்துக் காருக்குறிச்சி நினைவுகளையும் கண்கள் சொருகும் வரை மனதில் அசைபோட்டுக்கொண்டிருப்பது (ஏறக்குறைய தியானித்துக்கொண்டிருப்பது), பிறகு அப்படியே கொடியில்

காயப்போட்டிருக்கும் துணியைக் காற்று வீழ்த்துவதைப்போல உடலை அலையாக அந்தரத்தில் மிதத்தி மென்மையாகத் தரையில் வீழ்த்திக் கண்களை மூடிக்கொள்வது) திடீரென்று கம்பியழிகளின் வழியே சாலையின் எதிர் நடைமேடையில் ஒரு மனித உருவம் தன் வீட்டையே உற்றுப் பார்த்தபடி நின்றுகொண்டிருப்பதை அவள் கண்கள் கண்டுவிட்டன. முதலில் அவள் அதை ஒரு சாதாரணக் காட்சி என்றுதான் நம்ப முயற்சித்தாள். அவன் மதிய வேளைகளில் வீடு வீடாகச் சென்று எதையாவது விற்க முயற்சிக்கும் ஒரு தள்ளுவண்டி வியாபாரியாக இருக்கக்கூடும். ஆனால் அவனுக்கருகிலோ அவனைச் சுற்றியோ அதை உறுதிப்படுத்தும் பொருட்கள் (ஒரு தள்ளுவண்டி அல்லது ஒரு கூடை அல்லது பெரிய சாக்குப் பை) எதுவும் காணக் கிடைக்கவில்லை. மேலும் அவனைப் பார்த்தால் ஒரு தெரு வியாபாரியைப் போலவும் தெரியவில்லை. முதலில் அவன் ஓர் இளைஞன். கிட்டத்தட்ட வாசுதேவனுடைய வயதுதான் அவனுக்கும் இருக்கும். மேலும் அவன் மிக நாகரிகமான உடைகளையணிந்தவனாயும் (சமீபத்திய சொல்லத்தான் நினைக்கிறேன் திரைப்பட வில்லன் மூலமாய்ப் பிரபலமான அதே உடைப் பாணி (வில்லனின் உடையென்பதாலேயே அதற்கு ஒரு விசேஷமான கவர்ச்சி இருந்தது)) கண்களை உறுத்தும்படியான அதீதமான மீசையைத் தவிர மற்றபடி நன்கு க்ஷவரம் செய்யப்பட்ட முகத்தையும் நேர்த்தியாக வெட்டப்பட்டிருந்த சிகையலங்காரத்தையும் கொண்டவனாகவும் இருந்தான். படித்தவன் என்பது அத்தனை தொலைவிலிருந்தும் நிச்சயமாகவே தெரிந்தது. எனவே ஒருவேளை அவன் வாசுதேவனின் அலுவலகத்திலிருந்து வாசுதேவனுடைய உத்தரவின் பேரில் அவர்கள் வீட்டிற்கு ஏதோ செய்தி சொல்ல வேண்டுமென்கிற நோக்கத்தோடு புறப்பட்டு வந்து ஆனால் வீட்டைச் சரியாக அடையாளம் கண்டுகொள்ள முடியாமல் சந்தேகத்துடன் தயங்கி நின்றுகொண்டிருப்பவனாகக்கூட இருக்கலாம். ஆனால் திருமணமான நாளிலிருந்து ஒருமுறைகூட வாசுதேவன் தன்னுடைய அலுவலகப் பணியாட்கள் யாரையும் வீட்டிற்கு வேலையேவி (அதுவும் அவளுடைய மதியத்தூக்க வேளையில்) அனுப்பி வைத்ததே கிடையாது. யோசனைக்கு எட்டியவரை கிடைத்த இந்த இரண்டு சாத்தியங்களையும் புறந்தள்ளிவிட்டுத் தானொன்றும் எதேச்சையாகச் சாலையில் நின்றுகொண்டிருக்கும் யாரோ ஒரு நபரைப் பார்த்து வீணாகச் சந்தேகித்துவிடவில்லையென்றும் நிஜமாகவே அந்த மனிதன் தன் வீட்டைத்தான் கவனித்துக்கொண்டிருக்கிறானென்றும் உறுதிப்பட்டவுடனேயே அவள் உடல் சமீபத்தில் நடந்த நிகழ்ச்சிகளின் மீள்நினைவில் பலமாக நடுங்கத் தொடங்கிவிட்டது.

இந்தக் குழப்பத்தில் தூங்கச் செல்வதா வேண்டாமா என்கிற குழப்பத்தில் அவள் தவித்துக்கொண்டிருந்தபோதே அவள் தன்னைப் பார்க்கிறாளென்பதை சாலைக்கு எதிர்ப்புறமிருந்து அவளைக் கவனித்துத் தெரிந்துகொண்டுவிட்ட அந்த இளைஞனும் ஒருமுறை சாலையின் இருபுறமும் அப்படியுமிப்படியுமாகத் திரும்பிப் பார்த்து அதன் இயக்கத்தை உள்வாங்கிக்கொண்டபின் நடை மேடையிலிருந்து கீழிறங்கி சாலையூர்திகளினூடே லாவகமாகப் புகுந்து வெளியேறி அவற்றைக் கடந்து இந்தக் கரையை நோக்கி நடந்து வரத் தொடங்கிவிட்டான். பாகீரதியின் பதற்றம் அதிகமாகிவிட்டது. அவள் சில வாரங்களுக்குமுன் வாசுதேவன் குடுமியறுபட்ட கோலத்தில் வீட்டு வாசலுக்கு வந்து நின்றபோது அவனை எதிர்கொள்வதற்காகக் கிளம்பிப் பிறகு திகைத்து நின்றுவிட்ட அதே (திண்ணையிலிருந்து வீட்டினுள் செல்வதற்கு வழிவிடும்) உள்ளறை நிலைப்படியின் வாசலில் இப்போதும் நின்றபடியே கம்பியழிக் கதவின் உட்புறத்தை உற்றுப் பார்த்தாள். சந்தேகமில்லாமல் அது உட்புறம் பூட்டப்பட்டிருந்தது. அந்த அளவில் அவளுடைய பாதுகாப்பிற்குப் பங்கமில்லை. வந்துகொண்டிருப்பவன் வந்து சேர்வதற்குள் அவள் உள்ளே சென்று மரக்கதவைத் தாழிட்டுக்கொண்டுவிடலாம். வருகிறவன் இந்தக் காட்சிக்குச் சம்பந்தமில்லாதவனாயிருக்கிற பட்சத்தில் இந்தச் செய்கை அவனையொன்றும் பாதித்துவிடாது. நிகழ்வும் நிகழ்ந்த தடமின்றி உலர்ந்துவிடும். ஒரு பதினைந்து நிமிடங்களுக்குப் பிறகு கதவைத் திறந்து பார்த்து அதை உறுதி செய்துகொள்ளலாம். ஒருவேளை அவன் அவளைத்தான் பார்க்க வருகிறானென்றால் (பின் ஏன் அவன் அங்கேயே நின்றுகொண்டிருந்தான், மேலும் எவ்வளவு நேரமாக) அவனாக அழைக்கும்வரை உள்ளறையில் காத்திருந்துவிட்டு அங்கிருந்தபடியே குரல் மூலம் அவனை விசாரித்துவிட்டு வெளியே வரலாம். ஆனால் பாகீரதி இத்தனை விஸ்தாரமாக யோசித்து ஒரு முடிவெடுப்பதற்குள் அவன் வீட்டு வாசலையடைந்து கம்பியழிகளைப் பிடித்தபடி நின்றுவிட்டான். பாகீரதி கால இயக்கத்தில் அத்தனை வேகத்தை எதிர்பார்க்கவில்லை. வேகம் என்பதைவிடப் பொதுவாக அந்தச் சாலையைக் குறுக்கே கடப்பதற்கான குறைந்தபட்சக் கால அவகாசம்கூடத் திடீரென்று கண்மூடித் திறக்கும் கணமாகச் சுருங்கிவிட்டதென்பதாகவே உணர்ந்து அவள் திடுக்கிட்டுப்போனாள். ஒரு கைச் சொடுக்கில் எதிர்ச்சாரியில் மறைந்து மறைந்த அதே கணத்தில் வீட்டின் வாசலில் தோன்றியவனைப்போல நின்றுகொண்டிருந்தான் அவன். உட்புறம் பூட்டப்பட்டிருக்கும் கம்பியழிக் கதவு ஒரு பாதுகாப்பல்ல என்பதாயும் அந்த இளைஞனுக்கு அது ஒரு பொருட்டேயல்ல என்பதாயுமான கிலியூட்டும் உணர்வை அவளுக்குக் கொடுத்தது

அவன் அப்படி நின்றுகொண்டிருந்த காட்சி (அவனைச் சில அடிகள் தூரத்திலிருந்து பார்க்க நேர்ந்தபோது அத்தனை குழப்பத்திற்கப்பாலும் அவளுடைய யோசனைகளின் ஓர் ஓரத்தால் தவிர்க்கவியலாமல் கவனிக்கப்படுமளவிற்கு அவன் லட்சணமானவனாயுமிருந்தான்). மேலும் அதே காட்சி அவளுக்கு, சில மாதங்களுக்கு முந்தைய அந்தப் பிரச்சனைக்குரிய மதியக் கனவிற்குப் பின் யாரோ ஒரு நபர் எங்கிருந்தோ தன்னை எப்போதும் உற்றுப் பார்த்துக்கொண்டேயிருப்பதான உணர்வொன்று தன்னைப் பீடித்துக்கொண்டேயிருக்கிற ஞாபகத்தையும் அவள் நினைவிற்குக் கொண்டுவந்துவிட அவள் அதிகமாகவே மிரண்டுபோனாள். ஆனால் அப்பட்டமாக ஒரு மனிதனை வாசலில் நிற்க வைத்துக்கொண்டு எத்தனை நேரம்தான் ஒருவரையொருவர் பார்த்தபடி அப்படியே நின்று கொண்டிருக்க முடியும். வாசலில் நின்றிருந்தவனும் அவளைப் பார்த்து ஏதோ வெற்றியை அறிவிப்பவன்போல மெலிதாகப் புன்னகைத்துக்கொண்டேயிருந்தானேயொழிய தானாகவே தன்னை அறிமுகப்படுத்திக்கொள்ள முயல்கிறவனாய்த் தெரியவில்லை. எனவே மிகச் சிரமப்பட்டுக் குரலில் ஒரு மிடுக்கை வரவழைத்துக்கொண்டு பாகீரதி வேண்டுமென்றே அவன் யாரென்றும் அவனுக்கு என்ன வேண்டும் என்றும் யாரும் வழக்கமாகக் கேட்கும் கேள்விகளையும் தவிர்த்துவிட்டு அவனையும் அவன் வந்த காரணத்தையும் ஏற்கெனவே தெரிந்துவைத்திருந்தவள்போல நேரடியாகவே வாசுதேவன் ஊரில் இல்லையென்றும் வருவதற்கு இரண்டு நாட்களாகுமென்றும் அவனிடம் தெரிவித்தாள். வந்தவன் மெதுவாகத் தலையசைத்து அவளுடைய பேச்சை மறுத்துவிட்டு (அவள் மனம் உண்மையில் தான் யாரென்று தெரிந்துகொள்ளவே விரும்புகிறது என்பதையும் ஆனால் அதை நேரடியாகக் கேட்க அஞ்சுகிறது என்பதையும் தெரிந்துகொண்டுவிட்டவனைப்போல புன்னகையைச் சற்றுப் பெரிதுபடுத்திச் சிரிப்பாக முன்னேற்றிக்கொண்டும்) தான் அவளைத்தான் பார்க்க வந்ததாயும் தன் பெயர் ஜெமினி என்றும் கூறி அவள் கேட்காமலேயே தன்னை அறிமுகப்படுத்திக் கொண்டான். கூடவே தான் பரிசாகத் தந்த அவளுடைய உருவச் சித்திரத்தை இந்நேரம் அவள் அந்தச் சுவரிலிருந்த மூன்று சித்திரங்களோடு நான்காவதாக மாட்டி வைத்திருப்பாளென்று எதிர்பார்த்ததாயும் அது அப்படியில்லையென்பது தனக்கு ஏமாற்றமளிக்கிறது என்றும் சொன்னான்.

பாகீரதிக்கு ஒரு கணம் இதயத் துடிப்பு நின்றுவிட்டது. ஏற்கெனவே தான் தூங்கத் தொடங்கிவிட்டோமோயென்கிற சந்தேகத்துடன் அவள் உடனே தான் வழக்கமாகப் படுத்துறங்கும் இடத்தைத்

பா. வெங்கடேசன்

திரும்பிப் பார்த்தாள். அவள் எதிர்பார்த்ததுபோல் அவளுடைய உடல் அங்கே கிடக்கவில்லை. எனவே அவள் இன்னும் தூங்கவாரம்பிக்கவில்லை. நடந்துகொண்டிருப்பதும் கனவில்லை (பைத்தியக்காரி. கனவாகவே இருந்தாலும் அதை அவள் எப்படிக் கண்டுபிடித்துவிட முடியும். எல்லா அதிசயங்களையும் ஆழங்களையும் ரகசியங்களையும் அறிந்து வைத்திருப்பதாக நம்பப்படும் இந்தக் கனவுகளென்பவைகளால் அறிய முடியாத ஒரேயொரு சாதாரண விஷயம் தன்னை நிகழ்த்திக்கொண்டிருக்கும் நபர் தூங்கிக்கொண்டிருக்கிறாரென்பதுதானே). ஆனால் அது கனவில்லையென்றும் அவளால் நம்ப முடியாமலிருந்தது. ஏனென்றால் அவன் தன்னை ஜெமினி என்று அறிமுகப்படுத்திக் கொண்டவுடன் அதை ஒத்துக்கொண்டோ மறுத்தோ பேசி உரையாடலைத் தொடர்வதற்குப் (அல்லது கத்தரிப்பதற்கு) பதிலாக அவள் தானே ஆச்சரியப்படும்வண்ணம் ஒரு சிணுங்கும் சிறுமியின் குரலில் அவன் அவளுக்குப் பரிசளித்த சித்திரம் அவளுடைய உருவப்படமல்ல என்றும் லீலா நாயுடுவினுடையது என்றும் தன்னை அவன் ஏமாற்றிவிட்டானென்றும் முறையிடத் தொடங்கிவிட்டாள். அதன் அர்த்தம் என்ன. அவள் அவனை அவன் தன்னை ஜெமினி என்று அறிவித்துக்கொண்ட கணத்தி லேயே (அதை நம்பாதிருக்க ஆயிரம் காரணங்களை அவள் அறிந்திருக்கிறாளென்றாலும்) நம்பத் தொடங்கிவிட்டாளென்பது தானே. அந்த இளைஞனும் அவளுடைய முறையீட்டால் வியப்படையாமல் (மனதால் கம்பியழிகளைக் கடந்து உள்ளே நுழைந்து அவளை ஆதுரமாக அணைத்துத் தலையைத் தடவிக் கொடுத்தபடியே) இல்லை, அது நீங்கள்தான், லீலா நாயுடுவாக இருக்கவேண்டிய அவசியமில்லை, அது அப்படி நினைத்தே வரையப்பட்டிருந்தாலும்கூட என்றான். பாகீரதிக்குத் திரும்பத் திரும்பத் தான் விழித்துக்கொண்டுதானிருக்கிறோமா என்கிற குழப்பம் வந்துபோனபடியேதானிருந்தது. என்றாலும் இந்தப் பதிலுக்குப் பிறகு (அது ஏதோவொரு விதத்தில் சந்தோஷத்தையோ திருப்தியையோ தந்ததனாலோ அல்லது போதுமான கால அவகாசத்தைத் தந்ததனாலோ) அவள் ஓரளவிற்கு நிதானத்தைக் கைப்பற்றிக்கொண்டவளாக அவனைப் பார்த்து நீங்கள் யார் என்று அவன் முன்பே சொல்லிவிட்ட பதிலுக்கான கேள்வியைத் தாமதமாகக் கேட்டாள். அவன் இந்த முறையும் தன்னை ஜெமினி என்றேதான் சொல்லிக்கொண்டான். பாகீரதி அவன் பொய் சொல்வதாகச் சொன்னாள். ஜெமினியை நானறிவேன். அவன்கேட்டான், எப்படி. நீங்கள்தான் ஜெமினியைப் பார்த்ததேயில்லையே. பாகீரதிக்குக் கோபம் வந்துவிட்டது. அவள் வெடுக்கென்று, ஆத்மார்த்தமாக நேசிக்கும் ஒருவரை அறிந்துகொள்ள அவரை நேரில் பார்க்கவேண்டுமென்கிற

அவசியமில்லை, ஒருவரை நேரில் பார்த்துவிடுவதனாலேயே அவரைப்பற்றி அறிந்துகொண்டுவிட்டோமென்று நம்ப வேண்டியதுமில்லை என்றாள் (என்றாலும் நான் ஜெமினியைப் பார்த்ததேயில்லையென்பது அவனுக்கு எப்படித் தெரியும்). ஜெமினி என்று தன்னை அழைத்துக்கொண்ட இளைஞன் சிறிதுநேரம் தலையைத் திருப்பித் தனக்குப் பின்னே வழுக்கிக்கொண்டிருந்த மதிய நேரப் போக்குவரத்தைக் கவனித்துக்கொண்டிருந்தான். பிறகு மீண்டும் பாகீரதியை நோக்கித் திரும்பி, ஆம், நீங்கள் சொன்னது நூறு சதவீதம் ஒப்புக்கொள்ள வேண்டிய வாதம்தான், எனில் அம்மணி, ஜெமினியை நீங்கள் மனதால் உண்மையாகவே நன்கு அறிந்திருக்கும் பட்சத்தில் என்னை நிச்சயம் வீட்டினுள்ளே அனுமதிப்பீர்கள், நெடுநேரம் இப்படியே நிற்பது தெருவில் செல்பவர்களின் கவனத்தை ஈர்ப்பதாக ஆகிவிடாதா என்றான். பாகீரதியின் கண்முன் அவள் திகைப்புறும் கணங்களை அவன் பேச்சு நிகழ்த்திக்கொண்டேயிருந்தது. அவனுடைய வேண்டுகோள் அவளுக்கு ஆணையாகத் தோன்றியதைப்போல அவள் அரை நிமிட நேரம் அவனை வெறிக்கப் பார்த்துக்கொண்டிருந்துவிட்டுத் திண்ணைப் படியிறங்கி கம்பியழிகளின் தாழ்ப்பாளை விலக்கிக் கதவைத் திறந்து மௌனமாக அவனை உள்ளே அனுமதித்தாள். ஆனால் இதைச் செய்யவேண்டுமென்கிற, அல்லது இதைச் செய்துகொண்டிருக்கிறோமென்கிற பிரக்ஞையின் ஒரு மங்கிய தடமேனும் அவள் மனதில் பதிந்திருக்கவேயில்லை.

வந்தவன் பாகீரதியின் நிலையைப் பயன்படுத்திக்கொள்ளும் எண்ணமில்லாத அளவிற்கு நாகரீகமானவனாக இருந்தான். அவளுடைய திகைப்பின் வழியே உள்ளே நுழைந்த அவன் படிகளிலேறி திண்ணையில் பிரவேசிப்பதற்குப் பதிலாக படிகளை நடுவே விட்டுச் சுற்றிப் ப வடிவத்தில் அணை கட்டியிருந்த திண்ணைத் தளத்தின் இடப்புறக் கரையிலேயே தன்னை அமர்த்திக்கொண்டான். அவனுக்கு முன்பே திண்ணைப் படிகளிலேறி உள்ளே பிரவேசித்துவிட்ட பாகீரதி பின்புறம் அவன் படிகளினருகிலேயே உட்கார்ந்திருப்பதைக் கண்டதும் தானும் திரும்பி வந்து அதன் எதிர்க் கரையில் அமர்ந்துகொண்டாள். பிறகு நேரடியாகவே லீலா நாயுடுவின் சித்திரம் அவனுக்கு எங்கே கிடைத்தது என்று கேட்டாள். அவள் கதவைத் திறந்துவிட்டதே தான் ஜெமினியென்பதை நிரூபிக்கப் போதுமான சாட்சியாயிருக்கும்போது அந்தக் கேள்வி அனாவசியமில்லையா என்று அவன் அவளைச் சிரிப்பு மாறாமலேயே திருப்பிக் கேட்டான். பாகீரதிக்கு இந்தப் பேச்சு திரும்பத் திரும்ப நிகழ்வதைப்போல சலிப்பைத் தந்ததால் அவள் அவனிடம், நான் ஏன் உங்களுக்குக் கதவைத்

திறந்துவிட்டேனென்கிற கேள்விக்கு எனக்கே இன்னும் விடை கிடைத்தபாடில்லை, நீங்கள் ஜெமினி இல்லையென்பது எனக்கு உறுதியாகத் தெரிகிறது, ஆனால் நீங்களாகவன்றி என்னுடைய வற்புறுத்தலினால் அதைத் தெரிந்துகொள்ள முடியாது போலிருக்கிறது, எனவே அந்தக் கேள்வியில் நேரத்தை விரயம் செய்ய நான் விரும்பவில்லை என்று சொல்லிவிட்டு, சித்திரத்தை இந்த வீட்டு வாயிற்படியில் வைத்துவிட்டுச் சென்றதாக நீங்களே ஒப்புக்கொண்டுவிட்டதனால் அன்று இங்கே வந்தது ஜெமினியில்லை என்பது உறுதியாகிறது, எனில் நீங்கள் சித்திரத்தை எங்காவது விலைக்குத்தான் வாங்கியிருக்க வேண்டும், எங்கே வாங்கினீர்கள் (இதையேன் தானும் வாசுதேவனும் முன்பே சிந்தித்துப் பார்க்கவில்லையென்று அவள் தன்னையே கேட்டுச் சலித்தும்கொண்டாள்), நிஜத்திலோ கனவிலோ ஜெமினி அதை எனக்குத் தந்திராவிடில் அதை நான் பரிசாக வாங்கி வைத்துக்கொள்ள வேண்டியதில்லை, அதற்கான விலையைத் தந்துவிட விரும்புகிறேன் என்றும் பேசினாள். பாகீரதியின் இந்தக் கேள்விக்குப் பிறகு அந்த இளைஞனிடத்திலும் சிரிப்பு மறைந்து அவ்விடத்தில் அவள் முகத்திலிருந்ததைப் போன்ற தீவிரம் குடியேறிவிட்டது. அவன் தலையைக் குனிந்துகொண்டே அதைத் தான் விலைக்கு வாங்கவில்லையென்றும் ஜெமினியின் குடும்பத்தாரிடமிருந்தே நேரடியாகக் கேட்டுப் பெற்று வந்த அவளுக்கான பரிசுப் பொருள் அது என்றும் முணுமுணுத்தான். அவன் அடுத்து அவள் கேட்கப் போகிறாளென ஏற்கெனவே ஊகித்துக்கொண்டிருந்த கேள்விக்கு என்ன பதிலைத் தன் வாய் சொல்லப் போகிறது என்பதை அவனே அச்சத்துடன் எதிர் பார்த்துக்கொண்டிருந்ததால் இந்தக் கேள்விக்கான பதிலை அவனால் அப்படி முணுமுணுக்கத்தான் முடிந்தது. ஆனால் அவன் எதிர்பார்த்துக்கொண்டிருந்த கேள்வியைப் பாகீரதி கேட்கவில்லை. அவனுடைய பதில் ஏற்கெனவே ஒரு ஜெமினி ரசிகையான அவளிடமிருந்த ஆர்வத்தை ஊதிப் பெருக்கியதால் அவள் அதை மறந்துவிட்டாளா அல்லது சூழல் இன்னும் சற்று இளகிப் பக்குவப்படும் வரை அதைக் கேட்பதும் அவன் யாரென்கிற கேள்வியைப் போலவே வியர்த்தமாய்ப் போய் விடுமென்று நினைத்தாளா தெரியவில்லை. எப்படியோ, வந்தவன் எதிர்பார்த்துக் கலங்கிக்கொண்டிருந்ததற்கு மாறாக ஜெமினியின் குடும்பத்துடனான அவனுடைய சந்திப்புக் குறித்து முதலில் தன் ஆச்சரியத்தையும் சந்தோஷத்தையும் தெரிவித்துக்கொண்ட அவள் பிறகு, அவர்களை எங்கே சந்தித்தீர்கள், ஜெமினி மதுரையிலா இருக்கிறார், என் கணவர் அவர் இருக்குமிடத்தைப்பற்றித் தெரிந்துகொள்ளத்தான் மெட்ராஸுக்குக் கிளம்பிப் போயிருக் கிறார், என்ன ஆச்சரியம், ஜெமினியிடம் என்ன சொல்லி

சித்திரத்தைப் பெற்றீர்கள், என்னைப்பற்றிச் சொல்லியா, என்னைப்பற்றி உங்களுக்கு என்ன தெரியும் என்று வரிசையாகக் கேள்விகளை அடுக்கிக்கொண்டே போனாள். துரதிர்ஷ்டவசமாக பதில்கள்தான் மகிழ்ச்சியையோ ஆர்வத்தையோ ஊட்டுபவையாய் இருக்கவில்லை, அந்த இளைஞன் சந்தித்தது ஜெமினியின் குடும்பத்தினரை மட்டும்தான், குடும்பம் என்பது அவருடைய அறுபது வயதான மனைவியையும் ஒரே மகனையும் குறிக்கிறது, ஜெமினியைச் சந்திக்கவில்லை, சந்திக்கவும் முடியாது, காரணம் ஜெமினி இறந்துபோய் நான்கு வருடங்களாகிறது (பாகீரதியின் முகத்தில் திடுக்கிடல் மற்றும் மிக ஆழமான துயரம் ஆகியவற்றின் கீறல்கள். வலதுக் கை தன்னிச்சையாய் உயர்ந்து பிளந்த வாயைப் பொத்திக்கொள்ள, வாய் அடக் கடவுளே என்று முணுமுணுக்கிறது. பிறகு, எப்படி இறந்தாராம் அவர் என்று கேட்கிறாள். இயற்கை மரணம்தான், மூப்பு மற்றும் மாரடைப்பு என்று சொன்னார்கள் என்று அவன் பதில் சொல்கிறான். பிறகும் அவள் வாய் கடவுளே கடவுளே என்று பல நிமிடங்கள் முணுமுணுத்தபடியேயிருக்கிறது. அவன் தன் பேச்சைத் தொடர் வதற்கு அதுவரை காத்திருக்கவேண்டியிருக்கிறது), அதற்கும் நான்கு வருடங்களுக்கு முன்பே, அதாவது அன்றைய தினத்திற்கு எட்டு வருடங்களுக்கு முன்பாகவே அந்தக் குடும்பம் கல்கத்தாவிலிருந்து குடிபெயர்ந்து ஜெமினியின் சொந்தக் கிராமமான ஒசூருக்கு வந்துவிட்டது, கிட்டத்தட்ட நாற்பது வருட காலம் இந்தியாவின் வட மாநிலங்களில் அலைந்து திரிந்த ஜெமினி கடைசியில் தான் பிறந்து வளர்ந்த நிலத்திலேயே தன் சாவு நிகழவேண்டுமென விரும்பியதன்பேரில் அந்தக் குடியேற்றம் நிகழ்ந்தது, ஜெமினியின் மறைவிற்குப் பின் சவிதா தேவி என்கிற அந்த வயதான பெண்மணியும் மகாவதன் என்கிற பெயருடைய, முப்பது வயதிற்குள் மதிக்கத்தக்க அந்த மனிதனும் தனியாகத்தான் ஒசூரில் இப்போது வசித்து வருகிறார்கள், மகாவதனுக்கு அவன் ஓடியாடித் திரிந்த அவனுடைய சொந்த ஊரான கல்கத்தாவிற்கே திரும்பிவிடும் உத்தேசமிருக்கிறது, ஆனால் கணவருடைய புதைகுழிக்கு அருகிலேயே தன்னுடையதும் தோண்டப்பட வேண்டுமென்று அந்தப் பெண்மணி பிடிவாதம் பிடிப்பதால் அவனால் அதைச் செய்ய முடியாமலுமிருக்கிறது, அவனுக்கு இன்னும் திருமணமும் ஆகவில்லை, பொறியியல் பட்டதாரியான அவன் இரகசியமாகத் தன் தாயின் சாவை எதிர்பார்த்தபடி ஒசூரில் அந்த வருடம்தான் உருவாக்கப்பட்டிருக்கும் மிகப் பெரிய தொழிற்பேட்டையிலமைந்துள்ள அசோக் லேலண்ட் நிறுவனத்தில் மேலாளராகப் பணியாற்றிக்கொண்டிருக்கிறான், தன் தந்தை மேற்கு வங்காளத்தில் பிரபலமான (அப்படிச்

சொல்வதைவிட தீவிரமான என்று சொல்வதுதான் பொருத்தமாக இருக்கும். பிரபலம் என்பது மிகத் தட்டையான பொருள் கொண்ட ஓர் அகராதி வார்த்தை) சைத்ரீகர்களில் ஒருவராகத் திகழ்ந்தார் என்கிற ஓர்மையே அவனுக்கு இல்லை, ஏனோ அதைக் குறிப்பிட்டுப் பேசுவதையும் அவன் விரும்புவதில்லை, வாழ்வதற்கான பொருளாதாரத்தை ஈட்டித் தராத, ஒருவிதத்தில் போதைப் பழக்கமென்றே சொல்லத்தக்க அந்தப் பைத்தியக்காரக் கலையின்மீது லெளகீகவாதியான அவனுக்கு இயல்பாகவே ஆர்வமோ பிடிமானமோ பெருமையோ இல்லாதிருக்கிறது போல (அது இயற்கையும்கூடத்தான்), ஒரு காலத்தில் கண்காட்சி களையும் விவாத அரங்கங்களையும் பெருமையுடன் நிறைத்துக் கொண்டிருந்த ஜெமினியினுடைய சித்திரங்களெல்லாம் இப்போது அவர்கள் வீட்டுப் பரண்மீது தூக்கி வீசப்பட்டு ஒட்டடை படிந்து மங்கிக்கொண்டிருக்கின்றன, அந்த அடைசல் களையெல்லாம் யாராவது கேட்டு வாங்கிக்கொண்டு போய்விட மாட்டார்களாயென்றுதான் அவனும் எதிர் பார்த்துக்கொண்டிருக்கிறான், அவையனைத்தையும் (எண்ணிக்கையில் பெரிதும் சிறிதுமாகவும் வண்ணங்களும் கருப்பு வெள்ளையுமாயும் மிகச் சில ஓவியங்களும் பெரும்பாலும் கோட்டுச் சித்திரங்களுமாயும் ஓர் ஐம்பது அறுபது இருக்கலாம்) கீழேயிறக்கி அதனுள்ளிருந்து உருவியெடுக்கப்பட்டதுதான் பாகீரதியினுடைய உருவச் சித்திரம்.

மீண்டும் அதையே சொல்கிறீர்கள், உங்களின் இந்தக் குறும்புத்தனம் ஜெமினியென்னும் என்னுடைய மானசீகக் காதலரின் (இதற்குப் பிரத்யேகமான அர்த்தமெதுவும் கிடையாது. குரு, காதலர், தந்தை, துணைவர், நண்பர் இந்த ஏதோவொன்றில் இப்போது அவளுக்குச் சொல்லத் தோன்றியது இது) மறைவின் மீது ஆழ்ந்து அனுபவித்துக்கொண்டிருந்த என் துயரத்தைக் கலைத்துவிட்டது, அந்தக் கலைவு எனக்கு எரிச்சலையும் தருகிறது, உங்களுக்கு ஒருவேளை லீலா நாயுடுவைத் தெரியாமலிருப்பதாலும் (அதற்குச் சாத்தியமேயில்லை, அவர் இருபது வருடங்களுக்கு முந்தைய உலக அழகியாக இருந்தாலும் இன்றும் அதை அங்கீகரிப்பதற்கும் ரசிப்பதற்குமான வயதில்தான் அந்த இளைஞன் இருந்தான்) ஜெமினி இறந்துவிட்ட நிலையில் இனி புதிதாக வரையப்பட்ட சித்திரமொன்றை பெற முடியாது என்பதாலும் அந்தப் பெண்ணின் சித்திரத்தை என்னுடைய உருவமாக உருவகித்துத் திருப்திப்பட்டுக்கொண்டுவிடுவேனென்று நினைத்து அதை வாங்கிக்கொண்டு வந்துவிட்டீர்களோயென்னவோ, அந்தச் சித்திரம் சந்தேகமில்லாமல் ஜெமினியின் மகத்தான படைப்புகளி லொன்றுதான், அழகில் தன்னிகரற்றதுதான், ஆனால் அது

நானில்லை, நானில்லை, நானில்லை, அது ஒருபுறமிருக்க, ஜெமினியின் குடும்பம் ஒசூரிலிருக்கிறது என்கிற விஷயத்தை நீங்கள் எப்படித் தெரிந்துகொண்டீர்கள், லீலா நாயுடுவின் உருவச் சித்திரத்தை நீங்கள் இங்கே திருட்டுத்தனமாக (என்ன வேடிக்கை, இந்த வார்த்தையைப் பொதுவாக உள்ளிருந்து ஒரு பொருளை வெளியே கடத்துவதைக் குறிக்கத்தான் உபயோகிக்க வேண்டும்) கொண்டு வந்து வைத்துவிட்டுப் போனபிறகு குழம்பிப்போன நானும் என் கணவரும் கீழவெளிவீதியிலிருக்கும் ஓவியர்கள் சங்கத்திற்குச் சென்று அங்கிருந்து ஆதிமூலம் என்கிற ஓவியரொருவரின் முகவரியைப் பெற்று அவர் மூலமாக ஜெமினியின் இருப்பிடத்தை அறிய முயன்றுகொண்டிருந்தோம், என் கணவர் இந்நேரம் மெட்ராஸில் அந்த ஆதிமூலத்தைச் சந்தித்துப் பேசிக்கொண்டிருப்பார், இதே வழியில் சென்றுதான், எங்களுக்குச் சில நாட்கள் முன்னதாக, நீங்களும் ஜெமினியைக் கண்டுபிடித்தீர்களா, அதாவது ஆதிமூலத்தை இவருக்கு முன்பே நீங்கள் சந்தித்துவிட்டீர்களா (அப்படியானால் அவனைப்பற்றி ஆதிமூலத்தின் வழியாக வாசுதேவனே இந்நேரம் தெரிந்துகொண்டிருக்கலாம்). ஆனால் அந்த இளைஞன் ஆதிமூலத்திற்கு மிக நெருக்கமான சுற்றுப்பாதை வரையில் வந்து மீண்டானேயன்றி அவரைச் சந்திக்கவேண்டிய அவசியமோ அதற்காக அகில இந்திய ஓவியர் சம்மேளனத்தின் மதுரைக் கிளைக்குச் செல்லவேண்டிய அவசியமோ அவனுக்கு உண்டாகியிருக்கவில்லை. போன வருடம் (1974) மே மாதத்தின் இரண்டாம் வாரம் தொடங்கி அதே மாதத்தின் இறுதி வாரத்தில் முடிவிற்குக் கொண்டுவரப்பட்ட இருப்புப்பாதை ஊழியர் போராட்டத்திற்கான பிரச்சார ஓவியங்களை வரைவதற்காக மதுரைக்கு வரவழைக்கப்பட்டிருந்த சில இந்திய கம்யூனிஸ்ட் கட்சி ஓவியர்களுடன் அவனுக்குப் பரிச்சயமிருந்தது. மறுகையில் அவர்களுக்குத் தனிப்பட்ட சில தீவிர சித்திரக் கலைஞர்களுடன் தொடர்பிருந்தது. அவர்களிலொருவர் மூலமாக அவன் ஹரிதாஸ் என்கிற ஓவியரைப்பற்றி அறிந்துகொள்ள முடிந்தது. இந்த ஹரிதாஸ் ராஜஸ்தானிலிருக்கும் பனஸ்தலி வித்யாபீடம் 1965ஆம் வருடம் ஏற்பாடு செய்திருந்த ஓவியர்கள் பயிற்சி வகுப்பொன்றில் ஜெமினியைச் சந்தித்திருக்கிறார். பிறகு அவருடன் அதில் பங்கேற்ற தன்னுடைய சக நண்பர்களுடன் அவ்வப்போது ஜெமினியைப்பற்றிய நினைவுகூரல்களையும் நிகழ்த்தியிருக்கிறார். அந்தப் பழக்கத்திலேயே அந்த நண்பர்களில் ஒருவரான ஆதிமூலத்திடமிருந்து ஒருநாள் ஜெமினி கல்கத்தாவிலிருந்து ஒசூருக்குக் குடிபெயர்ந்து வந்துவிட்டாரென்கிற தகவலையும் பேச்சுவாக்கில் அவர் அறிந்துகொண்டிருக்கிறார். ஹரிதாஸைத்

தன்னுடைய சிபிஐ ஓவியத் தோழர்கள் மூலமாகச் சந்தித்த இந்த இளைஞன் இதைத் தெரிந்துகொண்டு உடனே ஒசூருக்குப் பேருந்து பிடித்துப் புறப்பட்டுச் சென்று மிகச் சிறிய அந்தக் கிராமத்தினுள் ஓரிரு மணி நேரங்களைச் செலவழித்து ஜெமினியின் குடும்பத்தைக் கண்டுபிடித்துப் பேசிக் கவர்ந்து (அவனுடைய சிரிப்பிற்கும் பேச்சுக்கும் எந்தக் கதவானாலும் திறக்கும் போலிருக்கிறது) பாகீரதிக்கான பரிசுப் பொருளையும் வாங்கிவந்துவிட்டான். சரி, ஆனால் அவன் எதற்காக அந்தச் சித்திரத்தை வாங்கிப் பாகீரதிக்குப் பரிசளிக்க அத்தனை சிரமப்பட வேண்டும். இந்தக் கேள்வியைப் பாகீரதி அவனிடம் இடையில் என்ன நடந்தது என்று தெரியாத குழப்பத்தினால் கேட்கவில்லை, அவன் எப்போது தன்னை ஜெமினி என்று அறிமுகப்படுத்திக்கொண்டானோ அந்தக் கணத்திலேயே அவன்தான் கனவு தன்னை நடுச்சாலைவரை இழுத்துச் சென்ற அந்தப் பிரத்யேகமான மதியப் பொழுதில் வீட்டிற்குள் நுழைந்து தான் தூக்கத்தில் ஜெமினியைச் சந்தித்து அவரிடம் தன்னுடைய உருவச் சித்திரத்தை வரைந்துகொடுக்கும்படி வேண்டிக்கொண்டிருந்ததைக் கண்டு செவியுற்றுக்கொண் டிருந்தவனென்பதை அவள் மனம் அறிந்துகொண்டுவிட்டது (எனவேதான் கண்களுக்கு நினைவில்லாவிட்டாலும் தன் வீட்டிற்கு ஏற்கெனவே ஒருமுறை வருகை தந்துவிட்ட அவன் இனி அதற்கு அந்நியனில்லையென்பதை அவளுடைய வேறேதோ புலனொன்று நினைவில் வைத்திருந்து அவனை உள்ளே அனுமதிக்க அவளை வற்புறுத்தியதோயென்னவோ). அவளுடைய கேள்வியின் அர்த்தமென்னவென்றால் அவள் அன்று தூக்கத்தினூடே தன்னினைவின்றி வெளியிட்டுக்கொண்டிருந்த அந்தப் பொருளற்ற வேண்டுகோளை அவளுக்கு அவனோ அவனுக்கு அவளோ முன்பின் அறிமுகமற்ற நிலையில் (மேலும் அவளே அதை ஒரு வழக்கமான அசட்டுக் கனவு என்பதற்குமேல் பெரிதாகப் பொருட்படுத்தியிராத நிலையில்) அத்தனை தீவிரமாக எடுத்துக்கொண்டு அதற்காக இத்தனை மெனக்கெட வேண்டிய அவசியமென்ன என்பதுதான் (கூடுதலாக அது சுற்றி வளைத்து அவன் யார் என்கிற அவளுடைய பழைய கேள்வியின் இன்னொரு வடிவமும்கூட). ஆனால் இந்தக் கேள்விக்குத் தன்னை ஜெமினியென்றே தொடர்ந்து சாதித்துக்கொண்டிருந்த அந்த இளைஞன் ஜெமினியின் மானசீக ரசிகையாகிய அவள் வேண்டிக்கொண்டது ஜெமினியையேதானென்பதால் அதை அவளுக்குத் தர வேண்டியது தன்னுடைய கடமையல்லவா என்கிற ரீதியில் மீண்டும் குறும்புத்தனமான பதிலெதையும் அளிக்க முயற்சிக்கவில்லை. உண்மையில் அவன் அதற்கு

எந்தப் பதிலையுமே அளிக்க முயற்சிக்கவில்லை. கேள்வியைச் செவியுற்றதும் அவன் முகம் இருண்டுவிட்டது. அவன் சட்டென்று நிமிர்ந்து பாகீரதியின் கண்களை நேருக்கு நேராகப் பார்த்தான். பாகீரதியின் இதயம் இரண்டாவது முறையாகவும் ஒரு கணம் துடிப்பதை நிறுத்தியது. ஒரு வினாடிக்கு முன் அவள் அவன் அந்தக் கேள்விக்குப் பதில் சொல்லவில்லையானால் ஒன்று அவன் பதில் சொல்லும்வரை மீண்டும் மீண்டும் அதைக் கேட்டு அவனை வற்புறுத்துவது அல்லது அவன் பரிசளித்த சித்திரத்தை அவனிடமே திருப்பித் தந்து அவனை வீட்டை விட்டு வெளியேற்றுவது என்று தன் மனதிற்குள் உறுதியாக முடிவு செய்துகொண்டிருந்தாள் (தொடர்ந்து அவன் போக்கிலேயே அபத்தமாகப் பேசிக்கொண்டிருக்க அவனை அனுமதிக்க முடியாது). ஆனால் அவனுடைய கண்களைத் தவிர்க்கவியலாமல் சந்திக்க நேர்ந்துவிட்ட அந்தக் கணத்தில் அவளுடைய உறுதி அவளைவிட்டுக் கழன்றுவிட்டது. முன்பின் யோசியாமல் கேட்கப்பட்டுவிட்ட, மிகப் பெரும் சுழலின் வாய் அந்தக் கேள்வி என்பதையும் அது (மீண்டும்) கேட்கப்படாம லிருப்பதே (அப்போதைக்கு) நல்லது என்பதையும் அவள் தெரிந்துகொண்டுவிட்டாள். ஆனால் துரதிர்ஷ்டவசமாக ஏற்கெனவே காலம் கடந்துவிட்டிருந்தது. கேட்கப்பட்டுவிட்ட அந்த விதிவசப்பட்ட கேள்விக்கான பதிலை அவனுடைய மௌனத்தைக் கச்சிதமாக மொழிபெயர்த்துவிட்ட அவனுடைய கண்கள் கேட்கப்பட்ட கணத்திலேயே சொல்லிவிட்டன. ஒரு பிராயத்தினுடைய குழந்தைமையைப்போல பாகீரதியினுடைய அந்தக் கேள்வியைப் பொறுத்த அறியாமை அவள் விருப்ப மின்றியே அவளிடமிருந்து கழன்றும்விட்டது. பிறகு நடந்ததென்ன வென்றால் அந்தக் கேள்வியை தொடர்ந்து வற்புறுத்தவில்லை யென்பதைப்போல அவளும், அதற்கு இன்னும் பதிலே சொல்லவில்லையென்பது போல அவனும் தொடர்ந்து நடிக்க வேண்டியிருந்ததானது இருவருக்குள்ளுமே தாங்கவியலாத அழுத்தத்தை உண்டாக்கிவிட்டது. பாகீரதி மூச்சு விடவே திணறினாள். ஒரு கணம் நின்றுபோன அவளுடைய இதயம் அதை ஈடுகட்டும் வெறிகொண்டதைப்போல வழக்கத்தைவிடப் பல மடங்கு அதிகமான துடிப்புகளை நேரடியாக அவளுடைய காதுகளிலேயே வெளியிடவாரம்பித்தது. இளைஞனோ சூழலின் திடீர் பளுவை அதற்குமேல் சுமக்கச் சக்தியில்லாத பலவீனனாய்த் தன்னை உணர்ந்து திண்ணையைவிட்டு எழுந்து தானாகவே வீட்டைவிட்டு வெளியேறத் தயாராகிவிட்டான். அது சில கணங்களுக்குமுன் பாகீரதியே விரும்பிச் செய்யவிருந்தது தானல்லவா. ஆனால் இந்த முறை அவன் எழுந்த வேகத்தைக் கண்டதும் அவள் வேகவேகமாக அவனை வெளியேற்றவிருக்கும்

மௌனத்தின் கனத்தை உடைக்கும் வழியைத் தேடித் தவித்துக் கடைசியில் எதையாவது பேசியே ஆகவேண்டுமென்கிற அவசரத்துடனும் குரலில் அந்தத் தவிப்பை மறைப்பதற்காக வலிந்து வரவழைத்துக்கொண்ட கடினத் தொனியுடனும் அவனிடம், இருங்கள், உங்களிடம் கேட்க வேண்டிய கேள்விகள் இன்னும் கொஞ்சம் மீதமிருக்கின்றன என்றாள். ஒரு சிறிய ஆசுவாச உட்சுவாசத்துடன் அவன் மீண்டும் திண்ணையின் விளிம்பில் அமர்ந்துகொண்டான் (அவனுக்கு மட்டும் வெளியேற மனமிருந்ததாயென்ன).

பிறகு பாகீரதி அவனுக்கு ஆட்சேபணையில்லையென்றால் தான் அவன்முன் அன்று தூக்கத்தில் பிதற்றியவற்றைப்பற்றிச் சொல்ல முடியுமா என்று கேட்டாள். அதுதான் ஏற்கெனவே சொல்லியாகிவிட்டதே, என்னை ஜெமினியென்கிற ஓவியராக நினைத்துக்கொண்டு உங்கள் உருவப்படமொன்றை வரைந்து தரச் சொல்லிக் கேட்டுக்கொண்டிருந்தீர்கள் என்றான் இளைஞன். அது இல்லை, நான் கேட்க விரும்புவது வேறு என்னென்னவெல்லாம் நான் பேசிக்கொண்டிருந்தேனென்பதை என்றாள் பாகீரதி (அதுவெல்லாம் அவளுக்கொன்றும் நினைவிலில்லாமலில்லை). இளைஞன் சொன்னான், நீங்கள் ஜெமினியை உங்கள் பத்து வயதிலிருந்தே ஓர் அடையாளமற்ற பிரியமாய் உணர்ந்து கொண்டிருந்தீர்களாம், ஒரு காலக்கட்டத்தில் தந்தைப் பாசமாயும் இன்னொரு காலக்கட்டத்தில் ஆணின்மீதான காதலாயும் பிறகு கணவனாகிவிட்ட அதே ஆணின்மீதான அக்கறையாயும் மகள் மீதான அன்பாயும் இவற்றைத் தவிர இந்த வீட்டின் மீதான ஈர்ப்பாயும் சித்திரக்கலையின் மீதான ஈடுபாடாயும் சில சமயங்களில் உடலுறவின் மீதான வேட்கையாயும்கூட உங்களுக்குள்ளிருந்து பிரவகித்துக்கொண்டேயிருந்ததெல்லாம் ஜெமினியென்கிற அந்த ஆகிருதியின் மீதான இனம் புரியாத பிரேமையின் அந்தந்தப் பிராயத்து வெளிப்பாடுகள்தானாம், உண்மையில் அவை ஒரு பெண் தன்னுடைய குடும்ப உறவுகளின்மீது வைக்கும் வழக்கமான அன்பின் சாயலைக் கொண்டவையல்லவாம், ஜெமினியை முதன்முதலாக அவருடைய மூன்று சித்திரங்களாகவே தெரிந்துகொண்ட பிறகு வயது கூடக்கூட தொடர்ந்து அவரைச் சித்திரங்களாக மட்டுமே தெரிந்துகொள்ளவேண்டுமென்கிற உறுதிப்பாடும் ஆர்வத்தினால் அவசரப்பட்டு அவருடைய தனிப்பட்ட வாழ்க்கையைப்பற்றித் தெரிந்துகொள்வது மனதில் இயல்பாக ஊற்றெடுக்கும் அந்தப் புதிரான பிரேமைக்குப் பிரக்ஞையை ஊட்டி அந்த ஆகிருதியைச் சாதாரண மனிதப் பிறவியாக்கி அதைச் சிதைத்துவிடுமென்கிற அச்சமும் பள்ளம் கண்ட இடங்களிலெல்லாம் தன்னை

நிரப்பிக்கொள்ளும் ஆற்று நீரைப்போல அந்தப் பிரேமைக்கான உருவங்களில் மாறி மாறி நிரம்பி அதைத் தூலமாகவிடாமல் கலைத்துக்கொண்டேயிருக்கிறதாம், இந்தத் திண்ணைச் சுவரில் மாட்டி வைக்கப்பட்டிருக்கும் அவருடைய சித்திரங்களை இந்தப் பல வருடங்களில் துணையாயும் பயமாயும் நட்பாயும் பகையாயும் களைப்பாயும் உற்சாகமாயும் அந்தந்தச் சந்தர்ப்பத்திற்கும் மனநிலைக்கும் தக்கவாறு பலவிதங்களில் திரும்பத் திரும்ப உபயோகித்து உபயோகித்துக் கிட்டத்தட்ட ஒரு கருவறைச் சிலைக்கு உச்சாடனங்களால் ஏற்றப்படும் சக்தியைப்போன்ற ஒரு மாய சக்தியை நீங்கள் ஏற்றி வைத்திருக்கிறீர்களாம், அவற்றிலிருக்கும் உருவங்களிலிருந்து உங்களால் வேறு புதிய புதிய உருவங்களை உருவாக்கிக்கொண்டேயிருக்கும் மாயாஜாலங்களை நிகழ்த்த முடியுமாம், பிறகு அந்த மூன்று சித்திரங்களைக்கொண்டு சபல புத்திகொண்ட ஓர் இளைஞனைத் திணறச் செய்த சம்பவம் பற்றியும் என்னிடம் பேசிக்கொண்டிருந்தீர்கள், என்னைப் பார்த்துத்தான் இத்தனையையும் சொல்லிக்கொண்டிருந்தீர்களென்றாலும் நீங்கள் பார்த்துக்கொண்டிருப்பது என்னையல்ல என்பதும் எனக்குத் துலக்கமாகவே தெரிந்துகொண்டிருந்தது.

பாகீரதிக்குத் தன் கனவு நினைவிருந்ததென்றாலும் அதை முன்னாலிருந்து நேரடியாகவே கவனித்துக்கொண்டிருந்தவனின் மிகத் துல்லியமான விவரணைகளில் (அவன் அதை ஒரு வினாடியைக்கூடத் தவற விட்டுவிடாமல் நினைவில் வைத்திருந்து சொன்னான்) அது இன்னொருவரின் கனவைப் பற்றிய விவரிப் பாக அந்நியத் தன்மை கொண்டு அதனால் அவள் மனதில் வியப்பையும் உண்டாக்கியது. இத்தனை விஷயங்களையா நான் பேசிக்கொண்டிருந்தேன், எனில் அது எவ்வளவு நேரம் நீண்டு கொண்டிருந்தது என்று அவள் அவனைப் பார்த்துக் கேட்டாள். கிட்டத்தட்ட ஓர் இருபது நிமிட நேரம் நீங்கள் என்னிடம் நின்ற நிலையிலேயே பேசிக்கொண்டிருந்தீர்கள். பிறகென்ன நடந்தது. நீங்கள் தொடர்ந்து பேசிக்கொண்டுதானிருந்தீர்கள், ஆனால் அங்கே தங்கியிருக்கும் கால அவகாசம் முடிந்துவிட்டதால் நான்தான் தவிர்க்கவியலாமல் வெளியேறவேண்டியதாகிவிட்டது, ஆனால் நான் உங்கள் முன்பிருந்து நகர்ந்தபோது நீங்களும் பேசியபடியே என்னைப் பின்தொடர்ந்து வந்தீர்கள், நீங்கள் உங்கள் வசத்திலில்லையென்பது எனக்கு நன்றாகத் தெரிந்துதானிருந்தது, அதே நிலையில் நீங்கள் ஒருவேளை வீதிக்கே வந்துவிடக் கூடுமென்று நான் அஞ்சவும் செய்தேன், ஆனால் என்னால் உங்களைத் தொட்டுப் பிரக்ஞை நிலைக்கு மீட்கும் தைரியமோ அவகாசமோ இருக்கவில்லை, முதலில் இப்படித் தூக்கத்தில்

நடப்பவர்களையோ பேசுபவர்களையோ பாதியில் எழுப்பினால் அவர்களுடைய மனநிலை கடுமையாகப் பாதிக்கப்படுமென்றும் அவர்களை அமைதியாக அழைத்துச் சென்று திரும்பப் படுக்க வைத்துவிடுவதுதான் சரியான வழியென்றும் பொதுவாக அவர்களே திரும்ப வந்து படுத்துக்கொண்டுவிடுவார்களென்றும் நான் கேள்விப்பட்டிருக்கிறேன், இரண்டாவதாக அன்று நானிருந்த நிலை நீங்கள் திறந்திருக்கும் வீட்டிலிருந்து தன்னினைவின்றி ஆபத்தான முறையில் வெளியேறக்கூடுமென்று நான் ஊகித்தபோதும் உங்களுக்கு உதவி செய்யவியலாதவனாய் என்னை ஆக்கிவிட்டிருந்தது, அதற்காக நீங்கள் என்னை மன்னிக்கவேண்டும். பரவாயில்லை என்றாள் பாகீரதி. ஆனால் நீங்கள் எதற்காக எங்கள் வீட்டிற்குள் நுழைந்தீர்கள். அந்த இளைஞன் திரும்பவும் இந்த இடத்தில் பதில் சொல்ல முடியாமல் திணறினான். ஆனால் அந்தத் திணறல் அதை எப்படிச் சொல்வது என்பது குறித்த யோசனையினாலேயேயன்றி எப்படித் தவிர்ப்பது என்கிற கவலையினால் உண்டானது அல்ல. சிறிதுநேரம் வாளாயிருந்துவிட்டு அவன் பிறகு ஒரு முடிவிற்கு வந்தவனைப்போல தொண்டையைக் கனைத்துக்கொண்டு மெதுவான குரலில், ஏனென்றால் அன்று வீதியோர வீடுகளின் வரிசையில் உங்கள் வீடுதான், உங்கள் வீடு மட்டும்தான், எனக்காகத் திறந்திருந்தது என்று பதில் சொன்னான். பாகீரதிக்கு அவன் சொன்னது புரியவில்லை. அவள், துரதிர்ஷ்டவசமாக அன்றுதான், அன்று மட்டும்தான், நான் வாயிற்கதவின் உட்புறத் தாழ்ப்பாளைப் போட மறந்திருந்தேன், ஆனால் அது நிச்சயமாக உங்களுக்காக அல்ல என்றாள். ஆனால் திறந்திருந்ததால் நுழைவதற்கு உங்களைப் பார்த்தால் நாலு கால் பிராணியைப்போலவோ திருடனைப் போலவோ தெரியவில்லையே, மேலும் திண்ணையில் ஒரு பெண் தூங்கிக்கொண்டிருக்கிறாளென்பது வீதியிலிருந்து பார்த்தாலே தெரிந்துவிடுமே, எனில் குறைந்தபட்ச நாகரிகம்கூட உங்களை அப்படித் திடுதிப்பென்று உள்ளே பிரவேசிப்பதற்கு அனுமதித்திருக்காதே. இளைஞன் அதற்கும் பதிலளித்தான். ஆனால் அவனுடைய குரல் அவன் பேசப் பேசச் சிறுத்துக்கொண்டே வந்து கடைசியில் கூர்ந்து கவனித்தால் மட்டுமே கேட்கக்கூடிய அளவிற்கு அவனுடைய தொண்டைக்குள்ளேயே சுருண்டுகொண்டுவிட்டது. அவன் சொன்னான், நான் திருடனோ விலங்கோ இல்லைதான், ஆனால் அன்று நான் காவல்துறையினரால் துரத்தப்பட்டுத்தான் ஓடி வந்துகொண்டிருந்தேன், சிம்மக்கல் சந்திப்பின் சிக்கலான வடிவமைப்பைப் பயன்படுத்திக்கொண்டு அவர்களுக்குச் சற்றுப் போக்குக் காட்டிவிட்டு வடக்குவெளிவீதிப் பக்கமாகத் திரும்பினேன், என்றாலும் அவர்கள் சீக்கிரமே சுதாரித்துக்கொண்டு

என்னைப் பின்தொடர்ந்துவிடுவார்களென்றும் அஞ்சினேன், நேராக சிக்னல் விளக்குச் சந்திப்பை நோக்கி எதிர்த்திசையில் ஓடித் தப்பித்துவிடவேண்டுமென்பதுதான் முதலில் என் திட்டமாக இருந்தது, ஆனால் சந்தைத் திடலிலிருந்து கிட்டத்தட்ட இரண்டு கல் தொலைவு ஓடிவந்ததால் உண்டான மூச்சிரைப்பும் வலியும் ஓடிக்கொண்டிருந்த வழியில் காற்றினால் மெலிதாகத் திறந்து மூடி ஊசலாடிக்கொண்டிருந்த உங்கள் வீட்டுக் கதவையும் கம்பியழிகளின் இடைவெளிகளிலிருந்து உள்ளே பார்த்தபோது காணக் கிடைத்த ஆளரவமற்ற வெறிச்சிடலையும் பார்த்ததும் அதனுள் புகுந்துகொள்ளும் யோசனையைத் திடீரென்று என் மண்டைக்குள் புகுத்திவிட்டது, முதலில் பதற்றத்தில் நான் உங்களைக் கவனிக்கவுமில்லை, வீதியில் போகிறவர்களுக்கு வித்தியாசமாகத் தெரியாதபடி இயல்பாகக் கதவைத் திறந்து கொண்டு உள்ளே நுழைந்து திண்ணைப் படிகளிலேறி அதன் விளிம்பிலிருந்த இந்தத் தூணின் பின்புறம் என்னை மறைத்துக் கொண்டு நின்றபிறகுதான் எனக்கு எதிரே தரையில் ஒரு பெண் படுத்திருப்பதை என் கண்கள் கவனித்தன, உண்மையில் அது என் நடுக்கத்தை இன்னும் அதிகப்படுத்தத்தான் செய்தது, நான் உடனே வெளியேறிவிடலாமா என்றுகூடத் துணிந்து விட்டேன், ஆனால், ஆனால் அதே கணத்தில் நீங்கள் நான் வந்ததைத் தெரிந்துகொண்டுவிட்டவரைப்போல திடீரென்று விழித்துக்கொண்டுவிட்டீர்கள், நீங்கள் கத்திக் கூச்சல் போடப் போகிறீர்கள் என்று நான் நினைத்து உங்களை நோக்கி என் நிலையை விளக்க முனைவதற்குள் என்னை நோக்கி நடந்துவந்து என்னெதிரேயே நின்றுகொண்டு படபடவென்று எதையோ பேசவும் ஆரம்பித்துவிட்டீர்கள், முதலில் நீங்கள் என்னைக் கண்டிக்கிறீர்கள் என்று நான் நினைத்தேன், பிறகு நீங்கள் என்னை என்ன செய்யச் சொல்கிறீர்கள் என்று தெரியாமல் திகைத்து நின்றுகொண்டிருந்தேன், சில நிமிடங்களுக்குப் பிறகுதான் நீங்கள் பேசிக்கொண்டிருப்பது என்னிடமே அல்ல என்று எனக்குத் தெரிந்தது. எவ்வளவு நடந்திருக்கிறது என்று நெட்டுயிர்த்துக்கொண்டாள் பாகீரதி. பிறகு, அப்படியானால் காவல்துறையால் தேடப்படுகிற குற்றவாளியா நீங்கள், அதனால் தான் உங்களைப் பற்றிய விபரங்களை என்னிடம் சொல்ல மறுக்கிறீர்களா என்றும் அவனைப் பார்த்துக் கேட்டாள். அவன் நெடுநேரத்திற்குப் பிறகு மறுபடியும் புன்னகைத்தான், காவல்துறையால் தேடப்படும் குற்றவாளி என்பது பெரிய வார்த்தை அம்மணி, அம்மாதிரியான குற்றமெதையும் நான் செய்துவிடவில்லை, சொல்லப்போனால் அன்று நானேகூட காவலர்கள் கைகளில் என்னை ஒப்படைத்துக்கொண்டிருந்தால் ஒரு சில மணி நேரங்களில் விசாரணை முடிந்து இருப்பிடம்

திரும்பியிருக்கலாம், எதிர்பாராதவிதமாக அன்று நான் ஒரு தெருச் சண்டையில் மாட்டிக்கொண்டுவிட்டேன், அது முற்றிக் கைகலப்பில் முடிந்துவிட்டது, அந்தச் சூட்டோடு காவலர் கைகளில் சிக்கியிருந்தால் கிடைத்திருக்கக்கூடிய பிரம்படிக்குப் பயந்து ஓடி வந்துவிட்டேன், அவ்வளவுதான், மற்றபடி நானும் பட்டப் படிப்பை முடித்துவிட்டுக் கௌரவமான உத்தியோகத்திலிருக்கும் ஒரு சராசரி மனிதன்தான், பொதுவாக இம்மாதிரியான சில்லரைக் குற்றங்களில் குற்றவாளி முதல் தடவை தப்பிவிட்டால் பிறகு அவனைக் கண்டுபிடிக்க அவர்கள் அதிகம் மெனக்கெட மாட்டார்கள். பிறகு அவன் பாகீரதியின் அடுத்த கேள்விக்காகக் காத்திராமல் (எப்படியும் கேட்கத்தான் போகிறாள்) அவளைப் பார்த்து அவர்களுடையது ஒரு பிராமணக் குடும்பம்தானே என்று கேட்டுவிட்டு (பாகீரதி ஆமாம் என்றாள்) தான் பெரியாரின் மானசீக சீடர்களில் ஒருவனென்றும், நாத்திகவாதியென்றும், திமுக உறுப்பினனென்றும் பெரியாருடைய தொண்ணூற்றைந்தாவது பிறந்த தினமான அந்த நாளில் சந்தைத் திடலில் கூட்டப்பட்டிருந்த திமுக பொதுக்கூட்டப் பேச்சைக் கேட்டுக்கொண்டிருந்தபோது தன்னருகே நின்று கொண்டு தொடர்ந்து அந்தப் பேச்சையும் பெரியாரையும் கேலி செய்துகொண்டேயிருந்த, தன் வயதையொத்த ஒரு பிராமண இளைஞருடன் தேவையில்லாமல் வாக்குவாதத்தில் ஈடுபட்டு வாதப் பிரதிவாதங்களின் போதை தன்னை மீறிச் சென்றுவிட ஆத்திரத்தில் உணர்ச்சிவசப்பட்டுச் சட்டென்று அவருடைய குடுமியைப் பிடித்திழுத்து அறுத்துவிட்டதாயும், தான் செய்த காரியத்தின் அநாகரிகத் தன்மையை உடனே உணர்ந்து விட்டாலும் அவரிடம் மன்னிப்புக் கேட்கவேண்டுமென முயற்சிப்பதற்குள் காவல்துறையினரின் இடையீடு நிகழ்ந்து விடவே முன்பு சொன்னபடி அடி பற்றிய பயத்தில் ஓடத் துவங்கிவிட்டதாயும் சொன்னான். பிறகு அவன் தான் பேச வேண்டியது எல்லாவற்றையுமே பேசி முடித்துவிட்டதாகத் திருப்தியடைந்துவிட்டவனைப் போலவும் நீதிபதியின் தீர்ப்பைக் கேட்கக் காத்திருக்கும் குற்றவாளியைப்போலவும் பாகீரதியின் பாதங்களில் கண்களைப் பதித்தவாறு அமைதியடைந்தான்.

பாகீரதி சிறிதுநேரம் அவனையே வெறிக்கப் பார்த்துக் கொண்டிருந்தாள். பிறகு மீண்டும் ஒருமுறை தலையைத் திருப்பித் தான் வழக்கமாகப் படுத்திருக்கும் முன்திண்ணைத் தளத்தைப் பார்த்துத் தன் உடல் அங்கே இல்லையென்பதை உறுதிப்படுத்திக்கொண்டாள் (பைத்தியக்காரி). பிறகு அது ஏன் அப்படி நிஜமாக இருந்து தொலைக்கிறது என்கிற சலிப்பும் கவலையும் கொண்டவள்போல மிக ஆழ்ந்த, கிட்டத்தட்ட ஒரு

பெரும் கேவலுக்கு மிக நெருங்கியிருந்த பெருமூச்சொன்றை வெளிப்படுத்திக்கொண்டே, நீங்கள் அத்தனை யோக்கியமானவ ரென்றால் சம்பவத்தின் அதிர்வு அடங்கிப்போன பின்பாவது அந்தப் பிராமணரைத் தேடிக் கண்டுபிடிக்க முயற்சி செய்திருக்கலாமே, அவரிடம் ஸ்தலத்தில் நீங்கள் கேட்க விரும்பிய மன்னிப்பைக் கேட்டிருக்கலாமே, செய்தீர்களா என்று கேட்டாள். இளைஞன் கிட்டத்தட்ட அவளுக்கு இணையானதாகவே தானும் ஒரு பெருமூச்சை வெளிப்படுத்திவிட்டுச் சொன்னான், அந்தச் சாத்தியமும் அதற்கான விருப்பமும் ஓர் உண்மையான பெரியார் சீடனாக எனக்கு இருக்கத்தான் செய்தது, தகராறுக்குள் காவலர்களின் தலையீடு உண்டாகிவிட்டிருந்ததால் ஒருவேளை அந்தப் பிராமணர் காவல்நிலையத்திற்குச் சென்று புகாரெதுவும் கொடுத்திருக்கக்கூடுமென்றும்கூட நான் ஊகித்துத்தான் வைத்திருந்தேன், இல்லையானாலுமே இரண்டு நாட்களுக்குப் பிறகு நானாகவே காவல்நிலையத்திற்குச் சென்று என்னுடைய உத்தேசத்தைச் சொல்லி அவர் அப்படியெதுவும் புகார் கொடுத் திருக்கிற பட்சத்தில் அவருடைய முகவரியைக் காவலரிடமிருந்தே பெற்றுக்கொண்டு அவரை அவர் வீட்டிலேயே சந்தித்துப்பேசிச் சமாதானப்படுத்தியிருக்கவும் முடிந்திருக்கும்தான், அவர் அப்படிப் புகாரெதையும் கொடுத்திருக்கவில்லையென்றாலுமே கூட அவரைத் தேட முயற்சித்தேனென்கிற ஆறுதலாவது என்னுடைய குற்றவுணர்வைப் பாதியாகக் குறைத்திருக்கும். பின் ஏன் அவன் அதைச் செய்யவில்லையாம். ஏனென்றால் அதற்குள் ஜெமினியென்பவரைத் தேட வேண்டிய தலையாய வேலை அவன் முதுகில் வந்து தொற்றிக்கொண்டுவிட்டது. அது அவனால் அவமானப்படுத்தப்பட்ட பிராமணரைத் தேடும் பிரயாசையிலிருந்து அவனை விலக்கி வைத்துவிட்டது. ஜெமினியை அவன் ஏன் தேட வேண்டும். ஏனென்றால் ஜெமினியிடமிருந்து பாகீரதிக்குப் பரிசளிக்கப்பட வேண்டிய பொருளொன்று நிலுவையிலிருக்கிறது. அது ஏன் அவனுடைய தலையாய வேலையாக மாறவேண்டும்.

இந்த இடத்தில் மீண்டும் அவர்களிருவருடைய உரையாடல் தடைப்பட்டு நின்றுவிட்டது. மீண்டும் அந்த இடத்தை (பேசிப் புரியவைக்கவேண்டிய அவசியத்தை விலக்கும்) மௌனம் கைப்பற்றிக்கொண்டது. தன் வாலைத் தானே கவ்விக் கொண்டிருக்கும் பாம்பைப்போல சில நிமிடங்களுக்குமுன் தன்னை மூச்சுத் திணறலுக்கு உள்ளாக்கிய பழைய கேள்விக்கே தான் திரும்பிவிட்டோமென்பது பாகீரதிக்கும் தெரிந்துபோனது. மீண்டும் அவர்களிருவருடைய கண்களும் தவிர்க்கவியலாதபடி சந்தித்துச் சிக்கிக்கொண்டு பார்வை சில வினாடிகளுக்கு விடுபட

முடியாமல் திணறியது. முன்பைப் போலவே பாகீரதியும் அந்தத் திணறலை வேறொரு கேள்வியின் மூலமாக உடைத்துக்கொண்டு வெளியே வருவதற்கு (அதற்கான முயற்சியெதையுமே செய்யாமல் அதற்கும் தனக்கும் சம்பந்தமேயில்லாதவனைப்போல அவன் மட்டும் அப்படியே கல்லுப் பிள்ளையாரைப்போல உட்கார்ந்திருக்கிறானேயென்கிற கோபத்துடன்) பிரயத்தனப் பட்டாள். எனவே அவள் கேட்டாள், சரி, அத்தனை கஷ்டப்பட்டு எனக்காக வாங்கி வந்த அந்தச் சித்திரத்தை நேரடியாக என் கையில் கொடுக்காமல் ஏன் ஒரு திருட்டுப் பொருளைப் போல திண்ணைப் படிகளின் மீது வைத்துவிட்டுச் சென்றீர்கள். அந்த இளைஞன் அதற்கும் வழக்கம்போல யோசிப்பதற்குச் சிறிது அவகாசம் எடுத்துக்கொண்டபின், ஏனோ எனக்கு உங்களை நேருக்கு நேராகப் பார்த்துப் பேசும் தைரியம் வரவில்லை, அப்போது மட்டுமல்ல, இப்போதும்தான், இதை நீங்கள் நம்புவீர்களென்றும் ஏற்றுக்கொள்வீர்களென்றும்கூட எனக்கு நம்பிக்கையிருக்கல்லை, என்னுடைய கடமை இதை உங்களிடம் சேர்ப்பிப்பது என்பதாக மட்டுமே இருந்தது, பிறகு இதன் விதி உங்கள் தேர்வைப் பொறுத்தது என்று எனக்கு நானே சொல்லிக்கொண்டேன், இப்போதுகூட நீங்கள் என்னைக் கவனித்துவிட்டதால்தானே, இதற்குப் பிறகு நான் அங்கிருந்து நகர்ந்துவிட்டால் என்னை நீங்கள் திருடனென்று முடிவே கட்டிவிடக்கூடுமென்கிற அச்சத்தில்தானே, உங்களருகே வரத் துணிந்தேன். பாகீரதி மெதுவாகத் தலையை ஆட்டிக்கொண்டாள். உண்மைதான், ஆனால் தினமும் இப்படி நீங்கள் வந்து இங்கே நின்றுகொண்டிருக்கிறீர்களாயென்ன, ஏனென்றால் என்னை யாரோ எப்போதும் உற்றுப் பார்த்துக்கொண்டிருப்பதைப்போன்ற ஓர் உணர்வு அந்த மதியத்திற்குப் பிறகு என்னை விடாமல் பற்றிக் கொண்டேயிருந்தது என்றாள். அவன் சற்று வெட்கத்துடன் அதை ஒப்புக்கொண்டான். பாகீரதி அந்தப் பதிலை எதிர்பார்க்காதவள் போல உடனே சற்றுப் பதற்றத்துடன், நான் இந்த வீதியை என் மதியத்தூக்கக் கலக்க வேளையில் மீன்கள் நீந்தும் நீர்ப்பரப்பாகக் காண்பதைத் தவிர மற்ற பொழுதுகளில் வேடிக்கை பார்த்துக்கொண்டிருக்கும் பழக்கமுடையவளல்ல, ஆகவே உங்களைக் கவனிக்கத் தவறியிருப்பேனாயிருக்கும், ஆனால் என் கணவர், அவர் பணிக்குக் கிளம்பும் வேளையில் இயல்பாகவே ஒரு கணவனுக்கேயுரிய அற்பத்தனமான எச்சரிக்கையுணர்வில்கூட உங்களைக் கவனித்திருக்க வாய்ப்புண்டே, அப்படி நீங்கள் தினமுமே வீட்டிற்கெதிரில் நின்றுகொண்டிருப்பதானது ஏதோவொரு நாளில் அவருடைய கவனத்தையும் ஈர்த்திருக்க வேண்டுமே என்று கேட்டாள். ஆனால் அந்த இளைஞன் மதிய

வேளைகளில்தான் அந்த வீட்டிற்கு எதிரே தன்னைச் சிறிது நேரம் நிகழ்த்திக்கொள்ளும் பழக்கமுள்ளவனாய் இருந்தான். அது அவளுடைய கணவர் தன் பணிக்குச் சென்றிருக்கும் பொழுதாகத்தானிருந்தது (உண்மையில் அவளுக்குப் பள்ளி செல்லும் வயதில் ஒரு பெண் குழந்தை இருக்கும் விஷயம்கூட அவனுக்குத் தெரிந்திருக்கவில்லை). எனவே அவர் அவனைப் பார்த்திருக்க வாய்ப்பேயில்லை. மட்டுமல்ல அவனும் அவரை இதுவரை பார்த்ததில்லை. ரொம்ப நல்லதாயிற்று, ஆனால் அவனுடைய தினப்படி வரவு வடக்குவெளிவீதிப் பிரதானச் சாலையின் இருபுறங்களிலிருக்கும் வாகன உதிரி பாகங்கள் விற்கும் கடைகளிலும் மாவு அரைக்கும் எந்திரசாலைகளிலும் மாடர்ன் லாடஜ் உணவகத்திலும் அதன் வாசலிலிருக்கும் (ஹேமாவுக்காகவே சங்கர்லால் துப்பறியும் கல்கண்டு இதழ்களை வாங்கி விற்றுக்கொண்டிருந்த, அவள் மூலமாகவே அவளுடைய தாய் தகப்பனைப்பற்றியும் தெரிந்து வைத்திருந்த பெட்டிக்கடையிலுமிருக்கும் ஊழியர்கள், குடித்தனக்காரர்கள் (குறிப்பாகப் பக்கத்து வீட்டுப் பெண்மணி), மற்றும் முதலாளிகளின் கவனத்தைக் கவர்ந்து சந்தேகப்படும்படி செய்திருக்காதா. அதற்கும் வாய்ப்பில்லை, ஏனென்றால் அவன் தினமும் ஒரேயிடத்தில் (சாலையின் எதிர்ப்புற நடைபாதையில்) நின்று அந்த வீட்டைக் கவனித்துக்கொண்டிருப்பதில்லை, ஒருநாள் அது மூர்த்தி வாகன உதிரிபாகங்கள் விற்கும் கடை வாசலாகயிருந்தால் மறுநாள் அது வக்கீல் புதுத்தெருச் சந்திப்பில் அவ்வை மாநகராட்சிப்பள்ளி வாயிலிலிருக்கும் பன்னீர் மரத்தடியிலிருந்தாக இருக்கும் இன்னொரு நாள் அதுவே அந்தச் சாலை சிம்மக்கல் சாலையாயும் தனுஷ்கோடி ரஸ்தாவாயும் பிரியும் முனையிலிருக்கும் மின் வாரிய அலுவலகத்தின் படிக்கட்டுகளிலிருந்தாக இருக்கும், மேலும் அவளைச் சந்தித்ததற்குப்பின் அப்படி வந்து நிற்கலாமா கூடாதா என்கிற ஊசலாட்டத்திலும் பிறகு ஜெமினியைத் தேடி அலைந்ததிலும் தன்னுடைய உத்தியோகம் சம்பந்தப்பட்ட பிரச்சனைகளுக்காக செலவிட்டதிலும் போக அங்கே அவன் வந்து நின்றுகொண்டிருந்த நாட்கள் அப்படியொன்றும் அதிகமாகவும் இருந்துவிட முடியாது. ஆனால் ஒருவரைப் பார்க்க வேண்டுமென்று வந்துவிட்டு அத்தனை தொலைவில் மட்டுமல்லாமல் அவள் தூங்கிக்கொண்டிருக்கிற வேளையில் வந்து நின்றுகொண்டிருப்பது என்ன திருப்தியை அவனுக்குத் தந்துவிடும், திண்ணை உயரத்தில், கிடைவாட்டில், தரையில், அவள் படுத்திருக்கிறாளென்கிற மங்கிய அடையாளத்தையன்றி அவளுடைய முகத்தையே அவனால் பார்க்க முடியாதே. உண்மைதான், ஆனால் அதுவொன்றும் அவனுக்கு அத்தனை

கஷ்டமாகப் படவில்லை, தெரிந்துகொள்வது என்பதைப்பற்றிச் சற்றுமுன் பாகீரதி அவனுக்குச் சொன்ன தர்க்கத்தையே அவன் அவளுக்குத் திரும்பச் சொல்ல வேண்டியிருப்பதற்காக அவனை அவள் மன்னிக்கவேண்டும், ஒருமுறை அவள் முகத்தைப் பார்த்தபிறகு அவளைத் திரும்பப் பார்ப்பது என்பது நேராக அவள் முகத்தைப் பார்க்கவேண்டுமென்பதாயிராது, அவள் அங்கே இருக்கிறாளென்கிற தெரிதலும் அதனாலுண்டாகும் திருப்தியுமே அதற்குப் போதுமானது. பாகீரதிக்கு மீண்டும் மூச்சுத் திணறல் ஏற்பட்டது. ஆனால் இந்த முறை தன்னால் அதைச் சமாளித்துக்கொள்ள முடியுமென்று அவளுக்குத் தோன்றவில்லை (கைவசம் இன்னும் கொஞ்சம் கேள்விகள் இருந்தபோதிலும்கூட). அவள் சட்டென்று எழுந்துவிட்டாள். எனவே அந்த இளைஞனும் வேறு வழியின்றி எழ வேண்டியதாகிவிட்டது. பாகீரதி தன் திணறலை மறைத்துக்கொள்ளும் கடும் பிரயாசையுடன், உங்கள் அன்பிற்கும் பரிசுக்கும் நன்றி, என் மகள் பள்ளியிலிருந்து திரும்பும் நேரமாகிவிட்டது, அவளுக்கான தயாரிப்புகளை நான் தொடங்கியாகவேண்டும் என்றாள். அவன் பதிலுக்கு, ஆம், நானும் உங்களுடைய மிக அழகான மதியத்தூக்கப் பொழுதை எடுத்துக்கொண்டுவிட்டேன், அதற்காகவும் நான் ஏதும் தவறாகப் பேசியிருந்தால் அதற்காகவும் என்னை நீங்கள் மன்னித்துக்கொள்ள வேண்டும், வருகிறேன் என்று சொல்லிவிட்டு வாசலை நோக்கி நடந்தான். சில தப்படிகள் அவன் கூடவே நடந்த பாகீரதி அவன் கம்பியழிகளில் கை வைக்கும் முன் அவனிடம், நாம் போதுமான அளவு பேசிவிட்டோமென்றே நான் நம்புகிறேன், இப்போதாவது நீங்கள் யார், உங்கள் பெயர் என்ன என்பதை எனக்குச் சொல்லலாமே என்று கேட்டாள். அந்த இளைஞன் அந்த நிலையிலேயே பல வினாடிகள் சாலையை உற்றுப் பார்த்துக்கொண்டிருந்துவிட்டு அவளைத் திரும்பிப் பார்க்காமலேயே இப்படிச் சொன்னான், இதுவொன்றும் மர்மக் கதையல்ல நான் யாரென்பதைக் கதையின் கடைசிவரை தள்ளிப்போட்டுக்கொண்டிருப்பதற்கு, இன்னும் சிறிது நேரத்தில் கதையின் போக்கில் தானாகவே அது வெளிப்பட்டுவிடத்தான் போகிறது, ஆனால் நான் யாராக இருந்தாலும் உங்களுக்கு ஜெமினியாகத்தான் அறிமுகமானேன், பிறகு ஏனோ நான் ஜெமினியாகவே இருக்க வேண்டுமென்பதே என்னுடைய விருப்பமாயும் ஆகிவிட்டது, பிறரால் அழைக்கப்படும் நேரங்களில் தான் என் தாய் தந்தையர் எனக்கு வைத்த பெயர் என் நினைவிற்கு வருகிறது, நான் யாராக இருந்தாலென்ன, உங்களுக்கு நான் ஜெமினியாகவே இருக்க என்னை அனுமதியுங்கள் என்றான். பாகீரதியால் பதில் சொல்ல முடியவில்லை. அவள் அவன்

போன பிறகும்கூட நெடுநேரம்வரை அந்தப் பேச்சிலிருந்து விடுபட முடியாமல் திகைத்துப்போய் நின்றுகொண்டிருந்தாள்.

பாகீரதியிடம் அவன் சொன்னது சரிதான். இதுவொன்றும் மர்மக் கதையல்ல. நாடகீயப்படுத்தப்பட்ட ஒரு சாதாரணக் குடும்பக் கதைதான். எனவே உணர்வோதங்களின் பாதையின் மீதாக நேயர்களைப் பயணிக்கச் செய்வதெனும் இதன் பிரதான இலட்சியத்திலிருந்து அவர்களுடைய கவனத்தைத் திசை திருப்பக்கூடிய சில்லரை மர்ம முடிச்சுகளுக்கு இடம் கொடுக்காமல் இயன்றவரை காரண காரியக் காட்சிகளைக் கால இடைவெளியைத் தாண்டியும் நெருக்கமாக இணைத்து அவர்களின் மனதையல்லாமல் மூளையை அதிகம் தொந்தரவு செய்யாதபடி கதை சொல்லவே நாம் முயல்கிறோம். ஆனால் எத்தனை கவனமாய் இருந்த போதிலும் கதையின் போக்கில் மர்ம முடிச்சு விழுந்துதான் விடுகிறது. அம்மாதிரியான சமயங்களில் சாதாரண வாழ்வு என்பதும்கூட ஒத்திப்போடப்படும் முடிவுகளற்ற நிலையில் சாதாரணத்துவம் பெறுவதில்லையென்றும் தோன்றி விடுகிறது. உதாரணமாக இந்தக் கதையில் அவ்வப்போதும் சவிதா தேவி பேசும் காட்சியில் சிறப்பாயும் இடம் பெறும் ஜெமினியின் மூன்று சித்திரங்கள் பற்றிய குறிப்பு. அவை இடம் பெறும் போக்கில் டிம் துரையென்னும் வில்லியம் ஆர்ச்சரின் கைகளிலிருந்து பாகீரதியின் கைகளுக்கு எப்படி வந்தது என்கிற ஒரு மர்மத்தைக் கதைக்குள் கிளறி விட்டுவிடுகின்றன. வேண்டுமென்று செய்ததல்லயென்றாலும் இது இப்படித்தான் நிகழ்ந்துவிடுகிறது. எனவே மர்மம் கதை சொல்லலின் ஒரு தவிர்க்கவியலாத அங்கமாக ஆகிவிடும்போது பிரதானக் கதையின் ஒழுக்கை ஆங்காங்கே உடைத்து அதைப் பகிரங்கப்படுத்திவிட்டுப் போவதுதான் நம்மால் இயலுகிற காரியமாயிருக்கிறது. வேண்டுமானால் கால அவகாசத்தைக் கருத்தில் கொண்டு ஜெமினியின் கன்னிச் சித்திரங்கள் பாகீரதியின் கைகளுக்கு வந்த கதையை அவள் ஓர் அசட்டு இளைஞனை அந்தச் சித்திரங்களைக் கொண்டு சமாளித்த கதையோடு இணைத்துப் பார்த்துவிடுவோம். இந்த விதத்தில் இது நம் விருப்பமின்றியே ஓர் அரைகுறை ஃபிராய்டியக் கதையாக மாறுவதை நம்மால் தவிர்க்க முடியவில்லையென்றாலும் (எல்லாக் குணப் பிறழ்வுகளுக்கும் ஒரு பின்கதை இருந்தேயாகவேண்டுமாயென்ன) பின்பொருநாள் பாகீரதியின் தாயார் பூரணியம்மாள் எப்படியும் இதை அரங்கநாதன் நம்பிக்குச் சொல்லத்தான் போகிறாரென்பதோடுகூட பாகீரதியின் குணநலன் பற்றிய ஓர்

அறிமுக நிகழ்வாக இதைத் தெரிந்துகொள்வது பிற்பாடு கதையில் விவரிக்கப்படவிருக்கிற அவளுடைய செயல்பாடுகளைப் புரிந்துகொள்ளவும் ஒருவகையில் நமக்கு உதவக்கூடும் என்பதால் பூரணியம்மாளின் குரலிலேயே அந்தக் கதை.

பாகீரதியும், அவளுடைய எட்டாவது வயதில் அவளுடைய தகப்பனாரால் அவளுக்குப் பிறந்த நாள் பரிசாக அளிக்கப்பட்ட, ஜெமினி என்கிற ஒரு முகம் தெரியாத ஓவியனுடைய மூன்று சித்திரங்களையும் துவக்கத்தில் அவர் திருநெல்வேலி புகைவண்டி நிலையத்தில் பயணச்சீட்டுப் பரிசோதகராய்ப் பணியாற்றிக் கொண்டிருந்த காலத்தில் வட இந்தியாவிலிருந்து மாற்றலாகி வந்த ஒரு பிரிட்டிஷ் அதிகாரி கொண்டுவந்து நிலையத்தின் அலுவலகச் சுவரில் தன்னுடைய இருக்கைக்குப் பின்னால் மாட்டி வைத்திருந்தாராம், சாஸ்திரி காலத்தில் அந்த அலுவலகம் புதுப்பிக்கப்பட்டபோது வெள்ளைக்காரனால் மாட்டப்பட்டவை என்கிற காரணத்திற்காகவே பழம்பொருள் வைப்பறைக்குள் தூக்கி எறியப்படவிருந்த அவற்றை மேலதிகாரியிடமிருந்து மகளுக்காக இரந்து பெற்று வீட்டிற்குக் கொண்டு வந்ததாக அவர் எங்களிடம் சொன்னார், அந்தச் சித்திரங்களும் பாகீரதியும் சிறு வயது முதல் ஒன்றாகவே வளர்ந்தார்கள், ஓவியமென்ன நாயா பூனையா ஒன்றாக வளர்வதற்கு, ஆனால் பேதைப் பருவத்தில் அதைத் தன் கையில் பரிசாகப் பெற்ற பாகீரதி பிறகு பெதும்பை, மங்கை, மடந்தை, அரிவை என்று வளர்ந்ததைப் போலவே அந்தச் சித்திரங்களும் அவளுடைய அவ்வப்பருவத்தின் கற்பனைகளுக்கேற்பப் புதிது புதிதான, ஒவ்வொரு முறையும் முந்தையதைவிட அதிக ஆழமும் கவர்ச்சியும் ஆபத்தும் கொண்டதான அர்த்தங்களைப் பெற்றுக்கொண்டிருந்தன என்பதைத்தான் அவையும் வளர்ந்துகொண்டிருந்தன என்றேன், பாகீரதிக்கு இந்தச் சித்திரங்களைப் பார்ப்பதற்கு முன்பு சித்திரங்களின்பால் ஈர்ப்பிருந்ததாக எனக்கு நினைவில்லை, ஆனால் மற்ற குழந்தைகளைவிட அதிகமான நுண்ணுணர்வும் புத்திசாலித்தனமும் கொண்ட குழந்தையாக இருந்தாள் என்பது நிச்சயம், பாகீரதி கடைக்குட்டி, அவளுக்கு முன் எனக்குப் பிறந்தது ஐந்து பிள்ளைகள், மூத்தவள் பார்வதி, பிறகு மனோகரி, மூன்றாவது சங்கரி, அதற்குப் பிறகும் குழந்தைகள் பிறந்ததற்குக் காரணம் தனக்கொரு ஆண் வாரிசைப் பெற்றுத் தரும் வரையில் என்னைக் கர்ப்பிணியாகவே வைத்திருப்பது என்று பாகீரதியின் தகப்பனார் முடிவு செய்திருந்ததுதான், மனோகரிக்கும் சங்கரிக்குமிடையில் ஓர் ஆண் குழந்தை பூஞ்சையாகப் பிறந்து மூன்று நாட்களில் இறந்து போய்விட்டது. சங்கரிக்குப் பிறகு ரமணியும் வேதாந்தமும் இரட்டைகளாகப் பிறந்தபோது அதோடு சதா சர்வ காலமும்

பாகீரதியின் மதியம் 175

வயிற்றைத் தள்ளிக்கொண்டு திரியும் நாட்கள் முடிவிற்கு வந்து விட்டதாகத்தான் நான் நம்பினேன். ஆனால் என் கழுத்தில் தாலி கட்டியபோதே பாகீரதியை மகளாக அடைவதொன்றே தன் வாழ்வின் இலட்சியம் என்று மனதில் வரித்திருந்தவரைப்போல இவர் அவளை என்னுடைய முப்பத்தொன்றாவது வயதில் (அவருக்கு அப்போது வயது நாற்பத்தொன்று) என் வயிற்றில் கொடுத்த பிறகே சமாதானமானார், பாகீரதி பிறக்கும்வரை வளர்ந்த பெண்கள் கேலி செய்வார்களேயென்கிற லஜ்ஜைகூட இன்றி குட்டிபோட்ட பூனையாக என்னைச் சுற்றிச் சுற்றி வந்துகொண்டிருந்தவர் (அதற்குக்கூட வினோதமாக என் கால்களின் அழகை ஒரு காரணமாய்ச் சொல்லுவார், நீண்ட, சுத்தம் செய்யப்பட்ட கூரையில் விழுந்து வழியும் மழைத் தாரையைப்போன்ற ஸ்படிகத் தன்மை கொண்ட அந்தவிதமான கால்கள் கோடியில் ஒருத்திக்கே வாய்க்கப் பெறுவதென்றும் பரபுருஷர்களின் கண்களிலிருந்து மறைக்கப்பட்டிருக்கும் அந்த அழகின் திமிறலே என் முகத்தில் பிரதிபலித்து என்னை அழகியாகக் காட்டிக்கொண்டிருக்கிறதென்றும் சாகும்வரை அவர் உளறிக்கொண்டிருந்தார், சில சமயங்களில் அவர் சொல்லிச் சொல்லி எனக்கே அவற்றில் ஏதோ ஒரு விசேஷத் தன்மை இருக்கும் போல என்று தோன்றி அவற்றைக் கவனமாகப் பராமரிக்கும் கவலை ஏற்பட்டிருக்கிறது, யௌவனம்தான் மண்ணில் எத்தனை அழகான பைத்தியங்களை உருவாக்கி உலவ விடுகிறது) பாகீரதி என் சாயலில் பிறந்தபோது நான் பெண்ணாகப் பிறந்ததன் பலனைப் பூரணமாக நிறைவேற்றிவிட்டேனென்று பகிரங்கமாகவே அறிவித்துவிட்டு நிரந்தரமாகவே என்னைத் தனியே படுக்கச் சொல்லிவிட்டார், அதற்குப் பிறகு தாம்பூலத்தின் மணமும் பௌர்ணமி நிலவின் மோகனமும் அபூர்வமாகக் கிடைக்கும் தனிமையும் சேர்ந்த எந்த ஓர் இரவிலும் நான் என் தவிப்பை அவரிடம் சொல்வதற்கு என்னுடைய வளர்ப்பும் என்னை அனுமதிக்கவில்லை, அவர் மாரடைப்பால் ஐம்பத்து மூன்றாவது வயதில் திடீரென காலமாவதற்குச் சில மாதங்களுக்குமுன் அப்படிக் கிடைத்த ஒரு சந்தர்ப்பத்திலும் (அநேகமாக அது மனோகரிக்குச் செங்கோட்டை புகைவண்டி நிலையத்தில் நிலைய அதிகாரியாக உத்தியோகத்திலிருந்த வெங்கட்ராமனை நிச்சயம் பேசி முடித்த நாட்களில் ஒன்றாக இருக்கலாம், வீடு பூரா அப்போது கிறக்கமூட்டும் கல்யாண வாசனையில் மூழ்கியிருந்தது) நான் அவரை நெருங்க முயற்சித்தபோது என் முகத்தைத் தன் கைகளில் ஏந்தி அதில் பிரத்யட்சமாகும் பாதங்களை நமஸ்கரிக்கும் பணிவுடனும் ஸ்பரிசிக்கும் பரவசத்துடனும் கண்களில் கண்ணீர் வழிய அதை உற்றுப் பார்த்த அவர் என்னையே தன் மகளாகப் பாவித்து வளர்த்திருக்கக்கூடிய

குழந்தைமை என் கண்களின் பிரகாசத்திலும் உதடுகளின் சிறு சுழிப்பிலும் ஒளிர்ந்துகொண்டேயிருந்ததை பாகீரதி பிறந்த பிறகே தன்னால் கண்டுகொள்ள முடிந்ததெனவும் இனி என்னைச் சேருவதென்பது தன்னால் ஆகாத காரியம் எனவும் சொல்லி என் நெற்றியில் முத்தமிட்டுவிட்டுப் போய்விட்டார். சங்கரி வேடிக்கையாகச் சொல்லுவாள், அம்மா, உனக்கு உன் பெண்தான் சக்களத்தி என்று,

பாகீரதியின் தகப்பனாருக்கும் பாகீரதிக்கும் இடையே இருந்த உறவு தகப்பன் மகள் என்கிற சம்பிரதாயமான உறவு நிலையைக் கடந்த ஒன்றாக இருந்தது என்பது என்னிடம் மட்டுமல்ல, விளையாட்டான பொறாமையோடு அதற்கு ஆட்சேபம் தெரிவிக்கும் என்னுடைய மற்ற பிள்ளைகளிடம் மட்டுமல்ல, காருக்குறிச்சிக்காரர்களிடம் மட்டுமல்ல, அலுவலகத்தில் சிறிதுநேரம் தாமதமாக உட்கார்ந்தாலும்கூட மகள் தன்னைத் தேடத் தொடங்கிவிடுவாளென்று ஐயருக்கு உடலெல்லாம் உதறத் தொடங்கிவிடும் என்று அவரைக் கிண்டல் செய்து வீட்டிற்கு அனுப்பி வைக்கும் அளவிற்கு அவருடைய மேலதிகாரிகளிடம்கூட பிரசித்தி பெற்றிருந்த விஷயமாக இருந்தது, கொல்லம் செல்லும் பயணிகள் புகையூர்தி சரியாக மாலை நான்கு மணி முப்பது நிமிடங்களுக்கு காருக்குறிச்சி புகைவண்டி நிலையத்தில் நின்று ஒரு நீண்ட சீழ்கையொலியை எழுப்பிவிட்டுத்தான் அதைக் கடந்து செல்லுமென்பதும் அப்போது எங்கள் வட்டாரத்தில் பிரபலமாகியிருந்த அன்றாட நிகழ்வுகளில் ஒன்றுதான், அது அவருடைய வேண்டுகோளுக்கிணங்க அவருடைய வருகையை நிலையத்திலிருந்து கூப்பிடு தூரத்திலிருந்த எங்கள் மேலத்தெரு வீட்டினுள் அவரை எதிர்பார்த்துக் கையில் பட்சணங்களுடன் காத்துக்கொண்டிருக்கும் குழந்தை பாகீரதிக்குத் தெரியப்படுத்தும் விதமாக அதன் ஓட்டுநர் அனுப்பி வைக்கும் சமிக்ஞை, பாகீரதி பிறந்த பிறகு அவர் என்னை மட்டுமல்ல, தனக்கு வேறு ஐந்து பிள்ளைகளும் இருக்கிறார்கள் என்பதையேகூட மறந்துவிட்டார் என்றே மற்றவர்கள் சொல்லிக் கேலி செய்யும் வழக்கம் அதிகமாகிப் போனது, அவர் அவற்றைப் பொருட்படுத்தவில்லை, மாறாக அவற்றைத் தன் மகள்மேல் தான் வைத்திருக்கும் பிரியத்தை அறிவிக்கும் கட்டியங்களாகவே எடுத்துக்கொண்டார், சிலசமயம் அவரே அந்தக் கேலிப் பேச்சுக்களை ஊதிப் பெருக்கிவிட்டு அவை காதோடு காதாகச் சுற்றியலைந்து மீண்டும் தன் காதுகளை வந்தடையும்போது அதைச் சுகமாகக் கேட்டு அனுபவிக்கிறாரோ என்றுகூட எனக்குத் தோன்றுவதுண்டு, இந்தியாவிற்குச் சுதந்திரம் கிடைத்ததே பாகீரதி பிறந்த அதிர்ஷ்டம்தான் என்று சொல்லுமளவிற்கு அந்தப் பைத்தியம் அவரை உந்தியிருக்கிறது,

பாகீரதி பிறந்ததும் ஆகஸ்ட் பதினைந்துதான். சுதந்திரம் கிடைத்த அன்று நாங்கள் அவளுடைய ஆயுஷ்ஹோமத்தைக் கொண்டாடிக்கொண்டிருந்தோம், அவளுக்கு ஐந்து வயது ஆனபோது அது எப்போது ஆகுமென்று காத்திருந்தவரைப்போல அடுத்த விஜயதசமியன்றே சேரன்மகாதேவி பள்ளிக்கூடத்திற்கு அவளை அவரே கூட்டிச் சென்றதை எங்களுடைய மற்ற மூன்று பெண்களும் பின்னாளில் தங்கள் கணவர்களிடம்கூடச் சொல்லிச் சொல்லி மாய்ந்துபோய்க்கொண்டிருந்தார்கள், அவர்களுக்கு அந்த வாய்ப்பு அவர்களுடைய ஏழாவது வயதில்தான் கிடைத்தது, ஆண் குழந்தை ஆண் குழந்தை என்று ஒரு காலத்தில் ஆலாய்ப் பறந்துகொண்டிருந்தவர் ரமணியையும் வேதாந்தத்தையும் பள்ளிக்கூடம் சேர்க்க என்னை அனுப்பிவைத்துவிட்டு (அப்போது குழந்தை பாகீரதியைப் பார்த்துக்கொள்ளும் பொறுப்பைத் தான் ஏற்றுக்கொண்டு வீட்டிலேயே இருந்துவிட்டார், மட்டுமல்ல, நான் மதுரைப் புராணம் பாடும் போதெல்லாம் (மதுரைதான் எனக்குச் சொந்த ஊர், எட்டாம் வகுப்புவரை அங்கேதான் படித்தேன், படித்துக்கொண்டிருந்தபோதே கல்யாணம் பண்ணி இவரோடு இங்கே, காருக்குறிச்சிக்கு அனுப்பி வைத்துவிட்டார்கள், மதுரையின் கோலாகலங்கள் எப்போதும் மையம் கொள்ளும், வியாசராயபுர அக்ரஹாரத்தில் ஓடி விளையாடிக்கொண்டிருந்த சூழலிலிருந்து காருக்குறிச்சி மேலத்தெருவிற்குப் புலம் பெயர்ந்த முதல்நாளே அதன் அத்துவானச் சூழலைக் கண்டு பயந்து போய் திரும்ப என்னை மதுரையிலேயே கொண்டுபோய் விட்டுவிடும்படி இவர் காலில் விழுந்து புலம்புமளவிற்கு (அதை அவர்கள் உலகத்தோடு ஒத்து வாழத் தெரியாத பெண்ணின் பேதமை என்றார்கள்) அந்த நகரம் என்னை எப்போதும் ஆக்கிரமித்திருந்தது, அவர் இறந்த மறு வருடமே ஏதோ அங்கே நான் வந்த காரியம் பூர்த்தியாகிவிட்டது என்று நினைத்ததைப்போல காருக்குறிச்சியைக் காலி செய்துகொண்டு கிளம்ப முடிவெடுத்ததற்கும் காரணம் குழந்தைகளின் எதிர்காலம் என்பதைவிட மதுரையின் பல வருடக்கணக்கான ரகசிய அழைப்புத்தான் என்பேன்) அதட்டி என் வாயை அடக்கிக் கொண்டிருந்தவர் பிறகு பாகீரதியின் படிப்பிற்காக மதுரைக்குத் தன்னைப் பணிமாற்றம் செய்ய அரசாங்கத்திற்கு மனுப் போடுமளவிற்குச் சென்றார். அவளுக்கு உடுத்தி அழகு பார்க்கவென்று திருநெல்வேலியிலிருந்து அவர் வாங்கிவந்த ஆடை அணிகலன்களுக்கும் அவளுடன் உறவாடுமென்று கொண்டுவந்து இறைத்த சீமைப் பொம்மைகளுக்கும் அவள் படிப்பாளென்று வாங்கி வந்து வயதுக்கு மீறிய விஷயங்களை உள்ளிழுத்துக்கொள்ள முடியாமல் சுவாரஸ்யம் விட்டுப்போய், அவளால் மூலையில் தூக்கியெறியப்பட்டுவிட்ட புத்தகங்களுக்கும்

கணக்கு வழக்கே இல்லாமல்தான் இருந்தது, எல்லோருடைய அபிப்பிராயப்படியே பாகீரதி ஒன்றும் தெய்வப்பிறவியல்ல, அவளிடம் மட்டும் ஏன் அவருக்கு இத்தனை வாஞ்சை என்று யாருக்கும் கடைசிவரை தெரியவுமில்லை, அவர் நினைத்திருந்தால் அவளைக் கடைக்குட்டி என்கிற ஸ்தானத்திலிருந்தும்கூட விலக்கியிருந்திருக்க முடியும், அவரிடம் நாங்கள் நிறையச் சந்தர்ப்பங்களில் இந்தக் கேள்வியைத் திரும்பத் திரும்பக் கேட்டிருக்கிறோம், எப்போது யார் கேட்டாலும் அவருடைய பதில் ஒன்றாகத்தான் இருந்தது, இதற்கெல்லாம் காரணம் சொல்ல முடியுமா என்ன, தகப்பனாருடைய செல்லமும் இயற்கையான புத்திசாலித்தனமும் அபூர்வமான முக லட்சணமும் உடலழகும் பாகீரதியை மற்றவரால் புரிந்துகொள்ளவோ ஒத்துக்கொள்ளவோ முடியாத, ஒதுக்கிவிடவும் முடியாத அகம்பாவியாகத்தான் வளர்த்தது,

அவளைப் போலவேதான் அவள் சுவீகரித்திருந்த அந்த மூன்று சித்திரங்களும், அவைதான் ஒவ்வொரு காலக்கட்டத்திலும் (அவள் தகப்பனாரின் இறப்பிற்குப் பிறகு நாங்கள் அடுத்த வேளைச் சோற்றைப்பற்றி யோசித்துக்கொண்டிருந்த நாட்களில்கூட) புதுப்புதுச் சட்டங்களாலும் புதுப்புதுச் சுவர்களாலும் அவளால் எப்படிப் போஷிக்கப்பட்டுக்கொண்டிருந்தன, அலுவலகத்திலிருந்து அவள் அப்பா அவற்றைக் கொண்டுவந்தபோது அவை நுண்ணிய பொன்னிலைகள் பொறிக்கப்பட்ட (விக்டோரியா காலத்துத் தினுசு) தேக்குமரச் சட்டமிடப்பட்டிருந்தன, வாஸ்தவத்தில் அவை ஒரு திருமணப் பரிசாகவோ அல்லது கிரகப் பிரவேசப் பரிசாகவோ கொடுக்கப்படவேண்டியவையேயன்றி ஒரு பத்து வயதுச் சிறுமியின் கைகளில் ஒப்படைக்கத் தோதானவையே அல்ல, அவள் அவற்றை யாரையும் தொட்டுப் பார்க்கக்கூட அனுமதிக்கவில்லை, மாறாகத் தான் மட்டும் தொட்டுக்கொண்டே யிருக்கவேண்டுமென்று அவற்றை உயரே சுவரில் மாட்ட ஒத்துக்கொள்ளாமல் தரையிலேயே மூன்று பலகைகளைப் போட்டு பூஜையறையில் விக்ரகங்களைப் பிரதிஷ்டை செய்ததைப் போல அர்ச்சனையும் நைவேத்தியமும் செய்யாத குறையாக நிறுத்தி வைத்திருந்தாள். அப்போது அவள் தகப்பனார் தன்னுடைய மேலதிகாரியும் நண்பரும் பின்னாளில் பாகீரதி யினுடைய மாமனாராய் ஆனவருமான ஹாலாஸ்யம் மூலமாக மதுரையிலிருந்து மாதந்தோறும் வீட்டிற்கு அம்புலிமாமா வரவழைத்துக்கொண்டிருந்தார், மற்ற குழந்தைகளைப் போலவே அவளையும் ஆச்சார்யாவின் சித்திரங்கள் கிறங்கடித்துக் கொண்டிருந்தன, அவர் எந்தெந்தக் கதைகளுக்குப் படம் வரைந் திருந்தாரோ அந்தந்தக் கதைகளின் கருக்களைத் தன்னுடைய

மூன்று சித்திரங்களுக்குப் பொருத்தி மற்றவர்களிடம் அதைப் பீற்றிக்கொள்ளும் பழக்கம் பதின்வயதை எட்டும்வரை அவளிடம் தொற்றிக்கொண்டிருந்தது, அந்தப்படிக்குச் சில நாட்கள் அவற்றிலிருந்த ஆணும் இரண்டு பெண்களும் முறையே மதனகாமராஜனாயும் பௌர்ணமியன்று புனிதக் குளத்தில் நீராடுவதற்காகப் பூலோகத்திற்கு இறங்கி வந்த தேவதைகளாயும் இருந்தார்கள், அந்த நாய் போதிசத்துவரின் அவதாரங்களில் ஒன்றாய் இருந்தது, விரைத்துக்கொண்டிருந்த பெண்ணை யாராகக் கற்பனை செய்துகொண்டிருந்தாள் என்பது எனக்கு நினைவில்லை, அவளுடைய பன்னிரெண்டாவது வயதில் (மனோகரியின் கல்யாணத்தை முடித்த அடுத்த மாதம்) இவர் மாரடைப்பால் இறந்துபோன பிறகு நான் மீதமிருந்த நான்கு குழந்தைகளையும் கூட்டிக்கொண்டு காருக்குறிச்சி வீட்டைக் காலி செய்துவிட்டு இருபத்தாறு வருடங்களுக்குப் பிறகு மதுரைக்கே திரும்பக் குடி வந்துவிட்டேன், இவருடைய ஓய்வூதியம் வந்துகொண்டிருந்தது, மீனாட்சி நூற்பாலையில் வேலை பார்த்துக்கொண்டிருந்த பாகீரதியின் சித்தப்பாவும் வேதாந்தம் ஒரு வேலைக்குப் போகும் வரை ஓர்ப்படியின் முனகல்களைப் பொருட்படுத்தாமல் அவரால் முடிந்த உதவிகளைச் செய்துகொண்டிருந்தார், சங்கரி படிப்பை முடித்த கையோடு மணிநகரம் சரஸ்வதி வித்யாலயாவில் ஆசிரியையாக வேலைக்குச் சேர்ந்துகொண்டிருந்தாள், பள்ளி முடிந்து வீட்டுக்கு வந்ததும் பத்துப் பிள்ளைகளுக்குப் பாடம் சொல்லிக் கொடுத்து எப்படியோ சமாளித்துக்கொண்டிருந்தோம், பாகீரதியையும் சங்கரி வேலை பார்த்துக்கொண்டிருந்த பள்ளிக்கூடத்திலேயே சேர்த்துவிட்டிருந்தேன், அக்காவின் கையைப் பிடித்தபடி போய்வந்துகொண்டிருப்பாள், ரமணியும் வேதாந்தமும் சேதுபதியில், அப்போது எங்கள் ஜாகை நேரு ஆலால சுந்தர வினாயகர் கோவிலுக்குப் பின்புறம் நாடார் தெருவில் ஓர் ஒண்டுக் குடித்தனத்தில் இருந்தது, இரண்டு பேர் நிற்கிற அளவிற்கு ஒரு சமையலறை, நான்கு பேர் படுக்கிற அளவிற்கு ஒரு கூடம், அவ்வளவுதான் மொத்த வீடே, பொதுக் கழிப்பறை, வீட்டு விலக்கானால் அந்தக் கழிப்பறைக்குப் பக்கத்திலேயே அறை என்கிற பெயரில் ஒரு சிறிய, கதவு வைத்த பொந்து, வீட்டிற்கு வாசல் திறப்பைத் தவிர வேறு சன்னல் கிடையாது, நாளின் எந்த வேளையாக இருந்தாலும் வீடு இருண்டுதானிருக்கும், ஆனால் இந்தத் தீப்பெட்டி அளவு வீட்டின் புகையடித்துப்போன எட்டுச் சுவர்களுக்குள் பாகீரதியின் அந்த மூன்று சித்திரங்களுக்கு மட்டும் அளவில்லாத இடம் எப்படியோ கிடைத்துக்கொண்டேயிருந்தது, தரையில் படுக்கவே இடம் போதாது என்பதை அவளுக்கு ஒரு வழியாய் அவள்

பா. வெங்கடேசன்

அக்கா புரிய வைத்தபிறகு அவற்றைச் சுவரில் மாட்ட அவள் ஒத்துக்கொண்டாள், ஆனால் மாதத்திற்கு ஒரு சுவர் அவளுக்குத் தேவையாயிருந்தது, மாட்டி அழகு பார்த்த சில நாட்களிலேயே பழைய சுவர் அந்தச் சித்திரங்களின் லட்சணத்திற்குப் பொருத்தமில்லாததாக அவளுக்குத் தோன்றிவிடும், இன்னொரு சுவரில் ஆணியடித்துத் தரச் சொல்லி அண்ணன்களைத் தொந்தரவு செய்ய ஆரம்பித்துவிடுவாள், அது மட்டுமல்ல, அந்தச் சுவரில் ஏற்கெனவே மாட்டப்பட்டிருந்த நாட்காட்டி, பஞ்சாங்கம், கொண்டையராஜுவின் அற்புதமான சுவாமி படங்கள் எல்லாம் (அதிலொரு அபூர்வமான, மீசையுடன் இருக்கும் சிவன் படம், அம்பாசமுத்திரம் நூற்பாலையின் ஐம்பத்து மூன்றாம் வருடத்திய மாதங்காட்டி, இவளுடைய உபத்திரவம் தாங்காமல் இடம் மாற்றி இடம் மாற்றியே கிழிந்து போனது) எதிர்ச் சுவருக்கு மாற்றப்பட்டாகவேண்டும், அந்தச் சித்திரங்களினுடைய அசலான விக்டோரியா காலத்து மரச்சட்டப் பாணி பழையதாகிப் போய்விட்டதென்று அவளுடைய சித்தப்பாவை நச்சரித்து திண்டுக்கல் சாலை ராயல் புகைப்பட நிலையத்திலிருந்து தங்க முலாமிட்ட அலுமினியச் சட்டங்களை வேறு அவற்றுக்குப் பொருத்தி அழகு பார்த்துக்கொண்டிருந்தாள், இந்தக் காலக்கட்டத்தில் சித்திரத்திலிருந்த அந்த ஆணும் மற்றும் இரண்டு பெண்களும் முறையே காந்தியாயும் மீராபென் மற்றும் கஸ்தூரிபாவாயும் (சித்திர மனிதர்களுடைய யௌவனத் தோற்றம் அந்த வயதான மூன்று நிஜ மனிதர்களுடைய தோற்றங்களுடன் எப்படிப் பொருந்திப்போகும் என்றெல்லாம் அவள் யோசித்ததேயில்லை) தனியே நின்றுகொண்டிருக்கும் பெண் கல்கியினுடைய புதினத்திற்கு மணியம் வரைந்த பெண் களில் ஒருத்தியாயும் (அநேகமாக நந்தினியாய் இருந்திருக்கும், அப்போது அவளுக்கு அந்தக் கதாபாத்திரத்தை (அவள் நல்லவளில்லையென்றாலும்) நிரம்பப் பிடிக்கும்) நாய்ச் சித்திரம் தமிழ்வாணனுடைய ஏதோவொரு துப்பறியும் கதையினுடைய காட்சிகளில் ஒன்றாயும் மாறியிருந்தன, பாகீரதி அந்தச் சித்திரங் களிடம் காட்டிய அன்பிற்கும் அக்கறைக்கும் நன்றியறிதலாக அந்தச் சித்திரங்களும், அவை ஏதோ உயிருள்ளவைபோல ஓவியங்களின் மீதான ஈடுபாட்டையும் ஓவியர்களைப் பற்றித் தேடித் தெரிந்துகொள்ளும் தவிப்பையும் அவளுக்கு வழங்கிக் கொண்டிருந்தன, பதினான்கு வயதில் பாகீரதி அவளுடைய சித்தப்பா, அண்ணன்கள், ஆசிரியர்கள், நண்பர்கள் இன்னும் கண்ணில் கண்டவர்களையெல்லாம் கேட்டுக் கேட்டுப் பொங்கல் வாழ்த்தட்டைப் படங்களிலிருந்து தபால் தலைகள்வரை அபூர்வமான வெளிநாட்டு ஓவியர்களின் சித்திரங்கள் உள்ளிட்ட

ஓவியங்களடங்கிய ஒரு பெரிய சேகரிப்புப் புத்தகத்தையே உருவாக்கித் தன் பள்ளிப் பைக்குள் வைத்துக்கொண்டிருந்தாள்,

இந்த வயதில்தான் வாசுதேவன் எங்களுக்கு அறிமுகமானான், பாகீரதிக்கு மதுரையிலிருந்து அம்புலிமாமா வாங்கிக் கொடுத்து விட்டுக்கொண்டிருந்த அவளுடைய தகப்பனாருடைய நண்பரின் மகனாக எங்களுக்குத் தெரியவந்து பிறகு வீட்டிற்கு அடிக்கடி வந்துபோய்க்கொண்டிருந்த அவனுடைய நட்பு எங்களுக்குத் தெரிந்தும் தெரியாமலுமாக பாகீரதியின்மீது வாத்ஸல்யமாக வளர்ந்துகொண்டிருந்தது, வாசுதேவன் பாகீரதியினுடைய ஓவிய ஆர்வத்தைத் தன்னுடைய பிரியத்தை வெளிப்படுத்த ஒரு வாய்ப்பாக எடுத்துக்கொண்டது பாகீரதிக்கு மிகவும் வசதியாகப் போய்விட்டது, ஜெமினியினுடைய சித்திரங்களுக்கு அவளுடைய பிறந்தநாள் பரிசாக வேறொரு, அன்றையப் பாணி மரச் சட்டங்களை அவன் மாற்றித் தந்தான், கல்லூரிக்குப் போகத் துவங்கிய நாட்களில் (மீனாட்சி கல்லூரி) பாகீரதிக்குக் குழந்தைத்தனமான உதிரிப் படச் சேகரிப்பில் ஆர்வம் குறைந்துபோக ஓவியங்களின் மீதான நிஜமான, தீவிரமான ஈடுபாடு கூடிவிட்டிருந்தது, இந்தக் காலக்கட்டத்தில்தான் ஏதோவொரு சமயத்தில் பாகீரதிக்குத் தன்னுடைய, இனித் திரும்பவேயியலாத பால்ய நாட்களின் எச்சமாய்த் தன்னுடன் பிடிவாதமாக ஒட்டிக்கொண்டிருக்கும் அந்த மூன்று சித்திரங்களை வரைந்த ஜெமினி என்கிற சைத்ரிகனின் மீதான சிறு வயதுப் பிரேமை (அதை அவள் வெளிப்படையாக யாரிடமும் சொல்லிக்கொண்டிருக்கவில்லையென்றாலும்) ஒரு மொட்டு மலர்வதைப்போல அவளையும் அறியாமலேயே இயல்பாக விரியத் தொடங்கியிருக்க வேண்டும், பொதுவாகச் சித்திரங்களை ரசிப்பது என்கிற நிலையிலிருந்து பிரத்யேகமாக ஜெமினியென்பவரின் சித்திரங்களைத் தேடிக் கண்டுபிடித்து ரசிப்பது என்கிற நிலைக்கு அப்போது அவள் நகர்ந்திருந்தாள், அந்த ஜெமினியின் சித்திரங்கள் கிடைப்பது ஒன்றும் அத்தனை சுலபமாயுமிருக்கவில்லை, அவர் ஒருவேளை நல்ல ஓவியரா யிருக்கலாம், ஆனால் வடக்கத்திக்காரரான அவருடைய கியாதி தென்னிந்தியாவின் தென்கோடிவரை பரவுமளவிற்கு லட்சுமணன்போல ஜனரஞ்சகமான ஓவியராகவோ அல்லது பிரபலமான ஆங்கில சஞ்சிகைகளில் படம் வரைபவராகவோ இருக்கவில்லை, அவ்வப்போது ஏதாவது உருப்படாத ஆங்கிலப் பத்திரிக்கைகளில் ஏதோவொரு பக்கத்திலோ ஒரு மூலையிலோ அவருடைய சித்திரம் வெளிவந்திருப்பதாகக் கூறி அதை அவள் எங்களிடம் கொண்டுவந்து காட்டுவாள், அதைக் கத்தரித்துத் தன் பாடப் புத்தகங்களின் பக்கங்களுக்குள் பொதித்து வைத்துக்

கொள்வாள், ஆனால் பாகீரதியிடம் ஜெமினி குறித்து ஒரு வினோதமான பழக்கம் இருந்தது, அஃதென்னவென்றால் ஜெமினியின் சித்திரங்களின்மீது அவளுக்கு எத்தனைக்கெத்தனை ஈடுபாடு இருந்ததோ அத்தனைக்கத்தனை அவரைப்பற்றித் தெரிந்துகொள்வதில் ஒருவிதமான ஒவ்வாமையும் இருந்தது, சஞ்சிகைகளில் அவருடைய சித்திரங்களுக்கு மேலேயோ கீழேயோ இடப்பட்டிருக்கும் குறிப்புகளைக்கூட எழுதுகோல் மசியால் கன்னங்கரேலென்று கிறுக்கி மறைத்துவிட்டுத்தான் அவற்றைப் பார்க்கவே ஆரம்பிப்பாள், இதையெல்லாம் ஏன் செய்கிறாளென்று அவள் எங்களுக்குச் சொன்னதுமில்லை, கேட்டால், ஏனோ, பிடிக்கவில்லை, அவ்வளவுதான் என்பாள், ஆனால் எனக்கென்னவோ அவளுக்கு ஜெமினி என்கிற ஆகிருதி அவளுடைய தகப்பனாராகத்தான் பதிந்திருக்கிறது என்றும் அவரைப்பற்றித் தெரிந்துகொண்டு அதைக் கலைத்துவிட அவளுக்கு மனமில்லையென்றும்தான் தோன்றிக்கொண்டேயிருந்தது, மேற்கொண்டு பாகீரதிக்கு அவள் நூலகங்களிலிருந்து படித்துத் தெரிந்துகொண்டுவந்து திடீர் திடீரென்று குறிப்பிடும் புத்தகங்களையும் சஞ்சிகைகளையும் தன் தகப்பனார் மூலமாகத் (அவர் சுபாவத்தில் நிரம்ப முரடர் என்றும் நாஸ்திகர் என்றும் பூணூலையே கழற்றியெறிந்துவிட்டவரென்றும் என் கணவர் என்னிடம் சொல்லியிருக்கிறாரென்றாலும் பெரிய படிப்பாளி, எல்லாவிதமான பத்திரிக்கைகளையும் படிக்கிறவர், நிறைய அந்நிய பாஷைகள் வேறு தெரிந்துவைத்துக்கொண்டிருந்தார், அவருக்கும் பாகீரதியுடனான வாசுதேவனின் நெருக்கம் தெரியும்) தருவித்துக் கொடுத்துக்கொண்டிருந்தது வாசுதேவன்தான்.

பாகீரதிக்கு வாசுதேவனோடு கல்யாணமாகித் தனிக்குடித்தனம் போன பிறகுதான் அந்த மூன்று சித்திரங்களையும் மாட்டி வைக்க (முன் வராந்தாவில் வாசற்படிக்கு நேரே உயரத்தில், நுழைந்தவுடன் பார்வையில் படுகிறாற்போல) நிரந்தரமான ஒரு சுவர் கிடைத்தது, நான் அவளைப் பார்ப்பதற்காகப் போய்வரும் நாட்களில் கவனித்த வரையில் அதற்குப் பிறகு அவள் அவற்றை வேறெங்கும் இடம் மாற்றவேயில்லை, ஓவியம் சம்பந்தமான புத்தகங்களையும் அவள், முன்பைப்போல அதிகமாகப் படித்தாற்போலவும் தெரியவில்லை, அல்லது நான் அங்கே தங்கியிருந்துவிட்டுத் திரும்பும் ஒரு சில நாட்களில் அவளுடைய அன்றாடத்தைச் சரிவரக் கவனிக்குமளவிற்கு அவகாசம் பெறவில்லையாயிருக்கும், திருமணத்திற்குப் பிறகு பெண்களுடைய உலகம் தலைகீழாக மாறிப் போகிற விஷயமொன்றும் ஆச்சரியப்படத்தக்கதோ கவனத்தில் உறைக்கக்கூடியதோ இல்லையே, ஒரேயொருமுறை, அவள் பிரசவத்திற்காக இங்கே வந்திருந்த காலத்தில், ஆண்

பாகீரதியின் மதியம் 183

குழந்தை பிறந்தால் ஜெமினி என்று பெயர் வைக்கப் போவதாகச் சொல்லிக்கொண்டிருந்தாள், பிறந்தது ஹேமா, ஆனால் அந்தச் சித்திரங்களின் மீதான பிரேமையும் அவற்றைப் புதிய புதிய அர்த்தங்களால் போஷித்து ஒரு குழந்தையைப்போல வளர்த்துக்கொண்டேயிருக்கும் பைத்தியமும் (உண்மையில் அதுதான் பெண்மை இல்லையா) கல்யாணமாகிக் குழந்தை ஆன பிறகும், பாகீரதியைவிட்டுப் போகவில்லைதான், மட்டுமல்ல, மற்றவர்கள் அச்சமும் சிலசமயம் அசூயையும் கொள்ளுமளவிற்கு அவளுக்குள் திருமணத் தகுதியை முன்னிறுத்தி ஒரு நாணமின்மையாகப் பிறரறியாமல் அது வளர்ந்துகொண்டுமிருந்தது, பிறகெப்படி அது வெளியே தெரிந்ததென்றால் ஒருநாள் (அன்று நான் ஹேமாவுக்கு உடம்பு சரியில்லையென்று பாகீரதி அழைத்ததன்பேரில் அவளைப் பார்த்துக்கொள்ள அங்கே போயிருந்தேனென்று நினைவு) வாசுதேவன் தன் நண்பனொருவனை வீட்டிற்குக் கூட்டி வந்திருந்தான், இங்கிதமற்ற அந்தப் பையன் வீட்டிற்குள் நுழைந்து கால் கழுவும் நேரத்திலிருந்தே பாகீரதியை வைத்த கண் வாங்காமல் பார்த்துக்கொண்டிருந்தான், பாகீரதியின் அபூர்வமான அழகு சிறு வயதிலிருந்தே அவளுக்குக் கொடுத்துக் கொண்டிருந்த, தவிர்க்க முடியாத இம்சை அது, அவளுடைய கல்யாணத்திற்குமுன் அதில் எனக்கும் அவளுக்கும் ஒருவிதப் பெருமை இருந்தது, கல்யாணத்திற்குப் பிறகு இப்படியான, கசகசவென்று உரசிக்கொண்டேயிருக்கும் பார்வைகள் ஒரு கவலையாயும் எரிச்சலூட்டக்கூடிய அம்சமாயும் ஆகிவிட்டது, என்ன செய்வது, ஆண்டவன் கொடுத்ததைத் தொலைத்துக் கொள்ளவா முடியும், ஆனால் என் அனுபவத்தில் ஆண்களைப் பொறுத்தவரையில் சகோதரிகள் விஷயத்தில் சகோதரர்களுக்கு இருக்கும் எச்சரிக்கையுணர்வும் பொறுப்பும் கவலையும் மனைவிகள் விஷயத்தில் கணவன்களுக்குக் கிடையாதுதான், ரமணியும் வேதாந்தமும் என் பெண்கள் மூவரும் கல்யாணம் ஆகிப் போகும்வரை வீட்டிற்கு நண்பர்கள் என்று யாரையும் அழைத்து வந்து பேசியது வெகு அபூர்வம், ஆனால் வாசுதேவன் அவ்வப்போது நண்பர்களை அழைத்துவரும் பழக்கம் உள்ளவன், அவனுடைய தொழில் நிர்பந்தம் அப்படியாக இருக்கலாம், மேலும் கணவர்களுக்கு அந்நியர்கள் தங்கள் மனைவிகளைப் பார்த்துப் பெருமூச்சு விடுவதில் ஒரு ரகசியப் பெருமை இருக்கிறது என்பதும் உண்மைதான், பாகீரதியின் தகப்பனும் கணவனும் மட்டுமல்ல, அவளுடைய சகோதரர்களுமே இதற்கு விதிவிலக்காயிருக்கவில்லை என்பதை நான் பார்த்திருக்கிறேன், எனவே அந்தப் பையன் பாகீரதியை முறைத்துப் பார்த்துக்கொண்டிருந்ததைப் பற்றி

நானும் பாகீரதியும் பெரிதாக அலட்டிக்கொள்ளவில்லை, ஆனால் அவளைக் கவரவேண்டுமென்பதற்காகவே வலிந்து வெளிக்காட்டப்பட்டுக்கொண்டிருந்த அவனுடைய மேதாவித்தன மான பேச்சுத்தான் பொறுத்துக்கொள்ள முடியாததாக இருந்தது, அவனை உள்ளே கூட்டிவந்து கூடத்தில் உட்கார வைத்த கையோடு வாசுதேவன் குழந்தை அழைத்தாளென்று படுக்கை யறைக்குள் சென்றுவிட்டான், அதற்குள் அந்தப் பையன் வீடு மிக நன்றாகயிருக்கிறதென்றும் அதைச் சுற்றிப் பார்க்கத் தனக்கு அனுமதி கிடைக்குமா என்றும் வாசுதேவனிடம் சம்பிரதாயமாகக் கேட்டான், வாசுதேவன் விகல்பமில்லாமல் சந்தோஷமாக அடுக்களையிலிருந்த பாகீரதியை விளித்து அவனுக்கு வீட்டைக் காண்பிக்கும்படி சொல்லிவிட்டான், சொன்ன மாத்திரத்தில், பாகீரதி சுதாரிப்பதற்குள் அந்த அசடு எழுந்து நேராகச் சமையலறைக்கே வந்துவிட்டது, நானும் பாகீரதியும் வெலவெலத்துப் போய்விட்டோம், வந்தது மட்டுமல்லாமல் அடுக்களையிலேயே, வீடு நிலம் வாங்கிப் புதிதாகக் கட்டப் பட்டதா அல்லது கட்டின வீடாகவே வாங்கப்பட்டதா என்று கேள்வி கேட்கவும் ஆரம்பித்துவிட்டது, கட்டின வீடாகவே வாங்கிப் புனரமைக்கப்பட்டது என்று பாகீரதி பதில் சொன்னாள், உடனே, ஆனால் அடுத்தவருடைய சட்டைக்குள் தன் உடலை நுழைத்துக்கொண்டாற்போலில்லாமல் ஒற்றை நபருடைய கற்பனையில் உருவானதைப்போல கட்டிடத்தின் ஆதார வடிவமைப்பிலும் வாங்கியவருடைய தேவை மற்றும் ரசனைக்கேற்ப அதன்மீது செய்யப்பட்டிருக்கும் மாற்றங்களிலும் இயல்பான ஓர் இழைவு வீடு முழுக்க ஓடிக்கொண்டிருக்கிறது என்று ஓர் அப்பட்டமான முகஸ்துதி, பிறகு அதை அவர்களுக்கு விற்றவர்கள் அசைவப் பழக்கமுள்ளவர்களா என்று இன்னொரு கேள்வி, பிறகு பதிலுக்குக் காத்திராமல் (பதில் பாகீரதிக்குத் தெரியவும் தெரியாது, இதையெல்லாம் கேட்டுக்கொண்டா வீடு வாங்குவார்கள்) அவனே அடுக்களையில் அம்மிக்கல்லைச் சுவரிலிருந்து தள்ளிப் பதித்திருப்பது சாதாரணமாக மீனை அரிவதற்கு வசதியான முறையென்றும் தேங்காய்ப் பத்தையை மட்டும் நசுக்கும் வழக்கமுள்ளவர்கள் அதைச் சுவரோடு ஒட்டித்தான் பதிப்பார்கள் என்றும் ஏதோ திருட்டைக் கண்டு பிடித்துவிட்டதைப் போன்ற பெருமிதம் தொனிக்கும் குரலில் அதற்கு ஒரு விளக்கமும் சொன்னான், பொறுக்க முடியாமல் நான் கிளம்பி வாசல் திண்ணைக்கு வந்துவிட்டேன், நான் வந்த பிறகு புழக்கடைப் பக்கம் இருக்கும் மரங்களையும் கிணற்றடியையும் வலது மூலையில் கட்டப்பட்டிருந்த கழிப்பறையுடன் கூடிய குளியலறையையும் நாரத்தை மரத்தின் பின்புறமிருந்த பத்தடி

உயர மதிற்சுவரையும் ஓர் ஆய்வாளனின் பார்வையுடன் கவனித்துக்கொண்டிருந்துவிட்டு முன்பு அந்த இடம் என்னவா யிருந்தது என்று அவன் கேட்டானாம், மாட்டுத் தொழுவம், அதனால்தான் பொதுவாக மரங்கள் வளரச் சாத்தியமில்லாத, வெறும் புழுதியாயும் தூசி மணலாயும் ஆகிவிட்ட, நகரத்தின் மத்தியப் பகுதியில் இப்படிச் சில மரங்கள் புழக்கடையில் வளர்வது சாத்தியமாகியிருக்கிறது என்றானாம், அதோடு அந்த உரச் சத்து இன்னும் ஓரிரு வருடங்களுக்குத்தான் தாங்கும் என்றும் அதற்குப் பிறகு எப்படி அந்த மரங்களைப் போஷிப்பது என்பதை இப்போதிருந்தே யோசித்துக்கொள்வது நல்லது என்றும் அறிவுரை வேறு வழங்கினானாம், மதிற்சுவரில் பதிக்கப்பட்டிருந்த புழக்கடைக் கதவின் அடிதண்டாவை விலக்கச் சொல்லி அதை விரியத் திறந்து மறுபுறமிருந்த தமிழ்ச்சங்கச் சாலையின் வழியே பல காலங்களுக்குமுன் மாடுகள் தொழுவத்திற்குள் வந்துகொண்டிருப்பதைக் கற்பனை செய்வதைப்போல அவன் ஆகாயப் பார்வை பார்த்துக்கொண்டிருந்ததெல்லாம் தன்னருகே நின்றுகொண்டிருக்கும் நேரத்தை முடிந்த மட்டும் நீட்டிப்பதற்காகவே நடிக்கப்படும் நாடகம் என்று பட்டவர்த்தனமாகவே தெரிந்ததென்று பாகீரதி பிறகு என்னிடம் சொன்னாள், நடுவே இரண்டு முறை துரியோதனாதிகள் நடுவே திரௌபதி தன் புருஷர்களை அழைத்ததைப்போல வாசுதேவனை அழைத்தும் அவன் வராமல் குழந்தையைக் கொஞ்சிக்கொண்டிருப்பதிலேயே கவனமாய் இருக்கப் பாகீரதி உள்ளுக்குள் புகைந்துகொண்டிருந்திருக்கிறாள்,

வீட்டின் மற்ற பகுதிகளையெல்லாம் சுற்றிப் பார்ப்பதைப்போல பாசாங்கு செய்துவிட்டு முன் திண்ணைக்கு வந்த அந்த மேதாவி அங்கே மாட்டப்பட்டிருந்த சித்திரங்களைப் பார்த்து விட்டு அதில் ஒரு சித்திரத்தை நோக்கித் தன் சுட்டு விரலை உயர்த்தி அந்தப் படத்தில் மிக மங்கலாகத் தெரியும் காட்டின் பின்னணியில் (அல்லது அது ஒரு நந்தவனமா, ஏதோ ஒன்று) காணப்படும் ஓர் ஆண் மற்றும் இரண்டு பெண்களின் முகங் களை இத்தனை மிகையான, இருண்ட கருவண்ணத் தீற்றல் களால் ஏன் குழப்பித் தொலைக்கவேண்டும் அந்தச் சைத்ரீகன் என்றும் மேலும் அவை ஏன் பெரிய எழுத்துப் புத்தகப் படங்களைப்போல அசிங்கமாக ஒற்றைப் பரிமாணத்தில் வரையப்பட்டிருக்கவேண்டும் என்றும் கேட்டு மிகையாகச் சலித்துக்கொண்டபோது (இத்தனைக்கும் அதுவொன்றும் பாகீரதியிடம் முதன்முறையாகக் கேட்கப்பட்ட கேள்வியல்ல, அந்தப் பையனும் அந்தக் கேள்வியை அவளிடம் கேட்ட முதல் மனிதனல்லன், வீட்டிற்கு வந்து சென்றுகொண்டிருக்கும்

நபர்களில் பலரும் அந்தச் சித்திரங்களைப் பார்த்துவிட்டுக் கேள்வி கேட்டிருக்கிறார்கள், நாடார் தெரு வீட்டில் அவற்றைப் பார்த்த புதிதில் வாசுதேவனே அதே போன்றவொரு கேள்வியை அவளிடம் கேட்டிருக்கிறான், ஹேமாவின் விளையாட்டுத் தோழியும் வக்கீல் புதுத்தெருவில் வாழ்க்கைப்பட்டு வந்திருக்கிற பாகீரதியின் பால்ய கால சிநேகிதி ஒருத்தியின் மகளுமான ஒரு சிறுமியும் அவளம்மாவும் எண்ணிறந்த முறை சொல்லப்பட்ட பிறகும் அந்தச் சித்திரங்களை அதிசயத்தோடு அண்ணாந்து பார்த்துக்கொண்டு நிற்பதையும் மீண்டும் மீண்டும் அதே பழைய கேள்விகளைத் தாளம் மாறாமல் கேட்பதையும் வழக்கமாகவே வைத்துக்கொண்டிருந்ததை நானே அவ்வப்போது பார்த்து ரசித்துச் சிரித்திருக்கிறேன். ஒருமுறை பாகீரதிக்குப் பதிலாக நானே அந்தக் குழந்தைக்குப் பெரியவர்களுக்குச் சொல்லும் விளக்கங்கள் அவளுக்கு எப்படிப் புரியும் என்று பாகீரதி சிறுமியாய் என்மீது புரண்டு விளையாடிக்கொண்டிருந்த காலத்தில் கண்டுபிடித்து வைத்திருந்த விளக்கமொன்றை (அதை அவளே அப்போது சுத்தமாக மறந்துபோய்விட்டிருந்தாள்) சொல்லித் திருப்திப்படுத்தியுமிருக்கிறேன், வாசுதேவன் அந்தப் படங்கள் பாகீரதியின் மனதைக் கவர்ந்தவை என்கிற ஒரே காரணத்திற்காகவே அதைப்பற்றி அறிந்துகொள்ளத் தன்னைத் தூண்டின என்பதை வெளிப்படையாகவே ஒப்புக் கொண்டிருக்கிறான், கல்கத்தாவிலிருந்து வருடத்திற்கு ஒருமுறை விடுமுறைக் காலங்களில் மதுரை வரும் சங்கரி அங்கேயும் அதைப் போன்ற சித்திரங்களை நிறையப் பார்க்க முடிவதாயும் ஆனால் அவையெல்லாம் பார்வையாளர்களுக்கன்றி சக சைத்ரீகர்களுக்காக மட்டுமே வரையப்படுபவையென்று சொல்லப்படுவதாயும் முணுமுணுத்துக்கொண்டே தன் தங்கையிடம் அதைப்பற்றிய விளக்கங்களைக் கேட்டுப் பெற்றுக்கொள்வாள், எப்படியானாலும் அவை மாரீச மானைப்போல பார்ப்பவரை மயக்கும் ஏதோவொரு கவர்ச்சியைப் பெற்றுத்தானிருந்தன என்பதை மறுப்பதற்கில்லையே, ஓவியங்களில் ஈடுபாடும் ஆனால் அவற்றின் நுணுக்கங்களில் அசிரத்தையும் கொண்ட பலரை (அவர்கள் தங்களுடைய அறியாமையைப் பகிரங்கமாக வெளிப்படுத்திக் கொள்ளத் தயங்கினாலும்கூட) பாகீரதி அந்தச் சித்திரங்களைப் பார்வைக்கு நிறுத்தியிருக்கும் விதமும் உயரமும் அதைப் பற்றிக் கேட்காமல் வீட்டை விட்டு வெளியேறுவதில் ஒரு குற்றவுணர்ச்சியை ஏற்படுத்தித்தான் வைத்திருந்தன, ஹேமாவின் சிநேகிதிக்கோ ஹேமா எனக்குச் சொல்லும் ஒரு கதையில் முயலால் வழி நடத்தப்பட்டு அதன் பொந்துக்குள் நுழைந்து பார்க்கும் ஒரு சின்னப் பெண்ணுக்குக் கிடைத்த நிலத்தடி உலகத்தைப்போல

குறைவற்ற அதிசயங்களைத் திறந்துகொண்டேயிருக்கக்கூடிய வஸ்துவாயும் அது இருந்து வந்திருக்கிறது, ஆனால் அவர்களில் யாரும் அன்று மாலை வாசுதேவனோடு பாகீரதியின் வீட்டிற்கு வருகை தந்திருந்த அந்த இளைஞனைப்போல அத்தனை அலட்சியத்தோடும் சலிப்போடும் அதை மீறிய புத்திசாலியாக்கும் நான் என்கிற அலட்சியம் தொனிக்கும் வறண்ட குரலோடும் அதையேன் அப்படி வரைந்திருக்கவேண்டும் என்கிற கேள்வியை ஒருமுறைகூடக் கேட்டதில்லை, அதை ஏன் அப்படி வரைந்திருக்க வேண்டும், அதை ஏன் அத்தனை வண்ணங்களைக் கொட்டிக் குழப்பியிருக்கவேண்டும்) அவளுடைய புகைச்சல் கோபமாகக் கனிந்துவிட்டது, பதில் சொல்லும் தொனியும் மாறிவிட்டது, அவள் சிறிது நேரம் அவனை முறைத்துப் பார்த்துக் கொண்டிருந்தாள், பிறகு, நல்ல கேள்விதான், ஆனால் அதை ஏன் தெளிவாக வரைந்திருக்கவேண்டும் என்று கேட்டாள், முதலில் அதை எப்படித் தெளிவாக வரைந்திருக்க முடியும், ஒரு கடைக்காரனையும் அவன் கடையையும் அதன் முன்னால் நிற்கும் ஒரு வாடிக்கையாளனையும் வரையச் சொன்னால் அதைத் தெளிவாக வரைந்துவிடுவது யாருக்கும் எளிதுதான், ஆனால் அந்த வாடிக்கையாளன் ஒரு நெடுநாள் கடன்காரன் என்பதையும் அன்றும் அவன் கடன் சொல்லித்தான் கடைக்காரனிடமிருந்து சாமான்களை வாங்க வந்திருக்கிறான் என்பதையும் ஒலியும் எழுத்துருவும் அற்ற ஓர் ஊமைக் கலை பார்ப்பவனுக்கு எப்படி வெளிப்படுத்த முடியும், அது வண்ணங்களோடு அந்த வாடிக்கையாளனைப் பார்த்ததும் கடைக்காரனின் மனதில் எழும் புகைமூட்டமான வெறுப்பையும் அவனை மீண்டும் ஒருமுறை மறுக்க முடியாமல் போகுமோ என்கிற அச்சத்தையும் சேர்த்துக் குழைத்தே உருவாக்க வேண்டியதில்லையா, அந்த வெறுப்பும் அச்சமும் அவனைக் காண்பதற்கு முன்பிருந்த தெளிவான சூழலைக் குழப்பம் மிக்கதாக மாற்றும் தன்மை கொண்டவையில்லையா, கடையிலிருக்கும் விற்பனை வஸ்துக்கள் அந்த நிரந்தரக் கடனாளியின் பார்வைக்கு மட்டும் புலப்படாத வகையில், அல்லது அவனைக் குழப்பும் விதத்தில் விளிம்புகள் அழிந்து ஒன்றோடு மற்றொன்றாகக் கலந்து, பாலும் எண்ணெயும், மலர்களும் புளிச்சிப்பங்களும், தானியங்களும் கோலிக்குண்டுகளும், வெறும் வண்ணத் தீற்றல்களாக இறைந்து கிடக்கவேண்டுமென்று அவன் விரும்புவதில்லையா, அல்லது மீண்டும் அங்கே போய்க் கடனுக்காகப் பற்களைக் காட்டிக்கொண்டு நின்றாகவேண்டிய கட்டாயத்திலிருக்கும், அதை வெட்கக்கேடான செயலாக உணரவும் செய்யும் ஒரு வாடிக்கையாளன்முன் அதே வஸ்துக்களும் பகல் நேரமும் எப்படிப்பட்டவையாக மாறும், இது ஓவியத்தைப் பற்றி

விட்டேற்றியான ஓர் அபிப்பிராயத்தை முன்வைக்கும்முன் சிந்தித்தேயாகவேண்டிய விஷயமில்லையா, நீங்களே சொல்லுங்கள், இந்த ஓவியத்திலிருக்கும் ஆணும் பெண்களும் யார், அதற்கும் முன்னால், நடுவிலிருக்கும் அந்த, துயரம் தோய்ந்த முகத்துடனிருக்கும் பெண்ணின் முன்னிற்கும் அகன்ற இலைகளைக்கொண்ட ஒரு தாவரத்தின் கணுவில் வரையப் பட்டிருக்கும் கரிய வண்டு ஒன்றை உங்களால் பார்க்க முடிகிறதா, அல்லது முழு வண்ணத் தீற்றலில் அது ஒரு கவனக்குறைவு என்றெண்ணி அதை அலட்சியப்படுத்தவிட்டீர்களா, நல்லது, அது இன்னும் தன் புழுப் பருவத்திலிருந்து முழு வளர்ச்சி பெற்றிராத ஒரு வண்டு, அதன் கால்கள் இனிமேல்தான் வரையப்படவேண்டும், அந்த உயிர் தன் மாற்றத்தைக் காலத்தைப் பற்றிய பிரக்ஞையின்றித் தன்னிச்சையாக நிகழ்த்திக்கொண்டிருக்கிறது, கணவனை விட்டு பலவந்தமாகப் பிரிக்கப்பட்டுப் பல காத தொலைவிற்கு அப்பால் கொண்டு செல்லப்பட்டுச் சிறை வைக்கப்பட்டிருக்கும் அந்தப் பெண் தன்னருகே இருப்பவளிடம் கேட்கிறாள், அது என்ன, அவள் சொல்கிறாள், அது தன் வண்டுப் பருவத்தையே எண்ணியெண்ணித் தவமிருக்கும் ஒரு புழு, அந்த விடாப் பிடியான தியானம் மட்டுமே அதைக் கொஞ்சங் கொஞ்சமாக அதன் இலட்சியமாக மாற்றிக்கொண்டிருக்கிறது, பாருங்கள், அந்த அழகிய பெண்ணின் முகத்தில் கண்ணீர் கோடிட அந்தப் பதில்தான் காரணமாக இருக்கிறது, அவள் மிகுந்த வியாகூலத்துடன் கேட்கிறாள், அப்படியானால் தோழி, அவனையே எண்ணிக்கொண்டிருக்கும் நானும் ஒருநாள் அவன் என்னைச் சேர முடியாதபடி அவனாக மாறிவிடுவேனா, நீங்கள் நினைப்பதைப்போல மூன்று நபர்களின் உருவங்களல்ல இங்கே வரையப்பட்டிருப்பது, மாறாக அவர்களுடைய உரையாடல், இதில் சிறிது சிறிதாக மனதிலிருந்து பிதுங்கி உடலாகப் பரவிக்கொண்டிருக்கும் அவளுடைய ஆணின், அதே நேரத்தில் ஆனால் பிறிதோரிடத்தில் பிறிதொரு நண்பருடன் நிகழும் (ஆம், அவன் ஓவியத்தில் வரையப்பட்டிருந்தாலும் உண்மையில் அங்கே இல்லவேயில்லை) சம்பாஷணைகளும் அடக்கம், எனில் இதை வரைய வெறும் கோடுகள் போதுமா, வண்ணங்கள் போதுமா, கோடுகளும் வண்ணங்களும் கலந்தழிந்த, அவைகளற்ற, அல்லது அவற்றின்மேல் துயரத்தின் மந்தகாசச் சாயை படிந்த ஒரு பிரமை வெளி வேண்டாமா,

பாகீரதி அன்று சொன்ன ஒவ்வொரு சொல்லும் என் மனதில் கல்லில் பொறித்தாற்போல அப்படியே பதிந்து நிற்கிறது. வேறொரு நபராயிருந்திருந்தால், அல்லது வேறொரு சமயமாயிருந்திருந்தால் அந்தப் பையனுக்கேகூட, அது நிச்சயம் புத்துணர்வை

அளித்திருக்கக்கூடிய விளக்கமாய் இருந்திருக்கக்கூடும்தான், ஆனால் அந்தச் சமயத்தில் அவனுக்கு முகம் தொங்கிப் போய்விட்டது, நிலைமையும் தலைகீழாக மாறிவிட்டது, இத்தனை நேரம் அவனிடமிருந்து விடுபட பாகீரதி தவித்துக் கொண்டிருந்ததுபோக இப்போது தவறான பொத்தானை அழுத்திவிட்டோமென்கிற தர்மசங்கடத்தில் அவன் நெளிவது கொழுக்கட்டையினுள் தெரியும் பூரணத்தைப்போல நன்றாகவே என் கண்களுக்குத் தெரிந்தது, ஆனால் பாகீரதி அவனை விடுவதாயில்லை, அவள் இரண்டாவது சித்திரத்தைக் காட்டி, இதைப்பற்றி நீங்கள் என்ன நினைக்கிறீர்கள் என்று அவனிடம் கேட்கவாரம்பித்துவிட்டாள், அவன் அது நகரமொன்றின்மேல் சூரியோதயமாக இருக்கலாம் என்று (தயக்கத்துடனேயேதான்) அபிப்பிராயம் சொன்னான், ஆனால் அது ஏன் கட்டிடங்களின் முன்புறமும் அவற்றுக்குக் கீழேயும் இருக்கவேண்டும், மேலும் அதைக் கிட்டத்தட்ட அணைத்தபடி படுத்திருக்கும் ஒரு விலங்கின் நிழலுருவம், நாயா அது, எதற்காக அது அப்படி அங்கே வரையப்பட்டிருக்கவேண்டும், பாகீரதியின் பதில், இந்த ஓவியம் நீங்கள் நினைப்பதைப்போல சூரியோதயம் இல்லை, மாறாக குப்பைத் தொட்டிக்கு முன்னால் வீசியெறியப்பட்டுக் கிடக்கும் ஓர் அழுகிய பழம், வண்ணத்தைக்கொண்டு அதை ஆரஞ்சுப்பழம் எனலாமென்றாலும் அது ஆரஞ்சாகத்தான் இருக்கவேண்டுமென்கிற அவசியமில்லை, சிவப்பு அல்லது பச்சை நிறத்தைக் கொண்ட பழம் ஏதாவதொன்றாகக்கூட அது இருக்கலாம், பின் ஏன் அது மஞ்சள் நிறத்தில் வரையப்பட்டிருக்கிறது, ஏனெனில் மஞ்சள் என்பது தங்கத்தின் நிறம், தங்கம் அதிர்ஷ்டத்தின் அடையாளம், நீள்சதுரக் கட்டங்கள் குப்பைத் தொட்டியின் விளிம்பைக் குறிக்கும் சாதாரணக் கோடுகள், எனில் யாராலோ வீசியெறியப்பட்ட, உண்பதற்குத் தகாதென்று தீர்ப்பளிக்கப்பட்ட ஒரு பழம் மாபெரும் அதிர்ஷ்டமாக சித்திரத்தில் உருப்பெற்றிருக்கிறது, யாருடைய கண்களுக்கு அப்படி அது தெரிய முடியும், உலகையே கோடி சூரியப் பிரகாசத்தில் ஆழ்த்தும் ஒரு சூரிய வடிவமாக அதை யாரால், எப்போது பார்க்க முடியும், அந்தச் சித்திரத்தில் வரையப்பட்டிருப்பது பழம் என்கிற வஸ்துவல்ல, மாறாக பசி என்கிற உணர்வு, முந்தின சித்திரத்தில் வார்த்தைகள் சித்திரமாக்கப்பட்டிருப்பதைப் போலவேதான் இங்கே மௌனம் சித்திரமாக்கப்பட்டிருக்கிறது, நாயின் நிழல் இந்தத் தூக்கியெறியப்பட்ட வஸ்துவிற்காகப் பிறிதொரு மனிதன் எதிர்கொண்டாக வேண்டிய போட்டியின், அச்சத்தின், வேட்டையின் அடையாளம், ஆனால் அதை நாயாகவே ஓவியர் வரைந்திருந்தால் ஓவியத்தின் மௌனப் பரப்பு கல்லெறியுண்ட

குளத்து நீரைப்போல சிதிலமடைந்திருக்கும், ஆகவேதான் அது நிழலுருவாக, மனிதனால் வெற்றிகொள்ளக்கூடிய எதிரியாக வரையப்பட்டிருக்கிறது, அந்தப் பையன் சாதாரணமாக இருக்கப் பிரயத்தனப்படுவதைப் பார்க்க எனக்கு ஒரு பக்கம் சிரிப்பாயிருந்தாலும் மறுபக்கம் பாவமாயும் இருந்தது, இந்தச் சம்பாஷணைகள் பாதி நடந்துகொண்டிருந்தபோதே வாசுதேவன் வெளியில் வந்திருந்தான், அவனைப் பார்த்ததும் இவன் அழும் குழந்தை தாயிடம் ஓடுவதைப்போல அவனை நெருங்கி நின்றுகொண்டு பாகீரதியைப் பற்றியும் அவளுடைய விளக்கங்களைப் பற்றியும் ஆகா ஓகோவென்று ஏதோ புகழ்ந்து பேசவாரம்பித்தான், ஒரே சமயத்தில் பெண்ணின் அறிவிலிருந்து தப்பிக்கவும் அதே சமயத்தில் அவளுடைய மனதைப் புகழ்ச்சியால் நெருங்கவும் முயற்சிக்கும் ஆண்களின் மிகச் சாதாரணமான தந்திரம்தான், தனக்குமே அவனுடைய வார்த்தைகள் யாவும் கவனமாகத் தேர்ந்தெடுக்கப்படுகின்றன என்பதும் அவை அவனுடைய அதுவரையிலான அசட்டுத்தனத்தைச் சரி செய்து கொள்வதற்காகவே பிரயோகிக்கப்படும் பலவீனமான ஆயுதங்கள் என்பதும் புரிந்துதானிருந்தது என்று என்னிடம் பாகீரதி, நாங்கள் மறுநாள் அதைப் பற்றிப் பேசிக்கொண்டிருந்தபோது (மேலும், வித்தைக்காரனின் குரங்கைப்போல அவனுடைய பேச்சும் அசைவும் தன் பிரசன்னத்தின் மந்திரச் சொடுக்கிற்கேற்பக் கரணமடித்துக்கொண்டிருப்பதைக் காண்பதில் தனக்கு அப்போது ஒரு குரூர சந்தோஷமும் உண்டாகிவிட்டிருந்ததென்றும், ஆனால் ஒரு நபரின் எண்ணவோட்டத்தைப் பார்வையில் படிக்கத் தெரியாமல் முட்டாளைப்போல வாசுதேவன் தன் பேச்சை ரசித்துக்கொண்டிருந்ததைக் கண்டுதான் எரிச்சலாக இருந்ததென்றும்) சொன்னாள், குரூரம்தானென்றாலும் அந்த விளையாட்டு அவளுக்குப் பிடித்துப்போய்விட்டிருந்தது, அதை மேலும் சிறிதுநேரம் நீட்டித்துக்கொண்டிருக்கவும் அவள் விரும்பினாள், எனவே நிலைக் கதவிற்கு வலப்புறம், பாவுள் சன்னலின் வெளிப்புறச் சுவரில் மாட்டப்பட்டிருந்த மூன்றாவது சித்திரத்தை நோக்கி அந்தப் பையனைக் கையைப் பிடித்து இழுக்காத குறையாக அழைத்துக்கொண்டு நகர்ந்து மீதமிருக்கும் அந்த ஒன்றையும் பார்த்துவிடச் சொல்லி அதன்முன் கொண்டுபோய் நிறுத்தினாள், மற்ற இரண்டு சித்திரங்களுடன் ஒப்பிடும்போது சற்றுத் தெளிவான, பட்டையான கோடுகளால் (கண்டிப்பாக முனை சிதைக்கப்பட்ட மூங்கில் குச்சி மட்டுமே அந்தச் சித்திரத்தில் உபயோகப்படுத்தப்பட்டிருக்கவேண்டும் என்று பாகீரதி என்னிடம் சொல்லியிருந்தாள்) வரையப்பட்டிருந்த அந்தப் படத்தின் இடதுப்புறக் கீழ்மூலையிலிருந்து குதிகால்களைத்

தேவைக்கதிகமாக உயர்த்தியும் கால்களை நீண்டவையாயும் முழங்கால் மடங்காத விறைப்புத் தன்மையுடையவையாயும் கொண்டு இடுப்பிற்குப் பிறகு உடலின் மேற்பகுதியை முன்புறம் மீனைக் கொத்த முன்னும் கொக்கைப்போல நன்கு வளைத்தும் அதற்கு மேலும் உச்சியில் நீண்ட கரிய நிறக் கூந்தல் வழிந்து பக்கவாட்டில் திரும்பியிருந்த முகத்தை அதன் கீழ் பாதியிலிருந்து மறைக்கும்படியாக கழுத்தை சித்திரப் பரப்பின் வலப்புற மேல் விளிம்பை நோக்கி உன்னியபடியும் நின்றிருந்த உயரமான இளம்பெண்ணின் உருவத்தை (அது ஒற்றைப் பரிமாணமாம், மேலும் அது அந்த ஓவியரின், அந்த நாள் வரை அவரால் மட்டுமே கடைப்பிடிக்க முடிந்திருந்த, சித்திரக் கலையின் ஆதி வடிவம் சார்ந்த, தனித்துவமிக்க பாணியாம்) அவன் மிகுந்த எச்சரிக்கையுடனும் கவலையுடனும் நெடுநேரம் உற்றுப் பார்த்துவிட்டுத் தேய்ந்த குரலில், இது சரஸ்வதி, கல்விக் கடவுள், அவளுடைய ஏகாந்தம், அவளுடைய வித்தை என்று அறிவித்தான், பிறகு உடனே, மன்னிக்கவும், சற்று வெளிப்படையான ஓவியம்தான், இதைக் கிரகிப்பதற்கு முன்னிரு சித்திரங்கள் வற்புறுத்திய அளவிற்குக் கூர்புலன்கள் தேவையில்லைதானே என்றும் சொன்னான்,

அவன் சொன்னதைக் கொண்டு அவன் அந்தச் சித்திரத்தில் எவ்வெவெற்றின்மீது கவனத்தைச் செலுத்தியிருப்பானென்று பாகீரதி மறுநாள் என்னிடம் சொன்னாள், முந்தின இரண்டு சித்திரங்களில் உணர்வுகள்தான் கோடுகளாயும் வண்ணங் களாயும் ஆக்கப்பட்டிருந்தன என்று அவள் சொன்னதை மனதில் வைத்துக்கொண்டு அவன் அந்தப் பெண்ணின் ஸ்தூல உருவத்தை விட்டுவிட்டு அவளைச் சுற்றிலும் வரையப்பட்டிருந்த வஸ்துக்களின்மீதும் வரையப்படாமல் விடப்பட்டிருந்த வெண்பரப்பின்மீதும் தன் கவனத்தைக் குவிக்க முயன்றிருப்பான், பெண்ணின் பாதங்களுக்குக் கீழேயிருந்த வெற்றிடத்தில் இரண்டு சிறிய அன்னப் பறவைகள் வரையப்பட்டிருக்கும், படித்துக்கொண்டிருந்ததற்கு அடையாளமாக பட்டுக் கயிறு தளர்த்தப்பட்டிருந்த நிலையில் சில கிறுக்கப்பட்ட ஓலைச்சுவடிகளும் அவளுடைய, காற்றில் நீண்டு தவழ்ந்துகொண்டிருக்கும் வலது கைக்கும் (அல்லது அது அன்னப் பறவைகளை ஆசீர்வதித்துக் கொண்டிருக்கிறவைகளாயுமிருக்கலாம்) பாதங்களுக்கும் நடுவே அவற்றின் எண்ணிக்கையும் பருமனும் ஊகத்திற்கு எளிதில் வசமாகும்வண்ணம் விரிந்து கிடக்கும், அவற்றை இணைத்து அவளைக் கலைமகள் என்று மனம் முடிவு செய்துவிட்டால் பிறகு வெண்பரப்பில் எங்காவது சிறிய அருவியொன்று

ரம்மியமான மாலைப் பொழுதிற்குள் சிதறிக்கொண்டிருப்பதாயும் வீணையெதுவும் அவள் கையில் இல்லாவிட்டாலும் அதன் நாதம் அந்தச் சித்திரத்தின் தொனியாக இருப்பதாயும் கற்பனை செய்து கொள்வதொன்றும் உறுத்தலான செயலாய்த் தோன்றிவிடாது, சொல்லப்போனால் அந்தப் பெண் மற்றும் அவளைச் சுற்றிச் சிதறிக்கிடக்கும் பொருள்கள் அனைத்தின் இழைவும் சேர்ந்து ஓர் அபூர்வ வாத்தியத்தின் ராகத்தை மேலெழுப்புவதைத்தான் அந்தச் சித்திரம் சொல்வதாகக்கூட (தான் சிந்தித்ததை மனப்பூர்வமாக நம்பவில்லையென்றாலும்கூட அப்படிச் சிந்திப்பது மட்டுமே சரியென்று) அவன் நம்பியிருப்பான், ஆனால் அவன் அதைச் சொல்லி முடித்ததும் அரக்கு மாளிகையில் தடுக்கி விழுந்த துரியோதனனைப் பார்த்துத் திரௌபதி சிரித்ததைப்போல பாகீரதி திடீரென்று, அவன் முகம் மேலும் அதிகமாகக் கருத்துப் போகும்வண்ணம், பிரமாதமாகச் சிரிக்கத் தொடங்கிவிட்டாள், அருகிலேயே நின்று வேடிக்கை பார்த்துக்கொண்டிருந்த வாசுதேவனுக்கும் எனக்கும் தர்மசங்கடமாய்ப் போய்விட்டது, வாசுதேவன் தானுமே, படுக்கையறையிலிருந்து திண்ணைக்கு வந்து சேர்ந்த கணத்திலிருந்தே, காரணம் தெரியாவிட்டாலும் தன் நண்பனுடன் அவள் பகிர்ந்துகொள்ளும் உரையாடல்களில் சிநேக பாவமில்லையென்பதையும் அந்தச் சித்திரங்களைப் பற்றி அவள் பேசும் நேரம் முழுவதும் வழக்கமாக அவள் குரலில் ஒலிக்கும் குழந்தைத்தனமான ஆர்வத்திற்குப் பதிலாக (உண்மையான ஆர்வத்துடன் அவற்றை விளக்க முற்பட்டால் அவளுடைய வாயிலிருந்து அந்தச் சித்திரங்களை மிகப் பெரும் சிருஷ்டிகளாக உருப்பெருக்கிக் காட்டும் ஏராளமான உப தகவல்கள் கேட்பவர் மூச்சுத் திணறிப்போகும் வேகத்துடன் வந்து விழுந்து கொண்டே யிருக்கும், முதல் ஓவியத்தை யாரோ ஒரு வெளிநாட்டுச் சைத்ரீகனின் உறங்கும் நாடோடி என்கிற சித்திரத்தின் பாதிப்பில் உருவானது என்பாள், அந்தச் சித்திரத்தின், ஆணா பெண்ணா என்று சொல்லமுடியாத மனித உருவத்தை உற்றுப் பார்த்துக் கொண்டிருக்கும் (முகர்ந்து பார்த்துக்கொண்டிருக்கும்) நிஜமா கனவா என்று அறுதியிடமுடியாத, நிழலற்ற சிங்கம்தான் ஜெமினியின் சித்திரத்தில் இருக்கும் பெண்ணின், அங்கே இல்லாத அவளுடைய காதலனாகியிருக்கிறதாம், அந்த நிலவு அந்தச் சைத்ரீகனுக்கு அந்தப் பெண்ணின் தோழியை வரைந்து கொள்ளும் கற்பனையைக் கொடுத்திருக்கக்கூடுமாம், தனியே விடப்படும் பெண்ணுக்கு நிலவைத் தோழியாய் ஆக்குவதென்கிற, உலகெங்கிலும் உள்ள கலைஞர்களின் பொதுவான ஆசைதான் அதற்குக் காரணமாம், இரண்டாவது சித்திரத்தைக் குறிப்பிடும் போது அதற்கு ஆதாரமான பிரகாசமான, அழுத்தமான,

முகத்திலறையக்கூடிய வண்ணப் பிரக்ஞையை அந்த ஜெமினி இன்னொரு வெள்ளைக்காரரின் (இவர்கள் பெயர்களெல்லாம் எட்டாம் வகுப்புவரை மட்டுமே படித்த என் வாயிலும் நினைவிலும் ஒருபோதும் நுழைந்ததேயில்லை, அந்தப் படங் களும் அவள் அவற்றைச் சிலாகித்துச் சொல்லுமளவிற்கு ரவிவர்மாவைப் போலவோ கோபுலுவைப் போலவோ கொண்டையராஜுவைப் போலவோ என்னை ஈர்த்ததுமில்லை) வௌவால் என்கிற சித்திரத்திலிருந்துதான் கண்டிப்பாகப் பெற்றுக்கொண்டார் என்று நான் ஏதோ அவற்றை மறுத்துப் பேசியதைப்போல உரத்து வாதிடுவாள்) பெரும் அகங்காரம், முகத்திலறையும்வண்ணம் தெறித்துக்கொண்டிருந்ததையும் அந்த இடம் குரோதத்தின் வெம்மையில் தகித்துக்கொண்டிருந்ததையும் உணர்ந்துகொண்டேயிருந்ததாக மறுநாள் அவளிடம் சொல்லி வருத்தப்பட்டுக்கொண்டான், பாகீரதியும் சளைக்காமல், என்ன செய்வது, மனைவிக்குக் கணவன் பாதுகாப்பு என்று விகல்பமில் லாமல் இந்த உலகம் நம்புகிறது, ஆனால் உண்மையில் பெண் தன்னைக் காப்பாற்றிக்கொள்ளத் தன் கர்வத்தை மட்டும்தான் நம்பியிருக்க வேண்டியிருக்கிறது என்பது மனைவிக்கும் அவளை நோட்டமிடும் போக்கிரிகளுக்கும் மட்டும்தான் தெரிந்திருக்கிறது என்று அவனுக்குப் பதில் சொன்னாள், அவள் சொன்னது உண்மைதான், அவளுடைய பேச்சின் தகிப்பால் தீண்டப்படவேயில்லையென்பதைப்போல அந்தப் பையனின், வலிக்கும்வண்ணம் கிழியத் திறந்துகொண்டிருந்த உதடுகளிலிருந்து வழிந்துகொண்டிருந்த இளிப்பு பாகீரதியின் வாயிலிருந்து பீறிட்டுக் கிளம்பிய பெரும் சிரிப்பிற்குப் பிறகு அவனுடைய அம்மணம் முழுவதும் பகிரங்கப்படும்படி சித்திரை மாதத்து வைகையைப்போல உலர்ந்துவிட்டது, ஆண்கள் இருவருமே கடுகடுப்புடன் பாகீரதியைப் பார்த்துக்கொண்டிருக்க, வந்தவன்முன் அவளைக் கண்டிக்க முற்பட்டால் அது அவள் அவனை அவமானப்படுத்துவதற்காகவேதான் சிரித்தாள் என்பதை உறுதி செய்ததைப்போல ஆகிவிடுமென்பதால் அவளை அடக்கவும் வாசுதேவனால் முடியாமலிருந்தது, அவள் சில நிமிடங்களுக்குப் பிறகு சேலைத் தலைப்பால் வாயைப் பொத்திக்கொண்டு தன்னை மன்னிக்கும்படி கூறிவிட்டு அந்தப் பையனைப் பார்த்து, ஒரு சிக்கலான ஓவியத்தைப் புரிந்துகொள்ளும் பொருட்டாகப் பரகசியப்படுத்த முனையும்போது கைக்கொள்ளவேண்டிய அதே பொறுமையும் கூர்புலனும் ஒரு வெளிப்படையான ஓவியத்தை, அது தன்னுள் புதைத்துக்கொண்டிருக்கும் ரகசியங்களைக் கலைத்துப் போடாமல் அப்படியே அனுபவிக்க முயலும் போதும் தேவைப்படுகிறது என்றாள், அவள் இரட்டை

அர்த்தத்தில் பேசுகிறாள் என்பது வாசுதேவனின் நண்பனுக்குப் புரியாமலிருந்திருக்கச் சந்தர்ப்பமேயில்லை, அவன் தலை குனிந்தேதானிருந்தது. அதே இரட்டை அர்த்தம் தொனிக்கும் வார்த்தைகளிலேயே தன்னையும் மன்னித்துக்கொள்ளும்படி பாகீரதியை அவன் வேண்டினான், வாசுதேவனும் நானும் சூழ்நிலையைச் சுமுகமாக்கும் உடனடி வார்த்தைகளுக்காகத் தவித்துக்கொண்டிருந்தோம், ஆனால் எங்கள் யாருக்குமே நாங்கள் விரும்பிய வாய்ப்பை அளிக்கப் பாகீரதி தயாராக இல்லை, அவள் இடைவெளியே இல்லாமல் தன் வாளினுடைய அடுத்த வீச்சையும் சுழற்றிவிட்டாள், பரவாயில்லை, ஆனால் அந்தப் பெண் நீங்கள் நினைப்பதைப்போல ஒரு புராணிகப் பெண் இல்லை, மாறாக அது மோகனமான இரவொன்றை எதிர்கொள்ளக் காத்திருக்கும் ஒரு காதலியின் தவிப்பை வெளிப்படுத்தும் சித்திரம், அவளுடைய வெண்ணிற உடையையும் சுவடிகளையும் அன்னப் பட்சிகளையும் பார்த்து மரபான, எளிதான முடிவுகளை நீங்கள் எட்டியிருக்கக்கூடும், படமோ இன்னும் கொஞ்சம் சிக்கலானது, அவளுடைய உடலின் நீளம் ஏன் அத்தனை மிகைப்படுத்தலுடன் வரையப்பட்டிருக்கிறது என்பதிலிருந்து நீங்கள் யோசிக்கத் தொடங்கியிருக்கவேண்டும், மேலும் சுவடிகள் இங்கே கல்வியைக் குறிப்பவையல்ல, மாறாக ஆண்மையைக் குறிப்பவை, அன்னப் பட்சிகளிரண்டும் அழகுக்காக வரையப்பட்டவையல்ல, அவை அவள் கண்களிலிருந்து வெளிப்பட்டுக்கொண்டிருக்கும் கனவின் ஸ்தூல வடிவங்களாகச் சித்தரிக்கப்பட்டிருப்பவை, படத்தின் வெண்ணிறம் அந்தப் பொழுது வரையில் அவளைச் சூழ்ந்து துன்புறுத்திக்கொண்டிருக்கும் பகல் பொழுதின் உருவகம், அவள் தன் கால்களை உந்தியும் உடலை விரைத்து ஒரு குத்திக் கிழிக்கும் அம்பைப்போல அவற்றை இணைத்துக் கூர்ப்பித்தும் வெண்ணிற வெளியிலிருந்து தப்பித்துச் சித்திரத்திற்கு வெளியே இருப்பதாக ஓவியனால் உணர்த்தப்பட்டுக்கொண்டிருக்கும் இரவிற்குள் பாய்ந்துவிடத் துடிப்பதை நீங்கள் அவதானிக்கும்போதுதான் அது பகல் என்பதையும் உங்களால் அடையாளம் காணமுடியும், மேலும் அவளுடைய உயரத்தையும் ஸ்தனங்களையும் நாபியின் அடிப்புறத்தையும் தவிர மற்ற உறுப்புகள் எல்லாமே சாதாரண வடிவங்களிலும் அந்த மூன்று மட்டுமே மிகையான அளவை களிலும் வரையப்பட்டிருப்பதை நீங்கள் முதல் பார்வையிலேயே, சற்று சிரமப்பட்டிருந்தால் கவனித்துப் பிடித்துவிட்டிருக்க முடியும், ஒருவேளை நீங்கள் அவற்றை அப்படிக் கூர்ந்து பார்க்கும் அனுபவம் ஏதும் இன்னும் உங்களுக்குக் கிட்டவில்லையோ என்னவோ, ஆனால் ஒரு பெண்ணின் ஆடைகளுக்குள் விரைக்கும், விம்மும், கசியும் உறுப்புகளின் பரம ரகசியமான

சமிக்ஞைகளைக் கூச்சமின்றி உணர்கிறவன் மட்டுமே அவளுடைய காதலனாக இருக்கத் தகுதி பெறுகிறான் இல்லையா. என்ன மாதிரியான ஓர் அசிங்கமான, ஆனால் அபூர்வமான, ஓர் ஆணின் முன் பெண்ணால் சொல்லப்படத் தகாத விளக்கம், ஆனால் சந்தேகமில்லாமல் இறுதியானதும் உத்திரவாதமுள்ளதுமான அடி, அந்தப் பையனுடைய உடல் தும்பிச் சிறகைப்போல அதிர்ந்துகொண்டிருக்கிறது, உதடுகள் பலவந்தமான சிரிப்பில் அசிங்கமாகக் கோணிக்கொண்டும் கண்கள் அவளிடமிருந்து கேட்டுக்கொண்ட விளக்கங்களுடன் மீண்டுமொரு முறை சித்திரங்களை நோக்கிப் புதிதாக எழும்ப எத்தனிப்பதும் அதற்குப் பதிலாக அவளுடைய சொற்கள் மட்டுமல்லாது பார்வையும் தன்னை ஒரு கழுகைப்போல கொத்திக்கொண்டிருப்பதை உணர்ந்த சித்திரவதையில் வலியுடன் அவளை ஏறெடுத்துப் பார்க்க முயற்சிப்பதும் ஆனால் இரண்டையுமே செய்யவியலாத இயலாமையுடன் மீண்டும் மீண்டும் செங்காவி வண்ணமடித்த திண்ணையின் தரையிலேயே சரிந்து விழுவதுமாக ஒரு சோகமான நாடகக் காட்சியை அங்கே உருவாக்கிவிட்டிருக்கின்றன,

அவனுக்கு அதற்குமேல் அங்கே நின்றுகொண்டிருக்கச் சக்தி யில்லாமல் போய்விட்டது, தலையைக் குனிந்துகொண்டே கூடத்திற்குள் பிரவேசித்து இருக்கையில் தொப்பென்று விழுந்து விட்டான், அதற்குப் பிறகு ரொம்ப நேரம் இருக்கவில்லை, பாகீரதி அவனுக்கும் சேர்த்து இரவுச் சாப்பாட்டைத் தயாரிப்பதாக அறிவித்திருந்தபோதிலும் இன்னொரு நாள் வருவதாகச் சொல்லிவிட்டுக் கிளம்பிவிட்டான், வாசுதேவனும் அவனை இருந்து சாப்பிட்டுவிட்டுப் போகும்படி சொல்லவில்லை, இப்படி ஒரு மூன்றாம் நபர்முன், அதிலும் ஓர் ஆண்முன் அவளால் அவற்றைச் சற்றும் கூச்சமின்றி, தாயும் கணவனும் அருகிலிருக்கிறார்களென்கிற தயக்கமோ அச்சமோகூட இல்லாமல் பேசிவிட முடியுமென்று அவனும் பாவம் எதிர்பார்த்திருக்க மாட்டான், எனக்கும் பாகீரதி அந்தச் சித்திரங்களின் தோழமையைச் சாதகமாக்கித் தன் சமயோசித்தால் அந்தப் பையனை மட்டம் தட்டியது குறித்து (கொஞ்சம் அதிகம்தான்) வருத்தமொன்றுமில்லையானாலும் அவளுடைய வழிமுறை அச்சமூட்டுவதாகத்தான் இருந்தது, இத்தனை வேகத்துடன் இந்தச் சித்திரங்களின் மீதான இப்படியொரு பார்வையை அவளால் தன்னியல்பாக முன்வைக்க முடிகிறதென்றால் இதற்குமுன் எத்தனை காலம் இதே ரீதியில் அவள் அவற்றைப்பற்றிச் சிந்தித்திருக்கவேண்டும் இல்லையா, பெண்களின் வாயால் பாலுறவுச் சொற்களையோ விவரணைகளையோ கேட்க நேரும் ஓர் ஆணின் உடல் எப்படி வியர்க்கும் என்பதும் அவனுடைய

இரவு எப்படி குரங்கின் கையில் பூமாலையாகச் சிக்கிக் கிழியும் என்பதும் அவளறியாததா, அவன் போன பிறகு நாங்களும் யாரும் சரியாகச் சாப்பிடவில்லை, வாசுதேவன் முகத்தைத் தூக்கி வைத்துக்கொண்டு ஹேமாவுடன் படுத்துக்கொள்வதாகச் சொல்லிவிட்டுப் போய்விட்டான், பாகீரதி புழுக்கமாய் இருக்கிறது என்று சொல்லிக்கொண்டே ஒன்றுமே நடக்காததைப்போல என்னுடன் படுத்துக்கொள்ள முன் திண்ணைக்கு விரிப்பையும் தலையணையையும் எடுத்துக்கொண்டு வந்துவிட்டாள், இருவருமே கண்களை மூடிக்கொண்டிருந்தோமே தவிர தூங்கவில்லை, நெடுநேரத்திற்குப் பிறகு பொறுக்க முடியாமல் நான் பாகீரதியைப் பார்த்து அவள் ஏன் அப்படிப் பேசினாளென்று கேட்டேன், என்ன பேசினேன் என்று பதிலுக்குக் கேள்வி கேட்டாள், அகமுடையானின்முன் அந்தப் படத்திற்கு அப்படியொரு அர்த்தத்தைச் சொல்லியிருக்கத்தான் வேண்டுமா, அவள் பதில் சொல்லவில்லை, மாப்பிள்ளையை அந்த மூன்று படங்களையும் கழற்றிக் குப்பையில் போடச் சொல்கிறேன் என்றேன் ஆத்திரத்துடன், அதற்கும் அவளிடமிருந்து பதிலில்லை, திடீரென்று எனக்கு ஏனோ அச்சமும் அழுகையுமாகக் குமுறிக்கொண்டு வந்துவிட்டது, எழுந்து உட்கார்ந்து (அவளை ஆமாமென்று சொல்லச் செய் ஈஸ்வரா என்று மனதிற்குள் பிரார்த்தித்தபடி) அவளைத் தொட்டு உலுக்கி, இதோ பார், எனக்குத் தெரிந்த வரையில் அந்தப் படத்திலிருக்கும் பெண்ணை அந்தப் பையன் சொன்னதையொத்த அதே விவரணைகளுடன் தன் உடலையே வீணையாக வளைத்து வைத்துக்கொண்டிருக்கும் சரஸ்வதி என்று குறிப்பிட்டு நீ பேசிக்கொண்டிருப்பதை நானே பலமுறை கேட்டிருக்கிறேன், அதிகம் போனால் அந்தப் பெண்ணிடம் அவளைத் தெய்வமாக அடையாளம் காண்பதற்குரிய சாயல் எதுவுமில்லையென்பதைச் சுட்டிக்காட்டி, பார்ப்பவர்கள் அதை அவள் அணிந்திருந்த புடவையின் வெண்ணிறத்தையும் ஏட்டின்மேல் பதிந்திருக்கும் நீண்ட விழிகளையும் அதிலிருக்கும், ஏதோவொரு வாசம் கிளர்த்திவிட்ட உவகையுணர்வால் மெலிதாகப் பிரிந்து புன்னகைத்துக்கொண்டிருக்கும் உதடுகளையும் கல்வியால் உண்டாகும் ஞானத்தைக் குறிக்கும் வகையில் அவளுடைய பாதங்கள் லௌகீக வாழ்வைக் குறிக்கும் தரையைச் சென்றடையாமல் அதற்குச் சில அங்குல உயரத்திலேயே மிதந்து கொண்டிருப்பதையும் கொண்டு ஊகித்துப் புரிந்துகொள்ள வேண்டும் என்று சொல்லியிருப்பாயாயிருக்கும், ஆனால் இன்று கொடுத்த விளக்கத்தைப் போன்றதொரு வெறுக்கத்தக்க விளக்கத்தை நீ படுக்கையறையில்கூடக் கொடுத்திருப்பாயா என்று எனக்குச் சந்தேகமாயிருக்கிறது, எழுந்து கண்களைத் திறந்து என்னைப் பார்த்து உண்மையைச் சொல், அந்தப் பெண்

சரஸ்வதிதானே என்று கேட்டேன், பாகீரதி எழுந்து உட்காரவு மில்லை, கண்களைத் திறக்கவுமில்லை, வாசலை நோக்கி ஒருக்களித்த நிலைக்குத் தன் உடலைப் புரட்டிக்கொடுத்தவாறே அலட்டிக்கொள்ளாமல், அதிலென்ன சந்தேகம் என்று சொல்லிவிட்டுத் திரும்பவும் அமைதியாகிவிட்டாள், நான் கேட்க விரும்பிய பதில்தான், ஆனால் அதிக அச்சத்தையும் அதிகத் துயரத்தையும் தருவதாகத்தான் அது என் செவிகளை வந்தடைந்தது, என்ன பெண் இவள்.

அமரர் ஈவெராவின் தொண்ணூற்றைந்தாவது பிறந்த தினத்தன்று வாசுதேவனின் குடுமியை அறுத்துவிட்டு ஓடியவனும் பாகீரதிக்காக ஜெமினியின் சித்திரமொன்றைப் பெற மெட்ராஸூக்கும் ஒசூருக்குமாக அலைந்தவனும் ஒரே நபர்தான் என்பதை இந்நேரம் நேயர்கள் தெரிந்துகொண்டிருப்பார்கள். அவனைத் துவக்கத்திலேயே அறிமுகப்படுத்தி வைக்காததற்காக மன்னிப்புக் கேட்டுக்கொள்கிறோம். அவன் பெயர் உறங்காப்புலி. மதுரை சுப்பிரமணியபுரம் பள்ளிவாசல் தெருவில் தாய் தந்தையுடன் வசித்து வந்தான். மலர்விழி என்று ஒரு தங்கை. திருமணமாகிக் கணவருடன் கீழவெளிவீதிக்குக் குடித்தனம் போய்விட்டாள். அவனே பாகீரதியிடம் சொல்லிக்கொண்டதுபோல தீவிர திமுக தொண்டன். அவன் மட்டுமல்ல அவனுடைய தகப்பனாரும்கூடத்தான். உறங்காப்புலி மதுரை இருப்புப்பாதை நிலைய அலுவலகத்தில் கோப்புக் காப்பாளனாகப் பணிபுரிந்து கொண்டிருந்தான். இந்தக் கதை நடக்கும் காலக்கட்டத்தில் சில முக்கியமான கோப்புகள் தொலைந்துபோனது சம்பந்தமாக அவன்மீது விசாரணையொன்று நடந்துகொண்டிருந்ததால் தற்காலிகப் பணி நீக்கம் செய்யப்பட்டிருந்தான் (அலுவலகச் சிப்பந்தியான அவனுக்கு மதிய நேரங்களில் நினைவுக் கூட்டங் களுக்குச் சென்று ஒலிவாங்கியினடியில் காத்திருக்கவும் பிறகு பாகீரதியின் வீட்டு வாசலின்முன் வந்து காத்துக்கொண்டிருக்கவும் அவகாசம் கிடைத்தது இந்தக் காரணத்தினால்தான்). அதை எதிர்த்து வழக்குப் போட்டு நடத்திக்கொண்டுமிருந்தான். இப்போதைக்கு இந்த விபரங்கள் போதுமானவை. நாம் கதைக்கு வருவோம். ஜெமினி என்று தன்னை அறிமுகப்படுத்திக்கொண்டு தன் வீட்டிற்கு வந்து பேசிவிட்டுப் போனவனைப் பற்றிய முழு விபரங்களையும் பாகீரதி வாசுதேவனுக்குச் சொல்லாமல் மறைத்துவிட்டதைப்போலவே (அவளால் சொல்ல முடிய வில்லை. சொல்ல விரும்பவுமில்லை) உறங்காப்புலியும் ஒசூரில் தான் சந்தித்த ஜெமினியின் குடும்பத்தவருடன், குறிப்பாக

அவருடைய மனைவியான சவிதா தேவி என்கிற மூதாட்டியுடன் தான் நடத்திய சம்பாஷணைகளின் முழு விபரங்களையும் அவளிடம் சொல்லாமல் (அவள் கேட்க விரும்பியிருப்பாளா யினும் அவனால் சொல்ல முடியவில்லை. ஆனால் சொல்ல விரும்பினான்) மறைத்துத்தான் வைத்திருந்தான். காரணம் அந்தச் சம்பாஷணையின் வடிவம். அது ஏன் அப்படிப் போயிற்று என்று அவனால் கடைசி வரை புரிந்துகொள்ள முடியவில்லை. அது இழுத்துக்கொண்டு சென்ற திசையிலேயே ஓடிக்கொண்டிருப்பது மட்டும்தான் அவனால் அப்போது செய்யவியன்ற காரியமாயிருந்தது. ஒசூரிலிருந்து லீலா நாயுடுவின் சித்திரத்துடனும் கனத்த இதயத்துடனும் மதுரைக்குச் செல்லும் பேருந்தில் ஏறி அமர்ந்து ஒசூரின் எல்லையைத் தாண்டியதுமே (வண்டி அப்போது ஏறக்குறைய கிருஷ்ணகிரியின் எல்லையை நெருங்கிக்கொண்டிருந்தது) திடீரென்று மாறிய சீதோஷ்ணம் சட்டென்று அந்த நிலவெளியின் இன்மையை உணர்த்திய கணத்தில் அந்த விதி வசப்பட்ட உரையாடலின் பின்புலத்தில் ஒசூர் என்னும் அந்த, அதுவரை அறியப்படாத மர்ம நிலத்தின் சூத்திரக் கயிறு தொங்கிக்கொண்டிருந்ததோ என்பதான உணர்வு அவனைத் தாக்கியது. முன்பின் அறிந்திராத இருவர், வயதிலும் அனுபவத்திலும் வாழ்முறையிலும் குடும்பச் சூழ்நிலையிலும் பாலிலும்கூட முற்றிலும் வேறு வேறான பின்னணிகளைக் கொண்ட இருவர், சந்தித்துக்கொண்ட கணத்திலேயே மடை திறந்தாற்போல, தங்கள் உள்ளத்தின் ரகசியங்களை ஒருவர் முன் மற்றவர் மாறி மாறிக் கொட்டித் தீர்த்துக்கொள்ள முடிகிறதென்றால் அதற்கு அந்தச் சூழலையும் அதைச் சிருஷ்டித்து வைத்திருக்கும் நிலத்தின் நிறம், மணம், சீதோஷ்ணம் இவற்றையன்றி வேறு எதையாவது விதியிடமும் தெய்வத்திடமும் நம்பிக்கையில்லாத ஒருவனால் காரணமாகச் சொல்ல முடியுமா. மேலும் உறங்காப்புலி ஒசூர் பேருந்து நிலையத் தரையில் காலை வைத்ததுமே அதன் வினோதத்தை உணரவும் தொடங்கிவிட்டான் என்பதும் உண்மைதான். முதலில் அவன் அத்தனை குளிரை எதிர்பார்க்கவில்லை. எனவே அதற்கான தயாரிப்புகளுடனும் வந்திருக்கவில்லை. குறைந்தபட்சம் காதுகளையும் கழுத்தையும் மறைத்துக்கொள்ள ஒரு கம்பளித் துண்டுகூட இல்லாதவனாய்ப் பேருந்திலிருந்து இறங்கியதும் அவனுடைய உடல் காலோடு தலையாக நடுங்கத் தொடங்கிவிட்டது. கடுங்குளிரை அவன் தன் வாணாளில் பார்த்ததேயில்லையென்றெல்லாம் சொல்லிவிட முடியாது. அய்யம்பாளையத்தில் பிறந்தவனான அவன் மதுரைக் கல்லூரிக்கு வந்துசேரும் வரையில் தன் பள்ளிப் பிராயம் முழுவதிலும் பல தடவைகள் கொடைக்கானலுக்கு

இதேபோன்ற குளிர்பருவங்களில் சென்று வந்திருக்கிறான். கல்லூரியிலிருந்தும் இன்பச் சுற்றுலா என்று ஊட்டிக்கு அதன் பனிக்காலத்தில் ஒருமுறை போய்வந்திருக்கிறான். ஆனால் அப்போதெல்லாம் கம்பளியாடைகள் உள்ளிட்ட அதற்கேயுரிய முன்னேற்பாடுகளுடன்தான் அந்த நிலங்களை அவன் எதிர்கொண்டிருக்கிறான். அந்தப் பனியின் தன்மையே வேறு. அது அவனை ஒரு விருந்தாளியைப்போல வரவேற்றுத் தங்கவைத்து விருந்தளித்து வழியனுப்பி வைக்கும் உபசாரப் பனி. அதை நினைவுகூரும்போதெல்லாம் அவனுக்கு சினிப்ரியா திரையரங்க வளாகத்தில் தெர்மாக்கோல் பெட்டியினுள் உதிர்த்துப் பரப்பப்பட்ட பனித் துகள்களுக்கு மத்தியில் பொதிந்து வைக்கப்பட்டிருக்கும் குளிர்பானத்தின் நினைவுதான் வரும். ஒசூரின் பனி கொடைக்கானல், ஊட்டி மாதிரியான அத்தனை உக்கிரமான பனியொன்றும் இல்லைதான். எனவே உண்மையில் உறங்காப்புலியைத் தாக்கியது பனி என்பதைவிட அதன் எதிர்பாராமை என்பதுதான் சரி. புலர்வதற்குச் சிறிதுநேரம் முன்பாக அந்த மிக மிகச் சிறிய பேருந்துநிலையத்தின் மதிற்சுவர்களையொட்டிய இருட்டிற்குள் தங்களைப் பொதிந்துகொண்டு தலையிலிருந்து கால்வரை போர்த்தியிருக்கும் கம்பளிப் போர்வையின் கந்தலினூடே வருகிறவர்கள் போகிறவர்களை உற்றுப் பார்த்துக்கொண்டிருந்த அரைக்கால் சட்டை உள்ளூர்வாசிகளின் (தொழிற்சாலைப் பணிகளுக்காகப் பிற நகரங்களிலிருந்து மெதுமெதுவாக ஒசூருக்கு நகரத் தொடங்கியிருந்த ஜனத்தொகை முழுவதுமே இந்தக் குளிரை எதிர்பாராததாயும் ஆனால் முன்கூட்டியே திட்டமிடப் பட்ட தங்கும் அறைகள் ஒதுக்கப்பட்டதாயுமிருந்ததால் பரம்பரை பரம்பரையாக இம்மாதிரியான காலைகளுக்குப் பழக்கப்பட்டிருந்த அதன் பூர்வீகவாசிகளைத் தவிர வேறு யாரும் அங்கே அப்படி நின்றுவிடவும் முடியாது) பார்வையைச் சந்தித்தபோது அவன் தன்னைச் சவப்பெட்டியில் இருத்தி வைக்கப்பட்டிருந்த பிணமாகத்தான் உணர்ந்தான். அவர்களை நெருங்கவே அச்சப்பட்டானாயினும் (வந்தேறிகளனைவரையுமே அவர்கள் அப்படியான வெறித்த பார்வையில்தான் பார்த்துக் கொண்டிருந்தார்கள்) வேறு வழியின்றி அவர்களிலொருவரை அணுகி அருகிலெங்காவது தங்கும் விடுதியேதேனும் இருக்கிறதா என்று கேட்டான். அவர் தெலுங்கில் ஏதோ முணுமுணுத்துக் கொண்டே பேருந்து நிலைய மதில்சுவருக்கு அப்பாலிருக்கும் ஊரின் உள்பக்கத்தைத் தன் ஆள்காட்டி விரலால் சுட்டிக் காட்டினார். உறங்காப்புலி அந்த வழியிலிருந்த ஒரு குறுகிய அழுக்கான சந்தில் நடந்து மகாத்மா காந்தி சாலைக்குள்

பிரவேசித்து வெங்கடேஸ்வரா திரையரங்கினருகேயிருந்த, அழுது வடிந்துகொண்டிருந்த தங்கும் விடுதியொன்றில் ஓர் அறையை வாடகைக்கு எடுத்து உள்ளே நுழைந்து, நுழைந்தவுடன் கட்டிலில் விழுந்து நைந்து போயிருந்த போர்வையின் பழ வாடையைச் சட்டை செய்யாமல் அதை இழுத்துப் போர்த்திக்கொண்டு தூங்கிவிட்டான்.

காலை எட்டு மணிக்கு எழுந்தபோது சன்னலின் வழியே அறைக்குள் நல்ல வெய்யில் நுழைந்திருந்தும்கூடக் குளிர் போகவில்லை. விடுதியின் பின்புறம் வெளியே கடல்போல அலையடித்துக்கொண்டிருந்த ராமநாயக்கன் ஏரி முழுவதும் பனிப் புகை பாம்பைப்போல நெளிந்து நடனமாடிக்கொண்டிருந்தது. குளிக்காமலேயே முகம் கழுவி ஒப்பனை செய்துகொண்டு கீழே இறங்கி வந்து வரவேற்பறையிலிருந்த ஒரு நடுத்தர வயது மனிதரிடம் ஜெமினியைப் பற்றி ஏகதேசமாக விசாரித்தான். அவருக்கு எதுவும் தெரியவில்லை. முகவரி கேட்டார். அவனிடம் அது இல்லை. ஜெமினி, ஒரு பிரபல ஓவியர், பிறப்பால் ஒசூர்க்காரர்தானென் றாலும் சிறுவயதிலேயே கல்கத்தாவிற்கு ஓடிப்போய்விட்டு வயதான பிறகு மனைவி மகனுடன் திரும்பப் பிறந்த ஊருக்கே வந்து சேர்ந்தவர் என்கிற விபரங்களுக்கப்பால் அவரைப்பற்றிய எந்தத் தகவல்களையும் தனக்கு உதவ வருகிறவர்களிடம் சொல்ல அவனால் முடியாதிருந்தது. ஆனாலும் வரவேற்பறை மனிதர் சின்ன ஊரான ஒசூரின் மொத்தத் தெருக்களையுமே ஒரு மணி நேரத்தில் சுற்றி வந்துவிடலாமென்பதால் அவனுக்கு அதிகச் சிரமம் இருக்காது என்று தைரியம் கூறிவிட்டு எதற்கும் தாலுகா அலுவலகத்தினருகேயிருக்கும் அஞ்சல் அலுவலகத்தில் போய் விசாரித்துப் பார்க்குமாறு சொல்லி அவனை அனுப்பி வைத்தார். பத்து மணிக்கு லேசாக சூரியனின் இருப்பைத் தோல் உணர ஆரம்பித்தபோது அவன் சிற்றுண்டியை முடித்துக்கொண்டு அவர் சொன்னபடி மிக மந்தமான பாதசாரிகளால் உயிர்த்துக் கொண்டிருந்த ஏரிக்கரைத் தெரு வழியே தாலுகா அலுவலகச் சாலையைத் தொட்டு மேலேறி தபால் அலுவலகத்தையடைந்து அதன் தலைவர் வருவதற்காகச் சிறிதுநேரம் காத்திருந்து அவரைச் சந்தித்தான். அவர் ஏகதேசமாக ராம்நகர், தேர்பேட்டை மற்றும் தின்னூர் ஆகிய மூன்று இடங்களில் குடியிருந்த சில வடநாட்டுக் குடும்பங்களின் முகவரிகளைத் தந்து அங்கே விசாரிக்கும்படி சொன்னார் (ஜெமினி என்கிற பெயருக்குத் தனக்குத் தெரிந்து தபால்கள் எதுவும் வருவதில்லையென்றார் அவர் (வந்திருந்தால் அந்தப் பெயரிலிருக்கும் தனித்தன்மை அதை மறக்க என்னை அனுமதித்திருக்காது) ஜெமினி என்கிற பெயரைத் தவிர அவருடைய

மற்ற குடும்ப அங்கத்தினர்கள் பெயரெதையும் உறங்காப்புலியும் தெரிந்து வைத்திருக்கவில்லை). மூன்று இடங்களும் ஆயுத எழுத்துப்போல் மூன்று திசைகளில் இருந்தன. ஆனால் தேடத் தொடங்கிய இரண்டரை மணி நேரத்திற்குள்ளாகவே இரண்டாவதாக அவன் விசாரித்த தேர்ப்பேட்டையிலேயே செவிடநாதர் மலைக் கோவில் அடிவாரத்தையொட்டிக் கடும் பாறைகளின்மேல் அமைக்கப்பட்டிருந்த சிறிய, ஆனால் புராதன, ஓட்டு வீடுகளின் நடுவேயிருந்த காரை வீடொன்றில் ஜெமினியின் குடும்பத்தை அவன் கண்டுபிடித்துவிட்டான். வாசலில் நின்றுகொண்டிருந்தவன் முப்பது வயது மதிக்கத்தக்க இளைஞன். அவன்தான் மகாவதன். ஜெமினியின் ஒரே புதல்வன். அவன் வந்த நபர் தன்னுடைய தகப்பனைப்பற்றிஉசாவுவது குறித்து ஆச்சரியத்தால் விரியும் விழிகளுடன் உறங்காப்புலியைப் பார்த்தான். எதற்கு அவரைப் பார்க்க வேண்டும் என்றும் கேட்டான். உறங்காப்புலி, நீங்கள் அவருடைய மகன் என்று நினைக்கிறேன், உங்கள் தகப்பனாருடைய சித்திரங்களின்மேல் பித்தாகயிருக்கும் ஒரு பெண்ணுக்காக அவரைச் சந்தித்து உருவப்படம் ஒன்று வரைவது சம்பந்தமாக அவரிடம் பேசிப் போக வந்திருக்கிறேன் என்றான். மகாவதன் சிறிதுநேரம் உறங்காப்புலியைச் சற்றே கோபத்தால் கலங்கிய விழிகளால் உற்றுப் பார்த்துக்கொண்டிருந்துவிட்டுப் பிறகு மெதுவான குரலில், ஜெமினியால் உங்களைச் சந்திக்கவோ எந்தவிதமான சித்திரத்தையும் வரையவோ இயலாது, ஏனெனில் அவர் இறந்து நான்கு வருடங்களாகிறது என்றான். உறங்காப்புலியின் ஆர்வத் திரையின் பின்னே பதுங்கிக்கொண்டிருந்த புத்தி மகாவதன் சொன்னதை முதலில் உள்வாங்கிக்கொள்ள மறுத்துவிட்டது. ஆனால் அந்தப் பெண்ணுடைய உருவச் சித்திரம் எப்படியேனும் வரையப்பட்டாகவேண்டுமே என்றான் மடத்தனமாக. பிறகுதான் சட்டென்று தூக்கத்திலிருந்து விழித்துக்கொண்டவனைப்போல தலையை உதறிக்கொண்டு மகாவதனிடம் மன்னிப்புக் கேட்பதற்காக வாயைத் திறந்தான். ஆனால் அதே கணத்தில் சற்றும் எதிர்பாராதவிதமாக மகாவதன் ஒரு வேட்டை நாயைப்போல மேலும் கீழுமாக மூச்சிரைக்க ஆங்காரத்துடன் உறங்காப்புலியை மிக அருகே நெருங்கி வந்து அவனுடைய சட்டையைப் பிடிக்காத குறையாக அவன் காலின் மேல் ஏறி நின்றுகொண்டு, உண்மையைச் சொல்லுங்கள், இத்தனை வருடங்களுக்குப் பிறகு உங்களுக்கு எதற்காக என் தகப்பனாரின் ஓவியங்கள் தேவைப்படுகின்றன, குழிப் பிணத்தைத் தோண்டி ஒப்பாரி வைக்கும் இந்த வேலையை யாருக்காகச் செய்கிறீர்கள், யாரை விசாரித்து எங்களைக் கண்டுபிடித்தீர்கள், கல்கத்தா

காவல்துறையினரின் வேண்டுகோளின்பேரில் இங்கிருக்கும் காவல்துறையால் அனுப்பப்பட்டு வந்தவரானால் அதை நேரடியாகவே என்னிடம் சொல்லிவிடலாம், கண்ணாமூச்சி விளையாட்டு தேவையில்லை என்று அடித் தொண்டையில் உறுமினான்.

உறங்காப்புலி பயந்துவிட்டான். நீங்கள் என்ன சொல்கிறீர்கள் என்று எனக்குப் புரியவில்லை, நான் காவல்துறை ஆளுமில்லை, மதுரையிலிருந்து வருகிறேன், இருப்புப் பாதை அலுவலகச் சிப்பந்தியாகப் பணிபுரிகிறேன், ஜெமினி கல்கத்தாவிலிருந்து ஒசூருக்குக் குடி பெயர்ந்துவிட்டாரென்று கேள்விப்பட்டு அவருடைய ரசிகையான ஒரு பெண் கேட்டுக்கொண்டதற்கிணங்க, ஆசையிருந்தும் அவளால் உடனே கிளம்பி வர முடியவில்லை யென்பதால், அவள் சார்பாக அவரைச் சந்திக்க நான் வந்தேன், அவ்வளவுதான், இதில் நீங்கள் இத்தனை பதற்றமடைய எதுவும் இருப்பதாக எனக்குத் தெரியவில்லை, மேலும் திடீரென்று இதில் ஏன் காவல்துறையின் பெயர் அடிபட வேண்டும். ஆனால் அதற்குள் மகாவதன் தன் தவறையும் அவசரப் புத்தியையும் உணர்ந்து தன்னைச் சுதாரித்துக்கொண்டுவிட்டான். மன்னித்துக்கொள்ளுங்கள், சிறிய குழப்பம், அப்பா இந்த ஊரில் பிறந்தவராகவேயிருந்தாலும் வருடக்கணக்காக வடநாட்டிலேயே இருந்ததால் அவருடைய பழைய உறவுக்காரர்களாலேயேகூட அந்நியராகத்தான் பார்க்கப்படுகிறார், மேலும் தொழிற் பேட்டை அமைக்கப்படுவதற்குமுன் இந்த ஊருக்கு வெளியி லிருந்து வருபவர்களும் வரப் பிரியப்படுபவர்களும் மிக மிகக் குறைவென்பதாலும் இந்தப் பகுதி நக்ஸலைட்டுகளின் செல்வாக்கு உள்ள பகுதியாக அறியப்படுவதாலும் அந்நியர்கள் அடிக்கடி சோதனையென்கிற பேரில் காவல்துறையினரின் உபத்திரவங்களுக்கு உட்பட வேண்டியதாகியிருக்கிறது, இது பல சமயங்களில் பொறுமையிழப்பையும் வீட்டிற்கு வருகை தரும் யாரையுமே சந்தேகக் கண்களோடேயே பார்க்கும் தீய பழக்கத்தையும் உண்டாக்கிவிட்டிருக்கிறது என்றான் அவன். அதிகப்படியான கோபம் வடிந்ததும் அந்த இடத்தை, அதை ஈடுகட்டும் விதமாக அதிகப்படியான உபசரணையும் பிடித்துக்கொண்டுவிட்டது. புலியைக் கையைப் பிடித்து இழுக்காத குறையாக உள்ளே கூட்டிக்கொண்டு போனான். போகும்போதே, பல வருடங்களுக்குப் பிறகு அப்பாவின் சித்திரங்களைத் தேடி ஒரு மனிதர் வந்திருக்கிறீர்கள், உங்களைச் சரியாக வரவேற்கவில்லையென்பதோடு அவரும் உயிருடன் இல்லையென்பது கூடுதல் வருத்தமளிக்கிறது என்றான்.

உறங்காப்புலியும் பதிலுக்குத் தனக்கும் ஜெமினி உயிரோடு இல்லையென்பது மிகுந்த வருத்தத்தையளிக்கிறது என்றும் தனக்கு அவர் மீதோ சித்திரக் கலை மீதோ பிரத்யேகமான அறிவோ ஈடுபாடோ இல்லையெனினும் அவர் கையால் தன்னுடைய உருவப்படமொன்று வரையப்பட வேண்டுமென்பதை தான் யாருக்காக அவரை நாடி வந்தோமோ அந்தப் பெண் ஒரு கனவாகவே கண்டுகொண்டிருக்கிறாள் என்றான். ஏன் அவரால் வர முடியவில்லையாம், அப்பாவை இனி அவரால் சந்திக்க முடியாதெனினும் குறைந்தபட்சம் அவருடைய கைகளாலேயே வரையப்பட்ட பல அசல் சித்திரங்களைப் பார்த்துத் திருப்தியடைந்திருப்பாரே, நாங்கள் அவற்றைப் பத்திரமாகவே பாதுகாத்து வைத்திருக்கிறோம், மேலும் பிறப்பால் தமிழரான ஜெமினியைப் பற்றி இங்குள்ளவர்களுக்கு அறவே தெரிந்திருக்க வில்லையென்று அம்மா எங்களுடைய சேகரிப்பைக்கொண்டு அவருடைய நண்பரான ஆதிமூலம் என்பவரின் உதவியுடன் சேலத்திலும் மெட்ராஸிலும் ஓவியக் கண்காட்சியொன்றை நடத்த வேண்டுமென்கிற விருப்பத்திலுமிருக்கிறார் என்றான். அப்போதுதான் உறங்காப்புலிக்கு அந்த யோசனை தோன்றிற்று, அதாவது, கனவில் ஜெமினியிடம் தன் உருவப்படத்தை வேண்டிய வடக்குவெளிவீதிப் பெண்ணுக்கு அதற்குப் பதிலாக வேறொரு சித்திரத்தைப் பரிசாக வாங்கிப் போவது. ஆனால் ஜெமினியின் குடும்பத்தினருக்கும் அவை பொக்கிஷங்களாகவே இருக்கிற பட்சத்தில் இப்போதுதான் முதல் தடவையாகச் சந்தித்திருக்கும் தனக்கு அவற்றிலொன்றை (விலைக்கேயானாலும்) தரச் சம்மதிப்பார்களா என்பது சந்தேகம்தான். எனினும் முயற்சி செய்து பார்த்துவிடுவது என்றும் முடிவு செய்துகொண்டான். எனவே அந்தப் பெண்ணுக்காக, அவளுடைய விழிகளால் ஜெமினியின் சித்திரங்களைப் பார்வையிடத் தனக்கும் விருப்பம்தான் என்று மகாவதனிடம் தெரிவித்தான். மகாவதன் சிறிது ஆச்சரியத்துடன், சித்திரக் கலையில் முன்பின் பரிச்சயமில்லையென்றால் அவற்றைப் பார்வையிடுவது உங்களுக்குச் சலிப்பூட்டும் கடமையாகத்தான் இருக்கும் என்றான். அந்தப் பெண்ணுக்கு ஜெமினிமீது அன்பிருக்கிறது, எனக்கு அவள்மீது அன்பிருக்கிறது, சித்திரங்களைச் சலிப்பூட்டுபவையாக உணராமலிருப்பதற்கு அது போதுமென்றே நான் நம்புகிறேன் என்றான் உறங்காப்புலி. மகாவதன் சிரித்துவிட்டு அதற்கான ஏற்பாடுகளைச் செய்வதாகச் சொன்னதோடு பரண்மேல் பத்திரப்படுத்தி வைத்திருக்கும் சித்திரங்களைக் கீழேயிறக்கித் தூசு தட்டி பார்வையிடுவதற்கான தகுதிக்கு அவற்றைக் கொண்டு வருவதற்குத் தனக்குச் சற்று அவகாசம் வேண்டுமென்றான். உறங்காப்புலி, பரவாயில்லை, அதுவரையில் நான் உங்கள் தாயாரிடம் உரையாடிச் சித்திரங்களின்

வரலாற்றுப் பின்புலத்தையும் ஜெமினியினுடைய தனிப்பட்ட மனவோட்டங்களையும் தெரிந்துகொள்ள முயற்சிக்கிறேன், அவற்றைப்பற்றி ஒன்றுமே தெரியாத எனக்கு அது ஒரு சிறிய அறிமுகத்தையும் அந்தப் பெண்ணுக்குக் கூடுதலாகச் சொல்ல ஏதேனும் சுவாரஸ்யமான கதைகளையும் கொடுக்கக்கூடும் என்றான். மகாவதன் தயங்கினான். அப்பாவின் இறப்பிற்குப் பிறகு அம்மா அடிக்கடி உருவெளித் தோற்றங்களைக் கண்டு பேசும் பழக்கத்திற்கு ஆளாகியிருக்கிறாள், கையாளக்கூடிய அளவில்தான் இருக்கிறதென்றாலும் பேசிக்கொண்டிருக்கும்போதே பிரமைகளுக்குள் விழுந்து அவற்றையே நிஜமென நினைத்துக் கொண்டு நம்மை விட்டுவிட்டு அவற்றோடு பேசத் தொடங்கி விடுவாள், என்ன பேசிக்கொண்டிருக்கிறாளென்பது நமக்குப் புரியாது, நாம் யாரென்பது அவளுக்கும் தெரியாது, எனவே அப்பாவைப் பற்றி உபயோகமான தகவல்களெதுவும் அவள் மூலமாக உங்களுக்குக் கிடைக்கக்கூடுமென்று நான் நம்ப வில்லை. ஆனால் உறங்காப்புலி ஜெமினியின் மனைவியைப் பார்ப்பதில் உறுதியாக இருந்தான். தானொன்றும் தலைபோகிற விஷயங்களைப்பற்றி அவளிடம் பேசப் போவதில்லையெனவும் இத்தனை தூரம் வந்ததற்கு ஜெமினிக்குப் பதிலாக அவருடைய மனைவியைச் சந்தித்துவிட்டாவது செல்வது அந்தப் பெண்ணுக்குச் சிறிது ஆறுதலைத் தருவதாக அமையும் என்றான். மகாவதனால் மறுக்க முடியவில்லை. அவன் உறங்காப்புலியை வீட்டின் உள்ளறையொன்றில் சன்னலருகே போடப்பட்டிருந்த சாய்வு நாற்காலியில் அமர்ந்தபடி வெளியே பனிப் புகை சிறிது சிறிதாகக் கலைந்துகொண்டிருப்பதை வேடிக்கை பார்த்துக்கொண்டிருந்த தன் தாயாரின் அருகே இட்டுச் சென்று இரண்டு நாற்காலிகளை எடுத்துப் போட்டு அவற்றிலொன்றில் அமரும்படி சொன்னான். இன்னொன்றில் தானும் அமர்ந்துகொண்டான். அறை சலனித்ததும் சன்னலிலிருந்து விழிகளைத் திருப்பிப் பார்த்தவரிடம் உறங்காப்புலியைச் சுட்டி, அப்பாவைப் பார்க்க வந்திருக்கிறார், வெகு தொலைவிலிருந்து என்றான்.

சவிதாதேவி உறங்காப்புலியை நோக்கிப் பார்வையைத் திருப்புகிறார். நாம் ஓரிரு முறை ஏற்கெனவே சந்தித்த (உண்மையில் அந்தச் சந்திப்பு இந்தக் கதையின் நடுப் பகுதியில்தான் நிகழ்கிறது என்பதை நேயர்கள் நினைவிலிறுத்திக்கொள்ள வேண்டும்), இளமையும் கம்பீரமும் துடுக்குத்தனமும் நுண்ணுணர்வும் கொண்ட சவிதா தேவி அல்ல இவர். முற்றிலும் நரைத்துப் போன தலையையும் குளிர்ந்து சில்லிட்டுப்போன பார்வையையும் அலைச்சலினாலும் பிரிவேக்கத்தினாலும் வியாதிகளினாலும் வயதுக்கு மிக அதிகமாகவே மூப்பை எடுத்துக்காட்டும் சுருங்கிப்

போன தோற்றத்தையும் கொண்ட ஒரு மூதாட்டி. நடுத்தர வயது வேலைக்காரியொருத்தியின் அரைகுறை உதவியுடன் கூடிய ஓர் ஆண் மகனின் கவனிப்பும் பணிவிடைகளும் அவர் மீதிருந்து வீசிக்கொண்டிருந்த பழமையின் மூச்சடைக்கச் செய்யும் துர்வாடையையும் அடைபோல் மூலைகளில் தேங்கிப் போயிருந்த இருட்டையும் சன்னல் வழியே தொலைவில் எங்கெங்கோ நடமாடும் உருவங்களின் மங்கிய நிழலுருவப் பிம்பங்கள் அறைச் சுவரில் பிரதிபலித்து (நல்ல மன வலிமையோடு இருக்கிறவர்களே மிரண்டு போகும்படி) உருவாக்கும் மாயத் தோற்றங்களையும் (சில சமயங்களில் மாயக் குரல்களையும்) விரட்டுவதற்குப் போதுமானவையாக இருக்கவில்லை. சன்னலைத் திறந்தே வைத்திருப்பதனாலோ அல்லது நினைவுகள் விடாப்பிடியாகச் சுவர்களில் ஒட்டிக் கசிந்து கசிந்து அவற்றை இற்றுப் போகச் செய்திருந்ததனாலோ அந்த அறை வீட்டின் முன்னறையை விட அதிகக் குளிராக இருந்தது (ஆனால் சவிதா தேவி குளிராடை எதுவும் அணிந்திருக்கவில்லை. அவர் அதை உடனே கழற்றிவிடுவது மட்டுமல்லாமல், சில சமயங்களில் அதை நெருப்பில் காட்டி அது பொசுங்கும் நீல வெளிச்சத்தைக் கண்கொட்டாமல் பார்த்துக்கொண்டிருப்பதையும் ஒரு பழக்கமாக வைத்துக்கொண்டிருக்கிறார். போர்வையையேகூட அவர் தூங்கியதற்குப்பின்தான் மகாவதன் அவருக்குப் போர்த்தி விடுகிறான்). வலக்கையின் ஆள்காட்டி விரல் ஓயாமல் காற்றில் ஏதோவொரு மாயக் கோலத்தைத் திரும்பத் திரும்ப வேகவேகமாக வரைந்துகொண்டிருக்க அந்தப் பெண்மணி உறங்காப்புலியைச் சற்றுநேரம் வெறித்துப் பார்த்துக்கொண்டிருந்தபின் (சற்றுமுன் அவன்மேல் பதிந்திருந்த மகாவதனின் பார்வையில் இருந்த அதே வெறிப்பின் சாயல்) மெதுவாக, ஆனால் அந்தப் பொடியன்தான் இப்போது உயிரோடு இல்லையே என்று உடைந்த தமிழில் முனகினாள் (மகாவதன் இதைவிடச் சற்று வேகமாகவும் நன்றாகவும் தமிழ் பேசினான், அவனும் அவன் தந்தையும் கல்கத்தா வீட்டில் தமிழில்தான் பேசிப் பழகினார்களென்பதால். (ஜெமினிக்கும் சவிதாவுக்குமிடையிலான பரிவர்த்தனை பாஷை முதலிலிருந்தே மைதிலியாகத்தான் இருந்தது)). தெரியும், என்றாலும் அவருக்குப் பதிலாக உங்களையும் அவருடைய சித்திரங்களையும் பார்க்கக் கிடைப்பதில் எனக்கு மெத்த மகிழ்ச்சிதான் என்றான் உறங்காப்புலி. உனக்கு எப்படித் தெரியும் அவரைப் பற்றியும் அவருடைய படைப்புகளைப் பற்றியும், நீ சைத்ரீகனா என்று கேட்டார் சவிதாதேவி. உறங்காப்புலி பதில் சொல்லுமுன் மகாவதன் முந்திக்கொண்டு, இல்லை, அவர் தன் காதலிக்காக ஜெமினியைப் பற்றித் தெரிந்துகொள்ள

வந்திருக்கிறார், அந்தப் பெண் அப்பாவின் தீவிர ரசிகையாம் என்றான். அவனுடைய இந்த விதமான அறிமுகம் சவிதாதேவி, உறங்காப்புலி இருவரையுமே ஏக காலத்தில் திடுக்கிட வைத்துச் சமனிலையிழக்கச் செய்தது. புலியைப் பொறுத்தவரையில் பெரியார் பிறந்த தினத்தின் மதிய வேளையில் எதிர்பாராமல் சந்திக்க நேர்ந்த அந்தத் திருமணமான பிராமணப் பெண்ணின் மீதான தன்னுடைய ஈர்ப்பைக் காதல் என்கிற பெயரால் குறித்துக்கொள்ள அந்தக் கணம் வரையில் அவனுக்குத் தைரியம் கூடியிருக்கவில்லை. அந்தச் சொல்லை உச்சரிக்கவே அவன் மனம் நடுங்கியது. மகாவதனிடம்கூட அவன் அவளை அப்படிக் குறிப்பிட்டு அறிமுகப்படுத்தவில்லையென்பதை நினைவுபடுத்திக்கொள்வோம். பாழாய்ப்போன அந்த ஒரேயொரு சொல்லின் அர்த்தப் பெருக்கங்களாகத்தான் அவளைச் சந்தித்த நாளிலிருந்து அவனுக்குள் நிகழ்ந்துகொண்டிருந்த தூக்கயிழப்பு, பசி மந்தித்த உணர்வு, ஞாபக மறதி, உடல் தேடும் தவிப்பு, இலக்கற்ற அலைச்சல்கள், தனிமையின் மீதான பெரு விருப்பம், அவள் வீட்டின்முன் சமயம் வாய்க்கும் போதெல்லாம் தன்னைக் கொண்டுபோய் நிறுத்திக்கொள்ளும் அசட்டுத்தனம் என்கிற இவையனைத்தும் தங்களைத் திரும்பத் திரும்ப அடையாளம் காட்டிக்கொண்டிருந்தனவென்றாலும் சமூக அச்சம் என்னும் பிறவி நோய் அதை மனதிற்குள்கூட வெளிப்படையாக உச்சரிக்க அவனை அனுமதிக்கவேயில்லை. புழையை அடைத்துக் கொண்டிருக்கும் குப்பையைப் போல பிரக்ஞையை அடைத்துக் கொண்டு வாதைகளை வெளியேறவிடாமல் தேங்கச் செய்து சித்திரவதை செய்துகொண்டிருந்த அந்தச் சொல் மட்டும் அதே சமூகத்தின் ஒரேயொரு வாயால் உச்சரிக்கப்பட்டு (ஆதரித்தோ கண்டித்தோ அல்லது தண்டித்தோகூட) உறுதி செய்யப்பட்டிருக்குமானால் அது உத்தியோக ரீதியிலான வழக்கின் வெற்றிக்காகத் தீவிரமாக அலைந்தாக வேண்டிய நிலையிலிருக்கும் தன்னுடைய சமீபத்திய நாட்களைத்தான் எத்தனை உற்சாகமானதாயும் ஆசுவாசம் மிக்கதாயும் ஆக்கியிருக்கும் என்று எண்ணி அவன் ஏங்காத பொழுதேயில்லை என்று ஆகியிருந்தது. பகிர்தல் எத்தனை பெரிய ஆசுவாசம் என்பதை உறங்காப்புலி அனுபவப் பூர்வமாகவே அறிவான். சமூகத் தடை என்பதோ ஒரு செயலைச் செய்யப்படாததாய் ஆக்குவதைவிட அந்த எண்ணத்தையே பகிரப்படாததாய் ஆக்கும்போதுதான் அதிகக் குரூரத்தைப் பாதிக்கப்பட்டவன் உணரும்படி செய்கிறது. ஆனால் புலியின் தத்தளிப்பு இந்த ரீதியில் மட்டும்தான் இருந்தது என்றும் சொல்வதற்கில்லை. இன்னொரு வகையில் அவன் தன்னுடைய அந்த நோய்க் கூறான

உணர்வுகளை இழக்க விரும்பாதவனாகவும் இருந்தான். தெளிவு என்பது இந்த உணர்வுகளை மழுங்கடித்துவிடுமோவென்றும் அவன் அஞ்சினான். கூடுதலாகச் சிலசமயம் அதன் போதையில் அமிழ்ந்தே கிடந்து தொலைந்துபோகும் அவாவும்கூட அவனே அஞ்சும்படி அவனுக்குள் கிளர்ந்தெழுந்தது. அம்மாதிரியான தருணங்கள்தான் அவனை அதிகமாக அச்சுறுத்தவும் செய்தன. அதாவது உனக்கு என்ன வேண்டுமென்பதை வெட்டொன்று துண்டிரண்டாகத் தெரியப்படுத்திக்கொள் என்று தானே தன்னால் நிர்பந்திக்கப்படும் தருணங்கள். ஒரு சமயம் நோயின் வாதையுடனாவது வாழ்ந்தால் போதுமென்றிருக்கிறது, இன்னொரு சமயம் அதை ஒரேயடியாகத் தெளிவித்துக்கொண்டுவிடும் முனைப்பில் தற்கொலைக்குத் தயாராகும் வீம்பு தன்னை மீறிப் பிரவகிக்கிறது. இந்தச் சூழ்நிலையில்தான் மகாவதனின் பேச்சு அவனுடைய தவிப்புகளை அவனுடைய அபிப்பிராயத்தைக் கேட்காமலேயே திடீரென்று அவற்றின் முடிவிற்குக் கொண்டுவந்து நிறுத்தியது. அதன் எதிர்பாராமையில் உறங்காப்புலிக்குச் சில வினாடிகள் மூச்சுத் திணறினாலும் குளத்தில் தள்ளிவிடப்பட்ட பயங்கொள்ளியைப்போல அவனுடைய தயக்கம் அவனிடமிருந்து விலகிவிட்டது. எதைச் செய்வது என்கிற குழப்பத்தில் இருக்கும் போது நமக்காக யாரோ ஒருவர் முடிவெடுப்பது என்பது எத்தனை பெரிய விடுதலையுணர்வைக் கொடுத்துவிடுகிறது இல்லையா (முன்மொழிந்த பொறுப்பு அவருடையது, பலன் நம்முடையது). மனதின் உதடுகள் மகாவதனால் முன்மொழியப் பட்ட அந்த வார்த்தையை மூன்று தடவைகள் (நடுக்கத்தைக் களைந்துகொள்ளும் ஓர் உத்தியாக) பரவசத்துடன் ஓசையின்றி வழிமொழிந்தன. ஆம், அவள் என் காதலிதான்.

உறங்காப்புலியின் நிலை இவ்வாறிருக்க மறுபுறம் திருமதி சவிதாதேவி மகாவதனின் பேச்சைக் கேட்ட வினாடியில் மீண்டும் பிரமைகளின் குளத்திற்குள் தவறி விழுந்துவிட்டார் (உண்மையில் சவிதாதேவியின் மனம் எப்போதுமே இறந்த காலத்தின் உருவெளித் தோற்றங்கள் ஓயாமல் சலம்பிக்கொண்டேயிருக்கும் குளமாகத்தான் இருந்துகொண்டிருந்தது. நிகழ்காலத்தின் பிம்பங்கள்தான் சுவடு தெரியாமல் மூழ்கிப்போவதெற்கென்றே வந்து விழும் கல்லாக அவ்வப்போது அதன்மேல் தங்களைப் பயனற்ற முறையில் வீசிக்கொண்டிருந்தன). அது மகாவதனும் உறங்காப்புலியும் எதிர்பார்த்ததைப்போல ஜெமினியின் ஞாபகங்களைக் கிளர்த்துவதற்குப் பதிலாகச் சற்றும் ஊகிக்க முடியாத வேறொரு ஆணின் அறுபது வருட கால ரகசியத் தவிப்புகளை (காலங்கடந்து) அவருடைய ஆறாவது புலனின்

ஸ்பரிச எல்லைக்குள் (இதைத்தான் அவர்கள் புத்தி பேதலிப்பு என்று சொல்லிக்கொண்டிருந்தார்கள்) கொண்டுவந்து நிறுத்தியது. புலியைப் பார்த்து அவர், ஆம் விபின், நான் அறிவேன், நீ ஜெமினியைச் சந்திக்க வந்துகொண்டிருந்ததெல்லாம் உன் காதலிக்காகத்தான் என்றார். சவிதாதேவி என்ன சொல்கிறாரென்பது உறங்காப்புலிக்குப் புரியவில்லையென்பதைத் தனியாகச் சொல்ல வேண்டியதில்லை. ஆனால் அப்போது மகாவதனின் முகத்தைப் பார்த்ததும் அவனுக்கு உண்டான தர்மசங்கட உணர்வைச் சொல்லித்தானாக வேண்டும். அதைக் கவனித்ததுமே அந்த மூதாட்டி பேசிக்கொண்டிருப்பது தனக்கு மட்டும் புதிய விஷயமல்ல என்பதை அவன் தெரிந்துகொண்டுவிட்டான். தாயார் பேசத் தொடங்கியதுமே அனைத்தும் சரியாக இருக்கிறது என்கிற எண்ணத்துடன் விருந்தாளிக்குத் தேநீர் தயாரிக்கவும் சித்திரங்களைத் தயார் செய்யவும் அவனிடம் விடைபெற்றுக்கொண்டு எழப்போன மகாவதன் அதை மறந்து போனவனாக இருக்கையிலேயே ஸ்தம்பித்துப்போய்த் திரும்ப உட்கார்ந்துவிட்டான். சவிதாதேவியோ தான் பேசியதே அதிகம் என்று நினைத்தவரைப் போலவோ அல்லது மனக்குளப் பேய்களினுடைய குரலைப் பிசிறின்றி மொழிபெயர்க்கும் பொருட்டு அவற்றைக் கவனமாகக் கேட்டுக்கொண்டிருப்பவரைப் போலவோ அல்லது உறங்காப்புலியின் தலைக்குப் பின்னே ஒளிந்துகொண்டிருந்த, விபின் என்று அவரால் விளிக்கப்பட்ட மனிதன் இடம் பெயர்ந்து கோபுரத்தின் உச்சிக்குப் போய் நின்றுகொண்டுவிட்டதைப்போலவோ முகத்தில் எந்தச் சலனமுமில்லாமல் தலையைத் திருப்பிச் சன்னலுக்கு வெளியே தெரியும் மலைக்கோவிலின் உச்சியை வேடிக்கை பார்க்கத் தொடங்கிவிட்டார். உறங்காப்புலி மகாவதனை இக்கட்டிலிருந்து தப்புவிக்கும் எண்ணத்துடன் கிசுகிசுப்பான குரலில் அவனுடைய தாய்க்கு மீண்டும் பிரக்ஞை தவறிவிட்டதைப்போல தெரிவதால் தான் அவரிடம் இன்னொரு சந்தர்ப்பத்தில் பேசிக்கொள்வதாயும் மகாவதனுக்கு ஆட்சேபணையில்லாத பட்சத்தில் சமையலறையிலும் பரண்மேலும் அவனுக்கு உதவி செய்தபடி அவனுடன் உரையாடிக்கொண்டிருப்பதில் தனக்கு மகிழ்ச்சிதானென்றும் தெரிவித்தான். தன் தாயின் அந்தரங்கத்தைப் பற்றித் தெரிந்துகொள்ளுமளவிற்கு நீங்கள் ஒரு பெருந்தன்மையான மகன்தானா என்பது எனக்குத் தெரியாது. ஆனால் சவிதாதேவிக்கு அவள் தன் பெண்மையை அறிந்துகொண்ட நாளிலிருந்து, தன் தாய் தந்தையரைத் தெரிந்துகொண்ட நாளிலிருந்து, கூடவே வேறு ஒரு நபரையும் தெரியுமென்றால் அது விபின் என்று சற்றைக்குமுன் அவளால்

விளிக்கப்பட்ட விபின் பாஸ்வானை மட்டும்தான் என்பதும் அவன் திருமணத்திற்கு முன்பு அவளை மனதார விரும்பினான் என்பதும் ஒன்றும் மகாவதன் அறிந்துகொண்டுவிட முடியாத அளவிற்கு அத்தனை ரகசியமான விஷயமாய் அவர்கள் குடும்பத்தில் எப்போதுமே இருந்ததில்லை. பலமுறை அவன் கண் முன்னாலேயே, கிண்டலும் கேலியுமாக வெளிப்படையாகவே பகிர்ந்துகொள்ளப்பட்ட நினைவுகூரல்தான் அது. சவிதா ஜெமினியை நேசித்துத் திருமணம் செய்துகொண்டாள். எனினும், அவளுக்கு மணமான பின்னும், அவளுடைய பிள்ளை வளர்ந்து கல்லூரிக்குச் செல்லும் வயதை அடைந்தபோதும் விபின் பாஸ்வான் அவளை விரும்புவதை ஒருபோதும் நிறுத்தியதில்லை. அதைச் சவிதாவிடமோ ஜெமினியிடமோ மறைத்ததுமில்லை. அந்த அளவிற்கு அவன் அவள்மேல் கொண்டிருந்த காதல் கம்பீரமானதாக இருந்தது. அந்தக் கம்பீரம் ஜெமினியுட்பட அதை வெளியிலிருந்து பார்ப்பவரின் மனதில் அழுக்கான எண்ணங்களும் சந்தேகங்களும் எழக்கூடிய சந்தர்ப்பங்களுக்கு இடம் கொடாத அழகும் வெகுளித்தனமும் கொண்டதாயிருந்தது. சவிதா அதிகம் படித்தவளில்லை. துஸாத்துகளின் புராணங்களும் பழக்க வழக்கங்களும் தொழில் சாமர்த்தியங்களும் (வழிப்பறியானாலும் வீட்டுக் காவலானாலும்) அவர்களுடைய பாஷையும் அதன் சொல்லிக் கொடுக்கப்படாத இலக்கணமும்தான் அவளுடைய கல்வி. ஆனால் தான் புழங்கும் உலகத்தைத் தனக்கு உகந்தபடி அர்த்தப்படுத்திக்கொள்ளப் போதுமான அறிவை அது அவளுக்கு வழங்கித்தானிருந்தது. அந்த உலகத்திற்கென்றேயான விஞ் ஞானமும் கதைகளும் ஓவியமும் நடனமும் அங்கதமும் இருக்கத்தான் செய்தன. அந்த அறிவைக் கொண்டு விபின் பாஸ்வானளவிற்கு அத்தனை அழகாயும் அசாதாரணமாயும் ஒரு பெண்ணைக் காதலித்த ஆண் புராணங்களிலும்கூட இருக்க முடியாது என்று சவிதா பகிரங்கமாகவே சொல்வாள். அவன் தன்னைப் பார்ப்பதற்காக மட்டுமே முன்னூறு கல் தொலைவிலிருக்கும் பீகார் கிராமத்திலிருந்து கல்கத்தாவிற்கு வந்து போகிறானென்று அவள் சர்வ நிச்சயமாக நம்பினாள் (துரதிர்ஷ்டவசமாக விபினின் வருகைக்கு அது மட்டும் காரணம் இல்லை). அதுவே போதுமென்றாலும் மேலதிகமாக ஒவ்வொரு முறையும் தன் பேச்சினாலோ செயலினாலோ விபின் பாஸ்வான் தான் அவளை இன்னும் விரும்பிக்கொண்டிருப்பதை வெளிப்படுத்திக்கொண்டேயுமிருந்தான். ஜெமினியிடம் அவன் சொல்லுவான், சவிதாவை எப்போதேனும் ஒரு சமயத்தில் உனக்குப் பிடிக்காமல் போனால் அந்தக் கணமே அவளை நான் என்னுடன் அழைத்துச் சென்றுவிடுவேன். ஜெமினியும்

சிரித்துக்கொண்டே, அப்போதும் அவள் என்னை விரும்புவதை நிறுத்த மாட்டாளே என்று அதற்குப் பதில் சொல்லுவான். உண்மைதான். சவிதா ஜெமினியென்கிற தன் அருமைப் பொடியனை அவன் சாகும்வரை நேசித்தாள். அந்த நேசம் ஒருபோதும் விபின் பாஸ்வான் தனக்குப் பிடித்தமானவன் என்று சொல்லுவதிலிருந்து தன்னைத் தடுக்காததாய் இருந்தது என்றும் நம்பினாள். ஒரு சகோதரனைப்போல என்றோ ஒரு நண்பனைப்போல என்றோ சொல்லி எந்தச் சமயத்திலும் அதை அவள் அவமானப்படுத்தியதுமில்லை. இவற்றிலெதுவுமே மகாவதனுக்குத் தெரியாததுமில்லை. அவனுக்குப் புதிதாக இருந்தது எதுவென்றால் பேசிப் பேசியே உள்ளர்த்தங்களையும் உணர்வுப் படலங்களையும் திறந்து பார்த்துத் தீர்த்துவிட்டதாக நினைத்துக்கொண்டிருந்த ஒரு பழைய காதல் கதையில் (அதிலும் ஒருதலைக் காதல் வேறு) ஒரு நோயாளியின் பிதற்றலிலிருந்து வெளிப்படுமளவிற்குத் தீவிரமும் ரகசியமும் மௌனமும் இன்னும் மிச்சமிருக்கிறதா என்பதுதான். அப்படியொருவேளை காதலின் பின்னே மறைந்திருக்கும் இன்னொரு பகுதி மிச்சமிருக்கிறதென்றால் அது என்னவாக இருக்கும் என்பதைப் பற்றிய ஊகங்களுக்குள்ளும் அவனுடைய மனம் (அதை அவன் விரும்பவில்லையென்றாலும்) மின்னல் வேகத்தில் பாய்ந்துவிட்டது. உறங்காப்புலி எச்சரித்ததைப்போல அது நிச்சயமாக ஒரு தனயனின் பெருந்தன்மையைப் பரீட்சை செய்யும் அறிதலாகத்தானிருக்குமென்பதில் சந்தேகமில்லை. மேலும் அது விஷப் பரீட்சையும்கூட. ஆனால் ஒருவேளை விபின் மாமா அவர் மீதான தன் தாயின் அன்பை உறுதி செய்துகொள்ளவாவது அவள் தன் உடலை அவருக்குக் கொடுத்திருக்கவேண்டுமென்று ஒருமுறையேனும் எண்ணித் தவித்திருக்கக்கூடுமோ, அதைத் தன் தாயும் அறிந்திருக்கக்கூடுமோ என்கிற எண்ணம் அவனைத் திடுக்கிடச் செய்தது. விபின் மாமாவின் மனதில் நிஜமாகவே அப்படியோர் ஆசை இருந்திருக்குமா. இருந்திருந்தால் அவர்கள் மூன்று பேருடைய முகத்தையும் (ஜெமினி, மகாவதன், சவிதா) விகல்பமில்லாமல் நேருக்கு நேராகப் பார்த்து அத்தனை சகஜமாகவும் அப்பாவித்தனத்துடனும் பகிரங்கமாகவும் நாக் குழறாமல் தன் காதலைப் பேசிவிட அவரால் முடிந்திருக்குமா. மகாவதன் அவனுக்குத் தெரிந்து விபின் பாஸ்வானின் கண்களில் குற்றவுணர்வு அல்லது வேட்கை அல்லது திருட்டுத்தனத்தின் சாயலை ஒரு சந்தர்ப்பத்தில்கூடப் பார்த்ததில்லை (அவர் அவனிடமிருந்தும் சவிதாவிடமிருந்தும் மறைத்திருந்த, பின்னாளில் அவனாலேயே கண்டுபிடிக்கப்பட்ட வேறொரு ரகசியம் பெருமிதத்திற்கும் பாராட்டிற்கும் உரியதேயென்று

அவர் திடமாக நம்பியதால் அது குறித்தான குறுகுறுப்பும் தடுமாற்றமும்கூட அவரிடம் இருந்திருக்க வாய்ப்பில்லை). விபின் பாஸ்வான் அடிப்பார்வையில் பார்த்து யாரிடமும் பேசியதே கிடையாது. கண்களுக்குள் கண்களை ஊடுருவும் நேர் பார்வைதான். மகாவதனை விடுங்கள், ஒரு கதை சொல்லியாக நாமறிந்தவரையிலேயே விபின் பாஸ்வானும் சவிதாதேவியும் தனித்திருக்கும் சந்தர்ப்பங்கள் கல்கத்தாவில் அநேகம் தடவை வாய்த்திருக்கிறது. ஒருபோதும் விபின் பாஸ்வான் அதை அவளிடம் கேட்டதில்லையென்பது மட்டுமல்ல, அப்படியொரு எண்ணமிருப்பதாகக் குறிப்பால்கூட உணர்த்தியதில்லை. சவிதாதேவியுமேகூட ஜெமினி மீதான தன் காதலைப் பலமுறை பிரஸ்தாபித்திருந்தபோதும் தானும் அவளுக்கு முக்கியமானவன் என்பதில் விபின் பாஸ்வான் நிச்சயமாயிருந்தான் என்றும் ஆகையால்தான் காதல் வார்த்தைகளையோ சரீர சம்பந்தத்தாலான உறுதியேற்புகளையோ அவன் தன்னிடம் எதிர்பார்க்கவுமில்லையென்றும்தான் ஜெமினி உயிருடனிருந்த காலங்களில் நம்பியிருந்தாள். எப்படியிருந்தாலும் அவளுடைய அண்மையும் வா என்கிற ஒற்றைச் சொல்லுமே கல்கத்தாவிலிருந்து சௌரத்திற்கு நீங்கிச் செல்லும் நாளிலிருந்து திரும்பக் கல்கத்தாவிற்கு வருகை தரும் நாள் வரையிலான காலப் பொழுதை நினைவுகளால் நிரப்பிக்கொள்ள விபின் பாஸ்வானுக்குப் போதுமானதாயிருந்தது (அவன் வருகை தரும் நாட்களெல்லாமே அவன் ஒருமுறை வந்துவிட்டுப் போனால் நன்றாக இருக்குமே என்று சவிதாதேவி நினைத்துக்கொண்ட நாளுக்கு மிகச் சமீபத்திலேயே எப்போதுமிருந்தன). அந்த நாட்களில் வீடு குதூகலத்தில் சதா கலகலத்துக்கொண்டிருக்கும். ஆர்ப்பாட்டமாக உள்ளே நுழைவான். ஜெமினியை உரத்த குரலில் நலம் விசாரித்துக்கொண்டே போகிற போக்கில் மகாவதனையும் ஒரு கையில் அள்ளி நெஞ்சோடு அணைத்துக் குரங்கு குட்டியைத் தூக்குகிறாற்போல தூக்கியபடி நேராகச் சமையலறைக்குள் புகுந்து கத்தியை எடுத்து வைத்துக்கொண்டு காய்கறிகளை நறுக்க உட்கார்ந்துவிடுவான். பிறகு ஊர்க் கதைகளை, தான் சந்தித்த பெண்களை, தன் வழிப் பயணங்களை, அந்த வருட விவசாயத்தை (அல்லது பஞ்சத்தை), அவர்களிருவருடைய பால்ய பருவங்களைப் பேசத்தொடங்கி நிறுத்தாமல் தன் குரலை வழியவிட்டுக் கொண்டேயிருப்பான். சவிதாதேவி கை கழுவப் புழக்கடைப் பக்கம் சென்றால் அங்கேயும் வந்து கிணற்றில் நீரிறைத்து வாளியில் ஊற்றியபடி பேச்சைத் தொடர்ந்துகொண்டிருப்பான். பேச்சு தன் பிரியத்தைத் தன் (பழைய) காதலிக்குச் செவ்வனே தெரிவிக்கிறது என்று அந்த அப்பாவி ஆண் மனம் நம்பியதால்

212 பா. வெங்கடேசன்

அவன் வாய் ஒன்றல்ல இரண்டல்ல, முப்பது வருடங்கள் அதை விடாமல் தொடர்ந்து செய்துகொண்டேயிருந்தது. ஆனால் சவிதாதேவியிமுன் சதா ஒலித்துக்கொண்டேயிருந்த, ஜெமினியின் மீதிருந்த காதலால் அவள் காதுகள் கேட்கத் தவறிவிட்ட, விபின் பாஸ்வானின் சளசளப்புகளினுள் புதைந்திருந்த ஆழ்ந்த மௌனத்தின் முறையீட்டை, அப்பாவித்தனமான ஆதங்கத்தை, முனை மழுங்கிப்போன ஆகர்ஷணத்தை, பலவீனமான அழைப்பை, இடைவிடாத அரற்றலை, அது நின்றுபோய்ப் பல வருடங்களுக்குப் பிறகு உறங்காப்புலியை மகாவதன் அறிமுகம் செய்து வைத்த கணத்தில் அவருடைய நோய்மை அதன் முழுத் தீவிரத்துடன் துல்லியமாகக் கேட்டது. அவரே அறிந்திராமல் அவருடைய மனக்குளத்தின் ஆழத்தில் பதுங்கிக் கிடந்த அந்தக் குரலின் தனிமையை மகாவதனின், காதலிக்காக ஜெமினியைச் சந்திக்க வந்திருக்கிறார் என்கிற எதேச்சையான, நான்கே நான்கு சொற்கள் கச்சிதமாகக் கவ்விப் பிடித்து வெளியே இழுத்துவிட்டன. மீண்டும் சவிதாதேவி உறங்காப்புலியை நோக்கித் திரும்புமுன் அவருடைய நோய்மை விபின் அவர்முன் உச்சரித்த சொற்களின் இறைச்சியையே விபின் பாஸ்வானுடைய பிம்பமாக மாற்றி வரிசையாக அவர்முன் எழுப்பி நிறுத்தவும் ஆரம்பித்து விட்டது. அதில் அவன் பெண்களைப் பரிகாசம் செய்து பேசிக்கொண்டிருந்த காட்சிகளில் அவர்கள் ஒவ்வொருவரையும் சவிதாதேவியுடன் ஒப்பிட்டு விலக்கிக்கொண்டிருந்தான் (சவிதா ஒருபோதும் அவனை வேறொரு பெண்ணைத் திருமணம் செய்துகொள்ளும்படி வற்புறுத்தவேயில்லை. அவனும் கடைசிவரை திருமணம் செய்துகொள்ளவேயில்லை). அதுபோலவே அவள் தர்மசங்கடமாக உணர்வாளென்று நினைத்தோ அல்லது தவறான உள்நோக்கத்துடன் அவை விரித்துரைக்கப்படுவதாகக் கருதிவிடுவாளென்று பயந்தோ சிறு பிராயத்தை நினைவுகூரும் தருணங்களில் அவன் தன் பேச்சில் தவிர்த்துவிட்டிருந்த, இப்போது அவள் மனக்குளத்தின்மேல் மிதந்தலைந்த, சஷாங்கும் அவனும் மாறிமாறி அவளைத் தங்கள் கழுத்தில் சுமந்துகொண்டு திரிந்த காட்சிகளில் அவன் அவள் தொடைகளில் தன் உதடுகளை ரகசியமாக, பட்டும் படாமல் பதித்திருந்தான். லோஹாவின் ஆபத்தான நீரோட்டத்தில் அவளுக்கு நீச்சல் கற்றுக்கொடுத்த காட்சிகளில் நீருக்குள் ஊசலாடும் அவளுடைய எடையின்மையைத் தன் கைகளுக்குள் பூரணமாக உணர்ந்து நடுங்கிக்கொண்டிருந்தான். ஓ, இரக்கத்திற்குரிய விபின், பகிர்ந்துகொள்ள முடியாத அன்பைச் சுமந்துகொண்டு திரிபவர்களின் ஒவ்வொரு நொடியும்தான் எத்தனை மௌனமாகவும் துயரத்துடனும் அவமானத்துடனும் தாபத்துடனும் சவாலுடனும் நகர்வதாயிருக்கிறது.

ஆனால் ஜெமினியின் வற்புறுத்தலுக்கிணங்கி அவர்கள் கல்கத்தாவிலிருந்து பெயர்ந்து ஒசூருக்குக் குடிவந்த பிறகு ஒரு முறைகூட விபின் பாஸ்வான் சவிதாதேவியைப் பார்க்க வரவேயில்லை. சௌரத்திலிருந்து ஒசூர் என்பது ஒரு சாதாரண துஸாத் விவசாயிக்கு நினைத்துப் பார்க்க முடியாத பயணம் என்பது உண்மைதானென்றாலுமே ஜெமினியின் சாவிற்குத் துஷ்டி விசாரிக்க வந்தவர்களோடுகூட அவன் ஏன் கலந்து கொள்ளவில்லை. அதை அவன் தெரிந்துகொள்ளாமலிருந் திருக்கச் சந்தர்ப்பமில்லை. உறவினர்கள் எல்லோருக்குமே மகாவதன் சொல்லியனுப்பித்தானிருந்தான். விபின் பாஸ்வானால் தன்னைப் பார்க்காமல் ஒரு நெடிய காலம் இருந்துவிட முடியும் என்று (அதுவும் அவள் கைம்மையும் முதுமையும் எய்திவிட்ட இந்த வயதில். அவனுடைய பரிவும் சளசளப்பும் மிக அத்தியாவசியமான ஒன்றாக உணரப்படும் ஒரு காலக்கட்டத்தில்) தன்னால் நம்பவே முடியவில்லை என்று பிரக்ஞையோடு நடமாடும் சமயங்களில் சவிதாதேவி மகாவதனிடம் வெள்ளந்தியாகவே சொல்லி வியப்போடு அலுத்துக்கொள்வதுண்டு (விபின் மாமா வரமாட்டாரென்பது மகாவதனுக்குத் தெரியும். ஆனால் ஏன் வரமாட்டாரென்பதை அவன் கடைசிவரை தன் தாயிடமிருந்து மறைத்தேதான் வைத்திருந்தான்). ஆனால் அந்தப் பாராமுகம் காதலின் வலியால்கூட உருவாகியிருக்கலாமென்றோ ஜெமினியின் மறைவிற்குப் பிறகான தன்னுடைய தனிமை ஏதேனுமொரு தருணத்தில் அவனுடைய தாபங்களை அசிங்கமான முறையில் வெளிப்படுத்திவிடுமென்கிற அச்சத்தில் அவன் தன்னைச் சந்திப்பதைத் தவிர்த்துவிட்டிருக்கலாமென்றோ இந்த ரீதியில் சவிதாதேவி ஒருபோதும் அதைப்பற்றிச் சிந்தித்ததேயில்லை. ஓர் அருமை நண்பனை இழந்துவிட்டோமென்கிற அளவில்தான் அவருடைய இழப்புணர்வு அதுவரையில் அவரைப் பற்றிக் கொண்டிருந்தது. (அது அப்படித்தானா. இல்லை, அப்படிச் சொல்லிவிட முடியாது. ஜெமினி இறுதிவரை சவிதாதேவியின் காதலர். அவருடன் சவிதாதேவி மிச்சமின்றி வாழ்ந்து தீர்த்து விட்டார். இனி ஜெமினியை அவர், அவர் தூலமாகத் தன்னருகே யில்லையென்கிற ஒரு குறையைத் தவிர மற்றபடி, குற்றவுணர் வின்றி இழக்கமுடியும். மனிதர்களை இழக்காமலேயே இருந்துவிட முடியுமாயென்ன. அவருடைய இடத்தை மகாவதனால் பூர்த்தி செய்துவிட முடியும். உறங்காப்புலி அறிமுகப்படுத்தப்பட்ட அந்தக் கணம்வரை விபின் பாஸ்வான் சவிதாதேவியின் காதலனல்லன்தான், ஆனால் அவன் ஒருவேளை அவரில் மிச்சமிருக்கும் காதலாய் ஏன் இருக்கக்கூடாது. அது அவருடைய அடையப்படாத உடல், உணர்வு, அரூபம், லட்சியம். லட்சியத்தை

எப்படி இழக்கமுடியும். ராஜா குலேஷ்வர் மாலி சாதிப் பெண்ணான குஸுமாவைத் திருமணம் செய்துகொள்ள முடியாமல்போன கதையும் ராணி புல்மந்தி சாலேஷ்வர் ராஜாவை, அவரொரு துஸாத் என்பதால் அடைய முடியாமல் போன கதையும் அவருக்கு எதைச் சொல்லக்கூடும். எத்தனைக் காலம் அடையப்படாமலிருக்கிறதோ அத்தனைக் காலம் காதல் உயிர் வாழும் என்பதைத்தானே). ஆனால் உறங்காப்புலியும் மகாவதனும் அவர் தன் தலையைத் தங்களை நோக்கித் திருப்புவதற் காகக் காத்துக்கொண்டிருந்த வேளையில் நோய்மையில் அவர் உணர்ந்துகொண்டிருந்தது விபின் பாஸ்வான் ஒருபோதும் தன்னை அடையாததாலேயே தான் இன்னும் அவனை இழக்கவுமில்லை என்பதைத்தான். அந்த உணர்வு ஜெமினியின் இறப்பிற்குப் பிறகு அவருக்கு அளிக்கப்பட்ட ஆறுதல்களிலேயே மிகச் சிறந்த ஆறுதலாக அவரை வந்தடைந்தது. அந்த ஆறுதலுடனும் ஆர்வத்துடனுமே அவர் பல நிமிடங்களுக்குப் பிறகு தலையைத் திருப்பி மீண்டும் உறங்காப்புலியின் பின்னே படர்ந்திருந்த விபின் பாஸ்வானின் நிழலைச் சந்தித்தார். உறங்காப்புலியும் அந்த விழிகளை மீண்டும் நேருக்கு நேர் பார்த்தான். ஆனால் முதல் தடவையைப் போலல்லாது இந்த முறை அவனும், தன்னுடையது காதல்தான் என்பது மூன்றாம் மனிதனொருவனின் வாயால் அங்கீகரிக்கப்பட்டுவிட்டதென்கிற எண்ணம் கொடுத்துக்கொண்டிருந்த உறுதிப்பாட்டில் மதுரை வடக்குவெளிவீதி வீட்டின் முன்திண்ணைத் தூக்கத்திலிருந்து எழுந்து சம்பந்தமில்லாமல் தன்னை ஜெமினியென்றழைத்த பெண்ணின் நிழலைச் சவிதாதேவியின் தலைக்குப் பின்னே மீண்டும் பிரத்யட்சமாகத் தன் கண்முன் கண்டான். இப்போது அந்தப் பேச்சை வெறுமே ஒரு பிரக்ஞையற்ற பெண்ணின் தனிமொழியாக அவனால் விட்டுவிட முடியாது. உறங்காப்புலியா விபின் பாஸ்வானா அல்லது ஜெமினியா யார் அவன் என்பதல்ல முக்கியம். அவன் யாராகயிருந்தாலும் சரி, தெரிவிக்கப்படாமலேயே காற்றின் கோடானுகோடி அரூபத் துகள்களினுள் கலந்து மறைந்து போகும் கணக்கற்ற ரகசியக் காதல்களைப் பற்றி அப்பிரக்ஞை நிலையில் இரண்டு நிழல்களுக்கிடையே நிகழ முனையும் சம்பாஷணைகளை அவன் அனுமதிக்கத்தான் வேண்டும். ஓர் அங்கீகரிக்கப்பட்ட காதலனென்கிற முறையில் அவனுக்கு அந்தப் பொறுப்பு இருக்கிறது. உறங்காப்புலியின் எண்ணவோட்டம் இந்த விதமாகப் பாய்ந்துகொண்டிருந்த அதே சமயத்தில் தன் தாயை வெறித்த கண்களால் பார்த்துக்கொண்டிருந்த மகாவதனும் அதைப் படித்துவிட்டவன்போல தணிந்த குரலில் உறங்காப்புலியிடம்,

தொடர்ந்து பேசுங்கள், இது இந்தப் பெண்மணியைப் பின்னாளில் புதைகுழியினுள் நிம்மதியாக உறங்கவிடாமல் இவள் ஆன்மாவைக் கிள்ளிக்கொண்டேயிருக்கப்போகும் முள்ளை வெளியே எடுத்துப்போட எதிர்பாராமல் எனக்குக் கிடைத்திருக்கும் முதலும் கடைசியுமான சந்தர்ப்பமாயிருக்கும், தயவுசெய்து எதையாவது பேசி அவளைப் பேசுவதற்குத் தூண்டிக்கொண்டேயிருங்கள், என் இருப்பைப் பற்றிச் சலனமடையத் தேவையில்லை, உங்களைப் போலவே நான் இருப்பதும் அவள் கண்களுக்குத் தெரியாது, இப்போது அறையில் இருப்பதெல்லாம் அவளும் விபின் மாமாவும் மட்டும்தான், நாமிருவரும் இந்த அறையின் இரண்டு சுவர்கள், அல்லது மரயிருக்கைகள் அவ்வளவுதான், விபின் மாமா பேசவேண்டும், அப்போதுதான் இவளும் பேசித் தன்னைத் தீர்த்துக்கொள்ள முடியும் என்றான்.

இந்த விதமாக சவிதாதேவிக்கும் உறங்காப்புலிக்குமிடையில் (பின்பு பாகீரதியிடம் பகிர்ந்துகொள்ள முடியாமலேயே அவனை வெளியேறச் செய்ததென்று நாம் இந்தப் பகுதியின் துவக்கத்தில் குறிப்பிட்ட) விபின் பாஸ்வான், உறங்காப்புலியென்கிற இரண்டு அறியப்படாத காதலர்களுக்கும் சவிதாதேவி, வடக்குவெளிவீதிப் பெண் என்கிற, காதலை அறிந்துகொள்ள வாய்ப்பில்லாதிருந்த இரண்டு பெண்களுக்குமிடையிலான ஒரு வினோதமான உரையாடல் தொடங்கியது. விபின் பாஸ்வானென்கிற பிரமையில் சவிதாதேவி உறங்காப்புலியிடம் கேட்ட கேள்விகள் மற்றும் அவனுடைய கேள்விகளுக்கு அவள் சொன்ன பதில்களாலும் உறங்காப்புலியால் அவனுடைய மதியப் பொழுதின் தேவதையாக உருவகித்துக்கொள்ளப்பட்ட சவிதாதேவியிடம் அவன் கேட்ட கேள்விகள் மற்றும் அவளால் அவனை நோக்கிக் கேட்கப் பட்ட கேள்விகள் முதலியவற்றாலும் நிரம்பியிருந்த அந்த உரையாடலின் வினோதமென்னவென்றால் சவிதாதேவி விபினைப் பார்த்துப் பேசிக்கொண்டிருந்தவையனைத்தும் நோய்மையின் உருவெளிப் பிம்பங்களால் பீடிக்கப்பட்டிருந்த அதே வேளையில் உறங்காப்புலி தன் காதலியைப் பார்த்துப் பேசிக்கொண்டிருந்தவையனைத்தும் தவிர்க்கவியலாமல் பொய்களால் கட்டிய மாலையாயிருந்தது (ஆனால் அவன் நிச்சயமாக அவற்றைப் பொய்கள் என்று கருதவில்லை. அவை தன் வாயிலிருந்து தானே முன்னூகிக்காத விதத்திலும் வேகத்திலும் தடையறாத ஒழுக்கிலும் வெளிப்படும்போதெல்லாம் அவை ஏற்கெனவே அவளுடன் தனக்கு நிகழ்ந்த அனுபவங்களின் நினைவுகூரலென்றே அவன் உரிமையுடன் மனதார நம்பினான்). ஏனென்றால் அவன் யாருக்காக அத்தனை அலைச்சல்களை மேற்கொண்டு அதன் இறுதியில் அந்த அறையின் நடுவே வந்து

நிற்கிறானோ அந்தப் பெண்ணின் பெயர்கூட அவனுக்குத் தெரியாதென்பதையும் ஒருமுறைகூட அவளிடம் அவன் பேசியது கிடையாதென்பதையும் இதற்கு மேலாக அவள் ஏற்கெனவே திருமணமானவளென்பதையும் மகாவதன் நிச்சயமாக நம்பவோ, நம்பினால் ஜெமினியின் சித்திரத்தைத் தரவோ ஒப்புக்கொள்ளவோ மாட்டான். இருவரும் வீட்டு வாசலில் சந்தித்துக்கொண்ட கணத்தில் எழுந்த சந்தேகங்கள் திரும்ப அவன் மனதில் கிளர்ந்தெழுந்தாலும் வந்திருப்பவன் யாரோ ஏமாற்றுக்காரனென்றோ அவன் எண்ணிக்கொண்டாலும்கூட ஆச்சரியப்படுவதற்கில்லை. ஒருவிதத்தில் சாதாரணமாக அதுதான் எதிர்பார்க்கக்கூடியதும்கூட இல்லையா. அப்போது அவன் உறங்காப்புலியை அங்கே நிற்பதற்கே அனுமதிக்க மறுத்து விரட்டிவிட்டாலும் விடலாம் (ஓ, விபின், பகிர்ந்து கொள்ள முடியாத அன்பைச் சுமந்துகொண்டு திரிபவர்களின் ஒவ்வொரு நொடியும்தான் எத்தனை ரகசியம் துயரம் மற்றும் அவமானமுறுதல்களின் தாங்கவியலாத கனத்தை இழுத்துக்கொண்டு நகர்வதாயிருக்கிறது). எனவே அவனுக்கு அதைத் தவிர வேறு வழியில்லாமலிருந்தது. பொய்மையும் வாய்மையிடத்துப் புரை தீர்ந்த நன்மை பயக்குமெனின்.

ஆனால் பொய் சொல்வது உறங்காப்புலிக்குத் துவக்கத்தில் அத்தனை எளிதாக வசப்பட்டுவிடவில்லை. முதலில் தான் காதலிக்கும் பெண்ணின் பெயரை உச்சரிக்காமலேயே (எந்த வினாடியிலும் அது ஏதோவொரு வாக்கியத்தின் முகப்பிலோ முடிவிலோ அதன் சந்தேகத்திற்கிடமளிக்காத தடையற்ற ஒழுக்கைச் சாத்தியப்படுத்த ஒட்டிக்கொண்டாக வேண்டிய கட்டாயம் வந்தே தீரும். ஏன், மகாவதனுக்கே திடீரென்று ஆர்வமேற்பட்டு நேரடியாகவே அதைக் கேட்டுவிடக்கூட வாய்ப்பிருக்கிறது) ஓர் உரையாடலை நீண்டநேரம் தன்னால் சமாளித்துவிட முடியாது என்பது முதலிலேயே அவனுக்குத் தெரிந்துபோயிருந்தது. மதியப் பொழுதின் தேவதை, கனவுப் பெண், உறங்கும் அழகி, நிழலோடு பேசுபவள் இன்னபிற பெயர்களெல்லாம் அடைப்புக் குறிக்குள் இட்டு அழகு பார்ப்பதற்குத்தான் நன்றாகயிருக்கும். யதார்த்தத்தில் ஜெயிக்க வேண்டுமென்றால் நம்பும்படியாக ஒரு சாதாரணப் பெயரைக் கையிலெடுத்துக்கொண்டுதான் களமிறங்கவேண்டும் (கற்பனைக்கும் நிஜத்திற்குமுள்ள வித்தியாசங்கள் பற்றிய பால பாடம்). எனவே புலி அந்த வடக்குவெளிவீதி பிராமணப் பெண்ணுக்கு அவசரமாக ஒரு தற்காலிகப் பெயரைக் கொடுக்க வேண்டியிருந்தது. சவிதாதேவி என்று அத்தனை முதிய பெண்மணியை அவருடைய மகன் முன்பாகவே அழைத்துக்

காதல் மொழி பேசுவதற்கும் அவன் கூச்சப்பட்டான். மேலும் அந்தப் பெண்மணியின் நோய்மை தான் யாரை விளித்துப் பேசுகிறோமென்பதைக் கவனிக்கவும் போவதில்லை. பிரமீளா என்கிற பெயர் சட்டென்று அவன் நினைவில் பொறி தட்டியது. சிறிது உறுத்தலாக இருந்தாலும் அந்தப் பனிக்கு இதமான கதகதப்பை அந்தப் பெயர் தன்னை மார்போடணைத்துக் கொடுப்பதாக உணர்ந்ததால் (ஆச்சரியம், அந்தப் பெயர் தன் காதலியின் இடத்தை அப்படியொரு விதத்தில் பதிலி செய்ததாக அவன் முன்னெப்போதும் உணர்ந்ததேயில்லை, செய்யுமென்று நம்பியதுமில்லை) அதுவே இருக்கட்டுமென்று முடிவு செய்து கொண்டான். மகாவதனும் உறங்காப்புலி தன் காதலியைத் திருமணமானவளென்கிற தொனியிலேயே வைத்துப் பேசும் போதெல்லாம் தன்னுடைய வேண்டுகோளுக்கிணங்கித் தன் தாயாரைப் பேசத் தூண்டுவதற்காக விபின் பாஸ்வானின் வேடத்தைச் சிரத்தையாகச் செய்கிறானென்றே எண்ணிக் கொண்டான். அது உண்மையிலேயே வினோதம்தான். உதாரணமாக உறங்காப்புலி சவிதாதேவியிடம், பிரமீளா, திருமணம் ஆன பெண்ணாக நான் உன்னை முதன்முதலில் சந்தித்த அந்த மதியப் பொழுதிற்குப் பிறகு அதே மாதிரியான மதியப் பொழுதுகளில் திரும்பத் திரும்ப, காரணங்கள் எதுவுமில் லாமல், அல்லது ஏதோவொரு காரணத்தைக் கற்பித்துக்கொண்டு நான் உன்னைப் பார்க்க உன் வாசலுக்கு வந்தபோதெல்லாம் உன் உணர்வுகள் என்னவாயிருந்தன என்று கேட்டால் சவிதாதேவி உறங்காப்புலியைப் பார்த்து, அன்பே விபின், காதல் உன்னை என்னிடம் திரும்பத் திரும்ப அழைத்து வருகிறது என்பது தெரிந்திருந்தாலும் என் காதல் வேறொருவனிடம் தழைத்தபின், அவனுடன் எனக்குத் திருமணமும் ஆனபின், என்னிடமிருந்து உனக்குத் தேவைப்படுவது என்று எதையும் என்னால் ஊகிக்க முடியாதிருந்தது என்பார். சவிதாதேவி உறங்காப்புலியைப் பார்த்து, திருமணத்திற்குப் பிறகு நீ என்னை ஒரு புதிய சவிதாவாக, உனக்குப் பரிச்சயமில்லாத வேறொரு நிலத்தில், கல்கத்தாவில், முதன்முதலாகச் சந்தித்தபோது (சவிதாதேவி ஜெமினி திருமணத்தின்போது விபின் பாஸ்வானால் அங்கே இருக்க முடியவில்லை. அவர்கள் கல்கத்தாவிற்குப் புறப்பட்டுச் செல்லும்வரை அவன் காளிகாபூரிலிருந்த உறவினர் வீட்டிற்குச் சென்று ஏதோவொரு காரணத்தைச் சொல்லிக் கொண்டு அங்கேயே தங்கியிருந்துவிட்டான்) உன்னுடைய உணர்வுகள் என்னவாயிருந்தன விபின் என்றால் உறங்காப்புலி, அன்பே பிரமீளா, முதன்முதலாக உன்னை உன் கழுத்தில் தாலியுடனும் கையில் கங்கணத்துடனும் பார்த்தபோது என்

மனதில் முதலில் தோன்றிய எண்ணம், ஆண்களுடைய இந்த உலகம் பெண்களைக் கண்டு எத்தனை பயந்திருக்கிறது என்பதாகத்தான் இருந்தது, பெண்ணுடைய உடலின் ஆகர்ஷணத்தை மட்டுப்படுத்த, அல்லது காணாதொழிக்கக் காப்புகள் என்கிற பெயரில்தான் எத்தனை மறைப்புகளை (அந்தக் காப்புகள், அவை அவள் யாருடைய சொத்தாகப் பாவிக்கப்படவேண்டுமென்று அவள்மேல் விதிக்கப்பட்டனவோ அந்த ஆணுடைய பார்வையிலிருந்து அவளுடைய தனித்துவத்தை மறைத்துவிடும் ஆபத்தான தன்மை கொண்டவை என்கிற அறிதல் இல்லாமலேயே) அவளுக்கும் ஆணுக்கும் நடுவே நிறுத்தத் துடிக்கிறது என்றும்தான் எண்ணினேன், அதே சமயத்தில் இந்த விதமான மறைப்புகளின் பாதிப்புகளாலேயே பெண்ணை விசேஷ உயிரியாகப் பார்க்கும் ஒரு வினோதமான பழக்கத்தையும் (அந்தோ, அவள் கணவனைத் தவிர) அது ஏற்படுத்திக்கொண் டிருக்கிறது, ஆனால், பிரமீளா, மதிய நேரத்து உறக்கத்திலிருந்து தன்னையறியாமல் விழித்துக்கொண்டவளாக உன்னை நான் கண்டபோது ஒரு பெண் என்கிற உன் இயற்கையான அடையாளத்தை அழிக்கும் வலிமை கொண்டதாக உன்மேல் எந்த பந்தத்தின் அடையாளங்களையும் என்னால் உணர முடிய வில்லை, அந்தக் கணத்தில் நம் காதல் நாம் சந்திப்பதற்கு முன்பிருந்தே நம்மிடையே நிலவிக்கொண்டிருந்தது என்பதே என்னுள் சுரந்த உணர்வாய் இருந்தது என்பான். பிரமீளா, துவக்கத்தில் என் வருகையைக் கண்டு அஞ்சினாயென்றபோதும் பிறகு அதை நீ அனுமதித்தது எதனால், நான் உன்பால் ஈர்க்கப் பட்டதைப்போலவே நீயும் என்பால் ஈர்க்கப்பட்டாயா என்பது உறங்காப்புலியினுடைய கேள்வியாக இருந்தால், அருமை விபின், நான் ஜெமினியை என்றுமே பைத்தியம்போல் காதலித்துக் கொண்டிருந்தவள், அதே அளவிற்கு ஜெமினியும் என்னைக் குறைவில்லாமல் நேசித்துக்கொண்டிருந்தான், ஆனால் அது திருமணத்திற்குப் பிறகு, நாங்கள் கணவன் மனைவியாக இருந்த நாட்களில் நிகழ்ந்தது, திருமணத்திற்கு முன்பு அவன், நான் அவனை எண்ணி ஏங்கிக்கொண்டிருந்த கன்னிப் பிராயங்களில் என்னை அப்படிக் காதலித்தவனில்லை, அந்தப் பாராமுகம் ஒருபுறம் அவன் மீதான மரியாதையை என்னுள் அதிகப் படுத்தியதுதானென்றாலும் மறுபுறம் அதுவே ஒரு குறையாயும் என் மனவாழத்தில் தங்கித்தானிருந்தது, திருமணத்திற்கு முன்பு ஓர் ஆணால் காதலிக்கப்படவேண்டுமென்று விரும்பாத பெண் இருக்க முடியுமா, இன்னொருபுறம் உன்னுடைய காதலோவெனில் என் திருமணத்திற்கு முன்பும் பின்பும் வெவ்வேறு வகையில் என்னைப் பாதித்ததாய் இருந்தது, நம் பால்ய வயதில் உன்னுடைய

காதல் என்னுடைய விளையாட்டுத்தனத்தை அதிகப்படுத்தி என்னைத் தைரியம் மிகுந்த பெண்ணாய் ஆக்கி வைத்திருந்தது, என் திருமணத்திற்குப் பிறகு உன் காதலை நான் காதலாகவே அறிந்தபோது யவ்வனத்தில் என் மனதில் கொழுந்துவிட்டெரிந்து கொண்டிருந்த, நானும் காதலிக்கப்படவேண்டுமென்கிற தவிப்பை நிறைவு செய்யும் உணர்வாக என்னை வந்தடைந்தது, ஆம், திருமணத்திற்குமுன் நான் காண விரும்பிய ஜெமினியை நீ என் கண்முன் நடித்துக் காண்பிப்பதாகவே உன் காதலை நான் உணர்ந்தேன், என்னை, என் உடலை அடைவதற்கான எந்த உத்திரவாதமும் இல்லாத நிலையில் எனக்காக உயிர் வாழும் ஓர் ஆண், தனிமையில் என்னையெண்ணி ஏங்கும் ஆண், என்னைத் தன் கனவுகளில் சித்திரமாக வரைபவன் (தெரியுமா விபின், லீலா நாயுடுவை அத்தனை காதலோடு அற்புதமாக வரைந்த அந்தப் பொடியன் கடைசிவரை என்னை ஒரு சித்திரமாக வரைய ஒருநாளும் முயற்சித்ததில்லை), எனக்காகக் கைகளில் பலகாரப் போணியோடு தொலைவுகளைக் கடந்து வருபவன், அவன் பெயர் ஜெமினி என்றிருக்க வேண்டுமென்றே நான் விரும்பினேன், ஆனால் துரதிர்ஷ்டவசமாக அது விபின் பாஸ்வான் என்பதாகவேயிருந்து தொலைந்தது, ஆம் விபின், நிஜ ஜெமினியை நான் கைப்பற்றியபின் என் கனவுகளின் ஜெமினியை நீ எனக்குக் காட்டத் தொடங்கினாய், எனக்கு அந்த ஆச்சரியமும் சந்தோஷமும் திகட்டவேயில்லை, எனவேதான் உன்னை என்னால் தவிர்க்க முடியவில்லை, எந்தப் பெண்ணாலும் அது முடியாதென்றும் எனக்குத் தோன்றுகிறது என்பது சவிதாதேவியினுடைய பதிலாக இருந்தது. பிறகு உறங்காப்புலியிடம் அவர் கேட்கிறார், விபின், மறைக்கப்பட்ட காதலே, உன் காதல் நாம் சந்திப்பதற்கும் முன்பிருந்தே நம்மிடையே நிலவிக் கொண்டிருந்தது என்பதை நீ நம்புவது உண்மையானால், நீ சிறு வயதிலிருந்தே என்னோடிருந்தும் உன்னைக் காதலிக்காமல் நான் ஏன் ஜெமினியைக் காதலித்திருக்கவேண்டும். உறங்காப்புலி இதற்குப் பதில் சொல்கிறான், என்னுயிர்ப் பிரமீளா, நான் பெரியாரையும் அவருடைய பகுத்தறிவுச் சிந்தனைகளையும் என் வழிகாட்டியாக ஏற்றுக்கொண்டவன், ஆனால் உன்னைக் கண்ட பிறகுதான் பெரியாரின் பிரசங்கங்களிலேயே மிகச் சிறந்த பிரசங்கம் மணியம்மையைத் திருமணம் செய்துகொண்டதன் மூலமாக தர்க்கப்பூர்வமாக வியாக்கியானப்படுத்த முடியாத, அதற்குத் தேவையில்லாத சில நிகழ்வுகளுக்கு உலகில் இடமுண்டு என்பதை அவர் தன் இயக்கத்தினருக்கு அறியக் காட்டியதுதான் என்பதைத் தெரிந்துகொண்டேன் (என்ன துயரம் கலந்த வேடிக்கை, இதைச் சொன்னானென்பதற்காகத்தான் ஒரு பிராமணனின் குடுமியை அறுத்துவிட்டு ஓடினேன்), அன்புக்

பா. வெங்கடேசன்

காதலி, நம் காதல் எப்போதும் இருந்ததென்றால் நீ ஏன் இன்னொருவனைக் காதலித்துக் கைப்பிடித்திருக்கவேண்டும் என்பதற்கு ஒரு காரணத்தை இனிதான் கண்டுபிடிக்கவேண்டும், பெரியார் மணியம்மை திருமணத்தைப்போல அந்தக் காரணம் எந்த அளவிற்குக் கேட்பவரால் ஒத்துக்கொள்ள முடியாததாய் இருக்குமோ அந்த அளவிற்கு உண்மைக்கான தகுதிகள் அதற்கு இருப்பதாய் எடுத்துக்கொள்ளலாம், எனவே நான் இப்படிச் சொல்லிப் பார்க்கிறேன், காதல் என்பது அற்புதங்களின் உலகம். அங்கே நோவுகள் உண்டு, ஆனால் வியாதிகள் கிடையாது, பொறுப்புகள் உண்டு, ஆனால் சுமைகள் கிடையாது, பலவீனங்கள் உண்டு, ஆனால் இயலாமை கிடையாது, ஊடல்கள் உண்டு, ஆனால் சலிப்போ களைப்போ கிடையாது, காலம் உண்டு, ஆனால் வயது கிடையாது, நெருக்கம் உண்டு, உறவு கிடையாது, உடலோடு ஸ்பரிசம் உண்டு, ஆனால் உடலோடு புழங்குவது கிடையாது, முக்கியமாக, நினைவுகள் உண்டு, ஆனால் பிரக்ஞை கிடையாது, யதார்த்தத்தின் மீதுதான் கட்டப்படுகிறதெனினும் காதல் யதார்த்தத்தை மீறிய, சொல்லப் போனால் அதை அலட்சியம் செய்கிற இலட்சியங்களின் உலகமாயிருக்கிறது, திருமணம் காதலுக்குச் சொல்லப்பட்ட இந்தக் கிடையாதுகளைக் கொண்டுதான் அதை யதார்த்தமாக்குகிறது, தம்பதிகளின் நேசம் எத்தனை உன்னதமானதாகவேயிருந்தாலும் அது காதலின் இலக்கணத்திற்குள் வருவதேயில்லை, ஏனென்றால் இலட்சியமும் யதார்த்தமும் பௌதீக ரீதியாகவே ஒருபோதும் இணைய முடியாதவை, அதே சமயத்தில் இலட்சிய உலகிலிருப்பவர்களுக்கு யதார்த்தத்தோடு தங்களைப் பிணைத்துக்கொள்ளும் வேட்கையும் யதார்த்தத்தில் உழல்பவர்களுக்கு இலட்சிய உலகம் பற்றிய கனவுகளும் பிரிவேக்கங்களும் நினைவெச்சங்களும் எப்போதும் கூடவேயிருக்கின்றன, சரியாகச் சொல்லவேண்டுமானால் திருமணத்திற்குப் பிறகுதான் ஒரு மனம் காதலின் உலகத்திலிருந்து தான் என்றென்றைக்குமாக வெளியேற்றப்பட்டுவிட்டோ மென்பதைத் தெரிந்துகொள்கிறது, அந்த வகையில் பிரமீளா, நாமிருவரும் எந்தப் பிறவியிலும் காதலர்களென்றால் அதை நீ இன்னொருவனைத் திருமணம் செய்துகொண்டுதான் உறுதிப் படுத்தியாக வேண்டும், அதாவது உனது லட்சியமாயிருந்த ஜெமினியை யதார்த்தமாக்கினால் மட்டும்தான் உன்னில் எஞ்சியிருக்கும் இலட்சியமாய் நான் அங்கே இருக்க முடியும், இதுதான் இயற்கையென்றால் நீ எப்படி என்னை உன் வருங்காலக் கணவனாக அடையாளம் கண்டுகொண்டிருக்க முடியும். பிறகு உறங்காப்புலி சவிதாதேவியைப் பார்த்துக் கேட்ட கேள்வி, சொல் பிரமீளா, நீ சொன்னதைப்போல ஒருவேளை நான் உன் கனவுகளின் ஜெமினியாக அந்த மதிய வேளையில் உன்முன்

தோன்றாமல் உறங்காப்புலியென்கிற நிஜமாகவே, இன்னொரு ஆணாகவே, உன்னை அணுகியிருந்தால் உன்னுடைய எதிர்வினை என்னவாயிருந்திருக்கும், என்னை நீ வெறுத்திருக்கக்கூடுமோ அன்பே. இதற்குச் சவிதாதேவியின் பதில், தெரியவில்லை விபின், என் பால்யமே, எனக்குச் சரியாகச் சொல்லத் தெரியவில்லை, திருமணத்திற்கு முன்பு நீ என் உடலின் நீட்சியாகவே எனக்குப் பழகிவிட்டிருந்தாய், திருமணத்திற்குப் பிறகோ நான் உன் காதலையும் ஜெமினியின் காதலாகவேதான் பார்க்கப் பழகிக் கொண்டிருந்தேன், ஆனால் விபின், நான் உன்னை விபினாயும் உன்னுடையதை ஒரு பிரத்யேகமான நேசமாயும் உணரத் தொடங்கியது நீ என்னைச் சந்திக்க வருவதை நிறுத்திவிட்ட இந்த நாட்களில்தான், அதனாலேயே ஒருவேளை என்னுடைய கல்கத்தா காலங்களில் நீ என்னைச் சந்திக்க வராதிருந்தால் உன் பிரிவு அதை எனக்கு அப்போதேகூட உணர்த்தியிருக்குமோ என்று யோசிக்கிறேன், அல்லது உன்னை என் பால்யத்தில் அறியும் சந்தர்ப்பம் கிடைக்காமல் போயிருந்தால் நான் காதலித்த வனின் பெயர், நீ சொன்னதைப்போல, விபின் என்றுகூட இருந்திருக்கவும்கூடும், சொல் விபின், ஏன் நீ உன் தாபத்தை என்னிடம் கேட்காமல் மறைத்து வைத்தாய், ஒருபோதும் உன்னால் துய்க்கப்பட முடியாததாகவேயிருந்த என் உடலைப் பற்றிய உன் எண்ணம் என்னவாக இருந்தது, உடலால் அளக்கப் படாத காதலே சாவு தின்றபின்னும் தீர்ந்துவிடாத பண்டமா யிருக்கும் என்று நினைத்துத்தான் உன் தாபங்களை என்னிடம் சொல்லாமல் வைத்திருந்தாயா, ஒருவேளை நீ கேட்டிருந்தால் என் உடலை உனக்குக் கொடுக்கச் சம்மதித்திருப்பவளாயும் நீ எனக்குப் பிரியமானவன் என்பதை உனக்கு உறுதிப்படுத்தக்கூடிய வழிகளைத் தேர்ந்தெடுப்பதில் தயக்கமோ குற்றவுணர்ச்சியோ இல்லாதிருப்பவளாயும் என்னை நீ அப்போது அறிந்திருந்தாயா. பிரமீளா, என் கண்மணி, உடலைப் பகிர்தலன்றி காதல் முழுமை யடையுமென்று நான் ஒருபோதும் நம்பியதில்லை, வறியவனுடைய பசிக்குச் சோறிடாமல் அவனைப் பார்த்து வெறுமே பரிதாபப் படுபவனால் ஓர் ஏழைக்கு ஆகப்போவதென்ன, காதல் பசியென் றால் காமம் உணவு, காதல் கற்பனையென்றால் உடல் அதன் எழுதுகோல், உன் வீட்டிற்கு விருந்தாளியாய் வரும் எந்த ஆணை யும் ஒரே போல உபசரித்து விருந்தளித்துத் திருப்தியாய் அனுப்பி வைக்க உன்னால் முடியும், ஆனால் நீ ஆரத் தழுவுவதற்குரிய உடலாக நீ அவற்றில் ஏதேனும் ஒன்றைத் தானே தேர்ந்தெடுக்கிறாய், அந்த வகையில் உடல் காதலை உறுதி செய்யும், காதலால் துய்க்கப்படும், ஓர் உறுதிப் பத்திரமும்கூட, உடல் காதலின் தூல வடிவம், ஆனால் பிரமீளா, கடந்த மாதங்களில் ஒருநாள் நீ உடல் உபாதையால் பீடிக்கப்பட்டவளாய் நோய்ப் படுக்கையில்

கிடப்பதாக எனக்குத் தெரியவந்தபோது உன் உடலை அறியும் அதிர்ஷ்டமென்று ஏதேனும் ஒரு சந்தர்ப்பம் இருக்குமேயானால் அது நீ அப்படி நோயுற்றிருந்த காலத்தைவிடச் சிறந்த வேறொன் றாக இருந்திருக்கவே முடியாது என்று நான் நினைத்தேன், ஆனால் அன்பே, அப்போது நான் உன்னருகில் இல்லை, உன் தலையைக் கோதிச் சீவி முகம் துடைத்து நோயின் அடையாளம் தெரியாமல் உன்னை அலங்கரித்து உட்கார்த்தவில்லை, உரிய நேரத்தில் உனக்கு உணவும் மருந்தும் புகட்டவில்லை, நோவு தெரியாமல் உன்னுடன் உரையாடிக்கொண்டிருக்கவில்லை, பிரமீளா, உன் உடலை நான் வந்தடைவதைத் தடுக்கும் சுவராக உன் கணவன் நின்றாரென்றால் உண்மையில் அது உன் வீட்டுப் படுக்கையறையிலல்ல, மாறாக மருத்துவமனையின் நோயாளிகளுக் கான அறையில்தான், கண்ணே, நான் உனக்குத் தேவைப்படுவே னென்று என் புத்தி என் மண்டையிலறைந்து சொல்லிக்கொண் டிருந்த அந்த நாட்களில் நான் இயலாமையின் வியர்வை கொப்பளிக்க தெருக்களில் ஒரு பைத்தியத்தைப்போல அலைந்து கொண்டிருந்தேன், நான் பழகிக்கொண்டிருந்த பகுத்தறிவு வாதங்களைத் துறந்துவிட்டு நீ குணமடையும்வரை நானும் பழங்களையும் ரொட்டியையும் தண்ணீரையும் மட்டுமே ஆகார மாகக் கொள்வது என முடிவு செய்துகொண்டிருந்தேன், அதை நிறைவேற்றவும் செய்தேன், ஆனால் பிரமீளா, அதனால் உனக்கென்ன நன்மை, ஒரு சிறிய தலை கோதலும் மெல்லிய முத்தமும் தேவைப்படும் உன் வட்டிலில் வெறும் இரக்கத்தைத் தானே என்னால் எறிய முடிந்தது, கண்ணே, நீ என்னைத் தேடியிருக்கக்கூடிய கணங்களில் ஓர் அந்நியனாக என்னை அடையாளப்படுத்திக்கொள்வதுதான் என்னால் முடிகிற காரியமாயிருந்தது, அதற்குப் பிறகு எத்தனையோ மதியங்களில் நாம் திரும்பத் திரும்பச் சந்தித்துக்கொண்ட தருணங்களில்கூட பரந்த அன்பினாலோ சிறந்த புரிந்துகொள்ளும் குணத்தாலோ அல்லது வலிந்து வரவழைத்துக்கொண்ட மறதியாலோ நீ என் துரோகத்தையும் கோழைத்தனத்தையும் ஒருமுறைகூட சுட்டிக் காட்டியதில்லை, என்றாலும் பிரமீளா, அழுகிக்கொண்டிருந்த உன் குடலின் துர்மணத்தை முகரவும் கட்டுப்பாடின்றி வெளியேறும் உன் குருதியின் வீச்சத்தைச் சுவாசிக்கவும், உலர்ந்து நாற்றமடிக்கும் உன் எச்சிலின் சுவாசத்தை ஏற்றுக்கொள்ளவும் அனுமதி மறுக்கப்பட்டபின் உன் சதையின் நறுமணத்தை மட்டும் என்னுடையதாக்கிக்கொள்ள எனக்குத் (விருப்பமிருந்தும்) துணிவின்றிப் போய்விட்டது என்பதுதான் உண்மை, உடல் காதலின் எழுதுகோலென்றால் அது உருவாக்கும் பயங்கரக் காட்சிகளையும் எதிர்கொள்ளும் துணிவு இருக்கிறவனின் கைகளுடனேயே அது உறவாடுவதாக இருக்கிறது, என்ன செய்ய,

எனக்கந்தத் துணிவு என்றுமே இருந்ததில்லை. பிறகு உறங்காப்புலி சவிதாதேவியிடம், பிரமீளா, நான் உன் கணவனுள் இல்லாமல் அவன் அருகில், உறங்காப்புலியாகவே, உன்முன் தோன்றலாகாதா, ஒரு பெண்ணால் இரண்டு ஆண்களிடம் ஒரே விதமான, நிறைந்த அன்பைச் செலுத்த முடியாதா, ஒருவனை நேசிக்க இன்னொருவன் இல்லாதிருக்கத்தான் வேண்டுமா என்று கேட்டான். சவிதாதேவி சொன்னாள், ஒரு பெண் எப்போதுமே அவளுடைய அன்பர்களிருவரில் ஒருவர் அவள் பார்வையிலிருந்து மறைந்ததுமே தனக்குத்தானே கேட்டுக்கொள்ளும் (காலகாலமாக விடை தேடப்பட்டுக்கொண்டிருக்கும்) கேள்விதான் இது விபின், என்றாலும், ஜெமினி என்னைவிட்டுப் பிரிந்துபோன இத்தனை வருடங்களுக்குப் பிறகு உன்னிடம் என் ஒப்புக்கொள்தலின் சாராம்சமாக என்னால் இதைத்தான் சொல்ல முடிகிறது, நான் ஏன் உன் தாபத்தைப் பிரத்யேகமாக உணராதிருந்தேன், உன் கண்களில் ஏன் என்னால் என்னை வேண்டும் தவிப்பைக் காண முடியாமலிருந்தது, ஏனென்றால் விபின், ஜெமினி விரும்பி யிருந்தால் தர முடிந்திருக்கக்கூடிய, ஆனால் ஏனோ அவனால் தரப்படாத அவனுடைய கன்னிக் காதலை எனக்குத் தந்து கொண்டிருந்தவரையில் நீ அவனுடைய பதிலியாகவேதான் எனக்குத் தெரிந்துகொண்டிருந்தாய், மாறாக ஜெமினி தரத் தயாராக இருந்த, ஆனால் அவனால் தரவியலாததாயிருந்த ஏதாவதொன்றை நீ அப்போது கையிலெடுத்திருந்திருப்பாயே யானால் ஒருவேளை நான் என் அன்பின் தராசில் உன்னை அவனுக்கிணையான இன்னொரு ஆண் மகனாகக் கண்டு பிடித்திருப்பேனோ என்னவோ, சுருக்கமாகச் சொன்னால் விபின், நீ பரிசளித்தது ஜெமினிக்குக் கடைசிவரை வரையவே தோன்றாத என்னுடைய உருவச் சித்திரத்தை, ஆனால் நீ எனக்குத் தந்திருக்கவேண்டியது அவனால் வரைய முடியாமலேயே போய்விட்ட மிதக்கும் வண்ணம் என்கிற கனவு ஓவியத்தை, என்றாலும் விபின், உன்னால் முடிந்த அளவு என்மீதான உனதன்பை உன் அலைச்சலாலும் முயற்சியாலும் நாகரீகத்தாலும் நிறைத்துத்தானிருந்தாய், நீ எனக்குப் பரிசளித்த என் பால்யத்தின் மானசீகச் சித்திரம் என்னால் விட்டுக்கொடுக்கவே இயலாத, என்ன விலை கொடுத்தேனும் தன்னைத் தக்கவைத்துக்கொள்ள என்னை நிர்பந்தித்திருக்கும் அழகைக் கொண்டதாகத்தானிருந்தது என்பதை மறுப்பதற்கில்லை, நான் நிச்சயம் உனக்குக் கடன் பட்டிருக்கிறேன்.

உறங்காப்புலியென்கிற விபின் பாஸ்வானுக்கும் சவிதாதேவி யென்கிற பிரமீளாவுக்குமிடையேயான, போதமற்ற உரையாடல் நெடுநேரம் நீடித்தது. பொழுதும் மதியத்தைத் தாண்டி

விட்டிருந்தது. சவிதாதேவி மீண்டும் உறங்காப்புலியின் பின்புறம் நின்றிருந்த விபின் பாஸ்வானின் நிழலைத் தன் வெறித்த பார்வையால் சன்னலின் வழியே சேவுடைநாதர் கோவிலின் கோபுர உச்சிக்குக் கொண்டு சென்றுவிட்டபின் மெதுவாக உறங்காப்புலி தனக்குரிய சமயம் அருகிக்கொண்டு வருவதை மகாவதனிடம் தெரிவித்ததும் நெடுநேரம் கண்களில் துளிர்த்திருந்த கண்ணீருடன் தன் தாயைப் பார்த்தபடியே அமர்ந்திருந்த அவன் தன்னைச் சமாளித்துக்கொண்டபடி எழுந்து சமையலறையை நோக்கிச் சென்றான். உறங்காப்புலியும் அவனுடன் கூடவே சென்றான். இருவரும் பேசியதன் தாக்கம் இருவரையுமே ஒவ்வொரு விதமாகப் பாதித்திருந்ததால் மௌனமாகவே சில கிழங்குகளைக் கொண்டும் கீரையை வைத்தும் மதிய உணவைச் சேர்ந்து தயாரித்தார்கள் (உறங்காப்புலிக்குச் சமையல் செய்து பழக்கமில்லையாதலால் அவன் உதவி செய்தானென்று சொல்வதுதான் பொருத்தமாயிருக்கும். ஆனால் கவனத்தைத் தன் பக்கம் இழுக்கும் உரையாடல் எதுவும் அங்கே நிகழாததால் மகாவதன் என்ன செய்கிறானென்பதை அவனால் (ஆச்சரியத் துடன், ஏனென்றால் ஆண்கள் சமையலறைக்குள் புழங்கும் வழக்கமற்ற குடும்பப் பின்னணியிலிருந்து வந்தவன் அவன்) கூர்ந்து கவனித்துக்கொண்டிருக்க முடிந்தது. அது அவன் ஞாபகத்தில் பல நாட்கள் அழியாமல் பதிந்துமிருந்தது). பிறகு பதார்த்தங்களைச் சவிதாதேவியின் அறைக்கே கொண்டுவந்து வைத்துக்கொண்டு மூவருமாகச் சாப்பிட்டார்கள். உணவு உண்பது, உடல் சார்ந்த இயற்கை உபாதைகளைக் கழித்துக்கொள்வது போன்ற அன்றாட வேலைகளில் சவிதாதேவி மகாவதனின் உதவி தேவைப்படாத அளவிற்குக் காத்திரமாகவேதான் இருந்தார். என்றாலும் அவர் அவற்றை இன்னும் தன்னுடைய தொலைவான உலகிலிருந்தபடியேதான் செய்துகொண்டிருந்தாராதலால் செயல் களில் மந்தமும் ஈடுபாடின்மையும் தென்பட்டது. அவருடைய பிரமை விலகுவதற்குச் சில மணிநேரங்கள் ஆகுமென்றும் நல்ல உறக்கத்திற்குப் பிறகு அவர் சரியாகிவிடுவாரென்றும் மகாவதன் தெரிவித்தான். உணவை முடித்துக்கொண்டதும் இருவருமாகச் சேர்ந்து பரண் மீதிருந்த ஜெமினியின் சித்திரங்களையெல்லாம் கீழே இறக்கி அவற்றை மூடியிருந்த காகிதப் பொட்டலங்களைப் பிரித்துத் தூசு தட்டிப் பார்வையிட்டார்கள். தந்தையின் இறப்பிற்குப் பிறகு தானுமே இப்போதுதான் அவருடைய படைப்புகளைத் திரும்பப் பார்ப்பதாக மகாவதன் சொன்னான். பல சித்திரங்களோடு அவனுடைய பால்ய கால நினைவுகளும் கலந்திருந்தன. அதனாலேயே உறங்காப்புலிக்குச் சாதாரண மாகவோ அல்லது புரியாததாகவோ தோன்றிய சித்திரங்களை அவன் அதீதமாக விதந்தோதும்போது உறங்காப்புலி அவற்றி

லொன்றை எடுத்துக்கொள்ளச் சொல்லித் தன்னை நிர்பந்தித்து விடுவானோவென்று பயந்துகொண்டிருந்தான் (மேலும் அவனுடைய குறிக்கோள் துவக்கத்திலேயே ஒரு பெண்ணின் உருவப்படமென்பதாகவேதானே இருந்துகொண்டுமிருந்தது). நல்லவேளையாக மகாவதன் அத்தனை இங்கிதமில்லாதவனாக இருந்துவிடவில்லை. அவன் தன் விருந்தாளியைச் சித்திரங் களுடன் சுதந்திரமாகவே உறவாட அனுமதித்தான். அவற்றில் மிகச் சில பரீட்ச்சார்த்தமான படைப்புகளைத் தவிர பெரும்பான்மையானவை துஸாத் பாணிச் சித்திரங்களாக, இரட்டைப் பரிமாணப் பாணியில், அடர்ந்ததும் திப்பித் திப்பியானதும் பசுஞ்சாணம், கரித்துகள், குங்குமம், மஞ்சள், அவுரி, சுண்ணாம்பு, காப்பித்தூள் மற்றும் தாவரச் சாறு உள்ளிட்டவைகளைக்கொண்டு இயற்கை முறையில் உருவாக்கப்பட்டதுமான வண்ணங்களை உபயோகித்து வரையப்பட்டவையாகவேயிருந்தன. உருவப் படங்களின் வரிசையில் நான்கு சித்திரங்கள் பார்வைக்குக் காணக் கிடைத்தன. துஸாத் இனப் பெண்ணொருத்தி அவளுடைய பாரம்பரியமான உடையலங்காரத்தில் கைகளில் ஒரு பன்றிக் குட்டியைக் குழந்தைபோல ஏந்தியபடி சிரித்துக்கொண்டிருக்கும் சித்திரம் ஒன்று, பார்த்தவுடன் தமிழ்நாட்டுப் பெண் என்று சொல்லிவிடுமளவிற்குத் தாடையமைப்புகளையும் கோடாலிக் கொண்டையலங்காரத்தையும் கொண்டிருந்த இன்னொரு இளம் உழவுப் பெண்ணின் சித்திரம், அது ஜெமினி சிறு வயதில் வீட்டைவிட்டு வெளியேறுவதற்குமுன் கடைசியாகப் பார்த்து நினைவில் வைத்திருந்த அவருடைய தாயாரின் உருவம் (அதற்குக் கீழே அம்மா என்று எழுதப்பட்டிருந்தது), மூன்றாவது சித்திரம் ஒரு வெள்ளைக்காரப் பெண்ணினுடையது (டிம் துரையின் மனைவியாக இருக்கலாம்), நான்காவதாகக் கைக்கு வந்ததுதான் இரண்டடிக்கு நாலடி அளவுள்ள மரச் சட்டகத்தில், கண்ணாடியில்லாமல் கித்தான் துணியை வெறுமே இழுத்துச் சட்டமிடப்பட்டிருந்த ஃபெமினா இந்திய அழகியான லீலா நாயுடுவின் உருவப் படம். அதுவும் அவருடைய பெரும்பாலான சித்திரங்களைப் போலவே துஸாத் சித்திரப் பாணியில் கோட்டுச் சித்திரமாகத்தான் வரையப்பட்டிருந்தது. ஆனால் அந்த இரட்டைப் பரிமாணத்திற்குள் அத்தனை அழகையும் உணர்வு வெளிப்பாட்டையும் கொண்டு வருவதற்கு (லீலா நடித்த வீட்டுக்காரர் என்கிற திரைப்படத்தின், அத்தனை பிரபலமாகாத ஒரு சாதாரணப் புகைப்படத்தை (வேண்டுமென்றே) தேர்ந்தெடுத்து அதன் கண்களின் கருமணியோரத்தில் ஒரு வெள்ளைப் புள்ளியையிட்டும் மேலுதட்டின் மத்தியில் நாசியின் நிழலில் ஒரு

சிறிய கீற்றை விழச் செய்தும் (முகத்தை வைத்துக்கொண்டிருக்கும் கோணமே இதனால் முற்றாக மாறிவிடுகிறது) அவருடைய திரைத்தனமான சிரிப்பைக் கட்டுப்படுத்தி மர்மமும் துயரமும் சாந்தமும் குடிகொண்டிருக்கும் முகமாக மாற்றி அதை ஒரு கனவுப் படிமத்திற்கு நிகரான நிலைக்கு முன்னேற்றியிருந்தார் ஓவியர்) அசாத்தியமான கற்பனைத் திறனும் அதை அப்படியே கோடுகளாக்குவதற்குக் கடுமையாகப் பயிற்சி பெற்ற விரல்களும் வேண்டும் என்பது சித்திரக் கலையைப் பற்றி ஒன்றுமே தெரியாத உறங்காப்புலிக்குக்கூட பார்த்த மாத்திரத்திலேயே தெரிந்து விட்டது. மேலும் லீலா நாயுடுவையும் வடக்குவெளிவீதிப் பெண்ணையும் இணைக்கும், தூலமாகக் கிரகித்துக்கொள்ள முடியாத ஏதோ ஒரு பொதுவான அம்சமும் அதிலிருப்பதாக அவன் மனம் கற்பனை செய்துகொள்ளவே அவன் அந்தச் சித்திரத்தையே தனக்குத் தர முடியுமா என்று கேட்டான். லீலா நாயுடு ஜெமினிக்கு விருப்பமான மிகச் சில ஆளுமைகளில் ஒருவர் என்று சொல்லிப் பழைய நினைவுகளின் அழுத்தத்தில் பெருமூச்சு விட்டுக்கொண்ட மகாவதன் அதைச் சந்தோஷமாகவே அவனுக்குத் தரச் சம்மதித்தான். பிறகு அதை முன்பைப் போலவே ஒரு செய்தித்தாளில் பொட்டலமாகக் கட்டிக் கொடுத்தான். உறங்காப்புலி விடைபெற்றுக்கொள்ளும் வேளையும் சற்று நெகிழ்ச்சியான தருணமாகவேதான் இருந்தது. மகாவதன் தன் தாயின் மனதை இறுக்கிக்கொண்டிருந்த ரகசியங்களை வெளிக்கொணர உறங்காப்புலி செய்த உதவிக்கு நன்றி சொன்னான். உறங்காப்புலி அதனால் மகாவதனுக்கு என்ன பயன் என்று தனக்குத் தெரியவில்லையென்றும் நோயுற்றிருக்கும் அந்தப் பெண்மணியின்மீது அவனுக்கு அது வெறுப்பை வரவழைத்து விடுமோ என்று தான் அஞ்சுவதாயும் சொன்னபோது மகாவதன் அதை மறுத்து விபின் மாமா தன்னைப் பார்க்க வராமலிருப்பது குறித்துத் தன் தாயின் மனம் இத்தனை காயப்பட்டிருக்கிறது என்பதையும் அந்த விலகலுக்குக் காரணம் குற்றமுள்ள காதல் மனதின் குறுகுறுப்புத்தானென்று அவளுடைய ஆழ்மனம் நம்பிக்கொண்டிருக்கிறது என்பதையும் இன்றுதான் தானே தெரிந்துகொண்டதாயும் ஆனால் உண்மையில் விபின் பாஸ்வானை இனி வீட்டிற்கு வரவேண்டாமென்று தடுத்து நிறுத்தியது தானேதானென்றும் எனவே தானே அவரிடம் பேசித் தாயாரின் காலம் முடிவதற்குள் ஒருமுறை ஒசூர் வந்து அவளைப் பார்த்துவிட்டுச் செல்ல அழைக்கப் போவதாயும் இதற்குக் காரணமான உறங்காப்புலியின் வரவிற்கு உண்மையிலேயே தான் நன்றி சொல்லக் கடமைப்பட்டிருப்பதாயும் கூறினான். உறங்காப்புலிக்கு ஒரு பக்கம் சங்கடம் தீர்ந்த உணர்வும் மறுபக்கம்

கலக்கமுமாகவே இருந்ததெனினும் தன்னால் செய்யக்கூடியது ஒன்றுமில்லையென்று எண்ணியபடியே அவன் லீலா நாயுடுவின் சித்திரத்துடன் விடை பெற்றுக்கொண்டான். அதற்குமுன் மகாவதனிடம், அந்த விபின் பாஸ்வான் இப்போது எங்கேதான் இருக்கிறார் என்று கேட்டான். தெரியாது, ஆனால் நான் அப்போது தெரிந்துகொண்டவரை கல்கத்தாவிற்கு வரும்போதெல்லாம் பீச்சு சட்டர்ஜி தெருவிலிருந்த ஓர் அச்சகத்தில்தான் தான் தங்கியிருப்பதாக அவர் சொல்லக் கேட்டிருக்கிறேன் என்று பதில் சொன்னான் மகாவதன்.

இந்தக் கதையில் மர்ம முடிச்சுகளெதையும் கூடுமானவரை பரீட்சித்துப் பார்ப்பதில்லையென்று முதலிலேயே முடிவு செய்திருக்கிறபடியால் விபின் பாஸ்வான் சவிதாதேவியைப் பார்க்க அவர்களுடைய கல்கத்தா வீட்டிற்கு வருவதை நிறுத்திக் கொண்டதற்குக் காரணம் தான்தான் என்று மகாவதன் உறங்காப்புலியிடம் ஏன் சொன்னான் என்பதை நாம் இங்கே நேயர்களுக்குச் சொல்லிவிடவேண்டியிருக்கிறது. மகாவதனுடைய சிறு பிராயத்து உலகம் முழுக்க முழுக்க மூன்று நபர்களால் மட்டுமே நிறைந்திருந்ததாய் இருந்தது. வசதி, சாதி, நிலம், மொழி எல்லாவற்றிலுமே அவன் கல்கத்தா அரசுப் பள்ளியின் சக மாணவ மாணவியருக்கு அந்நியனாயும் கீழ்ப்பட்டவர்களில் ஒருவனாயும் அதனால் பீடிக்கப்பட்ட தாழ்வுணர்ச்சியின் காரண மாக வலிந்து தன்னைத் தனிமைப்படுத்திக் கொள்கிறவனாயு மிருந்ததால் வீடு ஒன்றே எப்போதும் அவனுடைய கோபதாபங் களையும் சுகதுக்கங்களையும் தடையின்றி (வெளியில் தான் கடைப்பிடிக்கும் மௌனத்தை ஈடுகட்டும் உளப்பாங்கில் சில வேளைகளில் சற்று அதிகமாகவேகூட) உரிமையோடு வெளிப் படுத்தும் இடமாக இருந்தது. அந்த உரிமையை அவனுடைய தாய், தந்தை, மாமா ஆகிய மூவருமே முழுமனதோடு அங்கீகரிப்பவர்களாயும் இருந்தார்கள். மகாவதனின் தேவைகள் (அவை பெரும்பாலும் நியாயமானவையாகவே இருந்தன. பிறந்ததிலிருந்தே ஏழ்மையும் கீழ்மையும் பழக்கமான ஒன்றாக ஆகியிருந்ததால் ஆடம்பரங்களின் இருப்பைத் தன் உலகிற்குள் கற்பனையின் மூலமாகவேனும் கொண்டுவரும் சக்தி அவன் மனதிற்கு இல்லாமல் போயிருந்ததும் ஒரு காரணமாயிருக்கலாம். சவிதாதேவியைக் கேட்டால் குடும்பக் கஷ்டங்களைப் புரிந்து கொள்ளுதல் என்று இதற்கு விளக்கம் சொல்லுவார்) பெரும்பாலும் அவர்களால் மறுக்கப்பட்டதில்லை. அவனுடன் அண்மித்திருக்கும் ஒரு சிறு வாய்ப்பையேனும் அவர்கள் தவறவிட்டதுமில்லை.

சாதாரண வார்த்தைகளில் சொல்வதென்றால் ஜெமினியினுடையது ஓர் அன்னியோன்னியமான குடும்பம். அவர்கள் மகாவதன் தங்கள் மீது செலுத்தும் அன்பை ஒரு கண்ணாடியைப் போல அப்படியே அவன்முன் பிரதிபலித்தார்கள். எனவே மகாவதனுடைய பிள்ளை மனது அவனுக்குப் பள்ளியிலிருந்து கிடைக்கும் மன அழுத்தங்களைப் பெரியவர்கள் ஏற்றுக்கொள்வதைப் போலவே அவர்களுக்கும் வெளியிலிருந்து அவர்கள் பெறும் அழுத்தங்களுக்கு அவன் ஒருவன்தான் வடிகாலாக இருக்கிறானென்று நினைத்துக்கொண்டிருந்தது. அவனைப் பொறுத்த வரையில் அம்மாவுக்கு அப்பா மற்றும் மகாவதன். அப்பாவுக்குச் சித்திரக்கலை மற்றும் மகாவதன். விபின் மாமாவுக்கு அழுக்கு நதி லோஹாாவின் கரையில் மேய்ந்துகொண்டிருக்கும் செல்லப் பன்றிக்குட்டிகள் மற்றும் மகாவதன் என்பதுதான் அவர்களுடைய உலகமும். இப்படி அவன் நினைப்பதற்கு இன்னொரு நியாயமான காரணமும் இருந்தது, அவர்கள் மூவருமே அவன் வளர்ந்தபோது அவனிடம் ஒரு சிறுவனுக்கான விஷயங்களை மட்டுமல்லாமல் அவனால் தாங்கள் சொல்வதைப் புரிந்துகொள்ள முடியுமா என்றெல்லாம் யோசிக்காமல் பெரிய விஷயங்களைக்கூட பேசிப் பகிர்ந்துகொள்ளும் இயல்பினராய், அவனளவிற்கேயான குழந்தைமையுடன் வளர்ந்துவிட்டிருந்தார்கள். சவிதாதேவிக்கு மகாவதன் அவர்களுடைய வறுமையைப் பற்றியும் அதன்மேல் அவன் தந்தை கொண்டுள்ள பாராமுகத்தைப் பற்றியும் அங்கலாய்த்துக்கொள்ளக் கிடைத்த ஒரு துணை (மகாவதன் பிறந்த காலத்தில் ஜெமினி சிறந்த ஓவியராக கல்கத்தாவிலும், சில வேளைகளில் அதைத் தாண்டிப் பல காத தூரம் வரையிலும் கூட (இந்தப் பக்கம் ராஞ்சியோ அல்லது அந்தப் பக்கம் டாக்கா வரையிலுமோ) அறியப்பட்டுவிட்டிருந்தாலும் அந்தப் புகழ் எல்லா நல்ல கலைஞர்களுக்குமான பொதுவான விதியைப் போலவே அவருக்குப் பொருளாதார ரீதியிலான எந்த உதவியையும் நல்கியிருக்கவில்லை. அவர்கள் கல்கத்தாவிலிருக்கும் வரை நகரின் மத்தியப் பகுதியில் பரபரப்பான போக்குவரத்திற்கிடையில் எங்கேயாவது குடியிருக்க வேண்டுமென்கிற சவிதாதேவியின் விருப்பத்திற்கு மாறாக (திருமணமாகும்வரை ஒதுக்கப்பட்ட கிராமத்துச் சேரியில் தன் இளமையைக் கழித்த அவர் நகர வாழ்க்கை தவிர்க்கவியலாதபடி வற்புறுத்தும் பல சாதி மனிதர்களுடனான சமமான புழக்கத்தை அனுபவிக்க வேண்டுமென ஆசைப்பட்டார்) தனக்குச் சிருஷ்டிக்கான தனிமை கிடைக்க வேண்டுமெனவும் அதைத் தான் விரும்பும்போதெல்லாம் உடனே முறையிடும் விதத்தில் ஹுப்ளியின் அலைச் செவிகளைச் சென்றடைய வாய்ப்பிருக்க வேண்டுமெனவும் விரும்பிய

ஜெமினியின் பிடிவாதத்தின்படி அழூக்கு இச்சாப்பூர் பிரதேசத்தின் துப்பாக்கித் தொழிற்சாலைப் பகுதி முனையில் ஒரு வாடகை வீட்டில்தான் குடியிருந்தார்கள். ஜெமினியின் சித்திரங்கள் விலை போகவில்லை என்று சொல்ல முடியாது. ஆனால் விலை போகும் படைப்புகளை அவர் தொடர்ந்து வரைய முனைவதில்லை என்று சவிதாதேவி குறைபட்டுக்கொண்டார். கிடைக்கும் பணத்திலும் பாதி ஓவியத்திற்கான உபகரணங்களாயும் சித்திரப் புத்தகங்களாயுமே வீட்டை வந்தடையும் (இயற்கைதானே. தவிர்க்கவியலாததும்கூட). அவர் தன் கணவரைப் புரிந்துகொள்ள வில்லையென்று சொல்ல முடியாது. ஆனால் திருமணமாகி ஏழு வருடங்கள்வரை அதிகமாகத் தொந்தரவு செய்யாதிருந்த லௌகீகம் மகாவதன் பிறந்ததற்குப் பிறகு தன்னைப் பொருட்படுத்தியேயாகவேண்டுமென்று தன்னையும் சேர்த்து மூன்று வயிறுகளுக்குப் பசியாற்றும் பொறுப்பை ஏற்றுக் கொண்டிருந்த அந்தக் குடும்பத் தலைவியை வற்புறுத்தத் துவங்கிவிட்டிருந்தது. எப்போதோ ஒருமுறை வீட்டுப்பக்கம் எட்டிப் பார்த்துவிட்டுப் போகும் செல்வத்தின் தேவதையைத் தன் வீட்டிலேயே தன் குடும்பத்தில் ஒருத்தியாகத் தொடர்ந்து இருத்திக்கொள்வதற்காகத் தன்னைத் தவிர வேறொரு பெண்ணை (அவள் தெய்வமேயானாலும்) ஏறெடுத்துப் பார்க்கப் பிடிவாதமாக மறுத்துவந்த மகாவதனின் தந்தையைச் சரிக்கட்ட அவர் பெரும் பிரயத்தனங்களை மேற்கொள்ள வேண்டியிருந்தது). ஜெமினியைப் பொறுத்தவரை மகாவதன் அவருடைய சிறுவயதிலிருந்தே அவரை ஆட்டிப்படைத்துக்கொண்டிருந்த சித்திரக் கலையின் மீதான தணியாத வேட்கையைப் பற்றியும் வாழ்விலும் பார்வையிலும் அது நிகழ்த்திய மாயாஜாலங்களைப் பற்றியும் மனம் போனபடி பிதற்றுவதற்குப் பெருந்தன்மையோடு அவரை அனுமதிக்கும் ஓர் அந்தரங்க நண்பன் (சக கலைஞர்கள் மத்தியில் ஒரு வாக்கியத்தையேனும் இயல்பாகப் பேசுவதற்கு சமூகம் அவரை அனுமதித்திராத நிலையில் முட்டாள்தனமாகப் பேசித் தன்னை எடையற்றவனாக ஆக்கிக்கொள்வதற்கு ஜெமினிக்கு ஒரு ஜோடிக் காதுகள் அவசியம் தேவைப்பட்டன. முறையான கல்வியறிவு இல்லாவிட்டாலும் கலையாளுமை அவர் சொற்களில் தெறிக்கச் செய்துகொண்டிருந்த இயல்பான மேதமையைப் புரிந்துகொள்ளவோ ரசிக்கவோ சவிதாதேவிக்குப் பயிற்சியோ பரிச்சயமோ இல்லாதிருந்தது. அவர் அதற்கு முயற்சிக்கவுமில்லை. அதற்கான அவசியம் இருப்பதாய் அவருக்குத் தோன்றவுமில்லை. ஒரு நல்ல மனைவியாக, ஒரு நல்ல தாயாக அவற்றைத் தனக்குப் பதிலாகச் செவி கொடுத்துப் புரிந்துகொள்ளும் ஒரு வாரிசைத் தன் கணவனாகிய அந்தக் கலைஞனுக்கு அளிப்பதும் அதைக் குறைவின்றிக் காப்பாற்றிச் செல்வதுமே அவருடைய காதலுக்குத்

தான் செய்யும் கைம்மாறு என்பதாக அவர் புரிந்துகொண்டிருந்தார் (காதலை அதன் அறியாமையுடனும் குழந்தைமையுடனும் தன் தாயைவிட அழகாகப் புரிந்துகொண்ட இன்னொரு பெண் வேறு யாரும் இருக்க முடியாது என்பான் மகாவதன் நெகிழ்ச்சியுடன்). எனவே ஜெமினி தான் வீட்டைவிட்டு ஓடிவந்த கதையைச் சவிதாதேவியிடம் சொன்னால் அதே கதையைச் சிறு வயதிலிருந்தே தன்னைத் துரத்திக்கொண்டிருந்த, கோடுகளாலான, குழப்பமான கனவைப் புரிந்துகொள்ள அது உருவாகும் ஆபத்தான பிரபஞ்ச வெளிக்குள் துணிந்து தனியனாகப் பிரவேசிக்க முயன்ற கதையாக மகாவதனிடமும், மெட்ராஸ் ராஜதானியிலும் நிஜாமின் மண்ணிலும் வாரணாசியிலும் பிச்சைக்காரனாக அலைந்து திரிந்த நாட்களைச் சவிதாதேவியிடம் சொன்னால் அதே நாட்களைக் கூவத்தின் அவுரிச் சாயக் கலங்கலிலும் மூசியின் மறைவான ரத்த வாடையிலும் கங்கையின் சாம்பல் நிறத்திலும் கடத்தப்படும் வாழ்வின் வண்ணங்களைப் புரிந்துகொள்ள பிரயத்தனப்பட்டுக்கொண்டிருந்த காலக்கட்டமாக மகாவதனிடமும் போபால் காவல்துறையினரின் அனாவசியத் துரத்தல்களுக்குப் பயந்து ஓடி ஒளிந்துகொண்ட குன்றுக் குகைகளில் அடர்ந்திருந்த இருட்டு, ஈரம், விஷப்பூச்சிகள் மற்றும் பாம்புகளைப்பற்றிச் சவிதாதேவியிடம் சொன்னால் அதே குகைளின் உட்சுவர்களினுள் வரையப்பட்டிருந்த ஆதிவாசிகளின் வேட்டைச் சித்திரங்களைப் பற்றி மகாவதனிடமும் (ஆ, அந்தச் சித்திரங்கள், அவை அதற்கு இருபத்தாறு வருடங்களுக்குப் பிறகு அவற்றைக் கண்டுபிடித்து அதை வேடிக்கை பார்க்கும் மனநிலையும் காகிதங்களில் பிரதியெடுக்கும் புத்தியும் கொண்டோர்க்குத் தெரியப்படுத்தி அவற்றைப் போர்த்தியிருந்த ரகசியத்தின் நிர்வாணத்தைத் துகிலுரித்து பெருமைப்பட்டுக் கொண்ட வாக்கன்கர் நினைத்ததைப்போல குகைச் சுவர்களை அலங்கரிப்பதற்காக வரையப்பட்டிருக்கவில்லை மகனே, மாறாக பிரகிருதியின்மீது அவர்கள் கொண்டிருந்த அச்சத்தையும் மரியாதையையும் வியப்பையும் அவற்றை உள்வாங்க முயற்சிக்கும் அவர்களுடைய தவிப்பையுமே அவை பதிவு செய்திருந்தன, பீம்பேத்காவின் மணற் குகைகளினுள் நின்றுகொண்டிருந்த தருணங்களில் மட்டும்தான் நான் தேடிக்கொண்டிருந்த கலையின் மிகவதிசயமான, பிரபஞ்சம் தழுவிய மூலவூற்றுக்கு மிக அருகாமையில் நான் இருப்பதான உணர்வை என்னால் அடைய முடிந்தது, சிவப்பும் வெளுப்பும், அபூர்வமாய்க் கொஞ்சம் மஞ்சளும் பச்சையுமாக அந்த, விலங்கைச் சூழ்ந்து நிற்கும் வேட்டைக்காரர்கள், நடனமாடும் குச்சி மனிதர்கள், குதிரையின் கர்ப்பத்திற்குள் யானையையும் பசுவின் வயிற்றுக்குள் புலியையும் கற்பனை செய்யும் அந்தப் புராதனக் கர்ப்பிணிப் பெண்,

அவர்கள் கதம்ப மாலையிலிருந்து எதிர்பாராத கணத்தில் பிரிந்தெழுந்து உன் நாசியைத் தொட்டு நீ அதை அறிந்து உள்ளிழுக்கும்முன் உன்னைவிட்டு விலகிவிடும் ஒரு மர்ம மலரின் மணத்தைப்போல் தங்களுடைய காலகாலமான அசையாத தோற்றத்திலிருந்து கலையின் ரகசியத்தை ஒரு கணம் எழுப்பி என்னை ஸ்பரிசிக்கச் செய்து பின் விலக்கிக் கொண்டார்கள், அது என் அலைச்சலை இன்னும் உக்கிரமாக மாற்றியது, பீம்பேத்காவின் தருணங்களுக்குப் பிறகு அஜந்தாவிலும் சத்தீஸ்கரிலும் நான் தேடியதெல்லாம் மீண்டும் மீண்டும் பீம்பேத்காவையேதான்) வில்லியம் ஆர்ச்சர் வீட்டில் பணியா ளாகக் கழித்த நாட்களின் வியப்பும் சுவாரஸ்யமுமான அந்நியக் கலாச்சாரம் சார்ந்த தருணங்களைச் சவிதா தேவியிடம் சொன்னால் (அந்தக் காலக்கட்டதின் கதைகளில் எப்போதும் எப்படியேனும் தங்களுடைய காதல் கதையும் கலந்துவிடுமாதலால் அவளுக்கு அதைக் கேட்பதில் சலிப்பற்ற உற்சாகமுண்டு. ஆமாமாம், நன்றாகச் சொல்லுங்கள், அவர்கள் எப்போதுமே அப்படித்தான், எதையுமே தலைகீழாகத் தான் செய்ய ஆரம்பிப் பார்கள், வேடிக்கையான மனிதர்கள்) அவருடைய நூலகத்தில் படுத்துறங்கி வான்காவையும் எடுவர்ட் மன்ச்சையும் ஈகான் ஷைலேயையும் தன்னுடைய ரசனைக்கும் தேடலுக்கும் மனநிலைக்கும் மிக நெருக்கமான ஓவியர்களாக அறிந்துகொண்ட தருணங்களை மகாவதனிடமும், தன்னுடைய உற்சாகத்தாலும் குழந்தைமையாலும் தைரியத்தாலும் இளமையாலும் அழகாலும் பில் துரையின் நூலகத்தில் கழிந்த இரவுகளை ஆக்கிரமித்து இரவுகளில் தன்னை உறங்கவிடாமல் புரட்டிக்கொண்டிருந்த பிசாசு அவள் என்று சவிதாதேவியிடம் சொன்னால் தன் இலட்சியத்தை நோக்கிய பாதையைக் காட்டித் தன்னை வழி நடத்திக்கொண்டிருந்த தேவதை அவள் என்று மகாவதனிடமும் சொன்னார் (வெகுகாலம் கழித்து பீம்பேத்கா அனுபவத்தின் நூற்றிலொரு பங்கையாவது நான் மீண்டும் பெற முடிந்ததென்றால் அது ருத்ரப்பூர் சேரிகளில் பூகம்பத்தால் இடிந்து விழுந்துகிடந்த சுவர்ச் சித்திரங்களிலாகத்தான் இருந்தது, பீம்பேத்காவின் இருண்ட வாசலைப்போல, அப்போது உன் தாய்தான் அவள் நண்பனின் தோள்மேல் தோன்றி என்னை அங்கே வரும்படி அழைத்தாள் என்பார் ஜெமினி. சில சமயங்களில் சவிதாதேவியே வேடிக்கையாகச் சொல்வாள், எதை வரைவது என்று தெரியாமல் கிறுக்குப் பிடித்து அலைந்துகொண்டிருந்த உன் தகப்பனைக் கொடானாவையும் கேருவையும் கோபரையும் கற்றுக்கொள்ளச் செய்து விற்பன்னனாக்கிக் கூடவே தன் பெண்ணையும் தந்து அவனைப் பெரிய மனிதனாக்கியது என் தாய் தந்தையர்களாக்கும்.

ஜெமினி அவள் சொல்வதைச் சிரித்தபடியே ஆமோதிப்பார். மகாவதன் என்ன சொல்வானென்றால், என் தாயாரின் அறிமுகம் கிடைத்திருக்காவிட்டாலும் ஜெமினியை ஒரு சிறந்த சைத்ரீகராவதிலிருந்து யாரும் தடுத்திருக்க முடிந்திருக்காதுதான், ஆனால் அப்போது பரவலாக வெளியுலகத்தவரால் அறியப்படா திருந்த பிராமணர்களுடைய மதுபனி ஓவியங்கள் வில்லியம் ஆர்ச்சரைக் கவர்ந்த பிறகுமேகூடப் பிரபலமாவதற்கு மேலும் முப்பது வருடங்கள் காத்திருக்க வேண்டியிருந்ததென்றால் துஸாத்துகளின் உக்கிரத் தன்மையுள்ள ஓவியங்கள் அவர்களுடைய குட்டிச் சுவர்களிலிருந்து விடுபட்டு வெளியே வருவதற்கு மேலும் பத்து வருடங்கள் தேவைப்பட்டது, அதற்குள் (அதாவது அந்தத் திரைப்படமெடுக்கும் ஜெர்மன் பெண்மணி எரிகா மோஸர் பல வருடங்களுக்குமுன் வில்லியம் ஆர்ச்சர் மதுபனிக் கிராம வீடுகளுக்குள் நுழைந்து வாயைப் பிளந்து பார்த்துக்கொண் டிருந்ததைப்போல துஸாத்துகளின் குடிசைகளுக்குள் நுழைந்து அவர்களுடைய சுவர்களைப் படமெடுக்கவாரம்பிப்பதற்குள்) நாங்கள் கல்கத்தாவிலிருந்தே வெளியேறிவிட்டோம்). மகாவத னிடம் அவர் தன் சித்திரங்களைப்பற்றி மட்டுமல்லாமல் அன்றைய கலைச் சூழலைப் பற்றியும் ஒத்த வயதினனிடம் பேசுவதைப்போல பேசினார். அவர் தன் சக கலைஞர்கள்மேல் வைத்திருந்த அபிப்பிராயம் அவர்கள் அவர்மேல் கொண்டிருந்த வியப்பு என்று கிட்டத்தட்ட அனைத்து விஷயங்களுமே அவனுடைய அறிதலுக்குள் வந்துவிட்டிருந்தன. ஒரு பழங்குடி ஓவியப் பாணியைத் தன்னுடைய நவீனக் கற்பனைத் திறனை வெளியிடுவதற்கான களமாக ஜெமினி தேர்ந்தெடுத்ததும் அதைக் கிட்டத்தட்ட அதே சாயலுள்ள மேலை நாட்டு ஓவிய விற்பன்னர் களின் பாணியோடு கலந்து தன்னுடைய தனிப் பாணியாக்கிக் கொண்டதும் அவரை வேறு ஓவியப் பாணிகளில் முயன்றிருந்தால் அடைந்திருக்கக்கூடிய இடத்தைவிடப் பல மடங்கு உயர்வான ஸ்தானத்தில் கொண்டுபோய் நிறுத்தியது என்பதென்னவோ உண்மைதான். ஆனால் 1950களின் இறுதிவரை அவர் அந்தப் பாணியில் சோதனை முயற்சிகளென்கிற ரீதியில் எதையும் செய்து பார்க்கவில்லை. சதானந்த் பாக்ரே சொல்வார், ஆரம்பக் கல்விக்குமேல் படிப்பைக் கைவிட்டுவிட்ட ஜெமினிக்கு ஓவியங் களைக் கண்களால் பார்த்தும் குருடனைப்போல கைகளால் தொட்டும் கிரகித்துக்கொள்வதற்கப்பால் தாகூரைப் போல புலன்களின் ஸ்பரிசத்தாலேயே வரைந்தவனின் அந்நேரத்திய சிருஷ்டிபரமான ஏகாந்தத்தைக் கைப்பற்றிவிடும் அபாரமான ஞானம் இயற்கையாகவே இருக்கிறது, அவற்றின் தொழில் நுணுக்கங்களை முறைப்படி கற்றுக்கொள்ளும் ஆர்வமோ

தொழில் போட்டி குறித்த அச்சமோ இல்லாதிருந்த படியால் அது பிற தொழில்முறைக் கலைஞர்களைப்போல காரிய சாத்தியத்தைக் கணக்கிட்டு வகுத்துக்கொள்ளும் தர்க்க ரீதியான, மண்ணில் கிடந்து உழலும் இலட்சியங்களையுடைய கலைஞனா யிராமல் (கண்காட்சிகளுக்கென்று மிகுந்த நம்பிக்கையோடு எடுத்துவைக்கப்படும், பல இரவுகளின் சிருங்காரக் கனவுகளையும் பகல்களின் வசதியான வாழ்க்கைக்கான கற்பனைகளையும் இரக்கமின்றித் தின்று வளர்ந்த சித்திரங்கள் விற்பனையாகாமலே இடுப்பைவிட்டு இறங்க மறுக்கும் சவலைக் குழந்தையைப்போல திரும்பவும் வீட்டிற்குள்ளேயே வந்து அடைந்துகொள்ளும்போது ஜெமினியின் கண்களில் நீர் துளிர்க்கும்வண்ணம் சிலவேளை களில் சவிதாதேவி அவற்றைப் பழித்துச் சாபமிட்டிருக்கிறார். ஜெமினி தன் கலையிடம் மிகுந்த நம்பிக்கை வைத்திருந்தார்தான். ஆனால் மனைவியின் அவசரத்திற்கு ஈடுகொடுத்து முன்னேறுவது தான் அவரால் முடியாத காரியமாக இருந்தது. அவளுடைய அறிவுரைப்படி சில காலம் ஓவியங்களைப் பார்வையிடும்போது அவற்றில் பயிலப்பட்டிருக்கும், விற்பன்னர்களால் ஏதேதோ வார்த்தைகளில் சுட்டிக் காட்டப்பட்டுச் சிலாகிக்கப்பட்டுக் கொண்டிருந்த தொழில் நுணுக்கங்களைக் கவனித்து அவற்றைக் கற்றுக்கொள்ளவும் அவர் முயற்சி செய்தார். ஆனால் இப்படி வலிந்து கண்களைச் சுருக்கி உற்றுப் பார்க்கும் பார்வை தன்னுடைய அடிப்படை நுண்ணுணர்வுத் திறனையே வலுவிழக்கச் செய்துவிடும்போல தோன்றியதால் விரைவிலேயே அதைக் கைவிட்டுவிட்டார். இதையெல்லாம், சிறுவனாதலால் தெளிவான பார்வையுடனில்லாவிட்டாலும் அந்தக் காலக் கட்டத்தில் நாளின் எந்தப் பொழுதையும் பதற்றத்திலும் தூக்கமின்மையிலும் பலத்த யோசனையிலுமே தொடங்கி முடித்துக்கொண்டிருந்த அவருடைய அன்றாடத்தில் தவிர்க்கவிய லாமல் தினசரி பங்குகொண்டதன்மூலம் மகாவதனால் உடனுக்குடன் உணர்ந்துகொள்ள முடிந்திருந்தது) மேகங்களுக்கு அப்பாலிருக்கும் ஒரு கற்பனைச் சிருஷ்டி முறையை (அப்போது ஜெமினி மிதக்கும் வண்ணங்கள் என்கிற தலைப்பில் ஒரு புதுமையான வண்ணச் சித்திர உருவாக்கத்திற்கான அடிப் படைகளைப்பற்றித் தீவிரமாக யோசிக்கவும் பேசவும் துவங்கியிருந்தார்) தன் தேடலின் பாதையாக வரிந்துகொள்ளும் மூர்க்கத் தன்மையை அவருக்கு வழங்குகிறது. தேசீய உணர்வை மையமாகக்கொண்ட, ரவிவர்மா மற்றும் மேற்கத்திய ஓவியத் தாக்கத்தால் விளைந்த, மரபான, வங்காளச் சித்திரப் பாணியைக் கலைத்துவிட்டு நவீன ஓவிய வெளிப்பாடுகளை நோக்கிக் கலைஞர்களை அழைக்கும் முன்னேற்றக் கலைஞர்கள்

சங்கத்துடன் இணைய சதானந்த் பாக்ரே விடுத்த அழைப்பை நிராகரித்து ஜெமினி, உள்ளூர் மேதமைக்கும் மேற்கத்தியப் பிரமிப்புகளுக்குமிடையே காட்டுமிராண்டிகளின் வெளியில் புழங்கும் வேறொரு சித்திரப் பிரக்ஞையின் உக்கிரத்திற்கு அவை இரண்டுமே அந்நியம் என்று பணிவுடன் பதில் சொன்ன சமயத்தில், கிட்டத்தட்ட அவருடைய ஐம்பது வயதுவரை, அவருடைய சித்திர உலகம் என்பது மனதில் தோன்றுவதைப் புத்தியின் குறுக்கீடின்றி அப்படியே திரைச்சீலையில் பதிவு செய்யும் வெகுளித்தனமான வெளிப்பாடாகவே இருந்தது. இதன் அர்த்தம் அவர் வெறுமே இயற்கைக் காட்சிகளையும் புராணிக உருவங்களையும் தன் மனைவி மூலமாக அறிந்து கொண்ட, ஒதுக்கப்பட்ட மக்களின் முகஞ்சுளிக்கச் செய்யும் அன்றாடங்களையுமே தன் கருப்பொருள்களாகவும் அவற்றை வெளிப்படுத்த தட்டையான உருவங்களையும் தேர்ந்து கொண்டிருந்தார் என்பதல்ல. ஐந்தாவது சுதந்திர தினக் கொண்டாட்டங்களின்போது ராயல் பம்பாய் மனமகிழ் மன்றம் கோபுரங்களும் பிணங்களும் என்கிற தலைப்பில் தூங்கர்வாடி வளாகத்தில் ஒரு கித்தான் கூடாரத்தினுள் ஏற்பாடு செய்திருந்த கல்கத்தா ஓவியர்களின் சிறப்புக் கண்காட்சியில் தண்டி யாத்திரையையும் தேசப் பிரிவினையையும் அவர் நான்கு தனித்துவமான சித்திரங்களாக்கியிருந்தார் என்பதோடு அவற்றில் இரண்டில் மனிதக் கூட்டத்தின் அடர்த்தியையும் அந்த அடர்த்தி அது உள்ளடக்கியிருந்த தனிமனிதர்களின் அந்தக் கணத்து மனநிலையைப் பொதுமைப்படுத்தி மழுங்கடித்துவிடாதபடி முகங்களிலிருந்து தெறிக்கும் பெருமித விகாசிப்பையும் அச்ச நெரிப்பையும் கொலை வெறியையும் கச்சிதமாக வெளிப்படுத்த துலாத்துகளின் குறுஞ்சித்திரப் பாணியை அவர் கையாண்டிருந்த விதம் சுக்லா உள்பட பல ஓவிய ஜாம்பவான்களை வெகு நாட்களுக்குப் பிரமிப்புடன் சிலாகித்துப் பேச வைத்திருந்தது. லீலா நாயுடு ஃபெமினா அழகியாகத் தேர்ந்தெடுக்கப்பட்டபோது அந்தப் பேரழகியினுடைய கண்ணீர் பளபளக்கும் கண்களுக்கும் மந்தகாசம் ததும்பும் முகத்திற்கும் பரமரசிகனாகி அவர் ஒரேயிரவில் வரைந்து முடித்த அவளுடைய உருவப்படம் சமஸ்கிருத கலைக்கூடத்தில் பார்வைக்கு வைக்கப்பட்டபோது பெரிய பாராட்டுகளுக்கும் பலத்த கண்டனங்களுக்கும் உள்ளானது. ரகு தப்பார் போன்றவர்கள் ஒரு நன்கறியப்பட்ட பெண்ணினுடைய சருமத்தின் மென்மையைத் திரைச்சீலையில் கொண்டுவருவதற்கு மென்மயிர்க் குஞ்சத்திற்குப் பதிலாக, முதன்முறையாக சிதைக்கப்பட்ட மூங்கில் குச்சியைப் பயன்படுத்தவும் கரிய பட்டையான கோடுகளை உருவாக்கவும்

அவருக்கிருந்த தைரியத்தை வியந்து பேசினார்கள் (லீலாவின் முகத்தைப் போலவே இதுவும் கடந்துபோன நாட்களின் மீதான ஏக்கத்தை நினைவின் மேல்தளத்திற்கு எழுப்புவதாக இருக்கிறது). விமரிசித்தவர்களோ அது வெளிப்படுத்தும் துயர பாவம் லீலாவினுடையதல்ல, மாறாக அபானிந்திரநாத் தாகூரின் கோடுகளைப்போல மரபான வங்காள வரைபடப் பாணியில் உருவாகிப் பார்வையாளனின் மனதிற்கு ஒரு நவீனச் செவ்வியல் அழகுணர்வைத் தந்திருக்கவேண்டிய லீலாவினுடைய சாந்தத்தை, நேரில் பார்க்கும்போதே ஒரு பழைய புனித ஓவியத்தைத் தரிசிக்கும் உணர்வைத் தரக்கூடிய அழகை, கரடுமுரடான பழங்குடிப் பாணியில் கஞ்சத்தனமான மூன்றே வர்ணங்களில் (கரிக்கட்டைகளையும் பீட்ருட்டின் சாற்றையும் கல்லில் உரைக்கப் பட்ட மஞ்சள் கிழங்கின் வழிசலையும் மட்டுமே ஜெமினி தன் ஓவியத்தில் பயன்படுத்தியிருந்தார்), தன்னை மாற்றிக்கொள்ள முடியாத பிடிவாதத்துடன் வரைய முயன்றிருக்கும் அகம்பாவம் பிடித்த ஓவியனினுடைய தோல்வியின் துக்கம்தான் அது என்றார்கள் (லீலா நாயுடு இன்றுவரை ஜெமினியின் சிறந்த ஓவிய ஆக்கங்களில் ஒன்று என்பதில் மகாவதனுக்கு இரண்டாவது அபிப்பிராயம் கிடையாது. லீலாவின் விவாகரத்திற்குப்பிறகு ஓபராய் குழும விடுதியின் வரவேற்பறைக்காக அந்தச் சித்திரம் நல்ல விலைக்குக் கேட்கப்பட்டது. ஆனால் அதிலிருந்த ஏதோவொரு அம்சம் தன் பார்வைக்கு வராமலேயே பில் துரைக்குத் திருமணப் பரிசாகத் தரப்பட்டு அவரால் அவருடைய புகைவண்டி நிலைய அதிகாரியான நண்பருக்குப் பரிசளிக்கப் பட்டுக் கடைசியில் காணாமலே போய்விட்ட ஜெமினியின் முதல் மூன்று கன்னி ஓவியங்களைப் பார்க்கும் உணர்வைத் தனக்குத் தருவதால் அதை விற்க வேண்டாமென்று (பணப் பற்றாக்குறை செயலற்றுப் போகச் செய்யும் சுமையாக அவர்களை அழுத்திக்கொண்டிருந்த காலத்திலும்) சவிதாதேவி அவரிடம் சொல்லிவிட்டார்). ஜெமினி சித்திரமாக்க வேண்டுமென்று விரும்பியவற்றை எப்படிச் சித்திரமாக்கவேண்டுமென்பதைத் தீர்மானித்துக்கொண்டிருந்தது வளர்ப்பாலும் பழக்கவழக்கங் களாலும் உருவாகியிருந்த அவருடைய, சுயபோதமற்ற இயல்புணர்ச்சியேயொழிய அப்போது கலை இயக்கங்களால் வற்புறுத்தப்பட்டுக்கொண்டிருந்த, அடக்குமுறைக்கு எதிரான தென்று பிரச்சாரிக்கப்பட்ட பூடகம், மௌனம், படிமம், சிதைப்பு முதலான நவீன ஓவிய மொழி மீதான பரிச்சயங்களல்ல. இந்த, கல்வியால் கறைபடாத குழந்தைமை நாம் முன்பே சொன்னதைப் போல முறையாக ஓவியக் கலையைப் பயின்று வளர்ந்த பலருக்கு எளிதில் கிட்டாத ஒரு வரப்பிரசாதமாகவே பார்க்கப்பட்டாலும்

இதுவே துரதிர்ஷ்டவசமாயும் தவிர்க்கவியலாமலும் ஜெமினி பிறப்பால் ஒரு வங்காளியல்ல என்கிற காரணத்தின் தவிர்க்க வியலாத உருப்பெருக்கத்தால் அவருக்கு அவருக்குரிய இடத்தை வழங்க விருப்பப்படாதவர்களுக்கு அவர் மீதிருந்த காரணமற்ற ஒவ்வாமையையும் அச்சத்தையும் மறைத்துக்கொள்ள உதவும் ஒரு போர்வையாகவும் அமைந்துவிட்டது. அவர்கள் சொன் னார்கள், ஜெமினியின் கோடுகளில் (அவர்கள் அதை ஓவியங்கள் என்று சொல்ல ஒருபோதும் விரும்பவில்லை) பல வருடங்களாகத் தொடர்ந்து பயிலப்பட்டு கட்டி தட்டிப் போய்விட்ட ஒற்றைப் பரிமாணப் பாணி அவற்றை எளிதில் காலவதியாகிவிடக்கூடிய படைப்புகளாக வெளிப்படுத்துகிறது. ஜெமினி அவருக்கேயுரிய சுபாவத்தின்படி இம்மாதிரியான விமரிசனங்களைப் பெரிதாக எடுத்துக்கொள்ளவில்லை. அவர்கள் என்ன சொல்கிறார்கள் என்று விபின் பாஸ்வானுடைய சுட்டுவிரலைப் பற்றிக்கொண்டு அவரை வேடிக்கை பார்த்தபடி நிற்கும் சிறுவனான மகாவதனிடம் சந்தேகம் கேட்பார் அவர்.

மேல் பத்தியில் ஓரிடத்தில் அடைப்புக் குறிக்குள் மிதக்கும் வண்ணங்கள் என்கிற குறிப்பைச் சொல்லியிருந்தோமல்லவா. மகாவதன் உயர்நிலைப் பள்ளிக்குச் செல்லத் துவங்கிய நாட்களில்தான் ஜெமினி முதன்முதலாக அதைப்பற்றிப் பேசத் துவங்கிப் பின் எந்த நேரமும் அதைப்பற்றியே பிரலாபித்துக் கொண்டிருப்பதைக் கேட்கவாரம்பித்தான். ஆனால் அதன் மீதான இறுதி முடிவுகளை அவர் அடையவில்லையென்பதாலோ யென்னவோ பூடகமான வார்த்தைகளிலும் திடீர் முணுமுணுப்பு களிலும் சிலவேளை உறக்க நேரத்து உளறல்களிலுமே அது வெளிப்படுவதாக இருந்துகொண்டிருந்தது. இதில் விசேஷமென்ன வென்றால் ஜெமினி தன் அந்திமக் காலம்வரை அந்த இலட்சியச் சித்திர வடிவத்தின் பௌதீக வடிவை அடையவேயில்லை. தமிழ்நாட்டிற்குக் குடிவந்த பிறகு மகாவதன் மட்டும் அவ்வப்போது ஒருவேளை அவர் அவருடைய பிறந்த மண்ணான ஒசூரிலேயே தொடர்ந்து இருந்திருந்தால் தன்னுடைய இலட்சியத்தைத் தன் காலத்திலேயே வென்றிருப்பாரோ என்று நினைத்துக் கொள்வதுண்டு. கல்கத்தாவிலிருந்தவரை (அது வடிவங்களை அவற்றின் மூல அர்த்தத்திலேயே கிரகித்துக்கொள்ளப் போராடும் நிலம்) மிதக்கும் வண்ணங்கள் என்று ஓர் அதீத மனநிலையின் தூரிகை வெளிப்பாட்டைத்தான் அவர் குறிப்பிடுகிறாரென்று தான் மகாவதனும் விபின் பாஸ்வானும் நினைத்துக்கொண் டிருந்தார்கள். எனில் அத்தகைய மனநிலையை அடைய எந்த விதமான தியானங்களுக்கும் பரீட்சைகளுக்கும் தன்னை ஆட்படுத்திக்கொள்ள வேண்டுமென்பதிலும் என்ன விதமான

தியாகங்களையும் சுய ஒறுப்புகளையும் செய்யவேண்டு மென்பதிலும் எங்கே யாரோடு அத்தகைய உரையாடல்களை நிகழ்த்தவேண்டுமென்பதிலுமே ஜெமினி தன் ஆயுட்காலத்தின் கடைசி இருபது வருடங்களைச் செலவிட்டுக்கொண்டிருந்தார் என்று சொல்லலாம். அந்த இறுதிப் படைப்பை நோக்கியே, வெறும் கிறுக்கல்கள் என்று அவராலேயே விரக்தியுடன் குறிப்பிடப்பட்ட (ஆனால் க்ஷிதிந்த்ரநாத் மஜூம்தர், சுக்லா உள்ளிட்ட பல பெரிய ஓவியர்களால் விதந்து போற்றப்பட்ட, பனாரஸ் இந்துப் பல்கலைக்கழகத்தில் வருகை தரு விரிவுரை யாளராக அவர் அழைக்கப்படக் காரணமான) மற்ற எல்லா துஸாத் பாணி ஓவியங்களும் சிரத்தையுடன் வரையப்பட்டுக் கொண்டிருந்தன. ஆனால் இதைப்பற்றி மகாவதனிடமும் விபின் பாஸ்வானிடமும் தவிரப் பிற யாருடனும் அவர் எதையும் பேசிப் பகிர்ந்துகொண்டதில்லை. வெளியில் அவருடைய பேச்சுக்களும் உரையாடல்களும் எப்போதும் போலவே துஸாத் இனச் சித்திரங்களின் அடிநாதமான கோடுகள் மற்றும் வரி வடிவங்களைப் பற்றியும் அதை வண்ணங்களின் உபயோகத்தால் நீர்த்துப் போய்விட விடாமல் எப்படிக் காப்பாற்றி மேலேற்றுவது என்பதைப் பற்றியுமே இருந்தன. அவருடன் உரையாடும் எவருக்குமே மேதமையால் மெருகு பெறும் அந்த உரையாடலின் நிச்சயத்தன்மையை உள்ளிருந்து உடனே உடனே மறுதலித்துக்கொண்டேயிருக்கும் இன்னொரு ரகசியக் குரலை அவர் காதுகள் ஏககாலத்தில் கேட்டுக்கொண்டேயிருக்கின்றன என்பதையும் அதனால் அவர் நிம்மதியிழந்து தவிக்கிறார் என்பதையும் அவருடைய முகபாவத்தைப் பார்த்து அறிந்து கொள்வது கடினம்தான். ஆனால் ஒசூருக்கு வந்த பிறகு அந்த மண்ணிற்கேயான புரிதல்முறை (அது என்ன புரிதல்முறை. அதைப்பற்றியும் ஜெமினி ஒன்றும் சொல்லவில்லை (அல்லது அவருக்கு அதை வார்த்தைப்படுத்தத் தெரியவில்லை). நாம்தான் கதையின் போக்கில் அதுபற்றி எதையாவது ஊகித்துக் கொள்ள வேண்டும். வங்காள மண்ணிற்கென்று ஒரு புரிதல்முறை இருக்குமானால் தமிழ் மண்ணிற்கென்றும் அப்படியொன்று இருக்கத்தானே வேண்டும்) தனக்குத் தன்னுடைய அத்தனைக் கால அலைச்சலை வியர்த்தம் என்றும் உண்மையில் மிதக்கும் வண்ணங்களின் சித்திரம் என்பது அத்தகைய படைப்பிற்கான ஒரு தத்துவமேயன்றி அதுவே படைப்பு அல்ல என்றும் மெதுமெதுவாகப் புரிய வைத்துக்கொண்டிருப்பதாயும் அதன் தெளிவை நோக்கிய பாதை தன் மரணத்தை நோக்கிய பாதையாக இருக்கலாமென்றும் அவர் புலம்ப ஆரம்பித்திருந்தார். என்றாலும் இறுதிப் படுக்கையில் தான் கண்டடைந்தது இதுதான் என்பதாக

எதையும் அவர் மகாவதனிடம் பகிர்ந்துகொள்ளவில்லை. திடீரென்று ஏற்பட்ட பக்கவாத நோயால் படுக்கையில் வீழ்ந்து உயிருக்குப் போராடிக்கொண்டிருந்துவிட்டு ஏழாம் நாள் அமைதியாக இறந்துபோகும்வரை, அதற்கு முந்தின அந்த ஆறு நாட்களின் இரவுகளும் பகல்களும் மிதக்கும் வண்ணங்களின் சித்திரத்தை நோக்கிய தன்னுடைய பயணங்களைப் பற்றிய குழறிய நினைவுகூரல்களின் தருணங்களாகவே தந்தைக்கும் மகனுக்குமிடையில் நீண்டுகொண்டிருந்தன.

தாய் தந்தையருக்கப்பால் விபின் பாஸ்வான் என்கிற அந்த மூன்றாவது மனிதரோ தன் தாயின் மிக நெருங்கிய பால்ய வயதுத் தோழராயும் அவர்களுடைய நலனில் மிகுந்த அக்கறை கொண்டவராயும் மாதம் ஒருமுறை கல்கத்தாவிற்கு அவளைப் பார்ப்பதற்காகவே லோஹாவிலிருந்து தனக்குப் பிடித்தமான சம்சம் இனிப்புகளுடனும் அவளுக்கான, சர்க்கரைப் பாகில் பண்டுவாக் கோளங்கள் அலையடிக்கும் தூக்குப் பாத்திரத்துடனும் (என் பிரியமான சார்லெட் கேனிங் சீமாட்டிக்கு என்று கூறிக்கொண்டே அதைத் தன் தாயின் வாயில் தந்தை ஊட்டிவிடும் வெட்கமற்ற காட்சியைப் பார்த்து மகாவதன் கைதட்டுவதை ஊக்குவிப்பதற்காகவே அந்த இனிப்பைத் தவறாமல் வாங்கி வருவதாக அவர் கூறுவார்) பேருந்துகளிலும் மாட்டு வண்டிகளிலும் பயணித்துத் தங்கள் இல்லத்தை அடைகிற ஒரு தனித்துவம் மிக்க ஆகிருதியாக மகாவதனால் அறியப்பட்டவராயிருந்தார் (ஆனால் விநோதமாக, சவிதாதேவி நோய்வாய்ப்பட்டிருக்கும் காலங்களில் மட்டும், நான் சாகும்முன் விபினை ஒரு தடவை பார்த்துவிட்டால் தேவலை என்று அவள் விடாமல் புலம்பிக்கொண்டிருக்கும் அந்த நாட்களில் மட்டும், ஏனோ, எப்படியோ, அவருடைய வருகை அவர்களில்லத்தில் இருக்கவேயிருக்காது). அவர் ஒரு காலத்தில் தன் தாயைத் திருமணம் செய்துகொள்ள விரும்பியவர் என்பதும்கூட மகாவதனுக்குத் தெரிவிக்கப்பட்டிருந்தது. இது ஜெமினிக்கும் விபின் பாஸ்வானுக்குமிடையே திரைப்படத்தனமான எந்தச் சுணக்கத்தையும் ஏற்படுத்திவிடவில்லையானாலும் முப்பது வருடப் பழக்கத்தில் முதல் பதினைந்து வருடங்கள் அவர்களிருவரும் அத்தனை நெருங்கிப் பழகியவர்களாய் இருக்கவுமில்லை. விபின் பாஸ்வான் ஜெமினியைவிட இரண்டு வயது சிறியவர். சவிதாதேவிக்கு ஒரு வயது மூத்தவர். வீட்டு வாசலில் அவர் தன் மிதியடிகளைக் கழற்றும்போது அதற்கு நேரெதிர்ப் பார்வையில் அமைந்திருக்கும் படுக்கையறையுள் தூரிகையைப் பிடித்தபடியோ யோசித்தபடியோ ஓவியச் சட்டகத்தின்முன் அமர்ந்திருக்கும்

பாகீரதியின் மதியம்

ஜெமினியும் அவரும் பரஸ்பரம் பார்த்து ஒருமுறை ஒருவருக் கொருவர் முகமன் கூறிக்கொள்ளும் விதத்தில் சிரித்தபடியே தலையசைத்துக்கொள்வார்கள். அவ்வளவுதான். பிறகு ஜெமினி தன் வேலையில் ஆழ்ந்துவிடுவார். விபின் பாஸ்வான் நேராக அடுக்களைக்குச் சென்று சவிதாதேவியின் பக்கத்தில் போய் அமர்ந்துவிடுவார் (அல்லது மகாவதன் படித்துக்கொண்டிருக்கும் முன்னறையின் சன்னலுக்குக் கீழேயான மூலைக்கு). அவர் வீட்டிலிருக்கிறாரென்பதை இவரோ இவர் வருகை தந்திருக்கிறார் என்பதை அவரோ தெரிந்துகொண்டதைப்போலவே, இருவருமே, காட்டிக்கொள்ள மாட்டார்கள். எப்போதாவது விபின் பாஸ்வான் சொல்லும் சுவாரஸ்யமிக்க ஊர்க்கதைகளுக்கு மகாவதனும் அவன் தாயாரும் வெடிச் சிரிப்பு ஒன்றை உதிர்க்கும்போது (குறிப்பாக, தர்பங்காவில் சௌரத் சேரியைத் தவிர பிற இடங்களுக் கெல்லாம் மின்சார விளக்குகள் வந்த புதிதில் பரம்பரை பரம்பரையாக இருட்டைப் பரிச்சயப்படுத்திக்கொண்டே வாழ்ந்து பழகியிருந்த துஸாத்துகளிலிருந்து காவல் வேலைக்குப் போன ஆண்பிள்ளைகளில் சிலர் சேரிக்குத் திரும்பிய நேரத்தில் மின்சார ஒளிக்குப் புதிதாகப் பழகிய கண்களால் இருட்டை உள்வாங்க முடியாமல் அடுத்த வீட்டுக் கதவைத் தட்டும் நோய்க்குத் திடீரென்று ஆளானதும் அதைச் சில பெண்டுகள் தங்களுக்குச் சாதகமாக உபயோகப்படுத்திக்கொண்டதுமான கதைகள் சொல்லப்படும் சமயங்களில்) ஜெமினியினுடைய யோசனையில் ஆழ்ந்திருக்கும் முகத்திலும் ஒரு குறுஞ்சிரிப்பு தோன்றி மறைவதை மகாவதன் பார்ப்பதுண்டு. விபின் மாமாவின் வரவுகள் அவனுக்கு ரொம்பப் பிடிக்கும். அவர் ஒருமுறை கல்கத்தா வந்தால் ஓரிரு வாரங்கள் அங்கேயேதான் சுற்றிக் கொண்டிருப்பார். விடுமுறை நாளாயிருந்தால் மகாவதனைக் கடை வீதிக்குக் கூட்டிச் சென்று விளையாட்டுச் சாமான்கள் ஏதாவது வாங்கிக் கொடுப்பார். நடக்கும்போது தன் சுட்டுவிரலை அவனிடம் கொடுத்துவிட்டு மேலும் சில ஊர்க்கதைகளைச் சொல்லிக்கொண்டே வருவார். அவை சற்றுமுன் அவன் வீட்டில் வைத்து அவர் அவன் தாயிடம் சொல்லிச் சிரித்த அதே மனிதர்களைப் பற்றியவைதான். மேலும் அவர்களுடைய அதே அன்றாடங்களைப் பற்றியவையும்கூடத்தான். ஆனால் கல்கத்தா தெருக்களில் மகாவதன் அவற்றைச் செவியுறும்போது வீட்டில் அவற்றினுள் இழையோடிய நகைச்சுவையோ கேட்கும் நபரைப்பற்றிய கவனமோ அவற்றில் அறவே இருக்காது. அவர் முதலில் அவற்றை அவனுக்குச் சொல்லவாரம்பித்துப் பிறகு பைத்தியம் பிடித்தவரைப்போல தனக்குத்தானே பேசிக் கொள்ளவாரம்பித்துவிடுவார். அவர்களுடைய நிலையற்ற, வலிந்து

திணிக்கப்பட்ட நாடோடித் தன்மைகொண்ட வாழ்க்கையைப் பற்றி, சமீபத்தில் பக்கத்து ஊரில் எங்கேயோ யாரோ நடத்திய திருட்டுக்குக் காவல்துறையினர் சேரிக்கு வந்து கேள்வியே கேட்காமல் பத்துப் பேரைக் கைது செய்து கொண்டுபோனதைப் பற்றி, சாமர்களுக்கும் துஸாத்துகளுக்குமிடையே நடந்த சண்டை பற்றி, சுதந்திரத்திற்குப் பிறகு ரஜபுத்திரர்களில் சிலர் சில பலவீனமான துஸாத்துகளைக் குறி வைத்து அவர்களைச் சுமாரான வசதியுள்ளவர்களாக்கித் தங்களுக்குக் கீழே வைத்துக் கொண்டு அவர்களினத்திற்கெதிராகவே அவர்களைத் திருப்பி விடும் போக்குகள் உருவாகிக்கொண்டிருப்பதைப் பற்றி. பதினொன்று பன்னிரெண்டு வயது மகாவதனுக்கு அந்தக் கதைகள் பெரும்பாலும் புரியாது. ஆனால் அவை சிரிப்பதற்கான கதைகள் இல்லையென்பதும் அவற்றை அவனுக்குச் சொல்லும் மனிதர் அவன் தாயாரிடம் சிரிக்கச் சிரிக்கப் பேசிய அதே மனிதர் இல்லையென்பதும் மட்டும் அவனுக்குத் தெரிந்திருந்தது. இந்தத் தெரிதல் விபின் மாமா ஊருக்குச் சென்றபிறகு அவரைப் பற்றி நினைவுகூரும் இரவுணவு நேரங்களில் அவர் சொன்ன கதைகளின் அந்த இன்னொரு வடிவத்தைத் தன் பெற்றோருக்குத் தெரியப்படுத்துவதிலிருந்து அவனையறியாமலேயே அவனைத் தடுத்துவிட்டிருந்தது. ஆக, ஒரு பள்ளிச் சிறுவனாய் தந்தை மற்றும் மாமாவின் கைகளைப் பிடித்தபடி கல்கத்தாத் தெருக்களைச் சுற்றிக்கொண்டிருந்தவரை மகாவதன் அவர்கள் தன்னிடம் எல்லாவற்றையுமே பகிர்ந்துகொள்கிறார்களென்றும் எனவே தனக்குச் சொல்லப்பட்டவற்றுக்கு வெளியே இந்த உலகத்தில் பெரிய விஷயங்களென்று எதுவும் கிடையாது என்றும் எனவே அவர்களுக்கும் அதைத் தாண்டிய வேறு பிரச்சனைகளோ ரகசியங்களோ கிடையாது என்றும்தான் இயல்பாகவே நம்பிக் கொண்டிருந்தான். எனவேதான் விபின் பாஸ்வானுக்கும் ஜெமினிக்குமிடையே புதிய நெருக்கம் தோன்றி அவர்களிருவரும் சேர்ந்து ஊர் சுற்றும் நண்பர்களானதும் அதன் மூலமாக உருவானவையென அவனுக்குப் பின்பு தெரியவந்த விபரீதமான ரகசியங்களும் அவர்களிடமிருந்தான தன்னுடைய விலகலுக்குப் பின்னால்தான் உருவானவையென்றும் எனவே ஒருவகையில் அதற்குத் தானுமே ஒரு காரணமென்றும் அவன் இன்றுவரை நம்பி வருந்திக்கொண்டிருக்கிறான் (இந்தக் கதை முழுவதும் மகாவதனின் பார்வையிலிருந்துதான் சொல்லப்படுகிறது என்பதை நேயர்கள் நினைவில் வைத்துக்கொள்ள வேண்டும். ஏனெனில் விபின் பாஸ்வானிடம் இருக்கும் இந்தக் கதையின் இன்னொரு பக்கத்தில் அவருக்கும் ஜெமினிக்குமிடையே கிளைத்துச் செழித்த நட்பில் மகாவதனுடைய இருப்பிற்கு இடமேயில்லை).

மகாவதனின் பள்ளிப் பருவம் அதன் இறுதிச் சில வருடங்களி லிருந்தபோது அந்தப் பருவத்திற்கே உரிய இயல்பின்படி அவனுக்கு அப்பா மற்றும் மாமாவின் கைகளைப் பிடித்துக்கொண்டு சுற்றும் பழக்கமும் அதில் ஈடுபாடும் குறையவாரம்பித்தது. அந்த இடத்தைப் படிப்பும் (ஆண்களிருவரிடமிருந்தும் மகாவதன் எத்தனைக்கெத்தனை விலகத் தொடங்கியிருந்தானோ அத்தனைக்கத்தனை அன்னையிடம் அவனுக்கு நெருக்கம் கூடத் தொடங்கியிருந்தது. தந்தையின் கலை சார்ந்த பிரச்சனைகளையும் மாமாவின் சமூகக் கவலைகளையும் விட அதிகமாகத் தாயார் அவனிடம் பகிர்ந்துகொண்டிருந்த குடும்பப் பிரச்சனைகள் வயது ஏற ஏற அவனுக்குத் தூலமாக உறைக்கவும் பொருட்படுத்தத் தக்க விளைவுகளை அவனிடம் ஏற்படுத்தவுமாயிருந்தன (இந்தக் காலக்கட்டத்தில்தான் மகாவதன் தன் தாயாரிடமிருந்து சமைக்கவும் கற்றுக்கொண்டான்). எனவே பள்ளியிறுதி வருடங்களில் துவங்கிப் பொறியியல் படிப்பை முடித்துவிட்டு வெளியே வரும்வரை கல்வியின் முக்கியத்துவமும் அதன் மீதான அக்கறையும் யாருடைய வற்புறுத்தலுமின்றி அவனுக்குள் முழுதாக இறங்கியிருந்தது) நண்பர்களுடனான ஊர் சுற்றல்களும் எதிர் பால் உறவுகள் மீதான பிள்ளை மயக்கங்களும் ஆக்கிரமித்துக்கொள்ளத் தொடங்கியிருந்தன. இது மகாவதனைப் பொறுத்தவரையில் வேண்டுமானால் ஒரு மாற்றமாயிருக்கலாம். ஆனால் யோசித்துப் பார்த்தால், ஒரு சிறுவனுடைய சிநேகம் கையை விட்டுப் போவதென்பது (அதுவும் படிப்பு என்கிற ஒரு நல்ல காரணத்தை முன்னிட்டு) விபின் பாஸ்வான், ஜெமினி போன்ற பக்குவப்பட்ட மனிதர்களுக்கு ஒரு பொருட்படுத்தக் கூடிய விஷயமாக இருக்க வாய்ப்பேயில்லைதான். ஆனாலும் இதுவொரு பொதுவான அபிப்பிராயமாகத்தான் இருக்கமுடியும். ஏனெனில் தனித்தன்மைதானே ஒரு குடும்பத்திலிருந்து இன்னொரு குடும்பத்தைப் பிரித்துக் காட்டுகிறது. ஜெமினியின் குடும்பத்தில் மகாவதனின் விலகல் பெரியவர்களிடம் பாதிப்பை ஏற்படுத்தத்தான் செய்தது. விபின் பாஸ்வானைப் பொறுத்த வரையில் (இனி வருபவையெல்லாம் பின்னாளில் மகாவதன் ஊகித்தவை) அவர் சவிதாதேவியை மிகவும் நேசித்தவர். அவளுடன் தொடர்புடைய ஒரு வஸ்துவை ஸ்பரிசிப்பது அல்லது அவளால் விரும்பப்படும் ஒரு மனித உயிருடன் உறவாடுவது என்பது அவள் நினைவாக வேறொரு பெண்ணைத் திருமணம் செய்துகொள்ளாமலே கடைசிவரை வாழ்ந்துவிட்ட அவரைப் பொறுத்தவரை அவருடைய இருப்பிற்கு அர்த்தம் சேர்க்கக்கூடிய ஒன்றாய் இருந்தது. அவர் மகாவதனைத் தன் பிள்ளையைப் போலத்தான் கருதிக்கொண்டுமிருந்தார்.

எனவே மகாவதனுடைய விலகல் இரண்டாம் முறையாகவும் சவிதா தேவியை இழந்துவிட்டாற்போன்ற பிரமைக்குள் தள்ளி அவரைத் தனிமையுணர்வு கொள்ளச் செய்திருந்தால் அதில் ஆச்சரியப்படுவதற்கு ஒன்றுமில்லை. ஜெமினி இதே விலகலின் வெறுமையை அதன் எதிர்ப்பக்கத்திலிருந்து அனுபவித்தார். அதாவது விபின் பாஸ்வான் தன்னுள் சவிதாதேவி தன் மகன் மூலமாக உறுதி செய்துகொண்டிருந்த அவருடைய அன்பின் நிறைவை இழந்துவிடுவோமோ என்று பயந்துகொண்டிருந்தாரென்றால் அதே சவிதாதேவி தன்னுடைய அதே மகனைக்கொண்டு ஈடுகட்டிக்கொண்டிருந்த அவருடைய கலைத்துறை சார்ந்த, பகிர்ந்துகொள்ள முடியாத, அறிவின் வெற்றிடம் மகாவதனின் விலகலால் மீண்டும் தன்னைச் சூழ்ந்து அழுத்தத் துவங்கிவிடுமோ என்று ஜெமினி கவலைப்பட்டுக்கொண்டிருந்தார். அவனைத் தனக்காகப் பேசவிருக்கும், தான் அதுவரை படித்திராத சித்திரக் கலைப் புத்தகமாகக் கருதிக்கொண்டிருந்த அவர் தன்னைப் பற்றிச் சக சைத்ரீகர்கள் ஏதேதோ வார்த்தைகளால் விமர்சிக்கும் போதெல்லாம் அப்போதில்லாவிட்டாலும் அவற்றை அவன் தன் மனதில் தேக்கி வைத்துக்கொள்வானென்றும் என்றாவது ஒருநாள் அவர்களைப்போல பெரிய வார்த்தைகளில், அவர்களிட மில்லாத பரிவைக் கலந்து தான் வரைந்தவற்றை அவர்களுக்கும் அவர்கள் பேசியதைத் தனக்கும் விளக்கிச் சொல்வானென்றும் நம்பிக்கை கொண்டிருந்தார். எனவே 1963இல் மகாவதன் மேற்படிப்பிற்காகத் தாய் தந்தையரை முழுவதுமாகப் பிரிந்து துர்க்காப்பூர் கல்லூரியின் மாணவர் விடுதிக்குச் சென்றபின் அந்தப் பிரிவைப் பெண்களுக்கே உரிய மனப் பக்குவத்துடன் (சந்தோஷத்துடனும்) சவிதாதேவி எதிர்கொண்டதைப்போல ஆண்களிருவராலும் எதிர்கொள்ள முடியவில்லை. ஜெமினி, விபின் பாஸ்வான் என்கிற இரண்டு துருவங்களையும் இணைக்கிற அச்சாக அதுவரை செயல்பட்டுக்கொண்டிருந்த மகாவதனுடைய இருப்பு அந்தப் புள்ளியிலிருந்து அவன் விலகியவுடன் தோன்றிய திடீர் வெற்றிடத்தை நோக்கி அவர்களிருவரையும் முழு வேகத்தில் இழுத்ததோடல்லாமல் அந்த வேகம் வேறொரு வடிகாலை நோக்கிச் சென்றாகவேண்டிய அவசியத்தை நோக்கி அவர்களை வற்புறுத்தவும் துவங்கிவிட்டது. மேலும் இது ஜெமினி இந்தியாவின் சிறந்த சைத்ரீகர்களில் ஒருவராகத் தெரியவந்திருந்த காலக்கட்டமாகவும் வளரத் தொடங்கி யிருந்ததால் உலகம், அது கலையுலகமாகட்டும் அல்லது லௌகீக உலகமாகட்டும், அதன் பரிணாம இயல்பின்படியே அவரிடமிருந்து அதிகமாக எதிர்பார்க்கவும் அதற்காக அவரை

வற்புறுத்தவும் தொடங்கிவிட்டிருந்தது. அந்த வற்புறுத்தலையும் தன் இன்மையையும் அவர் எதிர்கொண்ட வழி எது என்பதையும் அந்த வழி அவருக்கு விபின் மாமாவால்தான் அறிமுகப்படுத்தப் பட்டது என்பதையும் அது அவரை வற்புறுத்திய உலகம் சற்றும் எதிர்பாராததும் விரும்பாததுமான ஒன்றாய் அமைந்திருந்தது என்பதையும் அதற்கு ஏழு வருடங்களுக்குப் பிறகே, தன்னுடைய இருபத்தொன்றாவது வயதில் கல்லூரிப் படிப்பின் இறுதி வருடத்தைப் பூர்த்தி செய்துவிட்டுத் துர்காப்பூர் மாநில பொறியியல் கல்லூரியிலிருந்து வெளியேறவிருந்த கட்டத்தில்தான், அதுவும் தற்செயலாகத் தன் கல்லூரி வளாகத்தில் வைத்தே மகாவதனால் தெரிந்துகொள்ள முடிந்தது.

துர்க்காப்பூர் கல்லூரி அப்போது இந்திய அரசியலை பல்முனைச் சந்திப்பில் நிறுத்தியிருந்த மூன்று சித்தாந்தங்களின் சிறிய மாதிரி வடிவமாக இருந்தது. காங்கிரஸால் பிடிவாதமாக முன்மொழியப் பட்டுக்கொண்டிருந்த ரஷ்யப் பொதுவுடைமை வாதத்தை அது தங்களை விசுவாசமிக்க பிரஜைகளாக அடையாளம் காட்டி பிரச்சனைகளின்றிக் கல்லூரிக் காலத்தைக் கடக்கும் தோணியாகி ஒரு நல்ல பணியிடத்தை நோக்கிச் செலுத்திவிடுமென்கிற ஒரே காரணத்திற்காகவே வழிமொழிந்துகொண்டிருந்த மாணவர்களும் சீனாவை முன்மாதிரியாகக் கொள்ளாதவரை இந்தியாவின் ஏழைகளுக்கு விடிவில்லையென்றும் சாரு மஜூம்தார் மா சே துங்கின் இந்தியப் பதிப்பு என்றும் உறுதியாக நம்பிக்கொண்டிருந்த ரகசியத் தோழர்களும் பிரிட்டிஷ் சாம்ராஜ்ஜியத்தைச் சரித்த அதே மகோன்னத சாத்வீக சித்தாந்தத்தால் சீனாவையும் ரஷ்யாவையும்கூட ஜெயித்துவிட முடியுமென்று ஏளனச் சிரிப்பொலிகளுக்கிடையே மனந்தளராமல் முணுமுணுத்துக் கொண்டிருந்த ஜெயப்பிரகாஷ் நாராயணின் ஆதரவாளர்களும் அதன் வகுப்பறைகளில் நிரம்பியிருந்தார்கள். ஒவ்வொரு மாணவர் சங்கத் தேர்தலிலும் விடுதிப் பிரச்னைகளிலும் இந்த நம்பிக்கைகளின் வலு கல்லூரி நிர்வாகம் கவலைப்படுமளவிற்கு வெளிப்பட்டுக்கொண்டுமிருந்தது. மகாவதனைப் பொறுத்த வரையில் அவன் ஜேபியினுடைய காந்தியக் கொள்கையின் ஆதரவாளனாய் இருந்தான். அது தனி வாழ்வில் முன்னேறத் துடிக்கும், முதலணியைச் சேர்ந்த ஒரு மத்திய தர மாணவனாய்த் தான் யாரையும் வெளியே காட்டும் (முதலணியும் மூன்றாவதும் கிட்டத்தட்ட ஒன்றுதான் என்பது இரண்டாமணியைச் சேர்ந்தவர்களின் நம்பிக்கையாய் இருந்தது). விடுதி வாழ்க்கை நாட்டு நடப்பைப் பற்றிய அறிதல்களை வலுக்கட்டாயமாகவேனும் அவனுள் திணித்திருந்ததற்கப்பாலும் விபின் பாஸ்வான் தனிப்பட்ட முறையில் அவனுக்குச் சொன்ன கதைகளில்

அவற்றின் அடையாளமும், ஜெமினியின் சித்திரங்களில் அவற்றின் பிரதிபலிப்பும் இருந்ததை அவன் சந்தேகப்படவேயில்லை. பெரிய விஷயங்கள் தங்கள் வீட்டிலிருந்து ஆரம்பமாவதில்லை என்கிற பொதுவான, பாமரத்தனமான நம்பிக்கை அவன் உள்ளத்திலும் ஊறித்தான்போயிருந்தது. பின் எப்போது அவன் அதைக் கண்டுபிடித்தானென்றால், 1965ஆம் வருடத்திய (மகாவதன் தன் கல்லூரிப் படிப்பைப் பூர்த்தி செய்யும் நிலையி லிருந்தான். அவனிடம் அதிக வாத்ஸல்யத்துடன் பழகிவிட்டுப் பிரிந்த அவனுடைய மூத்த மாணவர் ஒருவருடன் கொண்டிருந்த தொடர்பைப் பயன்படுத்திப் படிப்பு முடிந்த கையோடு கான்பூரில் அவர் வேலை பார்த்துக்கொண்டிருந்த ஜவுளி ஏற்றுமதி நிறுவனத்திலேயே ஒரு நல்ல வேலையைப் பெறவும் ஏற்பாடுகளைச் செய்து முடித்திருந்தான். சவிதாதேவி விடியலின் முதல் கிரணங்களை விரைவிலேயே காணவிருக்கும் கனவுகளில் திளைத்துக்கொண்டிருந்தார்) மாணவர் சங்கத் தேர்தலில் இரண்டாமணியினரின் வேட்பாளர் வெற்றி பெற்ற பிறகு நிர்வாகத்திலும் அதற்கும் மாணவர்களுக்குமிடையிலான உறவிலும் பல புரட்சிகரமான மாறுதல்களை அந்த அணி நிர்பந்தித்து வெற்றி பெற்றுக்கொண்டிருந்தது. இந்த வெற்றி மதர்ப்பு பிறகு பல தன்னிச்சையான செயல்பாடுகளுக்கு அதைத் தூண்டிவிட்டபோது அது நிர்வாகத்தின் மேற்பார்வையில் பதிப்பிக்கப்பட்டு வெளிவந்துகொண்டிருந்த, பொதுவாக ஏற்றுக்கொள்ளப்பட்ட கலாச்சார விஷயங்களடங்கிய கல்லூரி சஞ்சிகையின் பெயரை யாருக்கும் தெரியாமல் திடீரென வான்கார்ட் என்று மாற்றவும் அதனுள் மாவோவின் கொள்கை களையும் அரசியலில் அதிரடிப் புரட்சியின் அவசியத்தையும் விளக்கும் ஒரு தலையங்கத்தை இடம்பெறச் செய்யவுமான துணிகரச் செயல்களை நோக்கி மாணவர்களை நகர்த்திச் சென்றது. என்ன நடக்கிறது என்பதைத் தெரிந்துகொள்ளும் முன்பாகவே தங்களுடைய வளாகத்தில் மட்டுமல்லாமல் கல்கத்தாவிலிருந்த அத்தனை கல்லூரிகளின் வகுப்புகளுக்கும் வினியோகிக்கப்பட்டுச் சடுதியில் பிரபலமடைந்துவிட்ட அந்த சஞ்சிகையை இனியெப்படி இல்லாமலாக்குவதென்றும் உளவுத் துறைக்கும் பெற்றோர்களுக்கும் இயக்குனர்களுக்கும் என்ன பதில் சொல்வதென்றும் தெரியாமல் கல்லூரி நிர்வாகம் கையைப் பிசைந்துகொண்டிருந்தது ஒரு புறமிருக்க, இந்த ஆட்சேபத்திற்குரிய பத்திரிக்கையில்தான் முற்றிலும் ஆயுதங்களின் தொகுப்பால் வரையப்பட்ட மா சே துங்கின் உருவப்படத்தில் மகாவதன் அவனுக்கு மிகவும் பரிச்சயமான வரைகோடுகளை முதல் முறையாக முற்றிலும் வேறான ஓர் அடையாளத்தின் பின்னணியில் பார்த்துத் திடுக்கிட்டுப் போயிருந்தான். உண்மையில் அது

மாணவர்களால் அத்தனை எளிதாகக் கையாளக்கூடிய ஒரு வெளிப்படையான கோட்டுச் சித்திரமல்ல, கூர்ந்து கவனித்தா லொழிய அதில் மறைந்திருக்கும் துப்பாக்கிகளையும் அரிவாள் களையும் கழிகளையும் ஒருவரால் கண்டுபிடிக்கவியலாது. மிக மட்டமான காகிதத்தில் பதிப்பிக்கத் தகுந்த இரு வண்ணச் சித்திரமுமல்ல அது. மேலும் வான்கார்டுக்காகப் பிரத்யேகமாக வரையப்பட்டதுமல்ல. அதனடியில், இயக்கத்தின் வழக்கப்படி, வரைந்தவருடைய கையொப்பமும் இருக்கவில்லை. மகாவதன் தன் இதயத் துடிப்பைத் தன் காதுகளிலேயே கேட்டான். தான் படித்துக்கொண்டிருக்கும் இடத்திற்கே அதைக் கொண்டுவரும் துணிச்சல் அவன் தந்தைக்கோ மாமாவுக்கோ கண்டிப்பாக இருக்காது என்பது அவனுக்குத் தெரியும். இருந்திருந்தால் அவன் கல்லூரியில் சேர்ந்த முதல் சில மாதங்களுக்குப்பின் அவனைச் சந்திக்கத் தோள்மேல் கைபோட்டுக்கொண்டு இருவரும் வந்த எத்தனையோ தருணங்களில் அதைப்பற்றி அவனிடம் நேரடியாகவே பேசியிருப்பார்கள். எனவே வேறொரு சந்தர்ப்பத்தில் வேறொரு காரணத்திற்காக வரையப்பட்டிருக்கக் கூடிய அந்தச் சித்திரம் அவனுடைய கல்லூரிச் சகாக்களின் கவனத்திற்குள்ளாகிக் கேட்டு வாங்கப்பட்டு அந்த சஞ்சிகையில் உபயோகப்படுத்தப்பட்டிருக்கிறது என்பது தெளிவு. அதன் அர்த்தம் தன் தந்தைக்கும் மாமாவிற்கும் தங்களுடைய குடும்பத்திற்கப்பால் செயல்படுவதற்கு வேறு சந்தர்ப்பங்களும் வேறு காரணங்களும் முளைத்திருக்கின்றன என்பதுதானே. விடுதியறையில் மதிய உணவிற்குப் பிறகான அரைகுறைத் தூக்க மயக்கத்திலிருந்த அவன் கைகளில் வந்து விழுந்த அந்த ஓவியத்தைப் பார்த்தபோது அவன் மனதில் எழுந்த உணர்வு பயமா வெறுப்பா இரக்கமா என்று நேயர்களுக்கு நம்மால் தெளிவாக அடையாளம் காட்ட முடியவில்லை. ஆனால் தன்னுடைய அப்பாவித் தந்தை ஏதோ ஒரு பெரிய ஆபத்தி லிருப்பதாயும் அது சரியான நேரத்தில் தனக்குத் தெரியப் படுத்தப்பட்டுவிட்டதாயும் அவன் உணர்ந்தானென்பதை மட்டும் நிச்சயமாகச் சொல்ல முடியும். விபின் மாமாவைப்பற்றிச் சாதகமாகவோ பாதகமாகவோ எதையும் அவன் அப்போதும் பிறகும் சிந்திக்கவில்லை. அதற்குச் சில காலத்திற்குப் பிறகு, அனைத்தையும் சரி செய்துவிட்டதாக நிச்சயித்துக்கொண்டபின் யோசித்தபோதும்கூட இன்னொருமுறை அவரைச் சந்திக்கும் வாய்ப்புக் கிட்டியிருந்தால் அவரிடம் தான் எப்படி நடந்து கொண்டிருப்போமென்பதை அவனால் உறுதியாகக் கணிக்க முடியவில்லை. காலில் விழுந்திருக்கலாம், சட்டைக் கழுத்துப் பட்டையைப் பிடித்து உலுக்கியிருக்கலாம், கன்னத்தில் அறைந்துமிருக்கலாம். ஆனால் அவரை அவன் பிறகு, இந்தக்

246 பா. வெங்கடேசன்

கதை சொல்லப்பட்டுக்கொண்டிருக்கும் இந்த நாள் வரை, பார்க்கவேயில்லை. அவர் கடைசியாகக் கல்கத்தா வந்தபோது (அப்போது மகாவதன் இன்னும் கல்லூரி விடுதியில்தான் இருந்தான்) ஜெமினி கல்லூரியில் நடந்த சம்பவங்களைப் பற்றியும் அது சம்பந்தமாக அவனும் அவரும் தீவிரமாக விவாதித்துக் கொண்டதைப்பற்றியும் அவரிடம் பிரஸ்தாபித்திருக்கிறார். பிறகு அவர் கல்கத்தாவிற்கு வருகை தரும் தருணங்களில் அவர்களைச் சந்திக்க வருவதை நிறுத்திவிட்டார் (கணவன், மகன் இருவருமே காரணத்தைத் தன்னிடமிருந்து மறைத்துவிட்ட நிலையில் சவிதாதேவி அது குறித்துத்தான் இன்றுவரை குழம்பிக்கொண்டிருக்கிறாரென்பதை முன்பு பார்த்தோம்). தன்னுடைய பிரஸ்தாபத்திற்கு விபின் பாஸ்வானின் எதிர்வினை என்ன என்பதைப் பற்றிச் சாகும் தருணத்தில்கூட மகாவதனிடம் ஜெமினி எதையும் தெரிவிக்கவில்லை. விபின் மாமாவால் பதில் சொல்ல முடியாத கேள்விகளைத் தான் கேட்டுவிட்டதாக மகாவதனும் நினைக்கவில்லை. ஆனால் அவரால் தன்னையோ தன் தாயையோ இனி நேருக்கு நேராகப் பார்த்துப் பேச முடியாதென்பது மட்டும் அவனுக்கு நன்றாகவே தெரிந்திருந்தது. அவர் தனக்குச் சொல்லிக்கொண்டிருந்த கதைகளின் வேறொரு வடிவம் அப்போதுதான் துலக்கமும் பெற்றது. எனவே என்ன நடந்தது என்பதொன்றும் ஊகத்திற்கப்பாற்பட்ட விஷயமாகப் போய்விடவில்லை. தான் அருகிலில்லாத குறையை மறக்க அப்பா அவரைவிட வயதில் சிறியவரான, கதை சொல்வதில் வல்லவரான விபின் பாஸ்வானின் சுட்டுவிரலைப் பிடித்துக் கொண்டு வெளியே சுற்றத் தொடங்கியிருக்கிறார் (இந்த நெருக்கத்தில் அதிக சந்தோஷமடைந்தவராய் சவிதாதேவியும் தன்னைக் காட்டிக்கொண்டார். காரணம், விபின் பாஸ்வான் தங்களது குடும்ப நிலையை ஜெமினிக்குப் பக்குவமாக எடுத்துச் சொல்லி அவரை லௌகீகத்தின் பக்கமாகத் திரும்பச் செய்து விடுவாரென்பது அவருடைய எதிர்பார்ப்பாக இருந்தது), அப்படிக் கல்கத்தா வீதிகளில் அவனுக்குப் பிறகு சித்திரக் கலையைத் தவிர வேறெந்தத் துறையைப் பற்றிய அக்கறையோ தெரிதலோ இல்லாத அவனுடைய வெகுளித் தந்தைக்கு விபின் பாஸ்வானால் சொல்லப்பட்ட, நகைச்சுவைத் தன்மையற்ற, தீவிரமான, உலர்ந்த ருசியுள்ள கதைகள் அவரொரு கலைஞரென் பதால் கதை சொல்லி எதிர்பார்த்த அதே தீவிரத்தோடு உள்வாங்கிக்கொள்ளப்பட்டிருக்கின்றன, அந்தக் கதைகள் மகாவதனுடைய விடுதிச் செலவுகளையொட்டி சவிதாதேவி இரட்டைச் செலவுக் கணக்குகளை அவர்முன் வைத்தபோது தனிப்பட்ட அந்தக் குடும்பத்தினுடைய வறுமையை மக்கள்மீது வலிந்து திணிக்கப்பட்ட, அவசரமான நடவடிக்கைகள் மூலம்

பாகீரதியின் மதியம் 247

தீர்வு காணப்படவேண்டிய, தேசத்தின் வறுமையாய் மாற்றிக் காட்டியிருக்கின்றன, அவற்றைப்பற்றி இருவரும் ஹூப்ளி நதிக்கரையில் உலாவியபடி நீண்டநேரம் விவாதித்திருக்கிறார்கள், விளைவாக ஜெமினி விரைவிலேயே தன்னை ஒரு சிபிஐ(எம்) தோழராயும் விபின் பாஸ்வானைத் தன் இயக்க வழிகாட்டியாயும் சாரு மஜூம்தாரைத் தன் தலைவராயும் வரிந்துகொள்ளுமிடத்தை நோக்கி உந்தப்பட்டிருக்கிறார். பின்னால் தந்தையுடன் நடத்திய காத்திரமான விவாதத்தின்போது அவன் தெரிந்துகொண்டபடி விபின் பாஸ்வான் பல வருடங்களாகவே சாரு மஜூம்தாரினுடைய தலைமறைவு இயக்கத்தின் முன்னணிச் செயல் வீரர்களில் ஒருவர், அவருடைய கல்கத்தா வருகைகளின் காரணம் அவருடைய மாஜி காதலியான அவனுடைய தாய் இல்லை (அல்லது அவள் மட்டுமில்லை), மாறாகக் கல்கத்தாவில் அவருடைய பெரும்பாலான நேரங்கள் தலைமையின் ஆணைப்படி பிரெசிடென்ஸி கல்லூரி மாணவர்களை ரகசிய மாகச் சந்திப்பதும் ஜாதவ்பூர் கல்லூரித் துணை முதல்வருடைய அடக்குமுறை பற்றித் தீவிரமாக விவாதிப்பதும் அதன் சாராம்சத்தைத் திரும்பத் தலைமைக்கு எடுத்துச் செல்வதுமான வேலைகளால் நிரம்பியிருந்தன. விபின் பாஸ்வானுடைய நெருக்கத்திற்குப் பிறகு ஜெமினியின் ஓவியங்களில் தென்படத் தொடங்கியிருந்த மாற்றங்களை (வெளிப்படைக்குப் பதிலாகப் பூடகம், அன்றாடத்திற்குப் பதிலாகக் கற்பனை, புராணிகங்களுக்குப் பதிலாக சரித்திரம், கரிக்கோல்களுக்கும் சுண்ணாம்புக் கட்டிகளுக்கும் பதிலாகத் தூவிகள், பெரும்பாலும் சிவப்பு, இந்தக் காலக்கட்டத்தில் ஒரு தடவை அவருடைய மகத்தான படைப்பென்று அவர் குடும்பத்தாராலேயே எண்ணப்பட்ட லீலா நாயுடுவின் சித்திரத்தை அவரே அழிக்க முயன்று பிறகு சவிதாதேவியின் பெரு முயற்சியால் அந்த நடவடிக்கையைக் கைவிட்ட சம்பவமும் நடந்தேறியிருந்தது) அவருடைய படைப்புகளோடு பிறந்தது முதலே நெருங்கிய தொடர்பு கொண்டிருந்தவனென்கிற இறுமாப்பிலிருந்த தன்னால் (பள்ளியில் அவனுடைய இருப்பிற்குக் கிடைக்காத அங்கீகாரம் கல்லூரியில் அவனுக்குக் கிடைத்ததற்கு முக்கியமான காரணம் அவன் பிரபல ஓவியர் ஜெமினியின் மகன் என்பதுதானென்பதை அவனால் எப்படி மறுத்துவிட முடியும்) தன்னால் தக்க சமயத்தில் அவதானிக்க முடியாமல் போயிற்றே என்றெண்ணி மகாவதன் மிகவும் வெட்கப்பட்டான் (ஒரு கல்லறைத் தோட்டத்தையும் புதைகுழிகளின்மேல் எழுப்பப்பட்டிருக்கும் தானியங்களின் பெயர்கள் பொறிக்கப்பட்ட நினைவுக் கற்களின் வரிசைகளையும் சாரு மஜூம்தாருடைய சொற்பொழிவொன்றின் சித்திர வடிவம் என்பதாகப் புரிந்துகொள்வதற்கு அவனுக்கு அதற்குப் பிறகுமே

கூடப் பல வருடங்கள் பிடித்தன). சவிதாதேவியை விடுங்கள், வெகுளித்தனமான சிறுவயதுத் திருட்டுகளுக்கப்பால் உலகில் இம்மாதிரியான பெரிய விஷயங்கள் நடந்துகொண்டிருக்கின்றன என்பதைத் தெரிந்துகொள்ளப் பழக்கப்படாதவர். ஆனால் மகாவதன் அப்படி இருந்திருக்கக்கூடாதுதான். பிரஸ்தாபச் சம்பவத்திற்குப் பிறகு விடுமுறையில் வீட்டிற்கு வந்த அவன் தன் தந்தையிடம் ஹூப்ளி நதிக்கரையில் வைத்து ஜேபியின் வார்த்தைகளில் வலியுறுத்திச் சொன்னவற்றின் சாராசம் இதுதான், சாரு மஜூம்தாரின் பேச்சுக்கள் ஆயுதங்களை ஏந்தச் செய்யும் வல்லமை கொண்டவையென்றால் அவற்றை ஏந்தும் கைகள் எதிரியினுடையதாய் இருந்தால் மட்டுமே அவை வெற்றி பெற்றதாய் அர்த்தம், சொந்த மக்களை ஆயுதம் ஏந்தும் கோபக்காரர்களாய் மாற்றுவதற்கல்ல, மாறாக ஆயுதங்களின் முன்னே தங்கள் மார்புகளை நிமிர்த்திக் காட்டும் மன வலிவுள்ளவர்களாய் ஆக்குவதற்கே ஒரு தலைவனுக்கு அதிகத் திறமையும் பொறுப்பும் தேவைப்படுகிறது, அந்த வழியிலேயே ஒரு பெரும் போராட்டத்தை நடத்த முடியுமென்பதற்கு நம்மிடம் முன்னுதாரணங்களும் இருக்கின்றன. சாரு மஜூம்தாரின் வழிகாட்டலில் மட்டுமே மிதக்கும் வண்ணங்களின் சித்திர வடிவத்திற்கான கோட்பாட்டைக் கண்டுபிடிக்க முடியும் என்று தான் நம்புவதாக ஜெமினி இதற்குப் பதில் சொன்னார். சாருவின் உலகில் கலைக்கான இடம் இல்லை என்பதை அவர் உணர வேண்டும் என்றான் மகாவதன். ஒரு புரட்சிக்காரனுடைய பணி ஒடுக்கப்பட்டவர்களின் மனதை அநீதிக்கெதிராய்க் கடினப் படுத்துவதற்காக ஆயுதங்களை அவர்களுடைய நினைவிற்குக் கொண்டுவருவதென்றால் ஒரு கலைஞனுடைய கடமை ஒடுக்குபவர்களின் மனதை நீதியை நோக்கி மென்மைப்படுத்தும் வழியில் பூக்களின் இருப்பை அவர்களுடைய நினைவிற்குக் கொண்டு வருவதாக இருக்கும். இரண்டுமே ஒரே இலட்சியத்தை நோக்கிய வேறு வேறான பாதைகள். ஒரு களப்பணியாளனுக்கும் கலைஞனுக்குமான தனித்தனிக் கடமைகள். தனித்தனிப் பயிற்சிகள். ஒரு கலைஞன் களப்பணியாளனாய் இருக்கக் கூடாதாயென்ன என்று இறுதியில் அழ மாட்டாக் குறையாகக் கேட்டார் ஜெமினி. என்ன தேவை, இருவரும் செயல்படுவதற்குரிய அடிப்படைகளே வேறு வேறு என்பதாக இருக்கும்போது என்று பதில் சொன்னான் மகாவதன். ஒரு களப்பணியாளன் தான் செயல்படும் தருணமும் அந்தத் தருணத்தை உருவாக்கும் தன் தலைமையின் கொள்கையும் முற்றிலும் சரி என்று நம்பினால் மட்டும்தான் அவனால் அதில் முழு மனதோடு இறங்க முடியும், ஆனால் ஒரு கலைஞன் ஒரு சிந்தனை கொள்கையென்கிற திட வடிவத்தை அடைந்ததுமே அதன் பக்க விளைவுகளை உருப்

பெருக்கிப் பார்த்து அது குறித்துச் சந்தேகம் கொள்ளவாரம்பித்து விடுகிறான், தொடர்ந்து தன்னைத் தானே சந்தேகப்படுவதும் தன் சிந்தனைகளை அடுத்த வடிவத்திற்கு மாற்றிக்கொள்வதும் சற்றுமுன் தான் சொன்னவற்றையே மறுதலிக்கத் தவிப்பதுமான அமைதியின்மைதான் ஒரு கலைஞனுடைய படைப்புகளை உலகிற்குத் தந்துகொண்டேயிருக்கிறது. நம்பிக்கை களப்பணி யென்றால் அவநம்பிக்கை கலையின் ஆதாரம், எனில் கலைஞன் எப்படிக் களப்பணியாளனாக ஆக முடியும், அவனை ஏன் களப்பணியாற்றச் சொல்லி வற்புறுத்த வேண்டும்.

வான்கார்டுக்குப் பிறகு தன்னைச் சற்றுத் தாமதமாகவேனும் சுதாரித்துக்கொண்டுவிட்ட கல்லூரி நிர்வாகம் கூடுமானவரை பிரதிகளைப் பறிமுதல் செய்து அதைப் பகிரங்கமாகக் கொளுத்தி யும் மாணவர் சங்கத்தைக் கண்டித்தும் கல்லூரிக்கு வெளியி லுள்ள தொழிற்சங்க அமைப்புகளோடு சங்கத்திற்கு இருந்த தொடர்புகளைக் காவல்துறையின் உதவியோடு வேவு பார்த்தும் அப்போதைக்கு அம்மாதிரியான எழுச்சிகளை அடக்கி வைக்கும் நடவடிக்கைகளில் ஈடுபட்டுக்கொண்டிருந்தபோது தன் தந்தையைச் சந்தித்துவிட்டு மீண்டும் கல்லூரிக்குத் திரும்பிக் கொண்டிருந்த மகாவதன் இனி அவரிடமிருந்து இயக்கம் வற்புறுத்தும் ஓவியங்கள் உருவாகாத அளவிற்கு அவர் மனதைக் கலைத்துவிட்டதாகத்தான் நம்பினான். ஆனால் தன்னுடைய பேச்சு தூரிகையைக் கையிலெடுப்பதையே நிறுத்திவிடுமளவிற்கு அவருள்ளத்தை நொறுங்கச் செய்துவிட்டிருக்குமென்று நிச்சயமாக நினைக்கவில்லை. தத்துவங்களின்மேல் கலை இயங்க முடியாதென்றால் பிறகு அதில் தீவிரவாதமென்ன காருண்ய வாதமென்ன என்று நம்மிடம் கேட்கிறான் அவன். இரண்டுமே சிருஷ்டியை உந்தும் இயல்புணர்விற்கெதிராக மனிதனால் வடிவமைக்கப்பட்ட தத்துவங்கள்தானே. அல்லது அப்போது ஜெமினியினுடைய தள்ளாமையேகூட ஓய்வு பெறுவதற்கு ஏதேனும் ஒரு காரணத்தை எதிர்பார்த்துக்கொண்டிருந்ததோ என்னவோ. அப்போது அவருக்கும் வயது ஐம்பதைத் தாண்டிச் சில வருடங்கள் நகர்ந்திருந்தது. மகாவதனும் ஜெமினியும் சவிதாதேவிக்குத் தெரியாமல் நிகழ்த்திய அந்தச் சந்திப்பிற்குப் பிறகு ஜெமினி கலந்துகொண்ட, ஓவிய சம்பந்தமான ஒரேயொரு பொது நிகழ்வு என்பது ஒரு மாத காலம் பனஸ்தலியில் ஏற்பாடு செய்யப்பட்டிருந்த ஓவியப் பயிற்சி முகாமில் பீகார் பழங்குடிப் பாணி ஓவியங்களின் நுணுக்கங்கள் பற்றிய விரிவுரைகளுக்கும் விளக்கங்களுக்கும் பொறுப்பேற்றுச் சென்று வந்தது மட்டும்தான். அதன்பிறகு அவர் சிறிது சிறிதாக ஓவியங்கள் வரைவதைக் குறைத்துக்கொள்ளத் துவங்கி விரைவிலேயே முற்றிலுமாக

அதை நிறுத்திவிட்டுமிருந்தார். தன்னுடைய இலட்சியமான மிதக்கும் வண்ணங்களின் சித்திரத்தை மனதால் தியானித்துக் கொண்டிருப்பது மட்டுமே அவருக்குப் போதுமானதாக ஆகிவிட்டிருந்தது. மட்டுமல்ல, மகாவதன் வேலை வாய்ப்பைத் தேடிக் கான்பூர் செல்லப் போவதாக அறிவித்தபோது அதற்குமுன் தன்னைத் தன் சொந்த ஊருக்குக் கூட்டிச் சென்று அங்கேயே தன்னுடைய இறுதிக் காலத்தைக் கழிப்பதற்கு வசதிகளைச் செய்து தரும்படியும் அவனை வேண்டிக்கொண்டார். மகாவதன் ஒரு நல்ல மகன். அவனால் அவரைப் புரிந்துகொள்ள முடிந்தது. எனவே கிட்டத்தட்ட முப்பது வருடங்களுக்குப் பிறகு அவரையும் தன் தாயாரையும் அவன் ஒசூருக்கு, கூட்டிக்கொண்டு வந்து தங்கச் செய்துவிட்டுக் கான்பூர் சென்றான். அவர்கள் கல்கத்தாவிலிருந்து குடிபெயர்ந்ததற்கு அடுத்த வருடம் நக்ஸல்பாரி கிராமத்தில் ஒரு விவசாய இளைஞன் நிலச்சுவான்தார் ஒருவரால் கொலை செய்யப்பட்டதைக் காரணமாக்கிக்கொண்டு சாரு மஜூம்தாரின் பேச்சுக்கள் ஆயுதப் போராட்டமாக வெடித்து நாட்டையே உலுக்கிய சம்பவம் நடந்தது. கல்கத்தாவில் நடந்த வன்முறைச் சம்பவங்களில் கைப்பற்றிய ஆயுதங்கள், துண்டுப் பிரசுரங்கள் மற்றும் அநாமதேய விளக்கச் சித்திரங்களைக் கொண்டு காவல்துறையினர் தயாரித்த தேடப்படுபவர்களின் பட்டியலில் ஜெமினியின் பெயரும் இருந்ததாயும் அவருடைய விடாப்பிடியான பழங்குடிப் பாணிச் சித்திரங்களே அவருடைய கையொப்பங்களாகி அவருடைய கோடுகளைப் பற்றி சாட்சி சொன்னவர்களுக்குப் போதுமான அடையாளங்களாய் இருந்தன என்றும் அவனுடைய நண்பர்கள் மூலமாக அவனுக்குத் தகவல்கள் வந்தவண்ணமிருந்தன. கடவுளே, அவன் மனம் கலங்கித் தவித்த அந்த மூன்று மாதங்கள். ஆனால் நல்ல வேளையாக ஜெமினியைத் தேடும் முயற்சியில் காவல்துறை ஏனோ ஆழ இறங்கித் தமிழ்நாடு வரை வந்துவிடவில்லை. ஓய்வை நாடி அவர் புறப்பட்டுச் சென்ற (தமிழ் நிலத்திற்குள் நக்ஸலைட்டுகளுக்கான நுழைவாயில் என்று பெயர் பெற்றிருந்த) நிலம் பதுங்குமிடமாகவும் ஆகிவிடவில்லை. உயிருள்ள ஓவியத்தைத் தேடி வெறுங்கையோடு ஒரு சிறுவனாய்த் தன்னைவிட்டுக் கிளம்பிய அவரை அவர் தன் வாணாள் முழுவதும் அலைந்து சேகரித்த ஓவிய அறிவைத் தத்துவக் கறைகளில் தொலைத்தபின் மீண்டும் ஏதுமறியாத சிறுவனாகவே தன்னிடம் திரும்ப அழைத்துக்கொண்டுவிட்டது ஒசூர் என்கிற அந்தச் சிறிய கிராமம். ஒசூர் வந்த மூன்றாவது வருடம் ஜெமினி, இந்தியாவின் கிழக்குப் பகுதிகளில் பிரபலமாய் அறியப்பட்ட அந்த நல்ல ஓவியர், ஓர் அநாமதேயராகவே காலமானார். அவருடைய இறப்பிற்குப் பிறகு சவிதாதேவி அந்த ஊரைவிட்டு வெளியிலெங்கும் வர மறுத்துவிட்டபடியால் வேறு

வழியின்றி மகாவதனும் அவளுடன் இருப்பதற்காகவே கான்பூர் வேலையை ராஜிநாமா செய்துவிட்டு ஒசூருக்கு வந்து ஒரு வேலையைச் சேகரித்துக்கொண்டு அங்கேயே தங்கிவிட்டான். இந்த வேடிக்கையான கதையின் உச்சபட்ச சுவாரஸ்யம் என்னவென்றால் ஜெமினியின் ஓர் ஏழெட்டு வருட ரகசிய வாழ்க்கைபற்றிச் சவிதாதேவிக்கு இன்றுவரைகூட ஒரு தகவலும் தெரியாது என்பதுதான்.

1974ஆம் வருடம் செப்டம்பர் மாதம் 17ஆம் தேதி மதியம் சந்தைத் திடலினருகே அப்படி என்னதான் நடந்தது என்பதைத் தனக்கு விலாவாரியாகச் சொல்லுமாறு அது நடந்துமுடிந்து ஐந்து மாதம் கழித்து, அதாவது 1975ஆம் வருடம் பிப்ரவரி மாதத்தில் ஒருநாள் (தேதி நமக்கு நினைவில்லை) பாகீரதி வாசுதேவனைக் கேட்டபோது அது அந்தச் சம்பவத்தின் பாதிப்பிலிருந்து அவன் கொஞ்சம் கொஞ்சமாக மீண்டுகொண்டிருந்த காலமாயிருந்தது. மனிதர்களுக்கே பொதுவாக உள்ள மறதி என்னும் மாமருந்து இதற்கு ஒரு காரணம் என்று வைத்துக்கொண்டாலும் இந்த நாட்களில் பாகீரதியின் கனவு விளைவித்த குழப்பங்களை முன்னிறுத்தி அவனுக்குள் பிரவகித்துக்கொண்டிருந்த அச்சங்களும் சந்தேகங்களும் அலைச்சல்களும் கவலைகளும் கனவுகளும் தனக்கு நேர்ந்த சம்பவத்தை அசைபோட்டோ அல்லது பாகீரதியுடன் பகிர்ந்துகொண்டோ அன்று அந்தப் போக்கிரியுடன் வாதிட்டுக் கொண்டிருந்த காட்சியையும் குடுமி அறுபட்டு மண்ணில் விழுந்து கிடந்ததைக் கையாலாகாமல் பார்த்துக்கொண்டிருந்த கணத்தையும் மனத் திரையில் திரும்பத் திரும்ப நிகழ்த்திப் பார்த்து அதைத் தூர்ந்துபோக அனுமதிக்காமல் புதுப்பித்து உள்ளத்தை ரணமாக்கிக்கொண்டும் அதன்மூலம் கோபத்தையும் தணிந்துவிடாமல் தக்கவைத்துக்கொண்டேயுமிருக்கும் வாய்ப்பு அதிர்ஷ்டவசமாகவோ துரதிர்ஷ்டவசமாகவோ அவனுக்கு வாய்க்காமலேயே போய்விட்டிருந்தது. இப்போது அதற்குச் சாட்சியாக அவனிடம் எஞ்சியிருக்கும் ஒரேயொரு தடயம் அவனுடைய, ராணுவப் பாணியில் ஒட்ட வெட்டப்பட்ட புதிய சிகையலங்காரம்தான் (அது அவனுக்கு மிக அழகாகப் பொருந்துகிறது என்றும் நவ காலத்தின் இளைஞனாக அவன் இப்போதுதான் பளிச்சென்று தெரிகிறானென்றும் பாகீரதி சொன்னது அவன் விரும்பாமலேயே அவனுக்குச் சிறிது ஆறுதலையும் கொடுத்துக்கொண்டிருந்தது). ஆனால் பாகீரதியின் நிலைமை ஒரு பெருங்கவலையாக அவன் மனதை அழுத்திக்கொண்டிருந்த நாட்களிலும் ஃபென்னர் நிறுவனத்திற்கு வேலையாகச் செல்லும்

வழியில் அவ்வப்போது பி–4 காவல்நிலையத்திற்குள் நுழைந்து (இதற்காக மெனக்கெடும் மனநிலையுடனல்லாமல் அர்த்தம் தூர்ந்துபோன பழைய சடங்கொன்றை நிகழ்த்தும் விட்டேற்றியான மனோபாவத்துடன்தான் அதைச் செய்தானென்றாலும்) அந்தப் போக்கிரியைப் பற்றிய தகவல் ஏதேனும் கிடைத்ததா என்று அப்பாவித்தனமாகக் கேட்டுவிட்டு வர அவன் தவறவில்லையென்பதால் நாம் சொல்வதன் அர்த்தம் அவன் அந்தச் சம்பவத்தை மறந்துவிட்டானென்பதோ அல்லது அது தன் தீவிரத்தை இழந்துவிட்டது என்பதோ அல்ல. மாறாக அதை இப்போது ஒரு மூன்றாம் நபருக்கு நடந்தது என்பதைப்போல விலகி நின்று பார்த்து மென்மனம் கொண்ட ஒரு சக மனிதனாக அந்தப் போக்கிரியின்மேல் படிந்த நிஜமான பரிவுடனும் இரக்கத்துடனும் நெட்டுயிர்த்துக்கொள்ளும் பக்குவத்தை நாட்களின் சேய்மை அவனுக்குக் கொடுத்திருந்தது அவ்வளவுதான். பாகீரதி திடீரென்று அவனைப் பார்த்து அன்று என்னதான் நடந்தது என்று கேட்டபோது அதைப்பற்றி நிதானமாகப் பேசிப் பகிர்ந்துகொள்ள அதுதான் சரியான தருணம் என்றுகூட அவன் தனக்குள் நினைத்துக்கொண்டான். ஏனெனில் அது அவர்கள் வீட்டு முன்திண்ணைப் படிகளின்மேல் கிடந்த லீலா நாயுடுவின் சித்திரம் விளைவித்த குழப்பங்களிலிருந்தும்கூட விடுபட்டு இனி பிரச்சனைகள் இல்லை, அனைத்தும் வெறும் நினைவுத் தடங்கள் மட்டுமேதானென்கிறவொரு ஆசுவாசமான மனநிலையில் அவன் படிந்திருந்த காலமாயும் இருந்தது. அவனுடைய மெட்ராஸ் பயணத்தைப்பற்றிப் பாகீரதி, ஆதிமூலம் பகிர்ந்துகொண்ட சித்திரக்கலை பற்றிய சில நுணுக்கங்களின்மேல் தவிர (வாசுதேவனுக்கு அதில் முன்பின் பரிச்சயமோ ஈடுபாடோ இருந்ததில்லையாதலால் எத்தனை மெனக்கெட்டும் அவனுக்கு அதையும் பூரணமாயும் சுவாரஸ்யாமாயும் சொல்லத் தெரியவில்லை) வேறெதையும் அதிக அக்கறையெடுத்துக்கொண்டு கேட்கவில்லை. சொல்லப் போனால் ஜெமினி வந்து தன்னைப் பார்த்துவிட்டுப் போனதைப் பற்றி அவளுக்குத்தான் அவனிடம் சொல்வதற்கு நிறைய புதிய விஷயங்கள் இருந்தன (அவற்றை நாம் முன்பே பார்த்துவிட்டோம்). அதையும் பேசிப் பழக்கமாக்கிவிட்ட பிறகு இப்போது அவர்கள்முன் மீதமிருந்த ஒரேயொரு விஷயம் ஐந்து மாதங்களாகப் பகிர்ந்துகொள்ளப்படாதிருந்த செப்டம்பர் 17ஆம் தேதி சம்பவம்தான். நம் கதையின் துவக்கக் காட்சியாக விவரிக்கப்பட்டிருக்கும் அதை வாசுதேவன் பாகீரதிக்கு விலாவாரியாகச் சொல்லி முடித்தபிறகு இப்படிச் சொன்னான், ஆனால் பாகீ, எல்லாம் முடிந்தபின் இப்போது தோன்றுகிறது, காதலால் ஆக்கிரமிக்கப்படும் இதயத்தின்

காதுகள் அறிவின் குரலை ஏற்க மறுக்கிறது என்று நான் அவனிடம் பேசினேன், அது சரிதானென்றே இப்போதும் நம்புகிறேன், ஆனால் அந்த அன்பு மணியம்மையின்மீது ஈவெரா கொண்ட அன்பாகத்தான் இருக்கவேண்டும் என்று நான் ஏன் அன்று கற்பனை செய்துகொண்டேன், அது ஏன் தன்னுடைய இயக்கத்தின்மீதும் ஜனங்கள்மீதும் கொள்கைகள்மீதும் அவர் கொண்ட கண்மூடித்தனமான அன்பாயிருந்து அவற்றைக் காக்க ஒரு பெண்ணை அறிவின் வாதங்களை மீறி மணம்முடிக்க வேண்டுமென்கிற முடிவை எடுக்க அவரை உந்தியிருக்கக்கூடாது, தன்னுடைய காதலை ஒத்துக்கொள்ளும் மனப் பக்குவத்தைத் தன் சீடப் பிள்ளைகளிடம் உருவாக்கத் தவறிவிட்டாரென்று சொல்லுவதற்குப் பதிலாக தன் கொள்கைகளின் மீதிருந்த காதலை மணியம்மை புரிந்துகொண்டு தனக்காக முன்வரும்படி செய்ததில் ஈவெராவின் பகுத்தறிவு வெற்றி பெற்றுவிட்டதென்று நான் ஏன் சொல்லவில்லை, ஏன் காதல் என்பதை ஆண் பெண் சம்பந்தப்பட்ட விஷயமாக மட்டுமே நான் பார்த்தேன், ஒருவேளை அவன் சொன்னதுபோல பிரபஞ்சத்தின் இயக்கம் முழுவதையுமே ஆண் பெண் கூடலின் மேலாக நிறுத்திப் பார்ப்பது ஒரு பரம்பரை நோயைப்போல என்னைப் பற்றிக்கொண்டிருக்கிறதோ என்று இப்போது எனக்குச் சந்தேகமாக இருக்கிறது, மேலும் பாகீ, அன்பு மீறும்போது அது விளைவுகளைப்பற்றி யோசிக்காது என்பதை நான் நம்புகிறவனாயிருந்தால் அந்தப் போக்கிரி என் குடுமியை அறுத்ததுகூட தன் தலைவர் மீதிருந்த மட்டற்ற அன்பினால்தானென்பதை நான் ஏன் தெரிந்துகொள்ளவில்லை, ஏன் நான் காவல்துறைக்குப் புகார் செய்யக் கிளம்பினேன், குறைந்தபட்சம் நான் எதன் சார்பாக வாதிட்டேனோ அந்த அறிவின் குறுக்கீடற்ற அன்பு என்பது ஒரு கட்டத்தில் ஆயுதங் களைக் கையிலெடுக்கச் செய்துவிடுமென்பதையும் அன்று என் கண்முன்னேயே பிரத்யட்சமாகக் கண்ட பின்னும் எனக்கு ஏன் வெட்கப்படத் தோன்றவில்லை, நீ என்ன நினைக்கிறாய். பாகீரதி ஒன்றும் நினைக்கவில்லை. அவள் அவன் பேசுகிறதைப் பார்த்தால் குடுமியில் ஒளிந்திருந்த ஞானத்தை விடுவித்துப் புத்திக்குள் செலுத்தி வைத்ததற்காகக் குடுமியை அறுத்த அந்தப் போக்கிரியை மன்னிப்பதோடல்லாமல் அவனுக்கு நன்றிகூடச் சொல்லுவானென்று தோன்றுகிறது என்று சிரித்துக்கொண்டே பதில் சொன்னாள். இருக்கலாம் என்றான் வாசுதேவன். அப்படியானால் நேராகக் காவல்நிலையத்திற்குப் போய் உங்கள் புகாரைத் திரும்ப வாங்கிக்கொண்டு வந்துவிடுங்கள் என்றாள் பாகீரதி சிரிப்பைக் குறைத்துக்கொள்ளாமலேயே. வாசுதேவன் ஒத்துக்கொள்ளவில்லை. இல்லை பாகீ, இது வேறு, தவறோ

சரியோ, என் சிகையை அறுத்து அவமானப்படுத்திய கோபம் என்னிடம், ஆரம்பத்திலிருந்த ஆத்திரமாக இல்லாவிட்டாலும், இன்னும் மீதமிருக்கத்தான் செய்கிறது, அவனை நான் மீண்டும் சந்திக்க விரும்புகிறேன், தண்டிப்பேனா இல்லையா என்று என்னால் நிச்சயமாகச் சொல்ல முடியவில்லை, ஆனால் பேசவேண்டும் கண்டிப்பாக என்றான் அவன்.

போக்கிரியைப் போலவே வாசுதேவன் சந்திக்க விரும்பி ஆனால் சந்திக்க முடியாதபடி வாய்ப்புத் தள்ளிப்போய்க்கொண்டேயிருந்த இன்னொரு நபர், அவனில்லாத மதிய நேரங்களில் அவ்வப்போது வந்து தன்னைச் சந்தித்துவிட்டுச் சென்றுகொண்டிருக்கிறாரென்று சில மாலை நேரங்களில் பாகீரதி தன்னுடைய வழக்கமான, கனவுகளைப் பிரஸ்தாபிக்கும் வியப்புக் குரலிலமைந்த விவரணைகளினூடாகத் தெரியப்படுத்திக்கொண்டிருந்த ஓவியர் ஜெமினி. அவன் அவரை ஒரு குரலுருவாகவேதான் பரிச்சயப்படுத்திக்கொண்டிருக்க வேண்டியதாயிருந்தது. அவரைச் சந்திப்பதற்காகவே அவன் ஒருநாள் மதியம் அலுவலுக்குக்கூடப் போகாமல் வீட்டிலேயே தங்கியிருக்கத் தயாராய்த்தானிருந்தான். ஆனால் தனக்கு எப்போது அங்கே வரும் வாய்ப்பும் வசதியும் கிட்டுமென்பதைத் தன்னாலேயே உறுதியாகச் சொல்ல முடியவில்லையென்றும் யாரும் தனக்காகக் காத்திருக்க வேண்டிய அளவிற்குத் தானொன்றும் அத்தனை முக்கியமானவனல்லனென்றும் ஜெமினி சொல்வதாகப் பாகீரதி அவனிடம் சொல்லியிருந்தாள். அதனால் அவருடைய வரவு எப்போதாவது நிகழக்கூடிய, எப்போதுமே அநிச்சயமா யிருக்கக்கூடிய ஒன்றாகவேதான் இருந்துகொண்டிருந்ததாம். அவர் வருகிற நேரத்தில் தூங்கிவிடுவோமோயென்பதற்காகவே வழக்கமாகத் தூங்குகிற நேரத்தைக்கூட சற்று முன்பின்னாக மாற்றியமைத்துக்கொண்டு தானே அல்லலுறுவதாகவும் அவள் வேடிக்கையாகச் சொன்னாள். தூங்கும் நேரத்தில் அவளைக்கூட எழுப்பவும் அவர் விரும்புவதில்லையாம். யார் கண்டது, எத்தனை முறை அந்த மாதிரியான நேரத்தில் வந்து வாசலிலேயே நின்று அவளைக் கவனித்துவிட்டுச் சப்தமெழுப் பாமல் கடந்து போய்விட்டிருக்கிறாரோ. வயதான தன்னை அத்தனை எளிதில் தன்னுடைய அன்பிற்குரிய உறவினர்கள் தனியாக வெளியே அனுப்ப அஞ்சுகிறார்கள் என்பதுதான் அதற்குக் காரணம் என்கிறார் அவர் என்றாள் பாகீரதி. இத்தனை பொய்களை எப்படி இத்தனை சரளமாகத் தன்னால் தொடர்ந்து சிருஷ்டித்துக்கொண்டேயிருக்க முடிகிறது என்று அவளுக்கே ஆச்சரியமாயிருந்தது. இந்த வேலையில் சீக்கிரமே

களைப்படைந்து பலவீனளாகிவிடுவோமென்றும் அவள் பயந்து கொண்டிருந்தாள். எனினும் ஜெமினியை அறுபத்திச் சொச்சம் வயதான ஒரு மனிதராகவே தன்னுடைய விவரிப்புகளில் தக்க வைத்துக்கொண்டிருக்க முடிந்ததேயன்றி வாசுதேவன் சந்திக்க விரும்பும் போக்கிரி இளைஞனும் வயதான ஓவியரும் ஒரே நபர்தானென்பதை அவனிடம் சொல்ல அவளால் முடியவில்லை. ஜெமினியாகவே வந்து அவளை அவ்வப்போது சந்தித்துக் கொண்டிருந்த இளைஞனும் தன்னால் அவமானப்படுத்தப்பட்ட பிராமணனிடம் மன்னிப்புக் கேட்க விரும்புவதாக அவளிடம் சொன்னது நமக்கும் தெரியுமாதலால் உண்மையில் அவர்களிரு வருக்குமே அது ஏன் ஒரு நல்ல சந்திப்பாக அமைந்துவிடலாகாது. உணர்வோதங்கள் அடங்கிவிட்டிருக்கும் நிலையில் மீண்டும் இருவரும் ஒருவரிடம் ஒருவர் தங்கள் கருத்துக்களை விட்டுக் கொடுத்தும் பகிர்ந்தும் பரஸ்பரம் தங்கள் காயங்களைச் சரி செய்துகொள்வதென்பது நல்ல விஷயம்தானே. ஆனால் வந்து செல்கிறவன் ஓவியர் ஜெமினி இல்லையென்று தெரிந்த கையோடு பின் ஏன் அவன் அவளுக்காக அத்தனை சிரமப்பட்டு லீலா நாயுடுவின் சித்திரத்தைக் கண்டுபிடித்துப் பரிசாகக் கொடுக்க வேண்டும் என்று வாசுதேவன் கேட்டால் என்ன பதில் சொல்வது என்றுதான் பாகீரதிக்குத் தெரியவில்லை. இதே கேள்வியை ஜெமினியென்றே பிடிவாதமாகத் தன்னை முன்னிறுத்திக்கொண்டிருப்பவனிடம் அவள் அன்று கேட்டபோது (அந்த ஒரேயொரு முறைதான். திரும்ப அவள் அந்தக் கேள்வியை பிற்பாடு நிகழ்ந்த எந்தச் சந்திப்பின்போதும் அவனிடம் கேட்கவே யில்லை) அவனுமே அதற்கான பதிலைத் தரவில்லையே. மேலும் அந்தப் பதில் அவளுக்கோ வாசுதேவனுக்கோ ஜெமினி சொல்லா விட்டால் தெரியாது என்பதும் இல்லை (கேள்விக்கான பதில் தெரியாதிருப்பது எத்தனை கவலையூட்டக்கூடியதோ அதைவிட அதிகமாக அச்சமூட்டக்கூடியது இன்னும் கேட்கப்படாத கேள்வியின் மௌன இருப்பு). ஏனெனில் அம்மாதிரியான சம்பவம் அவர்களிருவரின் வாழ்விலுமே முதல் தடவையாக நிகழ்ந்ததில்லை. பல வருடங்களுக்கு முன்பு ஹலாஸ்யத்தின் (வாசுதேவனுடைய தகப்பனார்) திருநெல்வேலிச் சிநேகிதரான ஐராவதமய்யர் (பாகீரதியின் தகப்பனார்) இறந்து போனதற்குத் துக்கம் விசாரிப்பதற்காக அவனும் அவனுடைய பெற்றோர்களும் அவர்கள் வீட்டிற்கு வந்து பூரணியம்மாளுக்கு ஆறுதல் சொல்லி அவருடைய பெண்களைப் பற்றியும் விசாரித்துப் பேசிக் கொண்டிருந்துவிட்டுப் போனதற்கு நான்கைந்து நாட்கள் கழித்து வாசுதேவன் அந்தத் தெருவிலேயே இருக்கும் யாரோ ஒரு நண்பனைச் சந்திப்பதற்காக வந்த வழியில் அவளையும்

பார்த்துவிட்டுப் போகத் தோன்றியதாகச் சொல்லிக்கொண்டு தயக்கத்துடன் அவர்கள் வீட்டு வாசற்படியில் தோன்றிய போதே இயற்கைக் காட்சிகளால் நிரப்பப்பட்ட, கடந்துபோன வருடத்திய பொங்கல் வாழ்த்து அட்டையொன்றை அவளுக்கான பரிசாக அவனுடைய நடுங்கும் விரல்கள் பற்றிக்கொண்டுதானிருந்தன. ரெம்ப்ராண்டினுடைய கல்பாலம் ஓவியத்தின் மட்ட ரகப் பதிப்பு அது. என்றாலும் குற்றம் சொல்லிவிட முடியாதபடிக்குச் சிரத்தையாகவே பதிப்பிக்கப்பட்டிருந்தது. அவள் ஓவியக் கலையின் தீவிர ரசிகையென்று முதல் சந்திப்பின்போது பெரியவர்கள் பேச்சிலிருந்து தெரிந்துகொண்டதாக அவன் அவளிடம் சொன்னான். எதேச்சையாக வீட்டிற்கு வர நேர்ந்தவனுடைய கைகளில் ஏற்கெனவே ஒரு பரிசுப் பொருள் எப்படித் தங்கியிருக்க முடியும் என்று பாகீரதி அவனைக் கேட்கவில்லை. கேட்கத் தோன்றவில்லையா அல்லது தோன்றியும் கேட்கவில்லையா என்பது நமக்குத் தெரியாது. அவளுக்கு அப்போது வயது பதினாறு. வாசுதேவன் அதைக் கையில் வைத்துக்கொண்டு வாசற்படியில் நெடுந்தூரத்திலிருந்து ஓடி வந்தவனைப்போல மூச்சிறைத்தபடி நின்றிருந்த காட்சி அவளுக்குப் பிடித்திருந்தது. ஏனோ அது காரணமில்லாத ஒரு சந்தோஷத்தை அவளுக்குக் கொடுத்தது (நிச்சயமாக அதற்கு ரெம்ப்ராண்டின் சித்திரம் காரணமில்லை). கேள்விகள் கேட்டால் அந்தத் தன்னை மறந்த சந்தோஷம் பிரக்ஞையால் கண்டுபிடிக்கப்பட்டு தன் குழந்தைமையை இழந்துவிடுமென்று அவளுடைய அந்தப் பருவம் அவளுடைய உதவியின்றியே யோசித்திருக்கக்கூடும். அது தன் தகப்பனின் கைகளிலிருந்து ஒரு புதிய உடையைப் பெறும்போதோ ஆசிரியரிடமிருந்து அதிக மதிப்பெண்களுடன் விடைத்தாள்களைக் கையில் வாங்கும்போதோ உண்டாகக்கூடிய, உடம்பிற்குள்ளிருந்து வெளியே கிறீச்சிடலாயும் ஆனந்த நடனமாயும் பொங்கிப் பிரவகிக்கும் தூலமான சந்தோஷமில்லை. வெளிப்படுத்தவோ பகிர்ந்துகொள்ளவோ தேவையில்லாத, பரிசைக் கொடுத்தவருக்குத் தன்னுடைய திருப்தியை தெரியப் படுத்த வேண்டிய நியாயமான கடமையைக்கூட நினைவுபடுத்தாத ஒரு சுயநலமிக்க, ரகசியமான ஆனால் அழுத்தமான உவகை அது. சரியாகச் சொல்ல வேண்டுமானால் அது அவளுடைய பத்தாவது பிறந்த தினத்தன்று ஐராவதமய்யர் தன் அலுவலகத்தின் குப்பைத் தொட்டியில் கிடந்தது என்று எடுத்துக் கொண்டுவந்து தந்த ஜெமினியின் மூன்று சித்திரங்களைக் கையில் வாங்கிய போது அவளுக்கிருந்த அதே மனநிலைதான். அதாவது தனக்கு என்ன நேர்கிறது என்பதைத் தெரிந்துகொள்ள முடியாத ஒரு குழப்பமான, ஆனால் மறுக்கத் தோன்றாத உணர்வு. மனம் பூரித்தது

என்பதென்னவோ வாஸ்தவம்தானென்றாலும் வினோதமான முறையில் அவள் அதை ஒருவித வலியின் பகுதியாகத்தான் உணர்ந்தாள். பின்னாளில் யோசித்துப் பார்த்தபோது அது ஜெமினியின் அந்த மூன்று அற்புதமான படைப்புகளும் தன்னுடைய தேச பக்தி மிகுந்த சகாக்களால் கைவிடப்பட்டுக் கிடந்தன என்று ஐராவதமய்யர் சொன்னதால் உண்டான வேதனையோ என்றுகூட அவளுக்குத் தோன்றியிருக்கிறது. அதுபோலவே வாசுதேவனுடைய பரிசைப் பெறும்போது உண்டான வலியும் ஓர் அற்புதமான இயற்கைக் காட்சியின் சித்திரம் காலாவதியான வாழ்த்தட்டையொன்றின்மேல் தங்கியிருந்தது என்கிறவொரு ஒத்த உணர்வினால் தோன்றியதாக இருக்கலாம். தனக்காக ஜெமினியின் சித்திரத்தைக் கைப்பற்ற அந்த இளைஞன் ஏன் அத்தனை சிரமப்பட்டானென்கிற பாகீரதியினுடைய கேள்விக்கு வெறும் பார்வையை மட்டுமே அவனிடமிருந்து பதிலாகப் பெற்றபோது அவள் மனதில் பல வருடங்களுக்குப் பிறகு அதே சந்தோஷம் கலந்த வலியும் அதைத் தொடர்ந்து ஜெமினியின் படைப்புகளுடனான முதல் பரிச்சயம் மற்றும் வாசுதேவனுடனான முதல் சந்திப்பின் நினைவுகளும்தான் பொங்கிப் பிரவகித்தன. அதைத்தான் அவள் வாசுதேவனிடம் சொல்லப் பயந்தாள். ஏனெனில் வாசுதேவனும் அவளை முதன்முதலில் பார்த்தபோது அதே போன்ற உணர்வையே தானும் அடைந்ததாக அவளிடம் பலமுறை கூறியிருக்கிறானாதாலால் ஜெமினியின் பரிசுப் பொருள் வந்த விதம் பற்றித் தெரிந்துகொள்ளும் கணத்திலேயே அதற்கான காரணத்தையும் அவன் அறிந்துகொண்டுவிடுவானென்பதில் அவளுக்குச் சந்தேகமேயிருக்கவில்லை. ஒரு வித்தியாசம், வாசுதேவன் ரெம்ப்ராண்டின் சித்திரத்துடன் அவள் முன்னால் வந்து நின்றபோது ஒரு மந்தகாச உணர்வை அவளுடைய பதினாறு வயது மனம் அனுபவித்ததே தவிர அது இன்னதென்று பிரித்தறிந்து பார்த்து இனங்கண்டுகொள்ளும் முதிர்ச்சியை அது அப்போது அடைந்திருக்கவில்லை. ஐராவதமய்யரிடமிருந்து ஜெமினியின் சித்திரங்களை வாங்கியபோது பிள்ளை மனதிலுண்டான அந்தச் சந்தோஷ வலி அவளுடைய மனதில் தங்கி நினைவடுக்கின் ஆழத்தில் பதுங்கிக்கொண்டிருந்ததால் வாசுதேவனின் கைகளி லிருந்து ரெம்ப்ராண்டின் சித்திரத்தை வாங்கியபோது உண்டான மயக்கத்தை அவள் தனக்கு அப்போதுதான் முதன்முறையாக நிகழ்ந்ததென்று கருதிக்கொண்டுவிட்டாள். எனவே அது அவள் எதிர்பாராமல் நிகழ்ந்ததாக அமைந்துவிட்டது. அதன் அழுத்தத்தை அவளால் தாங்கிக்கொள்ள முடியவில்லை. வாசுதேவனை இரண்டாம் முறையாகச் சந்தித்த அன்று

மாலை அவள் காரணமற்ற காய்ச்சலில் விழுந்துவிட்டாள். அது சரியாவதற்கே இரண்டு நாட்கள் பிடித்தது. பிறகு வாசுதேவனைப் பார்க்கும்போதெல்லாம் அந்தக் காய்ச்சலின் மணம் அவளைப் பற்றிச் சுழன்றுகொண்டேயிருப்பதாயும் ஆகிவிட்டிருந்தது. அவள் ரொம்ப நாட்கள் அவன் தன்னைப் பார்க்க வரும்போதுதான் தனக்கு அப்படி நிகழ்கிறது என்று நினைத்துக்கொண்டிருந்தாள். பிறகுதான் அது அவன் சந்திக்க வரும்போதல்ல, மாறாக அவன் உருவம் கண்களிலிருந்து மறையும்போதுதான் துவங்குகிற தென்பதையும் உள்ளுக்குள்ளேயே கனன்று அவன் வரும் தருணங்களில் தன்னைக் காட்டிக்கொள்கிறது என்பதையும் தெரிந்துகொண்டாள். நாம் முன்பே சொன்னபடி, வேண்டுமா வேண்டாமா என்று அறுதியிட்டுச் சொல்லிவிட முடியாத, சட்டென்று ஒரு பெயரால் இனங்கண்டுகொண்டுவிட முடியாத குழப்பமான உணர்வுகள் பதினாறு வயதுப் பெண்ணான அவளை அலைக்கழித்துக்கொண்டிருந்த நாட்கள் அவை.

ஆனால் பதினான்கு வருடங்களுக்குப் பிறகு ஓர் ஆடவன் தன் காலடியில் (இது பாகீரதியினுடைய மனோரதம். உண்மையில் அது வீட்டு வாசலில் என்றிருக்கவேண்டும்) தனக்குப் பரிசளிக்கவென்று ஒரு சித்திரத்தைக் கொண்டுவந்து வைத்தபோதும் விதியின் விளையாட்டில் முதல் சுற்று ஒன்று பூர்த்தியானதைப் பூடகமாகச் சொல்லுவதைப்போல அது ஜெமினியின் இறப்பென்னும் துயரச் செய்தியைத் தாங்கிக்கொண்டு தன்னிடம் வந்து சேர்ந்தபோதும் இவன் ஏதோ அவரை எரித்த சாம்பலிலிருந்து உயிர்த்தெழுந்த ஃபீனிக்ஸ் பறவைபோல தானும் ஜெமினிதானென்று தன்னைச் சொல்லிக்கொண்டபோதும் மீண்டும் அவள் வயிற்றில் வந்து பாய்ந்த அந்தப் பழைய, மந்தகாசமான கலக்கவுணர்வு முன்புபோல அவளை உடனே காய்ச்சல் படுக்கையில் தள்ளிவிட வில்லை (அதற்கு வேறு தீர்மானமோ திட்டமோ எதுவும் இருந்திருக்கும்போல). அதனுடைய தாக்குதலில் நிலைகுலைந்து விடாமலிருந்ததற்குத் தன்னுடைய வயதிற்குரிய பக்குவமும் சமூக அந்தஸ்து குறித்த பொறுப்புணர்வும் பிரக்ஞையும்தான் காரணம் என்றும் தான் இன்னும் சிறுவயதுப் பிள்ளையில்லையென்றும் நினைத்துப் பாகீரதி ரகசியமாகப் பெருமைப்பட்டுக்கொண்டாள். உண்மையில் திண்ணைப் படிகளின் எதிர்க் கரையிலிருந்து ஜெமினியின் விழிகள் தன் விழிகளை ஊடுருவிய கணத்தில் உடல் முழுவதையும் ஒருமுறை நடுங்கச் செய்தபடி அந்த வலி அவளுக்குள் பிரவேசித்தபோது, வந்தாயா, வா என்று அதை நேருக்கு நேராகப் பார்த்துச் சொல்கிற மனநிலைதான் அவளுக்கு இருந்தது. உன்னையும் உன் விளையாட்டுகளையும் நான்

நன்கறிவேன், பிசாசே, இந்த முறை உன் குறும்புத்தனமெல்லாம் என்னிடம் பலிக்காது. ஆனால் அது அத்தனை எளிதில் அவளை விட்டுவிடுவதாய் இல்லை.

பழகிய குழந்தையைப் போல அவளுடைய முழுக் கவனத்தையும் இழுத்துத் தன்னிடமே தக்க வைத்துக்கொள்வதற்கு முயன்றது, வெறும் ஊசிக் குத்தல்போல அவள் விழிகளினுள் பாய்ந்த ஜெமினியின் பார்வையொளியை பலவாகப் பெருக்கி அடுப்பிலும் சுவரிலும் துணிகளிலும் தண்ணீரிலும் சவுக்காரத்திலும் உணவிலும் இருட்டிலும் வெளிச்சத்திலும் சாலைப் போக்கு வரத்திலும் ஒட்டி வைத்து அவற்றிலெதுவுமே அந்தப் பார்வையைத் தவிர வேறெதுவுமில்லையென்று அவள் பிரமிக்கும்படி செய்து விளையாடியது, கனவுகளைப் பெறுவதற்கு இனி தனியாக மதியத் தூக்கத்தை நாடிப் போக வேண்டுமா என்று யோசித்தபடி (அந்தச் சமயங்களில்தான் சில தடவைகள் ஜெமினியினுடைய வருகையும் நிகழ்வதாக இருந்தது) உள்ளறையின் நுரையிருக்கைகளிலொன்றில் அமர்ந்தபடியே விதானத்தை வெறிக்கப் பார்த்துக்கொண்டிருக்கும் பழக்கத்தைப் புதிதாக அவள்மீது திணித்தது, தனியே இருக்கும் நாள் முழுதும் தானே தன்னோடு பைத்தியத்தைப்போல முணுமுணுப்பாக எதையோ பேசிக்கொண்டேயிருக்கும்படி வற்புறுத்திவிட்டு மாலையில் வாசுதேவன் மற்றும் ஹேமாவின்முன் வாயைத் திறக்கும்போது வார்த்தைகள் மொத்தமும் தீர்ந்து போயிருப்பதைக் கண்டு அவள் திடுக்கிட்டுப் போகும்படி ஆக்கிவைத்தது, லஜ்ஜையின்றி உரிமையுடன் அவள் உடலின் அந்தரங்கங்களைத் தொட்டு விளையாடியது. அதன் இம்சை முதலில் பாகீரதியைக் கோபப்படுத்தியதென்னவோ உண்மைதான். இதென்ன உபத்திரவம், வேலை செய்யவிடாமல் என்று அவள் அதைக் கடிந்துகொள்ளக்கூடச் செய்தாள். ஆனால் பாகீரதி எப்படி அதற்குப் பயப்படவில்லையோ அதுபோலவே அந்தப் பிசாசும் அவளுடைய அதட்டல்களுக்குப் பயப்படவில்லை (பாகீரதியின் கோபத்தில் அதை அடக்கக்கூடிய வலுவோ விருப்பமோ இருக்கவுமில்லை. அவளுடைய மனதிலும் கோபத்தைவிட அதன் வரவின் மீதான ஆச்சரியம்தான் மேலோங்கியிருந்தது). ஒருமுறை ஜெமினி அவளை ஒரு மதிய நேரத்தில் சந்தித்துப் பேசிக்கொண்டிருந்துவிட்டுச் சென்றபிறகு தனக்குள் நிலைகொள்ளாமல் துள்ளிக்கொண்டிருந்த அந்த வலியைப் பார்த்து அவள் கேட்டாள், நீ இன்னும் உயிரோடுதான் இருக்கிறாயா, வாசுவுடன் நான் பழகிக்கொண்டிருந்த எட்டு வருட காலமும் என்னைப் பாடாய்ப் படுத்திக்கொண்டிருந்த உன்னிடமிருந்து சிறிது சிறிதாக அவனிடம் நெருங்கி நான்

என்னை மீட்டுக்கொண்ட பிறகு உன்னை இனிப் பார்க்கவே போவதில்லையென்றல்லவா எண்ணிக்கொண்டிருந்தேன், எங்கு ஒளிந்துகொண்டிருந்தாய் இத்தனை நாளும். அந்தப் பொல்லாத வலி அவளை ஒரு சுழி சுழித்துவிட்டுச் சொன்னது, இங்கேதான், உன் மதியத்தூக்கத்தினடியில். பாகீரதி சினத்துடன், அப்படிக் கோழையைப் போல கனவுகளுக்குள் பதுங்கிக்கொள்ள வேண்டிய அவசியமென்ன வந்தது, தைரியமிருந்தால் தூக்கத்திற்கு வெளியில் வாசு என்னெதிரே இருக்கும்போதே என்னை இப்படி அலைக்கழிக்க முயற்சித்திருக்க வேண்டியதுதானே, நான் யாரென்பதை அப்போது காட்டியிருப்பேனே, இப்படி முன்பின் அறிமுகமில்லாத ஒரு புதிய மனிதனின்முன் வந்து சேர்ந்து என்னை அவமானப்படுத்துவானேன் என்றாள். அவள்முன் பொங்கி வழிந்துகொண்டிருந்த சோற்றுக் கஞ்சியின்மீது தன்னைப் படிய வைத்துக்கொண்டிருந்த அந்த விசித்திர உணர்வு சொன்னது, வாசுதேவனா உனக்காக அத்தனை பாடுபட்டு ஜெமினியின் சித்திரத்தைத் தேடிக் கொண்டு வந்தார். ஏன், அவரும்தான் அதற்காகச் சிரமப்பட்டார், அவருக்கு இதில் கிஞ்சித்தும் ஆர்வமோ அக்கறையோ கிடையாதெனினும் நான் விரும்பிக் கேட்டேனென்கிற ஒரே காரணத்திற்காகவே மெட்ராஸ் வரை போய் ஜெமினியைத் தேடிப் பார்த்துவிட்டு வந்தார், நான் சரியென்று சொல்லியிருந்தால் இந்த ஜெமினி செய்திருக்கும் அதே காரியத்தை அவரும் எனக்காகக் கண்டிப் பாகச் செய்து தானிருந்திருப்பார், இவனுடைய தேடலுக்கு அகப்பட்ட அசல் ஜெமினியின் குடும்பத்தினர் வாசுவின் கண்களுக்கு அகப்படாமலா போயிருப்பார்கள். அடி பேதைப் பெண்ணே என்று அவள் எரிச்சலடையும்படி கொஞ்சியது அந்த வலி (இதற்குள் அது வடிகஞ்சியின் உச்சியிலிருந்து வீடு துடைக்கும் துணிக்கு இடம் மாறியிருந்தது), தெரிந்தும் தெரியாததுபோல கேட்கிறாயே, வாசுதேவனுடைய அலைச்சலும் ஜெமினியினுடைய அலைச்சலும் ஒன்றாகிவிடுமா. ஏன் ஆகாது, இருவருமே என் அன்பிற்காகத்தான் இதைச் செய்கிறார்கள் எனும்போது. அதென்னவோ உண்மைதான், ஆனால் பார் பாகீ, வாசுதேவன் இதைச் செய்தாலும் செய்யாவிட்டாலும் அவன்மேல் நீ இப்போது செலுத்தும், இனிமேலும் செலுத்தவிருக்கும் அன்பின் அளவுமேல் அவனுக்குச் சந்தேகம் எதுவும் இருக்கப் போவ தில்லை, ஆனால் ஜெமினியின் நிலை அப்படியில்லையே, அவன் அந்தச் சித்திரத்தின் மூலமாகத்தான் தன் இருப்பையே உனக்குத் தெரியப்படுத்திக் கொள்ளவேண்டுமென்கிற நிர்பந்தம் இருக்கிறது, அதுகூட ஒருபுறம் இருக்கட்டும், அப்படியே அவன் தன் இருப்பைத் தெரியப்படுத்திக்கொண்டாலும்கூட அவனையோ

அவனுடைய பரிசையோ நீ ஏற்றுக்கொள்வாயா என்பதிலேயே நிச்சயமுமில்லை, அப்படியிருக்கிறபோது அதைச் செய்ய அவன் முனைந்தானில்லையா, அநிச்சயத்தின்மீது கட்டப்பட்ட அந்த அன்புதான் விக்கிரமாதித்யனின் தோளிலிருந்து கிளம்பி வேதாளம் மீண்டும் முருங்கை மரத்தின்மீது ஏறிக்கொண்டதைப்போல என்னை உன் மதிய நேரத்துக் கனவுகளிலிருந்து கிளப்பி நிஜத்துடன் உறவாடச் செய்திருக்கிறது. அடக் கடவுளே என்றாள் பாகீரதி. அப்படியும் உன் இருப்பு அநிச்சயத்தின்மேல் கட்டப் பட்டது தானா. பதிலுக்குத் துடைக்கும் துணி அவளைப் பார்த்துக் கேட்டது, நீதான் சற்று யோசித்துப் பாரேன், பல வருடங்களுக்குமுன் வாசுதேவன் உன் கைகளில் ரெம்ப்ராண்டின் ஓவியத்தைப் பரிசளித்த கணத்தில் உன்னுள் நான் முகிழ்த்தபோது நீ அதைக் கைகளில் வாங்குவாயா மாட்டாயா என்கிற அநிச்சயம் அவனுக்கு இருந்தது உண்மையா இல்லையா. ஆமாம் என்றாள் பாகீரதி. நீயும் வாசுவும் காதலர்களாயிருந்த காலம் முழுக்க சிறு சிறு ஸ்பரிசங்களின் மீதான, குறைந்தபட்சம் ஒரு முத்தப் பரிமாறலுக்கான வேட்கையும் அநிச்சயமும் வயிற்றில் பந்தாகச் சுருண்டுகொண்டு உங்கள் மௌனத்தை சிருஷ்டித்துக் கொண்டேயிருந்ததாயில்லையா. ஆமாம், ஆமாம். உன்னுடைய மதிய நேரத்துக் கனவுகளின் நிஜத் தன்மை உன்னைக் குழப்பிய காலங்களிலெல்லாம் அதன்மீது இதே விதமான அச்சமும் மகிழ்ச்சியும் கலந்த கலக்கவுணர்வு உன் வயிற்றில் நாள் முழுக்கத் தங்கியிருந்ததா இல்லையா. ஒத்துக்கொள்கிறேன் என்றாள் பாகீரதி. உண்மையில் அவள் தன்னுள்ளே திரண்டு கேள்விகளால் தன்னைத் திணறடித்துக்கொண்டிருந்த அந்தப் பிசாசின் தர்க்க வாதத்தைக் கண்டு திடுக்கிட்டுத்தான் போயிருந்தாள். ஆனால் உனக்கான காலம்தான் முடிந்துவிட்டதே, எனக்குத் திருமணம் ஆகிவிட்டது, இனி அநிச்சயத்தின்மேல் தங்கியிருக்கும் உன்னை மறுபடியும் வயிற்றில் கட்டிக்கொண்டு மிகுதி வாணாளைக் கடத்திக்கொண்டிருப்பது என்னால் முடியாது, நிச்சயத்தன்மை உன்னைக் கரைத்துவிடுமென்றால் அடுத்த முறை அந்த ஜெமினி இங்கே வரும்போது அவனிடம் வெளிப்படையாகப் பேசி விஷயங்களை உறுதிப்படுத்திவிடுகிறேன் என்றாள் கடுமையான மூச்சிரைப்பிரைனூடே. முயன்று பார் என்று அசிங்கமாகச் சிரித்துக்கொண்டே சொன்னது கூடத்துச் சுவரிலிருந்த வாசுதேவன் பாகீரதியின் திருமணப் புகைப்படம் (ஜெமினியின் பார்வையொளி இப்போது துடைக்கும் துணியிலிருந்து தாவி அங்கேதான் உட்கார்ந்திருந்தது).

ஆனால் பாகீரதியால் ஜெமினியிடம் அந்த நிச்சயத்தைப் பேசிவிடவே முடியவில்லை. வருடங்களுக்கு முன்பு வாசுதேவனின்

வரவுகள் இதுபோன்ற மயக்கங்களைக் கொடுத்துக்கொண்டிருந்த சமயங்களில் அதை எப்படித் தக்கவைத்துக்கொள்வதென்கிற யோசனைகளிலேயேயன்றி அதிலிருந்து தப்பித்துக்கொள்ளும் முனைப்பில் அந்த உணர்வுடன் சுணங்கிச் சண்டையிட்டு இந்தவிதமான வற்புறுத்தல்களையோ சுயசங்கல்பங்களையோ சூளுரைகளையோ ஏற்றுப் பழகியிராததால் அது குறித்த சம்பாஷணையை எப்படித் தொடங்கி எப்படிக் கொண்டு செல்லவேண்டுமென்பதற்கான முன்னனுபவம் எதுவும் அவள் கைவசம் இருக்கவுமில்லை. மேலும் உலக நடப்பாகவேகூட அதைப்பற்றிப் பேசுவதென்பது அபத்தமான காரியமாக அவளுக்குப்பட்டது. காரணம், ஜெமினியின் பார்வைதான் அடிக்கடி அவளைக் குத்தித் துணுக்குறச் செய்துகொண்டிருந்ததே தவிர அவனுடைய பேச்சோ உடலசைவோ அதிலெதையேனும் பற்றிக்கொண்டு அவனுடைய சிந்தனைப் போக்கின் மையம் இதுதானென்பதைச் சட்டென்று முகத்திலடித்தாற்போல சுட்டிக்காட்டிப் பேசிவிடுவதற்கு வாய்ப்பான ஒரு சிறிய, முறை பிறழ்வான சமிக்ஞையைக்கூட வெளிப்படுத்தவில்லை. எந்தச் சந்திப்பின்போதும் அவன் முன்திண்ணைப் பிரவேசத்தோடு தன் எல்லையை முடித்துக்கொள்ளும் நாகரிகத்தைக் கைவிடவுமில்லை. எப்போதுமே அவர்கள் படிகளால் பிரிக்கப்பட்டிருந்த எதிரெதிர் கரைகளிலேயே அமர்ந்திருந்தார்கள். அவர்களுடைய உரையாடல் பாகீரதியின் குடும்பத்தைப் பற்றியும் (ஜெமினி தன்னுடைய குடும்பத்தைப்பற்றி நேயர்களுக்கு நாம் குறிப்பிட்ட விபரங்களுக்கு மேல் அவளிடம் எதையும் தெரிவிக்கவில்லை. அவன் எதையும் மறைக்க முயன்றானென்பதில்லை, மாறாக ஜெமினி என்கிற பிம்பத்தின்மேல் பாகீரதிக்கிருந்த பிரேமையை முன்வைத்து அவன் அவசியம் ஏற்படும் வரை அந்தப் பெயர் விளையாட்டைப் பாகீரதியின் ஒப்புதலுடனேயே விளையாடிக்கொண்டிருக்க விரும்பினான்), அவர்களிருவருடைய பொதுவான விருப்பு வெறுப்புகளைப் பற்றியும், அரசியல் பற்றியும் (பாகீரதிக்கு அரசியலில் தீவிரமான ஈடுபாடு இருந்ததென்று சொல்ல முடியாது. ஆனால் அவள் எம்ஜியாரின் பரம ரசிகை. அந்த விருப்பம் வேறெந்த எம்ஜியார் ரசிகரையும் போலவே அவர் சார்ந்த அரசியல் நிகழ்வுகளை அரசியலுக்கு அப்பாற்பட்ட ஓர் அப்பாவித்தனமான சமூக உளவியல் காரணங்களால் அளந்து பார்த்து நியாயம் கற்பிக்க முயலும் மயக்கத்தை அவளிடமும் விதைத்திருந்தது (எம்ஜியார் என்கிற, ஒவ்வொரு தனி மனிதக் கனவிற்குள்ளும் ஊடுருவுகிற ஒரு பிம்பம் (அதாவது ஒரு பொய்) திமுகவிலிருந்து தன்னை அறுத்துக்கொண்டு தனிக்கட்சி ஆரம்பித்ததை நாம் ஓர் அதிசயமாகப் பார்க்கவே முடியாது, பகுத்தறிவு வேண்டுமானால் அவர் கணக்குக் கேட்டதைக் காரணமாகச் சொல்லித் தன்னைச்

சமாதானப்படுத்திக்கொள்ளலாம், ஆனால் உண்மை அதுதானா, அல்லது அதுமட்டும்தானா, புதுக்கட்சி ஆரம்பித்த மறுவாரம் வடக்குமாசி வீதியில் அவர் நடத்திய அறிமுக ஊர்வலத்தைப் பார்ப்பதற்கு நான் போனேன், கூப்பிடு தூரம்தானே, மேலும் ராமாயணச் சாவடியருகே ஹேமாவுடைய தோழியின் வீடு இருக்கிறது, அவர்கள் வீட்டு மொட்டை மாடியிலிருந்துகொண்டு வசதியாக, தெளிவாக, முதல்முறையாக நான் அந்தக் கனவு மனிதரைப் பார்த்தேன், அவருடைய உருவம் ஒரு பகிரங்கப் படுத்தப்பட்ட உண்மை, ஆனால் அவருடைய கண்ணாடியும் தொப்பியும் புன்சிரிப்பும்தான் எத்தனை வன்மையாக அந்த உண்மையை மறுத்துக்கொண்டிருந்தன, கருணாநிதி ஒரு கூட்டத்தி னிடையே தோன்றுவதற்கும் இந்த மனிதர் தோன்றுவதற்கும்தான் எத்தனை வித்தியாசம், சுற்றியிருக்கும் அத்தனை ஜனத்திரளுக்கும் கருணாநிதி ஒரு பூர்த்தியான பொது அனுபவம் (அதாவது நிஜம்), ஆனால் எம்ஜியார், தரையிலிருந்தும் விளக்குக் கம்பங் களின் உச்சியிலிருந்தும் மொட்டை மாடிகளிலிருந்தும் வாகனங்களிலிருந்தும் அவரைப் பார்த்துக் கண்ணீருடன் கதறிக் கொண்டிருந்த ஆயிரக்கணக்கான தனி மனிதர்களுடைய, பிறருடன் பகிர்ந்துகொள்ள முடியாத, திரும்பத் திரும்ப நிகழ்ந்து கொண்டிருக்கிற, பூர்த்தியாகவேயாகாத தனித்தனிச் சொப்பனம், தனித்தனி ரகசியம், தனித்தனிப் பொய், அவர் பொய் என்பது மட்டும்தான் அங்கிருந்த அத்தனை மனிதர்களும் அறிந்திருந்த பொதுவான உண்மை, எம்ஜியார் வெறும் பிம்பம் என்று கருணாநிதி சொல்லும்போது அவர்கள் நிச்சயமாக அவரை மட்டுமாவது அப்படியிருக்க அனுமதியுங்கள் என்பார்கள், வஞ்சிக்கப்பட்ட மக்களுக்குப் பொய் சோறு போடுமா என்று பகுத்தறிவு கேட்கும்போதெல்லாம் ஏன் எப்போதுமே முன்னேறிய வகுப்பினரெல்லோரையும் ஞானம் மற்றும் கனவுகளுடனும் பின்தங்கியவர்களைச் சோற்றுப் பருக்கைகளுடனுமே இணைத்துப் பார்க்கவேண்டும் என்கிற கேள்வியும் அவர்களிடமிருந்து எழும் சாத்தியம் இருக்கிறதுதான்). ஜெமினியால் கொள்கை ரீதியாகவோ வரலாற்று ரீதியாகவோ திமுகவில் நிகழ்ந்த மாற்றங்களுக்குத் தர்க்க ரீதியான விளக்கமெதையும் சொல்லி அவளுக்குப் புரிய வைக்க முடியவேயில்லை) மற்றும் திரைப்படங்கள் பற்றியுமே (ஜெமினி ஒரு தீவிர சிவாஜி ரசிகன். சிவாஜியினுடைய நடை உடை பாவனைகளுக்காகவும் அவருடைய காதல் காட்சிகளுக்காகவும் அவர் தன்னை வெளிப்படுத்தத் தேர்ந்தெடுத்துக்கொள்ளும் திரைப்படக் கதைகளுக்காகவும் அவர் வெளிப்படுத்தும் பிராமணச் சாயலுக்காகவும் அவரை ரசிப்பவர்கள் மத்தியில் ஒரு சாதாரண நிகழ்வின்மேல்கூட அவருக்கிருக்கும் நுண்மையான அவதானிப்பிற்காக, யாருமே கவனித்துவிட முடியாத வகையில்

அவருடைய தனித்தன்மையுள்ள ரசிகனாக இருந்தான் அவன் (சிவாஜி வெளிப்படுவது அவர் உரத்துப் பேசும்போதோ உணர்ச்சிவசப்பட்டு அழும்போதோ அல்ல, அல்லது எங்க மாமா படத்தில்போல கைக்குழந்தை தூங்குவதற்காகக் கண்களில் கருணை வழியப் பாடும்போதும் அல்ல (அது எந்த நடிகரும் செய்வதுதான்), தூங்குமுன்பாக அந்தக் குழந்தைக்குப் புட்டிப்பால் ஊட்டும்போது ரப்பர் துளையிலிருந்து பால் சரியாகச் சுரக்கிறதா என்று தன் கைவிரல்களில் ஊற்றிச் சோதித்துப் பார்க்கும்போதுதான் சிவாஜியால் வெளிப்பட முடியும், இருவர் உள்ளம் திரைப்படத்தில் பல பெண்களைக் கண்ட ஒரு ஸ்திரீலோலனின் வயிற்றை முதன்முதலாகத் தாக்கும் உண்மையான காதலின் வலியை சிவாஜியைத் தவிர வேறு யாராலும் இனியெப்போதும் அப்படியொரு வினாடி நேரத்துப் புருவச் சுளிப்பின் வழியே அத்தனை உன்னதமாக வெளிப்படுத்தி விட முடியாது) அமைந்திருந்தது.

சில நேரங்களில் அவள் அவனிடம் ஜெமினியின் சித்திரங்களைப் பற்றிக்கூடப் பேசினாள் (இந்த ஜெமினிக்கும் வாசுதேவனைப் போலவே அதில் அத்தனை நாட்டமில்லையென்றாலும் வாசுதேவனைப் போலவே அவளுக்காகக் கேட்டுக்கொண் டிருந்தான். வீட்டிற்குள் நுழையும் மற்றயெல்லாரையும் போலவே அவனும் அவளிடம் வாசலைப் பார்த்துத் தொங்கவிடப்பட்டிருந்த மூன்று சித்திரங்களைப்பற்றிக் கேட்டபோது, இருண்ட காட்டின் பின்னணியிலிருந்து ஓர் ஆணோடு வெளிப்படும் இரண்டு பெண்களின் சித்திரமானது உண்மையில் ஆணைத் தொடர்வதிலிருந்து விடுபட்டு அவனுக்கு இணையாகவும் பிறகு அவனைத் தாண்டியும் நடந்து சம்பிரதாயங்களின் புதர்களுக்கு வெளியிலான உலகை நோக்கி அவனை வழி நடத்த முனையும் ஒரே பெண்ணின் இரண்டு அசைவுகளையும் பின்னணியில் வெறும் கானகத்தையன்றி மற்றபடி அவர்களுக்கு முன்புறம் என்ன இருக்கிறது என்பதை அறிந்துகொள்ள முடியாதபடி அந்தச் சூழலைச் சித்திரப்படுத்தியிருப்பதானது அவளுடைய அசைவுகள் நிகழும் கால நீட்சியையும் குறிக்கும் இரண்டு பிம்பங்களின் சித்திரமென்றும், சீரற்றதும் உயர்ந்திருப்பதுமான செவ்வக வடிவக் கட்டங்களின்முன் இருக்கும் (விழுந்து கிடக்கும்) ஓர் ஒளிரும் உருண்டை வஸ்துவைக் கவ்விப் பிடிக்க முனையும் நிழலுருவ விலங்கைக் காட்டும் சித்திரமானது நாகரீகத்தின் உருவகமாக, இன்னும் தூலமாக உருப்பெற்றிராத உயர்ந்த கட்டிடங்கள் மற்றும் அவற்றாலெழும்பவிருக்கும் எதிர்காலத்தையும், மனிதனுடைய ஆதி மனதின் உருவகமாக அடையாளம் தெளிவாகப் புலப்படாத விலங்குருவம் மற்றும் இறந்த காலத்தையும், உருவாகிக்

கொண்டிருக்கும் (அல்லது இனிமேல்தான் உருவாகவிருக்கும்) எதிர்காலம் நோக்கிய மனித குலத்தின் முயற்சி அல்லது அது குறித்தான நித்தியக் கனவின் உருவகமாகத் தகத்தகாயமாய் ஒளிரும் தங்க நிறக் கோளத்தையும் குறிக்கும் படைப்பு என்றும், இறைந்து கிடக்கும் சுவடிக் கட்டுகளுக்கிடையிலிருந்து உடலை வளைத்து வில்லாக்கி உயரே கிளம்பிக்கொண்டிருக்கும் ஒரு பெண்ணின் உருவத்தைக் கொண்ட சித்திரமானது தாமரைப்பூ, வெள்ளை யானைகள், மயில்கள், வீணையின் நாதம் என்று ஒரு கனவு மயமான பிரதேசத்திற்குள் கல்வியை அடைக்க முயலும் ரவிவர்மாவின் புகழ்பெற்ற சித்திரத்திற்கு எதிராக வரையப்பட்ட, சுவடிகளால் குறிக்கப்படும் சாஸ்திரோக்தமான கல்வியை உதறிவிட்டு மண்ணில் வேர்கொள்ளும் ஞானத்தைக் கைப்பற்ற எத்தனிக்கும் புதிய சரஸ்வதியின் உருவமென்றும் அவளை அப்படிக் குறிப்பதற்காக மட்டுமே இரண்டு அன்னப் பறவைகள் வரையப்பட்டிருக்கின்றனவென்றும் அவளுடைய தரையை உந்தியெழும் நிலையானது இருப்பதில் திருப்தி கொள்ளாத மனநிலையையும் அவள் தீண்ட முயலும் வெண்ணிற வெளியானது விடியலுக்கான தத்துவங்களையும் குறிக்கின்றன என்றும் அவள் அவற்றை விளக்கிக் கூறினாள் (உண்மையில் இது பாகீரதிக்கே அவள் அதுவரையில் யோசித்திராத புதிய விளக்கமாக அமைந்தது). இவற்றினூடு அவள் வயிற்றில் சதா கனன்றுகொண்டேயிருந்த கலக்கம் செய்த விசித்திரமென்ன வென்றால் மூன்று சித்திரங்களைப் பற்றிக் குறிப்பாயும் சித்திரக் கலையைப் பற்றிப் பொதுவாயும் ஜெமினியுடன் பேசிக் கொண்டிருந்தவற்றையெல்லாம் மாலையில் வாசுதேவனுடன் அவள் பகிர்ந்துகொள்ள முனையும்போது அவை வயதான ஓவியர் ஜெமினியால் அன்று அவளுக்கு உபதேசிக்கப்பட்டவையாக மாற்றம் பெற்றன. சொல்லப்பட்டவையெல்லாம் கேட்கப் பட்டவையாக மாறிக் குழப்பவாரம்பித்தபோதெல்லாம் பாகீரதி நிஜமாகவே இவை தனக்கு நிஜமாகவே நடந்துகொண்டு தானிருக்கின்றனவா என்கிற சந்தேகத்திற்குள்ளும் தன்னை மீறி விழுந்து தவித்துக்கொண்டிருந்தாள். ஏனெனில் ஜெமினியின் வரவென்பது எல்லா மதியங்களிலும் நிகழ்ந்து அதைச் சாதாரணத்துவத்திற்குள் இழுத்து யதார்த்தமாக மாற்றுவதாக அமையவில்லை (அப்படி வருவதும் முன்திண்ணையிலமர்ந்து பேசிக்கொண்டிருப்பதும் சுற்றியிருப்பவர்களின் கவனத்தை ஈர்த்துவிடுவதாக அமைந்துவிடுமென்று இருவருமே, பகிரங்க மாகப் பேசிக்கொள்ளாத, ஒரு புரிதலுக்கு இயல்பாகவே வந்திருந்தார்கள்). எனவே அவன் சாலையின் எதிர்ப் பக்கத்தில் நிற்கவில்லையென்பதை உறுதிசெய்துகொண்டபின் அவள்

வழக்கமான தனது மதியத்தூக்கத்தையும் கனவுகளையும் மேற்கொள்ளும் பொழுதுகளும் அந்த நாட்களினுள் பிரிக்கவியலாதபடி கலந்திருந்தன. அந்தக் கனவுகளுக்குள்ளும் சிலவேளைகளில் ஜெமினி வந்து மௌனமாக அவளை உற்றுப் பார்த்துக்கொண்டிருப்பதோ அல்லது எதையேனும் பேசிவிட்டுச் செல்வதோ நிகழ்ந்துகொண்டுதானிருந்தது (இப்போது ஜெமினியை அவருடைய சித்திர உருவங்களிலேதேனுமொன்றாகப் பார்க்க வேண்டிய அவசியமும் தீர்ந்து போயிருந்தது). கனவிலும் நிஜமாக நடப்பதைப்போலவே பாகீரதி வீட்டினுள்ளிருந்து கம்பியழிகளின் இடையினூடாக வெளியே தன் பார்வையை எறிந்து சாலையின் எதிர்க்கரையில் ஒரு ஜெமினியைத் தனக்காக உருவாக்கித்தான் வரவழைத்துக்கொண்டிருந்தாள். செப்டம்பர் 17ஆம் தேதி அனுபவத்தின் பயனாக பிறகு ஒருபோதும் வாயிற்கதவை உட்பக்கம் பூட்டிவிட்டுப் படுப்பதற்கு அவள் மறக்கவேயில்லை யென்றாலும் தூக்கத்தின் நடுவே கனவின் அழுத்தம் தாளாமல் தன் உடல் மட்டும் எழுந்திருந்து வீட்டினுள் செய்யும் வேலைகள்மீதும் அவளுக்குக் குழப்பமும் கவலையும் வந்துவிட்டிருந்தது. உதாரணமாக, முன் திண்ணையிலிருந்து எழுந்து வீட்டிற்குள் நுழையும் விருப்பத்தை ஜெமினி அவளிடம் தெரிவிப்பதாயும் (இந்த விருப்பம் அவருடைய குரலாக வெளிப்படாமல் அவருடைய சைகையாகவோ பார்வையாகவோதான் வெளிப் பட்டதாக பாகீரதிக்கு நினைவிருந்தது) அதற்கு, நான் லீலா நாயுடுவாக இருந்து உங்களை வரவேற்க ஆசைப்படுகிறேன், என்று சம்பந்தமில்லாத பதிலொன்றைத் தான் சொல்லுவதாயும் (இது அவளுடைய குரலிலேயேதான் வெளிப்பட்டது) கனவு கண்ட ஒரு மதியத்தில் தூக்கம் பூர்த்தியாகித் தன் வழக்கமான நேரத்தில் எழுந்திருந்த அவள் தங்க நிறச் சட்டமிடப்பட்டுக் கூடத்தில் மாட்டியிருந்த, ஹேமாவும் வாசுதேவனும் அவளும் ஒரு தாஜ்மஹால் சித்திரப் பின்னணியில் ஒருவர் மற்ற இருவரையும் அணைத்தபடி சிரித்துக்கொண்டிருக்கும் புகைப்படம் அங்கிருந்து கழற்றப்பட்டுப் படுக்கையறைச் சுவரிலிருந்த ஓர் ஆணியில் மாட்டப்பட்டிருப்பதையும் படுக்கையறையிலேயே ஒரு மூலையில் சார்த்தி வைக்கப்பட்டிருந்த லீலா நாயுடுவின் சித்திரம் அந்தப் புகைப்படம் இருந்த சுவரில் தொங்கிக்கொண்டிருப்பதையும் கண்டு மிரண்டுபோய்விட்டாள். எத்தனை யோசித்தும் அதை எப்படிச் செய்தோமென்கிற ஞாபகமே (வழக்கம்போல) அவளுக்கு வரவில்லை. இரண்டையும் கழற்றி முன்பிருந்த ஸ்திதியில் வைக்கும் தைரியமும் கைகூடவில்லை (மீண்டுமொருமுறை அதைச் செய்ய மாட்டோமென்கிற நம்பிக்கை அவளுக்கு இல்லாதிருந்திருக்கலாம்). மாலையில் வாசுதேவன் கேட்டபோது

தங்களுடைய ஜோடிப் பொருத்தம் பிறருடைய கண்ணெறிக்குக் காரணமாக அமையக்கூடுமென்றும் தான் பரிசளித்த சித்திரத்தை இன்னும் மாட்டி வைக்காமலிருப்பது தனக்கு வருத்தத்தை யளிக்கிறது என்று ஜெமினி சொன்னதாகவும் சொன்னாள். அன்றிலிருந்து மேலும் இரண்டு புதிய விஷயங்களும் நிகழத் துவங்கின. ஒன்று, ஜெமினி வந்து தன்னைச் சந்தித்துவிட்டுச் செல்வதை வாசுதேவனுடன் பகிர்ந்துகொள்ளும் வழக்கத்தை அவள் அன்றோடு நிறுத்திவிட்டாள். ஜெமினி அவருடைய ஊருக்குக் கிளம்பிப் போயாயிற்று என்று சொல்லி அதற்கு முற்றுப்புள்ளி வைக்கப்பட்டுவிட்டது. இரண்டு, லீலா நாயுடுவின் சித்திரம் கூடத்துச் சுவருக்கு வந்ததற்குப் பிறகு நடந்த இந்த ஜெமினியின் வருகையின்போது (அவனுடைய நேரடி அறிமுகம் உண்டாகிக் கிட்டத்தட்ட நான்கு மாதங்களுக்குப் பிறகு) அவனுடைய கண்களில் கனவில் தான் கண்ட அதே இறைஞ்சலைப் பார்த்துவிட்டுப் (அந்த இறைஞ்சல் அதற்கும் முன்பிருந்தே அவனிடம் இருந்திருக்கவேண்டும். எனவே அவள் தன் கனவின் மூலமாக அதை அடையாளம் கண்டுகொண்டாள் என்று சொல்லுவதுதான் சரி) பாகீரதி தானே முதல்தடவையாக அவனை வீட்டினுள் வரும்படி அழைத்தாள்.

வீட்டினுள்ளும் அவர்களிருவரும் மேலே குறிப்பிட்டவற்றைத் தவிர்த்து வேறெதையும் பிரமாதமாகப் பேசிவிடவில்லைதான். ஆனால் போகப் போக அந்தப் பொதுப்படையான உரையாடலினடியில் மௌனமாகப் பேசப்பட்டுக்கொண் டிருப்பதெல்லாம் அவையல்லாத வேறொரு விஷயமென்று அரைகுறை இருட்டோடு அவர்களை இறுக்கமாகச் சுற்றி வளைத்துக்கொண்டிருந்த சுவர்கள் இதயத் துடிப்பு காதுகளில் வந்து அறையுமளவிற்குப் பாகீரதியின் காதுகளில் உரக்கச் சொல்லத் தொடங்கிவிட்டிருந்தன. ஜெமினியுடன் எதை நேரடியாகவே பேசிவிடும்படி அவை அவளை நச்சரித்தனவோ அதைப் பேசத் துணிவு இன்னும் கைகூடாமலும் அதேவேளையில் அவற்றின் இரைச்சலைத் தாங்கிக்கொள்ள முடியாமலும் அவள் அதைத் தன்னுள்ளிருந்து வடித்துக்கொண்டுவிடும் தந்திரத்துடன் அதே விதமான அனுபவங்களாலும் உணர்வுகளாலும் நிறைந்திருந்த, வாசுதேவனுடனான தன் காதல் கதையையும்கூட ஒருநாள் ஜெமினியிடம் விஸ்தாரமாகச் சொல்லிவைத்தாள் (அதை நாம் நேயர்களுக்கு விரைவில் சொல்லுவோம்). அதைக் கேட்ட பிறகு எதிரே அமர்ந்து தன்னை உற்றுப் பார்த்தபடியேயிருந்த, தன்னால் விலக்கிவிட முடியாத, அந்த மனிதனுக்கு வெட்கத்தினாலோ பொறாமையினாலோ குற்றவுணர்வினாலோ அல்லது குறைந்த

பட்சம் பரிதாபத்தினாலாவது தன் மாயப் பிடியிலிருந்து அவளை விடுவித்துவிடும் பெருந்தன்மையும் யோசனையும் ஏற்பட்டு விடுமானால் அதுவும் நல்லதற்குத்தானென்பதும் அந்தக் கதை சொல்லலின் நோக்கமாயிருந்தது (வாசுதேவன் பாகீரதி இருவரினுடையதும்கூட வலியும் எதிர்ப்பும் சந்தேகங்களும் திருப்பங்களும் நிறைந்த விசேஷமான காதல் கதைதானென்பதால் அதற்குப் பிற மனிதர்களின் தலையீட்டைத் தங்கள் வாழ்விலிருந்து அப்புறப்படுத்திவிடும் வலிமை உண்டு என்று அவள் நம்பினாள்). ஆனால் ஜெமினியோ முகத்தில் எந்த பாவத்தையும் காண்பிக்காமல் மாறாத வேட்கையின் பார்வையோடு அவள் தன் மதிய நேரத்துக் கனவொன்றைச் சுவைபடச் சொல்வதை ரசித்துக் கேட்டுக் கொண்டிருப்பதைப்போல அதைச் செவிமடுத்துவிட்டு எழுந்து போய்விட்டான். அதற்குப் பிறகு அவள் ஏதோ தன் கடைசி அஸ்திரத்திற்கான வாய்ப்பையும் தவறவிட்டுவிட்டதைப்போல உள்ளேயே வைத்திருந்த அழுத்தம் அவளை வெளிப்படையாகவே பிறர் கண்களுக்குப் புலப்படுமளவில் அலைக்கழிக்கத் தொடங்கி விட்டது. வாசுதேவனால் அதை நிச்சயம் அடையாளம் கண்டு கொண்டுவிட முடியும் என்று அவள் அஞ்சினாள். பகிர்ந்து கொள்ளக்கூடிய ஒரே நபர் ஜெமினிதான். ஆனால் அவனோ அவள் தன்னைத் திறந்துகொள்வதற்கான ஒரு நெகிழ்ச்சி யான சந்தர்ப்பத்தைக்கூட உருவாக்கத் தைரியமில்லாத பலவீனனாக வந்துபோய்க்கொண்டிருந்தான். மொத்தத்தில், சுற்றிலும் நெருப்பைப் பற்ற வைத்து ஒரு தேளை நடுவே கொண்டுவந்து நிறுத்தி அது கொடுக்கைத் தூக்கிக்கொண்டு இங்குமங்குமாக அலைந்து தவிப்பதைப் பார்த்துச் சிறு பிள்ளைகள் சந்தோஷப்படுவதைப்போல பாகீரதியின் வயிற்றினுள் ஏறிக் கனத்துக்கொண்டிருந்த அந்த வலி அவளை எதையுமே செய்யவியலாதவளாக ஆக்கித் தவித்துச் சுழலும்படி செய்து கைகொட்டிச் சிரிப்பதாய் ஆகிவிட்டிருந்தது. மேலும் இத்தனைக்கப்புறம்தான், அதாவது அவளுடைய எச்சரிக்கை நடவடிக்கைகளையும் தன்னம்பிக்கையையும் வீம்பையும் முன்னனுபவங்களின்மீதான ஞாபகங்களையும் முழுவதுமாகப் புறந்தள்ளிவிட்டு, வளர்ந்து அவளை முழுவதுமாக நிறைத்து அதற்குமேல் முடியாது என்கிற நிலைவரை கொண்டுவந்து மூச்சுத் திணறச் செய்தபிறகுதான், அவளுடைய பதினாறு வயதில் ஒரு நாள் அவளைப் படுக்கையில் வீழ்த்திய திடீர்க் காய்ச்சலால் அந்தக் கலக்கவுணர்வு அவளைப் பெருங்கருணையுடன் ஆட்கொண்டது. பாகீரதியும் தொடர்ந்து நடமாடவோ வேலை செய்யவோ தென்பு அற்றுப்போய்விட்ட நிலையில் அன்றாடப் பிரச்சனைகளின் இடையீடின்றி, புரையோடிப்போன புண்ணைப்

பிதுக்கிச் சீழை எடுப்பதுபோல வலிக்க வலிக்கச் சிந்தித்து மனம் பூரா பரவிக்கிடக்கும் யோசனைகளையும் பயங்களையும் தீர்த்துக்கொண்டுவிடும் வெறியுடன் பூரணியம்மாளைக் கல்கத்தாவிலிருந்து வரவழைத்து வீட்டைப் பார்த்துக்கொள்ளச் சொல்லிவிட்டு நேராகக் குடும்ப மருத்துவர் கிச்லேயின் மருத்துவ மனைக்குப் போய் அங்கிருந்த படுக்கையொன்றிலேறிப் படுத்துக் கொண்டுவிட்டாள். இடைவிடாத காய்ச்சல், நரம்புத் தளர்ச்சி ஏற்பட்டுவிட்டதைப்போல சதா உடல் நடுக்கம், வயிற்றுப் போக்கு மற்றும் ஒழுங்கு தவறிய உதிரப் போக்கு. பாகீரதி மறுபடியும் மனப் பிராந்தியெதற்கும் ஆட்பட்டுவிட்டாளோ என்று வாசுதேவன் முதலில் பயந்துபோனான். ஆனால் கிச்லே அது உண்மையாகவே அஜீரணக் கோளாறினால் ஏற்படும் உடல் உபாதைதான் என்று சான்றளித்துத் தினசரி அலுவல்களில் கவனப் பிறழ்வு ஏற்பட்டுப் புதிய தலைவலிகளை உண்டாக்கிக்கொண்டுவிடாதபடி அவனைச் சமாதானப்படுத்திவைத்தார்.

பாகீரதி ஒரு வாரம் மருத்துவமனையில் இருந்துவிட்டு வீடு திரும்பினாள். முதல் இரண்டு நாட்கள் படுக்கையில் சாய்ந்தபடியே முன்திண்ணையற்ற மதியப் பொழுதுகளை அனுபவிப்பதானது உணர்வுகளின் ஓதத்தைக் குறைத்துச் சாந்தப்படுத்துவதாயும் வேறு சிந்தனைகளில் கவனம் செலுத்த அனுமதிக்கக் கூடியதாயும் தனக்கு நடந்துகொண்டிருப்பவை பற்றியும் அதன் விளைவு களைப் பற்றியும் சற்றே விலகி நின்று சிந்தித்துத் தெளிவானதும் உறுதியானதுமான சில முடிவுகளைக் கண்டுபிடிக்க உதவுவதாயும் வயிற்றுக் கலக்கத்தை மட்டுப்படுத்தும் ஔஷதமாயும் அவளை உணரச் செய்தது. மூன்றாவது நாள் மனக் குரங்கு மறுபடியும் மரத்திலேறிக்கொண்டு கண்கள் வாசற்கதவையும் சன்னலைத் தாண்டித் தெரிந்த கிருஷ்ணராயர் தெப்பக்குளச் சாலையின் எதிர்பக்கத்தையும் பார்க்கவாரம்பித்துவிட்டன. தான் இத்தனை பலவீனமாக ஆகியிருப்போமென்று பாகீரதி எதிர்பார்க்கவே யில்லை. எதுவுமே நிகழாமல் மதியப் பொழுது நகர்ந்து கொண்டிருப்பதை அவள் மனம் ஏற்றுக்கொள்ள மறுத்து அடம் பிடித்தது. மதியம் கடந்து பிற்பகல் தொடங்கியபோது அந்த மறுப்பு கோபமாயும் பிறகு ஆத்திரமாயும் மாறியது. அது தணியவே தணியாமல் மாலையில் வாசுதேவனும் ஹேமாவும் வந்தபோது என்னவோ பைசா பெறாத காரணத்தை முன்னிட்டுக்கொண்டு (அவன் தன் சட்டையை இரண்டு நாட்களாக மாற்றாமலே இருந்திருப்பானாயிருக்கும், அல்லது ஹேமாவின் தலை சரியாகப் பின்னப்படாமலிருக்குமாயிருக்கும், அல்லது அவள் தன் வீட்டுக் கணக்கு நோட்டை மருத்துவ மனைக்கே எடுத்து

வந்திருப்பாளாயிருக்கும்) அவர்கள்மேல் வெடித்தது. இருவரும் வசவு வாங்கிக் கட்டிக்கொண்டு தலையைத் தொங்கப் போட்டபடி திரும்பிப் போனபின் கைளை மடக்கிப் படுக்கையில் குத்தியபடி குப்புறப்படுத்துக்கொண்டு ஒரு பதினைந்து நிமிடம் சத்தமில்லாமல் மூசுமூசென்று அழுதுகொண்டிருந்தாள். பிறகு திரும்பி மல்லாந்து படுத்துக் கண்களையும் துடைத்துக் கொண்டு வீம்புடன் அறை விதானத்தைச் சிறிதுநேரம் வெறிக்கப் பார்த்துக்கொண்டிருப்பது, கொண்டுவரப்பட்ட உணவை வேண்டுமென்றே புரையேறும் வரையில் கவளம் கவளமாக உருட்டி தொண்டைக்குள் தள்ளுவது, காற்று அடைபட்டு நோய் வயப்பட்ட சுவாசத்தின் நாற்றம் கம்பளிப் போர்வைக்குள்ளேயே சுழன்றுகொண்டிருக்கும் பிரக்ஞையேயில்லாமல் கால் முதல் தலை வரை இழுத்துப் போர்த்திக்கொண்டு அது தன்னை இந்த நாசகார உலகத்திலிருந்து நிரந்தரமாகப் பிரித்து விடுதலை செய்துவிட்டதைப்போல பிணம் மாதிரி அசையாமல் படுத்துக் கிடப்பது என்றிருந்தாள். எல்லாம் அடுத்த நாள் மதியம் வரைதான். அந்தப் பொழுது நெருங்கியவுடன் மீண்டும் அத்தனை உறுதிகளும் தளர்ந்து கண்ணோரத்தில் நீர் கசிய பார்வை சன்னலைத் தாண்டி வெளியே குதித்து விடுகிறது. பாகீரதியின் வேதனை சொல்லத்தரமன்று. இவற்றோடுகூட அவள் நிகழ்ந்துவிடுமோவென்று பயந்துகொண்டேயிருந்த ஒரு விஷயமும் மருத்துவமனையைவிட்டு வெளியேறுவதற்கு முதல் நாள் நடந்தேவிட்டது. ஒவ்வொரு நாள் மதியமும் மிகுந்த அச்சத்துடனேயே, ஆனால் தவிர்க்க முடியாதபடித் தூக்கத்தால் ஆட்கொள்ளப்படுவதும் (வேறு வழியேயில்லை, யாரும் அருகிலில்லாத அம்மாதிரியான பொழுதுகளை அந்தப் பழகிய பிசாசு நன்றாகவே தெரிந்து வைத்திருந்தது) கண் விழித்தபின் அசம்பாவிதம் எதுவும் நிகழாமலே அந்த மதியம் கடந்து சென்றுவிட்டதைக் கண்டு நிம்மதிப் பெருமூச்செறிவதுமாக அவள் இருக்கக் கடைசி நாளுக்கு முந்தைய நாள் மதியத்தூக்கத்தில் அவள் அந்தக் கனவைக் கண்டேவிட்டாள். அது அவள் வீட்டின் முன்திண்ணையில் ஜெமினி பிரவேசிக்கும் வழக்கமான காட்சியிலிருந்துதான் தொடங்கியது. ஆனால் ஏதோவொரு தருணத்தில் அது ஒரு நதியின் கரையாக மாறியிருந்தது. பெரிய நதி. பிரம்மாண்டமான, கண்ணுக்கெட்டிய தூரம் வரை மரங்களோ புல்புதர்களோகூட இல்லாமல் சித்திரை மாதத்து நடுப்பகல் வானத்தைப்போல துப்புரவாகத் துடைக்கப்பட்டிருந்த படுகை. கிட்டத்தட்ட ஒரு பாலைவனம் என்றே சொல்லலாம்போல பட்டுப் போன்ற, உறுத்தாத மணல்வெளி. கனவு அவளுடைய சொந்த

உலகமென்பதால் மட்டுமே அதுவொரு ஆற்றங்கரையென்று அவள் நிச்சயமாக அறிந்திருந்தாளே தவிர நதியென்று தனியாக எதுவும் அங்கே ஓடிக்கொண்டிருக்கவில்லை. மறைந்த நீரோட்டமொன்றின் தடம்கூட காணக் கிடைக்கவில்லை. ஒருவேளை அம்மாதிரியான பிரதேசத்தைத்தான் அந்த உலகத்தில் வாழ்ந்துகொண்டிருந்தவர்கள் நதிக்கரையென்று பெயரிட்டு அழைத்துக்கொண்டிருந்தார்களோயென்னவோ. ஆனால் படுகையில் நீரோட்டமில்லாதிருந்தது மட்டுமல்ல, உயிர்களெதுவும் வசிக்கின்றனவென்று சொல்வதற்கான அடையாளங்கள்கூட அங்கே இல்லாமல்தானிருந்தது. சரியாகச் சொல்லவேண்டுமானால் அவர்களிருவருடைய தலைக்குமேல் மேகக் கறைகளற்ற துல்லியமான பெரிய வானம், காலின் கீழே அதற்குச் சற்றும் சளைக்காதபடி, காற்றின் தடம்கூட இல்லாத பெரு மணல் பரப்பு, தொடுவானத்தில் இரண்டின் விளிம்புகளும் கலக்கும்போது நீலம் வெண்ணிறமாகவோ வெண்ணிறம் நீலமாகவோ இழிந்து ஒன்றுக்குள் ஒன்று செருகிக்கொள்ளச் சிலசமயம் அவர்கள் படுத்துக்கிடப்பது தரையிலா ஆகாயத்திலா என்று சொல்ல முடியாத (அதுபற்றி அக்கறையுமற்ற) குழப்பம். இருவருமே, வேறு நிறங்களை அந்த வெளியில் நுழைக்க முயன்றால் ஒருவேளை அங்கிருந்து வெளியேற்றப்பட்டு விடுவோமோயென்று பயந்தவர்களைப்போல கிட்டத்தட்ட மணல் நிறத்தினாலேயேயான தங்களுடைய உடல்கள் படுகையின் நிறத்துடன் பேதமின்றி இழைந்து கிடக்க (அல்லது அந்த எல்லையற்ற மணற்பரப்பேதான் தொடர்ந்து அப்படிச் சலனமேயில்லாமலிருப்பதில் சலிப்புற்று ஒரு புள்ளியில் இரு மனிதவுடல்களாகத் தன்னைச் சற்றே முடிச்சிட்டு அழகு பார்த்துக் கொண்டதைப்போல) ஆடைகளற்ற முழு நிர்வாணத்துடன் ஒருவர்மீது ஒருவர் முயங்கிக்கொண்டிருந்தார்கள். பூமிக்கடியில் புதையுண்டிருக்கும் ஜந்து ஒன்று வெளிவர முயற்சிப்பதைப்போல மணல் துகள்களின் தொகுப்பொன்று பொங்குவதும் குழிவதும் நீள்வதும் குறைவதும் சுழல்வதும் நிலைப்பதுமான காட்சியாக இருந்ததே தவிர அது இரண்டு மனிதவுயிர்களின் முயக்கமாக, அரூபமாக அதை வெளியிலிருந்து கவனித்துக்கொண்டிருந்த பாகீரதியின் கண்களுக்குப் புலப்படவேயில்லை (உயிர்களின் சஞ்சாரமே அங்கேயில்லையென்கிற விவரணைகூட அவர்களிரு வரின் அம்மாதிரியான இருப்பை உள்ளடக்கியதாகத்தான்). மேலும் வானும் மண்ணும் அங்கே உண்டாக்கப்பட்ட காலத்திலிருந்தே அதை நிகழ்த்திக்கொண்டிருப்பதைத் தவிர வேறெதற்கும் தாங்கள் பணிக்கப்படவில்லையென்பதைப்போலவும் ஒற்றை மிகையசைவினால்கூட அந்தத் தூய வெளியின் களங்கமற்ற விரிவில் லயப் பிசகை ஏற்படுத்திவிடக்கூடாது என்கிற

நிபந்தனையுடனேயே அதற்கு அனுமதிக்கப்பட்டவர்கள் போலும் அவர்களிருவரும் அத்தனை மெதுவாயும் அத்தனை மௌனமாயும் அத்தனை நிதானமாயும் அத்தனை பூடகமாயும், அதுயென்னவோ தாங்களே காணக் கூடாத ரகசியம் என்கிற ரீதியில், தங்கள் உடலுறவை நிகழ்த்திக்கொண்டிருந்தார்கள். ஜெமினி பாகீரதியின் பெயரை உச்சரிக்கிறானென்பது தெரிகிறது. பாகீரதியும் ஜெமினி என்று முணுமுணுக்கிறாள்தான். ஆனால் வாயிலிருந்து வெளியே கசிந்ததுமே அந்தக் குரல்கள் நிறத்தாலும் திடத்தாலும் மணல் தன்மை கொண்டு சுற்றியிருக்கும் வெளியினுள் அடையாளமின்றிக் கரைந்துவிடுகின்றன. அவை நிச்சயம் அங்கேதான் அலைந்துகொண்டிருக்க வேண்டும். ஆனால் கண்டுபிடிப்பது கடினம். கடினமல்ல, வியர்த்தம். எனவே ஒரு ஜோடி உதடுகள் அசைவதானது இன்னொரு ஜோடி உதடுகளைத் தேடுவது என்கிற தோற்றத்தைத்தான் கொள்ள முடிகிறதேயன்றி பேசுகின்ற பாவத்தை அந்தக் கனவைக் கவனித்துக்கொண்டிருக்கும் பாகீரதியினுடைய துயிலின் கண்களுக்குச் சிருஷ்டித்துக் கொடுக்க முடியாமலிருக்கிறது. ஒரு சமயம் அது வெறும் தோற்றப் பிழையென்றும் முடிவு செய்துகொண்டுவிட முடியாதபடி அடுத்த நொடியே அந்த இரண்டு ஜதை உதடுகள் தாங்கள் தேடுவதை அடைந்தும் விடுகின்றன. பிறகு அவை ஒன்றன்மேலொன்று படிந்து (அல்லது ஒன்றுக்குள் ஒன்று புதைந்து) பிரிதலற்று உறைய அங்கே கண்களுக்குத் தெரியாமல் ரகசியமாக உயிர்த்துக்கொண்டிருந்த காலவெளியும் அழிக்கப்பட்டுவிடுகிறது. மேலும் அப்போது (இனி அப்போது, பிறகு, அதையடுத்து, அந்தத் தருணத்தில், அவர்கள் அப்படியிருந்தபோது என்று சொல்வதெல்லாம் இடத்தை நிரப்புவதற்காகவோ வாக்கியங்களை இணைத்து முழுமைப்படுத்துவதற்காகவோ பயன்படுத்தப்படும் வெற்றுச் சொற்குவியல்தான். அவற்றுக்குப் பொருளேயில்லை. எதுவும் எதற்கு முன்பும் நிகழவில்லை. எதுவும் எதாலும் தூண்டப்பட்டு அதைப் பின்தொடரவுமில்லை. நிகழ்ந்ததெல்லாம், நிகழ்ந்த பொழுதிலல்ல, மாறாக நிகழ்ந்ததன் மீதே நிகழ்ந்தது. மற்றும் நிகழ்த்திக்கொண்டியிருந்தது) அசைவற்று உறைந்து நின்றது அவர்களுடைய உதடுகள் மட்டுமாகவேயிருந்தது. அந்த உறைவை மையமாகக் கொண்டு அவற்றைத் தவிர பிற உறுப்புகள் யாவும் பார்வைக்கு வெளியே முழு அசைவில் ஈடுபட்டுக்கொண்டே யிருந்தன. கைகள் கைகளை உணர்ந்து பிணைந்துகொண்டன, விடுவித்துக்கொண்டன, தோள்களைப் பற்றிக்கொண்டன, திருப்தியின்றிக் கீழிறங்கின, இருவரில் ஒருவருடைய கை விரல்கள் இருவரில் ஒருவருடைய மார்பில் படிந்தன, இருவரில் ஒருவருடைய கரங்கள் இருவரில் யாரோ ஒருவருடைய

இடுப்பைத் துழாவின, எந்த நிலையிலும் இருப்புக்கொள்ளாத அதிருப்தியில் ஓர் உடலுக்கு அடியில் இன்னொரு உடல் வளைப் பிராணியைப்போல பதுங்கிக்கொண்டது, அல்லது காட்டு மிருகத்தைப்போல அதை வாரித் தன்மேல் போட்டுக்கொண்டது, பிறகு இரண்டிலுமே திருப்தியுறாமல் உடலுக்குள்ளேயே புகுந்துகொண்டுவிட முன்னியது, யாரேனும் ஒருவர் உதடுகள் வழியாகவென்றால் பிறிதொருவர் நகங்களால் கிழிக்கப்பட்ட சதைத் துளையின் வழியாக அல்லது உடலை உடலால் நிலத்தோடு அழுத்தி மணல் துகளோடு மணல் துகளாகக் கரைப்பதும் கரைத்துக்கொள்வதுமான முடிவோடு. எந்த உடல் நுழைந்தது எந்த உடல் உள்வாங்கியது என்பதை அதைப் பார்த்துக்கொண்டிருந்த விழிகளால் உண்மையிலேயே கண்டுபிடிக்க முடியவில்லை. ஏனென்றால் அதுதான் காலவெளியில் நிகழவில்லையே. அவர்களுடைய இரண்டு வாய்களுமே திறந்துகொண்டன. ஒலியற்ற குரலை வெளியே பீறிட்டன. இரண்டு கைகளுமே எதிரேயிருந்த உடலை விட்டுவிட்டு, பற்றிக்கொள்ள வேறொரு பிடியைத் தேடிக் காற்றை இலக்கின்றித் துழாவித் துளைத்தெடுத்தன. இரண்டு கால்களுமே ஒன்றையொன்று விலக்க முயற்சிக்காமல் உதைத்துக்கொண்டன. நதிக்கரையென்று அதைச் சொன்னது அங்கே ஒரு மாய நதி இறந்த காலத்தில் இருந்ததாலல்ல, மாறாக இனிப் பெருகவிருக்கும் ஒரு நதியின் கரையாக மாற அது ஏற்கெனவே விதிக்கப்பட்டிருப்பதாலென்பது இப்போதுதான் வெளியரங்கமாவதைப்போல அவர்களிருவருடைய உடலிலிருந்து வியர்வையும் கண்களிலிருந்து கண்ணீரும் பளிச்சென்று கொப்பளித்து இறங்கி நிலத்தில் படிந்தது. பாகீரதி பாதித் தூக்கத்திலேயே விழித்துக்கொண்டுவிட்டாள். அவளுடைய பரவசம் முழுவதும் வடிந்திருந்தது. வியர்வையில் படுக்கை முழுக்க நனைந்திருந்தது. மனம் பூரா வெட்கத்திலும் அவமானத்திலும் அச்சத்திலும் நடுங்கிக்கொண்டிருந்தது. காய்ச்சலும் உபாதைகளும் முற்றிலுமாக அவள் உடலைவிட்டு நீங்கிவிட்டிருந்தன.

மருத்துவர் கிச்லே தன் மருந்துகளின் மகத்துவத்தை அந்த அளவு எதிர்பார்த்திருக்கவில்லை. குழப்பத்துடன் தனக்குத் தானே பேசி எதையோ இல்லையென்று தலையை ஆட்டி மறுத்துக்கொண்டே அவர் அவளை அன்று மட்டும் கவனிப்பில் வைத்திருந்துவிட்டு மறுநாள் காலையில் அவளை வீட்டிற்குக் கூட்டிச் செல்லலாமென்று வாசுதேவனிடம் சொல்லிவிட்டார். வீடு திரும்பிய பிறகும் நீடித்துக்கொண்டிருந்த பாகீரதியின் மௌனம் நெடிய நோயிலிருந்த களைப்பின் விளைவு என்று எண்ணிக்கொண்ட வாசுதேவன் அவளாக அவனை அணுகும்வரை அவளைத் தொந்தரவு செய்வதில்லையென்று

இரவுகளில் ஹேமாவுடன் கூடத்திலேயே படுத்துக்கொண்டான். பூரணியம்மாளின் படுக்கை எப்போதுமே முன்திண்ணைத் தரைதான். அவர் மேலும் ஒரு வாரம் பாகீரதிக்குத் துணையாக இருந்துவிட்டு செங்கோட்டைக்குக் கிளம்பிப் போனார். அந்த ஒரு வாரமும் பாகீரதி ஒரே சமயத்தில் வாசுதேவனின் கண்களைச் சந்திக்க அஞ்சுபவளாயும் பூரணியம்மாள் ஆச்சரியப்பட்டுக் கொள்ளும்படி மதிய நேரங்களில் உறங்கச் செல்வதற்குப் பதிலாகக் கம்பியழிக் கதவுகளின் வழியே சாலையையே பார்த்துக்கொண்டிருப்பவளாயும் ஆகிவிட்டிருந்தாள். ஒரு வாரமும் அதன் எதிர்க்கரை வெறிச்சோடியேதானிருந்தது. கடந்துபோன நாட்களில் ஒருமுறைகூடத் தன் முகத்தைக் காட்ட முயற்சிக்காத ஜெமினியின்மீது ஒரு பழிவாங்கலாக அவன் அங்கே வந்து நிற்பது போலவும் ஒவ்வொரு நாளும் இன்று தன்னைச் சந்திக்க முடியாது என்று சொல்லும்விதமாக வீட்டினுள்ளிருந்தபடியே அவனுக்குத் தான் சைகை செய்வது போலவும் அவன் முகத்தைத் தொங்கப் போட்டுக்கொண்டு தளர்ந்த நடையுடன் திரும்பிச் செல்வதைக் கண்டு இரக்கத்துடனும் குரூரத் திருப்தியுடனும் ரசிப்பது போலவுமான ஒரு காட்சியை அவள் தன் மனதிற்குள் தினமுமே கற்பனை செய்துகொண்டு அது நிகழ்வதற்காகக் காத்துக்கொண்டிருந்தாள். ஆனால் அவளுடைய கற்பனைக்கு நேரெதிராக ஜெமினிதான் அவள்முன் தன்னைக் காண்பித்துக்கொள்ளாமலும் மறுக்கும் சந்தர்ப்பத்தை அவளுக்குக் கொடுக்காமல் தானே தொடர்ந்து எடுத்துக்கொண்டும் அவளை மேலும் தளர்வடைபவளாயும் அதனால் சினங்கொள்பவளாயும் ஆக்கிக்கொண்டிருந்தான். இந்தக் கோபத்தில் பூரணியம்மாள் கிளம்பிப்போன அன்று இரவு பாகீரதி வாசுதேவனை வலிய அழைத்து படுக்கையிலிறுத்திக்கொண்டாள். ஆனால் அவளுடைய வீம்பு அதற்குமேல் செயல்பட முடியவில்லை. வாசுதேவனுடைய முகம் அவளுடைய முகத்தை நெருங்கி வந்தபோது தன்னுள்ளிருந்து அழுகையோ அல்லது ஒரு பெரும் அலறலோ வெடித்து அவனைக் கலவரப்படுத்தி மீண்டும் பிரச்சனைகளைப் புதிதாகத் துவக்கி வைத்துவிடுமென்று அஞ்சி அவள் அவனுடைய முகத்திலிருந்து கீழிறங்கி மார்பில் தன் முகத்தைப் புதைத்துக்கொண்டுவிட்டாள். அந்த நிலையில் அவளுடைய யோசனையில் ஓடியது என்னவென்றால் ஜெமினி என்பவன் இனி வரவே போவதில்லை, உண்மையில் அவன் அவள் கைகளுக்கு ஜெமினியின் மூன்று சித்திரங்களை அவளுடைய தந்தை கொண்டுவந்து கொடுத்த காலத்திலிருந்து அவள் மனதில் வளர்ந்துகொண்டிருந்த ஏதோவொரு நிறைவேறாத கற்பனையின் நிஜ வடிவம்போலவே வந்து அன்று மருத்துவமனைப் படுக்கையில் அதன் பூரணத்துவம் கைகூடியபின், கரைந்துபோன

காய்ச்சலுடனே சேர்ந்து அவளைவிட்டு நீங்கிச் சென்றுவிட்ட அவளுடைய ஒரு மதிய நேரத்துக் கனவு. அந்த யோசனை தனக்குச் சந்தோஷத்தைக் கொடுக்கிறதா துக்கத்தைக் கொடுக்கிறதா என்றுகூட அவளால் சரியாகப் பிரித்துணர்ந்துகொள்ள முடியவில்லை. அந்தக் குழப்பத்துடனேயே அவள் அன்றிரவு தூங்கிப்போனாள். மறுநாளும் அந்தக் குழப்பம் அவளை அலைக்கழித்துக்கொண்டுதானிருந்தது. ஆனால் அது நெடுநேரம் நீடிக்கவில்லை. அன்று மதியம், அதாவது பூரணியம்மாள் சென்றதற்கு மறுதினம், ஜெமினி மிகச் சரியாக பாகீரதியின் வீட்டின்முன் தோன்றிவிட்டான். அவனைக் கண்களில் கண்டவுடன் (அவள் முதலில் செய்தது முதல் தடவை போலவே முன்திண்ணையில் தான் வழக்கமாகப் படுத்திருக்கும் இடத்தைத் திரும்பிப் பார்த்ததுதான்) அவளுடைய கோப வேதாளம் மறுபடி முருங்கை மரத்திற்கு ஏறிவிட்டது. அவள் அவனை நோக்கி உள்ளே வரும்படியோ திரும்பிச் செல்லும்படியோ எந்தச் சைகையும் காட்டாமல் வெறுமே அவனிருந்த திசையை மையமாகப் பார்த்துக்கொண்டு கூடத்தின் நிலைவாயில்முன் நின்றுகொண்டிருந்தாள். ஜெமினியும் சிறிதுநேரம் அவளுடைய சமிக்ஞைக்காகக் காத்துக்கொண்டிருந்தான். பிறகு அவளுடைய சிலைத் தன்மைக்குக் காரணத்தைப் புரிந்துகொண்டவனாக, முதல் தடவையாக அவளுடைய அழைப்பை எதிர்பார்க்காமலேயே சாலையைக் கடந்து வந்து வீட்டின்முன் நின்றான். பிறகு கதவையும் திறந்தான் (கதவைப் பாகீரதி இன்னும் பூட்டியிருக்கவில்லை). முன்திண்ணைப் படிகளிலேறி அவளருகே வந்தான். சில வினாடிகள் தன்னை முறைத்துப் பார்த்துக்கொண்டிருக்கும் அவளைத் தானும் விளையாட்டாக முறைத்துப் பார்த்தான். பிறகு அவளுடைய அனுமதியின்றியே கூடத்தினுள் நுழைந்து அதன் அரைகுறை இருட்டினுள் தன்னைப் பிணைத்துக்கொண்டு நின்றுவிட்டான். பாகீரதி தன்னைக் கடந்து சென்றவனைப் பார்த்துக்கொண்டேயிருந்தபின் வேறு வழியில்லாமல் அவன் பின்னே தானும் கூடத்தினுள் நுழைந்தாள். அவனுக்கு நேரெதிரே போய்க் கால்களைத் தரையிலும் கைகளை இடுப்பிலும் வலுவாக ஊன்றிக்கொண்டு, நான் சாகக் கிடந்தேன் தெரியுமா என்று கேட்டாள். பிறகு, அதற்குக் காரணமும் நீங்கள்தான் தெரியுமா என்று உறுமினாள். ஜெமினியின் முகத்திலிருந்த கேலிப் புன்னகை மறைந்துவிட்டது. அந்த இடத்தைக் காலக் கணக்கற்ற முதுபெரும் சோகமொன்று பற்றிக்கொண்டது. அவன் தலையைக் குனிந்து கொண்டு நின்றானேயொழிய (வழக்கம்போல) பதில் பேசவில்லை. இப்போது மீண்டும் சரியாக நான் தனியாக இருக்கும் சமயத்தில் என் முன்னே வந்து நின்றுகொண்டிருக்கிறீர்கள், எங்கிருந்து என்னைக் கவனிக்கிறீர்கள், என்ன வேண்டும் உங்களுக்கு, யார்

நீங்கள். ஜெமினி இதற்கும் பதில் சொல்லவில்லை. இப்போதும் அவளை நிமிர்ந்து பார்க்கவுமில்லை. பாகீரதியேதான் மீண்டும் பேச வேண்டியிருந்தது. அவள், நோய்ப் படுக்கையிலிருந்த ஒரு வார காலமும் ஒரு முறையாவது என் ஜன்னலின் வழியே உங்கள் வரவு நிகழ்ந்து விடாதா என்று, என ஆரம்பித்துப் பாதியிலேயே பேச்சை நிறுத்திவிட்டாள். ஏனெனில் எதிர்பாரதவிதமாக ஆத்திரத்தில் பீறிட்டுக்கொண்டிருந்த அவள் குரல் திடீரென்று உடைந்து அவள் கட்டுப்பாட்டை மீறித் தேம்பத் தொடங்கியிருந்தது. சில வினாடிகளுக்குப் பிறகு தன்னைச் சமாளித்துக்கொண்டு தான் சொல்லவாரம்பித்ததையும் அப்படியே பாதியில் விட்டுவிட்டு, கடைசியில் வழக்கம்போல நீங்கள் என் கனவில்தான் வந்தீர்கள், அசிங்கமான கனவு என்று சொல்லி முடித்தாள். அவமானத்திலும் அருவருப்பிலும் அவள் முகம் சிவந்து பழுத்துக் கிடந்தது. ஜெமினி தொடர்ந்து மௌனமாகவேதான் இருந்தான். ஆனால் தரையைப் பார்த்துக்கொண்டிருந்த தன் விழிகளை உயர்த்தி இப்போது அவன் பாகீரதியின் கண்களை நேருக்கு நேராகச் சந்தித்தான். அவன் கண்களில் வெறுமையைத் தவிர வேறெந்த பாவத்தையும் பாகீரதியால் கண்டுபிடிக்க முடியவில்லை. அவளுக்குத் திடீரென்று அவன் தன்னுடைய கேள்விகளுக்குப் பதில் சொல்லி அதைத் தான் கேட்டும்விட்டாற்போன்ற வினோதமான உணர்வு ஏற்பட்டது. எப்படி உண்டானது என்று தெரியவில்லை. ஆனால் அது அவளை ஆறுதல்படுத்தியதுபோலத்தான் தோன்றி அவளைத் தழுவிக்கொண்டது. அவள் அந்தத் தழுவலை ஏற்றுக் கொண்டாள். தானும் பதிலுக்கு அந்தப் பதிலைத் தழுவ விரும்பினாள். இரண்டு கைகளையும் அகல விரித்து அதை நோக்கி உயர்த்தினாள். அவள் என்ன செய்கிறாளென்பது ஜெமினிக்குப் புரிந்தது. அவன் வேண்டாமென்பதுபோல தலையாட்டினான். பாகீரதி சிறிது ஆச்சரியத்துடன் முகத்தைச் சிணுங்கித் தலையை லேசாக அசைத்து ஏன் என்று சைகையால் வினவினாள். ஜெமினி அந்த மௌனக் கேள்விக்கு முதல்தடவையாக வாயைத் திறந்து தொண்டையைக் கனைத்துக்கொண்டுக் குரலாலேயே பதில் சொன்னான், உங்கள் நோயின் துர்மணத்தையும் பலவீனத்தையும் அவலட்சணத்தையும் தீண்டி நோயுற்றிருந்த உங்களை ஆற்றுப் படுத்தும் பொறுப்பு இல்லாத எனக்கு நறுமணத்தையும் உரத்தையும் ஜொலிப்பையும் உஷ்ணத்தையும் மீட்டுக்கொண்டு விட்ட, இந்தப் பொலிவு மிக்க உங்களைத் தீண்டும் உரிமை மட்டும் இருப்பதாக என்னால் நினைக்க முடியவில்லை, இந்தப் பதினைந்து நாட்களும் நான் அடங்காத் துயருற்றேன் என்றாலும் அது என் இயலாமையையும் குற்றவுணர்வையும் ஆற்றிக் கொள்ளப் போதுமானதல்ல. பாகீரதி அவன் சொன்னதைச் செவிமடுத்துக்கொண்டிருந்தாளெனினும் வாஸ்தவத்தில் அவன்

இதைச் சொல்லவேண்டிய அவசியமேயில்லையென்பது போலவும் ஏனென்றால் ஏற்கெனவே அவன் இதைச் சொல்லி அவள் கேட்டிருப்பதைப் போலவுமான உணர்வு அவளுக்குள் நீடித்துக்கொண்டேயிருந்தது (ஒருவேளை சற்றுமுன் அவனுடைய, மௌனத்தை மொழிபெயர்க்கும், அவளுக்குப் பழக்கமான, அந்த ஒரு கணப் பார்வையில்தான் வழக்கம்போலவே அவள் அதைப் படித்து முடித்துவிட்டிருந்தாளோயென்னவோ). இந்த உணர்வினூடே பாகீரதி ஒரு கணம்தான் அவன் பேசியதைப் பற்றி யோசித்தாள். மறுகணம் ஒரு பெரும் வெடிச் சிரிப்பு அவள் வயிற்றிலிருந்து பீறிட்டது. ஒரு சில நிமிடங்கள் ஜெமினி குழப்பத்திலும் பயத்திலும் ஆழ்ந்துபோனவனாக அவளை என்ன விஷயம் என்று உசாவிக்கொண்டிருந்ததற்கிடையில், விடாமல் அந்தச் சிரிப்பு அவளைப் பிடித்து உலுக்கிக்கொண்டிருந்தது. அது மட்டுப்பட்ட பிறகு பாகீரதி அவனிடம் மிஞ்சியிருந்த இகழ்ச்சிப் புன்னகைக்கிடையில் சொன்னாள், வேறொன்று மில்லை, நீங்கள் சொன்னதைக் கேட்டவுடன் எனக்கு இந்தக் கதையை நேயர்களுக்குச் சொல்லிக்கொண்டிருக்கும் ஆசாமி என்னுடைய அறிமுகத்தின்போது என்னைப்பற்றிச் சொல்லி யிருந்த முட்டாள்தனமான வார்த்தைகள் நினைவிற்கு வந்து விட்டன, ஜோடிக்கப்பட்ட அலங்கார வார்த்தைகளால் அவர் சொன்னதன் சாராம்சம் என்ன தெரியுமா, என்னைப் பார்ப்பவர்களனைவருக்குமே என்னுடைய அழகு களங்கமற்ற அழகியல் உணர்வைத்தான் கொடுக்குமென்று அவரால் சொல்ல முடியாதாம், வாய்ப்பிருந்தால் என்னைப் பலாத்காரம் செய்வதாகக் கற்பனை செய்துகொள்ளுமளவிற்கு அது ஆண்களின் கீழ்த்தரமான உணர்வுகளைத் தூண்டக்கூடியதுதானாம். பிறகு அவள் முகம் சட்டென்று தீவிர பாவத்தையடைந்தது. ஒரு பெருமூச்சுடன், என்னவொரு அபத்தமான, வக்கிரமான, விவரணை, இவர் எப்படி என் கதையை மனதில் களங்கமில்லாமல் சொல்வாரென்று நேயர்கள் நம்புகிறார்கள் என்றாள். ஜெமினிக்கு இதற்கு என்ன எதிர்வினை கொடுக்கவேண்டுமென்று தெரியவில்லை. அவனுக்குத் தானும் ஒருமுறை சிரிக்க வேண்டுமென்றுதான் தோன்றியது. ஆனால் அதற்கான தருணம் கடந்துவிட்டது என்பதும் தெரிந்தது. பாகீரதியின் கரங்கள் இன்னும் தன்னை நோக்கி உயர்த்தப்பட்ட நிலையிலேயே இருப்பதையும் அவன் கண்டான். சில கணத் தயக்கத்திற்குப்பின் அவன் அவற்றினுள் தன்னை நுழைத்துக்கொண்டான்.

பாகீரதி ஜெமினிக்குச் சொன்ன வாசுதேவன் பாகீரதி காதல் கதை அவளுக்குத் தெரியாத வேறு சில கிளைக் கதைகளும் உள்ளே

ஊடுருவியிருப்பதாய் இருப்பதால் அதை நாம் அவள் அவனுக்குச் சொன்ன வடிவில் வெறுமே அவர்களிருவருடைய காதல் கதையாக மட்டும் நேயர்களுக்குச் சொல்லி விட்டுவிட முடியாது. பின்னாளில் மருத்துவர் அரங்கநாதன் நம்பியிடம் கொச்சியில் வைத்து ஹாலாஸ்யம் சொன்ன கதைகளையும் அதற்குப் பல வருடங்களுக்கு முன், இந்தக் காதல் கதையின் துவக்கத்தில் ஐராவதமய்யர் ஹாலாஸ்யத்திற்குச் சொன்ன தன் பெண்ணின் பெருமைகளைப் பற்றிய கதைகளையும் சேர்த்து வெவ்வேறு புள்ளிகளுக்குத் தாவித் தாவி அங்கங்கேயிருந்து திரும்பத் திரும்பத் துவங்கி அதைச் சொல்லிக்கொண்டு போனால்தான் ஓரளவிற்காவது அதைத் திருப்தியாய்ச் சொன்னதாக ஆகும். அதிலும்கூட விட்டுப்போன பகுதிகள் இருக்கலாம். அதை வாசகர்களின் ஊகத்திற்கு விட்டுவிடுவதைத் தவிர நமக்கு வேறு வழியில்லை. ஏனென்றால் அதன் போக்கு அப்படித்தானிருந்தது. வாசுதேவதன் பாகீரதியைச் சந்தித்தது அவனுடைய பத்தொன்ப தாவது வயதில். ஆனால் அதற்கு ஆறு வருடங்களுக்கு முன்பிருந்தே அவன் அவளைப் பார்க்காமலேயே அவளுடைய விருப்பங்கள், பழக்க வழக்கங்கள், படிப்பு, அழகு, புத்திசாலித்தனம் இவைகளைப் பற்றித் தன் தகப்பன் மூலமாகத் தொடர்ந்து கேள்விப்பட்டுக்கொண்டேதானிருந்தான். அந்த ஆறு வருட காலம் ஹாலாஸ்யத்தைச் சமயம் கிடைக்கும்போதெல்லாம் அதைத் தன் மகனிடமும் மனைவியிடமும் பிரஸ்தாபித்துக்கொண்டே யிருக்கும் பழக்கம் விடாப்பிடியாக ஒட்டிக்கொண்டிருந்தது. இதில் வேடிக்கையென்னவென்றால் அந்த ஆறு வருடங்களில் ஹாலாஸ்யமும் பாகீரதியை (அவள் அப்போது பத்து வயதுச் சிறுமி) ஒருமுறைகூடத் தன் கண்களால் பார்த்தது கிடையாது. திருநெல்வேலி புகைவண்டி நிலையப் பொறுப்பாளராக இருந்த அவர் வாசுதேவனின் படிப்பு நிமித்தமாக மதுரையிலேயே தங்கி விட்ட தன் குடும்பத்தினரைப் பார்ப்பதற்காக வாரமொருமுறை மதுரைக்கு வரும்போதெல்லாம் அவர்களிடம் வியப்புடன் சொல்லிப் பகிர்ந்துகொண்ட அந்தச் சிறுமியைப் பற்றிய விபரங்கள் யாவும் அவருக்கு அதே புகைவண்டி நிலையத்தில் பயணச்சீட்டுப் பரிசோதகராக அவருக்குக் கீழே உத்தியோகத்திலிருந்த பாகீரதியின் தகப்பனான ஐராவதமய்யர் சொன்னவற்றைத் தவிர வேறில்லை. ஹாலாஸ்யம் திருநெல்வேலியில் இருந்த தென்னவோ நான்கு வருடங்கள்தான். 1952லிருந்து 1956 வரை. சாஸ்திரி இந்திய இருப்புப்பாதைப் போக்குவரத்துத் துறை அமைச்சராகப் பொறுப்பேற்றுக்கொண்ட அன்று திருநெல்வேலியில் பணிப் பொறுப்பை ஏற்றுக்கொண்டவர் அரியலூர் விபத்திற்காக சாஸ்திரி பதவி விலகிய அதே வருடத்தில் மாற்றல் கேட்டுக்கொண்டு மதுரைக்குத் திரும்ப வந்துவிட்டார்.

திருநெல்வேலியில் அப்போது தாமிரவருணியையும் அரிசியையும் காய்கறிகளையும் தவிர மற்றபடி பெரிய வசதிகள் என்று எதுவும் கிடையாது. என்ன அவசரமென்றாலும் மதுரைக்குத்தான் வந்து செல்ல வேண்டும். நெல்லைவாசிகளுக்கே டவுன் என்றாலே மதுரைதான் அப்போது. அங்கே ஒரு நான்கு வருட காலம், பெண்டாட்டி பிள்ளை இருவரும் மதுரையில் இருந்த நிலையில் திருநெல்வேலி அம்மன் சன்னதித் தெரு வீட்டில் ஆஸ்துமா வியாதியோடு உடல் ஆரோக்கியத்தைப் பற்றிய கவலைகளற்று ஒரு பிரம்மச்சரிய வாழ்க்கையை ஹாலாஸ்யம் நிம்மதியாக அனுபவித்துக்கொண்டிருந்தாரென்றால் அதற்குக் காரணம் ஐராவதமய்யர்தான்.

இத்தனைக்கும் அந்த வீட்டை ஹாலாஸ்யம் வெறுமே தன்னுடைய பெட்டி படுக்கைகளைப் போட்டு வைப்பதற்கான ஒரு சரக்கு வைப்பறையாகத்தான் உபயோகப்படுத்திக்கொண்டிருந்தார். அங்கே போய்த் தங்குவதென்பது அபூர்வமாகத்தான் நிகழ்ந்தது. பெரும்பாலும் அலுவலகத்திலேயே (ராத்தங்கல் உள்பட) பொழுதைக் கழிப்பதும் விடுமுறை நாட்களிலும் வார இறுதி யிலும் மதுரைக்குப் போய்விடுவதுமாக நாட்கள் ஓடிவிடும். ஐராவதமய்யர் அவருக்குத் தங்குவதற்கான வீட்டோடுகூடச் சமைத்து எடுத்து வருவதற்கு ஒரு நல்ல, வயதான பெண்மணியையும் ஏற்பாடு செய்து கொடுத்திருந்தார். இயல்பாகவே கூச்ச சுபாவம் உள்ளவரென்பதாலும் ஹாலாஸ்யம் அவருடைய மேலதிகாரி என்பதாலும் ஐராவதமய்யர் (அவர்களிருவரும் கிட்டத்தட்ட ஒரே வயதுக்காரர்கள்தானென்றபோதிலும்கூட) அவர்களுக்கிடையே அதிக நெருக்கம் ஏற்பட்டுவிடாவண்ணம் மரியாதைப்பட்ட இடைவெளியொன்றைக் கடைப்பிடித்துக் கொண்டிருப்பதில் எப்போதும் கவனமாகவே இருந்தார் (எல்லா நாட்களும் ஒன்றுபோல விடியாது. மேலும் ஹாலாஸ்யம் ஓர் ஈவெரா அன்பர் என்பதும் நாத்திகர் என்பதும் அவரைச் சிறிது எச்சரிக்கையடையச் செய்திருந்தது). எனினும் ஹாலாஸ்யம் விடாப்பிடியாக முயற்சி செய்து அவரைச் சில வேளைகளிலாவது தன்னுடன் மனம் விட்டுப் பேசுமளவிற்குத் தன்னுடைய நண்பராக்கிக்கொள்வதில் வெற்றி பெற்றிருந்தார். இந்தச் சில வேளைகள் என்பது ஐராவதமய்யரைப் பொறுத்தவரையில் பெரும்பாலும் தன் கடைக்குட்டி மகளுடைய அருமை பெருமைகளைப் பற்றிச் சிலாகித்துப் பேசிக்கொண்டிருப்பதாகத்தான் இருக்கும். அந்த நேரத்தில் மட்டும்தான் அவர் தன்னை மறந்த லஹரியில், வேறொரு உலகத்து மனிதராக, அதிகாரி சிப்பந்தியென்கிற வேறுபாடற்றுத் தன்னைத் திறந்துகொள்வார். கண்கள் சொருக வாய் ஒழுக கைகால்களை ஆட்டியபடி அவர் அந்த எட்டு வயதுச்

பா. வெங்கடேசன்

சிறுமியைப் பற்றிப் பேசுவதைக் கேட்கையில் ஹாலாஸ்யத்திற்கு அவர் ஏதோ கடவுளைப்பற்றிப் பேசுவதைப்போலதான் காணும். பெண் குழந்தை இல்லையென்கிற ஆதங்கம் ஹாலாஸ்யத்திற்கு எப்போதும் உண்டு. வாசுதேவன் அவருக்கு ஒரே மகன். இன்னொரு பிரசவத்தை வாசுதேவனின் தாய் (அவர் பெயர் பாலமீனாட்சி) தாங்க மாட்டார் என்று மருத்துவர் சொன்னதன்பேரில் அவர்கள் வாசுதேவனோடு திருப்திப்பட்டுக் கொள்ளும்படி ஆகிவிட்டது. அந்த அம்மணிக்கும் பெண் குழந்தை மீதான ஏக்கம் கணவரைப் போலவே நிறைய இருந்தது. எனவே இராவதமய்யர் தன் பெண்ணைப் பற்றிப் பேசும்போது ஹாலாஸ்யம் அலுத்துக்கொள்ளாமல் அதைக் கேட்டுக்கொண்டிருப்பார் (அவள் அதைப் பேசுவாள், இதை எழுதுவாள், அப்படிச் சிரிப்பாள், இப்படி வரைவாள், கோபம் வந்தால் முகத்தை அவ்வண்ணம் தூக்கிக்கொள்வாள், சமாதானம் ஆகும்போது இவ்வண்ணம் முத்தமிடுவாள்). ஹாலாஸ்யமே சில தடவைகள் இராவதமய்யரிடம் உங்கள் அதிசயமான பெண்ணைத்தான் ஒருநாள் அலுவலகத்திற்குக் கூட்டி வாருங்களேன், நானும் பார்க்கிறேன் என்று பாதி கிண்டலாகவும் பாதி உண்மையாகவும் கேட்டிருக்கிறார். இராவதமய்யரும் கண்டிப்பாகக் கூட்டி வருகிறேன் என்பார். ஆனால் (கண்படுமென்று நினைத்தோயென்னவோ) அவளை அழைத்து வந்ததில்லை. ஒரேயொரு முறை முன்னறிவிப்பில்லாமல், அவள் புகைவண்டி நிலையத்தில் வண்டிகள் வந்து போவதைப் பார்க்க ஆசைப்பட்டாளென்று அழைத்து வந்திருந்ததாக ஹாலாஸ்யத்திடம் சொன்னார். ஆனால் அந்த நேரத்தில் இவர் மதுரைக்குச் சென்றுவிட்டிருந்தார். மொத்தத்தில் ஹாலாஸ்யமும் இராவதமும் எப்போதெல்லாம் தங்கள் அதிகாரப் படிநிலையையும் கூச்சத்தையும் மறந்து பேசிக்கொண்டிருந்தார்களோ அப்போதெல்லாம் அங்கே பாகீரதியென்னும் அந்தச் சிறுமியின் அரூபப் பிரசன்னம் நிகழ்ந்துகொண்டிருந்தது என்று சொல்லிவிடலாம். மேலும் இப்படிப் பேசிப் பேசியே இராவதமய்யரால் ஹாலாஸ்யத்தின் மனதில் அந்தப் பெண்ணுடன் நன்கு பேசிப் பழகிவிட்ட உணர்வை ஏற்படுத்தவும் முடிந்திருந்தது. இன்னொரு புறம் ஹாலாஸ்யமும் ஒவ்வொரு முறை மதுரை வரும்போதும் இராவதத்தின் பெண்ணைப் பற்றித் தான் கேள்விப்பட்டவற்றைச் சொல்லித் தன் குடும்பத்தாரும் அவள்மீது தான் அடைந்த அதே பரிச்சய உணர்வை அடையும்படி செய்து வைத்திருந்தார்.

இராவதமய்யர் தன் பெண் விஷயத்தில் அடுத்தவர்களுடைய கிண்டல்களையெல்லாம் பொருட்படுத்துகிறவரில்லை. ஒரு

பொருள் அவளுக்குப் பிடிக்குமென்று தோன்றிவிட்டால் அது குப்பையில் கிடந்தாலும் அடுத்தவர் பையிலிருந்தாலும் எடுத்து வைத்துக்கொள்ளவோ கேட்டு வாங்கிக்கொண்டுவிடவோ தயங்கவும் மாட்டார். அதற்கு உதாரணம்தான் திருநெல்வேலி அலுவலகம் புதுப்பிக்கப்பட்டபோது ஹாலாஸ்யம் கலாசி அறையில் தூக்கி வீசச் சொன்ன, வெள்ளைக்காரன் காலத்தில் வாங்கி மாட்டப்பட்ட ஜெமினியின் மூன்று சித்திரங்களைத் தன் பெண் விரும்புவாளென்று கூறிக் கேட்டு வாங்கிக்கொண்டு போன சம்பவம். அவ்வளவு ஏன், ஒரு முறை மதுரைக்குச் சென்று திரும்பியபோது ஐராவதமய்யரின் பெண்ணுக்கு ஏதாவது வாங்கிப் போகலாமேயென்கிற எண்ணத்துடன் ஹாலாஸ்யம் அப்போது சிறுவர் சிறுமியர் மத்தியில் பிரபலமாகத் தொடங்கியிருந்த அம்புலிமாமா என்கிற புதிய சஞ்சிகையொன்றின் அந்த மாதத்திய பதிப்பொன்றை வாங்கிக் கொண்டுபோய்க் கொடுக்க, பாகீரதி அது தனக்கு மிகவும் பிடித்துப்போய்விட்டதாக ஒரு வார்த்தை சொல்லிவிட, ஐராவதமய்யர் பிறகு அதைச் சொல்லிச் சொல்லியே ஓர் ஒரு வருட காலம் ஹாலாஸ்யம் மதுரைக்குச் சென்றுவிட்டுத் திரும்பும்போதெல்லாம் அதைக் கையில் வாங்காமல் வண்டியேறிவிட முடியாதபடி அந்தத் தகவல் அவர் மனதில் நிரந்தரமாகப் பதிந்து போகுமளவிற்கு அவருடைய ஆர்வத்தை முடுக்கிவிட்டிருந்தாரென்றால் பார்த்துக்கொள்ளுங்கள் (திருநெல்வேலி போன்ற அரைகுறைப் பட்டணங்களில் அப்போது அம்புலிமாமா சரிவரக் கிடைக்காத ஒரு சஞ்சிகையாயிருந்தது). மற்றவர் கண்களுக்கு எத்தனை சிறிய விஷயமாயிருந்தாலும் தன் பெண்ணின் பொருட்படுத்தலுக்கு உட்பட்டதென்றால் ஐராவதமய்யருக்கும் அது தலைபோகிற பிரச்சனைதான். ஹாலாஸ்யம் திருநெல்வேலியிலிருந்து திரும்ப மாற்றல் பெற்றுக்கொண்டு மதுரைக்குக் கிளம்பிய நாளில் அவரை வழியனுப்ப வந்தவர் பிரத்யேகமாக அவரிடம் வேண்டிக்கொண்ட விஷயமாக அம்புலிமாமா இதழ்களைத் தொடர்ந்து தன் பெண் பெறுவதற்கு ஏதாவது ஏற்பாடு செய்யமுடியுமா என்பதாகத்தான் இருந்தது. ஹாலாஸ்யமும் சிரித்துக்கொண்டே சரியென்று சொல்லிவிட்டு வந்தார். ஆனால் மதுரை வந்தபிறகு பணிச் சுமையாலோ அல்லது ஐராவதமய்யர் தினமும் கண்களில் பட்டுக்கொண்டோ அதன் மூலமாகப் புத்தகம் வாங்கவேண்டுமென்பதை நினைவுறுத்திக் கொண்டோயில்லையென்கிற நிலையாலோ அசிரத்தை ஏற்பட்டு ஓரிரு மாதங்கள் கரிசனமாக அவற்றை வாங்கிச் செங்கோட்டைப் பயணிகள் வண்டி ஓட்டுநரிடம் ஒப்படைத்துத் திருநெல்வேலிப் பயணச்சீட்டுப் பரிசோதகரிடம் சேர்த்துவிட ஏற்பாடு செய்துகொண்டிருந்தபிறகு மறந்துவிட்டார். மூன்றாவது

மாதம் தொடங்கி இரண்டு வாரங்கள் கடந்துவிட்ட பின்னரும் இதழ் கைக்கு வந்து சேரவில்லையென்றதும் ஐராவதமய்யர் செங்கோட்டை வண்டி ஓட்டுநர் மூலமாகவே ஹாலாஸ்யத்திற்கு அதை நினைவுபடுத்தி ஒரு சிறிய கடிதத்தையே எழுதி அனுப்பி விட்டார். அம்புலிமாமா இதழைத் தன் பெண் தினமும் ஆவலுடன் எதிர்பார்த்துக்கொண்டிருப்பதாயும் இரண்டு வார காலமாக ஏமாற்றத்தால் அவள் முகம் வாடிக் கிடப்பதைத் தன்னால் பார்த்துச் சகித்துக்கொண்டிருக்க முடியவில்லையென்றும் ஹாலாஸ்யத்திற்குச் சிரமம்தான் என்று தெரிந்தாலும் வெளியுலகம் தெரியாத அந்தக் குழந்தைக்கு இதைப் பழக்கி வைத்தவரென்கிற முறையில், அவளுக்கு விபரம் தெரிகிற வரையிலோ அல்லது இதழ் கிடைப்பதற்கு வேறு ஏற்பாடுகள் செய்துகொள்கிற வரையிலோ தயவுசெய்து இந்தப் பொறுப்பை முகம் சுளிக்காமல் அவர் ஏற்றுக்கொள்ளவேண்டுமென்றும் அந்தக் கடிதத்தில் கண்டிருந்தது. அதன் வார்த்தைக் கோர்ப்புகள் வெளிப்படுத்தியிருந்த, எதிராளியினுடைய மனதின் பலவீனமான மூலையைச் சரியாகச் சென்று தாக்கி விஷயத்தின் தீவிரத்தை உணர்த்தித் தவிர்க்கவே இயலாதபடி அவனை அதற்குப் பொறுப்பாளியாக்கிவிடும் பணிவு மிக்க தந்திரத் தொனி ஹாலாஸ்யத்திற்கு மிகவும் பிடித்திருந்தது. அது உடனே அவரை உதவியாள் யாரையும் அழைக்கத் தோன்றாமல் அலுவலகத்திலிருந்து வெளியேற்றி மங்கம்மாள் சத்திரத்தின் வாசலிலிருக்கும் புத்தகக் கடையை நோக்கி எழுந்து நடக்கவும் வைத்துவிட்டது. ஆனால் நாட்கள் அதிகமாகக் கடந்துவிட்டிருந்த நிலையில் கடையில் அந்த மாதத்திய அம்புலிமாமா இதழ்கள் விற்றுத் தீர்ந்துவிட்டிருந்தன. ஹாலாஸ்யம், அவரே ஒரு வேதாளத்தைச் சுமந்துகொண்டிருக்கும் விக்கிரமாதித்தனைப்போல முயற்சியையும் நம்பிக்கையையும் கைவிடாமல் டவுன்ஹால் சாலைக்குத் திரும்பி அங்கிருந்த ஒவ்வொரு புத்தகக் கடையாக மூச்சிரைக்க விசாரித்துக்கொண்டே மேலமாசி வீதிவரை சென்று பார்த்தார். எந்தக் கடையிலும் இதழ் இல்லை. அவருக்குப் பதற்றம் உண்டாகிவிட்டது. மீண்டும் அலுவலகத்திற்குத் திரும்பியபோது வாசுதேவன் அவரைப் பார்ப்பதற்காக அங்கே வந்து உட்கார்ந்திருந்தான். நோட்டுப் புத்தகமோ எழுதுகோலோ வாங்கும் செலவுகளுக்குப் பைசா வேண்டியோ அல்லது புகைவண்டிகளை வேடிக்கை பார்ப்பதற்காகவோ பள்ளியிடைவேளைகளில் அவ்வப்போது தகப்பனைப் பார்ப்பதற்காக அவன் அப்படி வருவதுண்டு. அப்போது அவன் சேதுபதி உயர்நிலைப் பள்ளியில் இறுதியாண்டு படித்துக்கொண்டிருந்தான். அங்கிருந்து புகைவண்டி நிலையம் நடை தூரம்தானே. ஹாலாஸ்யம் அவனிடம் வடக்குவெளிவீதிக் கடைகள் எதிலாவது அந்த மாதத்திய

அம்புலிமாமா கிடைக்கிறதா என்று சோதனை செய்யும் படியும் அப்படிக் கிடைக்கவில்லையென்றால் அவனுடைய நண்பர்களில் யாராவது அதை வைத்திருக்கிறார்களா என்று கேட்டுப் பார்க்கும்படியும் சொன்னார். ஆனால் மாலை வீடு வந்தபோது அவனும் கிடைக்கவில்லையென்று தெரிவித்து விட்டான். கடைசிவரை அவரால் அந்த இதழை ஐராவதத்தின் பெண்ணுக்கு வாங்கி அனுப்பவே முடியவில்லை (இதற்குத் தண்டனையாகத்தான் பாகீரதி பின்னாளில் அவர் மகனை அவரிடமிருந்து பறித்துக்கொண்டுவிட்டாள்போல). சஞ்சிகை கிடைக்கவில்லை என்று வாசுதேவன் சொன்ன அந்தக் கணத்திலேயே ஹாலாஸ்யம் அவனிடம் ஒவ்வொரு மாதமும் முதல் வாரம் முடிவதற்குள் அம்புலிமாமா இதழொன்றை வாங்கி அதை அவனே தன் சார்பாகச் செங்கோட்டைப் புகைவண்டி ஓட்டுநரிடம் ஒப்படைத்துவிட வேண்டும் என்று (அப்போது மதுரைப் புகைவண்டி நிலையத்திலிருந்த தகப்பனுடைய ஊழிய நண்பர்கள் அத்தனை பேருடனும் உறவுமுறை வைத்துக் கூப்பிடுமளவிற்கு வாசுதேவனும் பழகியிருந்தான்) ஆணையிட்டுவிட்டார் (அப்போது அவர் குரலிலிருந்த தீவிரத்தைப்பற்றிப் பின்னாளில் வாசுதேவன் தன் காதலை அவரிடம் பிரகடனப்படுத்திய சமயத்தில் குறிப்பிட்டபோது அடுத்த ஒரு வருட காலத்திற்குத் தன்னை ஒரு கணமும் முதல் தேதியையோ அம்புலிமாமாவையோ அது சென்றடையக்கூடிய முகமறியாத சிறுமியையோ மறந்துவிடாமலிருக்கச் செய்ய அந்த ஆணை போதுமானதாயிருந்தது என்றான்). சரியாக ஒரே வருடம்தான். பன்னிரெண்டு இதழ்கள். வாசுதேவனுடைய பொறுப்பில் செங்கோட்டைப் பயணிகள் வண்டி ஓட்டுநர் மூலமாக அம்புலிமாமா தவறாமல் ஐராவதமய்யர் கைக்கும் அவர் வழியே பாகீரதிக்கும் போய்ச் சேர்ந்த பிறகு பதின்மூன்றாவது மாதத்தின் முதல் வாரம் ஓட்டுநர் ஹாலாஸ்யத்தின் அறைக்கு வந்து அந்த மாத இதழை அவர் கையிலேயே திருப்பிக் கொடுத்து அதை வாங்கிக்கொள்ள திருநெல்வேலி நிலையத்தில் யாரும் இல்லை என்றும் பதினைந்து நாட்களுக்குமுன் ஐராவதமய்யர் இறந்து போய்விட்டதாயும் தெரிவித்துவிட்டுப் போனார். அதைக் கேட்டதும் இனி அந்தக் குழந்தைக்கு யார் அம்புலிமாமா வாங்கித் தருவார்கள் என்பதுதான் ஹாலாஸ்யத்தினுடைய முதல் சிந்தனையோட்டமாக இருந்தது. மற்றபடி ஐராவதமய்யரின் இறப்பை அவரொன்றும் பெரிய இழப்பாக உணரவில்லை. நாம் முதலில் குறிப்பிட்ட, ஐராவதமய்யர் அவராகவே ஹாலாஸ்யத்திடமிருந்து வலிந்து ஏற்படுத்திக்கொண்ட மரியாதை நிமித்தமான இடைவெளியே அதற்குக் காரணமாக இருந்திருக்க லாம். ஆனால் அவருடைய இறப்புச் செய்தியைக் கேட்ட

கணத்தில்தான் அதுவரையில் அவருடைய வீட்டிற்கு, விடுமுறை நாட்களில் அவர் சில தடவைகள் தன் மகளைக் காட்டிப் பெருமைப்பட்டுக்கொள்வதற்கென்றே அழைத்தாரெனினும், சென்றதேயில்லை என்பதுவும் அவருடைய முகவரியையோ பிற தொடர்பு விபரங்களையோ ஒருபோதும் கேட்டுத் தெரிந்து கொள்ளவேயில்லை என்பதுவும் பொட்டிலடித்தாற்போல ஹாலாஸ்யத்தின் நினைவிற்கு வந்தன. அவரிடம் தானும் தன்னையறியாமலேயே ஒரு மேலதிகாரியைப்போலதான் நடந்து கொண்டிருந்திருக்கிறோம் போலும் என்று நினைத்து அவர் தனக்குள்ளேயே வெட்கப்பட்டுக்கொண்டார். உருட்டிவிட்ட நாணயம் சிறிது தூரம் உருண்டுவிட்டுக் கீழே விழுவதைப்போல ஐராவதமய்யரின் இறப்புடன் அவருடனான ஹாலாஸ்யத்தின் நினைவுகளும் அவர் நாவிலிருந்து அங்கலாய்ப்புகளாகக் குடும்பத்தவர்முன் வெளிப்பட்டுக்கொண்டிருந்துவிட்டுச் சில காலத்திற்குப் பின் கொஞ்சம் கொஞ்சமாகத் தேய்ந்து அடங்கிவிட்டன. அதைப் போலவே அவர் அலுக்காமல் விதந்தோதிப் பேசிக்கொண்டேயிருந்த அவருடைய பெண்ணின் ஞாபகமும் நேரில் சென்று பார்த்து வர வாய்ப்பற்ற பாடப்புத்தக அதிசயமொன்றின் மீதான ஒரு சிறுவனின் கனவைப்போல எந்த அதிர்வையும் உள்ளுக்குள் எழுப்பாதவண்ணம் நினைவுகளிலிருந்து கரைந்து போய்விடுமென்றேதான், கிட்டத்தட்ட இரண்டு வருடங்களுக்குப்பிறகு ஐராவதமய்யர் இறந்த அடுத்த வருடத்தில் அவருடைய குடும்பம் காருக்குறிச்சியிலிருந்து மதுரைக்குக் குடி பெயர்ந்து வந்துவிட்டதென்று வேறொரு நண்பர் மூலமாகப் பேச்சுவாக்கில் கேள்விப்படும்வரை அவர் எண்ணிக் கொண்டிருந்தார். ஆனால் ஒரு தூசு படிந்த சித்திரத்தைப்போல அவளுடைய நினைவு அவர் மனதில் ஐராவதமய்யரால் அவர் எண்ணியதைவிட ஆழமாக வரையப்பட்டுவிட்டிருந்தது என்பது இரண்டாம் முறையாகவும் ருசுப்பிக்கப்பட்டுவிட்டது. ஐராவதமய்யரின் குடும்பம் காருக்குறிச்சி மேலத்தெரு அக்ரஹாரத்திலிருந்து மதுரை வடக்குமாசிவீதி ஆண்டவன் ஸ்டோருக்குக் குடி பெயர்ந்திருக்கிறது என்கிற விபரம் காதுகளுக்கு எட்டிய கணத்தில் புத்துயிர்ப்புக் கொண்டவரைப்போல மறுநாள் அதிகாலையில் அலுவலகத்திற்குக் கிளம்புமுன்பே மனைவியையும் பையனையும் அழைத்துக்கொண்டு போய் துக்கம் விசாரித்துவிட்டு வரவேண்டுமென்று அவர் புறப்பட்டதற்குத் துக்க விசாரிப்பு மட்டுமே காரணமில்லையென்பதையும் தன் மனம் தன்னையறியாமலேயே வேறொரு திட்டத்தை வரைந்துகொண்டிருந்தது என்பதையும் அந்தத் திட்டமேகூட அவர்களை மீண்டும் காணும் அந்தச் சந்தர்ப்பத்தின் போது எதேச்சையாக யோசனையில் உதித்ததாகவல்லாமல்

திருநெல்வேலியிலிருந்தபோதே துளிர்விட்டுத் தலையை வெளியே நீட்டாமல் உள்ளேயே அமுங்கிக் கிடந்த ஒன்றேதான் என்பதையும் அவரே பல மாதங்களுக்குப் பிறகுதான் தெரிந்துகொண்டார்.

ஹாலாஸ்யம் குடும்பத்தினர் துக்கம் விசாரிக்கப் போன காலத்தில் ஐராவதமய்யரின் மனைவியும் மக்களும் துக்க நாட்களிலிருந்து கிட்டத்தட்ட முழுதாகவே வெளியேறிவிட்டிருந்தார்களெனினும் (இரண்டு வருடங்கள் நீடித்து நிற்கும் துக்கம்தான் எது) விளக்கைப் போட்டுக் கவனிக்குமளவிற்கு இருள் கலைந்தும் கலையாததுமா யிருந்த அதிகாலை நேரமும் அதன் மெலிதான, ரோமாஞ் சனத்தையுண்டாக்கும் குளிரும் வாசலில் நின்றுகொண் டிருந்தவர்களின் நிழலுருவமும் அவர்கள்முன் பூரணியம்மாள் எதிர்ப்பட்டவுடன் கணவரின் பெயரை அவர்கள் தணிந்த குரலில் உச்சரித்து அவர் வீடு இதுதானாயென்று விசாரித்த விதமும் இதற்கு மேலாக, வந்தவர் தன்னை இன்னாரென்று தெரியப்படுத்திக்கொண்டவுடன் தன் கணவரின் வார்த்தைகள் மூலமாக உருவேற்றப்பட்டு அவருடைய கற்பனையில் படிந்திருக்கக் கூடிய தங்களைப் பற்றிய, காருக்குறிச்சி நாட்களின் வளமான பிம்பத்திற்கும் (ஹாலாஸ்யம் எப்படி ஐராவதமய்யரின் பேச்சுக்கள் மூலமாக உருவான பிம்பங்களைத் தன் குடும்பத்தவருடன் பகிர்ந்துகொண்டாரோ அதேபோலவே பின்னவருக்கும் அத்தனை கரிசனமாகத் தன் பெண்ணுக்கு அம்புலிமாமா வாங்கியனுப்பும் முன்னவரைப் பற்றிய விபரங்களைத் தன் குடும்பத்தவருடன் பகிர்ந்துகொள்ளும் பழக்கமிருந்துதான் வந்தது. அது எதிர்பார்க்கக்கூடியதும்தானில்லையா) யதார்த்தத்தில் அவருடைய கண்ணில் (அதுவும் முதல் சந்திப்பில்) பட நேர்ந்து விட்ட ஆதரவற்ற ஏழ்மைக்குமிடையிலான (காருக்குறிச்சியின் நாலு கட்டு வீட்டிலிருந்து இறங்கி இருபது குடித்தனக்காரர்களும் அத்தனை பேருக்கும் பொதுவான (ஆண்கள் பெண்கள் என்று தனித்தனியாகப் பிரிக்கப்படாத) மூன்று கழிப்பறைகளும் மூன்று குளியலறைகளும் கழிப்பறைக்குப் பக்கத்திலேயே மாத விலக்கான பெண்களுக்காகக் கட்டப்பட்டிருந்த இரண்டு சிறிய, எலி வளை போன்ற அறைகளும் அடங்கிய ஒண்டுக் குடித்தனத்திற்குள் அவர்கள் வந்திருந்தார்கள். ஐராவதமய்யரின் ஒரு பெண் ஏற்கெனவே செங்கோட்டை மாப்பிள்ளைக்குத் திருமணமாகிப் போய்விட்டிருக்க இரண்டாவது பெண்ணான சங்கரிதான் (இவள் பின்னாளில் கல்கத்தாவில் வாழ்க்கைப்பட்டுப் போனவள்) அப்போது அந்தக் குடும்பத்தின் ஒரே சம்பாதிக்கிற உறுப்பினராய் இருந்தாள் (சித்தப்பாவின் (ஐராவதமய்யரின் தம்பி) சிபாரிசின்பேரில் அவளுக்கு மங்கையர்கரசி மேல்நிலைப் பள்ளியில் (முன்னாள் சரஸ்வதி வித்யாசாலை) ஆசிரியை

உத்தியோகம் கிடைத்ததாகச் சொல்லப்பட்டது). பாகீரதியும் அவளுடைய மற்ற இரு தம்பிகளும் பள்ளியில் படித்துக் கொண்டிருந்த சிறார்களாயிருந்தார்கள்) இடைவெளியைப் பற்றிய பிரக்ஞையுண்டாக்கிய வெட்கவுணர்வும் மீண்டும் அந்த இடத்தை நினைவுகளால் நிரம்பிய துக்க வீடாக மாற்றிவிடப் போதுமானதாக இருந்தது. ஹாலாஸ்யத்தின் பெயரைக் கேட்டதுமே பூரணியம்மாள் கண் கலங்கத் துவங்கிவிட்டார் (பூரணியம்மாளைக் கண்ட கணத்தில் அவர் முகத்தில் படர்ந்து தழைத்துக்கொண்டிருந்த தேஜஸும் கம்பீரமும் அவர்மேல் விழுந்து இறுக்கி மூச்சுத் திணற அழுத்திக்கொண்டிருந்த கைம்மைக் கோலத்தையும் ஐந்து குழந்தைகளை ஈன்றெடுத்த களைப்பையும் இளமூப்பையும் விலக்கி அவருடைய அபரிமித மான முகவிலாசத்தைப் பளீரென எடுத்துக் காட்டியதை ஹாலாஸ்யத்தால் கவனிக்காமல் இருக்க முடியவில்லை. இனித் தனியாகப் பாகீரதியைப் பார்க்கவேண்டிய அவசியமென்ன என்றுகூட அவர் மனம் எண்ணியது, தாயைப்போல பிள்ளை என்பது எத்தனை சத்தியமான வார்த்தை, பாகீரதியின் தாயாயிருப்பதற்குரிய முழுத் தகுதியையும் கொண்டவர்தான் அவர்). வாசற்படியிலிருந்து மௌனமாகவே விலகி வந்தவர்கள் உள்ளே செல்ல வழிவிட்டார் (துக்கம் விசாரிக்க வருபவர்களை வரவேற்பது சம்பிரதாயமில்லை). வந்த குழு ஒரு விஸ்தாரமான அடுப்படியையும் அதைவிடச் சிறியதான ஒரு கூடத்தையும் மட்டுமே கொண்ட அந்த வீட்டினுள் ஆறு வளர்ந்த மனிதவுயிர்கள் வாழும் அதிசயத்தைக் கற்பனையில் கண்டு வியந்தபடியே (அதிக பட்சம் மூன்று பேருடைய புழக்கத்திற்கு மட்டுமே போதுமானது அது) பாய் விரிக்கப்பட்ட தரையில் அமர்ந்து கொண்டது. இறந்தவரின் நினைவில் சிறிது நேர மௌனம் அனுஷ்டித்தபின் ஹாலாஸ்யம் ஐராவதமய்யரின் இறப்பினால் தான் அடைந்த அதிர்ச்சி பற்றியும் உடனே வர முடியாமற்போனது பற்றியும் ஆனால் அவருக்கும் தனக்குமிடையில் குறுகிய காலமேயாயினும் உணர்வுப்பூர்வமாக நீடித்துக்கொண்டிருந்த நட்பைப் பற்றியும் அந்த நட்பு பெரும்பாலும் பாகீரதியென்கிற அவர்களுடைய புதல்வியின் மீதான அவருடைய வியப்பூட்டும் விவரணைகள் மூலமாகவே கட்டப்பட்டதாயிருந்ததென்றும் சொல்லவாரம்பித்துப் பூரணியம்மாளையும் பேச்சிலீடுபடுத்தி அந்த அம்மணியின் உள்ளத்தில் மிச்சம் மீதியாக அடைத்துக் கொண்டிருந்த துக்கத்தையும் (அப்படி ஏதாவது இருந்தால்) பிதுக்கி வெளியே எடுக்க முயற்சித்துக்கொண்டிருந்தார். கூடமெங்கும் ஐராவதமய்யருடைய மூச்சுத் திணறச் செய்யும் மானசீகப் பூதவுடல் வியாபித்திருந்தது. அப்போதுதான், அதன் கடக்க முடியாத இந்தப் பக்கத்திலிருந்து வாசுதேவன்

அந்தத் துக்கத்தின் உருவகம் போன்றிலங்கிய கருப்பு நிறத் தாவணியையணிந்தவளாகப் பாகீரதியை, அதுவரையில் வாய் வார்த்தையாகவே கேள்விப்பட்டுக்கொண்டிருந்த அந்தப் பெண்ணை, அதே பூதவுடலின் எதிர்ப்பக்கத்தில் முதன்முதலாகச் சந்தித்தான். அவன் மட்டுமா சந்தித்தான். அவனுடைய தாயும் தந்தையும்கூடத்தான் அப்போது அவனுடனிருந்தார்கள். பின் ஏன் வாசுதேவனை மட்டும் தனியாகக் குறிப்பிட்டு சந்தித்தான் என்று நாம் சொல்ல வேண்டும். இந்தச் சந்திப்பு என்கிற பதத்தைப்பற்றி நாம் ஏற்கெனவே அவ்வப்போது பேசியிருக்கிறோமென்பது நேயர்களுக்கு நினைவிருக்கும். அதே ரீதியில் அங்கேயிருந்தவர்களில் வாசுதேவன் நிகழ்த்தியதை மட்டும்தான் நாம் சந்திப்பு என்று சொல்ல முடியும். ஏனெனில் பாகீரதியைக் கண்கள் பார்த்த கணத்தில் வயிற்றினுள் பந்தாகச் சுருண்டு எழுந்து நெஞ்சுக் குழியின் மேலேறிய கலக்கவுணர்வை அங்கே அவன் மட்டும்தான் அடைந்தான். அது ஒருவரை இன்னொருவர் சந்திக்கும்போது மட்டுமே நிகழக்கூடியது (பின்னாளில் பாகீரதியின் முன்னால் முதன்முதலாக உறங்காப்புலி தற்செயலாக வந்து நிற்க நேர்ந்தபோது நடந்ததும் இதுவேதான்). இன்னும் சரியாகச் சொல்ல வேண்டுமானால் பாகீரதியே அங்கே வாசுதேவனை முதன்முதலாகப் பார்க்கத்தான் செய்தாள், சந்திக்கவில்லை. அவளுடைய சந்திப்பு நிகழ்ந்தது வாசுதேவன் ரெம்ப்ராண்டின் கல்பாலம் ஓவியத்தின் மட்டப் பதிப்புடன் அவள் வீட்டின்முன் வந்து நின்றபோதுதான். அதுவரையில் அவளைப் பார்த்த கணத்திலிருந்து வாசுதேவனை அலைக்கழித்த எந்த உணர்வாலும் அவள் பீடிக்கப்பட்டிருக்கவில்லை. சொல்லப்போனால் அவள் அந்தப் புலர்காலைப் பொழுதிற்குப் பிறகு அவனை மறந்தே போய்விட்டிருந்தாள். அதுபோலவே ஹாலாஸ்யமும் பாலமீனாட்சியம்மாளும்கூட துக்கம் விசாரிக்கும் சாக்கில் பாகீரதியைப் பார்ப்பதற்காகவேதான் அங்கே வந்திருந்தார்களெனினும் அவர்களுடைய, பக்குவமடைந்த உணர்வுகள் வாசுதேவனுடைய யவ்வனம் கொப்பளிக்க வைத்த வலியுடன் ஒப்பிட்டு நோக்கத் தக்கவையல்லவென்பதால் அவர்களும் பாகீரதியைப் பார்க்கத்தான் செய்தார்களேயொழியச் சந்திக்கவில்லை. அப்படியாக வாசுதேவன் பாகீரதியைச் சந்தித்த கணத்தில் அவன் மனதில் பளிச்சிட்ட முதல் எண்ணம், இறந்துபோன அந்த மனிதரொன்றும் காக்கைக்கும் தன் குஞ்சு பொன் குஞ்சு என்கிற ரீதியில் அவளைப்பற்றித் தன் தந்தையிடம் பேசிவிடவில்லை, அவரிடமிருந்து செவியுற்றவையென்று தன் தந்தை (தன்னுடைய கற்பனையின் கண்களால் பார்த்தவற்றையும் ஐராவதமய்யர் சொன்னதாகவே சேர்த்துக்கொண்டு) தங்களிடம்

288 பா. வெங்கடேசன்

வந்து எதையெல்லாம் விவரித்துக்கொண்டிருந்தாரோ அந்த விவரணைகளனைத்திற்கும் இவள் முற்றிலும் தகுதியானவள்.

பாகீரதி நிஜமாகவே அப்போது ஏழ்மையால் கசடறத் துலக்கப்பட்டுச் செம்மையாகப் பழுத்திருந்த முகமும் தளர்ந்திருந்த உடலும் உருகிய மெழுகைப்போல எண்ணவோட்டங்களை வழியவிட்டுக்கொண்டிருக்கச் சூரியப் பிரபையைப் போலத்தான் ஜொலித்துக்கொண்டிருந்தாள். இத்தனைக்கும் அவள் கூடத்தில் அந்நிய மனிதர்களின் அரவம் கேட்டு அப்போதுதான் தூக்கத்திலிருந்து எழுந்து அடுப்படிப் புழையிலேயே அவசரமாக முகத்தைக் கழுவிக்கொண்டு (பெண்கள் நால்வரும் அடுப்படியிலும் ஆண்களிருவரும் கூடத்திலுமாகப் படுத்துக்கொள்வது வழக்கம்) சற்றே தொட்டு இட்டுக்கொண்ட மிகச் சாதாரணமான ஒப்பனையுடன் கிட்டத்தட்ட வீட்டு மனிதர்களின் பார்வைக்கு மட்டுமே பழக்கப்பட்ட தன்னுடைய, இயல்பானதும் அந்தரங்கமானதுமான படுக்கையறைத் தோற்றத்திலேயேதான் தலைக்குமேல் தொங்கிக்கொண்டிருந்த மஞ்சள் நிற டங்ஸ்டன் இழை விளக்கின் வெளிச்சம் செங்குத்தாக விழுந்து உடலின் மேடு பள்ளங்களில் உண்டாக்கிக்கொண்டிருந்த நிழலொளியின் மாயாஜாலத்தினிடையில் அடுப்படியைவிட்டு நகர்ந்து பெரியவர்கள் பேசிக்கொண்டிருப்பதைக் கவனித்தபடி தானும் தன் தந்தையின் நினைவுகளில் ஆழ்ந்துபோனவளாக அவன்முன் வந்து நின்றுகொண்டிருந்தாள் (அந்தக் குறுகிய கூடம் அதன் எந்தப் புள்ளியில் ஒருவர் நின்றாலும் அது பிறிதொருவரின் நேர்ப்பார்வையின்முன் நிற்பதைப் போன்றவொரு தோற்றத்தையே தவிர்க்கவியலாதபடி நிர்பந்திப்பதாயிருந்தது. ஆனால் பாகீரதியின் வரவை வாசுதேவனின் மனமோ தரிசனம் என்கிற வார்த்தையால்தான் நினைவுகளின் பதிவேட்டில் குறித்துக்கொள்ள ஆசைப்பட்டது. தாத்தாவிடமிருந்து கேட்டுக் கேட்டுப் பாடமாக்கிக்கொண்டிருந்த பரத்வாஜனின் ரிக் வேத சூக்தமொன்றை அவன் வாயும் அவன் ஓர்மையின்றியே திரும்பத் திரும்ப முணுமுணுத்துக்கொண்டிருந்தது. விடியலின் தேவதையைப் புகழும் சூக்தம் அது, நல்ல வடிவினளாயும் தன் லட்சணத்தை வெகுதூரம் ஒளிர்த்துபவளாயும் காந்தியையும் அற்புதத்தையும் இரு இணைப் பறவைகளைப்போல வானிலே பறக்கச் செய்பவளாயும் அவள் (உஷை) இருந்தாள் என்கிறது அது. வாசுதேவன் பாகீரதியை வைத்த கண் வாங்காமல் பார்த்துக் கொண்டிருந்தான். சற்றே தர்மசங்கடமாக உணர்ந்தாலும் ஹாலாஸ்யம் தெரிந்தே அவனுடைய கவனத்தைக் கலைக்க முயலாமல் அதை அனுமதித்துக்கொண்டிருந்தார். அன்று

மட்டுமல்ல, ஐராவதமய்யரின் மனைவியுடன் அவர்களுடைய குடும்பப் பொருளாதார நிலை, குழந்தைகளின் எதிர்காலம் பற்றிய திட்டங்கள், சொந்த பந்தங்களிடமிருந்தான ஆதரவு, இறந்த கணவரின் பெயரால் அவர்களை வந்தடைய வேண்டிய ஓய்வூதியம், பிதிரார்ஜிதச் சொத்துக்கள், வாரிசுகளுக்கு வேலை வாய்ப்பு முதலியவைகளைப்பற்றி மேலும் சிறிது நேரம் பேசிக்கொண் டிருந்துவிட்டுக் கிளம்பியபின் எட்டு வருடங்கள் வாசுதேவன் பாகீரதியைத் தொடர்ந்து கவனித்துக்கொண்டிருந்ததை, மெல்ல மெல்ல அவன் நடையுடை பாவனைகளில் மாற்றம் ஏற்பட்டதை, கண்ணாடியின்முன் அவன் அதிக நேரம் செலவழிப்பதை, அதிகாலையிலேயே எழுந்திருந்து சிறப்பு வகுப்புகள் இருப்பதாகச் சொல்லிவிட்டுக் கிளம்பிப் போவதை, நண்பர்களுடன் ரகசியமாகப் பேசிக்கொள்வதை, அடிக்கடி தனியிடம் தேடிச் செல்வதை, படுக்கையில் போர்வைக்குள் வெகுநேரம் புரண்டு கொண்டிருப்பதை, சில அரிதான, சித்திரக்கலை சம்பந்தமான புத்தகங்களையும் சஞ்சிகைகளையும் சாதாரணமாகக் கேட்பதைப் போல கேட்டுத் தன்னையே தருவித்துத் தரச் சொல்லிப் பெற்றுக்கொள்வதை என்று இதையெல்லாம் தெரிந்ததைப் போல காட்டிக்கொள்ளாதவராகவே கவனித்துக்கொண்டும் அனுமதித்துக்கொண்டும்தானிருந்தார். வெளிப்படையாகவே அவர் அதைத் தெரிவித்திருக்கலாம்தான். ஆனால் ஒரு பெண்ணை அணுகுவதிலும் அவளை அறிய முயற்சிப்பதிலுமிருக்கும் அநிச்சயம் சார்ந்த சாகஸவுணர்வை தன் மகன் பெறட்டுமென்று அவர் விரும்பினார் (அது அவர் தன்னுடைய இளமைக் காலத்தில் அடைய ஏங்கி அடைய முடியாமல்போன அனுபவம்).

அந்த எட்டு வருடங்களில் வாசுதேவன் பூரணியம்மாளின் வீட்டிற்குச் செல்வதும் அவர்களுடன் பேசிக்கொண்டிருந்துவிட்டுத் திரும்புவதும் (ஆனால் அப்போதெல்லாம் அவன் பாகீரதியிடம் ஒரு வார்த்தைகூடப் பேசமாட்டான். பேசுவதென்ன, அவர்களிருவரும் வெளியில் சந்தித்துக்கொள்கிறார்களென்கிற ரகசியத்தின் சாயல்கூட விழுந்துவிடக்கூடாதென்கிற எச்சரிக்கையுணர்வில் அவள் இருந்த பக்கம்கூட அவன் திரும்ப மாட்டான். நல்ல பிள்ளையாக நடந்துகொள்ளும் எத்தனிப்பில் தன்னைப் பார்க்கவும் முடியாமல் பார்க்காமலிருக்கவும் தெரியாமல் அவன் படும் அவஸ்தையைப் பார்க்கப் பார்க்கப் பாகீரதிக்குச் சிரிப்புப் பொத்துக்கொண்டு வரும்) இரு வீட்டாருக்குமே தெரிந்த சகஜமான விஷயமாகிவிட்டிருந்தது. ஆனால் ஹாலாஸ்யமோ பாலமீனாட்சியோ அந்த அதிகாலைப் பொழுதிற்குப் பிறகு பூரணியம்மாளின் வீட்டிற்குப் போகவேயில்லை. அதுபோல பாகீரதியையுமேகூட அவர்கள் இரண்டே தடவைகள்தான் தங்கள்

கண்களால் நேரடியாகப் பார்த்தார்கள். துக்கம் விசாரிக்கப்போன முதல் தடவைக்குப் பிறகு நான்கு வருடங்கள் கழித்து சங்கரியின் திருமணத்திற்காக அழைப்பின் பேரில் அவர்கள் கருப்பட்டிச் சத்திரத்திற்குச் சென்றிருந்தபோது அவள் மீண்டும் ஒரு முறை அவர்கள் கண்களில் பட்டாள். நமஸ்கரித்தாள். கல்லூரிப் படிப்பின் இறுதி வருடத்தில் இருந்த அவளுடைய வளர்த்தியில் பருவம் மட்டுமல்லாது படிப்பும் புத்திசாலித்தனமும்கூட நிறைய மாற்றங்களைக் கொண்டு வந்து சேர்த்திருந்தனவென்றும் பேச்சு, நடையுடை பாவனைகளில் நளினமும் நேர்த்தியும் பக்குவமும் கூடியிருந்ததென்றும் ஹாலாஸ்யம் மனதிற்குள் நினைத்துக்கொண்டார். அதோடு சரி. பிறகு அவளைப் பார்க்கும் சந்தர்ப்பம் அவர்களிருவருக்கும் வாய்க்கவேயில்லை. அதை ஹாலாஸ்யம் எதிர்பார்க்கவும் இல்லை. வாசுதேவனின் கண்களில் அவனுக்கெனத் தான் முடிவு செய்திருந்த அந்தப் பெண்ணைக் காட்டுவதோடு தன் பொறுப்பு முடிந்துவிட்டது என்கிற நிச்சயத்திலும் திருப்தியிலும்தான் அவர் இருந்தார். ஆனால் இரண்டாம் முறை பாகீரதியை அப்படிப் பார்த்த கணம் துவங்கிப் பின்பொரு நாள் அவள் மற்றும் அவள் பொருட்டாக அவளுடைய குடும்பத்தவர் ஆகியோருடைய பாதுகாப்பிற்கெனச் சில குண்டர்களைத் தயார் செய்து தர முடியுமாவென்று ஏதோ திரைப்படக் காட்சியைப்போல குழந்தைத்தனமாக அவன் அவரிடம் வந்து முறையிட்ட கணம்வரை அவருடைய மனதில் பாகீரதி அவனை விரும்புகிறாளாயென்கிற சந்தேகம் தோன்றி அழியாமல் இருந்துகொண்டேதானிருந்தது. வாசுதேவன் குறை சொல்ல முடியாத, ஒரு பெண்ணின் அதிக பட்ச விருப்பங்களை அதிகம் மெனக்கெடாமல் பூர்த்தி செய்யக்கூடிய அழகையும் அறிவையும் வருமானத்தையும் கொண்டவன்தானென்றாலும் (அதிலும் காதல் அவற்றைப் பராமரிப்பதில் அவனை இன்னும் கவனம் மிகுந்தவனாயும் அவற்றுக்காகச் செலவழிப்பதில் கவனக் குறைவானவனாயும் ஆக்கியிருந்தது), படிப்பை அவன் முடித்த கையோடேயே நிறைய வரன்கள் அவனைத் தேடி அவர்கள் வீட்டை வட்டமிடத் தொடங்கித்தானிருந்தனவென்றாலும், சொந்தத்திலேயே அழகான பெண்கள் அவனைப் பற்றிய கனவுகளால் ஊட்டி வளர்க்கப்பட்டுக்கொண்டுமிருந்தார்களென்றாலும், அவர்கள் அவனுக்காகத் தாங்கள் சொல்லுமளவு காத்திருக்கத் தயாராகவும் இருந்தார்களென்றாலும் தேவதையைப் போல ஜொலிக்கும் அந்தப் பெண்ணுக்கு அவன் தகுதியானவன்தானா என்கிற அச்சமும் தாழ்வு மனப்பான்மையும் பாகீரதி கல்யாண மண்டபத்தில் வைத்துத் தன் காலில் விழுந்து வணங்கியெழுந்த கணத்தில் அவருக்குள் ஏற்படத்தான் செய்தது. முதலில் வாசுதேவனே

இத்தனை அழகைத் தூரயிருந்து ரசிக்கும் நட்பு ரீதியிலான முறையிலன்றி தொட்டுத் துய்க்கும் மனைவியாகக் கற்பனை செய்யத் துணிந்திருப்பானா என்றும்கூட அவர் எண்ணவோட்டம் பயணித்தது. அத்தனை தகுதிகளைப் பட்டியலிட்டுப் போட்டுப் பார்த்துக்கொண்டதற்கப்பாலும் அவளால் அவன் நிராகரிக்கப்படக்கூடிய அத்தனை சாத்தியங்களையும் அவர் மனம் அன்று பூரா கணக்குப் போட்டு உளைந்துகொண்டிருந்தது. உதாரணமாக வாசுதேவன் பேசுவது பொருள் பொதிந்ததாய் இருந்தாலும் (அவனுடைய தாத்தாவிடமிருந்து அவன் செரித்துக் கொண்டது) அழகாய் இராது. லேசான திக்குவாய் உண்டு அவனுக்கு. அது அவன் கோபமாகப் பேசும்போது இன்னும் அலங்கோலமாக வெளிப்பட்டுக் கேட்பவரைச் சிரிக்க வைத்துக் கோபத்தின் தீவிரத்தை நீர்க்கப் பண்ணி அலட்சியப்படுத்தும்படி செய்துவிடும். வாசுதேவனே இதைப் பலமுறை அவரிடம் சொல்லி அங்கலாய்த்திருக்கிறான். இதனாலேயே எந்தச் சூழ்நிலை யிலும் கோபப்படுவதைத் தவிர்த்துச் சிரித்தபடியோ அல்லது எதிராளியை ஏளனம் செய்யும் தொனியிலோ பேசும் வழக்கத்தைக் கட்டாயப் பயிற்சியாகவும் அவன் மேற்கொண்டிருந்தான். ஆனால் ஒரு பெண் ஏதேனும் ஒரு சந்தர்ப்பத்திலாவது தான் விரும்பும் ஆண் தன்மீது கோபப்படுவதை தன்னை அவன் பெரிதாகப் பொருட்படுத்துகிறான் என்பதை நிச்சயம் செய்து கொள்வதற்காகவே விரும்புகிறாள் என்கிறான் காளிதாஸன். வாசுதேவனால் பாகீரதியின்மீது தாழ்வுணர்ச்சியின்றிக் கோபப்பட்டுவிட முடியுமா என்றே ஹாலாஸ்யத்திற்குக் கவலையாக இருந்தது. மேலும் வாசுதேவன் ஒரு பிடிவாதமான பிராமணனாய் இருந்ததானது (வானப்பிரஸ்தம் போகும் வயதில் தானேகூட குடுமி வைத்துக்கொள்ள மறுத்துத் தலையைச் சிரைத்துக்கொண்டிருக்கும் காலக்கட்டத்தில், யவ்வனப் பெண் களின் ஆதர்சக் கதாநாயகர்கள் அலையலையான சிகைப் பாணியும் நாடிவரை தொங்கும் மீசையும் குறுந்தாடியும் அகன்ற குளிர்க்கண்ணாடியும் அணிந்த யட்சர்களாய் வெள்ளித் திரைகளில் உலா வரும் எழுபதுகளில், அவன் கட்டுக் குடுமியும் நெற்றி நிறைய விபூதியும் வெண்ணையாய் மழித்த முகமுமாய் அலைந்துகொண்டிருந்தான்) ஈவெராவின் மானசீக சீடரான அவருக்கு முன்பு கொடுத்துக்கொண்டிருந்த எரிச்சலுணர்வைப் பாகீரதியைப் பார்த்துவிட்டுத் திரும்பிய பிறகு இன்னும் அதிகமாக்கியிருந்தது. மேலும் வாசுதேவனின் நடையில் வெளிப்படும் மிக லேசான கோமாளித்தனம், கடமைகளின்மீது அவன் வைத்திருக்கும் அசுரத்தனமான, தன்னை மறந்த பிரியம், திரைப்படங்களின்மீது விருப்பமின்மை. சுருக்கமாகச் சொல்லப் போனால் பாகீரதியினுடைய அழகு தன் மகனுடைய,

அதுவரையில் அவர் கண்களிலேயே பட்டிராத சிறுசிறு குறைபாடுகளைக்கூடப் பெரிதாகக் காட்டி அவரைச் சற்று அலைக்கழித்துத்தான் விட்டது (காதலிப்பதன் சாகஸவுணர்வை அவன் பெறவேண்டுமென்று தனக்குத் தானே விதித்துக் கொண்டுவிட்டதால் அதை வெளிப்படையாகக் கேட்டுத் தெரிந்து கொள்வதற்கும் வெட்கமாக இருந்தது). குழந்தை போன்ற தன் மகனை ஓர் அழகிய கல்லூரி மாணவி தானாகவே விரும்புவது சாத்தியம்தானா. ஆம், எல்லாத் தகப்பன்களையும் போலவே ஹாலாஸ்யமும் தன் மகனை இன்னும் முதிராக் குழந்தையாகவே நினைத்துத்தான் கவலைப்பட்டுக்கொண்டிருந்தார்.

ஆனால் வாசுதேவன் சந்தேகமில்லாமல் வளர்ந்துதானிருந்தான். அவனுக்குப் பாகீரதியை ரெம்ப்ராண்டின் கல்பாலம் ஓவியத்துடனும் படபடக்கும் நெஞ்சத் துடிப்பை முகத்தில் காட்டிக்கொள்ளாத சாமர்த்தியத்துடனும் தர்க்க ரீதியாகப் பொருந்துகிறதாயென்பதைப்பற்றிக் கவலைப்படாத பொய்களுடனும் அணுகத் தெரிந்திருந்தது, வாய் எதையோ பேசிக்கொண்டிருக்கக் கண்களால் வேறொன்றைப் பேசும் வித்தை (சிலசமயம் அவளிருந்த திசையைத் திரும்பிப் பார்க்காமலேயேகூட) ஒரு வன விலங்கு வேட்டையாடக் கற்றுக்கொள்வதைப்போல இயல்பூக்கத்திலேயே வாய்த்திருந்தது, கடிகாரத்தின் பெரிய முள்ளைப்போல அத்தனை மெதுவாக, நகர்த்துவதே தெரியாமல் தன் தரப்புக் காய்களை நகர்த்தி அவளும் தன்னையறியாமலேயே பருவத்தின் அந்தப் புதிர் விளையாட்டிலீர்க்கப்பட்டுத் தானும் தன் தரப்புக் காய்களை நகர்த்தும்படி செய்ய முடிந்திருந்தது, மாசற்ற தன் அழகைப் பற்றிய அவளுடைய குழந்தைமை கலந்த கர்வத்தைத் (அது குறித்து வெட்கமின்றிப் பெருமைப்பட்டுக்கொண்டேயிருக்கும் விருச்சிக ராசிக்காரியாக அப்போது அவள் இருந்தாள்) அவள் மீதான தன் அக்கறையாலும் தன்னடக்கத்தாலும் சிலசமயம் மிகையற்ற புகழுரைகளாலும் வெற்றி கொள்ள முடிந்தது, அவளுடைய ரசனைக்கேற்பத் தன்னுடைய ரசனைகளை மாற்றிக்கொள்ளவும் (உதாரணமாக சித்திரக் கலை மீதான அவளுடைய ஈடுபாடு) அது முடியாதபோது (எம்ஜியார் படங்கள்மீது அவளுக்கிருந்த பிரேமை) தானும் அதை ரசிப்பதாகப் பாவனை செய்யவுமான தந்திரம் கைகூடியிருந்தது, மிக அபூர்வமான சந்தர்ப்பங்களில் வகுப்புகளைப் புறக்கணித்துவிட்டு அவளை அழைத்துக்கொண்டு காந்தி அருங்காட்சியகத்திற்கோ அல்லது ராஜாஜி பூங்காவிற்கோ சென்று தனிமையில் மனம்விட்டு அபத்தமாகச் சிலவற்றைப் பேசிவிட்டு வருவதற்கும் அவள்முன் தன்னை முட்டாளாகக் காண்பித்துக் கொள்வதற்கும் (பெண்ணிடம் முட்டாளாயிருக்கத்

தெரியாதவன் வேறு எவர் முன்பும் புத்திசாலியாக இருக்க முடியாது என்பார் தாத்தா) துணிவு வளர்ந்திருந்தது, நடுங்கும் கரங்களால் பாகீரதியின் விரல் நுனிகளைப் பற்றி உள்ளங்கைக்குள் பொதிந்தபடி (திருமணம் ஆகும்வரை அதைத் தாண்டி ஒரு மயிரிழைகூட தன் உடல்மேல் நகர்வதற்குப் பாகீரதி அவனை அனுமதிக்கவில்லை) கண்களை மூடிக் கொண்டு அவற்றின் கதகதப்பை அனுபவிக்கும் ஏகாந்தத்தைக் கண்டுபிடிக்க முடிந்திருந்தது, தன்னுடைய உடல் சார்ந்த அந்தரங்கத் தேவைகளை அவனிடம் கேட்டுக் கடைகளில் வாங்கிக்கொள்ளுமளவிற்கு தன் முன்னிலையில் அவளை வெட்கமற்றவளாக ஆக்கி வைக்கும் அன்னியோன்னியத்தை அவளுக்குள் கடத்த முடிந்திருந்தது. வேறென்ன தகுதிகள் வேண்டும் ஓர் அழகிய பெண்ணின் காதலனாயிருப்பதற்கு. இதற்கப்பால் அந்த எட்டு வருடங்களில் அவர்களுடைய காதல் வளர்ந்துகொண்டிருந்ததனூடே பாகீரதி கல்லூரியில் இளநிலை அறிவியல் படித்தாள், வாசுதேவன் தன்னுடைய, மிக நீண்ட, பட்டயக் கணக்காளர் படிப்பை முடித்தான், பிறகு இருந்த மூன்று வருடங்களில் ஒரு வருடம் ஃபென்னரில் நிதிப் பிரிவு மேலாளராக உத்தியோகம் பார்த்துவிட்டுப் பிடிக்காமல் ராஜினாமா செய்தான் (பிறகு அந்த நிறுவனத்திற்கே தணிக்கையாளனாக இரண்டு வருடங்களுக்கு நியமிக்கப்பட்டான்), சொந்தமாகவே தணிக்கைக் குழுமம் ஒன்றைத் துவங்கப் போவதாக அறிவித்தான், நான்கைந்து வாடிக்கையாளர்களை வசப்படுத்திக்கொண்டு லக்ஷ்மி நாராயணபுர அக்ரஹாரத்தில் ஒரு வீட்டைப் பிடித்து அதில் ஓர் அலுவலகத்தை அமைத்துக்கொண்டான், வரும்படியில் முக்கால் பகுதி வீட்டிற்கும் கால் பகுதி சொந்தச் செலவு என்கிற பெயரில் பாகீரதிக்கும் என்று (தகப்பனுக்குத் தெரியாதென்று நினைத்துக்கொண்டு) பிரித்துக்கொண்டான். எல்லாமே நன்றாகத் தான் போய்க்கொண்டிருந்தது. ஆனால் விதி, அது அதுவரை பாகீரதியைத் தன் மகனால் அவன்பால் ஈர்க்க முடிந்ததா என்கிற சந்தேகத்திலிருந்த ஹாலாஸ்யத்தை அவன் ஒருநாள் அதை அவள்பால் தான் கொண்டுள்ள அக்கறையைப் பிரஸ்தாபித்ததன் மூலமாக உறுதி செய்தபோது அய்யோ, இத்தனை வலுவாக வளர்ந்துவிட்ட அந்த அன்பை இனி எதைச் சொல்லி எப்படிப் பிரிப்பது என்கிற கவலைக்குள் விழச் செய்திருந்தது. அவரைச் சொல்லிக் குற்றமில்லை. சூழ்நிலை அப்படி. அந்த அவலத்தையும் வாசுதேவனேதான் உண்டாக்கிக் கொடுத்துவிட்டிருந்தான்.

என்ன நடந்ததென்றால் எட்டு வருடங்களுக்குப் பிறகு ஒருநாள் (அது உண்மையில் ஹாலாஸ்யம் வாசுதேவன் தன்னுடைய தொழிலில் நன்றாகக் காலூன்றிவிட்டானென்பதையும் இனித் தாராளமாக

அவனுடைய திருமணப் பேச்சையெடுக்கலாமென்பதையும் நிச்சயப்படுத்திக்கொண்டு அதைத் துவங்குவதற்குச் சரியான சந்தர்ப்பத்தை எதிர்பார்த்துக்கொண்டிருந்த நாட்களில் ஒன்றாகத்தானிருந்தது. வாசுதேவன் உங்களிஷ்டம் என்று சொல்லிவிட்டால் பாகீரதியின் பெயரைத் தானே முன்மொழிய வேண்டியிருக்கும், அவளை விரும்புவதாக அவனே கூறிவிட்டால் தான் அதை வெறுமே ஆமோதித்தால் போதுமானது. இந்தயிடத்தில், நேயர்களுக்குப் பொறுமையிருக்கிறதென்றால், ஒரு சிறிய கற்பனை, ஒருவேளை அன்று அல்லாமல் அதற்குச் சில தினங்கள் முன்பாகவே ஹாலாஸ்யம் வாசுதேவனிடம் அவனுடைய திருமணத்தைப் பற்றிப் பேச நேர்ந்திருந்தால் என்ன நடந்திருக்கும், நமக்குத் தெரிந்தபடியே அவன் உடனே தான் பாகீரதியை விரும்புவதாகச் சொல்லியிருப்பான், பாலமீனாட்சியும் ஹாலாஸ்யமும் மிகச் சந்தோஷமாக அடுத்த வாரமே அவளைப் பெண் கேட்டுப் போய்விடலாமென்று சொல்லியிருப்பார்கள், அவனிடமிருந்து இந்தப் பதிலை வரவழைக்கக் கிட்டத்தட்டப் பத்து வருடங்களாகவே தான் திட்டமிட்டுக்கொண்டிருந்ததாகச் சொல்லி ஹாலாஸ்யமும் அவர்களிருவரையும் ஆச்சரியத்தில் ஆழ்த்தியிருந்திருப்பார், அனைத்தும் சுபமாக முடிந்திருக்கும். ஆனால் அப்படி நடந்திருந்தால் காதல் என்கிற உணர்வின் அசுர ஆகிருதியை, அதுவொன்றும் தகப்பன்கள் அனுமதிக்கும் எல்லைக்குள் சுற்றிவந்து புல் மேயும் அமைதியான பசு அல்ல என்பதை, பகுத்தறிவுவாதியான ஹாலாஸ்யம் அறிந்துகொள்ளும் வாய்ப்பு பின்பொருபோதும் அவர் வாழ்நாளில் அவருக்குக் கிட்டியிராது. கண்டதும் காதல் என்பார்கள். அதன் அர்த்தம் காதலைத் தன் இணையைப் பார்த்த கணத்தில் அப்போதுதான் புதிதாகக் கண்டுபிடிப்பது என்பதல்ல, மாறாகக் காதலர்கள் ஒருவரை யொருவர் பார்த்துக்கொள்ளும் முன்பே, பல வஸ்துக்களுக்கு நடுவே பதுங்கியிருக்கும், ஏற்கெனவே தன்னுடைய தேவை என்று தீர்மானிக்கப்பட்டுவிட்ட, ஒரு பொருளைக் கடை வீதியில் தேடி அடையாளம் காண்பதைப்போல, தங்களை அறிந்திருக்கிறார்கள் என்பதுதான் வாசுதேவனும் பாகீரதியும் அவருக்கு உணர்த்திய செய்தி. பார்க்கும் பெண்களையெல்லாம் அவனும் பார்க்கும் ஆண்களையெல்லாம் அவளும் இவளல்லள் இவனல்லன் என்று நிராகரித்து நிராகரித்துக் கடைசியில் ஒருவரையொருவர் அடையாளம் கண்டு எடுத்துக்கொள்ளும் மாய வித்தை அது)

தன் அலுவலகத்திலிருந்த வாசுதேவனைப் பாகீரதி இரவு எட்டு மணிக்குமேல் தொலைபேசியில் தொடர்பு கொண்டு, அன்று கல்லூரியில் சிறப்பு வகுப்பு இருந்ததாயும் எனவே அங்கிருந்து கிளம்பத் தாமதமாகவிட்டதென்றும் தனியாகச்

செல்வதற்குப் பயமாக இருப்பதால் கல்லூரிக்கு வந்து தன்னை அழைத்துச் செல்லும்படியும் கூறினாள் (அப்போதே வாசுதேவன் அவனுடைய ராசியான பஜாஜ் சேதக்கைத் தன் முதல் வருமானத்தில் வாங்கிவிட்டிருந்தான்). அவன் மீதமிருந்த தன்னுடைய வேலைகளை முடித்துவிட்டு கல்லூரிக்குச் (மீனாட்சி கல்லூரி) சென்று பாகீரதியை அழைத்துக்கொண்டுபோய் வீட்டில் விடும்போது ஒன்பது மணியாகிவிட்டது. அகாலமாகவிட்டதால் அங்கேயே சாப்பிட்டுவிட்டுப் போகும்படி பாகீரதியின் தாயார் அவனை வற்புறுத்தினார். மறுக்க முடியாமல் அவன் அங்கே சற்றுத் தாமதித்தான். சிறிது நேரத்தில் பாகீரதியின் சித்தப்பா திடீரென்று வாசற்கதவைத் தட்டாமலேயே வீட்டிற்குள் நுழைந்தார். அவரோடு கூடவே இன்னொரு முப்பது முப்பத்தைந்து வயது மதிக்கத்தக்க, அழுக்கு உடையணிந்த ஒரு மனிதனும் (அவனைப் பார்த்தால் பிராமணனைப்போல தெரியவில்லை) யாரும் வா என்று சொல்லாமலும் அதற்காகக் காத்திருக்காமலும் தயங்காமல் உள்ளே நுழைந்தான். சித்தப்பா சாப்பிட்டுக்கொண்டிருந்த வாசுதேவனையும் பாகீரதியையும் மாறி மாறிப் பார்த்தார். வாசுதேவனிடம், இருக்கட்டும் இருக்கட்டும் என்றார். பிறகு பாகீரதியின் தமக்கை கல்யாணத்தில் அவளால் அறிமுகப்படுத்தப்பட்டபோது மிக நாகரீகமானவராயும் மென்மையானவராயும் இரண்டு பெண் பிள்ளைகளுக்குத் தகப்பனாயும் தன்னைக் காட்டிக்கொண்ட அதே, ஈர்க்குச்சி உடல்வாகு கொண்ட அந்த மனிதர், அங்கிருந்த இரண்டு மர முக்காலிகளில் ஒன்றைத் தனக்கும் இன்னொன்றைத் தன் கூட வந்தவனுக்கும் போட்டுப் பெண்கள் இருக்கிறார்கள் என்கிற இங்கிதம் கொஞ்சமுமின்றிப் பெரிதாகக் குசு விட்டுக்கொண்டே அவனை அதில் உட்காரச் சொல்லி விட்டுத் தானும் உட்கார்ந்துகொண்டார். அவர்களிருவருமே நல்ல போதையிலிருக்கிறார்கள் என்பதை அவர்கள் உள்ளே நுழைந்தவுடனேயே, மேற்கொண்டு உணவுத் தட்டில் கை வைக்க முடியாவண்ணம் அந்தச் சிறிய, காற்றோட்டமற்ற அறைக்குள் அப்பிக்கொண்ட புளித்த நெடி தெரியப்படுத்தியிருந்தது. மேலும் அவர்களின் பிரசன்னம் பாகீரதியையும் அவள் தாயாரையும் கலவரப்படுத்தியிருக்கிறது என்பதையும் அவர்கள் முகம் வாசுதேவனுக்குக் காட்டிக் கொடுத்துவிட்டது. சித்தப்பா மிகச் சுவாதீனமாக உட்கார்ந்த நிலையிலேயே அடுக்களைக்குள் எட்டிப் பார்த்து, என்ன மன்னி, எப்படிப் போயிண்டிருக்கு என்று கேட்டார். பூரணியம்மாள் பதில் ஒன்றும் சொல்லவில்லை. அவர்களிருவரும் உடனே வெளியேறிப் போய்விடவேண்டுமென்று பெண்களிருவரும் தவிப்பது வாசுதேவனுக்கு வெளிப்படையாகவே தெரிந்தது. குடும்பத்திற்குப் பெரியவரான அவரை அவர்களால்

அப்படி வெளிப்படையாகக் கேட்டுக்கொள்ளவியலாத தர்மசங்கடத்தில் இருக்கும்போது (மேலும் சந்தர்ப்பவசமாக அது தான் அங்கே வருகை தந்திருக்கும் நிலையில்) அதை அவர்கள் சார்பாக அந்தக் குடிகாரர்களுக்கு உணர்த்தவேண்டியது தன்னுடைய கடமை என்று வாசுதேவன் கருதிக்கொண்டான். அவன் உடனே கிளம்பியிருக்க வேண்டியவன்தான். ஆனால் அந்த நிலையில் அவர்களை விட்டுவிட்டுப் புறப்படுவது சரியான செயலாய் இராது என்றும் பெண்களிருவரும் அதை விரும்பவும் மாட்டார்கள் என்றும் அவன் நினைத்தான். ஆனால் மிக ஆச்சரியகரமாக பாகீரதியிடமும் பூரணியம்மாளிடமும் அவர்களை வெளியேறச் சொல்லிக் கேட்டுக்கொள்ளட்டுமா என்று மெல்லிய குரலில் அவன் வினவியபோது அந்த அம்மாள் அப்படிச் செய்ய வேண்டாமென்றும் தூங்கிக்கொண்டிருக்கும் பாகீரதியின் அண்ணன்கள் இருவரையும் எழுப்பி அவர்களுடைய உதவியோடு வந்திருப்பவர்களைத் தாங்களே சமாளித்துக்கொள்ள முடியுமென்றும் ஏதாவது செய்ய வேண்டுமென்று அவன் விரும்பினால் தவறாக எடுத்துக்கொள்ளாமல் உடனே அவர்களிடம் விடை பெற்றுக்கொண்டு வீட்டைவிட்டு வெளியேறிவிடுவதுதான் அந்த உதவியாக இருக்குமென்றும் அவனிடம் முணுமுணுத்தார். தன் கணவனுடைய உறவுக்காரர்களை அவன் பொருட்டாக விட்டுக்கொடுப்பதை அவர் விரும்பாமலிருந்திருக்கக்கூடும். அல்லது ஒரு மரியாதைப்பட்ட குடும்பத்திலிருந்து நண்பனாக அந்த வீட்டிற்கு வந்து போய்க்கொண்டிருக்கும் அவனை அத்தகையதொரு முகம் சுளிக்கத்தக்கச் சூழ்நிலைக்குள் தொடர்ந்து இருத்தி வைப்பதோ அல்லது அந்த விரசமான நாடகத்தில் அவனையும் பங்கேற்க அனுமதிப்பதோ நாளை வீண் பேச்சுகளுக்கு வழி வகுக்குமென்றும் அவர் எண்ணியிருக்கக்கூடும். இரண்டில் எதை நினைத்து அவர் அவனை வெளியேறச் சொல்லி யிருந்தாலும் அது நியாயம்தான்.

ஆனால் பாகீரதி. ஆம், பாகீரதி. அவள் தன் தாயாரை மறுத்துப் பேசவில்லையே தவிர வாசுதேவன் தன் தாயாரின் வேண்டுகோளைக் கேட்டுக்கொண்டிருந்தபோது தன் இடது கையால் அவனுடைய வலது கையை ரகசியமாகப் பிடித்து ஒரு முறை அழுத்தினாள். நிராதரவின், பயத்தின், துயரத்தின், நம்பிக்கையின், சரணாகதியின், கெஞ்சலின் சமிக்ஞை அது. வாசுதேவன் அங்கிருந்து அந்தக் குடிகாரர்கள் இருவரும் வெளியேறும்வரை தானும் கிளம்பப் போவதில்லை என்று உடனே முடிவு செய்துவிட்டான். அவனால் பூரணியம்மாளின் அனுமதியின்றி வந்திருப்பவர்களிடம் எதையும் பேசிவிட முடியாதுதான். ஆனால் தட்டிலிருக்கும் சப்பாத்திகளை

மெல்லுவதை நிதானமாக்குவதன் மூலமும் மேலும் சில சப்பாத்திகளை வார்த்துப் போடுமாறு (வயிறு நிறைந்துவிட்டிருந்த தென்றாலும்) அவரிடம் வேண்டிக்கொள்வதன் மூலமும் அந்த இடத்திலிருந்து புறப்படுவதை ஒத்திப் போட முடியுமே. பாகீரதியும் எழுந்திருக்க அச்சப்பட்டுக்கொண்டு அவனுக்குத் துணையாக மிச்சமிருந்த சப்பாத்தித் துண்டுகளை விரல்களால் அளைந்தபடியே உணவுத் தட்டின் முன் அமர்ந்திருந்தாள். ஆனால் எந்தவொரு செயலுமே அது பூர்த்தியாவதற்கான கால அவகாசத்தைக் கடந்துவிட்டால் அபத்தமான நாடகமாகவோ பாசாங்காகவோ வெளிப்படையாகவே தோன்றத் தொடங்கிவிடும்தானே. பாகீரதியின் சித்தப்பாவும் ஒன்றும் லேசுப்பட்ட பிராமணராயிருக்க வில்லை. அவர் அந்தப் போதையிலும் (மேலும் அவருடைய நிலை அவருக்குள் தவிர்க்கவியலாமல் கொண்டுவந்திருந்த குற்றவுணர்ச்சியும் வேண்டாத விருந்தாளியாய்த் தன்னை உணரும் தாழ்வுணர்ச்சியும் மனதின் கண்களில் ஏற்றியிருந்த கூர்மையின் காரணமாகவேகூட) சுற்றியிருந்தவர்களின் முகங்களில் தோன்றியிருந்த இறுக்கத்தையும் வாசுதேவனுடைய இருப்பிலிருந்த பிடிவாதத்தையும் அவர்கள் கிசுகிசுப்பாகப் பேசிக் கொண்டதையும் உள்ளே அப்பிக்கொண்டிருந்த மௌனத்தையும் இந்தச் சூழலின் கூட்டு வர்ணம் தன்னுடைய வருகைக்கு எதிராகக் காட்டப்படும் கருப்புக் கொடியாக இருக்கிறது என்பதையும் வந்ததிலிருந்தே கவனித்துக்கொண்டுதான் இருந்தார். வாசுதேவனை உடனே வெளியேற வேண்டிக்கொள்ளும்படி பூரணியம்மாளை நிர்பந்தித்ததும் ஒருவேளை அந்தக் கவனிப்பின் கூர்மையாகத்தான் இருந்திருக்கக்கூடும். ஆனால் அந்த மறைமுக நிர்பந்தம் மதிக்கப்படவில்லையென்றதும் மேலும் அதை நிராகரிக்கும் விருப்பத்துடனேயே அந்த இளைஞன் வேண்டுமென்றே வெளியேறுவதைத் தாமதப்படுத்துகிறான் என்பதும் அது அவருடைய விருந்தாளியான அந்த, அழைத்துக் கொண்டு வரப்பட்ட மனிதனிடம் அசௌகரிய உணர்வை ஏற்படுத்துகிறது என்பதும் புத்தியில் உறைத்ததும் அவரே நேரடியாக வாசுதேவனிடம் பேசத் தொடங்கிவிட்டார், என்ன அம்பி, கிளம்பவில்லையா, இரவு வெகு நேரமாகிவிட்டதே, வீட்டில் தேட மாட்டார்களா. அம்பி என்று தன்னை அவர் விளித்தது வாசுதேவனுக்கு எரிச்சலைக் கிளப்புவதாயிருந்தது. நான் என்ன சிறுவனா, வீட்டில் தேடிக்கொண்டு கிளம்புவதற்கு என்றான் அவன் அந்த எரிச்சலைக் குரலில் வெளிப்படையாகவே காட்டியபடி. சரி, என்ன இந்த நேரத்தில் இங்கே என்று விடாமல் கேட்டார் சித்திப்பா. பாகீரதி கல்லூரியிலிருந்து தனியாக வரப் பயந்துகொண்டு என்னைத் துணைக்குக் கூப்பிட்டாள், போக்கிரிகள் மற்றும் குடிகாரர்களின் உபத்திரவம் தனியாக

நடமாடும் பெண்களுக்கு எப்போதும் அச்சுறுத்தலாகவேதானே இருக்கிறது என்றான் வாசுதேவன் சிரித்துக்கொண்டே, ஆனால் இரட்டை அர்த்தத்தில் பேசுகிறானென்பது அவருக்கு உறைக்க வேண்டுமென்பதற்காகவே சற்று அழுத்தமான தொனியில். அவன் எதிர்பார்த்ததுபோலவே அதைக் கேட்டதும் சித்தப்பாவினுடைய முகபாவம் மாறிவிட்டது. என்றாலும் வெளிப்படையாகக் காட்டிக்கொண்டால் அது தன்னைக் குறித்தேதான் சொல்லப் பட்டது என்பதைத் தானே ஒத்துக்கொண்டதைப் போலாகிவிடும் என்று நினைத்தவரைப்போல அவர் பதிலுக்குத் தானும் சிரித்துக்கொண்டே, சந்தேகமில்லை, நீ பெரியவன்தான் என்றார் கேலியாக, பிறகு, ஆனால் பெற்றோர்கள் தங்கள் மகன் பெரியவனான பிறகு வீட்டிற்கு நேரத்திற்கு வருவதைப்பற்றிக் கவலைப்படுகிறார்களோ இல்லையோ, அந்த நேரத்தில் அவன் வேறெங்கு தங்கியிருக்கிறான் என்பதைப்பற்றி நிச்சயம் கவலைப்படத்தான் செய்வார்கள் என்றார் குத்தலாக. வாசுதேவனும் சற்றும் யோசிக்காமல், பெற்றோர்கள் மட்டுமல்ல அய்யா, மனைவிகளும் மகள்களும்கூடத்தான் தங்கள் கணவன் அல்லது தகப்பனின் இரவு நேர அலைச்சலைப் பற்றிக் கவலைப்படுகிறார்கள் என்று சட்டென்று பதில் சொன்னான். சொன்ன வினாடியிலேயே அந்தப் பதில் நேரடியாகவே அவருடைய போதையின் பலவீனமான பகுதியைச் சென்று தாக்கிவிட்டது என்பது அருகில் உட்கார்ந்தபடி பேந்தப் பேந்த விழித்துக்கொண்டிருந்த அந்த இளைஞனுட்பட அங்கிருந்தவர்கள் எல்லோருக்குமே தெரிந்துவிட்டது. சித்தப்பா வாசுதேவனைப் பார்த்து, சரி, நான் வந்துவிட்டேனில்லையா, பார்த்துக்கொள்கிறேன், நீ கிளம்பு என்றார் அழுத்தமாக. துரதிர்ஷ்டவசமாக அந்த அழுத்தம் உணர்த்திய அவருடைய காயத்தின் வலியைத் தன் புத்தியினுள் வெற்றியின் தித்திப்பான போதையாக அனுபவிக்கத் தலைப்பட்ட வாசுதேவன் நிதானமிழந்து மேலும் அந்த வழியிலேயே பேசி அவரைச் சீண்டிவிடும் வேட்கையால் ஆட்கொள்ளப்பட்டுவிட்டான் (திக்குவாய்த் தன்மை ஏற்படுத்தியிருந்த தாழ்வுணர்ச்சியை வெற்றிகொள்ள அவன் வலிந்து தன்னுள் இந்தக் குரூரமான பேச்சுப் பழக்கத்தை வளர்த்துக்கொண்டிருந்தானென்று முன்பே சொல்லியிருக்கிறோமில்லையா). ஏன், நான் இங்கிருப்பது உங்களை எந்த விதத்தில் இம்சைப்படுத்துகிறது, ஆண்களாகிய நாம் இன்று இந்தப் பெண்களுக்குத் துணையாக இருப்போமே என்றான் அவன். ஏற்கெனவே இங்கு, அங்கே படுத்திருப்பவர்களையும் சேர்த்து, போதுமான ஆண்கள் இருக்கிறோம் என்றார் சித்தப்பா பல்லைக் கடித்துக்கொண்டு. வாசுதேவன் விடாமல், அப்படியா என்றான் கேலியாக. அவருடைய கோபம் வெளிப்படையாகவே

வெடித்துவிட்டது. என்ன அப்படியா, இதோ பார் அம்பி, என் அண்ணன் குடும்பத்துப் பெண்கள் தனியாக இருக்குமிடத்திற்கு அகாலத்தில் நீ வந்து இப்படி உட்கார்ந்துகொண்டிருப்பதை என்னால் அனுமதிக்க முடியாது என்று இரைந்தார். ஏன், நீங்கள் வரவில்லையா இப்போது என்று கேட்டான் அவன். இங்கே நான் வருவதும் நீ வருவதும் ஒன்றா. இதற்குள் பாகீரதி குறுக்கிட்டு அவர்களிருவருமே வீட்டிலிருப்பவர்களைப் பொருட்படுத்தாமல் தன் மற்றும் தன் தாயாரின் சுய கௌரவத்தை முன்வைத்துத் தங்களுக்குள் சண்டையிட்டுக்கொள்வதைத் தன்னால் அனுமதிக்க முடியாது என்று அடிக் குரலில் இரைந்தாள். பிறகு வாசுதேவனைப் பார்த்து, வாசு நீ போய்விட்டு நாளைக்கு வா என்றாள். வாசுதேவன் பதில் சொல்வதற்குள் சித்தப்பா முக்காலியை விட்டு எழுந்து தன் வேட்டியைச் சரி செய்து கொண்டே, அவள்தான் சொல்லுகிறாளே நாளைக்கு வா என்று, கிளம்பு என்று சொல்லிச் சிரித்தார், வாசுதேவனுக்குக் கோபம் தலைக்கேறிவிட்டது. வார்த்தைகள் தொண்டைக்குள் சிக்கிக்கொண்டுவிட்டன. இனி தன்னால் பேச முடியாது என்று தோன்றியதும் அவன் தன்னை மீறி எகிறிச் சென்று அவருடைய சட்டையைப் பிடித்துவிட்டான். பலாத்காரத்தை உபயோகிக்கும் எண்ணம் எதுவும் அவனுக்கு இல்லைதான். ஆனால் சட்டையைப் பிடித்த வேகத்திலும் ஏற்கெனவே போதை நிதானத்தைப் பலவீனப்படுத்தியிருந்ததாலும் சமாளித்துக்கொள்ள முடியாமல் அந்த வயதான மனிதர் பின்னால் நகர்ந்து முக்காலியின்மேல் தடுக்கித் தடுமாறிப் பிடிமானம் கிடைக்காமல் சட்டென மல்லாந்த வாகில் கீழே விழுந்துவிட்டார். அவ்வளவுதான். விழுந்த கணத்தில் வாசுதேவனென்னவோ கத்தியை உருவிக்கொண்டு அவர்மேல் பாய்ந்ததைப்போல அய்யய்யோ கொல்கிறானே கொல்கிறானே என்று கத்தவும் ஆரம்பித்துவிட்டார். அண்டைக் குடித்தனங்களின் விளக்குகள் எரியத் தொடங்குவதும் மனிதத் தலைகள் எட்டிப் பார்ப்பதும் குழந்தைகள் அழத் தொடங்குவதுமாகக் கண்ணிமைக்கும் நேரத்திற்குள் அந்த இடம் ஒரு மானமுள்ள மனிதன் நிற்கத் தகாத இடமாகிவிட்டது. பாகீரதியினுடைய அண்ணன்களும் இருவரும் கண்களைக் கசக்கிக்கொண்டு எழுந்துவிட்டார்கள். சித்தப்பாவுடன் கூட வந்த ஆள் (அவனுக்கு இவர் ஜாடை காண்பித்திருக்க வேண்டும்) மெதுவாக நழுவி விட்டான். பாகீரதி அவர் கத்தத் தொடங்கியவுடனேயே அதிர்ந்துபோய்ப் பின்னால் நகர்ந்து சுவரோடு சுவராக உடலை ஒட்டிக்கொண்டுவிட்டாள். வாசுதேவனுக்கு ஒரு நிமிடம் என்ன நடக்கிறது என்று புரியவில்லை, அவரைக் கத்தாமலிருக்கும்படிக் கேட்டுக்கொள்வதற்கும் வாயெழவில்லை. பூரணியம்மாள்தான் அவசர அவசரமாகச் சுதாரித்துக்கொண்டு ஓடி வந்து கீழே

கிடந்தவரைக் கைலாகு கொடுத்து எழுப்பி மீண்டும் முக்காலியில் உட்கார வைத்தாள். பிறகு சற்றும் எதிர்பாராதவிதமாக வாசுதேவனைப் பார்த்துத் திரும்பி, மிக்க நன்றி அம்பி, நீ கிளம்பு முதலில், அப்போதே நான் சொன்னதை நீ கேட்டிருந்திருக்கலாம், பாகீரதி குழந்தை, அவள் கையை அழுத்தினாளென்பதற்காக உன்னைத் தைரியசாலியாகக் காண்பித்துக்கொள்வதற்கு வேண்டி சூழ்நிலையை இத்தனை ரசாபாசமாக்கியிருக்க வேண்டியதில்லை என்றார். வாசுதேவன் கையும் களவுமாகப் பிடிபட்டுவிட்ட திருடனைப்போல விழித்தான். சித்தப்பா அவனை முறைத்துப் பார்த்துக்கொண்டேயிருக்கிறார். அது காணச் சகிக்காத காட்சியாயிருந்தது. அங்கே நின்றுகொண்டிருப்பதை அவனுமே திடீரென அருவருப்பாக உணர்ந்தான். பாகீரதியை மறுபடி நிமிர்ந்து பார்க்கவும் தைரியமில்லாமல் உடனே வெளியே வந்துவிட்டான். குடித்தனத்தின் இரண்டு வரிசைகளிலுமிருந்து நடப்பவற்றைக் கவனித்துக்கொண்டிருந்த மனிதர்களின் பார்வைகள் அவனை இரண்டாக அறுத்துப் போடுமளவிற்குக் கூர்மை பெற்றுவிட்டிருந்தன. வீடு வந்து சேரும்வரைக்கும்கூடக் கை கால்களில் நடுக்கம் குறையவில்லை.

வீட்டில் ஹாலாஸ்யம் ஏற்கெனவே படுக்கைக்குப் போய் விட்டிருந்தார். அவன் அவரை எழுப்பிச் சற்று தனியே பேசவேண்டும் என்றான். மகனுடைய குரலிலும் உடலிலும் தொற்றிக்கொண்டிருந்த பதற்றம் உடனே தந்தையையும் பற்றிக் கொண்டு விட்டது. அவர் மனைவியை எழுப்பாமல் அவனை அழைத்துக்கொண்டு மொட்டை மாடிக்கு வந்து சேர்ந்தார். கைப்பிடிச் சுவரில் அமர்ந்த கையோடு வாசுதேவன் அவரிடம் பாகீரதியினுடைய சித்தப்பாவையும் அவருடைய நண்பன் ஒருவரையும் அடிப்பதற்கு அல்லது குறைந்த பட்சம் பயமுறுத்தி வைப்பதற்காவது சில அடியாட்கள் வேண்டும் என்று கடும் மூச்சிரைப்பிற்கிடையே சொன்னான். ஹாலாஸ்யத்திற்கு இதைக் கேட்டதும் குழப்பத்தைவிட அதிகமாக வருத்தம்தான் முதலில் உண்டானது. வாசுதேவனுக்கு நினைவு தெரிந்து அவர் ஒருபோதும் பிராமணராக நடந்துகொள்ளவோ அல்லது அப்படித் தன்னைக் காண்பித்துக்கொள்ளவோ விரும்பியதில்லையென்பதும் ஈவெராவின் மீதான தன்னுடைய ஈடுபாட்டை மறைத்துக் கொள்ளத் தவறியதில்லையென்பதும் உண்மைதான். அதே அளவிற்குத் தன்னை ஒரு கௌரவமான மத்திய அரசு உத்தியோகத்திலிருப்பவராயும் அதற்கேற்றபடி தன்னுடைய நடத்தையையும் தொடர்புகளையும் தனிப்பட்ட முறையிலும் சமூக வெளியிலும் பேணுபவராயும் காண்பித்துக்கொள்வதில் அக்கறை கொண்டவராயிருந்தாரென்பதும் உண்மை. மனைவியின்

முன்போ மகனின் முன்போ ஒருபோதும் தன்னையோ தன் நண்பர்களையோ பற்றிய இழிவான எண்ணம் அவர்களுக்குள் தோன்றுமளவிற்கு அவர் நடந்துகொண்டதேயில்லை. அப்படியிருக்கப் பின் எதைக் கொண்டு வாசுதேவன் தனக்குக் குண்டர்களைத் தயார் செய்யுமளவிற்கு அத்தகையவர்களோடு தொடர்போ செல்வாக்கோ இருக்க முடியுமென்று நம்பினானென்று அவரால் ஊகிக்க முடியவில்லை. ஒரு பிராமணனாயில்லாதிருப்பின், அதிலும் கடவுளை மறுக்கும் மனிதனாயிருப்பின், அவன் போக்கிரியாயிருப்பதைத் தவிர வேறெப்படியும் இருக்க முடியாது என்கிற பொதுப்புத்தி சார்ந்த எண்ணப் பதிவு இத்தனை வருடங்கள் தன்னுடன் பழகியிருந்தும் அவனுள்ளும் செயல்படுவதை நினைத்து அவர் மனம் வருத்தப்பட்டது. எனினும் வாசுதேவன் அது பற்றிய ஒரு நீண்ட ஆற்றாமை உரையை அவரிடமிருந்து செவி மடுக்கும் மனநிலையில் இல்லையென்பது தெரிந்திருந்ததால் அவர் தன் வருத்தத்தை மறைத்துக்கொண்டும் அவனுடைய வேண்டுகோளை ஆமோதிக்கவோ நிராகரிக்கவோ செய்யாமலும் திடீரென்று அடியாட்கள் தேட வேண்டிய அளவிற்கு என்ன அவசியம் வந்தது அவனுக்கு என்று கேட்டார். உங்கள் மகன் இன்றுபோல் என்றுமே எவரிடமுமே அவமானப்பட்டதில்லை அப்பா என்றான் வாசுதேவன் தன்னை மீறி வெளிப்பட்டுவிட்ட சிறிய விம்மலுடன். பிறகு பாகீரதியின் வீட்டில் நடந்த கதை முழுவதையும் மூச்சு விடாமல் விலாவாரியாகச் சொன்னான். இப்போது சொல்லுங்கள், அந்தப் பொறுக்கிச் சித்தப்பனை ஏதாவது செய்யவேண்டுமா வேண்டாமா, அவன் என்னை அவமானப்படுத்தினான் என்பதற்காக மட்டும் அல்ல, பாகீரதியை அவள் வாயாலேயே என்னை வெளியே போ என்று சொல்ல வைத்ததற்காகவும் சேர்த்து. வாசுதேவன் பாகீரதியைத் தான் விரும்புவதை முதல் தடவையாக, வெளிப்படையாக இல்லாவிட்டாலும் தன் வார்த்தைகளிலும் விவரணைகளிலுமிருந்த பதற்றம் மற்றும் அக்கறையின் வழியே அந்தத் தொனி கண்டிப்பாக ஒலிக்கத் தன் தந்தையிடம் அறிவித்த முதல் தருணம் இதுதான். ஆனால் துரதிர்ஷ்டவசமாக ஹாலாஸ்யம் எட்டு வருடங்களாகக் கேட்கக் காத்திருந்த அந்த வார்த்தைகளை அவன் உச்சரித்தபோது அவருடைய கவனம் அதில் பதியாமல் திடுக்குற்று அவன் சொன்ன கதையின் வேறொரு பரிமாணத்தின்மீது நிலைகுத்தி நின்றிருந்தது. அவன் பேசிக்கொண்டிருந்த நேரம் முழுவதும் அவருடைய மனக் கண்களில் பாகீரதியினுடைய தாயாரின் இளமை நீர்த்துப் போகாத அழகிய முகமும் வாழ்வின் சவால்களை அதன் வழியிலேயே (நேர்மையான வழியிலென்றால் நேர்மையான

வழியில், வஞ்சகத்தால்தானென்றால் சற்றும் தயக்கமோ வெட்கமோ கொள்ளாமல் வஞ்சகத்தாலேயே) எதிர்கொள்ளத் தயாராகயிருக்கும் கம்பீரமான உடலாகிருதியும்தான் கதையின் எஞ்சிய பகுதிகளனைத்தையும் மேவிக்கொண்டு எழுந்திருந்தது. ஆனால் முதல் தடவை நேரில் கண்டபோது அது அளித்த வியப்பிற்கும் மரியாதைக்கும் பதிலாக இம்முறை அதன் ஞாபகம் அச்சத்தையும் அசூயையும் தருவதாக இருந்தது. அவர் வாசுதேவன் தன்னிடம் கேட்ட கேள்விக்குப் பதில் சொல்லாமலும் அடியாட்கள் வேண்டுமென்கிற அவனுடைய குழந்தைத்தனமான, உணர்ச்சிவசப்பட்ட, நடைமுறைச் சாத்தியமில்லாத தேவையைப் பொருட்படுத்தாமலும் அவனுக்கும் பாகீரதியின் குடிகாரச் சித்தப்பாவுக்குமிடையில் பரிமாறிக்கொள்ளப்பட்டதென்று அவன் தெரிவித்த ஒரு கேள்வியைத் தலைகீழாகத் திருப்பி அவனிடமே திரும்பக் கேட்டார். அதாவது, அத்தனை பெண்களிருக்கும் வீட்டிற்கு அந்த நேரத்தில் அவள் சித்தப்பா குடித்துவிட்டு ஓர் அந்நியனை அத்தனை சுவாதீனமாக அங்கே அழைத்துக்கொண்டு வரக் காரணமென்ன. அவர் அந்தக் கேள்வி வாசுதேவனையும் தன்னைப் போலவே யோசிக்கச் செய்யும் என்று நம்பினார். ஆனால் நேரடியான கேள்விகளிலிருந்து ஒளிந்திருக்கும் கேள்விகளை உற்பத்தி செய்துகொள்கிற, அனுபவங்களால் கறைப்படுத்தப்பட்ட மனதையும் மத்திய வயதினுடைய (உலக அனுபவமென்கிற பெயரில் அது உருவாக்கிக்கொள்கிற) வக்கிரப் பார்வையையும் வாசுதேவன் (என்கிற அவருடைய குழந்தை) அப்போது இன்னும் அடைந்திருக்கவில்லையாகையால் அவன் ஒரு கணமேனும் தாமதிக்காமல் சட்டென்று, தெரியாது, ஆனால் இன்றுவரை அந்தக் குடும்பத்திற்கு ஓர் அந்நியனான நான் அந்த நேரத்தில் அங்கே போவதற்கும் ஒரு காரணம் இருக்கத்தானே செய்தது என்று பதில் சொன்னான். ஹாலாஸ்யம் அவனைக் கேட்டது பாகீரதியின் சித்தப்பா அவனைக் கேட்ட, அதே அர்த்தம் கொண்ட அதே கேள்வி. அவன் சொன்னது சித்தப்பாவிற்கு அவன் சொன்ன அதே, ஆனால் அதற்கு நேர்மாறான அர்த்தம் கொண்ட பதில்.

ஹாலாஸ்யம் தன் மகன் யோசிக்கவேண்டுமென்று விரும்பினார் தான். ஆனால் வலிந்து அவனைப் பார்த்து யோசி என்று சொல்லும் தைரியம் அவருக்கு வரவில்லை. அவர் அவனைச் சமாதானப்படுத்தி, இன்னும் சில நாட்களுக்குப் பாகீரதியைச் சந்திக்கப் போக வேண்டாமென்றும் கூறிக் (அவன் அதே கபடமற்ற மனதுடன் அது அவள் சித்தப்பனுக்குப் பாடம் கற்பிக்க நிச்சயித்திருக்கும் தன் தகப்பனுடைய திட்டத்தின் ஓர் அங்கமென்று

நம்பினான்) கீழே அனுப்பிவைத்துவிட்டு நட்சத்திரங்கள் மறையும்வரை வானத்தை வெறித்துப் பார்த்தபடியே தூக்கத்தால் கனத்த கண்களுடனும் துக்கத்தால் கனத்த மனதுடனும் இரவு முழுவதும் யோசித்துக்கொண்டிருந்துவிட்டு விடியும் நேரத்தில் கீழே இறங்கி வந்து வாசுதேவன் அலுவலகத்திற்குச் செல்லும்வரை படுக்கையிலேயே கண்களை மூடியபடி படுத்துக்கொண்டிருந்துவிட்டு (அவர் அன்று பணிக்குச் செல்ல வேண்டாமென்று முடிவெடுத்திருந்தார்) அவன் வெளியேறியதும் மனைவியிடம் அவள் கைவசம் வைத்திருக்கும் பெண் ஜாதகங்களை (அந்த அம்மாள் அவற்றை, அவையனைத்தும் அவர் பிள்ளையினுடைய பெருமையைச் சொல்லாமல் சொல்லிக்கொண்டிருந்தவையென்று, சிறுவர்கள் தீப்பெட்டிப் படங்கள் சேர்ப்பதைப்போல, நிறையச் சேர்த்து வைத்திருந்தார்) எடுக்கச் சொல்லி அவரையும் அருகில் உட்கார வைத்துக்கொண்டு பார்வையிட்டார் (ஜாதகங்களையல்ல, புகைப்படங்களையும் குடும்பப் பின்னணிகளையும் மட்டும்). பாலமீனாட்சியிடம் ஹாலாஸ்யம் வெளிப்படையாகச் சொன்னதில்லையாயினும் தன்னுடைய ஜாதகச் சேகரிப்பு இன்னும் வாங்கப்படாத பாகீரதியின் ஜாதகத்தோடு பூர்த்தியாகிவிடுமென்றுதான் அதுகாறும் அவர் நம்பிக்கொண்டிருந்தார். எனவே கணவருடைய திடீர் நடவடிக்கையையும் அதிலிருந்த அவசர கதியையும் பார்த்து அவர் குழம்பிப் போனார் (முந்தின இரவில் கணவரும் மகனும் மாடிக்குச் சென்று தனியாக நெடுநேரம் பேசிக்கொண்டிருந்தது அவருக்கும் தெரிந்துதானிருந்தது). ஹாலாஸ்யம் அந்த ஜாதகங்களிலிருந்து ஒரு பெண்ணினுடையதைத் தேர்ந்தெடுத்து அதை அவரிடம் காட்டியபோதும் அவருடைய நா நுனியில் பாகீரதியினுடைய பெயர்தான் துடித்துக்கொண்டுமிருந்தது. அவர் ஒரு குழந்தையின் அப்பாவித்தனமான பார்வையால்தான் தன் கணவரின் முகத்தை ஏறிட்டாரெனினும் மனச்சாட்சியை ஊடுருவும் அந்தப் பார்வையையும் மௌனத்தையும் விஷத் தளிரை வெட்டுவதைப்போல வெட்டிவிட்டு முன்னேறுவதற்கு ஹாலாஸ்யம் வெகுவாகப் பிரயாசைப்பட வேண்டியிருந்தது (ஒரு தகப்பனின் மனநிலையிலிருந்து பார்க்க வேண்டிய விஷயம் இது). அவர் அந்தப் புகைப்படப் பெண்ணிற்கு இன்னும் திருமணம் ஆகவில்லை என்பதையும் அவர்கள் இந்தச் சம்பந்தத்தில் இன்னும் ஆர்வமாகவே இருக்கிறார்கள் என்பதையும் மனைவியிடம் கேட்டுத் தெரிந்துகொண்டார். பாலமீனாட்சி குழப்பத்துடன், வாசுதேவனுக்குப் பெண்ணைப் பிடிக்க வேண்டுமே என்றபோது அவனுக்கு எது பிடிக்கிறது என்பதைவிட அவனுக்கு எது தேவைப்படுகிறது என்பதுதான் தன்னுடைய கரிசனம் என்று சொல்லி அவரை மேற்கொண்டு

பேச விடாமல் கத்தரித்து அடுப்படிக்கு அனுப்பி வைத்தார். ஆனால் யோசித்துப் பார்த்தபோது மனைவியினுடைய கேள்வி அப்படியொரு லோகாயதமான பதிலால் ஒதுக்கிவிட்டுப் போக முடியாத அளவிற்கு வலுவான தடையரணாகத் தன்முன் எழுந்து நிற்பதாகத்தான் தோன்றியது. அவர் மீண்டும் அந்தப் பெண்ணின் புகைப்படத்தை எடுத்துப் பார்த்தார். பாலமீனாட்சி சொன்னது வாஸ்தவம்தான். பாகீரதியின் ஒளியில் மிக எளிதாகச் சாதாரணத்துவமடைந்துவிடும், எந்தவிதத்திலும் தன் தேர்வை மகன்முன் நியாயப்படுத்த உதவ முடியாத பெண்ணின் உருவம்தான் அதிலிருந்தது. அவள் மட்டுமில்லை, எவளுமே. கூடவே கைவசமிருக்கும் எந்தப் பெண்ணின் புகைப்படத்தையெடுத்தாலும் அவளுடைய கல்வித் தகுதி பாகீரதியிடம் இருக்கிறது. நாகரீகம் இருக்கிறது. வசதியைத் தவிர பிற எந்தவிதத்திலும் நிராகரிக்கவியலாத ஓர் உறவை எதைச் சொல்லி நிராகரிப்பது என்று ஹாலாஸ்யம் தவியாய்த் தவித்தார். சாதியிலும்கூட அவள் வேறல்ல என்றொரு எண்ணக் கீற்றும் அவர் மனதில் மின்னி மறைந்தது. ஒரு கணம் அவர் அப்படி நினைத்ததற்காகத் தன்னையே கடிந்துகொண்டார்.

ஆனால் மறுகணம் அதே எண்ண மின்னல் அவர் மனதில் திடீரென ஓர் அபூர்வமான யோசனையின் ஒளியைக் கொண்டு வந்து நிரப்பியது, ஏன், சாதியின் பெயராலேயே பாகீரதியை மறுத்தாலென்ன, வாணாள் பூராவும் தான் நம்பிக்கொண்டிருந்த பகுத்தறிவுச் சிந்தனையின் ஆதார இலட்சியத்தை ஏன் ஒரு கல்லில் இரண்டு மாங்காயாகத் தன் குடும்பப் பிரச்சனைக்குப் பயன்படுத்திக்கொள்ளக் கூடாது. இந்த யோசனை மனதிலுதித்த மறு நிமிடமே ஹாலாஸ்யம் மனைவியிடம்கூடச் சொல்லிக் கொள்ளாமல் மிதிவண்டியை எடுத்துக்கொண்டு பைத்தியம் பிடித்தவர் போல அதை வேகவேகமாக பவர்ஹவுஸ் தெருவி லிருக்கும் தன்னுடைய அலுவலக நண்பர் வீட்டை நோக்கி அழுத்தினார். அவருக்குக் கல்யாண வயதில் ஒரு பெண் இருக்கிறாளென்பதும் நல்ல லட்சணமும் படிப்பும் கொண்டவ ளென்பதும் அவருக்குத் தெரியும். நண்பர் சைவப் பிள்ளைமார். ஆனால் அதுதான் ஹாலாஸ்யத்திற்குத் தேவையானதாயிருந்தது. அவர்கள் வீட்டையடைந்ததும் அங்கிருந்தே அலுவலகத்திலிருந்த நண்பரிடம் தொலைபேசியில் தொடர்பு கொண்டு அவர்கள் சாதியிலேயே ஒரு நல்ல வரன் வந்திருப்பதாய்ச் சொல்லி அவர் மனைவியிடமிருந்து அந்தப் பெண்ணின் புகைப்படத்தையும் அவர்கள் திருப்திக்கு அவளுடைய ஜாதகப் பிரதியையும் வாங்கிக் கொண்டு வீடு திரும்பினார். சம்பந்தமேயில்லாத ஒரு பெண்ணின் புகைப்படத்தோடு கணவர் வந்து நிற்பதையும் அவளை

வாசுதேவனுக்குப் பார்க்கப் போவதாக அவர் சொல்வதையும் கேட்டுவிட்டு பாலமீனாட்சி திகைத்துப் போயிருக்க ஹாலாஸ்யமோ தன்னுடைய புரட்சிகர மனப்பான்மையை முன்னிறுத்தி அன்று மாலை வாசுதேவன் வீட்டிற்கு வந்ததும் துவக்கி நிகழ்த்த வேண்டிய உரையாடல்களைத் திரும்பத் திரும்ப மனதிற்குள் நிகழ்த்தி ஒத்திகை பார்த்துக்கொண்டார். அவனிடமிருந்து வருமென்று அவர் நிச்சயித்துக்கொண்டிருந்த பதில்களுக்கு அத்தனை வருடங்களாகத் தங்கள் அத்தனைபேர் மனதிலும் வளர்ந்து நிறைந்திருந்த, குதூகலமும் நிச்சயத் தன்மையும் கனவுகளும் நிரம்பிய, மனப்பூர்வமான வேறொரு கற்பனை உரையாடலின் தடயம்கூட எஞ்சாதபடி அழித்துவிட்டு எப்படி எதிர்வினையாற்ற வேண்டுமென்று யோசிப்பதற்கு (நிச்சயமாக சுமுகமாகவோ எளிதாகவோ இருக்கப்போவதில்லை அது) அவருக்கு அந்த நாள் முழுக்கத் தேவைப்பட்டது. மாலை வரை கற்பனைகள் தரும் மன அழுத்தம் தாங்கிக்கொள்ள முடியாத அளவிற்குத் தொல்லை தர இருப்புக் கொள்ளாமல் அங்குமிங்குமாக அலைந்துகொண்டிருந்தார். மாலையில் வாசுதேவன் வந்து சிரமப் பரிகாரம் செய்துகொள்ளும்வரை பொறுத்திருந்துவிட்டு அதற்குமேல் முடியாமல் மனைவியையும் அவனையும் பக்கத்தில் அமரச் செய்துகொண்டு காதில் ஒலிக்கும் இதயத் துடிப்பை முகத்தில் காட்டிக் கொள்ளாமல் நேரடியாகவே தான் மதியம் வாங்கி வந்த தன் பிள்ளைமார் சாதி நண்பருடைய பெண்ணின் புகைப்படத்தை அவன்முன் நீட்டி, இந்தப் பெண் நன்றாக இருக்கிறாளா பார் என்று கேட்டேவிட்டார். வாசுதேவன், நன்றாகத்தான் இருக்கிறாள், ஏன் என்று கேட்டான். ஹாலாஸ்யம் குரலை உடையவிடாமலும் முறைத்துப் பார்த்துக்கொண்டிருக்கும் மனைவியின் பக்கம் கண்களைத் திருப்பாமலும் தன்னைச் சமாளித்துக்கொண்டே, இவள் என் நண்பருடைய பெண், உனக்குப் பிடித்திருந்தால் இவளைப் பெண் கேட்கலாமென்று நாங்கள் உத்தேசித்திருக்கிறோம் என்றார். வாசுதேவன் அந்தப் பெண்ணை அறிவான். அவன், ஆனால் அப்பா, இவர்கள் பிராமணர்களில்லையே என்றான். ஆமாம், பிராமணர்களில்லை தான், சைவப் பிள்ளைமார்கள், ஆனால் இது என் நெடுநாள் கனவு, ஒரு கலப்புத் திருமணத்தை நம் குடும்பத்தில் நடத்திக் காட்டிப் பிராமணர்கள்மீது பிராமணரல்லாதவர்களுக்கிருக்கும் அவநம்பிக்கையைப் போக்குவதென்பது என்றார் ஹாலாஸ்யம். உண்மையில் பெரியாரையே கல்யாணத்திற்குத் தலைமை தாங்க அழைக்கவேண்டுமென்றும்கூடத் தான் யோசித்து வைத்திருப்ப தாயும் சொன்னார். வாசுதேவன் தன் தாயின் கண்கள் கோபமும் அருவருப்பும்மின்னத்தன் கணவரைப் பார்த்துக்கொண்டிருப்பதைக் கவனிக்காமலில்லை. அவனுக்கு ஏதோ பிரச்சனையென்பது

பா. வெங்கடேசன்

புரிந்தது. ஆனால் என்ன பிரச்சனையென்று தெரியவில்லை. எதுவாயிருந்தாலும் பாகீரதியைப் பற்றிப் பேசி விடுவதற்கு இதை விட்டால் நல்லதொரு சந்தர்ப்பம் இனி வாய்க்காது என்பதாகவே அவனுடைய சிந்தனையும் ஓடியது. எனவே அவன், ஆனால் அப்பா, பெண்ணை எனக்குப் பிடிக்க வேண்டுமே என்று இழுத்தான். ஏன், இப்போதுதானே நன்றாக இருக்கிறாளென்று நீயே சொன்னாய். ஆமாம், ஆனால் அது வேறு, பொதுப்படையாகச் சொன்னது, இந்தப் பெண்ணை மட்டுமல்ல, வேறு எந்தப் பெண்ணையுமே, அவர்களைப் பார்க்க வேண்டிய அவசியமில்லாமலேயே, எனக்குப் பிடிக்காதென்று நீங்கள் நிச்சயம் செய்து கொள்ளலாம். ஏன். ஏனென்றால் எனக்குப் பாகீரதியைப் பிடித்திருக்கிறது அப்பா, நான் அவளைத்தான் கல்யாணம் செய்துகொள்ளவேண்டுமென்று ஆசைப்படுகிறேன். அவன் கண்கள் மீண்டும் தாயின் கண்களை நோக்கிச் சென்றன. அந்த விழிகளில் நிம்மதியின் ரம்மியமான ஒளி ஏறிக்கொள்வதைக் கவனித்தன. ஹாலாஸ்யமோ இதற்கு நேர்மாறாக வாசுதேவனுடைய பதிலை எதிர்பார்க்காதவரைப் போல முகத்தில் திடுக்கிட்ட பாவமொன்றைக் கொண்டுவந்து நிறுத்திக்கொண்டு, பாகீரதியா, ஓ, சரிதான், பாகீரதி, நல்ல பெண்தான், சந்தேகமில்லை, ஆனால் வாசு, நீ சம்மதிப்பாயென்று நம்பி நான் என் நண்பருக்கு வாக்குக் கொடுத்துவிட்டேனே என்றார். அவர் பேசி வாயை மூடும்முன் வாசுதேவன், நானும்தானப்பா, பாகீரதிக்கு வாக்குக் கொடுத்துவிட்டேன் என்றான். ஹாலாஸ்யம் சற்று நேரம் அவனையே பார்த்துக் கொண்டிருந்தார். பிறகு, இதோ பார் வாசு, மனிதனாகப் பிறந்த ஒவ்வொருவனும் தன் வாணாளுக்குள் நிறைவேற்றி முடிக்க வேண்டிய சமூகப் பொறுப்பு என்று ஏதாவதொன்றை ஏற்றுக்கொள்ள வேண்டுமென்பது ஒரு சிந்தனை, மகாத்மாக்களும் பெரியார்களும் தாங்களே வலிந்து அதைத் தேடிப் போய்த் தங்கள் தோள்களில் ஏற்றுக்கொள்கிறார்கள், மிச்சமிருக்கும் பெருவாரியான சாமானியர்களுக்கு அத்தனை தைரியம் பொதுவாக வாய்ப்பதில்லை, எல்லாருமே பெரியார்களாகவோ மகாத்மாக்களாகவோ ஆகிவிட முடியாதுதான், ஆனால் அதற்கான ஒரு சந்தர்ப்பம் அவர்களைத் தேடி வரும்போது அவர்கள் அதிலிருந்து தங்களை ஒதுக்கிக்கொண்டுவிடக் கூடாது, என்னைப் பொறுத்தவரை என் மகனின் திருமணம் அவனுக்கு, ஏன், எனக்குமேகூட கிடைத்திருக்கும் அம்மாதிரியான ஒரு பொன்னான வாய்ப்பு, அதை வெறுமே என் குடும்பத்தின் தனிப்பட்ட விசேஷமாகச் சுருக்கிவிடாமல் ஒரு சமூக நிகழ்வாக நடத்தி முடிக்கவேண்டுமென்று நான் ஆசைப்படுகிறேன் என்றார். வாசுதேவன், அப்படியே இருக்கட்டுமே அப்பா, பாகீரதியை

நான் திருமணம் செய்துகொள்வது நீங்கள் விரும்பினால் ஒரு பொது நிகழ்வாக ஆகாமல் எப்படிப் போய்விட முடியும், காதல் திருமணம் ஒரு பொது நிகழ்வில்லையா, எந்தப் பெற்றோரும், தங்களுடைய மனதிற்குப் பிடித்திருக்கிறதோ இல்லையோ, பிள்ளைகளின்மீது தங்களுக்குள்ள உரிமை பொருட்படுத்தப்பட வில்லையென்கிற ஒரே காரணத்திற்காகவே, அதனால் தங்களுடைய வாரிசுகள் தங்கள் கைகளை மீறிப் போய்விடக் கூடுமோவென்கிற அச்சத்தின்மேல் செயல்படுகிற அகம்பாவ சாந்திக்காகவே காதல் திருமணங்களை எதிர்க்கிற நிலமும் காலமுமாயிற்றே நம்முடையது, அப்படியிருக்கும்போது ஒரு பட்டயக் கணக்காளனான எனக்கு ஒரு பைசாவேனும் வரதட்சிணையாகக் கேட்காமல் ஓர் ஏழைப் பெண்ணை மணமுடித்துக் கொடுப்பது சமூகத்திற்கு உங்களாலான கடமையைச் செய்ததாக இருக்கலாகாதா என்று கேட்டான். ஆனால் அந்தப் பெண் ஒரு பிராமணப் பெண் என்றார் ஹாலாஸ்யம். ஒரே சாதியில் பெண்ணெடுப்பது எப்படிச் சமூகக் கடமையாக இருக்கமுடியும், நான் நீ கலப்புத் திருமணம் செய்துகொள்ள வேண்டுமென்று ஆசைப்படுகிறேன். வாசுதேவன் இதைக் கேட்டதும் பெரிதாகச் சிரித்துவிட்டான். அப்பா, அன்பு செலுத்துவதற்கு சாதியும் மதமும் குலமும் கோத்திரமும் தடையாய் இருக்கக் கூடாது என்பதற்காக உங்கள் தலைவர் கலப்புத் திருமணத்தை வற்புறுத்தினாரென்றுதான் நான் கேள்விப் பட்டிருக்கிறேன், அந்த அன்பு தற்செயலாக ஒத்த சாதிக்குள் தோன்றிவிட்டால் ஒரே சாதியென்பதற்காகவே அதை வலிந்து பிரித்து மனதிற்குப் பிடிக்காத பெண்ணையோ ஆணையோ வேறொரு சாதியில் பார்த்துக் கல்யாணம் செய்து வைத்துச் சாதியை ஒழிக்க வேண்டுமென்றா அவர் சொல்கிறாரென்கிறீர்கள், எனில் இதுவுமே ஒருவிதமான சாதித் துவேஷமாகிவிடாதா என்றான். இல்லை வாசு, நீ தவறாகப் புரிந்துகொண்டிருக்கிறாய், சமூகச் சீர்திருத்தம் என்பது சுய விருப்பங்களைத் தியாகம் செய்யும் துணிச்சலை வேண்டி நிற்கிறது, உன் தனிப்பட்ட விருப்பு வெறுப்புகளுக்கப்பால் உனக்குப் பின்வரும் சந்ததியை சாதியற்றதாக ஆக்கச் சாத்தியமானதை நீ செய்தாக வேண்டு மென்பதுதான் பெரியாரின் கொள்கை, நீ இந்தப் பெண்ணை விரும்புகிறாயா இல்லையா என்பதல்ல இங்கே கேள்வி, மாறாக இந்தப் பெண்ணைச் சாதிக் கொடுமையை அகற்றும் கருவியாகப் பயன்படுத்திக்கொள்ளப் போகிறாயா இல்லையா என்பதுதான், பாகீரதி வாசுதேவன் கல்யாணம் சாதியை ஒழிக்கத் தன்னாலான ஒரு துரும்பை எடுத்துப் போடுமா என்பதுதான். அப்பா, உங்கள் தலைவர் ஒழிக்க நினைப்பது சாதியை இல்லை, பிராமணனை.

308 பா. வெங்கடேசன்

ஆமாம், பிராமணன் ஒழிந்துவிட்டால் அவன் உருவாக்கிவிட்ட சாதியும் தன்னாலேயே ஒழிந்துபோகும். ஒழியாது அப்பா, அது ஒருபுறமிருக்க முதலில் சாதி ஏன் ஒழிய வேண்டும் என்று கேட்டான் வாசுதேவன். ஏனென்றால் சாதி உயர்வு தாழ்வு என்கிற பேதங்களை வளர்த்து மனிதயினத்தைச் சிறுமைப்படுத்து கிறது என்றார் ஹாலாஸ்யம். எனில் சாதிகளனைத்தும் சமம் என்கிற எண்ணத்தை வளர்க்கப் பாடுபடுங்கள், என் சாதியை விட்டு நான் ஏன் வெளியே வர வேண்டும், அதற்கு ஒரு பாரம்பரியமிருக்கிறது, நிஜமாகவோ கற்பனையாகவோ அந்தப் பாரம்பரியத்திற்குச் சில கோத்திரப் பெருமையிருக்கிறது, அதன் வழியே அது எனக்கு உலகப் புகழ்பெற்ற இலக்கியங்களைத் தந்திருக்கிறது, உணவு, உடை, வாழ்முறை, பாஷை, சிந்தனை அனைத்திலும் ஒரு தனித்துவத்தைக் கொடுத்திருக்கிறது, சாதியை இழக்கிறேனென்று நான் ஏன் இத்தனையையும் இழந்து சரித்திரமற்றவனாக வேண்டும், ஒடுக்கப்பட்டவர்களனைவரும் சரித்திரமற்ற அல்லது ஈனச் சரித்திரமுள்ளவர்களாகத் தங்களை உணர்ந்துதானே அதை நீக்கிப் புதிய பெருமை மிக்க சரித்திரம் படைக்கவேண்டுமென இப்போது எழுந்து நிற்கத் தொடங்கி யிருக்கிறார்கள், அனைவருமே தங்களுக்கான சரித்திரமொன்றை உருவாக்கத்தானே பாடாய்ப்படுகிறார்கள், அப்படியிருக்கும்போது ஏற்கெனவே எனக்கு இருக்கிற சரித்திரத்தை நானே அழித்துவிட்டு எதிர்காலத்தில் இவர்களைப்போல ஏன் நானும் ஓர் ஒடுக்கப்பட்ட வனாக மாறவேண்டும், ஒடுக்கப்பட்டவர்கள் இல்லை யென்றாக்குவதா அல்லது புதிய ஒடுக்கப்பட்டவர்களை உருவாக்குவதா, சரித்திரத்தில் படிந்திருக்கும் கறைகளையழித்து அதைப் புதுப்பிப்பதா அல்லது சரித்திரத்தையே துடைத்தழிப்பதா, எது உங்கள் தலைவருடைய லட்சியம். பிராமணனுடைய சரித்திரமும் அவனுடைய சாதனைகளும் எல்லாமே கறை படிந்தவையாக இருக்கும்போது அவனுடையதைத் திரும்ப முதலிலிருந்துதான் எழுத வேண்டியிருக்கிறது, சொல்லப்போனால் அது அவனுக்கேகூட எதிர்காலத்தில் நல்லதுதான். அப்பா, நீங்கள் நிறையக் கற்றவர், உங்களுக்கு நான் சொல்ல வேண்டிய தில்லை, கறை படியாத, பழையதாகாத, பிறிதொரு மனிதனுக்குத் தொந்தரவைக் கொடுக்காத சரித்திரம் என்பது உலகத்தில் ஏதாவது இருக்கிறதா, உங்கள் ஈவெராவின் சிந்தனைகளேகூட ஏதோவொரு இனத்திற்குத் தொந்தரவு அளிப்பதாகத்தானே இருக்கிறது, உலகம் முழுவதும் சரியென்று ஒப்புக்கொள்ளும் காந்தியின் சிந்தனைகளே ஈவெராவுக்குத் தொந்தரவாக இல்லையா, மேலும் அப்பா, உங்கள் தலைவர் இன்று படைக்க முயலும் சரித்திரம் இன்னும் சில பல வருடங்கள் கழித்து அவர்

யார் சார்பாக அதைப் படைக்க முயல்கிறாரோ அவர்களையே அராஜகவாதிகளாகக் காட்டக்கூடிய சாத்தியங்களும் சரித்திரத்தின் சுழற்சியில் இருக்காதென்று சொல்ல முடியாது தானே, அதன் இயற்கையே அதுதானே, என்றென்றைக்குமான சிந்தனைகள் சித்திக்குமானால் பிறகு இங்கே புதிய சிந்தனைகளும் புதிய கண்டுபிடிப்புகளும் புதிய தத்துவங்களும் எப்படித்தான் சாத்தியப்படும். நீ என்ன சொல்ல வருகிறாய், சாதி நீடிக்கட்டும் என்கிறாயா, எனக்கு வெட்கமாக இருக்கிறது. இதில் வெட்கப்பட என்ன இருக்கிறது சாதி என்பதை வேற்றுமை என்கிற அர்த்தத்தில் எடுத்துக்கொண்டால், அப்பா, எதில் சாதி இல்லை, மலர்களில் சாதி இல்லையா, மிருகங்களில் சாதியில்லையா, குரங்குகளில் எத்தனை சாதி, பூனைகளில் எத்தனை சாதி, ஏன் மண்ணில் சாதியில்லையா, மரங்களில் சாதியில்லையா, மனிதர்களிலேயே நிலங்களின் தன்மையைப் பொறுத்து நாம் இந்தியர்களாயும் ரஷ்யர்களாயும் ஆப்பிரிக்கர்களாயும் அமெரிக்கர்களாயும் பிரிந்திருக்கவில்லையா, பிரிட்டிஷார் இந்தியாவாக இதை ஒன்று சேர்ப்பதற்கு முன்புவரை சமஸ்தானங்களாயும் பேரரசுகளாயும் ஒன்றுக்கொன்று அந்நிய நிலமாக, வேறுபட்ட மண் வளங்களையும் இயற்கை சார்ந்த வளர்ச்சி நிலைகளையும் கொண்டு பிரிந்து கிடந்த இந்த நிலத்தில் சாதி எப்படிப் பிராமணனுக்குப் பின் வந்ததாயிருக்கும். வாசு, நீ கொச்சையாகப் புரிந்துகொண்டிருக்கிறாய், சாதி என்பது வேற்றுமையென்பதன் அடையாளப் பெயராக இருந்திருந்தால் ஒருவேளை அது பொருட்படுத்தத் தேவையில்லாததாகயிருந்திருக்கலாம்தான், ஆனால் இந்தியாவில் அது தீண்டாமை என்பதன் அடையாளப் பெயராக இருக்கிறது, மனிதனை விலக்குகிறது, அடிமையாக்குகிறது, அவனை அவனுடைய பிறப்பு சார்ந்த தொழிலிருந்து விடுபட முடியாமல் செய்கிறது, எனில் இங்கே எப்படி சாதியைத் தூய்மையாக வைத்துக்கொள்ள முடியும். வாசுதேவன் சொன்னான், ஒரு சாதியின் தனித்துவம் இன்னொரு சாதியின் தனித்துவத்தை ஒத்துக்கொள்ளவில்லையானால் தகுதி மறுக்கப்பட்ட சாதி ஒன்று பெருங்கலாச்சார வரலாற்றுப் பெருக்கத்தில் மறைக்கப்பட்டுவிட்ட தன்னுடைய பெருமை மிகு சரித்திரத்தை இடிபாடுகளினிடையிலிருந்து கண்டுபிடித்து மீட்டுக்கொள்ள முனையும், அல்லது தன்னைத் தாழ்த்தும் எதிர்ச்சாதியை அழித்துவிடும் வெறி கொண்டெழும், ஈவெரா முனைவது இரண்டாவதை நிகழ்த்துவதற்காக, ஏனெனில் அவர் இந்த மண்ணில் கலாச்சாரமே இல்லையென்று நினைக்கிறார், நம்முடைய சரித்திரம் முழுவதும் காட்டுமிராண்டிகளின் சரித்திரம் என்று நினைக்கிறார், காரணம் இங்கே கலாச்சாரம்,

சரித்திரம் என்பவைகளே பிராமணர்களுடையதுதான் என்று அவர் நம்புகிறார், நான் உங்களை முதலாவதைப் பற்றிச் சிந்திக்கச் சொல்கிறேன், ஒவ்வொரு சாதிக்குமான பெருமை மிகு வரலாற்றை மீட்டெடுப்பது, அவை ஒவ்வொன்றும் மற்றொன்றுக்கு இணையாக இருப்பதை அங்கீகரிப்பது. நீதானே சற்றுமுன் கூறினாய், ஒடுக்கப்பட்டவர்களின் சரித்திரம் நினைவுகூரத் தகுதியற்ற ஈனச் சரித்திரமாயிருக்கிறது என்று, பின் எதை மற்றொன்றுக்கு இணையாக நிறுத்த வேண்டுமென்கிறாய். அப்படி நான் சொல்லவில்லையப்பா, ஒடுக்கப்பட்டவர்கள் தங்களுடையதை அப்படி உணர்கிறார்கள் என்றேன், உண்மையில் ஆண்ட பரம்பரையென்றும் அறிவுப் பரம்பரையென்றும் தங்களை முன்னிறுத்திக்கொண்ட நம்மைப் போன்றவர்கள் அடிமைப் பரம்பரையென்று ஒதுக்கப்பட்டவர்களின் இருப்பில்லாமல் எப்படித் தங்களை அப்படிக் கூறிக்கொள்ள முடிந்திருக்கும், அப்படியானால் ஒவ்வொரு முன்னேறிய சாதியின் பெருமையிலும் சரிபங்கு முன்னேற்றியவர்களுக்கு இருக்கத்தானே செய்யும், நான் மீட்டெடுக்கச் சொல்வது அவர்களுடைய அந்தச் சரித்திரத்தை, அந்தப் பங்கை, நான் இப்படிக் கேட்கிறேன், தாஜ்மஹால் அடிமைகள் மற்றும் கைதிகளினுடைய உழைப்பில்லாமல் உருவாகியிருக்காதென்றால் அது ஏன் ஷாஜஹானின் பெயரால் மட்டும் அறியப்பட வேண்டும், தஞ்சைப் பெருவுடையார் கோவில் ஏன் ராஜராஜனின் பெயரை மட்டும் பறை சாற்றுவதாய் இருக்க வேண்டும், இந்த மண்ணின்மீது வேரூன்றியிருக்கும் அத்தனை பெருமையும் நீங்களின்றி உருவாகியிருக்க முடியாதென்றால் அத்தனையின்மீதும் உரிமை கோருங்கள், பெயர்களை அழியுங்கள், அதிசயங்களெனப் போற்றப்படும் ஒரு மனித உருவாக்கத்தைக்கூட அந்தக் காலம் மற்றும் அந்த நிலத்தின் மக்கள் குழுவாலன்றி மன்னர்களின் பெயரால் அறியப்படக்கூடாதென்று போராடுங்கள், உங்கள் படைப்புகள் உங்கள் உரிமைகள் அல்லவா, அதை விட்டுவிட்டுச் சாதிகளை ஒழிக்கிறேனென்று இனக் குழுக்களின் வரலாற்றையும் அறிவுச் சேகரத்தையும் அழிக்க முயலாதீர்கள். வாசு, விடுதலைக் கான செயல்பாட்டை நீ விடுதலையை வேண்டுபவர்களின் பொறுப்பிலேயே விட்டுவிடும் தந்திரத்துடன் ஒதுங்கிக்கொள்ளப் பார்க்கிறாய், அதை இத்தனைக் காலமும் அனுபவித்தவர்கள் என்கிற முறையில் அவர்கள் இப்போது அதை அடைவதற்கு நாம் எந்த விதத்தில் உதவப் போகிறோமென்பதுதான் என் கேள்வி, ஒடுக்கப்பட்டவர்களின் விடுதலையில் உன் பங்கு என்ன. அப்பா, நீங்கள் உங்கள் தலைவர் பிராமணர்களின்மீது எறிந்திருக்கும் குற்றச்சாட்டுகளால் பாதிப்பிற்குள்ளாகியிருக்கும்

ஆழ்ந்த குற்றவுணர்வால் உந்தப்பட்டு இதைப் பேசுகிறீர்கள், நான் அந்தக் குற்றவுணர்வு உங்களுக்குத் தேவையில்லையென்கிறேன், ஒடுக்கப்பட்டவர்களின் விடுதலையை நீங்கள் அவர்களுடன் போய்க் கலந்து சாதிக்க வேண்டியதில்லை, அவர்கள் இதுகாறும் எந்த அடையாளத்தால் வீழ்த்தப்பட்டிருந்தார்களோ அதே அடையாளத்தால் எழுந்து நிற்க முயலும்போது குறுக்கே நிற்காமல் ஒதுங்கி நில்லுங்கள், அவர்கள் கேட்கும் அவர்களுடைய பங்கைக் கொடுத்துவிடுங்கள், உங்களுடன் ரத்த சம்பந்தமல்ல அவர்களுடைய தேவை, நீங்களொன்றும் கடவுளல்ல அவர்களைப் புனிதப்படுத்துவதற்கு, தங்களுடைய ரத்தமும் சுத்தமானது என்பதை நீங்கள் புரிந்துகொள்ள வேண்டுமென்பதுதான் அவர்களுடைய தேவை, அதற்கு உதவுங்கள் போதும்.

வாசுதேவன் ஒரு மயிரிழைகூட தன் பிடியை விட்டுக்கொடுப்பதாக யில்லையென்பது ஹாலாஸ்யத்திற்குத் தெரிந்தது. அவர் இறுதி முயற்சியாக, பெரியாரைவிட அதிகமாக நீ சாதியின் வேர்களையும் அதனாலுண்டான சமூகக் கேடுகளையும் புரிந்துகொண்டு பேசிவிட்டாயென்று இப்பவும் நான் நம்பத் தயாராக இல்லை வாசு, கலப்புத் திருமணம் வேண்டும் என்கிறாயா, கூடாது என்கிறாயா என்று கேட்டார். வாசுதேவனும் விவாதம் திரும்பத் துவக்கப் புள்ளிக்கே வந்துவிட்டது மட்டுமல்லாமல் அதுவே இறுதிப் புள்ளியென்பதையும் அறிந்துகொண்டான். அவன், அப்பா, நான் கலப்புத் திருமணங்கள் வேண்டும் என்று சொல்லமாட்டேன், இருக்கட்டும் என்று வேண்டுமானால் சொல்வேன், இரண்டு அன்பு உள்ளங்கள் உடலால் இணையும் தருணத்தை வெறுமே திருமணம் என்பதாலல்லாமல் கலப்புத் திருமணம், சீர்திருத்தத் திருமணம், வைதீகத் திருமணம், திருட்டுக் கல்யாணம், சமூக நிகழ்வு என்கிற தேவையில்லாத பெயர்களால் அடையாளப்படுத்தவும் அதைச் சம்பந்தப்பட்ட இருவருக்கப்பால் மூன்றாவதான ஒருவர் மூலம் முடிவு செய்ய முயற்சிக்காமலுமிருங்கள் என்று சொல்வேன், அன்பு இயற்கையான உணர்வு, அதை அப்படியே விட்டுவிடுங்கள் என்பேன், உங்கள் நண்பருடைய பெண்ணை ஒருவேளை நான் முன்பே விரும்பி நீங்கள் என் தாத்தாவைப்போல ஒரு சனாதனியாக இருந்து அதை எதிர்த்திருந்தால் அப்போதும் நான் உங்கள் பேச்சைக் கேட்டிருக்க மாட்டேன், ஆனால் அப்போதும் நான் இதுவரை பேசியதிலிருந்து என் அபிப்பிராயங்கள் எதுவும் மாறியிருக்காது, அப்போது என் திருமணம் சாதிகளின் சமநிலையை அங்கீகரிப்பதாகவல்லாமல் சாதியை அழிப்பதாக இருந்திருக்காது, எனக்கு நான் விரும்பும் பெண் எந்தச் சாதியினள் என்பதைப்பற்றிய அக்கறையேதுமில்லை, பாகீரதி

ஒரு பிராமணப் பெண் என்பது ஒரு விபத்து அவ்வளவுதான் என்றான். ஹாலாஸ்யத்திற்கு மேற்கொண்டு என்ன பேசுவதென்று தெரியவில்லை. சிந்திக்கத் துவங்கிய நாள் முதலாய் சிறந்ததென்று தேர்ந்து நம்பி வந்திருந்த, துணிச்சலும் தியாகமும் நேர்மையும் கொண்ட, உயர்வான நோக்கங்களில் தோய்ந்த, ஒரு கொள்கை சார்ந்த வாதங்களைத் தன்னுடைய தவறான சுயநல நோக்கத்திற்காகப் பயன்படுத்தப்போய் தானும் தோல்வியுற்று அதையும் பரிகசிப்பிற்குள்ளாக்கிவிட்டோமென்பதான வேதனையும் அவமானமும் வெட்கமும் பிடுங்கித் தின்ன, அதுவரையிலான காலம் முழுவதும் ஒரு போலியாகவே தான் வாழ்ந்து முடித்திருப்பதைப் போலவும் பிராமணன் நம்பத்தக்கவனல்லன் என்று பெரியார் சொல்வதைக் கடைசியில் தானே உண்மையென்று நிரூபித்துவிட்டதைப் போலவுமான ஒரு பிரமையும் கூடவே தலையிலடிக்க அவர் இடிந்து போய்விட்டார். திரும்பவும் ஒரு பகுத்தறிவுவாதியாகத் தன்னைக் காட்டிக்கொள்ள அவருடைய மனச்சாட்சி அவரை அனுமதிக்கவில்லை. எனவே கொள்கை வாதங்களாலன்றி தர்க்க வாதங்களால் தன் மகனை வெல்ல முடியுமாயென்று முயற்சி செய்து பார்க்கும் உத்தேசத்துடன் பாகீரதியை அவன் விரும்புவது அவளுடைய குடும்பத்திற்குத் தெரியுமா என்று கேட்டார். வாசுதேவன் தெரியாது என்றான். எனில் நாம் போய் அவளைப் பெண் கேட்பது அவர்களுக்கு அதிர்ச்சியையும் தர்ம சங்கடத்தையும் கொடுக்காதா. ஏன். ஏனா, ஒரு நல்ல குடும்பத்துப் பெண்மணியாக பாகீரதியின் தாயார் தன் கணவரின் நண்பருடைய பிள்ளையென்பதற்காகவன்றி உன்னைப் பாகீரதிக்குக் கொடுக்கும் எண்ணத்தோடு அவளை உன்னுடன் பழக அனுமதித்திருப்பாரென்று நினைக்கிறாயா. ஹாலாஸ்யம் இதைச் சொன்னதும் அதுவரையில் வாய் பேசாமல் அவர்களிருவரையும் மாறி மாறிப் பார்த்துக்கொண்டிருந்த பாலமீனாட்சி வெடுக்கென்று குறுக்கிட்டு, எந்தத் தாயுமே எந்த ஆணுடனும் தன் பெண்ணை அவன் பிற்காலத்தில் அவளுக்கு என்னவாக ஆக வேண்டும் என்பதை முடிவு செய்துகொண்டு பழக அனுமதிப்பதில்லையே, பழகும் எல்லா ஆண்களையும் தன் பெண்ணின் காதலர்களாகப் பார்ப்பது நாகரீகம் இல்லையென்பது போலவே அவர்கள் அனைவரையுமே சகோதரர்களாகப் பார்ப்பது யதார்த்தமுமில்லை இல்லையா என்றார். ஹாலாஸ்யம் திரும்பித் தன் மனைவியை முறைத்துப் பார்த்தார். ஆனால் அதற்குமேல் எதையும் செய்யவியலாமலும் அதை வெளிக்காட்டக்கூட வழியில்லாமலும் தன்னை அடக்கிக்கொண்டவராய், என்றாலும் தாயாய்பிள்ளையாய்ப் பழகிய ஒரு வீட்டில் போய் உங்கள் பெண்ணைக் கொடுங்கள் என்று எப்படிக் கேட்பது என்றார். மேலும், இவன் இந்த எண்ணத்தோடுதான் தங்கள் வீட்டிற்கு

வந்து போய்க்கொண்டிருந்திருக்கிறான் என்று தெரியும்போது இவனுடன் பாகீரதி தனியாக இருக்க நேர்ந்த சந்தர்ப்பங்களைப் பற்றி அவர்களுடைய எண்ணப் போக்கு எப்படியாக இருக்கும் என்று உன்னால் ஊகித்துப் பார்க்க முடியவில்லையா. வாசுதேவன் பதிலுக்கு, இதில் வருத்தப்படுவதற்கு என்ன இருக்க முடியும் அப்பா, அவர்களைப் பொறுத்தவரையில் நான் பாகீரதியைச் சகோதரியாக நினைத்துப் பழகிக்கொண்டிருந்ததாகவே இருக்கட்டுமே, திருமணப் பேச்சை எடுக்கும்வரை ஒரு பெண்ணுடன் அப்படிப் பழகுவதும் ஒரு வகையில் கண்ணியமான செயல்தானே என்றான். பாகீரதியிடம் நீ பேசிவிட்டாயா என்று கேட்டார் ஹாலாஸ்யம். வாசுதேவன், பேசிவிட்டேனென்று துவக்கத்திலேயே சொன்னேனே என்றான். இதற்குள் மகனின்முன் தன்னைத் தன் கணவர் ஒன்றும் செய்துவிட முடியாவண்ணம் அவருடைய நேர்மையற்ற எண்ணம் அவரைப் பலவீனப்படுத்தியிருக்கிறது என்பதைத் தெரிந்துகொண்டுவிட்ட அவனுடைய தாயும் தன் பங்கிற்கு, பிறகென்ன, போய்த்தான் கேட்போமே, பாகீரதிக்கென்ன அழகில் குறைவா குணத்தில் குறைவா என்றார் உற்சாகத்துடனேயே. ஹாலாஸ்யம் வேறெதையும் சொல்ல முடியாமல் அசட்டுத்தனமாய், ஆனால் வசதியில் மிகக்குறைவு என்றார் தன்னுடைய தோல்வி தன் பேச்சைத் தானே விரும்பாத திசைகளுக்கு இட்டுச் செல்லுகிறது என்பதையும் ஒரு பக்கம் அவதானித்துக் கொண்டே. அவருடைய அந்த வார்த்தைகளைக் கேட்டதும் பாலமீனாட்சியின் முகம் தீவிரமடைந்துவிட்டது. என்ன திடீரென்று வசதி அந்தஸ்து என்கிற ரீதியில் பேசத் தொடங்கிவிட்டீர்கள் என்றாள் அசூயை தொனிக்கும் குரலில். வாசுதேவனும், அதுதானே, இப்போதுதான் பெரியார் என்றீர்கள், சாதியற்ற திருமணம் என்றீர்கள் என்றான் வியப்புடன். அவனுக்குத் தன் தந்தையைப் பார்க்க ஏனோ பரிதாபமாக இருந்தது. அப்பா, உங்கள் மனதில் என்னதான் இருக்கிறது, நேரடியாகச் சொல்லிவிடுங்கள், நீங்கள் பணத்திற்காகவோ அந்தஸ்திற்காகவோ பாகீரதியை வேண்டாமென்று சொல்ல வில்லையென்பது பட்டவர்த்தனமாகவே தெரிகிறது, நீங்கள் எதையோ மறைப்பதற்காக எதையெதையோ சொல்லி மழுப்பிக் கொண்டிருக்கிறீர்கள் என்றான். இல்லை, அதுதான் உண்மை, அவர்களால் நம் அந்தஸ்திற்கு நிகராகச் செய்யமுடியாது, நாம் வேறு பெண் பார்ப்போம், அவர்கள் குடும்பத்துடனான உறவு தாய் பிள்ளை என்கிற ரீதியிலேயே இருக்கட்டும், அந்தப் பெண்ணுக்கு வரன் பார்க்கும்போது நம்மாலானதைச் செய்துவிடலாம், அதுதான் சரி என்றார் ஹாலாஸ்யம் முரட்டுத்தனமான குரலில். அது அவரெதிரே நின்றிருந்த, இளைஞனும் காதலனுமான வாசுதேவனை அடக்குவதற்குப் பதிலாகத் தூண்டிவிடத்தான்

உபயோகப்பட்டது. அவன், இல்லையப்பா, பாகீரதியைத் தவிர வேறு யாரையும் நான் மணந்து கொள்வதாய் இல்லை என்றான் முடிவான குரலில். ஹாலாஸ்யத்தால் அதற்குமேல் சூழலின் அழுத்தத்தைத் தாங்கிக்கொள்ள முடியவில்லை. அவர் நிதானமிழந்துவிட்டார். புத்தி அவரை எச்சரிக்கும் முன்பாகவே உணர்ச்சி வேகம் அவர் பின்பொருபோதும் தன் மகன் மற்றும் மருமகளின் முகத்தில் விழிக்கவே முடியாதபடி அவரைத் தண்டித்துவிட்ட வார்த்தைகளை அவர் வாயிலிருந்து புறப்படுத்திவிட்டது, இதோ பார் வாசு, அவளுடைய உடம்பும் அழகும் உனக்கு உடல் தினவை உண்டாக்குகிறதென்றால் நானே பணம் கொடுக்கிறேன், போய் அவள்மீது விழுந்து புரண்டுவிட்டு வா, திருமணம் செய்துகொள்ளும் உத்தேசத்தை மட்டும் விட்டுவிடு.

அதுதான் வாசுதேவனும் அவனுடைய பெற்றோர்களும் ஒருவரையொருவர் பார்த்துக்கொண்ட கடைசித் தருணமாயிருந்தது (பாலமீனாட்சிக்கு இந்த விளையாட்டில் எந்தப் பங்குமில்லையாயினும் பதியின் பாதி என்கிற முறையிலும் அது நடந்துகொண்டிருந்தபோது அதை எதிர்க்கச் சக்தியற்றவளாக வெறுமே வேடிக்கை பார்த்துக்கொண்டிருந்த குற்றவுணர்விலும் அவருடைய அந்த அநீதிக்கான தண்டனையில் புத்திர சோகமென்னும் தன் பங்கைத் தானே வலிந்து எடுத்துக் கொண்டாள்). அந்தத் தருணம் ஒரு பெரிய துயரச் செவ்வியல் பனுவலின் நாடகீயத் தன்மையைக் கொண்டதாயுமிருந்தது. ஹாலாஸ்யம் அந்த வார்த்தைகளை உச்சரித்த அதே கணத்தில் அவற்றின் இரக்கமின்மையிலும் அநாகரீகத்திலும் தானே அதிர்ந்துபோனவராய் இரண்டு கைகளாலும் படீர் படீரென்று இரண்டு முறை தன் முகத்தில் அறைந்துக்கொண்டார் (கடவுளே, கடவுளே, கடைசியில் இதைச் சொல்வதற்கா அந்தப் பெண்ணுடன் எட்டு வருட காலம் என் மகனைப் பழகச் செய்தேன்). ஆனால் வார்த்தைகள் ஏற்கெனவே வெளியே சிந்திவிட்டன. இனியெங்கே திரும்பப் பொறுக்குவது. தாயும் தனயனும் சிறிதுநேரம் விக்கித்துப் போய்ச் சிலையாய்ச் சமைந்திருந்தார்கள். ஒரு தகப்பன் பிள்ளையிடம் பேசுகிற பேச்சா இது என்றாள் பாலமீனாட்சி. அவளுக்குத் துக்கமும் திகிலும் தொண்டையை அடைத்துக்கொண்டுவிட்டது. வாசுதேவனுக்கும் கிட்டத்தட்ட அதே உணர்வுதான். மூவர் முகத்தின் முன்னாலுமே அந்த வார்த்தைகள் ஓர் இரும்புத் திரையைப்போல ஒருவரையொருவர் ஏறிட்டுப் பார்த்துக்கொள்ள முடியாதபடி கனத்துத் தொங்கிக் கொண்டிருந்தன. வாசுதேவன் சட்டென்று எழுந்துவிட்டான். தொண்டை வழக்கம்போல திக்கிக்கொண்டுவிட்டிருந்தது.

மேற்கொண்டு எதுவும் பேச முடியாமலும் பேசப் பிடிக்காமலும் உரையாடல் பாதியில் அறுந்து தொங்கிக்கொண்டிருக்கத் தன்னுடைய அறைக்குள் போய்விட்டான். அதை உட்பக்கம் தாளிட்டுக்கொண்டு தன்னுடைய துணி மணிகள், கோப்புகள், மற்றும் சில்லரைத் தேவைகளையெல்லாம் இரண்டு பெட்டிகளுக்குள் அடுக்கி வைத்துக்கொண்டான். இரவு முழுவதும் தாய், தகப்பன், மகன் மூவரையுமே அவரவருடைய யோசனைகள் விழித்துக்கொண்டேதானிருக்க வைத்தனவென்றாலும் (பாலமீனாட்சியும் ஹாலாஸ்யமும் அன்று தனித்தனியேதான் படுத்திருந்தார்கள். ஹாலாஸ்யம் கூடத்தில் நுரையிருக்கையிலும் அவர் படுக்கையறையிலுமாக) விடியும் நேரத்தில் முதியவர்களிருவரையும் நித்திராதேவி வெற்றிகொண்டுவிட வாசுதேவன் மட்டும் முற்றாகவே தூக்கம் பிடிக்காமல் புரண்டுகொண்டேயிருந்துவிட்டு மறுநாள் காலை பிரம்ம முகூர்த்தத்தில் இருட்டோடு இருட்டாக, தகப்பன் தாய் இருவரிடமும் சொல்லிக்கொள்ளாமல், மரியாதைக்குக்கூட அவர்களுடைய முகத்தைப் பார்க்காமல் பெட்டி படுக்கையோடு வீட்டைவிட்டு வெளியேறினான். நேராக அலுவலகத்திற்கு வந்து கதவைத் திறந்து சாமான்களைக் கோப்புகள் வைக்கும் அறையில் போட்டுவிட்டு அதே வேகத்தோடு கிளம்பி வடக்கு மாசி வீதிக்குச் சென்றான். ஆண்டவன் ஸ்டோரினுடைய கடைசி வீட்டின் கதவைத் தட்டித் தூங்கிக்கொண்டிருந்தவர்களை எழுப்பி பாகீரதியைத் திருமணம் செய்துகொள்ளத் தான் விரும்புவதாயும் அது அன்றே நடந்தாகவேண்டுமென்றும் அறிவித்தான். வந்திருப்பது யாரென்றுகூட அனுமானிக்க முடியாத தூக்கக் கலக்கத்திலிருந்த பூரணியம்மாள் திகைத்துப் போய்விட்டார். அவனை உள்ளே அழைத்து உட்காரச் செய்து ஆசுவாசப்படுத்திவிட்டு என்ன நடந்தது என்று உசாவினார். ஆனால் வாசுதேவன் எதையும் சொல்லவில்லை. தானும் பாகீரதியும் ஒருவரையொருவர் விரும்புவதாயும் திருமணம் செய்துகொள்வதற்கு அந்தக் குடும்பத்தினருடைய சம்மதமும் தயாரிப்புகளில் சில உதவியும் தவிர வேறு எதையும் பாகீரதி தன் கைகளில் கொண்டுவரத் தேவையில்லையென்றும் மட்டுமே பைத்தியம் பிடித்தவனைப்போல திரும்பத் திரும்பச் சொல்லிக்கொண்டிருந்தான். தாய் தகப்பன் பற்றிய பேச்சையே கடைசிவரை அவன் எடுக்கவில்லையென்றாலும் (மேலும் அந்தக் காரணத்தாலேயே) பூரணியம்மாளால் அவன் வீட்டார் இதற்குச் சம்மதிக்கவில்லையென்பதைப் புரிந்துகொள்ள முடிந்தது. அவர் நிலை இருதலைக்கொள்ளி எறும்பாயிருந்தது. ஐந்து குழந்தைகளைப் பெற்றவளென்கிற முறையில் இன்னொரு பெற்றோரின் அனுமதியின்றி நடக்கும் காரியத்திற்கு எப்படித்

தான் துணை போவது என்று முடிவு செய்யவியலாமல் அவர் குழம்பினார். வந்தவனுக்குச் சுடுபானம் கொண்டுவந்து தந்தபின் அன்று முகூர்த்த நாளில்லையென்றும் திருமணம் என்பது மிகப்பெரிய விஷயமென்றும் அதற்கான மிக அடிப்படையான ஏற்பாடுகளைச் செய்வதற்குக்கூட ஒருநாள் போதாதென்றும் பாகீரதிக்கே சம்மதமிருந்தாலும்கூட திடுதிப்பென்று அவன் அறிவிக்கும் சந்தோஷத்தையும் மனைவியென்கிற புதிய பதவியையும் அது சார்ந்த பொறுப்புகளையும் தாங்கிக்கொள்ளும் பக்குவம் சிறு பெண்ணான அவளுக்குக் கைகூடியிராதென்பதால் அவளை மனதளவில் இல்வாழ்க்கைக்குத் தயாரிப்பதற்கே தனக்குச் சிறிது அவகாசம் வேண்டியிருக்குமென்றும் இவற்றுக்கப்பால் சாஸ்திர சம்பிரதாயங்களின்மேல் இரண்டு பேருக்குமே நம்பிக்கையிருப்பதாலும் ஒரு நல்ல நாளாகப் பார்த்து ஆக வேண்டியதைச் செய்யலாமென்றும் சொல்லி சிந்திப்பதற்கும் செயல்படுவதற்குமாகச் சேர்த்து அவனிடம் இரண்டொரு நாட்கள் அவகாசம் கேட்டார். நிறையப் பேசிவிட்டதன் காரணமாயும் பூரணியம்மாளின் ஒப்புதல் மற்றும் ஆலோசனைகளாலும் மன அழுத்தமும் முந்தைய நாளிரவுக் கோபமும் அருவருப்புணர்வும் சற்று வடிந்து தன்னிலைக்குத் திரும்பியிருந்த வாசுதேவன் சரியென்று சொல்லிவிட்டுத் திரும்பவும் அலுவலகத்திற்குக் கிளம்பிப் போனான் (சம்பிரதாயத்திற்காகப் பூரணியம்மாள் அவனைத் தங்கள் வீட்டிலேயே தங்கிக்கொள்ளச் சொல்லிக் கேட்டுக்கொண்டாள். அவனும் அதைப் புரிந்துகொண்டு மறுத்து விட்டான்). ஆனால் புறப்படும்முன் பூரணியம்மாளிடம் இது சம்பந்தமாகத் தன் வீட்டாரை அவர் தொடர்பு கொள்ள முயற்சித்தால் அது பாகீரதியை அவன் அந்த வீட்டிலிருந்தும் வலுக்கட்டாயமாக வெளியேற்றிக் கூட்டிச் செல்வதிலோ அல்லது இரண்டு பேருடைய தற்கொலையிலோதான் முடியும் என்று சொல்லி எச்சரித்துப் பூரணியம்மாளை அந்த அவகாசத்திற்குள் அவர் செய்ய உத்தேசித்திருந்தவைகளைச் செய்துவிட முடியாமல் கைகளைக் கட்டிப்போட்டுவிட்டுத்தான் போனான். அன்றும் அதற்கு மறுநாளும் அவன் தன் அலுவலகத்திலேயே படுத்துக் கொண்டான். இரண்டு நாட்களும் பாகீரதி அவனை வந்து பார்த்துவிட்டுப் போனாள் (அவன் அவர்கள் வீட்டிற்குப் போகவில்லை). இரண்டு குடும்பத்தவரும் ஒருவருக்கொருவர் வெளிப்படையாகப் பேசிக்கொள்ளவில்லையாயினும் தாங்களிருவரும் இணைவதற்கு அவர்களிடமிருந்து மறுப்பேதும் வராது என்றுதான் அவளும் அதுவரை மனப்பால் குடித்துக் கொண்டிருந்தாள். இடையில் திடீரென்று என்ன நடந்தது என்பதை அவளால் விளங்கிக்கொள்ள முடியவில்லை. பூரணியம்மாள் குறிப்பிட்டதைப் போலவே நடக்கும் நிகழ்வுகளின்

வேகத்தை அவளால் திணறாமல் உள்வாங்கிக்கொள்ள முடியத்தானில்லை. வாசுதேவனுக்கோ பாகீரதியைப் பார்க்கும் போதெல்லாம் அவளைப் பற்றித் தன் தகப்பன் சொன்ன வார்த்தைகள்தான் திரும்பத் திரும்ப நினைவுச் சுவரை வந்து மோதிக்கொண்டேயிருந்தன. அவன் அது அப்படித் தொடர்ந்து மோதி அவர் அப்படிச் சொல்வதற்கான காரணங்களைச் சிந்திக்க வைத்து அதிலேதேனும் நியாயமிருக்குமோவென்றும் எண்ண வைத்துத் தன்னைப் பலவீனப்படுத்திவிடும்முன் பாகீரதியைத் தன்னுடன் இணைத்துக்கொண்டுவிட வேண்டுமென்று தவித்தான். ஆனாலும் அந்த இரண்டு நாட்களிலும் அவனுடைய கோபம் கணத்திற்குக் கணம் அதிகமாகிக்கொண்டிருந்ததேயன்றி ஒரு துளிகூடக் குறையவில்லை. ஹாலாஸ்யமும் அந்த நாட்களில் வாசுதேவனைத் தொடர்பு கொள்ள முயற்சிக்கவில்லை (பாலமீனாட்சியைப் பற்றிக் கேட்க வேண்டாம்). அவர் வாயிலிருந்து பாய்ந்துவிட்ட தீய சொல் வாசுதேவனைவிட அதிகமாக அவரைத்தான் குத்திக் கிழித்துக்கொண்டிருந்தது. தன் அத்தனை வருட வாழ்க்கையின் போலிமையைத் தானே முகமூடியைக் கிழித்துத் தெரியக் காட்டிக்கொண்டுவிட்டோமென்கிற ஊமை அதிர்ச்சியைத் தாங்கிக்கொள்ள முடியவேயில்லை. தலை நிமிர்ந்து மனைவியின் முகத்தைக்கூடப் பார்க்கும் தைரியமற்றவராய் அவர் மாலை சரிந்தும் வெகுநேரம் வரையில் அலுவலகத்திலேயே பொழுதைக் கழித்துவிட்டு வீடு திரும்பிக் கலத்தில் விழுந்ததைச் சாப்பிட்டுவிட்டுத் தூங்கப் போய்க்கொண்டிருந்தார். அவருக்கு அப்போதிருந்த ஒரே ஆறுதல் தன் மகன் தன்னுடைய வற்புறுத்தலுக்கு இணங்கிவிடாமல் வீட்டைவிட்டு வெளியேறிய தன் மூலம் தனக்குரிய தண்டனையைத் தந்து தானொரு நிரந்தரக் குற்றவாளியாகிவிடாமல் தன்னைத் தப்பிக்கச் செய்து விட்டானென்பதுதான் (பாலமீனாட்சி அவர் தன் கண் மறைவாக என்ன இழவோ நடந்து தொலையட்டும் என்று மகனைக் கை கழுவி விட்டுவிட்டாரென்பதாக அதை எடுத்துக்கொண்டார்). வாசுதேவன் என்ன செய்ய உத்தேசித்திருக்கிறானென்பது அவரால் ஊகிக்க முடிந்த ஒன்றாகவே இருந்தபோது (அதற்கொன்றும் அதிகப் பிரயத்தனம் தேவையில்லையே) மனம் அதை நினைத்து ஒருபுறம் கோபமாயும் மறுபுறம் பெருமையாயும் உணர்ந்ததே தவிர வெட்க உணர்வை அடையவில்லையென்பதே அவர் அவனைத் தொடர்புகொள்ளாமல் நிகழ்வுகளை அவற்றின் போக்கில் விட்டுவிட்டு வெறுமே வேடிக்கை பார்த்துக் கொண்டிருக்கும் மனநிலையைக் கைக்கொள்ளப் போதுமான காரணமாயிருந்தது.

அப்படியாக, வாசுதேவன் வீட்டைவிட்டு வெளியேறியதற்கு ஒரு வாரத்திற்குப் பிறகு, 1968ஆம் வருடம் பிப்ரவரி மாதம்

7ஆம் தேதியன்று சுபமுகூர்த்த நேரத்தில், கருப்பட்டிச் சத்திரம் மண்டபத்தில் மிக மிகச் சில உறவினர்களும் (பாகீரதியின் சித்தப்பா வரவில்லை) அலுவலக மற்றும் கல்லூரி நண்பர்களும் ஆசிரியர்களும் வந்து வாழ்த்த அவனுக்கும் பாகீரதிக்கும் எளிமையான முறையில் திருமணம் நடந்தேறியது. அந்த ஒரு வாரத்திற்குள் மாமியார் மற்றும் மச்சினன்களின் உதவியுடன் அவன் அலைந்து திரிந்து சொக்கிகுளத்தில் ஒரு வீட்டைப் பிடித்துக் குடும்பம் நடத்தத் தேவையான சாமான்களையும் வாங்கி வந்து அதை நிரப்பிவிட்டிருந்தான். அவனைத் தவிர மற்றயெல்லோருமே அவனுடைய தாய் தகப்பனை எந்த நேரத்திலும் எதிர்பார்த்துக் கொண்டிருந்தார்கள். கடைசிவரை அவர்கள் வரவில்லை. அதற்குச் சில வாரங்களுக்குப் பிறகு, அக்கம்பக்கத்தவரின் கேள்விகளையும் அனுதாப விசாரிப்புகள் மற்றும் கேலிப் பார்வைகளையும் தாங்கிக்கொள்ள முடியாதவராயும் எங்கேனும் ஓரிடத்தில் (முன்பொரு காலத்தில் பார்க்க வேண்டுமென்கிற ஆவலைத் தன்னுள் சதா தூண்டிவிட்டுக்கொண்டேயிருந்த) தன் மருமகளுடைய முகத்தைப் பார்க்க வேண்டி வந்துவிடுமோ அல்லது அவளே ஒருவேளை புறப்பட்டுத் தங்கள் வீட்டிற்கு வரக்கூடுமோ என்கிற அச்சத்தால் பீடிக்கப்பட்டவராயும் (தான் பேசியவற்றையெல்லாம் வாசுதேவன் பாகீரதியிடம் சொல்லி யிருக்கக்கூடுமென்று அவருக்கொரு சந்தேகமிருந்தது. ஆனால் இந்தக் கதை இங்கே சொல்லப்படும் நாள்வரை வாசுதேவன் பாகீரதியிடம் தன் வீட்டில் என்ன நடந்தது என்பதைச் சொன்னதேயில்லை (இதனாலேயே மருத்துவர் அரங்கநாதன் நம்பியிடம் பின்னாளில் ஹாலாஸ்யம் கண் கலங்கப் பாவ மன்னிப்புக் கோரும் தொனியில் சொன்ன தன் மகனுடைய காதல் கதையில்தான் அவருக்கும் அவனுக்குமிடையில் மேலே விவரிக்கப்பட்ட வகையில் நடந்த சம்பாஷணைகளின் விபரங்கள் இருக்கிறதே தவிர பாகீரதி ஜெமினியிடம் சொன்ன காதல் கதையில் இது இடம் பெறுவதில்லை). தன் தந்தையின் பகுத்தறிவுப் பற்றுத்தான் அவருடைய ஆட்சேபணைக்குக் காரணம் என்று மட்டும்தான் சொல்லி வைத்திருந்தான் (தங்களுடைய திருமணத்தைத் தன் மாமனார் விரும்பவில்லையென்று தெரிந்த பிறகும் அவர்மீது தனக்கு மரியாதையும் ஒரு விதத்தில் அவருடைய பார்வையிலிருந்து அவருடைய மறுப்பு சரியென்கிற உணர்வும் கூடிக்கொண்டேதானிருந்தது என்று பாகீரதி ஜெமினியிடம் குறிப்பிட்டாள். இருந்தாலும் தன்னுடைய ஒரே மகனுக்குப் பேத்தி பிறந்திருக்கிறது என்பதைத் தெரிந்துகொண்ட பிறகும் கூடவா அவருடைய மனம் மாறவில்லையென்று அவன் அவளைக் கேட்டபோது (தானாடாவிட்டாலும் தன் சதையாடுமென்பார்களே) அதை நினைத்து எப்போதும் தானுமே

கூட ஆச்சரியப்படுவதாகவும் சொன்னாள்) கொச்சிக்குப் பணி மாற்றம் வாங்கிக்கொண்டு மனைவியோடு கிளம்பிப் போய் விட்டார். மதுரை அலுவலகத்தில் தன்னுடைய கடைசிப் பணி நாளன்று மேசை இழுப்பறைக்குள்ளிருந்த சில்லரை உடைமைகளைக் காலி செய்துகொண்டிருந்த அவர் கண்களில் பத்து வருடங்களுக்குமுன் பாகீரதிக்கென்று வாங்கி ஆனால் ஐராவதமய்யரின் இறப்பால் அவள் கைகளைச் சென்றடையாமல் அவரிடமே திரும்ப ஒப்படைக்கப்பட்டுவிட்ட பழைய அம்புலிமாமா இதழ் காகிதக் குப்பைகளுக்கிடையிலிருந்து தென்பட்டபோது அதை எடுத்துக்கொண்டு கழிப்பறைக்குள் சென்று அதை முகத்தில் வைத்து மூடிக்கொண்டு அங்கேயே ஒரு மூச்சு அழுது தீர்த்தார். கைச் சுமைகளைத் தவிர மற்ற எண்ணச் சுமைகள் அதிகமாகக் கனத்து வீழ்த்திவிடாதவண்ணம் தன்னுடைய விரக்தியையும் வெறுமையையும் வசக்கி அவற்றைத் துறவு மனப்பான்மையாகப் பின்னாளில் முன்னேற்றிக்கொள்ள அந்த அழுகை ஓரளவு அவருக்கு உபயோகப்பட்டது.

பாகீரதியைச் சந்திக்கும்வரை உறங்காப்புலிக்குக் காதல் என்பதன்மேல் பெரிதாக மயக்கமோ நல்லபிப்பிராயமோ இருந்ததில்லை. இருபத்தெட்டு வயதிற்குள் அவன் நிறைய காதல் கதைகளைப் பற்றித் திரைப்படங்கள், தொடர் கதைகள், சக மாணவர்களின் புலம்பல்கள் ஆகியவற்றின் மூலமாகக் கேள்விப்பட்டிருந்தான். அவற்றில் அவனே நேரடியாகப் பங்கு கொண்ட இரண்டு காதல் கதைகளும்கூட இருந்தன. ஒன்று அவன் தங்கை மலர்விழியினுடையது. அவள் திடீரென்று ஒருநாள் தான் ஒரு முப்பத்தைந்து வயது மனிதரைச் சில மாதங்களாகக் காதலிப்பதாயும் அவர்கள் வீட்டில் அவரைத் திருமணம் செய்துகொள்ளச் சொல்லித் தொந்தரவு செய்வதால் தன்னுடைய திருமணமும் இப்போது உடனே நிகழ்ந்தாக வேண்டிய கட்டாயத்திலிருக்கிறது என்றும் ஆனால் வீட்டில் இந்தப் பேச்சை எடுக்கத் தனக்குப் பயமாக இருப்பதாயும் அவனிடம் சொல்லித் தனக்கு உதவும்படி வேண்டினாள். மாப்பிள்ளை ஒரு தெலுங்கு நாயுடுவாய் இருப்பது பற்றிச் சுந்தரபாண்டியோ (அதனால்) வடிவம்மாளோ அவ்வளவாகக் கவலைப்படவில்லை (அவர்கள் தேவர் சாதியைச் சேர்ந்தவர்கள்). மலர்விழிக்குச் சொந்தம் கொண்டாட வளர்ந்த முறைப் பையன்களும் சொல்லிக்கொள்ளும்படியாக தாய் தந்தை இருவருடைய உறவுகளில் அப்போது இருக்கவுமில்லை. ஆனால் பையனுடைய வயதை உறங்காப்புலி சொல்லக் கேட்டதும்தான்

அவர்கள் அதிர்ச்சியடைந்துவிட்டார்கள். மலர்விழிக்கு அப்போது வயது இருபத்து மூன்றுகூடப் பூர்த்தியாகியிருக்கவில்லை. உறங்காப்புலிக்கே இந்த வயது வித்தியாசம் திகட்டலாகத்தானிருந்தது. எப்படி ஓர் இளவயதுப் பெண் இத்தனை வயது வித்தியாசமுள்ள ஆணைக் காதலிக்க முடியும் என்று அவனுக்கு வியப்பாக இருந்தது. இம்மாதிரியான காதல்களுக்கு ஒரே காரணம் ஏதேனும் தவிர்க்க முடியாத சமூகப் பொறுப்பாகத்தான் இருக்க முடியும் என்பது அவனுடைய அபிப்பிராயம் (அப்படித்தான் அவன் பின்பற்றி வந்த இயக்கத்தின் கடந்த காலச் செயல்பாடுகள் அவனுக்குப் போதித்திருந்தன). ஆனால் மலர்விழி தானே அந்த மனிதரை விரும்பிக் காதலித்ததாயும் இன்னும் சொல்லப் போனால் தங்களிருவரில் முதலில் அதைத் தொடங்கி வைத்தவளே தான்தானென்றும் முதல் பார்வையிலேயே அவரைத் தான் காதலிக்கத் தொடங்கிவிட்டதாயும் சொன்னாள். அதற்கு ஒரு வருடத்திற்கு முன் (1971, மார்ச்) மதுரைப் பல்கலைக்கழக வளாகத்தில் ஏற்பாடு செய்யப்பட்டிருந்த இரண்டு நாள் ஆசிரியர் பயிற்சி முகாமொன்றின் முதல் நாள் வகுப்பில் பங்கு பெறுவதற்காகப் பேருந்திலிருந்து இறங்கிய சில நிமிடங்களுக்குப் பின் அவள் அவரை முதல் தடவையாகப் பார்த்தாளாம். அது நல்ல வெய்யில் காலமாயிருந்ததால் கண்களை இருட்டிக்கொண்டு வந்த தாகத்தைத் தணித்துக் கொள்வதற்காக நாகமலை ஸ்தாபன காங்கிரஸ் படிப்பகம் மற்றும் தண்ணீர் பந்தல் கூரையின் முகப்பில் வைக்கப்பட்டிருந்த மண்பானையை நோக்கி அவசர அவசரமாகச் சென்றவள் உள்ளே தினத்தந்தி வாசித்துக்கொண்டும் வரவிருக்கும் தேர்தலைப் பற்றி விவாதித்துக்கொண்டுமிருந்த ஆண்களைப் பார்த்துவிட்டுத் தன் தாகத்தைக் கட்டுப்படுத்தியபடி கையிலிருந்த கோப்பையில் கால் பகுதியளவு நீரைச் சேந்தி நாசூக்காகக் கழுத்தோ சேலையோ நனைந்துவிடாமல் உயரத் தூக்கி கவனமாக வாயில் விட்டுக்கொண்டிருக்கிறாள். தாகம் அடங்கவில்லை. இரண்டாம் முறை ஒரு கால் கோப்பை. பிறகு அதுவும் போதாமல் மூன்றாம் முறை சிறிது வெட்கத்தோடும் சலிப்போடும் நீரை அள்ளக் குனிந்தபோது ஒரு குரல், அது என்ன செக்கெண்ணையா அம்மணி, அளந்து அளந்து விட்டுக்கொள்ள, அப்படியே எடுத்து வழிய வழியக் குடித்தால்தானே உடம்பு குளிர்ந்து தாகமடங்கும் என்று பாதி ஏளனமும் பாதி அக்கறையுமாகக் காதுகளில் ஒலிக்கக்கேட்டுத் திடுக்கிட்டுப்போய் நிமிர்ந்து பார்த்திருக்கிறாள். அங்கே அவளுடைய பின்னாளைய கணவர் உள்ளாடை அணியாத மார்பைக் காட்டும் மெல்லிய செயற்கையிழை நார்ச் சட்டை மற்றும் காங்கிரஸ் கரையிட்ட, ஏற்றிக் கட்டிய வேட்டி சகிதமாய் அவளைப் பார்த்துச் சிரித்துக்

கொண்டிருந்தாராம். அவளும் அவளேதோ குற்றச் செயலின் நடுவே கையும் களவுமாகப் பிடிபட்டுவிட்டதான உணர்வில் வெளிப்படையாகவே வெட்கம் பீறிட்டு வழிய அந்தப் பீறிடலைக் குடித்தே தாகத்தைத் தீர்த்துக்கொண்டவளைப்போல கோப்பையைப் பானைக்குள்ளேயே போட்டுவிட்டு போதும் என்று முனகிக்கொண்டே வெளியே வந்துவிட்டாளாம். அவள் மேற்கொண்டு உறங்காப்புலியிடம் அதற்குப் பிறகான தன் பாட்டை அவன் முகத்தில் கேலிச் சிரிப்பு வெடிக்கும் வண்ணம் இப்படி விவரித்தாள், பயிற்சி வகுப்புத் துவங்கும்வரை அண்ணாந்து நீர் அருந்தும் என் கழுத்தை அந்த மனிதர் உற்றுப் பார்த்துக்கொண்டிருப்பதான கற்பனை என்னைத் தொந்தரவு செய்துகொண்டேயிருந்தது, சிறிது நேரத்திற்குப் பிறகு வகுப்பில் மூழ்கி அதை நான் மறந்துவிட்டேனென்றாலும் நடுநடுவே நீர் அருந்த எழுந்தபோது மீண்டும் அந்த உருவம் மனக்கண்ணில் மின்னிக்கொண்டேயிருந்தது, மதியச் சாப்பாட்டு வேளையின்போது திரும்பவும், ஆனால் இந்த முறை உருவம் மட்டுமல்லாமல் அந்தக் குரலையுமேகூட என் காதுகள் கேட்டன, அதில் நிஜமான பரிவு இருந்தது, தண்ணீர்க் கோப்பையை வாய்க்கு மேலாக உயர்த்திய போதெல்லாம் அது செக்கெண்ணெய் அல்ல என்பதைச் சிரித்தபடியே எனக்கு நினைவூட்டிக்கொண்டிருந்தது, மதிய இடைவேளைக்குப் பிறகு நான் அடிக்கடி எழுந்து நீர்ப் பானையை நோக்கிப் போவதும் நீரை மொண்டு அதில் பாதியைக் குடித்துக்கொண்டும் பாதியை வேண்டுமென்றே கழுத்தில் வழியவிட்டபடியும் நின்றுகொண்டிருந்ததானது வகுப்பிலிருந்த மற்றவர்களுடைய கவனத்தை ஈர்க்கிறது என்பது தெரிந்தாலும் அதைப்பற்றிக் கவலைப்படும் மனநிலையில் நான் அப்போது இருக்கவில்லை, மாலை வகுப்பு முடிந்து பல்கலைக்கழக வாயிலில் பேருந்திற்காக நின்றபோது வெய்யில் நன்கு இறங்கிவிட்டிருந்ததென்றாலும் எனக்கு மட்டும் நீரருந்தவேண்டும் போலிருக்கிறது, மீண்டும் நான் அந்தக் கூரைக் கொட்டகைப் படிப்பகத்தை நோக்கிச் செல்கிறேன், அங்கே அவர் கிட்டத்தட்டக் காலையில் பார்த்த அதே கோலத்தில் உட்கார்ந்திருக்கிறார், என்னைப் பார்த்ததும் வேண்டுமென்றே, எனக்குத் தெரியவேண்டுமென்பதற்காகவே கழுத்தை ஒடித்துத் திருப்பி உள்ளே ஒட்டப்பட்டிருக்கும் சிவாஜி கணேசனின் சொர்க்கம் திரைப்பட மாதக்காட்டியைக் கவனிப்பதைப்போல பாவனை செய்கிறார், நான் எனக்குள் சிரித்துக்கொண்டும் சிறிய உடல் நடுக்கத்தோடும் கோப்பையை எடுத்துக்கொண்டு பானையை நோக்கிக் குனிகிறேன், சொல்லி வைத்தாற்போல மீண்டும் அவருடைய குரல், பானை காலியாகி விட்டது அம்மணி, ஆனால் என்னிடம் தண்ணீர் இருக்கிறது,

என்கிறது. மலர்விழி மறுபடியும் காலையில் போன்றே திடுக்கிட்டுப் போனாள். பானையின் மேலிருந்த மூடியைத் திறந்து பார்த்தபோது அது வறண்டுதான் கிடக்கிறது. வெட்கம் ஒரு வளர்ப்புப் பிராணியைப்போல தன் சிவந்த வாயின் முன்பற்களால் மறுபடியும் (காலையில் போலவேதான்) அவளைச் செல்லமாகக் கடிக்கிறது. அன்று மாலைக்குப் பின்னும், இரவு படுக்கைக்குச் செல்லும் வரை நான் தொடர்ந்து நீரருந்திக் கொண்டேதான் இருந்தேன், மறுநாள் விடியற்காலை நேரத்தில் அந்தப் பரிகாசப் புன்னகை மனிதருடன் வாய் ஓயாமல் உரையாடியபடி கடற்கரையொன்றில் நீள நடந்து போய்க் கொண்டேயிருப்பதைப்போல ஒரு கனவு வேறு. காலையில் அதை நினைத்தும் அவளுக்கு ஆச்சரியம் தாளவில்லையாம். ஏனென்றால் அவள் அதுவரை கடலைப் பார்த்ததேயில்லை. மறுநாளும் அவர் அவளுக்காக அந்தப் படிப்பகத்தில் காத்திருந்தாராம். முதல்நாள் மாலையே அவள் திரும்பவும் அங்கே வருவாளென்று எதிர்பார்த்துக்கொண்டிருந்ததாயும் அப்படி வந்துவிட்டால் அன்று காலையில் அவளை முதன்முதலில் பார்த்த கணத்தி லிருந்து தன் மனதில் கனக்கத் துவங்கிவிட்டிருந்த வலி அவளையும் அலைக்கழித்திருக்கிறதென்று நிச்சயித்துக்கொண்டு மறுநாளிலிருந்து அவளுக்காகக் காத்திருப்பதென முடிவெடுத்து வைத்திருந்ததாயும் அவர் பின்பு அவர்களிருவரும் நெருங்கிப் பழகத் தொடங்கிய காலங்களில் சொன்னாராம். இரண்டாம் நாள் நீரருந்த படிப்பகத்தினுள் மலர்விழி செல்லவில்லை. கோப்பையைக் கீழே போட்டுவிடுவேன் அல்லது பானையை உடைத்துவிடுவேனென்று நான் அஞ்சினேன் என்றாள் அவள் தன் அண்ணனிடம். ஆனால் அன்று மாலை பேருந்து நிறுத்தத்திலிருந்து நான் படிப்பகத்தினுள் அமர்ந்தபடி என்னையே பார்த்துக் கொண்டிருந்த அவரைக் கவனித்தபோது மறுநாளிலிருந்து அவரைப் பார்க்கப் போவதில்லை என்கிற நினைவு ஏனோ என் நெஞ்சில் பெரும் அயற்சியை ஏற்படுத்தியது, மறுநாளிலிருந்து எப்போதும்போல பணிக்குத் திரும்பிவிட்டேன், அன்றிலிருந்து, தாகமிருக்கிறதோ இல்லையோ, அடிக்கடி பானைகளைத் திறந்து கழுத்திலிருந்து மார்புவரை வழிய விட்டுக்கொண்டு தண்ணீர் குடிக்கும் பழக்கம் என்னை விடாப்பிடியாகத் தொற்றிக்கொண்டு விட்டது, அதே பொய்த் தாகம்தான் தன்னையும் பின்பு ஒரு நெடிய அலையடிக்கும் நீர்ப்பரப்பின் விளிம்பில் நடப்பவனைப்போல என்னைப்பற்றிய தகவல்களின் விளிம்பில் தொடர்ந்து அலையச் செய்து ஓரிரு வாரங்களுக்குப் பிறகு நான் ஆசிரியையாக வேலை பார்க்கும் கல்லூரி வாசலுக்கு அவரைத் தள்ளிக் கொண்டுவந்து சேர்த்தது என்றாள் அவள். இந்தக் கதையைச் சொல்லித் தனக்காகப் பெற்றோர்களிடம் பேசித் தன் திருமணத்தை

நடத்தி வைக்கும்படி உறங்காப்புலியை வேண்டிக்கொண்டிருந்த மலர்விழி அதே உரையாடலின் இறுதியில்தான் இரண்டு வருடங்களுக்குப் பிறகு வாசுதேவனுடனான தெருச் சண்டையில் உறங்காப்புலி செவியுறவிருக்கிற அதே வார்த்தைகளைத் தானும் அவன் காதுகளில் உச்சரித்தாள், காதல் சாதி மதம் அந்தஸ்து வித்தியாசத்தையெல்லாம் பார்க்காதென்றால் வயது வித்தியாசத்தை மட்டும் எப்படிப் பார்க்கும் அண்ணா. உறங்காப்புலி அப்போதும் பிறகும்கூட அந்த வாதத்தைத் தன்னைவிட முப்பது வயது சிறியவரான ஒரு பெண்மணியைத் திருமணம் செய்துகொண்ட அவர்களுடைய இயக்கத் தலைவர் ஏன் ஒரு வாதமாகத் தன் திருமணத்தை மறுத்தவர்களிடம் முன்வைக்கவில்லை என்று யோசிக்கவில்லை (பாகீரதியைச் சந்தித்துவிட்டுத் திரும்பிய வழியில்தான் அந்தச் சிந்தனை அவனைத் தாக்கியது). அது ஒருபுறமிருக்க, வாசுதேவனுக்கு முன் அம்மாதிரியான ஒரு வாதத்தை அவனிடம் பேசிய முதல் நபர் மலர்விழியுமில்லை. அதற்கும் முன்பே அதே போன்ற ஒரு முறைப்பாட்டை அவன் தன் கல்லூரிக் காலத்திலேயே தன் நண்பனின் வாய் வழியே கேட்டிருக்கிறான். அது உறங்காப்புலி நேரடியாக பங்குகொண்ட இரண்டாவது காதல் கதை (ஆனால் காலத்தால் மலர்விழியின் கதைக்கு முந்தையது. எனவே சொல்லப்படும் வரிசையில் இரண்டாவதாக இருந்தாலும் இதுதான் முதல் கதை).

அந்த நண்பனின் பெயர் சுருளிநாதன். அவன் மதுரைக் கல்லூரியில் மூன்றாம் வருடம் கணிதவியல் பயின்றுகொண்டிருந்தபோது உறங்காப்புலி இளங்கலை இயற்பியல் பிரிவில் முதலாம் வருட மாணவனாகச் சேர்ந்திருந்தான். வருடம் 1964. இருவரும் அதற்கு முன்பே சில தடவைகள் கல்லூரி வளாகத்தினுள் பரஸ்பரம் பார்த்துக்கொண்டிருந்தாலும் (நாம் அடிக்கடி சொல்லி வருகிறபடி) இருவருக்கிடையிலும் வாஸ்தவமான சந்திப்பு என்பது வழக்கமாக வகுப்பு இடைவேளைகளிலும் வகுப்புகள் சலித்துப்போய் தாங்களாகவே வெளியேறும் நேரங்களிலும் கல்லூரிக்கு நேரெதிரேயிருந்த அரசு தொழில் நுட்பக் கல்லூரியின் முகப்பில் வெய்யில் காய்ந்துகொண்டிருக்கும் மரங்களுக்கடியில் கரும்புச்சாறுக் கோப்பைகளுடனும் தேநீர்க் கோப்பைகளுடனும் துவங்கி நேரம் போவது தெரியாமல் மாணவர்களுக்கிடையே நடந்துகொண்டேயிருக்கும் உள்ளூர் அரசியல் விவாதங்களில் ஒன்றின்போதுதான். வகுப்புகளில் கூடியிருக்கும் நேரம்வரை வெளிப்படாமல் மறைந்திருக்கும் கட்சியுணர்வு இந்த மரத்தடிகளை அடைந்து ஒரு கோப்பைச் சுடுபானத்தைக் கையிலேந்திய கணத்திலேயே காங்கிரஸ் என்றும் திமுக என்றும் இரண்டாகப்

பிளந்துகொண்டு (பெரும்பாலும் பிரதானமாக இந்த இரண்டு கட்சிகள்தான்) பதுங்கியிருந்த மிருகங்கள் பாய்வதுபோல் பாய்ந்து ஒன்றையொன்று தாக்கிக்கொள்ளத் துவங்கிவிடும். மற்ற கல்லூரிகளைப்பற்றி நாம் பேச வேண்டியதில்லை. மதுரைக் கல்லூரியைப் பொறுத்தவரை அங்கே இந்த வகை மோதல்களுக்கு இன்னொரு சிறப்பம்சமும் இருந்தது, அங்கே காங்கிரஸைச் சேர்ந்த மாணவர்களைப் போலன்றி திமுகவை ஆதரிக்கும் மாணவர்களிடையிலேயே வெளிப்படையாக அறிவிக்கப்படாத இரண்டு உட்பிரிவுகள் இருந்தன, ஒன்று, காங்கிரஸ் கட்சியின் வழிவழியான மத்திய தர வர்க்கத்துத் தலைமைகள் அதன் வருங்காலத் தொண்டர்களுக்காகக் கட்டியெழுப்பியிருந்த ஆரிய அறிவுஜீவிப் பிம்பத்திற்கு எதிராக (தாகூரிலிருந்து பாரதி வரை அத்தனைபேரும் பாடிவிட்டுப் போயிருந்த தேசியத்தைத் தனது கட்சியடையாளமாகக் காங்கிரஸ் கையிலெடுத்துக் கொண்டதால் உண்டாகியிருந்த மாயப் பிம்பம் இது என்பான் உறங்காப்புலி) பொதுவுடைமைக் கருத்துக்களின் மீதான எம்ஜியார்த்தனமான புரிதலைக்கொண்ட திரைப்படங்களையும் கருணாநிதியின் புல்லரிக்கச் செய்யும் தமிழையும் (அவர் தன் மேதமையைப் பட்டிதொட்டியெங்கும் பிரகாசித்துத் தன்னை முந்திச் சென்று கொண்டேயிருந்த எம்ஜியாருக்குப் போட்டியாகத் திருப்புவதா அல்லது உள்ளடங்கிய ஒளியாகச் சுடர் விட்டுக்கொண்டிருந்த பாரதிதாசனின் வழியில் செல்ல அனுமதிப்பதா என்று முடிவு செய்யவியலாத குழப்பத்திலேயே இருந்தார்) திராவிடப் பண்பாடாக முன்வைத்த ஒரு முரட்டுப் பிரிவு. மற்றொன்று, இவற்றோடு தங்களை அடையாளப்படுத்திக்கொள்ளத் தயங்கிய, பெரும்பாலும் பார்ப்பனரல்லாத, அண்ணாவின் பேச்சுகளையும் பாரதிதாசனின் கவிதைகளையும் முன்வைத்து எதிரணியினருக்கு இணையான ஓர் அறிவுஜீவிப் பின்புலத்தை அகம்பாவத்தோடு நிறுவ முயன்றுகொண்டிருந்த இரண்டாவது பிரிவு. முதல் பிரிவு மாணவர்கள் விவாதங்களைத் தர்க்கரீதியாக அணுகாமல் தடாலடியாகத் தங்கள் கருத்துக்களை அறிவித்துவிட்டு எதிராளி சொல்வதைக் காதிலேயே போட்டுக்கொள்ளாமல் கிளம்பிப் போய்விடுவார்கள். அவர்களுக்குத் தங்கள் தலைவர்கள் தங்களுக்குச் சொன்னதைத் தாங்களும் பிறரிடம் திரும்பச் சொல்லிவிட்டோமென்பதிலேயே திருப்தி ஏற்பட்டுவிடும். பதில்கள் தேவைப்படாது (அதை அறிஞரும் கலைஞரும் புரட்சித் தலைவரும் பார்த்துக்கொள்வார்கள்). ஆனால் இரண்டாவது பிரிவு மாணவர்கள் தங்கள் தலைவர்களைக் காப்பாற்ற வேண்டிய பொறுப்பு தங்களுக்கிருப்பதாக எண்ணியவர்களாயும் அண்ணாவின் உரைகளும் பாரதிதாசனின் கவிதைகளும் காங்கிரஸின் (அதாவது தேசீய வாதத்தின்)

எப்படிப்பட்ட கேள்விகளையும் எதிர்கொள்ளும் திறன் வாய்ந்தவைதானென்று நிரூபித்துக் காட்டவேண்டிய கவலை கொண்டவர்களாயுமிருந்தார்கள். சுருளிநாதனும் உறங்காப்புலியும் தங்களை இந்த இரண்டாம் பிரிவுக் கழகத் தொண்டர்களாக உணர்ந்துகொண்டிருந்தார்கள். இதற்கப்பால், சுருளிநாதன் உறங்காப்புலியைப் பற்றி இந்த மாதிரியான ஒரு விவாதத்தில் வைத்து நேரடியாகத் தெரிந்துகொண்ட சமயத்தில் தன்னைப் பழங்காநத்தம் ஜெகதா திரையரங்கினருகேயிருந்த அவன் வீட்டிற்கு எதிர் வீட்டிலிருந்த ஒரு திருமணமான பெண்ணின் தீவிரமான காதலனாகவும் கருதிக்கொண்டிருந்தான்.

அந்தப் பெண் ஒரு தெரிவைப் பருவத்தினள். சுருளிநாதனைவிடப் பத்துப் பன்னிரெண்டு வயது மூத்தவள். அவள் குடும்பம் அவளைத் தவிர அவளுடைய கணவர் மற்றும் அவர்களுடைய இரண்டு பெண் குழந்தைகள் ஆகியோரைக் கொண்டது. கணவர் அவளைவிடப் பத்து வயது மூத்தவர். மதுரைக் கிழக்குச் சரக விற்பனைவரித் துறையில் அதிகாரியாகப் பணியாற்றிக்கொண்டிருந்த அவர் அதிர்ந்து பேசத் தெரியாத மென்மையான சுபாவமும் மனைவி குழந்தைகளிடம் அதிகப் பிரியமும் கொண்டவராயும் இருந்தாரென்று சுருளிநாதன் பிற்பாடு உறங்காப்புலியிடம் தெரிவித்தான். மிகக் குறைந்த கால இடைவெளியில் பிறந்த குழந்தைகள் இரண்டும் துவக்கப் பள்ளிக்குச் சென்றுகொண்டிருந்தன. பிக்கல் பிடுங்கலில்லாத சந்தோஷமான குடும்பம்தான். ஆனால் கணவரிடம் இருந்த குடிப் பழக்கம் பற்றி அந்தப் பெண்மணிக்குக் கொஞ்சம் மனக்குறை இருந்ததாம். இதனால் குடித்துவிட்டு அது குழந்தைகளுக்குத் தெரியக்கூடாதென்று இரவில் தாமதமாக வீடு திரும்புவதும் அகாலத்தில் தன்னை எழுப்பி உறவுக்கு வற்புறுத்துவதுமாக இருக்கும் அவருடைய தொந்தரவுகளைச் சொல்லியரற்றித் தன் மனப்பளுவைக் குறைத்துக்கொள்ளும் புகலிடமாக சுருளிநாதன் வீட்டைக் கருதி தினசரி மாலை வேளைகளில் சமையலை முடித்த கையோடு முன்தின இரவு அவளைச் சமாதானப்படுத்துவதற்காக அவர் வாங்கி வந்திருக்கக்கூடிய தின்பண்டம் எதையாவது கையிலெடுத்துக்கொண்டும் தன் குழந்தைகளைக் கூட்டிக்கொண்டும் அவன் தாயாரைப் பார்க்க வந்துவிடும் வழக்கத்தை அவள் கைக்கொண்டிருந்தாள். இரவு நெடுநேரம்வரை சமையலறையில் உதவியும் பேச்சுத் துணையுமாக சுருளிநாதனின் வீடு அவள் வீடாகவே மாறிப் போயிருக்குமாம். சுருளிநாதன் உறங்காப்புலியிடம் சொன்னான். இரண்டு பெண் பிள்ளைகளும் அவன் அறையில் அவனுடைய படிப்பு கெடாதபடிக்கு மேசைக்கருகில் அவனெதிரே தரையில் அமர்த்தி

வைக்கப்பட்டிருப்பார்களாம். சுருளிநாதனும் தன் படிப்பினிடையே (பெரும்பாலும் அண்ணாதுரை நடத்திக்கொண்டிருந்த காஞ்சி இதழ்) அவர்களுடைய வீட்டுப் பாடங்களில் அவர்களுக்கு உதவி செய்துகொண்டிருப்பானாம். இந்தச் சூழ்நிலையில் அவ்வப்போது தன்னுடைய தாயார் கேட்டுக்கொண்டாளென்று அறைக்குள் தட்டுகளில் தின்பண்டங்களையோ அல்லது கோப்பையில் தேநீரையோ எடுத்துக்கொண்டு அந்தப் பெண் நுழைவது தன்னை உத்தேசித்துத்தானென்பதாயும் தங்கள் மூவர் முன்பும் அவற்றை வைத்துவிட்டுச் சிறிதுநேரம் நின்று குழந்தைகள் படிப்பதையோ அல்லது பண்டங்களை மெல்லுவதையோ வேடிக்கை பார்த்துக் கொண்டிருக்கும் சாக்கில் அவள் ஓரக்கண்ணால் கவனித்துக் கொண்டிருந்ததெல்லாம் தன்னைத்தான் என்பதாயும் அவன் வயதையும் முகத்தில் வளர்ந்துகொண்டிருந்த இளமயிரையும் (அப்போது அவன் இன்னும் முகம் மழிக்கும் வழக்கத்தைக்கூடத் துவங்கியிருக்கவில்லை) அவனுடைய கல்லூரிக் காலத்தையும் குறிப்பிட்டுத் தான் சந்தித்தேயிராத அவனுடைய வகுப்புப் பெண்களுடன் அவனை ஏகதேசமாகத் தொடர்புபடுத்தி, ரகசியமற்ற, ஆனால் மெலிதான கேலி வார்த்தைகள் எதையாவது சிரித்துக்கொண்டே உதிர்த்ததெல்லாம் பேச்சை வளர்த்தபடி அங்கே நின்றுகொண்டிருக்கும் நேரத்தை அதிகப்படுத்திக் கொள்வதற்காகத்தானென்பதாயும் ஓர் எண்ணம் சுருளிநாதன் மனதில் உருவாகி வளரத் தொடங்கிவிட்டிருந்தது (அது உண்மையாகக்கூட இருக்கலாம். ஆனால் கடைசிவரை அந்தப் பெண் அதை ஆமோதித்ததாக நமக்குத் தெரிய வராததால் நாம் அதை வெறுமே ஓர் எண்ணம் என்றுதான் சொல்ல வேண்டியிருக்கிறது).

பிறகென்ன, வழக்கமான கதைதான். அந்தப் பெண் தன்னை அண்மித்தபோதெல்லாம் தனக்குள் அனலடித்த காய்ச்சல் தீவிரமான உடல் நடுக்கத்தை உருவாக்கியதோடு சாம்பல் நிறத்தையும் கொண்டிருந்தது என்று சுருளிநாதன் உறங்காப்புலியிடம் தன் காதலுக்கு உதவி செய்யும்படி வேண்டிக்கொண்ட சமயத்தில் தெரிவித்தான். அவனை அவன் தந்தை ஒரு தனியார் மருத்துவ மனைக்கு அழைத்துச் சென்று காண்பித்தாராம். அந்த மருத்துவர் அவனைப் பரிசோதித்துவிட்டுக் கடுங்குளிர் காலத்தில் உருவாக வேண்டிய இம்மாதிரியான வியாதிகளெல்லாம் நல்ல கோடைப் பருவத்தில் தோன்றுவது கலி காலத்தின் அறிகுறி என்று முனகிக்கொண்டே சில மருந்துகளை அவனுக்காக அவன் தந்தையிடம் பரிந்துரைத்து அவர்களை அனுதாபத்தோடு வழியனுப்பிவைத்தாராம். நான் என் காய்ச்சல் அவற்றால் குணமாகப் போவதில்லையென்று தெரிந்தும் தட்டாமல்

குளிகைகளை என் உடம்பிற்குள் அனுமதித்து வந்தேன், காரணம் அப்போதுதானே மருந்தினால் குணப்படுத்தவியலாத, தன்னால் மட்டுமே இரக்கம் காட்டப்படவேண்டிய வியாதியொன்றால் நான் அவதியுறுகிறேனென்பதை அந்தப் பெண் தெரிந்துகொள்வாள் என்றான் சுருளிநாதன். இப்படியாக ஓர் ஆண் என்கிற முறையில் காதலை முதலில் வெளிப்படுத்தி அவளை வென்றெடுக்கத் தன்னாலான அனைத்து வழிகளையும் முயன்று பார்ப்பதென்று சுருளிநாதன் முடிவெடுத்தபோது அவற்றில் ஒரு வழியாகக் கடிதமொன்றை எழுதும் எண்ணமும் அவனுக்குத் தோன்றியிருக்கிறது. ஆனால் முயற்சி செய்தபோது ஒரு நல்ல காதல் கடிதம் எழுதுவதென்பது நேரடியாக ஒரு பெண்ணிடம் பேசுவதைவிடக் கடினமான காரியமென்பது விரைவிலேயே அவனுக்குத் தெரிந்துபோனதாம். வகுப்பறைகளிலும் தேநீர்க் கடைச் சந்திப்புகளிலும் வீட்டில் தன் அறையிலும் உடலை மட்டும் சுற்றியிருப்பவர்களின் பார்வைக்குக் கொடுத்துவிட்டு மனதை (ஒருபோதும் எழுதவே போகாத) ஒரு காதல் கடிதத்தில் பொருத்த வேண்டிய சொற்களைக் கற்பனை செய்யுமிடத்திலேயே பிடிவாதமாக நிறுத்தியிருந்தும்கூட வசிய சக்தி கொண்ட ஒரு வாக்கியத்தையேனும் உருவாக்கிவிட்டோமென்று அவனால் நம்பிக்கை கொள்ள முடியாமலிருந்தது. நூல்நிலையத்திலும் மாணவர் சந்திப்புகளிலும் ஆசிரியர் உரைகளிலும் தங்களுடைய பிரத்யேக உறவைத் துல்லியமாகச் சொல்லும் ஒரு வார்த்தையைத் தேடித் தேடி சுருளிநாதன் களைத்துப் போனான். சிந்திக்கும்போது கரும்பலகையில் எழுதப்பட்டுக்கொண்டிருக்கும் ஒரு கணித சூத்திரம்கூடத் தன் காதலின் உருவகமாக விரிவுரையாளரால் விளக்கப்பட்டுக்கொண்டிருப்பதாயும் எழுதிவிடலாமென்று எழுதுகோலைத் திறக்கும்போது கல் தோன்றி மண் தோன்றாக் காலத்தே முன் தோன்றிய மூத்த தமிழ் மொழியின் ஒரு சொல்லுக்குக்கூட அந்த உறவின் தனித்துவத்தை எடுத்தியம்பும் வலிமை இல்லையென்றும் தோன்றி அவனை அலைக் கழித்துக்கொண்டிருந்தது. கடும் பிரயத்தனத்திற்குப் பிறகு ஒரு காதல் கடிதத்திற்கான புதிய வார்த்தைகளைத் தன்னால் கண்டுபிடிக்கவியலாது என்று நிச்சயமேற்பட்டதும் இனியும் கால தாமதம் செய்யாமல் ஏற்கெனவே எழுதப்பட்டிருக்கக்கூடிய வார்த்தைகளையே உபயோகப்படுத்திக்கொள்வது என்று அவன் முடிவு செய்தான். உடனேயே நினைவிற்கு வந்தவை கவிதைகள். கவிதைகளும் கவிதையெழுதுபவன் என்கிற தகுதியும் (அவை ஒருபோதும் படிக்கவே படவில்லையென்றாலும்கூட) இயல்பாகவே பெண்களை ஆண்மையின் அடையாளங்களிலொன்றாக ஈர்க்கின்றன என்று காதலில் அனுபவப்பட்ட மூத்த நண்பர்களும் ஏற்கெனவே பல சமயங்களில் உபதேசித்திருந்ததால் அவற்றைச்

சரணடைவது என்று தீர்மானித்தான். முதலில் நினைவிற்கு வந்த நபர் பாரதி. குறிப்பாக, வீணையடி நீயெனக்கு. ஆனால் இங்கே அவனுடைய யோசனையில் கட்சியுணர்வு கிளப்பிவிட்ட தன்மான உணர்ச்சி குறுக்கிட்டது. ஒரு கழகத் தொண்டனாக அவனுக்குப் பாரதிதாசனின் வரிகளிருக்கப் பாரதியைப் பயன்படுத்திக் கொள்வதில் மனவுறுத்தல் எழுந்தது. அதே சமயத்தில் திராவிட இயக்கம் பாரதிக்குப் போட்டியாக பாரதிதாசனை உயர்த்திப் பிடிக்கக் காரணம் கவிதையுணர்வைவிட அதிகமாக இனவுணர்வு சார்ந்தது என்று ஒரு பேச்சு கட்சிக்குள்ளேயே உலா வந்து கொண்டிருந்த நிலையில் தன் காதல் தவிப்புகளை அந்தத் தெரிவைப் பெண்ணின் மனதைக் கரைக்கும் விதத்தில் கச்சிதமாகப் புலப்படுத்த பாரதியை விடுத்துப் பாரதிதாசனைத் தேர்ந்தெடுக்க மனச்சாட்சியை உறுத்தாத ஒரு நியாயமும் வேண்டியிருந்தது. மாணவர்களின் வழக்கமான மரத்தடி விவாதமொன்றின்போது இந்த நியாயத்தைத்தான் சுருளிநாதனுக்கு ஓர் இனிய விபத்தாக எடுத்துக் கொடுத்தவனாய் உறங்காப்புலி அவனுக்கு அறிமுகமானான்.

அன்றைய விவாதத்தில் பொதுவாகவே எல்லோரும் அபிப்பிராயப்படுகிறபடி பாரதிதாசனின் கவிதைகளை திமுக முன்னிறுத்துவது கட்சியை வளர்க்க உதவுமேயன்றி கவிதையை வளர்க்க உதவாது என்கிற வாதம் காங்கிரஸ் அணி மாணவர்களால் முன்வைக்கப்பட்டது. கழக ஆதரவு மாணவர்களில் பெரும்பாலானோருக்கே அவ்விதமான கருத்து ரகசியமாக இருக்கத்தான் செய்தது. ஆனால் உறங்காப்புலி யாரும் எதிர்பாராதவண்ணம் அந்த வாதத்தைத் தைரியமாக எதிர்கொண்டான். அவன் சங்க காலம் தொட்டு கவிதைப் பொருளில் இருந்துவந்த, மகாகவியென்று கொண்டாடப்படும் பாரதியாலும்கூடத் தகர்க்க முடியாதிருந்த, அகம் புறம் என்கிற இரண்டு கூரான பிரிவுகளை உடைத்து அகத்தினுள் புறத்தையும் புறத்தினுள் அகத்தையும் வைத்துக் காதலென்கிற அந்தரங்கமான உணர்விற்குள் திராவிடக் காதலென்கிற சமூகப் பிரக்ஞையைத் தம் கவிதைகள் மூலமாக நிறுவிக் காட்டிய மூலவர் பாரதிதாசன் என்றும் கடுமுரசைச் சமூகக் கடமைக்கும் வேய்ங்குழலைக் காதலுக்கும் அடையாளமாக வைத்துப் பிரித்த சனாதனக் கவிதை மரபை உடைத்து இரண்டு உணர்வுகளுக்குமே சங்கொலியைப் பொதுவாக்கிப் புதிய கவிச் சொல்லாட்சியை உருவாக்கியிருக்கிற கவி அவர் என்றும் ஆரம்பித்துச் சிலவற்றைப் பேசினான். இடையிடையே சங்கே முழங்கு எனத் தொடங்கும் பாரதிதாசனுடைய பிரபலமான கொள்கைப் பாடலையும், தெள்ளுத் தமிழன் தோள் நான் பெற்ற பங்கே, திருமணம்

பாகீரதியின் மதியம் ❊ 329 ❊

எனக்கென்றே ஊதாயோ சங்கே என முடியும் காதற்பாடலையும் முழுவதுமாகப் பாடியும் காட்டினான். அதற்குமுன் எப்போதுமே அவன் அத்தனை நீளமான உரையெதையும் மாணவர்கள்முன் நிகழ்த்தியதில்லை. குழுமியருந்தவர்கள் அவனுக்கு என்ன பதிலளித்தார்கள் என்பது நமக்கு முக்கியமில்லை. வேறு சமயமாயிருந்தால் சுருளிநாதனையேகூட அவனுடைய அந்தப் பேச்சு காங்கிரஸ்காரர்களின் மமதைக்கு ஒரு நல்ல பதிலடி என்பதற்குமேல் ஒரு புதிய விளக்கமென்ற வகையிலேனும் பெரிதாகப் பாதித்திருந்திருக்காதுதான், ஆனால் கவிதை, அதிலும் திராவிட இரத்தம் பாயும் கவிதை, மிக மோசமாகத் தேவைப்பட்டுக்கொண்டிருந்த ஒரு கட்டத்தில் அந்த உரை அவனை உடனே உறங்காப்புலியின்பால் ஈர்த்துவிட்டது. அந்தக் கணமே சுருளிநாதன் உறங்காப்புலியை நட்பாக்கிக்கொள்வதென்று முடிவெடுத்துவிட்டான். மூத்த மாணவன் என்கிற ஹோதாவை விட்டுவிட்டுத் தானே வலியச் சென்று உறங்காப்புலியிடம் தன்னை அறிமுகப்படுத்திக்கொண்டு காதலிலும் திராவிடக் காதல் என்கிறவொரு புதிய சொல்லாக்கத்தைப் பாரதிதாசனிலிருந்து கண்டுபிடித்துப் பேசியது குறித்துப் பாராட்டியதோடு பின் வந்த நாட்களிலும் மரத்தடிச் சந்திப்புகளில் இயக்கத்தைப் பற்றியும் இயக்கத் தலைவர்களைப் பற்றியும் ஏதாவதொரு விவாதத்தை வலிந்து தொடங்கி (விவாதிப்பதற்கும் அப்போது விஷயங்களுக்குப் பஞ்சமிருக்கவில்லை. தமிழ்நாடு ஒரு பெரும் மாற்றத்தின் விளிம்பில் நின்றுகொண்டிருந்த காலமாய் அது இருந்தது. சாஸ்திரியின் ஆட்சி மொழிச் சிந்தனைப் போக்குக் குறித்து அண்ணா கவலை கொண்டிருப்பதாகத் (அதை அவர் வெளிப்படையாகக் கூறவில்லையென்றாலும்) தகவல்கள் கசியத் தொடங்கியிருந்ததன்மேல் மறுபடி ஒரு பெரும் மொழிப் போராட்டத்தை நடத்துவதற்கான ஜுரம் மாணவர்களைப் பிடித்து ஆட்டத் தொடங்கியிருந்தது. அவர்களுடைய பேச்சுகள், சிந்தனைகள் யாவுமே பெரும்பாலும் காஞ்சி இதழ்க் கட்டுரைகளை (குறிப்பாகக் கைதி எண் 6342) துருவித் துருவி விவாதித்து அண்ணா தங்களுக்கு இடவிருக்கிற ரகசிய ஆணைகளை ஊகிக்க முயற்சிப்பதிலேயே நிலைகொண்டிருந்தன. யாராவது தேசத் துரோகிகளென்றோ போக்கிரிகளென்றோ தலைமறைவு இயக்கத்தினரென்றோ அவர்களைச் சொல்லிவிட்டால் உடனே பெருமிதத்தில் மார்பை விம்மிப் பெருக்கிக்கொள்ளுமளவிற்கு காஞ்சியும் அவர்களைப் புடம் போட்டே வைத்திருந்தது) அதில் அவனைப் பேசத் தூண்டித் தானும் அதற்குப் பதிலளித்து ஓரிரு வாரங்களுக்குள்ளாகவே அவனே தன்னைத் தேடி வந்து கட்சி நிலவரங்களைப் பேசுமளவிற்குத் தன்பால் கவர்ந்துவிட்டான். இதற்குச் சில வாரங்களுக்குப் பிறகு மெதுவாக அவனை அணுகி

அவனுடைய வாக்குச் சாதுர்யம் தனக்குத் தனிப்பட்ட முறையில் தேவைப்படுகிறதென்பதைத் தெரிவித்துத் தன் காதல் கதையையும் தயக்கத்துடன் விவரித்தான்.

உறங்காப்புலி பாரதிதாசனைக் கரைத்துக் குடித்தவன். சுரதா, கல்யாணசுந்தரம், கருணாநிதி, அண்ணா, முடியரசன், பாரதி ஆகியோருடைய பெரும்பாலான கவிதைகளும்கூட அவனுக்கு அத்துப்படிதானென்றாலும் முன்னவர் அவனுடைய மனதிற்கு மிக நெருக்கமானவராக இருந்தார். மாணவர்கள்முன் பாரதிதாசனை நிறுவும் முயற்சியில் ஒரு தீவிர திமுகவாக மாணவர் மத்தியில் தற்செயலாகப் பிரபலம் பெற்றதற்கு முன்பே அந்தத் தகுதியின் காரணமாகத் தன் பள்ளி ஆசிரியர்கள் மற்றும் மாணவர்கள் மத்தியிலும் உறவினர்களிடையிலும் ஒரு நல்ல சஹிருதயனென்று பெயர் பெற்றிருந்ததோடு நினைவு தெரிந்த நாளிலிருந்து தன்னை ஒரு திராவிட இயக்கத் தொண்டனாகவே அடையாளம் கண்டுகொண்டிருந்த அவனுடைய தந்தை சுந்தரபாண்டியின் கர்வத்திற்கும் காரணமாகியிருந்தான். தர்க்க ரீதியான உரையாடல்களின்போதும் மாணவர் மத்தியிலமைந்த சிறு சிறு மேடைப் பேச்சுகளின்போதும் அனுபவப் பகிர்தல்களின்போதும் மனப்பாடத் தேர்வுகளின் போதும் அவ்வத் தருணங்களுக்கேற்றபடி பாரதிதாசனை ஒரு கருவியாகப் பயன்படுத்திக் கேட்பவர்களை உற்சாகம் கொள்ளச் செய்துகொண்டிருந்த அவனுக்குச் சுருளிநாதன் தன்னை அணுகி உதவி கேட்டபோதுதான் அவருடைய கவிதைகளுக்கு அப்படியொரு உபயோகமும் இருக்கும் என்பது தெரியவந்தது. அவன் சுருளிநாதன் சொன்னதைக் கேட்டு முதலில் பெரிதாகச் சிரித்துவிட்டான். பிறகு, என்ன அண்ணா, இப்படிப் போய் மாட்டிக்கொண்டிருக்கிறீர்கள், பாவேந்தர் அயல் மனையை விரும்பிக் கழுதையிடம் உதைபட்டவனைப் பற்றிப் பாடிய பதினான்குசீர் விருத்தப் பாடலை நீங்கள் படித்ததில்லையா என்று இரக்கத்துடன் அவனைப் பார்த்துக் கேட்டான். தான் அந்தப் பாடலைப் படித்ததில்லையென்றும் அப்படியே படித்திருந்தாலும் அவளைக் காதலிப்பதிலிருந்து அது தன்னைத் தடுத்திருக்காது என்றும் சுருளிநாதன் பதில் சொன்னான். உறங்காப்புலி சுருளிநாதனின் காதலைக் கடைசிவரை தீவிரமானதாய் எடுத்துக் கொள்ளவில்லை. என்றாலும் அந்தப் பெண் குறித்த சுருளிநாதனின் அந்தந்த நேரத்துக் கற்பனைகளைக் கச்சிதமாக எடுத்தியம்பும் பாரதிதாசனின் கவிதை மேற்கோள்களுடன் கூடிய அழகான காதல் கடிதங்களை அவனுக்காக எழுதச் சம்மதித் தான். முதல் கடிதம், முறுக்குச் சுட்டுக் கொண்டு வந்ததாய்ச் சொன்னாய், முத்தமல்லால் வேறு கேட்டேனா உன்னை. பிறகு

இந்தி எதிர்ப்புக் குரல் அண்ணாவிடமிருந்து இடி முழக்கமாக எழவாரம்பித்த நேரத்தில், பேசுதற்கே தேமதுரத் தமிழின்றிக் காதல் இன்பம் செல்லுமோ. சுருளிநாதனிடத்தில் அவள் நிகழ்த்திய மானசீக மைதுனத்தை விரசமில்லாமல் குறிப்பிட இரட்டை அர்த்தத்தில், நீ எனக்குத்தானேடி கிள்ளையே, நின்றவாறு நெஞ்சைக் கலக்கினாய். தன் சார்பாக எழுதப்பட்ட அந்தக் கடிதங்களை அவள் தன்னைவிட அதிகமாக விரும்பத் தொடங்கிவிடுவாளோ என்று சில சமயங்களில் சுருளிநாதன் அஞ்சுமளவிற்கு உறங்காப்புலியின் எழுத்து வசீகரமான மொழி நடை கொண்டதாக இருந்தது. அவன் நாவோ எழுதுகோலோ அவள் மீதான நளினமான வர்ணனைகளை மடை திறந்தாற்போல உதிர்க்கும் தருணங்களிலும் பிறகு அவற்றைப் பற்றி யோசிக்கும் போதும் பலமுறை அவன் அவளை முன்பே பார்த்திருக்கிறானா என்றுகூடச் சுருளிநாதன் அவனைக் கேட்பதுண்டு. அல்லது தான் அவளைப் பற்றிச் சொன்னவைகளைக் கேட்டுக் கேட்டு அவனும் அவளைப் பார்க்காமலேயே விரும்பத் தொடங்கிவிட்டானா. ஏனெனில் பெண்ணால் பாதிக்கப்பட்ட தனக்கேகூடத் தோன்றாத கற்பனைகள் தான் இன்னும் காதலிக்கத் துவங்கவில்லை என்று பெரியாரின்மீது ஆணையிட்டுச் சொல்லும் அவனுக்குள் எப்படி இத்தனை அற்புதமாகச் சுரக்க முடியும். உறங்காப்புலி சிரித்துக் கொண்டே சுருளிநாதன் அவளுடன் நேரடிப் பழக்கமுள்ளவன் என்பதாலேயே அவனால் அவளைக் கற்பனை செய்ய முடியாதிருக்கிறது என்றும் தான் அவளைப்பற்றி எழுத அவளைப் பார்த்ததில்லையென்கிற ஒரு தகுதியே போதுமானது என்றும் முழுவதும் அறிவது கற்பனைக்கு எமன் என்றும் சொல்லுவான். அவன் உண்மையைத்தான் சொன்னான். சுருளிநாதனுடைய உளறல்களைக்கொண்டு அவனால் அவனுடைய எதிர்வீட்டுப் பெண்ணைத் துல்லியமாகக் கற்பனை செய்ய முடிந்தது. அதே சமயத்தில் அவள்முன் உச்சரிக்கத் தைரியமில்லாத முன்னவனுடைய வர்ணனைகளை அவன் முன்னேயே தயக்க மின்றிப் பொழியும் சுதந்திரமும் அவனுக்கு இருந்தது.

சுருளிநாதன் உறங்காப்புலியென்கிற இரண்டு நண்பர்களின் கதையில் இதுவரை சொல்லப்பட்டதெல்லாம் பீடிகைதான். உண்மையான கதை இனி வருகிறது. 1965 ஜனவரி 24ஆம் தேதி வரையிலான வாரங்களில் உறங்காப்புலியிடம் எழுதி வாங்கிக் கொண்டுபோய் தன்னறையில் தானெழுதியதாகச் சொல்லி நடுங்கும் கரத்தால் எதிர்வீட்டுத் தெரிவையிடம் சுருளிநாதன் சேர்ப்பித்துக்கொண்டிருந்த ஆறு அழகான காதல் கடிதங்களில் ஒன்றைக்கூட அந்தப் பெண் ஒரு பொருட்டாகவே எடுத்துக் கொள்ளவில்லை. அவள் அவற்றை வாங்க மறுக்கவில்லை,

யாரிடமும் அவற்றைப் பகிரங்கப்படுத்தவுமில்லை, இனிக் கடிதங்கள் எழுதவேண்டாமென்றும் சொல்லவில்லை. ஆனால் முதல் நாள் ஒரு கடிதத்தை அவள் கையில் திணித்துவிட்டு மறுநாள் அவள் அதைப் படித்தாளா என்று இதயம் படபடக்கத் தனக்கே கேட்காத குரலில் சுருளிநாதன் வினவுகிற போதெல்லாம் ஏதோ இரவல் தந்த கதைப் புத்தகத்தைப் பற்றி அபிப்பிராயம் கேட்பதைப்போல முகத்தில் அவன் காண ஏங்கித் தவித்த எந்தச் சலனத்தையும் வெளிக்காட்டாமல் படித்தேன் என்று ஒரு வார்த்தையில் பதில் சொல்லிக்கொண்டிருந்தாளென்று அவன் உறங்காப்புலியிடம் சொல்லி வருத்தப்பட்டான். நன்றாயிருந்தது நன்றாயில்லை என்று ஒரு பொதுவான அபிப்பிராயம்கூட அவளிடமிருந்து வெளிப்படவில்லை. கவிதையின் நுணுக்கங்களை அதில் படிப்போ பழக்கமோ பயிற்சியோ அற்ற அவள் சிலாகித்துச் சொல்லுவாளென்றெல்லாம் சுருளிநாதன் எதிர் பார்க்கவில்லைதான், ஆனால் அந்த மௌனக்கெடல் தன் காதலின் தவிப்பை அவளுக்குச் சொல்லாமலா போயிருக்கும். ஒருவேளை அவள் அந்தக் கடிதங்களை வேறு யாரையோ குறித்து எழுதப்பட்ட அல்லது யாரையுமே குறிப்பாகக் குறிக்காத ஒரு பொதுவான, திறந்த இலக்கிய ஆக்கம் என்று நினைத்து விட்டாளாயென்றும் தெரியவில்லை. அவள் தன்னை நிச்சயமாக விரும்பினாளென்றும் தன் தவிப்பு தன்னை ஒரு காதலியாக அவளை உணரச் செய்துகொண்டுதானிருந்ததென்றும் ஆனால் மாலை வேளைகளின் பிரத்யேகமான மயங்க வைக்கும் தருணங்களுக்குப் பின் சகஜமாக மற்ற அன்றாடப் பொழுதுகளை நோக்கித் தன் வயது, பெண்மை, தகுதி ஆகியவை குறித்த அச்சத்துடன் அவள் நகர்ந்துவிடுகிறாளென்றும் சுருளிநாதன் நம்பினான். நான்கைந்து கடிதங்களுக்குப் பிறகு, ஒருவேளை சிறு பையனென்று நினைத்து அவனை அவள் ஒதுக்குகிறாளோ என்கிற சந்தேகத்தில் அடுத்த கடிதத்தை அவள் அன்பைப் பெறுவதற்கு எத்தனை வலியை வேண்டுமானாலும் பல்லைக் கடித்துக் கொண்டு தாங்குவதற்கு அவன் தயாராயிருப்பதைச் சூசகமாகச் சொல்லும் மற்றொரு பாரதிதாசன் பாடலின் மேற்கோளுடன் (புதுநலம் உண்டதால் போன என் நல்லுயிர் வருவாய் என்னும் நினைவால் இருந்தது) உறங்காப்புலி எழுதித் தந்தான். அதற்கும் எந்த எதிர்வினையும் இல்லை. கடிதங்கள் எழுதத் தொடங்கிய பிறகு அவளுடைய மௌனம் முன்னிலும் அதிகமாகத் தன்னை வாட்டத் தொடங்கிவிட்டது என்றான் சுருளிநாதன். அந்த வாட்டம் அணுகவும் அனுமதிக்காமல் விலகவும் விடாமல் அவள் அவனுடன் நிகழ்த்திக்கொண்டிருந்த குரூரமான கண்ணாமூச்சி விளையாட்டில் காயப்பட்டுச் சிறிது சிறிதாகப் பொறுமையிழப்பாக மாறிக்கொண்டிருந்தது. இந்த

நிலையில்தான் அந்த வருடத்தின் இறுதி மாதத்தின் இறுதி வாரம், சுருளிநாதன் கரும்பினும் தித்திக்கும் சொல்லொன்று சொல்லி என் காதலினை விரும்பினும் அன்றி விரும்பாவிடினும் விளக்கிவிட்டால் துரும்பினும் துப்பிழந்தேன் வாழ்வேன் அன்றிச் செத்தொழிவேன், இரும்பினும் பொல்லாத நெஞ்சினாய், என்ன இயம்புவதே என்கிற பாடலுடன் துவக்கி உறங்காப்புலியால் எழுதப்பட்ட ஏழாவது (கடைசிக்) கடிதத்தை எதிர் வீட்டுப் பெண்ணிடம் கையளித்த அதே நாளில், அண்ணாவிடமிருந்து மாணவர்களுக்கு இறுதி அழைப்பு வந்து சேர்ந்தது, குடியரசு தினத்திற்கு முந்தின நாள் இந்தியெதிர்ப்புப் போராட்டத்திற்குத் தமிழக மாணவர்கள் இந்தி எதிர்ப்புச் சங்கம் தயாராக வேண்டும். சுருளிநாதனின் கடிதத்திற்கு அவளுடைய எதிர்வினை யென்னவோ வழக்கம்போல பாராமுகம்தான். ஆனால் அண்ணாவின் காஞ்சி இதழ்க் கடிதம் இம்முறை அதை இந்தித் திணிப்பை மறுக்கும் தமிழ் நிலத்தின் வேண்டுகோள்களின் மேல் பாராமுகம் காட்டும் காங்கிரஸ் அராஜகத்தின் உருவகமாக மாற்றிக் காட்ட முற்றிலுமாகக் கிளறிவிடப்பட்ட சினத்துடன் சுருளிநாதன் சக மாணவர்களுடன் சேர்ந்துகொண்டு முழுமூச்சாகப் போராட்டத்திற்கான திட்டமிடுதல்களில் இறங்கினான். தந்திரமாக நிராகரிக்கப்பட்டுவிட்டதான அவமான உணர்வானது புத்தி, மனம் இரண்டையும் வேறெந்த யோசனைகளிலிருந்தும் அப்புறப்படுத்தி அவற்றைத் தன்வசம் முழுவதுமாக ஆக்கிரமித்திருந்தது. மாணவர் சங்கத்தின் சார்பாகத் தியாகராயர் கல்லூரி மாணவர் விடுதியின்முன் இந்தி ஆட்சி மொழியாக்கச் சட்ட எரிப்பையும் பின் மாசி வீதிகள் வழியாக ஓர் ஊர்வலத்தையும் திலகர் திடலில் சொற்பொழிவையும் அவர்கள் திட்டமிட்டார்கள். தமிழா இந்தியா என்கிற கேள்வியைவிடத் தங்கள் அன்பிற்குரிய அண்ணனால் எதிர்க்கப்படும் ஒன்று இந்த மண்ணில் இருக்கவேண்டுமா கூடாதா என்கிற கேள்விதான் மாணவர்கள்முன் பிரதானமாக நின்றது. உடல் நிலத்திற்கு, உயிர் தமிழுக்கு என்று ஓர் ஊர்வலக் கோஷம் யாரோ ஒரு தியாகராயர் கல்லூரி மாணவரால் அப்போது உருவாக்கப்பட்டிருந்தது. இந்த வாசகம் மறுநாள் இது ஒலிக்கவிருக்கும் பேரணியில் ஒரு தலை குறைவதைப்பற்றிக்கூடத் தன்னுடைய கவலையை மற்ற மாணவர்கள் மனதில் ஆழமாகப் பதியச் செய்வதாயிருந்தது. பற்றாக்குறைக்கு அவர்களுடைய சினத்தையும் பதற்றத்தையும் அதிகப்படுத்தும்வண்ணம் கடைசி நேரத்தில், அதாவது ஊர்வலம் திட்டமிடப்பட்டிருந்த அன்று காலையில், எதிர்ப்பை வலுவிழக்கச் செய்யக் கூட்டத்தைக் கலவரமாக மாற்றிக் கலைப்பதற்கான ரகசிய முயற்சிகள் பக்தவத்சல அரசின் சார்பிலேயே எடுக்கப் படுவதாக ஒரு ரகசியச் செய்தி உறங்காப்புலியின் தந்தையான

சுந்தரபாண்டியின் நண்பர்கள் மூலமாக (அவர்கள் நாற்பதுகளின் இந்திப் போராட்டத்தின்போது ஒருங்கிணைந்த திராவிட இயக்கத்தின் உறுப்பினர்களாயிருந்து பெரியார் அண்ணா மோதலுக்குப்பின் இருவரில் ஒருவரையும் விரும்பாமலிருக்கச் சாத்தியப்படாமல் வெறும் பார்வையாளர்களாக விரக்தியுடன் ஒதுங்கிக்கொண்டவர்கள்) உறங்காப்புலிக்குக் கிடைத்தது. கிடைத்த செய்தியை நண்பர்களிடம் கொண்டு சென்றாக வேண்டிய புதிய பொறுப்பும் திடீரென்று அவன் தலைமேல் வந்து விழுந்தது (உறங்காப்புலியின் கற்பனையிலுமே தவிர்க்கவியலாமல் இதுவும் சுருளிநாதனின் காதல் கதையின் உருவகமென்பதாக ஒரு கணம் விரியத்தான் செய்தது). சட்ட எரிப்பு நிகழ்ச்சி காவல் துறையினர் அதைத் தடுப்பதற்கு முன்பே கண்களில் மண்ணைத் தூவிவிட்டு நடத்தப்பட வேண்டியிருந்ததால் அந்த இடத்தில் அவர்களுடைய நடமாட்டத்தை அதிகரிக்க வற்புறுத்தும் அதிக மாணவர் எண்ணிக்கை வேண்டாமென்றும் ஒரு தொகுப்பு மாணவர்கள் புதிய முழக்கங்களுடன் தெற்கு மற்றும் மேல மாசி வீதிகளின் சந்திப்பில் வந்து இணைந்துகொள்வது என்றும் முடிவு செய்யப்பட்டிருந்தது. ஊர்வலத்தின் ஆரவாரத்தையும் அடர்த்தியையும் ஒரேயடியாகவன்றி படிப்படியாக அதிகரிப்ப தென்பது அதன் நகர்விற்கு அழகு சேர்க்கக்கூடியதாகவும் இருக்கும். ஆனால் நண்பர்களை எச்சரிப்பதென்றால் ஊர்வலத்தின் துவக்கக் கேந்திரத்திலேயே அவர்களைப் பிடித்துச் சொல்லிப் பாதையையோ நேரத்தையோ மாற்றிக்கொள்வதற்கான அவகாசத்தை யோசிக்க அவர்களுக்கு வாய்ப்பளிக்கவேண்டும். உறங்காப்புலி நாயுடு பூங்காவின் முகப்பில் குவிந்திருந்த சந்தைக் கூட்டத்தைப் பிளந்துகொண்டு தெற்கு வெளிவீதியைக் குறி வைத்து வாகனமெதையாவது பிடிப்பதற்காக ஓடினான். மீனாட்சி திரையரங்கை நெருங்கியபோதே எதிரே வந்துகொண்டிருந்த ஒருவர் அவன் சட்டைப் பையில் குத்தப்பட்டிருந்த கழகக் கொடியைப் பார்த்துவிட்டுச் சித்திரைத் தேர் வருவதை அறிவிப்பவரைப்போல, அவர்கள் இந்நேரம் நன்மை தருவார் கோவிலை எட்டியிருப்பார்கள் என்று அறிவித்து, ஓடு என்று அவனை உந்தியும் விட்டார். உறங்காப்புலி தெற்கு வெளிவீதி யென்கிற இலக்கை மாற்றிக்கொண்டு அதைத் தாண்டிப் பாண்டிய வெள்ளாளர் வீதி வழியே மாசி வீதியை நோக்கி மேலும் ஓடினான். மாசி வீதிகளின் சந்திப்பில் ஊர்வலத்தைப் பிடிக்க முடிந்தது. ஆனால் அமெரிக்கன் கல்லூரியைச் சேர்ந்த மாணவர் ஒருவரின் உணர்ச்சிகரமான பிரசங்கத்திற்காக (சமீபத்திய காஞ் சியிதழ் தலையங்கப் பக்கங்களிலிருந்து வெட்டி எடுத்துக்கொண்டு வரப்பட்டிருந்தவை) தாமதித்துக்கொண்டிருந்த அதன் தலையில் நின்றிருந்த சுருளிநாதனிடம் அவன் விஷயத்தைச் சொன்ன

கணத்திலேயே அருகே நின்றிருந்த சேதுபதி பள்ளியைச் சேர்ந்த மாணவனொருவனால் அது ஒட்டுக் கேட்கப்பட்டுப் பக்குவமற்ற விதத்திலும் பதைப்புற்ற குரலிலும் மின்னலைப்போல ஊர்வலம் முழுவதிலும் பரவிவிட்டது. பரவிய மாத்திரத்தில் ஊர்வலம் பாதி தூரத்தைக் கடந்துவிட்ட நிலையில் மாற்று யோசனைகளெதுவும் சாத்தியமில்லையென்கிற திடுக்கிடல் மாணவர்களிடையே திகைப்பையும் ஏற்படுத்திவிட்டது. திடீரென்று கண்முன்னே எழுந்து நிற்கும் ஆபத்தை எதிர்கொண்டேயாகவேண்டுமென்கிற ஊமையச்சமானது வடிந்து வெளியேறும் மார்க்கமின்றி உள்ளேயே சுழன்று அழுத்தத் தொடங்க, உணர்வுகளின் விறைப்பு அதிகமாகி முழக்கங்கள் மருங்குகளில் நின்று வேடிக்கை பார்த்துக் கொண்டிருந்த பார்வையாளர்கள் குலை நடுக்கத்துடன் அவசர அவசரமாகக் கலைந்து செல்லும்வண்ணம் பேரோலமாக வெளிப்படத் துவங்கின.

ஒவ்வொரு மாணவனின் பார்வையும் எதிரேயிருந்த கட்டிட முகப்புகளையும் தோரண விளிம்புகளையும் முட்டுச் சந்துகளையும் கிளை வீதிகளின் சந்திப்புப் புள்ளிகளையும் அச்சத்துடனும் சந்தேகத்துடனும் சலித்தபடியேயிருந்தது. அந்த நிலையிலேயே ஊர்வலம் நகர்ந்து சந்திரா திரையரங்கம் வரை முன்னேறிவிட்டது. அதுவரை பிரச்னையெதுவுமில்லை. நேரு ஆலால சுந்தர விநாயகர் கோவில் வாசலில் திட்டப்படி இன்னொரு மாணவருடைய சிறு பிரசங்கம் ஒன்றும் நிகழ்ந்தாகவேண்டும். ஆனால் வடக்கு மாசி வீதி முகப்பில் ஊர்வலம் திரும்பும்போதே அதற்கு ஒரு கல் தொலைவிலிருந்த காங்கிரஸ் கட்சி அலுவலகத்தின் வாயிலில் ஒரு ஜீப் வாகனம் நிற்பதையும் சில மனிதர்கள் அதனுள்ளும் கட்டிடத்தின் வாயிலிலும் நின்றுகொண்டிருப்பதையும் அவர்கள் பார்த்துவிட, எதிராளிகளின் கைகளிலும் வாகனத்தினுள்ளும் ஆயுதங்களிருப்பது ஏற்கெனவே உறங்காப்புலி கொண்டுவந்த ரகசியத் தகவலின் மூலமும் தெரியப்படுத்தப்பட்டுவிட்டிருந்த நிலையில் இயல்பாகவே ஊர்வலத்தின் இலக்கு யாராலும் அறிவிக்கப்படாமலேயே, திலகர் திடலிலிருந்து ராமாயணச் சாவடிக்கு இடம் பெயர்ந்துவிட்டது. நிகழ்ச்சி நிரலும் சொற்பொழிவிலிருந்து கற்பொழிவிற்கு மானசீகமாக மாறிவிட்டது (அதுதானே அரசாங்கத்தின் நோக்கமும்). சவாலின் கேந்திரத்தை ஸ்தூலமாகக் கண்டுவிட்ட நிச்சயமும் அதனால் உண்டான ஆசுவாசமும் ஊர்வலத்தினருடைய விறைப்பைத் தளர்த்தியவுடன் அவர்கள் நாற்சந்திப் பிரசங்கத்தை ரத்து செய்துவிட்டு பழக்கப் படுத்தப்பட்ட மிருகத்தை அணுகும் வித்தைக்காரனின் நம்பிக்கையுடனும் எச்சரிக்கையுடனும் உற்சாகத்துடனும் கிருஷ்ணன் கோவிலைக் கடந்து ராமயணச் சாவடியருகே

நிறுத்தப்பட்டிருந்த ஜீப் வாகனத்தை அணுகினார்கள். செல்லத்தம்மன் கோவில் தெருவில் காவல் படை ஏதும் கண் மறைவாக நிறுத்திவைக்கப்பட்டிருக்கலாம் என்று அவர்கள் யோசிக்கவில்லை. தலம் நெருங்க நெருங்க சாஸ்திரியையும் பக்தவத்சலத்தையும் இந்தியையும் பழிக்கும் அவர்களுடைய உற்சாகம் வெறியாக வளர்ந்து வடக்கு மாசி வீதியின் கட்டிடங்களைப் பூகம்பத்தில் மாட்டிக்கொண்டதைப்போல நடுங்கச் செய்துகொண்டிருந்தது. ஊர்வலத்தின் தலைப் பகுதியிலிருந்த சுருளிநாதன், உறங்காப்புலி உள்ளிட்ட ஒரு குழு தங்களைக் கடந்து செல்வதை ஜீப்பிலிருந்தவர்கள் உற்றுப் பார்த்துக்கொண்டிருந்தார்கள். அது சில தப்படிகள் கடந்தபின் பின்புறமிருந்து அவர்கள் எதிர்பார்த்துக்கொண்டேயிருந்த சலசலப்புக் கேட்டுவிட்டது. கையில் பிடித்திருந்த இரு வண்ணக் கொடியை அருகிலிருந்த ஒரு மாணவனிடம் கொடுத்துவிட்டு உறங்காப்புலி திரும்பிப் பின்புறமாகக் கூட்டத்தைப் பிளந்துகொண்டு ஜீப்பை நோக்கி ஓடினான். அனிச்சையாகச் சுருளிநாதனும் அவனைச் சிலர் பின்தொடர உறங்காப்புலியின் பின்னே ஓடினான். மாணவர்களுக்கும் காங்கிரஸ்காரர்களுக்குமிடையே துவங்கியிருந்த வாக்குவாதம் அதற்குள் வெகுதூரம் வளர்ந்துவிட்டிருந்தது. முகப்பிலிருந்து திரும்பி ஓடி வந்தவர்களுடைய தலைகளைக் கண்டதும் வடவருடைய அடிவருடிகள் தங்களைப் பழித்துக் கேலி செய்வதாக அவர்கள் தரப்பினர் உரத்துக் கூவினர். உடனே சுருளிநாதனுடன் ஓடி வந்த ஒரு மாணவன் திமுகவைப் பழிப்பதும் தமிழைப் பழிப்பதும் ஒன்று என்று பதிலுக்கு முழங்கினான். இதற்குள் எங்கிருந்தோ மண்ணெண்ணெய் புட்டி ஒன்றைக் கைப்பற்றி வைத்துக்கொண்டிருந்த, பச்சை வெள்ளைச் சீருடையை அணிந்திருந்த மாணவன் ஒருவன் அந்த இடத்திலேயே தீக்குளிக்கப் போவதாக அறிவித்தான். உடனே ஊர்வலத்தின் முதல் அணியிலிருந்தவர்கள் வெளியிலிருந்து யாரும் உள்ளே நுழைந்து தடுத்துவிட முடியாதபடி அவனைச் சுற்றி வளைத்து நின்றுகொண்டு அவனுக்கு வெறியேற்றும் உற்சாக முழக்கங்களை இடைவிடாமல் எழுப்பினர். வாகனத்திலிருந்தவர்களோ தங்கள்முன் குழுமியிருந்த ஜனத்திரளின் எண்ணிக்கையை அலட்சியம் செய்தபடி ஜீப்பினுள் இருந்தபடியே சாவதானமாய்ப் பதில் சொல்லிக்கொண்டிருந்தார்கள். காமராசன் என்கிற, மாணவர்களிடையே நிதானத்திற்கும் தைரியத்திற்கும் சற்றுப் பிரபலமான தியாகராயர் கல்லூரியின் மூத்த மாணவர்களில் ஒருவன் நேரு கொடுத்த வாக்குறுதி என்னவாயிற்று என்று அவர்களைப் பார்த்துக் கேட்டான். பதிலுக்கு ஜீப்பிலிருந்தவர்களில் ஒருவன் உங்களுக்குச் சுதந்திரம் வாங்கித் தந்ததே இந்திதான்,

இதற்குமேல் எங்களிடமிருந்து நீங்கள் என்ன எதிர்பார்க்க முடியும் என்று அவனைத் திருப்பிக் கேட்டான். அந்தக் கேள்விக்குக் கூட்டத்தின் முன் வரிசையில் நின்றுகொண்டிருந்தவன் சொன்ன பதிலை உறங்காப்புலி கிரகிப்பதற்குள் சற்றும் எதிர்பாராதவிதமாக சுருளிநாதன் மண்ணெண்ணெய்ச் சீசாவை வைத்துக்கொண்டிருந்தவனிடமிருந்து அதைப் பறித்துக் கண்ணிமைக்கும் நேரத்தில் அதை ஜீப்பை நோக்கி விட்டெறிந்துவிட்டான். அது வாகனத்தின் உள்தளத்தில் விழுந்து உடைந்தது. அதனுள்ளிருந்தவர்கள் உடனே கதவைத் திறந்து கொண்டும் அப்படியே குதித்தும் வெளியேறி ஸ்ரீபாலைக் கூப்பிடு என்று கூவிக்கொண்டே காங்கிரஸ் அலுவலகத்தை நோக்கி ஓடினார்கள். காவல்துறை அதிகாரியின் பெயரைக் கேட்டவுடனேயே கூட்டத்தைப் பதற்றம் தொற்றிக்கொண்டு விட்டது. நேரம் அதிகமில்லை, நாம் என்ன செய்யப்போகிறோம் என்று கூட்டத்திலிருந்து, பதிலை ஏற்கெனவே தீர்மானித்துவிட்ட, கேள்வியொன்று எழும்பிற்று. அடுத்த கணம் ஜீப் பற்றிக்கொண்டு விட்டது. அதற்கடுத்த சில நிமிடங்களிலேயே அரசு வாகனங்கள் கூட்டத்தின் வெளி விளிம்பை ஒலிப்பான்களால் கலைத்து விரட்டிக்கொண்டு ஊர்வலத்தின் மையப் பகுதியை நெருங்கும் அரவங்களும் கேட்கத் தொடங்கிவிட்டன. ஊர்வலத்தின் கட்டுக்கோப்பு கலகலத்துவிட்டது. எங்கும் கூச்சல் குழப்பம். ஆட்கள்மீது ஆட்கள் மோதிக்கொள்ளும் ஒலி. இதற்கு நடுவே பக்தவத்சல அரசு அதை ஒரு சாதாரணத் தெருச் சண்டையின் தன்மைக்கு கீழிறக்கிவிட அனுமதித்துவிடக்கூடாதென்கிற கடமையுணர்ச்சி கொண்ட சில மாணவர்கள் தாங்கள் இன்னும் முன்வரிசையிலேயே இருப்பதான உணர்வுடன் தொடர்ந்து இந்தி எதிர்ப்பு முழக்கங்களை எழுப்பிய வண்ணமேயிருந்தார்கள்.

சுருளிநாதன் உறங்காப்புலியின் கையைப் பிடித்து இழுத்துக் கொண்டு வடக்குக் கிருஷ்ணன் கோவில் தெருவிற்குள் பாய்ந்து ஓடினான். ஊர்வலத்தின் இரண்டு முனைகளிலிருந்தும் மாணவர்களை வளைத்திருந்ததால் முட்டுச்சந்துத் திறப்புகளை நோக்கிப் பிதுங்கிக்கொண்டிருந்த கூட்டமும் கூடவே அவர்களைத் தரையில் கால் பாவ விடாமல் ஏந்தியபடி பாதித் தொலைவுவரை கூடவே சென்றுகொண்டிருந்தது. அப்படியே கருவேற்பிள்ளைத் தெருவில் புகுந்து தானப்ப முதலி தெரு வழியாக டவுன்ஹால் சாலை வரை அவர்களிருவரும் நிற்காமல் ஓடினார்கள். அதற்குப் பிறகும் சுருளிநாதனால் நடக்க முடியவில்லை. நடுவீதியிலேயே ஒரு முறை உரத்து அழுதால் நன்றாகயிருக்குமென்று தனக்குத் தோன்றுவதாக அவன் உறங்காப்புலியிடம் சொன்னான். அந்தக் காங்கிரஸ்காரர்களுக்குத்தான் எத்தனை அகம்பாவம்,

எத்தனை நயவஞ்சகம். பண்டாபீஸ் வாசல்வரை வந்துவிட்டுச் சுருளிநாதன் உறங்காப்புலியிடம் தன்னை அங்கேயே விட்டு விட்டுச் செல்லும்படியும் சிறிதுநேரம் படபடப்பு அடங்க ஆடி வீதியில் போய் அமர்ந்திருந்துவிட்டுப் பிறகு வீட்டிற்குச் செல்லப்போவதாயும் அறிவித்தான். உறங்காப்புலி அந்த யோசனையை மறுத்துவிட்டான். எனவே இருவருமே ஆடி வீதிக்குச் சென்று ஆயிரங்கால் மண்டபப் படிக்கட்டுகளில் போய் உட்கார்ந்துகொண்டார்கள். உறங்காப்புலி சுருளிநாதனிடம், என்ன காரியம் செய்துவிட்டீர்கள் அண்ணா, அவசரப்பட்டு ஒரு பெரிய கலவரத்தையே தூண்டிவிட்டுவிட்டீர்களே என்றான். சுருளிநாதன், தூண்டிவிட்டது நானல்லன், அவள் என்று ஆற்றாமையுடன் உறுமினான். அவன் தலை அவன் பாதங்களை நோக்கி அழுந்தியிருந்தது. எனினும் கண்களில் நீர் முத்துத் திரண்டிருந்ததை உறங்காப்புலியால் கவனிக்க முடிந்தது. சில நிமிட மௌனத்திற்குப் பிறகு திடீரென சுருளிநாதன் படபடவெனப் பேசவாரம்பித்தான், புலி, அந்தக் காங்கிரஸ்காரர்களுடைய அகம்பாவமான பேச்சைக் கேட்ட வினாடியில் எதிர்வீட்டுப் பெண் இத்தனை நாட்களாக என்னிடம் தன் மௌனத்தின் மூலமாக என்ன சொல்லிக்கொண்டிருந்தாளென்பதை நான் திடீரென்று தெரிந்துகொண்டுவிட்டேன், அவர்களுடைய குரலில் அவள் சொல்கிறாள், உன்னை உன் பிராயத்தின் கூட்டிலிருந்து விடுவித்து யவ்வனத்தின் பரந்த வெளிக்கு என் அழகின் பிரசன்னத்தால் அழைத்துவந்து விட்டிருக்கிறேன், அது போதாதா உனக்கு, வேறென்ன உதவியை என்னிடமிருந்து நீ எதிர் பார்க்கிறாய், என்னால் அந்தப் பதிலிலிருந்த கயமைத்தனத்தைத் தாங்கிக்கொள்ளவே முடியவில்லை, அப்படியானால் இதில் உனக்கான சந்தோஷமென்று எதுவும் இல்லையா, என் அறியாப் பருவத்திலிருந்து உன் அழகு என்னை வெளியேற்றியதைப் போலவே என் புத்தம் புதிய இளமையின்முன் முதல் அழகியாக நிற்கும்படி உன் மூடுண்ட அன்றாட உலகிலிருந்து உன்னையும் சேர்த்தேதான் இது விடுவித்தது என்று உனக்குப் படவில்லையா, பழக்கத்தால் மரத்துப்போன உன் கணவரின் பார்வைக்கு மாற்றாகப் பரவசத்தில் விரியும் ஓர் இளைஞனின் விழிகளின்முன் உன் அவயவங்களின் அசைவுகள் புதிய அர்த்தம் கொண்டதை நீ அறிந்திருக்கவில்லையா, அந்த ஜீப்பிலிருந்தவர்கள் சுதந்திரத்தை ஏதோ அவர்கள் அடுத்தவர்களுக்காகச் செய்த தியாகம்போல சொன்னபோது எனக்கு இதுதான் தோன்றிற்று, விடுதலையென்பது அப்படியான ஒரு தியாகம்தானா, பாடல்களை நினைவிற்கு மீட்டுத் தந்த அந்த ஆனந்தம் அவர்களுக்கும் நமக்கும் பொதுவானதில்லையா, அந்தச் சுதந்திரம் இருவருக்குமானது இல்லையா, அது சார்ந்த அந்த

அற்புதமான தருணங்களின் அனுபவ சாரத்தை உனக்கானது இல்லையென்பதைப்போல தியாகம் என்கிற வார்த்தையால் குறிப்பிட்டு அவமானப்படுத்த உனக்கு எப்படிச் சாத்தியமாகிறது, உன்னை அதை எனக்கு மனமுவந்து பிச்சையளித்த பீடத்திலும் என்னை அதை உன் தியாகத்திற்கான நன்றியறிதலோடு வாங்கிய இடத்திலும் வைத்து என்னை நிரந்தர யாசகனாக உனக்குக் கீழே நீயே அற்புதங்களை நிகழ்த்த வல்ல ஒரே சக்தியென்கிற நம்பிக்கையுடன் உன்னிடம் மனுக் கொடுத்துக்கொண்டிருக்கும் உன் விசுவாசமிக்க தொண்டனாக நிறுத்திக்கொள்வதற்கா சுதந்திரமென்கிற சூதாட்டத்தைத் தேர்ந்தெடுத்தாய், பெரியார் சொன்னாரே, அண்ணா, ஏமாந்துவிட்டோமே, அமிழ்திருந்தால் கண்களிலே, அழகிருந்தால் முகத்தினிலே, தமிழர்க்குள்ள மானவுணர்ச்சி வேண்டாமா, நாம் தலை குனிந்து வாழும் நிலை பூண்டோமா. உறங்காப்புலிக்குச் சுருளிநாதன் பேசியதைக் கேட்க ஆச்சரியமாக இருந்தது, எந்த வார்த்தை எந்த வார்த்தையோடு இணைந்து என்ன மாதிரியான விளைவுகளை உண்டாக்குகிறது பாருங்கள். அவன் அந்தப் பெண் அந்த அளவிற்கு சுருளிநாதனைப் பாதித்திருப்பாளென்று தான் ஊகித்திருக்கவில்லையென்றும் ஊகித்திருந்தால் அவனுக்காகத் தான் எழுதிய கடிதங்களில் பாரதிதாசனுக்குப் பதிலாக பாரதியைத்தான் பயன்படுத்திக்கொள்ள நேரிட்டிருக்கு மென்றும் சொன்னான். ஆனால் கடிதங்களில் அவன் யாரைக் கொண்டு வந்திருந்தாலும் அது ஏற்படுத்தியிருக்கக்கூடிய விளைவென்னவோ ஒன்றாகவேதான் இருந்திருக்கும் என்றான் சுருளிநாதன். உறங்காப்புலிக்கு மேற்கொண்டு என்ன பதில் சொல்வதென்று தெரியவில்லை. விடுங்கள் அண்ணா, போயும் போயும் உங்களைவிடப் பல வயது மூத்தவளும் ஏற்கெனவே திருமணமானவளுமான ஒரு பெண்மீது இத்தனை காதலும், அன்றாடங்களின் சலிப்பிலிருந்து தப்பித்துக்கொள்ள உங்களை ஒரு கருவியாக பயன்படுத்திக்கொண்ட அவளுடைய தந்திரங்களின்மீதும் அவளே விரும்பினாலும் ஓரளவிற்குமேல் எல்லையைத் தாண்டவியலாத அவளுடைய இயலாமையின்மீதும் இத்தனை கோபமும் அவசியமில்லை என்று சொல்லி அவனை ஆறுதல்படுத்த முனைந்தான் அவன். அப்போதுதான், வருடங்களுக்குப் பிறகு மலர்விழியிடமிருந்தும் அதற்குப் பிறகு வாசுதேவனிடமிருந்தும் அவன் செவியுற்ற, காதலைப் பற்றிய அதேவிதமான அறிக்கையொன்றை முதன்முதலாக சுருளிநாதன் அவனுக்குச் சொன்னான், புலி, காதலுக்குச் சாதி, மதம், அந்தஸ்து, வர்க்கம் என்று எதுவுமே கிடையாதென்றால் பிறகு வயது, திருமணத் தகுதி இவை மட்டும் எப்படி இருக்க முடியும், அல்லது அதற்கு அத்தனைக் கவனமான தேர்ந்தெடுக்கும்

பிரக்ஞையிருக்குமானால் முன் சொன்னவற்றைப்பற்றி அது யோசிக்காது என்று சொல்வதற்குத்தான் என்ன அர்த்தம் இருந்துவிட முடியும்.

அதற்குப் பிறகு சுருளிநாதன் அந்தப் பெண்ணைப்பற்றிப் பேசி உறங்காப்புலி கேட்கவேயில்லை. ஆனால் சுருளிநாதன் அவனை அணுகிய நோக்கம் மறைந்துவிட்டது என்பதற்காக அவர்களுடைய நட்பு மறைந்து போய்விடவில்லை. சொல்லப் போனால் அதனாலேயே, அதாவது காரியார்த்தம் என்பது அவர்கள் நடுவிலிருந்து விலகிவிட்டதாலேயே 1965, ஜனவரி 25ஆம் தேதியின் அந்தச் சம்பவத்திற்குப் பிறகு அவர்கள் இன்னும் அதிகமாக ஒருவரையொருவர் நெருங்கிவிட்டார்கள். மேலும் எந்த உறங்காப்புலியினுடைய உதவியால் சுருளிநாதன் அந்தப் பெண்ணை நெருங்க முயற்சி செய்துகொண்டிருந்தானோ அதே உறங்காப்புலியைத் துடுப்பாகப் பற்றிக்கொண்டே அவனால் அவளை விட்டு விலகி வரவும் முடிந்தது. கழிவிரக்கத்தின் உருவகமாய் அவன் கையிலிருந்து வீசப்பட்ட மண்ணெண்ணெயின் வழியே பற்றிப் பிறகு மாநிலம் முழுவதும் பரவிய மதுரைக் கலவரத்தின் கோப நெருப்பு இரண்டு வருட காலம் அணைந்து விடாமல் மக்கள் மனதில் நின்றெரிந்து அடுத்த சட்ட மன்றத் தேர்தலில் அண்ணாதுரையை முதல்வராக்கியது. அந்தத் தேர்தலுக்கு உறங்காப்புலியும் சுருளிநாதனும் இரவு பகல் பாராமல் வேலைகளை இழுத்துப் போட்டுக்கொண்டு செய்தார்கள். அண்ணா முதலமைச்சரான நாளை அதே பண்டாபீஸ் வாசலுக்கு வந்து (உறங்காப்புலி அப்போது கல்லூரிப் படிப்பின் கடைசி வருடத்தில் இருந்தான். சுருளிநாதன் படிப்பை முடித்துவிட்டு லெக்ஷ்மி நூற்பாலையின் கொள்முதல் பிரிவில் பயிற்சியாளனாகச் சேர்ந்திருந்தான்) ஆடிப் பாடிக் கொண்டாடினார்கள். அதற்கு இரண்டு வருடங்களுக்குப்பின் அண்ணாவினுடைய திடீர் இறப்பைத் தாங்க முடியாமல் கதறிக்கொண்டே மெட்ராஸுக்குப் புகைவண்டி ஏறிப்போன சுருளிநாதனின் தந்தை வீடு திரும்பாமலே காணாமல் போய்விட்ட போது அவர் என்ன ஆனார் எங்கே போனார் என்கிற விபரம் அவர்கூடச் சென்ற யாராலும் தெரிவிக்கப்படாத நிலையில் வெளியேறி ஒரு வாரத்திற்குப் பிறகு அவர் இறந்துவிட்டதாகக் கனவு கண்டு நள்ளிரவில் தெருவே அதிரும்வண்ணம் உரக்கக் கதறியழுத தன் தாயைத் தேற்ற வந்த எதிர்வீட்டுப் பெண் அருகில் அமர்ந்திருந்த தன்னைக் கட்டிக்கொண்டு தனக்கு மட்டும் கேட்கும்வண்ணம் மறுநாள் காலை வீட்டிற்கு வரச் சொல்லித் தன்னை அழைத்ததை அவன் தன் நண்பனிடம் சொல்லிச் சிரித்தபோது அவன் தன் பழைய பாதிப்பிலிருந்து

முற்றிலுமாகவே வெளியே வந்துவிட்டிருந்தான். எழுபத்தொன்றில் சட்டமன்றத் தேர்தல்கள் முடிந்தபிறகு சுருளிநாதனுக்குத் திருமணம் நடந்தது (திமுக ஆட்சியமைக்காவிட்டால் திருமணம் செய்துகொள்வதில்லை என்று சொல்லியிருந்தான்). அதே வருடம் உறங்காப்புலி அரசுத் தேர்வெழுதி வெற்றி பெற்று மதுரை இருப்புப்பாதை நிலையத்தில் இளநிலை அலுவலராகச் சேர்ந்து தன் தந்தை, தாய், தங்கை மூவரையும் அய்யம்பாளையத்திலிருந்து அழைத்து வந்து மதுரையில் குடி வைத்தான். வேலையில் சேர்ந்து மூன்று வருடங்களுக்குப் பிறகு இந்தியா முழுவதையும் கலங்கடித்த இருப்புப் பாதைத் தொழிலாளர் வேலை நிறுத்தத்தில் கலந்துகொண்டதற்காக இந்திரா அரசால் பணி நீக்க உத்தரவு பெற்றான். எனினும் கலங்காமல் தொழிலாளர் நீதிமன்றத்திற்கும் அலுவலகத்திற்குமாக அவனுடைய வழக்கமான சிரித்த முகத்துடனும் கிண்டல் பேச்சுடனும் அலைந்துகொண்டிருந்தான். எல்லார் வாழ்விலும் நிகழ்வது போலவேதான் அவர்கள் வாழ்விலும் தனிப்பட்ட மாற்றங்கள் நிகழ்ந்தன. எனினும் ஒன்பது வருடங்கள் வரை இந்த மாற்றங்களில் ஏதொன்றும் அவர்களிடையே இருந்த நட்பின் நெருப்பை அணைத்துவிடவில்லை. பாகீரதியின் வீட்டில் ஒளிந்துகொண்டிருந்துவிட்டு வெளியே வந்த நாளில் இதுபற்றி உறங்காப்புலி யோசித்தபோது வருடங்களுக்குமுன் ஆடி வீதியில் வைத்துக் காதலைப் பற்றிச் சுருளிநாதன் சொன்ன கருத்துத்தான் அவன் மீதான ஈடுபாட்டைத் தனக்குள் தன்னையறியாமலேயே அதிகரிக்கச் செய்ததோ என்றுகூட அவனுக்குத் தோன்றியது. எனவேதான் ஒருபோதும் உணர்ந்திராத வகையில் தன் வயிற்றைக் கலங்கடித்துக்கொண்டிருந்த வாதையை யாரிடமாவது சொல்லிப் பகிர்ந்துகொள்ள வேண்டும் என யோசித்தபோது அவன் நினைவில் சட்டென்று தோன்றிய இரண்டு பேராக மலர்விழியும் சுருளிநாதனும் மட்டுமே இருந்தார்கள். வேறு யாருக்கு இது சொல்லப்பட்டாலும் ஒன்று கண்டிக்கப்படும் அல்லது கேலி செய்யப்படும்.

பாகீரதியை முதன்முறை சந்தித்ததற்கும் ஜான்ஸி ராணி பூங்காவிற்குச் சுருளிநாதனை வரச் சொல்லி அதைப் பற்றி அவனிடம் பேசியதற்குமிடையில் உறங்காப்புலி பல நாட்கள் மதிய நேரங்களில் பாகீரதி வீட்டு வாயிலுக்கெதிரே சாலையின் மறுபுற நடைமேடையில் போய் நின்றுகொண்டு மற்றவர் சந்தேகப்படாதபடி அவள் வீட்டைக் கவனித்துக்கொண்டிருக்கும் பழக்கத்திற்கு ஆளாகியிருந்தான். திரும்ப (திரும்பத் திரும்ப)

அவளைப் பார்க்கும் தவிப்பும் அதற்காக மெனக்கெடும் ஆர்வமும் அவனுள் கனன்றுகொண்டேயிருந்தது. சில முறை அந்த மெனக்கெடல் (பாகீரதி ஏதாவது தள்ளுவண்டி வியாபாரிகளைப் பார்க்க வாசலுக்கு வரும் சமயங்களில்) வெற்றியிலும் சில முறை (செப்டம்பர் கனவு அவளை நடுச்சாலைக்குக் கொண்டுவந்து நிறுத்தியபிறகு மதிய நேரங்களில் முன்திண்ணைக்கு வருவதற்கே அச்சப்பட்டுக்கொண்டு தன்னைக் கூடத்திலேயே முடக்கிக் கொண்டிருந்த காலமாய் அது இருந்ததால்) தோல்வியிலும் முடிவதாக இருந்தாலும் இரண்டின் விளைவுமென்னவோ ஒன்றேயாகத்தானிருந்தது. ஒன்று அவளைப் பார்க்க முடியாத வருத்தம், அல்லது அவள் ஓரிரு நிமிட நேரங்களே வெளிப்பட்டு மறைந்துவிடுவதன் மீதான சலிப்பு. இரண்டுமே அவனை அந்த மதியத்திற்குப் பின்னான பொழுதை மாசி வீதிகளில் இலக்கின்றி அலைந்து திரிய வைக்கவும் தன்னிடம் பேச முயல்கிறவர்களிடம் காரணமின்றிக் கோபப்பட வைக்கவும் முட்டிக்கொண்டு வரும் கண்ணீரை அடக்க வழி தெரியாமல் சாலையை வெறித்தபடி பூங்கா இருக்கைகளில் தலைசாய்த்துக் கிடக்க வைக்கவும் போதுமான வலுவைப் பெற்றிருந்தன. இவ்விதமான ஒரு மாத கால தனித்த அலைச்சல்களுக்குப் பிறகு இனித் தாங்க முடியாது என்று தோன்றித்தான் கடைசியாக அவன் சுருளிநாதனிடம் வந்து சேர்ந்தான்.

ஏறக்குறைய பத்து வருடங்களுக்குப் பிறகு, அப்போது தான் சொன்ன அதே கதையைப் போன்ற ஒரு கதையைச் சொல்லிக் கொண்டு தன்முன் வந்து நின்ற நண்பனைக் கண்டபோது சுருளிநாதன் உறங்காப்புலி அந்தக் காலத்தில் தன்னைப் பார்த்துச் சிரித்ததைப்போல பெரிதாகச் சிரிக்கவாரம்பித்துவிடவில்லை. தன்னுடையதைப் போலவே அவனுடையதும் ஒரு தற்காலிகமான ஈர்ப்புத்தானென்றும் அந்தப் பெண்ணுடைய மணத் தகுதி வரையறுத்திருக்கும் எல்லைகளில் மீண்டும் மீண்டும் முட்டி மோதி விரைவிலேயே களைப்புற்று அவன் அதிலிருந்து மீண்டு விடுவானென்றும் அவன் எண்ணிக்கொண்டான் (என்ன, தனக்குத் தன் பதினெட்டாவது வயதில் ஏற்பட்டு விலகிய அந்த விடலை மயக்கம் திருமணமாகி ஒரு குழந்தைக்குத் தகப்பனுமாகியிருக்க வேண்டிய வயதில் அவனுக்கு ஏற்பட்டிருக்கிறது, அந்தப் பரிதாபம்தான் கொஞ்சம் யோசிக்க வைக்கிறது). எனவே அவன் உறங்காப்புலிக்கு அறிவுரையேதும் சொல்ல முற்படவில்லை (அதெல்லாம் அவனுக்கு இவன் மூலமாகவே ஏற்கெனவே தெரிந்ததுதானே). அந்தப் பெண் விஷயமாக உதவுகிறேனென்று சொல்லிக்கொண்டு கிளம்பிவிடவுமில்லை (இத்தனை வயதிற்குப் பிறகும் கவிதைகளைக் கற்பதிலோ அவற்றைப் பயன்படுத்திக்

காதல் கடிதங்களை எழுதுவதிலோ பிறருக்கு உதவுமளவிற்கு பாண்டித்தியமோ தைரியமோ ஈடுபாடோ ஏற்பட்டுவிடவில்லை). உறங்காப்புலியும் இந்த இரண்டில் எதையும் எதிர்பார்த்துச் சுருளிநாதனைச் சரணடையவில்லை. அந்தப் பிராமணப் பெண்ணைப் பார்த்துவிட்டுத் திரும்பியதிலிருந்து மனதில் கனக்கத் துவங்கிவிட்டிருந்த காரணம் புரியாத துயரவுணர்வை யாரிடமாவது சொல்லிப் பகிர்ந்துகொண்டாலொழிய தன்னால் கரைக்க முடியாது என்று தோன்றியதால்தான் அவனுக்குச் சுருளிநாதன் தேவைப்பட்டான். ஆனால் விபரீதமாக, பகிர்ந்துகொண்டதற்குப் பிறகு அது அடக்கவியலாத அழுகை யுணர்வாக முன்னிலும் பல மடங்கு பெருகித் தளும்பத் தொடங்கிவிட்டது. எதிர்வீட்டுப் பெண்ணுக்காகக் காத்திருந்த காலங்களில் சுருளிநாதனுக்கு ஏற்படாத உணர்வு அது (பிற்பாடு ஏமாற்றப்பட்டுவிட்டதான எண்ணத்தில் ஆடிவீதியில் பெருகிய அழுகையுணர்வுடன் சேர்ந்ததுமில்லை). எனவே அவன் அதை எதிர்பார்க்கவில்லை. உறங்காப்புலியின் கண்களில் கண்ணீரைக் கண்டதும் அவன் சற்றுத் திடுக்கிட்டுத்தான் போய்விட்டான். தன்னுடைய கையறு நிலையில் நண்பனுக்கு உதவ அவனுக்குத் தெரிந்த ஒரே வழியென்பது எதிர்வீடு தன்னை நிராகரித்ததாக உணர்ந்த நாள் துவங்கி அவனுக்குத் திருமணமாகி ஒரு புதிய பெண் வீட்டிற்குக் குடிவந்த நாள்வரை தன்னுடைய ஆற்றாமையையும் தவிப்பையும் தினவையும் தீர்த்துக்கொள்ள (உறங்காப்புலிக்குக்கூடத் தெரியாமல்) அப்போது அவன் தேர்ந்தெடுத்திருந்த ரகசியமான ஒரு மூன்றாவது வீட்டிற்கு அவனையும் கூட்டிச் செல்வது என்பதாக இருந்தது. நன்மை தருவார் கோவில் தெருவிலிருந்த அந்த வீடு யாருக்கும் வெற்றி மார்க்கங்களைக் காண்பித்துக் கொடுக்கிறதில்லை, யாரையும் எதையும் மறக்கச் சொல்லி வற்புறுத்துகிறதுமில்லை. அதன் ஓட்டுச் சார்ப்பு அறைக்குள்ளிருந்த கட்டில் அதன்மேல் பிரவேசிப்பவர்களைச் சற்றே சாந்தப்படுத்திக் குளிர்விக்கிறது, தொல்லைப்படுத்தும் நினைவுகளிலிருந்து தற்காலிகமாக விலக்கி வைக்கிறது, சீழைப் பிதுக்கி வெளியே எடுப்பதைப்போல வலிகளை அமுக்கி வாய்விட்டுப் புலம்பச் செய்து புதிய வலிகளை ஏற்றுக்கொள்ளப் போதுமான வெற்றிடத்தை உருவாக்கி அனுப்புகிறது, அவ்வளவுதான். (அந்த வெற்றிடத்தை வெறுமை என்று விரக்தியுடன் சொல்லிக்கொண்டே வெளியேறியவர்களும் இருக்கத்தான் செய்தார்கள்). சிறிய, அழகான கடவுள் படங்கள் மாட்டப்பட்டிருந்த ஒரு கூடம், மிகச் சுத்தமான சமையலறை மற்றும் சில விதவிதமான எம்ஜியார் பட மாதக்காட்டிகள் தொங்கிக்கொண்டிருந்த, எப்போதும் இலங்கை வானொலியின்

ஒலிபரப்புக் கூட்டுத்தாபனத் தமிழ்ச் சேவைக் குரல் ஒலித்துக் கொண்டேயிருக்கும் ஒரு படுக்கையறை ஆகியவற்றைக் கொண்ட அந்த வீட்டின் சொந்தக்காரியும் தனியாளுமான கருப்பு நிற அழகுப் பெண்ணைச் சுருளிநாதன் உறங்காப்புலிக்கு அறிமுகம் செய்துவைத்தபின், உடைந்து போயிருக்கிறான், பார்த்துக்கொள் என்று அவளிடமும், பயப்படாதே, தெரிந்தவள்தான் என்று நண்பனிடமும் சொல்லிவிட்டுப் போனான். அவ்வளவுதான் அவனால் செய்ய முடிந்தது. அந்தப் பெண் தன்னைப் பிரமீளா என்கிற பெயரால் அறிமுகப்படுத்திக்கொண்டாள். அவளுடன் (தற்செயலாக ஒருமுறை தான் ஒரு திமுக என்று சொன்னதைத் தவிர மற்றபடி) தன் பெயர் உள்படத் தன்னைப் பற்றிய எந்தத் தனிப்பட்ட தகவலையும் கொடுக்காமலேயே ஒரு நான்கைந்து மாதங்கள் உறங்காப்புலி பழகினான். ஆரம்பத்தில் வாரத்திற்கு ஒரு தடவை மிகக் குறைவான நேரம் என்பதாகத் தொடங்கிப் பிறகு விரைவிலேயே வாரத்திற்கு இரண்டு மூன்று முறை சில மணி நேரங்கள் என்பது வரை அந்தப் பழக்கம் முன்னேறிச் சென்றது. மனதைச் சதா புழுக்கி வலிக்கச் செய்து கொண்டிருந்த வடக்குவெளிவீதிப் பெண் மீதான கனவுகளையும் கற்பனைகளையும் அவனால் முழுதாக அந்த நன்மை தருவார் கோவில் தெருப் பெண்ணின் கால்களின் நடுவே இறக்கிவிட முடிந்தது என்று சொல்லிவிட முடியாதுதான். ஆனால் அந்த நான்கைந்து மாதங்களும் தன் நேசத்திற்குரியவளின் பதிலி என்பதற்குமேல் அந்தப் பெண்ணை ஒரு நகக் கண் அளவிற்குக் கூடத் தனக்கு நெருக்கமாகப் பார்க்க முடியாத அளவிற்கு அவன் உன்மத்தம் பிடித்தவனாக இருந்தான் என்று நிச்சயமாகச் சொல்ல முடியும். எந்த அளவிற்கென்றால் பாகீரதியின் பெயரே அப்போது அவனுக்குத் தெரிந்திராத நிலையில் அவள் முகத்தைத் தன் முகத்தின்மேல் ஒட்டிக்கொள்ள அனுமதிக்கும் இன்னொரு உடலுக்கு ஒரு தனிப் பெயர் இருப்பது அந்த உடலை முன்னவளுடைய பதிலி என்கிற நிலையிலிருந்து விலக்கித் தனித்த அடையாளங்களுள்ள பிறிதொரு பெண்ணாக அடையாளம் காட்டி அவனுடைய அடையவியலாத் தவிப்பையும் அவளுக்குத் துரோகம் செய்வதான குற்றவுணர்வையும் அதிகப்படுத்தி விடுமென்று அவன் அவளுடன் தனித்து விடப் பட்ட முதல் நொடியிலேயே அவள் தன்னிடம் சொன்னது அவளுடைய சொந்தப் பெயரா என்று கேட்டான், திடீரென்று கேட்கப்பட்ட அந்த எதிர்பாராத கேள்வியால் சட்டென்று எதையும் யோசிக்கவியலாதவளாக ஆகிப்போன அவள் அது தொழிலுக்காக வைத்துக்கொண்ட பெயர்தானென்றாள். நிஜப் பெயர் அங்கே வருபவர்களிடமிருந்து அவள் மீதுள்ள

கவர்ச்சியில் பாதியைக் குறைத்துவிடக் கூடியது என்றும் சொன்னாள். உறங்காப்புலி அந்த நாசமாய்ப் போன நிஜப் பெயர் எதுவாக வேண்டுமானாலும் இருந்துவிட்டுப் போகட்டுமென்று முகத்திலறைந்தாற்போல சொல்லிவிட்டு, ஆனால் ஒரு பொய்ப் பெயரைப் போர்த்துக்கொண்டிருக்கும் உடலுடன் உறவாட தனக்கு விருப்பமில்லையென்றும் ஏற்கெனவே போதுமான அளவு பிரமைகளில் தான் அலைக்கழிந்துகொண்டிருப்பதாயும், எனவே தன்னைப் பொறுத்தவரையில் அவள் பெயரும் தனித்துவமும் அற்ற ஒரு வெறும் உடலாகவே இருந்துவிட்டுப் போகலாம் என்றும் இரக்கமற்ற முறையில் பேசி ஒப்பந்தம் செய்துகொண்டான். சுய மைதுனம் நிகழ்த்தும் நேரத்திற்கான மனப் பிம்பமாக அவள் அவனுக்கு இருந்தால் போதுமானது.

ஆனால் அறிமுகம்தான் அப்படிக் கண்டிப்பும் கறாருமாய் வியாபாரத் தொனியிலேயே அமைந்திருந்ததே தவிர பின் வந்த நாட்கள் அப்படியிருக்கவில்லை. சொல்லப் போனால் இருவருமே எதிர்பாராத வண்ணம் அதற்கு நேர்மாறாகவே அமைந்தன. பிறிதொரு பெண்ணின் பதிலியாக இருப்பது குறித்தோ பெயரற்றிருப்பது குறித்தோ பிரமீளா என்கிற அந்தப் பெண்ணுக்குப் பெரிய புகார் ஒன்றும் இல்லை (அந்த விதமான தொடர்பு அவளுக்குப் புதிதுமில்லை, அவளுடைய வாடிக்கையாளர்கள் அங்கே வருவது அவள் மீதான காதலிலுமில்லை). அங்கே வருகிற எல்லாருமே பெயரைக் கேட்டுவிட்டுத்தான் அவளைப் புணரத் துவங்குகிறார்களாயென்ன. மேலும் அவளுடைய அந்தப் பெயர் முகமறியாத அந்நியர்களுக்காக வலிந்து தன்மேல் கவிழ்த்துக்கொண்ட ஒரு முகமூடிதானென்பதால் அதிலிருந்து தப்பித்துக்கொள்வது என்பது அவளுக்கே ஓர் உவப்பான விஷயம்தான். ஆனால் அந்தச் சாதாரண விஷயத்தை அத்தனை தீவிரமாக எடுத்துக்கொண்டு அதற்கொரு குழந்தைத்தனமான முன்நிபந்தனையையும் ஒருவன் இடுவதைக் கேட்பதுதான் அவளுக்கு ஆச்சரியமாக இருந்தது. ஒரு குதூகலமான கண்ணாமூச்சி விளையாட்டிற்கு அவன் தன்னை அழைப்பதைப்போன்ற உணர்வை அது தனக்குத் தருவதாக அவள் சொன்னாள். எனவே, ஓர் எசப்பாட்டைப்போல அந்த விளையாட்டுக்குப் பதில் விளையாட்டாகத் தானும் அவனுடன் ஒரு பெயர் விளையாட்டை (அவன் தொடர்ந்து அந்த வீட்டிற்கு வரும் உத்தேசத்துடன் இருக்கிற பட்சத்தில்) விளையாட விரும்புவதாயும் சொன்னாள். அதாவது அவளும் அவனைப் போலவே அவனுடைய பெயர் என்னவென்பதை ஒருபோதும் கேட்டுத் தெரிந்துகொள்ளப் போவதில்லை (அறிமுகத்தின்போது சுருளிநாதன் உறங்காப்புலியின் பெயரையும்

அவளிடம் சொல்லியிருக்கவில்லை), ஆனால் அவன் அவளை அநாமதேயளாக ஆக்கியதைப் போலல்லாமல் அங்கே அவன் வரும்போதெல்லாம் அவள் அப்போது என்ன மனநிலையிலிருக்கிறாளோ அந்த மனநிலைக்கேற்ற ஒரு பெயரை அவனுக்கு வைத்து அழைக்கத் தொடங்குவாள், அன்று முழுவதும் அல்லது அவளுக்கு அடுத்த பெயர் வைக்கத் தோன்றும் வரை அவனை அந்தப் பெயராலேயே விளித்துக்கொண்டிருப்பாள், அதற்கு அவனும் மறுப்புச் சொல்லவோ அந்த அழைப்பிற்குப் பதில் சொல்லாமலிருக்கவோ கூடாது. இதுதான் அவள் முன்வைத்த விளையாட்டு. உறங்காப்புலிக்கு அன்று இருந்த மனநிலையில் (அதற்குச் சில நாழிகைகளுக்கு முன்புதான் ஜான்சிராணிப் பூங்காவின் சிமெண்ட் இருக்கையொன்றில் தன் வலியைச் சொல்லிச் சுருளிநாதனின் மடிமீது முகம் புதைத்து அழுதுவிட்டு வந்திருந்தான் அவன்) அவள் பேசியதைக் கேட்டுச் சிரிப்பதா அழுவதா என்று தெரியவில்லை. தன்னைத் தொந்தரவு செய்யாத வரையில் அவள் என்ன வேண்டுமானாலும் செய்துவிட்டுப் போகட்டும் என்று விட்டுவிட்டான். அந்தப்படிக்கு அடுத்த நான்கு மாத காலம் அவள் அவன்முன் பெயர் தெரியாத வடக்கு வெளிவீதிப் பெண்ணாக நடித்துக்கொண்டிருக்க (அவளுக்குத் தெரிந்து அல்ல, அவன் மனதில்) அவன் திரைப்படப் பின்னணிப் பாடகர் ஜெயச்சந்திரன் முதல் (இலங்கை வானொலியின் மிகப்பெரிய ரசிகைகளுள் ஒருத்தியான தன்னுடன் ஒரு வாடிக்கையாளன் இருக்கும் நேரத்தில் ஜெயச்சந்திரனின் குரலைத் தன் காதுகள் கேட்க நேர்ந்துவிட்டால் (குறிப்பாக, சித்திரச் செவ்வானம் சிரிக்கக் கண்டேன், என் முத்தான முத்தம்மா) அவன் அன்று தான் கண் விழித்தது நரி முகத்தில் என்று நிச்சயமாக முடிவுசெய்துகொள்ளலாமென்பாள் அவள் உறங்காப்புலியிடம். ஆண்களின் பழகிப்போன விரல்களால் செய்ய முடியாத வித்தைகளை ஜெயச்சந்திரனின் குரல் தன்மேல் செய்துவிடுகிறதென்று அவளுக்கு ஒரு நம்பிக்கை இருந்தது (அது உடலை எந்த இறுக்கமான சூழ்நிலையிலும் இளக்கி உறவுக்குத் தயாராக்கிவிடக்கூடிய மசகெண்ணெய்)) வில்லன் நடிகர் நம்பியார் உட்பட சஞ்சய் காந்திவரை அந்த வீட்டின் நான்கு சுவர்களுக்குள் பலப்பல மனிதர்களாக மாறித் தீர்த்திருந்தான். ஒருமுறை பிரமீளா அவனுக்கு முன்பு வந்துவிட்டுப் போன ஓர் ஆள் அதற்குமேல் முடியவில்லையென்று மிச்சம் வைத்துவிட்டுப்போன பரவசத்தைக்கூட அவன் பெயராலேயே இவனை அழைத்துப் பூர்த்தி செய்துகொண்டாள் (அந்த முறை இவன் தன்னிடம் வரவேயில்லையென்று அவள் வினோதமாக ஒரு கணக்கும் வைத்துக்கொண்டிருந்தாள்). மறுபுறம் உறங்காப்புலியும் வாய் காற்றுக்காகத் திறந்து தவித்திருக்க உடலெங்கும் வேர்வை

கொப்பளித்து ஆறாய் வழிய கை கால்கள் நடுங்க கண்களை இறுக மூடியபடி அவள்மீது ஆக்ரோஷத்துடன் இயங்கும்போதும் ஒரு மானசீகப் பிடிமானத்திற்காகக்கூட அவள் பெயரை உச்சரிக்க முயலாமல் (இயலாமல்) தன்னைக் கட்டுப்படுத்தியபடி நிசப்தமாகவே வெளிப்பட்டுக்கொண்டிருந்தான்.

பிடிக்கிறது பிடிக்கவில்லை, ஈடுபாடிருக்கிறது ஈடுபாடில்லை என்பதற்கப்பால் உறங்காப்புலி பிரமீளா இருவருக்கிடையில் துவங்கிய இந்த வேடிக்கையான அறிமுகம் அவர்களுடைய வியாபார ரீதியான தொடர்பினூடே இழையும் ஒரு நெகிழ்வுத் தன்மைக்கும் வாய்விட்டுச் சிரிக்கக்கூடிய சில சந்தர்ப்பங்களுக்கும் படுக்கையறை ஒப்பந்தத்தைத் தாண்டிய ஒரு நட்பிற்கும் இடம் கொடுத்தது. அவன் அவளைத் தயக்கமில்லாமல் திரைப்படங் களுக்கு அழைத்துச்செல்வதும் அவள் டவுன்ஹால் சாலையில் அவன் நடந்துசெல்வதைக் கண்டால் லஜ்ஜையோ அச்சமோ இன்றி அப்போது தோன்றும் பெயரால் அவனை அழைத்துப் (அவள் அழைக்கும்போது மட்டும் (அவள் குரலே அவனைத் திரும்பச் செய்யப் போதுமானதாயிருந்ததால்) தனக்குத் தன் பெயர் தேவைப்படுவதில்லையென்பதை உறங்காப்புலியுமே உணர்ந்து ரகசியமாக வியந்திருக்கிறான்) பேசிவிட்டுச் செல்வதுமான எல்லை வரை அது வளரவும் செய்தது. உறங்காப்புலிக்கு இது எதிர்பாராத ஆனால் ஓரளவு தேவையான ஒன்றாக இருந்தது. தன் மனதிலிருக்கும் பெண்ணைப் பற்றி ஒருபோதும் பிரமீளாவிடம் பேசிப் பகிர்ந்துகொண்டிராத அதே சமயத்தில் அந்தப் பெண்ணிடம் என்னவெல்லாம் பேசி அவளைக் கேட்கச் செய்யவேண்டுமென்று தனிமையில் கற்பனை செய்வானோ அதையெல்லாம் பேசி அவளுடைய நிழலாக உருவகப்படுத்திக் கொண்ட இவளைக் கேட்கச் செய்வதற்கு அந்த நட்பை ஓர் அனுமதிச் சீட்டாக அவன் பயன்படுத்திக்கொண்டான். சில சமயங்களில் அது காதல் வயப்பட்ட பிதற்றல், சில சமயங்களில் பிராமணர் பிராமணரல்லாதார் முரண்பாடுகள் சம்பந்தப் பட்ட ஒரு தன்னிச்சையான விவாதம், சில வேளைகளில் கனவுகளுக்கும் யதார்த்தத்திற்குமுள்ள தொடர்புகளைப் பற்றிய, புரிந்துகொள்ள முடியாத அளவிற்குச் சிக்கல் நிறைந்த பேச்சு. பிரமீளாவும் அதே நட்பின் பெயரால் சலித்துக் கொள்ளாமல் அவன் பேசுவதற்கெல்லாம் காது கொடுத்தாள். மட்டுமல்லாமல், எச்சரிக்கையான தொலைவில் தன் சுயத்தை நிறுத்திக்கொண்டு (அவன்முன் அமர்ந்து அவன் சொல்வதைக் கேட்டுக்கொண்டிருப்பது அவளில்லையென்பதைத் தொலைவிலெங்கோ நிலை குத்தியிருக்கும் அவனுடைய விழிகளும் போதமின்றிக் கொப்பளித்துக்கொண்டிருக்கும் அவன் குரலும்

பா. வெங்கடேசன்

ஒரு கண்ணாடியைப்போல அவள் கண்களுக்குப் புலப்படுத்திக் கொண்டேயிருக்கும்) சில சமயங்களில் அந்தப் பேச்சுக்களுக்கு எதிர்வினையும் கொடுத்தாள். இதில் கிடைத்துக்கொண்டிருந்த ஒரு கற்பனாதீதமான போதை புலன்களுக்குப் பழகி அதிலொரு இலகுத் தன்மையும் சாதாரணத்துவமும் கூடியபோது உறங்காப்புலியின் தேவையின் அளவும் இயல்பாகவே அதிகரித்தது. அவன் பிரமீளாவிடம் இன்னும் அதிகமாகத் தன் மனதிலிருக்கும் பெண்ணை நடித்துக் காட்டும்படி தன் நடவடிக்கைகளால் வற்புறுத்தத் தொடங்கினான், வாயிற்கதவைத் திறந்துகொண்டு அவள் வெளியே வந்து அவனை வரவேற்கும்போது உடனே உள்ளே நுழையாமல் அவள் வீட்டிற்கு எதிர்வரிசையில் போய்க் குட்டிச் சுவரில் சாய்ந்து நின்றுகொண்டு அவளை அங்கிருந்தே சிறிதுநேரம் பார்த்துக்கொண்டிருப்பது, பிறகு அவளை அங்கிருந்து சைகை காட்டித் தன்னை அழைக்கச் சொல்வது, சில சமயங் களில் அவள் கதவைத் திறந்ததும் அங்கே நிற்காமல் உள்ளே போய்விடும்படி சொல்லிவிட்டு வெறும் வாசலை வெறிக்கப் பார்த்துக்கொண்டிருந்துவிட்டு ஓசைப்படாமல் உள்ளே நுழைவது, கட்டிலில் அவளைப் படுத்துக்கொள்ளச் சொல்லி விட்டுத் தரையிலமர்ந்து அவள் உறங்குவதைப் போலிருக்கும் அந்த நிலையை ரசித்துக்கொண்டிருப்பது, கட்டிலின்மேல் கால்களை ஒன்றன்மேலொன்றாகப் போட்டுக்கொண்டு அமர்ந்திருக்கச் சொல்வது (பாகீரதியை எப்போது அப்படிப் பார்த்தானோ அல்லது அவள் அப்படித்தான் உட்காருவாளென்று கற்பனை செய்துகொண்டானோ), அவளை அவ்வப்போது திரைப்படங்களுக்கோ பூங்காக்களுக்கோ அழைத்துச்சென்று அருகிலமர்ந்து அவளுடைய செம்முனை விரல்களை மட்டும் பற்றிக்கொண்டும் (பிரமீளா எப்போதும் கைகளில் அழிய அழிய மருதாணியிட்டுக்கொண்டேயிருப்பாள்) அவ்வப்போது அவற்றை முத்தமிட்டபடியும் எதுவும் பேசாமல் மௌனமாக அமர்ந்திருப்பது என்று இப்படி. இந்தக் காலக்கட்டத்தில் அவன் அவளுடன் படுக்கையைப் பகிர்ந்துகொள்ளும் சந்தர்ப்பங்களும் (அவள் தன்னை வெறும் ஒரு நாடக நடிகையாகவும் பெறும் பணத்திற்குக் குறைவாகவே பிரயோசனப்படுவதாயும் வருத்தப்பட்டுக்கொள்ளுமளவிற்கு), வெகுவாகக் குறைந்து விட்டிருந்தன. பிரமீளா கூடுமானவரை அவனுடன் ஒத்துழைத்துக் கொண்டிருந்தாளென்றாலும் தான் யாராய் நடித்துக் கொண்டிருக்கிறோமோ அவளைப்பற்றிய ஒரு சூசகமான தகவலையேனும் தெரிந்துகொள்ள அனுமதிக்கப்படாத நிலையில் அந்தப் பரிதாபத்திற்குரிய காதலனுக்கு உண்மையிலேயே என்ன வேண்டுமென்பதைப் புரிந்துகொள்ளத் திணறத்தான் செய்தாள் (ஒருவேளை அவளைப்பற்றிய விபரங்களை அவன்

சொல்லியிருந்தால் இத்தனை சிரமப்படுவதற்குப் பதிலாக அவளேகூட ஒரு பெண் என்கிற தகுதியிலிருந்து அவனுக்குச் சில யோசனைகளைச் சொல்லியிருப்பாளாயிருக்கும்). சில சமயங்களில் அந்தத் திணறலால் எரிச்சலும் கோபமும்கூட வரத்தான் செய்தது. ஆனால் உறங்காப்புலிக்கு அவள் என்ன நினைக்கிறாளென்பதை ஒரு பொருட்டாக எடுத்துக்கொள்ளும் எண்ணம் உண்டாகவேயில்லை. அந்த நிலையையும் நம்மால் ஊகிக்க முடிகிறதுதான், எதிரேயிருப்பவள் தன் காதலியைத் தவிர வேறு யாருமில்லையென்றும் அவள் தன்னை நன்கு புரிந்து கொண்டவளென்றும் எனவே அதிகப்படியான எந்த விளக்கமும் அவளுக்குத் தான் தரத் தேவையில்லையென்றும் இப்படியான பிரமைகளில் ஒருவன் மூழ்கியிருக்கிறபோது அவளுக்குத் தன் போக்கின்மீது குழப்பமும் திணறலும் உண்டாகுமென்று அவனால் எப்படி யோசிக்க முடியும். இதற்கிடையில்தான் ஒருபுறம் பாகீரதியை பிரமீளாவிடம் காணும் எத்தனிப்பிலிருந்த அதே வேளையில் அவளால் பகல் தூக்கக் கனவில் தன்முன் உளறலாக உச்சரிக்கப்பட்ட ஜெமினியென்கிற சைத்ரீகரை அவளுக்காகத் தேடும் முயற்சியில் ஈடுபட்டு அவரைப்பற்றி அங்கேயிங்கே விசாரித்து ஜெமினியின் குடும்பம் ஒசூரிலிருக்கிற தகவலைத் தெரிந்துகொண்டு அங்கே போய்ச் சவிதாதேவியையும் மகாவதனையும் சந்தித்து உரையாடி லீலா நாயுடுவின் சித்திரத்தை அவன் பெற்றுக்கொண்டு வந்த நிகழ்ச்சியெல்லாம் நடந்தது.

ஒசூர்ப் பயணம் பாகீரதியைக் குறித்து மட்டுமல்லாமல் (அவளுக்காக அத்தனை மெனக்கிட்டதானது அவள் மீது ஏதோ ஓர் உரிமையைத் தனக்குத் தந்துவிட்டதாக அவன் உணர்ந்தான்) பிரமீளாவைக் குறித்தும் புதிய எண்ணவோட்டங்களையும் கற்பனைகளையும் உறங்காப்புலியின் மனதில் கிளப்பிவிட்டுவிட்டது. நேரில் ஒருமுறைகூட அவளைப் பெயர் சொல்லி அழைக்க மறுத்துவிட்ட அவன் ஒசூரில் வடக்குவெளிவீதிப் பெண்ணுக்கு அவள் பெயரையே வைத்துத் திரும்பத் திரும்பக் குறிப்பிட்டுப் பேசியாகவேண்டிய நிர்பந்தத்திற்கு உடன்பட நேர்ந்தது அவன் மனதில் குற்றவுணர்வை ஏற்படுத்தியிருந்தது (ஒசூரைப் புதிரான எண்ணவோட்டங்களையும் பிரமைகளையும் உரையாடல்களையும் எழுப்பும் மர்ம நிலமாக அவன் உணர்ந்ததற்கு இதுவும் ஒரு காரணம்). பேருந்தில் மதுரைக்குத் திரும்பிக் கொண்டிருந்த நேரத்தில் முதல் தடவையாக அவன் பிரமீளா என்கிற உயிரியின் தூல இருப்பைத் திடீரென்று உணர்ந்தான். மட்டுமல்ல, அவனால் பிரமீளா என்று விளிக்கப்பட்ட சவிதாதேவி தன் பேதலிப்பின் அடியாழத்திலிருந்து பிதற்றலாக வெளிப்படுத்திக்கொண்டிருந்த விபின் பாஸ்வானுடைய மறைக்கப்பட்ட காதல் கதையின்

வழியே தன்னைச் சுற்றித் தயக்கத்துடன் பின்னிப் படரும் பிரமீளாவினுடைய நேசத்தின் மெல்லிழைகளையும் அவனால் துல்லியமாக இனம் காண முடிந்தது. அவள் தன்னை ஒருபோதும் வெளிக்காட்டிக்கொண்டுவிடாதபடி எச்சரிக்கையோடுதான் அவனிடம் நடந்துகொண்டிருந்தாள். ஆனால் வேறெந்த வாடிக்கையாளனாக இருந்திருந்தாலும் தூக்கியெறிந்து பேசி அப்படியெல்லாம் தான் நிர்பந்திக்கப்படுவதை மறுத்து விடுமளவிற்குத் திமிருள்ளவளான அவள் அவனிடம் தணிந்து போகிறாளென்பதே தன்னையறியாமல் அவனிடம் தன் சுயத்தை வெளிப்படுத்திக்கொள்கிறாளென்பதன் வெளிப்பாடுதானே. ஒரு நடிகன் தானற்ற இன்னொரு ஆகிருதியின் நிழலாக இருக்கும் அதே வேளையில் அப்படி இருக்க ஆற்றல் பெற்ற கலைஞனாயும் இனம் காணப்படுகிறான்தானே. ஒரு வாக்கியம் அதைப் பேசியவனின் நோக்கத்தைத் தெரிவிப்பதற்கப்பாலும் தன்னளவில் மொழியின் அழகைத் தெரிவிக்கிறதுதானே. அதை இனம் கண்டுகொண்டதும் உறங்காப்புலி பேயைக் கண்டவன்போல பயந்துபோனான். பிரமீளா தன்னுடைய எல்லைகளையோ தான் ஒரு வெறும் முகமூடியென்பதையோ மறந்திருப்பாளென்று அவனால் நம்ப முடியவில்லை. ஆனாலுமென்ன, அவனுக்கும் அவன் மனதை அலைக்கழித்துக்கொண்டிருக்கும் பெண்ணுக்குமிடையிலான எல்லைகளை அவன் மட்டும் மறந்துவிட்டானா அல்லது அதற்காகத் தன்னுடைய தேடல்களை நிறுத்திக்கொண்டுதான்விட்டானா. அவனுக்கு எதற்கும் பிரமீளாவிடம் தங்களுக்கிடையேயிருக்கும் நட்பை முன்னிறுத்தித் தன் மனதிலிருக்கும் பெண்ணைப்பற்றி வெளிப்படையாகப் பேசிவிடலாமா என்றுகூடத் தோன்றியது. ஆனால் இத்தனை நாட்களாக அவளிடம் என்ன இவளைப் பற்றிச் சொல்வது என்கிற ஒரு அலட்சிய பாவத்தில் அதைச் செயல்படுத்த முனையாதிருந்தது போக இப்போது தன்னால் அதைத் தைரியமாக அவளிடம் சொல்லிவிட முடியுமா என்றும் அப்படிச் சொன்னால் அவள் அதைச் சாதாரணமாக எடுத்துக்கொள்வாளா என்றும் நினைத்து மனது அச்சப்பட்டது. வடக்குவெளிவீதிப் பெண்மீது தான் கொண்டிருக்கும் ஒருதலைப்பட்சமான நேசத்தை சரி தவறு என்கிற வாதங்களுக்கப்பால் அது சமூகத்தால் நிறுவப்பட்ட கலாச்சாரச் சுவர்களுக்குள் அடங்க மறுக்கும் தனிமனித சுபாவத்தின் தன்னியல்பான ஈர்ப்பென்று சவிதாதேவியிடம் நியாயப்படுத்திப் பேசிவிட்டு வந்த தன்னால் பிரமீளாவின் நேசத்தை அப்படி இயல்பாக ஏற்றுக்கொள்ள முடியாமலிருந்தது குறித்தும் அதைக் கண்டு தான் அஞ்சுவது குறித்தும் அவனுக்கே (அதற்குக் காரணம் அவளுடைய நிலை குறித்த அசூயையோ அலட்சியமோ அல்ல, மாறாகத் தான் விரும்பும் பெண்ணின்

நினைவு அதற்கு அனுமதிக்கவில்லையென்பதுதான் என்று அவன் தன்னைச் சமாதானப்படுத்திக்கொண்டாலும்) வேடிக்கையாயும் வருத்தமாயும் இருந்தது. எல்லைகளைப் பொருட்படுத்தாத நேசம் என்பது சம்பந்தப்பட்டவர்களுக்கேகூட எத்தனை அச்சத்தைத் தரக்கூடியதென்பதையும் அவன் அப்போது உணர்ந்துகொண்டான். இந்தக் குழப்பமான எண்ணங்களுக்கிடையேதான் ஒசூரிலிருந்து திரும்பி வந்த ஐந்தாம் நாள் (அந்த ஐந்து நாட்களும் அவன் பிரமீளாவைப் பார்க்கப் போகவில்லை) மதியச் சூழலின் பொதுவான தூக்க மயக்கத்தைப் பயன்படுத்திக்கொண்டு வீதியில் போகிற வருகிறவர்கள் மற்றும் எதிர்ச்சாரிக் கடைக்காரர்கள் என்று யாருடைய கவனத்தையும் ஈர்த்துவிடாதபடி லீலா நாயுடுவின் உருவப்படத்தைக் கண்ணிமைக்கும் நேரத்தில் வடக்குவெளிவீதி வீட்டின் கம்பியழி வாயிற்கதவின் இடைவெளி வழியாகத் திண்ணைப் படிகளின்மேல் வைத்துவிட்டு ஓசைப்படாமல் கிளம்பி வந்தான். அன்று முன்திண்ணையில் வழக்கம்போல பாகீரதி தூக்கத்தில் தன் மதிய நேரத்துக் கனவுகளை எழுப்பிக்கொண்டிருந்தாள். தூக்கம் கலைந்தெழுந்து அதைப் பார்க்கும்போது அவளுடைய முகம் எப்படி மாறுமென்கிற ரம்யமான கற்பனை உறங்காப்புலியின் மனதை ஆக்கிரமிக்க அவன் திருப்தியோடும் பெருமிதத்தோடும் சாலைக்குத் திரும்பினான். பெரிதாக எதையோ சாதித்துவிட்ட சந்தோஷத்தில் அவனுக்கு அந்தப் பகல் நேரத்தில் அந்தச் சாலையில் அத்தனை மனிதர்கள் மத்தியில் அப்படியொரு சம்பவம் நிஜமாகவே நடந்துகொண்டுதானிருந்ததா என்கிற சந்தேகம்கூட வந்துவிட்டது. இல்லையென்றுதான் அவன் மனமும் நம்பியது. ஆனால் அறிவு அதை ஏற்றுக்கொள்ள மறுத்தது. அப்படி ஒருவேளை அது பொய்யாகவே இருந்தாலும் அதை நிஜமாக ஆக்கியே தீரவேண்டும். அந்தக் கணத்தில் அவனுக்குள் மீண்டும் பிரமீளாவிடம் செல்லும் உந்துதல் ஏற்பட்டது. உண்மையில் அவன் அங்கே போக விரும்பவில்லை. அவள் முகத்தை ஏறிட்டுக் கண்களை நேராகச் சந்திக்கும் சக்தி இப்போது தன்னிடம் இல்லையென்று அவனுக்குத் தோன்றியது. இந்தப் பலவீனத்துடன் அங்கே சென்றால் ஒருவேளை தன்னால் வடக்குவெளிவீதிப் பெண்ணின் கனவிற்குள் திரும்பி வர முடியாத சூழல் ஏற்பட்டுவிடுமோ என்றும் அவன் அஞ்சினான். பிரமீளாவின் தொடர்பை அத்துடனேயே முடித்துக்கொள்ளவும் அவாவினான். ஆனால் எண்ணங்களின் கோர்வை ஒரு பக்கம் இப்படிப் போய்க்கொண்டிருந்தபோதே கால்கள் நன்மை தருவார் கோவில் தெருவை நோக்கித்தான் நடந்துகொண்டிருந்தன. என்ன செய்வது, அவளொருத்திதானே கனவுகளின் மைதுனங்களுக்கு யதார்த்தத்தில் வடிகால் அமைத்துத் தருகிறாள், அவள்தானே

ஒரு மதிய நேரத் தூக்கத்தின் நிறம் வெளிறச் செய்யும் பிரகாச வெளியில் திக்குத் திசை தெரியாமல் அலைந்துகொண்டிருக்கும் அவனைத் தன் நேசத்தால் நிறமும் நிழலும் கொண்டவனாக ஆக்கி நிஜவுலகிற்குத் திருப்பியனுப்புகிறாள், அவளிடம்தானே அவன் தன்னுடைய எத்தனை அதீதமான கற்பனைகளையும் (அதன் அடிமுடியைப் பற்றி விவரிக்காமலேயே) தூலமாக எழுப்பி நிறுத்திப் பார்க்க முடிகிறது, அவளையும் தொலைத்துவிட்டால் நிஜத்தின் கொழுகொம்பை வேறு எங்குதான் தேடிப் பற்றிக் கொள்வது, எதன் மீதுதான் நடந்துசெல்வது. இப்படி உறங்காப்புலி அன்று விருப்பமின்றியும் ஆனால் தன்னை அடக்கிக்கொள்ள முடியாமலும்தான் பிரமீளாவைப் பார்க்கச் சென்றான். அவன் எதிர்பாராமலே அதுவே அவளுடனான அவனுடைய கடைசி நாளாக இருக்கப்போகிறதென்பது அவனுக்குத் தெரியாது. தெரிந்திருந்தாலும் அது அத்தனை வலி நிரம்பியதாக இருக்கப் போகிறதென்று அவன் கண்டிப்பாக எதிர்பார்த்திருக்க மாட்டான்.

பிரமீளா அவனை அன்று எந்தப் பெயராலும் அழைக்காமல் மௌனமாகவே, அதுவே அவனுடைய அன்றைக்கான பெயரென்பது போல உள்ளே அனுமதித்தாள். பிறகும் அவளாக எதையும் பேச முயற்சிக்கவில்லை. சிறிது நேரத்திற்குப் பிறகு உறங்காப்புலி தானாகவே அவளிடம் அலுவலகத்தின்மேல் தொடுத்திருக்கும் ஒரு வழக்கு சம்பந்தமாகத் திடீரென்று மெட்ராஸ்வரை செல்ல வேண்டி வந்துவிட்டதால் ஒரு வாரமாக அவளைப் பார்க்க வர முடியவில்லையென்று தலையைக் குனிந்து கொண்டே மெதுவான குரலில் சொன்னான் (என்ன பரிதாபம், நான்கரை மாத காலத்தில் அவன் முதன்முதலாகப் பிரமீளாவிடம் தன்னைப் பற்றிய தகவலொன்றை நேரடியாகச் சொல்கிறான், ஆனால் துரதிர்ஷ்டவசமாக அது வேறொரு உண்மையை மறைக்க உதவும் பொய்யாக வந்து விழுகிறது). போகும்போது எங்கே போகிறானென்பதைச் சொல்ல வேண்டுமென்கிற அவசியம் எப்படி அவனுக்கு இல்லையோ அதுபோலவே போய்விட்டுத் திரும்பிய பிறகு எங்கே போயிருந்தானென்பதைச் சொல்ல வேண்டிய நிர்ப்பந்தமும் இல்லை என்று அதே போன்ற மெதுவான குரலில் பதில் சொன்னாள் பிரமீளா. எங்கே சென்றாலும் திரும்ப இங்கேதான் வருகிறேன், அதுதானே முக்கியம் என்றான் அவன் தரையைப் பார்த்துக்கொண்டே. அவன் சொல்லி முடிக்குமுன்பே அவள் சட்டென்று, திரும்பி, வருவதல்ல முக்கியம், திரும்பி வரவேண்டியிருக்கிறதே என்கிற சலிப்பும், திரும்பி வந்துவிட்டோமேயென்கிற குற்றவுணர்வும் திரும்பி வரச் செய்துவிட்டாளேயென்கிற கோபமும் திரும்பி வருவதை முடிந்தவரை தள்ளிப்போடும் எத்தனமும்தான் முக்கியம்,

தவிப்புகளையும் கனவுகளையும் கரைத்துவிட்டுப் போகும் நதி நீர் என்றுதான் நான் என்னை நினைத்துக்கொள்கிறேன், சலிப்பையும் குற்றவுணர்வையும் கசப்புகளையும் எறிந்துவிட்டுச் செல்லும் குப்பைத்தொட்டி என்றல்ல, அவ்விதமான உணர்வுகளைச் சுமந்துகொண்டு நுழைய முயற்சிக்கும் யாரையும் நான் உள்ளே அனுமதிப்பதுமில்லை என்றாள். இந்த ஐந்து நாட்கள் அவன் ஊரில்தான் இருந்திருக்கிறானென்பது அவளுக்கு எப்படியோ தெரிந்திருக்கிறது. வீதிகளிலெதிலோ அவனை அவள் நிச்சயம் பார்த்திருக்கிறாள். கூப்பிடாமலே கடந்திருக்கிறாள். அவள் குரலில் கலந்திருந்த துயரமும் அலட்சியப்படுத்தப்பட்டுவிட்டதான உணர்விலெழுந்த அவமானத் தொனியும் உறங்காப்புலியை நெருப்பின்மேல் உட்கார்ந்திருப்பவனைப்போல ஆக்கியது (மறுபுறம் அவளிடம் தான் ஏன் பொய் சொல்லுமளவிற்கு அஞ்ச வேண்டும், அவளை ஏன் சமாதானப்படுத்த முயல வேண்டும் என்றும் அவனுக்குள்ளிருந்து ஒரு குரல் அவனைக் கேட்டு நச்சரித்துக்கொண்டேயிருந்தது). மௌனத்தாலும் பிறகு குத்தல் பேச்சுக்களாலும் நகர்த்தப்பட்டுக்கொண்டிருந்த வினாடிகளின் ஆழத்திலிருந்து தன்னெதிரே அமர்ந்திருப்பவள் அவள் முகத்தின்மேல் அதுவரை தான் கவிழ்த்துக்கொண்டிருந்த முகமூடிகளை ஒவ்வொன்றாகக் களைந்துவிட்டுத் தன்னுடைய சுய ரூபத்தை நோக்கி வெளியே எழுந்து வந்துகொண்டிருந்ததைப் பார்த்துச் செய்வதறியாமல் தவித்துக்கொண்டிருந்தான். கோபத்தால் அவள் தன்னை நெருங்க முயல்கிறாளென்பது பட்டவர்த்தனமாகவே அவனுக்குத் தெரிந்தது. இந்த ஒரு வார காலப் பிரிவு அவளுடைய நேசத்தைத் தனக்கு உணர்த்தியதைப் போலவே அவளுக்கும் உணர்த்திவிட்டிருக்கிறது. உணர்ச்சி வசப்பட்டுப் பேசுமளவிற்கு அத்தனை நெருக்கமில்லாத ஒரு சாதாரண விற்பனையாளியாய் அவளும் வாடிக்கையாளனாய்த் தானும் இருந்து அன்றைய பொழுதைக் கடத்திச் சென்றுவிட்டால் போதுமென்பதே அவனுடைய விருப்பமாயுமிருந்தது. ஆனால் எதைச் சொல்லிச் சூழலை இளக்கி சகஜ நிலைக்குக் கொண்டுவந்து அதன் போலிமையில் தன்னை மறைத்துக்கொள்வது, அல்லது அவளுக்கு முன்னால் அதை நிறுத்தி அவளுடைய பாடுகளைப் பார்க்காததுபோல இருந்துகொள்வது என்று அவனுக்குத் தெரியவில்லை. பிரமீளாவோ முதல் சந்திப்பிலேயே திசை மாறிச் சென்றுவிட்ட அந்த விதமான பழக்கத்திற்குப் பிறகு வாடிக்கையாளனாகத் திரும்ப மாறுவது அத்தனை எளிதான விஷயமில்லையென்பதை அவனுக்குத் தொடர்ந்து நிகழ்த்திக் காட்டியவண்ணமிருந்தாள். அவனுடைய பார்வை தன்னை நோக்காமல் கோழைத்தனமாக இங்குமங்கும் அலை பாய்வதைப் பார்த்துக்கொண்டிருந்தவள் சட்டென்று

எழுந்து இயந்திர கதியில் உள்ளே சென்று உடைகளைக் களைந்துவிட்டுப் பிறந்த மேனியாக மோட்டு வளையைப் பார்த்தபடி படுக்கையில் மல்லாந்து படுத்துக்கொண்டாள். அதன் அர்த்தம் அவனை அவன் சில வினாடிகளுக்குமுன் மானசீகமாக விரும்பியபடியே அவளுடைய உணர்வுகளைப் பொருட்படுத்தாத ஒரு வழக்கமான வாடிக்கையாளனுடைய நிலைக்குக் கீழிறக்குவதுதான். ஆனால் அதுவோ அவன் எதிர்பார்த்த சகஜ நிலைக்கு அவனைக் கொண்டுவர மறுத்தது (உண்மையில் பிரச்சனையென்னவென்றால் அந்த நான்கரை மாதப் பழக்கத்தில் அவனுக்கே எப்படி ஒரு வாடிக்கையாளனாக நடந்துகொள்வது என்பது மறந்துவிட்டிருந்தது என்பதுதான்). மாறாகக் கன்னத்தில் அறை வாங்கியதைப்போலத்தான் அவன் அவளுடைய செய்கையை உணர்ந்தான். அன்று உடலுறவில் ஈடுபடும் மனநிலையில் தான் இல்லையென்றும் எனவே அவள் மீண்டும் உடைகளை அணிந்துகொண்டு தன்னெதிரே வந்து உட்கார்ந்துகொண்டாலே போதுமென்றும் சொல்ல விரும்பினான். அதைச் சொல்வதற்காகத்தான் கிட்டத்தட்ட தன் வாயையும் திறந்தான். ஆனால் தன் பேச்சு மற்றும் நடத்தை மீதான, எதிரே சுடர்ந்துகொண்டிருந்த ஒளிரும் ஒரு ஜோடிக் கண்களின் இடைவிடாத கண்காணிப்பால் உண்டாகியிருந்த தடுமாற்றத்தில் குறி மட்டுமின்றிப் பிற புலன்களுமேகூடக் கூர்மையடையும் பதத்தையிழந்து தளர்ந்துவிட்டிருக்கின்றன என்பதையும் அவற்றைத் தன் விருப்பத்திற்கேற்ப எழுப்பி நிறுத்தும் சக்தி தன்னிடமில்லையென்பதையும் அவன் சரியாக அவதானித்துக்கொள்ளவில்லை. அவதானித்துக் கொண்டபோதோ தாமதமாகிவிட்டிருந்தது. அதற்குள் அவன் வாய் அவனை முந்திக்கொண்டுவிட்டது. அவன் புத்தி சொல்ல நினைத்ததற்குப் பதிலாக அவன் வாய், உனக்கு மடிசார் புடவை கட்டிக்கொள்ளத் தெரியுமா என்று கேட்டுவிட்டது. ஒரு கணம் பிரமீளா அவனை எரித்து விடுவதைப்போல பார்த்தாள். மறுகணம் அந்தப் பார்வையில் அவனால் இனி ஒருபோதும் தாண்டவே முடியாத வெறுமையொன்று வந்து அடைந்துகொண்டது. அவள் அவன் சொல்லாமலேயே அவிழ்த்து விட்டிருந்த சிகையை அள்ளி முடிந்துகொண்டு தன் உடைகளையும் கைகளில் வாரியெடுத்து உடுத்திக்கொண்டே, தெரியாது என்றாள். அது இந்த முறை எப்போதும்போல அவளிடமிருந்து வேறொரு பெண்ணின் பிம்பத்தை வெளிப்படுத்தி ரசிக்கும் வழக்கமான ஆசையால் கேட்கப்பட்டதில்லையென்பதுவும் மாறாக அவளுடைய மௌனத்தின் வழியே கசிந்துகொண்டிருக்கும் நேசத்தையும் கோபத்தையும் அந்த வேறொரு பெண்ணின் பிம்பத்தால் போர்த்தியமுத்தி முளையிலேயே கிள்ளி எறிந்துவிட

வேண்டுமேயென்கிற தன்னுடைய தந்திரத்தின் வெளிப்பாடு என்பதுவும் அவளுக்குத் தெரிந்துதானிருக்கிறது என்கிற அறிதல் உறங்காப்புலியின் மனதில் பிடிபட்டுவிட்ட திகைப்பையும் அவள்மீது இரக்கத்தையும் வரவழைத்தது (அவள் தன்மீது பிறர் இரக்கப்படுவதை விரும்பமாட்டாளென்பது தெரிந்திருந்தும்கூட). அவன் தன் கேள்வியால் அவள் தாக்கப்பட்டதையும் அவள் முகம் மாறியதையும் அவள் கோபமாயிருப்பதையும் கவனியாதவன்போல வலிந்து தன் குரலில் சகஜ பாவத்தை வரவழைத்துக்கொண்டு, சந்தித்துச் சில நாட்களாகிவிட்டதால் அன்று ஒரு திரைப்படத்திற்குச் செல்ல விரும்புவதாயும் நல்ல உடையொன்றை உடுத்திக்கொண்டு கிளம்பும்படியும் சொன்னான். படம் நேற்று இன்று நாளை. எம்ஜியார் படம். பிரமீளா முதலில் தான் திரையரங்கிற்கு வரும் மனநிலையில் இல்லை என்று அவனிடம் சொல்லிப் பார்த்தாள். ஆனால் அவன் அவளைவிட்டு விலகவும் மனமில்லாமல் அதே சமயம் நான்கு சுவர்களுக்குள் அவளுடன் தனிமையில் அந்த நாளைக் கழிக்கவும் தெம்பில்லாமல் தொடர்ந்து அவளை வற்புறுத்தித் தன்னுடன் வெளியே இழுத்து வந்துவிட்டான்.

அது கோடை மேகம் மூட்டமிட்டு மழையை முன்னறிவித்துக் கொண்டிருந்த மாலை நேரமாயிருந்தது. ஜோடியாகப் பொழுதைக் கழிப்பதற்கேற்ற நல்ல காலநிலைதான். ஆனால் திருப்பரங்குன்றம் சாலையில் ஏதோவொரு உணவகத்தில் எதையோ கொறித்துவிட்டு அவர்களிருவரும் திரையரங்கை அடைந்தபோது ஏற்கெனவே அரங்கு நிறைந்துவிட்டதாக வெளியே பலகையை மாட்டி அறிவித்துவிட்டிருந்தார்கள். உள்ளே திரைப்படமும் துவங்கி விட்டிருந்தது. கள்ளச்சீட்டு வாங்கிக்கொண்டாவது உள்ளே சென்று இரண்டரை மணி நேரங்களை இருட்டில் அவள் முகத்தைப் பார்க்காமலேயே அருகில் இருந்துவிட்டுத் திரும்பும் மனநிலை உறங்காப்புலிக்கு. ஆனால் படம் துவங்கிவிட்டது என்று தெரிந்தவுடனேயே ஏற்கெனவே அரைகுறை மனதோடு அங்கு வர ஒத்துக்கொண்டிருந்த பிரமீளா உள்ளே செல்லும் ஆர்வத்தை முற்றாகவே இழந்துவிட்டதாகச் சொல்லிவிட்டாள் (உறங்காப்புலி வற்புறுத்தியபோது எந்தக் கதாநாயகனாயிருந்தாலும் அவன் திரையில் அறிமுகமாகும் ஆரவாரமான காட்சியைத் தவற விட்டுவிட்டால் அந்தப் படத்தை ரசிப்பதற்கான காரணங்களில் ஐம்பது சதவீதம் உடனடியாகக் குறைந்துவிடுகிறது என்று ஒரு காரணத்தை அவனிடம் சிரிக்காமல் சொன்னாள். உறங்காப்புலிக்கு அதை மறுக்கும் தைரியம் இல்லை). வேறு வழியின்றி இருவரும் வெளியே பரபரப்பாக கள்ளச் சீட்டிற்காக அலைபவர்களையும் குழந்தைத்தனமாக வாயிற்காப்போனிடம்

சிறு தொகையொன்றை வாங்கிக்கொண்டு தங்களை உள்ளே அனுமதிக்கும்படி கெஞ்சிக்கொண்டிருந்த பெண்களையும் சிறிது நேரம் வேடிக்கை பார்த்துக்கொண்டிருந்துவிட்டு மீண்டும் நன்மை தருவார் கோவில் தெருவை நோக்கி நடக்கத் துவங்கினார்கள். சீக்கிரமாக வீட்டிற்குத் திரும்பும் மனநிலையில் உறங்காப்புலி இல்லையாதலால் (விபரீதமாக அன்று அதுவொன்றுதான் அவளுடைய குறிக்கோளாக இருந்தது) நேரத்தைக் கடத்த மேலவெளிவீதியை அவர்கள் தொட்டதும் வந்த வழியிலேயே, டிவியெஸ் கட்டிடத்தையொட்டி சுப்பிரமணியபுரம் சந்திப்புவரை நடந்து சென்று திருப்பரங்குன்றம் சாலை வழியே வீடு இருக்கும் தெருவிற்குத் திரும்புவது என்கிற பிரமீளாவின் யோசனையை நிராகரித்துவிட்டுத் தண்மையான மாலைப் பொழுதைச் சிறிது தொலைவு நடந்து கழிக்க விரும்புவதாகக் கூறிப் பாண்டிய வெள்ளாளர் சாலை வழியாக நேராக நடந்து கூடலழகர் பெருமாள் கோவில் சந்திப்பைத் தொட்டுத் தெற்கு மாட வீதியிலிருந்து அதை அதன் கிழக்குத் திறப்பிலிருந்து அணுகும் உத்தேசத்திலிருந்தான். பிரமீளா ஆட்சேபிக்கவில்லை. அவள் அவ்வப்போதைய சிறு சிறு அபிப்பிராயத் தெரிவிப்புகளுக்கப்பால் மற்றபடி தொடர்ந்து மௌனமாகவேதான் நடந்து வந்துகொண்டிருந்தாள். அப்படி அவர்களிருவரும் அந்த நான்கு மாதங்களில் பலமுறை பல சாலைகளில் பல மாலைகளில் நடந்து சென்றிருக்கிறார்கள். ஆனால் அவளுடலில் அன்றுபோல் என்றுமே அத்தனை பகிரங்கமான நடுக்கத்தையும் ரோமாஞ்சனத்தையும் உறங்காப்புலி உணர்ந்ததில்லை. மேலும், அதற்குக் காரணம் பாதியிருட்டாகக் கவிந்திருந்த வானத்தின் காமத்தைத் தூண்டும் ரகசிய முகமும் மழைச் சாரலின் குளிர்ச்சியும் உள்ளார்ந்த உரையாடல்களை இடைவிடாமல் நிகழ்த்திக்கொண்டேயிருக்கும் மௌனமும் மட்டுமில்லையென்பதுவும்கூட அவனுக்குத் தெரிந்தேயிருந்தது. எனவே மைதுனத்தைப்போல சூழலின்மேல் தன் கரங்களைச் செலுத்திச் செலுத்தி விறைப்பை ஏற்றிக்கொண்டிருந்த அந்த மௌனத்தின் உச்சத்தில் இக்கட்டான வார்த்தையெதையும் தன்மீது பீய்ச்சியடித்துவிடுவாளோவென்கிற கிலியில் தன்னை அவளிடமிருந்து ஏதோ அறிமுகமில்லாத பெண்ணிடமிருந்து உடலை விலக்கிக்கொள்வதைப்போல விலக்கி ஒடுக்கியபடி நடந்துகொண்டிருந்தான் (அந்த மனோரம்மியமான காலநிலை அவன் மனதில் வடக்குவெளிவீதிப் பெண்ணின் நினைவுகளை வேறு ஓயாமல் எழுப்பிக்கொண்டேயிருந்தது). என்றாலுமே அவர்கள் சாலையைக் கடந்த சமயத்தில் பிரமீளாவின் கை எதேச்சையாக நிகழ்ந்ததைப்போல அவனுடைய கையைப் பற்றிக்கொண்டுவிட்டது. முதலில் தயக்கத்துடன் மெதுவாக, பிறகு இறுக்கமாக. அவனுடைய விரல்களுக்குள் நுழைந்து

அவற்றோடு நெரிந்து தன்னை இழைத்துக்கொண்டது. அந்த விரல்களில் ஏறியிருந்த வெப்பம் உறங்காப்புலி வயிற்றின் அமிலச் சுரப்பியைத் தூண்டிக்கொண்டிருந்தது. கிணற்றுக்குள் விழும் உணர்வில் தத்தளித்துக்கொண்டும் அதிலிருந்து தப்பிச் செல்ல உதவும் ஒரு பிடிக்காகத் தவியாய்த் தவித்துக்கொண்டுமிருந்தான் அவன். போதாததற்கு வேண்டாத விருந்தாளியைப்போல கூடவே நடந்து வந்துகொண்டிருந்த மௌனத்தை விரட்டியடிக்க ஏதாவது ஒரு விஷயம் கிடைக்காதா என்று தேடி அலைபாய்ந்து கொண்டுமிருந்தான். ஒன்றல்ல, இரண்டு சந்தர்ப்பங்கள் அதற்குக் கிடைத்தன. இரண்டையுமே இரண்டு வயோதிகர்கள்தான் அவனுக்குத் தந்துதவினார்கள்.

முதல் முதியவர் பாண்டிய வெள்ளாளர் வீதியும் மேல வெளிவீதியும் சந்திக்கும் முனையிலிருந்த கோகுலம் பாலகத்திற்கு வெளியே நடைமேடையில் போடப்பட்டிருந்த விசிப்பலகையிலமர்ந்து சுடுபானம் அருந்திக்கொண்டிருந்தார். பிரமீளாவின் பிடியிலிருந்து தன்னை விடுவித்துக்கொள்ளும் தவிப்பிலிருந்த உறங்காப்புலி பாலகத்தைக் கண்டதும் தேநீர் அருந்திவிட்டுச் செல்லலாமென்று தானும் இயல்பாகச் செய்வதுபோல விரல்களைப் பிரித்துவிட்டுக் கூரைக் கொட்டகையினடியில் போய் நின்றபடி இரண்டு கோப்பைத் தேநீருக்குச் சொல்லிவிட்டுத் தன்னை ஆசுவாசப்படுத்திக்கொண்டான் (தன் செய்கைகளைப் பிரமீளா கவனித்துக்கொண்டேயிருக்கிறாளென்பது அவனுக்குத் தெரிந்திருந்தாலும் அவனுக்கு வேறு தப்பிக்கும் மார்க்கம் புலப்படவில்லை. இன்னொரு பக்கம், தெரியட்டும் என்றும் விரும்பினான்). பிறகு பிரமீளாவின் பார்வையையும் எண்ணவோட்டத்தையும் கலைப்பதற்காகவே தன்னருகில் நின்று கொண்டிருந்த நான்கைந்து மெட்ராஸ்கார இளைஞர்களின் (அவர்கள் தங்களை அப்படித்தான் சொல்லிக்கொண்டார்கள்) உரையாடலைக் கவனிக்கும்படி அவளுக்குச் சைகை செய்தான். அவர்கள் தங்கள் கைகளிலிருந்த கண்ணாடிக் கோப்பைகளில் நிரப்பப்பட்டிருந்த தேநீரின் அளவை வியந்து பேசிக் கொண்டிருந்தார்கள். கிட்டத்தட்ட முழங்கை உயரமுள்ள அம்மாதிரியான கோப்பையையும் அதில் ஊற்றப்பட்டிருந்த திரவத்தின் அடர்த்தியையும் அளவையும் மெட்ராஸில் பார்ப்பது அசாத்தியம் என்றான் அவர்களில் ஒருவன். அங்கு ஒரு தேநீர்க் கோப்பை என்பது ஒரு தேக்கரண்டியைவிடக் கொஞ்சம்தான் பெரியதாக இருக்குமாம். இவர்களுடைய உரையாடலைக் கேட்டுக்கொண்டிருந்த அந்த உள்ளூர்க் கிழவர் சட்டென்று கோபத்துடன் அவர்கள் பக்கம் திரும்பி, என்ன சொல்கிறீர்கள் தம்பிகளா, இவ்வளவு கொடுப்பதற்கென்ன கடைக்காரனுக்குக்

குறை, சுளையாக ஐம்பது பைசா வாங்கவில்லையா என்றார். வெளியூர் இளைஞர்கள் அவர் சொன்னதைக் கிரகித்துக்கொள்ள முடியாமல் சில வினாடிகள் ஸ்தம்பித்து நின்றார்கள். பிறகு பெரிதாகச் சிரிக்கவாரம்பித்துவிட்டார்கள். சுற்றி நின்றிருந்த சில உள்ளூர்க்காரர்களும் (அவர்கள் ஓர் ஆறேழுபேர் இருந்தார்கள்) நிறைந்த வெளியூர்ப் பயண அனுபவம் உள்ளவர்கள்போல அவர்களுடன் சேர்ந்து சிரித்தார்கள். கடைக்காரனும் அவனிடத்திலிருந்தபடியே சிரிப்பில் கலந்துகொண்டான். பிரமீளாவும் லேசாகப் புன்னகைத்தாள். சில நிமிட ஆசுவாசத்திற்கான மெல்லிய திறப்பு. ஒரு சின்ன விடுதலை. ஆனால் அது மற்றவர்களைப்போல முதியவருடைய பேச்சு அவளுடைய செவியில் கிச்சுக்கிச்சு மூட்டியதாலல்லாமல் தான் சுட்டிக் காட்டிய எதைப் பார்த்தாலும் அது அவளுக்கு என்ன தரவேண்டுமென்று தான் விரும்பினோமோ அதைப் பெற்றுவிட்டதாகத் தன்னிடம் காட்டிக்கொள்வதற்காகவே வலிந்து வெளிப்படுத்தியதைப்போலத்தான் உறங்காப்புலியின் கண்களுக்குத் தெரிந்தது. பேச்சுக்கும் சிரிப்புக்கும் எப்படி இப்படியொரு பற்றாக்குறை திடீரென உண்டானது என்றும் எப்படி இயல்பாக இருப்பது என்றும் அந்த மாலையின் அவளுடனான குறைப்பொழுதை எப்படி ஓட்டப் போகிறோமென்றும் அன்று தான் அங்கே வந்திருக்கவே கூடாதோ என்றும் நினைத்து அவன் மருகினான். அந்த வடக்குவெளிவீதிப் பெண் மட்டும் தன் மனதில் இப்படிக் கல்லைப்போல சம்மணமிட்டு உட்கார்ந்து கொள்ளாதிருந்தால் இதே சூழல் எத்தனை சந்தோஷமாக இருந்திருக்கும் என்று ஒரு கணம் அவன் நினைப்பு ஓடியது. மறுகணம் அவள் தன் கண்களில் தட்டுப்படாதிருந்திருந்தால் இவளைத் தேடும் அவசியம் எப்படித் தனக்கு உண்டாகி யிருக்குமென்றும் சலிப்புடன் தனக்குள் சொல்லிக்கொண்டான். அவளால்தானே இவள். அவளுக்குப் பதிலியாகத்தானே இவள். அவளுடைய கனவுதானே இவள். எனவே ஒருவகையில் அவள்தானே இவள். பிரமீளாவின் சிறிய புன்னகைக்குப் பிறகு கல் விழுந்த குளத்து நீரைப்போல மீண்டும் மௌனம் அவர்களை மூடிக்கொண்டுவிட்டது.

தேநீரைக் குடித்துவிட்டு இருவரும் தலைக்கு மேல் பொழிந்து கொண்டேயிருந்த சிறு தூறலினூடு திரும்பப் பாண்டிய வெள்ளாளர் தெருவில் நடக்கத் தொடங்கி (அவளுடைய கை திரும்பவும் அவனுடைய கையைத் தேடி ரகசியமாகக் காற்றில் துழாவிக்கொண்டேயிருந்தது) கூடலழகர் பெருமாள் கோவில் தேர் முட்டியை அடைந்து கோவில் தெருவை நோக்கி இடப்பக்கம் திரும்பியபோது உறங்காப்புலி எதையாவது பேசுவதற்கு உதவி

செய்யவிருக்கிற அந்த மாலையின் இரண்டாவது முதியவர் அவர்கள் கண்களில் தென்பட்டார். அவர்களுக்குச் சில பத்து அடிகள் முன்னால் நடந்து போய்க்கொண்டிருந்த அவரை இந்த முறை முதலில் கவனித்தது பிரமீளா. செவேலென்ற நிறத்தில் துலங்கிக்கொண்டிருந்த முதுகை இரண்டாகக் குறுக்கே வகிர்ந்தபடி தோளிலிருந்து இடுப்புக்கு இறங்கிக்கொண்டிருந்த பூணூல் அவரை ஒரு பிராமணர் என்று தெரியப்படுத்திக் கொண்டிருந்தது. அவள் என்ன நினைத்தாளோ, தலையைக் கவிழ்ந்தபடி ஒரு திருடனைப்போல அருகே நடந்து வந்து கொண்டிருந்த உறங்காப்புலியைத் தொட்டு அவரைப் பார்க்கும்படி சொல்லிவிட்டு அவன் தலை அவரை நோக்கி நிமிர்ந்ததும் அதற்காகவே காத்திருந்தவள்போல மீண்டும் தன் விரல்களை அவனுடைய விரல்களினுள் நுழைத்துக் கோர்த்துக் கொண்டாள். அவன் அவளுடைய உரசலைக் கையை அழுத்தி ஏற்றுக்கொள்ளவோ அல்லது கையை விலக்கி நிராகரிக்கவோ செய்யாமல் (இரண்டில் எதைச் செய்தாலும் அதை அவன் பொருட்படுத்தியதாக ஆகிவிடுமல்லவா) தானும் அந்த முதியவரைக் கவனித்தான். அவருடைய சட்டையணியாத, கோடு போல் மெலிந்த முதுகின்மேல் வரிவரியாகப் படர்ந்திருந்த தோற்சுருக்கங்கள் அவருக்கு வயது எழுபதுக்கு மேலிருக்கும் என்பதைக் காட்டின. அதோடு இடப்புறமும் வலப்புறமுமாக அலை பாய்ந்துகொண்டும் கால்களைத் தரையில் ஊன்ற முடியாமல் தள்ளாடிக்கொண்டும் நத்தை வேகத்தில் நகர்ந்து கொண்டிருந்த அவருடைய நடை அது வயதின் தள்ளாமையால் உண்டானதல்ல என்பதையும் அவர் நன்றாகக் குடித்திருக்கிறார் என்பதையும் எத்தனை தொலைவிலிருந்து பார்ப்பவரும் தெரிந்துகொண்டுவிடுமளவிற்குப் பகிரங்கமாகத் தன் போதையைப் புலப்படுத்திக்கொண்டிருந்தது. வலது கையில் ஊசலாடிக்கொண்டிருந்த, ஹாஜிமூசா துணிக்கடைப் பெயர் அச்சிடப்பட்ட மஞ்சள் துணிப் பையிலிருந்து பிதுங்கி வெளியே தெரிந்துகொண்டிருந்த துளசி மாலையும் அதனடியில் (பையின் வீக்கத்தைக்கொண்டு ஊகிக்க முடிந்த) தேங்காய் பழ வகையறாக்களும் (உண்மையில் அந்தப் பையினுடைய கனம்தான் அவருடைய போதையின் தடுமாற்றத்திற்கு ஈடுகொடுத்து அவரைக் கீழே விழுந்துவிடாமல் சமனிலையில் நடக்கச் செய்து கொண்டிருந்ததைப்போல உறங்காப்புலிக்குப் பட்டது), அவர் கோவிலுக்குப் போய் அர்ச்சனை செய்துவிட்டு அதே கையோடு வடம்போக்கித் தெரு முட்டுச் சந்திற்கும் (அந்தத் தெரு மட்டும்தான் அப்போது போதைப் பிரியர்களின் ரகசியச் சரணாலயமாக இருந்தது) போய்விட்டுத் திரும்பிக் கொண்டிருக்கிறாரென்பதையும் தெளிவாகவே சொல்லிக்

கொண்டிருந்தது. ஆனால் மதுவிலக்கு அமலிலிருந்தாலும்கூட அம்மாதிரியான காட்சியொன்றும் மதுரைத் தெருக்களுக்கு புதியதோ ஆச்சரியப்படத்தக்கதோ இல்லையென்பதால் பிறகு எது பிரமீளாவின் மந்தகாசமான மனநிலையையும் மீறி அவளைக் கவர்ந்திழுத்திருந்ததென்பதை உறங்காப்புலியால் அவதானிக்க முடிந்தது (சில மணி நேரங்களுக்குமுன் அவளிடம் வாய் தவறிச் சொல்லிவிட்ட மடிசார் என்கிற வார்த்தை அவள் மனதை இன்னும் அலைக்கழித்துக்கொண்டிருக்கிறது). என்றாலும் அவன் தன்னைப் பெரிதும் படுத்திக்கொண்டிருந்த மௌனத்தை உடைத்துப் பேச்சை முன்னெடுப்பதற்கு இன்னொரு வாய்ப்புக் கிடைத்தது என்றெண்ணி உள்ளூர நிம்மதிப் பெருமூச்சு விட்டுக் கொண்டே வேண்டுமென்றே அவளைத் தூண்டும் விதமாக, ஏன், அவருக்கென்ன என்று கேட்டான். அவன் கேட்பதற்காகவே காத்திருந்தவள்போல உடனே பிரமீளா அவனை இன்னும் அதிகமாக நெருங்கி உரசியபடியும் கோர்த்திருந்த விரல்களை அழுத்தி நெரித்தபடியும், என்னவா, அந்தப் பிராமணர் தன் பூணூலையும் பரக்கக் காட்டிக்கொண்டு எந்தக் கோலத்தில் போய்க்கொண்டிருக்கிறார் பார், அறுத்துப் போட வேண்டியது தானே அதை என்றாள். உறங்காப்புலி பதிலுக்கு, ஏன் பூணூலுக்கும் போதைக்கும் என்ன சம்பந்தம், அதை ஏன் அறுக்கவேண்டும், ஓர் ஐம்பது வருட காலப் பகுத்தறிவுச் சிந்தனைகளும் எட்டு வருட காலக் கழகக் கொள்கைகளும் ஆட்சியும் தமிழ் நிலத்தை இத்தனை தூரம் பாதித்த பின்னும் பிராமணர்களை மட்டும் ஒழுக்கப் பிறழ்வான சூழலில், பலமும் பலவீனமும் கொண்ட சாதாரண மனிதர்களாக வைத்துப் பார்க்க நம்மால் ஏன் முடியாமலிருக்கிறது, பூணூலையும் குடுமியையும் ஓர் இனத்தின் அடையாளமாகவல்லாமல் ஒழுக்கத்தின் அடையாளமாக ஏன் பார்க்க முயல்கிறோம் என்றான். ஒழுக்கத்தைப் பற்றி வாய் கிழியப் பேசும் பிராமணர்கள் தாங்களும் அப்படி இருக்க வேண்டாமா என்பதற்காகச் சொன்னேன் என்றாள் பிரமீளா. இப்போதெல்லாம் அவர்கள் மாமிசம்கூடச் சாப்பிடவாரம்பித்து விட்டார்கள். ஒழுக்கம் பிராமணர்களுடைய தனிச் சொத்தா யென்ன என்று கேட்டான் உறங்காப்புலி. எனக்கென்னவோ அவர்களைச் சாதாரணர்களாக ஆக விடாமல் நாம்தான் தடுத்துக்கொண்டிருக்கிறோமென்று தோன்றுகிறது, இன்று நாம் புறவெளியில் அவர்களுக்குச் சமமாகப் படிக்கிறோம், நடக்கிறோம், சமூகத்தில் நமக்கென்ன இடம் இருக்கிறதோ அந்த இடம்தான் அவர்களுக்கும் என்கிற அளவிற்கு அவர்களையும் மாற்றியிருக்கிறோம், ஆனாலும் ஒரு கொலையோ திருட்டோ கற்பழிப்போ ஒழுக்கக் கேடோ நிகழும்போது அதை நிகழ்த்தியவன் ஒரு பிராமணனென்றால் அது நம்மை வழக்கத்தைவிடச் சற்று

கூடுதலாகத்தான் திடுக்கிடச் செய்கிறது, பிராமண சமூகம் அதன் பீடத்தை இழப்பதற்கு அது சம்மதிக்கிறதோ இல்லையோ, நாம் சம்மதிப்பதில்லை, இன்னொரு விதத்தில் அவர்களை அசாதாரணர்களாக்குவதன் மூலம் நம்முடைய குற்றங்குறைகளை மனிதயியற்கை என்பதாகக் காட்டிச் சாதாரணப்படுத்திக்கொள்ள நாம் முயல்கிறோமோ என்னவோ, அஹிம்சை வழியில் நடக்க நானென்ன மகாத்மாவா என்று கேட்பதைப்போல குடிக்காம லிருக்கவும் சூதாடாமலிருக்கவும் நானென்ன பிராமணனா என்று கேட்பது, அது ஏன் அப்படியிருக்கவேண்டும். நீ என்ன சொல்ல வருகிறாய், பிராமணர்களுக்கும் அயோக்கியர்களாயிருக்கத் தகுதியும் உரிமையும் இருக்கிறது என்கிறாயா என்று கேட்டாள் பிரமீளா. இல்லை, யோக்கியனாயிருப்பதற்குப் பிராமணனாய்த் தானிருக்க வேண்டுமென்கிற அவசியமில்லையென்கிறேன் என்று பதில் சொன்னான் உறங்காப்புலி. பிரமீளா பதில் சொல்ல வில்லை. இதற்குள் இருவரும் முதியவரை நெருங்கி அவருக்கிணையாக வந்து அவரைக் கடக்கும் புள்ளியையும் அடைந்துவிட்டார்கள். அவரிடமிருந்து வீசிக்கொண்டிருந்த சாராயத்தின் புளித்த நாற்றம் குடலைப் புரட்டுவதாயிருந்தது. உடல் முழுவதும் செல்லப் பிராணியின் நகத் தடங்களைப் போல பட்டை பட்டையாக விபூதி கீறியிருந்தது. நெஞ்சுவரை நீண்டு தொங்கிக்கொண்டிருந்த வெண்தாடியினுள் (அது உறங்காப்புலிக்குப் பெரியாரைத்தான் நினைவுபடுத்தியது) புதைந்திருந்த வாய் குழறிக் குழறி இடைவிடாமல் உரக்க உச்சரித்துக்கொண்டிருந்த நாச்சியார் திருமொழியின் (வாய்ச் சுவையும் நாற்றமும் விருப்புற்றுக் கேட்கிறேன், சொல்லாழி வெண்சங்கே) வரிகளை அவர்கள் கடந்தபோது அவன் மீண்டும் வடக்கு வெளிவீதிப் பெண்ணின் நினைவுகளுக்குள் விழுந்து விட்டான். அந்த ஆழத்திலிருந்து தனக்குத்தானே பேசிக் கொள்வதைப்போல, மேலும் ஒரு மனிதன் உண்மையில் மனிதனாயிருப்பது என்றால் என்ன என்பதை அறிந்துகொள்ள உதவும் சில அபூர்வமான பரவச அனுபவங்களை ஒழுக்க மீறல்கள்தான் நிகழ்த்துகின்றன, என்ன செய்வது என்றான். இதைக் கேட்டதும் பிரமீளா அவனைத் திரும்பிப் பார்த்துச் (இரண்டாம் முறையாக) சிரித்து, அவர்களிருவரும் கழித்த பொழுதுகளும் அந்த அனுபவத்தில் அடங்கும்தானா என்றும் அல்லது அதைக் குறித்ததேதான் அவன் பேச்சா என்றும் கேட்டுவிட்டு இன்னும் கூடுதலாக அவன் தோளோடு தன் தோளை இழைத்துக்கொண்டாள். உறங்காப்புலி மீண்டும் பழைய கவலைக்குள் வீழ்ந்தான். அன்று தன்னைச் சுற்றி எது நடந்தாலும் என்ன பேசப்பட்டாலும் அதைத் தன் எண்ணவோட்டங்களின் உருவகங்களாகவே உறிஞ்சிக்கொண்டுவிடும் அசுர மனநிலையி

லிருந்தாள் அவள். எனவே உறங்காப்புலி நேரடியாக அவள் கேள்விக்குப் பதில் சொல்லாமல், மொழியென்பது அர்த்தங்களின் கதவுகளைத் திறக்கும் சாவி என்று சொல்லப்படுவது உண்மைதான், ஆனால் மிக அபாயகரமான சாவி, அதைக் கொண்டு நாம் ஒரு கதவைத் திறக்க உத்தேசிக்கும்போது அது எதிர்பாராத பல கதவுகளை ஒரே சமயத்தில் திறந்து விட்டுவிடுகிறது, நாம் எதில் நுழைவது என்று தெரியாமல் திணறிப் போய்விடுகிறோம் என்றான். பிரமீளா அவன் சொன்னதைப் புரிந்துகொண்டுவிட்டாள். அவள் முகத்தில் திரும்பவும் மந்தகாசம் தொற்றிக்கொண்டுவிட்டது. மீண்டும் சில நிமிடங்கள் மௌனம். அனுமார் கோவிலைச் சமீபித்ததும் அவர்களிருவருமே சொல்லி வைத்தாற்போல திரும்பிப் பார்த்தார்கள். முதியவருடைய நடையின் தள்ளாட்டமும் இடவலமான அலட்டலும் (வாகனங்கள் எந்தப் பக்கம் செல்வது என்று தெரியாமல் திகைத்துத் திட்டிக்கொண்டே அவரைக் கடந்துகொண்டிருந்தன), புலம்பலும் (சில சிறுவர்கள் பெரிதாகச் சிரித்துக்கொண்டும் கேலி செய்துகொண்டும் சில்லரைச் சீண்டல்களுடன் பெண்களின் கண்டிப்பைப் பொருட்படுத்தாமல் அவரைப் பின்தொடர்ந்துகொண்டிருந்தார்கள்) அதிகமாகி யிருந்தது. பிரமீளா உறங்காப்புலியின் கையைப் பிடித்து நிறுத்தி, அவரால் முடியவில்லை, கீழே விழப் போகிறார், நாம் அவருக்கு உதவி செய்யப் போகிறோமா என்று கேட்டாள். உறங்காப்புலி அப்படியெதுவும் யோசனை செய்யவில்லை. அவனுக்கு அந்தக் காட்சி அப்படியெல்லாம் யாராவது குறுக்கிட்டுத் தீண்டி அதைப் பிரக்ஞை வெளிக்குள் இழுத்துக் கொண்டுவந்துவிட இயலாதபடி கம்பியழிக் கதவொன்றால் பிரிக்கப்பட்ட ஒரு மர்ம நிலத்திற்குள் கனவின் சாயலோடு நிகழ்ந்துகொண்டிருப்பதைப் போலவும் வெறுமே வேடிக்கை பார்த்துக்கொண்டிருப்பதற்கு மட்டுமே அதற்கு வெளியிலிருப்பவர்களுக்கு அனுமதியளிக்கப் பட்டிருப்பதைப் போலவுமே தோன்றிக்கொண்டிருந்தது. அந்தப் பிராமணரும் பிரமீளா பயந்ததைப்போல கீழே விழுந்துவிட வில்லை. ஆனால் திடீரென்று ஒரு கட்டத்தில் கால்களை மாற்றி மாற்றி எடுத்து வைக்கும் செயலை ஓர் அபத்தமான நாடகமாய் உணர்ந்தவரைப்போல தெருவின் இடப்புறம் வரிசையாகக் கட்டப்பட்டிருந்த பசு மாடுகளில் ஒன்றின் கால்களுக்கடியில் சாணியும் மூத்திரமும் மெழுகியிருந்த தரையில் பையைத் தாழ்த்திப் பத்திரமாக வைத்துவிட்டு அதன் கனத்தாலேயே தானும் இழுக்கப்பட்டவரைப்போல கால்களை அகலப் பரத்தியபடி உட்கார்ந்துவிட்டார். தலை தொங்கிவிட்டது. கண்கள் மூடிக்கொண்டுவிட்டன. வாயிலிருந்து தாடி வழியாகக் கோழை தாரை தாரையாக ஒழுகிக்கொண்டிருந்தது. உதடுகள் மட்டும் நாச்சியார் திருமொழியை விடாமல் முணுமுணுத்த

படியிருந்தன. உறங்காப்புலியின் முகத்தில் திருப்தியும் புன்னகையும் பரவியது. அதே சமயத்தில் பிரமீளாவின் குரலில் பதற்றம் தொற்றிக்கொண்டுவிட்டது. அவள் மீண்டும் அவர் எழுந்து நிற்கவோ நடக்கவோ உதவுவது பற்றி அவனிடம் முணுமுணுத்தாள். உறங்காப்புலி தலையை ஆட்டி அதை மறுத்தான். பின் நாம் இப்போது என்னதான் செய்ய வேண்டும் என்று பொறுமை யிழந்தவளாய் அவள் அவனைப் பார்த்து வினவினாள். ஒன்றும் செய்ய வேண்டாம், போகலாம் என்றான் அவன். பின் எதற்காக மெனக்கெட்டு நின்று அவரை நாம் கவனித்துக்கொண்டிருந்தோம், இப்படி ஒரு மனிதர் சாணியில் விழுந்து புரள்வதை வேடிக்கை பார்த்துக்கொண்டிருக்கவா என்று கேட்டாள் அவள். உறங்காப்புலி அதற்குப் பதில் சொல்லவில்லை. அவன் நடக்கத் தொடங்கினான். அது தன்னைக் கேலி செய்வதைப்போல அவளுக்குப் பட்டிருக்க வேண்டும். திடீரென அவள் நிலத்தில் கால்களை நன்றாகப் பதித்து நின்றுவிட்டாள். அவளுடைய விரல்கள் அதைக் கவனியாமல் நடந்துகொண்டிருந்தவனுடைய விரல்களிலிருந்து நழுவிப் பிரிந்தன. அவரை எழுப்பிக் கூட்டிச் சென்று ஒரு ரிக்ஷாவில் ஏற்றிவிடவோ அல்லது வீடு அருகிலிருக்கும் பட்சத்தில் அவரை அவருடைய வீட்டிலேயே கொண்டுபோய்ச் சேர்க்கவோ செய்யாமல் நாம் வீடு திரும்பப் போவதில்லை என்றாள் அவள் அதிகப்படியான பிடிவாதத்துடன். மேற்கொண்டு, ஏன், அவர் ஒரு பிராமணராயிருப்பதுதான் அவரைத் தொடத் தைரியமில்லாமல் பரிவையோ பரிகாசத்தையோ மனதில் மட்டும் நிகழ்த்தியபடி தள்ளி நின்று வேடிக்கை மட்டும் பார்க்க நிர்பந்திக்கிறதா உன்னை என்றும் வெறுப்புடன் கேட்டாள். அல்லது, பாம்பையும் பார்ப்பானையும் கண்டால் பாம்பை விட்டுவிட்டுப் பார்ப்பானை அடி என்று உங்கள் தலைவர் சொன்னதைச் செயலில் காட்டுகிறாயா. சாதி சம்பந்தப்பட்டதோ ஒழுக்கம் சம்பந்தப்பட்டதோ மனிதாபிமானம் சம்பந்தப்பட்டதோ அல்ல இது என்றான் உறங்காப்புலி. உனக்குப் புரியாது, இது வேறு, நான் அவர் நடந்து செல்வதை வேடிக்கை பார்க்க விரும்பினேன், அவ்வளவுதான், நாம் போகலாம். மதுவிலக்கு நேரத்தில் குடித்துவிட்டு அந்தக் கிழவர் பகிரங்கமாக விழுந்து கிடக்கிறார், அதுவும் குற்றவியல் பிரிவுக் காவல்நிலையத்திற்கு இத்தனை அருகிலேயே, மேலும் ஓர் அசிங்கமான தரையில், நீ வேடிக்கை பார்த்துவிட்டு நகரச் சொல்கிறாய். நாம் போய்க் கூப்பிட்டாலும் அவர் நம்முடன் வர மாட்டார். ஏன், வீட்டாருக்குத் தெரிந்துவிடுமென்பதனாலா. இல்லை, எப்படியும் இத்தனை அழுக்கான உடைகளும் அலங்கோலமும் அவரைக் காட்டிக்கொடுக்கத்தான் போகிறது, அவரும் அதைப்பற்றிக் கவலைப்படப் போவதில்லை. பின் என்ன, ஏன் அவர் வர

பா. வெங்கடேசன்

மாட்டார். வர மாட்டார் என்றான் உறங்காப்புலி சற்றுக் கோபத்துடன். அவர் தன்னைத் தவிர வேறு யாருமற்ற தன்னுடைய உலகத்தில் இருக்கிறார், அவர் இருக்கும் ஸ்திதியை அதற்கு வெளியேயிருக்கும் நிஜவுலகத்தின் எந்த வார்த்தையாலும் உணர்வாலும் செயலாலும், அதாவது, இரக்கப்படுவது, கோபப் படுவது, உதவி செய்வது, பாராமுகமாகப் போவது, கேலி செய்வது அல்லது கல்லாலெறிந்து கொன்றேகூட விடுவது, இப்படி எந்தச் செயலாலும் அந்தச் செயலுக்குப் பாத்யதைப்பட்ட ஒன்றாக அர்த்தப்படுத்தவே முடியாது, பிரமீளா, அவராக அங்கிருந்து வெளியேறி வரும்வரை அவரை நாம் சந்திக்கவோ பேசவோ இயலவும் இயலாது, அவருக்கு ஏதாகிலும் உதவி செய்ய வேண்டுமென்று நாம் உண்மையிலேயே விரும்பினால் அது அவரை அப்படியே விட்டுவிட்டு விலகிச் சென்றுவிடுவது என்பதாகத்தான் இருக்க முடியும், புரிகிறதா.

நேயர்களே, உறங்காப்புலி என்கிற அந்த ஆணும் பிரமீளா என்கிற அந்தப் பெண்ணும் பேசிக்கொண்டிருந்தது உண்மையில் அந்தக் கிழவரையோ அவருடைய போதையையோ அவர் விழுந்து கிடக்கும் நிலையையோ பிராமணர் பிராமணரல்லாதாருடைய ஒழுக்க விதிகளையோ பற்றியது அல்ல என்பதும் நெருங்கும் விருப்பத்தையோ விலக்கும் நிர்பந்தத்தையோ நேரடியாகப் பேசிக்கொள்ள இருவருக்குமே தைரியமற்ற நிலையில் அப்படிப் பேசிக்கொள்வதைத் தவிர அவர்களுக்கு வேறு வழி இல்லாதிருந்தது என்பதும் வெளிப்படுத்தவியலாத அந்தப் பூடகம்தான் கலைடாஸ்கோப் வடிவங்களைப்போல வார்த்தைகளாகச் சிதறி, மாறி, இணைந்து, வேறுவேறு கேள்விகளாகவும் பதில்களாகவும் வெளிவந்துகொண்டிருந்தன என்பதும் அவர்களிருவருடைய மனதிற்கு மட்டுமல்ல, நமக்குமே தெரியும்தான் இல்லையா. என்றாலும் சூழலின் அழுத்தத்தை எதிர்த்து உறங்காப்புலியால் அதைத் தொடர்ந்து முன்னேற்றிக் கொண்டு செல்ல முடியவில்லை. விக்கிரமாதித்யன் கதையில் விடுகதைகளுக்குப் பதில் தெரிந்து விட்ட ஆர்வத்தில் அவசரப்பட்டு வேதாளத்திடம் பேசிப் பேசி அவன் அதைத் தன் கைகளிலிருந்து தவற விட்டுவிடுவானே, அதைப்போல அவன் உணர்ச்சி வேகத்தில் பிரமீளாவின் பெயரைச் சொல்லி எதிர்பாராதவிதமாக நான்கு மாதங்களாகத் தொடர்ந்துகொண்டிருந்த விளையாட்டில் தோற்றுவிட்டான். அவள் அதை நம்ப முடியாமல் சில வினாடிகள் திகைத்து நின்றாள். பிறகு மெதுவான, ஆனால் அழுத்தமான குரலில், என்னைப் பெயர் சொல்லி அழைத்தாய்தானே என்று கேட்டாள். அவள் கேட்டபின்தான் உறங்காப்புலிக்கே அது உறைத்தது. அவனும் முதலில் திடுக்கிட்டான். பிறகு, அதுவொன்றும்

பெரிய விஷயமில்லையென்று காட்டிக்கொள்பவன்போல அசட்டுத்தனமாகச் சிரிக்க முயன்றான். பிரமீளா முதலில் பதிலுக்குச் சிரிக்கவில்லைதான் (அவள் குரலிலும் வெறித்த கண்களிலும் மீண்டும் பழைய வெறுமை வந்து தொற்றிக் கொண்டுவிட்டது). ஆனால் சில வினாடிகளுக்குப் பிறகு உறங்காப்புலி கலவரமடையும்படி நடுச்சாலையென்றும் பார்க்காமல் உரக்கச் சிரித்துக்கொண்டே, உனக்குத் தெரியும்தானே அந்தப் பெயர் ஒருபோதும் நம்மிருவருக்கானதில்லையென்பது என்று கேட்டாள். உறங்காப்புலி திடுக்கிட்டுச் சுற்றுமுற்றும் பார்த்தான். அவள் அதைச் சட்டை செய்யவில்லை. நீ அறிவாய்தானே உன் கைகளிலிருக்கும்போது நான் இன்னும் பெயரிடப்படாத ஒரு குழந்தையாயிருந்தேனென்பதை, எத்தனை அபத்தமாகவும் உன்னுடன் விளையாடவும் பேசவும் உரிமை பெற்றிருந்த, இந்தப் பிரமீளாவுக்கு முந்தைய ஒரு கபடமற்ற சிறுமியாயிருந்தேனென்பதை என்று தொடர்ந்து கேட்டாள். உறங்காப்புலி தலையைக் குனிந்துகொண்டான். ஆம், தோற்றுவிட்டேன் என்றும் முணுமுணுத்தான். அவள் பனிக்கட்டியைத் தொட்டதைப்போன்ற கூர்மையான, சில்லிட்ட, வறண்ட, துயரமொன்று ஊடுருவியிருந்த குரலில் சொன்னாள், இந்த விளையாட்டில் தோற்பதா ஜெயிப்பதா எது அதிக வலியைத் தருகிறது என்று இப்போதும்கூட எனக்குச் சரியாகத் தெரியவில்லை, ஆனால் இந்த விளையாட்டே ஒரு மிகத் தீவிரமான, தற்கொலைக்கொப்பான விளையாட்டு என்பதை நீ என்னைப் பார்க்க வராமலிருந்த நாட்களை அனுபவிக்கும்வரை நான் உணரவில்லை, நீ என்னுடன் நிரந்தரமாகத் தங்கியிருப்பாயென்றெல்லாம் அபத்தமான நம்பிக்கைகள் எப்போதுமே என்னிடம் இருந்ததில்லையாயினும் அந்த விளையாட்டு ஏதோவொரு விதத்தில் நீடித்துக் கொண்டேயிருக்குமென்று எப்படி நம்பினேனென்று எனக்கே தெரியவுமில்லை, இப்போது அந்த விளையாட்டு முடிந்துவிட்டது, நீ என்னைப் பெயர் சொல்லி அழைத்துவிட்டாய், விளையாட்டின் துவக்கத்தில் நீயே சொன்னதுபோல் இந்தப் பெயர் நான் உன் மனதிலிருக்கும் யாரோ ஒருத்தியில்லையென்பதை இப்போது பட்டவர்த்தனமாக்கியிருக்குமென்பதென்னவோ உண்மைதான், ஆனால் இந்தப் பெயரால் அழைக்கப்படும்போது நான் உண்மையில் யாராக வாழ்ந்திருக்க வேண்டுமோ அந்த நானும் இல்லையென்பதை நினைக்கும்போதுதான் கொஞ்சம் வருத்தமாயிருக்கிறது, எஞ்சியிருப்பது என்னுடைய பழைய பெயர், அந்தப் பெயரால் என்னை விரும்பக்கூடிய அத்தனை சொந்தங்களிடமிருந்தும் நான் விலகியும் வந்துவிட்டேன், ஆக நான் யாருமில்லையென்பதுதான் உன் பழக்கத்தின் மூலம் என்

மறதியிலிருந்து பிரக்ஞை நிலைக்கு உயர்ந்த விஷயம், நல்லது, ஆனால் யாராகவும் இல்லாமலிருப்பதென்பது வெற்றியா தோல்வியா, இங்கே நாம் யாருக்காவது யாராகவாவது இருந்து தானே ஆக வேண்டியிருக்கிறது, எனக்குப் பயமாக இருக்கிறதே. உறங்காப்புலிக்கு அவளை எப்படி ஆறுதல் படுத்துவதென்றே தெரியவில்லை. ஆற்றொழுக்காகப் போய்க் கொண்டிருந்த அவளுடைய வாழ்க்கையில் தனக்கு வடக்குவெளிவீதிப் பெண்ணால் நிகழ்ந்த அதேவிதமான குறுக்கிடலைச் செய்து விட்டோமென்கிற குற்றவுணர்வு திடுமென அவனுக்குள் பாறாங்கல்லைப் போன்ற பாரத்தை இறக்கியது. அவன் அவளுடைய கைகளைப் பற்ற முயன்றான் (அவளைப் பிரமீளா என்று இன்னொரு முறை அழைக்கக்கூட விரும்பினான், ஆனால் பயமாக இருந்தது). ஆனால் பிரமீளா தன்னுடையவற்றைப் பின்னுக்கிழுத்துக்கொண்டாள். பரவாயில்லை, நான் தனியாக இருந்தே சமாளித்துக்கொள்கிறேன், மீண்டும் ஒரு புது விளையாட்டைத் துவக்கும் மனநிலையோ வலுவோ என்னிடம் இருப்பதாக நான் நம்பவில்லை, இந்த விளையாட்டு இத்தனை விபரீதமானது என்பதையும் இதை எப்படி விளையாடினாலும் பாதிக்கப்படப்போவது நானாகத்தான் இருக்க முடியுமென்பதையும் துவக்கத்திலேயே தெரிந்து கொள்ளாமல் அசடு மாதிரி இருந்துவிட்டேனே என்று என் மீதே எனக்குக் கோபமாகத்தான் வருகிறது. அவலங்களின் வழியே நிறைய கற்றுக் கொண்டுவிட்டதாகத்தான் நாம் நினைக்கிறோம், ஆனால் சாகும்வரை ஒவ்வொரு வயதிற்கும் உரிய குழந்தைமையென்று ஒன்று இருக்கத்தான் செய்யும்போல, அது நம்மைப் பல சமயங்களில் சக்கையாக ஏமாற்றிவிடுகிறது, அதற்குப் பாவம் நீ என்ன செய்வாய், நீ சற்று முன்பு இந்தக் கிழவரின் நிலை குறித்துச் சொன்னதைப்போல இது இப்படி நடந்துகொண்டிருக்கிறது என்று மட்டும்தான் இம்மாதிரியான விஷயங்களைக் குறித்து நாம் பேச முடியும், இரக்கத்தாலோ கோபத்தாலோ துக்கத்தாலோ சுட்டப்படும் நிகழ்வுகளல்ல இதைப் போன்றவை, சரிதானே என்றாள். பிறகு ஏதோ ஆசைப் பட்டுக் கேட்டு அனுமதி வாங்கிக்கொண்டவளைப்போல திடீரென்று எதிர்பாராதவிதமாக உறங்காப்புலியின் கன்னத்தில் ஆங்காரத்துடன் ஓங்கி ஓர் அறை விட்டாள். உறங்காப்புலி ஏற்கெனவே எதிர்பார்த்திருந்தவன்போல அவள் கண்களை நேருக்கு நேராகப் பார்த்தபடியே மௌனமாகவே அதை வாங்கிக் கொண்டான். இனியொருமுறை என்னைப் பார்க்கவென்று என் வீட்டு வாயிற்படி ஏறாதே என்று அடித் தொண்டையிலிருந்து அவள் உறுமினாள். உறங்காப்புலி எதிர்வினையெதுவும் கொடுக்க வில்லை. தொடர்ந்து அவளைப் பார்த்தபடியே சிலையைப்போல

நின்றிருந்தான். பிரமீளா விடுவிடென்று நடக்கத் துவங்கினாள். அவன் அவளைப் பின்தொடரவில்லை. அவன் மனதில் அப்போது உருவான வெற்றிடம் நிம்மதியைக் குறிக்கிறதா அல்லது வெறுமையைக் குறிக்கிறதா என்றும் அவனுக்குத் தெரியவில்லை. சிறிதுநேரம் அவள் சென்ற திசையையே வெறித்துப் பார்த்துக் கொண்டிருந்துவிட்டுப் பிறகு அதற்கு எதிர்த்திசையில் (வந்த வழியிலேயே) திரும்பி நடக்கவாரம்பித்தான். சில பத்து அடிகளில் கண்களை மூடியபடி தன்னிலையின்றி நாச்சியார் திருமொழியைப் பிதற்றிக்கொண்டிருந்த அந்தக் குடிகாரக் கிழட்டுப் பிராமணரை அவன் அடைந்து கடந்தபோது அடுத்தமுறை வடக்கு வெளிவீதி வீட்டின்முன் நிற்கையில் அவள் தன் மதியத்தூக்கத்தின் உலகிற்குள் இல்லாமல் பிரக்ஞை நிலையிலிருந்தால் அவளுடன் பேசிவிடுவது என்கிற முடிவை எடுத்துவிட்டிருந்தான். கூடவே அப்படி அவளிடம் பேசத் துவங்கும்போது தன் நிஜப் பெயரால் தன்னை அறிமுகப்படுத்திக்கொள்வதில்லையென்றும்.

குடுமியறுப்புச் சம்பவம் நடந்து முடிந்து ஒன்றேகால் வருடத்திற்குப் பிறகு, 1976ஆம் வருடம் ஜனவரி முதல் வாரத்தில் தன் எதிரியைப் பழி தீர்த்துக்கொள்ள எதிர்பாராமல் கிடைத்த ஓர் ஏழு நாள் சாகஸச் செயல்களுக்கான வாய்ப்பின்மேல் இந்தக் கதை அதைப்பற்றிய விவரிப்புகளோடு அதன் முடிவிற்கு வந்துவிட்டது என்றே வாசுதேவன் நினைத்துவிட்டான். அந்த ஒரு வார காலமும் அவன் சந்தித்த பல்வேறு தரப்பட்ட மனிதர்கள்முன் (ஒரு விலைமாது உட்பட) அவன் வெளிப்படுத்திய மாறுவேடத் திறமை, தந்திரங்கள், சமயோசிதம், பொய்கள், சேதக்கிலும் பேருந்திலுமாக சலிக்காமல் மேற்கொண்ட பயணங்கள், ஊகித்தறியும் ஆற்றல், எழுதி வைத்துக்கொண்ட குறிப்புகள் ஆகியவை யாவும் ஒரு கதையின் உச்சகட்டத்திற்கான பரபரப்பையும் முடிவை நோக்கி விரையும் காட்சிக் கூறுகளையும் கொண்டிருந்தன என்பதையும் மறுப்பதற்கில்லைதான். ஒன்றேகால் வருடக் கோபத்தைக் கடைசியில் தன் பொறுமையாலும் சாமர்த்தியத்தாலும் அவன் தீர்த்துக் கொண்டுவிட்டான். குற்றவாளியைக் காவல்துறையின்முன் கொண்டுவந்து நிறுத்திவிட்டான் (அல்லது காவல்துறையைக் குற்றவாளியின்முன் கொண்டுபோய் நிறுத்திவிட்டான்) அவன் குடுமியை அறுத்தெறிந்த அந்தப் போக்கிரி கைதாகிவிட்டான். அனைத்தும் சுபமாக அமைந்தது. கதை முடிய வேறென்ன வேண்டும். ஏழாம் நாள் மாலை, அனைத்தும் நல்ல விதமாக முடிந்ததென்று உறுதியானபின் வீட்டிற்கு வந்து பாகீரதியை

மார்போடு அணைத்துக்கொண்டு அவளிடம் நடந்தவற்றை ஒரு கதையைப்போல கூறிவிட்டு அவன் கேட்டான், பாகீ, இதைக் கேட்கும்போது உனக்கே இது சாயங்காலமா அல்லது உன் பிரத்யேகப் பொழுதான மதிய நேரமா என்கிற சந்தேகம் வருகிறது இல்லையா, ஆனால் கண்ணே, அது ஒரு நெடிய பகல் நேரக் கனவைப் போலத்தான் நடந்து முடிந்தது. ஏழு நாள் சாகஸப் பயணம், ஹ.

முதல் நாள், அதாவது 1976ஆம் வருடம் ஜனவரி மாதம் 6ஆம் தேதி, அந்தப் போக்கிரியைத் தற்செயலாக வாசுதேவன் மீண்டும் சந்தித்தான் (மன்னிக்கவும், பார்த்தான்). அன்று, மூன்று மாதங்களுக்கு முன்பு வரை தன்னைக் காமராஜரின் சீடப்பிள்ளையென்று அறிவித்துக்கொண்டிருந்த சிவாஜி கணேசன் அவருடைய பூதவுடலின்மேல் போடப்பட்ட பூமாலை வாடுமுன்பே ஸ்தாபன காங்கிரஸை விட்டு விலகி இந்திரா காங்கிரஸில் சேர்ந்துவிட்டாரென்று மதுரையெங்கும் ஒரே அமளியாய் விடிந்திருந்தது. அவசரநிலைப் பிரகடனமும் அதன் செயல் வடிவங்களும் விளைவுகளும் முழு ஆகிருதியுடன் பிரசன்னமாகிக்கொண்டிருந்த நேரம் அது. இந்திராவின் அடக்கு முறை குடியரசு என்கிற வார்த்தையையே கேலிக்குள்ளாக்கி இந்தியாவைப் பிற நாடுகளின்முன் வெட்கித் தலைகுனியச் செய்துவிடும் என்று தலைவர்கள் அத்தனைபேரும் அதற்கெதிராகக் கிளர்ந்தெழும் தருணத்தை நோக்கிக் குமுறியபடிக் காத்திருந்த நாட்கள். அரசியல்வாதிகள் மட்டுமல்லாமல் கலைஞர்களும் சமூகத்தில் தங்களுக்குக் கிடைத்திருக்கும் ரசிகர்களின் அன்பு வெளியைப் பயன்படுத்தி அவர்களை அந்தத் தருணத்தைக் குறிவைத்துத் தயார்படுத்தத் தேவைப்பட்டுக்கொண்டிருந்த அந்த நேரத்தில் தர்மத்தின் பக்கம் நிற்கவேண்டிய இரண்டு பெரிய கலைஞர்களில் இன்னொருவரும் (ஒருவர் எம்ஜியார், அவர் ஏற்கெனவே இந்திராவின் பக்கம் சாய்ந்துவிட்டிருந்தார்) இப்படி நம்பிக்கைத் துரோகம் செய்துவிட்டதானது தலைவர்களுக்கு மட்டுமல்லாமல் ரசிகர்களுக்கும் மிகப் பெரிய ஏமாற்றத்தையும் கோபத்தையும் தந்துவிட அவசரநிலைக் கால விதிகளைப் பொருட்படுத்தாமல் (ஓரிடத்தில் அவசியமேற்பட்டாலொழிய மூன்று பேருக்கு மேல் கூடுவதோ கூட்டம் போடுவதோ தண்டனைக்குரிய குற்றம்) மாவட்டம் முழுவதுமே பரவலாக அவருடைய ரசிகர் மன்றங்கள் அவர்களாலேயே கலைக்கப் பட்டுக்கொண்டிருந்தன. அந்த இடங்களெங்கிலும் பதற்றம், பரபரப்பு, காவலர் வருகை, தடியடி, கைது இத்யாதி நிகழ்ச்சிகள் அரங்கேறிக்கொண்டுமிருந்தன. அந்த வரிசையில் ராஜாமில் சாலையிலும், தேவி திரையரங்கின் மதிற்சுவரையொட்டி

எழுப்பி நிறுத்தப்பட்டிருந்த சிவாஜி கணேசன் ரசிகர் மன்றத் தண்ணீர்ப் பந்தல் மற்றும் படிப்பகத்தினுள்ளிருந்த சிவாஜியின் கண்ணாடிச் சட்டமிடப்பட்ட புகைப்படங்களும் தாம்புக் கயிற்றில் தொங்கிக்கொண்டிருந்த பேசும்படம் மற்றும் பொம்மை இதழ்களும் செய்தித் தாள்களும் விசிப்பலகைகளும் இரண்டு நீர் நிறைந்த மண்பானைகளும் பரபரப்பான போக்குவரத்து ஸ்தம்பித்துச் சிதறியோடும்வண்ணம் சாலைமேல் விசிறியடிக்கப் பட்டுச் சின்னாபின்னமாக்கப்பட்டுக்கொண்டிருந்த அந்தக் காலை நேரத்தில் (மணி 9.00) அந்த அமளிக்குள் ஃபென்னர் அலுவலகத்திற்கு அழைப்பின் பேரில் சென்றுகொண்டிருந்த வாசுதேவன் பேச்சியம்மன் படித்துறைச் சந்திப்பில் தன்னுடைய சேதக்குடன் மாட்டிக்கொண்டுவிட்டான். தமிழ்ச் சங்கம் சாலை வழியாகவே போயிருக்கலாம்தான். ஆனால் குடுமியறு பட்ட சம்பவத்திற்குப்பின், அந்தப் போக்கிரியைப் பற்றித் தகவல் ஏதாவது தெரிந்ததா என்று கேட்கத் தோன்றும் நாட்கள் தவிர மற்ற நாட்களில், அந்தச் சாலையைப் பயன்படுத்துவதைக் கூடுமானவரை அவன் தவிர்க்கத்தான் முயன்றுகொண்டிருந்தான். அந்த வீதி முழுவதுமே (பதினைந்து மாதங்களுக்குப் பிறகும்) தன்னைப் பரிதாபமும் பரிகாசமும் நிறைந்த கண்களால் கவனித்துக்கொண்டிருப்பதைப்போன்ற உணர்வை அவனால் அழிக்கவே முடியாமலாகியிருந்தது (காவல் நிலையத்திலும் அவனுடைய ஒட்ட வெட்டிய கிராப்புத் தலை யைக் கண்டதுமே சலிப்புடனும் ஒரு நமுட்டுச் சிரிப்புடனும், தேடிக்கொண்டிருக்கிறோம் தேடிக்கொண்டிருக்கிறோமென்று சொல்லி அனுப்பிவிடுவதிலேயே குறியாய் இருந்தார்களேயொழிய அவனுடைய புகாரை அவர்கள் ஒரு பொருட்டாக எடுத்துக் கொண்டதாகவே அவனுக்குப் படவில்லை). ஆனால் என்ன செய்வது. வந்தாயிற்று. மாட்டிக்கொண்டாயிற்று. அதுவொன்றும் கோஷ்டிப் பூசல் இல்லையாதலால் அடிதடியெதுவும் நடக்கவில்லை. எனவே வீதியில் போய்க்கொண்டிருந்தவர்களுக்கு இடையூறு ஏற்பட்டிருந்ததே தவிர ஆபத்து எதுவும் உண்டாகிவிடவுமில்லை. உண்மையில் சிவாஜி மன்றம் கலைக்கப்பட்டதைவிட இந்திராவையும் அவசரநிலைப் பிரகடனத்தையும் எதிர்த்துக் கலகக்காரர்கள் போட்ட கூச்சல்தான் அந்தப் பகுதியில் குடியிருந்தவர்களையும் காவலர்களையும் முறையே அதிகமான பதற்றத்திற்கும் கோபத்திற்கும் ஆளாக்கிக்கொண்டிருந்தது (மங்கையர்க்கரசி பள்ளியின் சன்னல்கள் வழியே தலைமை ஆசிரியரின் அதட்டலைப் பொருட்படுத்தாமல் வேடிக்கை பார்த்துக்கொண்டிருந்த குழந்தைகளுக்கோ பள்ளி விடுமுறை அறிவிப்புப் பற்றிய எதிர்பார்ப்பு). வாசுதேவன் பதற்றம்

அடங்கும் வரை காத்திருந்துவிட்டுப் போகலாமென்று திலகர் திடலின் கிழக்குத் திறப்பிலிருந்த பழைய இரும்புக் கடைகளிலொன்றின் வாசலில் தன் வாகனத்தை நிறுத்திவிட்டுக் கடை வாசலில் போடப்பட்டிருந்த கூரைப் பந்தலின் கீழே போய் நின்றுகொண்டு தன்னைத் தாண்டி இப்படியுமப்படியுமாக யார் யாரையோ நோக்கி ஏதேதோ வசவுகளை எய்தபடி ஓடிக்கொண்டிருந்த ஜனங்களை வேடிக்கைப் பார்க்கத் துவங்கினான் (அவனென்ன ஃபென்னர் தொழிலாளியா, குறித்த நேரத்திற்குள் வருகையைப் பதிவு செய்தாகவேண்டிய கட்டாயத்திலிருக்க). ஐந்து நிமிடங்கள்கூட ஆகியிருக்காது. திடீரென்று, கலைந்தும் சேர்ந்தும் கலைடாஸ்கோப் வண்ணச் சிதறல்களாய்க் காட்சியளித்துக்கொண்டிருந்த கலவரத்தின் ஆழத்திலிருந்து அந்தப் போக்கிரியின் முகம் நம்ப முடியாத நிச்சயத் தன்மையுடன் வெளியே மிதந்து எழுகிறது. அந்த வேகத்திலேயே உடம்பும் கைகால்களும் முளைத்து அது தன்னை நோக்கி ஓடி வருவதையும் வாசுதேவன் பார்க்கிறான். ஒரு கணம், திரும்பவும் பதினைந்து மாதங்களுக்கு முந்தின அந்த தினத்திலேயே தான் இன்னமும் நின்றுகொண்டிருப்பதான உணர்வு அவனை வலுவாகத் தாக்கிவிட்டது. கிட்டத்தட்ட அதே இடம் (ராஜாமில் சாலை அவன் குடுமியறுபட்ட மணிநகரம் முதல் பிரதான தெருவிலிருந்து சரியாக மூன்று நிமிட நடைத் தொலைவில் இருக்கிறது), அதே போன்ற ஒரு ஜனக்கூட்டம் நிறைந்த பதற்றச் சூழல் (இந்தப் பதற்றத்தின் மையத்திலும் தாக்குதலுக்குள்ளான மனிதர் ஓர் ஏறக்குறைய பிராமணர் (சிவாஜியைப் பிராமணரென்றே நினைத்துக்கொண்டிருந்த அநேக ரசிகர்கள் தமிழ்நாட்டில் இருக்கத்தான் செய்கிறார்கள்), அன்று போன்றே காவலர்களின் துரத்தல், அதேபோலவே அந்த இளைஞனின் ஓட்டம். சுருக்கமாகச் சொல்ல வேண்டு மானால் அந்தப் பழைய காட்சி இப்போது அதன் எதிர்க் கோணத்திலிருந்து. அதாவது குடுமியை அறுத்துவிட்டு (அதற்காக மன்னிப்பும் கேட்டுக்கொண்டு) தன்னைவிட்டு விலகி ஓடிப் பார்வையிலிருந்து மறைந்துக்கொண்டேயிருந்த போக்கிரியின் முதுகைப் பார்த்துக்கொண்டிருந்த வாசுதேவன் இப்போது அப்படி ஓடியவன் ஒளிந்துகொள்வதற்காக எந்த இடத்தைக் குறி வைத்து ஓடியிருப்பானோ அந்த இடத்திற்கு அவனுக்கு முன்னாலேயே போய் நின்றுகொண்டு அவன் தன்னை நோக்கி வருவதையும் அவனுடைய முகத்தையும் பார்த்துக்கொண்டிருப்பதைப் போன்ற உணர்வு. அவனைத் திரும்பச் சந்திக்க நேர்ந்தால் அவனிடம் மனம் விட்டுப் பேச விரும்புவதாக வாசுதேவன் பாகீரதியிடம் சொல்லிக்கொண்டிருந்ததை ஏற்கெனவே

நாம் நேயர்களுக்குத் தெரியப்படுத்தியிருக்கிறோம். அப்படிச் சொல்லிக்கொண்டிருந்தபோது அவன் மீதான கோபம் தன்னிடம் மீதமிருப்பதாக அவன் குறிப்பிட்டதும் நமக்குத் தெரியும். ஆனால் அது வெளிப்பட்டிருக்க வேண்டியது வேறொரு சூழலில் அந்தச் சந்திப்பு நிகழ்ந்திருந்தால். ஒரு சாதாரணமான தெருச் சந்திப்பாக அது அமைந்து போயிருந்தால். இப்போது இது முற்றிலும் வேறானதும் எதிர்பாராததுமான தருணம். தண்ணீரின்மேல் எண்ணெய் மிதப்பதைப்போல உறைந்து நிற்கும் காலத்தின்மேல் நிகழ்வுகள் வழுக்கிக்கொண்டு நகரும் காட்சி. குடுமியறுபட்ட கணத்தின் தொடர்ச்சி. வாசுதேவனிடம் அவன் ஏற்கெனவே மன்னிப்புக் கேட்டுவிட்டான். இப்போது பந்து வாசுதேவனின் ஆடுகளத்திலிருக்கிறது. காலம் அவனுக்கு ஒரு சந்தர்ப்பத்தை வழங்கி அவன் என்ன செய்யப்போகிறானென்று பரீட்சித்துப் பார்க்க விரும்புகிறது. அதற்காக அதே காட்சியின் மறுமுனையில் அவனைக் கொண்டுவந்து நிறுத்தியிருக்கிறது. இதோ அந்தப் போக்கிரி இளைஞன் காவலர்களால் துரத்தப்பட்டு ஓடி வந்துகொண்டிருக்கிறான் (சந்தேகமில்லாமல் அவன் அந்தக் கலவரத்திற்குள் சிக்கிக்கொண்ட அப்பாவிகளில் ஒருவனில்லை. அப்போதுதான் பரபரப்படையத் துவங்கியிருந்த அந்தக் காலைப் பொழுதின் புதிய துவக்கத்திற்கும் லயத்திற்கும் சற்றும் பொருந்தாமல் அவன் தலை இரவுப் படுக்கையிலிருந்து அப்படியே எழுந்து வந்ததைப்போல பரட்டையாகக் கலைந் திருக்கிறது. தலை முடிகளிலும் மற்றும் உடலெங்கிலும், புழுதியும் ஓலைத் துணுக்குகளும், துடைப்பக் குச்சிகளும், கிழிந்த காகிதத் துணுக்குகளும் ஒட்டி ஊசலாடிக்கொண்டிருக்கின்றன. வலக் கை அசட்டுத்தனமாக ஒரு நீண்ட மூங்கில் தப்பையை இறுகப் பிடித்துக்கொண்டிருக்கிறது (மன்றக் கூரையிலிருந்து உருவியதாக இருக்க வேண்டும். அவசரத்தில் அதைத் தூக்கியெறியும் யோசனை புத்தியில் உதிக்கவில்லை போலும்). ஓட்டத்தாலும் மிகுவுணர்ச்சியின் தூண்டலாலும் முகமெங்கும் வியர்வை கொப்பளித்துக்கொண்டிருக்கிறது) தன்னால் தாக்கப்பட்டவ னிடமே அடைக்கலம் தேடி. அவனுக்குத் தெரிந்திருக்கிறது அவன் மட்டுமே தன்னுடைய கடைசிப் புகலிடம் என்று. அவனால் மட்டுமே தன்னை மன்னிக்க முடியும் என்று. வா, உன்மேல் எனக்குக் கோபமில்லை, உன் கோணத்திலிருந்து நீ பேசியதும் உணர்ச்சிவசப்பட்டு நடந்து கொண்டதும் சரிதானென்று நான் என் மனைவியிடம் சொல்லிக்கொண்டுதானிருந்தேன், காதலுக்கும் பகுத்தறியும் சக்தி உண்டுதான், அதற்கும் நோக்கங்களும் இலட்சியங்களும் இருக்கத்தான் செய்யும், நடந்தவற்றை நான் ஒரு கனவுபோல் எண்ணிக்கொள்கிறேன், அந்த மதிய நேரத்தில் எத்தனையோ வீடுகளில் எத்தனையோ

பெண்கள் குழந்தைகளும் கணவர்களும் வெளியே சென்றதற்கும் திரும்பி வருவதற்குமிடைப்பட்ட தனிமையின் லஹரியை அனுபவிப்பதற்காகக் கண்களை அயர்த்தி மூடி எழுப்பும் எத்தனையோ கனவுகளில் ஒன்றில்தான் உனக்கும் எனக்குமான சண்டை நடந்தது என்று நாம் கற்பனை செய்துகொள்வோம், சரிதானா, வா.

ஆனால் அந்த இளைஞன் வாசுதேவன் மானசீகமாக விரித்து வைத்துக்கொண்டிருந்த கைகளுக்குள் வந்து சேரவில்லை. அவன் அவனைப் பார்க்கவேயில்லை. பின்னால் திரும்பிப் பார்த்துக்கொண்டே ஓடி வந்தவன் கண்ணிமைக்கும் நேரத்தில் வாசுதேவனைக் கடந்து சாலையிலேயே சிறிது தூரம் விரைந்து பேச்சியம்மன் படித்துறைச் சந்திப்பின் எதிர்ச்சாரியில் இடது முனையிலிருந்த ஒரு வாகன உதிரிப்பாகங்கள் விற்கும் கடைக்குள் நுழைந்து நொடிப் பொழுதில் மறைந்துவிட்டான். வாசுதேவனுக்கு அவனை உண்மையிலேயே தன் கண்கள் பார்த்தனவா என்கிற சந்தேகம் வந்துவிட்டது. இல்லை, அதே போன்ற ஒரு சூழலில் தன்னைக் கண்டதும் பழைய நினைவுகள் கிளர்ந்து மேலெழுந்து அனைத்தும் திரும்ப நடப்பதைப்போன்ற பிரமையில் ஒரு கணம் ஆழ்ந்து போய்விட்டோமா (கடந்த ஆறு மாத காலத்தில் சந்தேகத்தின் பேரில் விசாரணைக்காகக் காவல்நிலையத்திற்கு அழைத்துச் செல்லப்பட்டவர்கள் வீடு திரும்பிய பிறகும்கூட யாராவது ஒட்டடையடிப்பதற்குக் கழியை எடுக்கும் காட்சியும் மிதியடிகளை மாட்டிக்கொள்ளும் காட்சியும் தெருவில் யாராவது சிறுநீர் கழிக்கும் காட்சியும் திரும்பத் திரும்பக் காவல் நிலையச் சுவர்களைக் கண் முன்னால் கட்டியெழுப்பி அவர்களை அலறச் செய்துகொண்டிருந்தன என்று அவன் கேள்விப்பட்டிருந்தான்). அதற்கேற்றாற்போல் அந்தக் கடையும் தன்னுள் அந்நியனும் போக்கிரியுமான ஒருவனை உள்ளே வாங்கிக்கொண்ட தடயமேயின்றி வழக்கம்போல அமைதியாக இயங்கிக்கொண்டிருந்தது. என்ன காவல்துறை இது, மூக்கடியிலேயே இவன் இப்படிச் சுற்றிக்கொண்டிருக்கிறான், இதோ பிடித்துவிடுவோம் அதோ பிடித்துவிடுவோம் என்று கீறல் விழுந்த இசைத்தட்டைப்போல பல்லவி பாடிக்கொண் டிருக்கிறார்கள் என்று அவனுக்கு எரிச்சலாக வந்தது. ஒருவேளை தான் பிராமணனாக இருப்பதும் தான் இழந்தது பிராமண அடையாளங்களிலொன்றாக இருப்பதும்தான் அவர்களுடைய அலட்சியத்திற்குக் காரணமோ என்றும் கசப்புடன் நினைத்துக்கொண்டான். நேற்றுவரை பிராமணன் நியாயங்களை மறுத்தவன் என்பதால் (அதுவே உண்மைதானா, எல்லாக் காலங்களுக்கும் பொருந்தக்கூடிய நியாயம் என்று

ஒன்று இருக்கிறதா) இன்று நியாயத்தைக் கோருவதற்கு அவனுக்கு உரிமையில்லையென்று, கண்ணுக்குக் கண் பல்லுக்குப் பல் என்று, விதி சமைப்பதுதான் சமூக ஏற்றத்தாழ்வுகளைக் களைவது என்பதா. வாசுதேவன் ஒரு காவலரைக் கூப்பிட்டு கலவரக்காரர்களில் ஒருவனும் தன்னை அவமானப்படுத்தியவனுமான போக்கிரி அந்தக் கடைக்குள் பதுங்கியிருக்கிறான் என்று காட்டிக் கொடுத்து விடலாமா என்றுகூட ஒரு கணம் யோசிக்கத்தான் செய்தான். ஆனால் நிதானித்துக் கவனித்ததில் கலகக்காரர்கள்தான் தாங்கள் பிடிபட்டு விடுவோமோயென்கிற பயத்தில் அங்குமிங்குமாக ஓடிக்கொண்டிருந்தார்களேயொழிய காவலர்களென்னவோ கூட்டத்தையும் கலகக்காரர்களையும் விரட்டியடித்துப் பொது மக்களுக்கு வழியைச் சுத்தப்படுத்திக் கொடுப்பதற்கப்பால் யாரையும் பிடிப்பதற்கு முயற்சித்ததாகத் தெரியவில்லை. இந்தியாவின் இரண்டு தீவுகளிலொன்று என்று இந்திராவால் எரிச்சலுடன் வர்ணிக்கப்பட்டுக்கொண்டிருந்த தமிழ்நாட்டில் (இன்னொன்று குஜராத்) நடந்துகொண்டிருந்தது அடிப்படையிலேயே அவசர நிலைப் பிரகடனத்தை எதிர்க்கும் அரசாங்கம் என்பதால் கைதுகளை அடக்கியே வாசிக்கும்படி உள்ளூர்க் காவலர்களுக்கும் ரகசிய உத்தரவு ஏதும் வந்திருக்கலாம். நாம் ஏதாவது சொல்லப் போய் நம்மையே பிடித்து வைத்துக் கொண்டால் என்ன செய்வது என்று அவன் குழந்தைத்தனமாகப் பயந்தான். சரி, நாமே கடைக்குப் போய் அவனைச் சட்டையைப் பிடித்து வெளியே இழுத்து நாலு அறை விடலாமென்றால் அத்தனை உரிமையோடு கடைக்குள் அவனை அனுமதித்த நபர் அவனுடைய நண்பராகவோ உறவினராகவோவன்றி அந்நியராக இருக்க முடியாது என்கிற பட்சத்தில் தான் போய்க் கேட்டதும் இந்தா என்று அவனைப் பிடித்திழுத்துத் தன்முன் நிறுத்திவிடப் போகிறாராயென்ன, அப்படியே நிறுத்தினாலும் அத்தனை ஆட்கள் புடை சூழ அவன் தன்முன் நிற்கையில் தனக்குத்தான் அவனிடம் பேசவோ விரும்பியபடி அறையவோ (அட, மன்னிக்கவோ கூட) தைரியம் வருமா. (இதற்கெல்லாம் மேலாக அவனை என்ன நாமாகத் தேடிப் போய்ப் பேசுவது என்கிற அகம்பாவம் வேறு அவனைத் தடுத்துக்கொண்டிருந்தது).

சுமார் இருபது நிமிடங்களுக்குப் பிறகு சாலை பழைய கதியில் இயங்கத் துவங்கியதும் வாசுதேவன் ஃபென்னரை நோக்கிக் கிளம்பிப் போனான். இறுதித் தணிக்கைக்கு முன்னால் இயந்திரச் சொத்துக்களை ஆராய்ந்து தேய்மானம் கழித்த மதிப்பை மதிப்பீடு செய்து அறிக்கை தருவது குறித்த அலுவலகக் கணக்காளர்களுடனான விவாதத்தில் அந்த நாள் கழிந்தது. ஆனால்

அன்று அதில் அவன் கவனம் செல்லவில்லை. தாய் மடியை முட்டும் கன்றுக்குட்டியைப்போல திரும்பத் திரும்ப அந்தப் போக்கிரியிடமே நினைவுகள் போய் முடிந்துகொண்டிருந்தன, (ஆக, ஒரு காலாவதியான இயந்திரம் உற்பத்திக்கு ஒத்துழைக்க மறுப்பதைப்போல அவன் திருந்தத் தயாராக இல்லை, மன்னிப்புக் கேட்கத் தயாராக இல்லை, பேசத் தயாராக இல்லை, பழுது நீக்கப்படும் நிலையைத் தாண்டிவிட்ட இயந்திரம் தான் உயிர் வாழ்வதற்காக மட்டுமே ஓர் அசுரனைப்போல இன்னும் இன்னுமென்று உதிரிப் பாகங்களைத் தனக்குள் திணிக்க நிர்பந்திப்பதைப்போல தன் இருப்பை நிறுவுவதற்காக கைகளில் இன்னும் ஆயுதங்களை எடுத்துக்கொண்டு திரியவும் காவல்துறையால் துரத்தப்படுபவனாக இருக்கவும்தான் ஆசைப்படுகிறான், அதைத்தான் (திராவிட) வீரம் என்று நினைத்துக்கொண்டிருக்கிறான், கலகங்களின் நாயகனாக இருக்கத்தான் விரும்புகிறான், தன் கொள்கைகளுக்கெதிராக யார் பேசினாலும் நடந்துகொண்டாலும் அவர்களைச் சிதைத்து அவமானப்படுத்துவதில் சந்தோஷப்படுபவனாகத்தான் இருக்கிறான், இவனிடமா ஓர் உரையாடல் சாத்தியப்படுமென்று நாம் நம்பிக்கொண்டிருந்தோம், நூறு சதவீதம் தேய்மானமடைந்து விட்ட ஓர் இயந்திரத்தை லாப நட்டக் கணக்கிற்குள் இனி கொண்டு வர முடியுமா). அவனைத் தான் பார்த்திருக்கவே கூடாது என்று தோன்றியது அவனுக்கு. ஒரு வருட காலமாகத் தணிந்து கிடந்த கோபம் மறுபடியும் தலை தூக்கிவிட்டது. கூடுதலாக இந்த முறை பொருக்குத் தட்டிப்போன புண் மீண்டும் கீறப்பட்டதைப்போல முன்னிலும் அதிகமான வலியையும் பழி வாங்கும் உணர்ச்சியையும் கொண்டிருந்தது. ஃபென்னர் குழும அலுவலகத்தில் என்ன கேள்விகள் கேட்கப்பட்டன என்பதும் அதற்குத் தான் என்ன பதில் சொன்னோமென்பதும் புத்தியில் பதியாமலேயே எதையோ பேசிவிட்டுக் குடுமியறுபட்ட வேளையில் மனதில் கனத்துக்கொண்டிருந்த அதே இயலாமை, சுயபச்சாதாபம், வலி, அவமானம் ஆகிய உணர்வுகளுடன் மாலை நான்கு மணிபோல எழுந்து வெளியே வந்து எந்திர கதியில் சேதக்கை எடுத்தான். நேரமாகிவிட்டதால் இனி அலுவலகத்திற்குச் செல்ல வேண்டிய அவசியமில்லையென்றும் காலையில் பயணம் செய்த அதே ராஜா மில் சாலை வழியே நேராக வீட்டை நோக்கிச் சென்றுவிடலாமென்று உத்தேசம். வழியில் தேவி திரையரங்கினருகே தகர்க்கப்பட்ட சிவாஜி கணேசன் ரசிகர் மன்றத்தின் இடிபாடுகள் தொடப்படாமல் அப்படியே கிடப்பதைப் பார்த்துவிட்டு அதைத் தன் மனநிலையோடு ஒப்பிட்டு மேலும் தன்னைப் புண்ணாக்கிக்கொண்டே அதைக் கடந்தான்.

பேச்சியம்மன் படித்துறை நாற்சந்திப்பைக் கடக்கவிருந்தபோது அந்த வாகன உதிரிப் பாகங்கள் விற்கும் கடையையும் வெறுப்புடன் ஒரு பார்வை பார்த்துக்கொண்டான். ஒருவேளை அந்தக் கடை அங்கே இருந்திருக்காவிட்டால் அந்தப் போக்கிரி தான் விரும்பியபடியே தன்னிடம் வந்து சேர்ந்திருப்பானோ. ஆனால் சுவர்களும் அறைகளும் மட்டுமல்ல, சில சமயம் ஆறுதலான வார்த்தைகளும் நட்பார்ந்த ஒரு புன்சிரிப்பும் ஒரு மன்னிப்பும் சின்னதான புரிந்துணர்வும்கூட ஒருவனுக்கு ஒளிந்துகொள்ள ஒரு நல்ல மறைவிடமாய் அமையக்கூடும்தான்.

அப்போதுதான் அவனுடைய அடுத்த ஏழு நாள் சாகஸச் செயல்களின் முதல் காட்சி ஆரம்பமானது. கடையைக் கிட்டத் தட்டக் கடந்துவிட்ட நிலையில் திடீரென்று வாசுதேவன் தடைப் பொறியை அழுத்தி வண்டியை நிறுத்தினான். பக்கத் தாங்கியில் அதைச் சாய்த்து வைத்துவிட்டு நடைமேடையில் ஏறிக் கடைக்குள் நுழைந்தான். அதன் முன்புறம் இடப்பட்டிருந்த இரண்டு கால் மணைகளில் அசல் நிறம் தெரியாத அளவிற்கு மசகெண்ணெய் படிந்து கறுத்துக் கிடந்த சட்டைகளை அணிந்தபடி உட்கார்ந்திருந்த இரண்டு சிறு பையன்களைத் (அவர்கள் கிசுகிசுப்பான குரலில் தங்களுக்குள் எதையோ சிரித்துப் பேசிக்கொண்டிருந்தார்கள்) தாண்டிக் கல்லாவின் பின்னே மர நாற்காலியொன்றில் சாய்ந்தமர்ந்து வாசித்துக்கொண்டிருந்த செய்தித்தாளிலிருந்து பார்வையை நிமிர்த்தி அவனிடம் என்ன வேண்டும் என ஜாடையில் கேட்ட இளைஞனிடம், ஸ்பார்க் ப்ளக் மாற்ற வேண்டும், ரொம்பக் கரி பிடித்துவிட்டது, வண்டி அடிக்கடி அங்கங்கே நின்றுவிடுகிறது என்றான். இளைஞன் சிறுவர்களிலொருவனை அலமாரியிலிருந்து ஸ்பார்க் ப்ளக் ஒன்றையும் இன்னொருவனை ஒரு திருக்கியையும் எடுத்துத் தரச் சொல்லி வாங்கிக்கொண்டு சேதக்கை நோக்கிச் சென்றான். ஒரு முறை கைப்பிடியை ஆட்டிப் பார்த்துவிட்டு அதனருகே சாலையில் குத்துக்காலிட்டு அமர்ந்து திருக்கியால் மூடியைக் கழற்றிப் பழையதை வெளியே எடுத்தான். முகத்தில் சின்னதாக ஓர் ஆச்சரிய பாவம் பிறந்தது. நன்றாகத்தானே இருக்கிறது இது. இல்லை என்றான் வாசுதேவன். தொந்தரவு கொடுக்கத்தான் செய்கிறது, பணிமனையிலும் உறுதிப்படுத்தினார்கள், மாற்றி விடுங்கள். அந்த இளைஞன் தோள்களைக் குலுக்கிவிட்டுச் சொன்னபடி செய்தான். பிறகு இருவரும் திரும்பக் கடைக்கு வந்தார்கள். எவ்வளவு என்று கேட்டான் வாசுதேவன். இளைஞன் ஒரு பழைய துணியால் கைகளில் படிந்திருந்த கரிக் கறையைத் துடைத்துக்கொண்டே விலையைச் சொன்னான். அதிகம்

பா. வெங்கடேசன்

என்றான் வாசுதேவன். இல்லை, அதற்குண்டான் விலைதான், விலை முத்திரையிடப்பட்ட பொருளும்கூட அது. பார்த்துச் சொல்லுங்கள், முத்திரை இருக்கட்டும், உங்கள் விற்பனைக் கழிவில் குறைத்துக்கொள்ளலாமே, காலையில் உங்கள் கடைக்குள் ஒளிந்துகொண்டவர் என் நண்பர்தான், அவர் இந்தக் கடையைப் பற்றி என்னிடம் சொல்லியிருக்கிறார், தரமான பொருள், நியாயமான விலை என்று. யார், உறங்காப்புலியா என்று கேட்டான் அந்த இளைஞன். வாசுதேவன் ஆமாம் என்றான். அவனுக்கு நீங்கள் எப்படி நண்பர். கல்லூரித் தோழன். கல்லூரித் தோழரா, அப்படியானால் நீங்கள் மதுரைக் கல்லூரியா, நானும் அவனுடைய கல்லூரித் தோழன்தான், ஆனால் நான் அங்கே உங்களைப் புலியுடன் பார்த்ததேயில்லையே. இல்லை, நான் அமெரிக்கன் கல்லூரி. ஓ, அப்படியானால் இந்தி எதிர்ப்புப் போராட்டத்தின்போது பழக்கமா, புலி வெளிக்கல்லூரி மாணவர் களுடன் பழகிய ஒரேயொரு தருணம் அது மட்டும்தான், மற்றவர்களைப் போலில்லை அவன். ஆமாம், அப்போதுதான், ஆனால் அதற்குள்ளேயே நல்ல நெருக்கமேற்பட்டுவிட்டது, அதற்குப் பிறகு அவ்வப்போது எங்கேயாவது சந்திக்கும்போது அது பற்றியும் அரசியல் பற்றியும் உரையாடிக்கொள்வதுண்டு. உங்களைப் பார்த்தால் பிராமணர்போல தெரிகிறதே. பிராமணனாயிருந்தால் என்ன, தமிழன் இல்லையா, பிராமணர்களெல்லாருமே இந்தி ஆதரவாளர்கள் என்பது பொதுப்புத்தி சார்ந்த ஒரு மனப்பிம்பம், உறங்காப்புலி இதை நம்புவதில்லை, அதனால்தான் நானும் அவரும் நண்பர்கள். ஓ, எனக்குத் தெரியாது, புலி என்னிடம் சொன்னதில்லை, அது சரி, கல்லூரிக்கு வெளியிலும் மனிதர்களுக்கு நண்பர்கள் இல்லாமலா இருப்பார்கள். சரியாகச் சொன்னீர்கள், நல்ல நண்பர், அவரைப் பார்த்தும் நாட்களாகிவிட்டது, காலையில் இந்த வழியாக வரும்போது உங்கள் கடையில் அவரைப் பார்த்தேன், பேசியிருக்கலாம், ஆனால் பேசுவதற்குரிய சூழல் இல்லை, ஒரே குளறுபடியாய் இருந்தது. ஆமாம், சிவாஜி இந்திரா காங்கிரஸில் சேர்ந்துவிட்டாரென்று அவர்கள் கைகளால் ஆசையாசையாய்க் கட்டிய மன்றத்தை அவர்கள் கைகளாலேயே பிரித்துப் போட்டுவிட்டு ஓடிக்கொண்டிருந்தார்கள், இவன்தானே மன்றப் பொருளாளன், காவலர்களுக்குப் பயந்து இங்கே வந்து ஒளிந்துகொண்டிருந்தான். ஓ, அப்படியா, நல்லவேளை நான் குறுக்கிடவில்லை, அவர் அப்போதிருந்தே சிவாஜி ரசிகர்தானோ. ஆமாம், ஏன், சொன்னதில்லையா, யாரைப் பார்த்தாலும் சிவாஜியைப் பற்றிப் பேசாமலிருக்க மாட்டானே. இல்லை, சொன்னதில்லை, அல்லது சொல்லி எனக்கு நினைவில்லாமலு

மிருக்கலாம். ரசிகனென்றால் சாதாரண ரசிகனா, வெறியன், ஆனால் அது சிவாஜியின் நடிப்பிற்காக மட்டுமா, அதன் பின்னணியில் அந்த ஆள் திமுக மீது வைத்திருந்த மறைமுகமான பாசம், காமராஜர்மீது வைத்திருந்ததாகச் சொல்லிக்கொண்ட விசுவாசம் எல்லாவற்றிற்கும் சேர்த்துத்தானே. உண்மைதான், சிவாஜி அப்படிச் செய்திருக்கக்கூடாதுதான். தலைவர் தலைவர் என்று அந்த ஆள் கொண்டாடிக்கொண்டிருந்தவர் செத்துப் போய் நூறு நாட்கள்கூட ஆகவில்லை (இன்னும் ஒரு வாரம் மிச்சமிருக்கிறது), அதற்குள் அவர் எதை எதிர்த்து அந்தக் கட்சியை நடத்திக்கொண்டிருந்தாரோ அதற்குள்ளேயே போய்த் தன்னை ஒப்புவித்துக்கொள்கிறதென்றால் பிறகென்ன விசுவாசம், கொள்கைப் பிடிப்பு, எந்தக் கலைஞனாயிருந்தாலும் களத்திற்கு வெளியில் அவன் திறமை விரிவாக்கம் கொள்வதை யாரும் விரும்புவதில்லை, இல்லையா. வாஸ்தவமான பேச்சு, அதைப் பற்றித் தனியே நிறைய விவாதிக்க இடமிருக்கிறது, ஆனால் எனக்கு நேரமாகிவிட்டது, நான் எவ்வளவு தர வேண்டுமென்று சொன்னீர்கள். பரவாயில்லை, நீங்கள் கொடுப்பதைக் கொடுங்கள், புலியின் நண்பர் என்று சொல்லிவிட்டீர்கள், நியாயமாக நான் பணமே வாங்கக் கூடாது. ஆனால் வாசுதேவன் அவன் முதலில் சொன்ன தொகையையே வற்புறுத்திக் கொடுத்துவிட்டுக் கிளம்பினான். கிளம்பும் நேரத்தில் திடீரென நினைத்துக் கொண்டவனைப்போல, உறங்காப்புலியை நான்கூடப் பார்த்துப் பேச வேண்டும், இந்திரா அரசின் அராஜகம் குறித்த சில பிரத்யேகமான, பொறுப்புள்ள உரையாடல்களை உண்டாக்கிப் பொதுமக்கள் கவனத்திற்கு அதை எடுத்துச் செல்ல வேண்டி யிருக்கிறது, இப்போது கலைஞரை விசாரித்தார்களே, அந்த அநாமதேயத் துண்டுப் பிரசுர விவகாரம், அதுகூட எங்களில் சிலருடைய ஏற்பாடுதான், நிபந்தனைகள் காரணமாக உங்களிடம் அது குறித்து விரிவாகப் பேச முடியாமலிருக்கிறது, ஆனால் உறங்காப்புலியின் முகவரியை உங்களால் கொடுக்க முடிந்தால் உதவியாக இருக்கும் என்றான். கடைக்கார இளைஞன் உறங்காப்புலி சுப்பிரமணியபுரம் பகுதியலெங்கோ இருப்பதாயும், தனக்கு அவன் முகவரி தெரியாது என்றும், தான் அவன் வீட்டிற்குச் சென்றதில்லையென்றும் சொன்னான். ஆனால் சுருளிநாதனிடம் கேட்டால் கண்டிப்பாகக் கிடைக்கும், முகவரியென்ன, சுருளியைக் கண்டுபிடித்தால் உறங்காப்புலியே கிடைத்தாலும் கிடைத்துவிடுவான், அவர்களிருவரும் இணை பிரியாத நண்பர்கள், சுருளியின் முகவரி இருக்கிறது, மேலும் அவன் வீடும் புலியின் வீடும் ஒரு சிறிய நடைத் தொலைவில்தான் இருக்கின்றன, வேண்டுமா. வாசுதேவன், நன்றி சொல்லி அதைப் பெற்றுக்கொண்டான். கதவிலக்கம் 38, ஜீவா நகர், ஜெய்ஹிந்த்புரம்

விரிவாக்கத்தில் தேட வேண்டும், முருகன் டூரிங் கொட்டகைக்கு எதிரேயிருக்கும் பீக்கண்மாயின் எதிர்க்கரையில் இருக்கிறது, கண்டுபிடிப்பது ஒன்றும் கஷ்டமில்லை, எம்ஜியார் கிறுக்கன் மொட்டையக் கோனார் வீடு என்று கேட்டால் சிறு பிள்ளைகூடக் கை காட்டிவிடும், அவர் ஓர் அரைக் கிறுக்கு, வயது நாற்பதைக் கடந்துகொண்டிருக்கிறது, ஆனால் சிறு வயதிலிருந்தே எம்ஜியார் மீதிருந்த தீவிரமான பிரியத்தால் பைத்தியமாகி எம்ஜியார் போலவே நடந்துகொள்வதும் சுவரொட்டிகளிலிருக்கும் கதாநாயகிகளைக் கெடுமதியாளர்களிடமிருந்து அவர் சார்பாக (அல்லது அவராகவே மாறி) காப்பாற்றுவதும் வில்லன்களைத் துவைத்தெடுப்பதுமாக ஒரு தனி உலகத்தில் வாழ்ந்து கொண்டிருக்கிறவர், அவரால் யாருக்கும் எந்த ஆபத்தும் கிடையாதாகையால் தங்கள் பிரதேசத்தின் அடையாளமாக அவரை அந்தப் பகுதி ஜனங்கள் அனிச்சையாகவே விரும்பிக் காப்பாற்றிக்கொண்டிருக்கிறார்கள், கல்யாணம் ஆகவில்லை (இதைத் தனியாகச் சொல்ல வேண்டியதில்லை) எழுபது வயதைக் கடந்துகொண்டிருக்கும் தாயும் தகப்பனும் என்னவோ செய்து தங்கள் வயிற்றையும் தாங்கள் பெற்ற பைத்தியக்காரப் பிள்ளையின் வயிற்றையும் கழுவிக்கொண்டிருக்கிறார்கள், சுருளிநாதனின் வீடு அவர்கள் வீடு இருக்கும் தெருவிற்கு அடுத்த தெருதான், கிட்டத்தட்ட அந்த வீட்டின் நேர் பின்னால், அதன் புழக்கடைப் பக்கம்போல. நல்லது, உங்களைச் சந்தித்ததிலும் எனக்கு ரொம்ப சந்தோஷம், உங்கள் பெயர். என் பெயர் தனபால், நீங்கள். நான் குடுமிநாதன், மதுரை நூற்பாலையில் வேலை செய்கிறேன், வருகிறேன்.

அடுத்த இரண்டு நாட்கள், அதாவது இரண்டாம் நாளும் மூன்றாம் நாளும், ஒன்றும் நடக்கவில்லை (ஆனால் கணவனுடைய நடவடிக்கைகளிலிருந்த தடுமாற்றமும் பதற்றமும் விட்டத்தை நோக்கிய வெறித்த பார்வையும் யோசனை கவிந்த முகமும் மறதியும் (அந்த மூன்று நாட்களிலும் அவன் மாலையில் வீட்டினுள் நுழையும்போது வழக்கமாகச் செய்வதுபோல கால்களை அலம்பிவிட்டு உள்ளே வரவில்லை) பாகீரதியைக் கவலை கொள்ளச் செய்கிறது. கேட்டால் ஒன்றுமில்லையென்கிறான். ஆனாலும் ஹேமாவுடனான அவனுடைய உரையாடல்களும் விளையாட்டுகளும் வழக்கம்போலவேதான் இருப்பதாகப் படுவதால் (ஹேமாதான் எப்போதுமே அவர்களிருவருடைய மனநிலையின் அளவுமானி) நிஜமாகவே பயப்படுவதற்கு ஒன்றுமிருக்காது என்றும் ஏதாவது வேலை சம்பந்தப்பட்டப் பிரச்சனையாக இருக்குமென்றும் கூறி அவள் தன்னைச் சமாதானம் செய்துகொள்கிறாள்). நான்காம் நாள் காலையில்

வாசுதேவன் வீட்டிலிருந்து சற்று சீக்கிரமாகவே கிளம்பித் தன்னுடைய அலுவலகத்திற்குச் சென்று உதவியாளர்களை (ஆறு பேர்) அழைத்துச் சொந்த விஷயமாகச் சற்று வெளியே அலைய வேண்டியிருப்பதாயும் எனவே வருவதற்குத் தாமதமானாலோ அல்லது வரவியலாமல் போய்விட்டாலோ தனக்காகக் காத்திராமல் வாடிக்கையாளர்களைச் சந்தித்துப் பேசி வரி கட்டுதல் மற்றும் வரி விலக்குப் பெறுதல் சம்பந்தமான முடிவுகளையும் ஆலோசனைகளையும் அவர்களே சூழ்நிலைக்கும் கணக்குகளின் உத்தேச லாபநட்ட வரைவிற்கும் தக்கபடி சொல்லிச் சமாளித்துக் கொள்ள வேண்டுமென்று சொல்லிவிட்டு ஜீவா நகரை நோக்கிப் போனான். ஜெய்ஹிந்த்புரம் சிக்கலான தெருக்களையும் வீட்டு வரிசைகளையும் கொண்டதென்றாலும் தனபால் சொல்லியபடி சுப்பிரமணியபுரம் பசுபதி அய்யர் தட்டச்சுப் பயிலக வாசலில் வண்டியை நிறுத்தி எம்ஜியார் கிறுக்கன் மொட்டையக் கோனார் என்கிற பெயரைச் சொன்னதுமே அலிபாபாவின் கடவுச் சொல்லுக்கு பாக்தாத் காட்டின் குகைக் கதவுகள் திறந்து கொண்டதைப்போல சுருளிநாதனின் வீட்டிற்கான பாதை திறந்துகொண்டுவிட்டது. ஆனால் வீட்டில் சுருளிநாதன் இல்லை. வேலைக்குப் போய்விட்டிருந்தான். வாசுதேவன் விடாமல் அவனுடைய மனைவியிடமிருந்து அவன் லெக்ஷ்மி நூற்பாலையில் கொள்முதல் பிரிவில் மேற்பார்வையாளன் என்கிற தகவலைப் பெற்றுக்கொண்டு நேராக அங்கே போய் அவனைப் பிடித்துவிட்டான். அவனிடம் தன்னைக் குடுமிநாதன் என்றும் தனபாலின் நண்பன் என்றும் மதுரைப் பல்கலைக்கழகத்தில் அஞ்சல்வழி முனைவர் பட்டத்திற்காகப் பகுதி நேரப் படிப்பில் ஈடுபட்டிருப்பதாயும் ஆய்வுக்குரிய களமாக மாணவர்களும் அரசியல் போராட்டங்களும் என்கிற தலைப்பை எடுத்துக்கொண்டிருப்பதாயும் அதன் பொருட்டு மதுரையில் இந்திப் போராட்டத்தில் ஈடுபட்ட மாணவர்களைப் பற்றிய தகவல்களைச் சேகரித்துக்கொண்டிருக்கிற வழியில் தனபாலிடம் பேசிக்கொண்டிருந்தபோது தற்செயலாக அதைப் பற்றியும் பேசப்போக அவர் சுருளிநாதன் பெயரையும் உறங்காப்புலியின் பெயரையும் சொல்லி அவர்களைப் போய்ப் பார்க்கச் சொன்னதாயும் சொன்னான். சுருளிநாதனுக்குள் குடுமிநாதனின் பேச்சு அவனுடைய பால்யகால நினைவு களைக் கிளர்த்திவிட்டிருந்தது. அதில் நேரடியாகப் பங்கு கொண்டவனென்கிற மிகுவுணர்ச்சி காலவோட்டத்தால் தணித்துவிடப்பட்டிருக்க இப்போது அதைப் பத்து வருடத் தொலைவிலிருந்து திரும்பிப் பார்க்கையில் அந்தச் சரித்திர நிகழ்விற்கான வாழும் சாட்சிகளில் தானும் ஒருவன் என்கிற பெருமித உணர்வும் அதன் காரணமாக அதன்மேல் தன்னுடைய

சொந்த அபிப்பிராயங்களையும் முடிவுகளையும் கூறும் தகுதி தனக்கிருக்கிறதென்கிற கர்வமும் ஏற்பட்டிருந்தது.

பொது மேலாளரிடம் ஒரு மணிநேரம் சிறப்பு அனுமதி வாங்கியபின் குடுமிநாதனை அழைத்துக்கொண்டு உணவகத்திற்குச் சென்று ஒரு மூலை இருக்கையில் அமர்ந்துகொண்டபின் கடந்த காலத்தின் பரணில் போய்க் கண்கள் சொருகிக்கொள்ள அவன் தன்னைப் பொறுத்தவரையில் சமூகப் புரட்சிகள் ஒரு நதிப் பிரவாகத்தைப்போல எதிர்பாராத போக்குகளையும் திருப்பங்களையும் ஸ்தம்பிதங்களையும் கொண்டவையென்றும் பெரும்பாலும் அவை மேம்போக்காக அவற்றின் இலக்கை அடைந்துவிட்டதைப்போல தோன்றினாலும் எந்த வழியில் அது நிகழ்ந்து முடியுமென்பதைத் துவங்கும் தருணத்தில் அவற்றால் ஊகிக்க முடிகிறதில்லை என்றும் சொன்னான். குடுமிநாதனுக்கு அவன் உருவகமாகச் சொன்னது புரியவில்லை. எனவே சுருளிநாதன் மேலும் அதைப்பற்றி விளக்கமாகச் சொல்ல வேண்டியிருந்தது, சமூகப் புரட்சிகளின் இலக்கு பொதுப் பிரச்சனைகள்தானென்றாலும் அதன் போக்கைத் தீர்மானிப்பதில் தனி மனித உணர்வுகள் முக்கியப் பங்காற்று கின்றன என்கிறேன், நாங்கள் நடத்திய இந்தி எதிர்ப்புப் போராட்டத்தையே எடுத்துக்கொள்ளுங்கள், அன்று அந்த ஊர்வலத்தினுடைய லட்சியம் இந்தித் திணிப்பு மசோதாவைத் தீயிட்டுக் கொளுத்துவது என்பதாகத்தானிருந்தது, ஆனால் நிகழ்வின் போக்கிலோ எதிர்க்கட்சிக்காரர்களின் வாகனத்தைத் தீயிட்டுக் கொளுத்துவதிலும் பிறகு பொதுச் சொத்துக்களைத் தீக்கிரையாக்குவதிலும் போய் முடிந்தது, எப்படி நிகழ்ந்தது அது என்பதைத்தான் நான் என் பார்வையில் புரிந்துகொள்ள முயல்கிறேன், அது நடந்து முடிந்து பத்து வருடங்களுக்குப் பிறகு இப்போது நினைத்துப் பார்க்கிறபோது அந்தத் திடீர்த் திருப்பத்திற்குச் சுருளிநாதனாகிய நான் ஒரு முக்கிய காரணமென்றாலும் அதைச் சுருளிநாதனாக மட்டும் பார்க்க வேண்டிய அவசியமில்லையென்றே தோன்றுகிறது, அவன் அங்கே குழுமியிருந்த ஒவ்வொரு இளைஞனுக்குள்ளும் கனன்று கொண்டிருந்த ஏதோவொரு தனிப்பட்ட கோபத்தின் உருவகம் அவ்வளவுதான், அப்படிப் பார்த்தால் அந்தப் போராட்டமே லட்சக்கணக்கான தனிப்பட்ட மனிதர்களின் உள்ளக் குமுறல் களின் தொகை நிகழ்வுதான், இந்தி எதிர்ப்பு என்பது அந்தத் தொகை நிகழ்விற்கு இடப்பட்ட ஒரு பொதுவான அடையாளப் பெயர், உண்மையில் அதன் பெயர் வேறு, சொல்லப்போனால் அதற்குப் பெயரே இல்லை, அப்படியிருக்கும் போது அந்தப் பெயரற்ற ஆயிரத்திலொன்று ஏதோவொரு தருணத்தில் அந்தப்

போராட்டத்தின் ஏதோவொரு தருணத்தைத் தன் கவலையின், பயத்தின், காதல் தோல்வியின், ஆத்திரத்தின் உருவகமாக அடையாளம் கண்டுகொண்டால் அந்தக் கண்டுபிடிப்பின் வேகம் கட்டுப்படுத்த முடியாததாகி விடுகிறது, அப்படிக்கூடச் சொல்ல முடியாது, ஓர் இடத்தில் உடைப்புக் கண்டுவிட்டால் பிறகு அந்தத் தொகை அதன் அடிப்படையான தனிப் பிரச்சனைகள் சார்ந்த உணர்வெழுச்சிகளின் அலகுகளாகச் சிதறிக் கட்டுப்படுத்த முடியாதபடி பாய்ந்துவிடுகிறது, இந்தி எதிர்ப்புப் போராட்டத்தில் கலந்துகொண்ட மாணவர்களில் ஒருவன் என்கிற முறையில் அது பற்றிய என் மனப்பதிவு இதுதான், எதிர்பாராதவிதமாகக் கலவரம் வெடித்தது என்பதாக அறியப்படும் எந்தச் செய்தியிலுமே எதிர்பாராத தன்மை என்பது கிடையவே கிடையாது, அது எதிர்பார்க்கப்பட்டதுதான், எந்தத் தலைவரும் ஒரு பொது எழுச்சிக்கான அழைப்பை மக்கள்முன் வைக்கும்போது அது அவர்களுடைய சொந்தப் பிரச்சனைகளின் அழுத்தத்தை வெளிப்படுத்தும் களம் அல்ல என்பதாக அதை அறிமுகப்படுத்துவதேயில்லை, அவர்கள் கிட்டத்தட்ட பொதுப் பிரச்சனையையே தொண்டர்கள் தங்களுடைய சொந்தப் பிரச்சனைகளிலொன்றாக உணரும்படிதான் முன்வைக்கிறார்கள், அதற்கு அப்படி உரிமை கொண்டாடுவதுதான் சிறந்த வழி யென்றும் நினைக்கிறார்கள், அதற்காக ஓர் எதிரியைச் சமைக் கிறார்கள், அந்த எதிரி ஒவ்வொருவனுடைய சொந்தப் பிரச்சனையின் ஏதோவொரு வடிவமாக இருக்கும்படி பார்த்துக்கொள்கிறார்கள், பிறகு அதை அல்லது அவரை இல்லாமலாக்கவேண்டுமென்று முடிவெடுக்கிறார்கள், பொது எதிரி அல்லது பொதுப் பிரச்சனை அழியும்போது தனி எதிரி அல்லது தனிப் பிரச்சனையும் தன்னாலேயே அழிந்துவிடும் என்று நம்பும்படி அவனைத் தயார் செய்கிறார்கள், பிறகு அவனைக் களத்திலிறக்கிவிட்டுவிட்டு எதிர்பாராத நிகழ்வுகள் என்று சொல்லப்படுபவற்றுக்குப் பொறுப்பேற்க முடியாத கையாலாகாத்தனத்திற்கும் ஆட்பட்டுவிடுகிறார்கள், ஏதோவொரு விதத்தில் புரட்சி வெற்றியடைந்துவிட்டதாக அப்போது தோன்றி னாலும் பிறிதோரிடத்தில் அதன் அழுத்தத்தினாலேற்பட்ட கீறல் இன்னொரு பெரிய பிரச்சனையாகக் காலத்தினூடே கண்ணுக்குத் தெரியாமல் வளரத் துவங்கிவிடுகிறது. தனிப்பட்ட கோபதாபங்களையும் சுகதுக்கங்களையும் காமக்குரோதங் களையும் ஆற்றுப்படுத்தி அதை ஒரு பொதுத் தீமைக்கெதிரான தார்மீகக் கோபமாக, ஆக்கபூர்வமான எதிர்ப்பாக, கூட்டுக் குரலாக மாற்றி வடியச் செய்யும் செயல்பாடு என்று அதை உங்களால் ஏன் பார்க்க முடியவில்லை என்று கேட்டான் குடுமிநாதன். தெரியவில்லை, நான் வளர்ந்த விதமும் உலகைப்

புரிந்துகொண்ட விதமும் அப்படியாக என்னை யோசிக்க வைத்திருக்கலாம் என்றான் சுருளிநாதன். ஆனால் அன்று இந்தியெதிர்ப்புப் போராட்டத்தின்போது நான் ஆத்திரத்துடன் மண்ணெண்ணெய்ப் புட்டியை வீசியெறிந்தது நிச்சயமாக என்னருகே நின்றுகொண்டிருந்த இந்தித் திணிப்பாளர் களை நோக்கி அல்ல, என்னை நம்ப வைத்துக் கழுத்தறுத்த ஒரு பெண்ணின் முகத்தின்மீது, அதற்குப் பிறகு காங்கிரஸ் அலுவலகத்தின்மீது கல்லெறியத் துவங்கியவர்களும் தீக்குச்சியைக் கிழித்து வாகனத்திற்குள் வீசியெறிந்தவர்களும் காவலர்களைத் திருப்பித் தாக்கியவர்களும் சந்துபொந்துகளில் திரும்பித் தெறித்து ஓடியவர்களும் தங்களைப் பழி வாங்கிய ஆசிரியர்களை நோக்கியும், தங்கள் எதிர்காலத்தின்மீது அக்கறையற்ற பெற்றோர்களைக் குறிவைத்தும், தங்களை எப்போதும் கரமைதுனத்தில் ஈடுபடச் செய்யும் நடிகைகளின்மீதும், வேலைக்கோ அறிவுச் சேகரத்திற்கோ உத்திரவாதம் கொடுக்க மறுக்கும் புத்தகக் குவியல்களைப் பார்த்தும்தான் அதை நிகழ்த்திக்கொண்டிருந்தார்கள், ஹிந்தி அரக்கியோ தமிழ்த் தாயோ, இரண்டு பேருடைய பிரசன்னமும் அப்போது நிச்சயமாக அங்கே இல்லையென்பதை என்னால் உறுதியாகச் சொல்ல முடியும், இருவருமே அந்த அமளியில் தனித்து விடப்பட்டுக் கைகளைப் பிசைந்துகொண்டிருந்திருப்பார்கள், உணர்ச்சி வேகத்தின் உச்சத்தில் நிச்சயமாகத் தனிப்பட்ட ஆத்திரம் உள்ளேயிருந்து பீறிட்டுத்தான் விடுகிறது, அப்படித் தான் நான் நம்புகிறேன், அதற்குத்தான் கண்களை மறைக்கும் அத்தனை தீவிரத்தன்மை உண்டு. ஆனால் தனிப்பட்ட உணர்ச்சிகளின் துணையில்லாமல் ஒரு பொதுப் புரட்சியை நடத்திவிட முடியுமா. முடியும் என்று இப்போது தோன்றுகிறது, காந்தி அதைச் செய்தாரென்றும் நான் நம்புகிறேன், அவருக்குப் பிறகு அதை யாரும் முயன்று பார்க்கவில்லையென்றும், காரணம் அது ரொம்ப மெதுவான பயணம், ஏனென்றால் காந்தியின் போராட்டத்தில் அழித்தொழிக்க வேண்டிய எதிரி என்று, உங்கள் உள்மன விகாரத்தை உருவகப்படுத்தும் யாரும் கிடையாது, அப்படியான உருவகப்படுத்தலின் விளைவுகள் அவருக்குத் தெரியும்போல, ஏனென்றால் அவரே புகைவண்டிப் பயணத்திலிருந்து நடுவழியில், நடுயிரவில் வலுக்கட்டாயமாக இறக்கிவிடப்பட்ட ஆத்திரத்தின் வடிகாலாகத்தானே தன்னுடைய போராட்டங்களைத் துவக்கினார். ஆனால் அவர் வன்முறையை நோக்கி யாரையும் தூண்டவில்லையே. ஆம், அதைத்தான் ஒரு வழிநடத்திச் செல்கிறவனுடைய லட்சணம் என்கிறேன், ஒரு போராட்டத்தைத் துவங்குமுன் தன்னுடைய தனிப்பட்ட ஆத்திரம் முழுவதையும் தனக்குள்ளேயே வடித்துக்கொண்டு பிறகு பொதுவெளிக்கு வந்து சேருவதற்கான வலிமிகுந்த பயிற்சியை

காந்தி எப்படி அனுபவித்திருந்தால் அதை ஒரு நாடு முழுவதற்கும் கடத்தியிருக்க முடியுமென்றும் நினைத்து நாம் வியப்படைய முடியும்தான். சுருளிநாதன் பேசிப் பேசித் தன்னுடைய துவக்க வேகத்தை வடித்துக்கொள்ள அனுமதித்த பிறகு குடுமிநாதன் அந்தப் பேச்சுக்கு ஆதாரமான, அவனும் உறங்காப்புலியும் பங்கு பெற்ற இந்தியெதிர்ப்புப் போராட்டத்திலும் அதற்கு முன்னும் பின்னுமாகவும் நிகழ்ந்தவைகளைப்பற்றி, சுருளிநாதனுடைய காதல் கதையிலிருந்து (சுருளிநாதனுக்கு அதைச் சொல்வதில் இப்போது லஜ்ஜை எதுவுமில்லை. வருடங்கள் கடந்துவிட்ட நிலையில் அவன் அதையும் வேறு யாருக்கோ நடந்ததைப் போன்று பார்த்துச் சிரிக்கப் பழகிக்கொண்டுவிட்டிருந்தான்), அவன் அதிலிருந்து விடுபட்டு வெளிவந்தது வரை விலாவாரியாகக் கேட்டுத் தெரிந்துகொண்டான். கிளம்பும்போது சுருளிநாதன் உறங்காப்புலி வீட்டு முகவரியையும் (12, சுப்பிரமணியபுரம், பள்ளிவாசல் தெரு) அடையாளத்தையும் (பசுபதி அய்யர் தட்டச்சுப் பயிலகத்திலிருந்து கிழக்கே மூன்று வீடுகள் தள்ளி, அந்தப் பகுதியில் பிரசித்தி பெற்ற பாப்பாத்தியம்மாள் இல்லத்திற்கு நேரெதிர் வீடு) சொல்லிவிட்டு அவன் பெரும்பாலும் பகல் வேளைகளில் வீட்டிலிருக்க மாட்டானென்றும் ஒரு வழக்கு சம்பந்தமாகத் தன்னுடைய அலுவலகத்திற்கும் (உறங்காப்புலி வேலை பார்ப்பது மதுரை இருப்புப் பாதை நிலையத்தில்) வழக்குரைஞர் அலுவலகத்திற்கும் நண்பர்களின் வீடுகளுக்குமாக அலைந்துகொண்டிருப்பானென்றும் எனவே பின்மாலைப் பொழுது ஏதாவதொன்றில் அவனைப் போய்ச் சந்தித்தால் இதே இந்தியெதிர்ப்புப் புரட்சி பற்றிய வேறொரு கோணத்தை அவனால் கேட்டுக்கொள்ள முடியுமென்றும் சொன்னான். உறங்காப்புலிக்கு இன்னமுமேகூடப் புரட்சிகளின் இலக்குகள் மற்றும் வழிமுறைகள்மீது லட்சியார்த்தமான மயக்கம் இருந்துகொண்டுதான் இருக்கிறது. குடுமிநாதன் சரியென்று சொல்லிவிட்டுத் திரும்பினான்.

ஐந்தாம் நாள். அதற்கு முந்தைய நாளைப் போலவே வாசுதேவன் அன்றும் தன் அலுவலகத்திற்குப் போய்த் தேவையான உத்தரவுகளைக் கொடுத்துவிட்டு இருப்புப் பாதை நிலைய அலுவலகத்தை நோக்கிப் புறப்பட்டான். அங்கே அவன் குடுமிநாதனாக வேடம் தரிக்க வேண்டிய அவசியமில்லை. தகப்பனார் காலத்திலிருந்தே அவனுக்கு அந்த அலுவலகமும் அதில் அவருக்குக் கீழே இளநிலை அலுவலர்களாக வேலை பார்த்துக்கொண்டிருந்த மனிதர்களும் நல்ல பழக்கம் என்பது நமக்கே தெரியும்தானே. தகப்பனை எதிர்த்துக்கொண்டு திருமணம் செய்துகொண்டிருந்ததினால் அவருடைய நண்பர்களைச்

சந்திப்பதில் உண்டாகியிருந்த வெட்கமும் அவருடைய பணி ஓய்வும் அவனுடைய பணிச் சுமையும் அங்கே செல்வதற்கான அவசியத்தையும் அவகாசத்தையும் இல்லாமலாக்கிவிட்டிருந்தன என்பதைத் தவிர மற்றபடி அவனை எப்போதும் அடையாளம் கண்டுகொள்ளவும் வரவேற்கவும் வாஞ்சையோடு முதுகைத் தடவிக் கொடுக்கவும் (நாங்கள் பார்த்து வளர்ந்த பிள்ளை) உதவி செய்யவும் (இடமாற்ற உத்தரவுகளை இன்னும் பெற்றிராத) மனிதர்கள் இருந்துகொண்டேதானிருந்தார்கள். அவர்கள் தங்கள் யாருக்கும் சொல்லாமல் அவன் தன்னுடைய திருமணத்தை நடத்திக்கொண்டதைப்பற்றிக் (பொய்யாக) கோபப்பட்டுக் கொண்டார்கள். அவன் மனைவி மற்றும் குழந்தையைப் பற்றியும் தாய் தகப்பன் பற்றியும் அக்கறையோடு விசாரித்தார்கள் (அதுவும் சம்பிரதாயத்திற்காகத்தான். ஹாலாஸ்யம் அவ்வப்போது தன் பழைய நண்பர்களைப் பார்க்கவும் அலுவலகத்தைப் பார்க்கவும் மதுரைக்கு வந்து போய்க்கொண்டுதானிருந்தார். அவர் மூலமாகவே அவருக்கும் வாசுதேவனுக்கும் பேச்சு வார்த்தை முறிந்துபோய்விட்டது என்பதையும் அவர் பேத்தி யைப் பார்த்துக் கொஞ்சி மகிழ விரும்புகிறாரெனினும் வெட்கம் தடுக்கிறது என்பதையும் அவனாகக் கூப்பிட்டுவிட மாட்டானா என்றுதான் அவர் ஏங்குகிறாரென்பதையும் அவர்கள் தெரிந்துகொண்டுதானிருந்தார்கள். என்றாலும் தெரிந்ததாகக் காட்டிக்கொள்ளவில்லை. வாசுதேவனும் நன்றாக இருக்கிறார்களென்று மையமாக ஒரு வார்த்தையில் குறிப்பிட்டதோடு அவர்களைப்பற்றிப் பேசுவதை நிறுத்திக் கொண்டுவிட்டான் (ஆறாதே நாவினாற் சுட்ட வடு)). பரஸ்பர நல விசாரிப்புகளுக்கும் அரசியல் சூழல் பற்றிய பொதுப் படையான அரட்டைகளுக்கும் பிறகு அவன் மெதுவாக உறங்காப்புலி என்பவனைப் பற்றிய பேச்சை எடுத்தான். எடுத்த மாத்திரத்திலேயே ஹாலாஸ்யத்தின் தோழரான ஒரு முதியவர் துரோகியும் குள்ளநரியும் பொறுக்கியும் தேவடியாள்களுடன் தொடர்பு வைத்திருக்கிறவனுமான அவனைப்பற்றி அவன் ஏன் கேட்கிறானென்று உரிமையோடு சற்று கடுமையாகவே உசாவத் தொடங்கிவிட்டார் (அவர் இன்னும் வாசுதேவனைக் கைக்கடக்கமான பிள்ளையாகப் பார்த்த நினைவுகளிலிருந்து மீண்டிராதவராயிருந்தார்). தொழில் ரீதியாக அவனைப் பற்றிச் சில விபரங்கள் தேவைப்படுகிறது என்று சொல்லிவைத்தான் வாசுதேவன். ஒற்று வேலைகளுக்கும் தரகர் வேலைகளுக்குமப்பால் விபரங்கள் தேவைப்படுமளவிற்கு அவனென்ன அப்படி யோக்கியமான தொழில் செய்துவிடப்போகிறானென்று அவர் முணுமுணுத்துக்கொண்டே ஓர் இளைஞனைச் சுட்டிக்காட்டி அவனைக் கேட்கச் சொல்லிவிட்டு அவனிடமும் வாசுதேவனை

அறிமுகம் செய்துவிட்டுத் தன் வேலைகளைக் கவனிக்கப் போனார். ஆனால் அவனிடமிருந்து வாசுதேவனால் ஒரு முகவரியைத் தவிர மற்றபடி பிரயோசனமான ஒரு தகவலைக்கூடப் பெற முடிய வில்லை. இரண்டு வருடங்களுக்குமுன் (74ஆம் வருடம் மே மாதம்) நடந்து முடிந்த, நிர்வாகத்திற்கெதிரான (சந்தேகமில்லாமல் மத்திய அரசுதான்) இருப்புப்பாதைத் தொழிலாளர்களின் இருபத்தியோரு நாள் வேலை நிறுத்தத்தின் போது உறங்காப்புலிக் கெதிராக உருவான அந்த வழக்கு நீதிமன்றத்திலிருப்பதாலும் சற்று அபாயகரமான குற்றச்சாட்டு என்பதாலும் அலுவலகச் சிப்பந்திகள் அதைப்பற்றி அந்நியர்களிடம் பேசுவதோ விவாதிப்பதோ கூடாது என்று நிர்வாகத்தால் ஏற்கெனவே அறிவுரைக்கப்பட்டிருந்தது என்றும் அவசரநிலைப் பிரகடனத் திற்குப் பிறகு அதுவொரு தண்டனைக்குரிய குற்றமாகவே வாய்மொழி ஆணையால் ஆக்கப்பட்டுவிட்டது என்றும் இந்திரா அரசாங்கம் தன்னுடைய வேவு பார்க்கும் விழிகளை அலுவலகத்தின் எந்த மூலையிலும் ஒளித்து வைத்திருக்கும் அபாயமிருக்கிறது என்பதால் தன்னிடமிருந்து மட்டுமல்லாமல் அங்கே வேறு யாரிடமிருந்துமே அவனால் அம்மாதிரியான விபரங்களைப் பெற்றுவிட முடியாது என்றும் அவன் தன்னைச் சுற்றிக் கவலையுடன் கண்களை ஓட்டிக்கொண்டே கூறி விட்டான். அப்படி அதைப் பற்றித் தெரிந்துகொண்டேயாக வேண்டு மென்கிற கட்டாயத்தில் வாசுதேவன் இருக்கிற பட்சத்தில் அதில் நேரடியாகச் சம்பந்தப்பட்டவரும் பிரதான சாட்சியு மான அற்புதானந்தம் என்பவரைத் தனிப்பட்ட முறையில் அவருடைய ஜாகையில் போய்ச் சந்தித்தால் ஒருவேளை விபரங்கள் கிடைக்கலாம், மேலும் அந்த வழக்கு பற்றிய முழு விபரங்களையும் தருவதற்கு அவர் ஒருவர்தான் தகுதியான வரும்கூட, அவர் திருவனந்தபுரத்தில் இருக்கிறார், கோப்புகளி லிருந்து அவருடைய முகவரியை எடுத்துத் தரும் அதிகபட்ச உதவியை வேண்டுமானால் அவனால் மகிழ்ச்சியோடு செய்ய முடியும். வாசுதேவன் திருவனந்தபுரம் என்றதும் கொஞ்சம் மலைத்துவிட்டான். அவன் அதை எதிர்பார்க்கவில்லை. அவ்வளவு தூரம் அலைய வேண்டுமா என்று தோன்றியது. எந்த ஆதாயமும் இல்லாமல் வெறும் சுயதிருப்திக்காகவும் யாரோ முகமறியாத கற்பித நபர்களிடம் (அவர்கள் பி–4 காவல்நிலையப் பணியாளர்களா அல்லது வாசுதேவனாகிய அவன் யாராயிருக்க வேண்டுமென்பதை ஆயிரக்கணக்கான வருடங்களுக்கு முன்பே அறுதியிட்டுச் சொல்லிவிட்டு அந்த வாக்குத் தப்பாமல் நடந்துகொள்கிறானா என்று அகாலத்தின் வெளியிலிருந்து தன்னை வேவு பார்த்துக்கொண்டேயிருக்கும் ஆங்கிரஸர், பார்ஹஸ்பத்யர், பாரத்வாஜர் முதலான ரிஷிகளா

என்பதை அடையாளம் கண்டுபிடிப்பதில் அவனுக்குத் தீராத குழப்பமிருந்தது) தன்னை நிரூபித்துக்கொள்வதற்காகவும் (பழிவாங்கலுக்காக என்று சொல்லிக்கொள்ள மனச்சாட்சி இடந்தரவில்லை) மட்டுமே இறங்கியிருக்கும் ஒரு காரியத்திற்காக இத்தனை மெனக்கெட வேண்டுமா. என்றாலும் எதற்கும் இருக்கட்டும் என்று அந்த அற்புதானந்தம் என்பவரின் முகவரியை வாங்கிக்கொண்டு உறங்காப்புலியை விலைமாதர்களுடன் இணைத்துக் குறிப்பிட்டுவிட்டுச் சென்ற தந்தையின் நண்பரை மீண்டும் அணுகி அது பற்றியும் விசாரித்துத் தெரிந்து கொண்டான் (அவர் சலிப்புடனும் வெறுப்புடனும் அவன் தன்னை வேலையிலிருந்து நீக்கிவிட்டார்களென்கிற கவலை கொஞ்சமேனும் இல்லாமல் நன்மை தருவார் கோவில் தெரு பத்தாம் இலக்க வீடே கதியென்று கிடப்பதையும் வெட்கமோ பயமோயில்லாமல் அந்தப் பெண்ணைக் கூட்டிக்கொண்டு தெருக்களில் அலைந்துகொண்டிருப்பதையும் திரையரங்கு வாசல்களில் நின்றுகொண்டிருப்பதையும் தானே தன் கண்களால் அடிக்கடி பார்க்க நேர்ந்தது என்று சொல்லித் தலையிலடித்துக் கொண்டார்).

ஐந்தாம் நாள் பிற்பகல். இருப்புப் பாதை அலுவலகத்திலிருந்து வெளியே வந்த வாசுதேவன் கணேஷ் வீட்டுணவகத்தில் சாப்பிட்டுவிட்டு மீண்டும் குடுமிநாதனாக மாறி நேராக நன்மை தருவார் கோவில் தெருவின் பத்தாவது வீட்டை நோக்கிச் சென்று கதவைத் தட்டுகிறான். கதவைத் திறந்த பிரமீளா முதலில் உறங்காப்புலியென்கிற பெயரில் தனக்கு யாரையும் தெரியாது என்று சொல்லி உடனே அதைச் சார்த்த முற்பட்டுவிட்டாள். அவளுக்கு அவன் தொழிலுக்காக வரவில்லையென்றும் யாரையோ பற்றி விசாரித்துத் தன் மதிய நேர இளைப்பாறலைக் கெடுக்க வந்திருக்கிறானென்றும் சலிப்பு (இரவுகளுக்குத் தயாராக வேண்டும்). ஆனால் தான் குறிப்பிட்ட அந்த மனிதனோடு அவள் திரைப்படங்களுக்குக்கூடச் சென்றிருக்கிறாளென்று தான் கேள்விப்பட்டதாகக் குடுமிநாதன் குறிப்பிட்டதும் அவள் முகம் சட்டென்று பிரகாசமாகிவிட்டது. படுக்கையறைக்கு வெளியே அவள் கையைக் கோர்த்துக்கொண்டு வீதிகளில் தைரியமாக நடந்த வாடிக்கையாளன் அவனைத் தவிர வேறு யார். ஆனால் உறங்காப்புலியா அவன் பெயர். அவள் ஏதோ வெகு காலமாகத் தொலைத்துவிட்டுத் தேடிய பொருளொன்று திடீரென்று கைக்குக் கிடைத்துவிட்டதைப்போன்ற குழந்தைத்தனமான குதூகலத்துடன், உறங்காப்புலி, உறங்காப்புலி, ஆ, தெரிந்து கொண்டுவிட்டேன், தெரிந்துகொண்டுவிட்டேன் என்று குடுமிநாதன் முன்னாலேயே லஜ்ஜையின்றித் துள்ளிக்

குதித்தாள் (அதே சமயத்தில் அவள் கண்களில் கண்ணீர் துளிர்த்து நின்றதையும் குடுமிநாதன் கவனிக்கத் தவறவில்லை. அவள் அதை மறைக்க முயற்சிக்கவுமில்லை). ஆனால் ஒரே ஒரு நிமிடம்தான் அந்த உற்சாகமும் குதூகலமும் அவளிடம் தங்கியிருந்தன. அடுத்த நிமிடம் அவள் முகத்திலும் உடலிலும் அவை பாய்ந்த அதே வேகத்திலேயே பின்வாங்கிக் கொள்ளத் தீவிர யோசனையாலும் பீதியாலும் பீடிக்கப்பட்டவளைப்போல அவள் முகம் இருண்டது. நீங்கள் பிராமணரா என்று கேட்கிறாள் அவள். எதற்காகக் கேட்கிறாளென்பதை விளங்கிக்கொள்ள முடியாமலேயே அவன் ஆமாம் என்கிறான். என்ன விஷயமாக அந்த ஆளைத் தேடி என்னிடம் வந்திருக்கிறீர்கள் என்று விறைப்பைத் தளர்த்திக்கொள்ளாமலேயே அவள் மேலும் வினவுகிறாள். கேள்வியென்னவோ அவன் ஏற்கெனவே எதிர்பார்த்த ஒன்றுதான் (முன்பின் தெரியாதவர்களிடையே இது வழக்கமானதும்கூட இல்லையா). ஆனால் அது அத்தனை பதற்றத்தோடு கேட்கப்பட்டதுதான் குடுமிநாதனுக்கு ஆச்சரியத்தை உண்டாக்கியது. உறங்காப்புலி அவன் பணி செய்த அலுவலகத்திற்கெதிராகத் தொடர்ந்திருக்கும் வழக்கைப் பலமிக்கதாக ஆக்குவதற்காக அவனுக்குத் தெரியாமலேயே அவனைப் பற்றிய சில தனிப்பட்ட விபரங்களைச் சேகரிக்க அவனுடைய வழக்குரைஞர் விரும்புகிறார் என்றான் அவன் அம்மாதிரியான பதிலை அவளால் புரிந்துகொள்ள முடியாது என்கிற நிச்சயத்துடன். அவன் நினைத்தது சரியாக இருந்தது. சில வினாடிகள் தன் செவிகளில் விழுந்ததை உள்வாங்கிக்கொள்ளச் சிரமப்படுபவளைப்போல அவனை உற்றுப் பார்த்துக்கொண்டிருந்த பிரமீளாவின் முகம் பிறகு தீவிர பாவத்திலிருந்து மெதுமெதுவாக விடுபட்டுத் தெளியத் துவங்க குடுமிநாதனுக்குச் சிறிய தயக்கத்துடன் வீட்டினுள் நுழைய அனுமதியும் கிடைத்து விட்டது (ஆனால் அவன் உள்ளே செல்லவில்லை. வாயிற்படியை ஒட்டியிருந்த சிறிய திண்ணையிலேயேதான் கடைசிவரை நின்றுகொண்டிருந்தான். பிரமீளாவும் அவனை ஒருமுறைக்குமேல் உள்ளே வரும்படி வற்புறுத்தவில்லை). ஆனால் இருப்புப் பாதை அலுவலகத்தில் போன்றே பிரமீளாவாலும் உறங்காப்புலியைப் பற்றிய உபயோகமான தகவல்களெதையும் அவனுக்குக் கொடுக்க முடியவில்லை. கொடுக்க முடியவில்லையென்பது மட்டுமல்ல, அதுவரையில் மற்றவர்களிடம் சாதுர்யமாகக் கேள்வி கேட்டுப் பதில்களைப் பெற்றுக்கொண்டிருந்த அந்தப் பிராமணனை அவள் அடக்க மாட்டாத ஆர்வம் கொப்பளித்த அவளுடைய கேள்விகளுக்குத் தட்டவியலாமல் பதில் சொல்லிக்கொண்டிருக்கும் பள்ளிச் சிறுவனாக வேறு மாற்றிவிட்டிருந்தாள். அவள் தன்னை அங்கே தாமதிக்க

அனுமதித்ததே தன்னிடமிருந்து உறங்காப்புலியைப்பற்றிக் கேட்டுத் தெரிந்துகொள்ளும் ஆர்வத்தினாலல்லாமல் தனக்கு அவனைப் பற்றிச் சொல்லும் உபகாரவுணர்ச்சியினாலல்ல என்பதைக் குடுமிநாதன் தாமதமாகத்தான் உணர்ந்தான் (ஆனால் ஒருவிதத்தில், ஒரு கூர்ந்த அவதானிப்பில் அந்த, தவிப்பில் நனைந்த கேள்விகள்தான் அவள் தன்னிடம் சொல்லாமல் சொல்லிக்கொண்டிருக்கும் உறங்காப்புலியைப் பற்றிய பதில்களோ என்றும் அவனுக்குத் தோன்றியது). கிட்டத்தட்ட ஐந்து மாத காலம் தான் அவனுடன் பழகிக்கொண்டிருந்ததாயும் வேறெந்த வாடிக்கையாளரையும்விடத் தன் உடலோடு மட்டுமல்லாமல் உள்ளத்தோடும், சம்பிரதாயமான கொடுக்கல் வாங்கல் ஒப்பந்தத்திற்கு அப்பாற்பட்ட நெருக்கமான உறவை அவன் வளர்த்துக்கொண்டிருந்தானென்றும் நட்பும் காமமுமாகச் சென்றிருக்க வேண்டிய அதைச் சற்று முன்னேற்றிக் காதலும் காமமுமென்பதாக வளர்த்துக்கொள்ளத் தான் முயன்றபோது அவன் தைரியமில்லாமல் தன்னைவிட்டு விலகிவிட்டானென்றும் அவள் சொன்னபோது குடுமிநாதன் ஆச்சரியத்துடன் ஐந்து மாத காலப் பழக்கத்திற்குப் பின்னும் எப்படி அவனைப்பற்றிய ஒரு தகவலைக்கூட அவளால் தெரிந்து கொள்ள முடியாமல் போனது என்று கேட்டான். பிரமீளா ஓர் ஆழ்ந்த பெருமூச்சை வெளிப்படுத்தியபடியே தன்னிடம் வரும் மனிதர்கள் அத்தனை பேருடைய பின்புலங்களையும் பிரச்சனைகளையும் பற்றித் தெரிந்துகொள்வது தனக்கு அவசியமில்லாதவொன்றுதானெனினும் அந்த மனிதனுடைய வித்தியாசமான விருப்பத்தின்பேரில் அவன்முன் தான் யாராக நடித்துக்கொண்டிருந்தோமென்பதைத் தெரிந்துகொள்ளத் தான் விரும்பியதாயும் அதைத் தெரிந்துகொண்டால் அந்தப் பெண்ணைவிடத் தான் ஏதோவொரு விதத்தில் அவனை நேசிப்பதில் உயர்த்தியென்பதை அவனுக்குத் தெரியப்படுத்திவிட முடியும் என்று தன் மனம் நம்பியதோயென்னவோ என்றும் (எப்போதும் பதிலியாகவே இருக்க நிர்பந்திக்கும் இந்தத் தொழிலில் தன்னை நிரூபித்துக்கொள்ள வாய்க்கும் இம்மாதிரியான சந்தர்ப்பங்களும் அதற்குத் தகுதியுள்ள வாடிக்கையாளர்களும் மிக மிகக் குறைவு) அந்த விருப்பம் பூர்த்தியாகாமலே போய்க் கொண்டிருந்ததானது அதன் மீதான தணியாத கவர்ச்சியையும் அதற்குக் காரணமான அந்த தனித்துவமிக்க வாடிக்கையாளன்மீது பிரத்யேகப் பிரியத்தையும் ஏற்படுத்திவிட்டிருக்கலாமென்றும் பதில் சொன்னாள். பிறகு பிரமீளா உறங்காப்புலி அவனுடைய நண்பனால் தனக்கு அறிமுகப்படுத்தப்பட்டதிலிருந்து அவன் தன்னை விட்டு விலகியது வரையிலான கதையையும் அவனிடம் கூறினாள் (உண்மையில் அவள் மனம் கொள்ளாத பரவசத்தைத்

தந்துகொண்டிருந்த அந்த நாட்களைப் பற்றி யாரிடமாவது சொல்லிப் பகிர்ந்துகொள்ள வேண்டுமென்றேதான் தானும் விரும்பிக்கொண்டிருந்ததாயும் தெரிவித்தாள்). குடுமிநாதன் அந்த வீட்டு வாசலில் நின்றபடியே அரைமணி நேரத்திற்கு மேலாக அவள் பேசியதைப் பொறுமையாகக் கேட்டுக்கொண்டும் அவள் கேள்விகளுக்குத் தனக்குத் தெரிந்த பதில்களைச் சொல்லிக்கொண்டுமிருந்தான். அவளால் விவரிக்கப்பட்ட, அவர்களிருவருக்குமிடையே நடந்துகொண்டிருந்த, பெயர் விளையாட்டு பற்றிய குறிப்புகள் அவனிடம் அவள் மீதான இரக்கத்தையும் (அப்படியான பெண்களால் வாழ்க்கையை அவ்விதமாகவெல்லாம் உணர முடியுமென்று அவன் அதுவரை கற்பனை செய்துகூடப் பார்த்ததில்லை) உறங்காப்புலி மீதான கூடுதல் கோபத்தையும் உண்டாக்கியது. தன்னுடைய பெயர் அவனுக்கு முதலிலேயே தெரிந்திருந்தும்கூடக் கடைசிவரை அந்தப் பெயரால் தன்னை ஒருமுறைகூட வாத்ஸல்யத்துடன் அழைத்ததேயில்லையென்பது அவளுடைய தணியாத வருத்தமா யிருந்தது. நேசத்தின் ஈரத்துடன் அந்தப் பெயர் ஒரு முறையேனும் அவன் வாயால் உச்சரிக்கப்பட்டிருக்குமேயானால் ஆரம்பம் முதலே அதை வெறுத்து வந்திருந்த அவள் அதை ஒருவேளை அதற்குப் பிறகு விரும்பக்கூடத் துவங்கியிருக்கக்கூடும். குடுமிநாதன் அவளிடம் விடைபெற்றுக்கொண்டு கிளம்பும் சமயத்தில் அவள் திடீரென்று ஞாபகம் வந்தவளாய், அவன் என்னை யாருடைய நிழலாய்ப் பார்க்க வேண்டுமென்று பிரியப்பட்டானோ அந்தப் பெண் ஒரு திருமணமான பிராமணப் பெண்ணாக இருக்க வேண்டும் என்பது மட்டும் எனக்குத் தெரியும் என்றாள். உறங்காப்புலி சொன்னானா என்று குடுமிநாதன் கேட்டான். அவள், இல்லை, அது என் ஊகம் என்றாள். உறங்காப்புலி தன்னைவிட்டுப் பிரிந்த கடைசி நாளன்று தனக்கு மடிசார் கட்டிக்கொள்ளத் தெரியுமா என்று கேட்டதாகத் தன் கதையில் குறிப்பிட்டதை மீண்டும் நினைவுபடுத்திய அவள் மடிசார் என்பது பிராமணர்களுடைய சேலை கட்டும் பாணியென்றும் அந்தக் கட்டு கன்னிப் பெண்களுக்கானதில்லையென்றும் தான் ஊகிப்பது சரிதானேயென்றும் கேட்டாள். குடுமிநாதன் அவள் ஊகித்தது சரிதான் என்றான். அதை அவன் சொல்லி முடித்ததும் பிரமீளா சட்டென்று, உண்மையைச் சொல்வதானால் உங்களைப் பிராமணர் என்று கண்டதும் நீங்கள் அந்தப் பெண்ணின் கணவரென்றும் விஷயம் தெரிந்துபோய்த்தான் உறங்காப்புலியை ஏதோ செய்வதற்காக அவனைப்பற்றி ரகசியமாகத் துப்புத் துலக்க வந்திருக்கிறீர்களென்றும் நினைத்து நான் பயந்துபோய்விட்டேன் என்றாள். குடுமிநாதன் ஒரு கணம் திகைத்துப் போய் நின்று விட்டான். அவன் கைகள் தன்னிச்சையாகவே சட்டென உயர்ந்து

காதுகளை பொத்திக்கொள்ள வாய், சிவசிவா என்று அவசர அவசரமாக ஒருமுறை முணுமுணுத்தது. அங்கே வந்தது தன் தவறுதானென்றும் அதற்கு அம்மாதிரியான பேச்சைக் கேட்கும் தண்டனையும் தனக்குத் தேவைதானென்றும் உரக்கச் சொல்லித் தன் திகைப்பையும் வருத்தத்தையும் கோபத்தையும் அவன் காட்டிக்கொண்டான். பிரமீளா அவன் காயமடைந்ததைப் பற்றிப் பெரிதாக அலட்டிக்கொள்ளவில்லை. மனதில் தோன்றியதைச் சொன்னதாகச் சொன்னாள் அவள். சில நிமிடங்களுக்குமுன் அவள்மீது தோன்றிய இரக்கவுணர்வு நொடிப் பொழுதில் இருந்த இடம் தெரியாமல் மறைந்துவிட்டது. உறங்காப்புலி மீதான கோபம் துவேஷமாயும் அருவருப்பாயும் வளர்ந்தது. என்ன மாதிரியான இடங்களிலெல்லாம் கால் வைக்கத் துணியுமளவு என் மனதை அலைக்கழித்துக்கொண்டிருக்கிறான் அந்தப் போக்கிரி.

ஆறாம் நாள் அதிகாலை 3 மணி. யாரோ முகத்தில் தண்ணீரை வாரிக் கொட்டியதுபோல படுக்கையிலிருந்து திடீரென எழுந்து உட்கார்ந்த வாசுதேவன் அருகே உறங்கிக்கொண்டிருந்த பாகீரதியை எழுப்பிக் கணக்குத் தணிக்கை விஷயமாக ஒரு புதிய நிறுவனத்துடன் ஒப்பந்தம் செய்துகொள்வதற்காகத் திருவனந்தபுரம் வரை செல்ல வேண்டியிருப்பதாகக் கூறிவிட்டு (அவள் திடுக்கிட்டுப்போய் இதைப்பற்றி அவன் இரவில் தன்னிடம் எதையும் சொல்லவில்லையே என்று கேட்டதற்கு மறந்துவிட்டேனென்றும் (அந்தப் பதில் அவளை மேலும் அதிகமாகத் திடுக்கிடச் செய்கிறது என்பதைப் பொருட்படுத் தாமல்) பதில் சொல்லிவிட்டு) அப்போதே எழுந்து குளித்துச் சேதக்கை எடுத்துக்கொண்டு பேருந்து நிலையத்திற்குச் சென்று வாகனத்தை வாடகை நிறுத்தத்தில் போட்டுவிட்டு ஆறரை மணிக்கெல்லாம் முதல் பேருந்தைப் பிடித்துவிட்டான். திருவனந்தபுரம் கோட்டைக்ககத்தில் கல்லம்பள்ளித் தெரு, வாழப்பள்ளி சந்திப்பு என்று கேட்டு அங்கே இறங்கினால் நடந்தே போய்விடலாம் என்று தனக்குத் தெரியப்படுத்தப் பட்டிருந்ததாக முகவரி தந்திருந்தான் இருப்புப்பாதை அலுவலக இளைஞன். பிற்பகல் மூன்று மணிக்குக் குடுமிநாதனென்கிற வாசுதேவனைத் திருவனந்தபுரம் சந்திப்பில் இறக்கிவிட்டது பேருந்து. மூன்றரை மணிக்கெல்லாம் வீட்டைக் கண்டுபிடித்து அற்புதானந்தம் என்கிற அந்த மனிதரைச் சந்தித்தேவிட்டான் அவன். சுருளிநாதனிடம் கூறியதைப் போலவே அவரிடமும் தன்னை ஒரு முனைவர் பட்ட ஆய்வு மாணவன் என்று கூறி அறிமுகப்படுத்திக்கொண்டு (உறங்காப்புலியின் பெயரைச் சொல்ல வேண்டாமென்று அறிவுறுத்தப்பட்டிருந்தான்)

பாகீரதியின் மதியம் 391

மதுரை இருப்புப் பாதை நிலைய அலுவலகத்தில் அவருடைய பெயரையும் முகவரியையும் தெரியப்படுத்தியதாகக் கூறித் தொழிலாளர் வேலை நிறுத்தத்தின்போது மதுரையில் இருந்தவரென்கிற முறையில் இந்திய அளவில் நடைபெற்ற அதில் அந்த மாவட்டத்தின் பங்களிப்பு பற்றிய தகவல்களைச் சொல்லி உதவ வேண்டுமென்று கேட்டுக்கொண்டான். கூடுதல் நம்பிக்கைக்காக அவர்களில் சிலருடைய பெயரையும் அவர்முன் உச்சரித்தான். வேண்டுமானால் தொலைபேசியில் அவர்களைத் தொடர்பு கொண்டு தன்னைப்பற்றி விசாரித்துக் கூடப் பார்த்துக்கொள்ளலாமென்றும் கூறினான் (அவர் அப்படியெல்லாம் செய்துவிட மாட்டாரென்று ஒரு நம்பிக்கை. செய்துவிட்டாலும் வாசுதேவன் என்பது தனது வீட்டுப் பெயரென்றும் குடுமிநாதன்தான் தஸ்தாவேஜுகளில் இடம் பெறும் அதிகாரப்பூர்வமான பெயரென்றும் அவர்களிடமும் சொல்லிக்கொள்ளலாம் (அப்பா இதை உங்களிடம் சொல்லவில்லையாயென்ன)). ஆனால் அற்புதானந்தனோ அத்தனை பீடிகைகளில்லாவிட்டாலும்கூட அதைப் பற்றிப் பேசத் தயாராகவேதானிருந்தார். அவனிடம் மட்டுமல்ல, அதுவரை அவர் பலபேரிடம் அந்த வேலை நிறுத்தத்தைப் பற்றியும் அது தனக்கு அளிக்கவிருந்த ஒரு பொன்னான உத்தியோக உயர்வு வாய்ப்பைப் பற்றியும் அதை அநியாயமாகத் தட்டிப் பறித்துவிட்ட ஓர் இளைஞனைப் பற்றியும் சலிக்காமல் ஆற்றாமையுடன் சொல்லிக்கொண்டேதானிருந்திருக்கிறார் (வழக்கு, நீதிமன்றம், வாதம், ரகசியம் பேணல் எல்லாம் சட்டப்படியான நிரூபணத்திற்காகத்தானே, தேவனின் நீதிமன்றம் என்பது இதற்கெல்லாம் அப்பாற்பட்டதும் இவற்றின் தேவையற்றதுமில்லையா, வழக்கு ஜெயித்தாலும் தோற்றாலும் நடந்தது இல்லையென்று ஆகிவிடுமாயென்ன, பிறகென்ன இதில் ரகசியம், அதைப் பேணும் கட்டாயம்). சற்று நீண்ட பேச்சுதான். எனவே விரிவஞ்சி அதைத் தனியாகச் சொல்லுவோம். குடுமிநாதன் அவரிடம் ஓர் இரண்டு மணிநேரம் பேசிக்கொண்டிருந்தான். பிறகு விடை பெற்றுக்கொண்டு ஆறு மணிக்கு மறுபடியும் திருவனந்தபுரம் சந்திப்பில் மதுரைப் பேருந்தைப் பிடித்து முதல் நாள் கிளம்பிய அதே நேரத்திற்கே (அதாவது ஏழாம் நாள் அதிகாலை மூன்று மணிக்கு) திரும்ப வீடு வந்து சேர்ந்துவிட்டான். ஒரு வாரமாக அவனுடைய நடவடிக்கைகளும் இம்மாதிரியான அகால நேரத்திய அலைச்சல்களும் தனக்குக் கவலையளிப்பதாகப் பாகீரதி சற்று கண்டிப்பாகவே பேசினாள். வாசுதேவன் முக்கியமானதும் அவளையும் சந்தோஷப்படுத்தவிருப்பதுமான ஒரு வேலையின்மேல்தான் தான் அப்படி அலைந்து கொண்டிருப்பதாயும் இனி மேற்கொண்டு

அலைச்சல்கள் இல்லை என்றும் அவள் மேலும் ஒரு சில நாட்கள் பொறுத்துக்கொள்ள வேண்டுமென்றும் ஒரு சரியான சந்தர்ப்பம் கிடைத்ததும் காரியத்தை வெற்றிகரமாக முடித்து விட்டு அவளிடம் ஆதியோடந்தமாக எல்லாவற்றையும் சொல்லி விடுவதாயும் உண்மையில் அதை அவள் தினசரி அதே போன்ற மாலை வேளைகளில் அவனிடம் கண்கள் விரியத் தன்னை மறந்து விவரிக்கும் அவளுடைய மதிய நேரத்துக் கனவுகளில் ஒன்றாகவேதான் உணரப் போகிறாளென்றும் கூறிவிட்டுத் தூங்கச் சென்றான். அவன் காத்திருந்த அந்தச் சரியான சந்தர்ப்பம் அதற்குப் பத்து நாட்களுக்குப் பிறகு வாய்த்தது. ஜனவரி 31ஆம் தேதி மத்திய அரசு தமிழ்நாட்டில் திமுக அரசைக் கலைத்துவிட்டு ஆளுநர் ஆட்சியை அமல்படுத்தியது. பிப்ரவரி 2ஆம் தேதி வாசுதேவன் பாகீரதியிடம் அலுவலகத்திற்குப் போவதாகச் சொல்லிவிட்டு (சரி, கடைசிப் பொய்) அங்கே போகாமல் நேராக பி–4 காவல்நிலையத்தை நோக்கிச் சென்றான்.

நேயர்களே, இந்தக் கதையின் ஒரு கட்டத்தில் நாம் சொல்லி யிருக்கிறோம், இது இரண்டாம் முறையாகவும் கை நழுவ விட்டுவிட்ட தன் காதலியைத் தேடி அலைந்த மருத்துவர் அரங்கநாதன் நம்பியால் நமக்குச் சொல்லப்பட்ட கதையுடன் அந்தக் கதை இப்படியாக நிகழ்ந்திருக்கலாமென்கிற கற்பனையையும் சேர்த்து ஒரு விளையாட்டுப்போல நிகழ்த்தப் படுகிறது என்று. இம்மாதிரி, நிஜத்தைக் கற்பனையில் உருவாக்கும் விளையாட்டு சில அடிப்படை விதிகளைக் கொண்டது. அதிலொன்று அந்தக் கற்பனை நிஜத்தை மறுதலிப்பதாக, நிஜத்திற்கு எதிராகவோ அல்லது நிஜம் தன் கற்பனைக்கு உகக்கத்தான் நடந்தாகவேண்டுமென்றோ கட்டாயப்படுத்துவதாக இருக்கக்கூடாது என்பது. அதாவது நிஜமும் கற்பனையும் ஒன்றையொன்று ஆமோதித்தேயாக வேண்டும். இதுவரை இந்த விதியைக் கடைப்பிடிப்பதில் நமக்குச் சிக்கலொன்றும் ஏற்பட்டுவிடவில்லைதான். ஆனால் இருப்புப் பாதைத் தொழிலாளர் வேலை நிறுத்தத்தின்போது என்ன நடந்தது என்பதைக் கற்பனை செய்வதில் கொஞ்சம் சிக்கல் இருக்கிறது. உறங்காப்புலி குற்றவாளியென்பதுதான் நிஜம் என்று யாவரும் சொல்ல அவன் அதை அவர்களுடைய கற்பனை என்று சொல்கிறான். தான் உண்மையில் குற்றவாளியில்லை என்று அவன் சொல்வதுதான் கற்பனை (அதாவது பொய்) என்று மற்றவர்கள் சொல்கிறார்கள். இந்த நிலையில் நாம் எதைக் கற்பனை செய்து எழுதினாலும் அது நிஜத்திற்குப் புறம்பாகவே

இருக்குமோ என்கிற அச்சம் எழத்தான் செய்கிறது. கதை சொல்லலின் அடிப்படை விதியில் இதற்கான தீர்வேதும் இருக்கிறதா என்று ஆராய்ந்ததில் இம்மாதிரியான நிச்சயமற்ற நிலை ஏற்படும்போது நிஜமென்றோ கற்பனையென்றோ எதையும் நிரூபிக்க முயலாமல் காதில் விழுந்ததை அப்படியே பதிவுசெய்யும் உபாயத்தை அது நமக்குப் பரிந்துரைக்கிறது. இங்கே நம் கதை சொல்லும் திறமைக்கு வேலையில்லையென்றாலும் அதையும் நாம் ஏற்றுக்கொள்ளத்தான் வேண்டும். அதன்படி இருப்புப் பாதைத் தொழிலாளர் வேலை நிறுத்தத்தின்போது நடந்த சம்பவங்களைக் குறித்து உறங்காப்புலி தனக்கு எதுவும் தெரியாது என்று மறுத்துக்கொண்டிருக்கிற நிலையில் அற்புதானந்தன் குடுமிநாதனுக்குச் சொன்னதை அப்படியே நேயர்களுக்குத் தந்துவிடுவதுதான் அதிக பட்சமாக நம்மால் முடியக்கூடிய காரியமாக இருக்கிறது. இதோ அது.

குற்றாலத்திற்குச் சென்று திரும்பியவன் வாழ்நாள் முழுவதும் நனைந்துகொண்டேயிருப்பான் என்று சொல்வார்கள், அதுபோல 1974ஆம் வருடத்திற்குள் நுழைந்த பிறகு இந்த நாடும் என்னைப் போலவே இன்றுவரை ஏதோவொரு விதத்தில், அது இந்திய அளவில் காங்கிரஸ் அல்லது அதன் எதிர்க் கட்சிகள் கற்றுக்கொண்ட என்றென்றைக்குமான படிப்பினை என்ற அளவிலாக இருந்தாலும் சரி, அல்லது தமிழ்நாட்டளவில் திமுகவின் நிரந்தரத் தம்பட்டப் பொருள் என்கிற ரீதியில் இருந்தாலும் சரி, மீண்டு வர முடியாமல் தத்தளித்துக் கொண்டு தானிருக்கிறது என்பேன், இந்திராவின் கெட்ட கனவு என்று வர்ணிக்கப்பட்ட, அது ஏற்படுத்திய இருபது நாள் தாக்கத்தி லிருந்து தன்னை விடுவித்துக்கொள்ள வழி தெரியாமல் அந்தத் துரதிர்ஷ்டம் பிடித்த பெண்மணி பிறகு, அடுத்த ஒரு வருடத்தில், தன்னையே இந்தியாவின் கெட்ட கனவாக மாற்றிக் கொண்டுவிடும்படியான பரிதாப நிகழ்வுக்கு அடிகோலிய, இருப்புப் பாதைத் தொழிலாளர்களின் மாபெரும் வேலை நிறுத்தம் நடந்தேறியது அந்த வருடத்தில்தானே, அவசரநிலை பிரகடனப்படுத்தப்பட்டிருக்கும் இந்தக் காலக்கட்டத்தில் அதன் மூல ஊற்றான இருப்புப்பாதைத் தொழிலாளர் போராட்டம் பற்றிப் பேசுவதேகூட சிறைத் தண்டனைக்குரிய குற்றமாகப் பார்க்கப்படலாம், அதே சமயத்தில் எப்போது வீடு திரும்புவோம் என்கிற நிச்சயமில்லாமலேயே பணிக்குப் புறப்பட்டுச் செல்லும் கொடுமையைவிடச் சிறைச்சாலை எத்தனையோ மேல் என்கிற விரக்தியான மனோபாவத்தை இருப்புப் பாதை நிர்வாகம் அதன் தொழிலாளிகள் மத்தியில் விதைத்துவிட்டிருந்தது என்பதும்

உண்மைதானே, மே மாதம் துவங்கிய போராட்டம் ஆண்டின் துவக்கத்திலேயே, அதாவது நான்கு மாதங்களுக்கு முன்னதாகவே, பிப்ரவரியில் அரசாங்கம் பேச்சு வார்த்தைக்கான குழுவை நியமிப்பதற்கு முன்பேகூட, பேசி இறுதி செய்யப்பட்டுவிட்டிருந்தன என்று குற்றம் சாட்டியது இந்திரா அரசாங்கம், அதாவது நான்காவது ஊதியப் பரிந்துரை என்பதும் ஜார்ஜ் ஃபெர்னான்டஸ் என்பதும் வெறும் சாக்குத்தான் என்பது அவர்கள் வாதம், நூறு சதவீதம் கற்பனையில்லையென்றாலும் அஃதொன்றும் வெறும் நான்கு மாதங்களின் காத்திருப்பில்லை, முப்பது வருட ஆற்றாமை, தொழிற்சாலைகள் தங்களுடைய கச்சாப் பொருட்களுக்காக மட்டுமல்ல, குழந்தைகள் தங்களுடைய பால் மாவிற்காகக்கூட அந்த ஆற்றாமையை முன்னிறுத்திக் கதறியழுதுகொண்டிருந்தன, எஸ்ஸாரீயெஸ் ஆட்களை மட்டும் வைத்துக்கொண்டு வண்டிகளை இயக்க நிர்வாகம் திணறியது, எப்படி முடியும், வெறும் மூன்றில் ஒரு பங்கு மனிதத் திறன், சொல்லப்போனால் பணிக்கு வெளியே இருந்தவர்களைவிடப் பணிக்குள் இருந்தவர்கள்தான் இரட்டிப்பு வேலைப் பளுவால் அதிகமான மனவுளைச்சலுக்கு ஆளாகியிருந்தார்கள் அப்போது, உள்ளூர் நிர்வாக அலுவலர்களுக்கு மிரட்டல்கள் இருந்ததாகத் தகவல்கள் வந்துகொண்டிருந்ததால் அலுவலர்களைப் பரஸ்பரம் தற்காலிக இடமாற்றம் செய்து அந்நிய நிலையங்களில் பணியிலமர்த்தும் தந்திரத்தை நிர்வாகம் மேற்கொண்டிருந்தது, இந்தத் தந்திரத்தின்மேல்தான் நான் பணியாற்றிக்கொண்டிருந்த திருவனந்தபுரம் இருப்புப்பாதை அலுவலகத்திலிருந்து (அப்போது நான் அங்கே தலைமைச் சரக்குப் போக்குவரத்து ஆய்வாளராக இருந்தேன், நான் மலையாளியில்லை, தமிழன்தான், விழுப்புரம், தமிழன் என்பதால்தான் தமிழ்நாட்டுக்கு அனுப்ப அவர்களும் என்னைத் தேர்ந்தெடுத்தார்கள்) ஒரு மாத தற்காலிகப் பணி மாற்ற ஆணை பெற்று மதுரைக்கு வந்து சேர்ந்தேன், மதுரை யும் எனக்குப் புதிதில்லை, பயிற்சிக் காலத்தில் இரண்டு வருட காலம் திருப்பரங்குன்றம் நிலையத்தில்தான் சரக்குக் கையாள்பவனாகப் பணியிலிருந்தேன், பழங்காநத்தத்தில் தங்கிக்கொண்டு திருப்பரங்குன்றத்திற்கு மிதிவண்டியில் போய் வந்துகொண்டிருந்தேன், அப்போது கல்யாணமான புதிது வேறு, அதே மிதிவண்டியில் இவளைப் பின்னால் உட்கார வைத்துக் கொண்டு மதுரை பூராவும் சுற்றிச்சுற்றி வந்துகொண்டிருந்த மாலை நேரங்கள், விழுப்புரத்தில்தான் எங்களிருவரின் காதல் காலம் முழுவதும் கழிந்ததென்றாலும் பெற்றோர் மற்றும் சூழலின் மீதான அச்சமும் எதிர்காலம் பற்றிய அநிச்சயமும் வேலை கிடைக்காத கவலையும் நிரம்பியிருந்த நாட்களோடு ஒப்பிடு

கையில் திருமணத்தால் கிடைத்த உரிமையும் அதனால் கிடைத்த சுதந்திரமும் விரும்பியவளை அடைந்துவிட்டோமென்கிற கர்வமும் கையில் கனத்துக்கொண்டிருந்த சம்பளப் பொட்டலமும் கூடிய மதுரைத் தினங்களில்தான் நாங்கள் எங்கள் காதலின் முழுப் பரிணாமத்தையும் (அது சொற்பக் காலம்தான் நீடித்திருந்ததென்றாலும்) பூரணமாக அனுபவித்தோமென்று சொல்லவேண்டும், இன்று சதா கண்களை மூடி எதையோ யோசித்தபடியேயிருக்கும் இவளுடைய விழியசைவிற்காக ஏங்கிக் கிடந்த, காதலின் முதல் கட்டமான விழுப்புர நாட்களை (அது விடலைப் பருவமென்று கணக்கிலெடுத்துக்கொள்ளாமல் விட்டுவிட்டால்) என் வாழ்வின் மிக மிகச் சந்தோஷமான காலக்கட்டங்களை எனக்கு வழங்கியது மதுரைதான்,

பத்து வருடங்களுக்குப் பின் தற்காலிகப் பணிமாற்றத்தின் பேரில் நான் திரும்பவும் மதுரைக்கு வந்து சேர்ந்தபோது, (ஒப்பீட்டளவில் கேரளாவிலும் தமிழ்நாட்டிலும் தொழிற்சங்கச் செயற்பாடுகள் குறித்த பொதுப் பார்வைக்கு மாறாக) திருவனந்தபுரத்தைக் காட்டிலும் மதுரையில் முழக்கங்கள் அதிகமாகவே இருந்ததைக் கண்டேன், கேரளாவில் அறுபத்தியேழில் தங்களுக்குள் இணைந்து காங்கிரஸை எதிர்த்த இரண்டு கம்யூனிஸ்ட் கட்சிகளும் எழுபத்தியொன்றில் பரஸ்பரம் தங்களுக்குள் பிரிந்து போனதும், அதில் ஒன்று (இந்திய கம்யூனிஸ்ட்) தேசிய முற்போக்குக் கூட்டணியிலேயே அங்கம் வகித்ததும் (அது தவறு என்று அதுவே பின்பு மே மாதம் முழுவதும் அடிபட்ட மிருகத்தைப்போல அரற்றிக்கொண்டேயிருந்தது) அதற்குக் காரணமாயிருக்கலாம், மதுரையிலோ தேசியக் கட்சிகளின் பிடியிலிருந்து விலகிய முதல் இருப்புப்பாதைத் தொழிலாளர் சம்மேளனத்தை உருவாக்கிய கர்வம் அதற்கு எட்டு வருடங்களுக்குப் பிறகும் தொழிலாளர்களின் முழக்கங்களில் ஆக்ரோஷமாகக் கொப்பளித்துக்கொண்டிருந்தது. புகைவண்டி நிலைய வாசலில் போடப்பட்டிருந்த பெரிய பந்தலை அடக்கியிருந்த மைதானம் போதாமல் தெற்கு வெளிவீதி முழுவதும் (தெற்கே ரீகல் திரையரங்கிலிருந்து வடக்கே டிவியெஸ் தலைமை அலுவலகம் வரை) பணியாளர்களின் கூட்டம் நிரம்பித் தேங்கிக் கிடந்தது, அதாவது தேங்கிய கூட்டம் மட்டும்தான் அங்கே இருந்தது, வழக்கமாகப் பரபரப்பாகப் போவோரும் வருவோருமாக நகர்ந்துகொண்டேயிருக்கும் ஜனக் கூட்டத்தால் உருவாக்கப்பட்டிருக்க வேண்டிய உயிர்ப்பும் சந்தோஷமும் காணாமல் போயிருந்தது, செவிப் பறைகளைக் கிழிக்கும்வண்ணம் ஒலிபெருக்கியிலிருந்து பீறிட்டுக்கொண்டிருந்த பிரச்சார முழக்கங்கள் மற்றும் பட்டுக்கோட்டையின் கொள்கைப்

பாடல்களுக்கு நடுவிலிருந்து பயணிகளின் இன்மையைத் துல்லியமாகப் பிரித்தெடுக்கலாம்போல அந்த மௌனமும் துயரமும் வெய்யில் காய்ந்துகொண்டிருந்த வறண்ட சூழலின் மேற்பரப்பிலேயே தண்ணீரில் எண்ணெயைப் போல தனியாக மிதந்துகொண்டிருந்தது, அப்போது இந்தியா முழுவதிலுமே புகைவண்டி நிலையங்களின் வாயில்கள் அந்தக் காட்சியைத்தான் கொண்டிருந்ததாகச் செய்திப் பத்திரிக்கைகள் உற்சாகமாக முகப்புச் செய்திகளைத் தீட்டிக் கொண்டிருந்தன (அதற்குப் பரிகாரம் போலத்தானே இன்று முகப்புச் செய்திகளே போட முடியாமல் திகைத்துப்போய் அரசு விளம்பரங்களைச் செய்திகளாகப் போட்டுப் பிழைத்துக் கொண்டிருக்கின்றன), அந்த மனிதக் கூட்டத்திற்குள் ஒளிந்து கொண்டிருந்த மனிதயின்மையை நிலையத்தின் உட்புறமும் பட்டவர்த்தனமாக முகத்திலறைந்தாற்போல உருப்பெருக்கிக் காட்டிக்கொண்டிருந்தது, போராட்டத்தை ஆதரிக்காத எஸ்ஸார்யீயெஸ் சங்க ஊழியர்கள் ஆங்காங்கே அசட்டையாக (சற்றுப் பொறாமையுடனும் குற்றவுணர்ச்சியுடனும்கூட) சரக்கு வண்டிகளுக்குள்ளும் சமிக்ஞை விளக்குகளுக்கடியிலும் இருப்புப் பாதை ஆய்வூர்திகளின் மேலும் பிற பணியிடங்களிலும் அசைந்துகொண்டிருந்தாலும்கூட பொதுவாக நிலையம் வெறிச்சோடித்தான் கிடந்தது, நான் மதுரைபோய்ச் சேர்ந்தது வேலை நிறுத்தம் துவங்கிய ஐந்தாவது நாளில், எனவே ஆரம்பக் கட்டக் குழப்பங்களும் பணியொதுக்கீட்டுப் பிரச்சனைகளும் முடிந்து சூழல் பழக்கமாகத் துவங்கி அலுவலகங்களில் பதற்றம் மிதப்பட்டிருந்தது, அறுபத்தியேழில் தொடங்கி எழுபத்து மூன்று வரையிலான ஆறு வருடங்களுக்குள் நான்கு முறை எழுந்து அடங்கிப்போன மற்ற ஆர்ப்பாட்டங்களைப் போலவே அந்த வருடமும் வேலை நிறுத்தம் ஒரு வருடாந்திரத் திருவிழாவாகத் துவங்கி ஓய்ந்துவிடும் என்று அரசாங்கம் துவக்கத்தில் நம்பிய தால் அதிகாரிகளுக்கும் வழக்கமான சமாளிப்புத் தந்திரங்களை உள்ளடக்கிய பணிப் போதனைகளே கொடுக்கப்பட்டிருந்தன, அதன்படி என் வேலையானது தன்னுடைய புதிய மாநகராட்சி அந்தஸ்தைக் காப்பாற்றிக்கொள்ளப் போராடிக்கொண்டிருந்த மதுரையின் தொழிற்சாலைத் தேவைகள் (குறிப்பாக மதுரை பஞ்சாலைத் தொழிற்சாலைக்கான கச்சாப் பருத்தி மற்றும் டிவியெஸ் தொழிற்சாலைக்கான இயற்கைத் தொய்மம்) வேலை நிறுத்தத்தால் முடங்கிப் போய்விடாமலும் தெற்கே தொழில் மையங்களுக்குச் (குறிப்பாகத் தூத்துக்குடிக்கு) செல்ல வேண்டிய சரக்கு வண்டிகள் மதுரையைத் தாண்டிச் செல்லப் போதுமான பாதுகாப்பு மற்றும் தடையற்ற வழித்

தடத்தை உத்திரவாதப்படுத்தும்வண்ணமும் சரக்கு வண்டி இயக்கத்தை எஸ்ஸார்யீயெஸ் உறுப்பினர்களைக்கொண்டு உந்திக்கொண்டேயிருப்பதும் வேலை நிறுத்தத்தில் ஈடுபட்டிருக்கும் தொழிலாளர்களோடு (சில சமயம் மொத்தமாயும் சில சமயம் பலவீனமான தொழிலாளர்களிடம் தனித்தனியாகவும்) பேச்சு வார்த்தை நடத்துவதற்காக நியமிக்கப்பட்டிருக்கும் சட்டம் மற்றும் ஒழுங்குக் காப்பாளரின் கூடயிருந்து அவருக்குத் தேவையான தார்மீக பலத்தைத் தந்துகொண்டிருப்பது என்பதாக இருந்தது, எனக்கு உதவியாக ஒரு துடியான இளைஞனைக் கொடுத்திருந்தார்கள், புதிதாகப் பணியில் சேர்ந்திருந்த அந்த உள்ளூர்ப் பையன் கிட்டத்தட்ட எல்லா வேலைகளையும் தன் தலைமேல் போட்டுக்கொண்டு என் கூடவே இருந்தான், எனவே எனக்கு வேலைப் பளு அதிகம் என்று சொல்ல முடியாது, ஆனால் பொறுப்பும் மிகுந்த கவனத்தைக் கோரும் ஆபத்தும் அதிகம்தான், போதாக்குறைக்குக் கீழ்நிலையிலிருந்து பரீட்சைகள் மூலமாகவோ அல்லது பணி மூப்பின் அடிப்படையிலோ பதவி உயர்வு பெற்றிருந்த சில ஆய்வாளர்களுக்குச் சூழல் காரணமாக அவர்களுடைய பழைய பணிக்குத் திரும்பிச் செல்வதென்பது தன்மானப் பிரச்சனையாக வேறு பட்டுக்கொண்டிருந்தது, அவர்கள் மன ரீதியாக ஓர் அதிகாரியாகச் செயல்படும் பக்குவத்தை இன்னும் அடைந்திராதவர்களாக இருந்தார்கள், ஆனால் சில சமயங்களில் அது மட்டுமே ஒரு காரணமாக இருக்கவுமில்லை, உதாரணமாக சரக்கு வண்டி ஓட்டுநராக இருந்து இழுவையூர்தி இயக்க ஆய்வாளராகப் பதவி உயர்வு பெற்றிருந்த ஒரு நாற்பது வயது மனிதருடைய சேவை எங்களுக்குத் தேவைப்பட்டபோது அவரை இணங்க வைக்க நாங்கள் ஊர்திகளை இயக்குவதைவிட அதிக சக்தியைச் செலவிட வேண்டியிருந்தது, முதலில் அவர் அதற்கு ஏற்கெனவே விடுப்பிலிருந்த தன்னுடைய பிரிவு இயக்கக் கண்காணிப்பாளருடைய அனுமதி வேண்டுமென்றார், அந்த அதிகாரியைத் தொலைபேசியில் தொடர்புகொண்டு பேச முயன்றபோது இவர் அவரிடம் தண்டவாளங்கள் பராமரிக்க ஆளின்றி வண்டிகளை இயக்க முடியாத நிலையிலிருப்பதாயும் நாங்கள் அவரை அந்த நிலையில் பணியாற்றச் சொல்லி மறைமுகமாக பலவந்தப்படுத்துவதாயும் எங்கள் கண் முன்பாகவே முறையிட்டார், கண்காணிப்பாளர் எங்கள் நிலையை அறிந்திருந்ததால் (இக்கட்டான சூழலில் சுகவீன விடுப்பில் இருக்கிறோமே என்கிற குற்றவுணர்வும் அவரை எங்கள்பால் பரிவு கொள்ளச் செய்திருக்க வேண்டும்) பொறுப்பை எங்களிடம் விட்டுவிட்டு வேலையைச் செய்யும்படி அவரைப் பணித்தார், முகம் கறுத்துப்போன அந்த ஆய்வாளார் இரண்டு முறை சங்கர் சீமைக்காரைத் தொழிற்சாலைக்காகத் திருநெல்வேலி வரை

போய்விட்டு வந்து மீண்டும் விடுப்பிலுள்ள தன் மேலதிகாரிக்கு இங்குள்ள நிலைமை புரியாதென்று கூறித் தலைமைக் காப்பாளரிடம் அனுமதி பெற்றால்தான் தன்னால் தொடர்ந்து வண்டியை இயக்கமுடியும் என்றார், உண்மையில் அவர் (ஒரு முன்னாள் அடிப்படைத் தொழிலாளியாக) போராட்டத்தின் தீவிரத்தை எங்களைவிட நன்றாக உணர்ந்திருந்தார் என்பதையும் எனவே பலவந்தமாக இருப்புப் பாதைகளைப் பயன்படுத்துவது போராட்டக்காரர்களுடைய சினத்தை அதிகமாக்கித் தீவிரவாதச் செயல்பாடுகளுக்கு அவர்களைத் தூண்டிவிட்டுவிடக் கூடுமென்று எண்ணிப் பயந்திருந்தார் என்பதையும் நாங்கள் அவருடன் தொடர்ந்து பேசியபோது அறிந்துகொண்டோம், அது கற்பனையான பயமாயும் இருக்கவில்லை.

வேலை நிறுத்தத்திற்கு ஒரு வாரத்திற்கு முன்பே ஃபெர்னான்டஸ் கைது செய்யப்பட்டது போராட்டத்தை அதன் இயல்பான வளர்ச்சியில் படிப்படியாய் அடுத்த நிலைக்குக் கடத்திச் செல்வதற்குப் பதிலாகத் துரதிர்ஷ்டவசமாக துவங்கியபோதே அதை அதன் உச்சகட்டத்திற்கு எடுத்துச் சென்றுவிட்டதால் அந்தக் கொதி நிலையிலேயே (எப்போது முடியும் என்றோ எப்படி முடியும் என்றோ முன்னறிவிக்காத) பின் வந்த நாட்களில் அது தன்னைத் தக்க வைத்துக்கொள்ள மிகவும் திணறிக்கொண்டு தான் இருந்தது, தொடர்ந்த கைதுகளும் சிறைச்சாலைச் சாவும் வேலையிழப்பு மீதான அச்சமும் முடிவு தெரியாத குழப்பமும் தர்ணா துவங்கிப் பத்து நாட்களுக்குப்பின் போராட்டக்காரர்களுக் கிடையே வழக்கம்போல பின்வாங்கிச் செல்வதா அல்லது தொடர்ந்து முன்னேறிப் போவதா என்கிற தத்தளிப்பைத் திணித்து பொறுமையின்மையையும் ஏதாவது செய்து அதை முடிவிற்குக் கொண்டு வந்தாக வேண்டும் என்கிற தவிப்பையும் ஏற்படுத்தி வைத்திருந்தது, எத்தைத் தின்றால் பித்தம் தெளியும் என்கிற இம்மாதிரியான சூழ்நிலை நிலவிக்கொண்டிருந்த கட்டத்தில்தான் ஒருநாள் என் இளம் உதவியாளன் திடீரென்று என்னிடம் வந்து போராட்டக்காரர்களில் சில விடலைகள் இருப்புப் பாதைக்கு வெடி வைத்து ஒரு சரக்கு வண்டியைத் தகர்ப்பது அல்லது குட்ஸ்ஷெட் தெரு வழியாகச் சுவரேறிக் குதித்துப் பஞ்சாலைக்குள் செல்லும் ஒரு சரக்கு வண்டிக்குத் தீ வைப்பது என்று இரண்டிலொன்றுக்குத் திட்டமிட்டிருப்பதாக என்னிடம் மூச்சிரைக்கத் தெரிவித்தான், சொன்ன கையோடு அவன் தான் அதைத் தன் நண்பன் ஒருவன் மூலமாகக் கேட்டறிந்துகொண்டதாயும் அந்த நண்பனும் அது தனக்கு மிகத் தற்செயலாக ஒட்டுக் கேட்டதன் வழியாகத்தான் தெரியவந்தது என்றும் அநேகமாக இந்த நாசவேலை பற்றிய அறிதல் வெளியே

பந்தலமைத்துச் சட்ட ரீதியாகப் போராடிக்கொண்டிருக்கும் மத்திய வயதுக்காரார்களுக்கே தெரிந்திராது என்றும் சொல்லி, போதாததற்கு, எந்தக் காரணத்தைக் கொண்டும் இதில் தன் பெயரை அவன் இழுத்துவிட்டுவிடக் கூடாதென்றும் வேண்டிக் கொண்டுவிட்டானென்றும் சொல்லித் தகவலின் நிச்சயத்தன்மையையும் பூரணமாகச் சிதறடித்துப் புண்ணியம் கட்டிக்கொண்டான், முதலில் நான் அதிர்ந்து போனேன், சதித் திட்டமொன்றைப்பற்றிக் கேள்விப்பட்டதாலல்ல, அதை அவன் நேரே போய்க் காவலரிடம் சொல்லாமல் என்னிடம் வந்து சொன்னதால், பஞ்ச தந்திரத்தில் ஒரு கதை உண்டு, முகமெங்கும் ரத்தம் வழிய வழியத் தலையில் முள் சக்கரம் ஒன்று சுழன்றுகொண்டிருக்க நின்றிருந்த ஒரு மனிதனைப் பார்த்து அந்த வழியே சென்றுகொண்டிருந்த பயணி ஒருவன் ஏன் இப்படி நின்றுகொண்டிருக்கிறாய் என்று கேட்டானாம், கேட்ட மாத்திரத்தில் அவன் தலையில் சுழன்றுகொண்டிருந்த சக்கரம் இவன் தலைக்குப் பறந்து வந்து உட்கார்ந்து சுழலத் தொடங்கி விட்டதாம், கடைசி வரையில் அவர்கள் தலை ஏன் சக்கரத்தால் துளையிடப்பட்டுக்கொண்டிருந்தது என்கிற காரணத்தை விஷ்ணுசர்மா சொல்வதில்லை என்பதுதான் அந்தக் கதையில் ஒரு முக்கியமான விஷயம், பாவம் செய்வதல்ல, பாவத்தின் வழியில் குறுக்கிடுவதே தண்டனையைச் சுமக்கப் போதுமான காரணம் என்பது கதையின் நீதியாயிருக்கலாம், முகங்களற்ற தகவல்கள் தலையில் சுற்றும் சக்கரம் போன்றவை, அவை நம் காதுகளை நாம் விரும்பியோ விரும்பாமலோ வந்தடைந்த கணத்திலேயே அவற்றுக்கு நம்மைப் பொறுப்பாளியாக்கிவிடுகின்றன, அவற்றைப் பற்றித் தெரிந்தவனென்கிற தகுதி அதன் விளைவுகளுக்கு நம்மை எதிர்காலச் சாட்சியாக்கி விடுகிறது, அதே சமயத்தில் அதன் நிச்சயமற்ற தன்மை அவற்றின்மேல் உறுதியான செயல்பாடுகளை மேற்கொள்வதிலிருந்து நம்மைத் தடுத்துவிடுகிறது, அவ்வாறாக அவற்றின்மேல் இயங்குவது அல்லது அவற்றைக் கைவிடுவது என்கிற தேர்வுச் சுதந்திரம் நம்மிடமிருந்து பறிக்கப்பட்டுவிடுகிறது, என்ன தெரிந்துகொண்டோம் என்பதை விளங்கிக்கொள்வதற்கு முன்பாகவே நம் தலைமீது சக்கரம் சுழலத் தொடங்கிவிடுகிறது, நம்மால் முடிந்ததெல்லாம் இதை ஏன் என்னிடம் வந்து சொன்னாய் என்று நமக்கு அதைத் தெரியப்படுத்தியவனைப் பலவீனமாக ஒருமுறை கடிந்துகொள்வது ஒன்றுதான், எனக்கு அந்த ஆறுதலும் கிடையாது, என்னிடம் தகவல் சொன்னவன் என்னுடைய உதவியாளன், நான் இதற்காக அவனைக் கடிந்துகொள்வது பின்பு என்றாவது அவன் தன் கடமைகளைத் தட்டிக் கழிக்க ஒரு மோசமான முன்னுதாரணமாக அமைந்துவிடும், எனவே நான்

அந்த, கிட்டத்தட்ட அநாமதேயமான, தகவலின்மேல் தொடர்ந்து செயல்படுவதைத் தவிர வேறு வழியில்லை, இது நிச்சயமான பின்பு இரண்டாவது யோசனையில் எனக்குச் சாதகமான அம்சங்கள் சிலவும் அந்த நிர்பந்தத்தில் இருப்பதாகப் பட ஆரம்பித்தது, உதாரணமாக ஒரு பதவி உயர்வுக்கான வாய்ப்பு அல்லது குறைந்த பட்சம் ஓர் ஊக்கத் தொகைக்கான வலுவான காரணம், நான் பணத்திற்கோ பதவிக்கோ அலைகிறவனில்லையென்றாலும் அப்போது அது எனக்கு மிகமிகத் தேவையான ஒன்றாய் இருந்தது, என் காதல் மனைவி க்ஷயரோகத்தில் விழுந்துவிட்ட ஒரு நிரந்தர நோயாளியாயிருந்தாள், மருத்துவச் செலவுகளுக்கு நிர்வாகம் பொறுப்பேற்றுக்கொள்கிறதென்றாலும் நோயில் விழுந்து விட்டவளுக்கு மருந்து மாத்திரைகளுக்கப்பாலும் எத்தனையோ கண்ணுக்குப் புலனாகாத செலவுகள், அனுசரணைகள், நோயின் வெக்கை அவள் மீதான என் காதலைப் பாலையாக்கிவிடவில்லை என்பதைச் சொல்லிக்கொண்டேயிருக்கத் தேவைப்படும் சான்றுகள் (அவை தன் தரத்திலோ தகுதியிலோ எந்த மாற்றமும் இல்லாமலேயே சாதாரண நாட்களில் கேட்பதைவிட இப்போது அதிக விலை கேட்கின்றன, ஒரு காலத்தில் நூற்றைம்பது ரூபாய்ப் புடவையொன்றைப் பரிசளித்ததற்காக ஒரு வாரம் என்னை இரவு பகலாகக் கட்டிக்கொண்டு திரிந்தவள் இன்று முன்னூறு ரூபாய்ச் சேலையைக்கூட (அதற்கு மேற்பட்ட விலையுடைய சேலைகள் இருக்கின்றன என்கிற ஒரே காரணத்திற்காகவே) அவள்மீது எனதன்பு குறைந்துவிட்டதன் அடையாளம் என்று கூறி விட்டெறிகிறாள்) இருந்துகொண்டேயிருக்கின்றனவே, அவளைக் குற்றம் சொல்ல முடியாது, ஒரு நோயாளி வாழ்க்கை மீதான தன் நம்பிக்கையை விலை குறைந்த மருந்துகளினாலும் விலையுயர்ந்த பரிசுப் பொருட்களினாலும்தானே உறுதிப்படுத்திக் கொள்ளத் தவிக்கிறார், ஆனால் நடப்போ என் விஷயத்தில் அதற்கு நேர்மாறாக இருந்தது, கூடுதலாக, பெற்றோரை எதிர்த்துக் கொண்டு வீட்டைவிட்டு ஓடிவந்து செய்துகொண்ட திருமணத் தால் உறவுகளின் அண்மையையும் உதவியையும் வேறு பல வருடங்களுக்கு முன்பே தொலைத்துக்கொண்டாயிற்று, இருப்புப்பாதை நிர்வாகம் நடத்தும் பள்ளியின் தரத்தில் நம்பிக்கை யில்லாமல் இவளுடைய நச்சரிப்பின்பேரில் தனியார் பள்ளியில் குழந்தைகளைச் சேர்த்துவிட்டு அதற்கும் மேலதிகச் செலவுகள், எனவே எனக்குப் பணம் தேவையாயிருந்தது, மதுரையில் எனக்குக் கிடைத்ததோ உண்மையிலேயே கிடைத்தற்கரியதும் எதிர்பாராததுமான ஒரு வாய்ப்பு, அங்கே என் உதவியுடன் தடுக்கப்படவேண்டிய குற்றம் ஒன்று நடந்து தானாக வேண்டும், நான் ஒரு முன்னுதாரணம் சொல்லக்கூடிய மனிதனாக

மாறத்தான் வேண்டும் தேவனே, சுயநலம்தான், சொற்ப ஊக்கத் தொகைக்காகவோ அல்லது பதவி உயர்வுக்காகவோ ஒரு சரக்கு வண்டியையும் சில போராட்டக்காரர்களுடைய எதிர்காலத்தையும் பணயம் வைக்கச் சொல்லித் தேவனைப் பிரார்த்திப்பது ஒரு வெட்கக்கேடான செயல்தான், என்ன செய்வது, என் மேலதிகாரி எப்போதும் சொல்லுவார், தவறுகள் நடக்குமென்று எதிர்பார்த்துத்தானே நம்மை நிர்வாகம் தொடர்ந்து பணியலமர்த்தி வைத்திருக்கிறது என்று, எங்கே தவறு இல்லையோ அங்கே நம்முடைய இருப்பின் அவசியமும் இல்லை என்பதுதானே யதார்த்தம், ஒரு மத்தியதர வர்க்கத்தவனுடைய வாழ்க்கை எப்போதும் அவன் சம்பந்தப்படாத ஏதாவதொரு தவறு அல்லது அசம்பாவிதத்தைச் சார்ந்தே இயங்கவேண்டியிருக்கிறது என்பது ஒரு துயரமிக்க விதியும்கூட.

எனவே நான் என் உதவியாளன் என்னிடம் சொன்ன தகவலைக் காவல்துறைக்குத் தெரிவிப்பதற்கு முன்பு என் இருப்பையும் பங்களிப்பையும் அதில் உறுதி செய்துகொள்வது என்று முடிவு செய்துகொண்டேன், உதவியாளனிடம் அவன் சொன்னவற்றோடு கூடுதலாகச் சில தகவல்களைச் சேர்த்துக்கொள்வது நபர்களைப் பற்றிய தகவல்களைக் கொடுக்க முடியாத எங்கள் பலவீனத்தை ஓரளவிற்கு ஈடுகட்டும் என்றும் மேலதிகமான பொதுக் கேள்வி களுக்கு முகங்கொடுக்க உதவுமென்றும் சொல்லி வைத்தேன், அது ஒரு புத்திசாலித்தனமான யோசனையென்பதை விட ஒரு குழந்தையைத் தன்னுடன் இணையாக விளையாட அனுமதிக்கும் ஒரு தந்தையின் மறுக்கவியலாத ஆர்வத்தைத் தூண்டும் அழைப்பாய் அவனுக்குப் பட்டிருக்கவேண்டும், அவன் உற்சாகத்துடன் அதற்குச் சம்மதித்தான், எனவே நானும் அவனும் சேர்ந்து, சதிகாரர்களின் பார்வைக் கோணத்திலிருந்து ஒரு நாச வேலைக்கானத் திட்ட வரைவு ஒன்றைத் தயாரித்தோம், அதில் தகவல் சொன்ன நபரின் மிகைப்படுத்தல்களை ஊகித்துக் கழிக்க வேண்டியது முதல் வேலையாய் இருந்தது, அதன்படி எடுத்த எடுப்பிலேயே சரக்கு வைப்பறையையோ அங்கே நிற்கும் வண்டிகளையோ சேதப்படுத்தும் நோக்கத்தை நிராகரித்து விடும்படியானது, ஏனெனில் சரக்குகள் வைப்பறையை மட்டு மல்லாது புகைவண்டி நிலையத்தையேகூட அதன் பத்துக் கல் தொலைவுக்குள்ளிருந்து ராணுவத்திலிருந்து வண்டி வண்டியாகக் கொண்டுவந்து இறக்கப்பட்டிருந்த படை வீரர்களுடைய பார்வைக்குத் தப்பி நெருங்க யாருக்கும் துணிவிருப்பது சந்தேகம்தான், எனவே நாச வேலை எதற்காவது திட்டமிட்டிருந்தால் நிலையத்திலிருந்து குறைந்தபட்சம் பத்துக் கல் தொலைவுக்கு அப்பாலிருந்துதான் அவர்கள்

அதை நிகழ்த்தியாகவேண்டும், அதே சமயத்தில் அவர்கள் உள்ளூர்க்காரர்களாயிருப்பதால் (சரக்கு வைப்பறையைக் குறித்துப் பேசியிருக்கும் பட்சத்தில் நிச்சயமாக அவர்கள் உள்ளூர்க்காரர்கள்தான் என்று நாங்கள் நிச்சயமாக நம்பினோம்) அவர்களுக்கு ஓர் ஐம்பது அறுபது கல் தொலைவிற்கு அப்பால் அடுத்த சந்திப்பைத் தாண்டித் தங்களுடைய இலக்கை அறிந்துகொள்ளும் அறிவும் அதை நிர்ணயித்துக்கொள்ளும் துணிவும் இருக்காது, கேட்கும்போதெல்லாம் ஊதிய உயர்வு பெற்றுத் தரும் ஒரு தந்தையின் அக்கறையாயும் அறுதியிடப்பட்ட விஷயங்களுக்கப்பால் அறிவை வளர்த்துக்கொள்வதை அதனால் உண்டாகிவிடக்கூடிய கூடுதல் பொறுப்பைக் காரணம் காட்டித் தடுத்துத் தங்களைக் கூட்டிற்குள் பொத்தி வளர்க்கும் தாயாயுமே தொழிற்சங்கங்களின் அரவணைப்பை அர்த்தப்படுத்திக்கொண்டு வளர்ந்து பழகிவிட்டிருக்கும் தொழிலாளர்கள் அதனாலேயே தங்களையறியாமல் நிர்வாகங்களுக்குச் செய்துகொடுக்கும் அனுகூலங்களில் இம்மாதிரியான அவர்களுடைய அறியாமையும் ஒன்று, எனவே அந்த முகமறியாத சதிகாரர்களின் இலக்கு மதுரைச் சந்திப்பிலிருந்து பத்துக் கல்லில் துவங்கி அடுத்த சந்திப்பிற்குள்ளாக ஏதோ ஒரு புள்ளியாகத்தான் இருக்க வேண்டும் என்று நாங்களிருவரும் ஊகித்தோம், அந்த ஊகம் வடக்கில் திண்டுக்கல் மேற்கில் தேனி கிழக்கில் மானாமதுரை தெற்கில் விருதுநகர் ஆகிய சந்திப்புகள் வரையிலான இருப்புப்பாதைத் தடங்களை ஆபத்திலிருக்கும் பகுதிகளாக எங்களை ஊகிக்கக் கொண்டு வந்து சேர்த்தது, பிறகு நான் தைரியமாகவும் நம்பிக்கையுடனும் நாச வேலை பற்றிய செய்தியையும் கூடுதலாகத் திரட்டிக்கொண்ட தகவல்களையும் நிலையத் தலைவரிடமும் அவர் மூலமாக இருப்புப்பாதைக் காவல் அதிகாரியான அந்தக் காப்பாளரிடமும் தெரிவித்தேன், நான் எதிர்பார்த்ததைப்போலவே அந்தத் துப்பின்மேல் நாங்கள் செலுத்தியிருந்த உழைப்பு அதை அலட்சியம் செய்துவிட முடியாதபடியும் என்னைத் தற்காலிகப் பொறுப்பாளர் என்கிற காரணத்தைக் காட்டி விலக்கி விடாமல் உடன் வைத்துக்கொள்ளவும் அவர்களை நிர்பந்தித்தது, தகவலைத் தொடர்ந்து ரகசியமாகவே வைத்துக்கொள்ளும்படி எங்களைக் கேட்டுக்கொண்டுவிட்டுக் காப்பாளர் உடனடியாகச் செயலில் இறங்கினார், நான் கொண்டுவந்து விட்ட இடத்திலிருந்து தொடர்வதே அவருக்குப் போதுமானதாயுமிருந்தது, கூடுதலாக, அடுத்த ஒரு வார காலத்தில் மதுரை நிலையத்திற்கு வந்து சேரும் மற்றும் அங்கிருந்து கிளம்பிச் செல்லும் சரக்கு வண்டிகளின் இயக்கம் பற்றி அவர் கேட்ட கேள்விகளுக்கும் சரக்குப் போக்குவரத்து ஆய்வாளர் என்கிற முறையில் என்னிடம் பதில்கள் தயாராக இருந்தன, வாடியிலிருந்து கேரளா வழியாக

மற்றும் ஷாலிமார் சரக்கு நிலையத்திலிருந்து கப்பல் வழியாக பின் மானாமதுரை வழியாக வந்து சேரவேண்டிய கோதுமையும் அஸந்தாலிலிருந்து ஏற்றப்பட்டிருக்கும் பீடியிலைகளும் வேலை நிறுத்தம் மற்றும் மறியல்களால் பாதி வழியிலேயே நிறுத்தப் பட்டிருப்பதால் அட்டவணைப்படி அந்த வாரம் அவை மதுரை வந்து சேராது, ஆனால் சூரத்திலிருந்து ஜவுளிகளும் விசாகப்பட்டினத்திலிருந்து இரும்பும் சண்டிகாரிலிருந்து காகிதச் சுருள்களும் ஏற்கெனவே ஐந்து நாட்கள் தாமதமாகியிருப்பதால் எப்படியும் அந்த வாரம் வந்து சேர வாய்ப்பிருக்கிறது, காப்பாளர் எங்களிடம் மாறி மாறிக் கேள்வி கேட்டு பிரச்சனையை அதன் திசை தட்டுப்படாத பெரிய பரப்பிலிருந்து அசாத்தியமானவற்றையும் நிகழ வாய்ப்பில்லாதவற்றையும் கவனத்துடன் ஒவ்வொன்றாக விலக்கி விலக்கிக் கடைசியில் உள்ளங்கைக்குள் அடங்கும் ஒரு சிறிய ஆனால் கவனம் கொள்ள வேண்டிய இடையூறு என்கிற நிலைக்குத் தன் தொழில் திறமையால் அற்புதமாகச் சுருக்கிவிட்டார், அதாவது மதுரைக்குள் கிழக்கு மேற்கு மற்றும் தெற்குத் திசைகளின் வழியாக அந்த வாரத்தில் சரக்கு வண்டிகள் வரப்போவதில்லை, ஓர் ஆறேழு நாட்களுக்கு மதுரையிலிருந்து அதே திசைகளில் புறப்பட்டுச் செல்ல வேண்டிய சரக்கு வண்டிகளையும் தாமதப்படுத்தி அங்கே எங்கும் சதிகாரர்கள் கைவரிசையைக் காட்டாமல் தடுக்க முடிந்துவிட்டால் (தர்ணாவில் ஈடுபட்டிருப்பவர்கள்மீதே பழியைச் சுமத்தி அதைச் சாதிப்பது ஒன்றும் அந்தச் சூழலில் அத்தனை கடினமானதல்ல) வடக்கிலிருந்து மதுரைக்குள் நுழையும் ஒற்றைத் திறப்பை மட்டுமே கண்காணிப்பதும் முந்தைய சந்திப்புவரை பாதுகாப்பைப் பலப்படுத்துவதுமான முன்னெச்சரிக்கை நடவடிக்கைகளே போதுமானதாயிருக்கும், நாசவேலைக்குத் திட்டமிட்டிருப்பவர்களுக்கும் திண்டுக்கல்லுக்கு அப்பால் எந்தெந்த தடங்களில் சரக்கு வண்டிகளின் இயக்கம் மாற்றப்பட்ட அட்டவணையில் இருக்குமென்பது தெரியாது, எனவே அவர்களும் திண்டுக்கல் சந்திப்பிலிருந்து மதுரைச் சந்திப்பிற்குள்ளாகத்தான் எங்கேயாவது தங்கள் திட்டத்தைச் செயல்படுத்தியாகவேண்டும்.

பிறகு காப்பாளர் தன் மேலதிகாரியுடன் தொடர்பு கொண்டு இருப்புப்பாதைக் காவல் வீரர்களோடு ராணுவ வீரர்களையும் பயன்படுத்திக்கொள்ளச் சிறப்பாணையொன்றைப் பெற்றுக் கொண்டார். சமயநல்லூர், சோழவந்தான், வாடிப்பட்டி, அம்மையநாயக்கனூர், அம்பாத்துறை மற்றும் திண்டுக்கல் நிலையங்களைக் கண்காணிக்க அவர்களை நியமித்து அனுப்பினார், ஆனால் நேரடியாகச் சீருடையுடன் இருப்புப்

பாதைத் தடங்களின்மீது தோன்றுவதற்குப் பதிலாக அவர்கள் அந்தந்த ஊர்களினுள் முகாமிட்டு மாற்றுடையில் முறை வைத்துக்கொண்டு நிலையங்களுக்கு அருகில் பிறர் கவனத்தை ஈர்க்காதவண்ணம் ரோந்துப் பணியைச் செய்யும்படியாகப் பணிக்கப்பட்டிருந்தார்கள். இதற்கு மாறாகச் சரக்கு வண்டிப் போக்குவரத்து இரண்டாம் பேரறியாமல் இயல்பான நிகழ்வைப் போல நிறுத்தப்பட்டுவிட்டிருந்த பிற திசைகளில் கொஞ்சம் ராணுவத்தினரைச் சீருடையுடன் வெளிப்படையாகவே காவலுக்கு நிறுத்திவைக்க அவர் ஏற்பாடுகளைச் செய்தார், இந்த ஏற்பாடு நாசவேலைக்காரர்களை எச்சரித்து அவர்களைச் செயல்படுவதிலிருந்து பின்வாங்கச் செய்வது, வடக்குப் பக்கம் செய்யப்பட்டிருந்த ஏற்பாடுகளோ பாராக் காவல் மட்டுமல்லாமல் அவர்கள் எச்சரிக்கையடைந்து பின்வாங்கிவிடாமல் அவர்களை ஏமாற்றி வெளிக்கொணர்ந்து கையும் களவுமாகப் பிடிப்பதற்கான தந்திரங்களையும் உள்ளடக்கியவை, போராட்டம் முடிய இன்னும் பத்து நாட்கள் மீதமிருந்த நிலையில் (அப்போது அது எங்களுக்குத் தெரியாது, ஆனால் தலைவர்களின் பல்வேறு இலக்குகளில் சிதறிப்போய்விட்ட பார்வைகளாலும் பேச்சுக்களாலும் அது பலவீனப்பட்டுக்கொண்டிருந்ததால் விரைவிலேயே அரசாங்கம் அதைத் தன் கட்டுப்பாட்டிற்குள் வந்துவிடுமென்பதை எங்களால் உணரமுடிந்தது) அதற்குள் ஏதேனும் அசம்பாவிதம் நடந்துவிடக் கூடாதேயென்னும் பிரார்த்தனையில் நிலையத் தலைவரும் காப்பாளரும் மூழ்கிக் கிடக்க, என் உதவியாளனான அந்த இளைஞன் சாகஸச் செயல் ஒன்றின் கதாநாயகனாக இருக்கும் கற்பனைகளுடன் துறுதுறுவென்று என் பின்னேயும் காப்பாளர் பின்னேயும் அடங்கா ஆர்வத்துடன் ஓடியோடி வேலை செய்து கொண்டிருக்க, நான் மட்டும் என் துப்பும் உழைப்பும் வீணாகிப் போய்விடாமல் ஏதாவது நடந்தாக வேண்டுமேயென்று (பிறகு வேண்டுமானால் அது தடுக்கப்பட்டுவிட்டதாக இருக்கட்டும்) தேவனைப் பிரார்த்தித்துக்கொண்டிருந்தேன்.

உண்மையிலேயே சட்ட ஒழுங்குக் காப்பாளர் மகா திறமைசாலிதான், அவருடைய பாதுகாப்பு மற்றும் கண்காணிப்பு நடவடிக்கைகள் வீண்போகவில்லை, ஏற்பாடுகள் பூர்த்தியான நான்காம் நாள் அம்பாத்துறையில் முகாமிட்டிருந்த மத்தியக் காவல்துறையினர் வெள்ளோட்டிற்கும் திண்டுக்கல்லுக்கும் இடைப்பட்ட இருப்புப் பாதைத் தடத்தின்மேல் சந்தேகத்திற்கிடமான முறையில் அலைந்துகொண்டிருந்தார்கள் என்று ஆறு பேரைப் பிடித்துக் கூட்டி வந்துவிட்டார்கள், விசாரணையில் அவர்கள் இருப்புப் பாதைத் தொழிலாளர்கள்தானென்றும் (அதில் மூன்றுபேர் கலாசிகள், இரண்டுபேர் தண்டவாளப் பராமரிப்பாளர்கள்,

ஒருவன் சரக்குக் கையாள்பவன், இவன்தான் சரக்கு வண்டியைக் கவிழ்க்கும் யோசனையை அவர்களுக்குக் கூறியிருக்கவேண்டும்) எதிர்பார்த்தபடியே எஸ்ஸாரெம்யூவைச் சேர்ந்தவர்களென்றும் அனைவருமே சுகவீன விடுப்பில் இருந்தவர்கள் என்றும் தெரியவந்தது, சுகவீன விடுப்பில் இருப்பவர்கள் படுக்கையிலிருக்காமல், குறைந்தபட்சம் சொந்த இருப்பிடத்திலாவது தங்கியிருக்காமல் இவ்வளவு தொலைவிற்கு வந்து ஏன் அலைந்து கொண்டிருக்க வேண்டும் என்று நிலையத் தலைவர் கேட்டபோது அவர்கள் சிரித்துக்கொண்டே காய்ச்சல் குணமாக திண்டுக்கல் அருகில் ஒரு சாமியார் தாயத்து மந்திரித்துத் தருவதாக ஆறு பேருடைய மனைவிகளும் கேள்விப்பட்டதாயும் அவர்கள் சொன்னதன் பேரில் தாங்கள் கிளம்பித் திண்டுக்கல் வரை போய்க் கொண்டிருப்பதாயும் பயமேயில்லாமல் பரிகாசத் தொனியில் பதிலளித்தார்கள், பொய் சொல்கிறார்கள் என்று அப்பட்டமாகத் தெரிந்தது, ஆனால் அவர்களுடைய சந்தேகத்திற்கிடமான நடமாட்டத்தைத் தவிர வேறு எந்த குற்றத்தையும் அவர்கள்மேல் சுமத்த காவல் துறையால் இயலாமலிருந்தது, வேலை நிறுத்தப் போராட்டத்திலும்கூட ஈடுபடாமல் அவர்கள் அனுமதியுடனான விடுப்பில்தான் இருக்கிறார்கள், அவர்களை நீங்கள் ஏன் ஒன்று சேர்ந்தீர்கள் என்று சட்டப்படி கேட்க முடியாது, நாங்களோ அவர்களுடைய போக்கிரித்தனமும் நோக்கமும் அவர்கள் முகங்களிலேயே எழுதி ஒட்டியிருக்கிறது என்றும் அவர்களை எப்படியாவது உள்ளே தள்ளிவிடவேண்டுமென்றும் தவியாய்த் தவித்துக்கொண்டிருந்தோம், கடைசியில் காவல்துறைக் காப்பாளர் எங்களைத் தனியே அழைத்து நிலைமையை விளக்கி, அதாவது அரசாங்கத்திற்கும் போராட்டக்காரர்களுக்குமிடையிலான துவந்தம் அதன் இறுதிக் கட்டத்தை எட்டிக்கொண்டிருந்த நிலையில் சிறு தவறுகூட எந்தப் பக்கத்திலும் பெரிய கொந்தளிப்பை உருவாக்கிவிடுமாதலால் விடுப்பிலிருப்பவர்களைப் போதிய ஆதாரங்கள் இல்லாமல் கைது செய்வது புத்திசாலித்தனமல்ல என்பதையும் வழக்கும் நிற்காது என்பதோடு அவர்களும் அவர்களுடைய கூட்டாளிகளுமாகச் சேர்ந்து ஒருவேளை ஈடுபட்டிருக்க வாய்ப்புள்ள தலைமறைவுச் செயல்பாடுகளும் எச்சரிக்கையடைந்து அழிக்கப்பட்டுத் தப்பிவிட ஏதுவாகிவிடும் என்பதையும் எடுத்துரைத்து, எனினும் அவர்களை அப்படியே விட்டுவிடத் தானும் தயாராய் இல்லையென்றும் சொல்லி ஒரு தந்திரோபாயத்தை முன்மொழிந்தார், அதன்படி அவர்கள்மீது சந்தேகம் இருப்பதைப்போல காட்டிக்கொள்ளாமல் நாங்கள் மேற்கொள்வது இம்மாதிரியான ஓர் ஆபத்தான காலக்கட்டத்தில் அவர்களின் பக்குவமற்ற நடமாட்டம் பற்றிய ஒரு சாதாரண, சம்பிரதாயமான விசாரணை மட்டுமே என்பதாக அவர்கள்

நம்பிக் காவலர்களின் ரகசியக் கண்காணிப்பிற்கு வசதியாகத் தங்கள் திட்டங்களோடு எப்போதும்போல நடமாடித் திரியும் வண்ணமும் அதே சமயத்தில் போராட்டம் முடிந்த கையோடு அவர்கள்மீது எந்த நேரத்திலும் விசாரணையை மேற்கொள்ள, மற்றும் சந்தேகத்தின் பேரில் தற்காலிகப் பணிநீக்கம் செய்து வழக்குத் தொடர, அதுவுமல்லது குறைந்தபட்சம் மிரட்டி வைப்பதற்காவது, ஓர் அடிப்படைச் சாட்சியாக அமையும் வண்ணமும் வெள்ளைத் தாள் ஒன்றில் அதிக முக்கியத்துவம் இல்லாதததைப்போன்ற ஒரு சாதாரண வாக்குமூலத்தை எழுதி வாங்கிக்கொண்டு அவர்களை இப்போதைக்குச் சுதந்திரமாக விட்டுவிடுவது என்றும் அது காவல்துறைப் பதிவேடுகளிலோ அல்லது நிர்வாகத்தின் கடிதத் தாள்களிலோகூட அல்லாமல் வெறும் தாளில் மட்டுமே, தவிர்க்க முடியாத நடைமுறையின் நிமித்தமாக இளநிலை அலுவலர் ஒருவரால் அவர்கள் முன்னிலையிலேயே அவர்களுடைய வார்த்தைகளாலேயே எழுதச் செய்து பெற்றுக்கொள்ளப்பட்டது என்று அவர்களுக்கு ஒரு தோற்றத்தை உருவாக்கி வைப்பதென்றும் முடிவானது, தோழர்கள் பின்புலத்திலிருக்கும் தைரியம் இருந்தாலும் சட்டரீதியான போராட்டத்தை மேற்கொண்டிருக்கும் அவர் களுக்கு அனாவசியமான தலைவலியையோ கோபத்தையோ தங்களுடைய நடவடிக்கைகள் உண்டு பண்ணும் என்கிற எண்ணம் போராட்டத்தில் கலந்துகொள்ளாமல் விடுப்பு எடுத்துக்கொண்டு வாத்தியாருக்குப் பயந்த பள்ளிச் சிறுவர்களைப்போல ஊரைச் சுற்றிக்கொண்டிருப்பதென்பது அதற்கான காரணத்தையும் வெளிப்படையாகச் சொல்ல முடியாத சூழ்நிலையில் நிச்சயம் அம்மாதிரியான உணர்வுகளை சக தோழர்களிடத்தில் உண்டாக்கும், பிடிபட்டவர்களின் மனதில் குறுகுறுப்பை நிச்சயம் ஏற்படுத்தத்தான் செய்யுமாதலால் அவர்கள் காதும் காதும் வைத்தாற்போன்ற இந்தக் குறைந்தபட்ச நிபந்தனைக்குச் சம்மதிக்கவே செய்வார்கள் என்கிற ரீதியில் காப்பாளர் சிந்தித்திருந்தார், அது சரியாகவே இருந்தது, அவர்கள் ஆறு பேரும் அவருடைய ஏற்பாட்டிற்கு ஒத்துக்கொண்டு நிலையத் தலைவர் அலுவலகத்திலிருந்த ஓர் இளநிலைச் சிப்பந்தி அவர்கள் சொல்லச் சொல்ல எழுதித் தந்த ஆறு ஒரே மாதிரியான விளக்கக் கடிதங்களில் (ஒப்புதல் வாக்குமூலங்களல்ல) கையெழுத்துப் போட்டுவிட்டுப் போனார்கள், காப்பாளர் அவற்றை அவர்களுடைய தனிப்பட்ட பணியாளர் விபரக் கோப்புகளில் இணைத்து வைக்கும்படி நிலையத் தலைவரைக் கேட்டுக்கொண்டார், பிறகு இரண்டு மூன்று சிறப்புக் காவலர்களை அந்த ஆறு பேரையும் தொடர்ந்து மாறு வேடங்களில் சென்று கண்காணிக்கும்படி ஆணையிட்டார், நானும் என் உதவியாளனான அந்த இளைஞனும் பொழுது

போகவில்லையென்றால் அவருடைய அலுவலகத்திற்குப் போய் அமர்ந்துகொண்டு உளவுக்காரர்கள் மூலமாகப் பிரச்சனையில் ஏதாவது முன்னேற்றம் ஏற்பட்டிருக்கிறதா என்று கேட்டுக் கொண்டிருப்பதை வழக்கமாக்கிக்கொண்டிருந்தோம், இரண்டு மூன்று நாட்களுக்குப் பிறகு அறுவரில் ஒருவன் (அந்தச் சரக்குப் பிரிவுப் பணியாளனேதான்) பத்துத்தூண் தெருவிலிருக்கும் யாரையோ பார்ப்பதற்காகக் காலையிலும் மாலையிலுமாக நான்கைந்து தடவைகள் போய்வந்துகொண்டிருக்கிறானென்று ஓர் உளவாளி காப்பாளரிடம் வந்து சொன்னார், எங்களுக்கு நம்பிக்கை ஏற்பட்டது, போராட்டம் இன்னும் ஓரிரு வாரங்கள் நீடிக்குமேயானால் அவர்களை ஆதாரங்களோடு பிடித்து விடலாமென்று மிகுந்த உற்சாகத்துடன் காப்பாளர் எங்களிடம் தெரிவித்தார், எங்கள் எல்லோருக்குமே சந்தோஷம்தான், போராட்டம் விரைவாக முடிந்துவிடக் கூடாதென்றும் நான் குழந்தைத்தனமாகத் தேவனிடம் வேண்டிக்கொள்ளக்கூடச் செய்தேன், ஆனால் சதிச் செயல் பற்றிய தகவல் என் உதவியாளன் மூலமாக என்னை வந்தடைந்த நாளின்போதே அரசாங்கத்திற்கும் மஸ்தூருக்கும் இடையில் துவங்கிவிட்டிருந்த பேச்சு வார்த்தைகளை அதிகப் பலன் கொடுக்காமலேயே பெரும்பாலும் பயமுறுத்தல்களாலும் தந்திரமான கவனச் சிதறடிப்புகளாலும் கைதுகளாலும் வேலையிழப்புகளாலும் முடித்துக்கொள்ளவேண்டிய நிர்பந்தத்திற்குத் தொழிற்சங்கங்கள் தள்ளப்பட அடுத்த மூன்று நாட்களில் ஹர்த்தால் விலக்கிக் கொள்ளப்பட்டுவிட்டது, பெரும் எழுச்சியுடன் ஆரம்பிக்கப்பட்ட வேலை நிறுத்தப் போராட்டம் பிசுபிசுத்துப் போய்விட்டதாகவே அப்போது பேசப்பட்டாலும் இப்போது யோசிக்கிறபோது தொழிலாளர் பிரச்சனைகளைத் திருப்தியாகத் தீர்த்து வைக்க காங்கிரஸை இணங்கச் செய்வதன்மூலம் இந்திராவே தொடர்ந்து பிரதமராக நீடிக்கும் அபாயத்தை ஏற்படுத்துவதற்குப் பதிலாக இந்திராவிடம் கோபத்தையும் பதற்றத்தை உண்டாக்கிச் சில தவறுகளுக்கு உந்தி அதன்மூலம் அவரையே பதவியிலிருந்து காலி செய்வதுதான் அந்தப் பிரம்மாண்டமான வேலை நிறுத்தத் தினடியில் ஒளிக்கப்பட்ட நிகழ்ச்சி நிரலாக இருந்திருக்கு மென்று தோன்றுகிறது, அந்த வகையில் இந்த அவசர நிலைப் பிரகடனம் அதற்கு ஒரு வருடத்திற்கு முந்தைய இருப்புப் பாதைப் போராட்டம் தன் நோக்கத்தில் மாபெரும் வெற்றியை அடைந்திருக்கிறது என்பதைப் பட்டவர்த்தனமாக அறிவிக்கிறது என்று நிச்சயமாகவே சொல்லுவேன், இப்படித்தான் நடந்ததா என்று எனக்குத் தெரியாது, ஏற்கெனவே சோரம் போய்விட்டதான குற்றவுணர்ச்சியுடனிருந்த ஏஐஆர்எஃப்பை முன்னுக்கிழுத்தபோது இப்படித்தான் ஃபெர்னான்டஸ் உள்ளிட்டவர்கள் யோசித்தார்களா

என்றும் எனக்குத் தெரியாது, அதை இப்போது எல்லோரும் இப்படித்தான் எடுத்துக்கொள்கிறார்களா என்பதைப்பற்றிய அறிதல்கூட எனக்குக் கிடையாது, ஆனால் என்னுடைய அந்த இருபத்தியிரண்டு நாட்கள் மதுரை வாசத்திற்குப் பிறகு என் கண்களோடு வந்து ஒட்டிக்கொண்டுவிட்ட, எந்தவொரு தோல்விக்கும் பின்னால் ஓர் ஒளிக்கப்பட்ட நிகழ்ச்சி நிரல் இருக்குமென்கிற பார்வையை என்னால் இன்றுவரை பிடுங்கி எறியவே முடியாமல் போய்விட்டது, இன்று, இத்தனை குறுகிய காலத்திற்குள் மண வாழ்வில் நான் அடைந்திருக்கும் சலிப்பும் இவளுடைய இடைவிடாத இருமலும்கூட என்னை வென்றெடுத்த இவளுடைய காதலுக்குப் பின்னால் முன்பே திட்டமிடப் பட்டிருந்த ஓர் ஒளிக்கப்பட்ட நிகழ்ச்சி நிரல்தானோ என்று (நானே என்னைச் சபித்துக்கொள்ளும்வண்ணம்) யோசித்துப் புழுங்குமளவிற்கு அது என் பார்வையைக் கறைப்படுத்திவிட்டுச் சென்றிருக்கிறது, அதற்குக் காரணமான ஓர் உரையாடல் நான் மதுரையிலிருந்து திரும்பி ஒன்றரை மாதங்களுக்குப் பிறகு நடந்தது.

வேலை நிறுத்தப் போராட்டம் விலக்கிக்கொள்ளப்பட்ட இரண்டாம் நாள் திருவனந்தபுரத்திற்குத் திரும்பிச் செல்லும்படி எனக்கு உத்தரவு வந்துவிட்டது, மதுரையில் என் பணியும் பெரும் சதி வேலையொன்றை அதிக ஆர்ப்பாட்டமின்றித் தடுத்து நிறுத்தியதில் என்னுடைய பங்களிப்பும் எனக்கு ஒரு நல்ல எதிர்காலத்தைப் பெற்றுத் தருமளவிற்குச் சிறப்பானவையாய் அமைந்திருந்ததாக என்னுடைய மேலதிகாரிகளுக்கு அறிக்கை அனுப்புவதாய்ச் சொல்லி என்னை நிலையத் தலைவர் மகிழ்ச்சியுடன் வழியனுப்பி வைத்தார், நல்ல நண்பர்களாகி விட்ட அந்தக் காப்பாளர் மற்றும் இளைஞனான உதவியாளன் ஆகியோரிடமிருந்து வழக்கின் முன்னேற்றம் பற்றி எனக்குத் தவறாமல் அவ்வப்போது தெரியப்படுத்தப்படும் என்கிற உறுதிமொழியையும் டவுன்ஹால் சாலைமுனைப் பூ விற்பவளிட மிருந்து இவளுக்கு மல்லிகைப் பூவையும் ஸ்பென்ஸரிலிருந்து குழந்தைகளுக்குப் பொம்மைகளையும் வாங்கிக்கொண்டு மிகுந்த நம்பிக்கையோடு நான் ஊர் திரும்பினேன், ஒரு வாரத்தில் பணியறிக்கை மதுரையிலிருந்து என் அலுவலகத்திற்கு வந்து விட்டது, ஆனால் அதில் வழக்கமான பணி விபரங்கள் பற்றிய குறிப்புகளுக்குமேல் சிறப்பாக எதுவும் எழுதப்பட்டிருக்கவில்லை, நாச வேலைபற்றி அதிகாரப்பூர்வமாகக் குறிப்பிடுமளவிற்கு இன்னும் ஆதாரங்கள் எதுவும் கிடைத்திராது என்று என்னை நானே சமாதானப்படுத்திக்கொண்டு மேலும் சில நாட்கள் பொறுத்திருந்து பார்ப்பதென முடிவு செய்து காத்திருந்தேன்,

ஆனால் ஒரு மாதத்திற்கு மேலாகியும் மதுரையிலிருந்து அது சம்பந்தமாக எந்தக் குறிப்பும் வரவில்லை, ஒத்துக்கொண்டபடி காப்பாளர் அல்லது என்னுடைய உதவியாளன் ஆகிய இருவரில் யாரும் என்னைத் தொடர்பு கொண்டு பேசவுமில்லை, காப்பாளர் மத்தியநிலை அலுவலகனான என்னைப் பொருட்படுத்தி என்னுடன் பேசுவாரென நான் எதிர்பார்க்கவில்லை, ஆனால் அந்த இளம் உதவியாளன், அவனிடமிருந்துகூட எந்தத் தகவலும் வராததுதான் என்னைக் கவலையும் கோபமும் கொள்ள வைத்தது, அட, அதை அதிகாரப்பூர்வமான அறிக்கையாகக் கொடுக்க வேண்டாம், குறைந்தபட்சம், அதில் பங்கு கொண்டவன் என்கிற முறையில் அதன் விதி என்ன என்பதைத் தெரிந்துகொள்ள எனக்கு ஆர்வம் இருக்குமென்கிற அடிப்படைச் சிந்தனையிலாவது, ஒரு நட்பார்ந்த முறையிலாவது அதைப் பற்றித் தெரியப்படுத்த வேண்டுமென்கிற நாகரீகம் கூடவா அவர்களுக்கு இல்லாமல் போகும், கிட்டத்தட்ட ஒன்றரை மாதங்களுக்குப் பிறகு இனி பொறுக்கவியலாது என்று நானே அந்த உதவியாளனைத் தொலைபேசியில் தொடர்புகொண்டேன், நான் அழைத்ததன் காரணம் நிச்சயம் ஊகிக்கக்கூடியதுதானென்றாலும் அவன் வழக்கமான நல விசாரிப்புகளுக்குப் பிறகு நானாக அந்தப் பேச்சை எடுக்கும்வரை வாயைத் திறக்கவேயில்லை, பிறகு அதைப்பற்றி அவன் சொன்னது என்னைத் திடுக்கிட வைப்பதாக இருந்தது, எடுத்த எடுப்பிலேயே அவன் அந்தச் சதித் திட்டத்தைப் பற்றி நான் (அதை அறிந்த முதல் சாட்சியென்கிற அடிப்படையில்) அதிகாரப்பூர்வமான புகாரொன்றைக் காவல்நிலையத்தில் பதிவு செய்யாமலும் அதற்காக அந்தக் காப்பாளரை வற்புறுத் தாமலும் அசட்டையாக இருந்தது பெரிய தவறாக அங்கே அங்காலாய்க்கப்பட்டுக்கொண்டிருப்பதாகவும் அத்தனை ஈடுபாட்டிற்குப் பிறகு அப்படியொரு குற்றச்சாட்டைக் கேட்பது என்னை வருத்தத்திலாழ்த்தும் என்று நினைத்தே என்னைத் தொடர்புகொள்வதைத் தான் தவிர்த்து வந்ததாயும் தெரிவித்தான், எனக்குக் குழப்பமாக இருந்தது, அது ஒரு தவறாகவேயிருந்தாலும் அதனாலென்ன பெரிய பாதகம் வந்துவிடப் போகிறது, எப்போது என்னைக் கேட்டாலும் அப்படியொரு புகாரை எழுதிக் கொடுக்கவோ சாட்சியளிக்கவோ நான் தயாராகத்தானே இருக்கிறேன் என்றேன் நான், அதற்கு அவன் சொன்ன பதிலைக் கேட்டு எனக்கு அழுவதா சிரிப்பதா என்றே தெரியவில்லை, அவன் சொன்னான், காலம் கடந்துவிட்டது, இப்போது அப்படியொரு சம்பவம் நடந்ததற்கான சாட்சியங்களே அலுவலகத்தில் இல்லை, ஏன், ஏனென்றால் அந்த ஆறு பணியாளர்களையும் குற்றம் சாட்டுவதற்கான ஆதாரமெதுவும் நம் கைவசம் இல்லை, அந்தக்

கடிதங்கள், அவை தொலைந்துவிட்டதாகச் சொல்லப்பட்டது தான் இத்தனைக்கும் காரணம் என்றான் அவன், என்னால் நம்ப முடியவில்லை, அத்தனை முக்கியமான கடிதங்கள், அதிலும் ஆறு கடிதங்கள், அவை அத்தனையுமேவா ஒரே நேரத்தில் தொலைந்து போகமுடியும், எப்படி, யார் தொலைத்தது, எப்படி என்று யாருக்கும் தெரியவில்லை, ஆனால் நீங்கள் கிளம்பிப்போய் ஒரு வாரத்திற்குப் பிறகு பத்துத் தூண் தெருவில் இருப்புப்பாதைத் தொழிலாளியால் அடிக்கடி சந்திக்கப்பட்ட ஒரு வயதான நபர் முதுகுளத்தூர் கலவரத்தில் சம்பந்தப்பட்டவரென்று சந்தேகிக்கப்பட்டுப் போதிய சாட்சியங்களில்லாமல் தப்பித்துக் கொண்ட ஒரு பழைய சண்டியர் என்பதும் அவருக்கு வெடிகுண்டு தயாரிக்கத் தெரியுமென்பதும் கண்டுபிடிக்கப்பட்டு அவருடன் இந்தச் சரக்குப் பிரிவுத் தொழிலாளிக்கு இருந்த தொடர்பை விசாரிப்பதற்காக அவனை அலுவலகத்திற்கு அழைத்து வந்து சாட்சிக்காக அவன் எழுதிக் கொடுத்திருந்த பழைய கடிதத்தைக் கொண்டு வரும்படி கேட்டபோது அதைக் கோப்பினுள் இணைத்து வைக்கும்படி பணிக்கப்பட்டிருந்த உறங்காப்புலி என்கிற இளநிலை அலுவலகன் உள்ளே சென்று பார்க்கவே முயற்சி செய்யாமலும் சற்றும் பதற்றமில்லாமலும் அது தொலைந்து போய்விட்டதென்று நின்ற இடத்திலிருந்து அசையாமலேயே பதில் சொன்னான், பிரச்சனையும் விசாரணைகளும் சரக்குப் பிரிவுத் தொழிலாளியை விட்டுவிட்டு அவன்மீது திரும்பிவிட்டன, ஆனால் என்ன மிரட்டியும் அவன் பயப்படவோ தன் பேச்சை மாற்றிக்கொள்ளவோயில்லை, அவன் அந்தக் கடிதங்களை நிலையத் தலைவர் கட்டளையிட்டபடி கோப்புகளில் சேர்ப்பதற் காகத் தனியே எடுத்து வைத்திருந்ததாயும் ஆனால் போராட்டக் காலப் பதற்றத்திலும் வேலைப் பளுவிலும் அதை உடனே செய்ய மறந்துவிட்டதாயும் பிறகு அவற்றைத் தேடியபோது அவை தொலைந்து போயிருப்பதைக் கண்டுபிடித்ததாயும் திரும்பக் கேட்பதற்குள் எப்படியும் கண்டுபிடித்துவிடலாமென்கிற நம்பிக்கையில் அவற்றைப் பற்றி நிர்வாகத்திற்கு உடனடியாகத் தெரிவிக்கத் தயங்கிவிட்டதாயும் சொன்னான், அது பொய், அவன் அவற்றை வேண்டுமென்றேதான் தொலைத்திருக்க வேண்டும், அல்லது எந்த ஆதாயத்திற்காகவோ கிழித்தெறிந்திருக்க வேண்டும், அவன் பேசிய தோரணை இதன் விளைவுகள் என்னவாயிருக்கும் என்பதைத் தெரிந்தேதான் அவன் அப்படிப் பேசுகிறான் என்பதைத் தெளிவாகவே எடுத்துக் காட்டுவதாயிருந்தது, அல்லது அதனால் எந்தப் பெரிய விளைவும் ஏற்பட்டுவிடாது என்பதற்கு யாரோ ஒருவர் அவனுக்கு உத்திரவாதம் கொடுத்திருந்தாலும் கூட அந்த மாதிரியான தோரணையும் குரலும் சாத்தியம்தான்,

எனக்கு ஆத்திரமாக வந்தது, இரண்டாவது ஊகம்தான் சரியானதாயிருக்கும், தொழிற்சங்கக்காரர்களைத் தவிர வேறு யார் அப்படியொரு உத்திரவாதத்தை அந்த உறங்காப்புலி என்பவனுக்கு அளித்திருக்கக்கூடும், காப்பாளருக்கோ நிலையத் தலைவருக்கோ இதில் என்ன ஆதாயம் கிட்டிவிடக்கூடும் என்றேன், என்ன அய்யா, ஓர் அதிகாரியான உங்களுக்குத் தெரியாததா, வன்முறையோ அசம்பாவிதமோ நிகழாமல் ஒரு போராட்டம் அமைதியாக நடப்பதும் வெற்றி பெறுவதும் அரசாங்கத்திற்கு மிகப் பெரும் அச்சுறுத்தலாக அமைந்துவிடாதா, அந்த வெற்றி நிர்வாகத் தரப்பிலும் ஊதிய உயர்வுக்கு வழி செய்துவிடாதா என்றான் என் உதவியாளன், நீங்களே தவறிவிட்டிருந்தாலும் நிலையத் தலைவர் ஏன் உங்களை ஒரு சட்டரீதியான புகார் ஒன்றைக் கொடுக்கும்படி வற்புறுத்தியிருக்கக் கூடாது, அந்தக் காப்பாளர் ஏன் அந்தக் கடிதங்களைத் தன்னுடைய பாதுகாப்பில் வைத்துக்கொள்ளாமல் தட்டிக் கழித்திருக்க வேண்டும், அந்தக் கடிதத்தை எழுதவும் கோப்பில் சேர்க்கவும் அந்த உறங்காப்புலி தேர்ந்தெடுக்கப்பட்டது தற்செயலானதுதானா அல்லது திட்டமிடப்பட்டதா, என்ன சொல்ல வருகிறாய் நீ, வெளியிலிருந்து வந்த அந்நியரான உங்களைக் குறுகிய காலத்திற்குள் பேசிச் சரிக்கட்டிவிட முடியாது என்பதற்காகவே, உங்களுக்குச் சந்தேகம் வராமலும் நீங்கள் அதிகமாக மூக்கை நுழைக்காமலும் இருப்பதற்காகவே, உங்கள் மனம் திருப்தியுறும்படியாக இப்படியொரு நாடகம் ஏன் வடிவமைக்கப்பட்டிருக்கக்கூடாது, அந்த உறங்காப்புலி என்ன ஆனான். அவன் தற்காலிகப் பணி நீக்கம் செய்யப்பட்டிருக்கிறான். நடந்தவை மேலதிகாரிகளுடைய ஒப்புதலுடனேயேதான் நடந்திருக்கிறதென்றால் அவனை எதற்குப் பணி நீக்கம் செய்யவேண்டும், நாடகத்தின் அழகியல் கூறுகள் பூர்த்தியாக வேண்டுமென்றால் சில தர்க்க ரீதியான நடைமுறைகள் மேற்கொள்ளப்படத்தானே வேண்டும், அந்த உறங்காப்புலி தன்னுடைய பணி நீக்க உத்தரவு செல்லாது என்று இப்போது நிர்வாகத்தின்மீது வழக்குத் தொடர்ந்திருக்கிறான், அவனிடம் கடிதங்கள் ஒப்படைக்கப்பட்டதற்கான ஆதாரங்கள் எவையும் இப்போது இல்லை, அவை நிர்வாகத்தின் இயக்கத்தை முடக்கக்கூடிய அதிகாரப்பூர்வமான கடிதங்களும் இல்லை, அவை என்ன காரணத்திற்காக எழுதி வாங்கப்பட்டனவோ அந்தச் சதித் திட்டம் நிகழ்த்தப்பட்டதற்கான ஆதாரங்களும் நிரூபிக்கப்படவில்லை, இஃதெல்லாம் திட்டமிட்டேதான் நிகழ்த்தப்பட்டிருக்கின்றனவென்றால் அவனிடம் எந்தக் கடிதங்களும் ஒப்படைக்கப்படவேயில்லையென்று உறங்காப்புலியின் வழக்கறிஞர் வாதாடினாலும் அதை யாரும் பலமாக மறுக்கப்

போவதில்லை, உறங்காப்புலி மிக எளிதாக வழக்கை உடைத்துப் பணியில் திரும்பச் சேர்ந்துவிட முடியும், விலக்கியதைப் போலவும் இருக்கும், சேர்த்துக்கொள்வதும் நடக்கும், நான் சற்று யோசித்துவிட்டு, அல்லது நிஜமாகவே உறங்காப்புலி என்பவனுக்குத் தெரியாமல் அவனுடைய துறையைச் சேர்ந்த யாராவது ஒருவர்கூட அதைத் தொழிற்சங்க நண்பர்களுக்காக எடுத்துப்போயுமிருந்திருக்கலாமில்லையா என்றேன், உதவியாளன் சற்று யோசித்துவிட்டு அப்படி நடக்கவும் சாத்தியமிருக்கிறதுதான் என்றான், ஓர் இளநிலை ஊழியனான அவனுடைய மேசை இழுப்பறைக்கு நிர்வாகத்தினுடைய அலட்சியம் காரணமாக பூட்டு சாவி எதுவும் அளிக்கப்படவில்லை, எனவே அலுவலக நேரத்திற்குப் பிறகு அதிலிருந்து காணாமல் போகும் எந்தப் பொருளுக்கும் அவனைப் பொறுப்பாளியாக்கவும் முடியாது, அவனுடைய பதில் எனக்கு மிகுந்த அயர்ச்சியைத் தந்தது, தேவனின் இருப்பைப் பற்றிய விசாரணையைப்போல அதைப்பற்றிப் பேசப் பேசப் பதிலற்ற கேள்விகள் மட்டுமே பெருகிக்கொண்டே போகுமென்று தோன்றியது, ஒருவேளை அந்த ஆறு பேருமேகூட தங்களுடைய காய்ச்சலுக்காகத்தான் வெள்ளோட்டு நிலையத்தின் பக்கம் அலைந்துகொண்டிருந்தார்களோ என்னவோ, அதைவிட நமக்குச் சொல்லப்பட்ட சதி வேலை பற்றிய தகவலே அதைச் சொன்னவனின் கற்பனைதானோ என்னவோ என்று சலிப்புடன் சொல்லிவிட்டுத் தொலைபேசியை வைத்துவிட்டேன், ஆனால் உண்மையில் எனக்குத்தான் நடந்ததெல்லாம் ஒருவேளை என் கற்பனைதானோ என்கிற ஐயம் வந்துவிட்டது, ஏதேதோ பெரிய பெரிய விஷயங்களெல்லாம் நடந்துகொண்டிருப்பதைப்போல ஒரு பிரமையைத் தோற்றுவித்துவிட்டுக் கடைசியில் எதுவுமே நடக்காமல், தொழிலாளர் போராட்டத்தைப் போலவே திடீரென்று காட்சிகள் மறைந்து விட்டதாய்த் தோன்றியது, உறங்காப்புலி, அந்த மனிதனை நான் இதுவரை கவனித்துக்கூடப் பார்த்ததில்லை, ஆனால் அந்தப் புண்ணியவான்தான் எனக்குக் கிடைத்திருக்கவேண்டிய பதவியுயர்வை அல்லது, குறைந்தபட்சம் ஓர் ஊக்கத் தொகையைத் தன் ஒரே ஒரு வார்த்தையால் கிடைக்காமலடித்திருக்கிறான், சம்பந்தமேயில்லாமல் திடீரென்று முளைத்ததாக எண்ண வைக்கும் அவனுடைய இருப்பு (அல்லது அது வேறு யாரோவாகக்கூட இருந்துவிட்டுப் போகட்டும்) என்னைப் பொறுத்தவரையில் உறங்காப்புலி என்பது ஒரு முகமறியாத நம்பிக்கைத் துரோகத்தின் உருவகப் பெயராகிவிட்டது, துவக்கம் முதலாகவே கம்பியில் ஓடிக்கொண்டிருக்கும் மின்சாரத்தைப்போல எங்கள் விவாதங்களின், நடவடிக்கைகளின், கண்காணிப்புகளின் அடியில் நீக்கமற நிறைந்திருந்திருக்கிறது

பாகீரதியின் மதியம்

அது, அவற்றைக் கண்காணித்துக்கொண்டல்ல, அவற்றின் ஒரு பகுதியாகவே, ஒளிக்கப்பட்ட நிகழ்ச்சி நிரல், எனக்கு உண்டான தனிப்பட்ட நட்டத்தை விடுங்கள், ஒரு பதினைந்து நாள் பரபரப்பு, அலைச்சல்கள், புத்திசாலித்தனங்கள், அதிகாரங்கள், தந்திரங்கள் இவற்றோடுகூட ஒருவேளை பெரும் பின்னணியுடன் விரிந்து யார் யாருடைய அரசியலையெல்லாமோ பகிரங்கப்படுத்திப் பிரபலமாய்ப் பேசப்பட்டிருக்கக்கூடுமாயிருந்த ஓர் இருப்புப் பாதைத் தகர்ப்புச் சதியின் விதி ஆகிய யாவுமே, தொலைந்துவிட்டது என்கிற ஒற்றை வார்த்தையால் தடம் தெரியாமலல்லவா அழிக்கப்பட்டுவிட்டது, கடவுளே, இப்படி எத்தனைக் கணக்கற்ற சரித்திரங்களைக் கண்களுக்குத் தெரியாமல் எத்தனை ஒற்றை வார்த்தைகள் தங்களுக்குள் சுருட்டி வைத்திருக்கின்றனவோ, எத்தனை உருவிலியான உறங்காப்புலிகள் அவற்றைப் போகிற போக்கில் உச்சரித்துவிட்டுச் சந்தடியின்றிக் காலத்தோடு காலமாய்க் கரைந்துபோய்க்கொண்டிருக்கிறார்களோ, யார் கண்டது.

மனநோயால் பாதிக்கப்பட்டிருப்பாளோயென்று சந்தேகப்படும் விதத்தில் நடந்துகொள்ளும் மனைவியை எதையேனும் சொல்லிச் சமாளித்து நேராகக் கூட்டிக்கொண்டே மறுநாள் வந்து சந்திப்ப தாகச் சொல்லிவிட்டுச் சென்ற பட்டயக் கணக்காளனையும் அவனுடைய மனைவியையும் அவன் என்னிடம் விடைபெற்றுக் கொண்ட கணத்திலிருந்தே எதிர்பார்க்கத் துவங்கிவிட்டேன் என்றார் மனநல மருத்துவர் அரங்கநாதன் நம்பி நம்மிடம். அவன் என் கண்களிலிருந்து மறைந்துவிட்ட பிறகும், மருத்துவக்கூடம் வேறு வருகையாளர்கள் யாரும் இல்லாமல் வெறிச்சோடித் தான் கிடந்ததென்றாலும், மாலை மங்கி பொழுது இரவை நோக்கி விழத் துவங்கிவிட்டிருந்த நிலையிலும், உதவிப் பெண் கைகளைப் பிசைந்தபடி தன்னுடைய புறப்பாட்டிற்கான அனுமதியை எதிர்நோக்கி என் முகத்தை ஏங்கியேங்கிப் பார்த்துக்கொண்டிருந்த, வழக்கமற்ற ஓர் இரங்கத்தக்க சூழல் அங்கே உருவாகிவிட்டிருந்ததென்றாலும், மழை வேறு வந்து விடுவேன் வந்துவிடுவேனென்று அவ்வப்போதைய இடி மின்னல்களால் பயமுறுத்திக்கொண்டிருந்ததைக் கவனத்தில் கொள்வது தவிர்க்க முடியாததாகியிருந்தாலும், வீட்டில் திருமண நாள் கொண்டாட்டங்களும் என்னுடைய அபிமானக் கதாநாயகனான நோஸ்ஃபெராட்டுவைக் காண்பதற்கான அனுமதிச் சீட்டுகளும் அன்பான குடும்பமும் வழிமேல் விழி வைத்துக் காத்துக்கொண்டிருக்கிறார்களென்கிற நினைவு உறுத்திக்

கொண்டேயிருந்தாலும் நான் நேரம் போவது தெரியாமல் என் இருக்கையிலேயே கண்களை மூடியபடி சாய்ந்து உட்கார்ந்திருந்தேனென்றால் அந்தச் சோம்பல் அதற்குச் சற்றுமுன் புகைப் படத்தில் நான் பார்த்த (சந்தித்த) அந்தப் பெண்ணின் முகம் கிளப்பிவிட்ட அதிர்ச்சியையும் அதைத் தொடர்ந்த துயரவுணர்வையும் மனதிலிருந்து திரும்ப வெளிக்கொணர்ந்து அசைபோட்டுக்கொண்டே கிடக்க வேண்டுமென்கிற விருப்பத்தினால் உண்டானதாக மட்டுமல்லாமல் அப்படிச் சோம்பியுட்கார்ந்திருப்பதைத் தவிர வேறு எந்தச் செயலைச் செய்தாலும் (வீட்டிற்குச் செல்வதோ, கொண்டாட்டங்களில் கலந்துகொள்வதோ, திரைப்படத்திற்குச் செல்வதோ, இனிப்புகளை உண்பதோ, மனைவியுடன் தனிமையில் கடந்த காலத்தை அசைபோட்டபடி விளக்கை அணைத்துவிட்டுப் பிள்ளைகளால் அதீத அசட்டுத்தனத்துடன் உருவாக்கிக் கொடுக்கப்பட்ட தனிமையில் பேசிக்கொண்டிருப்பதோ, எதுவாயிருந்தாலும்) அந்த உணர்வு என்னைவிட்டு நிரந்தரமாகவே கழன்று போய் விடுமென்றும் இருபத்தியாறு வருடங்களுக்குப் பிறகு என்னை வாராதுபோல் வந்தடைந்திருக்கும் அந்த உணர்வை அப்படிப் போக விடுவது மீண்டும் அதை உதாசீனம் செய்வதற்கு ஒப்பாகிவிடுமென்றும் அதற்குமேல் என்னைத் துரதிர்ஷ்டம் பிடித்தவனென்று குத்திக் காட்டக்கூடிய தருணமென்று பிறகு வேறெதுவுமே தன் வாழ்க்கையில் வந்து போய்விட முடியாதென்றும் எண்ணி இருக்கையைவிட்டு அசைவதற்கே நான் கொண்டிருந்த பயத்தினாலும் உண்டானதாக இருந்ததால் மற்ற எந்த நிர்பந்தங்களையும் பற்றிக் கவலைப்படாத ஓர் அலட்சிய பாவத்தை எனக்குள் உருவாக்கிவிட்டிருந்ததும் அதற்குக் காரணமாகயிருந்தது என்றார் அவர் மேலும்.

எனவே வேண்டுமென்றே, திரைப்படம் துவங்கும் நேரம் தாண்டிவிட்டது என்பதை நிச்சயித்துக்கொண்ட பிறகுதான் அவர் (வேண்டா வெறுப்பாக) இருக்கையை விட்டு எழுந்து உதவிப் பெண்ணை விடுவித்துவிட்டுத் தானும் கிளம்பி வீடு வந்து சேர்ந்தார். அவருடைய தொழில் குறித்த பிரதிக்ஞை வீட்டில் யாவருக்குமே தெரிந்ததுதானாகையால் கிளம்பும் நேரத்தில் உள்ளே நுழைந்துவிட்ட ஒரு நோயாளியைப் பேசி அனுப்பிவிட்டுக் கிளம்புவதற்குத் தாமதமாகிவிட்டது என்று அவர் சொன்னபோது திருமண நாளில் கூடவா என்கிற வருத்தம் அனைவருக்குமே இருந்தாலும் யாரும் எதையும் கடிந்து கூறிவிடவில்லை. போதாதற்கு மரகதவல்லியம்மாள் நல்ல நாளும் அதுவுமாகத் தன் கணவர் தங்களைச் சந்தோஷப்படுத்த முடியவில்லையேயென்று வருத்தப்பட்டுக் குற்றவுணர்வு

பாகீரதியின் மதியம்
415

கொண்டுவிடக் கூடாது என்கிற கரிசனத்துடன் கல்யாண நாளன்று கோவில் குளத்திற்குப் போகாமல் பேய்ப் படம் என்ன வேண்டிக் கிடக்கிறது என்று தானே நினைத்ததாயும் ஆனால் பிள்ளைகள் ஏற்பாடு செய்துவிட்டார்களே, மேலும் அவருக்கும் அந்தப் பிசாசை ரொம்பப் பிடிக்குமே என்பதால் மறுத்துப் பேசாமலிருந்துவிட்டதாயும் அவர் தாமதமாக வந்ததால் திரைப்படத் திட்டம் ரத்தானது குறித்துத் தனக்கு மகிழ்ச்சியென்றும் கூறி அவர் மோவாயைக் கேலிச் சிரிப்புடன் தொட்டு உச்சி மோந்துகொண்டாள். அதெல்லாம் சரிதான், ஆனால் மறுநாள் காலையில் பெரியவன் அன்று மாலையாவது அவர் விரைவாக வந்து சேரட்டுமென்றும் அன்றைய மாலைக் காட்சிக்கு அனுமதிச் சீட்டு வாங்கி வைத்துவிடுவதாயும் கூறியபோது அன்றும் தன்னால் அப்படி வர முடியாது என்றும் நேற்று வந்த அந்த நோயாளி மாலையில்தான் வருவாரென்றும் (அவர்களிருவரும் காலையில் வர மாட்டார்களென்று அவர் எப்படியோ ஒரு நிச்சயத்திலிருந்தார். அல்லது ஒரு முன்னேற்பாடாக அவர்கள் மாலையில் வருவதாகவே கணக்கு வைத்துக்கொள்ள வேண்டுமென்று யோசித்தார்) அவருடையது தான் புதிதாகக் கற்றுக்கொள்வதற்கு வாய்ப்பளிக்கிற ஒரு தனித்துவமிக்க நிகழ்வினம் என்றும் சொன்னபோதுதான் மரகதவல்லியம்மாளுக்கு நிஜமாகவே மன வருத்தமுண்டாகிவிட்டது, மாலையில் ஒரு நோயாளி தாமதமாக வந்து சேர்வாரென்பது காலையிலேயே எப்படி அவருக்குத் தெரிந்துவிட முடியும், குணப்பட வேண்டுமென்பதில் நோயாளிக்கு அக்கறையிருந்தால் அவரல்லவா மருத்துவமனையை மூடும் முன்பாகவே இவரை வந்து சந்தித்துவிட வேண்டுமேயென்று கவலைப்பட வேண்டும், அப்படியென்ன விட்டுவிட முடியாத வகைமாதிரி நோயாளியாம் அவர். ஆனால் அந்தப் பிரத்யேக நிகழ்வினத்தின் வினோதமென்பது அதில் நோயாளியாக இருப்பது தன்னைச் சந்திக்க வருகிறவரில்லை மாறாகத் தானேதான் என்கிற பயங்கரத்தையும் தன்னைப் பார்ப்பதற்கு அவர் விரும்பினாரென்பதைவிட அவரைச் சந்திப்பதற்குத் தன் உள்ளமும் புலன்களும்தான் துடியாய்த் துடித்துக்கொண்டிருக்கின்றனயென்கிற பரிதாபகரமான வேடிக்கையையும் அந்தத் தவிப்பு மருத்துவர் நோயாளி என்கிற தொழில் ரீதியான உறவினடிப்படையில் எழுந்ததும் அல்ல என்கிற அதர்ம உண்மையையும் அவர் எப்படி அந்த அம்மாளிடம் சொல்லுவார் பாவம். கணவர் தன் கேள்விக்குப் பதிலளிக்காததை அசிரத்தையென்றோ தன்னை ஏறெடுத்தும் பார்க்காமல் மருத்துவமனைக்குக் கிளம்பிச் சென்றதை மனம் கடமையில் மூழ்கியிருந்ததால் உண்டான மறதியென்றோ

கருதி மரகதவல்லியம்மாள் அதைச் சாதாரணமாக எடுத்துக் கொண்டிருக்கலாம் (எத்தனையோ முறை அம்மாதிரி நடந்திருக் கிறது). ஆனால் உண்மையென்னவோ அந்தப் பெண்மணியின் கண்களைச் சந்திக்க அந்தப் பிரபல மனநல மருத்துவர் அன்று பயந்தாரென்பதைத் தவிர வேறில்லை. சந்தித்தால் அந்த நொடியிலேயே தான் உண்மை பேசவில்லையென்பதை அவள் கண்டுபிடித்துவிடுவாளென்பது அவருக்குத் தெரியும். மரகதவல்லியம்மாளொன்றும் மனநல மருத்துவப் பட்டப்படிப்பு படித்தவரல்ல. அவர் பள்ளிப் படிப்பையே தாண்டியவரல்லர்தான். ஆனால் அவருடைய நுண்ணுணர்வு பாரம்பரியமான கிராமப்புற வளர்ப்பினால் குறைவாக எடைபோட்டுவிட முடியாத கூர்மையைக் கொண்டிருந்தது (அரங்கநாதன் நம்பி வாசிக்கும் தொழில் சம்பந்தமான மருத்துவ நூல்களுக்கும் இலக்கிய நூல்களுக்குமப்பால் அவர் அயல் நாடுகளிலிருந்து தருவிக்கும் காம இலக்கியப் புத்தகங்களில் ஒரு பக்கத்தையேனும் அவர்களிருவடைய படுக்கையறையில் மிக அந்தரங்கமான சமயங்களில்கூட அவர் எத்தனை மன்றாடினாலும், அவர்களுக்குத் திருமணமாகி அன்றோடு நிறைவுபெற்ற அந்த இருபத்தைந்து வருடங்களில், மரகதவல்லியம்மாள் புரட்டியதில்லையென்றாலும் நூலக அலமாரியைத் துப்புரவு செய்யும் சமயங்களிலொன்றிலாவது (அரங்கநாதன் நம்பியுடைய தனிப்பட்ட பொருள்களைப் பராமரிக்கும் பொறுப்பை வேலையாட்களிடம் அவர் விடுவ தில்லை) அதன் பதினான்கு தட்டுகளிலெதிலோ ஐநூற்றுச் சொச்சம் புத்தகங்களுக்கு நடுவே ரகசியமாக வந்து குடியேறும் அவ்வகைப் புத்தகத்தின் ஒரு புதிய வரவை அதன் முதுகை வைத்தே அடையாளம் கண்டுகொண்டு, இஃதென்ன புதிய படம் போட்ட புத்தகமாயிருக்கிறதே, இப்போதுதான் வாங்கினீர்களா, வெட்கமாகயில்லை உங்களுக்கு என்று அவரை (ரகசியமான செல்லத்துடன்) அந்த அம்மணி கோபித்துக் கொள்ளும்போதெல்லாம் எப்படிக் கண்டுபிடிக்கிறாள் இவள் என்று மருத்துவர் ஆச்சரியப்படாமலிருந்ததில்லை. புத்தகம் என்பது அரங்கநாதன் நம்பிக்கு அது தரும் அறிவு. பட்டிக்காட்டு மரகதவல்லியம்மாளுக்கோ அது காகிதம், நூல், எழுத்துருக்கள், சித்திரங்கள் ஆகியவற்றின் இணைவாலான, புத்தகம் என்னும் தனிச் சிருஷ்டியாகவே அறியப்படுவது. முன்னவர் வஸ்துக் களின் அர்த்தங்களை நோக்கிச் செல்கிறவர். பின்னவர் வஸ்துக்களுடனேயே உறவாடுகிறவர்). எனவே மருத்துவருக்குத் தெரியும், தான் என்ன கதையைச் சொன்னாலும் அதை மரகதவல்லியின் கண்களைப் பார்த்துச் சொல்கிற பட்சத்தில் அதை அவள் தன் வழியில் வேறொன்றாகப் (சரியாக) புரிந்து

கொண்டுவிடுவாளென்று (பற்றாததற்கு மருத்துவரின் கண்களில் இப்போது மின்னிக்கொண்டிருக்கும் ஒளியும் இதுவரை அந்த அம்மாள் கண்டிராத (எனவே பார்த்தவுடனேயே அடையாளம் கண்டுபிடித்துவிடக்கூடிய தனித்துவத்துடன் மிளிரும்) புதினத் தன்மையை விசிறியடித்துக்கொண்டிருக்கிறது).

ஆனால் அத்தனை வயதிற்குப் பிறகு தலையால் கரணமடித்துப் பிள்ளைகளின் அழைப்பையும் மனைவியின் கண்களையும் திறமையாகத் தவிர்த்துத் தன்னை ஒளித்துக்கொண்டும் மருத்துவக் கூடத்தில் வெட்கமில்லாமல் (உதவிப்பெண் ஆச்சரியப்பட்டுக் கைகளால் வாயைப் பொத்திக்கொண்டு ரகசியமாகச் சிரித்துக் கொள்ளும்வண்ணம்) அடிக்கடி சிறுநீர் கழிக்கும் சாக்கில் அறையைவிட்டு வெளியேறி வெளி வாசலைப் பார்த்துக்கொண்டு இங்குமங்கும் நடந்தபடியே நாள்பூரா காத்திருந்தும் பலனில்லாமல் போய்விட்டது. அந்தப் பட்டயக் கணக்காளனும் அவனுடைய மனைவியும் வரவேயில்லை. மறுபடியும் வாய்ப்பைக் கை நழுவ விட்டுவிட்டோமோ என்கிற எண்ணமே அரங்கநாதன் நம்பியைச் செயலிழப்பிற்குள் சிறைப்படுத்தப் போதுமானதாயிருந்தது. சரி, அந்த ஆள் சொன்னபடி அவன் மனைவியைப் பேசிச் சரிக்கட்டி அழைத்து வருவதற்கு ஒருநாள் பற்றாமலிருந்திருக்கலாமென்கிற போலி ஆறுதலிலும் வெற்றுக் காத்திருப்பிலும் மேலும் இரண்டு மூன்று நாட்கள், பிறகு ஒரு வாரம். அது மாதக் கணக்கைத் தொட்டு அவர்கள் வருவார்களென்கிற எதிர்பார்ப்பு மனதிலிருந்து மங்கி வர மாட்டார்களென்கிற நிஜம் தெளியவாரம்பித்தபோது பிரக்ஞையின் அடியாழத்திலிருந்து ஒவ்வொன்றாக வெளிப்படத் தொடங்கிய, அந்த மாலைச் சந்திப்பில் பாகீரதியின் புகைப் படத்தைப் பார்த்த பரவசப் பதற்றத்தில் கேட்டுத் தெரிந்துகொள்ள மறந்துபோன தகவல்களின் பட்டியலோ தன்னைத் தானே ச்சீயென்று வெறுத்துக்கொள்ளும் விளிம்பு வரை அவரைத் தள்ளிக்கொண்டு சென்றுவிட்டது. அவர் வாசுதேவனின் வீட்டு முகவரியைக் கேட்டுக்கொள்ள மறந்திருந்தார் (பொதுவாக நோயாளிகளின் வீட்டு முகவரியைக் கேட்டு வாங்கி வைத்துக் கொள்ளும் மருத்துவர்கள் என்று யாருமே இந்த உலகத்தில் கிடையாதுதான். ஆனால் வந்தவன் ஒரு பிரத்யேகமான நபரென்று மனதிற்குப் பட்டபின் அவர் அதைச் செய்துதானிருக்க வேண்டும்), அவனுடைய அலுவலக அட்டையையேனும் வாங்கி வைத்துக்கொள்ளும் பிரக்ஞையும் அவரைவிட்டு நழுவிப் போயிருந்தது, இவ்வளவு ஏன், அந்தப் பெண்ணின் பெயரைக் கேட்டுத் தெரிந்துகொள்ளும் அறிவைக்கூட அவர் இழந்துதான் போயிருந்தார். அன்று மாலை அவன் தன்னை வந்து சந்தித்ததும் அவனுடைய பணப்பையில் மறைந்திருந்த

அவளுடைய முகம் தன்னெதிரே மிதந்து வந்து சில நிமிடங்கள் தன்னைப் பார்த்துப் புன்னகைத்துக்கொண்டிருந்ததும் (நான் யார் தெரிகிறதா) வெறும் கனவோ என்று சந்தேகப்படுமளவிற்கு அதற்குப் பின்னான நாட்களின் சாதாரணத்துவமும் மௌனமும் அவரை அலைக்கழித்துக்கொண்டேயிருந்தன (ஆனால் உள்ளே பித்துப் பிடித்தவராக இருந்தாலும் வெளியே ஒரு வழக்க மான, சுவாதீனமுள்ள மனிதனாகத்தான் மற்றவர்கள் கண் களில் நடமாடிக்கொண்டிருந்தார். மனோதத்துவப் படிப்பு மற்றவர்களுடைய பிரச்சனைகளைத் தெரிந்துகொள்ள உதவியதற்கப்பால் தன்னுடைய பிரச்சனைகளை மற்றவர்கள் தெரிந்துகொண்டுவிடாதபடி அவற்றைத் திறமையாக மறைத்துக் கொள்வதற்கும் அனுகூலமாய் இருந்தது (தன்னருகே தினமும் படுக்கையைப் பகிர்ந்துகொண்டிருக்கும் நபருடைய உள்ளத்தில் இத்தனை பெரிய அலைக்கழிப்பின் புயல் வீசிக்கொண்டிருக்கிறது என்பது தெரிந்திருந்தால் மரகதவல்லியம்மாளினுடைய உடல் எப்படி நடுங்கிப் போயிருக்கும்)). இவற்றோடு கூடவே, கவனக் குறைவால் விடுபட்ட வஸ்துக்களைப் பற்றிய அந்த யோசனைச் சங்கிலியின் தொடர்ச்சியில் அதே குறைபாட்டால் உண்டாகியிருந்த இன்னொரு வெட்கப்படத்தக்க விஷயமும் திடுக்கிட்டுப் போகும்படியாக அவர்முன் திரண்டு வந்து நின்றது, புகைப்படப் பெண்ணைக் கண்கள் கண்டதும் தன்னை மீறித் தன் வாயிலிருந்து வெளிப்பட்டுவிட்ட, அளவிற்கதிகமானதும் அசட்டுத்தனமானதுமான பேச்சைக் கொண்டு வாசுதேவன் தன் உள்நோக்கத்தைக் கண்டுபிடித்திருப்போனோ என்கிற அச்சம் திடீரென அவரிடம் எழுந்தது (கடவுளே, அப்படியொரு காரணம் மட்டும் அவர்கள் என்னிடம் வராமலிருப்பதற்கு உண்டாகிவிடாதபடி பார்த்துக்கொள்). எத்தனை தவறுகளை அந்தப் புகைப்படத்தைக் கையில் வைத்துத் திருட்டுத்தனமாக வருடிக்கொண்டிருந்த சில நிமிடப் பொழுதிற்குள் ஓர் அபத்த நாடகத்தைப்போல தான் செய்துகொண்டேயிருந்திருக்கிறோம் என்று எண்ணி வெட்கமும் வேதனையும் அடைந்தார் அவர். வாசுதேவன் வராததற்கு இதுதான் காரணமாக இருக்குமென்றால் மீண்டும் ஒருமுறை அவளை (ஆனால் இந்த முறை இனி என்றென்றைக்குமாக) நான் இழந்துவிட்டேனென்று நிச்சயமாகவே முடிவு செய்துகொண்டுவிடலாம்.

பல வருடங்களுக்குப் பிறகு மீண்டும் ஒருமுறை, மகாத்மாவின் பெயரால் தான் செய்துகொண்ட பிரதிக்ஞை தீராத மனக் கிலேசத்திற்குள் தன்னை வீழ்த்திவிட்டது என்பதை அரங்கநாதன் நம்பி தெரிந்துகொண்டு வருத்தப்பட்டார். அன்று மட்டும் வாசுதேவனைச் சந்திக்க மறுத்துப் புறப்பட்டுச் சென்றிருந்தால்

முப்பது வருடங்களுக்குமுன் தன்னை மணந்து கொள்ள ஒப்புதல் கேட்டுத் தன் தாய் தந்தையரைப் பார்க்க வந்து அவமானப்பட்டுத் திரும்பிச் சென்ற, வெறும் நினைவுருவாய் மட்டுமே தன் மனதில் தங்கிவிட்ட ஒரு பெண்ணைத் தூலமாகத் திரும்பவும் ஒரு புகைப்படப் பிம்பத்தில் அவர் சந்தித்த சம்பவம் ஒருவேளை நிகழாமலே போயிருந்திருக்கக்கூடும். அவளுடைய இருப்பும் அவர் கவனத்திற்கே வந்திருக்காது. அவர் வாழ்வும் அதன் அன்றாடத்திலிருந்து கதி பிசகாமல் ஓடி முடித்திருக்கும் (சாம்புவய்யர் சொல்வதைப்போல, எத்தனை பேர் தங்கள் வாழ்க்கை உன்னதமான விஷயங்களைத் தவற விட்டுவிட்டு உள்ளீடற்ற வெற்று நிகழ்வுகளின் பின்னால் ஓடிச் சக்தி விரயம் பண்ணிக்கொண்டிருந்திருக்கிறது என்பதைத் தெரிந்துகொள்ளாமலேயே திருப்தியாக வாழ்ந்து முடித்துவிட்டுப் போய்விடுகிறார்கள்). நேயர்கள் கேட்கலாம், அரங்கநாதன் நம்பி இப்படிக் கிடந்து அல்லாடத்தான் வேண்டுமென்று இந்தக் கதையில் விதியிருந்தால் அன்றில்லாவிட்டால் அதற்கு மறுநாள் வாசுதேவன் அவரைச் சந்திக்க வந்திருக்க மாட்டானா என்று. இருக்கலாம். அதற்கு நூறு சதவீதம் வாய்ப்பு இருக்கத்தான் செய்கிறது. ஆனால் அதே அளவு வாய்ப்பு அவன் வந்திருக்காமலிருக்கவும் இருக்கிறதுதான் இல்லையா. நாம் இப்படி யோசித்துப் பார்ப்போம், அரங்கநாதன் நம்பியின்முன் புகைப்படமாக நீட்டப்பட்டது அவர் இருபத்தியேழு வருடங்களுக்கு முன் சந்தித்த பெண் இல்லை என்பதும் அவளும் இப்போது அவரைப் போலவே ஐம்பது வயதைத் தாண்டியிருப்பாளென்பதும் (புகைப்படப் பெண்ணுக்கு வயது முப்பதைக்கூடத் தாண்டியிராது) அவருடைய புத்திக்குத் தெரியாதாயென்ன, இருந்தும் ஏன் பாகீரதியின் புகைப்படத்தைப் பார்த்ததும் இவள் அவள்தான் என்கிற எண்ணம் மனதில் எழுந்து அவரை ஒரு பேய்க் காற்றைப்போல அலைக்கழிக்கத் துவங்க வேண்டும், வயதையும் அந்தஸ்தையும் உதாசீனம் செய்துவிட்டு ஒரு பொருந்தாக் காதலுணர்வு அவர் மனதில் ஏன் வந்து சிம்மாசனமிட்டு அமர்ந்துகொள்ள வேண்டும், அவர் ஏன் தன்னைத் தன் காதலியைத் தேடியலையும், நெஸ்ஃபெராட்டு என்று கிழக்கு ஐரோப்பாவினரால் அழைக்கப்படும் ட்ராகுலாவாக உணரவேண்டும். அவருடைய அந்த அரற்றலும் பிரேமையும் பிரமையும் எந்தத் தர்க்க வசப்படாத ஒரு மாயக் குணம் கொண்ட நிச்சயத்தின்மீது எழுந்ததோ அதே தர்க்க வசப்படாத மாயத் தன்மை கொண்ட நிச்சயத்தின் மீதுதான் அன்று அவர் வாசுதேவனைச் சந்திக்கத் தவறியிருந்தால் பின் எப்போதுமே அவரைச் சந்திக்கும் சந்தர்ப்பம் உண்டாகியிருக்காது என்கிற

வாதத்தையும் நாம் முன்வைக்கிறோம். அது ஒரு தருணம். அவர் புகைப்படப் பெண்ணைக் கண்டு அவள் முன்பு தன் வீட்டு வாசலில் தனக்காகக் காத்திருந்த அதே பெண் என்கிற உணர்வை அடைந்தது அவளுடைய அழகைப் பார்த்து மட்டுமல்ல, அதற்கு முன்னும் பின்னுமாக அவருக்கும் வாசுதேவனுக்குமிடையில் நடந்துகொண்டிருந்த உரையாடலில் தொடர்ந்து இடம் பெற்றுக்கொண்டேயிருந்த பேய், கனவு, காத்திருப்பு, இறந்த மனிதர், நிகழ்ந்தேயிராத சந்திப்பு போன்ற பேசு பொருள்களால் உருவான, தருணங்கள் கட்டமைத்த ஒரு பிரத்யேகமான சூழலின், ஒரு தனித்த மனநிலையின் பின்புலத்தில் திடீரென அவளுடைய தோற்றம் அவர் முன்னே பிரசன்னமானதுதான் அதற்குக் காரணம். அந்தக் கணம் தப்பியிருந்தால், அது அந்த நாளாக இல்லாமல் வேறொரு நாளாக இருந்திருந்தால், அது அவர் அவசர அவசரமாக வீட்டிற்குக் கிளம்பிக்கொண்டிருந்த அவருடைய மணநாளின் மாலை நேரமாக இல்லாதிருந்திருந்தால், ப்ராம் ஸ்டோக்கரின் அந்த இரங்கத்தக்க பேய்க் காதலனைப் பற்றிய நினைவு அவர் மனம் முழுவதையும் ஆக்கிரமித்துக்கொண்டிருந்த தருணம் அவரைக் கடந்து போயிருந்தால், வாசுதேவனைப் பார்த்து நீங்களே ஏன் அந்த மனநோயாளியாக இருக்கக்கூடாது என்கிற கேள்வியை அவர் கேட்காமலிருந்திருந்தால், ஒருவேளை வாசுதேவன் அந்தப் பேரழகியை அவர்முன் நேரடியாகவே கூட்டிக் கொண்டுவந்து நிறுத்தியிருந்தாலும் அவருள் அந்தச் பிசாசுத்தனமான காதல் எழுந்திருக்குமா என்பது சந்தேகம்தான் (எழுந்திருக்காது என்கிற நம்பிக்கையின்மீதுதான் இந்தக் கதை சொல்லப்பட்டுக்கொண்டிருக்கிறது). அதனால்தான் அதை மகாத்மாவின் மீதான தன் விசுவாசத்திற்குக் கிடைத்த பரிசு என்று எண்ணினார் அரங்கநாதன் நம்பி. தருணம். அதுதான் அந்தப் புகைப்படப் பெண் தன் மாயப் புன்னகையால் பிறகு அந்தத் துரதிர்ஷ்டம் பிடித்த மருத்துவரை ஒரு மூன்றரை வருட காலம் மந்தகாச மனநிலையிலும் ஆறு மாத காலம் நிலங்களின்மேலும் பயணிக்கும் தூண்டுதல் இருந்துகொண்டே யிருக்கும்படி ஒரு கணம்கூட நிறுத்தாமல் அவர் காதுகளுக்குள் ரகசியமாக முணுமுணுத்துக்கொண்டேயிருந்த மந்திர வார்த்தை. ஆனால் தவிப்பும் இயலாமையும் உடனே தோன்றி வருத்திக்கொண்டிருந்ததே தவிர அரங்கநாதன் நம்பி தன்னுடைய தேடலிலும் அலைச்சலிலும் அத்தனை எளிதாகவோ உடனேயோ இறங்கிவிடவில்லைதான். காரணத்தை முன்பே சொன்னோம், அவருடைய கள்ள எண்ணத்தை ஒருவேளை அடையாளம் கண்டுகொண்டிருக்கக்கூடிய அவள் கணவன் (இந்தப் பயத்தை அலட்சியப்படுத்திவிட்டுச் செயலில் இறங்குவதற்குப் போதுமான

அழுத்தத்தை அவர் பெறுவதற்கு உகந்த காலச் சூழல்தான் அடுத்த இரண்டரை வருடங்களாக இந்தியாவில் நிகழ்ந்துகொண்டிருந்தது). மேலும், நினைத்ததும் அலையத் துவங்கிவிட அவர் தன்னுடைய இளம் பிராயத்திலும் குடும்பப் பொறுப்பற்ற சூழலிலும் இல்லை. எனவே வாசுதேவன் என்கிற அந்த மனிதனும் அவன் மனைவியும் இனி வர மாட்டார்களென்றும் அதற்குக் காரணம் தன்னுடைய அவசரமும் பதற்றமும் முட்டாள்தனமும் மறதியுமேதான் என்றும் தோன்றி மறுபடி ஒரு வாய்ப்புக் கை நழுவிப் போய்விட்டது என்பதைத் தெரிந்துகொண்டபோது அந்த மருத்துவத் திலகத்தால் செய்ய முடிந்ததெல்லாம் விரக்தியாலும் இயலாமையாலும் நாறும் பெருமூச்சொன்றை வெளிவிட்டுவிட்டு வேறு வேலைகளைக் கவனிக்கச் சென்றது மட்டும்தான். தன்னை அணுகும் எண்ணத்தை அவர்கள் மனதில் உண்டாக்கவேண்டுமென்று கடவுளைப் பிரார்த்தித்துக்கொண்டு பொறுமையாகக் காத்திருப்பதைத் தவிர அப்போது வேறு வழிகளெதையும் யோசித்துச் செயற்படுத்த அவருக்குத் தோன்றவில்லை.

வாசுதேவன் வந்துவிட்டுச் சென்றதற்கு ஏழு மாதங்களுக்குப் பிறகு, புகைப்படப் பெண்ணைப் பற்றிய மந்தகாசமான நினைவுகள் மனதை விட்டு நீங்காமல் தொடர்ந்து அலைக் கழித்துக்கொண்டேயிருந்த நிலையில், 1975 ஜூன் 26ஆம் தேதி இந்தியாவில் அவசரநிலை பிரகடனப்படுத்தப்பட்டது. மேற்பரப்பில் அதீதமான சாதாரணத்துவத்துடனும் அடியாழத்தில் அளவற்ற பீதியுடனும் ஆமையைப்போல நகர்ந்துகொண்டிருந்த நாட்களோடு இருபது அம்சத் திட்டங்கள் வலியுறுத்திய ஒழுக்க விதிகளின் சுமையில் நசுங்கி நிறம் வெளிறிப்போய் இயந்திரங்களைப்போல அல்லது சவ ஊர்வலங்களைப்போல அல்லது தாங்களே நடமாடும் சவங்களைப்போல மனிதர்கள் தாங்களும் அசைந்துகொண்டிருந்தார்கள் (புதிய அவசரநிலைப் பிரகடனம் சட்டத்தை மதித்து நடக்கும் பிரஜைகளின் உரிமை களை எவ்வகையிலும் பாதிக்காது என்று உங்களுக்கு உறுதி அளிக்க விரும்புகிறேன் என்று அறிவித்துக்கொண்டிருந்த வானொலியின் குரல் காவலர்களின் வேவு பார்க்கும் விழிகளை நண்பர்களுக்கிடையிலும் சிறைச்சாலையின் இருப்பைப் படுக்கையறையின் தனிமைக்கடியிலும் தண்டனையின் துர்மணத்தைக் காலை உணவிற்குள்ளும் மறைத்து வைத்திருக்கிறது என்று அவர்கள் பீதியடைந்திருந்தார்கள்). சில எதிர்ப்பு மாநாடுகளை நடத்திய பின்பு 1976 ஜனவரி இறுதியில் திமுக அரசு கலைக்கப்பட்டது. அதன் பிறகு மனநோயாளிகளின் வருகை மருத்துவக்கூடத்தில் அதிகரித்திருப்பதையும் (காதுகளில் எப்போதும் ஓர் இரைச்சலொலி விடாமல் கேட்டுக்கொண்டே

யிருக்கிறது, குழந்தைகளின் பொம்மைகள் தரையில் கிடப்பதைப் பார்த்தாலும் அது ஏன் அப்படிக் கிடக்கிறது என்று கேட்டு அவர்களைத் துவைத்தெடுக்குமளவிற்குச் சகிப்புத் தன்மை குறைந்துபோய்விட்டிருக்கிறது, அதீதமான சுபிட்சம் பற்றிய கனவுகள் அடிக்கடி தோன்றி அணுகவே முடியாத லட்சியங் களைக் காட்டி எப்போதும் மனச்சோர்வடையச் செய்து கொண்டிருக்கின்றன, காரணம் சுபிட்சம் பற்றிய நற்செய்திகளைக் கனவுகளில் எடுத்தோதுபவை இதுவரை கண்டிராத வினோத உருவத்தைக்கொண்ட விலங்கினங்களாக இருக்கின்றன என்கிற ரீதியில் இருந்தன அவர்களுடைய முறையீடுகள்) மதுரையில் மிக அரிதாகவே தென்பட்டுக்கொண்டிருந்த (அல்லது ஏறக்குறைய இல்லையென்கிற நிலையிலேயேயிருந்த) மனநோய் மருத்துவமனைகளின் எண்ணிக்கை ஒவ்வொன்றாகக் கூடி வருவதையும் (இந்தியாவே பைத்தியக்கார விடுதியாகிக் கொண்டிருக்கிறது என்று ஜெயப்பிரகாஷ் நாராயணும் காமராஜரும் கருணாநிதியும் கூறிக்கொண்டிருந்தார்கள்) அரங்கநாதன் நம்பி கண்டார். சூழல் நீருக்குள் மூழ்கியதைப் போன்ற மௌனத்தால் கோலோச்சப்பட்டுக்கொண்டிருந்தது. காட்சிகள் மௌனப் படம் அசைவதைப்போல அசைந்து கொண்டிருந்தன. சிகிச்சைக்காகக் கொண்டு வரப்படுகிற நோயாளிகளில் ஒருவரேனும் வாய்விட்டுக் கதறவோ வலியில் முனகவோ பாடுகளைச் சொல்லிப் புலம்பவோயில்லை. அவர்களுடைய பேதலிப்பை அவர்கள் கண்களின் மூலமாக மட்டுமே வாசித்தறிய வேண்டியிருந்தது. அது கல்லூரியில்கூடப் படித்தறியாத பல புதிய பாடங்களை வயிற்றைக் கலங்கச் செய்யும் அனுபவங்களாகப் புகட்டிக்கொண்டிருந்தை மனநல மருத்துவர்கள் தங்களுக்குள் சந்தித்து உரையாடிக்கொள்ளும் நேரங்களில் பகிர்ந்துகொண்டார்கள். அனைவரிடமிருந்தும் வார்த்தைகள் பறிக்கப்பட்டிருந்தன. அனைவரிடமிருந்தும் அண்டை அயலார்களும் நண்பர்களும் விலக்கப்பட்டிருந்தார்கள். அனைவரிடமிருந்தும் காலம் பறிக்கப்பட்டிருந்தது. அனைவருக்கும் உணவு என்பது இரண்டு வழிகளில் சாத்தியமாகலாம், ஒன்று உணவைத் தேவையான அளவு உற்பத்தி செய்வது, அல்லது உணவு தேவைப்படுபவர்களின் எண்ணிக்கையைக் குறைப்பது. ஆளும் அரசாங்கம் இரண்டாவது வழியைக் கையாள்வ தாக (அதிலும் எதிர்கால உணவுப் பொருள் கையிருப்பை உறுதிசெய்வதற்கான தொலைநோக்குப் பார்வையுடன் இனி பிறக்கவிருக்கும் குழந்தைகளின் எண்ணிக்கையையும் கண்காணிக்க ஏற்பாடு செய்தபடி.) அனைவரும் சொல்லி அங்கலாய்த்துக்கொண்டார்கள். சந்தேகமில்லாமல் நிஜத்தில் அதுவொரு பரிதாபகரமான சூழலாகத்தான் இருந்திருக்கும்.

ஆனால் நம் கதையில், பிரத்யேகமாக இந்தக் காட்சியில், அது அப்படியிருக்கவில்லை. அரங்கநாதன் நம்பிக்கு அவர் கண்முன்னே விரிந்து கிடந்த அவசரநிலைக் காலத்து மதுரை மாநகரம் ப்ராம் ஸ்டோக்கரின் லண்டன் மாநகரமாகவும் வேதனையையும் சலிப்பையும் களைப்பையும் முகத்தில் தேக்கியபடி அலைந்துகொண்டிருக்கும் மனிதர்கள் யாவரும் கழுத்தில் இரண்டு பற்துளை விழுந்த ஹேம்ப்ஸ்டீட் தாலுகாக் குழந்தைகளாகவுமே காட்சியளித்துக்கொண்டிருந்தார்கள். அந்தத் துளைகளின் வழியே அவர்களின் ரத்தம் உறிஞ்சப்பட்டிருக்கிறது என்பது உண்மைதான். உறிஞ்சிக்கொண்டிருக்கிறவள் ஒரு பெண் என்பதும் வாஸ்தவம்தான் (ப்ளூஃப்பர் சீமாட்டியென்று தன்னை அறிவித்துக்கொள்ளும் அந்த லூசி வெஸ்ஸென்ட்ராவின் கழுத்திலும் பற்துளைகள் இருப்பதாக ஜெயப்பிரகாஷ் நாராயணும் தேசாயும் ராஜ்நாராயணனும் அறிவித்துக்கொண்டிருக்கிறார்கள். அச்சத்தின் பற்துளை. இருப்பைத் தக்க வைத்துக்கொள்ளத் துடிக்கும் கவலையின் பற்துளை. அதுதான் ப்ளூஃப்பர் சீமாட்டிக்கு சக மனிதர்களிடமிருந்து தனக்கான ரத்தத்தை உறிஞ்சிக் கொள்ளும் தாகத்தை உண்டாக்கியிருக்கிறது, அவள் மார்பிலே தேர்தலெனும் புனித ஆணியை இறக்கி அவளைச் சாந்தி கொள்ளச் செய்வோம். ஆனால் இந்திரா அரசு நாடாளுமன்றத் தேர்தலை அடுத்த ஒரு வருடத்திற்குத் தள்ளிப்போட்டது). ஆனால் சாதியின் பெயராலும் அந்தஸ்தின் பெயராலும் காதலைக் கண்களில் காட்டாமல் ஒளித்து வைக்கும் சுயநலம் பிடித்த பெற்றோர்களாலும் பெண்களின் மனதில் யார் இருக்கிறார்களென்பதை அறிந்துகொள்ளக்கூட முயலாமல் அவர்களைச் சடுதியில் மனைவிகளாக்கிப் புகைப்படங்களாகச் சுருக்கிப் பணப்பைகளின் கண்ணாடித் தாள்களுக்குள் சிறைப்படுத்திவிடும் கணவர்களாலும் நிறைந்திருக்கும், சாந்தியுற முடியாத ரத்தக் காட்டேரிகளை உருவாக்கும் ஒரு சமூகத்திற்கு இந்தத் தண்டனை அவசியம் தேவைதான் என்றுதான் அரங்கநாதன் நம்பிக்குத் தோன்றியது. இவர்களுக்குத் தேவை காந்திகளல்லர், ட்ராகுலாக்கள். ஜனங்களின் ரத்தத்தை உறிஞ்சும் ப்ளூஃப்பர் சீமாட்டியின் நடத்தைக்குக் காரணமான அந்த ட்ராகுலாவின் கண்களில் இந்த உலகம் அவன் காதலியைக் காட்டும் வரை அவனுடைய உள்மனவோதங்கள் வெளியுலகில் விஷக் காய்ச்சலாயும் மரணங்களின் பெருக்கமாயும் பிரதிபலிப்பது நிற்கப் போவதில்லை. மினா மர்ரே, அன்பே, என் முற்பிறவி இஸாபெக்கா, என் துயரார்ந்த நித்ய வாழ்வே, இந்தச் சோகை பீடித்த சூழல் என்பது உன்னைத் தேடி வரும் என் வருகையை முன்மொழியும் நன்னிமித்தமன்றோ. என் சிரஞ்சீவிக் காதலின் துயர கீதத்தைத்தானன்றோ அது மசகெண்ணெய்

காணாத சிறைக்கதவுகளின் கிறீச்சிடலாயும் காவலர்களின் புதைமிதிகளின்கீழ் விழுந்து கிடப்பவர்களின் ஊளையாயும் நகரமெங்கும் தூவிவிட்டுக்கொண்டிருக்கிறது.

அவசரநிலைக் காலக்கட்டம் மருத்துவர் அரங்கநாதன் நம்பிக்குப் பொது நோக்கிலும் தனி நோக்கிலுமாக இரண்டு உண்மைகளைப் புலனாக்கியது. அது அவர் வாழ்வில் இரண்டு முக்கியமான விளைவுகளையும் ஏற்படுத்தியது. முதல் உண்மை ஒரு கட்டத்தில் அவர் மனநோயாளிகளில் ஒருவனாகத் தானும் ஆகிக்கொண்டிருக்கிறோமென்பதைத் தெரிந்துகொண்ட போது துலங்கியது. அதுவரை அரங்கநாதன் நம்பி ஒரு மனநோய் மருத்துவன் என்பவன் மனநோயாளியுடன் ஆழ்ந்து உரையாடுவதன் வழியே அவனுடைய கற்பனையுலகிற்குள் தானும் நுழைகிறானென்றும் அவனுடன் தொடர்பிலிருக்கும் காலம் முழுவதும் (அதாவது சிகிச்சைக் காலம் முழுவதும்) அந்தக் கற்பனைகளைத் தானும் பிரத்யட்சமாகக் கண்டு பிறகு அவற்றுக்குப் பின்னாலிருந்து அவற்றை நோயாளியின் பார்வையில் தூலமாகத் திரைப்படுத்தும் ஆதார வலிகளையும் காயங்களையும் நோக்கிச் சென்று அவற்றிற்கு மருந்திடுகிறானென்றும்தான் தன் பட்டப் படிப்பின் வழிகாட்டலுடன் நம்பிக்கொண்டிருந்தார். ஆனால் புகைப்படப் பெண்ணைக் கண்டதற்குப் பிறகான நாட்களில் நோயாளி எனப்படுபவனின் மனவெளியில் உருவாகும் கற்பனையுருக்களென்னும் புள்ளிக்குப் பின்னால் நீள்வது தான் நினைத்துக்கொண்டிருந்ததைப்போல வலிகளாலும் காயங்களாலும் ஆன ஒற்றைப் பாதை மட்டுமல்ல, விழைவு களாலும் சிருஷ்டிபரத்தாலும் ஆன, முன்னதற்கு நேரெதிரான இன்னொரு பாதையும் எங்கிருந்தோ புறப்பட்டு அந்தப் புள்ளியை வந்தடைகிறது என்பதாக அவருக்குத் தோன்றியது. காரணம், பைத்தியமாவதன் துவக்க நிலையில் தான் இருக்கிறோமென்பது அவருக்குத் தெரிந்திருந்தது என்பதும், தெரிந்திருந்தது என்பதனாலேயே அந்த நிலையைத் தன் கட்டுப்பாட்டிற்குள் வைத்திருக்க அவரால் முடிந்திருந்தது என்பதும் உண்மையென்றாலும் அதிலிருந்து விடுபடுவதற்கான பிரயத்தனம் பைத்தியமாவதைவிட அதிக வேதனை தருவதும் பொருளற்றதுமான ஒன்றாகயிருந்தது. பதிலாக அந்தப் பைத்தியத்திற்குத் தன்னை ஒப்புக்கொடுப்பது மிக உவப்பான செயலாக இருந்தது. அவர் அதிலிருந்து தன்னை வெளியேற்றிக் கொள்ள விரும்பவேயில்லை. ஆக, ஒரு வைத்தியனாக மட்டுமல்லாமல் ஒரு நோயாளியாயும் ஒருசேரத் தன்னை உணர்ந்துகொண்டிருந்த அந்தக் காலக்கட்டத்தில் அவ்விருவரும் ஒரே கற்பனையுருவை ஒருசேரப் பார்ப்பதன்மூலம் ஒருகணம்

ஒரு புள்ளியில் சந்தித்துக்கொள்கிறார்களென்னும் தன்னுடைய பழைய பார்வை எத்தனை அபத்தமானது என்பதையும் கற்பனைகளைச் சேர்ந்து பார்த்தல் என்பது மட்டுமே கற்பனை செய்பவனைச் சந்தித்தல் என்பதாகிவிடாது என்பதையும் அவர் தெரிந்துகொண்டார் (அப்படிச் சந்தித்துக்கொள்ளாத பட்சத்தில் பைத்தியத்திலிருந்து ஒருவனை வெளியேற்றுதலென்பது எத்தனை அகம்பாவம் நிறைந்ததும் வன்முறை மிக்கதுமான செயலாயிருக்கும்). தன் பைத்தியத்தைப் பற்றிய இந்தவிதமான எண்ணங்களில் சதா சஞ்சரித்துக்கொண்டிருப்பதுவுமே கூட அவருக்குக் கூடுதல் போதையை அளிப்பதாகயிருந்தது (இதனால்தான் பின்பொருநாள் புகைப்படப் பெண்ணைத் தேடிச்செல்லும் வழியில் தேனியில் அவர் சந்திக்க நேர்ந்த ஓர் உயரதிகாரி கொண்டிருந்த, அவசரநிலைப் பிரகடனத்தின் நடைமுறைப்படுத்தல்களில் இருந்ததெனக் கூறப்பட்ட குரூரங்களுக்கும் ரகசியங்களுக்கும் ஆதரவான கருத்துக்களையும் அவற்றின் தவிர்க்கவியலாமை குறித்த சமாதானங்களையும் அதில் அவர் அடைந்துகொண்டிருந்த, ஒரு தியானப் பயிற்சிக்கு நிகரான அமைதி குறித்த அவருடைய விவரிப்புகளையும் செவியுற்றுக்கொண்டிருந்தபோது (அவசரநிலைக் காலம் பற்றி அரங்கநாதன் நம்பியினுடைய அபிப்பிராயங்கள் மேற்சொன்ன விபரங்களால் அதற்கு ஆதரவானவையென்கிற கருத்தை நேயர்கள் கொண்டுவிடவேண்டாம், அவர் அதை வெறுக்கவே செய்தார், ஆனால் அந்த வெறுப்பிற்குரிய நிகழ்வைச் சமூகம் தன் பொறுப்பின்மையாலும் சுயநலத்தாலும் தானே உருவாக்கிக்கொண்டதென்பதும் அதனால் அதை அனுபவிப்பதற்கு அது கடமைப்பட்டிருக்கிறதென்பதும்தான் அவருடைய அபிப்பிராயமாக இருந்தது) அவர் மனநலம் பாதிக்கப்பட்டவரென்று முதலில் தனக்குள் பளிச்சிட்ட எண்ணத்தை (அவசரநிலைக் காலம் பாதிக்கப்பட்டவர்களை மட்டும் மனநிலை பிறழ்ந்தவர்களாக ஆக்கி வைத்திருக்கவில்லை, பாதித்தவர்களையும் அவ்வாறேதான், முன்னவர்களின் நிலைக்கு எதிர்நிலையில், மாற்றியிருந்தது) உடனடியாகத் துடைத்தழித்துக் கொள்ள அவரால் முடிந்தது). மனநோய் என்று அழைக்கப்படுவது உண்மையில் மனநோய் அன்று, அது ஒரு தனிப்பட்ட மனநிலை என்கிற மனப்பான்மை (மனத்தெளிவு என்று அவர் அதை அழைத்துக்கொண்டார்) அப்போது அவருக்கு வந்திருந்தது. அந்தக் கட்டத்தில் அவர் பைத்தியங்களைக் குணப்படுத்தும் தன் தொழில்மீதும் மானசீகமாக ஈடுபாட்டை இழந்திருந்தார். அதைப் பகிரங்கமாகக் குடும்பத்தவரிடம் தெரிவித்து விட்டு மருத்துவக்கூடத்தை இழுத்து மூடுவதற்கான காலம்

கனிவதற்காகக் காத்துக்கொண்டுமிருந்தார் (அவரொன்றும் வயிற்றுப்பாட்டிற்காகத் தொழில் நடத்துகிறவரில்லையே, சாகும்வரை அதைச் செய்தாகவேண்டிய கட்டாயத்திலிருப்பதற்கு). அந்த நாட்களில் தன்னிடம் வரும் (திருத்திக்கொண்ட கண்ணோட்டத்தின்படி, தன்னிடம் பிறரால் அழைத்து வரப்படும்) நோயாளிகளின் (மனிதர்களின்) கூற்றுகளை அவர் அழகான கதைகள் என்பதற்குமேல் அதிகமாக எடுத்துக்கொண்டு அவர்களை ஆற்றுப்படுத்த முயற்சிக்கவில்லை. நோயாளிகளின் வருகை குறைவதை அவர் எதிர்பார்த்துக்கொண்டுதானிருந்தார். இதுதான் அவசரநிலைக் காலம் அரங்கநாதன் நம்பிக்குப் புரிய வைத்த முதல் உண்மையும் அது அவருடைய நடைமுறையில் உண்டாக்கிய முதல் விளைவும் ஆகும். இனி இரண்டாவது.

1977 மார்ச்சில் அவசரநிலைப் பிரகடனம் விலக்கிக்கொள்ளப் பட்டது. அதுவரையில் கற்பனை உலகத்தில், வலி போதையில், இரண்டு முறை தன் காதலைத் தோற்கடித்த சமூகத்தைப் பழி வாங்கிகொண்டிருக்கும் திருப்தியில் தன்னுள் ஆழ்ந்து போனவராகத் திளைத்துக்கொண்டிருந்த அரங்கநாதன் நம்பியின் புலன்கள் திடீரென்று கிரணம் விலகிய சூரியனைப்போல பிரகாசித்த யதார்த்தத்தைக் கண்டு கூசிப் போயின (ட்ராகுலா ஓர் இரவுப் பறவை. சூரியன் அவனுடைய மரணம்). நாம் ஏற்கெனவே சொன்னபடி பைத்தியத்தின் உலகத்திலிருந்து வெளியேறும் மனநிலை அவரிடம் திரும்ப வந்து சேரவில்லை. சுயநலமிகளுக்கு அளிக்கப்பட்ட தண்டனையும் அதைக் கண்டு களிக்கத் தனக்களிக்கப்பட்ட இரண்டரை வருட வாய்ப்பு மிகக் குறைவானதென்றும் அந்தச் சுகத்தை உள்ளிழுத்து அனுபவிக்கத் தொடங்கியவுடனேயே, கண்ணிமைக்கும் நேரத்தில் தன்னிடமிருந்து பறித்துக்கொள்ளப்பட்டுவிட்டது என்றும் (பாதிக்கப்பட்டவனென்கிற முறையில்) அவர் நினைத்து மனதிற்குள் குமைந்துகொண்டார் (தேர்தலை அடிப்படையாகக் கொண்ட ஐந்தைந்து வருட ஆட்சிகளுக்கு வேண்டுமானால் இரண்டரை வருடங்களின் நகர்வென்பது ஆமை வேகத்தில் நிகழ்வதாகப் படலாம், ஆனால் நினைவிற்கெட்டிய காலம் முதலாகக் குற்றங்களில் உழன்றுகொண்டிருக்கும் சமூகத்தின் வாணாள் நீட்சியின்முன் இரண்டரை வருடக் காலத் தண்டனை யென்பது எம்மாத்திரம்). ஆனால் இந்தியாவோ இருண்ட காலத்திற்கு இனித் திரும்புவதில்லையென்று திடமான உறுதியுடனிருந்தது. வேறு வழியின்றி இந்திராவால் நடத்தி முடிக்கப்பட்ட தேர்தல் அவரை ஆட்சியிலிருந்து நீக்கிவிட்டு மொரார்ஜி தேசாயைப் பிரதமராக அமர்த்தி வைத்தது. ஜனதா

அரசு இந்திரா அரசாங்கம் ஏற்படுத்திவிட்டுப் போயிருந்த காயங்களை ஆற்றத் தன்னாலான முயற்சிகளைச் செய்து பார்த்துக்கொண்டிருந்தது. ஆனால் ட்ராகுலாவின் கதை ஒருபோதும் முடிவடையும் கதையல்லவே. தன்னை எரித்த சாம்பலில் ஒரு துளி மீதமிருந்தாலும் அதிலிருந்து தன்னை மறுபடி உயிர்த்தெழுப்பிக்கொள்ள அவனுக்குத் தெரியும். ஜனதாவின் திணறல் (அதன் எத்தனங்களும் சாம்பலை மீதம் வைக்கும் அரைகுறை யத்தனங்களாகவே இருந்தன. குப்பைகளை அப்புறப்படுத்துவதற்குப் பதிலாக அவற்றை ஒதுக்கி ஒரு மூலையில் குவித்து வைத்துவிட்டுச் சுத்தமான இடத்தைத் தனியாக உருவாக்கிக்கொண்டு அதில் புழங்குவது என்கிற நடைமுறையை அவர்கள் பின்பற்றினார்கள். ஆனால் ஒதுக்கி வைக்கப்பட்ட குப்பையிலிருந்து பூச்சிகள் புறப்பட்டுச் சுத்தமான வெளியை நோக்கி ஊர்ந்து வந்துகொண்டேதானிருந்தன. அவசரநிலைக் காலத்துக் காயங்கள் என்பது எத்தனை உண்மையோ அதற்கான சரியான மருந்து அதற்குப் பிந்தைய ஆட்சியில் கொடுக்கப்படவில்லையென்பதும் அத்தனை உண்மையாக இருந்தது. தேசாய் ஒத்துக்கொண்டார், ஆம், அது அத்தனை எளிதல்லதான், நாம் அதிலிருந்து விடுபட இன்னும் நெடுங்காலம் முன்னோக்கித் தொலைவாக நகர வேண்டியிருக்கிறது, இன்னும் நூறு ஜனதாக்கள் அதற்காகத் தோன்றி உழைக்க வேண்டியிருக்கிறது, ஏனென்றால் அதன் வேர் அவசரநிலைப் பிரகடன நாட்களையும் தாண்டி மிகத் தொலைவான காலத்தினுள் ஊடுருவியிருக்கிறது) காங்கிரஸ் திரும்பவும் அரங்கில் தோன்றுவதற்கான நம்பிக்கையை அளித்துக் கொண்டிருந்தது. அரங்கநாதன் நம்பியிடமும் தன் காலம் முடிவதற்குள் இழப்பையெண்ணிக் குமைந்துகொண்டேயிராமல் மீண்டும் ஒருமுறை தனக்கான உலகத்தை உருவாக்கிக்கொண்டு அதற்குள் தன் மிகுதி நாட்களை வாழ்ந்து பார்த்துவிட்டாலென்ன என்கிற ஆசை துளிர்விட்டது. கால தாமதமாகிவிட்டதாகத் தோன்றினாலும் தன் வாய்ப்பை விதியின் கைகளில் விட்டுவிடத் தேவையில்லையென்றே அவருக்குத் தோன்றியது. யதார்த்தத்தின் ஒரு சிறு தவறு இழந்துவிட்ட அந்த வாய்ப்பை மீண்டும் உருவாக்கிக்கொள்ளச் சாதகமாக அமைந்துவிடாதா. நத்தை தனக்கான பாதுகாப்பான வழியைத் தேடி உணர்கொம்புகளை அசைப்பதைப்போல தன் புலன்களை அவர் யதார்த்தவுலகிற்குள் நீட்டித் துழாவினார். எதிர்பார்த்தபடியே பற்றுக்கோல் எதுவும் தட்டுப்படாமல் போய்விடவில்லை. அது அவருக்கு மட்டுமே தட்டுப்பட்ட பிரத்யேகமான சந்தோஷமாயும் இருந்துவிடவில்லை. அவசரநிலைக் கால வானம் போதுமென்கிற அளவிற்குத்

தீமைகளின் மழையைப் பெய்துவிட்டு வெளிவாங்கியவுடனேயே நாட்டு மக்கள் அனைவரும் தூலமாக உணர்ந்த ஒரு மாற்றம் வீதிகளில் காவல்துறையினரின் அபரிமதமான எண்ணிக்கையும் அகாலங்களிலும்கூடப் பயமுறுத்திக்கொண்டிருந்த அவர்களுடைய புதைமிதிகளின் உராய்வுச் சத்தமும் முழுக்கவே ஓய்ந்துபோய் நிலம் என்றும் காணாத பேரமைதிக்குள் திடீரெனத் தன்னை மூழ்கடித்துக்கொண்டதுதான். அந்த அமைதியின் வழியாகத்தான் அதுவரையில் தங்கள் காதுகளில் இடைவிடாமல் ஒலித்துக் கொண்டிருந்த சாவின் இரைச்சலை அவர்கள் விலகியிருந்து கேட்கத் தொடங்கி அதைப்பற்றி வாய்விட்டுப் பேசவும் ஆரம்பித்தார்கள் (எங்கள் வார்த்தைகளையும் நண்பர்களையும் காலத்தையும் நாங்கள் திரும்பப் பெற்றோம்). நிஜத்தில் திடீரெனக் காணாமல் போன காவலர்களின் இருப்பு எல்லாரையும் போலவே அரங்கநாதன் நம்பியினுடைய கவனத்தின் கூர்மையிலும் பதிந்ததோடு கூடவே அவருடைய மறதியின் குளத்திலும் ஒரு கல்லாக விழுந்து அதிலிருந்து ஞாபகத்தின் அலைகளை எழுப்பிவிட்டது. ஆமாம், இந்தப் பாழாய்ப்போன காவல்துறை வாசுவேதன் அன்று மாலை அவரிடம் சொல்லிக்கொண்டிருந்த கதையிலும் இருந்ததை அதுவரை அவர் மறந்துதான் போயிருந் தார். அவன் தன்னுடைய மனைவி அவள் ஒருநாள் மதியம் தூக்கத்தில் நிஜம்போல் கண்ட ஒரு கனவிற்கும் அதே நேரத்தில் வேறொரு இடத்தில் தான் இளைஞனொருவனுடன் வாய்ச்சண்டையில் ஈடுபட்டுத் தன் குடுமியை அறுத்துக்கொண்டு வந்து நின்றதற்கும் சம்பந்தமிருப்பதாக நம்பினாளென்றும் அதுதான் அவளுடைய மனநோயின் துவக்கமாக இருந்ததென்றும் விவரித்துக்கொண்டிருந்ததற்கிடையில் அந்தச் சண்டையின் முடிவில் அந்தப் போக்கிரியைப் பற்றிய புகாரொன்றைத் தன் நண்பருடன் பி–4 காவல்நிலையத்திற்குச் சென்று எழுதிக் கொடுத்துவிட்டு வந்ததாகச் சொல்லவில்லையா. அரங்கநாதன் நம்பி சரியான பற்றுக்கோலைத்தான் பிடித்துவிட்டிருந்தார். எனில் புகைப்படப் பெண்ணின் முகவரியைக் கண்டுபிடிக்க அவர் ஏன் காவல்நிலையத்தைப் பயன்படுத்திக்கொள்ளக் கூடாது. அங்கே அவருக்குத் தொழில் ரீதியாகத் தெரிந்த அதிகாரிகள்கூட இருக்கத்தான் செய்தார்கள் (அவசரநிலைக் காலத்திலேயே அவர்களுடைய அடிக்கடி நிகழ்ந்த வருகைகள் நிறைய அறிமுகங்களை ஏற்படுத்திக் கொடுத்திருந்தன). அந்தப் புகார்ப் புத்தகத்திலோ அல்லது அதன்மேல் எழுதப்பட்டிருக்கக் கூடிய முதல் தகவலறிக்கை ஏட்டிலோ வாசுதேவனுடைய முகவரி பதிவாகியிருக்குமே. அதை வாங்கிக்கொண்டு அவன் வீட்டிற்குச் சென்று பார்ப்பது. அதற்காகவே வந்ததாகக்

காட்டிக்கொள்ளாமல் அந்த வழியே தற்செயலாக வர நேர்ந்ததாயும் அவனைப் பார்த்துவிட்டு அவனை முன்பு சந்தித்த ஞாபகத்தில் பிறகு என்னவாயிற்று அவன் மனைவியின் பிரச்சனையென்று கேட்கலாமேயென்று தோன்றி உள்ளே நுழைந்ததாயும் சொன்னால் போயிற்று. ஒரு பழைய கவலை இருக்கத்தான் செய்கிறது, அவன் தன் நோக்கத்தை தன் உளறல்களிலிருந்தே கண்டுபிடித்திருந்தானேயானால் ஒருவேளை தன்னை வரவேற்கத் தயாராக இருக்க மாட்டான். ஆனால் இரண்டரை வருட இடைவெளியில் அந்த ஒவ்வாமையின் தடம் மறைந்திருக்கவும் வாய்ப்பிருக்கிறது. மேலும் அப்படி அவன் நினைத்துக்கொண்டிருக்கக்கூடுமென்பதே தன்னுடைய குற்றமுள்ள நெஞ்சின் குறுகுறுப்பால் விளைந்த ஓர் ஊகம்தானே. அது அப்படியிருக்க வேண்டுமென்கிற அவசியமொன்றுமில்லையே. வாய்ப்பை முயன்று பார்ப்பது என்று முடிவு செய்துவிட்டால் சில பிரச்சனைகளை எதிர்கொண்டுதானாக வேண்டும்.

அரங்கநாதன் நம்பி பி–4 காவல்நிலையத்தில் சந்தித்த அதிகாரி திருவாளர் புகழேந்தி மருத்துவருக்கு அறிமுகமான மனிதர் என்பதோடு நமக்கும்கூடப் பரிச்சயமானவர்தான். தெரிகிறதா, மூன்று வருடங்களுக்குமுன் வாசுதேவன் மற்றும் ஷ்ராஃபோடு உதவி ஆய்வாளராக நாம் சந்தித்த அதே நபர். இப்போது அதே நிலையத்தில் மேல்நிலை ஆய்வாளராக பதவி உயர்வு பெற்றுப் பணியில் தொடர்ந்துகொண்டிருக்கிறார் (போன தடவை நாம் சந்தித்ததற்கு இந்தத் தடவை அவர் தலையிலும் மீசையிலும் புதிய நரை முடிகளைப் பார்க்கிறோம்). மருத்துவர் அவரிடம் சுமார் மூன்று வருடங்களுக்குமுன் குடுமியறுபட்ட வழக்கொன்றைப் பதிவதற்காக அந்தக் காவல்நிலையத்திற்கு வந்த வாசுதேவன் என்கிற பட்டயக் கணக்காளனைப் பற்றிய தகவல்கள் தனக்குத் தேவைப்படுகிறது என்றும் நூதனமான உள மருத்துவப் பரிசோதனை ஒன்றிற்கான வகைமாதிரியாக அவருடைய நிகழ்வினம் தன் கவனத்திற்கு அவராலேயே கொண்டுவரப்பட்டது என்றும் பிறகு எதிர்பாராத விதமாக அவருடனான தொடர்பு விட்டுப் போய்விட்டதால் பரிசோதனையைத் தொடர்வதற்கு அவரை அணுக முடியவில்லையென்றும் தெரிவித்துவிட்டு புகார்க் கடிதத்திலிருந்து அவருடைய முகவரியை மட்டும் தெரிவித்து உதவினால்கூடப் போதுமானது என்றும் கேட்டுக் கொண்டார். ஆனால் புகழேந்திக்கு வாசுதேவனைப் பற்றிய தனிப்பட்ட ஆச்சரியங்கள் சில இருந்ததால் முகவரியைக் கொடுத்ததோடு நிறுத்திக்கொள்ளாமல் (அரங்கநாதன் நம்பி அவர் விரும்பினால் சொல்லலாம் என்று கேட்டுக்கொண்டதன்

பேரில்) அவனைப் பற்றிய தன் ஞாபகங்களையும் அவருடன் பகிர்ந்துகொண்டார், நீங்கள் சொன்னதுபோல் இந்த வாசுதேவன் என்பவருடைய நிகழ்வினம் தனித்துவமிக்கதாயிருந்தால் அது குறித்து ஆச்சரியப்படுவதற்கில்லைதான், உத்தியோகத்தில் எத்தனையோ வினோதமானதும் குரூரமானதுமான இரங்கத் தக்கதுமான வகைமாதிரி வழக்குகளை அன்றாடம் பார்ப்பதற் கிடையில் உத்தியோகத்திற்கப்பாற்பட்ட காலத்திலும் மனதை விட்டு அகலாமல் நினைவுகளாகக் கூடவே வரும் மிகச் சில நிகழ்வினங்களை அவ்வப்போது சந்திப்பதுண்டு, உங்களுக்கு மட்டுமல்ல, என்னைப் பொறுத்தவரையிலும்கூட இந்த வாசுதேவனுடைய வழக்கும் அப்படிப்பட்ட நிகழ்வினங்களில் ஒன்றுதான். ஆனால் வாசுதேவன் வழக்கைப் புகழேந்தியின் நினைவுகளில் உறையச்செய்திருந்த தனித்துவம் அரங்கநாதன் நம்பி நம்பியதைப்போல அவன் குடுமியறுபட்ட சம்பவத்தில் இருக்கவில்லை. மயிர் என்பதை ஆணானால் வீரத்தோடும் ஆண்மையோடும் பெண்ணானால் அழகோடும் சுமங்கலித்தனத் தோடும் பொதுவாக இருபாலருக்குமே மானத்தோடும் தொடர்புபடுத்தியே பார்த்துப் பழக்கப்பட்டிருக்கும் ஓர் இனத்தின் வழித்தோன்றல்தானென்றாலும் திராவிட இயக்கத்தின் வரவிற்கும் மேலைத் தாக்கத்திற்கும் பிறகும் வீம்புக்காகவேனும் குடுமியைத் தன் தலையில் பேணிக் கொண்டிருக்கும் ஆசாரப் பிராமணன் ஒருவன் அதை வலுக் கட்டாயமாக இழப்பதென்பது (அது அந்தக் காலக்கட்டம் வரை வெகுமதி மற்றும் அகம்பாவத்தின் சின்னமாக இருந்ததால் தானோயென்னவோ) அத்தனைப் பிரமாதமான விஷயமாகப் பார்க்கப்படுவது தேய்ந்து மறைந்தேவிட்டிருந்த காரணத்தால் வாஸ்தவத்தில் அவர் வாசுதேவனுடைய முறையீட்டைப் பெரிதாகப் பொருட்படுத்தக்கூடயில்லை. சம்பிரதாயத்திற்கு, அந்தப் போக்கிரியை வாசுதேவன் எனப்பட்ட அந்தப் புகார்தாரராலோ அல்லது திகைப்பிலும் கோபத்திலும் வாய் திக்கிக்கொள்ளப் பேச முடியாமல் அவதிப்பட்டுக்கொண்டிருந்த அவருக்காகத் தன்னிடம் பேசிக்கொண்டிருந்த அவருடைய நண்பராலோ அடையாளம் காட்ட முடியுமா என்றும் சுற்றி நின்றிருந்தவர்களில் யாராவது அதைப் பார்த்ததாகச் சாட்சி சொல்ல முன்வருவார்களா என்றும் வாசுதேவன்மேல் தப்பில்லாத பட்சத்தில் கூட்டத்தினரைக் கொண்டே அவனை அங்கேயே மடக்கிப் போட்டுக் காவல்நிலையத்திற்குக் கொண்டு வந்திருக்கலாமே என்றும் மையமான கேள்விகளைக் கேட்டுக் கொண்டிருந்தார். ஏனென்றால் கனவானே, இதுவொரு பொது அமைதிக்குக் குந்தகம் விளைவிப்பது என்னும் மிக எளிய

குற்றம், இதற்கெல்லாம் பெரிய தண்டனையென்று ஏதும் கிடையாது, மிஞ்சிப் போனால் ஒரு வாரம் சிறை அல்லது கொஞ்சம் அபராதம், பதிலாக அந்த ஆளைக் கையோடு இழுத்து வந்திருந்தால் நிலையத்திலேயே, உங்கள் கண்ணெதிரேயே லத்தியால் நாலு போடு போட்டுக் கண்டித்திருந்திருக்கலாம், உங்களுக்கும் ஒரு மனத் திருப்தி உண்டாகியிருந்திருக்கும். உண்மையில், ஸ்தம்பித்துப்போயிருந்த அந்த இருவரில் ஒருவர் இது எப்படி வெறும் சாலைத் தகராறு என்பதோடு முடிந்துவிடும், குடுமியை அறுத்திருக்கிற பட்சத்தில் ஏன் இதை நீங்கள் அடுத்தவர் மத நம்பிக்கைகளைப் புண்படுத்திய குற்றமாகப் பதிவு செய்யலாகாது என்று கேட்டிருந்தால் நான் கொஞ்சம் பின்வாங்கித்தானிருந்திருப்பேன், நல்லவேளையாக, எல்லாப் பொது ஜனங்களையும் போலவே அவர்களுக்கு அம்மாதிரியான கேள்விகளைக் காவல்துறையிடம் துணிந்து கேட்கத் தெரியாமலோ அல்லதுதைரியமில்லாமலோ போய்விட்டது என்றார் புகழேந்தி அரங்கநாதன் நம்பியிடம். அவர் மேலும் சொன்னார், நான் சொன்னதைத் தானும் சம்பிரதாயத்திற்காகவே ஆமோதித்துக் கொண்ட வாசுதேவனுடைய நண்பர் தாங்கள் அவன்மேல் புகார் எதையும் தெரிவிக்கும் யோசனையில் அப்போது இல்லை யென்றும் அங்கே நின்றிருந்த காவலர்களில் ஒருவர் சொன்ன ஆலோசனையின் பேரில்தான் நிலையத்திற்கு வந்ததாயும் மேலும் இரண்டு காவலர்கள் அவனைத் துரத்திக் கொண்டு அவன் பின்னே ஓடியிருப்பதாயும் சொன்னார், அவர்களிரு வரையும் ஒரு வழியாய்ச் சமாதானப்படுத்தித் தட்டிக் கழித்து அனுப்பிவிடலாமென்கிற எண்ணத்தில் நான் எதையெதை யெல்லாம் செய்திருக்கலாமேயென்று சொன்னேனோ அதையெல்லாம் அவர்கள் ஏற்கெனவே செய்துகொண்டிருப்பதாகச் சொன்னது என்னைத் திருப்திப்படுத்துவதற்குப் பதிலாக விஷயம் அத்தோடு முடியாமல் வளர்ந்துகொண்டே போகிறதேயென்கிற எரிச்சலையே ஏற்படுத்தியது, நான் அவர்களுக்குப் புகார் அளிக்குமாறு யோசனை சொன்ன காவலரை அழைத்து, உனக்கு ஏனய்யா இந்த வேண்டாத வேலை என்கிற தொனியில் (அதை அவர் மட்டும் புரிந்துகொள்ளும் வகையில்) விசாரித்துக் கொண்டும் அன்று வந்திருந்த மேலும் சில முறையீடுகளை உசாவிக்கொண்டும், குடுமியை அறுத்தவனைத் துரத்திக்கொண்டு ஓடியதாகச் சொல்லப்பட்ட மற்றயிரண்டு காவலர்களும் வரும்வரை காத்திருந்தேன், ஓர் அரைமணி நேரம் கழித்து வெறுங்கையுடன் திரும்பி வந்த அவர்கள் அந்தப் போக்கிரியைச் சிம்மக்கல் சந்திப்பில் தவற விட்டுவிட்டதாய்ச் சொன்னார்கள், நான் திரும்பிப் புகார் கொடுக்க வந்தவர்களிடமே இப்போது என்ன செய்யலாமென்று வினவினேன், அவர்கள் அதை

எதிர்பார்க்கவில்லை, வாசுதேவனின் நண்பர் மட்டும் புத்திசாலித் தனமாக, காவல்நிலையத்திற்குப் பொதுமக்கள் வருவதற்கு முறையீடு செய்வது என்கிற மரபான சடங்குக்கு அப்பால், குற்றமிழைத்தவனைக் குற்றத்தின் சூடு ஆறுவதற்கு முன்னாலேயே ஏதாவது செய்தாக வேண்டுமென்கிற தவிப்பும் ஆனால் சட்டத்திற்குட்பட்ட மனிதர்களாக வாழ்ந்து வாழ்ந்து இரத்தத்தில் கலந்துபோய்விட்ட எதிர்ப்புச் சக்திக் குறைவினால் யோசிக்கும் திறன் அற்றுப்போய் திகைத்துக்கொண்டிருக்கும் நிலையில் தங்களுக்குத் திருப்தியளிக்கும் ஒரு முடிவை தங்கள் சார்பாக எடுக்கக் காவல்துறை பொறுப்பேற்றுக்கொள்ளும் என்கிற நம்பிக்கையும்தான் காரணம் இல்லையா என்று என்னைப் பார்த்துக் கேட்டார். எனக்கு அந்தப் பதில் சுருக்கென்று பட்டாலும் பிடித்திருந்தது. அவர்களிடமிருந்து முறையீட்டுக் கடிதமொன்றை எழுதி வாங்கிக்கொள்ளும்படி எழுத்தரைப் பணித்துவிட்டுக் (அதை நியாயமாகக் குற்றவியல் பிரிவு இருநூற்றுத் தொண்ணூற்றைந்தின் கீழ்தான் பதிந்திருக்க வேண்டும், நான்தான் வேண்டாமென்று, எழுத்தரைத் தனியே அழைத்து இருநூற்றுத் தொண்ணூறு மற்றும் முன்னூற்று ஐம்பத்தைந்தின் கீழ் மட்டும் பதியும்படி சொன்னேன்) காவலர்களே சம்பவத்தை நேரில் பார்த்திருப்பதால் அந்த அறுந்த ரோமக் கற்றையைக் கையில் வைத்துக்கொண்டு அலைய வேண்டியதில்லையென்றும் விரைவில் அந்தப் போக்கிரியைப் பிடித்துவிடலாமென்றும் ஆறுதல் சொல்லி அவர்களை அனுப்பிவைத்தேன், அதுதான் வாசுதேவன் என்கிற அந்த ஆளை நான் முதன்முதலாகப் பார்த்தது, அவரைத் திரும்பப் பார்ப்பேன் என்று அப்போது நினைக்கவில்லை, காரணம், அவர் தனக்கு நேர்ந்த திடீர் அசம்பாவிதத்தால் கொஞ்சம் பதைப்போடு இருக்கிறாரென்றும் செயல்படுவதற்கான இடைவெளி ஏதாவது இருந்தால் அதனூடே அந்தப் பதைப்பை ஏற்படுத்தும் புள்ளியிலிருந்து சிறிது நகர முயற்சி செய்கிறாரென்றும் ஆனால் மேட்டுக்குடி மத்தியதர வர்க்கத்து இயல்பின்படி விரைவிலேயே அந்தச் செயலை முடிப்பதற்குத் தேவைப்படும் கால அவகாசத்தையும் சக்தி விரயத்தையும் தொடர்ந்து கைவிடாமல் பற்றிக்கொண்டிருக்க வேண்டிய தீவிர மனநிலையையும்பற்றி யோசிக்கத் தொடங்கி விடுவாரென்றும் அந்த யோசனையில் அவர் சம்பவக் கணத்திலிருந்து விலகிச் சற்று ஆசுவாசமான மனநிலையை அடைந்ததும் தனக்கு இழைக்கப்பட்ட குற்றத்தை வேறு வழியின்றி மறக்கவோ மன்னிக்கவோ தயாராகிவிடுவாரென்றும் இழப்பு களின் காரணங்களையும் அதற்கான நீதியையும் துரத்திக் கொண்டிருப்பதைவிடத் தொடர்ந்த உழைப்பால் அதை ஈடுகட்டிவிட முடியுமென்கிற பொதுவான மனோபாவமே

அவரிடமும் இருக்குமென்றும் (மகன்மீது வண்டியை ஏற்றிக் கொன்றவன்மீதான புகாரைக்கூட, வழக்கறிஞர் அலுவலகத்திற்கும் நீதிமன்றத்திற்கும் அலையச் சங்கடப்பட்டுக்கொண்டு, போனவன் உயிர் இதனால் திரும்பவா போகிறது என்று தத்துவம் பேசித் திரும்ப வாங்கிக்கொண்ட மத்தியதர வர்க்கப் பெற்றோர்களைப் பார்த்திருக்கும் அனுபவத்தினால்) நான் எண்ணினேன். எனவே அந்தப் புகாரை நான் ஒரு பொருட்டாகவே எடுத்துக் கொள்ளவில்லை. அந்தக் குற்றவாளியைத் தேட முயற்சிக்கவு மில்லை. எத்தனையோ முடிக்கப்படாத சில்லரை வழக்கு களில் இதுவும் ஒன்று என்று கணக்குக் காட்டிவிட்டுப் போய் விடலாம். வாசுதேவன் வெளியேறியவுடனேயே நான் அவரை மறந்துவிட்டேன். அவர் சில மாதங்கள் வரை எப்போதாவது திடீரென்று காவல்நிலையத்திற்குள் நுழைவதும்தான் கொடுத்த புகாரின்பேரில் ஏதாவது நடவடிக்கை எடுக்கப்பட்டதா என விசாரித்துவிட்டு இல்லையென்கிற பதிலை வாங்கிக் கொண்டு தலையைத் தொங்கப்போட்டபடி வெளியேறிச் செல்வதுமாக இருந்தார். அந்தக் கணம் மட்டும் எங்கள் மனதில் இரக்கவுணர்வோ அல்லது பரிகாச உணர்வோ ஒரு கணம் மின்னி மறையும். சீக்கிரம் யதார்த்தத்தைப் புரிந்துகொண்டு அவர் தன் வருகையை நிறுத்திக்கொண்டுவிடுவார் என்று எங்களுக்குள் பேசிக்கொள்வோம், ஆனால் நான் (நாங்கள்) எண்ணியதைப்போல் வாசுதேவன் அதை மறந்துவிடவில்லை.

இந்த நிலையில்தான் 1976ஆம் வருடம் பிப்ரவரி 2ஆம் தேதி அதிகாலைப் பொழுதிலேயே அலுவலகத்திற்குச் செல்வதாகப் பாகீரதியிடம் கூறிவிட்டு வீட்டைவிட்டுக் கிளம்பிய வாசுதேவன் அங்கே செல்லாமல் பி–4 காவல்நிலையத்திற்கு வந்து தன் குடுமியை அறுத்துவிட்டு ஓடியவனைப் பற்றிய தகவலேதும் கிடைத்ததா என்று விசாரிக்கத் துவங்கினான். புகழேந்தியும் மற்றவர்களும் அது அவனுடைய வழக்கமான வருகையென்று நினைத்துக்கொண்டு தாங்களும் வழக்கம்போலவே இன்னும் இல்லை என்று சொல்லி விட்டு மேற்கொண்டு, புகார் கொடுத்து ஒன்றரை வருடங்கள் ஆகிவிட்ட நிலையில் முதல் தகவலறிக்கையைத் தாங்களும் எவ்வகையிலாவது முடித்து வைத்தாக வேண்டிய நிர்பந்தம் இந்த அவசரநிலைக் காலத்தில் அதிகரித்திருப்பதால் குற்றவாளி கிடைக்கவில்லை என்று ஒரு கடிதம் எழுதித் தருவதாயும் அதில் அவன் தயவு செய்து ஒரு கையெழுத்துப் போட்டுவிட்டுப் போகும்படியும் வேண்டிக்கொண்டார்கள். வாசுதேவன் இந்த முறை அவர்கள் சொன்னதைக் கேட்டுக்கொண்டு திரும்பிச் செல்லவோ அல்லது தாளில் கையெழுத்திடவோ தான் தயாரா யில்லையென்று கூறிவிட்டு நேராகப் புகழேந்தியின் மேசைக்கு

முன் வந்து அவருடைய அனுமதியின்றியே நாற்காலியில் உட்கார்ந்துகொண்டு, நீங்கள் இப்படிச் சொல்வீர்களென்று எனக்குத் தெரியும், எதனால் உங்களால் அவனைக் கண்டுபிடிக்க முடியவில்லை என்று கேட்டான். புகழேந்திக்கு அவனுடைய அன்றைய வருகை மற்ற தடவைகளைப் போன்றது அல்ல என்று புரிவதற்கு அந்தக் கேள்வி போதுமானதாயிருந்தது. அவர் லேசான ஆச்சரியத்துடன் அவன் கொடுத்த மிகப் பொதுவான அடையாளங்களை வைத்துக்கொண்டு மதுரை ஜனத்தொகைக்குள் அவனையோ அவனுடைய வசிப்பிடத்தையோ தேடிப் பிடிப்பது துர்லபம் என்று பதில் சொன்னார். அது மட்டும்தானே காரணம் என்று கேட்டான் வாசுதேவன். ஆமாம் என்றார் புகழேந்தி. அப்படியானால் எழுதிக்கொள்ளுங்கள், எண் 12, பள்ளிவாசல் தெரு, சுப்பிரமணியபுரம், 3வது பிரதானச் சாலை, அங்கே பாப்பாத்தியம்மாள் இல்லம் என்று ஒரு பிரசித்தி பெற்ற வீடு, அதற்கு நேரெதிர் வீடு அவனுடையது, அவன் பெயர் உறங்காப்புலி என்றான் வாசுதேவன். புகழேந்தி அசந்துபோய் விட்டார். நீங்கள் எப்படிப் பிடித்தீர்கள் அவனை. எப்படியோ பிடித்தேன், நீங்கள் செய்ய வேண்டிய வேலைகளை நான் செய்தேனென்று வைத்துக்கொள்ளுங்களேன், எனக்கல்லவா ஆத்திரம், இனி நீங்கள் என் புகாரை முடிக்காமலேயே கோப்பை மூடி வைக்க வேண்டிய நிர்பந்தமில்லையல்லவா. வாசுதேவன் குரலிலிருந்த பரிகாசமும் கோபமும் புகழேந்திக்கும் கோபத்தைக் கொடுத்தது. அவர் சொன்னார், திரு வாசுதேவன், புகார் கொடுப்பதோடு உங்கள் வேலை முடிந்தது, மீதியைப் பார்த்துக்கொள்ள வேண்டியது காவல்துறையின் பொறுப்பு, என்ன செய்ய வேண்டுமென்பதை நீங்கள் எங்களுக்குச் சொல்லிக் கொடுக்க வேண்டிய அவசியமில்லை, எங்களுக்குத் தெரியும் யாரைக் குற்றவாளியாக்க வேண்டும், யாரை ஆக்கத் தேவை யில்லையென்று, ஒன்றேகால் வருடங்களுக்குமுன் குடுமியை அறுத்துவிட்டு ஓடியவனை இன்றைக்குப் போய்ப் பிடித்து என்ன செய்யச் சொல்கிறீர்கள், சிறையில் போட வேண்டுமென்றா, ஏற்கெனவே சிறைச்சாலைகள் நிற்க இடமில்லாமல் நிரம்பி வழிந்துகொண்டுதானிருக்கின்றன, ஜனவரி முடிந்ததிலிருந்து மத்திய அரசிடமிருந்து வந்துகொண்டிருக்கும் அழுத்தத் திலும் பயமுறுத்தல்களிலும் தற்கொலை செய்துகொண்டு விடலாமாவென்றிருக்கிறது, அவரானால் கள்ளச் சாராயம் விற்றவர்களைக்கூட விடுவிக்கச் சொல்லி உத்தரவிட்டு விட்டுச் சபையைக் கலைத்துவிட்டுப் போய்விட்டார், நாடே அல்லோலகல்லோலப்பட்டுக்கொண்டிருக்கிறது, இந்த அமளிக்கிடையில் கட்சிக்காரர்களையும் கலவரம் பண்ணுபவர் களையும் தேடிக் கொண்டிருப்போமா அல்லது உங்கள் குடுமியை

அறுத்த ஒரு சாதாரணப் போக்கிரியைத் தேடுவதில் சக்தி விரயம் செய்துகொண்டிருப்போமா, முதலில் இந்த வேலையை நீங்கள் எடுத்துக்கொண்டதே கண்டிக்கத்தக்க செயல், இதன் பொருட்டாக அந்த ஆளுக்கு நீங்கள் ஏதாவது தொல்லை கொடுத்திருப்பதாகத் தெரிந்தால் கனவான் என்றுகூடப் பார்க்க மாட்டேன். புகழேந்தியின் குரல் அதன் வழக்கமான அளவைக் காட்டிலும் இரு மடங்கு எழுந்து ஒலித்தபோதிலும் வாசுதேவனைப் பயமுறுத்தவில்லை. அவன் அவர் கண்களை நேருக்கு நேராகப் பார்த்தபடியே சொன்னான், இதையும்கூட நான் எதிர்பார்த்தேன், அய்யா, திருவாளர் மேல்நிலை ஆய்வாளரே, நீங்கள் அவனை என் புகாருக்காகக்கூடக் கைது செய்ய வேண்டாம், ஆனால் அவன் அதை உணர்ச்சி வேகத்தில் தன்னை மீறிச் செய்துவிடவில்லையென்பதையும் அரசாங்கத்திற்கெதிரான பார்வையும் பேச்சும் நடவடிக்கைகளும் அவனுடைய ரத்தத்தில் ஊறியவையென்பதையும் வாய்ப்புக் கிடைக்கும்போதெல்லாம் பொது ஜனங்களுக்கும் பொது அமைதிக்கும் குந்தகம் விளைவிக்கும் செயல்களில் ஈடுபடுவது என்பது அவனுக்குச் சாதாரணமென்பதையும், சுருக்கமாக, அவன் சுபாவத்திலேயே குற்றவாளியென்பதையும் எனவே அவசரநிலை தளர்த்திக் கொள்ளப்படும் வரையிலாவது அவனை வெளியே நடமாட விடாமல் சிறைக்குள் வைத்திருப்பது பிற அப்பாவி ஜனங்கள் தைரியமாக வெளியில் நடமாட உதவி செய்யுமென்பதையும் நிரூபித்தால் அவனைக் கைது செய்து உங்கள் கணக்கில் ஒரு நபரை பற்று வைத்துக்கொள்வதில் உங்களுக்கு ஆட்சேபணை இருக்காதுதானே, குறித்துக்கொள்ளுங்கள், இந்த உறங்காப்புலி 1965இல் தன்னுடைய கல்லூரிப் பருவத்திலேயே தமிழ்நாடு முழுவதையும் எரிகாடாக்கிய இந்தி எதிர்ப்புக் கலவரத்திற்கு முதல் தீயை இட்டவர்களில் ஒருவன், எழுபத்து நான்கில் இந்தியா முழுவதையும் ஸ்தம்பிக்கச் செய்த இருப்புப்பாதை ஊழியர் போராட்டத்தின் பின்னணியில் மதுரையில் புகைவண்டியொன்றைக் கவிழ்க்கும் சதியில் சம்பந்தப்பட்டு வழக்கம்போல ஆதாரங்களை விட்டுவைக்காமல் தற்காலிகப் பணி நீக்கத்தை மட்டுமே தண்டனையாகப் பெற்று அதற்கும் தன் வழக்கறிஞர் மூலமாகச் சவால் விட்டுக்கொண்டிருப்பவன் (எனவே, மிகப் பயங்கரமான கொலைகாரர்களுக்குள்ளும் ஒளிந்திருந்து அவர்களை ஒருநாளுக்கு அடையாளம் காட்டிவிடுகிற, தன்னுணர்வற்ற, அப்பாவித்தனத்தைக்கூடத் தன்னிடம் கண்டுபிடித்து அதைக் களைந்துகொண்டுவிட்டிருக்குமளவிற்கு மிகுந்த சுயபிரக்ஞையும் அதீதமான எச்சரிக்கையுணர்வும் கொண்ட பயங்கரவாதி), தனிமனித ஒழுக்கமில்லாதவன், வேசிகளோடு

பழக்கம் வைத்திருப்பவன், மறைவான இடங்களில் புழங்குபவன், கையில் மாட்டிக்கொள்ளும் அப்பாவிகளைத் துன்புறுத்திவிட்டு ஓடுகிற சாடிஸ்ட் (அதற்கு நான் சாட்சி), இவற்றின் தொடர்ச்சியாக, ஒரு மாதத்திற்குமுன் உங்கள் காவல்நிலையத்தின் நேர் பின்புறம் நடந்த சிவாஜி மன்ற எரிப்புச் சம்பவத்தின் பிரதான கலகக்காரன், அவசரநிலைப் பிரகடனத்தை வலுவாக எதிர்க்கும் ஒரு திமுக, போதுமா.

புகழேந்தி அரங்கநாதன் நம்பியிடம் சொன்னார், என்னால் என் காதுகளை நம்பவே முடியவில்லை, அந்தக் கணத்தில், நான் அதுவரை பார்த்துக்கொண்டிருந்த அந்த வாசுதேவன் என்கிற பிராமணரின் அப்பாவித்தனமான ஆகிருதி முற்றிலும் அச்சமூட்டும் ஒரு பிம்பமாக என் மனத்திரையில் படிந்துவிட்டது, அந்தப் போக்கிரி செய்தது எந்த அளவு பாதித்திருந்தால், இந்த மனிதர் இத்தனை வன்மத்துடன் விடாப்பிடியாக அவனைத் தேடிக் கண்டுபிடித்து அவனுக்குத் தெரியாமலேயே பின்தொடர்ந்து அவனை அவனுடைய பால்யம் வரை நெருங்கியிருப்பார், மேலும் கோபத்திலிருக்கும் ஒரு நபர் காவல்துறை தனக்கு உதவாது என்று நம்பியிருக்கும் பட்சத்தில் தானே அதற்கான தண்டனையை அவனுக்குக் கொடுத்துவிடும் முடிவை எடுத்திருந்தால் அது எத்தனை ஆபத்தானதாக முடிந்திருக்கும், குற்றங்களில் சிறியது பெரியது என்று பேதம் உண்டா, என்னுடைய மெத்தனம் ஒரு புதிய குற்றவாளியை உருவாக்கியிருக்கக்கூடுமேயென்கிற எண்ணம் என்னை வெட்கத்தில் குன்றிப்போகச் செய்துவிட்டது, இத்தனை சிந்தனைகளுக்கப்பால், ஒரு ரோமச் சுருளை இழந்ததற்கு இத்தனை மூர்க்கம் இருக்குமானால் இவர்களைப்பற்றிப் பெரியார் சொன்னது எத்தனை சரியான அவதானிப்பாக இருந்திருக்கும் என்று எனக்கு ஆச்சரியமாகவும் இருந்தது, என்றாலும் நான் காவலதிகாரியென்னும் மிடுக்கை விட்டுக் கொடுத்துவிடாமல் வாசுதேவனிடம் அவர் சொன்ன தகவல்கள் மிகவும் தீவிரத் தன்மை வாய்ந்தவையென்றும் சரியான சாட்சிகளோ உண்மையோ இல்லாமல் வெறுமே பழி தீர்த்துக்கொள்வதற்கென்று சொல்லப் பட்டவையாய் அவை இருப்பின் அதன் விளைவுகள் அவர் தலைக்கே திரும்பிவிடுமென்றும் பிறகு எந்தக் காரணம் கொண்டும் அவரால் தான் சொன்னவற்றிலிருந்து பின்வாங்க முடியாது என்றும் அவசரநிலைக் காலக்கட்டம் ஒருவர் வாயைத் திறந்தவுடனேயே அவரைக் கவனிக்கத் தொடங்கிவிடுகிறது, ஒன்று அவருடைய வார்த்தைகள் ஒரு குற்றவாளியைச் சட்டத்திற்குச் சம்பாதித்துத் தரவேண்டும் அல்லது அந்த வார்த்தைகளுக்குச் சொந்தக்காரர் அதற்காகவே தானொரு

குற்றவாளியாக இருக்கச் சம்மதிக்க வேண்டும் என்று அது எதிர்பார்க்கிறது என்றும் சொன்னேன், அதற்கு வாசுதேவன் தான் கஷ்டப்பட்டுத் திரட்டிக்கொண்டு வந்தவையெல்லாமே செவி வழியாக விசாரித்து அறிந்தவைகள்தானென்றும், ஆனால் இப்போது அந்த உறங்காப்புலியின் இருப்பிடம் தெரிந்து விட்டதால் தான் கொடுத்த புகாரின் பேரிலேயே அவனைக் காவல்நிலையத்திற்குக் கொண்டு வரலாமென்றும் இங்கே வைத்துத் தொடர்ந்து அவனை விசாரிக்க வேண்டிய விதத்தில் சிவாஜி மன்ற எரிப்பு விவகாரத்தில் அவனுக்குப் பங்கிருக்கிறதா என்பதை விசாரித்துத் தெரிந்துகொள்ளலாமென்றும் மேலும் விசாரித்துத் தான் பட்டியலிட்டவை யாவும் உண்மையா இல்லையா என்பதையும் சேர்த்தே தெரிந்துகொண்டு ஆக வேண்டியதைக் கவனிக்கலாமென்றும் சொன்னார், அவருடைய ஒரே குறைந்தபட்ச ஆசை அந்தப் போக்கிரி இளைஞனை ஒரு பத்து நாட்களாவது சிறையிலடைத்து வைத்திருப்பதைத் தான் பார்க்க வேண்டுமென்பதாகவேதானிருந்தது, அதற்காகவே அவர் அத்தனை மெனக்கெட்டிருந்தார், எனக்கும் இத்தனை தகவல்களுக்குப் பிறகு அவரிடம் மறுத்துச் சொல்லக் காரணம் எதுவுமிருப்பதாகத் தெரியவில்லை. நான் கண்டிப்பாக ஆவன செய்வதாகச் சொல்லி அவரை அனுப்பி வைத்தேன்.

மறக்கத் தேவையில்லாத நபர்தான் என்றார் அரங்கநாதன் நம்பி, நீங்களே ஏன் ஒரு மனநோயாளியாய் இருக்கக்கூடாது என்று முதல் தடவை வாசுதேவனைச் சந்தித்தபோது அவனைக் கேட்ட ஞாபகத்துடன். ஆனால் அவருடையது ஒரு மறக்கமுடியாத வழக்காக ஆகிப்போனதற்கு மேற்சொன்னவை மட்டுமல்ல காரணம் என்றார் புகழேந்தி. வாசுதேவன் கொடுத்த தகவல்களின் அடிப்படையில் நாங்கள் அந்த உறங்காப்புலியென்பவனைத் தேடிச்சென்று அவனை அவன் வீட்டிலேயே கைது செய்து அழைத்துவந்துவிட்டோம், ஆனால் அதுவல்ல, மாறாக அதற்கு மேல் நடந்ததுதான் இந்தப் பழிவாங்கும் நாடகத்தின் நிஜமான உச்சகட்டக் காட்சி, ஒரு வாரத்திற்குப் பிறகு வாசுதேவன் மீண்டும் காவல்நிலையத்திற்கு வந்தார். தன் எதிரி சிறையிலிருப்பதையும் விசாரிக்கப்படுவதையும் நேரில் காணும் ஆர்வத்திலும் குற்றப் பத்திரிக்கையில் கையெழுத்திடுவதற்காகவும்தான் வந்திருக்கிறா ரென்று எண்ணிக்கொண்டு நானும் அவரை வரவேற்று உட்காரச் சொன்னேன். சம்பிரதாயங்களெல்லாம் சரிதான். ஆனால் அந்த உறங்காப்புலியைத்தான் அவர் கண்ணில் காட்ட முடியாத சூழ்நிலை இருந்தது. ஆனால் அதை நான் சொல்வதற்குள் அவர் நாற்காலியில் அமர்ந்ததும் அமராததுமாக என்னிடம் எந்தப்

போக்கிரிக்காக ஒன்றேகால் வருடங்களாகப் பொறுமையாகக் காத்திருந்து அவனைப் பின்தொடர்ந்து சென்று காவல்துறையிடம் ஒப்படைத்துத் தன் பழியைத் தீர்த்துக்கொண்டாரோ அந்தப் போக்கிரியின் மீதான தன் புகாரைத் திரும்பப் பெற்றுக் கொள்வதாயும் அவனை உடனே விடுவித்துவிடும் படியும் என்னை வேண்டினார், ஏன் என்று நான் கேட்டேன், அவர் பதில் சொல்லவில்லை, எனக்கு ஆச்சரியம் ஒரு பக்கம் எரிச்சல் ஒரு பக்கம், நினைத்தபோது கைது செய்யச் சொல்லவும் நினைத்தபோது விடுவித்துவிடுங்கள் என்று ஆணையிடவும் இஃதென்ன அவருடைய சொந்த அலுவலகமா, நான் வாசுதேவ னிடம் சற்றுக் கடுமையான குரலில் அவர் விரும்பினால் அவருடைய புகாரைத் திரும்பப் பெற்றுக்கொள்வதில் எங்களுக்கு ஆட்சேபணையெதுவும் இல்லையென்றும் ஆனால் உறங்காப்புலியின் விடுதலையென்பது அவருடைய கையை மீறிய செயலென்றும் அவன் உண்மையில் இப்போது அவரே கண்டுபிடித்துக் கொடுத்த வேறு சில தீவிரமான குற்றப் பிரிவுகளின்கீழ் விசாரிக்கப்பட்டுக்கொண்டிருக்கிறானென்றும் சொல்லி அந்த விபரங்களையும் கூடவே விளக்கமாகத் தெரியப் படுத்தி எனவே இனிக் காவல்நிலையத்திற்கு இம்மாதிரி வந்து எங்களைத் தொந்தரவு செய்யவேண்டாம் என்றும் கண்டிப்பாகவே கேட்டுக்கொண்டேன், வாசுதேவன் பேருந்து நிலையத்தில் பணத்தைப் பறிகொடுத்த ஆசாமியைப்போல விழித்தார், அவருடைய கடைசி வருகையின்போது அவரிடம் நான் கண்ட குழந்தைத்தனமான பதற்றமும் அதை மீறி நிறைந்த படிப்பு முகத்தில் உருவாக்கக்கூடிய, பொலிவும் வார்த்தைகளில் இழையோடும் நளினமும் தந்திரமும் முற்றிலுமாக உதிர்ந்து போயிருந்தன, ஒரு தற்குறியைப்போல தன் கைகளை நிராதரவாகப் பிசைந்துகொண்டிருந்தார், நான் அவரிடம், விரும்பியோ விரும்பாமலோ அவர் ஒரு குற்றவாளியைப் பிடிக்க உதவியிருக்கிறாரென்பதோடு அந்த வழக்கில் அவருடைய பங்களிப்பு முடிந்துவிட்டதென்றும் இனி அவரோ நானோ அந்த உறங்காப்புலிக்குச் செய்யக்கூடியதென்று எதுவும் கிடையாது என்றும் நிஜமாகவே ஒரு குற்றவாளியாய் இல்லாத பட்சத்தில் அவனே திரும்பிவிடுவானென்றும் சொல்லிக் கழுத்தைப் பிடிக்காத குறையாக நெட்டி நிலையத்திற்கு வெளியே அழைத்து வந்துவிட்டேன், திரும்பிச் செல்வதற்குமுன் அவர் நடைபாதையில் நின்றபடியே ஒரு குடிகாரனைப்போல குழன்று திக்கும் வார்த்தைகளில், அத்தனை கடமையுணர்ச்சியும் புத்திசாலித்தனமும் உள்ளவர்களானால் நீங்களே அவனைக் கண்டுபிடித்துக் கைது செய்திருக்கவேண்டும், ஒன்றேகால்

பாகீரதியின் மதியம்

வருடங்களாக நான் வந்து சொல்லும்வரை என்ன செய்து கொண்டிருந்தீர்களாம் என்று ஒரு சிறுவனைப்போல திரும்பத் திரும்ப அபத்தமாகக் கேட்டுக்கொண்டேயிருந்தார், அவருடைய கலைந்த கோலமும் பைத்தியத்தில் தோய்ந்திருந்த அந்தக் குரலும்தான் பிறகு அவரை மறக்கவேயியலாதபடி என்னை வெகுவாக மனவுளைச்சலுக்கு ஆட்படுத்திவிட்டது, இடையில் என்னதான் நடந்திருக்கும் அந்த மனிதருக்கு, ஒருவேளை அவசரநிலைக் காலத்தில் மிசா கைதிகளைப் பேச வைக்கச் சிறைச்சாலைகளில் மேற்கொள்ளப்படும் நடவடிக்கைகள் குறித்த கதைகளை வாய் வழியாகக் கேட்டு விட்டும் அதன் காரணமாக தனக்கிழைக்கப்பட்ட தீங்கைக் காட்டிலும் அதிக பட்சமான தண்டனையை அந்தப் போக்கிரிக்கு வாங்கித் தந்துவிட்டதான அச்சமும் குற்றவுணர்வும் அவரைத் திரும்ப இங்கே அழைத்து வந்திருக்குமோ, ஆனால் இப்போது வருத்தப்பட்டு என்ன பிரயோசனம். அன்றிரவு படுக்கையில்கூட ஒரு துர்க்கனவைப்போல தன்னுடைய நண்பருடன் முதன்முதலாக என் அலுவலக மேசையின்முன் அவர் அமர்ந்திருந்ததிலிருந்து அன்று நடைபாதையில் நின்று அரற்றிக்கொண்டிருந்ததுவரையிலான காட்சிகளை என் மனம் வரிசையாக மீண்டும் மீண்டும் பலவந்தமாக நிகழ்த்திக் காட்டிக்கொண்டேயிருந்தது, பிறகு அந்தச் சம்பவங்களின் ஸ்தூல வடிவம் மெதுமெதுவாகக் கரைந்து அவை யாவும், குவித்தும் இணைத்தும் பலவிதமாகப் பிடிக்கப்பட்ட விரல்களின் நிழல் ஒரு மெழுகுவர்த்தி வெளிச்சத்தில் நாயாயும் வாத்தாயும் குதிரையாயும் வடிவம் கொள்வதைப்போல அவற்றிலிருந்து முற்றிலும் வேறான வேறுயேதோ நிஜத்தின் திரிக்கப்பட்ட நிழல் வடிவங்களாகத் தோன்றத் துவங்கின, அந்த அய்யரை நீ அப்படி விரட்டியிருக்கக்கூடாது என்று என் மனம் நியாயமான காரணம் எதையும் முன்வைக்காமலேயே என்னைத் தூங்க விடாமல் இடித்துரைத்துக்கொண்டிருந்தது, ஆனால் நானே ஒத்துக்கொண்டதைப்போல இனி என்னாலும் செய்யக்கூடியது ஒன்றுமில்லைதானே.

அது சரி, அந்த உறங்காப்புலியை உங்களால் ஏன் வாசுதேவன் கண்ணில் காட்ட முடியவில்லை, நியாயமாக அவர் அவனை இவன்தான் என்னைத் தாக்கிவிட்டு ஓடியவன் என்று அடையாளம் காட்ட வேண்டுமல்லவா என்று கேட்டார் அரங்கநாதன் நம்பி. புகழேந்தி மேற்கொண்டு பேசுவதா வேண்டாமா என்று யோசிப்பவரைப் போல சிறிதுநேரம் மௌனத்திற்குள் ஆழ்ந்திருந்தார். அரங்கநாதன் நம்பியும் பொறுமையாகக்

காத்திருந்தார். சொல்லும் ஆர்வம் புகழேந்திக்கு இருக்கிறது என்பது அவருக்குத் தெரிந்துதானிருந்தது. சில நிமிடங்களுக்குப் பிறகு புகழேந்தி அவராகவே மீதிக் கதையைச் சொல்லவாரம்பித்தார், உறங்காப்புலியென்பவனை இங்கே மிசாவில் கைதுசெய்து அழைத்து வந்து சிவாஜி மன்ற எரிப்பு விவகாரத்தையும் வாசுதேவனால் விசாரிக்கப்பட்டுத் தெரிந்துகொள்ளப்பட்ட அவனுடைய நீண்ட சில்லரை மற்றும் பழைய குற்றச் செயல்களின் பின்னணியையும் விசாரித்துக்கொண்டிருக்கிற வழியில் எதிர் பாராதவிதமாக அவனுடைய நண்பனொருவனிடமிருந்து திடுக்கிடும் தகவலொன்று எங்களுக்குக் கிடைத்தது, அது என்னவென்றால் அந்தப் பையன் அந்த நாட்களில் ஒருமுறை ஒசூர்வரை போய்விட்டு வந்திருக்கிறான், அவன் தன் நண்பனிடம் தெரிவித்திருந்ததென்னவோ தன் காதலிக்காக ஜெமினி என்கிற ஓர் ஓவியரைச் சந்தித்து அவருடைய சித்திரம் ஒன்றை வாங்குவதற்காக என்கிற மாதிரி ஒரு தகவல், ஆனால் தர்மபுரி மாவட்டம் நக்ஸலைட் பிரதேசமாகப் பதிவாகியிருக்கிற ஒன்றாதலால் அது குறித்து நாங்கள் பொருட்படுத்தவேண்டியதாகிவிட்டது, தர்மபுரி காவல்துறை மூலமாக விசாரித்துப் பார்த்ததில் அவன் சந்திக்கச் சென்ற ஆள் கல்கத்தாவில் ஒரு மாஜி நக்ஸலைட்தான் என்பது ஊர்ஜிதமாகியும்விட்டது. அவர் இப்போது உயிருடன் இல்லை, ஆறேழு வருடங்களுக்குமுன் செத்துப் போய்விட்டாராம், அவருடைய வயதான மனைவிக்கும் இப்போது ஒரு கௌரவ மான பணியிலிருக்கும் அவருடைய மகனுக்கும் (அவர்கள் வங்காளிகள்) இதில் தொடர்பு எதுவும் கிடையாது என்பது நிச்சயமாகத் தெரிந்தாலும் பழைய நண்பர்களின் நடமாட்டம் அவர்களைச் சுற்றி இன்னும் இருந்துகொண்டிருக்கிறதோ என்கிற ரீதியில் நாங்கள் இதைப் பார்க்க வேண்டியிருந்தது, அங்கே போய் இந்த உறங்காப்புலி அவருடைய சித்திரமொன்றைத் தன் காதலிக்காக வாங்க விரும்புவதாகச் சொல்லிக்கொண்டு புத்திசாலித்தனமாக அவரைப்பற்றி விசாரித்திருக்கிறான், அந்தப் பெண் யார் தெரியுமா, வாசுதேவன் சேகரித்த தகவல் களில் ஒரு வேசி வருகிறாளே, அவள்தான், அவள் பெயர் பிரமீளா, இங்கே, நன்மைதருவார் கோவில் தெருவில்தான் இருக்கிறாள், அவளை அழைத்து வந்து விசாரித்தபோது அப்படி ஓவியமெதையும் தான் அவனிடம் கேட்கவோ அவன் தனக்குக் கொண்டுவந்து தரவோயில்லையென்று சொல்லிவிட்டாள், அவளுக்கு உறங்காப்புலி அந்த ஓவியரின் குடும்பத்தவரிடம் அவள் பெயரைக் குறிப்பிட்டு அவளைத் தன் காதலியென்று சொல்லியிருக்கிறானென்று நான் தெரிவித்ததன்மேல் மூசுமூசென்று அழுதுகொண்டிருந்ததற்கப்பால் வேறெதையும்

பேசவே தெரியவில்லை, இந்தத் திடீர்த் திருப்பம் உறங்காப்புலிக்கு நக்ஸலைட்டுகளின் தொடர்பு இருக்குமோயென்கிற சந்தேகத்தை எங்களுக்குள் கிளப்பிவிட்டுவிட்டது, உறங்காப்புலிக்கு இரண்டு தேர்வுகள்தான் இருந்தன, ஒன்று, அவன் அதை ஒத்துக்கொள்ள வேண்டும், அல்லது உண்மையிலேயே அவன் ஓவியமொன்றை வாங்குவதற்காகத்தான் ஒசூருக்குச் சென்றா னென்பதை நிரூபிக்க வேண்டும், அது பிரமீளாவுக்காக இல்லையென்றால் வேறு யாருக்காக, அல்லது அந்த ஓவியம் எங்கே, ஆனால் இரண்டில் ஒன்றையும் தேர்ந்தெடுக்க அவன் பிடிவாதமாகவே மறுத்துவிட்டான், அது சம்பந்தமான அவனுடைய மௌனத்தைக் கலைக்க எங்களால் முடியவில்லை, புதிய சட்டப்படி அவனை நான்கு நாட்களுக்குமேல் எங்கள் வசம் வைத்திருக்கவும் முடியாது, எனவே அவனை நாங்கள் மத்தியச் சிறைச்சாலைக்கு அனுப்பி வைத்துவிட்டோம், அவர்கள் அங்கிருந்து அவனை நக்ஸலைட்டுகள் நடமாட்டம் சம்பந்தமான வழக்குகளுக்கென்றே அவசரநிலைச் சட்டத்தின் மூலம் தேனியில் அமைக்கப்பட்டிருந்த தற்காலிக மத்தியக் காவல்படை முகாமிற்கு அனுப்பிவைத்துவிட்டார்கள். அவன் அங்கிருந்து தப்பிவிட்டதாகப் பிறகு எனக்குத் தகவல் கிடைத்தது என்றார். புகழேந்தி தன்னிடமிருந்து எதையோ மறைக்கிறார் அல்லது தான் அதைத் தெரிந்துகொள்ளத் தேவையில்லையென்று நினைக்கிறார் என்று அரங்கநாதன் நம்பிக்குத் தோன்றியது. ஆனால் அது புகைப்படப் பெண்ணை நோக்கிய தன்னுடைய தேடலுடன் சம்பந்தப்பட்டதில்லையென்று தோன்றியதால் அநாவசியமாக அதைப்பற்றிக் கேட்பானேனென்று அந்த எண்ணத்தைக் கைவிட்டுவிட்டு (ஆனால் அடுத்த சில நாட்களுக்குள்ளேயே அந்த விபரங்கள் வேண்டுமென்று கேட்டுக்கொண்டு திரும்ப வந்துவிட்டார்) வாசுதேவனுடைய முகவரியையும் அவனுடைய நண்பரான ஷெராஃப் மதுரை நூற்பாலையில் மேலதிகாரியாகப் பணி புரிகிறாரென்கிற விபரத்தையும் குறித்துக்கொண்டு திருவாளர் புகழேந்தியிடம் விடைபெற்றுக்கொண்டார்.

பாகீரதிக்கு ஜெமினியைப்பற்றி (அவன் பெயர் உறங்காப்புலி என்று வாசுதேவன் அவளிடம் பலமுறை தெரிவித்துவிட்டான், ஆனால் அந்தப் பெயரை அவள் மனம் உள்வாங்கிக்கொள்ளவே யில்லை) வாசுதேவனிடம் பேசுவதற்கான தைரியத்தை வரவழைத்துக்கொள்வதற்கு மூன்று நாட்கள் தேவைப்பட்டது. அந்த மூன்று நாட்களும் அவள் இரவுகளில் தூங்க முடியாமல் (ஜனவரி 6ஆம் தேதியிலிருந்து பிப்ரவரி 2ஆம் தேதிவரையிலான

தன்னுடைய சாகஸச் செயல்களைக் காவல் நிலையத்திலிருந்து திரும்பிவந்த கையோடு வாசுதேவன் அவளிடம் பெருமையும் மகிழ்ச்சியும் பொங்க விலாவாரியாகச் சொல்லிக்கொண் டிருந்தபோதே (பாகீரதிக்கு அவன் அன்று காலையிலேயே குறிப்பிட்டிருந்ததைப்போல அதெல்லாம் தன்னுடைய மதியக் கனவில்தான் நடக்கிறதோ என்கிற சந்தேகம் இடையிடையே தோன்றிக்கொண்டேயிருந்தது) அவள் இனி தனக்கு இரவுத் தூக்கம் இருக்காது என்பதைத் தெரிந்துகொண்டுவிட்டிருந்தாள்) புரண்டு புரண்டு படுப்பதும் ரகசியமாகக் கண்ணீரைப் பெருக்கிக்கொண் டிருப்பதும் தாங்க முடியாமல் போகும்போது புழக்கடைக்குச் செல்வதுபோல எழுந்து சென்று ஆசை தீர ஒருமுறை வாய்விட்டு அழுது தீர்த்துவிட்டுத் திரும்ப வந்து படுத்துக்கொள்வதுமாக இருந்தாள். வாசுதேவன் அவனைத் தேடத் தொடங்கிய முதல் நாளே அதைப்பற்றி அவளிடம் தெரிவித்திருப்பானேயானால் இத்தனை பாடுகளில்லாமல் மிக எளிதாகவே ஜெமினியை அவளால் காப்பற்றியிருக்க முடியும் (உங்களுக்கு எதற்கு இந்த வீண் வேலை, அல்லது, ஆறியிருக்கும் காயத்தை மறுபடி ஏன் நோண்டிப் புண்ணாக்கிக்கொள்கிறீர்கள், அல்லது, அந்தப் போக்கிரியின் பின்னணி தெரியாமல் அவனைத் தொடர்ந்து செல்லப்போய் ஏதாவது கும்பலிடம் மாட்டிக்கொண்டுவிடப் போகிறீர்கள், இப்படி நிறைய காரணங்கள் இருக்கின்றனவே அவனைத் தடுத்து நிறுத்துவதற்கு). ஆனால் ஏன் இதைப் பற்றி அவளிடம் முதலிலேயே சொல்லவில்லையென்று இப்போது கேட்டால் 1974 செப்டம்பர் 17இன் நினைவுகள் இப்போதுதான் மங்கி மறையத் துவங்கி சகஜ பாவத்திற்கு அவள் திரும்பிக்கொண்டிருக்கும் வேளையில் அந்தப் போக்கிரியைப் பற்றிப் பேசத் துவங்கினால் ஒருவேளை அவள் மீண்டும் பயந்துபோய் கெட்ட கனவுகளுக்குள் விழுந்துவிடக்கூடுமென்று அவன் பயந்ததும் மேலும் அவளுக்கும் அது ஓர் எதிர்பாராத பரிசைப்போல சந்தோஷ அதிர்ச்சியாக இருக்கவேண்டுமென்று விரும்பியதும் எனவே காரியம் முடியும் வரை அதை அவளுக்குத் தெரிவிப்பதைத் தள்ளிப் போட்டு வைப்பதென்று முடிவு செய்துகொண்டதும்தான் அதற்குக் காரணங்களாயிருந்தன. நான் நினைத்தபடியே உன் ஆச்சரியமும் மகிழ்ச்சியும் இப்போது இரட்டிப்பாகியிருக்கிறதா இல்லையா என்று அவள் கைகளைப் பற்றிக் கொண்டு கேட்டான் வாசுதேவன். அவளால் என்ன பதிலைச் சொல்லமுடியும். ஆனால் இப்போது, எல்லாம் முடிந்த பிற்பாடு ஜெமினியைப் பற்றிப் பேசுவதென்றால் தகுந்த காரணத்தைச் சொல்லாமல் அதைச் செய்யவே முடியாது. அதைச் சொல்வதோ ஏறக்குறைய தற்கொலைக்கு ஒப்பான செயலாகயிருக்கும் (ஒருவேளை அது

வாசுதேவனைக் கொலை செய்யும் செயலாகக்கூட அமைந்து விடலாம்). சொல்லவில்லையென்றால் ஜெமினியைச் சிறையி லிருந்து வெளியே கொண்டுவர முடியாது (வாசுதேவனின் குடுமியை அறுத்த குற்றத்தைத் தவிர ஜெமினியின்மீது சொல்லப்பட்டிருக்கும் மற்ற எல்லாக் குற்றங்களுமே பின்னணியாகச் சேர்த்துக்கொள்ளத் தக்கவையல்லாமல் மற்றபடி காலாவதியானவையென்பதால் (சிவாஜி மன்ற எரிப்பு வழக்கிலும் கண்ணால் கண்டவர் சாட்சியென்பது வாசுதேவனைத் தவிர வேறு யாருமில்லை) வாசுதேவன் தன்னுடைய புகாரைத் திரும்பப் பெற்றுக்கொண்டால் ஜெமினி விடுதலை பெற்று விடலாமென்பது அவளுடைய கணக்காக இருந்தது). ஜெமினிக்கு அவன் கைதானதற்கும் அவளுக்கும் ஒரு சம்பந்தமுமில்லையென்பது தெரியும், அதேசமயத்தில் அவனை விடுவிக்க அவளால் முடியும் என்பது அவனுக்குத் தெரியாது, எனவே எந்த விதத்திலும் ஜெமினியின் கைது பாகீரதியி னுடைய பௌதீக இருப்பைப் பாதித்துவிடப் போவதில்லை தான். அவள் மீதான ஜெமினியினுடைய காதலையும் அது குறைத்துவிடப் போவதில்லைதான். ஆனால் மனச்சாட்சியின் குத்தலை எப்படிப் பொறுத்துக்கொள்வது. மேலும் தன்னால் முடியும் என்று தெரிந்தும் தன் தகுதியைக் காரணம் காட்டி அதை முயற்சிக்காமலிருப்பது அதுவரையில் அவள் காதல் என்று நினைத்துக்கொண்டிருந்த ஒரு விஷயத்தை வெறும் உடல் தினவு என்கிற கேவலமான நிலைக்குக் கீழிறக்கி விடாதா. மிசா கைதிகள் நடத்தப்படும் விதம் குறித்து வாய் வழியாகவே காதுகளை வந்தெட்டும் செய்திகள் குலைநடுக்கம் ஏற்படுத்துவ தாயிருந்த நிலையில் ஜெமினியின் சிறைவாசம் குறித்த கற்பனைகள் பாகீரதியை வெகுவாக மருளச் செய்தன (சிறுமியாய் இருந்த நாள் முதலாக அவனை நேசித்துக்கொண்டிருக்கும், அவனுடைய ரசிகையும் அவனை விடாமல் தன் கனவுகளில் கண்டுகொண்டிருந்தவளுமான இந்த மானசீகப் பெண்ணை நேரில் சந்தித்த பிறகு ஜெமினி யதார்த்தத்தின் குரூரம் மிக்க வலிகளையும் சித்திரவதைகளையும் தர்க்க ரீதியாக விளக்கம் கோரும் அபத்தமான விசாரணைகளையும் எதிர்கொள்ள வேண்டிய அவசியமும்தான் என்ன). மதிய நேரங்களின் தனிமை அந்த மருளலை இன்னும் அதிகப்படுத்தியது. முன்திண்ணையில் வந்து அமர்ந்துகொண்டு சாலையின் ஆளற்ற எதிர்பக்கத்தைக் கண்கள் வெறித்துப் பார்க்கத் துவங்கும் ஒவ்வொரு நொடியும் ஜெமினியின் இன்மையைப் புத்தம் புதிதாய் உணர்த்தி ஒவ்வொரு முறையும் தான் பொறுப்பில்லாமல் கால விரயம் செய்து கொண்டிருக்கிறோமென்கிற நினைப்பிலோ அல்லது அவன் வந்து

விட்டானென்கிற பிரமையிலோ திடுக்கிட்டு விழிப்பிலிருந்தே விழித்தெழும் குழப்பத்திற்குள் அவளை அமிழ்த்திக்கொண்டிருந்தன (இத்தனைக்கும் அவனுடைய வரவின்மையொன்றும் அவளுக்குப் புதிதுமல்ல. தினமும் சந்தித்துக்கொள்வதென்பது அவர்களுடைய விருப்பமாயிருந்தாலும் சூழல் காரணமாக அது அனேகமாக மாதம் இரண்டு அல்லது மூன்று முறை நிகழ்வதாகத்தான் இருந்தது என்று நாம் ஏற்கெனவே சொல்லியிருக்கிறோம். ஆனால் அந்த இடைவெளியில் மனதில் கவியும் அடுத்த சந்திப்பின் மீதான எதிர்பார்ப்பையும் கற்பனைகளையும் தவிப்பையும் போன்றவையல்ல இன்று இனிமேல் அவன் வருவானா மாட்டானா என்கிற அநிச்சயத்தின்மேல் உருவாகி அவளைச் சூழ்ந்துகொண்டிருக்கிற வெறுமை உருவாக்கும் அதீதக் கற்பனைகளும் கலக்கங்களும்). அந்த மூன்று நாட்களில் பாகீரதி இவ்விதமாகச் சொல்லி ஆற்றிக்கொள்ள ஆளின்றி தனக்குள்ளேயே சுருங்கிச் சுருங்கி ஒரு போதை அடிமையைப்போல தன் விருப்பமின்றியே ஜெமினி சித்திரவதைப்படும் காட்சிகளை நிஜம்போல தன் கண்முன் கொண்டுவந்து திரும்பத் திரும்ப நிகழ்த்திப் பார்த்துப் பீதியுற்று அந்தப் பீதிக்குள்ளேயே வெளியேறும் மார்க்கம் தெரியாமல் அமிழ்ந்து கிடந்தாள். நான்காம் நாள் அதற்குமேல் தாங்க முடியாமல், சிறிது சிறிதாகச் செத்துக்கொண்டிருப்பதைவிட தானே வலிந்து சென்று சாவை அணைத்துக்கொண்டுவிடுவது பயத்தை வெல்ல நல்ல உபாயமாக இருக்குமென்று நிச்சயித்துக்கொண்டு வாசுதேவன் அலுவலகத்திற்குத் தொலைபேசி அவனைத் தனக்கு உடல்நிலை சரியில்லையென்றும் உடனே கிளம்பி வீட்டிற்கு வருமாறும் சொல்லிவிட்டாள்.

மனைவியின் முகம் நான்கு நாட்களாக சரியில்லையென்பதை வாசுதேவனும் கவனித்துக்கொண்டுதானிருந்தான். ஆனால் பாகீரதி பொதுவாக உடல்நோவுகளைப் பெரிதாகப் பாராட்டிக் கொள்ளும் பழக்கமில்லாதவளென்பதால் அவளாகச் சொல்லும் வரை எதையும் கேட்டுக்கொள்ள வேண்டாமென்றுவிட்டு விட்டான். எனவே மருத்துவமனைக்குச் செல்வதற்கு ஏற்கெனவே தயாராகியிருப்பாளென்று எண்ணிக்கொண்டு வீட்டிற்கு வந்தவன் அவள் தன் உடலுக்கு ஒன்றுமில்லையென்றும் மனம்தான் சரியில்லையென்றும் ஹேமா வீட்டிலில்லாத அந்த மதிய நேரத்தில் அவனுடன் சில விஷயங்களை மனம்விட்டுப் பேச வேண்டுமென்றுதான் அவனைப் புறப்பட்டு வரச் சொன்னதாயும் சொல்லிவிட்டு அவன் உடை மாற்றும்வரை பொறுமையாகக் காத்திருந்து கைகளைப் பிடித்துக் கூட்டிவந்து நுரையிருக்கையில்

உட்காரச்செய்து மடியில் தலை வைத்துப் படுத்துக்கொண்டாள். அந்த நிலையிலேயே பல நிமிடங்கள் மௌனமாக அவன் முகத்தைப் பார்த்தபடியே யோசித்துக் கொண்டேயுமிருந்தாள். வாசுதேவனுக்கு அவள் செய்கை புதிதாகவும் வியப்பாகவும் இருந்தது (திருமணமான புதிதில் அலுவலகப் பணிகளுக்கிடையே பாகீரதியின் நினைவு வரும்போது எப்போதாவது அபூர்வமாக அவன் அவளைத் தொலைபேசியில் அழைத்து வீட்டிற்கு வரலாமா என்று கேட்டிருக்கிறான். பாகீரதியின் பதில் எப்போதும் ஒரே மாதிரியாகத்தான் இருக்கும், வேண்டாம், மதியத்தூக்கத்தை விட்டுக்கொடுக்க முடியாது வாசு. மன்னித்துக்கொள்ளுங்கள். இரவு பார்த்துக்கொள்வோம்). அவன் தொடர்ந்து அவள் மௌனத்தின்மேல் தங்கியிருக்கச் சக்தியில்லாமல் அவள் முகவாயைப் பிடித்து மெதுவாக உலுக்கியபடியே, என்ன விஷயம் என்று கேட்டான். அவள் பதில் சொல்வதற்குமுன் மேலும் சில நிமிட அவகாசத்தை எடுத்துக்கொண்டாள். அவள் பேசத் துவங்கியபோது அது அவன் குழப்பத்தையும் ஆச்சரியத்தையும் அதிகப்படுத்துவதாகவே வெளிப்பட்டது. வாசு, கோவலன் கண்ணகி கதையைப்பற்றி நீங்கள் என்ன நினைக்கிறீர்கள் என்கிற கேள்வியுடன்தான் அந்த உரையாடலைத் துவக்கினாள் அவள். அந்தக் கேள்வி வேறு ஏதோவொரு விஷயத்திற்கான பீடிகை என்பதும் அதைச் சொல்வதற்கான பக்குவத்தைச் சூழலில் ஏற்றுவதற்கு அவள் தவிக்கிறாளென்பதும் வாசுதேவனுக்குத் தெரிந்தது. அவன் அதைச் சலிப்பூட்டுவதாய் உணர்ந்தாலும் அதைத் தாண்ட முயற்சிக்காமலும் அவளை அவசரப்படுத்தாமலும் நிதானமாக, அறம் பிழைத்தவர்க்கு அறமே கூற்று, அதுதானே என்று மடியில் படர்ந்து கிடந்த அவள் கூந்தலைக் கோதியபடியே பதில் சொன்னான். நான் அதைக் கேட்கவில்லை, கோவலன் கண்ணகியின் தனிப்பட்ட குடும்ப வாழ்க்கையைப்பற்றிக் கேட்கிறேன் என்று சிணுங்கினாள் பாகீரதி. அதுவானால் சிலப்பதிகாரம் கண்ணகியென்கிற கற்புக்கரசியின் கதை என்றான் வாசுதேவன். கண்ணகியைக் கற்புக்கரசியாகக் காட்டுவதற்கு இளங்கோ எதற்காகக் கோவலனுக்கு வேறொரு காதலியை ஏற்படுத்தித் தரவேண்டும், கண்ணகி பிறிதொரு ஆணை எதிர்கொண்டு தன் கற்பை நிரூபித்துக்கொள்வதாகக் காட்டியிருக்கலாமே. செய்திருக்கலாம்தான், ஏனோ செய்யாமல் விட்டுவிட்டார் என்று சிரித்தான் வாசுதேவன். சரி, அதற்கென்ன இப்போது. இல்லை வாசு, கோவலன் கதையில் ஏன் கடைசிவரை பெண்ணின் உலகமும் கவலைகளும் சிந்தனைகளும் மட்டும் அறம் என்று சொல்லப்படுவதைச் சுற்றியே இருப்பதாயும் ஆணின் உலகம் காதலால் உருவாக்கப்பட்டதாயும் இருக்க வேண்டும்,

தங்களுக்குப் பணிவிடை செய்தால் மோட்சத்திற்கு உத்திரவாதம் என்று பிறருக்குச் சொல்லிவிட்டுத் தாங்கள் மட்டும் இகவுலக சுகங்களையெல்லாம் அனுபவித்துக்கொண்டிருந்தார்கள் என்று ஈவெராவின் சீடர்கள் குற்றம் சாட்டுகிறார்களே, அந்தப் பிராமணர்களுக்கும் கண்ணகிக்கு அவளை இறுதியில் தெய்வமாக்குவதாகச் சொல்லிக் காதலை மறுத்துவிட்டு கோவலனுக்கு மட்டும் காதலின் அத்தனை சுகங்களையும் அள்ளியள்ளிக் கொடுத்த இளங்கோவுக்கும் என்ன வித்தியாசம், அவருமே ஆணுக்கொரு நீதி பெண்ணுக்கொரு நீதி என்கிற மனோபாவத்தில்தானே கதை சொல்லியிருக்கிறார், கோவலனுடைய காதல் அவன் மாதவியை விட்டு நீங்கியவுடனேயே மறக்கப்பட்டுவிடுகிறதே, கண்ணகி இப்படியொரு காதலில் சிக்கியிருந்தால் விட்டிருப்பார்களா, அதுதானே பிரதானக் கதையாகவே ஆகியிருக்கும், பெண்கள் மட்டும் எதற்காகத் தியாகங்கள் செய்ய வேண்டும், பெண்கள் மட்டும் எதற்காகத் தெய்வங்களாக்கப்பட வேண்டும், ஆண்களும்தான் கொஞ்ச காலம் இருந்து தெய்வங்களாக்கப்படுவதன் வலி என்னவென்று அனுபவித்துப் பார்க்கட்டுமே, இந்தப் பகுத்தறிவுக் கட்சி இத்தனை தந்திரமான இந்தக் கதையை விதந்தோதி அந்தப் பெண்ணுக்கும் அவளை எழுதியவருக்கும் தலா ஒரு சிலையும் வைக்கிறார்களென்றால் அது மறைமுகமாக பிராமணீயத்தை ஒத்துக்கொள்கிறதாகத்தானே அர்த்தம். பாகீ, உனக்கு இப்போது யார் மீது கோபம், ஈவெரா மீதா, இளங்கோவடிகள் மீதா, ஆண்கள் மீதா, பிராமணர்கள் மீதா சமூகத்தின் மீதா அல்லது கதைகளின் மீதா. எல்லார் மீதும்தான், கண்ணனுடைய ராசலீலைகளையும் அர்ஜுனனுடைய சிருங்காரத்தையும் பக்கம் பக்கமாக வர்ணிக்கும் பாரதம் ஒன்றல்ல இரண்டல்ல, ஐந்து கணவர்களைச் சமூக அங்கீகாரத்தோடும் ஒரு காதலனை ரகசியமாகவும் பெற்றிருந்த திரௌபதியின் சந்தோஷங்களை அல்லது பாடுகளைச் சொல்ல எத்தனை வரிகளை ஒதுக்கியிருக்கிறது என்று கேட்கிறேன். ஏன் பெண்ணின் காதல்களைச் சொல்லவே மாட்டேனென்கிறார்கள், ஏன் அதன் ஏகாந்தத்தையும் மந்தகாசத்தையும் விஸ்தாரத்தையும் கண்டு இப்படிப் பயப்படுகிறார்கள். ஒருவேளை அதைச் சொல்வதற்குப் பெண்ணுக்குத்தான் தகுதியிருக்கிறது என்று நினைத்தார்களோ என்னவோ, ஏன் பாகீ, ஆண்டாள் பாடியிருக்கிறாளே. இல்லை, ஆண்டாள் பாடியதும் ஆணுடைய காதல்களைத்தான், தன்னுடையதல்ல, அவள் தன்னைக் குறித்துப் பாடுவதாகச் சொல்வதெல்லாம் கண்ணனையும் அவனுடைய காதல்களையும் காதலிகளையும் குறித்துத்தான், அதில் தானும் ஒருவளென்கிற பாவத்தில்தான், தானும் அந்தக் காதலுக்குப்

பாத்தியதைப்பட்டவளென்கிற பரவசத்தில்தானேயன்றி தன்னால் அவன் காதலிக்கப்படுகிறானென்கிற பெருமிதத்தில் அல்ல. என்ன சொல்ல வருகிறாய் நீ. ஆண்களெல்லோரும் காதலைப்பற்றிக் கவலைப்படுகிறார்கள், பெண்களுடைய கவலையோ காதலனைப்பற்றியதாகவேதானிருக்கிறது என்கிறேன், இரண்டிற்கும் வித்தியாசம் இருக்கிறது இல்லையா. இருக்கிறதுதான் என்று பரிகாசத் தொனியில் சொல்லிவிட்டுப் போதும் என்கிற பாவனையில் பெருமூச்சொன்றையும் வெளிப் படுத்தினான் வாசுதேவன், ஆனால் பாகீ, அன்பே, இந்தச் சிந்தனைகளைப் பகிர்ந்து கொள்வதற்காகத்தானா மதியத் தூக்கத்தை விட்டுக்கொடுத்துவிட்டு பணி மும்முரத்திற்கிடையில் என்னையும் வரவழைத்து மடியில் படுத்துக்கொண்டிருக்கிறாய். பாகீரதி தலையைப் பக்கவாட்டில் ஆட்டினாள். அவளுக்கு இத்தனை பீடிகை போதுமா என்பதும் வேறெப்படிப் பேச்சைத் துவக்குவது என்பதும் இன்னும்கூடப் பிடிபடவில்லை. போதாதற்கு மார்பு அதன் துடிப்புச் சத்தம் அவனுக்குக் கேட்டுவிடுமோ என்று அஞ்சுமளவிற்கு வேகமாக அடித்துக்கொண்டிருந்தது. பேசாமல் ஒன்றுமில்லை என்று சொல்லிவிட்டு எழுந்துவிடலாமா என்றும்கூட ஒரு கணம் யோசித்தாள். ஆனால் ஜெமினியின் உருவத்தைச் சிறைச்சாலைக் கம்பிகளின் பின்னே மறுபடியும் அவள் மனம் வரைந்து காண்பித்தபோது மேலும் சில நிமிடங்களைத் தன்னைத் தயார்படுத்திக்கொள்வதற்காக மௌனமாக எடுத்துக்கொண்டபின் வாசுதேவனின் மார்பாடையைப் பிடித்திழுத்துத் தன்னை நோக்கிக் குனியச் செய்து அவன் வாயில் ஒரு தடவை அழுத்தமாக முத்தமிட்டுவிட்டு, வாசு, நீங்கள் எனக்கு ஓர் உதவி செய்ய வேண்டும் என்றாள். மார்கழி மாதத்து அதிகாலைக் குளியலின் முதல் சொம்புத் தண்ணீரைப்போல அந்த வார்த்தைகள் அவளுடைய தண்டுவடத்திலேயே ஒருமுறை சிலீரென்று இறங்கின. அவ்வளவுதான், இனித் தயக்கமில்லை, குளிருமில்லை. ஆனால் பாகீரதியின் பேச்சில் அப்போது வெளிப்பட்ட நடுக்கத்தையும் குரலில் கலந்திருந்த புதிர்த் தன்மையையும் வாசுதேவன் அத்தனை வருடத் தாம்பத்தியத்தில் ஒரு தடவையேனும் உணர்ந்ததேயில்லையாதலால் திடீரென்று அவனுக்கு மயிர்க்கூச்செறிந்துவிட்டது. இது என்ன அசட்டுக் கேள்வி பாகீ, நீ என்ன கேட்டு நான் இல்லையென்று சொல்லப் போகிறேன் என்றான் அவள் தலையைக் கோதிக்கொண்டே. பாகீரதி உடனே தன் கோரிக்கையை முன்வைத்துவிடவில்லை. அவள் மேலும் சில நிமிடங்கள் கண்களை மூடியபடியே யோசித்துக்கொண்டிருந்தாள். வாசுதேவனும் அத்தனை நேரமும் பொறுமையாக அவள் பேசுவதற்குக் காத்திருந்தான். கடைசியில் அவள் ஏதோ முடிவெடுத்தவள்போல யோசனைகளிலிருந்து

தன்னை விடுவித்துக்கொண்டு இறுகிய முகத்துடன் கண்களையும் உதடுகளையும் திறந்து தன் மௌனத்தைக் கலைத்துக்கொண்டாள், வாசு, நீங்கள் ஏன் அந்தப் போக்கிரியை மன்னித்து உங்கள் புகாரைத் திரும்பப் பெற்றுக்கொண்டுவிடக் கூடாது, பல மாதங்களுக்குமுன் அவனைப்பற்றி நாம் இருவரும் பேசிக்கொண்டிருந்தபோதுகூட அவனை மன்னிப்பது என்பதுதானே, உங்கள் உத்தேசமாகவும் இருந்தது.

வாசுதேவனுக்கு இரண்டு காரணங்களால் முதலில் அவள் என்ன பேசுகிறாளென்பதே புரியவில்லை, ஒன்று, கொஞ்சமும் சம்பந்தமேயில்லாமல் அதைப் போன்றவொரு அந்தரங்கமான தருணத்தில் அந்தப் போக்கிரியைப் பற்றி அவள் பேசக்கூடுமென்று அவன் எதிர்பார்க்கவில்லை, இரண்டு, அப்படியே பேசினாலும் அது அப்படியான ஒரு வேண்டுகோளாக வெளிவருவது கற்பனையில்கூட சாத்தியமில்லை. அவன் அதுவரை தன்னுடைய பிடிவாதமும் முயற்சிகளும் அவளுக்குச் சந்தோஷத்தையும் தன்னுடைய தைரியத்தின்மேல் கூடுதல் பெருமையையும் கொடுத்திருக்குமென்றுதான் நினைத்துக்கொண்டிருந்தான். அது அப்படியில்லை என்பதோடு அதற்கு நேர் மாறான எண்ணம்தான் நான்கு நாட்களாக அவள் மனதை அலைக் கழித்துக்கொண்டிருக்கிறது என்பதும் அவனுக்குள் கொஞ்சம் கோபத்தையும் கொஞ்சம் ஒவ்வாமையையும் கெட்டது எதையோ எதிர்கொள்ளவிருக்கும் உணர்வில் கொஞ்சம் இனம் புரியாத கலக்கத்தையும் ஏற்படுத்தியது. என்ன பாகீ, வந்ததிலிருந்து இதிகாசம், புராணம், பெண்ணின் காதல்கள், போக்கிரியின் விடுதலை என்று சம்பந்தாசம்பந்தமில்லாமல் எதையெதையோ பிதற்றிக்கொண்டேயிருக்கிறாய், மதியத்தூக்கத்தில் பழையபடி கெட்ட கனவு ஏதேனும் கண்டுவிட்டாயா அல்லது இன்னும் விழித்தேயெழாமல் தூக்கத்திலேயே பேசிக்கொண்டிருக்கிறாயா என்று தன் பதற்றத்தைக் கேலி செய்யும் குரலால் மறைத்தபடி கேட்டான் அவன் (இதைக் கேட்டுக்கொண்டிருந்தபோதே அவன் மனதின் கண்களில் ஏனோ மருத்துவர் அரங்கநாதன் நம்பியின் உருவம் திடீரென்று பளிச்சிட்டது. அவர் அடுத்த நாளே தன்னை வந்து சந்திக்கும்படி அவனிடம் கூறியிருந்தார். அவன்தான் அதற்கான தேவை தீர்ந்துவிட்டதென்று நினைத்துப் போகாமல் விட்டுவிட்டான்). ஆனால் பாகீரதி அவன் கிண்டலை ரசிக்கவில்லை (அது கிண்டல் இல்லை என்பது அவளுக்குத் தெரிந்திருந்தது). பதிலாக அவள் மீண்டும் தன் கேள்வியை, குரல் நடுக்கத்தைக் களைந்துவிட்டுப் பிடிவாதமாக அவன்முன் வைத்தாள். வாசுதேவன் அவள் ஏன் அதை விரும்புகிறாள் என்றுதான் கேட்க விரும்பினான். ஆனால் அதற்குப் பதிலாக

அவன் வாய், உண்மையில் நானும் அவனை மன்னிக்க வேண்டுமென்றுதான் மனதார விரும்பினேன் பாகீ, ஒரு வருடத்திற்குமுன் அது குறித்து நாமிருவரும் உரையாடும்போது மட்டுமல்லாமல் ஒரு மாதத்திற்குமுன் அவனைத் திடீரென்று என் கண்ணெதிரே பார்த்தபோதும்கூட நான் அந்த எண்ணத்திலிருந்து மாறிவிடவில்லை, ஓடி வந்துகொண்டிருந்த அவனை நோக்கி என் கைகளை அகல விரித்து வைத்தபடி நின்றுகொண்டிருந்தேன், ஆனால் தான் மன்னிப்பிற்கு அருகதையில்லாதவனென்பதை அதே இடத்தில் அவனே நிரூபித்துவிட்டானே என்ன செய்வது, பாகீ, அவனொன்றும் உணர்ச்சிவசப்பட்டு ஏதோ ஒருமுறை குற்றமிழைத்தவன் இல்லை, சொல்லப்போனால் அவனால் உணர்ச்சிவசப்படவே முடியாது, அத்தனை கல் இதயம் கொண்டவன், திட்டமிட்டுக் குற்றமிழைக்கிறவன், அவனைப் போன்றவர்களைத் தண்டிப்பதன் மூலம்தான் திருத்த முடியும், ஒருவேளை நீ கடந்த ஒரு மாதத்தில் சேரிப் பிரதேசங்கள், உளவறிதல், பொய்ப் பெயரில் உலா வருதல் என்று நான் இருந்ததாகச் சொன்னவற்றைக் கேட்டுத் திரைப்படப் பாணியில், தண்டனை முடிந்ததும் அவன் என்னைப் பழிவாங்குவதற்கு வந்துவிடுவானென்று கற்பனை பண்ணிக்கொண்டு பயந்துபோய் விட்டாயோ, எனில் அந்தப் பயமே உனக்குத் தேவையில்லை, அந்தப் போக்கிரி குற்றக் குணம் கொண்டவனே தவிர தீவிரமான தண்டனை பெறுமளவிற்கு, குறைந்தபட்சம் சாட்சிகளால் நிறுவப்பெற்ற பெரிய குற்றச் செயல்களெதையும் இன்னும் செய்துவிடவில்லை, அவசரநிலைக் காலம் முழுவதும் ஒரு முன்னெச்சரிக்கை நடவடிக்கையாக எல்லாப் போக்கிரிகளையும் காவலில் வைத்திருப்பதைப்போலவே அவனையும் வைத்திருந்து விட்டு அனுப்பிவிடுவார்கள் அவ்வளவுதான், சொல்லப் போனால் எதிர்காலத்தில் அவன் செய்யவிருக்கும் ஒரு பெரிய குற்றச் செயலிலிருந்து இந்த உள்ளிருப்பு அவனைக் காப்பாற்றும் என்றுகூட நாம் இதை எடுத்துக்கொள்ள முடியும், இதற்கப்பால் அவனுக்கும் நமக்கும் இனி ஒரு தொடர்பும் கிடையாது, இந்தத் தண்டனை மூலமாக அவனும் கணக்குத் தீர்ந்துவிட்டது என்றுதான் நினைத்துக்கொள்வான், ஏனென்றால் அவன் என் குடுமியை அறுத்துவிட்டு ஓடியபோதேகூட தன்னை மன்னித்து விடும்படி கூறிவிட்டுத்தான் ஓடினானென்று நானே உன்னிடம் சொல்லியிருப்பது உனக்கு நினைவிருக்கிறதில்லையா, தண்டனை ஓரளவு அவனுடைய குற்றவுணர்வை நீக்கவும் உதவி செய்யும் என்று மூச்சுவிடாமல் தன் செய்கைக்கான நியாயங்களின் பட்டியலைத்தான் வரிசையாக, பைத்தியக்காரத்தனமாக ஒப்பித்துக்கொண்டிருந்தது (அது அவனுக்கே பிடிக்கவில்லை). அவன் பேசி முடித்ததும் பாகீரதி (இதற்குள் அவள் தன்னைச்

சமாளித்துக்கொண்டுவிட்டவளாய் அவன் மடியிலிருந்து எழுந்து எதிரே உட்கார்ந்துவிட்டிருந்தாள்) அவன் கண்களை நேருக்கு நேராகப் பார்த்தபடியே, நீங்கள் நினைப்பதைப்போல அந்த மனிதன் கல் இதயம் கொண்டவனல்லன் வாசு, எனவே சிறையில் வைத்து அவனைத் திருத்துவது என்கிற வாதத்திற்கே இடமில்லை, மாறாக அது அவனை வெம்பிப்போகத்தான் செய்து விடும், அவன் ஒரு மென்மனதுக்காரன், அவனால் வெறுத்து ஒதுக்கப்பட்ட சிவாஜி கணேசனை அவனைவிட நுணுக்கமாக ரசித்தவர்கள் எனக்குத் தெரிந்து வேறு யாரும் இருக்க முடியாது, அப்பேற்பட்டவன் அவருக்காகத் தான் எழுப்பிய ரசிகர் மன்றத்தைக் கலைக்கிறானென்றால் அது அந்த நடிகருடைய அடாத செயலால் தூண்டப்பட்ட திடீர் உணர்வோதத்தாலன்றித் திட்டமிட்டுச் செய்த குற்றமாக இருக்கவே முடியாது என்றாள். வாசுதேவன் மீண்டும் குழம்பிவிட்டான். அவளுக்கு எப்படி அதெல்லாம் தெரியும், அதுவும் அவன் ஒரு மென்மனதுக்காரன் என்று சொல்லுமளவிற்கு அத்தனை நிச்சயமாக. எப்படியென்றால் அவனையே எனக்குத் தெரியும், வாசு, நீங்கள் காவலர்களிடம் ஒப்படைத்திருப்பது உறங்காப்புலியென்கிற போக்கிரியை அல்ல, உங்கள் மனைவிக்கு அவளுடைய உருவச் சித்திரத்தைப் (இனிமேலும் அது லீலா நாயுடு அல்ல) பரிசளித்த ஜெமினியை, அல்லது இப்படியும் சொல்லலாம், நீங்கள் சிறைப்படுத்திவிட்டு வந்திருப்பது உங்களுடைய நிஜத்தையல்ல, என்னுடைய கனவை.

வாசுதேவனுக்குக் கால்களின் கீழே நிலம் கழன்று செல்வதைப் போல இருந்தது. அவனால் எதையும் தெளிவாகச் சிந்திக்க முடியவில்லை (சிந்திப்பதற்கு அச்சமாக இருந்தது). விழுந்து கொண்டிருக்கும் ஒருவனுடைய கை பற்றுக்கோலைத் தேடித் தவிப்பதைப்போல அவன் பாகீரதியின் நிஜம், கனவு என்கிற பூடகமான வாதங்களையெல்லாம் புறந்தள்ளிவிட்டு அறிவிற்கு வசப்படும் வகையில் தர்க்கச் சட்டகத்திற்குள் அடங்கும் வாதமெதையாவது பிடித்துக்கொண்டு அவள் சொன்னதை உள்வாங்கிக்கொள்ளத் தவித்தான், அந்தப் போக்கிரி அவன் நினைத்ததைவிடப் பயங்கரமானவனாக இருந்திருக்கிறான், அவனிடம் மன்னிப்புக் கேட்பதைப்போல கேட்டுவிட்டு அவனை உளவறிந்து வீட்டைக் கண்டுபிடித்து ஜெமினியென்று தன்னைச் சொல்லி அவன் மனைவியை ஏமாற்றி அவர்களிடையே நுழைந்திருக்கிறான், வாசுதேவனென்னவோ தான்தான் அவனைத் தொடர்ந்து சென்றுகொண்டிருப்பதாக மனப்பால் குடித்துக்கொண்டிருக்க உண்மையில் அவன்தான் இவனை உளவறிந்துகொண்டிருந்திருக்கிறான், அதிலும் இவனைப்போல் வெறும் நான்கைந்து நாட்களல்ல, பதினைந்து மாதங்களாக,

பாகீரதியின் மதியம்

கடவுளே, இப்படியெல்லாம்கூட நிஜத்தில் நடக்குமா. ஆனால் பாகீரதி வாசுதேவன் நினைப்பதைப்போல இதில் பின்தொடர்தல் பழிவாங்கல் போன்ற காட்சிகளெல்லாம் இல்லை (முகத்தைக் கைகளுக்குள் புதைத்துக்கொண்டிருந்த கணவனை நிமிர்த்தி அவனைத் தன் மார்போடு அணைத்துக்கொண்டிருந்தாள் அவள்) என்றாள். ஜெமினி நிஜமாகவே மெல்லிதயம் கொண்டவன், அவனுக்குத் தன்னால் அவமானப்படுத்தப்பட்டவரின் மனைவியோடுதான் தான் பழகிக்கொண்டிருக்கிறோமென்பது தெரியவே தெரியாது, தெரிந்திருந்தால் நிச்சயமாக அவன் என்னை நெருங்கியிருக்கக்கூட மாட்டான், மேலும் நீங்கள் சொல்கிற மாதிரியான திட்டங்களோடு என்னை அணுகியவனாயிருந்தால் என்னோடு பேசிய முதல் நாளிலேயே ஒரு பிராமணரின் குடுமியை அறுத்துவிட்டு ஓடிவந்துகொண்டிருந்த வழியில்தான் என்னைப் பார்க்க நேர்ந்ததாக என்னிடமே ஒத்துக்கொண்டிருப்பானா, அதுவொன்றே அவன் மனதில் கள்ளமில்லையென்பதற்கான அத்தாட்சி இல்லையா, நடந்தது என்னவென்றால், எங்கே அவன் வராமலிருந்துவிடுவானோயென்கிற பயத்தில் நான்தான் அவனால் அவமானப்படுத்தப்பட்ட நபர் என் கணவர்தான் என்பதைச் சொல்லாமல் அவனிடமிருந்து இதுவரை மறைத்து வைத்திருக்கிறேன். வாசுதேவனுக்கு சில மாதங்களுக்குமுன் கூடத்தில் மாட்டியிருந்த, அவர்களிருவரும் சேர்ந்திருக்கும் புகைப்படத்தை எடுத்துப் பாகீரதி படுக்கையறையினுள் மாட்டி வைத்ததும் அதைக் கண்டு தான் வியப்படைந்ததுமான நிகழ்ச்சி நினைவிற்கு வந்தது. நடந்துகொண்டிருப்பதன் தீவிரம் அப்போதுதான் உறைத்ததைப்போல திடீரென்று அவன் முகத்தில் செந்நிறம் பாய்ந்தது. அவன் பாகீரதியைத் தன்னிடமிருந்து விலக்கிப் பார்வைக்கெதிரே நிறுத்திவைத்துக்கொண்டு குழப்பத்திலும் கோபத்திலும் திக்கத் துவங்கிவிட்ட குரலில், அப்படியானால் அவன் யாரென்பது முதல் சந்திப்பிலேயே உனக்குத் தெரியும், அப்படித்தானே என்று கேட்டான். பாகீரதி அதை ஒத்துக்கொள்ளும் விதத்தில் மௌனமாகத் தலையை ஆட்டினாள். ஆனால் வாசு, நீங்கள் இப்போது தெரிந்து கொண்டிருக்கும் விதமாக நான் அதை அப்போது தெரிந்துகொள்ள வில்லை, என் கணவரின் குடுமியை அறுத்துவிட்டு ஓடியவன் உறங்காப்புலி என்கிற ஒரு போக்கிரி, அதைப் பின்னாளில் எனக்கு ஒரு தகவலாக முன்திண்ணையில் வைத்துச் சொன்னவன் ஜெமினியென்கிற வேறொரு மனிதன். வாசுதேவனுக்குப் பாகீரதி திரும்பத் திரும்ப நிஜம், கனவு என்கிற மாதிரியான கதைத்தனமான வார்த்தைகளால் பிரக்ஞையைப் பூடகத்தினுள் அமிழ்த்தித் தான் அதைப் பட்டவர்த்தனமாகப் புரிந்துகொள்ள

முயற்சிப்பதைத் தடுக்கிறாளோ என்று சந்தேகமாக இருந்தது. பாகீரதி அதை மறுக்கவில்லை. அவள் அவன் அப்படி அதை அதன் புற வடிவில் மட்டும் கண்டு கொச்சையாக எதையேனும் புரிந்துகொண்டுவிடுவானோ என்று பயப்படத்தான் செய்தாள். வெட்டு ஒன்று துண்டு இரண்டாகக் கேள்விகள் கேட்பதற்கும் பதில் தருவதற்கும் இது நீதிமன்றமோ வழக்கு விசாரணையோ அல்ல, மிக மெல்லிய, எளிதில் அறுந்துவிடக்கூடிய உறவு ஒன்றைப் பற்றிய விவரிப்பு, அதை மிக நெருக்கமான இன்னொருவருக்கு அதன் சரியான பொருளில் உணர்த்திவிட வேண்டுமேயென்கிற தவிப்பு, இது இப்படித்தான் பேசப்பட்டாக வேண்டும் (சில நிஜங்களைக் கதை வடிவில்தான் சொல்லியாக வேண்டும்). அவள் சொன்னாள், கனவில் துவங்கியதாலோயென்னவோ அந்த உறவு இயல்பாகவே நிஜத்தின் விதிகளுக்குள் அகப்படாததாய் அமைந்துவிட்டது வாசு, என்ன செய்ய.

1974 செப்டம்பர் 17ஆம் தேதிக் கதையின் சொல்லப்படாத இன்னொரு பக்கத்தை வாசுதேவன் செரித்துக்கொள்ளவே திணறினான். அவன் என் கணவனுடைய எதிரி என்பதை அவன் வாயாலேயே தெரிந்துகொண்டபோது அதைப் பொருட்படுத்தத் தேவையில்லாத அளவிற்கு, அல்லது அதை மன்னித்துவிடுமளவிற்கு அவன் தன் அன்பால் எனக்குள் வெகுதூரம்வரை ஊடுருவிவிட்டிருந்தான் என்கிறாள் பாகீரதி. ஒருவன் ஒரு மனிதனைத் தாக்கிவிட்டுக் கிட்டத்தட்ட இரண்டு கல்தொலைவு ஓடிய பிறகு நேராகத் தான் தாக்கியவனுடைய வீட்டிற்குள்ளேயே நுழைந்து ஒளிந்துகொள்வதும் அந்த நேரத்தில் அத்தனை தொலைவில், மதிய நேரங்களில் எப்போதுமே எச்சரிக்கையாக உட்பக்கம் தாளிடப்பட்டிருக்கும் அந்த ஒரு வீடு மட்டுமே, அதுவும் அவன் ஓடி வந்த அன்று மட்டுமே தாளிடப்படாமல் அவனுக்காகவேபோல திறந்தேயிருந்ததும் நிஜத்திலெங்காவது நடக்கக்கூடிய சம்பவம்தானா. ஆனால் பாகீரதி கனவுகளில் கண்டுகொண்டிருந்த ஜெமினி அவனுடைய சித்திரத்தை அவளுக்குப் பரிசாக அவர்கள் வீட்டுத் திண்ணைப் படியில் வைத்துவிட்டுப் பிறகொருநாள் தானுமே அவளெதிரில் பிரத்யட்சமாக வந்து நின்றதிலிருந்து தொடர்ந்து வந்த நாட்கள் அவளுக்குச் சொல்லிக் கொடுத்தது வேறொன்றை. வாழ்க்கை தன் ஒவ்வொரு வினாடியிலும் ஆச்சரியங்களையும் அற்புதங்களையும் நிறைத்து வைத்துக்கொண்டுதான் நகர்கிறது, பகுத்தறிவு அறிவியல் விதிகளோடு இணைத்து அவற்றை உலக நடப்பாக மாற்ற முயற்சிக்கும்போது கற்பனை அவற்றின் பூடகத் தன்மையின்மேல் கவனம் செலுத்தி அவற்றை அற்புதங்களாகவே

தக்க வைத்துக்கொள்கிறது, அந்த வகையில் அதிசயங்களுக்கும் பகுத்தறிவின் கண்டுபிடிப்புகளுக்கு இணையான ஒரு தர்க்க வாதம் இருக்கத்தான் செய்கிறது. உங்கள் சேதக் சவாரியையே எடுத்துக் கொள்ளுங்கள் வாசு, பக்கவாட்டில் எந்தப் பிடிப்புமில்லாதபடிக்கு ஓட்டப்படும்போது அது அன்றாடம் நீங்கள் நடத்தும் ஒரு வித்தைக் காட்சியில்லை என்று அதை ஓட்டத் தெரியாத என்னால் சொல்லிவிட முடியுமா, ஆனால் எல்லோரும் எல்லாக் காலங்களிலும் நிகழ்த்தப் பழகிக்கொண்டுவிட்டதால் அது தன் அதிசயத்தை இழந்துவிட்டது, ஒரு கயிற்றின்மேல் ஓட்டும் கட்டாயம் ஏற்படாதவரை அது வித்தைக் கூடாரங்களின் கட்டணக் காட்சியாய் இருக்கப் போவதில்லை, அதே சமயத்தில் வித்தைக் கூடாரத்தினுள்ளிருப்பவனுக்கு கயிற்றின்மேல் வண்டி ஓட்டுவது ஒரு கட்டாயமாக்கப்பட்டுவிட்ட, தன் அதிசயத்தை இழந்துபோன அன்றாட நிகழ்வாக ஆகியிருக்கும் இல்லையா. பாகீ, நீ வெளிப்படையாகவும் தைரியமாகவும் பேசுபவளாயிருக்கலாம், அது உன்னுடைய நேர்மைக்கான ஒரு நல்ல தகுதியாயுமேகூட இருந்துவிட்டுப் போகட்டும், ஆனால் கேட்கிறவனுடைய உள்வாங்கிக்கொள்ளும் திராணியைப் பற்றியும் நீ சிறிது கவலைப்படத்தான் வேண்டும், இது உன்னுடைய நேர்மையைப் பிரகடனம் செய்யும் தருணம் மட்டுமில்லை, சக மனிதனைப் பற்றிக் கவலைப்படாத நேர்மை நேர்மையில் சேர்த்தியுமில்லை. பாகீரதி சிறிதுநேரம் தலையைக் குனிந்தபடி அவன் சொன்னதைப்பற்றி யோசித்துக்கொண்டிருந்தாள். பிறகு நிமிர்ந்து பார்த்து, ஆனால் எனக்கு இப்படித் தவிர வேறெப்படியும் இதைச் சொல்லத் தெரியவில்லை வாசு, ஜெமினியை நான் நேசிக்கிறேன் என்றாள்.

வாசுதேவன் சிலையாகச் சமைந்துபோய் அமர்ந்திருந்தான். அவன் தன்னுடைய வார்த்தைகளின் பொறிக்குள் தானே மாட்டிக்கொண்டுவிட்டிருந்தான். இது மாதிரியான தருணங்கள் அவற்றுக்கான முன்னுதாரணங்களில் தப்பிச் செல்லும் ஒரு திருட்டு எலியைப் பிடிக்கும் விளையாட்டாகத்தானே எப்போதுமே அமைவது வழக்கம், அந்த எலி மாட்டிக்கொண்டு விட்ட பதற்றத்தில் ஓடும், பதுங்கும், துள்ளும், செத்துவிட்டதுபோல் பாசாங்கு செய்யும், மன்னிப்புக் கேட்கும் கண்களுடன் மூலையில் நடுங்கியபடி நிற்கும், தன் எஞ்சிய வாழ்வைத் தன்னைக் கண்டு பிடித்து விட்டவனின் கைகளில் ஒப்புவித்துவிட்டு அவனுடைய தீர்ப்பிற்காகக் காத்துக்கொண்டிருக்கும், ஆம், அப்படித்தான் அது நடக்கும், ஆனால் அவன் தன் வாழ்க்கையில் எதிர்கொள்ளும் போதோ அது நேருக்கு நேராக ஒரு புலியைச் சந்திக்கும்

சம்பவமாக இருக்கிறது, அது தைரியமாக அவன்முன் நின்று தன் இருப்பை அறிவிக்கிறது, அதற்கான நியாயத்தைச் சொல்கிறது, அவனுடைய தீர்ப்பிற்காக அல்ல, அப்படியொன்றின் இருப்பைப் பற்றிய தெரிதலுக்காக, கால்களைத் தரையில் அழுத்தமாகப் பதித்தபடி உறுதியாக நின்று அவனை ஏறிட்டுப் பார்க்கிறது. இது துரோகமில்லையா பாகீ என்றான் அவன் பலவீனமான குரலில். நான் உனக்கு என்ன குறை வைத்தேன். பாகீரதி மீண்டும் அவனருகில் வந்து அவன் தலையைக் கோதினாள். வாசு, வாசு, நான் ஜெமினியை நேசிக்கிறேனென்பது உங்களை வெறுக்கிறேனென்பதாக எப்படி ஆகும், ஒருவன் நல்லவனாக இருப்பதற்கு இன்னொருவன் கெட்டவனாக இருந்துதான் ஆக வேண்டுமாயென்ன, உங்களிடமிருக்கும் என்னுடைய விசுவாசமும் காதலும் இந்தக் கணம்வரை கடுகளவுகூடக் குறைந்துவிடவில்லை, மேலும் நான் உங்களுடைய குழந்தைக்குத் தாயும்கூட. பிறகெப்படி உன்னால் இன்னொருவனை நேசிக்க முடியும். மனம் என்கிற ஓர் அரூபமான வஸ்துவைச் சுமந்துகொண்டிருக்கும் ஒரு பெண்ணால் நேசிக்காமல் எப்படி இருந்துவிட முடியும் வாசு, முன்பின் தெரியாத யாரோ ஒருத்தி அவளுடைய தூக்கக் கலக்கத்தில் பிதற்றிய, அதுவரையில் நிஜத்தில் அப்படியொன்று இருக்கிறதா இல்லையா என்று அவளுக்கே தெரிந்திராத ஒரு சித்திரத்தை எங்கெங்கோ தேடியலைந்து கண்டுபிடித்து அவளிடம் கொண்டுவந்து சேர்ப்பிக்குமளவிற்கு எந்த முன்நிபந்தனையுமின்றி அவளை ஒருவன் கண் மறைவாக விரும்பிக்கொண்டிருந்தா னென்பது தெரிந்த பின்னும் அந்த அன்பை அங்கீகரிக்காவிட்டால் பிறகெப்படித்தான் அவள் மனுஷி என்பதை அவள் மனச்சாட்சியே கூட ஒப்புக்கொள்ளும். ஆனால் அவளுக்கு ஒரு சமூக அந்தஸ்து இருக்கிறது, அதை மதிப்பதும் காப்பாற்றுவதுமான பொறுப்பும் கூடவே இருக்கிறது இல்லையா என்றான் வாசுதேவன். பாகீரதி மறுக்கவில்லை, ஒரு சமூகப் பிரஜையாக ஒரு மனித உயிரை, நம்முடைய குழந்தையைச் சரியாக வளர்த்து நமக்குப் பிறகு நம்முடைய பதிலியாக இந்த உலகத்திற்கு விட்டுச் செல்லும் பொறுப்பு எனக்கு இருக்கிறது என்பது எனக்குத் தெரியும், ஓர் இல்லத்தரசியாக உங்களையும் உங்களுடைய விருப்பங்களையும் உங்களுடைய சொத்துக்களையும் சரிவரக் கவனித்துப் பராமரித்துச் செலுத்திக் கொண்டுபோகும் பொறுப்பிலிருந்தும் விலகும் எண்ணம் இந்தக் கணம்வரை எனக்கு இல்லை, ஆனால் இவையிரண்டிற்குமப்பால் பாகீரதியென்கிற ஒரு தனி மனித உயிரியின் விருப்பங்கள், அவை நியாயமான காரணங்களின்றி மறுக்கப்பட்டு எதிர்ப்புணர்வைத் திணித்தாலொழிய, இவற்றை எப்படிப் பாதிக்குமென்று நீங்கள் நினைக்கிறீர்கள், சமூகத்திலும்

இல்லத்திலும் எனக்குக் கொடுக்கப்பட்டிருக்கிற இடங்களுக்கப்பால், சுயமாக நான் எனக்காக உருவாக்கிக்கொள்ளும், நான் மட்டுமே தனியாக என் கனவுகளோடும் விருப்பங்களோடும் தினவுகளோடும் மனிதர்களோடும் உரையாடிக்கொண்டிருக்க விரும்பும், யாரும் எட்டிப் பார்க்கக் கூடாத, எட்டிப் பார்க்கத் தேவையில்லாத இடம் என்று ஒன்று இருக்கிறதா இல்லையா, அல்லது அப்படியொரு இடம் ஒரு பெண்ணுக்கு இருக்கலாமா கூடாதா. எனக்கு உன் பேச்சைக் கேட்கும்போது மிக ஆபத்தான உன் செயல்களைத் தர்க்கரீதியான வாதங்களை முன்வைத்து நீ நியாயப்படுத்தப் பார்க்கிறாயென்றுதான் தோன்றுகிறது, பாகீ, ஒருவேளை அவை சரியாகவே கூட இருக்கலாம், ஆனால் மனம் என்று ஒன்று இருக்கிறதே, அது உன் செயலை ஒத்துக் கொள்ள வேண்டுமே. நான் இதையே உங்களிடம் திருப்பிக் கேட்கிறேன் வாசு, முற்றிலும் ஆண்களின் பார்வையாகவே சமைந்திருக்கும் ஒரு சமூகம் பெண் மீதான தன் கட்டுப்பாடுகளைத் தர்க்கரீதியான நியதிகளையும் அவை போதாதபோது சாத்திரங்களையும் முன்வைத்து நியாயப்படுத்த முயலலாம், ஆனால் மனம் என்று ஒன்று இருக்கிறதே, அது அவற்றை ஒத்துக்கொள்ள மறுக்கிறதே, என்ன செய்ய. நான் இப்போது என்ன செய்ய வேண்டுமென்கிறாய் என்று கேட்டான் வாசுதேவன். என் முன்னாலேயே நான் இன்னொருவனை நேசிக்கிறேனென்று நீ சொல்வதைக் கேட்டு அதை அங்கீகரிக்கவும் செய்து ஒரு புரட்சியை நிகழ்த்த வேண்டுமென்கிறாயா. இல்லை, உரிமைகளைப் பறி கொடுத்தவர்கள் இயற்கையாகவே தங்களுக்குக் கிடைக்க வேண்டியதைத் தங்களிடம் தந்துதவும்படி கேட்கும் மிக மிகச் சாதாரணமான வேண்டுகோளைத்தான் அதைப் பறித்துக் கொண்டவர்கள் புரட்சி என்று சொல்லிக்கொண்டிருக்கிறார்கள், மேலும் இதில் உங்களைத் தியாகியாகவோ இதை ஒரு புரட்சியாகவோ ஆக்குமளவிற்கு எதுவும் இருப்பதாக எனக்குத் தெரியவில்லை, ஒரு மனிதன் நான் யாரென்று தெரியாமலேயே எனக்காகச் சில நம்ப முடியாத காரியங்களைச் செய்துவிட்டு என் அன்பைக் கைமாறாக் கேட்டபடி என் வீட்டு வாசலில் காத்திருக்கிறான், நான் அவனை அவற்றைச் செய்யும்படி கேட்கவில்லையாயினும் அவன் செய்தவை என்னுடைய நெடுங்காலக் கனவுகள் என்பதால் என்னால் அவற்றை மறுக்க முடியவில்லை, எனவே நான் அவன் அன்பை அங்கீகரிக்க விரும்புகிறேன், நீங்கள் எனக்கு என் உயிரினும் மேலான நேசத்திற்குரியவரென்பதாலும் என் நலனைப் பராமரிப்பவரென்பதாலும் உங்களிடம் இதைப்பற்றித் தெரிவிக்க வேண்டியது என் கடமை, இதை நான் முன்பே செய்திருக்கலாம், ஆனால்

நீங்கள் அவனால் பாதிக்கப்பட்டவனென்கிற யதார்த்தம் அதைச் செய்ய விடாமல் என்னைத் தடுத்துவிட்டது, இப்போது உங்களுக்கே அது தெரிந்துவிட்ட நிலையில் எனக்கு அதைப்பற்றிப் பேசுவதில் உள்ள கடைசி மனத்தடையும் நீங்கிவிட்டது, அவ்வளவுதான். ஒரு திருமணமான பெண் இன்னொருவனை நேசிப்பது அவ்வளவுதான் என்று சொல்லுமளவிற்கு அத்தனை சாதாரணமான விஷயமா என்றான் வாசுதேவன் கோபத்துடன். ஆனால் வெளிப்பட்ட அதே கணத்தில் அந்தக் கோபம் ஒரு விளக்கிலிருந்து நெருப்பையெடுத்து அடுத்த விளக்கை ஏற்றுவதைப் போல பாகீரதியின் குரலிலும் திடீரென்று உஷ்ணத்தை ஏற்றிவிட்டது. ஏன், இதுவரையில் இது சாதாரண விஷயமாக இருக்கவில்லையா, திருமணமான ஆண்கள் பிற பெண்களை நேசித்த கதைகள் இங்கே இல்லவேயில்லையா, ஒன்றுக்கு மேற்பட்ட மனைவிகளை ஏற்றுக்கொண்டே சமூகத்தை வழி நடத்தும் தலைவர்களை இங்கே உதாரணம் காட்டவே முடியாதா, பல தார மணங்கள் வழக்கிலுள்ள மதங்கள் இல்லையா, வரும் போகும் பெண்களையெல்லாம் தன் அழகால் மயக்கி வெற்றி கொண்ட கடவுளைக் கொண்ட புராணங்கள் இல்லையா, அந்தப்புரத்தில் ஆயிரம் பெண்களை உடற்தினவைத் தீர்த்துக் கொள்வதற்காக மட்டுமே வைத்துக்கொண்டிருப்பதைப்பற்றிப் பெருமைப்பட்டுக்கொண்ட மன்னர்களுடைய சரித்திரம் இல்லையா. ஆனால் அவையெல்லாமே அதர்மம் எது என்பதைச் சுட்டிக்காட்டுவதற்காகவேதான் இன்றுவரை உதாரணங்களாக பேசப்பட்டுக்கொண்டிருக்கின்றன. இல்லவேயில்லை, தர்ம அதர்ம விளக்கம் என்கிற பெயரில் அவை தந்திரமாக, உலகிலேயே மிக ஆபத்தான எதிரி என்று தாங்கள் நினைக்கிற பெண்ணின் மனம் என்கிற வஸ்துவைக் கட்டுக்குள் வைத்திருக்கும் வேலையைத் தான் செய்துகொண்டிருக்கின்றன, அந்தக் கதைகளில் ஒன்றுகூட ஆண்களின் படிப்பினைக்கானது இல்லை, நீங்கள் சொல்லலாம் கோவலன் தன் தவறுகளுக்காகத்தான் கடைசியில் தண்டனை யடைந்தானேயென்று, எனில் கண்ணகி என்ன தவறு செய்தாள் தன் அங்கங்களை வெட்டி நெருப்பில் போடும் தண்டனையைப் பெறுவதற்கு, தவறுகள் தண்டனைகள் எல்லாம் சும்மா கதைப் பின்னல்களுக்காக உருவாக்கப்படுபவை, காதல் இல்லாவிட்டால் சொத்துப் பிரச்சனை அல்லது குழந்தைப் பிரச்சனை, கதை சொல்வதற்கென்று ஏதாவது ஒரு பிரச்சனையை உருவாக்கித் தானேயாக வேண்டியிருக்கிறது, ஆனால் கதை சொல்லிகள் உண்மையில் சொல்ல விரும்புவதும் தீர்க்க நினைப்பதும் தங்கள் கதைகளில் வெளிப்படையாகச் சொல்லப்படும் உலக நடப்பான பிரச்சனைகளையா, இல்லை, அதன் உள்ளுறைந்திருக்கும்

பெண் மனதின் நேசம் என்னும் புதிரை. என் வாழ்க்கை பறிபோய்க்கொண்டிருப்பதைப் பற்றி நான் பிரலாபித்து கொண்டிருக்கிறேன், நீ சம்பந்தமில்லாமல் கதைகளைப் பற்றிப் பிரஸ்தாபித்துக்கொண்டிருக்கிறாய். மன்னித்துக்கொள்ளுங்கள் வாசு, நரித்தனமான இதிகாசங்கள் புராணங்கள் மற்றும் காப்பியங்களின் ஞாபகத் தறியில் நெய்யப்பட்டதுதான் நீங்கள் சற்று முன்னால் கவலைப்பட்டுக் கொண்டிருந்த மனம் என்கிற வஸ்துவும் அது கொள்ளும் அச்சங்களும் என்பதை உங்களுக்குப் புரிய வைப்பதற்காக நான் இவற்றைச் சொல்லத்தான் வேண்டி யிருக்கிறது, உண்மையான மனம் என்பது அதுவா, இல்லையே, வருடங்களுக்கு முன் நீங்களும் நானும் முதன்முதலில் என் தகப்பனாரின் சாவுக்கான துக்க விசாரிப்பில் பார்த்துக்கொண்ட போது நடந்ததைப்போல அது ஒரு கடவுளின் கால் தடமாய் முன்பின் தொடர்ச்சியற்றதாக, கைமாறு கருதாத அன்பின் தீண்டலால் திடீரென்று புலன்களுக்குப் பரிச்சயமாவதாக அல்லவா இருக்கிறது, அப்படியானால் அது அவ்வாறு பரிச்சய மாகும்போது அடையாளம் கண்டுகொள்ள முடியாத அளவிற்கு நாம்தானல்லவா பழக்கத்தின் தடங்களால் கறைப்பட்டுப் போயிருக்கிறோம். ஆண்களின் தவறுகளை இத்தனைக் காலம் பெண்கள் பொறுத்துக்கொண்டிருந்ததால் பெண்களின் தவறு களை ஆண்களும் சமவுரிமையென்கிற பெயரால் பொறுத்துக் கொள்ள வேண்டுமென்பதா உன் வாதம், அதுவும் இப்போது அந்தத் தவறை நீ செய்துகொண்டிருக்கிறாயென்கிற ஒரே காரணத்திற்காக. ஆனால் என்னைப் புரட்சிப் பெண் என்று காட்டிக்கொள்ளும் முனைப்பெதுவும் எனக்குக் கிடையாது என்று உறுதியாகச் சொன்னாள் பாகீரதி. கோவலனுக்கு மாதவி யென்றால் கண்ணகிக்கு ஏன் இன்னொருவன் இருக்கக்கூடாது என்கிற அபத்தமான கேள்வியல்ல நான் கேட்பது, ஒரு தாசியாக இருந்தும் வேறு ஆண்களைத் தேர்ந்துகொள்ளாத அளவிற்கு மாதவியின் மனதையும் அவளுடைய பிழைப்பிற்கான தொழிலையும்கூட மாற்றிவிடும் நேசத்தைக் கொடுக்க முடியுமா னால் கோவலன் செய்ததே தண்டனைக்குரிய தவறல்ல என்பதுதான் என் வாதம், ஆனால் நேசம் கொள்ளுதல் என்கிற இயற்கையான உணர்வைப் பெண்கள் அறிந்துகொள்வது தங்களுக்கு ஆபத்து என்று கருதும் ஆண்களின் சமூகம் ஆண் களுடைய காதல்களை மட்டும் கதைகளில் அனுமதித்துவிட்டுக் கடைசியில் பேருக்கு அதுவொரு தவறு என்று ஓர் ஒற்றை வரி நீதியுரையைச் சொல்லி முடித்துத் தன்னை நியாயவானாக்கிக் கொள்கிறது. உன் வாதம் நீ இன்னொருவனுடன் தொடர்பு வைத்திருப்பதை நியாயப் படுத்துவதற்காக நானும் அதுபோல

இருந்துகொள்ளலாமென்று பெருந்தன்மையுடன் நீ அனுமதியளிப் பதைப்போல எனக்குப் படுகிறது, அது அப்படித்தானா. வாசுதேவ னுடைய இந்தக் கேள்விக்குச் சிறிது நேர தர்மசங்கடமான மௌனத்திற்குப் பிறகு, கணவன் மனைவி உறவு உட்பட எந்த விஷயத்தையுமே அதன் சரியான பொருளிலும் கொச்சைப் படுத்தியும் இரண்டு விதமாகவும் பேசுவதற்கு எல்லா விஷயங் களுமே அனுமதிக்கின்றன என்று பதில் சொன்னாள் பாகீரதி. அது நாம் அதன்மேல் வைத்திருக்கும் விருப்பு வெறுப்புகளை, மதிப்பு அல்லது அலட்சியத்தைப் பொறுத்தது, நீங்கள் கேட்டது கொச்சையானது, ஆனால் என்னால் அதை வெளிப்படுத்தும் வலியைப் புரிந்துகொள்ள முடிகிறது, பிறிதொரு பெண்ணிடம் நீங்கள் (என்னைப் பழி வாங்குவதற்காகவேனும்) நேசம் கொள் வதற்கு நானென்ன, நீங்களே உங்களை அத்தனை சாதாரணமாக அனுமதித்துக்கொள்ள முடியாது, அதுவொன்றும் திட்டமிட்டுச் செயல்படுத்தப்படும் அலுவலக நடவடிக்கையல்ல, பல வருடங்கள் காதலனாக இருந்த உங்களுக்கே அது நன்றாகத் தெரியவும் தெரியும், காதல் மிக எதிர்பாராமல் நம் தினசரியின் சாரமிழந்த வறண்ட தளத்தின்மேல் திடீரென்றுதான் மலர்கிறது, வள்ளுவர் சொல்வதைப்போல மலரினும் மெலிதானதாக, ஆனால் தவிர்க்க முடியாமைக்குள் ஆணியடித்து நிறுத்தி வைக்குமளவிற்கு வலுவுள்ளதாக நம்மை வந்தடைகிறது, எத்தனை பேரை நாம் தினமும் சந்திக்கிறோம், அத்தனை பேர்களிடமுமா காதல்வயப்படுகிறோம், அல்லது அத்தனை பேரும்தான் நம்மை நேசித்துவிடுகிறார்களா, அது மனிதர்களுடைய ஏதோவொரு கனவிற்கு நிஜ வடிவம் கொடுக்கிறது, அல்லது அதுவே ஒரு கனவாக நிகழ்ந்துகொண்டிருக்கிறது, அதனால்தான் மனிதர் களால் அதைத் திட்டமிடவோ கட்டுப்படுத்தவோ முடிகிறதில்லை, சற்று நினைவுபடுத்திப் பார்த்தால், ரெம்ப்ராண்டின் ஓவிய மொன்றை நீங்கள் என்முன் கொண்டுவந்து நீட்டியபோது உங்களை நேசிக்கத் தொடங்கியவளான நான் என் அன்பிற் குரிய தந்தையின் பதிலியைப்போல உள்ளுக்குள் பாதுகாத்து வைத்திருந்த ஜெமினியென்கிற நிழல் மனிதனின் ஓவியமொன்று, அதுவும் அது என்னுடைய உருவப்படம் என்கிற வாய்மொழிக் குறிப்போடு, என் காலடியில் சமர்ப்பணமாக வைக்கப்படும்போது மனதை இழக்காமலிருந்தேனென்றால் உங்களிடம் அப்போது மனதையிழந்ததும் பொய்யென்று ஆகி விடாதா, அவன் பின்பொருநாள் சாலையின் எதிர்ப்பக்கத்திலிருந்து நம் வீட்டை நோக்கிக் கிளம்பி வந்தபோது அதற்கு முன்பே என்னை அந்தத் தவிர்க்க முடியாமைக்குள் கொண்டுபோய் நிறுத்தியிருந்தா னென்பதுதான் திரும்பத் திரும்ப நான் உங்களிடம் சொல்லிக்

கொண்டிருப்பது, இந்தத் தவிர்க்க முடியாமை சிலருடைய வாழ்வில் ஒருமுறை நிகழலாம், சிலருடைய வாழ்வில் இரண்டு முறை நிகழலாம், பலர் அது வாழ்வில் ஒருமுறைதான் நிகழுமென்றும் குடும்பமாதல்தான் அதன் நோக்கமென்றும், அந்த நோக்கம் பூர்த்தியானபின் அது நம்மைவிட்டு விலகி விடுகிறது என்றும் நம்பலாம், (பாகீரதியே ஜெமினி அவள்முன் பிரத்யட்சமாகும்வரை அப்படித்தான் நம்பிக்கொண்டிருந்தாள்) சிலர் தங்கள் வாணாளில் ஒருமுறைகூட அப்படியாகப்பட்ட ஒரு தருணத்தைச் சந்திக்காமலேயேகூட வாழ்ந்துவிட்டுப் போய் விடலாம், சிலர் பணத்தின் மூலம் அம்மாதிரியான போலித் தருணங்களைத் தருவித்துக் கொள்ளலாம், கிடைத்தவர்களுக்கு அது வரமுமல்ல, கிடைக்காதவர்களெல்லாம் சாபம் பெற்றவர்களு மல்ல, அது ஒரு நிகழ்வு, கனவைப்போல தன் வயமிழக்கும் ஒரு தருணம் அவ்வளவுதான், ஒரு நல்ல இசை கேட்கக் கிடைத்ததுபோல, ஒரு நல்ல திரைப்படம் பார்க்கக் கிடைத்தது போல, ஒரு நல்ல கவிதை வாசிக்கக் கிடைத்ததைப்போல அது அபூர்வமாக என் கைகளுக்குக் கிடைத்தது, அது இல்லாவிட்டாலும் எந்தப் புகாரும் இல்லாமல் வாழ்க்கை ஓடும்தான், ஆனால் கிடைத்துவிட்டால் அதைத் தவிர்த்துவிட்டு அப்பால் செல்ல முடிவதில்லை, மேலும் மனதை வடிவமைக்கும் திரைப் படங்களிலோ கதைகளிலோ சொல்லப்படுவதுபோல யாரோ ஒருவரிடமிருந்து பெறவியலாத அன்பை ஈடுகட்டுவதற்காகவும் அது நிகழ்வதில்லை, உங்களைவிட மென்மையாகவும் உறுதியாகவும் நிறைவாகவும் என்னை வேறொருவர் நேசித்துவிட முடியாது என்பதை நான் சத்தியம் செய்து சொல்லுவேன் வாசு, அவ்வளவு ஏன், ஜெமினி தேடிக் கொண்டுவந்து தந்த லீலா நாயுடுவின் சித்திரத்தை மெட்ராஸ்வரை எனக்காக அலைந்து திரிந்துவிட்டு வந்த நீங்கள் நான் வற்புறுத்தியிருந்தால் ஒசூர்வரை சென்று கண்டுபிடித்துக் கொண்டுவந்திருக்க மாட்டீர்களா (ஆனால் வாசு, அப்படி நீங்கள் கொண்டு வந்திருந் தால் அது லீலா நாயுடுவின் சித்திரமாகத்தான் இருந்திருக்குமே தவிர என்னுடைய உருவச் சித்திரமாக இருந்திருக்காது என்பதும் நிச்சயம்), உங்களுடைய குறைகளல்ல வாசு இன்னொருவர்மீது நான் அன்பைப் பொழியக் காரணம், அன்பு பதிலிகளை ஏற்பதில்லை, அது பகிர்ந்தளிக்கவே விரும்புகிறது, அந்த வகையில் ஒருவேளை உங்களுடைய மட்டற்ற அன்பேதான் என் அன்பிற்காக ஓர் ஆண் கையேந்தி நிற்கையில் அதை மனமுவந்து அளிப்பதற்கான முன்னுதாரணத்தை எனக்கு அளித்ததோ யென்னவோ.

460 பா. வெங்கடேசன்

வாசுதேவன் வாயடைத்துப் போயிருந்தான். குறைந்தபட்சம் அந்த மனிதன் தன்னை அவமானப்படுத்தியவன் என்று தெரிந்த பிறகுகூட அவனை வெறுக்க முடியாமல் போகுமளவிற்குப் பாகீரதியின்மீதான தன் நேசம் குறைப்பட்டதாய் இருந்துவிட்டதே என்று புலம்பினான். பாகீரதி அவன் வாயைப் பொத்தினாள், உங்களைப் பொறுத்தவரையில் உங்கள் குடுமியறுப்புச் சம்பவம் முதலிலும் ஜெமினி என்னைச் சந்தித்தது இரண்டாவதாயும் நடந்ததாக இருக்கலாம் வாசு, ஆனால் என்னைப் பொறுத்த வரையில் அவன் என்னுடைய அன்பிற்குரியவனாக ஆனது முதலிலும் உங்களை அவமானப்படுத்தியது பிறகு நடந்த தாகவும் தான் இருந்தது, அந்த வகையில் உங்களை என் கணவர் என்று காட்டாமல் வைத்திருந்தது என் குற்றம்தான், கதைகளின் விதிப்படி ஒருவேளை அதை அறிந்திருந்தால் ஜெமினி உங்களைத் தாக்கியிருக்கவே மாட்டான். வாசுதேவன் பாகீரதியைக் கண்ணிமைக்காமல் உற்றுப் பார்த்துக்கொண் டிருந்தான். அவனுக்குத் தன்னுள் இன்னும் பாகீரதியைக் கன்னத்திலறையும் கோபத்தையோ வீட்டைவிட்டு வெளியேறும் விரக்தியையோ உடைந்து அழும் துயரத்தையோ நிராதரவாக்கப்பட்ட அச்சத்தையோ கிளறி விடாமல் இப்படி விஸ்தாரமாக விவாதித்துக்கொண்டிருக்கும் நிதானத்தைக் கொடுத்துக்கொண்டிருப்பது எது என்பதிலேயே குழப்பமிருந்தது. படிப்பா, வளர்ப்பா, சாதிக் குணமா, ஹேமாவைப்பற்றிய பிரக்ஞையா, பாகீரதியின் கம்பீரமா அல்லது அவளுடைய கடந்து போகவே இயலாத அழகா, எது. இதற்கு மேலாக ஏதோவொரு வகையில் அவள் பேசிக்கொண்டிருப்பதைத் தன் மனது சந்தோஷமாகவே உணர்கிறதோ என்றும் அந்தப் பதில்களைத் தான் ரசிக்கிறோமோ என்றும்கூட அவனுக்குச் சந்தேகமாக இருந்தது. ஏனென்றால் அவள் தனக்குத் துரோகமிழைக்கவில்லையென்பதைத் தெரிந்துகொள்வது தான் அவனுடைய கேள்விகளின் நோக்கமென்றால் திரும்பத் திரும்ப அதை அவள் உறுதிப்படுத்திக்கொண்டேதானிருக்கிறாள். ஆனால் தன்னைச் சந்தோஷப்படுத்தும் பதில்களல்ல, மாறாக ஆண் என்கிற அகம்பாவத்தைச் சாந்திப்படுத்தும் ஒரு பதில்தான் (அது தன் மனதை ரணப்படுத்தித் தன்னைக் கொன்றுகூட விடக்கூடுமென்று தெரிந்திருந்தும்கூட) அப்போது அவனுடைய தேவையாய் இருந்தது. தான் செய்தது தவறு என்று ஒத்துக்கொண்டு அந்தத் திருப்தியை அவனுக்குத் தரும் பதிலைத்தான் அவள் சொல்ல மறுத்துக்கொண்டேயிருந்தாள். இன்னும் சொல்லப் போனால் அவன்தான் ஏதோ தப்பு

செய்துவிட்டு வந்ததைப்போலவும் அவள் அதைக் கண்டித்தோ மன்னித்தோ பேசிக்கொண்டிருப்பதைப் போலவும்தான் அந்தக் காட்சி நிகழ்ந்துகொண்டிருந்தது. வாசுதேவன் அதிலிருந்து தப்பித்துக்கொள்ள வேண்டுமென்று தவித்தான். திரும்பத் திரும்ப அது எங்கேயும் எப்போதும் எப்படி நிகழுமோ அப்படியேதான் நிகழ வேண்டுமென விரும்பினான். அதுதானே இயல்பாக இருக்கும். ஒரு வார்த்தை, ஒரு வாக்கியம், அவளைப் பதில் சொல்ல முடியாமல் மௌனிக்க வைக்கும் ஒரு கேள்வி, அவளுடைய தைரியத்தையல்ல, தன்னுடைய வலிமையையும் தண்டிக்கும் அதிகாரத்தையோ அல்லது மன்னிக்கும் பெருந் தன்மையையோ காட்டக்கூடியதுமான ஒரேயொரு சந்தர்ப்பம். ஏன், அவன் அவளுடைய நடத்தையை முன்னிறுத்தி அவளைத் தன்னிடமிருந்து விலக்கிவிடவோ அல்லது கதைகளில் காட்டப்படும் கணவர்களைப்போல அவளை விட்டுக்கொடுத்து அவளுடைய காதலனிடமே அவளைக் கொண்டுபோய்ச் சேர்ப்பித்துவிட்டுத் தானே விலகிவிடவோ முடிவெடுத்து விட்டதாக அறிவித்தால் (அந்த இரண்டிலொன்றுதான் தன்னகங்காரத்தைத் திருப்திப்படுத்தும் நிஜமான வழியாகவும் இருக்கும்) அதற்கு அவளுடைய பதில் என்னவாக இருக்கும், அவள் சரியென்று அந்தப் போக்கிரியுடன் (அவன் அப்படிக் குறிப்பிடப்படுவதைக்கூட அவள் இப்போது ஆட்சேபிக்கிறாள்) சந்தோஷமாக வாழத் தொடங்கிவிடுவாளா, அல்லது (தன் நேசத்தைச் சரியென்றே சாதித்துக்கொண்டேகூட) தனக்காக அவனை விட்டுக்கொடுக்கச் சம்மதிப்பாளா, அல்லது அந்தக் கேள்வியை இப்படிக் கேட்கலாம் (சந்தேகமில்லாமல் ஆண் என்கிற அகம்பாவத்திலிருந்துதான். கண்ணகி கோவலனை இப்படிக் கேட்டிருக்க மாட்டாள்), அவளுக்கு வாசுதேவன் வேண்டுமா அல்லது உறங்காப்புலி வேண்டுமா. வாசுதேவன் அந்தக் கேள்வியைக் கேட்டதும் பாகீரதியின் கண்களில் நீர் கோர்த்துக்கொண்டது. அதைத் துடைத்துக்கொள்ளாமலேயே அவள் சொன்னாள், நீங்கள் என்னுடைய நிஜம் என்றும் ஜெமினி நான் காணும் கனவு என்றும் இந்த உரையாடலின் (வாக்குவாதத்தின்) துவக்கத்திலேயே சொல்லிவிட்டேன், நான் என் கனவுகளை எப்போதும்போல என் கணவனிடம் விவரித்துக் கொண்டிருக்கிறேன், சில கனவுகள் அவருக்குப் பிடிக்கலாம், சில பிடிக்காமல் போகலாம், ஆனால் அவருடைய விருப்பமோ விருப்பமின்மையோ ஒருபோதும் அவை என்னுடைய கனவுகள் என்கிற உண்மையை மாற்றிவிட முடியாது, அதே சமயம் எத்தனைதான் சந்தோஷமாகக் கனவுகளில் இருக்க முடியுமென்றாலும் நிஜத்தில் கால் பதிக்காமல் அங்கேயே

இருந்துகொள்வதும் சாத்தியமில்லை, நீங்கள் இல்லையென்றால் ஜெமினி என்பதற்குப் பெயர் அன்பு இல்லை, எனக்கு நீங்கள் இல்லாவிட்டால் ஜெமினியும் இல்லை, எனக்கு இருவரும் வேண்டும், இருவருமே என்னிடம் அன்பைப் பொழிகிறீர்கள், நீங்கள் என்னருகில் இல்லையென்றால் நான் யாருடனும் இல்லையென்பது நிச்சயம், அப்படி ஒருவேளை உங்களை நான் வெளியேறித்தானாகவேண்டுமென்றால் நான் ஹேமாவுடன் ஹேமாவுக்காக தனியாக எங்கேனும் இருந்து கொள்வேனா யிருக்கும், நிஜமும் கனவுமற்ற ஒரு திரிசங்கு உலகம், அப்படியும் ஓர் இடம் கதைகளில் இருக்கத்தானே செய்கிறது.

வாசுதேவனிடம் கேள்விகள் தீர்ந்துபோயிருந்தன. ஒரேயொரு கேள்வி மீதமிருந்தது. ஆனால் அதைக் கேட்க அவனுக்குத் தைரியமிருக்கவில்லை. அதற்குள் ஹேமா வரும் நேரமாகிவிட்டது. இருவரும் மௌனமாகவே இருக்கைகளைவிட்டு எழுந்து வாசுதேவன் உள்ளறைக்கும் பாகீரதி மாலைத் தயாரிப்புகளுக்கு மாகப் பிரிந்து சென்றனர். ஹேமா வந்த பிறகு அவளுக்குமுன் முகவாட்டத்தைக் காட்டிக்கொள்ளாமல் அவளுடைய தொணதொணப்புகளுக்கு (இன்று மதியம் என்னம்மா கனவு கண்டாய், என்னப்பா அலுவலகத்திலிருந்து சீக்கிரமே வந்துவிட்டாய்) ஈடுகொடுத்துப் பேசி இரவுவரை சமாளித்துப் படுக்க வைப்பது இருவருக்குமே பிரம்மப் பிரயத்தனமாய்த் தானிருந்தது. பிறகோ மௌனத்தின் கனம் அதிகமாகத் துவங்கி ஒருவர் முகத்தை ஒருவர் பார்த்துக்கொள்ள முடியாத அளவிற்குச் சூழலை அழுத்தத் தொடங்கிவிட்டது. ஹேமா தூங்கிவிட்டா ளென்று தெரிந்ததும் (அவள் இருவருக்குமிடையில் படுத்தபடி இரண்டு பேர் மீதும் இரண்டு கால்களைப் போட்டுக்கொண்டுதான் தூங்குவாள்) வாசுதேவன் கூடத்தில் நுரையிருக்கையின்மீது ஒரு போர்வையை விரித்து அதிலேயே உடலைக் கிடத்திக்கொண்டான். பாகீரதி படுக்கையறையினுள் சென்று கட்டிலில் ஹேமாவை அணைத்தபடி படுத்துக்கொண்டாள். அன்று இரவும் தனக்குத் தூக்கம் இருக்காது என்றும் விழித்துக்கொண்டேதான் இருக்கப்போகிறோமென்றும் தோன்றியபோது சிறிதளவாவது தூங்கினால் பைத்தியம் பிடிக்கச் செய்யும் சிந்தனைகளிலிருந்து விடுபடலாமேயென்று ஏக்கமாக இருந்தது. ஜெமினியைப்பற்றி வாசுதேவனிடம் பேச முடிவெடுத்தபோதே அவனுடைய எதிர்வினையும் கேள்விகளும் என்னவாயிருக்குமென்பதை அவள் ஓரளவிற்கு ஊகித்துவிட்டிருந்தாள்தானென்றாலும், அதையெல்லாம் எப்படி எதிர்கொள்ளப் போகிறோமென்கிற மலைப்பும் அவளுக்குள் இருந்துகொண்டுதானிருந்ததென்றாலும்,

சேய்மையிலிருந்து பார்க்க அடர்த்தியாகத் தெரியும் இருட்டு அண்மிக்கும்போது இளகி வழி விடுவதைப்போல பேசப் பேசத் தன் பக்கமிருக்கும் நியாயங்கள் தானாகவே திறந்து கொள்வதை அவள் கண்டு நிம்மதியையும் துணிவையும் அடைந்திருந்தாள். தன் செய்கையைத் தன் மனம் சரியென்று அங்கீகரித்திருக்காவிட்டால் தன்னால் அப்படிப் பேச முடிந் திருக்காது என்றும் எனவே தான் செய்வது சரிதானென்றும் மாறாகத் தன்னை நம்பாமல் சமூகத்தைத் துணைக்கழைத்துக் கொண்டு நியாயம் பேசத் தொடங்கிய வாசுதேவன்தான் கடைசியில் மனச்சாட்சிக்குப் பதில் சொல்ல முடியாமலும் அவளுடைய கேள்விகளை எதிர்கொள்ள முடியாமலும் திணறிக் கொண்டிருந்தானென்றும் அவளுக்குத் தோன்றியது. எனவே அப்போதில்லாவிட்டாலும் பிறகாவது அவனைத் தன்னால் சமாதானப்படுத்திவிட முடியுமென்றும் அவள் தனக்குத் தானே சொல்லிக்கொண்டாள். இத்தனைக்கும் நடுவே ஒரு குரல், தூங்கிவிட்டால் நன்றாகயிருக்குமே என்று அவ்வப்போது அவளிடம் சொல்லிக்கொண்டேயிருந்தது. வேடிக்கையென்ன வென்றால் அவள் அப்போது தூங்கிக்கொண்டுதானிருந்தாள். ஆனால் தூக்கத்தில் தறிகெட்டோடும் கனவுகள்தான் இருக்குமே யன்றி கோர்வையான சிந்தனைகள் சாத்தியப்படாதென்பது எல்லாரையும் போலவே அவளுடைய நம்பிக்கையாயுமிருந்ததால் (அல்லது அப்படியொரு அனுபவம் அவளுக்கு அதுவரை வாய்த்திராததால்) தான் இன்னும் தூங்கவில்லையென்று தூக்கத்திலேயே நினைத்துக்கொண்டிருந்தாள். நடுயிரவில் திடீரென்று உடலின்மேல் ஏதோ ஊர்ந்து நெளியும் உணர்வில் திடுக்கிட்டு விழித்துக்கொண்டபோதுதான் அத்தனை நேரம் தான் தூங்கிக்கொண்டுதானிருந்திருக்கிறோமென்பது அவள் பிரக்ஞையில் உறைத்தது. விழிப்புக் கண்டதும் அவளுக்குத் தோன்றிய முதல் உணர்வும் தன்னால் தூங்க முடிந்தது குறித்த ஆச்சரியமாகத்தான் இருந்தது. அவளை விழிக்கச் செய்தவை வாசுதேவனுடைய விரல்கள். அவை அவளுடைய ரவிக்கைக் கொக்கிகளை அவிழ்த்துக்கொண்டிருந்தன. அவள் பேயைக் கண்டதுபோல சட்டென்று பயந்துபோனாள் (அவளுடைய அனுமதியில்லாமல் வாசுதேவன் ஒருமுறைகூட அவள் உடலின்மேல் கை வைத்ததே கிடையாது. இப்போது எப்போது படுக்கையறைக்குள் வந்தான், எப்போது அவளருகே வந்து படுத்தான்). வாசலைப் பார்த்திருந்த படுக்கையறைச் சன்னலின் இரட்டைக் கதவுகளினிடுக்கிலிருந்து கசிந்துகொண்டிருந்த தெரு விளக்கின் வெளிச்சத்தில் (அதனாலேயே படுக்கையறைக்கு அவர்கள் இரவு விளக்குப் பொருத்தாமலிருந்தார்கள்) மங்கலாகப்

பார்வைக்குத் துலங்கிக்கொண்டிருந்த அவனுடைய கன்னங்களில் கண்ணீர் ஒரு சரிகையிழையைப்போல பளபளத்து இறங்கிக் கொண்டிருந்ததை அவளால் பார்க்க முடிந்தது. ஆனால், சன்னலுக்கு முதுகைக் காட்டியபடி படுத்திருந்த நிலையில் அவள் முகத்தில் அறையிருட்டின் நிழல் படிந்திருந்ததாலோ அல்லது முகத்தைப் பார்க்கும் உத்தேசம் அவனுக்கு இல்லாதிருந்ததாலோ அவன் அவளுடைய முகத்தைப் பார்க்கவே யில்லை. அவன் விழிகளிரண்டும் முதல் கொக்கியைக் கைகள் விடுவித்ததுமே கட்டுப்பாட்டிலிருந்து விடுபட்டு மல்லாந்து கிடந்த உடலின் இரு புறங்களிலும் சரிந்து வழியத் துவங்கிவிட்ட அவளுடைய நிறைந்த ஸ்தனங்களின்மீதே நிலைகுத்தியிருந்தன. அந்த விழிகளிலும் விரல்களிலும் இருந்த பைத்தியம் பாகீரதியின் வயிற்றைக் கலக்கியது. அவள் அவனைத் தடுக்கவும் குறைந்த பட்சம் என்ன வேண்டும் என்றாவது கேட்கவும் விரும்பினாள். ஆனால் இரண்டிலெதையும் செய்வதற்கு மட்டுமல்லாமல் ஹேமாவுக்காக விட்டுக்கொடுத்திருந்த தலையையோ முரட்டுத் தனமாகக் கையாளப்பட்டுக்கொண்டிருந்த உடலையோ வசதியான நிலையில் சிறிதளவு அசைத்துத் தளர்த்திக் கொள்வதற்குக்கூட அனுமதிக்காமல் அச்சமும் அதிர்ச்சியும் அவளைப் படுக்கையோடு படுக்கையாக உறையச் செய்திருந்தன. மீதமிருந்த நான்கு ஊக்குகளும் கழன்றதும் வாசுதேவனின் அசைவுகளில் வேகமும் மூர்க்கமும் அதிகமானது. அவன் இரண்டு மார்புகளிலும் தன் இரண்டு கைகளையும் படர்த்தி அவற்றை மடுவோடு சேர்த்துப் பிசைந்தான் (வழக்கமாக மேல் சதையை மட்டும்தான் அவன் விரல்கள் கையாளும்). ஒரு ஸ்தனத்தைக் குவித்து அள்ளிக் காம்பில் முன்பற்களை அழுந்தப் பதித்தான். ஒரு கையை அவளுடைய கழுத்திலும் இடுப்பிலும் நாபியிலும் செலுத்தி அவை யாவும் தன்னிச்சையாகவே தன்னைவிட்டுக் கழன்று செல்ல முன்னுவதாகக் கற்பனை செய்துகொண்டு அதைத் தடுக்க முயற்சிப்பவனைப்போல சதைத் திரட்சிகளைக் கிள்ளி அவை தன் உடலோடு ஒட்டி யிருக்கும்படி தேவையில்லாத வற்புறுத்தலைப் பிரயோகித்துத் தன்வசம் பற்றியிழுத்தான். வாஞ்சையின் ஈரம் படிந்திராத, காய்ந்த விரல்களின் உராய்வினாலெழுந்த எரிச்சலிலும் மார்புக் காம்பை ரணமாக்கிக்கொண்டிருந்த பற்களின் பதிவிலும் பாகீரதி மேனியெங்கும் முன்னெப்போதும் அறிந்திராத உயிர் போகும் வலியை (கல்யாணமான இரவுகளில் அவளுக்குள் புகும் வழி தெரியாமல் வெறும் விளையாட்டுகளிலேயே காமம் தீர்ந்துபோய் வெட்கத்தோடும் சுயசந்தேகங்களோடும் கவிழ்ந்து படுத்துக் கொண்டிருந்த நாட்களில்கூடப் பரீட்ச்சார்த்தமாகவேனும்

பாகீரதியின் மதியம் 465

(அவளே அப்படி முயன்று பார்க்கும்படி ஆலோசனை சொல்லியும்) முரட்டுத்தனமாக அவளை வாசுதேவன் கையாண்டதேயில்லை) அனுபவித்துக்கொண்டிருந்தாள். எனினும் உடன்பாடில்லாத ஒரு சிறு அசைவையேனும் வெளிப்படுத்துவதற்கான துணிவு அவளிடம் உண்டாக வில்லை. வலியிலும் அசூயையிலும் அனுதாபத்திலும் பற்களைக் கடித்தபடி சிலையாக உடலைக் கிடத்தித் தனக்கு நிகழ்ந்து கொண்டிருந்ததைச் சகித்துக்கொண்டிருந்தாள். அந்த ஆண் தன் இருப்பின் ஒவ்வொரு மூலையிலும் தெறித்துக்கொண்டிருந்த மொத்த அகங்காரத்தையும் மிச்சமின்றிப் புலன்களின் அதீதப் பிரயோகத்தின் வழியே அவள் உடலின்மேல் சிதறடித்துக் கொண்டிருந்தான். கண்களில் கண்ணீர் நிற்காமல் வழிந்து கொண்டேயிருந்தது. சிறிதுநேரம் அவள் உடலின்மேல் கைகளால் இலக்கின்றி அலைக்கழிந்தவன் போதும் என்று நினைத்தவனைப் போலல்லாமல் மற்ற அவயவங்களும் தன்னால் சுகிக்கப்படுவதை அவாவி அவசர அவசரமாகத் தன்னை அழைப்பதாகக் கருதிக் கொண்டவனைப்போல ஸ்தனங்களில் பதித்திருந்த பற்களைக் கைகள் அளைந்துகொண்டிருந்த இடங்களுக்கும் உடலைப் பற்றிக்கொண்டிருந்த கைகளைத் தொடைகளுக்கும் இடம் மாற்றினான். முலைகளைப்போலவே அந்த இடத்தையும் அவன் கை அதே மூர்க்கத்துடன் பற்றிப் பிசைந்தது. ஆனால் அங்கே அவன் அதிக நேரம் பொறுமையாகத் தங்கியிருக்கவில்லை. உடல் முழுவதையும் பற்களால் (ஒவ்வொரு மயிர்க்கண்ணிலுமே காம்புகள் மொட்டு விட்டிருப்பதைப்போல) ஓர் எறும்பைப்போல பொட்டுப்பொட்டாகக் கடித்துக்கொண்டிருந்தபோதே தொடைகளில் அளைந்துகொண்டிருந்த கையைக் கீழிறக்கிச் சற்றும் நளினமின்றி சேலைக் கொசுவத்தைப் பற்றிச் சுருட்டி இடுப்பை நோக்கிச் சரேலென்று உயர்த்தினான் (எந்த இரவிலுமே பாகீரதிதான் அவனுக்காக அதைச் செய்வாள். முதலில் அது ஒரு சிணுங்கலிலும் பலவீனமான மறுப்பிலும் ஆரம்பிக்கும். பிறகு வாசுதேவன் தெரு விளக்கின் பாலொளியில் கால்களின் நிறைவில் கனலும் அந்தச் சாம்பல் பூத்த நெருப்புத் துண்டத்தைச் சிணுங்காமலும் இறுக்காமலும் மேகத்திலிருந்து நிலவு தன்னை வெளிப்படுத்திக்கொள்ளும் மோகனத்தோடு அவளே வெளிப் படுத்திக்கொள்வதுதான் அழகு என்று அவள் காதுகளில் டெபொனைர் படித்த கிறக்கத்தோடும் நாகரீகத்தைத் துறந்து விடாத போதையோடும் கிசுகிசுப்பாகக் கெஞ்சிச் சம்மதிக்க வைப்பான் (பாகீரதி சிணுங்கலை விடாமல் கடைப்பிடித்து வந்ததற்கு அவன் இப்படிச் சொல்வதைத் திரும்பத் திரும்பக் கேட்க விரும்பியதும்கூட ஒரு காரணமாயிருந்தது)). சேலையினடியி லிருந்து வெளிப்பட்ட பெண்மையை ஒரு கணம் விழுங்கி

விடுவதைப்போல பார்த்தான். மறுகணம் இடுப்பின் மேற்பகுதியில் நிகழ்த்திக் கொண்டிருந்தவையனைத்தையும் அப்படியே நிறுத்திவிட்டுத் தொடைகளின் நடுவே வழுக்கி இறங்கினான். பசித்த பிச்சைக்காரனைப்போல அங்கே தன் முழு உடலையும் கிடத்தித் தலையைச் செலுத்தி உள்பகுதியில் முகத்தை ஆழமாகப் புதைத்துக்கொண்டான். ஆதூரமான தடவல் இல்லை, செல்லமான நீவல் இல்லை, குறுகியவையும் நீண்டவையுமான முத்தங்கள் இல்லை, ஆழ்ந்த மூச்சிழுப்பின் வழியே நிதம்பத்தின் வாசனையைக் கவ்வியிழுக்கும் நுகரல் இல்லை. சவத்தின்மீது முட்டிக்கொண்டு அழும் பாவனையில் அவன் முகம் அவளுடையதில் மோதியது. உடனே பூனை நகங்களை நீட்டுவதைப்போல அவனுடைய பற்களும் நாக்கும் அதன்மேல் நீண்டன. எதிர்பாராத வேகத்தில் சேலை உயர்த்தப் பட்டதும் யோனி மயிரில் திடீரென உணர்ந்த மின்விசிறிக் காற்றின் குறுகுறுப்பிலும், நிதம்ப மேட்டிலும் தொடைகளின் உள்பகுதியிலும் படிந்த எச்சிலின் சில்லிப்பிலும் நிலைதடுமாறிப் போன பாகீரதி அது பத்துப் பேருக்கு முன் பகிரங்கமாக நடந்ததைப்போன்ற அவமான உணர்வில் தன் பங்கிற்குத் தானும் தன்னுடைய பற்களாலேயே உதடுகளை ரத்தம் வரும் வரை கடித்துக்கொண்டாள். அனிச்சையாகவே அவள் தொடைகள் முறுக்கி இறுகின. வாசுதேவன் அவற்றை இணைய விடாமல் பிரித்துப் பிடித்துக்கொண்டு தலையாலேயே அவளைப் புணர விரும்பியவனைப்போல மேலும் மேலும் புழையினுள் ஆழப் புதைந்தான். தலை கச்சிதமாக அங்கே பொருந்திக்கொண்டு விட்டதாகத் தோன்றியதும் கைகள் விலகி அவசர அவசரமாக அவனுடைய வேட்டியையும் உள்ளாடையையும் அவிழ்த்தன. ஏற்கெனவே அச்சத்திற்கும் அருவருப்பிற்கும் ஆட்பட்டிருந்த பாகீரதியின் பிறப்புறுப்போ (அவனுடையதன் நீளமும் வேகமும் ஒரு வலிய மிருகத்தை எதிர்கொள்ளும் கிலியுடன் அவள் நினைவில் பளிச்சிட்டதில்) தன் பரப்பில் ஒரு துளிகூட ஈரம் கசிவிக்கவியலாமல் கல்லைப்போல வறண்டு இறுகிக் கொண்டிருந்தது. வாசுதேவன் அதைப்பற்றிக் கவலைப்படவில்லை. அன்பின் கசிவில் எளிதாக முயங்கிக்கொண்டிருந்ததாக அதுவரை நினைத்துக்கொண்டிருந்த வாழ்க்கை உண்மையில் அப்படி இருக்கவில்லையென்பதைக் கண்டபிறகு கசிவிற்காகக் காத்திருப்பதிலும் அதன் பொருட்டு உழைப்பதிலும் கால தாமதத்தைத் தவிர வேறென்ன பலன் இருந்துவிடப் போகிறது, அவள் கசிந்தாலென்ன கசியாவிட்டாலென்ன. அவன் தன் முகத்தை நிதம்பத்திலிருந்து எடுத்து அவள்மீது கவிந்த வாகிலேயே ஊர்ந்து அவளுடைய முகத்திற்கு நேராகக் கொண்டுவந்தான். பாகீரதி கண்களை மூடிக்கொண்டாள். வியர்வையின் வாடையும்

வறண்ட பிறப்புறுப்பின் (அவளுடையது) நாற்றமும் அவன் வாயிலிருந்து அவள் நாசிக்கு ஏறியது. ஏதோ பெயர் தெரியாத காட்டுப்பூவின் புதிய வாடை, இதற்கு முன் அங்கே இருந்ததா அது என்று ரகசியமான குரலில் கேட்டான் வாசுதேவன் (மதியம் அவன் நேரடியாக அவளிடம் கேட்கப் பயந்த கேள்வியின் குறியீட்டு வடிவம்தான் அது). பாகீரதி பதிலே சொல்லவில்லை. அவள் உடல் குளிர்க் காய்ச்சல் கண்டதைப்போல நடுங்கிக் கொண்டிருந்தது. வாசுதேவனும் (தனக்கே அதற்கான பதில் தெரியுமென்பதைப்போல) அவளை வற்புறுத்தவில்லை. தூங்கும் குழந்தைக்கு முத்தம் கொடுப்பதைப்போல அவள் நாசியின்மேல் அந்த வார்த்தைகளை உதிர்த்துவிட்டு மீண்டும் பாம்பைப்போல ஊர்ந்து கீழே இறங்கினான். கால்களின் சந்திப்பிற்கு நேராக முகம் வந்ததும் மீண்டும் அவனுடைய வேகம் அதிகரித்தது. வெறுப்பினாலோ அல்லது வசதிக்காகவோ யோனிப் புழையில் ஒருமுறை காறித் துப்பினான். பிறகு ஆக்ரோஷமாக எழுந்து தன்னுடையதைக் கைகளில் எடுத்து அவளுக்குள் முழு வேகத்துடன் சொருகினான். பாகீரதியின் குரல்வளை அடக்க முடியாமல் பெரும் கேவலொன்றை வெளியிட்டது. உடனே ஹேமா எழுந்துவிடுவாளோயென்கிற அச்சத்துடன் அவள் தன் வாயை இரண்டு கைகளாலும் பொத்திக்கொண்டாள் (ஆனால் பெரியவர்களின் குரூரமான உலகத்திலிருந்து அந்தக் குழந்தை எழுப்ப முடியாத தொலைவிற்குத் தன் தூக்க வெளியில் ஏற்கெனவே விலகித்தானிருந்தாள்). வாசுதேவன் திரும்பத் திரும்ப அடிக்குரலில், வேசி வேசி வேசி வேசி என்று உறுமிக் கொண்டே அவள் பெண்மையைச் சுவரில் ஆணி இறக்குவதைப் போல தன்னுடையதால் தாக்கினான். அது வழக்கத்தைவிட இரண்டு மடங்கு அதிகமாக வளர்ந்து கர்ப்பப் பையைத் தாண்டி மார்புக் கூட்டில் வந்து முட்டுவதான பிரமையிலும் சுவாசக் குழல் அடைபடும் அழுத்தத்திலும் பாகீரதி மூச்சுத் திணறினாள். அவள் உடல் முழுவதும் மேலும் கீழுமாகக் கண்ணாடிப் போத்தல் குலுங்குவதைப்போல குலுங்கியது. பெரும் கேவல்கள் வயிற்றிலிருந்து அடுக்கடுக்காக எழுந்து ஹேமாவை உத்தேசித்து வாயைப் பொத்தியிருந்த கைகளில் மோதி வலியுடன் உள்ளேயே எதிரொலித்தன. வாசுதேவனிடம் இத்தனை மூர்க்கம் இருக்கிறதா. நினைத்தாலும் அவனைத் தள்ளிவிடவோ புரண்டு படுக்கவோ முடியாதபடி அவள் அவனுக்கடியில் சிக்கியிருந்தாள்.

வாசுதேவனுடைய சிருங்காரம் விலக்கப்பட்ட புணர்ச்சி அவனை ஓரிரு நிமிடங்கள்கூட பாகீரதிக்குள் தாக்குப்பிடித்துத் தங்கியிருக்க அனுமதிக்கவில்லை. ஆனால் அந்தக் குறைந்த காலம் பாகீரதியின்மேல் அவளுடைய ஒரு முழு ஆயுட்காலத்தின்

சுமையுடன் ஏறிக் கடந்தது (வழக்கமாக அது நேரெதிராக இருக்கும். வாசுதேவன் வெளிப்படும்முன் பல நிமிடங்கள் அவளுக்குள் சஞ்சரிப்பான். ஆனாலும் அவளுக்குத்தான் அவன் சீக்கிரமே முடித்துக்கொண்டதாகத் தோன்றும்). பிறகு வாசுதேவன் வெட்டுண்ட மரத்தைப்போல அப்படியே தன் முழு உடலையும் பாகீரதியின்மேல் வீழ்த்தி அவள் ஸ்தனங்களுக்குள் மீண்டும் தன் முகத்தைப் பழையபடி புதைத்துக்கொண்டான். பெரிய சுவாசங்களை நாசி வெளியிட்டது. எறும்பு ஊர்வதைப்போல அவனுடைய கண்ணீர் தன் முலைகளினிடையில் வடிவதைப் பாகீரதி சிறிதுநேரம் உத்தரத்தைப் பார்த்தபடியே உணர்ந்து கொண்டிருந்தாள். இருவருடைய மேனிகளின் ஒவ்வொரு மயிர்த் துவாரத்திலிருந்தும் கொப்பளித்துக்கொண்டிருந்த வேர்வை, யோனி வாசலில் தங்கியிருந்த வாசுதேவனுடைய எச்சில் மற்றும் வெளியே கசிந்திருந்த மிகுதி விந்து, கண்ணீர், இவற்றோடு கீழே வெளிப்பட்டிருப்பதாக அவளால் ஊகிக்கப்பட்ட ரத்தம் ஆகியவற்றின் கலவையான மணமும் பிசுபிசுப்பும் சூழலை நரகமாக ஆக்கியிருந்தன. பாகீரதியின் பாதாதி கேசமும் நெருப்பை வாரிக் கொட்டியதைப்போல தகித்துக்கொண்டிருந்தது. மின்விசிறிக் காற்று அதை ஊதிப் பெரிதாக்குவதாகத்தான் இறங்கிக் கொண்டிருந்ததேயொழிய குளிர்விப்பதாகத் தெரியவில்லை. பல நிமிடங்கள் அவர்களிருவரும் அந்த நிலையிலேயே கிடந்தார்கள். பிறகு பாகீரதி இரண்டு பக்கங்களிலிருந்தும் கைகளை மெதுவாக உயர்த்தி வாசுதேவனை முதலில் தயக்கத்துடனும் பிறகு நிச்சயத்துடனும் தழுவிக்கொண்டாள். கைகள் பட்டதும் வாசுதேவனுடைய முதுகு உடைபட்டு மௌனமாகக் குலுங்கியது. அவள் தன் அணைப்பை இறுக்கமாக்கியதும் ஓட்டிற்குள்ளிருந்து தலையைத் துருத்தும் ஆமையைப்போல அவள் கைகளுக்கிடையி லிருந்து தலையைத் தூக்கி வாசுதேவன் தன் நாடியை அவள் முகத்தைப் பார்க்க வசதியான உயரத்திற்காக அவள் மார்புகளிலொன்றின்மேல் பதித்துக்கொண்டு, காலகாலமாக மனித இருப்பிற்கே ஆதாரமென்று நாம் நம்பிக்கொண்டிருந்த சமூக விதிகளிலிருந்து நான் கேட்ட ஒரு கேள்விக்குக்கூட நீ பதில் சொல்லத் திணறவில்லையென்பதும் ஓர் இடத்தில்கூட தலையைக் குனிந்துகொள்ளவில்லையென்பதும் உன்னைக் கண்டிக்க ஒரு மயிரிழை இடைவெளியைக்கூட எனக்கு நீ கொடுக்கவில்லையென்பதும்தான் இருப்பதிலேயே அதிகமாக என்னைத் துன்புறுத்துகிறது பாகீ என்றான். அது அப்படியிருந்தால் இனி எந்த முன்னோர்களின் அரூப இருப்புத் தரும் பலத்தில் ஒரு மனிதன் கால் பதித்து நிற்பது, நீயே சொல், நீ செய்தது நியாயம்தானா, என்னை நிறுவிக்கொள்ள ஓர் ஊசிமுனை இடத்தைக்கூட விட்டுவைக்காமல் அனைத்திலும் கால் பதித்து

நிற்குமளவு ஆன்ம பலத்தை வேற்று மனிதனும் எதிரியுமான ஒருவனுடனான உன்னுடைய நேசம் உனக்குத் தருகிறதா, எனில் இத்தனை குருட்டுத்தனமானதும் பலவீனமானதுமான கலாச்சார விதிகளால் பிணைக்கப்பட்டிருப்பதா கணவன் மனைவியென்கிற உறவு. வாசுதேவன் தேம்பினான். பாகீரதி பதில் பேசவில்லை. அவள் தொடர்ந்து மௌனமாகவே அவனுடைய நிமிர்ந்த முகத்தைக் கவனித்துக்கொண்டிருந்தாள். அவளுக்கு அவனுடைய புலம்பல் அவனுடைய மூர்க்கப் புணர்ச்சியின் மிச்சமாயும் அருவருப்பாயுமிருந்தாலும் அதைத் தன்மேல் வடியவிட அவனை அனுமதித்துவிட்டு மௌனமாக இருப்பதுதான் அப்போதைக்கு நல்லது என்றும் தோன்றியது. வாசுதேவன் மேலும் எதையெதையோ கேட்டு அடிபட்ட மிருகத்தைப்போல முனகிக்கொண்டேயிருந்தான். அவை பெரும்பாலும் அவனை அவனே கேட்டுக்கொள்வதைப்போலத்தான் இருந்தன. நெடுநேரத்திற்குப் பிறகு அவனுடைய குரலும் கண்ணீரும் குலுங்கலும் ஒரு வழியாகத் தணிந்தது. இரவு அதன் வழக்கமான ஸ்திதியில் வந்து அமைந்துகொண்டது. கடைசியில் வாசுதேவன் பாகீரதியின் பிடியிலிருந்து தன்னை விடுவித்துக்கொண்டு எழுவதற்கு முயன்றபோது அவனைத் தன்மீது வலிந்து அழுத்திக் கொண்ட பாகீரதி, கணவன் இருக்க இன்னொருவனைத் தேடிச்சென்று அன்பு செய்யும் பெண்ணைத்தான் வேசி என்று அகராதிகள் குறிக்கின்றன வாசு, களங்கமற்றுத் தன்மேல் பொழியும் அன்பைத் திருமணத் தகுதியை முன்னிறுத்தி நிராகரித்து அவமானப்படுத்தும் கடின மனதைக் கைக்கொள்ள முடியாமல் அலைக்கழியும் ஒரு பெண்ணைக் குறிக்க அவை ஒரு பெயரை இனிமேல்தான் கண்டுபிடிக்க வேண்டும் என்றாள். வாசுதேவனிடமிருந்து பதில் எதுவும் வரவில்லை. அவன் மேலும் சிறிதுநேரம் மௌனமாகவே இருந்த பிறகு விடுபடும் உத்தேசத்துடன் தன் உடலை மீண்டும் அசைத்தான். இந்த முறை பாகீரதி அதைத் தடுக்கவில்லை. மேலும் அவன் அவளை விட்டு நீங்கிய சில நிமிடங்களிலேயே அவள் மீண்டும் தன்னையறியாமல் தூக்கத்தினுள் விழுந்துவிட்டாள்.

மறுநாள் காலையிலும் இரவின் மௌனம் நீடித்தது. வாசுதேவன் மனதில் ஒரு சமயம் பாகீரதி மீது இரக்கமும் இன்னொரு சமயம் கோபமும் மாறி மாறி அலையடித்துக்கொண்டிருந்ததில் (அவள் ஒருவேளை நடந்தவற்றுக்கெல்லாம் மன்னிப்புக் கேட்டுக்கொண்டு இனி அந்தப் போக்கிரியைச் சந்திப்பதில்லையென்று வாக்குக் கொடுத்திருந்தாளானால்கூட தவறுகள் எல்லோருக்கும் சகஜம் என்று சூழல் அமைதியாகிருந்திருக்கும்) வாய் காலைச்

சிற்றுண்டியை ஏற்றுக்கொள்ள மறுத்தது. அவன் வெறும் வயிற்றோடேயே அலுவலகத்திற்குக் கிளம்பினான் (பாகீரதியிடம் போய் வருகிறேனென்று சொல்லிக்கொள்ளவில்லை. அவளும் அவனை வழியனுப்புவதற்காக வழக்கமாய் வருவதுபோல சமையலறையைவிட்டு முன்திண்ணைக்கு வரவில்லை). அலுவலகத் திற்குச் செல்லும் வழியில் பாதித் தூரம்வரை பயணித்தும் விட்டான். ஆனால் கல்பாலத்தை நெருங்கிக்கொண்டிருந்த தருணத்தில் திடீரென்று அவன் கண்முன்னே ஒரு மாதத்திற்கு முன் அந்தப் போக்கிரியை ராஜாமில் சாலையில் மீண்டும் அவன் சந்தித்தபோது பழைய செப்டம்பர் 17ஆம் தேதியின் மதிய நேரத்துச் சம்பவம் திரும்பவும் நடக்கத் தொடங்கிவிட்டதாகத் தோன்றியதைப்போலவே முந்தின நாள் மதியத்திலும் பிறகு நள்ளிரவிலும்கூடத் தான் திரும்பவும் அதே பழைய மணிநகரம் நடைபாதைக்கடையின்முன் நின்று வாதிட்டுக்கொண்டிருந்ததைப் போன்ற ஒரு காட்சி (ஒரு வித்தியாசம், இப்போது வாசுதேவன் உறங்காப்புலியின் இடத்தில் நின்றுகொண்டிருந்தான். அவனுடைய இடத்தைப் பாகீரதி பிடித்துக்கொண்டிருந்தாள்) சாலையை மறைத்துக்கொண்டு கவிந்தது. இன்னமும் தான் அங்கிருந்து வெளியேறவேயில்லையென்கிற அதிர்ச்சியிலும் இனியெப்போதுமே தான் அதிலிருந்து மீளவே போவதில்லையா என்கிற கேள்வியாலுண்டான பீதியிலும் ஒவ்வொரு முறையும் அந்தச் சம்பவம் தான் வேறுவிதமாகப் பார்க்கப்படவேண்டுமென்கிற இச்சையுடன் தானே தன்னை நிகழ்த்திக்கொண்டிப்பதைப் போன்ற பிரமையிலும் சட்டென நிலைகுலைந்து அவன் நடுச்சாலையில் தன்னினைவின்றி வண்டியின் தடுப்பானை அப்படியே அழுத்திவிட்டான். அப்படியாகத்தான், முதுகுக்குப் பின்னால் விடாமல் அலறிக்கொண்டிருந்த ஒலிப்பான்களின் நடுவே ஒரு சில நிமிடங்கள் என்ன செய்யவேண்டுமென்று தெரியாமல் திகைத்துக்கொண்டிருந்த அவன் (நீங்களே ஏன் ஒரு மனநோயாளியாக இருக்கக்கூடாது) பிறகு தலையை இடவலமாக ஆட்டிக்கொண்டே வண்டியைத் திருப்பிக்கொண்டு நேராக பி-4 காவல்நிலையத்தை நோக்கிச் சென்றான். நிலையத்தில் அவனுக்குப் பழக்கமான தலைமை ஆய்வாளர் புகழேந்திதான் இருந்தார். அவர் அத்தனை காலையில் அவன் தன்முன் வந்து நிற்பதைக் கண்டு ஆச்சரியப்பட்டார் (இந்த முறை அவர் முகத்தில் அவனைப் பார்த்ததும் பிரசன்னமாகும் வழக்கமான பரிகாசச் சிரிப்பு இல்லை, பதிலாக ஒரு மரியாதை கலந்த புன்னகைதான் துலங்கிக்கொண்டிருந்தது). அந்த ஆச்சரியத்தை அதிகப்படுத்தும்விதமாக வாசுதேவன் தான் பிடித்துக்கொடுத்த, தன் குடுமியை அறுத்துவிட்டு ஓடிய, உறங்காப்புலியை விடுவிக்கும்

பாகீரதியின் மதியம் 471

வேண்டுகோளை அவர்முன் வைத்தான். புகழேந்தியின் முகம் மாறிவிட்டது. அதற்குப் பின் அங்கே நடந்தவைகளை அரங்கநாதன் நம்பி இரண்டு வருடங்கள் கழித்துப் புகழேந்தியைச் சந்தித்த சந்தர்ப்பத்தில் ஏற்கெனவே நேயர்களுக்கு நாம் சொல்லிவிட்டோம். வேண்டுகோள் மறுக்கப்பட்டுப் பலவந்தமாக நிலையத்தைவிட்டு வெளியேற்றப்பட்ட வாசுதேவன் மண்ணை வாரித் தூற்றாத குறையாகத் தன்னைத் திட்டிவிட்டு எங்கே போவதென்கிற நிச்சயமேயில்லாதவனைப்போல (அல்லது எங்கேயுமே போய்ச் சேரும் விருப்பமில்லாதவனைப்போல) வழிந்து வழிந்து நடந்து செல்வதைப் புகழேந்தி கூடுதல் ஆச்சரியத்துடனும் குழப்பத்துடனும், இவற்றோடு சேர்த்து ஓர் இனம் புரியாத துயரத்துடனும் வேடிக்கை பார்த்துக்கொண்டிருந்துவிட்டுத் தன் இருக்கைக்குத் திரும்பினார்.

ராஜாமில் சாலை சிவாஜி மன்ற எரிப்பு நடந்து இருபத்தெட்டு நாட்களுக்குப் பிறகு, பிப்ரவரி 3ஆம் தேதி, உறங்காப்புலி தன் வீட்டினருடன் மதியச் சாப்பாடு சாப்பிட்டுக்கொண்டிருந்த வேளையில் காவலர்களால் கைது செய்யப்பட்டு விசாரணைக்காக அழைத்துச்செல்லப்பட்டான். எது குறித்த விசாரணை என்பது காவல் நிலையத்தில் வைத்துச் சொல்லப்படும் என்று தெரிவிக்கப் பட்டது. அவன் கைதான கணத்தில் தன்னுடைய ஐம்பத்தேழாவது வயதிலிருந்த சுந்தரபாண்டியின் மனதில் முதலில் பளிச்சிட்ட எண்ணம், ஆ, இரத்தம் துடிப்பது என்றால் என்னவென்பதை இப்போது அறிந்துகொண்டேன் என்பதுதான். 1938இல் ஈவெரா தலைமையில் நடந்த முதல் இந்தி எதிர்ப்புப் போராட்டத்தில் கலந்துகொண்டு சிறை சென்றவராகத் (ஆனால் அவருடைய மகனைப்போல அவர் கலந்துகொண்ட முதல் போராட்டம் இந்தியெதிர்ப்புப் போராட்டமல்ல, அதற்கு முந்தைய வருடம் (1937) சி.டி. சட்டத்தையெதிர்த்து முத்துராமலிங்கத் தேவர் மெட்ராஸ் கோட்டையை நோக்கி அணி திரட்டிய ஒரு லட்சம் பேர்களில் ஒருவராகத் தன்னை இணைத்துக்கொண்டதிலிருந்தே அவருடைய பொது வாழ்வு துவங்குகிறது. ஆனால் அந்த அணி திரளலின் பின்னிருந்த சிந்தனையின் ஈரத்தில் முளைவிடத் தொடங்கிய கட்சிப் பற்று அடுத்த வருடமே ஈவெரா என்கிற வேறோர் நிலத்தைப் பற்றிக்கொண்டு கிளை பரப்பத் தொடங்கி விட்டது) தன் திராவிட இயக்கத் தொண்டு வாழ்வைத் தொடங்கிய அவரை (அவர் நுழைந்த காலத்தில் அது சுயமரியாதை இயக்கம்) பத்து வருடங்களுக்குப் பிறகு, 1948இல் நடந்த இந்திப் போராட்டத்தில் இன்னொரு முறை சிறைக்குள் சென்று

இருந்துவிட்டுத் திரும்பிய பிறகும், பிறகு ஈவெரா மணியம்மை திருமணம் கழகத்தில் விரிசலைத் தோற்றுவித்த அடுத்த வருடம் வரையிலுமாக ஒரு பதினோரு வருட காலம் துடிப்புள்ள கழக உறுப்பினராக அவருடைய குடும்ப உறுப்பினர்கள் பார்த்து மனம் பதைத்துக்கொண்டுதானிருந்தார்கள். குறிப்பாக அவரது தந்தை பிச்சாண்டித் தேவர். அவருடைய பதைப்பு அவர் மகன் நெற்றி நிறைய விபூதியும் குங்குமமும் வாய் நிறைய மங்கல வார்த்தைகளும் மனது நிறையத் துணிவும் உபசாரமும் நிறைந்தவரான, குலக்கடவுளுக்கு ஒப்பான தேவர் பெருமானைக் கைவிட்டுவிட்டுக் குளிக்கவே மறுக்கும் ஒரு தலைவரின் பின்னால் அவருடைய நாத்திகப் புலம்பலை ரசித்துக்கொண்டு திரியும் அவலத்தைப் பார்த்து எழுந்தது. இளமைத் திமிரையும் சாதிக்க வேண்டுமென்கிற தவிப்பையும் செலவழிக்க நாட்டில் வேறு பிரச்சனைகளும் தேவரிடம் அவற்றுக்கான போராட்டங்களும் அழைப்புகளுமா இல்லை. இந்தியெதிர்ப்பு தொடங்கிய அதே வருடத்தில்தான் மகாலட்சுமி நூற்பாலைத் தொழிலாளர்களின் போராட்டம் அவர் தலைமையில் நடைபெற்று அவரைச் சிறையிலடைப்பதில் முடிந்தது, மதுரையில் ஹரிஜன ஆலயப் பிரவேசப் போராட்டத்தை முறியடிப்பதற்காகக் காத்துக் கொண்டிருந்த சனாதனிகளைக் கையாளுவதற்கு அவருக்குத் தொண்டர்கள் தேவைப்பட்டுக்கொண்டுதானிருந்தார்கள், பார்வர்ட் பிளாக்கின் கிளையைத் தமிழ்நாட்டில் அவர் துவக்கிவைத்தபோது அதற்கு இருக்கும் பலத்தைக் காட்டு வதற்கு ஒவ்வொரு தேவரினத்தவனுடைய பங்களிப்பும் அத்தியாவசியமான தேவையாய்த்தானிருந்தது, நேதாஜியை மதுரைக்குக் கூட்டிவந்தபோது அவரை வரவேற்கக் கடல்போல மக்கள் கூட்டம் திரள வேண்டுமென்பது (இந்தியெதிர்ப்புப் போராட்டத்தின் நிமித்தம் ஈவெராவின் விருப்பமாயிருந்ததைப் போலவே) அவருடைய விருப்பமாகவும்தான் இருந்தது. ஆனால் பிச்சாண்டித் தேவருடைய மகன் இவற்றில் எதுவொன்றையும் திரும்பியே பார்க்கவில்லை. அவன் தொடர்ந்து ஈவெராவின் பின்னால் திருவாரூர், கோயம்புத்தூர், திருச்சி என்று அலைந்து கொண்டிருந்தான். ஒவ்வொரு முறையும் அய்யா அழைக்கிறார் என்று சட்டையை மாட்டிக்கொண்டும் ஒரு வாரத் துணிமணிகள் அடங்கிய மஞ்சள் பையைத் தோளில் சுமந்துகொண்டும் சுந்தரபாண்டி கிளம்பும்போதெல்லாம் தகப்பனுக்கும் மகனுக்கு மிடையில் ஒரே மாதிரியான வாக்குவாதம்தான் தவறாமல் நடந்து கொண்டேயிருந்தது. என்ன போராட்டமாயிருந்தாலும் சரி, தேவரைத் தாண்டி அவருடைய தொண்டர்கள்மீது கை வைக்கச் சர்க்காருக்கே தைரியம் கிடையாது, ஆனால் நாயக்கருடைய

கலகங்களிலும் கூட்டங்களிலும் நடக்கும் கைதுகளும் அமளிகளும் அப்படிப் பட்டவையல்ல, அவை புழுக்கத்தின் மணமும் சாவின் நிறமும் கொண்டவை, அவருக்குத் தன்னைத் தானேகூடக் காப்பாற்றிக்கொள்வதற்குச் சக்தி கிடையாது, பிறகல்லவா தொண்டர்கள் அடிபடுவதையும் கைது செய்யப்படுவதையும் தடுத்தாட்கொள்வதற்கு. எனவே தன் மகன் வெளியே போனால் திரும்ப வருவானா என்பது எப்போதுமே பிச்சாண்டித் தேவரின் திகில் நிறைந்த கவலையாக இருந்தது. உண்மையில் தேவரோ நாயக்கரோ, தன்னுடைய பத்திரம்தான் அவருடைய கவலை என்பது சுந்தரபாண்டிக்கும் தெரிந்துதானிருந்தது. ஆனால் அந்தக் கவலை தேவரும் காந்தியும் நடத்துவதுதான் போராட்டம் மற்றவர்கள் (குறிப்பாக ராமசாமி நாயக்கர்) நடத்துவதெல்லாம் வெறும் போக்கிரித்தனம் என்கிற பார்வையிலிருந்தே பிறந்ததாக இருந்ததால் அவருக்கு அந்தக் கவலை தகப்பனின்மேல் பரிவிற்குப் பதில் எரிச்சலைத்தான் ஏற்படுத்தியது. மொழிக்காகவும் இனத்திற் காகவும் ஆயிரக்கணக்கில் வந்து குவியும் தொண்டர்களெல்லாம் பைத்தியக்காரர்களா அல்லது குண்டர்களா அல்லது அவர்கள் அத்தனை பேருக்கும் நடக்காத அசம்பாவிதம் உங்கள் பிள்ளைக்கு மட்டும் நடந்துவிடப் போகிறதா என்பார் அவர் தகப்பனிடம். ஆனால் பெரியவருக்கு மற்றவர்களைப் பற்றியா அல்லது தன் சொந்தப் பிள்ளையைப் பற்றியா அக்கறை. விறைப்பாக வெளியேறும் மகனுடன் பதினோரு வருடங்கள், கடைசிக் கணம் வரை அவன் மனதை மாற்றிவிடலாம் என்கிற நம்பிக்கையுடன் விடாமல் வாசல்வரை சென்றுவிட்டுத் திரும்பிக்கொண்டிருந்த அவர் ஒவ்வொரு முறையும் கடைசியாகச் சொல்லும் வார்த்தை, நீ என் ரத்தமாயிற்றே சுந்தரபாண்டி, அதுதான் மனம் தாளாமல் துடிக்கிறது, எனக்கு நீ கொள்ளி போட வேண்டாமா. அதைச் சுந்தரபாண்டி காதிலேயே போட்டுக் கொள்ளமாட்டார். உறங்காப்புலி கைதான நாள்வரை தன் தகப்பனாருடைய அந்த வார்த்தைகள் அவருக்குத் திராவிட இயக்கச் சிந்தனைகளின்பாலான ஈர்ப்பின் வெளிச்சத்தில் பரிகாசத்திற்குரியதாகவே பட்டுக்கொண்டிருந்தன என்றுகூடச் சொல்லிவிடலாம். என்னதான் நடந்துவிடும் என்கிற துணிச்சலான மனோபாவம் உறங்காப்புலியும் தன்னைப் போலவே அவனுடைய மாணவப் பருவத்தில் தன் முதல் பொதுவெளிப் பங்கேற்பை இந்தியெதிர்ப்புப் போராட்டத்திலிருந்தே (1965) துவங்கிய போதுகூட (இத்தனைக்கும் அந்தப் போராட்டத்தை ரத்தக் களறியாக்கிக் கழகத்தினருக்கு அவப்பெயரை ஏற்படுத்துவதற்குப் பக்தவத்சல அரசாங்கமே திட்டமிட்டிருக்கிறது என்பது தெரிந்திருந்தும்கூட) அவரைவிட்டு நீங்காமல்தானிருந்தது.

ஆனால் கால்களற்ற கிராமத்துப் பேயைப்போல தன்னை எந்தத் தூலமான தடயத்தின் வழியாகவும் வெளிப்படுத்தாமல் பீதியினாலும் ரத்த வாடையினாலும் தொலைவிலிருந்து கேட்டுக்கொண்டேயிருக்கும் வலியோலங்களினாலும் அல்லது பாறையைப்போல கனக்கும் பெருமௌனத்தாலும் மட்டுமே தன் இருப்பின் பயங்கரத்தைப் புலப்படுத்திக்கொண்டிருந்த அவசரநிலைக் காலத்தின் கைதுகளைப் பற்றிய கதைகள் (அவை இந்தியத் துணைக்கண்டத்தில் நடந்தேறிய நெடிய போராட்டங்களின் வரலாற்றில் முன்னெப்போதும் நிகழ்ந்த எந்தவொரு கைதுக்கும் சிறைச்சாலை வாசத்திற்கும் மிசாக் கைதுகளையும் சிறையனுபவங்களையும் இணைசொல்லிச் சித்தரித்திருக்கவில்லை) உருவாக்கியிருந்த அதீதக் கற்பனைகளின் வழியே தன்முன் நடந்துகொண்டிருந்த கைது நாடகத்தைப் பார்க்க நேர்ந்த கணத்தில் அப்போதோ அல்லது அதற்கு முன்பே எப்போதோகூட அந்த மனோபாவம் தன்னைவிட்டுக் கழன்று போயிருப்பது குறித்தும் தன் தகப்பன் தன்முன்னே விடாமல் உச்சரித்துக்கொண்டிருந்த வார்த்தைகள் சுமந்துகொண்டிருந்த புத்திர பாசத்தின் தீவிரம் குறித்துமான ஞானம் புத்தரைப் போதி மரத்தடியில் வந்தடைந்ததைப்போல அவரை வந்தடைந்தது (பின்னாளில் மனத் துணிவிற்குப் பேர்போன தலைவர் கருணாநிதியே தன் மகன் மிசாச் சட்டத்தின்கீழ் கைதாகி அழைத்துச் செல்லப்பட்டதைக் கிட்டத்தட்ட இதே வார்த்தைகளில் தான் தன்னுடைய வாழ்க்கை வரலாற்றில் குறிப்பிட விருக்கிறார்). ஆ, எனக்குக் கொள்ளிபோட என் மகன் திரும்பி வருவானாயென்கிற கவலை என்னைப் பீடிக்கிறது, எனக்குப் பயமாயிருக்கிறது, என் ரத்தம் துடிக்கிறது.

ரத்தம் துடிக்கிறது என்று புலம்பிக்கொண்டும் அவனைக் கைது செய்ய வேண்டாமென்று (ஆகஸ்டில் கைதான, என்னுடைய நெருங்கிய நண்பரும் ஸ்தாபன காங்கிரஸ் உறுப்பினருமான ஆறுமுகம் பிள்ளை தனி நாடு கோரிக்கையை வலியுறுத்திப் பேசிக்கொண்டிருந்த காலக்கட்டத்தில் அதில் பங்குகொள்ள வில்லையாயினும் நட்புரீதியாக அவருடன் சுற்றிக்கொண்டிருந்தது நான்தானே தவிர என் மகன் இல்லை, அவனுக்கும் அதற்கும் எந்த சம்பந்தமும் கிடையாது, நான் வேண்டுமானால் உங்களுடன் வரத் தயார்) முட்டாள்தனமாகக் காவலர்களிடம் கெஞ்சிக் கொண்டுமிருக்கத்தான் கிழட்டுச் சிங்கம் சுந்தரபாண்டியால் முடிந்ததே தவிர அதைத் தடுப்பதற்கோ அல்லது அப்படியே காவலர்கள் அவனைக் கூட்டிக்கொண்டு சென்றாலும் விரைவிலேயே பூரண நலத்துடன் திருப்பியனுப்புவதற்கான

உத்திரவாதத்திற்கோ யாரை அணுகுவது என்று அவருக்குத் தெரியவில்லை (மதுரையைப் பொறுத்தவரையில் மாவட்டக் கழகச் செயலாளர் அண்ணன் ராமலிங்கம் மற்றும் திருப்பதி உள்பட திமுகவிலிருந்து ஏழுபேர் ஏற்கெனவே மிசாவில் கைதாகியிருந்தார்கள். மற்றவர்களை எச்சரிக்கையாக இருக்கச் சொல்லி அவர்களே வேண்டிக்கொண்டுமிருந்தார்கள். காரணம், ஒருவரை மிசாவில் கைது செய்வதற்கு அவர் திமுக என்பது ஓர் எளிய தகுதியாகவேயிருந்தது). ஆனால் வடிவம்மாளுக்குத் தெரிந்திருந்தது. அந்தப் பிரமுகரின் பெயர் கடவுள். எந்தத் தலை போகிற பிரச்சனையானாலும் கடவுளுக்கு ஒரு நாலணா நாணயத்தை முடிந்து வைத்துவிட அந்தப் பெண்மணி தவறியதே யில்லை. எத்தனை முறை அது பலித்தது எத்தனை முறை பலிக்கவில்லையென்கிற கணக்குகளையெல்லாம் பரிசீலனை செய்து பார்த்துத் தன் முறையீடுகளைச் சமனப்படுத்திக்கொள்ள முனைந்ததுமில்லை. கடவுள் வடிவம்மாளுக்குப் பல விதங்களில் பற்றுக்கோலாயிருந்தார். அதிலும் கணவர் ஒரு நாத்திகர் (வளர்ந்த பின் பிள்ளையும்) என்று தெரிந்தபிறகு (கல்யாணமான புதிதில் அது ஒரு பெரிய அதிர்ச்சியான தகவலாகவேதான் அவரை வந்தடைந்தது) அவருக்கும் சேர்த்து வடிவம்மாளின் கைகள் கடவுளை மிக இறுக்கமாகவே பற்றிக்கொண்டுவிட்டன. கடவுள் நம்பிக்கையை முன்வைத்து அவர்முன் மிக நீண்ட பிரச்சாரங்களை நிகழ்த்தியும் கடவுள் நம்பிக்கையென்னும் வேரிலிருந்து கிளைத்து வளர்ந்த (வடிவம்மாளின் படிப்பறிவின்மையுள்ளிட்ட) பல கட்டுப்பெட்டித்தனங்களைக் கேலி செய்தும் (இதற்கு ஒரு பெண்ணும் அவளுடைய சொந்த ரத்தமும் தத்துவவியல் பட்டதாரியும் வேலைக்குச் செல்பவளும் காதலித்துத் திருமணம் செய்துகொண்டவளுமான மலர்விழியே ஓர் ஆயுதமாகச் சுந்தரபாண்டிக்கும் உறங்காப்புலிக்கும் பயன்பட்டாள். இதை மலர்விழியே விரும்பவில்லையென்பதும் அவளும் கடவுள் நம்பிக்கையுள்ளவள்தானென்பதும் வேறு விஷயம்) சுந்தரபாண்டி அவருடைய சிந்தனைச் சுவரில் ஒரு சிறு கீறலையாவது ஏற்படுத்த முனைந்தபோதெல்லாம் அவற்றைத் தன் பலவீனத்தைச் சொல்லித் தன்னை மட்டம் தட்ட முயற்சிக்கும் அவருடைய மிகையதிகாரச் செயல்பாடாயும் அந்த வகையில் நாத்திகமே ஆண் என்னும் அகங்காரம் உருவாக்கும் சிந்தனை முறை யென்பதாயும்தான் வடிவம்மாள் உள்வாங்கிக்கொண்டார். கணவர் மற்றும் மகனின் எள்ளல் அதிகமாகும்போதெல்லாம் தற்கொலை செய்துகொள்ளத் தூண்டும் அவமான உணர்விலிருந்து தன் சுயத்தைத் தப்புவித்துக் கடவுளின் பொற்பாதங்களுக்குள் முழுவதுமாக அது நுழைந்துகொள்ளும்வண்ணம் மேலும் மேலும்

தன் இருப்பை அந்தப் பீடத்தை நோக்கிச் சுருக்கிக்கொண்டேயு மிருந்தார். கடவுளும் வஞ்சகமில்லாமல் வரலாறு நெடுகிலும் வடிவம்மாளைப் போன்ற பெண்களுக்கு உதாரணங்கள் உண்டு என்று காட்டி அவருக்கு ஆறுதல் அளிக்கத் தவறவில்லை. அவர் சொன்னார், அவர்களுக்கு முதலாளிகளைத் தெரியுமென்றால், தொழிலாளிகளைத் தெரியுமென்றால், வாடிக்கையாளர்களைத் தெரியுமென்றால், பொருள் தருபவர்களை, அவற்றை உற்பத்தி செய்பவர்களை, பணிவிடை செய்பவர்களை, வாகனவோட்டிகளை, நடத்துநர்களை, சிற்றுண்டிச்சாலை நடத்துபவர்களை, மருத்துவர்களை, தலைவர்களை, தொண்டர்களைத் தெரியு மென்றால், இவர்கள்தான் உனக்குத் தெரியாத, அவர்கள் அறிந்திருக்கிற வெளியுலகமென்றால் உனக்கு ஒரு பால்காரரைத் தெரியும், ஒரு மளிகைக் கடைக்காரரைத் தெரியும், ஒரு வளையல் விற்பவரைத் தெரியும், பத்துக்கல் தொலைவுக்கு அப்பாலிருக்கும் துவரிமானிலிருந்து தலையில் அரிசியைச் சுமந்துகொண்டு வரும் வள்ளியைத் தெரியும், காய்கறி விற்பவரைத் தெரியும், பல காலங்களுக்கு அப்பாலிருக்கும் மூதாதைகளின் ஆவியிலிருந்து ஆரூடத்தை உடுக்கையில் அடைத்து உலுக்கிச் சிதறவிட்டபடி மதிய நேரங்களில் வீடுகளின் வாயிற்கதவுகளைத் தன் குரலால் தட்டிக்கொண்டே செல்லும் குடுகுடுப்பைக்காரரைத் தெரியும், கழிப்பறை கழுவும் பெண்ணைத் தெரியும், உன் பிள்ளைகளுக்குக் கற்பிக்கும் ஆசிரியர்களையும் குழந்தைகளுடைய உபாதைகளைத் தீர்த்து வைக்கும் முல்லாக்களையும் அவர்களுடைய இரவு களை உறங்குவதற்கேற்ற மெத்தைகளாக்கக்கூடிய கதைகளைச் சொல்லும் வயோதிகர்களையும் தெரியும், ஏன், இவர்களெல்லாம் இந்த உலகத்தைச் சேர்ந்தவர்கள் இல்லையா, அவர்கள் அவர்களுக்குத் தேவைப்படும் உலகத்தைத் தேடி வெளியே செல்லும்போது, உனக்குத் தேவைப்படும் உலகம் உன்னைத் தேடி வந்து உன் காலடியில் உறவாடுகிறது, அவ்வளவு தானே, முன்பிருந்த எத்தனையோ ஜீவராசிகள் மனிதனின் பேராசையால் அழிந்துகொண்டு வருகின்றன என்கிறார்களே, என்னை விசுவாசித்தவர்களுடைய காலத்தில் பிறந்து ஜீவித்துக் கொண்டிருக்கும் உன்னுடைய உலகத்தைச் சேர்ந்த மனிதர்கள், என்னை மறுக்கும் இந்தக் காலத்தில்தானே மெதுமெதுவாகக் காணாமலாகிக்கொண்டிருக்கிறார்கள், எனில் அவர்களை நான்தான் காப்பாற்றிக்கொண்டிருந்தேன் என்பதை இவர்கள் எப்படிப் பொய்யென்று சொல்ல முடியும், பகுத்தறிவுவாதிகளின் அரசாங்கத்தால் அழிந்துகொண்டிருக்கும் இந்த எளிய மனித ஜென்மங்களைக் காப்பாற்ற முடிந்ததா, கடவுள் நம்பிக்கையிலிருந்து கிளைத்த சிந்தனைகள்தான் உன்னை

வீட்டோடு முடக்கி உட்கார வைத்துவிட்டது என்கிறார்களே, தன்னையும் தன்னுடைய நிலத்தையும் விளை பொருட்களையும் கால்நடைப் பொருட்களையும் அவற்றுக்குக் கறாராகப் பேரம் பேசும் ராட்சச குணம் கொண்ட, முகம் தெரியாத, தொழிற்சாலை முதலாளிகளுக்கு விற்றுவிட்டு விரக்தியில் உழன்று கொண்டிருக்கும் ஒரு விவசாயியோ பால்காரரோ பொம்மைகள் செய்பவரோ கதை சொல்பவரோ அவர்களை அழைத்து வீட்டுத் திண்ணையில் அமர்த்தித் தண்ணீர் அருந்தக் கொடுத்து குடும்பக் கதைகளைக் கேட்டு மிதமாகப் பேரம் பேசிப் பொருள் வாங்கி வழியனுப்பும் உன் போன்ற பெண்களின் நட்பையும் வீடுகளில் உங்களுக்குத் துணையாக இருக்கும் என்னையும் இழந்துவிட்டால் பின் விவசாயியாகவோ பால்காரராகவோ காய்கறி விற்பவராகவோ கிழிசல் துணிகளைத் தைப்பவராகவோ மீன் விற்பவராகவோ தொடர்ந்து தன் வாழ்வைத் தக்க வைத்துக்கொள்வது சாத்தியம்தானா. வடிவம்மாளுக்குக் கடவுள் சொல்வதில் நியாயமிருப்பதாகப் பட்டது. அவர் அவர் சொல்வதை நம்பினார். எனவே தன் மகன் கைதான கணத்தில் அவர் மனதில் முதலில் பளிச்சிட்ட எண்ணம், கடவுளே, இது என்ன சோதனை, என் மகனை எப்படியாவது காப்பாற்று என்பதாக இருந்தது.

உறங்காப்புலி கைதானதைப் பார்த்துக்கொண்டிருந்த வேளையில் கல்லூரிக்கு இரண்டு நாட்கள் விடுப்பு எடுத்துக்கொண்டு பிறந்த வீட்டிற்கு வந்திருந்த அவன் தங்கை மலர்விழியின் மனதில் முதலில் பளிச்சிட்ட வார்த்தை, விதி. அந்த நேரத்தில் அவள் கணவர் அங்கில்லாமல் திருச்சி சென்று விட்டிருந்ததை யெண்ணித்தான் (சரியாக அந்தக் கணத்தில் மட்டும்தான் அவருடைய பிரசன்னத்திற்கான முக்கியத்துவமும் தேவையும் அங்கேயிருந்தது. மறுநாள் அவர் திருச்சியிலிருந்து திரும்பி வந்த கையோடு கே.டி.கே தங்கமணி அலுவலகத்திற்கும் பிறகு எல்.கே.டி. முத்துராமின் அலுவலகத்திற்கும் தொடர்பு கொண்டு தன் மச்சினரின் கைதுபற்றிச் சொல்லி உடனே ஆவன செய்யுமாறு கேட்டுக்கொண்டும் வெறும் விசாரணைக்காகத்தான் கூட்டிச் சென்றிருப்பதால் அது முடிந்தவுடன் விட்டுவிடுவார்கள் என்று அவர்களால் ஆறுதல் அளிக்கத்தான் முடிந்ததேயொழிய (கைதாகும்போது சொல்லியிருக்கக்கூடாதா நண்பரே, அந்த இடத்திலேயே அதைத் தடுத்து நிறுத்தியிருக்கலாமே, உள்ளே சென்றுவிட்ட பிறகு இப்போது வெளியே கொண்டுவருவது இந்தச் சமயத்தில் கடினமாயிற்றே) வேறெதையும் நம்பிக்கை தரும் விதத்தில் செய்ய முடியவில்லை (அவர்களைச் சொல்லியும்

குற்றமில்லை, முன்னேற்ற முன்னணியின் கூட்டணிக் கட்சி உறுப்பினர்களான கழகத் தோழர்களையே மத்திய அரசு விட்டுவைத்திராத நிலையில் எதிர்க்கட்சிகளின் செல்வாக்கு அதிகத் தொலைவிற்குப் பாய்ந்துவிட முடியாது என்பது எல்லாருக்குமே தெரிந்துதானிருந்தது)) அப்படி அவள் தன் மனதிற்குள் அங்கலாய்த்துக்கொண்டாளென்றாலும் அது அவன் அப்படி நிர்கதியாகக் கைதானதை மட்டுமே குறித்ததாக இருக்க வில்லை. அதற்கும் முன்பே, ஜெமினி குடும்பத்தாரிடமிருந்து கைப்பற்றிக்கொண்டு வந்திருந்த லீலா நாயுடுவின் உருவச் சித்திரத்தைப் பாகீரதியின் வீட்டுத் திண்ணைப்படியில் அவளறியாமல் வைக்கும் முடிவை எடுப்பதற்குமுன் சில நாட்கள் தன்னிடமே வைத்திருந்தாகவேண்டிய நிலையில் உறங்காப்புலி இருந்தபோது அவன் அதைத் தன் வீட்டிற்குக் கொண்டு செல்லாமல் அவள் வீட்டில் கொண்டுபோய் வைத்தபோதே அவன் தப்ப முடியாதபடி விதியின் கைகளில் அகப்பட்டுக் கொண்டுவிட்டதாகவும் ஏதோவொரு விதத்தில் இம்மாதிரியான சம்பவமொன்று அவனுக்கு நேரப்போகிறதென்றும் தனக்குத் தெரிந்துவிட்டது என்றுகூட அவன் கைதான கணத்தில் அவளுக்குத் தோன்றியது. உறங்காப்புலியும் அந்தச் சித்திரத்தின் இருப்பும் அதற்கான காரணமும் தன் வீட்டாருக்குத் தெரியக்கூடா தென்பதற்காக மட்டுமல்லாமல், மலர்விழிக்குத் தெரியட்டு மென்பதற்காகவும்தான் அதை அங்கே கொண்டுவந்து வைத்தான். ஏற்கெனவே திருமணமாகி ஒரு சுமங்கலியாயும் ஒரு குழந்தைக்குத் தாயாயும் இருக்கும் ஒரு பெண்ணை அவளைக் கண்டவுடனேயே தான் காதலிக்கத் தொடங்கி அதிலிருந்து மீள முடியாமல் தத்தளித்துக்கொண்டிருக்கும் அவலத்தைப்பற்றி அவன் தன் தங்கையிடமும் நண்பனிடமும் மட்டுமே அவர்களிடமிருந்த சில பிரத்யேகத் தகுதிகளை முன்னிறுத்திப் பகிர்ந்துகொண்டா னென்று நாம் ஏற்கெனவே நேயர்களுக்குச் சொல்லியிருக்கிறோம். ஆனால் நண்பனைத் தானே தேடிச் சென்று பகிர்ந்துகொண்டதைப் போல தங்கையிடம் அவனாக அதைப்பற்றிப் பேசத் துவங்கிவிட வில்லை (வெட்கம்). அதே சமயத்தில் மலர்விழிதான் அவனுடைய நடவடிக்கைகளைக்கொண்டு ஊகித்து அவனைக் குடைந்து அவன் வாயிலிருந்தே விஷயத்தை வரவழைத்தாளென்று சொல்லிவிடவும் முடியாது. இது மாதிரியான விஷயங்கள் அத்தனை ஒற்றைப் பரிமாணத்தில் இயங்குபவையோ புரிதலுக்குள் சிக்குபவையோ அல்ல. மலர்விழி அதுவரை அவனிடம் எதையும் கேட்டுக்கொள்ளவில்லையே தவிர அவன் காதல்வயப்பட் டிருக்கிறானென்பது அதற்குச் சில நாட்களுக்கு முன்பே (தானே சில வருடங்களுக்கு முன் ஒரு காதலியாய் இருந்தவளென்கிற

தகுதியினடிப்படையில்) அவளுடைய புத்திக்குப் புலனாகித்தான் விட்டிருந்தது. ஒரு பெண்ணைப்போல ஓர் ஆணுக்குத் தன் காதலை உள்ளங்கைக்குள் பொத்தித் தனக்குள்ளாகவே பார்த்துக் கொண்டிருக்கப் பொறுமையும் ரசனையும் பற்றாது என்பது சொந்த அனுபவத்திலிருந்து அவள் கற்றுக்கொண்ட விஷயம். அவள் காதலில் உழன்றுகொண்டிருந்த காலங்களில் அவள் நிலைமை அப்படியாகத்தான் இருந்தது. மலரின் மணத்தை முகர்வதைப்போல அவள் அதைத் தனக்குள் சத்தமின்றி ஆழ்ந்து அனுபவித்துக்கொண்டிருந்தாள், அது அவளுக்கு அவள் பெற்றோரின் கண்காணிப்பிலிருந்து அவளைத் தப்புவிக்கும் ஒரு நிபந்தனைகளற்ற புகலிடமாக இருந்தது. அதன் அரவணைப்பில் தன்னால் சுதந்திரமாகச் செயல்பட முடியுமென்றும் ஏதொன்றையும் செய்வதற்கோ அல்லது செய்யாமலிருப்பதற்கோ தன்னை அது கட்டாயப்படுத்தாது என்றும் அவள் நம்பினாள். அதே சமயத்தில் தன்னுடைய விருப்பத்தின் பேரில் அவளுக்காக எதையும் செய்வதற்கும் கைவிடுவதற்கும் அவளுடைய காதலர் தயாராக இருக்கிறார் என்னும் பெருமித உணர்வும் அவளைத் தரையில் நிற்கவொட்டாமல் மிதக்கச் செய்துகொண்டிருந்தது. அந்த மிதப்பு சுயநலத்தினாலல்ல, மாறாகக் காதலில் தோய்ந்தபின் தன்னுடைய இலட்சியங்களனைத்துமே காதலை நோக்கிய ஒன்றாக மட்டுமே இருக்குமென்பதிலும் அதனால் தன் விருப்பங்கள் கட்டாயப்படுத்தல்களாகாது என்பதிலும் அவள் வைத்திருந்த நம்பிக்கையினால் உருவானதாக இருந்தது. சரியாகச் சொல்லவேண்டுமானால் மலர்விழிக்கு அப்போது தான் காதலிக்கும் தூலமான ஆகிருதியைவிட அவருக்கும் அவளுக்குமிடையில் காலத்தாலும் இடத்தாலும் பிரிக்கப்பட்டிருந்த ஒரு பிரத்யட்ச வெளியை அன்றாடம் கரைத்துக் காணாமல் போக்கிக்கொண்டிருந்த காதல் என்கிற உணர்வின் ரசவாதம்தான் அதிகமான வியப்பைத் தருவதாக இருந்தது. முன்பின் அறிந்திராத அந்த வியப்பைத் திரும்பத் திரும்ப அனுபவிப்பதற்காகவே அவள் அவரை மீண்டும் மீண்டும் அணுகித் தன் நேசத்தைச் சொல்லிக்கொண்டிருந்தாள். கிடைத்தற்கரிய அந்த உணர்வைத்தான் ஓர் ஆபரணத்தைப்போல அணிந்து அழகு பார்த்துக்கொண்டாள். திருடு போய்விடுமென்று பயந்து அதைப் பரம ரகசியமாகத் தன் மனப்பேழைக்குள் வைத்துப் பூட்டிக்கொண்டாள். அதைப்பற்றிப் பேசுவதையும் அது கட்டாயமாகிவிடுமோயென்கிற பயத்தில் பிறருடனான சந்திப்புகளையும் தவிர்த்தாள். அதைப் பேசும் வாயும் கேட்கும் காதுகளும் தன்னுடையதாக மட்டுமே இருக்கவேண்டுமென்பதில் பிடிவாதமும் அப்படி அமைத்துக்கொள்வதில் புணர்ச்சிக்கிணை

யான புளகாங்கிதமும் கொண்டாள். எனவே அதை மறைப்பதற்குத் தன் அன்றாடத்தில் நியமம் தவறாமையை ஒரு கனத்த கவசமாகவே போர்த்திக்கொண்டு திரிந்தாள். அவள் காதலில் இருந்ததை அவளாகச் சொல்லும்வரை அவளுடைய பெற்றோர் களால் கண்டுபிடிக்கவே முடியவில்லை. ஒருவேளை காதலின் முடிவு குறித்த நிச்சயமின்மை ஏற்படுத்தும் அச்சம்கூட அதை முன்கூட்டியே வெளிப்படுத்துவது குறித்த தயக்கத்தைப் பெண்களிடம் உண்டாக்குகிறதோயென்னவோ, நமக்குத் தெரிய வில்லை. ஆனால் மலர்விழியின் காதலருக்கு (மன்னிக்கவும், என்ன முயற்சி செய்தும் அவருடைய பெயர் நினைவிற்கு வந்து தொலைக்க மாட்டேனென்கிறது) காதல் என்பது தன் சுயம் நிரூபிக்கப்பட்ட போர்க்களமாக இருந்தது என்பதை அவரே ஒத்துக்கொண்டார். மலர்விழி தன் நேசத்தை அவரிடம் சொன்னவுடனேயே அதுவரையில் உலகில் பிறந்திருக்கிற மற்றும் இனிமேல் பிறக்கவிருக்கிற ஆண்களனைவரையும் வென்று விட்டதான இறுமாப்பு தன்னை மூழ்கடித்துவிட்டதென்று முதலிரவன்று அவர் அவளிடம் சொல்லிச் சிரித்தார். அப்போது மலர்விழியும் ஆண்கள் முயன்று பார்க்க விரும்பும் லட்சணமான பெண்களில் ஒருத்தியாய்த்தானிருந்தாள். எனவே அப்படி ஒருத்தியினுடைய நினைவுகள், கற்பனைகள், கனவுகள் ரகசியங்கள் அனைத்தையும் தன் ஒருவன் வசமே கவர்ந்து கொண்டாயிற்று என்கிற நிச்சயம் அவளுடைய காதலரை பாரதிதாசன் பாடியதைப்போல கண்ணில் படுபவர்களிட மெல்லாம் முரசறைந்து அறிவிக்கும்படி வற்புறுத்தியது. ஆண்கள் காதலைப் பகிரங்கமாகக் கொண்டாடிப் பிறருடன் பகிர்ந்து கொள்ள வேண்டிய ஒரு திருவிழா நிகழ்வாக நினைக்கிறார்க ளென்கிற எண்ணம் அப்போதுதான் மலர்விழியின் மனதிலும் வந்து படிந்தது. அவர் தனக்குத் தெரிந்தவர்கள் ஒவ்வொருவரிடமும் அவளை அறிமுகப்படுத்திவைத்து அவளால் தான் காதலிக்கப் படுவதைப் பறைசாற்றிக்கொண்டேயிருந்தார். அவளுடைய தோழிகளிடம் தான் அவளுடைய காதலனாக அறிமுகப்படுத்தப்பட வேண்டுமென்றும் விரும்பினார் (மலர்விழி மறுத்துவிட்டாள்). அது தன் கணவருக்கேயுரிய பிரத்யேகமான குணம் என்றும் தன் வயது குறித்த அவருடைய பயம்தான் அத்தகைய நிச்சயப் படுத்திக் கொள்ளுதல்களை நிர்பந்திக்கிறது என்றும் பல நாட்கள் வரை நினைத்துக்கொண்டிருந்த மலர்விழி தன் சகோதரனின் நடவடிக்கைகளிலும் காதலின் அதேவிதமான தடயங்களைக் கண்ட பிறகுதான் அதை மறைத்துவைத்துக் கொள்ளத் தெரியாத பலவீனம் ஆண்கள் யாவருக்குமே பொதுவானது என்கிற புரிதலுக்கு வந்தாள். அதிலும் சாதி மற்றும் வயது வித்தியாசம்

என்கிற வழக்கமான (தீவிரமானவை தான். ஆனால் நல்லவர்களால் பொருட்படுத்தப்படுபவையல்ல என்பதால் வழக்கமான என்று இங்கே குறிப்பிடப்படுகிறது) பிரச்சனைகளுக்கப்பால் வேறு தகுதிக் குறைவுகள் எதுவும் இல்லாத மலர்விழியினுடைய காதலருக்கே அதை உள்ளே சுமந்துகொண்டிருக்க முடியாத அழுத்தம் அத்தனை தீவிரமாக இருந்ததென்றால் உறங்காப்புலியி னுடையதைப் போன்ற, வெளியே சொல்ல முடியாத, நல்லவர் களால் ஏற்றுக்கொள்ளப்பட முடியாத, தடை செய்யப்பட்ட நேசத்திற்கு ஓர் ஆண்மீது எத்தனை ஆளுமை இருக்கும் என்பதைச் சற்றுக் கற்பனை செய்து பாருங்கள். அது தந்த அழுத்தத்தில் அவன் சுவாசிக்கவே திணறுபவனாக ஆகியிருந்தானென்றும் முன்பே சொல்லியிருக்கிறோம். அவனுக்கு யாரிடமாவது அதைப் பகிர்ந்துகொண்டாக வேண்டும். ஆனால் நல்லவன் போன்ற முகபாவத்துடன் அதைக் கேட்டுக்கொண்டிருப்பவனின் மனதிற்குள் உறங்கிக்கொண்டிருக்கும் பொறாமை என்னும் சைத்தான் அந்தப் பெண்ணுக்கு எதிராகக் காயெதையும் நகர்த்திவிடக் கூடாது. மேலும் அதைப் பகிரங்கப்படுத்திக் கொச்சைப்படுத்தி விட்டதாக அந்தப் பெண் சுமத்தக்கூடிய பழியும் தன்மீது விழுந்துவிடக் கூடாது. எனவே தன்மீது நிஜமான அக்கறையுள்ள யாரேனும் அவர்களாகவே அதை எப்படியோ ஊகித்துக்கொண்டு விட்டார்கள் என்று தன்னைத்தானே குழந்தைத்தனமாக சமாதானம் செய்துகொள்ளும்வண்ணம் தன்னுடைய உடலசைவுகளின் வழியே அவள் என்ன விஷயம் என்று கேட்டுவிட மாட்டாளா என்கிற ஏக்கத்துடன் அவன் தன் காதலைத் தன்னையறியாமலேயே தன் தங்கையின்முன் சமிக்ஞைகளாகக் கசியவிட்டுக் கொண்டேயிருந்தான். அவன் விரும்பியதைப் போலவே மலர்விழியும் அந்த சமிக்ஞைகளை வாய்ப்புக் கிடைத்த வரையில் கவனமாகப் படித்துக்கொண்டுதா னிருந்தாள். சுப்பிரமணியபுரத்திற்கு வருகை தரும் நேரங்களில் (அடிக்கடி) அவள் கவனத்தை மௌனமாகக் கவர்ந்த முதல் ஆச்சரியம் உறங்காப்புலி புதிதாக ஓவியங்களின்பால் கவனம் செலுத்தத் தொடங்கியிருக்கிறானென்பதும் சமயம் கிடைக்கும் போதெல்லாம் இரண்டு தெரு தள்ளியிருக்கும் அரசு நூலகத்தி லிருந்து ஓவியம் சம்பந்தமான புத்தகங்களை எடுத்துவந்து படித்துக்கொண்டிருக்கிறானென்பதுமாகத்தானிருந்தது. மேலும் அந்த ஓவியங்களெதுவும் வழக்கமாக மாதக்காட்டிகளிலும் சஞ்சிகைகளிலும் கண்களில் படும் ஜெயராஜ், ராமு, மாருதி, மணியம் செல்வன், லதா, கொண்டையராஜு, பொங்கல் வாழ்த்து மாதவன் போன்ற ஓவியர்களினுடையவையல்ல என்பதையும் அவள் கவனித்தாள். அதுபற்றி அவனிடம் கேட்ட

போது திருப்தியான பதிலும் கிடைக்கவில்லை. பங்களாதேஷ் பஞ்ச நிவாரண நிதிக்காகத் தமுக்கம் மைதானத்தில் இந்திய அளவிலான ஓவியர்களின் ஓவியக் கண்காட்சி ஒன்றுக்கு ஏற்பாடானபோது அதற்கான விளம்பரங்கள் வந்த தினத்திலிருந்தே பண்டிகை நாளை எதிர்பார்க்கும் சிறுவனைப்போல நிலை கொள்ளாமல் தவித்துக்கொண்டிருந்த உறங்காப்புலி கண்காட்சி நடந்த ஒரு வாரம் முழுவதும் இரவு படுக்கைக்குத் தவிர மற்றபடி சாப்பாட்டுக்காகக்கூட வீட்டுப் பக்கமே வரவில்லையென்று வடிவம்மாள் அவளிடம் சொன்னபோது அவன் பெண்வயப்பட்டிருக்கிறானென்பது அவளுக்கு நிச்சயமாகி விட்டது. கண்காட்சி முடிந்த சில நாட்களிலேயே அவன் பணி நீக்கப் பிரச்னை தொடர்பாக வழக்கறிஞருடன் அவசரமாக தான் மெட்ராஸ்வரை போய் விட்டு வரயிருப்பதாய் குடும்பத்தினரிடம் அறிவித்தபோது வடிவம்மாளோ சுந்தரபாண்டியோ அவனைச் சந்தேகப்பட வில்லையாயினும் அவன் போவது அவன் சொன்ன காரணத்திற்காக இல்லையென்பதையும் அவள் ஊகித்துக்கொண்டு விட்டாள் (ரகசியமாக ஓடிப் போகும் திட்டமெதையோ அவன் கையில் வைத்திருக்கிறான் என்பதாக் கற்பனை செய்துகொண்டு அவன் ஊர் திரும்பும்வரை பயந்து கொண்டேகூட இருந்தாள்). உறங்காப்புலி மெட்ராஸிலிருந்து நாலைந்து நாட்களில் திரும்பி வந்துவிட்டான். வந்தவன் தன் வீட்டிற்குப் போகாமல் (அவளுடைய சந்தேகத்தைக் கிளப்புமென்று தெரிந்தே) கையில் லீலா நாயுடுவின் உருவப்படத்தைச் சுமந்துகொண்டு நேராக மலர்விழியின் வீட்டிற்குத்தான் வந்து இறங்கினான். அது குறித்த மலர்விழியின் கேள்விகள் பதில் சொல்லியாகவேண்டிய நிர்பந்தத்தை உண்டாக்கியபோது இல்லையென்றும் இருக்கலாமென்றும் முன்பின்னாகப் பலவற்றைச் சொல்லி மழுப்பினான். அந்தப் பதில்களில் அதன் பின்னணியை மறைத்துப் பேசும் யத்தனத்தைவிட அவை அவளால் மேலும் சந்தேகிக்கப்படுபவையாக வெளிப்பட வேண்டுமேயென்கிற விருப்பமும் தெரிந்துகொள்ளும் ஆர்வத்தைக் கிளப்பும் வகையில் மறைந்தும் வெளிப்பட்டும் நிற்கும் ஒரு புதிர்மைச் சாயலை அவற்றுக்குப் பூசிவிடும் பதற்றமும்தான் அதிகமாக இருந்தது என்பது மலர்விழிக்கு வெளிப்படையாகவே தெரிந்தது. உண்மையில் அவள் அவனை அதிகம் வற்புறுத்தாமல் விட்டுவிடுவாளோ என்றுதான் அவன் பயந்துகொண்டிருந்தான். பிறகு அவளுடைய கேள்விகள் ஏகதேசமாகக் குவியாடியின் வழியே தாளைப் பொசுக்கும் சூட்டிற்குச் சூரியவொளி குவிக்கப்படுவதைப்போல தன்னைத் தப்பிக்க முடியாதவனாக ஆக்கும் ஒரு புள்ளியில் குவிவதற்காகக் காத்துக்கொண்டேயிருந்து

விட்டுக் கடைசியில் வேறு வழியில்லாமல் வெளிப்படுத்துபவனைப் போன்ற பாவனையுடன் அவன் தன் காதலைப்பற்றி அவளிடம் சொன்னான். ஆர்வமாகத்தான் மலர்விழியும் அவன் சொன்னதைக் கேட்கவாரம்பித்தாள். ஆனால் கதை முடிந்த போது அந்த ஆர்வம் அவளிடமிருந்து வடிந்துவிட்டிருந்தது. உறங்காப்புலி தன்னையே வெறிக்கப் பார்த்துக்கொண்டிருந்த அவளிடம், என்ன, ஒன்றும் பேச மாட்டேனென்கிறாய் என்று கேட்டபோது அவளால் அவன் செய்துகொண்டிருப்பது சரியென்றோ தவறென்றோ திடமாக எதையும் சொல்ல முடிய வில்லை. இம்மாதிரியான சந்தர்ப்பங்களைச் சுட்டுவதற்கென்றே மறைகளில் குறிப்பிடப்பட்டிருக்கும் அந்த ஒற்றை வார்த்தையை மட்டும் உதிர்த்துவிட்டு எழுந்து வேலைகளைக் கவனிக்கப் போய்விட்டாள், விதி.

சரி, காவல்துறையினர் உறங்காப்புலியைத் தங்களுடன் வரும்படி அழைத்தபோது அவன் என்ன நினைத்தான். அவன் மனதில் முதலும் முடிவுமாகவே பளிச்சிட்ட எண்ணம் அவனைப் பற்றி மேற்கண்ட விதங்களில் அபாரமாகக் கவலைப்படத் தொடங்கிவிட்டிருந்த அவனுடைய குடும்பத்தைப் பற்றியதாக இருக்கவில்லை, தன்னைக் காவல்துறையினர் என்ன கேட்கப் போகிறார்கள் என்கிற யோசனையும் அவன் மனதில் எழவில்லை, மிசா அச்சுறுத்தல்களின் பின்னணியில் கைது மற்றும் விசாரணை முறைகளின் கடுமை குறித்த சிறு அச்சமும்கூட அவனுக்குள் ஓடவில்லை, அவர்கள் அவன் கரத்தைப் பற்றிய கணத்தில் அவன் மனதைச் சூழ்ந்த ஒரே எண்ணம், ஒருவேளை என்னால் இன்றோ நாளையோ அல்லது அதற்கு மறுநாளோகூடத் திரும்பி வர முடியாமல் போய்விட்டால் (ஏனோ அவனுக்கு அப்படித்தான் தோன்றியது) பாகீரதி வழக்கமான மதியங்களில் என்னைக் காணாமல் தேடுவாளே என்பதுதான். அந்த யோசனையிலேயே ஆழ்ந்திருந்ததால் சுந்தரபாண்டி என் ரத்தமே என்று அலறியபடியும் வடிவம்மாள் கடவுளே என்று புலம்பியபடியும் மலர்விழி விதியே என்று அங்கலாய்த்தபடியும் அவனைப் பின்தொடர்ந்து வீதிவரை வந்தபோது அவர்களிடம் ஆறுதலாகக் கவலைப்படாதீர்கள் என்றோ போய்வருகிறேன் என்றோ ஒரு வார்த்தேயனும் சொல்லி விட்டுக் கிளம்பலாமேயென்றுகூட அவனுக்குத் தோன்றவில்லை. அப்போது மட்டுமல்ல, ஜீப் வாகனத்தில் ஏறி பி–4 நிலையத்தை நோக்கிச் சென்றுகொண்டிருந்த வழியிலும் அவனோடு கூடவே ஏற்றப்பட்டிருந்த வேறு நான்கு பேருடன் நிலையத்தின் வெளிவாசல் கதவையொட்டி உட்புறமாகப் போடப்பட்டிருந்த மர இருக்கையில் அமர்ந்தபடி (வாசுதேவன் முதன்முதலாக ஷ்ராஃபுடன் அங்கே வந்தபோது அமர்ந்திருந்த அதே இருக்கை)

புகழேந்தியின் வரவிற்காகக் காத்துக்கொண்டிருந்த நேரத்திலும் எழுத்தரின் துவக்கநிலைக் கேள்விகளுக்கு இயந்திரத்தனமாகப் பதிலளித்துக்கொண்டிருந்தபோதும் மானசீகமாக அவர்களிடம் அவன் இறைஞ்சிக்கொண்டிருந்ததெல்லாம் ஒரேயொரு வேண்டுகோள்தான், பாகீரதியை ஒருமுறை சந்திப்பதற்கும் நிலைமையை விளக்கிச் சில நாட்கள் தன் வரவின்மையைப் பொறுத்துக்கொள்ளுமாறு அவளிடம் சொல்லிவிட்டுத் திரும்புவதற்குமான ஒரு பதினைந்து நிமிட அவகாசம். கடைசியில் புகழேந்தி வந்து அவனைத் தன் முன்னால் நிறுத்திவைத்துக் கொண்டு லத்திக் கம்பைத் தன் இரு உள்ளங்கைகளாலும் பற்றி உருட்டியபடியே பல மாதங்களுக்குமுன் மணிநகரம் வீதியில் வைத்து ஓர் அய்யரின் குடுமியை அறுத்துவிட்டு ஓடியவன் அவன்தானா என்று விசாரித்தபோதுதான் அந்தக் கேள்வி கொடுத்த ஆச்சரியத்தில் ஆழ்ந்த தூக்கத்திலிருந்து திடீரென்று தொட்டு உலுக்கியெழுப்பப்பட்டவனைப்போல ஒரு சிறு அதிர்ச்சியுடன் அவன் நடப்புலகிற்குத் திரும்பினான். ஆமாம். ஆமாமென்றால், நீ பெரிய போக்கிரி என்று அர்த்தமா. இல்லை, அது எதிர்பாராதவிதமாக மட்டுமீறிய கோபத்தில் நடந்துவிட்ட ஒரு சம்பவம், அதற்காக நானே பின்பு பலமுறை வருத்தப்பட்டேன். உன்னைப் பார்த்தால் அப்படி வருத்தப் படுகிறவனாயும் க்ஷண நேரக் கோபத்தில் தவறுகள் செய்கிறவ னாயும் தெரியவில்லையே, சமீபத்திய திரைப்படக் கதாநாயகர் களைப்போல (புகழேந்தி குறிப்பிட்டது அப்போது வெளிவந்து பரபரப்பாகப் பேசப்பட்டுக்கொண்டிந்த அபூர்வ ராகங்கள் திரைப்படத்தின் கதாநாயகனை) முட்டாள்தனமான சமூகக் கோபம் கொண்டவனாகவல்லவா தெரிகிறது, ராஜாமில் சாலை சிவாஜி மன்ற உறுப்பினர்களில் ஒருவனா நீ. சிவாஜி மன்றம் பற்றிப் புகழேந்தி கேட்டதும் உறங்காப்புலியின் புலன்கள் மேலும் ஆழமாக சுயபிரக்ஞைக்குள் வேர் கொள்ளத் தொடங்கிவிட்டன. ஆமாம் என்றான் அவன் மறுபடியும் (மறுப்பதில் பிரயோஜன மில்லை. அவர்கள் எப்படியும் உறுப்பினர்கள் பட்டியலை ஆராய்ந்திருப்பார்கள்). தொடர்ந்து புகழேந்தி, போன மாதம் ஆறாம் தேதி அந்த மன்றத்தை எரித்துவிட்டு அரசாங்கத்தையும் பழித்துக் கோஷமிட்டுக்கொண்டே ஓடினீர்களே, எதற்காக என்று கேட்டார். கேட்ட கையோடு உறங்காப்புலி, இல்லை, நான் அந்த எரிப்பில் பங்குகொள்ளவில்லை, எனக்கே அதைப்பற்றி நண்பர்கள் சொல்லித்தான் தெரியும் என்று முகத்திலடித்தாற் போல பதில் சொன்னான். புகழேந்திதான் செய்த தவறை உடனே தெரிந்துகொண்டுவிட்டார் (வாஸ்தவத்தில் இரண்டாவ தாகக் கேட்கப்பட்டதுதான் எதிராளி சுதாரிப்பதற்கு இடம் தராத வகையில் அவனால் எதிர்பார்க்க முடியாத அவருடைய

முதல் கேள்வியாக இருந்திருக்க வேண்டும். காரணம், சிவாஜி மன்றம்பற்றி அவர் குறிப்பிட்டவுடனேயே கைதி அவர் அடுத்து என்ன கேட்கப் போகிறாரென்பதை ஊகித்து அதற்கான பதிலையும் உடனே தன் மனதில் தயாரித்துக்கொண்டு விட்டான்). அந்தத் தெரிதல் அவரிடம் உள்ளே கோபத்தை யும் வெளியே மிகையான நிதானத்தையும் உண்டாக்கியது. அவர் அச்சமூட்டும் வகையில் அவனுக்கு வெகு நெருக்கமாக வந்து நின்றுகொண்டு (ஆனால் உறங்காப்புலி அவர் எதிர் பார்த்ததைப்போல பின்புறம் நகரவில்லை), அவன் கண்களினுள் தன் கண்களைச் சொருகியவாறே (உறங்காப்புலி தன் பார்வையைத் தாழ்த்திக்கொள்ளவுமில்லை) இதோ பார் உறங்காப்புலி, உன்னுடைய பிறப்பு வளர்ப்பு உத்தியோகம் பற்றிய எங்களுடைய விசாரணைகளில் பொதுஜனங்களுடைய அன்றாடத்தில் பலமுறை உன்னுடைய தலையீடு விரும்பத் தகாத வகையில் இருந்திருப்பதாகத் தெரிய வந்திருக்கிறது, அதையெல்லாம் பட்டியல் போட்டு உன்னிடம் ஆமோதிப்பை வாங்கும் எண்ணமோ கால அவகாசமோ எங்களுக்குக் கிடையாது, மிசா அறிமுகத்திற்குப் பிறகு எங்களுக்கு எப்போதுமே தலைக்குமேல் வேலை இருந்துகொண்டேயிருக்கிறது, மேலும் நீ செய்ததெல்லாம் ஒன்றும் தலையை வாங்குகிற குற்றமில்லை, அடித்துக் கேட்பதற்குத் தகுதியுள்ள குற்றங்களாகக்கூட அவற்றை வகைப்படுத்த முடியாது, நீ ஒத்துக்கொண்டால் பொது வாழ்க்கையிலிருந்து சில நாட்களுக்கு, அவசரநிலைப் பிரகடனம் தளர்த்தப்படுகிற வரையில் என்று வைத்துக்கொள்ளேன், அதுவொன்றும் அதிக காலம் நீடித்துவிட முடியாது, ஒரு முன்னெச்சரிக்கை நடவடிக்கையாக உன்னை உன் போன்றவர் களுடன் தனிமைப்படுத்தி வைத்திருந்துவிட்டு பிறகு வீட்டிற்கு அனுப்பிவிடுவோம், இல்லை என்று மறுத்தாயானால் அது இரண்டாவது வேலையாயும் உன்னை ஒத்துக்கொள்ள வைப்பதே முதல் வேலையாயும் ஆகிவிடும், நீ படித்தவன், அரசாங்க உத்தியோகத்தில் வேறு இருக்கிறாய், இம்மாதிரி வழக்குகள் உன் ஒத்துழையாமையினால் காதும் காதும் வைத்ததுபோல நடந்து முடியாமல் இந்தச் சுவர்களைத் தாண்டிப் பிரபலமானால் அது உன் உத்தியோகத் தலத்தில் என்ன மாதிரியான விளைவுகளை ஏற்படுத்தும் என்று உனக்கு நான் சொல்ல வேண்டியதில்லை, என்ன சொல்கிறாய் என்றார். புகழேந்தியின் அணுகுமுறை உறங்காப்புலியை மிரட்டுவதற்கோ அல்லது தயார்படுத்துவதற்கோ பதிலாக இன்னும் அதிகமாக அவரிடமிருந்து அவனை விலக்கவே செய்தது. இந்திரா அரசாங்கத்திற்கெதிராக முழக்கமிட்டதையும் மன்றத்தை எரித்த சம்பவத்தில் கலந்துகொண்டதையும் ஒத்துக்

கொண்டால், கொஞ்ச நாட்கள்தானென்றாலும், நூறு சதவீதம் சிறையில் இருக்க வேண்டியிருக்குமென்பதைக் காவல்துறை அதிகாரி பகிரங்கமாகவே சொல்கிறார் (அது அவன் காதில், சில காலம் உன்னைப் பாகீரதியைச் சந்திக்க விடாமல் செய்வது என்பதாய் விழுந்தது). ஆனால் அதை உறுதியாக மறுத்தால் காவலில் வைக்கப்படுவதற்கும் விடுவிக்கப்படுவதற்கும் ஐம்பதுக்கு ஐம்பது வாய்ப்பு இருக்கிறது. எனவே அவன் இரண்டாவதையே தேர்ந்தெடுப்பதென்று முடிவு செய்தான். கைதியின் குற்றத்தை ருசுப்பித்தாகவேண்டிய கட்டாயத்தைக் காவல்துறைக்கு அவசரநிலைக் காலத்தின் புதிய சட்டம் கொடுக்கவில்லையாதலால் புகழேந்தியும் அவனுடைய மறுப்பை அதிகமாகப் பொருட்படுத்தவில்லை. அவனை மாவட்டச் சிறப்பு நீதிபதியின்முன் கொண்டுபோய் நிறுத்த அவருக்கு இன்னும் பதினைந்து நாட்கள் அவகாசம் இருந்தது. அவர் அவனைக் காவல்நிலையச் சிறையில் இருத்திவைக்கும்படி ஆணையிட்டார்.

பி-4 நிலையக் காவலில் உறங்காப்புலி நான்கு நாட்கள் இருந்தான். சிறையினுள் உறங்காப்புலியைத் தவிர இன்னும் ஆறேழு பேர்கள் இருந்தார்கள். ஒருவர் மற்றவருடன் பேசிக்கொள்ளவில்லை (அசைவுகள் கண்காணிக்கப்பட்டுக்கொண்டேயிருப்பதான பயம்). அது உறங்காப்புலிக்கு அப்போது தேவைப்பட்ட தனிமையை முழுதாகவே அவனுக்கு வழங்கியது. அந்தத் தனிமையை அவனும் பாகீரதியைப் பற்றிய கற்பனைகளை வளர்த்துக்கொள்ள முழுதாகவே பயன்படுத்திக்கொண்டான். ஒரு காவிய நாயகனைப்போல அவன் சிறையில் பல்வேறு சித்திரவதைகளை அனுபவிப்பதைப்போலவும் அவனுக்காகப் பாகீரதி தினமும் காத்திருந்து காத்திருந்து களைத்துப்போய்க் கடைசியில் யார்யாரிடமெல்லாமோ விசாரித்து அவன் சிறையி லிருப்பதைத் தெரிந்துகொள்வதைப்போலவும், அது அவளை ஊனுறக்கமற்றவளாக ஆக்கி இளைக்க வைப்பதைப்போலவும், ஒரு கட்டத்தில் பிரிவின் வலியைத் தாள முடியாமல் அவள் தன் கணவனுக்குத் தெரிந்தாலும் பரவாயில்லையென்று அவனைச் சிறையிலிருந்து மீட்பதற்கான போராட்டத்தில் இறங்குவதைப்போலவும் அதன் பொருட்டாகக் கலைஞரின் கண்ணகியைப்போல நீதிமான்களை அவர்கள் தலையைக் குனிந்துகொள்ளும்படியான கேள்விகளைக் கேட்பதைப்போலவும் அவை மிக அபாயகரமானவையும் இரங்கத்தக்கவையுமான முயற்சிகளாக இருப்பதைப்போலவும் அவர்களுடைய காதல் கதை ஒரு துன்பியல் நாடகமாக இலக்கியத்தில் பதிவாவதைப்போலவும் அந்தக் கற்பனைகள் விரிந்துகொண்டேயிருந்தன. முதல் இரண்டு

நாட்கள் அப்படியே கழிந்தது. மூன்றாம் நாள் காலை திரும்பவும் அவனைத் தன் மேசையின்முன் அழைத்துக் கொண்டுவந்து நிறுத்திய புகழேந்தி சிறிதுநேரம் மௌனமாக அவனை உற்றுப் பார்த்துக்கொண்டிருந்துவிட்டு ஏற்கெனவே கற்றுக்கொண்ட படிப்பினையுடன் எச்சரிக்கையாக அவனை யோசிக்க அனுமதித்து விடாதபடி இரண்டாவது கேள்வியையே தன் முதல் கேள்வியாகக் கேட்டார், சமீபத்தில் ஒருமுறை ஒசூர்வரை சென்று பிரமீளா என்கிற பெண்ணுக்காக ஒரு சித்திரம் வாங்கி வந்தாயே எங்கே அந்தச் சித்திரம் (அவர் கேட்க நினைத்துத் தவிர்த்துவிட்ட முதல் கேள்வி, சமீபத்தில் நீ எங்கேயாவது வெளியூர் சென்றிருந்தாயா). அவர் நினைத்தபடியே எதிராளியின் பலவீனத்தை அவருடைய விரல்கள் மிகச் சரியாக அழுத்திவிட்டன. உறங்காப்புலி வெலவெலத்துப் போய்விட்டான். பதில் சொல்வதற்குமுன் அவனுக்கு அனுமதிக்கப்பட்ட மிகச் சில வினாடிகளில் அவன் மனம் யார் இதைச் சொல்லியிருப்பார்கள் (சுருளிநாதன் அல்லது மலர்விழி) என்ன சொல்லியிருப்பார்கள் (நல்லவேளையாகப் பாகீரதியை அவர்களிருவருமே நிச்சயமாக வரைபடத்திற்குள் கொண்டு வரவில்லை, கொண்டு வந்திருந்தால் பிரமீளாவின் பெயரைக் காவலதிகாரி உச்சரித்திருக்க மாட்டார்) அதை அவர் எப்படிப் புரிந்துகொண்டிருப்பார் (பிரமீளாவையும் அவர்கள் அழைத்து விசாரித்திருந்திருக்க வேண்டும், இல்லையென்றால் அவளிடம் அந்தச் சித்திரம் இல்லையென்பது அவருக்குத் தெரிய வந்திருக்காது, எனவே ஒசூர் சென்று திரும்பியதற்கு சித்திரம் வாங்குவது என்கிற காரணத்தைத் தாண்டி வேறொரு காரணம் இருப்பதாக அவர் ஊகித்துக்கொண்டிருக்கவும் வழியேயிருந்திருக்காது) என்பதையெல்லாம் ஒளி வேகத்தில் ஒருமுறை பட்டியலிட்டுப் பார்த்துக்கொண்டது. இத்தனை ஊகங்களுக்கு நடுவிலிருந்து அவன் ஒரு தோராயமான பதிலைத் தேர்ந்தெடுத்தாகவேண்டும். அந்தச் சித்திரத்தைத் தூக்கி யெறிந்துவிட்டேன் என்றான் அவன். ஏன். ஏனென்றால் அது பிரமீளாவுக்குப் பிடிக்காது என்று எனக்குத் தோன்றியது. பிறகு ஏன் முதலில் அதை வாங்குவதற்குத் தேர்ந்தெடுத்தாய். அப்போது அது நன்றாக இருப்பதாகத் தோன்றியது. ம், சரி, என்ன சித்திரம் அது. மிஸ் ஃபெமினா உலக அழகி லீலா நாயுடுவின் உருவச் சித்திரம். யார் வரைந்தது. ஜெமினி என்று ஓர் ஓவியர், இப்போது அவர் உயிரோடு இல்லை. பிரமீளா உன்னிடம் அவர் வரைந்த அந்தச் சித்திரம் தனக்கு வேண்டுமென்று கேட்டாளா. இல்லை. பின் எதற்காக அதை அவளுக்குக் கொடுப்பதென்று முடிவு செய்தாய். அவளுக்கு ஒரு பரிசு கொடுக்க வேண்டுமென்று தோன்றியபோது எந்தப் பொருளையும் நினைப்பதுபோலத்தான்

இதையும் நினைத்துக்கொண்டேன், வேறு விசேஷமான காரணம் ஒன்றுமில்லை. இருக்கிறது, விசேஷமான காரணம் இருக்கிறது, ஒரு வேசிக்குப் பரிசளிப்பதற்காக ஊர்பேர் தெரியாத ஒரு சைத்ரீகனின் சித்திரத்தை வாங்க ஒசூர்வரை போய்விட்டு வந்ததாக நீ சொல்வதெல்லாம் நாடகம், உண்மையில் நீ சித்திரம் வாங்குவதற்காக அங்கே போகவில்லை. பின் எதற்காகப் போனேனாம். உறங்காப்புலிக்கு நிஜமாகவே காவலதிகாரியின் மனதில் என்ன இருக்கிறது என்பதை ஊகிக்க முடியவில்லை. ஜெமினியின் கதையும் அந்த நேரத்தில் அவன் நினைவிற்கு வரவில்லை. வந்ததெல்லாம் ஏதாவது ஒரு வழியில் அந்தச் சித்திரம் யாருக்காக வாங்கப்பட்டது என்கிற உண்மை வெளிப்பட்டு விடுமோயென்கிற அச்சமும் எச்சரிக்கை உணர்வும்தான். புகழேந்தி அவனருகே இன்னும் நெருங்கி வந்து அவன் கன்னத்தில் வலுவாக ஓர் அறை விட்டார். அதிர்ச்சியில் அப்படியே தரையில் அமர்ந்துவிடயிருந்தவனை சட்டையைக் கொத்தாகப் பிடித்துத் தூக்கி தன் முகத்திற்கருகே அவன் முகத்தைக் கொண்டுவந்து நிறுத்தியபடி, எதற்காக ஒசூர் போனாய் என்பது எங்களுக்குத் தெரியும், ஆனால் அதை நீதான் உன் வாயால் சொல்ல வேண்டும், இதோ பார் இளைஞனே, அடித்து உண்மைகளை வரவழைப்பதில் எனக்கு நம்பிக்கையில்லை, ஆர்வமுமில்லை, இப்போது உன்னை அடித்ததற்காக என்னை மன்னித்துக்கொள், ஆனால் என்னால் உன்னிடமிருந்து உண்மையை வரவழைக்க முடியவில்லையென்றால் உன்னை என்னிடமிருந்து பிடுங்கிக் கொண்டுபோய் அதை முயற்சி செய்வதற்கு நிறையப் பேர் தயாராக இருக்கிறார்கள், அவர்களிடம் நீ உன் விரைக்கும் ஆண்குறியுட்பட எதையுமே மறைக்க முடியாது, உனக்கு இன்று மட்டும்தான் அவகாசம், நாளை நான் உன்னை மத்தியச் சிறைக்கு அனுப்பியாக வேண்டும், அதற்குள் உண்மையைச் சொல்லி விட்டால் அங்கேயும் மேற்கொண்டு கேள்விகள் கேட்டுத் துன்புறுத்தத் தேவையிலாதபடிக்குப் போதுமான விபரங்களோடு உன்னை அனுப்பி வைப்பேன், எனக்கும் நல்ல பெயர் கிடைக்கும், இல்லையென்றால் உன்பாடு அவர்கள் பாடு என்றார். ஆனால் அவர் எதைச் சொல்லச் சொல்லிக் கேட்கிறாரென்பதே உறங்காப்புலியின் புத்தியில் உறைக்கவில்லையாதலால் அவர் எதிர்பார்த்த பதிலை அவனால் கொடுக்கவியலவில்லை புகழேந்தி அதை நம்பவில்லையாயினும் தான் சொன்னபடியே அவனை மேற்கொண்டு கேள்விகள் எதுவும் கேட்கவில்லை (மிசா நடைமுறைப்படுத்தப்பட்ட காலத்தில் மென்னுணர்வு கொண்ட ஒரு சில மாநிலக் காவல்துறை அதிகாரிகளால் மனச்சாட்சிக்கு உறுத்தலில்லாமல் அதிக பட்சமாகச் செய்ய

முடிந்த காரியமாக இருந்ததெல்லாம் கைதிகளை மத்தியக் காவல்துறையிடம் ஒப்படைத்துவிட்டுத் தங்கள் கைகளைக் கறையில்லாமல் துடைத்துக்கொள்வது என்பதாக இருந்தது). நான்காம் நாள் பிற்பகலில் உறங்காப்புலியின் கைகளில் விலங்கை மாட்டிவிட்டுவிட்டு ஓர் உதவியாளர் தன் மிதிவண்டியிலேயே அவனைப் பின்னால் உட்கார வைத்து ஆரப்பாளையம் மத்தியச் சிறை அலுவலகத்தில் போய் விட்டுவிட்டு வந்தார்.

மத்தியச் சிறையில் மூன்று நாட்கள். இரண்டாம் நாள் உறங்காப்புலியை ஜீப்பில் ஏற்றி மத்தியக் குற்றவியல் கிளைக்கு அழைத்துச்சென்றார்கள் (திருப்பரங்குன்றம் சாலையிலிருந்து கூப்பிடு தூரத்தில் அவன் வீடு). ஆனால் புகழேந்திக்குப் பிறகு மிகப் பொதுப்படையான துவக்கநிலைக் கேள்விகளைத் தவிர மற்றபடி யாரும் எங்கேயும் அவனை எந்தக் கேள்வியுமே கேட்கவில்லை. தன்னை முன்னால் நிறுத்தி வைத்துக்கொண்டு தன்னைப் பார்த்துக்கொண்டே அவர்கள் தங்களுக்குள் கிசுகிசுத்துக்கொள்வதும் லேசாகச் சிரித்துக் கொள்வதும் சரியென்றோ இல்லையென்றோ தலையை ஆட்டிக்கொள்வதுமான காட்சிகள் உறங்காப்புலியின் வயிற்றில் அமிலத்தைப் பிரவகிக்கச் செய்துகொண்டேயிருந்தன. யாராவது தன்னுடன் பேசமாட்டார்களா, அட, அடிப்பதற்காகவாவது தன்னை நெருங்க மாட்டார்களா என்று அவனுக்குத் தோன்றி விட்டது. துவக்க நாட்களைப் போலன்றி இப்போது தனிமைப் படுதல் பயங்கரமான கற்பனைகளை அவன் மனதில் சுரக்கச் செய்துகொண்டிருந்தது. மத்தியச் சிறையில் ஏழாவது நாள் புலர்காலையில் கண் விழித்தபோது வெளியே காலம் தான் இல்லாமலேயே விரைந்துகொண்டிருப்பது குறித்த உணர்வு ஒரு பாறாங்கல்லைப்போல அவனைத் தாக்கியது. அவன் இந்த உலகிற்கு முக்கியமில்லையா. இங்கே அவனுடைய இதுநாள் வரையிலான இருப்பு, அவனுடைய இன்மையைப் பிரத்யட்சமாக உணரும்படி, அதன் இயக்கத்தில் ஒரு சிறு சலனத்தையேனும் ஏற்படுத்தியிருக்கவில்லையா. ஏன் யாருமே அவனை விடுதலை செய்யக் கோரும் பதாகைகளோடு (விண்ணப்பங்களோடாவது) சிறைச்சாலை வாசலின்முன் வந்து நிற்கவில்லை, அத்தனை முக்கியத்துவமற்ற ஒரு புழுவா அவன் (ஆனால் சுந்தரபாண்டியும் மலர்விழியின் கணவரும் அந்த நேரத்தில் அவனை எப்படியாவது சந்தித்துவிடும் தவிப்புடன், மறைக்கப்பட்ட தகவல்களுடனும் தடை செய்யப்பட்ட தகவல்களுடனும் தவறான தகவல்களுடனும் தாமதிக்கப்பட்ட தகவல்களுடனும் தமிழ்ச்சங்கச் சாலைக்கும்

ஆரப்பாளையத்திற்கும் திருப்பரங்குன்றம் சாலைக்குமாக அலைந்துகொண்டுதானிருந்தார்கள்). மத்தியச் சிறையும் அதன் சூழலும் அதன் நெடிய சுவர்களின் கீழே சக மனிதர்களை ஒரு வெற்றுக் காகிதத்தைப் பார்க்கும் பாவனையில் கவனித்தவாறே உலவிக்கொண்டிருந்த கைதிகளும் மனதில் எழுப்பிவிட்ட அதிர்வுகள் உறங்காப்புலி அதுவரையில் தன் வாணாளில் அனுபவித்திராத (கற்பனை செய்துகூடப் பார்த்திராத) தனித்தன்மையைக்கொண்டிருந்தன (கதைகளிலும் திரைப் படங்களிலும் காட்டப்படும் சிறைச்சாலைகளுக்கும் (அவை எத்தனை குரூரமானவையாகச் சித்தரிக்கப்பட்டிருந்த போதிலும்) நேரில் பிரத்யட்சமாகக் காணும் சிறைச்சாலைக்கும் ஏன் இத்தனை பெரிய வித்தியாசம். சிறையினுள் உலவும் மனிதர்களின் மனநிலையின் வழியேயன்றிச் சிறையை ஒரு தனி இடமாக, அதன் ஒவ்வாமையை ஏற்படுத்தும் பிரத்யேகமான மணத்தை, நாளின் எந்த நேரத்திலும் வஸ்துக்களின்மீதும் மனிதர்களின்மீதும் படிந்து கிடக்கும் சோகையான மஞ்சள் நிற வெளிச்சம் பலவந்தமாகப் புகட்டும் மந்தகாச உணர்வை எந்தப் படைப்பாளியும் காட்சிப்படுத்தியதாகத் தெரியவில்லையே, ஏன்). எட்டாம் நாள் விடிவதற்குச் சிறிது நேரத்திற்கு முன்பு அவர்கள் அவனை எழுப்பி அறிமுகமில்லாத ஆறேழு பேர்களோடு ஜீப்பில் ஏற்றினார்கள். மீண்டும் பி–4 அல்லது திருப்பரங்குன்றம் சாலை என்று நினைத்தான் அவன். இரண்டும் இல்லை. எங்கே போகிறோம் என்று தன்னருகே அமர்ந்திருந்த கைதிகளில் ஒருவனைக் கேட்டபோது அவனும் உதட்டைப் பிதுக்கினான். ஜீப் நாகமலை புதுக்கோட்டையைக் கடந்து உசிலம்பட்டி ஆண்டிப்பட்டியைத் தாண்டி அல்லிநகரத்தில் திரும்பி, புறப்பட்டு மூன்று மணி நேரத்திற்குப் பிறகு தேனியில் தற்காலிகமாக அமைக்கப்பட்டிருந்த நக்ஸலைட்டுகள் நடமாட்டத்தைக் கண்காணிப்பதற்கான மத்தியச் சிறப்புக் காவல்படை முகாமின்முன் வந்து நின்றது. அந்தக் கணத்தில்தான் உறங்காப்புலியின் புத்திக்குத் தான் எதற்காக ஒசூர் சென்று வந்ததைப்பற்றி விசாரிக்கப்பட்டோமென்பதும் ஏன் மற்ற சிறைச்சாலைகளில் இது குறித்துத் தன்னிடம் பேசாமல் மௌனம் காத்தார்களென்பதும் இரக்கமுள்ள பி–4 மேலாளர் தன் தளத்திலேயே அவனைப் பேசி முடித்துவிடும்படி ஏன் வற்புறுத்தினாரென்பதும் புலனாகியது. ஜெமினி ஒரு மாஜி நக்ஸலைட் என்று அவருடைய மகன் சொன்னதும் அப்போது தான் அவன் நினைவிற்கு வந்தது. விஷயம் தன் போக்கிலேயே தீவிரமாகிவிட்டிருக்கிறது என்பதும் தன்னுடைய பிம்பம் வெறுமே தெருக்களில் தகராறு செய்தவன் என்பதிலிருந்து நகர்ந்து ஒரு பெரிய தலைமறைவு தேச விரோத இயக்கத்தின்

அங்கத்தினன் என்கிற நிலைக்கு வந்துவிட்டிருக்கிறது என்பதும் அவனுக்குப் புலனானது. அறுபதுகளின் பிற்பகுதியில் தொடங்கி நக்ஸலைட்டுகளோடு அரசாங்கம் நடத்தும் போராட்டங்களும் அதை ஒடுக்க எடுக்கப்படும் ஈவிரக்கமற்ற நடவடிக்கைகளும் சிறு குழந்தைகள்கூட அறிந்திருக்கக்கூடிய ஒரு பகிரங்க ரகசியமாகவேதானிருந்துகொண்டிருந்த நிலையில் அதற்காகவே துவக்கப்பட்டிருக்கும் மத்தியக் காவல்படை முகாமில் விசாரணைகள் எப்படியிருக்கும் என்பதும் சொல்லித் தெரியவேண்டியதில்லை. உறங்காப்புலிக்கு ஒரே வழிதானிருந்தது, உண்மையிலேயே அவன் ஜெமினியின் சித்திரத்தை வாங்குவதற் காகத்தான் ஒசூருக்குச் சென்று வந்தானென்பதை அது இப்போது எங்கே இருக்கிறது என்பதைச் சொல்வதன்மூலம் நிரூபித்துவிட்டு வெளியேறுவது. ஆனால் அதைச் செய்ய நிச்சயமாக அவன் தயாராக இல்லை. ஒரு வாரச் சிறைவாசமும் சித்திரவதை பற்றிய அதீதக் கற்பனைகளும் ஓரளவிற்கு விசாரணை முறைகளை எதிர்கொள்ளும் மனத்தயாரிப்பையும் தனக்குத் தந்திருந்ததாக அவன் நம்பியதால் வருவது வரட்டும் என்று முடிவெடுத்துக் கொண்டு முகாமினுள் நுழைந்தான். பாகீரதியைப் பார்க்காமல், அவளோடு பேசாமல், சுகமான கற்பனைகளோடு படுக்கையில் படுத்துக் கிடக்க முடியாமல் இன்னும் எத்தனை நாட்களைக் கடக்கவேண்டும் என்பது மட்டும்தான் அவனுடைய ஒரே கவலையாக இருந்தது (அதைவிடப் பெரிய சித்திரவதையொன்றை அவர்களால் கொடுத்துவிட முடியாது).

ஆனால் மத்தியக் காவல்படையின் நக்ஸலைட் நடமாட்டத்தைக் கண்காணிப்பதற்கான தற்காலிக முகாமில் உறங்காப்புலியின் சிறைவாசம் அவன் நினைத்ததைப்போல அவசரநிலைக் காலம் முடிவடையும் வரையில் நீடித்துவிடவில்லை. ஒரு நாற்பது நாற்பத்தைந்து நாட்கள் அவன் அங்கே இருந்திருப்பான். மதுரைக் காவல் நிலையங்களில் நிகழ்ந்தது போலவே அங்கும் முதல் இரண்டு நாட்கள், எத்தனை மனவுறுதியுடன் தன் எல்லைக்குள் பிரவேசிக்கும் கைதிகளையும் தன்னுடைய ஆற்றலால் பலவீனப்படுத்திப் பேச வைத்துவிடுபவர் என்று பெயரெடுத்திருந்த மாரநாதன் என்கிற அதிகாரியால் எந்த விசாரணைக்கும் உட்படுத்தப்படாமல் பிற புதிய கைதிகளுடன் அவனும் தனியாகவே விடப்பட்டிருந்தான். மாரநாதன் சித்திரவதை முறைகளை ஒரு கலையாகவே பயின்றவர் என்று அறியப்பட்டிருந்தவர். குற்றவாளியின் மனம் என்பது குற்றம் குறித்த தாழ்வு மனப்பான்மை, தண்டனை மீதான அச்சம், விதிகளுக்குக் கட்டுப்பட்டேயிருக்க வேண்டிய நிலை பற்றிய

சலிப்பு மற்றும் துரத்தப்படுவதன் களைப்பு, சமூகத்தின் பிற அங்கத்தினர்களால் எப்போதும் தனித்து விடப்படுவதும் உற்றுப் பார்க்கப்பட்டுக்கொண்டேயிருப்பதும் குறித்தான வெட்கம் ஆகிய உணர்வுகளால் தொடர்ந்து பிசையப்பட்டு இளகி ஏற்கெனவே அதீதமான மென்மையையும் பலவீனத்தையும் அடைந்ததாக இருக்கிறது, அது கிட்டத்தட்ட ஒரு பெண்ணின் மனவியல்பை ஒத்தது, எனவே ஒரு நல்ல துடிப்புள்ள, திருப்தியடையாத பெண்ணைப் போலவே, தன்னுள் மறைந்திருப்பதையெல்லாம் வெளியே கொண்டுவரும்படியாகத் தன் உடலைத் தீவிரமாகக் கையாளத் தெரிந்த ஓர் இணையை அது இயற்கையாகவே எதிர்பார்க்கிறது, அந்த எதிர்பார்ப்பு பொதுவாக செய்த குற்றத்தின் அளவிற்குத் தக்கபடி இருக்கும், உதாரணமாக ஒரு தெருப்பொறுக்கி தான் கடுமையாகத் தாக்கப்படுவதை விரும்புவதில்லை, அவனைத் தொட்டவுடனேயே அனைத்தும் முடிந்துபோய் திருப்தியாக வெளியேறிப் போய்விடுகிறான், ஆனால் திட்டமிட்ட கொலையைச் செய்தவனின் அல்லது ஒரு தீவிரவாதியின் மனவழுத்தம் அத்தகைய மென்மையான அணுகுமுறையால் திருப்தியடைந்து விடுவதில்லை (ஒரு விதத்தில் அது அந்த அணுகுமுறையை அவமானமாகக்கூட உணரக்கூடும்), அது தன்னைத் திறந்துகொள்வதற்குமுன் திறப்பவனின் ஆற்றலையும் தனக்கு நேர்வதற்கிணையான உச்சக்கட்டத்தை நோக்கி நகர்த்திக் கொண்டுவர விரும்புகிறது என்பது அவருடைய சித்தாந்தமாயிருந்தது. தண்டனைகளும் விசாரணைகளும் காட்டுத்தனமாக உடல்களைப் புண்ணாக்கி மட்டுமே உண்மைகளை வெளிக்கொண்டுவந்து விடுவதற்கல்ல, ஒத்துழைப்பு என்பது ஓர் இடத்தை விரும்புகிறது, ஒரு தருணத்தை விரும்புகிறது, தன்னைப் பெருமை கொள்ளச் செய்யும் ஓர் அணுகுமுறையை, தாக்கப்படுவதனடியில் ஒரு மறைமுகமான, நம்பிக்கை தரும் உரையாடலை எதிர்பார்க்கிறது, அது அமையும் வரை விசாரிப்பவன் காத்திருக்க வேண்டும். மாரநாதனுக்கு அப்படிக் காத்திருக்கும் பொறுமை இருந்தது. அவர் தன் வழக்கப்படியே தேனி முகாமிற்குப் புதிதாக அழைத்து வரப்பட்ட உறங்காப்புலி உள்ளிட்ட ஆறேழு கைதிகளிடம் உடனே தன் விசாரணையைத் துவக்கிவிடாமல் அவர்களனைவருக்கும் நல்ல காலை உணவு கொடுக்கச் சொல்லிப் பிறகு முகாமின் பின்புறமாக விரிந்திருந்த மைதானத்தின் (அது ஒரு மாஜி விளையாட்டுத் திடல். 1975 ஆகஸ்டிலிருந்து மத்தியக் காவல்படையால் தற்காலிகப் பயன்பாட்டிற்காக விடப்பட்டுத் தன்னுடல் மீது சில பல முகவைகள் மனித ரத்தத்தை ஏற்றுக்கொண்டிருந்தது) ஓர் ஓரமாக சிமெண்ட் பூசப்படாமல் வெறும் செங்கற்களை

மட்டும் அடுக்கி மேலே தகரத் தகடுகளைக் கூரையாக அமைத்து உருவாக்கப்பட்டிருந்த, அறையொன்றினுள் போடப்பட்டிருந்த தன்னுடைய மேசை நாற்காலிக்கு இணையாக அவற்றினருகிலேயே இடப்பட்டிருந்த ஒரு நீண்ட மர விசிப்பலகையில் அவர்களை வரிசையாக அமர்த்துவதற்கு ஏற்பாடு செய்தார். அவர்களின் பெயர், வயது, திருமணத் தகுதி, வேலை அல்லது படிப்பு, அவர்கள்மீது சுமத்தப்பட்டிருக்கும் குற்றச்சாட்டு ஆகியவற்றைப் பற்றி (அவை யாவும் அவர் ஏற்கெனவே அறிந்திருந்தவைதான்) அதிகாரமற்றதும் அக்கறையுள்ளதுமான தொனியில் விசாரித்து விட்டு (அவர்களில் மூன்று பேரிடம் மாரநாதன் இந்தியில் பேசவாரம்பித்தபோதுதான் அவர்கள் கல்கத்தாவைச் சேர்ந்தவர்க ளென்பது உறங்காப்புலிக்குத் தெரியவந்தது. தோற்றத்தைப் பார்த்தால் அவர்கள் தமிழ்நாட்டைச் சேர்ந்தவர்கள் போலத்தான் தெரிந்தார்கள். வங்காளிகள் என்று தெரிந்ததும் ஏனோ அவர் களிடம் ஒருவிதமான அன்னியோன்னிய உணர்வுமேகூட அவனுக்குத் தோன்றியது) அவர்களுக்கெதிரே சற்று தள்ளித் தரையில் வரிசையாகக் குத்துக்காலிட்ட நிலையில் உட்கார்த்தி வைக்கப்பட்டிருந்த பழைய கைதிகளை நோக்கிச் சென்றார். அவர்களிடம் இன்னும் விசாரணை மீதமிருந்தது. அவர்கள் இடுப்புக் கச்சையைத் தவிர வேறு உடைகளெதுவும் அற்றவர்களாய் அரை நிர்வாண நிலையில் உட்கார்த்தி வைக்கப்பட்டிருந்தார்கள். கைகளால் முழங்கால்களைக் கட்டித் தங்கள் உடல்களை மறைக்க முயற்சி செய்தபடியும் சதா நெளிந்தபடியேயுமிருந்தார்கள். கால்கள், கைகள் மற்றும் உடலின் பக்கவாட்டுப் பகுதிகள் என கண்ணுக்குப் புலப்படும் பகுதிகளெங்கிலும் பழுத்தவையும் புதியவையும் கன்னிப் போயிருந்தவையும் வீக்கம் கண்டிருந்தவை யும் சீழ் வைத்திருந்தவையுமான காயங்கள் நிரம்பியிருந்ததை விசிப்பலகையில் உட்கார்ந்திருந்தவர்களால் பார்க்கமுடிந்தது. மறைபட்டிருந்த உடலின் முன்பகுதிகளின் காயங்களையும் அவற்றின் ஆழ அகலத்தையும் அதைக்கொண்டு ஊகிக்கவும் முடிந்தது. அவர்களில் சிலருடைய முகம் நடப்பது நடக்கட்டும் என்பதைப்போல கல்லாய் இறுகிக் கிடக்கவும் சிலர் தொடர்ந்து அழுதுகொண்டிருக்கவுமாக இந்த இரண்டைத் தவிர வேறு பாவம் எதுவுமே அவர்கள் எவருடைய முகத்திலும் தங்கியிருக்கவில்லை. அவர்கள் இன்னும் மாரநாதனிடம் தங்களுடைய மனங்களில் புதைந்திருக்கும் பொக்கிஷங்களை ஒப்புக்கொடுத்துத் தங்களை எடையற்றவர்களாக்கிக்கொள்ளும் ஏகாந்த நிலைக்குத் தயாராகவில்லைபோல. அவர் அவர்களிடம் தொடர்ந்து கேள்விகளைக் கேட்டவண்ணமிருந்தார். பதில் சொல்லும் நபர் எழுந்து நிற்க முயலும்போது கால்களாலேயே அவருடைய

தோள்களை அழுத்திக் குத்திட்டு அமர்ந்த நிலையிலேயே தலையைக் குரல்வளை நன்றாக விரைத்து நீளுமளவிற்கு உயர்த்தி நின்றுகொண்டிருந்த தன் முகத்தைப் பார்த்துப் பேசுமாறு செய்துகொண்டிருந்தார். மேலும் விசாரணை துவங்கிய சிறிது நேரத்திலேயே பொறுமையிழந்தவராகத் தன்னைக் காட்டிக்கொண்டு தோள்களிலும் முகத்திலும் உதைக்கவும் அடியின் வேகத்தில் பின்புறமாக மல்லாந்து சாய்பவர்களை அப்படிச் சாய்ந்ததற்காகவே இன்னும் அதிகமாக, அவர்கள் வழக்கமான தங்களுடைய மலங்கழிக்கும் பாவனையில் (அந்த அறைக்குள் மலஜலத்தின் நாற்றமும் நிரம்பியிருந்ததை உறங்காப்புலி அப்போதுதான் கவனித்தான்) குந்தியுட்காரும் நிலைக்குத் திரும்பும்வரை உதைத்துக்கொண்டிருக்கவுமாக இருக்கவாரம்பித்தார். அவ்வப்போது களைப்பைத் தீர்த்துக் கொள்வதற்காகவும் வேறு கோப்புகளைப் பார்வையிடவும் (அல்லது அடுத்த நிலைக் கைதிகளுடன் நெருக்கமாக உறவாடவும்) அவர் சிறிதுநேரம் வெளியே சென்றுவிட்டுத் திரும்பியபோதும் விசிப்பலகையில் அமர்ந்திருந்தவர்கள் எழுந்து செல்ல அனுமதிக்கப்படவில்லை. மதிய உணவுகூட அவர்களுக்கு அங்கேயேதான் கொண்டுவந்து தரப்பட்டது (நல்ல உணவுதான், ஆனால் எதிரே ரத்தம் கசிந்துகொண்டிருந்தவர்களின் பார்வைக்குமுன் அவர்களால் அதை உறுத்தலின்றித் தொட முடியவில்லை). கைதிகளின் உடலில் புதிய காயங்கள் (பழைய காயங்களின் மேலேயே) தோன்றிச் சரிகைத் தாள்களைத் தொங்கவிட்டதைப்போல மினுமினுக்கத் தொடங்கியிருந்தன. இரண்டு நாட்களும் இதே நாடகம்தான். மாரநாதன் அந்த இரண்டு நாட்களில் ஒருமுறைகூட விசிப்பலகையில் உட்கார்ந் திருந்தவர்களின் பக்கம் திரும்பவில்லை. யாராவது எதையாவது சொல்ல எழுந்திருக்கும்போதுகூட மாரநாதனின் உதவியாளர் ஒருவர் சைகை காட்டி அவரைப் பேசவிடாமல் அமர்ந்துவிடும்படி செய்துகொண்டிருந்தார் (கைதி என்ன பேசவேண்டுமென்பது மட்டுமல்ல, அவன் எப்போது பேசவேண்டுமென்பதுமேகூட மாரநாதனின் தேர்வாகவே இருந்தது). உறங்காப்புலிக்குத் தாங்கள் எதற்காக அங்கே உட்கார்த்திவைக்கப்பட்டிருக்கிறோமென்பது நன்றாகவே தெரிந்தது. கண்ணெதிரே தாக்கப்படும் ஒவ்வொரு கைதியும் (ஆனால் அவர்கள் உடலில் தென்படும் காயங்கள் இந்த உதைகளால் மட்டும் ஏற்பட்டவைகளாக இருக்க முடியாது. விசிப்பலகையில் அமர்ந்திருப்பவர்களுக்கான காட்சி முடிந்தபிறகு அவர்கள் வேறொரு இடத்திற்கு அழைத்துச் செல்லப்பட்டுத் தொடர்ந்து வேறு முறைகளில் விசாரிக்கப்படுவார்கள்போல) உறங்காப்புலியாகவே அவன் கண்களுக்குத் தெரிந்தான். அவர்கள்

மீது செலுத்தப்படும் ஒவ்வொரு உதையும் பல மடங்கு அதிகமான எண்ணிக்கையுடனும் வலுவுடனும் வலியுடனும் அவன் மனதில் விழுந்து பெருகியது. பார்க்கச் சகிக்காமல் தலையைக் கீழே குனிந்துகொண்டாலோ உடலை உடல் மோதும் ஒலி இன்னும் பயங்கரமான கற்பனைகளை மனதில் உருவாக்கியது. நிச்சயமாக விசிப்பலகையில் அமர்ந்திருந்தவர்களில் பாதிப் பேர் தாங்களாகவே மாரநாதனிடம் தங்களை முழுவதுமாக ஒப்புவித்துக்கொண்டுவிடுவார்கள். அப்படி உடனே சரணடைந்து விடும் மனப்பலவீனம் உள்ளவர்கள் தாங்கள் அங்கே பார்த்த காட்சியிலிருந்து மீதமிருக்கும் வாழ்க்கையில் பிறகொருபோதும் மீளவும் போவதில்லை. இவ்வளவையும் மீறி அந்த இரண்டு நாட்களும், எதைச் செய்தால் அல்லது எதைச் சொன்னால் அங்கிருந்து விரைவாக வெளியேறிப் பாகீரதியைச் சந்திக்க முடியும் என்பதிலேயே (எதைச் செய்தாலும் அவசரநிலைக் காலம் முடிவடையும்வரை அவனை வெளியே அனுப்பும் உத்தேசம் அரசாங்கத்திற்கு இருக்கப் போவதில்லை. அவனுடைய எதிர்வினையைப் பொறுத்துச் சித்திரவதைகளின் தீவிரம் சற்றுக் கூடலாம் அல்லது குறையலாம் அவ்வளவுதான்) அவனுடைய யோசனை விடாமல் சுழன்றுகொண்டிருந்தது. எதையும் சொல்லவோ செய்யவோ தேவையில்லாமலேயே வெளியேறு வதற்கான வாய்ப்பு மூன்றாம் நாளே அவனுக்குக் கிடைத்தும் விட்டது (பாகீரதியைச் சந்திப்பதற்கு அது உதவவில்லையென்பது வேறு விஷயம்).

மூன்றாம் நாள் (உறங்காப்புலி கைது செய்யப்பட்டதிலிருந்து பத்தாம் நாள்) காலை அவன் அங்கம் வகித்த குழு வழக்கம் போல முகாமின் பின்னறைக்கு அழைத்துச் செல்லப்பட்டபோது கடந்த இரண்டு நாட்களாக உட்கார்ந்து வேடிக்கை பார்த்துக் கொண்டிருந்த விசிப்பலகையின்மீது வேறு ஐந்தாறு பேர்கள் கொண்ட குழு ஒன்று அமர்ந்திருப்பதை அவர்கள் பார்த்தார்கள். தங்களுடைய இடம் எது என்பது அவர்களுக்குச் சொல்லாமலே தெரிந்துவிட்டது. அவர்களுடைய கால்கள் தன்னிச்சையாகவே அறையின் மையப் பகுதியை நோக்கி நடந்துசென்றன. அங்கே அவர்கள் நின்றதும் உதவியாளர் அவர்களை ஆடைகளைக் களைந்துவிட்டுக் குந்தி உட்காரும்படி பணித்தார். அந்த நிலையிலேயே அரைமணி நேரம் கழிந்தபிறகு மாரநாதன் தன் கைகளைத் துடைத்துக்கொண்டே உள்ளே பிரவேசித்தார். விசிப்பலகை ஆசாமிகளைத் திரும்பிப் பார்க்காமல் நேராக உட்கார்ந்திருந்தவர்கள்முன் வந்து நின்றார். முகத்தில் பழைய புன்சிரிப்புக் காணாமல் போயிருந்தது. இறுக்கமான முகத்துடன்

ஒவ்வொரு நபராகத் தேர்ந்தெடுத்து சம்பிரதாயமான விசாரணை களைத் துவக்கினார். உன் பெயர் என்ன, உண்மையில் யார் நீ, ஏன் அதைச் செய்தாய், செய்யவில்லையென்பதை ஒப்புக் கொள்வதற்கில்லை, தெருவில் போகிற எல்லோரையுமா இங்கே பிடித்து வந்து விசாரித்துக்கொண்டிருக்கிறோம், ஒத்துக்கொண்டு காரணத்தையும் சொல்லிச் சில நாட்கள் களி தின்றுவிட்டு உடம்புக்குச் சேதாரமில்லாமல் வெளியேறிப் போய்விடுவது உனக்கு நல்லது, எந்தக் குழு நீ, ஆலப்புழவா குண்டக்கல்லா தர்மபுரியா, இங்கே யார் உங்கள் தலைவன், உன்னிடமிருந்து பிடுங்கப்பட்ட துண்டுப் பிரசுரம் எங்கே அச்சடிக்கப்பட்டது. எல்லாமே அவர்களே நேற்றுவரை தூரயிருந்து பார்த்துக்கொண்டிருந்த பழைய காட்சிகள்தான். சிலர் தங்கள்மீதான குற்றச்சாட்டுகளை ஒத்துக்கொண்டார்கள். சிலர் மறுத்தார்கள். இரண்டு வகையினருக்குமே உதைகள் விழுந்துகொண்டிருந்தன. தன் முறைக்காகக் காத்திருந்த உறங்காப்புலியின் உடல் அடிபடவிருப்பதன் மீதான எதிர் பார்ப்பில் மயிர்கூச்செறிந்துகொண்டேயிருந்தது. அரை நிர்வாணம் தூண்டிவிட்ட அவமான உணர்வும் அவனை உயிரோடு உரித்துத் தின்றுகொண்டிருந்தது. நடுநடுவே அருகிலிருந்தவர்களின்மேல் அடுக்கப்பட்டுக்கொண்டிருந்த குற்றச்சாட்டுகளின் வகைமைகளைக் குறித்தான ஆச்சரியமும் அம்மாதிரியான துணிவு மிக்க எந்தக் குற்றச்சாட்டிற்குமே அருகதையற்ற தானும் அவர்களோடு சேர்த்து உட்கார வைக்கப்பட்டிருப்பது குறித்தான வேடிக்கையுணர்வும்கூட அவனைத் தீண்டி விலகிக்கொண்டிருந்தன. வங்காளிகளில் ஒருவன் ஒரு நிலச்சுவான்தாரை நில அபகரிப்பிற்காகக் கொன்றிருந்தான், இன்னொருவன் தண்டவாளத் தகர்ப்புச் சதியில் சிக்கியிருந்தான், மாவோவின் பிரச்சாரங்களை அரசுக் கல்லூரிகளில் ரகசியமாய் விநியோகிக்க முயன்றானென்று ஒருவன் கைது செய்யப்பட்டிருந்தான். மீதமிருந்த தமிழ் ஆட்களில் ஒருவன் கீழ்வெண்மணிப் படுகொலை குறித்து அதன் சுற்று வட்டாரங்களில் சந்தேகத்திற்கிடமான முறையில் தகவல் சேகரித்துக்கொண்டிருந்ததாகக் குற்றம் சாட்டப்பட்டிருந்தான், இன்னும் நக்ஸலைட்டுகளின் பெருக்கம் கட்டுப்படுத்த முடியாதபடி வளர்ந்துவிட்டது என்பதைப் பறைசாற்றும் வகைமாதிரிகளான குற்றங்கள் தொடர்ந்து அங்கே விவாதிக்கப் பட்டுக்கொண்டிருந்தன. இவர்களுக்கிடையே தான் உறங்காப்புலி யும் கல்கத்தாவிலிருந்து காவல்துறையின் கைகளுக்குச் சிக்காமல் தமிழ்நாட்டிற்கு ஓடிவந்து இறந்துபோன ஒரு மாஜி நக்ஸலைட்டின் கடைசிச் சங்கேதச் செய்தியெதையோ தன் சகாக்களிடம்

கொண்டு சேர்க்கும் பணியில் ஒரூருக்குச் சென்று வந்தவ னென்கிற சம்சயத்துடன் கேள்விக் கணைகளால் துளைபடத் துவங்கியிருந்தான். அவர்களைப் பார்த்து அவன் வியந்துகொண் டிருந்ததைப்போலவே அவர்களும் அவனை ஒரு கர்மவீரனாகப் பார்த்து உள்ளுக்குள் வியந்துகொண்டிருந்திருக்கக் கூடும் என்கிற எண்ணம் அத்தனை இக்கட்டிற்கிடையிலும் ஒரு நூலிழையளவு சிரிப்பை உண்டாக்கிய அதே கணத்தில் அவன் மனதில் அந்தச் சூழலின் வினோதத் தர்க்கமும் உறைத்துவிட்டது. விசாரிக்கப் பட்டுக்கொண்டிந்தவர்கள், விசாரித்துக்கொண்டிருந்தவர், அவருடைய உதவியாளர், தங்கள் முறைக்காகக் காத்திருந்தபடி வேடிக்கை பார்த்துக்கொண்டிருந்தவர்கள் என அங்கே இருந்த, உறங்காப்புலி உள்ளிட்ட ஒவ்வொரு தனி நபரினுடைய கண் களிலுமே (பெருமையுடனோ வியப்புடனோ அல்லது வன்மத் துடனோகூட) தானுட்பட அல்லது தன்னைத் தவிர அங்கே விசாரிக்கப்பட்டுக்கொண்டிருந்த மற்றெல்லாக் கைதிகளுமே நக்ஸலைட்டுகளாகத்தான் தென்பட்டுக்கொண்டிருந்தார்கள். அதுதான் உண்மையாக இருக்க வேண்டுமென்றும் அது அப்படி இருப்பதுதான் அந்த இடத்தற்கான யதார்த்தமாக இருக்க முடியும் என்று நம்பினார்கள். அந்த நம்பிக்கையில் ஊறி ஊறி அறையின் சூழலுமே அந்த நம்பிக்கையின் குறியீடாக மாறிப்போயிருந்தது. அதனுடைய உட்புறம் தாளிடப்பட்ட சதுர வெளிக்குள் கழிவு நாற்றத்துடனும் பெருமூச்சுகளின் வெக்கையுடனும் வலியோலங் களுடனும் சுழன்றுகொண்டிருந்த காற்றிலும் அதைத் தவிர வேறு எந்த மாற்று எண்ணத்தின் ஒலித் துணுக்கும் கலந்திருக்க முடியாத நிலையில் விசாரிப்பவரே விரும்பினாலும்கூட அதன் பிடியிலிருந்து விடுபட்டுத் தனியாக எதையும் சிந்தித்துவிட முடியாது என்றே உறங்காப்புலிக்குப் பட்டது. அந்த வகையில் மாரநாதனே தன்னைச் சூழ்ந்திருந்த அந்தக் கைதிகளின் உள்விருப்பத்தினால் ஆட்டுவிக்கப்பட்டுக்கொண்டிருக்கிற ஒரு பரிதாபத்திற்குரிய மனிதர் என்றுதான் சொல்ல வேண்டும். ஆனால் மாரநாதன் தன்னை அவ்விதமாக ஒத்துக்கொள்ளத் தயாராக இல்லை. அவர் அந்த அறையின் சூழலும் எண்ணவோட்ட ங்களும் தன்னுடைய சிருஷ்டியும் தன்னால் கட்டுப்படுத்தப்படுபவையுமானவை யென்றுதான் நம்பினார். எனவே தன்னுடைய சம்சயத்தை ஒத்துக்கொள்ள உறங்காப்புலி மறுத்ததும் மற்றவர்களுக்குச் செய்ததைப் போலவே அவன் முகத்தை நோக்கியும் தன்னுடைய கனத்த புதைமிதியணிந்த கால்களிலொன்றை வேகமாக உயர்த்தினார். நேயர்களே, நிச்சயமாக நீங்கள் உறங்காப்புலியின் முகம் அல்லது அதிகபட்சம் தோள் இரண்டிலேதாவதொன்றுதான் அப்போது அவருடைய இலக்காக இருந்தது என்று நம்பலாம்.

மேலும் அது பார்த்தால் படித்தவனாயும் நாகரீகமானவனாயும் தன்னோடு இருப்பவர்களின் நடையுடை பாவனைகளுடன் ஒத்துப்போகாத தோரணையைக் கொண்டவனாயும் தோற்ற மளித்துக்கொண்டிருந்த அந்தக் கைதி பெறவிருக்கிற நீண்ட வதைகளினுடைய வரிசையின் துவக்கப் புள்ளியாக இருக்கப் போகிறதென்றுதான் அவரும் நம்பினார்.

ஆனால் கண்ணிமைக்கும் நேரத்தில் வேறொன்று நிகழ்ந்துவிட்டது. குந்தியுட்கார்ந்திருந்த நிலையிலேயே கழுத்து வலிக்கத் தலையை உயர்த்தி மாரநாதனின் முகத்தைப் பார்த்துப் பேச முயன்று கொண்டிருந்த உறங்காப்புலி தன் கண்களுக்கு நேராக முகத்தை நோக்கிப் பாய்ந்து வந்த அவருடைய புதைமிதியின் ரத்தப் பிசுபிசுப்பேறியிருந்த அடிப்பாகத்தைப் பீதியுடன் பார்த்துக் கொண்டே அதன் விசையுறு கனத்தைத் தன் மூக்காலோ முன்பற்களாலோ தாங்குவதற்குத் தயாராகிக்கொண்டிருந்த அதே கணத்தில் அவனுடைய காதுகள் முகாமின் வாயிற்புறத்திலிருந்து தன் பெயர் உரத்து வினவப்படும் ஒலியைக் கேட்டன. மன்னிக்கவும், வினவல் அல்ல, மன்றாடல். அது சுந்தரபாண்டியின் குரல். பிரமையாயிருக்குமோ என்று அவன் மூளை ஒரு வினாடி யோசித்துத் தயங்கியது. ஆனால் உடல் அதைப் பொருட்படுத்த வில்லை. ஆசிரியரிடம் அடிவாங்கிய சிறுவனின் துக்கம் மணிக்கணக்காகக் காத்திருந்து பெற்றோரின்முன் வெடித்துக் கிளம்புவதைப்போல அடிவயிற்றிலிருந்து பெரும் கேவலொன்று குரல்வளையைத் தகர்த்துக்கொண்டு புறப்பட, வயது, தகுதி, இடம், சூழல் அத்தனையையும் மறந்துபோய்த் தந்தையின் தோள்களைக் கட்டிக்கொண்டு அழுது தீர்க்கும் வெறியுடன் சட்டென்று அவன் எழுந்துவிட்டான். அந்த எழும்பலில் அதுவரை மாரநாதனுடைய கால்களின் இலக்கிற்கு நேரேயிருந்த தோள்கள் திடீரென உயர்ந்துவிட அந்த இடத்திற்கு அவனுடைய இடுப்பு நகர்ந்து வந்து நின்றது. மாரநாதனே அதை எதிர்பார்க்கவில்லை. அவர் அடே முட்டாள் என்றார் வாய்விட்டு. அதற்குமேல் அவராலும் சுதாரிக்க முடியவில்லை. உறங்காப்புலியின் பிறப்புறுப்பின்மீது அவருடைய கால் முழு வேகத்தோடு இறங்கி விட்டது. சகதியில் கல்லெறிந்தாற்போன்ற ஒரு சிறு சப்தம். பிறகு உறங்காப்புலியின் கண்களுக்குள் ஒளி மீன்கள் குறுக்கும் நெடுக்குமாக நீந்தத் தொடங்கிவிட்டன. அப்படியும் அவனால் தன் தவிப்பின் வேகத்தைக் கட்டுப்படுத்த முடியாமல் (கூடுதலாக அந்த எதிர்பாராத நிகழ்வினால் தன்னைத் தாக்கியவருக்கே மறுபடி தன்னைத் தொடுவதற்கோ உத்தரவிடுவதற்கோ தயக்கமுண்டாகியிருக்கிறது என்பதும்தான் அங்கிருந்து

பாகீரதியின் மதியம் ❋ 499 ❋

நகர்ந்தாலும்கூட அவர் அப்போதைக்குத் தன்னைத் தடுக்கப் போவதில்லையென்பதும் அவனுக்குத் தெரிந்துபோனதில் சிறிது ஆசுவாசம்கூட ஏற்பட்டிருந்தது) வலியைப் பொறுத்துக்கொண்டு பிடிவாதமாகவே நேராக எழுந்து நிற்கவும் வாசலைப் பார்த்து நடக்கவும் முயன்றான். ஆனால் வலுவான தாக்குதலால் அடிவயிற்றினுள் சுருண்டுகொண்டுவிட்ட நரம்புகள் அவனை அதற்கு அனுமதிக்கவில்லை. அவன் அவற்றின் மறுப்பைப் புறக்கணிக்க முயன்றபோது மீண்டும் ஒருமுறை கண்களுக்குள் ஒளி மீன்கள் முன்னிலும் அதிக வலுவுடன் ஊசிச் சரமொன்று பாய்ந்ததைப்போல சரேலென்று பாய்ந்தன. அவன் அப்படியே மயங்கித் தரையில் சரிந்துவிட்டான்.

அவனுக்கு முகாமிலேயே சிகிச்சையளிக்கப்பட்டது. அரசுப் பொது மருத்துவமனை மருத்துவர் ஒருவர் மாரநாதன் வேண்டுகோளின் பேரில் ஒருநாளைக்கு இரண்டு முறை வந்து பார்த்துப் பரிசோதித்துவிட்டு மருந்துகளைப் புகட்டிவிட்டுப் போனார். ஒரு வார காலம் உறங்காப்புலியால் இடுப்பை ஓர் அங்குலம்கூட அசைக்க முடியாமலேயே இருந்தது. எறும்பு ஊர்வதுகூட அதிக உபத்திரவமாகத் தெரியுமளவிற்கு வலி எப்போதும் அதன் உச்ச நிலையிலேயே தகித்துக்கொண்டிருந்தது. இடுப்பிற்குக் கீழே கல்லைக் கட்டிவிட்டதுபோல கனத்துக்கொண்டிருக்க பலமாகப் போடப்பட்டிருந்த துணிக்கட்டுகளினுள் பீஜங்கள் மட்டைப் பந்தினளவிற்கு வீங்கிக் கிடந்தன. மார்பின்மீது தட்டை வைத்துச் சாய்ந்து படுத்த நிலையிலேயே சாப்பாட்டை வாய்க்குள் தள்ளிக்கொண்டிருந்தான். மலஜலம் கழிப்பதற்கும் உடலைச் சுத்தம் செய்துகொள்வதற்கும் உதவி செய்யவென்று ஒரு நடுத்தர வயதுப் பெண் தாதி வந்து போய்க்கொண்டிருந்தார். அவனுடைய உறுப்பு கடுமையாகச் சிதைந்திருக்கிறதென்றும் தொடர்ந்து அவனை முகாமிலேயே வைத்திருக்க முடியாதென்றும் சரியான சிகிச்சை அளிக்கப்படாவிட்டால் அவன் உயிருக்கோ ஆண்மைக்கோ அல்லது கால்களின் பலத்திற்கோ நிரந்தரமான ஆபத்து ஏற்படலாமென்றும் மருத்துவர் மாரநாதனிடம் கூறுவதையும் (அதை அவன் கட்டிலருகே நின்றபடியேதான் (தான் கொடுக்கும் தூக்க மாத்திரைகள் சரியாக வேலை செய்கின்றன என்கிற நம்பிக்கையுடன்) அவர் சொல்லிக்கொண்டிருந்தார். ஆனால் உறங்காப்புலியின் உடல்வலிக்கப்பால் தனிமையுணர்வும் பாகீரதியைப்பற்றிய நினைவுகளும் வெளியேறும் தவிப்பும் பெரும்பாலான சமயங்களில் மாத்திரைகளின் சக்தியை எதிர்த்தேதான் வேலை செய்துகொண்டிருந்தன) ஆனால் மருத்துவமனைக்குக்

கொண்டு சென்றால் காயத்திற்கான காரணங்களைச் சொல்லும் காகிதங்களும் அவற்றைத் தொகுத்தடக்கிய கோப்புகளும் தயாரிக்கப்பட்டாகவேண்டுமென்பதாலும் ஒருவேளை கைதிக்கு அசம்பாவிதமாக ஏதும் நடந்துவிட்டால் பிறகு அவை தனக்கெதிராகத் திரும்பிவிடுமென்பதாலும் அதைச் செய்வதற்கு மாரநாதன் மறுப்பதையும் (சாவதென்றால் அவன் இங்கேயே சாகட்டும்) கேட்டுக்கொண்டுமிருந்தான். மட்டுமல்லாமல், அவனுக்குப் பட்டிருக்கும் காயம் ஒன்றும் அத்தனை தீவிரமானதில்லையென்று சுற்றியிருந்தவர்களையும் உறங்காப்புலியையும் மட்டுமின்றி மருத்துவரையேகூட நம்ப வைப்பதற்காக நான்கு நாட்களுக்குப்பின் அடிக்கடி கட்டிலருகே வந்து நின்றுகொண்டு அவனிடம் அவர் விசாரணையையும் மேற்கொண்டு அடிபடுவதையும் தவிர்ப்பதற்காகவே அவன் வலிப்பதைப்போல பாசாங்கு செய்வதாயும் உண்மையில் அவனால் நன்றாகவே நடக்க முடியுமென்றும் தன்னை ஏமாற்றுவது தனக்குப் பிடிக்காது என்றும் அடுத்த இரண்டு நாட்களுக்குள் அவனாகவே எழுந்து நடந்து விசாரணைக் கூடத்திற்கு வந்து சேராவிட்டால் நிஜமாகவே எழுந்திருக்க முடியாத அளவிற்கு அவனுக்கு விருந்துபசாரம் நடக்குமென்றும் தொணதொணத்துக் கொண்டேயிருந்தார். அவன் நடக்க முயற்சித்தால் அதைத் தடுக்க வேண்டாமெனவும் (மருத்துவர் அது குறித்து எச்சரித்திருந்ததையும் பொருட்படுத்தத் தேவை யில்லை) பணியாளர்களுக்குக் கட்டளையிட்டிருந்தார். அவர் லேசாகப் பயந்திருக்கிறாரென்பது உறங்காப்புலிக்கு நன்றாகவே தெரிந்தது. அவர் குரலில் தொனித்த அதட்டலுக்குப் பின்னால் எப்படியாவது எழுந்து நடந்துவிடு என்கிற கெஞ்சல் மறைந்திருந்தது (இந்தக் காலக்கட்டம் வரலாற்றில் தூலமான தடங்களை விட்டுச் செல்வதை விரும்பவில்லை என்பதைத் தயவுசெய்து புரிந்துகொள்). விசாரணைகளும் விசாரணைச் சாவுகளும் அவருக்கொன்றும் புதிதானவையாக இருந்துவிட முடியாதுதான். ஆனால் அவருடைய முறைகள் யாவும் வழக்கமாக நின்று கொல்லும் தன்மை படைத்தவையாகவே இருந்தன. சிறு காயங்களையும் தழும்புகளையும் தவிர மற்றபடி சிறையி லிருந்து வெளியேறும் கைதியின் உடலின்மேல் அவருடைய பிரயோகங்களின் பெரிய தடங்களை மற்றவர்களால் வெளிப் படையாகப் பார்க்கவே முடியாது. அதில் அவர் எப்போதும் எச்சரிக்கையாகவே இருந்து பழகியிருந்தார். அவருடைய பணிக் காலத்தில் (பதின்மூன்று வருடங்கள்) உறங்காப்புலிதான் மற்றவர் கண்முன்னே அவரை ஒரு கொலைகாரக் காவலதிகாரியாகக் காட்டவிருக்கிறவனாக இருந்தான். அவர் அதிலிருந்து தப்பித்தாக

வேண்டும். அவருடைய வற்புறுத்தல் காயத்தைவிட அதிகமாக உறங்காப்புலியைத் தொந்தரவு செய்தது.

மூன்று வாரங்களுக்குப் பிறகு பிறகு அவன் ஒருவாறாகச் சிரமப்பட்டு எழுந்து நிற்கத் தொடங்கினான். ஆனால் முதுகை நிமிர்த்தி நிற்க முடியவில்லை. உள்ளுக்குள் முடிச்சிட்டுக்கொண்டிருந்த தசைகளும் நரம்புகளும் நெகிழ்ந்து கொடுக்க மறுத்தன. ஒவ்வொரு தடவை நேராக நிற்க முயற்சிக்கும்போதும் அடி வயிற்றிலிருக்கும் அத்தனை உறுப்புகளும், அவற்றுக்கு ஏதோ தனியாக உயிர் இருப்பதைப் போலவும் அவை அவனுடைய இணை பிரியாத தோழர்களைப் போலவும் மார்புக்கூடுவரை கூடவே முட்டிக்கொண்டு எழும்ப முயன்றன. எனவே அவனால் ஒரு கேள்விக்குறியைப்போல கூனிட்ட நிலையிலும் கீழே விரைப்பை கோவில் மணியைப்போல ஓதம் இறங்கியிருந்த நிலையில் அது உரசாமல் இருப்பதற்காகக் கால்களைக் கூடுமானவரை அகட்டியவாறும்தான் ஒருவாறு நிற்கவும் நடக்கவும் முடிந்தது. உயரம் சரி பாதியாகக் குறைந்து முகம் தரைக்கு வெகு அருகில் நெருங்கியிருக்கக் கிட்டத்தட்ட ஒரு குழந்தை தவழ்வதைப் போலத்தான் அவனுடைய நடை இருந்தது. குரல்வளை நரம்புகளும் நாபியின் நரம்புகளோடு பின்னிக்கொண்டிருந்ததால் ஓர் அடிக்குமேல் தன்னிடமிருந்து விலகியிருப்பவருடைய காதுகளுக்கு எட்டுமளவிற்குச் சிறிதேனும் உரக்கப் பேசுவதற்கும் அவனால் முடியவில்லை. மோசமாகச் சீரழிந்திருக்கிறோமென்பது அவனுக்கு நன்றாகவே தெரிந்தது. அது குணமாகக்கூடியதா என்கிற நிச்சயமும் இல்லாதிருந்த நிலையில், அந்த உடலைப் பாகீரதி எப்படி எதிர்கொள்வாள் என்கிற கவலையும் அவளுடைய அணைப்பிற்கு அது இன்னும் பாத்திரப்பட்டதுதானா என்பதை உடனே தெரிந்துகொள்ளவேண்டுமென்கிற வேட்கையும் வேறு வாட்டிக்கொண்டிருந்த நிலையில் பத்து நாட்கள் தன் கட்டிலைச் சுற்றியே நடந்து பழகியபின் கிட்டத்தட்ட வலுக்கட்டாயமாகவே விகார நடை நடந்து தானாகவே விசாரணைக் கூடத்திற்குச் சென்றான். முகாமின் அதே பின்புற அறையில் குந்தியுட்கார்ந்திருந்த கைதிகளின் வரிசையில் (இவர்கள் உறங்காப்புலியுடன் வந்தவர்கள் நடுக்கூடத்தில் அமர்த்தி வைக்கப்பட்டிருந்தபோது விசிப்பலகையில் அமர்ந்து வேடிக்கை பார்த்துக்கொண்டிருந்தவர்கள். அவர்கள் ஏற்கெனவே அடுத்தக் கட்ட விசாரணைக்கு அழைத்துச் செல்லப்பட்டுவிட்டிருந்தார்கள்) அவர்களுடைய வெட்கத்தை உண்டுபண்ணும் இரக்கப் பார்வைகளுக்கு மத்தியில் அவன் பழையபடி போய் நின்றபோது அவனைப் பார்த்த மாரநாதனின்

கண்களில் அதிகாரத்தின் மிடுக்கைத் தாண்டிக்கொண்டு (நான் நினைத்தால் உன்னைப் படுக்கையில் வீழ்த்துவது மட்டுமல்ல, படுக்கையிலிருந்து எழுப்பவும் முடியும்) பெரிய இக்கட்டிலிருந்து தப்பிவிட்ட திருப்தியும் நிம்மதியும் மின்னிக்கொண்டிருந்ததை அவனால் வெளிப்படையாகவே பார்க்க முடிந்தது. அவர் உதடுகளில் லேசான சிரிப்பு இருந்ததாகக்கூட அவனுக்குப் பிரமை தட்டியது (உண்மையாகவும் இருக்கலாம்). அவனிடம் அவருடைய அணுகுமுறையிலும் மாற்றமிருந்ததை அவன் கவனித்தான். அவர் அவனுடன் பேசுவதில் அதிக சிரத்தை காட்டவில்லை. சம்பிரதாயத்திற்காக எதையோ கேட்டுவிட்டு அவன் பதில் சொல்வதற்குள் அடுத்த ஆளிடம் நகர்ந்துகொண்டிருந்தார். ஆனால் அதில் நோயாளியைச் சிரமப்படுத்தக் கூடாது என்கிற மனிதாபிமானமோ தான் நிரபராதி என்பதைக் கண்டுபிடித்து விட்டதான அடையாளமோ இருப்பதாக உறங்காப்புலிக்குத் தோன்றவில்லை. மதுரையில் நிகழ்ந்ததைப்போல ஒரு கலக்க மூட்டும் தனிமைப்படுத்தலாகவேதான் அது இருந்தது. கசாப்புக் கடைக்காரன் ஆட்டைப் போஷிப்பதைப்போல தன் உடல் நிலை சரியாகி விசாரணைக்குத் தயாராவதற்காக அவர் குரூரமான பொறுமையுடன் காத்திருப்பதாகவே அவனுக்குத் தோன்றியது (மற்றவர்களைப்போல என் உதையை நான் திட்டமிட்ட இடத்தில் அடக்கமாகப் பெற்றுக்கொள்ளாமல் வேண்டுமென்றே வயிற்றில் வாங்கி இத்தனை பேருக்கு முன்னால் என்னைக் குற்றவாளியாக்கி நீ இரக்கத்தைச் சம்பாதித்துத் தப்பித்துக்கொள்ள வேண்டுமென்று திட்டமிட்டாயல்லவா, எழுந்து வா, பார்த்துக்கொள்கிறேன்). எனவே கூடுமான அளவு தானே வலுவில் எழுந்து மாரநாதனுடன் பேச விழைவதும் (எனக்கு எதுவும் தெரியாது என்கிற பல்லவியைத்தான்) மற்றவர்களுடன் சேர்ந்து நின்றுகொள்ள முயற்சிப்பதுமாக இருந்தான். விசாரணைக் கூடத்தில் மற்ற கைதிகள் வழக்கம்போல வெறும் உள்ளுடுப்புகளுடனேயே இருக்க அவனோ மருந்து மற்றும் குருதி நெடியடிக்கும் ஒரு நாலு முழ அழுக்கு வேட்டி (அவன் மயக்கமுற்றுக் கிடந்தபோது இடுப்பில் சுற்றப்பட்டது. யாருடைய வேட்டியோ. நிச்சயமாகப் புதிதாய் இராது) மற்றும் சட்டையுடனேயே இருக்க அனுமதிக்கப்பட்டிருந்தான் (அதாவது அவனை யாரும் அதைக் கழற்றச் சொல்லி ஆணையிடவில்லை). அவனுக்கிருந்த கிலியில் அவன் அவற்றைக்கூட கழற்றிவிட்டு மற்ற கைதிகளுடன் தானும் ஒரு கைதியாகத் தன்னை அடையாளப்படுத்திக்கொள்ளத் தயாராகவே இருந்தான். ஆனால் மாரநாதன் கண்டுகொள்ளவேயில்லை. விசாரணையின்போது மட்டுமல்ல, விசாரணை முடிந்து வெளியேறும்போதுகூட

மற்றவர்களுடைய சாதாரண நடை வேகத்திற்கு ஈடுகொடுக்க முடியாமல் தன்னுடைய இருப்பை ஹீனமான குரலில் காவல் உதவியாளருக்கு அறிவித்துக்கொண்டே அவர்கள் பின்னே அவன் தட்டுத்தடுமாறியபடி ஓட்டமும் நடையுமாகத்தான் வரவேண்டியிருந்தது. புறக்கணிப்பின் குரூரமும் அதன் பின்னே காத்திருப்பதாக அவன் ஊகித்த தண்டனையும் உடல் நோவுடன் சேர்ந்து அவனுடைய இரவு உறக்கத்தைப் பறித்துக்கொள்ள ஒவ்வொரு கணமும் அடுத்து என்ன நடக்கப்போகிறது என்கிற திகிலும் ஏதோவொரு விதத்தில் தான் பழையபடி ஒரு சாதாரண மனிதனாக ஆகிவிட வேண்டுமென்கிற தவிப்பும் அவனைத் தீவிரமாகப் பற்றிக்கொண்டிருந்தன. அவன் தன் சக்திக்கு மீறியே தான் குணமடைந்துவிட்டதாக மற்றவர்கள்முன் நடித்துக் காட்ட முனைந்துகொண்டிருந்தான் (மாரநாதன் வெளியே சென்றிருந்த ஒரு சமயத்தில், அவருடைய உதவியாளரும் எதிரேயிருந்த விசிப்பலகை ஆசாமிகளிடம் சற்றே கவனத்தைத் திருப்பிய ஓர் அபூர்வமான தருணத்தில், அவனருகே இருந்த சக கைதி அந்த வாய்ப்பை நழுவ விடாமல் அவன் அப்படியெல்லாம் நடிக்கத் தேவையில்லையென்றும் அவனுடைய நிலை மற்றவர்கள்மேல் அதிகாரியின் பிரயோகத்தில் ஒருவிதத் தயக்கத்தைக் கொண்டு வந்திருக்கிறது என்றும் குணமாகும்வரை அவனையும் அவர் தொடப்போவதில்லையென்று தெரிவதாயும் எனவே முடிந்தால் அவன் தனக்காகவும் பிறருக்காகவும் தன் நோயுற்ற ஸ்திதியைக் கூடுமானவரை நீட்டித்துக்கொண்டிருக்கட்டும் என்று மின்னல் வேகத்தில் கிசுகிசுத்துவிட்டுத் திரும்பத் தள்ளி நின்றுகொண்டான்). மேலும் ஒரு வார காலம் இப்படியாகக் கழிந்தது.

உறங்காப்புலியின் சிறைப்பாடுகள் எப்படி முடிந்தன என்பதை பற்றிச் சொல்லுமுன் மத்தியக் காவல் படையின் அந்தத் தற்காலிக முகாமினுடைய அமைப்புப் பற்றிக் கூடுதலாகச் சில வார்த்தைகளைக் கூற நேயர்கள் நம்மை அனுமதிக்க வேண்டும். விசாரணைக்கூடம் என்று நாம் அழைக்கும் அந்தச் சிறிய அறை பிரதான முகாமிற்குப் பின்புறம் இருந்தது என்று முன்பு சொல்லியிருந்தோமல்லவா. பின்புறத்தில் என்று மட்டுமல்லாமல் அது முகாமோடு சுவரேதாலும் இணைக்கப்படாமல் ஐம்பது அறுபது அடிகள் தொலைவில் ஒரு தனித்த கட்டிடமாகவேதான் நின்றுகொண்டிருந்தது. அதாவது காவல் முகாமையும் விசாரணைக் கூடத்தையும் முப்பது வினாடிகள் நடந்து கடக்க வேண்டிய அளவிற்கு ஒரு திறந்த வெளி பிரித்துக்கொண்டிருந்தது. முகாமிலிருந்து கைதிகள் வரிசையாகக் கூடத்திற்கு அழைத்து வரப்படும்போது தன்னுடைய நடையின் கதியில் உறங்காப்புலி எப்போதும் வரிசையின் கடைசியிலேயே வரவேண்டியதாக

ஆகிவிட்டிருந்தது. அதேபோல விசாரணை முடியும்போதும் முதலில் மாரநாதனும் பிறகு பிற கைதிகளும் வெளியேறிய பிறகு அவன் சிரமப்பட்டுத் தன் உடலை இழுத்துக்கொண்டு காவல் உதவியாளரின் வசவு கலந்த துரிதப்படுத்தலால் உந்தப்படுபவனாக நடந்து சென்று முகாமின் பின்புறக் கதவை அடைய வேண்டியிருந்தது. கடைசியாக வெளியேறுபவன் என்கிற தகுதியில் விசாரணைக் கூடத்தின் கதவுகளைச் சார்த்தி வெளிப்புறம் தாளிட்டுக்கொண்டு வரவேண்டிய பொறுப்பு ஒன்றும் யாரும் சொல்லாமல் தானாகவே அவன் தலைமேல் வந்து விழுந்திருந்தது. அதுவொன்றும் பெரிய வேலையில்லையென்றாலும் சக கைதிகள் அத்தனை பேருடைய தலைகளும் முகாமிற்குள் சென்று மறைந்தபின் கழுத்தைப் பிடித்து இழுக்கும் உதவியாளரின் குரல் அந்தச் சாதாரணச் செயலைக்கூடப் பதற்றம் நிறைந்ததாக ஆக்கித்தான் விடுகிறது. எதற்குச் சொல்கிறோமென்றால், இத்தனைப் பாடுகளுக்கும் நடுவில் இந்த ஒரு துண்டு திறந்த வெளியும் அதன்மேல் கவிந்திருந்த ஆகாயமும் அதன் மதிலுக்கப்பாலிருந்து செவிகளை வந்தடைந்து கொண்டிருந்த வெளியுலக இயக்கத்தின் ஒலியடையாளங்களும் உறங்காப்புலிக்கு அவன் அங்கே அடைபட்டிருந்த கிட்டத்தட்ட ஒன்றரை மாத காலத் துன்பியல் காட்சிகளைத் தாண்டித் தன் குடும்பத்தினரையும் பாகீரதியையும் எப்போதாவது பார்ப்போம் என்கிற நம்பிக்கையைத் தந்துகொண்டிருந்த அம்சங்களாக இருந்துகொண்டிருந்தன. காலை மாலை இரண்டு வேளைகளிலும் அந்த வெளியைக் கடக்கும் ஒரு நிமிடத்திற்கும் குறைவான அவகாசத்தில் உறங்காப்புலி எவ்விதமோ அதன் எல்லைக்குட்பட்ட விகாசத்தில் பாகீரதியின் இருப்பையும் அவளுடைய உடல் மணத்தையும் (எப்போதாவது சுந்தரபாண்டியின் குரலும் அவன் வெட்கமடையும் விதத்தில் அதில் கலந்து ஒலித்துக்கொண்டிருந்தது) உணர்ந்துகொண்டிருந்தான். எனவே புலிக்குப் பயந்து மேலே பாம்பும் கீழே முதலையும் நெளிந்துகொண்டிருந்த கிணற்றில் குதித்து எலி கடித்துக்கொண்டிருந்த தாவரத் தண்டைப் பிடித்தபடி அந்தரத்தில் தொங்கிக்கொண்டிருந்தவன் தன் வாயில் விழுந்த ஒரு சொட்டுத் தேனைச் சப்புக்கொட்டிச் சிலாகித்துக்கொண்ட கதையைப்போல வலிகளுக்கும் வியாகூலங்களுக்கும் நடுவே முப்பதும் முப்பதுமாகத் துண்டுபட்ட அந்த அறுபது வினாடி நடையை அவனும் சுவைத்துச் சப்புக்கொட்டிக்கொண்டான். கதைக்காகச் சற்றே மிகைப்படுத்தி அதில் அவன் அடைந்து கொண்டிருந்த பரவச உணர்வு சில சமயங்களில் அந்த நாளின் வாதைகள் முழுவதையும் கடந்து செல்லும் வலுவை அவனுக்குக் கொடுத்துக்கொண்டிருந்தது என்றுகூடச் சொல்லலாம்தான். ஆனால் இஃதெல்லாம் அதன் இறுதிக்கு வந்த தினத்தன்று

உறங்காப்புலி எடுத்த முடிவு அவனுடைய அப்போதைய உடல் வலுவிற்கு மிக மிக அப்பாற்பட்ட ஒன்றாகத்தானிருந்தது என்பதையும் அதுவேதான் அவனைச் செயல்படுத்தும் கிரியா ஊக்கியாய் இருந்ததென்பதையும் எண்ணிப் பார்க்குமிடத்து நம்முடைய கூற்று முழுக்கவும் மிகையாகவே இருக்க வேண்டிய அவசியமுமில்லை.

அன்று மாரநாதனின் தினப்படி விசாரணைகள் முடியச் சற்று நேரமாகிவிட்டது. கைதிகள் வெளியே வரும்போது பொழுது எதிர்முகம் பார்க்கவியலாதபடி இருட்டி விட்டிருந்தது. மாரநாதன் சென்ற பிறகு அவர்கள் உடைகளை அணிந்துகொண்டு வரிசையாக நிறுத்தி வைக்கப்பட்டுப் பிறகு கூடத்திலிருந்து முகாமை நோக்கி உதவியாளரால் வழி நடத்தப்பட்டார்கள். வழக்கம்போல உறங்காப்புலி தன் கூன் விழுந்த உடலைத் தூக்கிக்கொண்டு கடைசி ஆளாக அவர்களைப் பின்தொடர்ந்தான். எல்லாரும் வெளியேறிக்கொண்டிருக்கும்போதே அலுவலகம் முடிந்து வீடு திரும்பும் நேரம் ஏற்கெனவே கடந்துகொண்டிருக்கிறதென்கிற எரிச்சலிலிருந்த உதவியாளர் அவர்களைத் துரிதமாக நடந்து உள்ளே வரும்படி உரத்த குரலில் அவசரப்படுத்திக்கொண்டிருந்தார். நாள் முழுவதும் உதை வாங்கிப் புண்பட்ட உடல்களோடும் காது களில் இன்னும் எதிரொலித்துக்கொண்டிருந்த மாரநாதனின் வசவுகள் மற்றும் பயமுறுத்தல்களோடும் கைதிகள் அவருடைய குரலைச் சட்டை செய்யாமல் வழக்கமான மந்த கதியில் நடந்து முகாமினுள் நுழைந்துகொண்டிருந்தார்கள். உறங்காப்புலி வழக்கம்போல விசாரணைக்கூடக் கதவை வெளியே தாளிடும் பணியைச் செய்யத் துவங்கியபோது அது பல நாட்களாக எண்ணெயிடப்படாததாலோ அல்லது காலநிலை கதவின் அச்சுக்களை சற்றே நிலை பிறழச் செய்திருந்ததாலோ ஒன்றுடன் ஒன்று பொருந்திப் பூட்டிக்கொள்ளச் சண்டித்தனம் செய்தது. உதவியாளரின் குரல் பின்னால் ஐம்பதடி தொலைவிலிருந்து அவசரப்படுத்திக்கொண்டிருக்க உறங்காப்புலி அதனுடன் மல்லுக்கட்டிக் கடைசியில் ஒருவழியாகக் கதவைத் தாளிட்டு விட்டுத் திரும்புவதற்குள் இன்னொரு முப்பது நாற்பது வினாடிகள் அதிகமாகியிருந்தது. அந்தச் சில வினாடிகள் தாமதத்திற்குப் பிறகு அவன் பின்னால் திரும்பிப் பார்த்தபோது அந்த வெட்டவெளியில் தன்னைத் தவிர வேறு யாருமே இல்லையென்பதைக் கண்டு ஒரு வினாடி திகைத்துப்போனான். மட்டுமல்ல, முகாமின் பின்புற வாயிலும் சார்த்தப்பட்டு உள்பக்கம் தாளிடப்பட்டுவிட்டிருந்தது. இருட்டில் அவன் ஒருவன் பின்தங்கிவிட்டதை உதவியாளர் கவனிக்கவில்லையோ அல்லது கைதிகளை எண்ணிப் பார்க்கும் வழமையை அதீத

பா. வெங்கடேசன்

நம்பிக்கையிலோ அவசரத்திலோ விட்டுவிட்டாரோ தெரியவில்லை. உறங்காப்புலியைத் திடீரென்று மாபெரும் மௌனம் இறுகத் தழுவிக்கொண்டது. பிரம்மாண்டமான வேற்றுக் கிரகமொன்றின் வானத்தினடியில் நின்றுகொண்டிருப்பதாக அந்த ஒலியற்ற வெற்றிடம் உண்டாக்கிய தனிமை கிலி கொள்ளச் செய்ததில் அவனுடைய முதுகுத்தண்டும் சில்லிட்டுவிட்டது. காரணம், அந்தத் தனிமை எண்ணவோட்டத்தை உறையச் செய்யும் கேள்வியொன்றை அவன்முன் கொண்டுவந்து நிறுத்தியது, இப்போது என்ன செய்யப் போகிறாய். அதுவரையில் பரவசத்தோடு பருகிக்கொண்டிருந்த அந்த வானமும் வெட்ட வெளியும் தூரத்து ஒலிகளும் தனியே தங்கள்முன் அகப்பட்டுக் கொள்ளும் ஒருவன்மீது எத்தனைப் பூதாகரமாகத் தங்கள் வியாபகத்தின் பளுவை இறக்க வல்லவையென்பதை அவன் அப்போதுதான் தெரிந்துகொண்டான். கால்களை அகட்டி அகட்டி வைத்தபடி, என்னை விட்டுவிட்டீர்கள், நான் இன்னும் உள்ளே வரவில்லை என்று இரண்டடிக்குமேல் எட்டாத தன் தீனக் குரலில் அலறிக்கொண்டு (அலறுவதாக நினைத்துக் கொண்டு) முகாமின் கதவை நோக்கி அவன் ஓடினான். அதை அடைந்ததும் கையை மடக்கி முஷ்டியால் அதை இடிப்பதற்குத் தயாராகியும்விட்டான். ஆனால் அதற்குள், எப்படியும் சில நிமிடங்களில் வரிசையிலிருந்து தான் விடுபட்டிருப்பதைக் கண்டுபிடித்துவிடத்தான் போகிறார்கள், பிறகு அவர்களே வந்து தன்னை அழைத்துக்கொண்டுவிடுவார்கள் என்று தோன்றவே அதுவரையில் சற்று ஆசுவாசமாக விசாரணைக் கூடத்திலேயே உட்கார்ந்திருக்கலாமேயென்று ஒரு நினைப்பு அவனுக்குள் எழுந்தது. எனவே அவன் திரும்பி அந்த அறையை நோக்கி நடந்தான். கூடத்தின் கதவை அடைந்து அதன் தாளைத் தொட்டான். தானே கதவைத் தட்டித் தன் விடுபடலை அறிவித்துக் கொள்ளாததற்காக புதிய பிரச்சனைகள் ஏதேனும் முளைக்கக் கூடுமோ என்று ஒரு சந்தேகம் கிளம்பியது. குழப்பத்துடன் திரும்பவும் முகாம் கதவை நோக்கி நடக்கத் துவங்கினான். பாதி நடந்துகொண்டிருக்கும்போதே இதில் என் தவறு என்ன இருக்கிறது, அபூர்வமாகக் கிடைக்கும் இத்தகையதொரு தனிமையை ஏன் நிச்சயமற்ற தண்டனைக்குப் பயந்து கைவிட வேண்டுமென்று மனதில் ஓர் எண்ணமுண்டானது. முகாமிற்கும் விசாரணைக்கூடத்திற்குமிடையில் அவன் இப்படிக் குழப்பத்துடன் அலைபாய்ந்தபடியும் நடுநடுவே ஸ்தம்பித்து நின்றபடியுமிருந்ததென்னவோ சில நிமிடங்களுக்குத்தான். ஆனால் அந்தச் சில நிமிடங்களே அங்கே நிறைந்திருந்த தனிமைக்கு தானே அவனிடமிருந்து முற்றிலும் புதிதான வேறொரு பதிலைப் பெற்றுக்கொள்ளப் போதுமானதாயிருந்தது. அந்தப்

பதில் அவனைக் கிழித்துக்கொண்டு ஏகாந்த வெளியின்முன் வெளிப்பட்ட வேகத்தில் உறங்காப்புலி மூச்சு விடவே திணறித் தடுமாறிப்போனான். அதைச் சிந்தித்துப் பார்க்கவே அவனுக்கு அச்சமாக இருந்தது. அது சாத்தியம்தானா. மேலும் இஃதெல்லாம் நிஜமாகவே தனக்கு நடந்துகொண்டுதானிருக்கிறதா.

ஆனால் நிஜம் மற்றும் கற்பனைகளைப்பற்றிச் சிந்திப்பதற்கும் சாத்தியாசாத்தியங்களைப்பற்றி அலசுவதற்கும் அவற்றின்மேல் ஏதாவது ஓர் இறுதி முடிவை எடுப்பதற்கும் அவனுக்குச் சில நிமிட அவகாசம்தான் காலத்தால் (இறை நம்பிக்கையாளனாக அவன் இருந்திருந்தால் ஒருவேளை அது அதிர்ஷ்ட தேவதையாக இருந்திருக்கும்) கொடுக்கப்பட்டிருந்தது. எந்த நேரத்திலும் அது தன் கருணையின் கதவுகளை மூடிக்கொண்டு முகாமின் கதவுகளைத் திறந்துவிட்டுவிடலாம். அங்கிருந்து அவனைத் தேடிக்கொண்டு யாரையேனும் வெளிப்படுத்திவிடலாம். இந்தக் கிடைத்தற்கரிய தருணம் வந்த சுவடு தெரியாமல் தொலைந்துபோய்விட்டதை நொந்துகொண்டே முடிவும் மீட்சியும் புலப்படாத வழக்கமான சுழலுக்குள் அவன் மீண்டும் தன்னைப் புகுத்திக்கொண்டுவிடலாம். உறங்காப்புலி சில நிமிடங்கள் முகாமிற்கும் விசாரணைக்கூடத்திற்கும் இடைப்பட்ட வெளியில், அந்தரத்தில் நின்றபடியே யோசித்தபின் ஒரு முடிவிற்கு வந்தவனாகத் தீர்மானமாய்த் திரும்பி விசாரணைக் கூடத்தை நோக்கி நடந்து அதை அடைந்ததும் வெளிச்சுவரைச் சுற்றிக்கொண்டு அதன் பின்புறம் நகர்ந்தான். அங்கே பரந்து கிடந்த மணல் மைதானத்தை ஒருமுறை அவன் கண்கள் அகல விரிந்து சுழன்று நோக்கின. கூர்ந்து நோக்கினால் அதன் வடக்கு மூலையில் ஏதோவொரு புள்ளியில் அதன் சுற்றுச் சுவரில் விரிசலையோ புடைப்பையோ உயரக் குறைவையோ இடிபாட்டையோ அல்லது அடியிலேதேனும் உயர்ந்த பாறையையோ அவற்றால் அவதானித்துவிட முடியும்தான். இதயத் துடிப்பு செவிகளில் உறுமியொலியைப்போல அடித்துக் கொண்டிருக்க அவன் ஒருமுறை முகாம் கட்டிடத்தின் மௌனம் கனத்து வழியும் வெளிச்சுவரைத் திரும்பிப் பார்த்துவிட்டு அங்கிருந்து யாராவது கதவைத் திறந்தால்கூடத் தன் இருப்பும் அசைவும் அவர்கள் கண்களுக்குப் புலப்பட்டுவிடாதபடி அதையும் விசாரணைக்கூடக் கட்டிடத்தையும் மைதானத்தின் தொலைவான விளிம்பையும் இணைத்துக்கொண்டிருந்த மானசீக நேர்கோட்டில் இம்மியும் விலகிவிடாத கவனத்துடன் கயிற்றின் மேல் நடக்கும் வித்தைக்காரனைப்போல அடிவயிற்று வலியைப் பொருட்படுத்தாத (உண்மையில் அச்சமும் எதிர்பார்ப்பும் வலியை மறக்கவே அடித்திருந்தன) வேகத்துடன் மதில் சுவரை

பா. வெங்கடேசன்

நோக்கி நடந்தான். அதை அடைந்ததும் மீண்டும் ஒருமுறை முகாம் கட்டிடத்தைத் திரும்பிப் பார்த்துவிட்டுத் தொலைவி லிருந்து ஏற்கெனவே அவதானித்து வைத்திருந்த மதிற்சுவரின் சிறிய விரிசல்களிலும் புதர்களின் அடர்த்தியிலும் மிதமாகத் தன் உடல் எடையைச் செலுத்தி உந்தி உச்சியை நோக்கி ஒருமுறை எழும்பிக் குதித்தான். கிட்டத்தட்ட ஒன்றரை மாதங் களுக்குப் பிறகு முதன்முறையாக சுருங்கிய நிலையிலிருந்து அடிவயிற்றின் நரம்புகள் திடீரென விடுபட வேண்டியிருந்ததில் (அதுவும் மூர்க்கமான வேகத்தோடும் அதிர்வோடும்) வலி மறுபடி தன் இருப்பைக் காட்டிக்கொள்ளும் விதமாகச் சுரீரென உச்சந்தலைவரை முட்டிப் பாய்ந்தது. மதிலின் மேல் விளிம்பை எட்டித் தொடாமலே விரல்களும் வழுக்கிவிட்டன. அவன் ஒரு நிமிடம் அப்படியே வயிற்றைப் பிடித்துக்கொண்டு தரையில் உட்கார்ந்திருந்தான். அவசரப்பட முடியாது. வலி மிதப்படுவதற்கு (அதற்குச் சந்தர்ப்பமேயில்லை. அதைத் தாங்கிக் கொள்ளும் வலுவை மனதிற்குள் திரட்டிக்கொள்வதற்கு என்று வேண்டுமானால் சொல்லலாம்) அதற்கான அவகாசம் தேவைப்படத்தான் செய்தது. வேறு வழியின்றிப் பல நிமிடங்களை அப்படியே கடத்திய பிறகு எழுந்து உடலை முறுக்கிச் சாதாரண உயரத்திற்கு வளர்த்திக்கொண்டு மூச்சையும் ஒருமுறை ஆழ உள்ளே இழுத்துக்கொண்டபின் மீண்டும் மதிலின் உச்சியை நோக்கிக் கைகளை உயர்த்தியபடி எழும்பிக் குதித்தான். தீர்மான மான பாய்ச்சல். இந்த முறை கைகள் விளிம்பைப் பற்றிவிட்டன (உடல்நிலை இடம் கொடுக்காததால் இத்தனை சிரமத்தை அனுபவிக்க வேண்டியிருந்ததே தவிர மற்றபடி அந்தப் பள்ளி விளையாட்டு மதிலும் ஒரு சிறுவன் ஓடிவந்து குதித்தால் கை வைத்துத் தாண்டிவிடக்கூடிய உயரம்தான் இருந்ததென்று வைத்துக்கொள்ளுங்கள். அஃதென்ன சிறைச்சாலை மதிலா, பலத்த பாதுகாப்புடன் கட்டப்பட்டிருக்க). சில வினாடிகள் மதிலைப் பற்றித் தொங்கிக்கொண்டிருந்த கைகளின் மேல்நோக்கிய இழுவிசையும் நிலத்திலிருந்து விடுபட்டு அந்தரத்தில் தொங்கிக் கொண்டிருந்த கால்களின்மேல் இறங்கியிருந்த புவியீர்ப்பு விசையும் எதிரெதிர் திசைகளில் அவற்றின் முழு எடையுடன் செயல்பட்டுக்கொண்டிருந்ததில் கூன் வலுக்கட்டாயமாக முறித்து நிமிர்த்தப்பட்டு உடல் வழக்கத்தைவிட அதிகமான நீளத்தில் விரைத்துத் துடித்துக்கொண்டிருப்பதற்குக் கண்களை இறுக மூடியபடி அனுமதித்தபின் உறங்காப்புலி கால் விரல்களால் உத்தேசமாகச் சுவரைத் துழாவி விரிசல்களைக் கண்டுபிடித்துக் கைகளை அழுத்தி மேலே உந்திப் பாம்பைப்போல சுவரின்மேல் ஊர்ந்து ஏறிக் கடைசியில் உச்சியை அடைந்தேவிட்டான். அடைந்ததும் உடனே தலையைத் தூக்கிவிடாமல் ஒரு நிமிடம்

கண்களை மட்டும் விடுவித்து மதிலின் வெளிப்புறத்தை ஆராய்ந்தான். இருட்டிவிட்டதுதானென்றாலும் இன்னும் இரவாகவில்லையாதலால் தேனி மதுரையைப்போல ஒரு நகரமாகயிருந்தால் ஜன நடமாட்டம் குறைவதற்கு வாய்ப்பில்லாமல் போயிருக்கும்தான். ஆனால் அது ஒரு சிற்றூர் என்று சொல்லக்கூடிய அளவிலேதான் இருந்ததாதலாலும் அந்தப் பள்ளிக்கூடமும் அதன் மையப் பகுதியில் கட்டப்பட்டிருக்கவில்லையாதலாலும் அதிர்ஷ்டவசமாக (குறைந்தபட்சம் உறங்காப்புலிக்குத் தேவைப்படும் அந்தத் தருணத்திலாவது) மதிலையொட்டிய நடைபாதையில் ஆள் நடமாட்டம் எதுவும் இருக்கவில்லை. அவன் மதிலின் உச்சியில் அப்படியே தவழ்ந்து படுத்து உடலைப் புரட்டி அதை மறுபக்கத் தரையை நோக்கிக் கீழே தள்ளினான். பொத்தென்று அது தரையில் விழுந்தது. மீண்டும் ஒருமுறை அவநம்பிக்கையின்மேல் சில வினாடிகள் அசைவற்றுக் கிடந்தான். தப்பித்துவிட்டது மட்டுமல்ல, கைது செய்யப்பட்டது, விசாரிக்கப்பட்டது, பயணப்பட்டது, தந்தையின் குரலைக் கேட்டது, அடிபட்டது, சற்று முன்பு வரை சிறையில் இருந்தது என்று ஓர் இரண்டு மாத காலத்தின் அனைத்து நிகழ்வுகளுமே பெருங்கனவொன்றின் துண்டுக் காட்சிகளைப் போலத்தான் அவனுக்குத் தோன்றின. விண்விண்ணென்று வயிற்றையும் பீஜங்களையும் கவ்விப் பிடித்துக்கொண்டிருந்த வலியொன்றுதான் பைத்தியத்திற்குள் விழுந்துவிடாமல் அவனை யதார்த்தவுலகோடு தொடர்ந்து தொடர்புறுத்திக்கொண்டிருந்த ஒரே பற்றுக்கோடாக இருந்தது.

அந்த வலியேதான் மேற்கொண்டு யோசிக்கவும் எச்சரிக்கையடையவும் விரைந்து எழுந்து அவ்விடத்தைவிட்டு நகர்ந்து சற்று தொலைவில் சலனித்துக்கொண்டிருந்த கடைத் தெருவின் ஜனங்களோடு ஒருவனாகத் தன்னைக் கரைத்துக்கொள்ளவுமாக அவனைச் செயலுக்குள் உந்திக்கொண்டுமிருந்தது. தப்பித்தலின் பதற்றத்தில் அதுகாறும் மறைந்து கிடந்த லௌகீகம் பற்றிய விசாரங்கள் யாவும் தப்பித்து வெளியேறிய பிறகு சுள்ளென உறைக்கவாரம்பித்தன. முதலில் அவன் கையில் இப்போது ஒரு பைசா நாணயம்கூடக் கிடையாது. முகாமில் குளிப்பதற்கும் க்ஷவரம் செய்துகொள்வதற்கும் துவைத்து உடுத்துவதற்கும் உண்பதற்கும் தடையெதுவும் இல்லாமலிருந்ததால் (கூடுதலாக, அவனொரு நோயாளியாக இருந்ததால் இவற்றிலெல்லாம் உதவுவதற்கு அவனுக்கொரு தாதி வேறு கிடைத்திருந்தாரே) கீழே விழுந்தபோது ஒட்டிக்கொண்ட புழுதிப் படலம் கொடுத்த சிறிய உறுத்தலைத் தவிர மற்றபடி பார்ப்பவர்களின் கண்களுக்கு அவன் ஒரு மோசமான பிச்சைக்காரனாகத்

தென்படப் போவதில்லைதான். ஆனால் அந்தச் சுத்தமான தோற்றத்தை வைத்துக்கொண்டு ஒருவேளைச் சாப்பாட்டை எந்த உணவு விடுதியிலும் இலவசமாகச் சாப்பிட்டுவிடவும் அவனால் முடியாது. அவனுக்குப் பசிக்கத்தான் செய்தது. ஆனால் சாப்பிடுவதைவிட முக்கியம் அதிக நேரம் தேனியிலேயே இருக்காமல் எவ்வளவு விரைவாக முடியுமோ அவ்வளவு விரைவாக அதைவிட்டு வெளியேறிவிட வேண்டியது. அவன் ஏதாவது ஒரு புகைவண்டியைப் பிடித்து அனுமதிச் சீட்டில்லாமல் பயணம் செய்து மதுரைக்குப் போய்விட வேண்டுமென்று திட்டமிட்டான். பிடிபட்டால் மீண்டும் காவல்நிலையத்திற்கே திரும்பி வரக்கூடிய அபாயம் இருக்கிறதேயென்கிற கவலை தோன்றாமலில்லை. ஆனால் இதைத் தவிர வேறு மார்க்கமெதிலும் பைசா இல்லாமல் பயணிக்கவும் முடியாது. சரி, வருவது வரட்டுமென்கிற முடிவோடு இருப்புப்பாதை நிலையத்தை நோக்கி நடந்தான். ஆனால் பாதி வழியிலேயே அதிர்ஷ்ட மிருக்கிறதா பார்ப்போமென்று ஒரு சரக்கூர்தியைக் கை காட்டி நிறுத்தியதில் மதுரை வரை ஆபத்தில்லாமல் ஓர் இலவசப் பயணம் வாய்த்துவிட்டது (சுத்தமான தோற்றத்திற்கான பரிசு). வண்டி ஓட்டுநரும் அவன் வலியில் இருக்கிறானென்பதைப் பார்த்தவுடனேயே தெரிந்துகொண்டுவிட்டதால் அதிகமாகக் கேள்விகள் கேட்டுத் தொந்தரவு செய்யவில்லை. என்ன நடந்தது என்று மட்டும் கேட்டார். ஒரு வேலையாகத் தேனிக்கு வந்ததாயும் வந்த இடத்தில் ஒரு சாலை விபத்தில் அடிபட்டு மயங்கி விழுந்துவிட்டதாயும் விழித்துப் பார்த்தபோது பணப்பை திருடு போயிருந்ததாயும் தன்னுடைய நோவு, புழுதி, வறுமை ஆகிய மூன்றுக்கும் சேர்த்து ஒரே பொதுவான பதிலைச் சொல்லி வைத்தான். ஓட்டுநர் உதவியாளர் இருவருடைய பார்வையுமே அவன் சொன்னதை அவர்கள் நம்பவில்லையென்றே காட்டியது. மௌனமாகவே அவர்கள் பயணப்பட்டுக்கொண்டிருந்தார்கள். ஒவ்வொரு வினாடியும் காவலர்களின் பிடியிலிருந்து தொலைவாக விலகிக்கொண்டேயிருப்பது குறித்து உறங்காப்புலி ஆசுவாசப் பட்டுக்கொண்டான். ஆனால் தொடர்ந்து யோசித்துக்கொண்டே யிருந்ததில் அதே ஆசுவாசம் மதுரைக்குச் செல்வதிலிருக்கும் ஆபத்தை மெதுவாகப் புத்திக்குப் புலனாக்கத் தொடங்கியது. அவன் தப்பித்துவிட்டானென்பதைக் கண்டுபிடித்துவிட்டால் (இந்நேரம் அது வெளியாகியிருக்கும். முகாம் அல்லோலகல்லோலப்பட்டுக் கொண்டிருக்கும். காவலர்கள் நாலா பக்கங்களுக்கும் விரட்டப் பட்டுக்கொண்டிருப்பார்கள். மீதமிருக்கும் கைதிகள் ஏதோ அவர்கள்தான் அவனைத் தப்பிக்க விட்டதைப்போல கூடுதல் உதைகளை வாங்கிக் கட்டிக்கொண்டிருப்பார்கள்) மாரநாதன் இயல்பாகவே முதலில் செய்யும் வேலை மதுரைக்

காவல்நிலையத்திற்குத் தகவல் தெரிவித்து அவன் வீட்டை நோட்டமிடுமாறு கேட்டுக்கொள்வதாகத்தானே இருக்கும். வீட்டைவிட்டால் மதுரைக்குச் செல்வதற்கு அவனுக்கிருக்கும் மற்றொரு (பிரதான) காரணம் பாகீரதி. ஆனால் தன்னுடைய விகாரமான நடை மற்றும் கூனுடம்புடன் அவள்முன் போய் நிற்பதற்கு (பாகீரதி அதைச் சகித்துக்கொள்வாளென்று நம்பிக்கை இருந்ததென்றாலும்) அவனுக்கு ஏனோ மனமொப்பவில்லை. சட்டத்தின் விதிகளுக்குக் கட்டுப்படாத தன்னிச்சையான சுதந்திரத்துடன் இயங்குவதாலேயே காதல் எந்த நேரத்திலும் தண்டனை பற்றிய அச்சமின்றி தங்களைக் கைவிட்டுவிடும் அபாயம் இருக்கிறது என்கிற பயத்தில் காதல் காலங்களில் அதில் ஈடுபடுபவர்கள் தங்களுடைய பலவீனங்களை ஒருவர்முன் ஒருவர் காட்டிக்கொள்ள முனைவதில்லையென்றும் எனவே காதல் எப்போதும் புலனாகும் காட்சிகளின்மீதும் பலங்களின்மீதும் நம்பிக்கை வைத்துக் கட்டப்பட்ட ஓர் இலட்சியவாதமாகவே நிற்கிறது என்றும் அதனால்தான் அது எப்போதும் கனவின் சாயலைக் கொண்டதாகவும் இருக்கிறது என்றும் அவன் எங்கோ படித்திருந்தான். தன் தற்காலிக உருவச் சிதைவைப் பாகீரதி பெரிதாகப் பாராட்டிக்கொள்ளாவிட்டாலும் (ஒருவேளை அது சீக்கிரம் குணமாகட்டும் என்கிற பிரார்த்தனையுடன் அவள் அந்த அருவருப்பூட்டும் காயத்தின்மீது அன்பின் மிகுதியால் ஓர் அபூர்வமான முத்தத்தைக்கூடப் பதித்து வைக்கலாம்) அவன் இப்போது ஒரு குற்றவாளியென்பதையும் அதிலும் சிறையிலிருந்து தப்பித்துத் தலை மறைவாகத் திரிய வேண்டிய நிலையிலிருக்கும் ஒரு கைதியென்பதையும் தெரிந்துகொண்டால் இம்மாதிரியான விஷயங்களுக்கு அறவே பழக்கப்படாத ஒரு மத்தியதரக் குடும்பத்துப் பிராமணப் பெண்ணான அவள் காவல்துறையின் கெடுபிடிகள், சந்தேகங்கள், விசாரணைகள் மற்றும் அவற்றின் மூலம் வெளிப்பட்டுவிடக்கூடிய அபாயத்திற்கு ஆட்பட்டுவிடும் அவர்களுடைய உறவு இவை பற்றிய அச்சமின்றி அதன் பிறகும் தன்னைப் பார்க்க வருவதற்கு அவனை அனுமதிப்பாளா என்று அவனுக்குச் சந்தேகமாக இருந்தது.

காதல், குடும்பம் என்று இந்த இரண்டையுமே பார்ப்பதற்கு வழியில்லையென்று ஆகிவிட்ட பிறகு மதுரைக்குப் போவதற்கு உயிரைப் பணயம் வைக்கிற வேறு காரணம் என்ன இருந்துவிடப் போகிறது. சரக்கூர்தி மதுரையை நெருங்க நெருங்க அங்கே இறங்கிக் கொள்ளும் விருப்பம் உறங்காப்புலியைவிட்டுத் தொலைவாக நகர்ந்து போய்க்கொண்டேயிருந்தது. கடைசியில் ஓட்டுநர் இரவு பத்து மணி சுமாருக்கு வண்டியைக் கீழவெளிவீதியில்

சரக்கேற்றுவதற்காக நிறுத்தி மதுரை வந்துவிட்டதை அறிவித்துக் கீழே இறங்கவில்லையா என்று கேட்டபோது அவன் அவரிடம் இந்த வண்டி எங்கே போகிறது என்று பதிலுக்குத் திருப்பிக் கேட்டான். அவர் மெட்ராஸ் என்றதும் நானும் வருகிறேன் என்றான். ஓட்டுநர் இந்த முறையும் அவனிடம் எதையும் உசாவவில்லைதான். ஆனால் அவர் முகத்தில் சிறிய ஆனால் இறுதியான ஆச்சரியச் சுளிப்பிற்குப் பிறகு குழப்பம் தீர்ந்த தெளிவு உண்டாகிவிட்டது. அவர் வண்டியில் சரக்கேற்றுவதை மேற்பார்வை பார்க்கும் பொறுப்பை உதவியாளிடம் விட்டுவிட்டு உறங்காப்புலியைக் கூட்டிக்கொண்டு இரவு நேர நடைபாதைக் கடையொன்றிற்குச் சென்று சில இட்டிலிகளையும் ஆம்லெட்டு களையும் சாப்பிட்டுவிட்டு அவன் கூச்சத்துடன் வேண்டாமென்று சொன்னதைப் பொருட்படுத்தாமல் (உன் பசி உன் முகத்தில் தெரிகிறது தம்பி) அவனுக்கும் வாங்கிக் கொடுத்துச் சாப்பிடச் செய்து திரும்ப அழைத்து வந்தார். சரக்கூர்தி மதுரையில் இரண்டு மணி நேரங்கள் நின்று மிளகாய் வற்றல் மூட்டைகள் மற்றும் புளிச் சிப்பங்கள் ஆகியவற்றை ஏற்றிக்கொண்ட பிறகு நள்ளிரவுக்குமேல் மெட்ராஸை நோக்கிக் கிளம்பியது. திருச்சி சாலையை வண்டி தொட்டபோது (அந்தச் சாலையைப் பிடிப்பதற்கு அது வடக்குவெளிவீதி வழியாகத்தான் செல்லவேண்டியிருந்தது. பாகீரதியின் வீடு மோனத்திலாழ்ந்திருந்தது. உறங்காப்புலி ஓட்டுநருக்குத் தெரியாமல் ரகசியமாகக் கண்ணீருகுத்தபடியே அதைக் கடந்தான் (நானொருவன் மட்டும் பிரிவென்பதோர் நரகத்துழலுவதோ)) ஓட்டுநர் அவனைப் பின்னால் போய் சரக்கு மூட்டைகளின் மேலாகப் படுத்துக்கொள்ளும்படி சொன்னார். அவர் கொடுத்த ஒரு சிறிய குற்றாலத் துண்டை புளிச் சிப்பங்களின்மேல் விரித்துப் படுத்துக்கொண்டான். மேலே தொங்கியபடியே கூட வந்துகொண்டிருந்த நிலவிடமும் நட்சத்திரங்களிடமும் சென்றுபோனவைகளையெல்லாம் முறையிட்டபடியே நெடுநேரம் விழித்துக்கொண்டிருந்தான். கனவில்கூட நினைத்துப் பார்த்திராத வினோதமான இரவு. மிகப் பல வருடங்களுக்குமுன் இதேபோல வேறொரு ஊரைவிட்டு வெளியேறிப்போய் நிலம் நிலமாகச் சுற்றியலைந்த மனிதனைப்பற்றி அவனுக்குச் சொல்லப்பட்ட கதையும் இதே கதைக்குள்தான் வருகிறது. அந்த மனிதனும் இதேபோல ஓர் இரவில்தான் யாருக்கும் தெரியாமல் ஏதோவொரு வண்டியைப் பிடித்து அதன் திறந்த உடலின்மேல் படுத்தபடி எதிர்காலத்தைப்பற்றிச் சிந்தித்துக்கொண்டே பயணித்திருந்திருப்பான், போன இடங் களில் யார் யாராகவோவெல்லாம் ஆகிக் கடைசியில் தன் அந்திமக் காலத்தில்தானே அவனும் தன்னூருக்குத் திரும்ப

வந்து சேர்ந்ததாகச் சொல்லப்பட்டது. அவனைத் துரத்தியது கலைப் பித்தென்றால் இவனைத் துரத்துவது காதல் பித்து. இவனுமே பாகீரதியின் உலகத்தில் ஜெமினிதான். அவனைப் போலவே தானுமேகூட இனி மதுரைக்குத் திரும்பி வருவோமா மாட்டோமோ என்று நினைத்து இவன் மனம் கவலைப்பட்டது. மேலும் மேலும் எதிர்காலம் பற்றிய ஏதேதோ சிந்தனைகள். வண்டி இரவின் மிக ஆழ்ந்த மௌனத்தை முகப்பு விளக்கின் உதவியுடன் தன்னாலியன்ற அளவு கிழித்தபடி ஊடுருவிக்கொண்டிருந்தது. சிலசமயம் அதன் அசைவற்ற சீரான வேகத்தில் அது ஒரே யிடத்தில் நின்றுகொண்டிருப்பதைப் போலவும் இருட்டை ஒரு திரவமாக்கி அதன்மேல் அசைவற்று மிதந்தபடியே இயந்திரக் குறட்டையுடன் தானும் உறங்கிக்கொண்டிருப்பதாயும்கூடத் தோன்றியது. ஒரு விதத்தில் எதுவுமே விழித்திருக்கவில்லை (மோனத்திருக்குதடி இந்த வையகம்). பிறகு அவன் தானும் தன்னை மீறிக் கோடைக் காற்றின் தழுவலில் உறங்கிப்போனான். சுமார் பன்னிரெண்டு மணி நேரப் பயணத்திற்குப் பிறகு நண்பகல் நேரத்தில் வண்டி மெட்ராஸை அடைந்து சிந்தாதிரிப் பேட்டையில் அதன் அலுவலக வாசலில் வந்து நின்றதும் ஓட்டுநர் அவனை எழுப்பி மூட்டைகளின் மேலிருந்து கீழே குதிக்கச் சொன்னார். உறங்காப்புலி அவர் சொன்னபடி செய்தான். ஆனால் இடத்தைவிட்டு நகரவில்லை. சரக்குகள் இறக்கப்பட்டு அலுவலகத்தினுள் கொண்டு செல்லப்படுவதை வேடிக்கை பார்த்தபடி அங்கேயேதான் நின்றுகொண்டிருந்தான். ஓட்டுநர் அவனருகே வந்து, தம்பி, உன்னைப் பார்த்தால் மெட்ராஸில் இறங்குகிறவனாகவும் தெரியவில்லை, எங்கேதான் போகவேண்டும் நீ என்று கேட்டார். அவர் தன்னை நோக்கி வந்துகொண்டிருந்தபோதே அவர் என்ன கேட்கப் போகிறார் என்பது தெரிந்துபோக என்ன பதில் சொல்வது என்கிற குழப்பம் உறங்காப்புலியை ஆட்கொண்டதென்னவோ வாஸ்தவம்தான். ஆனால் அந்தக் கேள்வி உச்சரிக்கப்பட்ட மாத்திரத்தில் மூளையினுள்ளிருந்த ஏதோவொரு அடைப்பைத் திடீரென்று திறந்துவிட்டதைப்போல அது அவனைத் தொட்டு வலுவாக உலுக்கி அந்தக் குழப்பத்தை உதிர்த்துவிட்டதைப்போலயிருந்தது. அது அப்படித் தன்முன் கேட்கப்படுவதற்காகத்தான் பிறந்ததி லிருந்தே காத்திருந்தவனைப்போல அவன் சற்றும் யோசிக்காமல், கல்கத்தா என்றான். ஓட்டுநர் அந்தப் பதிலையும் அதன் நிச்சயத் தன்மையையும் அது தன்மேல் பாய்ந்த வேகத்தையும் பார்த்து ஒரு கணம் ஸ்தம்பித்து நின்றார். பிறகு அவனைப் பார்த்து, ஆமாம், அந்தப் பக்கமாகத்தான் போய்விடு என்று முனகினார். ஆனால் அதற்குப் பணம் இருக்கிறதா உன்னிடம். அந்தக்

கேள்வியை அவர் கேட்டதும் உறங்காப்புலி திடுக்கிட்டவனாய் அவர் முகத்தைப் பார்த்து மிரள மிரள விழித்தான். அவர் ஏதோ கோமாளியைப் பார்த்ததைப்போல சிரித்துக்கொண்டே சரக்கு அலுவலகத்தினுள் சென்று அங்கே கல்லாவில் அமர்ந்திருந்த மனிதரிடம் அவனைக் கை காட்டி ஏதோ பேசிவிட்டுத் திரும்பி வந்தார். அன்று மாலை அங்கிருந்து ஒரு சரக்கூர்தி கிளம்ப விருப்பதாயும் அதில் அவனுக்கு ஓர் இடத்தைத் தான் பதிவு செய்திருப்பதாயும் வண்டி நடுநடுவே சரக்கேற்றிக் கொண்டு கல்கத்தா போய்ச் சேருவதற்கு ஒரு வார காலம் ஆகும் என்றும் தெரிவித்துவிட்டு பயணக் கட்டணத்திற்கும் அவனுடைய சாப்பாடு மற்றும் குறைந்தபட்ச மருத்துவச் செலவுகளுக்குமாகச் சேர்த்து கல்கத்தா வரை அந்த வண்டியிலேயே உதவியாளாக வேலை பார்க்க அவனுக்குச் சம்மதமா என்றும் கேட்டார் (பார்த்தால் படித்தவன்போல இருக்கிறாயே). சிறையிலிருந்து அவனைத் தப்பிக்க உந்திய யோசனைகளைப் போலவே சற்றுமுன் மூளையில் மின்னிக் கல்கத்தா என்று சடுதியில் சொல்ல வைத்த தருணத்தின் பிரகாசம் மங்கியதும் அதை ஏன் சொன்னோம், அங்கே போய் என்ன செய்யப் போகிறோம் என்கிற கேள்விகள் மனதில் எழத் தொடங்கிவிட்டனயென்றாலும் உறங்காப்புலி அவருடைய யோசனைப்படி நடக்கச் சம்மதித்தான். மேலும் ஒரு மணிநேரம் அங்கே தாமதித்த பிறகு ஓர் உணவகத்தில் சாப்பாடு வாங்கிக் கொடுத்துக் கையில் இரண்டு பத்து ரூபாய்த் தாள்களையும் திணித்துத் தோளைத் தட்டிக் கொடுத்துவிட்டு அந்த நல்ல ஓட்டுநர் அவனிடம் விடைபெற்றுக்கொண்டார். உறங்காப்புலி சரக்கூர்தி அலுவலகத்தில் போடப்பட்டிருந்த ஒரு விசிப்பலகையின் மீது அமர்ந்தபடியே மீதிப் பொழுதைக் கழித்துக்கொண்டிருந்தான் (அதிக நேரம் இல்லை. ஓட்டுநர் விடைபெற்றுக்கொண்டபோது ஏற்கெனவே பின்மதியம் சரியத் தொடங்கித்தான்விட்டிருந்தது). நடுவே ஒருமுறை எழுந்து ஒரு மருந்துக் கடையைத் தேடிச்சென்று சில வலி மாத்திரைகளையும் பீஜங்களில் தடவிக்கொள்வதற்கு ஒரு களிம்பையும் வாங்கிக்கொண்டு அப்படியே அதனருகிலிருந்த காதி வஸ்திராலயத்தில் ஒரு கதர் வேட்டியும் மூன்று துண்டுகளும் (ஒன்று உடல் துடைத்துக் கொள்ள மற்ற இரண்டு மாற்றி மாற்றித் துவைத்து லங்கோடாகக் கட்டிக்கொள்ள) வாங்கிக்கொண்டு வந்ததோடு சரி. மற்றபடி அவன் தன் இருக்கையைவிட்டு எழுந்திருக்கவேயில்லை. அலுவலக மேலாளர் வண்டி புறப்படும் பொழுதுவரை அவனைச் சற்றுக் காலாற நடந்து மெட்ராஸ் வீதிகளை ஒரு சுற்றுச் சுற்றிவிட்டு வரும்படி ஆலோசனை சொன்னபோது தன்னால் அதிகமாக நடக்க முடியவில்லை

என்று சொல்லி மறுத்துவிட்டான். நிகழ் தருணத்திலிருந்து சிறையிலிருந்து தப்பித்த தருணம் தொலைவாக நகர்ந்து விலக விலகத் தானொரு தேடப்படும் கைதியென்கிற பிரக்ஞை அவனுக்குள் புரையேறிப் பழுத்துக்கொண்டேயிருந்தது. (முன்பு அவன் குற்றவாளியென்கிற சந்தேகத்திற்குட்பட்டவன். இப்போது நிஜமாகவே அவன் ஒரு குற்றவாளி). வெளியில் நடந்து பார்ப்பதற்கான விருப்பத்தைக் களைப்பும் அவ்வப்போது தெருவில் தென்பட்டுக்கொண்டிருந்த காவலர்களின் சிவப்புத் தொப்பியைக் கண்டதும் (அவர்களிலொருவர் தன்னுடைய வழக்கமான கைப்பணத்தை வாங்குவதற்காகச் சரக்கூர்தி அலுவலகத்திற்குள்ளேயேகூட நுழைந்துவிட்டுப் போனார்) அவர்கள் தன்னைத்தான் தேடிக்கொண்டிருக்கிறார்களென்பதான பிரமை தாக்குவதாலுண்டாகும் உடல் நடுக்கமும் தடுத்துக் கொண்டிருந்தன. இரவு ஏழு மணி சுமாருக்கு ஆஸ்பெஸ்டாஸ் தகடுகளையும் பீங்கான் கழிப்பறைச் சாமான்களையும் அவனையும் ஏற்றிக்கொண்டபின் சரக்கூர்தி கல்கத்தாவை நோக்கிக் கிளம்பியது.

ஒரு வாரம் என்று சொல்லப்பட்டிருந்தாலும் வண்டி கல்கத்தா விற்கு ஒன்பது நாட்களுக்குப் பிறகுதான் வந்து சேர்ந்தது. சரியான நேரத்திற்குப் போய்ச் சேரவேண்டுமென்கிற அவசரம் ஓட்டுநரிடம் இருக்கவுமில்லை. மாறாக குண்டூர், விசாகப்பட்டினம் மற்றும் புவனேஸ்வரம் ஆகிய நகரங்களிலிருந்த சரக்கூர்தி அலுவலகத்தின் கிளைகளில் தயாராக வைக்கப்பட்டிருந்த சரக்குகளையும் (வீட்டு உபயோகப் பொருட்கள், ஜவுளிப் பொதிகள், மரச் சிலைகள் இத்யாதி) ஏற்றிக்கொண்டதில் சுமை அதிகமாகியிருந்த வண்டியைப் பாதுகாப்பாக ஓட்டிக் கரை சேர்ப்பதிலேயேதான் அவருடைய கவனமெல்லாம் இருந்தது. பயணம் முழுவதும் அவ்வப்போது குறுகிய பயணங்களுக்காக பணம் கொடுத்து ஏறி இறங்கிக்கொண்டிருந்த அநாமதேய வழிப் போக்கர்களைத் தவிர மற்றபடி அவர்களிருவரும் மட்டுமேதான் கிழக்குக் கரைக் கடற்காற்றைச் சுவாசித்தபடி ஒருவருடன் ஒருவர் பேசிக்கொண்டே பொழுதைக் கழித்துக்கொண்டிருந்தார்கள். பேசிப் பேசி இருவருக்குமிடையே நல்ல நெருக்கமும் ஏற்பட்டு விட்டிருந்தது. அந்த ஓட்டுநரின் பெயர் சிவப்பிரகாசம். சொந்த ஊர் திருநெல்வேலி. ஆனால் மெட்ராஸுக்கு வந்து இருபது வருடங்களுக்கு மேலாகிவிட்டது என்றார். திருமணமாகி ஆணொன்றும் பெண்ணொன்றுமாக இரண்டு குழந்தைகளு மிருந்தன. திருநெல்வேலி, கன்னியாகுமரியில் சில பொதுக்கூட்டங் களுக்கு வந்திருந்த காமராஜருக்கு எதேச்சையாக மகிழ்வுந்து

ஓட்டுநராக நான்கைந்து நாட்கள் இருக்க வாய்த்ததில் அவர் சந்தோஷப்பட்டுத் தன்னிடமே வேலைக்குச் சேர்ந்துவிடும்படி அவரை மெட்ராஸுக்கு அழைத்து வந்துவிட்டாராம். இரண்டு வருடங்கள் காமராஜரிடம் வேலை பார்த்தபின் ஒரு சிறிய விபத்தில் வருத்தமுண்டாகி (தலைவர் அதைப் பொருட் படுத்தவில்லை. ஆனால் எனக்குத்தான் மனசு ஒப்பாமல் போய்விட்டது) அவருடைய சம்மதத்தோடேயே விலகி வந்து சரக்கூர்தி அலுவலகத்தில் வேலைக்குச் சேர்ந்து நிரந்தர மாக இங்கேயே இருந்தும்விட்டாராம். சரக்கூர்தியிலேயே காஷ்மீரிலிருந்து கன்னியாகுமரிவரை இந்தியா முழுவதும் சுற்றியலைந்திருப்பதாகச் சொன்னார். அது அவருடைய ஒவ்வொரு அசைவிலும் தெரியவும் செய்தது. நிறுத்துமிடங்களும் குளிக்குமிடங்களும் உண்ணுமிடங்களும் சாலையோர வேசி களைப் புணருமிடங்களும் (ஒன்பது நாட்களில் மூன்று முறை) நாள் புலர்ந்து மறைவதுபோல அத்தனை இயல்பாக அவரை வரவேற்று உள்வாங்கித் தேவையைத் தீர்த்து வழியனுப்பிக் கொண்டிருந்தன. உறங்காப்புலியும் தன்னைப்பற்றி அவரிடம் நிறையப் பேசினான். முதல் இரண்டு நாட்களுக்குத் தானொரு எதேச்சையான குற்றவாளியென்பதையும் தேடப்படும் கைதியென்பதையும் மறைத்தே பேசிப் பார்த்தான். ஆனால் அந்த ரகசியம் மிகச் சாதாரண விஷயங்களைப் பேசுவதற்குக்கூட திணறுமளவிற்கு எதைச் சொல்லவாரம்பித்தாலும் அதன்முன் ஒரு பெரிய தூணைப்போல வந்து நின்றுகொண்டு வார்த்தைகளை மறித்துக்கொண்டிருந்ததால் மூன்றாம் நாள் மிகுந்த தயக்கத்துடன் அவரிடம் அதையும் சொல்லிவிட்டான். அதற்குப் பிறகு அவனே ஆச்சரியப்படுமளவிற்கு அவன் தன்னை எடையற்றவனாக உணர உரையாடல்களும் சரளமாகிவிட்டன. சிவப்பிரகாசத்திற்கு அவன் ஒரு கைதியென்பது சற்று ஆச்சரியமாகத்தான் இருந்தது. ஆனால் அவர் அதைப் பற்றிப் பெரிதாகப் பாராட்டிக்கொள்ள வில்லை. இந்தக் காலத்தில் (அவர் குறிப்பிட்டது அவசரநிலைக் காலத்தை) சட்டத்தின்முன் குற்றவாளியாகத் தென்படாத மனிதன் எவனாவது இருப்பதுதான் ஆச்சரியம் என்றார் அவர். அவர் சொன்னது மிகைப்படுத்தப்பட்ட வார்த்தைகளாகவும் இருக்கவில்லை. கிராமங்களில் அவசரநிலைப் பிரகடனத்தின் தாக்கம் பெரிதாகத் தெரியவில்லையானாலும் நகரங்களை வண்டி கடக்கும்போது அதன் கட்டிடங்களை இறுக்கிப் பிடித்திருந்த, வயிற்றில் அச்சத்தின் அமிலத்தைப் பிரவகிக்கச் செய்யும் இடுகாட்டு மௌனத்தை இதே நாட்களில் இதே அனுபவத்தை இதே கதையின் வேறோர் நிலப்பரப்பில் மருத்துவர் அரங்கநாதன் நம்பி உணர்ந்துகொண்டிருந்ததைப்போலவே

அவனாலும் உணரமுடிந்தது. ஆனால் அவன் கல்கத்தா செல்வது இறந்துபோன ஒரு நக்ஸலைட்டின் கடந்தகாலத் தடங்களைத் தேடி என்பதை (தன் காதல் கதையைப்பற்றி அவன் அவரிடம் எதையும் பிரஸ்தாபித்திராததால் அதனுடைய பின்புலமெதையும் அவர் அறிந்திருக்காத நிலையில்) அவரால் ஒத்துக்கொள்ள முடியவில்லை. அது அவன் யாரென்று சந்தேகப் பட்டு அவனைக் கைது செய்ததாகச் சொன்னானோ அதை உண்மையென்பதாக ஆக்கிவிடாதா என்று அவர் கேட்டார். உறங்காப்புலி இறந்துபோன ஜெமினி என்கிற அந்த நபருக்கு நக்ஸலைட் என்பதற்கப்பால் புகழ் பெற்ற ஓவியர் என்கிற இன்னொரு முகமும் இருப்பதாயும் தன்னுடைய பயணம், எவ்விதமோ தலைமறைவு வாழ்க்கையொன்றுக்குள் வந்து சிக்கிக்கொண்டுவிட்ட நிலையில் எதிர்காலத்தை என்னவாக அமைத்துக்கொள்வது என்று நிச்சயப்படுத்திக்கொள்ளும் முன் இடைப்பட்ட காலத்தில் தனக்கு வேண்டிய ஒரு பெண்ணின் கனவுகளை அலைக்கழித்துக்கொண்டிருக்கும் ஜெமினியின் அந்த இன்னொரு முகத்தைத் தானும் பரிச்சயப்படுத்திக்கொள்ளும் விழைவினால் உண்டானதேயன்றி வேறு சட்டத்திற்குப் புறம்பான காரணங்களாலல்ல என்று சொல்லி வைத்தான். சிவப்பிரகாசம் அப்போது எதையும் மறுத்துப் பேசவில்லை. ஆனால் வண்டி காரக்பூரைத் தொட்டபோது சரக்குப் பரிமாற்றத்திற்காக அங்கிருந்து மேற்காக நகர்ந்து ஜாம்ஷெட்பூர்வரை சென்று விட்டுத் தான் மறுபடியும் கிழக்காகப் பயணித்து (மீண்டும் காரக்பூரைத் தொட்டுக் கடந்து) கல்கத்தாவிற்குத் திரும்ப வேண்டியிருப்பதாலும் அது குறைந்தபட்சம் இரண்டு நாட்களை எடுத்துக்கொள்ளும் என்பதாலும் அவன் விரும்பினால் காரக்பூரிலேயே இறங்கி நேராகக் கல்கத்தாவிற்குச் சென்று விடலாமென்று யோசனை சொன்னபோது பொது வாகனங் களில் நீண்ட பயணங்களை மேற்கொள்வதற்கு அச்சப்பட்டுக் கொண்டு உறங்காப்புலி கல்கத்தாவில் தனக்குத் தலைபோகிற வேலையொன்றுமில்லையாதலால் தானும் அவருடனேயே சேர்ந்து அவர் வழியிலேயே பயணிக்க விரும்புவதாகத் தெரிவித்ததன் பேரில் அவர்களிருவருமே ஜாம்ஷெட்பூரை அடைந்தபோது கல்கத்தாவில் ஜூலை 3, 1975 அரசாங்க ஆணையால் தடை செய்யப்பட்டிருக்கும் நக்ஸலைட் மற்றும் மாவோயிஸ்ட் இயக்கங்களின் ஆட்களுடைய கவலைக்கிடமான இருப்புப் பற்றிய அரசல்புரசலான உரையாடல்கள் (உறங்காப்புலிக்காகவே சிவப்பிரகாசம் பிறருடன் வலிந்து மேற்கொண்டது) அவன் கல்கத்தா போவதையும் ஜெமினியைப்பற்றி அந்த பாஷை தெரியாத ஊரில் விசாரிக்க விருப்பதையும் அவன் மறுபரிசீலனை

செய்யவேண்டுமெனவும் தன்னுடனேயே அவன் மெட்ராஸ் திரும்புவதைப்பற்றிக்கூட யோசிக்க வேண்டுமெனவும் அவரைப் புலம்பச் செய்துவிட்டது (அந்த ஜெமினியென்பவருடைய ஊர் கல்கத்தா என்பது தமிழ்நாட்டுக் காவல்துறையினருக்கே தெரிந்திருக்கும் பட்சத்தில் அவன் சிறையிலிருந்து தப்பித்தால் உடனே அவனுடைய புகலிடம் கல்கத்தாவாகத்தான் இருக்கக் கூடுமென்பதை அவர்களால் எளிதாகவே ஊகித்து அவனைப் பிடிப்பதற்கு இங்குள்ளவர்களை முடுக்கிவிட முடியும், யார் கண்டது, இப்போதே அவர்கள் அவனுக்காகக் கல்கத்தா பேருந்து நிலையங்களிலோ புகைவண்டி நிலையங்களிலோ கம்யூனிஸ்ட் அலுவலகங்களுக்கெதிரேயிருக்கும் தேநீர்க் கடை வாசல்களிலோ தயாராகக் காத்துக்கொண்டிருக்கக்கூடும்). ஆனால் உறங்காப்புலி தன் முடிவிலிருந்து மாறும் விருப்பமில்லாதவனாயிருப்பதைக் கண்டபின் வேறு வழியின்றி கல்கத்தாவில் நம்பகமான சிலரை விசாரித்து ஏதேனும் ஒரு சிறிய வழியைத் தானே உருவாக்கித் தரும் வரையில் அவன் தன்னை நீங்கிச் செல்வதில்லையென்கிற உறுதிமொழியையாவது தரும்படி வற்புறுத்தி வாங்கிக்கொண்டார்.

சொன்னபடியே கல்கத்தாவை அடைந்து சரக்குகளை இறக்கியதும் சிவப்பிரகாசம் யாரும் பெரிதாக ஈர்க்கப்பட்டுவிடாதவண்ணம் எச்சரிக்கையாக ஜெமினி என்கிற ஓவியரைப்பற்றி வங்காளி பாஷையிலேயே விசாரிக்கவும் செய்தார் (சிவப்பிரகாசத்திற்குப் பல பாஷைகளில் லௌகீகமான விஷயங்களைச் சரளமாகப் பேச முடிந்தது). ஆனால் சரக்குகள் ஏற்றிச்செல்லும் பணிகளுக் கிடையில் திரைப்படங்களுக்கப்பால் பிற கலை வடிவங்களைப் பற்றியும் சத்யஜித்ரே, ரஞ்சித் மாலிக் மற்றும் சுமித்ரா சட்டர்ஜிக்கப்பால் பிற துறைக் கலைஞர்களைப் பற்றியும் எந்த அறிதலையும் கொண்டிராத, படிக்காத உள்ளூர்ச் சரக்கூர்தி ஓட்டுநர்களாலும் உதவியாளர்களாலும் சரக்கூர்தி அலுவலகப் பணியாளர்களாலும் அவருக்கு உபயோகமான தகவலெதையும் தர முடியவில்லை. அவர்களெல்லோருக்குமே மாவோ பற்றியும் சாரு மஜூம்தார் பற்றியும் நக்ஸலைட்டுகள் பற்றியும் திரைப்படங்கள், பத்திரிக்கைகள் மற்றும் கடந்த பத்து வருடங்களாக வலிந்து பெற்றுக்கொண்டிருந்த நேரடி அனுபவங்கள் ஆகியவற்றின் வழியிலான பொதுப்புத்தி சார்ந்த அறிதல் இருந்ததென்றாலும் அந்த ரீதியிலும் ஜெமினி என்கிற பெயர் அவர்களுக்குப் பழக்கமானதாயிருக்கவில்லை. அவர் செயல்பட்டுக்கொண்டிருந்த அறுபதுகளின் மத்தியப் பகுதி போராட்டக்காரர்கள் தங்கள் பெயர்களை இப்போதுபோல பெருமையோடு சொல்லிக்கொள்ளத் தயங்கிக்கொண்டிருந்த

காலமாயிருந்ததாலும் ஜெமினியின் காலமே முடிந்து கிட்டத் தட்ட பத்து வருடங்களுக்குமேல் ஆகிவிட்டதாலும் விசாரிக்கப் படுகிறவர்களில் யாரும் அதிகாரப்பூர்வமாக அந்த இயக்கத்தைச் சேர்ந்தவர்களாக இருக்கவில்லையென்பதாலும் (இருந்தாலும் இப்போது வெளியே சொல்லிக்கொள்ள முடியாது) இதற்கு மேலாக அந்த இயக்கத்தவர்களே தங்களைப் புனைப்பெயர் களால் மட்டுமே அடையாளப்படுத்திக்கொள்ளும் வழக்கம் இன்றுமே இருக்கிறதென்பதாலும் சிவப்பிரகாசத்தால் இரண்டு நாட்கள் முயன்று தீர விசாரித்தும் ஓர் உருப்படியான தகவலைக் கூடப் பெற்றுவிட முடியவில்லை. இதற்குப் பிறகுதான் மிகுந்த தயக்கத்துடன் உறங்காப்புலி அவரிடம் அவர் தன் விசாரிப்பை நடத்திக்கொண்டிருந்த சூர்யா சென் சந்தைப் பகுதியையும் ஜெமினியென்கிற பெயரையும் தவிர்த்துவிட்டு அதற்குப் பதிலாக விபின் பாஸ்வான் என்கிற பெயரையும் பீச்சு சட்டர்ஜி தெரு என்கிற பகுதியையும் பற்றி கேட்டுப் பார்க்கலாமா என்கிற யோசனையை மெதுவாக முன்வைத்தான். உண்மையில் அவன் கல்கத்தா வந்தது அந்த நபரைத் தேடித்தான் என்பதை அப்போதுதான் தெரிந்துகொண்ட சிவப்பிரகாசம் அதை முன்பே சொல்லாமல் தன் நேரத்தையும் உழைப்பையும் வீணடித்ததற்காக அவனைச் சற்று கடிந்துகொண்டார். இன்னும் உயிரோடிருக்க வாய்ப்புள்ளவரும் எழுபது வயதைத் தாண்டியிருக்கக்கூடியவருமான அந்தப் பெரியவருக்கு ஜெமினி யைப் போலன்றி நக்ஸலைட் என்கிற அடையாளத்தைத் தவிர்த்து வேறு அடையாளம் எதுவும் இல்லையாதலால் வீணாக விசாரித்து அவரைச் சிக்கலில் இழுத்துவிட்டுவிடுவோமோ என்கிற அச்சத்தில்தான் அதுவரை தான் மௌனமாக இருந்ததாக உறங்காப்புலி சமாதானம் சொன்னான். நக்ஸலைட்டுகளின் தலைமறைவுக் காலமாய் இருந்த அந்தச் சூழலில் விபின் பாஸ்வான் என்கிற பெயருமேகூட பலன் எதையாவது கொடுக்குமா என்கிற சந்தேகம் சிவப்பிரகாசத்திற்கு இருக்கத்தான் செய்தது. ஆனால் பீச்சு சட்டர்ஜி தெருவிற்குப் புறப்பட்டுப்போய் கதாமாலா அச்சகத்திற்குப் பின்புறமாகப் போய்ப் பாருங்கள் என்று ஒரு தேநீர்க் கடைக்காரரால் சுற்றுமுற்றும் பார்த்துக்கொண்டே அடையாளம் காட்டப்பட்ட, பாதி சார்த்தப்பட்டிருந்த கதவுகளின் மறைவில் (அந்தக் கதவுகளின்மேல் எழுதப்பட்டிருந்த லிபரேஷன் என்கிற பெயரும் ஒட்டப்பட்டிருந்த மாவோவின் படமும் சுரண்டிச் சிதைக்கப்பட்டிருந்தன) பதுங்கியிருந்த ஒரு சிறிய அறையினுள் இருட்டில் அமர்ந்து தணிந்த குரலில் எதையோ விவாதித்துக்கொண்டிருந்த நான்கைந்து இளைஞர்களிடம் விபின் பாஸ்வான் என்பவரைப்பற்றித் தெரியுமா என்று விசாரித்ததுமே

முதலில் சந்தேகத்தோடும் அச்சத்தோடும் தங்களைப் பார்க்க வந்தவர்களைப்பற்றியே பதற்றத்துடன் உசாவத் தொடங்கிப் பிறகு பதில்களால் சமாதானமடைந்த அவர்கள் இரண்டு வருடங்களுக்கு முன்புவரைகூட தங்களுடைய வழிகாட்டியாயும் களப்பணியாளராயும் உற்சாகத்துடன் செயல்பட்டுக்கொண்டிருந்த அந்த முதியவர் அவசரநிலைப் பிரகடனத்திற்குப் பிறகு மூப்பும் தள்ளாமையும் அரசாங்கத்துடனான மான் புலி விளையாட்டுக்கு இடங்கொடுக்காததால் கட்சிப் பணிகளிலிருந்து விலகி ஓய்வெடுத்துக்கொண்டுவிட்டார் என்று தகவல் சொல்லி விட்டார்கள். ஆனால் கட்சியில் இருந்த வரையில் தன் சொந்த மாநிலமான பீகாரின் ஏதோவொரு கடைக்கோடிக் கிராமத்திலிருந்து போராட்டங்களுக்கும் கூட்டங்களுக்குமாகக் கல்கத்தாவிற்குச் சளைக்காமல் வந்துபோய்க்கொண்டிருந்தவர் ஓய்வுக் காலத்தில் ஏனோ அங்கே திரும்பிச் செல்ல விருப்ப மில்லாமல் இங்கேயே நிரந்தரமாகத் தங்கிவிட்டார், கேட்டால், முன்பு கல்கத்தாவிற்கு வர கட்சிப் பணியென்கிற ஒரு காரணம் இருந்துகொண்டேயிருந்தபடியால் ஊருக்குத் திரும்பிச் செல்வது என்பதும் ஓர் அர்த்தமுள்ள காரியமாக இருந்தது, இப்போது அங்கே சென்றுவிட்டால் மீண்டும் இங்கே திரும்புவதற்கு ஒரு காரணமும் கிடையாது என்று ஆகிவிட்டபிறகு அங்கே போவதென்பது அபத்தமானதாகப் படுகிறது என்கிறார், கயாவில் நடந்த பொதுக்குழுக் கூட்டத்தைச் சாக்கு வைத்துக்கூட அவர் தன் ஊரை ஒருமுறை சென்று பார்க்கவேண்டுமென்று விரும்பவில்லை. விபின் பாஸ்வான் தற்போது தங்கியிருக்கும் முகவரியைத் தந்துதவ முடியுமா என்று உறங்காப்புலி கேட்டான். இச்சாப்பூர் துப்பாக்கித் தொழிற்சாலைக்கு நெருக்கமாக நவாப்கன்ஜ் தெருவில் என்று அடையாளம் சொன்னார்கள் (கதவிலக்கத்தை அவர்களால் நினைவுபடுத்திக்கொள்ள முடிய வில்லை). அதைக் கேட்டதுமே விபின் பாஸ்வான் கல்கத்தாவில் தங்கியிருப்பதற்கு அவர்களறியாத காரணத்தை உறங்காப்புலி அறிந்துகொண்டுவிட்டான். அவன் ஊகம் சரியாயிருந்தால் சவிதாதேவியும் ஜெமினியும் குடியிருந்த வீடுதான் அது.

கதாமாலா அச்சகத்தின் இருட்டுக்குள்ளிருந்த இளைஞர்கள் கொடுத்த தகவல் ஒரு கலங்கரை விளக்கத்தைப்போல உறங்காப்புலியின் தேடலில் ஒளியைப் பாய்ச்சியது. அவன் சிவப்பிரகாசத்திடம் அவர் மேலும் தன்னுடன் அலைந்து சிரமப்படத் தேவையில்லையென்றும் தன்னுடைய இலக்கு கிட்டத் தட்டத் தன் கண்களுக்குப் புலனாகிவிட்டது என்றும் எனவே இனிமேல் தானே தன் வழியில் போய்க்கொள்ள முடியுமென்றும்

ஒருவேளை தொடர்ந்து முன்னேற முடியாதபடி தடையெதுவும் ஏற்பட்டுவிட்டால் உடனே சூர்யா சென் சந்தைக்கே தான் திரும்ப வந்துவிடுவதாயும் சொல்லி விடை பெற்றுக்கொண்டான். சிவப்பிரகாசமும் சரக்கூர்தி அலுவலகத்திலேயே தான் இன்னும் நான்கைந்து நாட்கள், ஒரு முழு வண்டிக்கான சரக்குகள் சேகரமாகும்வரை தங்கியிருக்கக்கூடுமென்றும் எனவே அதற்குள் எப்போது வேண்டுமானாலும் அவன் தன்னை வந்து பார்க்கலாமென்றும் தெரிவித்துவிட்டுச் செலவுக்குக் கொஞ்சம் பணத்தையும் கொடுத்து உடல்நலத்தைக் கவனித்துக்கொள்ளச் சொல்லி வழியனுப்பி வைத்தார். அவர் அருகிலிருந்தவரை சிறிய ஆறுதலுக்கடியில், பொறுத்துக்கொள்ளக்கூடிய ஒன்றாக ஒளிந்திருந்த அடிவயிற்று வலி கண் பார்வையிலிருந்து அவர் உருவம் மறைந்ததும் அவருடைய வாஞ்சைமிகு பிரிவுபசாரச் சொற்களால் தூண்டப்பட்டு அப்போதுதான் புதிதாக உண்டானதைப்போல அதன் பழைய வீர்யத்துடன் உடல்மேல் பரவவாரம்பித்துவிட்டது. பீஜங்களின் வீக்கமும் சரியான மருந்து, சுகாதாரம், கவனிப்பு, ஓய்வு ஆகியவற்றின் போதாமையால் வடியாமலேயே கனத்துக்கொண்டிருந்தது. விபின் பாஸ்வானைச் சந்தித்துப் பேச வேண்டுமென்கிற ஆர்வத்தைவிட அவரைச் சந்தித்தவுடன் தன் பயணம் பூர்த்தியாகிவிட்டது என்று நிச்சயித்துக்கொண்டு அவர் சுட்டிக்காட்டும் ஏதாவது ஒரு மூலையில் சுருண்டு படுத்துக்கொண்டுவிட வேண்டும் என்கிற வேட்கைதான் அவரை நோக்கி உறங்காப்புலியை அவசர அவசர மாகச் செலுத்திக்கொண்டிருந்தது. அவன் அந்த இளைஞர்களே சொல்லிக் கொடுத்திருந்த வழியில் பீச்சு சட்டர்ஜி தெருவி லிருந்து ட்ராம் வண்டி பிடித்து நேராக இச்சாப்பூர் இருப்புப் பாதை நிலையத்திற்கு வந்து சேர்ந்து அங்கிருந்து தன் கூன் விழுந்துபோன முதுகோடு கனத்துத் தொங்கிக்கொண்டிருந்த கால்களையும் சேர்த்து இழுத்துக்கொண்டு நடந்தே நவாப்கன்ஜ் தெருவிற்கு வந்துவிட்டான். பெரிய பிரதேசமாகவே இருந்தாலும் ஹுப்ளி நதிக்கரையை ஒட்டிய குடியிருப்புகளை உத்தேசமாகத் தேர்ந்தெடுத்து மேலும் ஓர் அரைமணி நேரம் விசாரித்ததில் நதியிலிருந்து சற்று தொலைவிலேயே அமைந்திருந்த அந்த வீடு கடைசியில் கண்களில் பட்டும்விட்டது. துப்பாக்கி மற்றும் உலோகத் தொழிற்சாலைகளின் போஷாக்கு நிறைந்த பளபளப்பான இல்லங்களுக்கு நடுவே ஒரு பேய் வீட்டைப் போல சிறுத்து இருண்டு தாழ்வு மனப்பான்மையில் தன்னை ஒடுக்கிக்கொண்டிருந்தது. அனாதைமையில் அது மூழ்கி யிருந்ததாயும் உறங்காப்புலிக்குப் பட்டது. ஆனால் வீட்டின் கதவைத் தட்டுவதற்காக அருகே சென்று கைகளை உயர்த்தியதும்

திடீரென்று ஓர் ஆண் குரல் அவனை யாரென்று இந்தியில் உசாவியது. திருவாளர் விபின் பாஸ்வானைப் பார்க்க வேண்டும் என்று அந்தக் குரல் எங்கிருந்து வருகிறது என்பதைக்கூடத் தெரிந்து கொள்ளாமல் கதவைப் பார்த்துக்கொண்டே ஆங்கிலத்தில் பதில் சொன்னான் உறங்காப்புலி. அதைத் தொடர்ந்து குரலுக்குரிய ஒரு பதின்ம வயது இளைஞன் பக்கத்து மனையிலிருந்து வெளிப்பட்டு அவனை நோக்கி நடந்து வந்தான். நீங்கள் யார் என்று பதிலுக்கு ஆங்கிலத்தில் விசாரித்தான். நான் தமிழ்நாட்டிலிருந்து வருகிறேன், என் பெயர் உறங்காப்புலி. எதற்காக அவரைப் பார்க்க வேண்டும். உறங்காப்புலி தயங்காமல், சவிதாதேவிக்காக என்று மட்டும் சற்று உரக்கச் சொல்லிவிட்டு அவர் சார்பாக உள்ளேயிருப்பவரைப் பார்க்க வந்திருப்பதாகக் கைகளையும் முகத்தையும் அசைத்துச் சைகையில் தெரிவித்தான். அது ஒரு தந்திரம். அந்தத் தந்திரத்திற்கு உடனே பலன் கிடைத்தது. அந்தப் பெயர் காதுகளில் விழுந்ததுமே இளைஞன் மேற்கொண்டு எதையோ விசாரிக்கத் துவங்குமுன் (யார் சவிதாதேவி) அதுவரை உள்ளே பதுங்கியிருந்தபடியே (புழக்கடைக் கதவையும் தயாராகத் திறந்து வைத்துவிட்டு) அவர்கள் சம்பாஷணையைச் செவிமடுத்துக்கொண்டிருந்த விபின் பாஸ்வான் எழுந்துவந்து கதவைத் திறந்துவிட்டார். நீர்ச்சத்து வற்றிப்போன, ஆனால் நோஞ்சான் என்று சொல்லிவிட முடியாத, ஒடிசலான திரேகம், கெடு நாட்களைத் தாண்டி முடி வளர்ந்துகொண்டிருப்பதைப்பற்றிக் கவலைப்படாத சதுர முகம், வடக்கத்திக்காரர்களுக்கே இயல்பாக அமைந்திருக்கக் கூடிய கூர்மையான பெரிய மூக்கு, அலைச்சல்களால் தோலில் இறங்கிப் படிந்த நல்ல கருப்பு நிறம் (கிட்டத்தட்ட அவரை உறங்காப்புலி அப்படியாகப்பட்ட ஓர் உருவமாகத்தான் கற்பனை செய்து வைத்திருந்தான்). வெளிப்பட்டதும் அவர் தன்முன்னே தன்னை நோக்கிக் கைகளைக் கூப்பியபடி சிரித்துக்கொண்டிருந்த அந்நியனைக் கவனிக்காமல் அவனைத் தாண்டி சாலையின் எதிர்ச்சாரிவரை பார்வையை எறிந்து அவன் உச்சரித்த பெயருக்குரிய பெண்மணியைத் தேடத் தொடங்கிவிட்டார். உறங்காப்புலி அதை எதிர்பார்க்கவில்லை. ஒரு கணத்தில் சூழல் துயரம் ததும்பி நிற்கும் ஒன்றாக மாறிவிட்டது. அந்தப் பெயரைத் தான் அவசரப்பட்டுச் சொல்லியிருக்க வேண்டியதில்லை என்று நினைத்து வருத்தப்பட்டுக்கொண்டே அவன் அவரிடம் ஆங்கிலத்தில் சவிதாதேவி தன்னுடன் வரவில்லையென்று மன்னிப்புக் கேட்கும் குரலில் தெரிவித்தான். அடர்ந்த வெள்ளைப் புருவங்களினடியில் இரண்டு பச்சைக் கோலிக்குண்டுகளைப்போல உருண்டுகொண்டிருந்த விழிகளால் விபின் பாஸ்வான் அவனைச் சில வினாடிகள் பார்த்துக்கொண்டிருந்தார். பிறகு உள்ளே

வரும்படி அவனையும் அந்த இளைஞனையும் சைகையால் அழைத்துவிட்டுத் தானும் உள்ளே சென்றார் (அந்த இளைஞன், இச்சாப்பூர் கல்லூரியில் கட்டுமானக்கலையில் பொறியியல் படிப்புப் படித்துக்கொண்டிருந்த அவன் பெயர் குருபிரசாத். உறங்காப்புலி அந்த வீட்டிலிருந்து கிளம்பும்வரை விபின் பாஸ்வானுடன் அவன் உரையாடும் நேரங்களிலெல்லாம் ஒரு துவிபாஷியாக அவர்களுடனேயே இருந்தான். பிறகும் விபின் பாஸ்வானின் வேண்டுகோளின்பேரில் உறங்காப்புலியை ஒருமுறை உள்ளூர் மருத்துவர் ஒருவரிடம் கூட்டிப்போய்க் காண்பித்து ஆலோசனைகள் பெற்றுக்கொண்டு வந்தவனும் (பீஜங்களில் காயம் சீழ் பிடிக்கத் தொடங்கியிருக்கிறது, நகராமல் ஓய்வெடுத்துக்கொண்டே குறைந்தது இரண்டு மாதங்களாவது சிகிச்சையெடுத்துக்கொள்ளாவிட்டால் மிக ஆபத்தான நிலைக்கு உடல்நிலை நகர்ந்து சென்றுவிடும்) இரண்டு நாட்கள் கழித்துப் பேராச்சாப்பா வரை கூட்டிக்கொண்டுபோய் இங்க்ளய்யாவின் கைகளில் விபின் பாஸ்வான் சொன்னாரென்று சொல்லி அவனை ஒப்படைத்துவிட்டு வந்ததும்கூட அவன்தான். தன்னுடைய எல்லா ரகசியங்களும் அவனுக்குத் தெரியும் என்றும் அதனால் எதையும் பேசுவதற்குத் தயங்க வேண்டியதில்லையென்றும் விபின் பாஸ்வான் உறங்காப்புலியிடம் சொல்லியிருந்தார்). வீடு மிகச் சிறியது. ஒரு வரவேற்புக்கூடம், ஒரு படுக்கையறை, ஒரு சமையலறை. எல்லாமே சின்னச் சின்னச் சதுரங்களுக்குள் அடக்கப்பட்டிருந்தன. சமையலறையின் பின்புறம் சிறிய திறந்த வெளி, அங்கே ஒரு கழிப்பறை, ஒரு கிணறு மற்றும் அந்தக் கிணற்றினருகிலேயே துவைத்துக் குளிக்கும் மேடை. பெரியவர் படுக்கையறையைப் பெரும்பாலும் உபயோகிப்பதில்லைபோல தெரிந்தது. அவருடைய கட்டில்கூடக் கூடத்திலேயேதான் போடப்பட்டிருந்தது. சமையலறையில் சிக்கனமாகச் சில பாத்திரங்கள் (சுயமாகச் சமைத்துக்கொள்கிறார்), படுக்கை யறையில் துணிமணிகள் மற்றும் சில்லரைச் சாதனங்களை வைத்துக்கொள்ள ஒரு கள்ளிப் பெட்டி, சுவர்களில் ஆங்காங்கே சில தெய்வப் படங்கள் (இங்கும் ஏற்கெனவே ஒட்டப்பட்டு இப்போது சுரண்டிக் கிழிக்கப்பட்டுவிட்ட சில உருவப்படங்களின் தடங்கள் தெரிந்தன). இவற்றின் நடுவே கூடத்துச் சுவரின் மத்திய பகுதியில் மஞ்சள் நிற டங்ஸ்டன் இழை விளக்கின் அடியில் பழைய, பழுப்பேறிப்போன, மரச்சட்டமிடப்பட்ட, விபின் பாஸ்வானும் ஜெமினியும் தோள்மேல் கை போட்டபடி சிரித்துக்கொண்டிருந்த முழு அளவுப் புகைப்படம் ஒன்று தொங்கிக்கொண்டிருந்தது. படத்தைப் பார்த்ததும் உறங்காப்புலி பெரியவரின் அனுமதியுடன் அதைக் கையிலெடுத்துக் கண்களுக்கருகே வைத்துக்கொண்டு

பல நிமிடங்கள் ஜெமினியின் உருவத்தை உற்றுப் பார்த்தபடியே, அதன் ஏதேனும் ஒரு சாயலில் ஒரு கண்ணாடியைப்போல தன்னுடைய சாயல் எதிரொளிக்கிறதா என்று தேடியவனாகப் பாகீரதியின் முன் ஜெமினியாக இருக்க ஒரு முழுமையான நியாயத்தைக் கண்டுபிடித்துவிடும் தவிப்புடன் அசைவற்று நின்றுகொண்டிருந்தான். ஓர் உருவத்தை உற்றுப் பார்த்துக் கொண்டேயிருந்தால் யாருக்குமே ஒருவேளை சிரிப்பால் கண்களின் விளிம்பில் உருவாகியிருந்த சுருக்கங்களில் அல்லது நாசிக் கோட்டின் நுனியிலிருந்த சிறு விலகலில் அல்லது பல் வரிசையில் அல்லது தலைமுடியின் அடர்த்தியில் எங்காவது அப்படியாகப்பட்ட சாயல்கள் மெதுமெதுவாகப் புலப்படுவதாக தோன்றக்கூடும்தான். பாகீரதி, என்னைச் சந்திப்பதற்குமுன் மதிய நேரத்து உறக்கத்தில் நீங்கள் கனவு கண்டுகொண்டிருந்த அந்த இன்னொரு மனிதனும் நானேதான், வேறு யாருமில்லை.

தன்னைச் சிறுபிள்ளையென்று கருதாமல் தங்களுக்குச் சமமாகச் சிந்திக்கத் தெரிந்த ஓர் உற்ற தோழனாகவே வரிந்துகொண்டிருந்த மாமாவிடமிருந்தும் தகப்பனிடமிருந்தும் தன் பதின்ம வயதில் உண்டான அந்த வயதிற்கேயுரிய இயல்பான விலகல் அவர்கள் மனதிற்குள் உருவாக்கிய வெற்றிடத்தை நிரப்பிக்கொள்ளும் தவிப்பில்தான், அதாவது தன் கல்லூரிக் கலவரமொன்றின் வழியே மிகத் தற்செயலாகத் தகப்பனை ஒரு நக்ஸலைட் பிரச்சாரகராகத் தான் அடையாளம் கண்டுகொள்வதற்கு ஏழு வருடங்களுக்கு முன்பிருந்துதான், அவர்களிருவரும் புரட்சிக்காரர்களின்பால் ஈர்க்கப்பட்டார்களென்றுதான் மகாவதன் நம்பிக்கொண்டிருந்தான். அந்த அப்பாவித்தனமான நம்பிக்கையைத் தகர்த்து வீணாக அவனை இன்னும் அதிகமாக இடிந்துபோகச் செய்வானேனென்று, அவனும் அவன் தாயாருமறி யாத அந்தக் கதையின் இருண்ட மற்றொரு பக்கமோ ஏழு வருடங்களல்ல, அதற்கும் ரொம்ப வருடங்களுக்கு முன்னால் மகாவதன் சவிதாதேவியின் கர்ப்பத்திலிருந்த காலந்தொட்டே தொடங்கி இருபது வருடங்களாக நீடித்துக்கொண்டிருந்த ரகசியமாக இருந்தது என்பதை ஜெமினியும் விபின் பாஸ்வானும் அவர்களுடைய அந்திமக் காலம்வரை பிரஸ்தாபிக்கவுமில்லை. அதுபோல தன் காதலியைத் தன்னிடமிருந்து பறித்துக் கொண்டவனைக் காத்திருந்து பழி வாங்குவதற்காகவே சகுனியைப்போல செயல்பட்டு மாமா தன் தகப்பனைச் சமூக விரோதிகளின் பக்கம் இழுத்துவிட்டிருக்கக்கூடுமென்று கூட மகாவதன் நினைத்துக்கொண்டிருக்கக்கூடுமென்றாலும்

அதுவும் உண்மையல்ல. ஜெமினி சவிதாவைக் கல்யாணம் செய்துகொண்டது குறித்து விபின் பாஸ்வானுக்கு வருத்தம் இருந்தது வாஸ்தவம்தான். அவர்கள் மூவருக்கும் பொதுவான நண்பனான சஷாங்கிற்கு அவன் சவிதாவைச் சிறு வயதிலிருந்தே காதலித்து வந்தது தெரியும். அவன்கூட விபின் பாஸ்வானைச் சவிதாவுக்காக ஜெமினியிடம் சண்டையிடத்தான் சொன்னான். சண்டையில் தான் அவனை ஆதரிப்பதாயும் வாக்களித்தான். ஜீவாக் நதியின் கரையில் யாருமறியாமல் ஒற்றைக்கு ஒற்றை. ஜெயிப்பவனுக்கு அந்தத் தேவ மலர் (தன்னுடைய அறுபதாவது வயதில் நுரையீரலில் கட்டிக்கொண்டிருக்கும் சளியை விழுங்கவும் முடியாமல் துப்பவும் முடியாமல் மருமகளின் சாபத்தை வாங்கிக் கட்டிக்கொண்டிருக்கும் அவதியினூடேயும் சவிதாவுக்குக் கல்யாணம் முடிந்து கல்யாண வயதில் அவளுக்கே இப்போது ஒரு பிள்ளை இருக்கிறானென்பதை மறந்துபோய் சஷாங்க் இப்போதும் ஜெமினியை ஒற்றைக்கு ஒற்றை அழைக்கச் சொல்லித் திரும்பத் திரும்ப விபின் பாஸ்வானை வற்புறுத்திக்கொண்டேயிருக்கிறான்). ஆனால் தன் நண்பன் அந்த விஷயத்தை உணர்ச்சிவசப்பட்டும் குழந்தைத்தனமாயும் சிந்திக்கிறானென்று விபின் பாஸ்வான் அப்போதே சொல்லிவிட்டான், நான் எப்படி அவளை என்னிடம் வா என்று அழைத்திருக்க முடியும், அவள்தான் ஜெமினியை விரும்பினாளே, இருபது வருடங்கள் என்னுடனேயே இருந்து என்னுடனேயே சுற்றி என்னுடனேயே உறங்கி விழித்து என்மீதே புரண்டெழுந்து என்னுடனேயே சண்டையிட்டு என்னையே முத்தமுமிட்டுக்கொண்டிருந்ததில் என்னுடைய உடல் அதில் புதிதாக எதையாவது கற்றுக்கொள்வதற்கான மோகத்தை அவளுக்குள் கிளர்த்தும் ரகசியங்களை இழந்துபோய் அவளுடைய உடலின் நீட்சியாகவே சாதாரணத்துவத்தை அடைந்துவிட்டிருந்ததோயென்னவோ. விபின் பாஸ்வான் ஜெமினியுடன் சண்டைக்குப் போகவில்லை. சவிதாவை இழந்தது குறித்து வருத்தமிருந்ததே தவிர பெரிதாக மனமிடிந்து போய் விடவுமில்லை. ஒருவிதத்தில் அவன் ஜெமினி என்கிற ஒரு கணவனால் ஒருபோதும் அனுபவித்துவிடவே முடியாத தன் காதலியினுடைய கன்னிப் பருவத்தின் கூச்சமற்ற முத்தங்களுடன் கூடிய களங்கமற்ற அன்பைப் பூரணமாக அனுபவித்துவிட்டேதான் அவளை அவனிடம் கையளித்தோமென்கிற ஒரு வினோதமான மனநிறைவைக் கொண்டிருந்தான். கணவனால் தீண்டப்பட்ட மறுநொடியே அவள் கன்னிமை நீங்கிப்போய்விட்ட வேறொரு சவிதாவாக மாறிவிடுவாளல்லவா, அதுபோதும் எனக்கு. விபின் பாஸ்வான் வருடக்கணக்காக அவளோடு விழுந்து புரண்ட பின்னும் அவளை அவளாகவே அவளிடம் விட்டு

வைத்திருந்தான். அந்த, உடலின் பிரயோகங்கள் பற்றிய துளிச் சந்தேகமுமற்ற, அது சார்ந்த தந்திரங்களைப் பயிலவேண்டிய கவலைகளற்ற அவனுடைய ஸ்படிக வண்ணச் சவிதா ஒருபோதும் இன்னொருவன் கைகளுக்குக் கிடைக்கவே போவதில்லை. இந்த மனநிறைவாலேயே துவக்கத்தில் சவிதாவும் ஜெமினியும் லோஹாவில் அருகிலேயே இருந்தவரை அவர்களுடைய இருப்பை ஒரு தர்மசங்கடமான நிகழ்வாக உணர்ந்துகொண்டிருந்த அவன் அவர்களிருவரும் கல்கத்தாவிற்குப் போய்க் குடியேறிய பிறகு அவர்களைச் சந்திக்கப் போவதை ஒரு சந்தோஷமான சடங்காயும் ஜெமினியிடம் அவனுக்கு முன் தான் சவிதாவைக் காதலித்ததை ஜெமினிக்குச் சம்பந்தமில்லாத ஒரு பெண்ணைப் பற்றிச் சொல்வதைப்போல சொல்வதை ஒரு துணிச்சலான சாகசமாயும் உணர்ந்தான். ஜெமினி என்கிற கலைஞனுக்கும் அவன் சொன்னதைப் புரிந்துகொள்வதில் குழப்பமோ சிறிய தடுமாற்றமோகூட ஏற்பட்டுவிடவில்லை. அவனுக்கு நன்றாகத் தெரிந்திருந்தது, தன் நண்பன் போதையில் புலம்பிக்கொண்டிருக்கும் சவிதா என்கிற பெண் தன் மனைவியல்ல என்று. எனவே விபின் பாஸ்வான் ஜெமினியை சிபிஐ (மாவோ)க்கு அறிமுகப்படுத்தி வைத்த சம்பவமும் கண்டிப்பாகத் திட்டமிட்டு நிகழ்ந்ததல்ல. வங்காளம் முழுவதும் நக்ஸலைட் எழுச்சியின் முன்னோடியாகத் திகழ்ந்ததெபாகா போராட்டம் அதன் உச்சத்தில் தகித்துக்கொண்டிருந்த காலக்கட்டத்தில் போராட்டத்திற்குக் கலைஞர்களின் பங்களிப்பைக் கோரும் திட்டத்தின்கீழ் கட்சியின் பிரதிநிதியாக ஒரு சித்திரக் கலைஞனென்கிற முறையில் மற்றொரு பிரபல சைத்ரீகரான ஹரேன்தாஸைச் சந்திக்க விபின் பாஸ்வானுடன் அவர் வீட்டிற்கு வந்திருந்த ஜெமினி அவர் எடுத்து வருவதாகச் சொல்லிவிட்டுச்சென்ற தேநீருக்காக அவர் வீட்டு வரவேற்பறையில் காத்திருந்த சமயத்தில் தன்னுடைய மென்மயிர்த் தூரிகையும் மூங்கில் எழுதுகோலும் பயணிப்பதற்கான நிரந்தரக் கித்தான் வெளியை இறுதியில் விபின் பாஸ்வான் தனக்குக் காட்டி விட்டதாக அவன் கைகளைப் பிடித்துக்கொண்டு கண்களில் ஆனந்தக் கண்ணீர் பளபளக்கப் புலம்பினாலும் விபின் பாஸ்வானொன்றும் ஜெமினியை திட்டமிட்டுக் கட்சியின் வசம் கொண்டு சேர்க்கவில்லை. தனக்கேயுரிய வழிகளில் சிந்திக்கப் பழகியிருக்கும் ஒரு கலைஞனை, அவன் முன்பே அந்த வழியைக் காண்பதற்கான தேடல்களில் தன்னிச்சையாக ஈடுபட்டிருந்தாலொழியப் பேச்சாலோ சித்தாந்தத்தாலோ அவனைத் திசை திருப்பித் தன் பாதையில் இழுத்துக்கொண்டுவிடும் வலிமை கட்சிக்கு இருப்பதாகப் பின்னாளில் உறங்காப்புலி தன்னை வந்து சந்தித்த

நாள்வரையில்கூட விபின் பாஸ்வானே நம்பினவருமில்லை. அப்படியிருந்தால் சிபிஐ முன்வைத்த கலையின் பயன்பாடு பற்றிய வாதங்களை ஜெமினியும் சோம்நாத் ஹோரேயும் ஏற்றுக்கொண்டதைப்போல சோம்நாத்ஜீயின் நண்பரான ஹரேன்தாஸூம் ஏற்றுக்கொண்டிருக்க வேண்டுமல்லவா. விஷயம் ஜெமினியையோ சோம்நாத் ஹோரேயையோ கட்சி தன் வாதங்களால் ஈர்த்துவிட்டது என்பதல்ல, மாறாக அது அவர்களிருவர் மனங்களிலும் ஏற்கெனவே இருந்த ஒரு நம்பிக்கையை மார்க்ஸ் மற்றும் மாசேதுங்கின் தர்க்க வாதங்களால் ஸ்தூல வடிவில் அவர்கள் கண்முன் கொண்டுவந்து நிறுத்தி அதை நியாயப்படுத்தியும் காட்டியது, அவர்கள் அதைச் சரிதானென்று ஒத்துக்கொண்டார்கள், அவ்வளவுதான். சோம்நாத்ஜீக்கும் ஜெமினிக்கும் உள்ள வித்தியாசம், முன்னவருடைய கல்வி, கலை, உணவு ஆகிய யாவுமே அவருக்குக் கட்சியின் மூலமாகவே வந்து சேர்ந்தது என்பதால் ஏழ்மையையும் தாரதம்மியங்களையும் சந்திப்பதற்கு முன்பாகவே அவர் அதற்கான தீர்வுகளைக் கொண் டிருப்பதாக நம்பப்பட்ட கம்யூனிசச் சித்தாந்தங்களைத் தயாராகத் தன் ரத்த நாளங்களில் ஏற்றிக்கொண்டிருந்தார். சரியாகச் சொல்ல வேண்டுமானால் சோம்நாத்ஜீ வறுமையை அதற்கான கோட்பாடுகளின் வழியேதான் சந்திக்கப் பழகிக்கொண்டிருந்த மத்திய வகுப்புக்காரர். ஜெமினியோ தனிப்பட்ட ஏழ்மையை, அலைச்சலை, துரத்தப்படும் அவலங்களை, ஒளிந்துகொள்ளும் நிர்பந்தங்களை, அவமதிக்கப்படும் தருணங்களை, இவற்றின் தாக்கங்களால் உருவாகும் பல்வேறு வண்ண வெளிகளை வெறுங்கண்ணால் பல வருடங்கள் நேரடியாகச் சந்தித்த பிறகு அவற்றைத் தர்க்க ரீதியாகப் புரிந்துகொண்டு தீர்வுகளை நோக்கிச் செலுத்தும் கோட்பாடுகளும் அதே உலகில் இருக்கின்றன என்பதைத் தற்செயலாக விபின் பாஸ்வான் மூலமாகத் தெரிந்து கொண்டவன். சோம்நாத் ஹோரேயை யுத்தம் என்பதை அதை எதிர்கொள்வதற்கான முறையான பயிற்சிகளின் வழியே புரிந்துகொள்ளும் ஒரு ராணுவ வீரருக்கு ஒப்பிடலாமென்றால் ஜெமினியை ஒரு குழந்தையின் கையிலிருந்து ரொட்டியைப் பறித்துக்கொண்டு ஓடும் பொறுக்கியைப் பிடித்து அவனிடமிருந்து அதை மீட்கும் செயலுக்குப் பின்னே ஒரு பெரிய சித்தாந்தம் இருக்கிறது என்பதைத் தெரிந்துகொள்ளாமலேயே தன்னியல்பாக அதைச் செய்துகொண்டிருந்த ஒரு தெருச் சண்டைக்காரனுக்கு ஒப்பிடலாம். இருவருக்குமே கட்சியில் இடம் இருந்தது.

தினஜ்பூர் கலவரத்தை அப்போது தேசத்தை விரைந்து நெருங்கிக் கொண்டிருந்த தேச விடுதலை மற்றும் தேசப் பிரிவினை என்னும் இந்தியாவின் இரு மகா பிரச்சனைகளின் அழுத்தத்தில் உள்ளூர்

விவசாயிகளின் அன்றாடப் பாடுகளாகச் சுருக்கிப் பார்க்கப்பட்டு பொருட்படுத்தப்படாமல் கழிக்கப்பட்டு விடுவதற்குள் தெபாகா இயக்கமாக வங்காளம் முழுவதிலும் விஸ்தரிப்பது தொடர்பான கூட்டத்தில் கலைஞர்களை அதற்குள் இழுக்கும் திட்டத்தையும் அதற்காகச் சந்திக்க வேண்டியவர்களையும் குறித்து ரூப்நாராயண் ராய் பேசியபோது விபின் பாஸ்வான் ஏற்கெனவே இரண்டு வருடங்களுக்கு முன் நடந்து முடிந்த வங்காளப் பஞ்சத்தை ஜனயுத்தா சஞ்சிகையில் சித்திரப்படுத்திக் கட்சி வட்டாரத்தில் பிரபலமாகியிருந்த கலைக் கல்லூரி மாணவரான சோம்நாத் ஹோரேயும் பிடிக்கு அகப்படாமலேயே தப்பிக்கொண்டிருக்கும் ஹரேன்தாஸூம் வசிக்கும் அதே கல்கத்தா நகரத்தின் இன்னொரு பகுதியில் ஹூப்ளி நதியிலும் அதன் அழுக்குப் பிடித்த கரையிலும் ஓவியங்களுக்கான மண்ணார்ந்த கருக்களைத் தேடியலைந்துகொண்டிருக்கும் ஓர் அனாதைச் சைத்ரீகனைத் தனக்குத் தெரியும் என்று சொன்னான். ராய் அவனை அந்த ஓவியனை அழைத்துக்கொண்டு கல்கத்தா தலைமையைப் போய்ப் பார்க்கச் சொன்னார். விபின் பாஸ்வான் ஜெமினியிடம் சிபிஐ பற்றியும் தெபாகா பற்றியும் சொன்னபோது அவன் அவற்றை ஏதோ வேற்றுக் கிரகச் செய்திகளைப்போல கேட்டு ஆச்சரியமும் அச்சமும் அடைந்தான். எனினும் தன்னை நிலைகொள்ள விடாமலடித்துக்கொண்டிருந்த ஏதோவொரு உறுத்தலைச் சரியாக இனங்கண்டு சொல்லும் மார்க்கத்தைக் காட்டப்போவதாக நண்பனுடைய குரல் உறுதியளித்ததாக மனம் நம்பியதால் அதிகக் கேள்விகள் எதையும் கேட்காமலேயே புராண்சந்த் ஜோஷியைச் சந்திக்க வருவதற்குச் சம்மதித்தான். இஃதெல்லாமே தற்செயலாக நடந்ததுதான். உண்மையில் தான் சொன்னதைக் கேட்டு ஜெமினி தன்னுடன் புறப்பட்டு வருவானென்று விபின் பாஸ்வானே அப்போது எதிர்பார்க்கவில்லை. ஜெமினி வர மறுத்திருந்தாலும் அவன் அவனை வற்புறுத்தியிருந்திருக்க மாட்டான். ஏனென்றால் திருமணமாகி ஒன்பது வருடங்களுக்குப் பின் சவிதா தன் முதல் கர்ப்பத்தைத் தாங்கியிருந்த வேளை அது. ஜெமினியின் துணை முன்னெப்போதையும்விட அதிகமாக அவளுக்குத் தேவைப்பட்டுக்கொண்டிருந்தது. எனவே தெபாகா எழுச்சிக்குத் தனிப்பட்ட முறையில் தன்னால் முடிந்த பங்களிப்பாக எதையாவது செய்து பார்க்கலாமேயென்கிற ஒரு மேம்போக்கான ஆர்வத்துடன்தான் விபின் பாஸ்வான் ஜெமினி என்கிற தனக்குப் பரிச்சயமான ஒரு நல்ல சைத்ரீகனைக் கட்சிக்கு அறிமுகப்படுத்திவைக்கும் முயற்சியிலீடுபட்டானே தவிர முடிவான திட்டம் ஏதுடனுமல்ல. கட்சித் தலைமையும் ஜெமினியும் அதிகம் விவாதித்துக்கொள்ளவில்லை. நாம் முன்பே சொன்னதுபோல பரஸ்பரம் சந்தித்துக்கொள்ளும்

முன்பே அந்தக் கலைஞனுக்கும் கட்சிக்குமிடையில் உணர்வு ரீதியான ஒரு புரிதல் இருந்ததால் தெபாகா எழுச்சி நடைபெறும் கிராமங்களுக்கு விபின் பாஸ்வானுடன் சென்று அவற்றை உடனடிச் சித்திரங்களாகப் பதிவு செய்யும் பணியை ஜெமினி உற்சாகத்துடன் ஒத்துக்கொண்டான் (பொருளாதாரப் பயன்களெதுவும் அதில் இருக்காது என்று கட்சியில் துவக்கத்திலேயே சொல்லிவிட்டிருந்தார்களெனினும் ஜெமினிக்கு அவனுடைய குடும்ப நிலையை எண்ணிப் பிறகு சிறிய அளவில் ஏதோ பண உதவி செய்யப்பட்டதாக விபின் பாஸ்வான் உறங்காப்புலியிடம் நினைவுகூர்ந்தார்). கட்சியும் அந்தக் கலைஞனிடம் கரிசனத்துடன்தான் நடந்துகொண்டது. முதலில் ஜல்பைகுரி நடுநிசிக் கூட்டத்திற்குச் செல்லும்படி ஜெமினியைப் பணித்த அது விபின் பாஸ்வான் அவனுடைய மனைவியின் நிலைமையை எடுத்துச் சொன்ன பிற்பாடு தெபாகாவின் ஊற்றுக் களனான ராஜசாஹிக்கு அருகிலேயே இருந்த இங்கிலீஷ் பஜார் கூட்டங்களை அனுசரிக்குமாறு சொல்லி (அப்போது அங்கே செல்வாக்குச் செலுத்திக்கொண்டிருந்த திருமதி இளா மித்ராவுக்குக் கலைஞர்கள் தேவைப்பட்டார்கள்) அவர்களை அங்கே அனுப்பி வைத்தது. ஜல்பைகுரிக்கு ஓவியர் சிட்டப்ரசாத் அனுப்பப்பட்டார். தக்ஷிண தினஜ்பூரை ஜைனுலாபிதீனும் உத்தர தினஜ்பூரை சோம்நாத் ஹோரேயும் படங்களாக வரைந்து தள்ளிக்கொண்டிருந்தார்கள். கல்கத்தாவில் வந்து குவிந்து நெருக்கடியில் செத்துக்கொண்டிருந்த சுற்றுப்பக்கத்து விவசாயிகளின் ஓலங்களுக்கு நடுவே பரபரப்பும் செயல் வேகமும் எழுச்சியும் மிக்க நாட்களாக அவை இருந்தன. வங்காளமெங்கும் ஜனயுத்தாவில் பிரசுரமாகியிருந்த பஞ்சகாலச் சித்திரங்களின் நகல்கள் சுவரொட்டிகளாக ஒட்டப்பட்டிருந்தன. ஹௌப்ளி போக்கிடமற்ற விவசாயிகளின் கழிவுகளால் நிரம்பிக் கிடந்தது.

ஜெமினி தன் கண்முன் திடீரென விரிந்து திறந்த உலகத்தைப் பார்த்து மலைத்துப் போயிருந்தான். அப்படி அவனைத் திகைக்கச் செய்தவை ஏழ்மையும் சாவும் அல்ல (அவை அவன் முன்பு பார்க்காதவையும் அல்ல) மாறாக, கொந்தளித்துக்கொண்டிருந்த அந்த உலகம் சற்றுத்தான் வங்காளத்தைக் கடந்திருந்த பஞ்சத்தாலோ அல்லது அதற்குச் சற்றுமுன் நடந்து முடிந்திருந்த பெரும் யுத்தத்தாலோ திடீரென்று உருவான ஒரு தனியான கிரகமல்ல என்கிற பிரக்ஞை. அவனுக்குத் தெபாகா ஒரு நீண்ட வரலாற்றினுடைய ஏதேதோ புதர்களில் உடலைக் கிடத்தி மறைத்துக்கொண்டு தலையை மட்டும் வெளியே நீட்டிக் கொண்டிருக்கும் ஒரு பாம்பின் படமாகக் காட்சியளித்தது. நாடியாவையும் மூர்ஷிதாபாதையும் கவனித்துக்கொண்டே

மால்டாவுக்கு ஏறிக்கொண்டிருந்த வழியில் அவன் விபின் பாஸ்வானிடம் ஏறக்குறைய பத்து வருடங்களுக்குப் பிறகு முதன்முதலாகத் தான் பிறந்த மண்ணான மெட்ராஸ் ராஜதானி மீதான பிரிவேக்கமும் பரம்பரை விவசாயிகளான தன்னுடைய ஹரிஜனப் பெற்றோர்களின் நினைவும் மனதில் மிகுந்து தன்னை அலைக்கழிப்பதாகச் சொன்னான். பிற்பாடு தெபாகா நாட்கள் ஜெமினியின் ஓவியம் சம்பந்தமான பார்வைகளில் நிகழ்த்திய பாரதூரமான மாற்றங்களில் அவன் விபின் பாஸ்வானிடம் பகிர்ந்து கொண்ட இந்த அலைக்கழியும் மனதின் பங்கும் கணிசமாக இருந்தது. அதாவது சோம்நாத் ஹோரே, ஜைனுலாபிதீன், சிட்டப்ரசாத் ஆகியோரின் மரச்செதுக்கு ஓவியங்களில் காணப் பட்ட ஒரு நிஜத்தன்மை ஜெமினியின் சித்திரங்களில் இல்லை என்று கட்சி குறைப்பட்டுக் கொண்டதற்கு அவன் ஒரே சமயத்தில் தன் கண்முன்னே இங்கிலீஷ் பஜாரையும் அதன் வழியே அவனுடைய சொந்த ஊரும் காட்டுக் கிராமமான ஒசூரையும் அங்கே நடந்த ரயத்துகளின் போராட்டங்களையும் ஒருசேரப் பார்த்துக்கொண்டிருந்தான் என்பதுதான் காரணம். ஊர்வலக் காட்சிகளும் பொதுக்கூட்டச் சித்தரிப்புகளும் உயர்த்தப்பட்ட முஷ்டிகளும் சரிதான், ஆனால் அவை யாவும் தங்கள் தடங் களைப் பதித்துச் சென்ற மால்டா நிலம் எங்கே, அதன் கோம்பிரா பாடல்கள் எங்கே, காளிந்தி நதி, நிமாசாரி கோபுர மெல்லாம் எங்கே என்று கட்சி கேட்டபோது, ஆனால் நீங்கள் என்னை வரையச் சொன்னது தெபாகா எழுச்சியையல்லவா என்று நிஜமான அப்பாவித்தனத்துடன் அவன் திருப்பிக் கேட்டான். நதிகளும் கோபுரமும் பாடல்களும் அரிசியும் மாங்கனியும் சணலும் மால்டாவின் அடையாளங்களே தவிர தெபாகாவின் அடையாளங்கள் அல்லவே, தெபாகாவும் இவையல்லவே, அது வெய்யிலையும் குளிரையும்போல ஒரு தட்பவெப்பம், மின்சாரத்தைப்போல பரவிச் செல்லும் ஓர் அதிர்வு, விஷநோயைப்போல தொற்றிக்கொள்ளும் கோபம் அல்லது துக்கம், நான் திரும்பத் திரும்ப தெபாகாவையல்லவா வரைந்துகொண்டிருந்தேன். ஜெமினியின் பதில் கட்சிக்குத் திருப்தியளிக்கவில்லை. அது பிறருடைய சித்திரங்களுக்குக் கொடுத்த ஆவண முக்கியத்துவத்தை ஜெமினியினுடையவற் றிற்குக் கொடுக்கவில்லை. ஆனால் அவனைப் பணியிலிருந்து தடுக்கவுமில்லை. ஜெமினி சந்தோஷத்துடனும் துடிப்புடனும் வங்காளத்தின் பதற்றமிக்க அந்தக் காலக்கட்டத்தைத் தன் துஸாத் பாணி இரட்டைப் பரிமாண ஓவியங்களில் பதிவு செய்துகொண்டேயிருந்தான். சவிதாவின் நிலையையொட்டி அவனைக் கல்கத்தாவிற்கு அருகிலேயே இருந்த பகுதிகளில் பணி செய்யும் சலுகையைக் கட்சி அளித்திருந்தாலும் அவன்

உமி நீக்க ஏழு அரா, உழுபவனுக்கு மூன்று பங்கு என்று முழங்கிக்கொண்டே சாரி சாரியாகச் செல்லும் ஊர்வலத்தோடு தொலைதூரங்களுக்குப் பயணப்படவே விரும்பினான். விபின் பாஸ்வான் கட்சியிடம் அவனுக்காகச் சலுகை கோரியதுகூட அவனுக்குப் பிடிக்கவில்லை. ஜெமினியின் திட்டப்படிதான் விபின் பாஸ்வானும் அவனுமாகச் சேர்ந்து சவிதாவைச் (அவளுக்கு அவனைவிட்டுப் பிரிவதற்கு மனமேயில்லை) சமாதானம் செய்து பிரசவத்திற்காக லோஹாவுக்கே மூட்டை கட்டி அனுப்பி வைத்தார்கள். அவள் பதினோரு மாதங்கள் கழித்து அதற்குமேல் பொறுக்க முடியாமல் (பின்னே, அத்தனை மாதங்களில் ஜெமினி பிறந்த குழந்தையைப் பார்க்க ஒரேயொரு முறை லோஹா சென்று மூன்று நாட்கள் இருந்துவிட்டு வந்ததோடு சரி, அதுகூட அப்படிப் போகாவிட்டால் அவள் தன்மீது சந்தேகங்கொண்டு விபின் பாஸ்வானைக் குடைந்து தன்னுடைய புதிய ஆபத்தான பணி இன்னது என்பதைத் தெரிந்துகொண்டு தன்னைத் தடுக்க முனையக்கூடுமென்கிற பயத்தால் போனதுதான் (ஓர் உலகமறியாத சைத்ரீகனாக அறியப்பட்ட தன் அப்பாவிக் கணவனுக்கு இப்படியொரு முகமிருக்கிறது என்பதை அந்தப் பதினோரு மாதங்களில் மட்டுமல்ல, அதற்குப் பிறகும் கிட்டத் தட்ட இருபது வருடங்கள், ஏன், இன்று தன் நாட்களை எண்ணிக்கொண்டிருக்கும் இந்த வயது வரையிலும்கூட, அந்தப் பெண்மணி தெரிந்துகொள்ளாமலேயே அவனுடனான வாழ்க்கையை வாழ்ந்து முடித்துவிட்டார் என்பதை நினைத்தால் நமக்கு ஆச்சரியமும் பரிதாபமும் ஏற்படத்தான் செய்கிறது). அதற்கு முன்பும் பின்பும் அவன் உயிருக்கு உயிராய் நேசித்த அந்தப் பெண் இருக்கிறாளா செத்தாளா என்று தெரிந்து கொள்ளக்கூட லோஹாவுக்குச் செல்லவில்லையென்றால் அவளால் எப்படி அங்கே பொறுமையாக இருக்க முடியும்) கையில் மகாவதனோடு கல்கத்தாவிற்குத் திரும்பி வருவதற்குள் ஜெமினி அவனைக் கட்சியினுள்ளே இறக்கிவிட்ட அவன் நண்பனே அச்சமுறும்வண்ணம் அவனை இழுத்துக்கொண்டு வங்காளம் முழுவதும் சுற்றினான். கட்சிப் பணி என்றுகூட அதைச் சொல்ல முடியாது. அந்தக் கடமை தனக்குத்தான் விதிக்கப்பட்டிருந்ததாக விபின் பாஸ்வான்தான் உணர்ந்தான். அவன் ஜெமினிக்கு முன்பே அந்தக் குடும்பத்தவருக்குத் தெரியாமலேயே கூட்டங்களில் கலந்துகொண்டிருக்கிறான் (சவிதா அவன் தன்னைப் பார்ப்பதற்காகவேதான் பிரத்யேகமாக லோஹாவிலிருந்து கல்கத்தாவிற்கு வந்து போகிறானென்று நினைத்துக்கொண்டிருந்தாள்), விவசாயிகளிடமும் அவர்களுக் காக ஜமீன்தார்களிடமும் ஜோதார்களிடமும் பேசியிருக்கிறான், காவல்துறையிடம் அடிபட்டுத் தப்பித்து ஓடி வந்திருக்கிறான்,

தலைமறைவாயிருந்திருக்கிறான், அனைத்தும் அவனுக்குப் பழக்கமானவைதான். 1943இன் பெரும் உணவுப் பஞ்சத்தின்போதே கட்சி இந்த, நான்கில் மூன்று பங்கு என்கிற, விளைச்சலின்மீதான நிபந்தனை விவசாயிகளிடமிருந்து விரைவிலேயே வெடிக்கப் போகிறது என்பதை எதிர்பார்த்து அதற்குத் தயாராகத் தன் செயல் வீரர்களைப் பயிற்றுவித்துவிட்டிருந்தது. ஜெமினிக்கோ அது அதுவரையிலான அவனுடைய இலக்கற்ற அன்றாடத்தின் கட்டி தட்டிப்போன சுவரின்மீது விழுந்த ஒரு பெரும் உடைப்பாயிருந்தது. அதன் கரையினுள் துடித்துக்கொண்டிருந்த செயல் வெள்ளம் வெளியே பாய்ந்த பிறகு கட்சி என்கிற காரணமெல்லாம் பெயரளவிலேயேயன்றி நிஜத்தில் அவனுக்கு அது தேவைப்படவேயில்லை (உண்மையில் ஜெமினி அந்தக் காலம் முழுவதும் தன்னை ஒரு கட்சித் தோழராக மனமார உணர்ந்து அதன் ஆக்ஞைகளை நிறைவேற்றிக்கொண்டிருந்தாரா என்று உறங்காப்புலி விபின் பாஸ்வானைக் கேட்டபோது அவர் இல்லவே இல்லை என்றுதான் பதில் சொன்னார்). கட்சி அவனுடைய பணி தேவையில்லை என்று மறுத்திருந்தால்கூட அவன் தனி மனிதனாக அதைச் செய்துகொண்டுதானிருந்திருப்பான். அந்தப் பதினோரு மாதங்களில் அவன் ருசித்த அந்த அலைச்சலின் போதைதான் பிறகு இருபது வருடங்கள், மகாவதனால் எதேச்சையாகக் கண்டு பிடிக்கப்பட்ட நாள்வரை, அவ்விதமான சூழலிலேயே அவனைத் தோய்ந்திருக்கச் செய்தது. தன்னிடம் வந்து சேர்பவர்களுக்கு அப்படியொரு போதையைக் கொடுக்கும் ஆற்றல் அழுக்கும் கண்ணீரும் ஓலமும் வெறியும் கொண்டிழைந்து அவனுடைய ஓவியங்களின் கருப்பொருளாயமைந்த அதியார்களின் எழுச்சிக்கும் இருக்கவே செய்தது.

ஜெமினி கட்சியிலும் எழுச்சியிலும் தன்னை இணைத்துக்கொண்ட ஆறாவது மாதத்திலேயே அவர்கள் பயந்தபடி சுதந்திரத்தை யொட்டிய தேசப் பிரிவினை தெபாகாவின் பலத்தைப் பாதி யாகக் குறைத்துவிட்டது. வங்காளத்தின் கிழக்குப் பகுதியில், பாகிஸ்தான் உருவாகிக் கிட்டத்தட்ட தெபாகா இயக்கத்தின் அறிவிக்கப்படாத மூளைபோல் இயங்கிவந்த ராஜசாகி கொஞ்ச நாள் யாருடையது என்று தெரியாமல் குழம்பி அதன் வரி வசூல்களை இந்தியா வசூலித்துப் பிறகு அப்படியல்ல என்று தெரிந்து அதை அதற்கான தண்டத் தொகையோடும் சேர்த்துப் பாகிஸ்தானுக்குத் திரும்ப அழுது அது இனி இந்தியா அல்ல என்று அறிவிக்கப்பட்டதும் (அந்த இரவு ஜெமினியும் விபின் பாஸ்வானும் ராம்சந்த்பூரில்தான் முகாமிட்டிருந்தார்கள்), அதிகார வர்க்கத்தின் பிரிவினை முடிவுகளுக்கும் பராரிகளின் அடிப்படைத் தேவைகளுக்கும் அதற்கான ஒன்றிணைவுக்கும்

எந்தச் சம்பந்தமும் இல்லையென்பதை உணர்த்தும் முகமாக ராம்சந்த்பூரின் உள்ளூர்க் கட்சித் தலைவரான ரமேன் மித்ரா பாகிஸ்தான் கொடியை ஏற்றிவைத்துவிட்டுத் தெபாகாவைப்பற்றி இன்னும் வலிமையாக உரையாற்றினாரெனினும் (அந்தக் காட்சியை ஜெமினி அவனுக்கேயுரிய பாணியில் அடர்த்தியான வண்ணத்தில் நிலத்தில் கால் பாவாத மேகக்கூட்டத்தினுள் அவர் நின்று பேசுவதைப்போல வரைந்து அப்போதே அவருக்குப் பரிசளித்தான்), விரைவிலேயே முஸ்லீம் லீக் தெபாகாவை இந்துக்களின் போராட்டமாகச் சித்தரித்துத் தன் நிலப்பகுதிக் குடியானவர்களைத் தன்னிடமே மீட்டுக்கொள்வதையும் இதையே காரணம் காட்டி இந்துக்களை மேற்கு வங்காளத்திற்கு அகதிகளாக நாடு கடத்துவதையும் சிபிஐயைத் தடை செய்யப் பட்ட கட்சியாக அறிவிப்பதையும் வெற்றிகரமாகச் செய்து முடித்துவிட்டது. வங்கத்தின் இந்தியப் பகுதியிலும்கூட தெபாகாவை அடுத்த ஓரிரு வருடங்களுக்குத்தான் அதே பெயரில் உயிரோடு வைத்திருக்கக் கட்சியால் முடிந்ததெனினும் அதற்குள் அதுவும் தன் பங்கிற்குக் காங்கிரஸின் ரஷ்யப் பொதுவுடமைக்குச் சவாலாக அந்தப் பொறியைத் தான் விரும்பியபடியே இட ரீதியாக ஆந்திரா, பீஹார், மகாராஷ்டிரம், கேரளம் ஆகிய நிலங்களுக்குள் ஊடுருவச் செய்வதிலும் கால ரீதியாக அடுத்த இருபது வருடங்களைத் தன் விடாப்பிடியான தாக்கத்தினுள் வெவ்வேறு பெயரடையாளங்களுடன் இருத்தி வைத்துக்கொள்வதிலும் வெற்றி பெற்றுவிட்டது. ஜெமினி தன் மகனால் ஒரு நக்ஸலைட்டாகக் கண்டுபிடிக்கப்படுவதற்குச் சில நாட்களுக்குமுன் ஓர் இரவு அவனும் விபின் பாஸ்வானும் பித்யாதரியின் கரையில் உலாவிக்கொண்டிருந்தபோது இத்தனை நெருக்கமாக சவிதாவுடன் இருந்துகொண்டே இருபது வருடங்கள் ஒரு கள்ளக் காதலியை மறைப்பதுபோல கம்யூனிஸ்ட் தொடர்பு களை அவனால் எப்படி அவளிடமிருந்து மறைக்க முடிந்தது என்று விபின் பாஸ்வான் வாய்விட்டே கேட்டதற்கு அதே இருபது வருட காலம் தன்னையே கண்காணித்துக் கொண்டிருக்கும் ஒரு மகா பெரிய அரசு எந்திரத்திடமிருந்து தெபாகாவெனும் அக்கினிக் குஞ்சை அணைந்துவிடாமல் காப்பாற்ற கட்சி என்னென்ன மாதிரியான வழிகளைக் கையாண்டதோ அந்தந்த மாதிரியான வழிகளைக் கையாண்டுதான் என்றான் சிரித்துக்கொண்டே. அவன் நிச்சயமாக அந்த வார்த்தைகளை அப்போது கட்சிக்குள்ளிருந்து ஒரு பெருவெடிப்பாக ஆங்காங்கே தன் இருப்பை உணர்த்திக்கொண்டிருந்த சாரு மஜும்தாரை மனதில் வைத்துக்கொண்டுதான் சொன்னான். உண்மைதான், தெபாகாவின் காலத்தில் ஆயுதங்களைக் கையிலெடுக்கப் பழகிய அவர் இருபது வருடங்கள் கழித்து அவற்றின் பிரயோக

நியாயத்தை அர்ச்சுனனுக்குக் கிருஷ்ணன் உபதேசித்ததைப்போல வங்கத்தின் விவசாயிகளுக்கு உபதேசித்து மறுபடியும் தெபாகாவை வேறு பெயரில் உயிர்ப்பித்து எழுப்பினார் (ஆனால் அதைப் பார்க்க ஜெமினிதான் அப்போது கல்கத்தாவில் இல்லை. அவன் நக்சல்பாரி எழுச்சிக்கு ஒரு வருடம் முன்பே கிளம்பிக் குடும்பத்தோடு தன் சொந்த ஊரான மதுரைக்குக் குடிபெயர்ந்து சென்றுவிட்டான்). புரட்சியின் வெற்றி தோல்விகள் அதன் உடனடி விளைவுகளால் கணிக்கப்படுவதில்லையென்பதை அதிகார வர்க்கம் வழக்கம்போல தாமதமாகத்தான் உணர்ந்துகொண்டது. கல்கத்தாக் காலங்களில் சாரு மஜூம்தாருடனான ஜெமினியின் தொடர்பு தொட்டுக்கொண்டும் விட்டுக்கொண்டுமாகப் பல வருடங்கள் நீடித்திருந்தது. அவன் அவரைவிட நான்கு வயது பெரியவன். தெபாகா எழுச்சியின்போது கிருஷ்ணாநகர் பொதுக்கூட்டத்தில் ஒரு முறையும் பிறகு டார்ஜிலிங்கில் தேயிலைத் தோட்டத் தொழிலாளர் கோரிக்கை தொடர்பாக நடந்த ஒரு சிறிய மறியல் போராட்டத்தின்போது அதைச் சித்திரப்படுத்த பிரத்யேகமாக அழைக்கப்பட்டபோதும் பிறகு நான்கைந்து தடவைகள் போகிற போக்கிலும் ஜெமினியும் விபின் பாஸ்வானும் சாரு மஜூம்தாரைச் சந்தித்துப் பேசியிருந்தார்கள். ஜெமினியும் மற்ற எல்லோரையும் போலவே சாரு மஜூம்தாரின் சித்தாந்தங்களைக் காட்டிலும் அவர் அதைத் தர்க்க ரீதியாக முன்வைத்த முறையில்தான் மயங்கிப்போயிருந்தான் (சாரு மஜூம்தார் சாக்ரடீஸைப்போல இளைஞர்களைக் கவர்ந்து விஷப்படுத்திவிடுகிறாரென்கிறார்கள், அது பொய், அவர் ஒரு தொண்ணூறு வயதுக் கிழவனிடம் பேசினாலும் அதைக் கேட்டபின் அவன் தன்னை இருபது வயது இளைஞனாக உணர்வானென்பதே உண்மை என்பான் அவன்).

தெபாகா எழுச்சியாலும், சிறப்பாக அந்தக் காலக்கட்டத்திய சிபிஐயின் செயல் திட்டங்களுடனான தொடர்பாலும் ஜெமினிக்குக் கிடைத்த அவனுடைய கலைப் பயணத்தின் இறுதி இலக்கு பற்றிய தனிப்பட்ட பார்வையை வடிவமைத்த பல தருணங்களில் அவனுள் திரும்ப உயிர்த்தெழுந்த தாய் நிலத்தின் மீதான பிரிவேக்கம் மற்றும் சாரு மஜூம்தாரின் தொடர்பு ஆகியவற்றைத் தவிர முக்கியமானவை என்று மேலும் இரண்டு தருணங்களைச் சொல்லலாம். அவற்றில் முதலாவது, கிழக்குக் கல்கத்தாக் கிராமமான பேராச்சாப்பாவின் ஜோதாரிடம் அந்தக் கிராமத்தின் அதியார்கள் விளைச்சலின் மீதான நான்கில் மூன்று பங்கு உரிமையைக் கேட்டுத் திரண்ட காலத்தில் நடந்த சம்பவம். அந்த ஜோதார் அவர்களுடைய நிபந்தனைக்கு இணங்க மறுத்துவிட்டதோடு மட்டுமல்லாமல் அவர்களுடைய தொந்தரவு

பொறுக்க முடியாமல் அவர்களைப் பழி வாங்கும் எண்ணத்தோடு விளைநிலத்தை ஒரு சணல் தொழிற்சாலையாக அல்லது மீன் பண்ணையாக மாற்றிவிடும் திட்டத்திலிருப்பதாய் கட்சிக்குத் தெரிவிக்கப்பட்டது. நிலைமையைத் தெரிந்துகொள்ளவும் அதியார்களுடைய உணர்ச்சிவசப்பட்ட அணி திரளலை முறைப்படுத்தி ஸ்தாபன ரீதியான கிளர்ச்சியாக வடிவமைத்து முன்னெடுத்துச் செல்லவும் அவர்கள் சார்பாக ஜோதாரைச் சந்தித்துப் பேசவும் தொழிற்சாலைத் திட்டம் எதுவுமிருப்பின் அதைச் சரியாக அவதானித்துக் கட்சியின் சட்டப் பிரிவு ஆலோசகர்களுக்குத் தெரியப்படுத்தவும் தேவைப்பட்டால் களத்திலேயே மறியல் போன்ற உடனடிச் செயல்பாட்டிற்கான முடிவுகளை எடுத்து இயங்கவும் மூன்று பேர் கொண்ட குழுவை அனுப்புவதெனக் கட்சி முடிவெடுத்தது. அந்த மூன்றுபேர், கட்சி செயல்பாடுகளில் நீண்டகாலப் பழக்கம் உள்ளவனென்கிற தகுதியில் விபின் பாஸ்வான், நிகழ்வுகளைப் பதிவு செய்தலென்கிற சடங்கின்மேல் அவன் நண்பன் ஜெமினி மற்றும் பேராச்சாப்பா வட்டாரத்துடன் ஓரளவு பரிச்சயமுள்ளவனென்கிற முறையில் முப்பது முப்பத்தைந்து வயது மதிக்கத்தக்க, கோலிக்குண்டுபோல் உருளும் நீலநிற விழிகளையுடைய கண்களைக் கொண்டவர்களான கூக் பழங்குடியினத்தைச் சேர்ந்த, இங்க்ளய்யா என்கிற ஓர் இளைஞன். இந்த இங்க்ளய்யா பேராச்சாப்பாவையோ அதன் சுற்று வட்டாரக் கிராமமெதையாவதையோ சேர்ந்த உள்ளூர்வாசியல்லன். அவனுடைய பூர்வீகம் சுந்தரவனப் பிரதேசத்தைச் சேர்ந்த, இப்போதைய பங்களாதேஷிலிருக்கும் சோனாபாரியா காட்டுக் கிராமம். அங்கேதான் தன்னுடைய பெற்றோர்களும் சகோதரிகளும் இருப்பதாக அவன் ஜெமினியிட மும் விபின் பாஸ்வானிடமும் சொன்னான். பேராச்சாப்பா வினருகே ஓடும் பித்யாதரி நதியின் கரையிலிருக்கும் கூக் பழங்குடியினரின் குலதெய்வமான பேராபுடீமாவைப் பார்க்கப் பிரிவினைக்கு முன்பு அவர்கள் இச்சாமதி ஆற்றைக் கடந்து அடிக்கடி அங்கே வந்து போய்க்கொண்டிருந்த நாட்களில், அதோடு கூடவே வனப்படு பொருள்களைச் சந்தைக்குக் கொண்டு வரப்போக இருந்ததில் இங்க்ளய்யாவுக்கு மட்டுமல் லாமல் அவர்களனைவருக்குமே உள்ளூர் மக்களுடன் நல்ல இணக்கம் ஏற்பட்டிருந்தது. பிரிவினைக்குப் பிறகு பெரியவளைப் (பேராபுடீமா) பார்க்க வருவதில் பாகிஸ்தான் பகுதியிலிருந்தவர் களுக்குச் சிக்கல் ஏற்பட்டபோது அவர்கள் அவள் உருவத்தைத் தங்கள் வசதிக்கேற்பத் தங்களுடைய வசிப்பிடத்திலேயே சிறுசிறு மாதிரி உருவங்களாகப் பிரதிட்டை பண்ணிக் கொள்வதில் முனைய இங்க்ளய்யா அவளுடைய பூர்வீக நிலமான பேராச்சாப்பாவிலேயே தங்கிக்கொள்ளத் தான்

பிரியப்படுவதாகச் சொல்லி இங்கேயே வந்து தங்கிவிட்டான். அவனுக்கு மனைவி குடும்பம் என்று எதுவும் கிடையாது. கல்யாணம் செய்துகொள்ளவில்லை. தனிக்கட்டை. அவன் பேராபுடீமாவின்மேல் அபாரப் பிரேமையுள்ளவனாய் இருந்தான். அவன் அவளோடும் அவளுடைய காவல் தெய்வமான அநூபா என்கிற அரக்கியோடும் நேரடியாகப் பேசும் சாமியாரென்றும்கூட அவனை அறிந்தவர்களில் நம்புகிறவர்கள் இருந்தார்கள். ஆனால் அவனொன்றும் தன்னை அப்படியெல்லாம் சொல்லிக் கொண்டதில்லை. சாமியார்களுக்குரிய லட்சணங்களெதையும் தன்மேல் வரைந்துகொண்டதுமில்லை. கூக்குகளிடையே படித்தவர்கள் மிகமிகக் குறைவு. அதிலும் ஆங்கிலம் பேசுபவர்கள் கிடையவே கிடையாது. இங்க்ளய்யா அந்த அபூர்வர்களில் ஒருவன். கல்கத்தா அரசாங்கப் பள்ளியில் மிகுந்த சிரமங்களுக்கிடையில் பள்ளியிறுதிப் படிப்பையும் பள்ளிக்கு வெளியே மார்க்ஸையும் படித்தவன். மார்க்ஸை மதிப்பவன் முதலாளித்துவ யுகத்தைச் சேர்ந்த ஆத்திகனாக வேண்டுமானால் ஒருவேளை இருக்கலாம், நிலப் பிரபுத்துவக் காலத்திய வார்ப்பான சாமியாராக எப்படி இருக்கமுடியும் என்பான் அவன்.

ஜெமினி, விபின் பாஸ்வான் இருவரும் கட்சிக் கட்டளையின்பேரில் பேராச்சாப்பாவிற்குப் போய்ச் சேர்ந்தபோது அங்கே நிலைமை அதன் கொதிநிலையில்தான் இருந்தது. இங்க்ளய்யா அவர்களை உள்ளூர் கிஸான் சமிதி ஆட்களிடம் அழைத்துப் போனான். அவர்களிடம் பேசியதில் அந்த ஜோதார் பட்டாணி முறையில் நிலங்களை அந்தவூர் ஜமீன்தாரிடமிருந்து வாங்கியிருக்கிறா னென்பது தெரிய வந்தது. அவனுக்கு விளைச்சலின்மேல்தான் கண். தொழிற்சாலைத் திட்டமெல்லாம் ஜமீன்தாருடையது. அவர் பெயர் சுக்பிலாஸ் மாஜி. ஆங்கிலப் படிப்புப் படித்தவர். வெள்ளைக்காரன்மீதும் அவனுடைய நிர்வாகத் திறமை மீதும் அபாரமான மதிப்பும் பிரேமையும் நம்பிக்கையும் கொண்டிருந்தவர். ஜோதாரோ ஒரு படிக்காத தற்குறி. நிலமும் பட்டாணியும் ஜோதாரென்கிற அந்தஸ்தும் கையை விட்டுப் போய்விடும் என்கிற அச்சத்தால் அவனுக்கே அதில் விருப்ப மில்லை. எனவே அவன் ஒருவிதத்தில் ஜனங்கள் பக்கமும் இல்லை, ஜமீன்தார் பக்கமும் இல்லை. பேச்சு வார்த்தை இழுபறியி லிருந்தது. நெல்லோ களத்திலேயே போரடிக்கப்படாமல் கிடந்தது. அதை ஜோதாருடைய குதிர்களுக்குள் கொண்டுபோய்ச் சேர்க்க உழவர்கள் மறுத்துக் கதை பேசியபடி ராப்பகலாய்க் காவல் கிடந்தார்கள். படித்த சுக்பிலாஸுக்கு அப்போது வங்காளம் முழுவதும் தெபாகா ஒரு காட்டுத்தீயைப்போல பரவிக் கொண்டிருக்கிறது என்பதும் கிட்டத்தட்ட எல்லா ஜமீனுமே

மூன்றிலொரு பங்கிற்கு ஒத்துக்கொண்டுதான் நிலங்களைக் காப்பாற்றிக்கொண்டிருக்கிறார்கள் என்பதும் போதாக்குறைக்கு நரேந்திர மித்ரா போன்ற சில பிரசித்தமான ஜமீன் குடும்பங்களே தெபாகாவை முன்னின்று நடத்திக்கொண்டிருக்கின்றன என்பதும் அப்படியாக அதியார்களின் கை ஓங்கியிருக்கிறது என்பதும் நன்கு தெரியுமாதலால் பிரச்சனையை முள்மீது விழுந்த சேலையை எடுப்பதைப்போல எச்சரிக்கையாக அணுகவேண்டுமென்று யோசித்து ஜோதாரிடம் காவல்துறையை வரவழைத்துப் பதற்றத்தை ஏற்படுத்திவிட வேண்டாமென்றும் கூடுமானவரை விஷயத்தை அடக்கியே வாசிக்கும்படியும் உத்தரவிட்டிருந்தார். கட்சிக்கும் தலையீட்டில் நம்பிக்கை இல்லாதிருந்ததால் கூடுமானவரை பரஸ்பரப் பேச்சுவார்த்தையையே அதுவும் சிலாக்கியமானதாகக் கருதியது. கட்சிப் பிரதிநிதிகள் உள்ளூர் கிஸான் சமிதியோடு கலந்தாலோசித்தபின் ஜோதாரை விட்டுவிட்டுப் பாராசாத் மாளிகையிலிருந்த சுக்பிலாஸையே நேரே போய்ப் பார்த்துப் பேசிவிடுவதென முடிவாயிற்று. மேலும் அவர் கூட்டமாக மக்களைச் சந்திக்க அஞ்சியதால் அவர்கள் மூன்று பேருமே அந்தப் பணியை மேற்கொள்ளலாமெனத் தலைமையால் பணிக்கப்பட்டு பேராச்சாப்பா போய்ச் சேர்ந்த அன்று மாலையே புறப்பட்டுப் பாராசாத்திற்குச் சென்று அவரைச் சந்தித்தார்கள். இரட்டைக் குழல் துப்பாக்கிகளுடனும் ஆங்கிலேயர் கால நினைவுகளுடனும் இரண்டு காவலாளிகள் மட்டுமே நின்றுகொண்டிருந்த வரவேற்பறையில் சுக்பிலாஸ் அவர்களை முதலில் உட்கார வைத்தும்கூடப் பேசவில்லை. உண்மையில் அவர் மார்க்ஸையும் லெனினையும் மாவோவையும் அறிந்த கட்சி ஆட்களை எதிர்பார்க்கவில்லை. இரண்டு அதியார் களுடன் உள்ளூர்ப் பஞ்சாயத்துத் தலைவரோ அதிகபட்சம் கிஸான் சமிதி ஆட்களோ தலைப்பாகையை அவிழ்த்து இடுப்பில் கட்டிக்கொண்டு தன்முன் வந்து நிற்பார்கள் என்றுதான் அவர் நினைத்துக்கொண்டிருந்தார். பேச்சு வார்த்தை இரண்டு தரப்புமே சலிப்பும் பொறுமையிழப்பும் அடையும்படி அதிக நேரம் இழுத்துக்கொண்டே போனது. இந்தியா இன்னும் கிராமப் பொருளாதாரமாக நீடித்துக்கொண்டிருப்பதில் தனக்கு நம்பிக்கையில்லையென்றும் உழுபவனுக்கே நிலம் சொந்தம் என்கிற ரீதியில் புதிதாய் எழும்பத் தொடங்கியிருக்கும் கோஷங்களினடியில் நிலச் சொந்தக்காரர்களுக்கெல்லாம் போதாத காலமாய் இது இருக்கிறது என்கிற அச்சத்தாலல்லாமல் தொழில் தொடங்கி இந்தியச் சணல் மற்றும் அவுரிச் சாயங்களுக் கான வெளிநாட்டுத் தேவையைத் தனக்கும் நாட்டிற்கும் பயனுள்ளதாக ஆக்கிக்கொள்ளும் விருப்பத்தாலேயே தன் நிலத்தில் தொழிற்சாலை அமைக்கும் உத்தேசத்தில் தான் இருப்பதாயும்

இப்போது அதியார்களாகயிருக்கும் அதே மக்களை அங்கே தொழிலாளிகளாக முன்னேற்றி விளைச்சலில் பங்கு என்பதற்குப் பதிலாக லாபத்தில் பங்கு என்கிற நிலையை உருவாக்குவதுதான் தன் திட்டம் என்றும் பண்டித நேருவின் பொதுவுடைமைக் கனவுகளுக்கு மிக அருகில்தான் தன்னுடையதும் இருக்கிறது என்றும் முதலில் சுக்பிலாஸ் மாஜி கட்சி மொழியிலேயே வந்தவர்களிடம் பேசித் தானொரு மெத்தப் படித்தவன் என்பதைக் காட்டிக்கொள்ள முயன்றுகொண்டிருந்தார். ஆனால் எதிர் தரப்பினர் திரும்பத் திரும்ப நடப்புப் பிரச்சனைக்கே இழுத்துக் கொண்டிருந்ததில் மெதுமெதுவாக நாகரீகவாதியென்கிற மேற்பூச்சுக் கலைந்து அன்னாருடைய நிலப்பிரபுத்துவ முகம் வெளிப்படத் தொடங்கிவிட்டது. தனக்குத் தன் மூதாதையர்கள் வழியே வந்து சேர்ந்த அந்த நிலங்கள் எப்படி அவர்களுடைய கடும் முயற்சியால் சம்பாதிக்கப்பட்டன என்பதையும் இப்போது ஜோதாரின்கீழ் விவசாயம் செய்துகொண்டிருப்பவர்களின் மூதாதையர்கள் அவர்களால் எந்த அளவிற்கு நல்ல வாழ்க்கையை வாழ்ந்துகொண்டிருந்தார்கள் என்பதையும் அவர் அவர்களுக்கு விளக்க முனைந்தார். இப்போதைய ஜோதார்தான் அவர்களுடைய உள்மனதில் இரண்டு பங்கு கேட்கும் எண்ணம் முளைவிடுமளவிற்கு அவர்களுக்குப் பண்டிகை நாட்களிலும் அவசர காலங்களிலும் நியாயமாகக் கொடுத்து உதவ வேண்டிய கூடுதல் நெல்லையோ முன் பணத்தையோ பிற உதவிகளையோ ஓய்வு நேரத்தையோ குறைத்துக் கொடுத்தோ அல்லது கொடுக்காமலேயோ ஏமாற்றி அவர்களை வெறுப்பேற்றி வைத்திருந்தானென்றால் உடனே பட்டாணியை வேறு ஜோதாருக்கு மாற்றிக் கொடுத்துவிடுவது தன்னுடைய பொறுப்பு என்று வாக்களித்தார். பற்றாக்குறைக்கு அவ்விதமான, தன் கவனத்திற்கு வராமலேயே நிகழ்ந்துவிட்டிருக்கக்கூடிய தவறு களுக்குத் தண்டமாக அதியார்கள் கேட்டுக்கொண்டபடியே இந்த வருடம் மட்டும் விளைச்சலில் நான்கில் மூன்று பங்கை அவர்களுக்குத் தந்துவிடவும் தான் தயாராக இருப்பதாய் பெருந்தன்மையுடன் ஒத்துக்கொண்டார். பேச்சு வார்த்தை ஆரம்பித்த ஒன்றரை மணி நேரத்திற்குப் பிறகு இந்த ஒப்புதல் அவர் வாயிலிருந்து வெளிவந்தது. மேலும் இந்த இடத்திற்கு வந்த பிறகுதான் அவர் தன்முன் நின்றுகொண்டேயிருந்த மூவரையும் இருக்கைகளில் அமரும்படியும் பணித்தார்.

ஆனால் அவர்கள் அவருடைய புதிய உபசரிப்பைப் பொருட் படுத்தவில்லை. அவருடன் விபின் பாஸ்வான்தான் முதலில் விவாதங்களை நிகழ்த்திக்கொண்டிருந்தான். ஜெமினி அவன் வழக்கப்படித் தன் கையோடு கொண்டுபோயிருந்த கெட்டித்

தாள்களில் சூழலின் சாராம்சத்தை (குறிப்பாக எதிரெதிரே நின்றுகொண்டிருந்தவர்களின் அந்தஸ்தைத் துலக்கமாகப் புலப்படுத்தும் அவர்களுடைய உடையலங்காரங்கள், ஜமீன் மாளிகையின் பின்னணியில் தன் நண்பர்களுடைய ஒடுங்கிய உருவங்கள் மற்றும் அவர்கள்மேல் தூசியைப்போல விழுந்து படிந்துகொண்டிருந்த (சுக்பிலாஸுக்குப் பின்னால் சற்று தள்ளி நின்றுகொண்டிருந்த) காவலர்களின் சந்தேகமும் வெறுப்பும் இளக்காரமும் கலந்த பார்வை (முக்கியமாக அவர்களும் இவர்களுடைய அல்லது இவர்களுக்கிணையான சாதியைச் சேர்ந்தவர்களாகவே இருக்கக்கூடுமென்கிற அவனுடைய சம்சயம்) துவக்கநிலைக் கோடுகளால் ஒரு கரிக்கோலைக்கொண்டு அவசரப்படாமல் ஆனால் விரைவாகப் பதிவு செய்துகொள்ளும் பணியைச் செய்து கொண்டிருந்தான். இங்க்ளய்யா எப்போதுமே அதிகம் பேசுபவனில்லை. அவர்களை உட்காரும்படி ஜமீன்தார் கேட்டுக்கொண்ட கணத்தில்தான் அதுவரை தங்களுக்குரிய மரியாதையைக் கொடுக்காத அவருடைய மேட்டிமைக் குணம் வலுவாகப் புத்தியில் உறைக்க அவன் சற்று வேகமாகவே அவருடைய திட்டத்தை ஒத்துக்கொள்ள முடியாதென்றும் விளைச்சலில் நான்கில் மூன்று பங்கு என்பதும் உமியிலும் வைக்கோலிலும் இருபதில் ஏழு பங்கு என்பதும் அவரிடமிருந்து ஒரு வருடத்திற்கு இறைஞ்சிப் பெற வேண்டிய துர்கா பூஜை இனாமல்ல என்றும் இனி குடியானவர்களின் நிரந்தர உரிமையாக எழுத்து ரீதியிலான அதிகாரப்பூர்வமான ஒப்பந்தமாகச் சட்டப்படி அவரால் அளிக்கப்படவேண்டிய ஒன்று என்றும் பேசினான். இங்க்ளய்யா பேசியவுடனேயே அது அதுவரையில் வெளிப்பட்டுக் கொண்டிருந்த சுக்பிலாஸ் மாஜியின் ஜமீன்தாரிய முகத்தையும் பிராண்டிக் கிழித்து அவர் தன்னுள் கனன்றுகொண்டிருந்த எந்த அருவருப்பான உணர்வை மூடி மறைக்கப் படித்தவன், நிலச் சொந்தக்காரன், அரசாங்கத்தின் விசுவாசி, இந்தியாவின் வளர்ச்சியின்மீது அக்கறையுள்ள ஒரு தொலைநோக்குப் பார்வை யாளன், நாட்டை நவீனமயப்படுத்துவதில் ஆர்வமுள்ளவன் எனப் பல முகமூடிகளை மாற்றி மாற்றி அணிந்துகொண்டிருந்தாரோ அந்த, நிணம் ரத்தம் மற்றும் நரம்புகளுக்குள் ஊறி வளர்ந்து போயிருந்த, சாதியென்கிற மெய்யான உணர்வைக் கடைசியில் வெளிக் கொணர்ந்தேவிட்டது. இங்க்ளய்யா பேசி முடித்ததும் அத்தனை நேரம் விபின் பாஸ்வானையும் ஜெமினியையும் மட்டுமே பார்த்துப் பேசிக்கொண்டிருந்த அவர் விருட்டென்று அவன் பக்கம் திரும்பி அவனை எரித்துவிடுவதைப்போல பார்த்துக்கொண்டே ஆத்திரமும் அசூயையும் கொப்பளிக்கும் குரலில், நீ பேசாதே, கூக்கன் தானேடா நீ, உன் பாம்பினுடையதைப் போன்ற நீலக் கண்களைப் பார்த்தாலே தெரிகிறதே, என் மாளிகைக்குள்

அச்சமின்றிப் பிரவேசித்ததுமல்லாமல் என்முன் வாயைத் திறந்து பேசுமளவிற்கு உங்களுக்கெல்லாம் தைரியமும் எங்களுக்குத் தாழ்மையும் உண்டாகிவிட்டதா, நீ எங்கேயடா இவர்களோடு சேர்ந்து சுற்றிக்கொண்டிருக்கிறாய், உனக்கும் வயலுக்கும் உழவுக்கும் என்னடா சம்பந்தம், காட்டுச் சாதிப் பயலே என்று கண்கள் சிவக்க இரைந்தார். இம்மாதிரி மனிதர்களின் கடைசி அஸ்திரம் சாதி என்பது போராட்டக்காரர்களுக்குப் பழக்கமான ஒன்றுதான், அதில் ஆச்சரியப்பட ஒன்றுமில்லை. ஆனால் சுக்பிலாஸின் கத்தலில் அதற்கப்பாலும் இருப்பதாகத் தோன்றிய ஒரு விநோதமான தர்க்கத்திலிருந்த கவர்ச்சி விபின் பாஸ்வானைத் தவிர்த்த மற்ற இருவரையும் ஒரு கணம் ஸ்தம்பித்து நிற்கச் செய்தது. ஜெமினி அது தனக்குள் ஒரு கெட்ட ஆவியைப்போல புகுவதைத் தவிர்க்கத் தவிப்பவனைப்போல பலமாகத் தன் தலையை இடவலமாக ஆட்டிக்கொண்டான். அதே கணத்தில் இங்க்ளய்யா நின்ற நிலையிலேயே திடீரென்று மயங்கிவிட்டான். பெரிய அசம்பாவிதம் ஏதோ நடந்துவிட்டதைப்போன்ற ஓர் உதறலுடன் விபின் பாஸ்வான் தன் காற்சட்டைப் பைக்குள் மறைத்து வைத்திருந்த 303 கைத்துப்பாக்கியை எடுத்து (இரு தரப்பினருமே அதைச் சற்றும் எதிர்பார்க்கவில்லை), செத்துப் போ என்று சொல்லிக்கொண்டே சுக்பிலாஸைச் சுட்டான். தோட்டா ஆத்திரத்திலும் பதற்றத்திலும் குறி தவறி ஜமீன்தாருக்கு அருகிலிருந்த ஹுக்கா குவளைமீது பட்டு அதைச் சிதறடித்துவிட்டு வீணாகப் போயிற்று. பிறகு விபின் பாஸ்வானும் தன் சக்தி முழுவதையும் அந்த ஒரு தோட்டாவினுள்ளேயே வைத்துச் செலவழித்துவிட்டவனைப்போல அதற்குமேல் செயல்படத் தென்பில்லாமல் துவண்டுவிட்டான். நல்லவேளையாகக் கீழே விழுந்துவிடவில்லை. ஆனால் ஜமீன்தாருடைய காவலர்கள் இருவரும் தங்களுடைய வேட்டைத் துப்பாக்கியைத் தங்களுக்கு நேராக உயர்த்தத் துவங்குவதைக் கண்டதும் இங்க்ளய்யாவைக் கீழே விழுந்துவிடாமல் பிடித்துக்கொண்டிருந்த ஜெமினி அவனை அப்படியே விழ விட்டுவிட்டு விபின் பாஸ்வானின் கையிலிருந்து துப்பாக்கியைச் சரேலெனப் பிடுங்கிக்கொண்டு அதே வேகத்தோடேயே ஜமீன்தாரை நோக்கிப் பாய்ந்து அவரைப் பின்புறத்திலிருந்து இறுக்கி வளைத்துக் கட்டிக் கருவியின் முனையை அவர் பொட்டில் வைத்து அழுத்தியபடி காவலர்களைப் பார்த்தான். அவர்களிருவரும் உயர்த்த முனைந்த துப்பாக்கிகளை மறுபடியும் தாழ்த்தினார்கள். மிகுந்த உணர்ச்சி வெள்ளத்தில் யாருடைய கட்டுப்பாட்டிற்குள்ளும் அடங்காதவொரு கால வெளியில் அபாயகரமாகத் திரண்டெழுந்த அந்தக் காட்சி அந்த அளவில் அசம்பாவிதம் எதுவுமின்றி நடந்துமுடிந்தது. ஒரு சில கணங்களில் ஜமீன்தார் உள்பட

அவர்கள் யாவருமே அவரவருடைய சுயபிரக்ஞைக்குத் திரும்பி விட்டார்கள். உடைந்துபோன ஹூக்காவிலிருந்து சிதறித் தரையெங்கும் அம்பர் புகையிலையுடன் இறைந்து கிடந்த தண்ணீரைக் கைகளால் வழித்தெடுத்து விபின் பாஸ்வான் இங்க்ளய்யாவின் முகத்தில் தெளித்து அவனை மூர்ச்சை தெளிவித்தான். ஜெமினி சுக்பிலாஸைப் பிடித்திருந்த பிடியை விட்டுவிட்டுத் தன் குழுவின் பக்கம் வந்து சேர்ந்துகொண்டான். இயந்திரங்களைப்போல மீண்டும் தங்கள் துப்பாக்கிகளை அவர்களை நோக்கி உயர்த்திய காவலர்களை ஜமீன்தாரே கையமர்த்தி அடக்கினார். விபின் பாஸ்வான் கடுமையான மூச்சிரைப்பினூடே சிதறிக் கிடந்த ஹூக்காவை நோக்கிக் கையைக் காட்டியபடி அவரிடம், போன பிப்ரவரியில் மேற்கு தினஜ்பூர் மண்ணில் உங்கள் வர்க்கம் சந்தால் பெண்கள்மேல் உமிழ்ந்துவிட்டுப்போன அதே தோட்டாக்களின் மிச்சம்தான் இது, ஜாக்கிரதை, என்றான். அவர் ஒன்றும் பேசவில்லை. மூவரும் சுதாரித்துக் கொண்டபின் மௌனமாகவே அந்த அறையைவிட்டு வெளியேறி வந்துவிட்டார்கள். பேராச்சாப்பாவிற்குப் பயணப்படும் வழியிலும் அவர்கள் பரஸ்பரம் எதுவும் பேசிக் கொள்ளவில்லை. ஜமீன்தார் ஒத்து வருகிறாற்போல தெரிய வில்லை என்று கட்சித் தலைமையிடம் தெரிவித்தார்கள். அவர்கள் அரசியல் ரீதியாக அவருக்கு அழுத்தம் கொடுக்கும் திட்டத்துடன் ஜெமினியையும் விபின் பாஸ்வானையும் கல்கத்தாவிற்குத் திரும்ப அழைத்துக்கொண்டுவிட்டார்கள் (இங்க்ளய்யா பேராச்சாப்பாவிலேயே (ஜமீன்தாருடைய அதிகார பலத்தால் அவன் உயிருக்கு ஏதும் ஆபத்து நேரலாமென்றும் எனவே சில நாட்கள் கல்கத்தா கட்சி அலுவலகத்திலேயே வந்து தங்கிக்கொள்ளும்படியும் அறிவுறுத்தப்பட்டதைச் சிரித்துக்கொண்டே மறுத்துவிட்டு) தங்கிவிட்டான்). ஆனால் இரண்டு நாட்களுக்குப்பின் ஜமீன்தார் ஜோதாரை அழைத்து தெபாகாவுக்குச் சம்மதித்துவிடும்படி பணித்துவிட்டதாகச் செய்தி வந்துவிட்டது. குழுவினர் மூவரும் தங்கள் பங்கிற்கு ஒரு பெரிய சாதனையைச் செய்துவிட்டதாகவே அவர்களைக் கட்சி பாராட்டியது. எல்லோருக்கும் சந்தோஷம்தான். ஆனால் அதை விபின் பாஸ்வானின் 303 துப்பாக்கியோ அல்லது ஜமீன்தார் சுக்பிலாஸினுடைய குற்றவுணர்வோதான் சாதித்திருக்கும் என்பதைச் சம்பந்தப்பட்ட மூவருமே நம்ப வில்லை. பேராச்சாப்பா எழுச்சியையும் சுக்பிலாஸுடனான சந்திப்பையும் ஜனயுத்தவிற்காகச் சித்திரமாக்கித் தரும்படி கட்சி கேட்டுக்கொண்டு வெகு நாட்களாகியும் ஜெமினி அதைச் செய்யாமல் காலம் தாழ்த்திக்கொண்டேயுமிருந்தான் (கடைசிவரை அதைச் செய்யவுமில்லை). விபின் பாஸ்வான்

மூலமாக அதைப்பற்றி வினவியபோது அவன் சொன்னான், விபின், அது ஒரு தருணம், அப்போது சம்மதம், மறுப்பு, நட்பு, பகை, வரவேற்பு, அவமதிப்பு, ஆரத் தழுவுதல், சுட்டுக் கொல்லுதல், இவற்றில் எது நடந்திருந்தாலும் அதை அந்தத் தருணம் நியாயப்படுத்தவே செய்திருக்கும், சரியாகச் சொல்ல வேண்டுமானால் தெபாகா எழுச்சியுள்பட அந்தக் காலக்கட்டம் முழுவதையுமே ஒரு மிகப் பெரிய அபத்தமான நாடகமாக நாம் உணர்ந்து வெளியேறிய அதே நொடியில்தான் ஜமீன்தார் சுக்பிலாஸூம் அதை அதேயளவு பிரம்மாண்டமான வாழ்வாதாரப் போராட்டமாக உணர்ந்திருப்பாராயிருக்கும், ஏதோவொரு நொடி எல்லாரையும், எல்லாவற்றையும், இடம் மாற்றி வைக்கிறது, அதனாலேயேதான் ஜமீன்தார் மாளிகையில் நிகழ்ந்ததை என்னால் அத்தனை எளிதாக வரைந்துவிட முடியாது, அதைச் சித்திரப்படுத்துகிறேனென்று தாளில் தூரிகையால் ஒரு கோட்டை இழுக்கும் அந்த நொடியிலேயே அந்த அபூர்வமான தருணம் நிஜத்தின் தர்க்கத்திற்குள் விழுந்துவிடும், பிறகு அதைச் சுற்றி நல்லது கெட்டது, சரி தவறு என்கிற வாதங்களை ஒரு வலைபோல் பின்னி அறிவு அதன் அழகை அப்படியே விழுங்கி விடும், ஜமீன்தாருடைய பேச்சே தன் மார்பில் தோட்டாவாய்ப் பாய்ந்துவிட்டதைப்போல மயங்கி விழுந்த இங்க்ளய்யா பிறகு அதைப்பற்றி என்ன நினைக்கிறானென்று நம்மிடம் எதையுமே பகிர்ந்துகொள்ளவில்லையென்பதைக் கவனித்தாயா, என்னுடைய தூரிகைக்கு அது முக்கியம், அந்த மௌனம் என் கித்தானில் ஒரு வண்ணமாகக் கரைய வேண்டும், நான் அந்தத் தருணத்தை வரைவேன், ஆனால் ஸ்திரமான கோடுகளாலோ உறைந்து நிற்கும் வண்ணங்களாலோ அல்ல, அவை அதைக் கவனிக்கும் பார்வையாளனை தர்க்கபூர்வமான தீர்ப்புகளின் எந்தச் சுழலுக்குள்ளும் சிக்கிவிடாதபடி விடுவித்து நிகழ்ந்ததின் மந்தகாசமான அனுபவத்தின்மேல் ஒட்டுதலின்றி மிதக்கச் செய்ய வேண்டும், அப்படியொரு மிதக்கும் வர்ணச் சேர்மானத்தை நான் கண்டுபிடித்த பின்பே அதன்மீதான என் பதிவைத் துவக்குவேன், அதுவரை பொறுமையாகக் காத்திருப்பேன், எத்தனைக் காலம் ஆனாலும் சரி. உறங்காப்புலியிடம் இந்தச் சம்பவத்தை விவரித்த விபின் பாஸ்வான் சொன்னார், ஜெமினியை அவன் ஓவியங்களைவிட அதிகமாக அவனுடைய பேச்சால்தான் ஓர் ஓவியனாக நீ உணரமுடியும்.

அடுத்த சம்பவத்தில் (முதலாவதோடு ஒப்பிடுகையில் அதைச் சம்பவம் என்று சொல்ல முடியாது, ஒரு சந்தர்ப்பம் என்று வேண்டுமானால் சொல்லலாம்) பெரிதாக எதுவும் நடக்கவில்லை, ஆனால் ஜெமினியின் அரூபமான இலட்சியத்திற்கு அவன்

பிறகு தன் வாணாள் முழுவதும் பிதற்றிக்கொண்டேயலைந்த மிதக்கும் வண்ணங்கள் என்கிற ஒரு ஸ்தூலமான வார்த்தையை அது தந்தது. அந்த இலட்சியத்தை ஒரு வித்தாக அவனுள் விதைத்தது என்கிற வகையில் அது பாராசாத் சம்பவத்தோடு தொடர்புள்ளது என்றும்கூட நாம் கருதிக்கொள்ளலாம் (அதாவது ஜெமினி பாராசாத் சம்பவத்தால் தாக்குண்ட மனநிலையில் இல்லாதிருந்திருந்தால் கீழே நாம் விவரிக்கவிருக்கும் சம்பவம் ஒரு குறிப்பிடத்தக்க நிகழ்வாக அவனுக்குத் தோன்றியிராது எனும்படி). நாம் முன்பு குறிப்பிட்ட பிரபல ஓவியரான திரு ஹரேந்திர நாராயண் தாஸ் என்கிற ஹரேன்தாஸை ஜெமினியும் விபின் பாஸ்வானும் சந்திக்கச் சென்ற சந்தர்ப்பம்தான் அந்த அடுத்த சம்பவம். பேராச்சாப்பா வெற்றிக்கு ஆறு மாதம் கழித்து அது நடந்தது. அப்போது சவிதா தன் தாய் வீட்டிலிருந்து கல்கத்தாவிற்குத் திரும்ப வந்துவிட்டிருந்தாள். ஜெமினியின் குடும்ப வாழ்க்கை அதன் வழக்கமான தாள கதிக்குத் திரும்பிவிட்டிருந்தது. மகாவதன் நடக்கவாரம்பித்திருந்தான். திட்டமிட்டோ திட்டமிடாமலோ கட்சி சார்ந்த நடவடிக்கைக ளெல்லாம் கல்கத்தா நகரத்தை மையம் கொண்டே சுற்றிச் சுற்றி வந்துகொண்டிருந்ததும் பிரிவினைக்குப் பின் தெபாகா எழுச்சியின் உக்கிரம் மட்டுப்பட்டு ஆங்காங்கே திடீர் திடீரெனப் பற்றிக்கொள்ளும் அவ்வப்போதைய கிளர்ச்சிகளால் மட்டுமே அதன் இருப்புத் தெரிய வந்துகொண்டிருந்ததும் பதினோரு மாத கால அலைச்சலுக்குப் பிறகு ஜெமினி வீட்டைவிட்டு அதிகம் வெளியே அகன்று செல்லத் தேவையில்லாத நிலையை ஏற்படுத்தி யிருந்தன. கட்சிக்கோ எழுச்சியின் நெருப்பு அணைந்துவிடக் கூடாதேயென்கிற கவலையில் பேச்சாளர்களுடன் சேர்த்துக் கலைஞர்களையும் அழைத்து தொடர்ந்து தெபாகா நினைவுகளை மக்கள் மத்தியில் புதுப்பித்துக்கொண்டேயிருக்கவேண்டிய தேவையிருந்தது. இது தொடர்பாக நிகழ்ந்ததுதான் நண்பர்க ளிருவருக்கும் ஹரேன்தாஸுக்குமான சந்திப்பு. கல்கத்தா அரசாங்கக் கலைப் பள்ளியில் ஓவிய ஆசிரியராக அவர் சேர்ந்திருப்பதாகத் தெரிய வந்ததானது ஏற்கெனவே அவரைத் தெபாகா உச்சத்திலிருந்த காலத்திலேயே உள்ளே இழுத்துக்கொள்ள முயன்று தோற்றுக்கொண்டிருந்த கட்சியிடம் மீண்டும் அவரை முயற்சித்துப் பார்க்கும் யோசனையை உருவாக்கியிருந்தது. காரணம், தீவிர ஓவிய விமரிசகர்கள் அனைவரும் அவரை ஆயிரத்து எண்ணூறுகளில் வடக்கு வங்காளத்தின் தெருக்களில் கிடத்தி விற்கப்பட்டுக்கொண்டிருந்த வணிக ரீதியிலான பலன்களுக்கும் ரசனைகளுக்கும்மேல் அதிகமாக எந்த அனுபவத்தையும் தரும் கலைத்தன்மையெதையும் கொண்டிராத மலிவான மரச்

செதுக்குப் படைப்புகளை அவை அவர் பிறந்த தினஜ்பூரில் அப்போது பிரசித்தம் என்பதற்காகவே விடாப்பிடியாகத் திரும்பத் திரும்ப வரைந்து பிரசித்தப்படுத்தித் தீவிர ஓவியக் கலைஞர்களுடைய இருப்பைத் தொந்தரவு செய்பவராக அடையாளப்படுத்திக்கொண்டிருந்த நிலையில் அவர்கள் மலினப்படுத்திய அதே வெகுஜனக் கலை வடிவமென்கிற காரணத்திற்காகவே கட்சிக்கு ஹரேன்தாஸ் முக்கியமானவராகத் தெரிந்தார். ஆனால் ஹரேன்தாஸ் பிடி கொடுக்கவில்லை. அவர் ஒரு கலைஞனின் இயல்புப்படியே, விமர்சகர்கள், கட்சிகள் என்று இரு தரப்பினராலுமே அணுக முடியாத, இருவருக்குமே அவர்கள் காலத்திய இயக்கங்களுக்கும் விருப்பங்களுக்கும் இலட்சியங்களுக்கும் பிரயோசனப்படாத, ஒரு மறக்கப்பட்ட காலத்தின் ஓவியனாக, அரூப வடிவினனாக இருந்தார். அப்படியிருப்பதற்கு அசாத்தியமான தைரியம் வேண்டும் என்பது ஜெமினியின் எண்ணம். வெள்ளைக்காரர்களுடைய சகவாசத்தால் அப்போது பிரசித்தமாகிக்கொண்டிருந்த குழப்பமான, பார்த்து ரசிப்பதற்குக்கூடப் பாண்டித்தியத்தைக் கோரும் சித்திரப் பாணிகளுக்குள் தன்னை இழந்துவிடாமலும் அதேசமயம் சமகால உடனடிப் பரபரப்புகளின் வற்புறுத்தல்களுக்கு ஆட்பட்டுவிடாமலும் அவர் நிதானமாக அவையிரண்டிற்கும் பின்னே உயிர்த்துக்கொண்டிருக்கும் வங்காளத்தின் பாரம்பரிய அழகுகளைத்தொடர்ந்து தன் திரைச்சீலைக்குள் ஒரு கருமி நாணயங்களைச் சேகரிப்பதைப்போல சிறிது சிறிதாக சேகரித்துக் கொண்டிருந்தார். விபின் பாஸ்வானும் ஜெமினியும் அவரை அவருடைய வீட்டில் வைத்துச் சந்தித்தபோது பழமையின் மீதான பிரிவேக்கமும் எதிர்காலம் பற்றிய கற்பனைகளும் இன்றைய அவலங்களைக் காணவிடாமல் தங்கள் கண்களைக் கட்டிவிடக் கலைஞர்கள் அனுமதிக்கலாமா என்று ஜெமினி அவரிடம் கேட்டான், ஒரு மீன் பிடிக்கும் ஜோடியின் அமைதியான காத்திருப்பு, சாந்தால் இனப் பெண்ணின் மோகமூட்டும் பின்புறம், ஒரு கிராமத்துத் தெருவின் பால் மடுவின் ரகசியங்கள் நிறைந்த இரவு நேரம், புறாக்களால் நிறைந்த மரப்பரண் வீடு என நாம் வெளியே காணும் அழகின் மறுபுறம் பசி, திணிக்கப்பட்ட தனிமை, தொற்றுநோய்ச் சூழல், நிலத்தில் ஓர் அடி மண்ணுக்குக்கூட சொந்தம் கொண்டாட முடியாத வறுமை ஆகிய அவலங்கள் தொக்கி நிற்கவில்லையா, வெறும் ரசனைக்குரிய காட்சிகள் மட்டுமா அவை. ஹரேன்தாஸ் ஜெமினி சொல்வது கலை என்பது உற்பத்தியின் உபரி என்கிற பிரபலமான வாசகங்களை நம்பும் கட்சி சார்ந்த மனப்பதிவிலிருந்து உருவாகுபவை என்றார், அது கலைஞன் என்பவன் மக்களின் அடிமை என்கிற

நிலைப்பாட்டிற்கு அவனையே இட்டுச் செல்கிறது, அங்கே கலைஞனுக்குக் கற்பனையென்னும் சொந்த மொழி கிடையாது, மக்களின் குரலை எந்தத் திரித்தலுமின்றி அதிகார வர்க்கத்திற்கு மொழிபெயர்ப்பது மட்டும்தான் அவன் வேலை, ஆனால் கலைஞன் மக்களின் பிரதிநிதியாய் இருக்கவேண்டுமென்று நான் நினைக்கிறேன், அந்தத் தகுதியில் அவன் சொன்னதைத் திருப்பிச் சொல்லும் கிளிப்பிள்ளையாக இருக்க வேண்டிய அவசியமில்லை, பதிலுக்கு அவர்களுக்காகத் தான் சொல்ல விரும்புபவற்றைத் தன் கலையின் மொழியில் தானே உருவாக்கிக்கொள்ளும் கற்பனையும் உலகின் கண்களுக்குத் தன் மக்களின் எந்த முகத்தைக் காண்பிக்க வேண்டுமென்பதைத் தேர்ந்துகொள்ளும் சுதந்திரமும் அவனுக்குத் தேவைப்படுகிறது, உண்மையான கலைஞன் தன் ஜனங்களை ஒருபோதும் கைவிடுவதில்லை என்பதை ஜனங்கள் நம்ப வேண்டும், அழகை மட்டும் தேர்ந்துகொண்டு அவலத்தை அவன் மறைக்கிறானென்பதல்ல அவனுடைய அழகியலின் அடிப்படை, மாறாக எந்த அவலத்தினுள்ளிருந்தும், மரணத்தின் விளிம்பிலிருந்தும், ஒரு மின்வெட்டைப்போல மின்னித் தெறிக்கும் அழகை இனங்கண்டுகொண்டுவிடும் நிதானம்தான் ஒரு கலைஞனுக்குரிய தகுதியாக அவனுக்குக் கடவுளால் அருளப்பட்டிருக்கிறது என்பதுதான் அதன் அர்த்தம், ஒரு சாந்தால் பெண் தன் வலிந்து திணிக்கப்பட்ட தனிமையை உற்று நோக்கிக்கொண்டிருக்கிறபோது கலைஞன் எள்ளி நகையாடப்படும் அவளுடைய இனத்தின் பாரம்பரிய உடைகளுக்குள், கைவிடப்பட்டுவிட்ட அவள் இருப்பிடத்தின் ஏகாந்தத்திற்குள், வெறுத்து ஒதுக்கப்படும் அவள் மேனி நிறத்தின் பல்லாண்டுக்காலக் கலாச்சாரத் தடங்களுக்குள், பேச்சுத் துணையற்ற மௌனத்தினுள் ஓடிக்கொண்டிருக்கும் குலக் கதைகளின் பிரதிபலிப்புகளுக்குள் ஊடுருவிச் சென்று அவற்றின் ஒளியை அதிகார வர்க்கத்தின் நெற்றிப்பொட்டில் நேரடியாகப் பாய்ச்ச நினைக்கிறான், அவளுடைய வறுமையின் குரலைக் கட்சிகள் மொழிபெயர்த்துக்கொண்டிருக்கும் வேளையில் தனி மனிதனாக ஒரு கலைஞன் செய்துகொண்டிருப்பது இந்த வேலையைத்தான், சரியா தவறா என்பதல்ல பிரச்சனை, அவன் அந்த வழியைத் தேர்ந்தெடுத்துக்கொள்கிறான் அவ்வளவுதான், ஓர் அடிமையாகவன்றிப் பிரதிநிதியாக இருக்க விரும்புகிறான் என்பதால்தான் சில சமயங்களில் மக்களைக் கண்டிக்கும் உரிமையையும் அவனால் எடுத்துக்கொள்ள முடிகிறது, வாழும் சுதந்திரம் என்பது ஒரு சமூகத்தின் அடிப்படை உரிமையென்றால், அதை இரந்து பெற வேண்டிய அவசியமில்லையென்றால், அதற்கான தகுதி அதற்கிருக்கிறது என்பதை நிறுவுவதுதான்

கலைஞனின் முதல் வேலையாக இருக்கிறது, அதை அந்தச் சமூகத்தின் வறுமையிலிருந்து அல்ல, அழகிலிருந்துதான் அவன் பிரித்தெடுக்கிறான், ஏனெனில் ஒரு சமூகத்தின் தாழ்நிலைக்குக் காரணம் எந்த அறிவும் அழகும் பாரம்பரியமும் தங்களை அதிகார பீடத்திற்கு உயர்த்தியதோ அந்த அறிவும் அழகும் பாரம்பரியமும் அந்தத் தாழ்நிலைப்பட்ட சமூகத்தில் இல்லாமலிருப்பதுதான் என்கிற அப்பாவித்தனமான முடிவிலிருந்துதான் எல்லா அதிகார வர்க்கங்களுமே அதைத் தன்னால் சீர்படுத்தப்படவேண்டிய ஒன்றாகக் கையில் எடுத்துத் தன்னுடைய விருப்பங்களுக்கு அதைக் கட்டாயப்படுத்துகின்றன, சோறு அடிப்படையென்பதை நான் மறுக்கவில்லை, சோற்றுக்கான புரட்சிகள் சோற்றை வென்றுவிடக்கூடும்தான், ஆனால் அவை தொடர்ந்து தன் தலைக்கு மேல் அதை வழங்க ஓர் அதிகார பீடத்தையோ கேட்டு வாங்கித் தர ஒரு கட்சியையோ அறிவுரை சொல்ல சில தலைவர்களையோ எப்போதும் வைத்துக்கொண்டேதானிருக்கும், அவர்களனைவரும் தங்களை மக்களின் அடிமைகள் என்று சொல்லிக்கொண்டேயிருப்பார்கள், தனக்குக் கீழே அடிமைகளை வைத்துக்கொள்வதுதான் சுதந்திரமென்பதை எந்த நல்ல மனிதனும் ஒத்துக்கொள்ள மாட்டானில்லையா, அதற்குத்தான் கலை தேவைப்படுகிறது, அது உபரியென்றால் வித்தாகும் உபரி, ஜெமினி, உங்களைப்பற்றி நான் கேள்விப்பட்டிருக்கிறேன், நீங்கள் அறியாதவராய் இருக்க முடியாது, நீங்களே சொல்லுங்கள், காலகாலமாக ஏழ்மையில் உழன்றுகொண்டிருந்த மதுபனி கிராமத்திற்கும் அந்த வறுமையினுள்ளே கனன்றுகொண்டிருந்த அழகியல் உணர்வு சித்திரச் சுவர்களாக வெளிப்பட்டு உலகம் முழுவதற்கும் தெரிய வந்தபிறகு இன்று உருவாகியிருக்கும் மதுபனி கிராமத்திற்கும் எத்தனை வேறுபாடு இருக்கிறது, அந்தப் பிராமணர்கள் எந்த மார்க்ஸியச் சித்தாந்தத்தின்கீழ் புரட்சி செய்து ஆங்கிலேயர்கள் கவனத்தை ஈர்த்துத் தங்கள் உணவைப் பெற்றுக்கொண்டார்கள், அதே சமயம் மதுபனிக்கு ஈடான துஸாத் பழங்குடிக் கலை வெளிவருவதற்கு ஏன் அதற்குப் பிறகும் பல வருடங்கள் பிடித்தது, வெறும் சாதி மட்டும்தான் அதற்குக் காரணமென்று நீங்கள் நினைக்கிறீர்களா. ஆனால் உடனடித் தேவை என்று ஒன்று இருக்கத்தானே செய்கிறது, ஒரு மனிதனின் பட்டினிச் சாவின்முன் நின்றுகொண்டு அவனுடைய பாரம்பரிய அழகை நீங்கள் வரைந்துகொண்டிருப்பீர்களா என்று விபின் பாஸ்வான் சற்று பதற்றத்துடனேயே கேட்டான். மாட்டேன், ஆனால் ஒரு கலைஞனுடைய நோக்கம் பட்டினியைத் தீர்ப்பது அல்ல, பட்டினியின் மூல காரணத்தைக் கண்டுபிடித்து அதற்கான சந்தர்ப்பத்தையே அழித்துவிடுவது

என்பதுதானல்லவா என்று பதில் சொன்னார் ஹரேன்தாஸ். இன்றைக்குப் பயன்படாத ஒரு கலையை நாளைக்கென்று சேமித்து வைக்கும் புத்திசாலித்தனத்தை என்னால் ஒத்துக்கொள்ள முடியவில்லை என்றான் ஜெமினியும் விடாமல். ஆனால் இதைச் சொல்லும் நீங்கள் உள்பட எந்தக் கலைஞனுமே அறிந்தோ அறியாமலோ நாளையைப்பற்றித்தான் கவலைப்படுகிறீர்கள், வெகு வேகமாக நகர மயமாகிக்கொண்டிருக்கும் நாகரீகத்தின் இறுதியில் தொழிற்சாலை மனிதர்களைத் தவிர மற்ற யாவரும் காட்டுமிராண்டிகளாகப் பார்க்கப்படும் காலம் வரும்போது அவர்களுடைய ஒரே மீட்பனாக அவர்களுடைய, உருவாக்கப்பட்ட வறுமைக்குப் பதிலாக இயல்பான பாரம்பரியங்களையும் பலங்களையும் அழகுகளையும் அமைதியையும் கதைகளையும் பதிவு செய்துவிட்டுச் சென்றிருக்கும் கலைஞன்தான் தேவ ஆவியாக நின்றிருப்பான்.

ஜெமினி, விபின் பாஸ்வான் இருவராலுமே ஹரேன்தாஸ் சொன்னதை ஒத்துக்கொள்ள முடியவில்லை. விவாதமும் ஒருநாள் முழுவதும் தொடர்ந்து பேசுவதற்குரிய விஷய கனத்தையும் சுவாரஸ்யத்தையும் கொண்டதாகவும்தானிருந்தது. நெடுநேரத்திற்குப் பிறகு அவர்கள் ஹரேன்தாஸிடம் விடை பெற்றுக்கொண்டு (அதுதான் அவரை முதலும் கடைசியுமாக ஜெமினி பார்த்தது, பிறகெப்போதுமே ஜெமினியும் அவரும் கல்கத்தாவிலேயே பல வருடங்கள் இருந்தும்கூட ஒருவரை யொருவர் சந்தித்துக்கொள்ளவேயில்லை) அவர் வீட்டை விட்டு வெளியேறித் தெருவில் நடந்துகொண்டிருந்தபோது அவலங்களின் நடுவே பத்திரப்படுத்தப்பட்டுப் பளிச்சிடும் அழகு அதிகாரத்தைப் பெறுவதற்கான தகுதியை ஒடுக்கப்பட்டவர்களுக்குக் கொடுக் கிறது என்கிற அவருடைய வாதத்திலும் ஒருவிதமான நியாயமிருக்கிறதோ என்று விபின் பாஸ்வான் ஜெமினியிடம் கேட்டான். மேலும் காட்சிகளையல்லாது காட்சிகளின் தாக்கத்தை வரைவதே தன் பணி என்று கட்சியிடம் சொன்ன ஜெமினி கிட்டத்தட்ட அதே வாதத்தையே முன்வைத்த ஹரேன்தாஸுடன் முரண்பட்டதையும் தன்னால் புரிந்துகொள்ள முடியவில்லை என்றான். அந்த விதத்தில் இருவருமே கட்சியின் இலட்சியத்துடன் முரண்பட்டவர்கள்தாமல்லவா. ஆனால் வித்தியாசம் தான் கட்சியிலிருக்கச் சம்மதிப்பதற்கும் அவர் சம்மதிக்காமலிருப்பதற்குமான காரணங்களில் இருக்கிறது என்றான் ஜெமினி. கலைஞன் என்பவன் அவலத்தை அழகாக்கும் மாய வித்தை தெரிந்தவனாக இருப்பது மட்டும் போதாது விபின், அதை எங்கே, யார் முன் நிகழ்த்தவேண்டுமென்கிற இங்கிதமும் தெரிந்தவனாக இருக்க வேண்டும், என் தாய்

மொழியில் பாரதி என்றொரு கவி இருந்தார், அவர் தனக்குப் பசிக்கிறது என்றால் அதை வெறுஞ்சோறு என்று அலட்சியமாய்ப் பாடுவார் அதுவே பிறருடைய பசியானால் ஒருவனுக்குச் சோறு கிடைக்கவில்லையென்றாலும் உலகத்தையே அழித்துவிடலாம் என்று ஆத்திரப்படுவார், அதுதான் கலைஞனுக்கு இருக்க வேண்டிய இங்கிதம் என்பது. ஆனால் ஹரேன்தாஸின் வீட்டில் அவன் ஓர் அளவிற்குமேல் இந்த விதமான வாதங்களில் ஈடுபட முயலவில்லை. காரணங்கள் இரண்டு, ஒன்று, ஹரேன்தாஸ் ஜெமினியைவிட ஏழு வயதுதான் பெரியவரென்றாலும், ஒரு சைத்ரீகராக பெரிய பிரபலமும் நிறைந்த அனுபவமும் நல்ல படிப்பறிவும் இவற்றோடுகூட ஒரு கலைப் பள்ளியின் ஆசானென்கிற ஸ்தானத்திலும் இருக்கும் அவரை எந்த எல்லைவரை விவாதத்திற்குள் இழுப்பது மரியாதையாக இருக்கும் என்கிற கவலை நண்பர்களிருவருக்குமே இருந்தது. அது அவர் உரையாடலின் போக்கில் இயல்பாகவே தன் குரலை உயர்த்தும்போதெல்லாம் அவர்களுடைய பேச்சை ஸ்தம்பிதமடையச் செய்துகொண்டிருந்தது. இரண்டாவது முக்கியமான காரணம், மேற்கொண்டு அவரோடு விவாதத்தைத் தொடர்வதற்குள் ஜெமினியினுடைய கவனமும் அவருடைய பேச்சின் நடுவே தெறித்த ஒரு வினோதமான வார்த்தையின்மீது விலகவியலாமல் படிந்து விவாத மனநிலையிலிருந்து அவனைத் திசைதிருப்பி விட்டுவிட்டது. அன்றாடப் பாடுகளின் அடியிலிருந்து சாணிக்குள் பொதிந்த வைரமாகச் சுடர்விட்டுக்கொண்டிருக்கும் கலாச்சாரங்களின் அழகைப்பற்றி உணர்ச்சிகரமாகப் பேசிக் கொண்டிருந்தபோது பேச்சுப் போக்கில் அவர் வாயிலிருந்து வந்து விழுந்த உக்கியோயீ என்கிற வார்த்தைதான் அது. அதைப் பற்றித் தெரிந்துகொள்வதற்காக ஜெமினி அவரை உசாவியபோது அவர் அது அவருடைய குருநாதரும் ஆப்த நண்பரும் சிறந்த ஓவியரும் வங்காள மேல்தட்டு ஓவியர்களிடையே அந்த வார்த்தையை ஓர் அதிசயமாகப் பிரபலப்படுத்தியவருமான ரமேந்திரநாத் சக்ரவர்த்தியின் மூலமாகத் தனக்குத் தெரியவந்த ஒரு ஜப்பானியப் பதினெட்டாம் நூற்றாண்டுச் சித்திரக் கலை வடிவம் என்றும் மிதக்கும் உலகங்கள் என்பது அதன் பொருள் என்றும் தெரிவித்தார். நண்பர்களிருவருக்குமே ஆச்சரியம் தாளவில்லை. ஹரேன்தாஸைச் சந்திக்க வருவதற்கு முன்பே சில மாதங்களாகவே பேராச்சாப்பா ஜமீன்தார் சுக்பிலாஸுடனான தங்கள் சந்திப்பைச் சித்திரமாக வரைவது சம்பந்தமாக இந்த மிதத்தல் என்கிற வார்த்தையை குழப்பமான மனநிலையில் ஜெமினி பயன்படுத்திக்கொண்டிருந்தானென்று முன்பே சொன்னோ மில்லையா, அந்த நிலையில் ஹரேன்தாஸின் வாயிலிருந்து திடீரென்று வெளிப்பட்ட உக்கியோயீ என்கிற வார்த்தை கண்

கூசச் செய்யும் ஒளியைத் தன்மீது பாய்ச்சித் தன்னை மகிழ்ச்சியில் ஒரு கணம் திக்குமுக்காடச் செய்துவிட்டதாகப் பின்பு ஜெமினி விபின் பாஸ்வானிடம் வருத்தத்துடன் சொன்னான். ஆம், வருத்தத்துடன்தான் சொன்னான். ஏனென்றால் மிதக்கும் உலகங்கள் என்கிற வார்த்தையைக் காதுகள் கேட்டதுமே பாராசாத் ஜமீன் மாளிகையில் நடந்த (இன்னும் அதுபோல நடக்கவிருக்கிற) எதனாலென்று இனம் பிரிக்கவியலாத, முற்றிலும் அரூபமான தருணங்களின் ஆளுமைக்குள் நிகழ்ந்து முடிந்துவிடும் எத்தனையோ சம்பவங்களைத் தர்க்கத்தில் நங்கூரமிட்டுத் தேங்கிவிடும் சிந்தனையாக மட்டும் மாற்றிவிடாமல் அவற்றின் சாரத்தின்மேல் மிதந்துகொண்டேயிருக்கும் அனுபவமாக வரையும் வழியைக் கண்டுவிட்டோமென்கிற அளவிலாத உவப்புடனும் பிரமிப்புடனும் ஜெமினி அதைப்பற்றி விளக்கிச் சொல்லும்படி ஹரேன்தாஸை வேண்டிக்கொண்டபோது அவர் உக்கியோயீ என்பது பிறப்பு, வாழ்வு, இறப்பு என்று நிற்காதபடி நகர்ந்துகொண்டேயிருக்கும் வாழ்க்கை நதியின் மொத்த ஒழுக்குப் பற்றிய தத்துவ விசாரணைகளுக்குள் ஈடுபடாது அதன் மேற்பரப்பில் மிதந்துகொண்டிருக்கும் காட்சிகளின் அடுத்த கணம் கலைந்துவிடும் அழகைத் தூரிகையால் சிறைப்பிடித்தல்தான் அந்தப் பாணியின் அடிப்படை என்று சொல்லி அவனைப் பெரும் ஏமாற்றத்தில் ஆழ்த்திவிட்டார். அவர் சொல்லி முடித்ததுமே ஜெமினி அவரைப் பார்த்து வெடுக்கென்று, ஒரு தூரிகைக்கும் இயந்திரத்திற்கும் உள்ளதைத் தவிர மற்றபடி இந்த வகைச் சித்திரத்திற்கும் ஒரு புகைப்படத்திற்கும் பின் என்ன தத்துவ வித்தியாசம் இருக்கப் போகிறது என்று கேட்டான். புகைப்படங்களில் நம்மால் காண முடியாத, சித்திரக் கலையின் ஆதி ஞாபகங்களான, கோடுகளும் வரிகளும்தான் அது என்றார் ஹரேன்தாஸ். உண்மையில் புகைப்படக் கருவியின் வரவு தானே தத்ரூபத்திலிருந்து அரூபத்திற்கு மாறும் கட்டாயத்தை ஓவியக் கலைக்கு உண்டாக்கியது. ஆனால் ஜெமினி கேட்டது அதையல்ல. தத்துவ விசாரணைகளைத் தவிர்த்தது என்று அவர் சொன்னாலும்கூட உக்கியோயீ வாழ்வின் நிலையாமை பற்றிய தத்துவப் பார்வையிலிருந்து உருவானதுதான் என்பது அவனுக்குத் தெரிந்தது. தத்துவத்திலிருந்து (அது எத்தனை உன்னதமான ஒன்றாக இருந்தாலும்) வெளிப்படும் கலை தத்துவத்தின் அடிமையாகத்தான் இருக்க முடியும் என்பதுதான் மார்க்ஸியக் கருத்துக்களுக்கு மாற்றான (அந்தச் சந்திப்பு முழுவதிலும் அவரே பேசிக்கொண்டிருந்த) ஹரேன்தாஸின் பார்வையென்றால் அதேபோன்ற இன்னொரு தத்துவத்தின் விளக்கப்படமாக உருவாகும் உக்கியோயீயை அவரால் எப்படிச் சிலாகிக்க முடியுமென்று அவன் குழம்பிவிட்டான். அவர்

சில உக்கியோயீ படைப்புகளை எடுத்து வந்து இருவரிடமும் காட்டியபோது அவற்றில் சித்திரங்களைப் பார்க்க முடிந்ததே யன்றி சைத்ரீகனைப் பார்க்க முடியவில்லை என்றும் குறைப் பட்டுக்கொண்டான். அவற்றிலிருந்தது தத்துவங்களின் விசுவாச மான சீடத்துவம். தத்துவங்களால் கட்டப்படும் கலைக்கு நேரெதிராகச் செயல்படுவதும் புதிதாகப் பிறிதொன்றை உருவாக்குவதுமாக இருக்கிறது கலை உருவாக்கும் தத்துவம் என்றான் அவன் வருத்தத்துடன் ஹரேன்தாஸிடம். அவர் தன்னுடைய நிலைப்பாடும் அதுதான் என்றார். பின் ஏன் அவரால் உக்கியோயீயை விட்டுக்கொடுக்க முடியவில்லை. தெரியவில்லை. அவர் ஜெமினியிடம் ஒரு குழந்தையின் ஆர்வத் துடன், உக்கியோயீ அவன் சொல்வதுபோல ஒரு தத்துவப் பார்வையின் விளக்கப்படமாக இல்லாமல் ஒரு கலை மனதின் உந்துதலாக மட்டுமே வெளிப்பட்டிருக்குமானால் அதன் தத்துவம் என்னவாக இருந்திருக்கும் என்று கேட்டார். அந்தக் கேள்வி ஏற்கெனவே பாராசாத் சம்பவத்தின் சித்திர ஆக்கம் பற்றிய யோசனைகளில் குழம்பிக்கொண்டேயிருந்த மனதின் ஆழத்திலிருந்து அவனே தேடிக்கொண்டிருந்த வார்த்தையைப் பளிச்சென்று வெளியே இழுத்துக் கொண்டுவந்து போட்டது, ஒரு கலைஞனின் மனநிலையிலிருந்து மட்டும் இந்த ஓவியங்கள் உருவாகியிருக்குமானால் இவற்றின் பெயர் தத்துவங்களின் கரிசனங்களோடு தொடர்புடையதாக, மிதக்கும் உலகம் என்பதாக இருந்திருக்காது, மாறாகக் கலையின் பக்கம் சற்று கூடுதலாக நெருங்கியிருக்கும்படி, மிதக்கும் வண்ணங்கள் என்கிற பெயரைக் கொண்டிருந்திருக்கும். இரண்டிற்கும் என்ன வித்தியாசம். இருக்கிறது, நிறைய, குறிப்பாக நில்லாமல் ஓடிக்கொண்டேயிருக்கும் நதி நீரோட்டத்தின் மேற்பரப்பில் மிதந்து கண்களைக் கடந்துசெல்லும் அழகின்மேல் (இலை, கொடி, படகு, இன்னும் அதன்மேல் துள்ளும் அலைகள், மீன்கள், ஏன், மேலும் உன்னதமாக அதில் பிரதிபலிக்கும் வானம் என்று இவற்றில் எதுவாக வேண்டுமானாலும் அது இருக்கட்டும்) லயிக்கும் ஒரு புத்திசாலியின் ஆர்வத்திற்கும் நதி நீரின் சுவையைச் சித்திரப்படுத்த முனையும் ஒரு கலைஞனுடைய ஆசையும் அலைச்சலும் மிக்க வேட்கைக்குமிடையிலான வித்தியாசம்.

ஹரேன்தாஸுக்கு ஜெமினியின் பதில் திருப்தியைத் தந்ததென்று சொல்ல முடியாது. ஆனால் ஜெமினி அன்று தொடங்கி பின் தன் வாணாள் முழுவதும், சற்றும் எதிர்பாராத ஒரு கணத்தில் தன்னிடமிருந்து தன் குரலால் தனக்கே அறிமுகமான அந்த மிதக்கும் வண்ணம் என்கிற பெயருக்குரிய, இன்னும் பிறக்கவேயில்லாத ஒரு சித்திரத்தைத் தன் திரைச்சீலைகளில்

தேடிப் பைத்தியமாய் அலைந்துகொண்டிருந்தான். அதற்குப் பிறகும் அவன் எத்தனையோ பிரசித்தி பெற்ற ஓவியங்களை வரைந்துகொண்டுதானிருந்தான் (உதாரணத்திற்கு ஃபெமினா அழகி லீலா நாயுடுவின் உருவப்படம். அது அப்போது முன்னேற்றக் கலைஞர்கள் சங்கத்தில் பெரிய விவாதப் புயலைக்கூடக் கிளப்பிவிட்டது). ஆனால் அவை அனைத்தும் குறைபாடுடையவை என்கிற தாழ்வுணர்ச்சி ஒரு நோயாக அவனைத் தொற்றிக்கொண்டுவிட்டது. எந்த அளவிற்கு அது சென்றதென்றால், பல நெகிழ்வூட்டும் அற்புதமான காட்சி களை, அவை உக்கியோயீயாக மாறிவிடக்கூடுமென்கிற பயத்திலும் மிதக்கும் வண்ணங்களென்கிற லட்சியத் தூரிகை தன் கைக்கு அகப்படும் வரையில் அந்தக் கணங்கள் கோடு களின் கீறல் படியாத தூய்மையான அனுபவங்களாகவே தன்னிடம் தங்கியிருக்கட்டுமென்கிற பிடிவாதத்திலும் அவன் சித்திரங்களாக்குவதற்கு மறுத்துவிட்டான். உதாரணமாக குழந்தை மகாவதன் முதல் தடவையாக எழுந்து நடக்கத் துவங்கிய கணத்தைச் சொல்லலாம், உண்மையில் உலகமே துக்கத்தில் மூழ்கியிருந்த நாள் அது, அன்றுதான் காந்தி சுடப்பட்டிருந்தார், பகிர்ந்து தீர்த்துவிட முடியாத துயரம் மனதில் கனக்க விபின் பாஸ்வான், ஜெமினி, சவிதா மூன்று பேரும் ஹூப்ளிக்குச் சென்று நதியின் பின்மாலை நேர நீரோட்டத்தை மௌனமாகக் கவனித்துக்கொண்டிருந்தார்கள், அப்போதுதான் சற்றுத் தள்ளி மணலில் உட்கார்த்தி வைக்கப்பட்டிருந்த மகாவதன் அம்மாவை நெருங்குவதற்குத் தவழ முயற்சித்து மணல் முழங்கால்களையும் உள்ளங்கைகளையும் உறுத்தியதாலோ என்னவோ மெதுவாக எழுந்து நதிப்படுகையில் தன் பிஞ்சுப் பாதச் சுவட்டைப் பதித்தான், நான்கே தப்படிகள்தான், பிறகு நின்ற நிலையிலேயே என்ன செய்வதென்று தெரியாமல் குழந்தை தன் தாயை நோக்கி குழறிக்கொண்டிருந்தான், தொலைவிலிருந்த துப்பாக்கித் தொழிற்சாலையைப் பார்த்துக்கொண்டிருந்த ஜெமினியை சவிதா பரபரப்புடன் அழைத்து அதை அவனுக்குக் காண்பித்தாள், திரும்பி ஒரு கணம் நின்றுகொண்டிருந்த குழந்தையின் பாதங் களை உற்றுக் கவனித்த ஜெமினி மறுகணம் ஓவென்று அழத் தொடங்கிவிட்டான், அதற்குள் குழந்தையைக் கைகளில் வாரி எடுத்துக்கொண்டுவிட்ட சவிதா தானும் அழத் தொடங்கி விட்டாள், மிக விநோதமாக, சற்று முன்புவரை குழந்தையைப் பார்த்து ரசித்துக்கொண்டிருந்த விபின் பாஸ்வானையும் உடனே அந்த அழுகை தொற்றிக்கொண்டது, மூவரும் பல நிமிடங்கள் யாரையும் யாரும் என்ன ஏதென்று உசாவிக்கொள்ளாமலும் எது கண்ணீரைத் தூண்டிப் பெருக்கியது, துக்கமா பரவசமா என்று தங்களுக்கே தெரியாமலும் தானாக அடங்குமட்டும் அழுது

தீர்த்தார்கள். விபின் பாஸ்வானும் சவிதாவும் மகாவதனின் அந்த முதல் நடையை மாலை ஹூப்ளியின் பின்புலத்தில் ஓர் அழகான சித்திரமாக வரைந்து தரச் சொல்லிக் கேட்டபோது ஜெமினி அது வெறும் ஒரு நின்றுகொண்டிருக்கும் குழந்தையொன்றின் சித்திரமாக மட்டும்தான் ஆகும் என்றும் நிற்பதற்கு உந்தியதும் பின் நடக்கத் துவங்கியதும் அவனைத் தாங்கிக்கொண்டதுமான, அவனுக்கு முன்னும் பின்னுமாக நீளும் காலத்தைச் சித்திரப் படுத்தாத வரையில் அந்தச் சித்திரம் தன்னை அழச் செய்த அதே மாலை நேரத்து மனநிலையைப் பார்ப்பவனுக்குக் கடத்தாது என்றும் அதை அப்படி வரைவது அந்த அற்புதமான கணத்தின் சிருஷ்டிபரத்திற்குத் தான் செய்யும் துரோகம் என்றும் சொல்லி அதை வரைய மறுத்துவிட்டான், குழந்தை மகாவதனை அந்த நிலையில் ஜெமினி வரைந்திருந்தானென்றால் அது அவனுடைய பிரபலமான ஓவியங்களில் ஒன்றாக ஆகியிருக்குமென்பதில் விபின் பாஸ்வானுக்கும் சவிதாவுக்கும் துளிகூட சந்தேகமில்லைதான், ஆனால் யார் அதை அவனுக்குச் சொல்வது. இப்படி எத்தனையோ அழகான தருணங்கள், சவிதாவின் அழகு உள்பட (அதை ஜெமினி ரசித்த அளவு அவளை எட்டி நின்று பார்த்துப் பெருமூச்சு விட்டபடி கடந்து சென்று கொண்டிருந்த விடலைப் பையன்களில்கூட யார்தான் ரசித்திருக்க முடியும்). கடைசிவரை ஜெமினி அவனுடைய காதலியும் மனைவியும் அவனது குழந்தையின் தாயுமான அவளை வரையவேயில்லை. இருபத்தெட்டு வருடங்களுக்குப் பிறகு விபின் பாஸ்வான் உறங்காப்புலியிடம் சொன்னார், நான் மட்டும் அவனாயிருந்திருந்தால் அவளைத் தவிர வேறு எதையும் ஒருபோதும் என் தூரிகை வரைந்திருக்காது, கால் வலிக்கிறதென்று என் முதுகில் தொற்றிக்கொண்டுவிடும் போதெல்லாம் குருத்தெலும்பைக் குத்திக் குடையும் அவளுடைய மார்பகங்களின் கூர்மை இன்னும் என் தண்டுவடத்தை உறுத்திக்கொண்டிருக்கிறது, மரங்களிலிருந்து பழங்களைத் தானே தன் கையால் திருடவும் மதில்களின் விளிம்புகளிலிருந்து அவற்றிற்கப்புறமிருக்கும் வீடுகளை நோட்டமிடவும் உயரம் போதவில்லையென்று என் கழுத்தில் தயக்கமின்றி ஏறி அமர்ந்துகொண்டுவிடும்போதெல்லாம் சுடும் அவளுடைய மறைவிடத்தின் கதகதப்பு இன்னும் என் பிடரியிலிருந்து மறைந்து போகவில்லை, குட்டைப் பாவாடையிலிருந்து வெளியே நழுவி நாசிக்கருகே ஊசலாடிக்கொண்டிருக்கும் தொடைகளின் சீயக்காய் மணம் இன்னும் என் முகத்தைச் சுற்றி வட்டமிட்டுக்கொண்டேதானிருக்கிறது, சரி, அப்படியாவது அவன் அவனுடைய இலட்சியமான மிதக்கும் வண்ணங்களைக் கண்டடைந்தானாயென்றால் அதுவும் இல்லை, அவனிடமிருந்து

மிகச்சிறந்த ஓவியங்களாக வெளிப்பட்டிருக்க வேண்டிய ஏராளமான அற்புதச் சந்தர்ப்பங்களும் அவற்றின் ஞாபகத் தடங்களும் அவனோடேயே மண்ணோடு மண்ணாகப் புதைந்து போய்விட்டன, சிலவேளை தோன்றுகிறது, அவனோடு கூடவே யிருந்து அந்தத் தருணங்களைப் பகிர்ந்துகொண்டு அவற்றை இப்படி அடுத்தவர்களுக்குக் கடத்திக்கொண்டிருக்கிற விபின் பாஸ்வானாகிய நானும் சவிதாவும் மகாவதனும் இன்னும் சிலருமான சக மனிதர்கள்தான் அவனால் தேடப்பட்டுக்கொண்டேயிருந்த மிதக்கும் வண்ணங்களோயென்று (விபின் பாஸ்வான் சொன்னது ஒருபுறமிருக்க, நம் எண்ணப்படி வண்ணங்களின் சித்திரம் என்பதே வேறு வேறு மனிதர்களால் சொல்லப்படும் ஒரே கதைதானோயென்னவோ, யார் கண்டது). ஒருவேளை விபின் பாஸ்வான் அங்கலாய்த்துக்கொண்டதைப்போல ஜெமினி சவிதாவை வரைந்து பார்க்க முயற்சித்திருந்தானென்றால் ஒருவேளை இதைக் கண்டுபிடித்திருக்கக்கூடுமாயிருக்கலாம். ஒருமுறை அவன் சவிதாவை ஒரு வினோதமான அதிர்ஷ்ட தேவதை என்று விபின் பாஸ்வானிடம் குறிப்பிட்டான், அவள் எனக்குக் கிடைத்ததன் மூலம் என் கற்பனைகளை என் வயிற்றோடு இணைத்து நான் தொலைந்துபோய்விடாத வண்ணம் என்னைக் காப்பாற்றிக்கொண்டிருக்கும் என் யதார்த்தம், உனக்குக் கிட்டாதவளாக ஆனதன்மூலம் உன் யதார்த்தத்தை ஒரு சாகசமாகத் தொடர்ந்து போஷித்து வளர்க்கும், உன் வாணாள் முழுவதற்குமான ஒரு கற்பனை, அந்த வகையில் அவள் நம் இருவரையுமே அதிர்ஷ்டசாலிகளாக ஆக்கியிருக்கிறாள். சரிதான், ஒரு பெண் உங்களுக்குக் கிடைத்தாலும் கிடைக்காமல் போனாலும் அதிர்ஷ்டம்தானென்றால் கிட்டினால்தான் அதிர்ஷ்டம் என்கிற தர்க்கத்தினுள் ஒட்டாமல் மிதக்கிற ஒரு தனித்துவமான வண்ணம் என்று அவளைச் சொல்லக் கூடாதா யென்ன. சவிதாதேவி. ஒரு மிதக்கும் வண்ண ஓவியம். எப்படி.

உறங்காப்புலி ஜெமினியைத் தேடிக் கல்கத்தா சென்றதற்கு ஐந்து மாதங்களுக்குப் பிறகு, மருத்துவர் அரங்கநாதன் நம்பி பாகீரதியைத் தேடிக் கல்கத்தா செல்லவிருப்பதற்கு ஒன்பது மாதங்களுக்கு முன்பு, மிகச் சரியாக அவனுடனான சண்டையின் இரண்டாவது நினைவு நாளன்று, அதாவது 1976, செப்டம்பர் 17ஆம் தேதியன்று, மழை பெய்து கொண்டிருந்த இரவில் வாசுதேவன் உறங்காப்புலியைத் தேடிக் கல்கத்தாவிற்குக் கிளம்பினான். பிப்ரவரி 1976க்குப் பிறகான எட்டு மாதங்களில் அவனும் பாகீரதியும் சம்பந்தப்பட்ட அன்றாடங்களில் ஸ்தம்பிதம்

எதுவும் இருக்கவில்லையானாலும் இருவரும் பேசிக்கொண்டது மிக மிகச் சொற்பமாகத்தானிருந்தது. குழந்தை ஹேமாவின் மனதைத் தங்களுடைய மனத்தாங்கல்கள் பாதித்துவிடக்கூடாது என்பதற்காக மட்டுமானதாகவே அந்தச் சிக்கனமான உரையாடல்களும்கூட அமைந்திருந்தன. ஹேமா தூங்கும்வரை படுக்கையறையில் படுத்திருந்துவிட்டு பிறகு வாசுதேவன் எழுந்து கூடத்திற்கு வந்துவிடும் புது வழக்கமும் உண்டாகிவிட்டிருந்தது. கல்யாணமான எட்டு வருடங்களில் பாகீரதியை மூர்க்கத்தனமாகக் கையாண்ட அந்த ஒரே இரவிற்குப் பின் அவன் அவளை நிமிர்ந்து பார்க்கவே கூசினான். அந்த மிருகத்தனம் ஒன்றே அவளுடைய வேறொரு மனிதன் மீதான காதலை நியாயப்படுத்தி விட்டதாக அவனுக்குத் தோன்றியது. அதை அப்படி உணர அவனுக்கு அதிக நாட்கள் தேவைப்படவில்லை. அந்த இரவு முடிந்ததுமே அதன் விஷத் தன்மை அவன்மேல் பசைபோல் ஒட்டிக்கொண்டுவிட்டது. எதையாவது செய்து அதைச் சுரண்டி எடுத்துவிட வேண்டுமென்று மனம் தவியாய்த் தவித்தது. மறுநாள் புறப்பட்டுப் போய்க் காவல்நிலையத்தின்முன் தன்னால் காட்டிக்கொடுக்கப்பட்ட மனிதனை விடுதலை செய்யும்படி பாமரத்தனமான பிடிவாதத்துடன் அவன் நின்றதை நாம் முன்பு பார்த்தோம். ஆனால் அதற்குள் காலம் கடந்துவிட்டிருந்தது. அவன் உறங்காப்புலி ஒரு பயங்கரவாதி என்று துப்புக் கொடுத்து விட்டு வந்ததற்கும் திரும்பப் போய் அவனை விடுவியுங்கள் என்று கேட்டுக்கொண்டு நின்றதற்கும் இடைப்பட்ட ஐந்தாறு நாட்கள் இடைவெளியில் உறங்காப்புலி இரக்கம் மிக்க பி–4 காவல் நிலைய ஆய்வாளர் புகழேந்தியின் கட்டுப்பாட்டைத் தாண்டி அரசரடிக்கும் திருப்பரங்குன்றம் சாலைக்கும் பிறகு தேனிக்குமென்று எங்கெங்கோ அலைக்கழிக்கப்பட்டுக் கடைசியில் காணாமலே போய்விட்டான். வாசுதேவன் உறங்காப்புலிக்காகக் காவல்நிலையம்வரை போய்விட்டு வந்ததைப் பாகீரதியிடம் தெரிவிக்கவில்லை. அவனுக்குத் தேவைப்பட்டது அவளுடைய இரக்கமோ நல்லபிப்பிராயமோ மன்னிப்போ இல்லை. தன்னைப்பற்றித் தனக்கே தோன்றிவிட்ட ஓர் இழிவான எண்ணத்திலிருந்து எப்படித் தப்புவது என்பதுதான் அவனுடைய கவலையாயும் குறிக்கோளாயும் இருந்தது. அதைக் களைந்து கொள்ளாவிட்டால் பாகீரதியைக் கண்டிக்கும் உரிமையோ தகுதியோ உனக்கு எப்படி இருக்கமுடியும் என்று அவன் மனச்சாட்சி அவனை இடித்துரைத்தது. இன்னொரு நல்ல இரவால் அதை ஒருவேளை சரி செய்துகொள்ள முடியும். அந்த இரவில் அவளை முன்னிலும் அதிக மென்மையுடன் அணுகலாம். அவள் காதுகளில் நெடுநேரம் கிசுகிசுப்பாகவே

அவளுடைய காதல் சரி தவறு என்கிற தர்க்க வாதங்களுக்கப்பால் சில விளக்கிவிட முடியாத உணர்வு நிலைகளைச் சிதைத்துக் காயப்படுத்துகிறது என்பதைச் சொல்லிப் புரிய வைக்கலாம் (அவள் அது உண்மையில் உணர்வுநிலை அல்ல, ஆண்மை, அதன் அகம்பாவம், அதுதான் தன் முகத்தின்மேல் இவ்வாறான இரக்கத்திற்குரிய முகமூடிகளைத் தந்திரமாக அணிந்து கொள்கிறது என்பாள். மேலும் அவளும் ஜெமினிக்காக அதே விதமான விளக்கிவிட முடியாத உணர்வுநிலை வாதங்களை முன்வைக்கக்கூடும்), சரி விடு, நடந்தது நடந்துவிட்டது, யார்தான் தவறு செய்யவில்லை என்று சொல்லித் தன் பெருந்தன்மையை நிரூபித்து அவளுடைய காதலைத் திரும்பப் பெற முயற்சிக்கலாம் (காதலியை இழந்துதான் மனைவியைப் பெற வேண்டுமென்கிற நியதிதான் எத்தனை துரதிர்ஷ்டவசமானது). ஆம், தண்டிப்பதல்ல, அவளைத் தன்னிடம் தக்க வைத்துக்கொள்வதே தன் அணுகலின் இலக்காய் இருக்க வேண்டும். அதெல்லாம் சரி, ஆனால் தண்ணீர் பட்ட கோலத்தைப்போல கலைந்துபோய்விட்ட, கண்ணியமான குடும்ப உறவின் ஆதார அச்சாயும் அதன் நேர்மையைத் தங்களுக்குத் தாங்களே ஒருவர்மேல் ஒருவர் உரசிப் பார்த்துக்கொண்டிருந்த உரைகல்லாயும் விளங்கிய உடலுறவு என்கிற அந்தரங்க சந்தோஷத்தின்மீதான அவளுடைய கனவுகளையும் கவர்ச்சியையும் இனி எதைச் செய்து திரும்பக் கொணர்வது.

இன்னனொரு புறம் வாசுதேவனுக்கு உறங்காப்புலியை நினைத்தும் ஆச்சரியமாகத்தான் இருந்தது. ஏனெனில் ஆண்களின் பார்வை மற்றும் அணுகுமுறையின்மேல் பாகீரதியின் திட சித்தம்பற்றி அவனுக்கு நன்றாகத் தெரியும் (வீட்டைப் பார்வையிட வந்த அவனுடைய நண்பன் அவளிடம் வாங்கிக்கட்டிக்கொண்டு போன கதையை நாமும் ஏற்கெனவே பார்த்திருக்கிறோம்), தன்மேல் அவள் கொண்டிருக்கும் காதல் குறித்தும் எள்ளளவுச் சந்தேகமும் அவனுக்கு இன்னமும்கூட உண்டாகவில்லை, அப்படிப்பட்ட அவள் இன்னொரு ஆணிடம், அதிலும் முன்பின் அறிமுகமில்லாத ஒரு முழுமுற்றான அந்நியனிடம் தன்னை இழந்திருக்கிறாளென்பது நிச்சயமாக அத்தனை எளிதாக நடந்துவிடக்கூடிய நிஜமே இல்லை. எனினும் அது நடந்திருக்கிறதென்றால், ஒரு மனிதனை அவனுடைய நிஜப் பெயராலும் தன் கணவனை அவமானப்படுத்தியவனென்கிற அடையாளத்தாலும் ஒத்துக்கொள்ளவே முடியாமல் அவள் திணறுகிறாளென்றால் எத்தனை தீவிரமான காதலுடன் அந்தப் பகுத்தறிவாளன் ஏற்கெனவே இறந்துபோன ஒரு மனிதனாக

அவள்முன் தன்னை மாற்றிக்கொள்ளச் சம்மதித்து அதை விசுவாசத்துடன் விடாமல் தொடர்ந்து கடைப்பிடித்துமிருந் திருப்பான், இந்த அபூர்வமான பைத்தியக்காரத்தனத்தைத்தானே அவன் தலைவரும் செய்துவிட்டு அதை ஒத்துக்கொள்ள முடியாமல் திணறினார் என்று முதல் சந்திப்பின்போது அவனிடம் வாதிட்டுக் குடுமியறுபட்டுத் திரும்பி வந்தோம். நினைத்துப் பார்க்கும்போது திரைப்படங்களின் இறுதிக் காட்சியில் காதலியைக் கயவர்களின்முன் ஆட விட்டுவிட்டு மறைவில் தன் வெற்றியை நோக்கி முன்னேறிச் செல்லும் கதாநாயகனைப்போல மனைவியை முன்னே கொண்டுவந்து நிறுத்தி எதிரியை வெற்றிகொண்டுவிட்டதான வெட்கவுணர்வுடன் கூடிய திருப்தி வாசுதேவனுக்கு ஏற்பட்டாலும் திரைப்படக் கதாநாயகனைப்போல காரியம் முடிந்தபின் காதலியைத் திரும்ப மீட்டுக்கொள்ளத் தவறிவிட்ட இழப்புணர்வும் ஏமாந்து விட்ட அவமானமும் அதனால் கோபமும் கூடவே உண்டாகத் தான் செய்தது. எனினும் ஒரு மாஜி காதலனாக அவனால் உறங்காப்புலியின் தவிப்புகளைச் சொந்த லாப நட்டக் கணக்கிற்கப்பாலும் புரிந்துகொள்ள முடிந்தது. அந்தப் புரிதல் அவன்மேல் இருந்த ஆச்சரியத்தை ஒரு சிறிய பிரமிப்பாக மாற்றுமளவிற்கு வலிமையுள்ளதாகக்கூட இருந்தது. பிரஸ்தாப இரவில் அவன் நிகழ்த்திய அதீத எதிர்வினையின் காரணமாக ஏற்பட்டிருந்த குற்றவுணர்வும் பாகீரதியினுடைய காதலிலிருந்த வினோதத் தன்மையும் அவனுடைய உணர்வோதங்களை மட்டுப்படுத்தி நிதானத்தைக் கைக்கொள்ளும் பக்குவத்தை வழங்கியிருந்தன. முன்பொருமுறை வாய்த்ததைப்போல எதிரியை மன்னிக்கும் மனநிலை (பெருந்தன்மையாலோ அச்சத்தாலோ) மீண்டும் வாய்த்தது என்று நம்மால் நிச்சயமாகச் சொல்லிவிட முடியாது, ஒருவேளை கொலை செய்யும் உத்தேசம்கூட அதில் மறைந்திருக்கலாம் (மன்னிப்பதற்கு ஒரு வரைமுறை இல்லையா), ஆனால் வாசுதேவன் மீண்டும் ஒரு முறை உறங்காப்புலியைச் சந்திக்க விரும்பினான். பி–4 காவல்நிலையத்தை அது சம்பந்தமாக மீண்டும் அணுக முடியாது, இவ்வளவு நடந்ததற்குப் பிறகு அவனுடைய நண்பன் சுருளிநாதனும் அவனைச் சந்திப்பதையோ அவனுடன் பேசுவதையோ நிச்சயம் விரும்பமாட்டான், ஆனால் அவனுடைய குடும்பத்தினர் நிச்சயமாக அவனுடன் தொடர்பிலிருக்க வாய்ப்பிருப்பதால் முயன்றால் அவர்கள் மூலமாக ஒருவேளை உறங்காப்புலியின் தற்போதைய நிலவரத்தையும் இருப்பிடத்தையும் அறிந்துகொள்ள முடியலாம் என்கிற யோசனையுடன் சுருளிநாதன் முன்பு கொடுத்திருந்த உறங்காப்புலியின் முகவரியைத் தேடிப் போனான். ஆனால்

போனபிறகு அங்கே ஏன் போனோம் என்று ஆகிவிட்டது. உறங்காப்புலியினுடைய தாயும் தந்தையும் கிடந்த கிடப்பு அவன் தன் சென்றுபோன நாட்களின் சாகஸங்களை ஒரு பெரும் குற்றச் செயலாக உணரும்வண்ணம் அவன் விழிகளின்முன் ஒரு கோரக் காட்சியாக விரிந்து கிடந்தது. பல வருடங்களுக்குப் பிறகு பெற்றோரின் நினைவும் அவனைத் தாக்கிச் சோர்வுற வைத்துவிட்டது. அப்படியொரு காட்சியை அவன் அங்கே எதிர்பார்த்திருக்கவில்லை (எதிர்பார்த்திருக்க வேண்டும்). மகன் கைதுக்குப் பிறகு வடிவம்மாள் அந்நியர்களைக் கண்டாலே வெருண்டு தன் கணவர் படுத்திருக்கும் அறைக்குள் சென்று கதவைச் சார்த்திக்கொண்டுவிடும் குணமுள்ளவராக மாறிப்போயிருந்தார். சுந்தரபாண்டியோ புத்திர சோகத்தாலும் மகனை மீட்டுக்கொள்ள மேற்கொண்ட முயற்சிகளாலும் கடுமையாக அலைக்கழிக்கப்பட்டு வலப்புற யாக்கையும் நாவும் செயலிழந்துபோய்ப் படுத்த படுக்கையாகியிருந்தார். அவரை அவர் மகன் காவல்துறையால் கூட்டிச் செல்லப்பட்ட சில மணி நேரங்களுக்குள்ளாகவே அவனைப் பார்த்துப் பல வருடங்கள் ஆகிவிட்டதைப் போன்ற உணர்வும் தள்ளாமையும் தாக்கிவிட்டிருந்தன. பிரிவைப் பொறுத்துக்கொள்ள முடியாமல் அன்று மாலை தனியாகவே காவல்நிலையத்திற்குச் சென்று காவலர்களைப் பார்த்துப் பேசி உறங்காப்புலியை மீட்டு வரப்போவதாகச் சொல்லிக்கொண்டு புறப்பட்டவரை மலர்விழிதான் தடுத்து அப்போதிருந்த சூழலில் அப்படித் தனியே போவதில் பிரயோசனமோ அவருக்கே பத்திரமோ இல்லை என்றும் வெளியூர் சென்றிருந்த தன் கணவர் திரும்பி வந்து திமுக அல்லாத வேறு யாராவது ஒரு முக்கியஸ்தர் துணையைக் கைக்கொள்ளும்வரை சற்று பொறுத்திருக்கும்படியும் சொல்லிக் கஷ்டப்பட்டு நிறுத்தி வைத்திருந்தாள். ஆனால் மறுநாள் அவள் கணவர் திரும்பி வந்து அவருடைய வழிகளில் முயற்சித்துப் பார்த்த பிறகு துணையோடல்ல, படையோடேயே போனாலும் பலனென்னவோ பூஜ்ஜியம்தான் என்று தெரிந்துபோய்விட்டது. பிறகு அவரும் சுந்தரபாண்டியுமே சேர்ந்து காவல்நிலையத்திற்குச் சென்றார்கள். காவல்நிலையத்தின் முகப்பிலேயே நின்றிருந்த, உறங்காப்புலியைக் கைது செய்து அழைத்துச்சென்ற காவலர் களில் ஒருவர் சுந்தரபாண்டியையும் மலர்விழியின் கணவரையும் மாறி மாறிப் பார்த்துவிட்டு அப்படி அவர்கள் விரும்பிய படியெல்லாம் வந்து பார்ப்பதற்கு மிசாவின் கீழ் அனுமதியில்லை யென்றும் விசாரணை நடந்துகொண்டிருப்பதால் இரண்டு நாட்கள் கழித்து வந்து பார்த்து ஒருவேளை கூட்டிக்கொண்டே கூடச் செல்லலாமென்றும் சொன்னார். காவலருடைய அந்தப்

பேச்சு சுந்தரபாண்டிக்கும் அவருடைய மருமகனுக்கும் இருந்த காவல்நிலையத்திற்குள் நுழைந்து உயரதிகாரியைப் பார்த்துப் பேசவேண்டுமென்கிற விருப்பத்தை முளையிலேயே கிள்ளியெறிந்து விடும் அழுத்தத்தையும் கண்டிப்பையும் கொண்டிருந்தது. இத்தனைக்கும் காவல்நிலையச் சூழல்களும் அங்கிருக்கும் மனிதர்களும் இருவருக்குமே புதிய விஷயங்கள் அல்ல. அதுவே கட்சி சம்பந்தப்பட்ட வேறொரு வழக்காயிருந்தால் அதை ஒரு காவல்நிலையமென்றே இருவரும் மதித்திருக்கவும் மாட்டார்கள். முக்கியமாக சுந்தரபாண்டி. ஆள்வது தங்கள் தலைவர் என்கிற திமிரும் அதில் தானுமொரு பொருட்படுத்தப்படவேண்டிய தொண்டன் என்பதும் சிறு வயது துவங்கி அன்றுவரை அவர் ரத்தத்திலேயே ஓடிக்கொண்டிருந்த ஒன்றாய் இருந்த எண்ணம். ஒவ்வொரு தொண்டனுமே தன் கட்சியில் ஒரு முக்கியப் பிரமுகர்தான் என்பதும் எந்த ஒரு கடைசித் தொண்டன் மேல் சட்டத்திற்குப் புறம்பான முறையில் கை வைத்தாலும் கட்சி அதைப் பார்த்துக்கொண்டு சும்மாயிராது என்று தலைவர் சொல்வதெல்லாம் பிரத்யேகமாகவே தன்னைப் போன்றவர்களுடைய பாதுகாப்பைக் குறித்ததுத்தான் என்பதும் உறங்காப்புலி கைது செய்யப்பட்டதும்கூட பிரதானமாக அவன் ஒரு கழக உறுப்பினன் என்கிற காரணத்திற்காகவேயன்றி வேறெதற்காகவுமில்லையென்பதும்தான் அப்போது வரையிலான அவருடைய அசைக்க முடியாத நம்பிக்கையாயுமிருந்தது. ஆனால் அன்று காவல்நிலையத்தின் வாசலில் மலர்விழியின் கணவருடன் நின்றுகொண்டிருந்ததற்குப் பிறகு வந்த நாட்களில் தனியே மகனைத் தேடி அலைந்துகொண்டிருந்தபோது அவர் தன்னை முகவரியும் அடையாளமுமற்ற முற்றிலும் தனியான ஓர் ஆளாகவேதான் உணரும்படி ஆகிவிட்டிருந்தது. கட்சி அவரைக் கைவிட்டுவிட்டது என்பதல்ல அதன் அர்த்தம் (ஏனென்றால் உறங்காப்புலி கைது செய்யப்பட்டு மிகச் சரியாகப் பன்னிரெண்டே நாட்களில் அவருடைய தலைவர் மகனுமேகூட மிசாவில் சிறைக்குச் சென்ற சம்பவம் நடக்கத்தான் செய்தது). மாறாக சிறைகளை நோக்கிச் செல்பவை எப்போதும் ஒருவழிப் பாதைகளாகவே இருந்தன என்பதும் சிறையிலிருந்து திரும்ப மீளும் பாதைகள் விரிக்கப்படும்போது கடைசித் தொண்டன் என்பவன் எப்படியோ கட்சி தன்முன் தூக்கி வீசும் துருப்புக் கயிற்றைத் தவறவிட்டுச் சட்டத்தின் குழப்ப வழிகளில் தன்னைத் தொலைத்துக்கொண்டுவிடுகிறான், வருடக்கணக்காகக் காதில் விழுந்துகொண்டேயிருக்கும் உரத்த உரையாடல்களையும் மேடைப் பேச்சுகளையும் பிரச்சார முழக்கங்களையும் வாழ்த்தொலிகளையும் ஒலிபெருக்கிகள் உமிழும் கொள்கைப்

பாடல்களையும் கேட்டுக் கேட்டு அதுதான் கட்சியின் குரல் என்று நம்பத் துவங்கி அவற்றின் நடுவே சமிக்ஞைகளை (கட்சியென்னவோ எப்போதும் அதை அவனுக்காகக் கசிய விட்டுக்கொண்டேதானிருக்கிறது) உள்வாங்கி அதன்படி நடந்து தன்னைக் கடைத்தேற்றிக்கொள்ளும் நுண்ணுணர்வை அவன் இழந்துவிடுகிறான் (அதனால்தான் அவசரநிலை போன்ற பதற்ற காலங்களில் சிறைக்குச் சென்றவர்கள் யார் யார் என்பதை அங்கிருந்து வெளியேறி வந்தவர்களைக்கொண்டு மட்டுமே கட்சிகள் கணக்கிட்டனபோல. வெளியே வராதவர்கள் யாரும் உள்ளே சென்றவர்களாகவும் அறியப்படவில்லை. வினோதமென்னவென்றால் கட்சிக்காரர்களைச் சிறைக்குள் தள்ளியவர்களின் கணக்கும் இதே அடிப்படையில்தான் தயாரித்து வைக்கப்பட்டிருந்தது. கட்சியின் கணக்கும் கட்சியெதிரிகளின் கணக்கும், அவசரநிலைக் காலத்தில் ஆச்சரியமாக எங்கும் முரண்படவேயில்லை) என்பதுமான ஓர் உணர்வு அவரை நோய்ப் படுக்கையில் வீழ்த்துமளவிற்கு ஒரு தவிர்க்கவியலாத விஷக் கசப்பாக அலைச்சல்கள் மற்றும் அனுபவங்களின் வழியே அவருக்குள் இறங்கித்தான்விட்டது.

காவலர் சொன்னபடியே இரண்டு நாட்கள் பதைக்கும் மனதுடன் வீட்டில் காத்திருந்து பார்த்துவிட்டு மூன்றாம் நாள் காலை (உறங்காப்புலி கைதானதற்கு நான்காம் நாள்) மீண்டும் காவல்நிலையத்திற்குச் சென்று உதவி ஆய்வாளரைச் (புகழேந்தி) சந்தித்தபோது அவர் மேற்கொண்டு விசாரணைக்காக அவர் மகனை மத்திய சிறைச்சாலைக்குக் கொண்டு சென்றிருப்பதாகவும் அங்கே போய் முயற்சி செய்து பார்க்கும்படியும் சொல்லிவிட்டார். நிலையத்தின் வாயிலில் நின்றிருந்த, நமக்குப் பழக்கமான அதே காவலரிடம் மலர்விழியின் கணவர் சற்று கோபத்துடன், இரண்டு நாட்கள் கழித்து வந்தால் எங்கள் பையனைக் கண்ணில் காட்டுவதாக நீங்கள் சொன்னதை நம்பித்தானே வீட்டிற்குச் சென்றோம் என்று கேட்டபோது அவர், அதற்கென்ன செய்ய முடியும் அய்யா, நானும் உங்களைப்போல நம்பித்தான் அப்படிச் சொன்னேன், இதற்கெல்லாம் என்ன உறுதிப் பத்திரமா எழுதித் தர முடியும் என்று பதில் சொன்னார். விசாரணைக்காக அழைத்துச் செல்லப்பட்டவன் திரும்ப பி-4க்கு வருவானா என்று சுந்தரபாண்டி பரிதாபமாகக் கேட்ட போது எச்சரிக்கையாக, தெரியாது என்று சொல்லிவிட்டு முகத்தைத் திருப்பிக்கொண்டுவிட்டார். கடல்போன்ற பரப்பையும் அதில் அலைகளைப்போன்ற பலதரப்பட்ட கைதிகளையும் கோப்புகளையும் சம்பிரதாயச் சிக்கல்களையும்

கொண்டிருக்கும் ஆரப்பாளையம் மத்திய சிறைச்சாலையில் உறங்காப்புலியைச் சந்தித்துவிட முடியுமா என்று அவர்களுக்குச் சந்தேகமாகத்தான் இருந்தது. அங்கே சென்றபோது அந்தச் சந்தேகம் ஊர்ஜிதமாகவும் செய்தது. சிறைச்சாலை வாசலிலேயே பிரதானச் சாலைவரை கைதிகளினுடைய உறவினர்களின் கூட்டம் சித்ரா பௌர்ணமியன்று வைகைக்கு வரும் கூட்டம்போல் நின்றபடியும் அமர்ந்தபடியும் மரங்களின்கீழ் படுத்திருந்தபடியும் பொட்டலங்களுடனும் தூக்குப்போணிகளுடனும் நிரம்பி வழிந்துகொண்டிருந்தது. ஆனால் ஒருவருக்குக்கூட மிசாவின்கீழ் அழைத்துவரப்பட்ட ஒரு கைதியைப் பார்ப்பதற்குக்கூட அனுமதி வழங்கப்படவேயில்லை. சுந்தரபாண்டியும் மலர்விழியின் கணவரும் நண்பகல்வரை காத்திருந்து பார்த்துவிட்டு ஏமாற்றத்துடனும் அதிகரித்துக்கொண்டிருந்த அச்சத்துடனும் கவலையுடனும் வீடு திரும்பினார்கள். சுந்தரபாண்டியின் தொணதொணப்பின்பேரில் அன்று மாலை அவள் கணவருக்கு வியாபார சம்பந்தமான அவசர வேலை ஒன்றிருந்ததால் மலர்விழியே அவரை உறங்காப்புலியின் அலுவலக வழக்கை அவன் சார்பாக எடுத்து நடத்திக்கொண்டிருந்த வழக்கறிஞரின் தத்தனேரி அலுவலகத்திற்குக் கூட்டிச் சென்றாள். அங்கே அவரிடம் தகுந்த காரணமும் ஆணைகளும் இல்லாமல் தன் தமையனைக் கொண்டுபோய் நான்கு நாட்களாகக் காவலில் வைத்திருப்பதையும் அலைக்கழிப்பதையும் குறித்து நேராக மாவட்ட நீதிபதிக்கு ஒரு புகாரைத் தாக்கல் செய்வது பற்றி விவாதித்தார்கள். மிசா சட்டத்தில் அவசரநிலைப் பிரகடனத்தையொட்டிச் செய்யப்பட்டிருக்கும் புதிய திருத்தம் காவல்துறைக்கு அந்த உரிமையை வழங்கியிருக்கிறது என்றும் அந்தத் திருத்தத்தின்கீழ் சமூகவெளியிலிருந்து அபகரிக்கப்படும் எந்த மனிதனையும் சட்டம் சந்தேகத்தின்பேரில் விசாரணைக்கு அழைத்துச் செல்லப்படுபவனாகத்தான் குறிக்கிறதேயொழிய குற்றமிழைத்தவனென்கிற ருஜுவில் கைது செய்யப்படுகிறவனாகக் குறிப்பிடுவதேயில்லை என்றும் கைது என்கிற வார்த்தையே கோப்புகளில் உபயோகிக்கப்படாதபோது விடுவிப்பது என்கிற வார்த்தைக்கும் அங்கே தேவையில்லாமல் போகிறது என்றும் எனவே அதனுடன் மோதும் எந்தவொரு முயற்சியுமே நீருக்குள் வாளைச் சுழற்றும் கதையாய் முடியும்படியாகத்தான் அது வடிவமைக்கப்பட்டிருக்கிறது என்றும் நிலைமையைத் தர்க்கரீதியாக அவர்களுக்கு விளக்கிச் சொன்ன அந்த வழக்கறிஞர் ஜபல்பூர் காவல்துறைக்கு எதிராக சிவகாந்த் சுக்லா என்பவர் தொடுத்திருந்த வழக்கைக் குறிப்பிட்டு அதன் முடிவு தெரியும்வரை தொடர்ந்து மனுத் தாக்கல்கள் செய்வது

அப்போதைய சூழ்நிலையில் வியர்த்தம் என்றும் தனிப்பட்ட முறையில் தனிப்பட்ட மனிதர்களை நயந்தோ அல்லது கட்சிப் பிரமுகர்கள் மூலமாகப் பேசியோ காரியத்தை முடித்துக்கொள்ள முயற்சிப்பதுதான் விவேகம் என்று ஆலோசனையும் கூறி அனுப்பிவைத்தார் (குறிப்பிட்ட அந்த வழக்கில் மூன்று மாதம் கழித்து, ஏப்ரல் இறுதியில், அவசரநிலைக் காலக் கைதுகளை மறுத்தோ விவாதித்தோ யாரும் எந்த மனுவும் செய்யவியலாது என்று நான்கிற்கு மூன்று நீதிபதிகள் தீர்ப்புச் சொன்னார்கள், பாதிக்கப்பட்டவர்களுக்குச் சாதகமாகத் தீர்ப்பளித்த ஒரே ஒரு நீதிபதி, கண்ணா, தலைமை நீதிபதி பதவியை இழந்தார், அவசரநிலைக் காலக் கைதுகள் சரியானவைதானென்று தீர்ப்பளித்த சந்திரசூட்டுக்கு மருத்துவர் அரங்கநாதன் நம்பி பாகீரதியைத் தேடிக் கிளம்பிய பிந்தைய காலக்கட்டத்தில் மொரார்ஜி அரசாங்கம் அதே தலைமை நீதிபதிப் பதவியை அளித்துக் கௌரவித்தது).

என்ன செய்வதென்று தெரியாமல் அடுத்த மூன்று நாட்கள் தினசரி காலையில் எழுந்து முகம் கழுவியானதும் நேரே ஆரப்பாளையத்திற்குப் புறப்பட்டுப்போய்ச் சிறை வளாகத்தின் வாசலில் நிற்பவர்களோடு கூடவே பின்மதியம்வரை நின்று கைதிகளை அடைத்துக்கொண்டு உள்ளேயிருந்து வெளியே கிளம்புவதும் வெளியிலிருந்து அதற்குள் நுழைவதுமாக இருக்கும் வண்டிகளை வேடிக்கை பார்த்தபடி பொழுதைக் கடத்திவிட்டு சோர்வுடன் வீட்டிற்குத் திரும்பிக்கொண்டிருந்தார் சுந்தரபாண்டி. நான்காம் நாள் திமுக தலைவரிடமிருந்து (அதற்கு ஒரு வாரத்திற்கு முன்பிருந்துதான் அவர் மாஜி முதலமைச்சராகியிருந்தார்) மனிதாபிமான ரீதியில் வந்துகொண்டிருந்த ரகசிய வேண்டு கோள்களின்படி எதிர்பாராதவிதமாக ஒரு சிறுபொழுது கைதிகளைச் சந்திக்க வெளியே காத்திருந்தவர்களுக்கு சிறை மேலாளரின் தனிப்பொறுப்பில் அனுமதியளிக்கப்பட்டது. ஆனால் அந்த அதிர்ஷடத்திலும்கூட அன்பிற்குரியவர்களைச் சந்தித்து ஆசை தீர அழுது முடிக்கும் அதிர்ஷடம் சிலருக்குக் கிடைக்காமல்தான் போனது. சுந்தரபாண்டி அதிலொருவரா யிருந்தார். ஆவலும் ஆற்றாமையுமாக உள்ளே நுழைந்த அவரிடம் அவர் மகனைக் காட்டுவதற்குப் பதிலாக மரத்தடியில் அமர்ந்து அவர் வேடிக்கை பார்த்துக்கொண்டிருந்த வண்டிகளிலொன்றில் ஏற்றி அவன் தேனி நக்ஸலைட் கண்காணிப்பு முகாமுக்கு அனுப்பப்பட்டுவிட்டானென்கிற தகவலைத்தான் காட்டினார்கள். நக்ஸலைட் என்கிற புதிய பூதத்தைக் கண்டு சுந்தரபாண்டி நடுங்கிப்போய்விட்டார். உறங்காப்புலி எங்கே எப்போது அதில் போய் மாட்டிக்கொண்டான், அவனுக்கு அதில் சம்பந்தமேயில்லா

விட்டாலும் நெருப்பில்லாமல் புகைந்துவிடாதே. விஷயம் தீவிரமாகியிருப்பதை அவரால் தெளிவாகவே உணர முடிந்தது. அவர் உடனே பொன். முத்துராமலிங்கம், அக்கினிராஜ் மற்றும் எழில்விழியன் ஆகிய கழகத் தோழர்களை நேரில் சென்று சந்தித்தார். அவர்கள் மிகவும் வருத்தப்பட்டார்கள். எல்லாருடைய கைகளும் கட்டிப்போடப்பட்டிருந்தன. அக்கினிராஜ் மட்டும் புலியை அவர்கள் கூட்டிச் சென்றதற்கு ஆதாரம் எதுவும் இல்லாததால் முள்ளிலிருந்து சேலையை எடுப்பதைப்போல நிதானமாகத்தான் செயல்படவேண்டுமென்று என்னை உடனே தேனி போய் அங்கே புலியின் இருப்பை உறுதிசெய்துகொண்டு வரும்படியும் பிறகு கட்சித் தலைமையிடம் சொல்லி ஏதாவது வழியில் அவனை, குறைந்தபட்சம் பரோலிலாவது, வெளியே கொண்டுவர முயன்று பார்க்கலாமென்றும் ஆலோசனை சொன்னார். சுந்தரபாண்டி மத்தியச் சிறை வளாகத்திலிருந்து வெளியே வரும்போதே தேனி செல்வதென்கிற முடிவில்தான் இருந்தார். தானும் வருவதாக மலர்விழியின் கணவர் அவரிடம் தெரிவித்தபோது அச்சத்திலிருக்கும் பெண்களுக்கு இந்தச் சமயத்தில் ஓர் ஆண் துணை அவசியம் தேவைப்படுகிறது என்றும் (மத்தியச் சிறையில் கேள்விப்பட்ட தகவலை அவர் வீட்டுப் பெண்கள் இருவரிடமும் சொல்லவில்லை) தன்னால் தனியாகவே சமாளித்துக்கொள்ள முடியுமென்றும் தன் வயது மற்றவர்களிட மிருந்து குறைந்த பட்ச மரியாதையையோ இரக்கத்தையோ சம்பாதித்துக்கொள்ளுமென்கிற நம்பிக்கை தனக்கிருப்பதாயும் கூறி அவரை மதுரையிலேயே நிறுத்திவிட்டார். ஆனால் உறங்காப்புலி மதுரையிலிருந்ததுவரை ஏதோ ஒரு விதத்தில் கூடவேயிருந்த அவனுடைய பாதுகாப்புக் குறித்த நம்பிக்கையின் சிறிய ஒளி அவன் அந்த நிலத்திலிருந்து அப்புறப்படுத்தப்பட்டுவிட்டானென்றதும் அணைந்து விட்டதைப்போல தோன்றி அது அகன்ற இடத்தில் மரணம் குறித்த அச்சத்தின் இருள் நிரம்பியிருந்ததால் (அதுதான் அவருடைய நோயின் துவக்கமாயும் இருந்தது. அவர் அதை அறியவில்லை) யாருடைய துணையாவது அவருக்குத் தேவையாகத்தானிருந்தது. அதற்காகத்தான் அவர் கழகத் தோழர்களைச் சென்று சந்திக்கவும் செய்தார். ஆனால் அவரைத் தவிர வேறு யாரும், விரும்பியும்கூட, அவருக்குத் துணையாக அந்தச் சூழலில் நிற்க முடியவில்லை. அவசரநிலைக்காலச் சட்டத்தின் சிலந்தி வலைப் பின்னலில் ஒரு மனிதயிழைக்கும் மற்றதற்குமிடையே அஃதால் மட்டுமே தாண்டிச் செல்லக்கூடிய அத்தனை பெரிய இடைவெளி இருந்தது. தேனியில் ஒரு பள்ளிக்கூடத்திற்குச் சொந்தமான விளையாட்டுத் திடலில் அமைந்திருந்த தற்காலிகச் சிறப்புக் காவல் முகாமின் வாயிற்காப்போனிடம் தன்னை ஒரு கழக உறுப்பினன் என்று

வழக்கமான பெருமிதத்துடன் அறிமுகப்படுத்திக்கொள்வதை வெட்கத்துடனும் எச்சரிக்கையுடனும் தவிர்த்துவிட்டு சாதாரண மின்சாரத் துறை அலுவலகனென்று அறிமுகப்படுத்திக்கொண்டு வந்த காரணத்தையும் விளக்கித் தன்னை உள்ளே அனுமதிக்கும்படி வேண்டினார். மதுரைச் சிறைகளின் வாயிலில் நடந்ததைப் போலல்லாது அந்தக் காவலர் அவரை அங்கேயே காத்திருக்கும்படி பணித்துவிட்டு அதிகாரிகளிடம் அவர் வரவைத் தெரிவிப்பதற்காக உள்ளே போனார். பதினைந்து நிமிடம் கழித்து வெளியே வந்து உறங்காப்புலி என்கிற பெயரில் யாரும் மதுரையிலிருந்து அங்கே கொண்டுவரப்படவில்லையென்றும் முகாமிற்குள் நுழைய அனுமதி கிடைக்கவில்லையென்றும் சொன்னார். ஏனோ அந்தப் பதிலை சுந்தரபாண்டியின் மனம் ஏற்கெனவே எதிர்பார்த்திருந்தது (அந்தச் சூழ்நிலையில், எதிர்மறையான பதில்களை எதிர்பார்த்திருக்க அவர் பழகிக்கொண்டிருந்தார்). அது அவருக்கு ஒருவித நிம்மதியையும் தந்தது. எனினும் அவர் மதுரைச் சிறைச்சாலை அலுவலகத்தில் அதைச் சொல்லவில்லையானால் தான் ஏன் அத்தனைத் தொலைவு கிளம்பி வரவேண்டும் என்றும் தன் மகன் அங்கே இல்லையென்பது உண்மையானால் தானே தன் கண்களால் முகாமிற்குள் விசாரணைக்குக் கொண்டுவந்து வைக்கப்பட்டிருக்கும் நபர்களைப் பார்த்து அதை உறுதி செய்துகொள்ள ஒரு தகப்பனின் வேண்டுகோளாக அதை ஏற்றுத் தன்னை ஏன் அவர்கள் அனுமதிக்கக்கூடாது என்றும் கேட்டார். சொன்னவுடன் அங்கிருந்து அகலாமலும் கூடுதலாகக் கேள்விகள் வேறு கேட்டுக்கொண்டு நிற்பதும் அந்தக் காவலரின் பொறுமையின்மையையும் அதனால் தூண்டிவிடப்படும் கோபத்தில் அவமானகரமான பதில்களையும் அவரிடம் கிளப்பி விடுமென்று எதிர்பார்த்து அதை எதிர்கொள்ளவும் தயாராக இருந்தார். ஆனால் அவர் நினைத்ததுபோல் காவலர் சினம் கொள்ளவில்லை. மாறாக அடிவயிறு பந்தாகச் சுருண்டு மார்பை அடைத்துக்கொள்ளும்வண்ணம் இரக்கமும் கண்ணியமும் கனிந்த ஒரு பார்வையால் அவரை (உண்மையில் அவருடைய வயோதிகத்தை) ஏறிட்டுப் பார்த்துவிட்டு ரகசியமும் குருதியை உறையச் செய்யும் சில்லிப்பும் கனலும் வார்த்தைகளை அவர்முன் உச்சரித்தார், உள்ளே உங்கள் மகன் இல்லை, ஆனால் வேறு இளைஞர்கள் இருக்கிறார்கள், அவர்களிடம் விசாரணை நடந்துகொண்டிருக்கிறது, அதை நீங்கள் காண்பது எங்கிருக்கிறானென்றே தெரியாத உங்கள் மகனின் நிலை குறித்த கற்பனையையும் பீதியையும் உங்களுக்குள் ஆயிரம் மடங்கு பெருக்கிவிட்டுவிடக்கூடும், உங்கள் நல்லதற்குத்தான் இதைச் சொல்கிறேன், தயவுசெய்து திரும்பிச் சென்று மதுரையிலேயே சரியாக விசாரியுங்கள்.

ஆனால் அந்தப் பதிலே அவர் தடுக்க முயற்சித்த உணர்வுகளை சுந்தரபாண்டியின் மனதில் கிளப்பப் போதுமானதாயிருந்தது. இப்போது காவலர் அனுமதித்தாலும் தன்னால் உள்ளே நுழைந்து பார்க்க முடியுமா என்று அவருக்குச் சந்தேகமாக இருந்தது. அங்கே தொடர்ந்து நிற்கத் தைரியமின்றி அவர் மதுரைக்குத் திரும்பிவிட்டார். ஒரு கட்சியின் விசுவாசமிக்க தொண்டனாகத் தன்னை உணர்ந்துகொண்டிருந்தவரையில் அவருக்குள் உயிர்ப்புடன் இருந்த தன்னால் உருவாக்கப்பட்ட அரசாங்கம் என்கிற அகந்தையைக் காவலரின் அந்த வார்த்தை அடியோடு அழித்து அரசாங்கத்தின் தயவில் உயிர் வாழும் ஒரு சுவர்ப் பூச்சியாகத் தன் சுயத்தை உணரும்படி (இன்றைய நாள் எனக்கு என் அரசாங்கத்தால் அருளப்பட்டது, அது எப்போது வேண்டுமானாலும் எந்த அரசாங்கமாயிருந்தாலும் சபிக்கப்பட்ட ஒன்றாக ஒரேயிரவில் அறிவிக்கப்பட்டுவிட முடியும்) அவரைத் தாழ்வுணர்ச்சி கொள்ள வைத்திருந்தது. வீட்டிலோ பெண்களுடைய பிலாக்கணம் அதிகமாகிவிட்டது. வடிவம்மாள் தன் பிள்ளையை அந்தக் கணமே பார்த்தால்தான் ஆயிற்று என்று உண்ணவோ உறங்கவோ மறுத்துப் பிடிவாதம் பிடித்துக்கொண்டிருந்தார். மதுரை வந்த மறுநாள் சுந்தரபாண்டி மீண்டும் பி–4 நிலையத்திற்கே சென்று தன் கையறு நிலையை எடுத்துரைத்துத் தனக்கு உதவும்படி அவர்களிடம் காலில் விழாத குறையாக வேண்டினார். புகழேந்தி மத்தியச் சிறைக்குத் தொலைபேசியில் தொடர்புகொண்டு உறங்காப்புலி தேனிக்கு அனுப்பப்பட்டுவிட்டதை உறுதி செய்தார், தேனியில் உங்களிடம் பொய் சொல்லியிருக்கிறார்கள், இப்போதைய, திருத்தப்பட்ட உள்நாட்டுப் பாதுகாப்புப் பராமரிப்புச் சட்டப்படி, கைது செய்யப் பட்டவர்களை மரணாபத்துப் போன்ற தவிர்க்க முடியாத காரணங்கள் தவிர பிற காரணங்களுக்காக சந்திப்பதற்கோ பேசுவதற்கோ யாருக்கும் அனுமதி மறுக்கப்பட்டிருக்கிறது என்பதால் அதைச் சொல்லி அவர்கள் நேரடியாகவே உங்களை உள்ளே விட மறுத்திருக்கலாம், ஆள் இல்லை என்று சொல்ல வேண்டிய அவசியமில்லை, ஒருவேளை அந்தக் காவலர் சொன்னதாக நீங்கள் சொன்னதைப்போல உங்கள் மகனே நீங்கள் பார்த்துச் சகித்துக்கொள்ள முடியாத நிலையில் இருத்தி வைக்கப்பட்டிருக்கிறாரோயென்னவோ, அப்படியிருக்கிற பட்சத்தில், பெரியவரே, உங்களால் செய்யக்கூடியது ஒன்றுமில்லை, வீணாக அலைந்து உடலை வருத்திக்கொள்ளாமல் கடவுளைப் பிரார்த்தித்துக் கொண்டு வீட்டில் காத்திருப்பதுதான் உசிதம். நிஜ உலகம் இருண்டதாயும் நம்ப முடியாததாயும் எதிர் பாராததாயும் நிதர்சனத்தின் அங்கமாக உங்களை நீங்கள்

உணரமுடியாத ஸ்திதியிலும் இருக்கும்போதுதான் கடவுள் ஒரு பிரம்மாண்டமான புகலிடம் என்பதை நீங்கள் தெரிந்துகொள்ள முடியும் என்று வடிவம்மாளும் தத்துவவியல் மாணவியான மலர்விழியும் அடிக்கடி சொல்லுவார்கள். சுந்தரபாண்டி அதை ஒருபோதும் பொருட்படுத்தியதில்லையென்றாலும் ஆய்வாளர் கூறியது மிகச் சரியாக அவர்களை வழிமொழிந்ததாகவே அவருக்குத் தோன்றியது, மனிதச் சமூகத்திற்குத் தனி மனிதன் மீதுள்ள கரிசனம் ஒன்றேயொன்றுதான், அது அவனை ஆத்திகனாக்குவதற்கு, முற்றிலும் அநிச்சயமான ஒன்றிற்குள் அவனைத் தஞ்சமடையச் செய்வதற்கு, ஒவ்வொரு விநாடியும் முயன்றுகொண்டிருக்கிறது, அந்தத் தஞ்சம் தன் உலகிலிருந்து அவனை விலக்கி அப்புறப்படுத்துவதற்கு அதற்கு அவசியம் தேவைப்படுகிறது. சுந்தரபாண்டி தமிழ்ச்சங்கச் சாலையிலிருந்து நேரே ஆரப்பாளையத்திற்குக் கிளம்பிப் போனார். வழக்கம்போல வாயிலில் கூட்டம்தான். என்றாலும் முன்பைப்போல அத்தனை கறாராக உள்ளூர்க் காவலர்கள் நடந்துகொள்ளவில்லை. வந்தவர்களுக்கு ஓர் அடையாள அட்டை கொடுக்கப்பட்டு அந்த வரிசையில் அப்போதைக்கப்போது அவர்கள் உள்ளே அனுமதிக்கப்பட்டுக்கொண்டிருந்தார்கள். சுந்தரபாண்டி மத்தியச்சிறை மேலாளரைச் சந்தித்து உறங்காப்புலியின் பெயரைச் சொன்னவுடனேயே அவர் அவரை அடையாளம் கண்டு கொண்டு அவனை ஏற்கெனவே தேனிக்கு அனுப்பிவிட்டதாகச் சொன்னோமே என்றார். மேலும் அவனை உசாவித்தானே புகழேந்தி சிறிது நேரத்திற்குமுன் எனக்குத் தொலைபேசினார், நீங்கள் தேனிக்குப் போய்ப் பார்க்காமல் எங்கள் நேரத்தை வீணடித்துக்கொண்டிருக்கிறீர்கள் பெரியவரே. அவர் அதைச் சொல்லி முடித்ததும் சுந்தரபாண்டி தன்னை அடக்கிக்கொள்ள முடியாமல் வெட்கத்தைத் துறந்து வாய்விட்டு அழுதார். மேலாளரும் சங்கடமாக அதை உணர்ந்தார். அவரை வருத்தப் படாமலிருக்கும்படியும் அவர் மகன் நூறு சதவிகிதம் தேனி முகாமில்தான் இருக்கிறான் என்றும் அவர்களால் அவருக்குச் சரியான பதிலைத் தர இயலவில்லையென்றால் அங்கிருந்து தன் அலுவலகத்திற்குத் தொலைபேசச் சொல்லும்படியும், தானும் அங்குள்ளவர்களைத் தொடர்புகொண்டு அவரைப்பற்றிச் சொல்லிவைப்பதாயும்சொல்லி ஆறுதலளித்து அனுப்பிவைத்தார். ஆனால் தேனி முகாமின்முன் மறுநாள் விடியற்காலையில் போய் சுந்தரபாண்டி நின்றபோது அங்கே உறங்காப்புலி என்று யாரும் இல்லையென்கிற வழக்கமான பல்லவியைத்தான் வாயிற்காவலர் பாடினார். மதுரையிலிருந்து தொலைபேசி அழைப்பு எதுவும் வரவில்லையென்றும் சொன்னார். அது உள்ளேயிருக்கும் அதிகாரியால் பெறப்பட்டிருக்கும் என்றார் சுந்தரபாண்டி.

அதெல்லாம் தனக்கு உடனே தெரிவிக்கப்பட்டுவிடும் என்றார் அவர். அதைத் தானே உள்ளே போய் உறுதி செய்துகொள்ளத் தன்னை அனுமதிக்குமாறு அவரிடம் உரத்த குரலில் சுந்தரபாண்டி ஆணையிட்டார். காவலர் அதை மறுத்த கணத்தில் சடாரென்று அங்கேயே தரையில் சம்மணமிட்டு அமர்ந்துவிட்டார். காவலர் பதறிவிட்டார். எழுந்து போய்விடுங்கள் என்றார். சுந்தரபாண்டி எழவில்லை. நிற்பதற்கான பலம் அவரிடம் தங்கியிருக்கவில்லை என்பதுதான் உண்மை. உட்கார்ந்த நிலையிலேயே உறங்காப்புலி என்று உரக்கக் கத்தவும் தொடங்கிவிட்டார். காவலர் அவரிடம் அவர் செய்துகொண்டிருப்பது மிகவும் தீவிரமான குற்றமென்றும் தான் நினைத்தால் அவரை உடனேயே சுட்டுவிட முடியுமென்றும் அறிவித்தார். எங்கே சுடு பார்க்கலாம், நான் திமுக, இரண்டு முறை துப்பாக்கிகளுக்கு எதிராக நின்றவன் என்று சுந்தரபாண்டி தன் மார்பைத் திறந்து காண்பித்தார். சங்கட உணர்வினாலோ அல்லது அதைப் பார்க்கப் பிடிக்காமலோ காவலர் முகத்தைச் சுருக்கிக்கொண்டு தன்னை நெருங்கிவந்த சுந்தரபாண்டியின் மார்பில் கை வைத்து அவரை அப்பால் தள்ளினார். சுந்தரபாண்டி மல்லாந்த வாக்கில் கீழே விழுந்தார். விழுந்தவர் உடனே எழுந்திருக்காமல் சிறிதுநேரம் அப்படியே கண்களை மூடியபடி படுத்திருந்தார். காவலரும் அவரை எழுப்பி நிறுத்த முயல வில்லை. பிறகு சுந்தரபாண்டி தானே எழுந்து கண்களைத் துடைத்துக்கொண்டு முகாம் வளாகத்தைவிட்டு வெளியேறிப் பேருந்தைப் பிடித்து மதுரைக்கு வந்து சேர்ந்தார். வந்தவர் விட்ட இடத்திலிருந்து கதையைத் தொடர விரும்புகிறவரைப்போல மீண்டும் தன் உடலைக் கட்டிலில் சாய்த்துப் படுத்துக் கண்களை மூடிக்கொண்டுவிட்டார். அதற்குப் பிறகு அவர் கட்டிலைவிட்டு எழுந்திருக்கவேயில்லை. அவருக்கு நடந்த வைத்தியங்கள் பற்றி அவருக்குத் தெரியுமா தெரியாதா என்கிற விபரம்கூட வீட்டாருக்குத் தெரிந்து கொள்ளக் கூடாதபடி (ஏனென்றால் வடிவம்மாள் அவர் நெற்றியில் திருநீற்றைத் தீற்றியபோதுகூட அவர் அதைத் தடுக்க முனையவில்லை. அணிவோரையெல்லாம் பொலிவுறக் காட்டுவதாக நம்பப்படும் அந்த வெண்ணிறத் துகள் சுந்தரபாண்டியின் நெற்றியில் துலங்கியபோது அவர் முகத்திலிருந்த பழைய கம்பீரம் நிரந்தரமாகவே விடைபெற்றுக் கொண்டுவிட்டது. வடிவம்மாள் அதை சாந்த ரூபம் என்றார். மகனை உயிரோடு தாரை வார்த்துவிட்ட அந்தப் பெண்மணிக்குக் கணவரின் நிலைபற்றிய அச்சத்தைத் துடைத்துக்கொள்வதற்கும் அவருக்காகவாவது தானும் அதற்குப் பிறகு உயிரோடு உலாவுவ தற்கும் அதைப் போன்றவொரு கற்பிதம் தேவையாயிருந்தது) அத்தனை ஸ்திரமான மௌனம் மற்றும் அசைவின்மை.

நல்லவேளையாக மலர்விழிக்குக் கொஞ்சம் சுதாரிப்பு இருந்தது. உறங்காப்புலி போனதற்குப் பிறகு பெரும்பாலான நாட்கள் அவள் தாய் தந்தையருக்கு ஆதரவாயும் உதவியாயும் சுப்பிர மணியபுரத்திலேயேதான் தங்கியிருந்தாள். அவள்தான் அவர் களின் பிரதிநிதியாய் வாசுதேவனிடம் உரையாடவும் செய்தாள். வாசுதேவன் மலர்விழியிடம் அவள் தமையனுக்கும் தன் மனைவிக்குமிடையேயிருந்த உறவைப்பற்றி ஏதும் பிரஸ்தாபிக்க வில்லை. அவன் தன்னை ஒரு தெருச் சண்டையில் அவமானப்படுத்தி விட்டு ஓடினானென்றும் அதற்காகக் காத்திருந்து அவனைத் தான் பழிவாங்கிவிட்டதாயும் ஆனால் அதன் விளைவு தான் நினைத்ததைவிட அதிகத் தீவிரம் கொண்டதாயிருக்கவே அவனைப் பார்த்துப் பேசவும் முடிந்தால் உதவியேதாவது செய்யவும் விரும்பித் தான் அந்த வீட்டிற்கு வந்ததாயும் மட்டும் சொன்னான். ஆனால் பொலிவிழந்து தாடியடர்ந்த முகத்துடன் தன்முன் வந்து நின்ற அந்தப் பிராமணனைக் கண்டதுமே அவன் தன் தமையனின் காதலியின் கணவனாக இருப்பானோ என்கிற சந்தேகம் மலர்விழிக்கு வரத்தான் செய்தது. உறங்காப்புலி அவளுக்குச் சொல்லியிருந்த அதே கதையின் இன்னொரு பகுதியை வாசுதேவன் குறித்த தன்னுடைய அனுமானத்துடன் இணைத்துப் பார்த்தபோது அவளுக்கு ஆச்சரியம் தாளவில்லை. தன் அண்ணன் அந்தச் சண்டையைப்பற்றித் தன்னிடம் சொல்லியிருக்கிறானென்றும் வாசுதேவனிடம் அப்படி நடந்து கொண்டது குறித்து வருத்தப்பட்டுக்கொண்டுமிருக்கிறா னென்றும் சொல்லிவிட்டு ஆனால் அந்தச் சண்டைக்குப் பிறகு ஓடி வந்து ஒளிந்துகொண்டதாகத் தன்னிடம் அவன் குறிப்பிட்ட வீடு வாசுதேவனுடையதுதானா என்று கேட்டேவிட்டாள். மலர்விழியினுடைய ஆச்சரியம் ஒரு திகைப்புணர்வாக வாசுதேவனையும் தொற்றிக்கொண்டது. அவன் அவள் கேள்விக்கு நேரடியாகப் பதில் சொல்லவில்லை. அதற்குப் பதிலாக, அதை உங்களால் நம்ப முடிகிறதா என்று பதில் கேள்வியொன்றைக் கேட்டான். மலர்விழியும் அவனைப் போலவே அவனுடைய கேள்விக்கு நேரடியாகப் பதில் சொல்லாமல், அதிசயங்கள் அவற்றின்மேல் நம்பிக்கையுள்ளவர்களுக்கு மட்டும்தான் நடக்க வேண்டுமென விதி ஏதாவது இருக்கிறதா என்ன என்று அவனைக் கேட்டாள். மேலும், நீங்கள் கருணாநிதியின் நெஞ்சுக்கு நீதி படித்திருக்கிறீர்களா என்றும் வினவினாள், அதில் ஓர் இடம், 1945ஆம் ஆண்டு புதுச்சேரியில் கருணாநிதி, பாரதிதாசன், கல்யாணசுந்தரம் ஆகியோரின் ஏற்பாட்டில் ஒரு திராவிட கழக மாநாடு நடைபெறுகிறது, ஈவெரா, அண்ணா, அழகிரிசாமி ஆகியோர் தலைமை, மாநாட்டிற்குக் கடுமையான எதிர்ப்பு,

கூட்டத்தின் முடிவில் கலவரம், தலைவர்களைப் பாதுகாப்பாக வண்டிகளில் ஏற்றி அனுப்பி வைத்துவிட்டு ஏற்பாட்டாளர்கள் மூவரும் கலவரக்காரர்களின் கைகளில் மாட்டிக்கொள்கிறார்கள், அடிகளுக்குத் தப்பி ஆளுக்கொரு திசையில் ஓடுகிறார்கள், பாரதிதாசன், கல்யாணசுந்தரம் ஆகிய இருவரும் பாதுகாப்பான இடத்தில் ஒதுங்கிக்கொள்ளக் கருணாநிதி மட்டும் அபத்திரமாக, கைவிடப்பட்ட நிலையில், இடையே சந்து பொந்து இல்லாத நீண்ட பெருஞ்சாலையொன்றில் ஓடிக்கொண்டேயிருக்கிறார், எதிரிகள் துரத்திக்கொண்டேயிருக்கிறார்கள், அவர் சட்டையில் மாட்டப்பட்டுள்ள பெரியார் வில்லையைப் பறிப்பதற்காக ஒருவன் சட்டையைக் கிழிக்கிறான், இவர் அந்த வில்லையையும் இறுகக் கையால் பற்றியவாறு ஓடுகிறார், ஒரு நீண்ட தெருவில் ஒரேயொரு வீட்டில் மாத்திரம் கதவு திறந்திருக்கிறது, வாயிற்புறத்தில் இரண்டொரு பெண்கள் நின்றுகொண்டிருக்கிறார்கள், இவர் அந்த வீட்டிற்குள்ளே நுழைகிறார், பெண்கள் அவரைத் தடுக்காமல் அனுமதிக்கிறார்கள், திண்ணையில் இருந்தவாறு எந்தவிதச் சலனமும் இன்றி அவரை வேடிக்கை பார்த்துக் கொண்டிருக்கிறார்கள், வீட்டிற்குள் சென்றவர் தொடர்ந்து வரும் கூட்டத்தினர் தன்னைப் பிடித்துவிடாமலிருக்கக் கதவைச் சார்த்துகிறார், அதற்குள் கூட்டத்தினர் கதவைத் தள்ளிக்கொண்டு உள்ளே நுழைந்துவிடுகின்றனர், இவர் கதவிடுக்கின் மறைவில் நின்றுகொண்டு அந்த வீட்டை ஒருமுறை நோட்டம் விடுகிறார், தாழ்வாரத்திலும் கூடத்திலும் மதுப்புட்டிகள் இறைந்து கிடக்கின்றன, காலி செய்யப்பட்ட புட்டிகளும் காலி செய்யப் படாத புட்டிகளுமாய் அவை ஏராளமாய் இருக்கின்றன, அந்த வீடு கலகக்காரர்கள் சதித் திட்டம் தீட்டிய இடமேதான் என்கிறார் அவர் தன் புத்தகத்தில், உள்ளேயிருக்கிறவர்கள் கதவின் மறைவில் இருந்தவரின் தலை மயிரைப் பிடித்திழுத்துத் தெருப்புறத்தில் தள்ளி அவரை அடிக்கத் துவங்குகிறார்கள், அந்த அளவில் தான் மயக்கமுற்றுவிட்டதாகச் சொல்கிறார் ஆசிரியர், பழுத்த பகுத்தறிவுவாதியான கருணாநிதிக்கும் அதிசயங்கள் நடக்கத்தான் செய்கின்றன, ஆனால் தன் சுயசரிதையில் அவர் எங்குமே இதை உங்களால் நம்ப முடிகிறதா என்று ஒரு வார்த்தை கேட்கவில்லை, ஏன் கேட்கவில்லை, ஏனென்றால் அந்த நிகழ்ச்சியால் அவருக்கு ஒரு லாபம் வந்து சேர்கிறது, ஈவெரா வின் குடியரசு இதழில் உதவியாசிரியராக பங்கேற்பதற்கும் பெரியாரை நெருங்குவதற்கும் அவருக்கு ஒரு வாய்ப்பை அந்தச் சம்பவம்தான் ஏற்படுத்திக் கொடுக்கிறது, எனவே அதைக் கேள்வி கேட்கவேண்டிய அவசியம் அவருக்கு எழவில்லை, முடிவு விரும்பத்தகாததாக இருக்கும்போதுதான் நிகழ்வைக்

கேள்வி கேட்கவும் அதன்மேல் அவநம்பிக்கை கொள்ளவும் நமக்குத் தோன்றுகிறது, இதே புதுச்சேரி சம்பவத்தில் நாம் ஒரு கற்பனையைச் சேர்த்துக்கொள்ளலாம் (இது கற்பனையாகத்தான் இருந்திருக்கவேண்டுமென்கிற அவசியமுமில்லை), ஒருவேளை கருணாநிதியைப் போலவே குடியரசோடும் ஈவெராவோடும் நெருங்குவதைக் கனவு கண்டுகொண்டிருந்திருக்கக்கூடிய இன்னொரு மனிதர் அங்கே இருந்து அவருடைய வாய்ப்பு கருணாநிதியின் பாண்டிச்சேரிக் கீர்த்தியால் கை நழுவிப் போய் விட்டது என்று வைத்துக்கொள்வோம், அப்போது அவர் இந்தச் சம்பவத்தைப்பற்றி என்ன சொல்லியிருப்பார், சந்தேகமில்லாமல் ஒரு கறாரான பகுத்தறிவுவாதியாகச் செயல்பட்டிருப்பார், அவருடைய முதல் கேள்வி நீங்கள் என்னைப் பார்த்துக் கேட்ட அதே கேள்வியாகத்தான் இருந்திருக்கும், உன்னால் இதை நம்ப முடிகிறதா, புதுச்சேரியில் அத்தனை வீடுகள் இருக்கும்போது இவர் மட்டும் எப்படி மிகச் சரியாகச் சதிகாரர்கள் இருக்கும் வீட்டுக் கதவையே போய்த் தட்டி அடி வாங்கிக்கொண்டு வர முடியுமாம், திரைப்படக் கதை போல இருக்கிறது, பொய், மேற்கொண்டு தன்னுடைய நிராதரவான நிலையையும் தியாகத்தையும் தூக்கலாகக் காட்டவேண்டும் என்பதற்காகவே மற்ற இருவரும் பாதுகாப்பாக ஒதுங்கிக்கொண்டுவிட்டார்கள் என்றும் தான் மட்டுமே உயிரைப் பணயம் வைத்து ஈவெரா படமிட்ட வில்லையைக் காப்பாற்றிக் கரை சேர்த்ததாயும் உபகதைகள் வேறு, எல்லாம் தலைவரின் அனுதாபத்தையும் நல்லெண்ணத்தையும் சம்பாதிப்பதற்காகப் போடப்பட்ட நாடகம், இப்படியாகத்தானே கருணாநிதியால் வாய்ப்பிழந்த நம்முடைய கற்பனை மனிதருடைய எண்ணம் ஓடியிருக்கும், உறங்காப்புலிக்கு நடந்ததை நான் நம்புகிறேன், அது அவனுக்கு நன்மையைக் கொடுத்திருக்குமானால் அவனுக்கும் அதை ஏற்றுக்கொள்வதில் ஆட்சேபணையொன்றுமிருக்காதென்றே எனக்குத் தோன்றுகிறது, ஆனால் அதிசயங்களையும் சகுனங்களையும் நம்பிப் பழக்கப் பட்டிருக்கும் குலத்தவராகிய நீங்கள் உன்னால் இதை நம்ப முடிகிறதா என்று என்னைப் பார்த்துக் கேட்கிறீர்களென்றால் நீங்கள் அதனால் பாதிக்கப்பட்டிருக்கிறீர்களென்று அர்த்தம், நான் சொல்வது சரிதானா.

மலர்விழியினுடைய பேச்சு பாகீரதியுடன் அவனுக்குண்டான உறவை உறங்காப்புலி அவளிடம் சொல்லியிருக்கிறானென்பதை வாசுதேவனுக்கு உணர்த்திவிட்டது. உறங்காப்புலியின்மீது அவன் கொண்டிருந்த அபிப்பிராயங்களையும் சேர்த்தே அசைக்குமளவிற்கு அவள் அதை அத்தனை சாதுர்யத்துடனும்

நாகரீகத்துடனும் சொன்னாள். பிரச்சனையின் மையமான பாகீரதி என்கிற பெண்ணைப்பற்றி இருவருமே தங்கள் உரையாடலில் ஒருமுறைகூட பிரஸ்தாபிக்கவில்லையென்றாலும் அதைப்பற்றி முழுக்கப் பேசிவிட்டோமென்பதையும் பாகீரதி விவரித்த தவிர்க்க முடியாமையென்கிற அதே விதியைப்பற்றித்தான் மலர்விழியும் தனக்குப் புரிய வைக்க முயல்கிறளென்பதையும் அவன் தெரிந்துகொண்டான். மலர்விழி உறங்காப்புலியைப் பற்றிய மேலும் சில பொதுவான தகவல்களையும் அவனுக்காகத் தன் தந்தை மேற்கொண்ட சிரமங்களையும் அவனுடன் பகிர்ந்துகொண்டாள். ஆனால் ஒரு கணவனாகத் தனக்கேற் பட்டிருக்கும் அவமானத்தைப்பற்றி அந்தப் பெண் தெரிந்து கொண்டிருக்கிறாளென்பது தெரிந்த பிறகு ஆண் என்கிற அகம்பாவமும் வெட்கவுணர்வும் வாசுதேவனை அவ்விடத்தில் அதிக நேரம் நிற்பதற்கு அனுமதிக்கவில்லை. மலர்விழியாலும் உறங்காப்புலியிடைய இருப்பிடத்தைப்பற்றிய எந்த உருப்படியான தகவலையும் கொடுக்க முடியவில்லை. அவன் சிறையிலிருந்து தப்பிவிட்டதாகக் காவல்துறை அறிவித்துவிட்டார்கள் என்பதும் அப்படித் தப்பிச் சென்றுவிட்டவனிடமிருந்து அன்றைய தினம் வரை ஒரு தகவலும் வரவில்லை என்பதும்தான் அவனுக்குக் கிடைத்த ஒரே புதிய செய்தியாக இருந்தது. உறங்காப்புலியின் வீட்டாருடன் பேசுவதால் ஏதோவொரு விதத்தில் அவனைச் சந்திக்கவும் இந்தக் கதையின் முடிவை நெருங்கவும் தனக்கு ஒரு வழி கிடைத்துவிடுமென்று நம்பித்தான் வாசுதேவன் அங்கே போனான். ஆனால் மலர்விழி சொன்னது விசாரணையின்போது அவன் கொல்லப்பட்டுவிட்டிருப்பானோ என்கிற சந்தேகத்தை அவனுக்குள் எழுப்பிவிட்டுவிட்டது (இதே சந்தேகம்தான் சுந்தரபாண்டியையும் படுக்கையில் வீழ்த்தியிருந்தது) செயல்படு வதற்கென்று மிச்சம் வைத்திருந்த சொற்ப சக்தியையும் திகிலில் அங்கேயே பறிகொடுத்துவிட்டு வீட்டிற்குத் திரும்பி வந்தது தான் கண்ட பலனாயிருந்தது. மூன்று மாதங்களுக்குப் பிறகு உறங்காப்புலி கல்கத்தாவில் இருக்கிறானென்கிற விஷயத்தைப் பாகீரதி தெரிவிக்கும்வரை கிட்டத்தட்ட ஒரு நடைப் பிணமாகத்தான் அவன் தன் நாட்களைக் கழித்துக்கொண் டிருந்தான். ஒரு மொத்தக் குடும்பத்தின் சீர்குலைவை நேருக்கு நேராகப் பார்த்துவிட்ட அதிர்ச்சியும் அதற்குத் தான்தான் காரணமென்கிற குற்றவுணர்வும் (உறங்காப்புலியினுடைய செய்கைக்குத் தண்டனையளிப்பதென்றால் அதில் சரிபாதியைப் பாகீரதிக்குமல்லவா கொடுக்க வேண்டும்) பாகீரதியின் முடிவிலியான மௌனமும் அவனை இரவும் பகலும் பாடாய்ப் படுத்திக்கொண்டிருந்தன. பாகீரதியிடம் அவன் இவற்றைப்

பற்றியெல்லாம் எதுவும் சொல்லவில்லையாயினும் அவள் அவனைக் கவனித்துக்கொண்டுதானிருந்தாள். ஆனால் எதுவும் கேட்டுக்கொள்ளவில்லை. ஜெமினி குறித்த கவலை அவனை அலைக்கழித்துக்கொண்டிருக்கின்றது என்பது அவளுக்குத் தெரிந்திருந்தது. அவள் அந்த இரவில் அவன் தன் உடல்மேல் நிகழ்த்திய அருவருக்கத்தக்க செயல்களை முன்னிறுத்தி அவன் மீது கோபத்தையோ வருத்தத்தையோ அசூயையையோ பயத்தையோ உணரவில்லை. இழப்புக் குறித்த அவனுடைய ஆங்காரமும் (அவன் எதையும் இழக்கப் போவதில்லையென்று அவளால் நிச்சயமாக உறுதியளிக்க முடியுமென்றாலும்) தன் இருப்பை நிரூபித்துக்கொள்ள அவன் தவித்த தவிப்பும் ஆண் என்கிற முறையில் சுலபமாகப் புரிந்துகொள்ளக்கூடிய ஒன்றாகவே அவளுக்கு இருந்தது. அதுபோலவே தன்னுடைய எதிர்காலம் குறித்த கவலையும் அவளுக்கு இருக்கவில்லை. வாசுதேவன் தன்னை எந்த அளவிற்கு நேசிக்கிறானென்பது அவளுக்கு நன்றாகவே தெரியும். மேலும் அப்படியொரு தண்டனையைப் பெறுமளவிற்குத் தான் குற்றமெதையும் செய்ய வில்லையென்பதில் அவள் அந்த இரவிற்குப் பிறகுக் கூடுதல் உறுதியோடேயேதானிருந்தாள். அன்பு செய்தல் எப்படிக் குற்றமாகும். அன்பினுக்கு அவதியில்லை, அடைவென்கொல் அறிதல் தேற்றேன் என்பதுதானே இலக்கியம். வாசுதேவனும் உணர்வோதங்கள் அடங்கியபின் அதைப் புரிந்துகொள்வா னென்று அவள் ஸ்திரமாகவே நம்பினாள். அவள் கவலையெல் லாம் ஜெமினியினுடைய விதியைப்பற்றியதாகத்தானிருந்தது. வாசுதேவன் நினைத்திருந்ததைப்போல அவன்மீதான கோபமல்ல, மாறாக உறங்காப்புலியைப்பற்றிய சிந்தனைதான் அவளை ஆழ்ந்த மௌனத்திற்குள் தள்ளிவிட்டிருந்தது. எதுவும் நடக்காமலேயே நாட்கள் வாரங்களாயும் வாரங்கள் மாதங் களாயும் நகர்ந்து செல்லச் செல்ல அந்த ஒன்றும் நடவாமையே புதிய விரும்பத்தகாத செய்தியொன்றை ஒவ்வொரு நாள் விடியும்போதும் தனக்கு அறிவிப்பதாக உணர்ந்து அவள் தவித்தாள். ஜெமினியின் விதிக்குத் தான்தான் காரணம் என்கிற குற்றவுணர்வு அவளையும் கொல்லாமல் கொன்றுகொண்டிருந்தது. முன்திண்ணையின்மேல் மதியம் தங்குவது வழக்கம்போல தொடர்ந்துகொண்டுதானிருந்ததுவென்றாலும் சாலையின் எதிர்ச் சாரியை நிறைத்திருந்த வெறுமையும் தனிமையும் அவை எழுப்பிவிட்ட அச்சமூட்டும் கற்பனைகளும் ஆபத்தான சிந்தனைகளும் தூக்கத்தையும் கனவுகளையும் துரத்தியடித்து மிக நீண்டதும் சகிக்க முடியாததுமான விழிப்பைத்தான் கொடுத்துக்கொண்டிருந்தன. தன்னை மறந்து தூக்கத்தின்

போதையில் ஆழ்ந்துவிட முடியாத துயரம் அச்சுறுத்தலாகவே மாறியிருந்தது. அவள் கனவு காணத்தான் விரும்பினாள். ஜெமினி அவள் கனவுகளில்தான் உயிர்த்துக்கொண்டிருக்கிறானென்றும் அங்கே அவன் தன்முன் நிச்சயமாகத் திரும்பத் தோன்றி விடுவானென்றும் குழந்தைத்தனமாக நம்பினாள். குழந்தைத் தனம் என்று தெரிந்தும் தவிர்க்க முடியாமல் மனம் அந்த அசாத்தியத்தை அவாவியபோதெல்லாம் (அல்லது சமையலில் ஈடுபட்டிருக்கும்போதோ துவைத்துக்கொண்டிருக்கும்போதோ காய்கறிக்காரருடன் பேரத்தில் ஈடுபட்டிருக்கும்போதோ வீட்டைச் சுத்தம் செய்துகொண்டிருக்கும்போதோ அண்டை வீட்டுப் பெண்மணியின் அழைப்பின்பேரில் அவளுடன் உரையாடிக்கொண்டிருக்கும்போதோ), திடீர் திடீரென்று தொலைபேசி ஒலிக்கிறதென்கிற பிரமையில் செய்துகொண் டிருக்கும் வேலைகளை அப்படியே போட்டுவிட்டு ஓடி வந்து ஒலிவாங்கியை எடுத்து இல்லவே இல்லாத மறுபக்கத்திடம் தன் இருப்பை அவசர அவசரமாய் அறிவித்துவிட்டு ஏமாற்றத்துடனும் கண்ணீருடனும் திரும்பிச்செல்லும் வேளைகளில், தனக்குப் பைத்தியம் பிடித்துவிடுமோவென்றும் பயந்தாள். தனிமையில் மட்டுமின்றி ஹேமாவும் வாசுதேவனும் கூட இருக்கும்போதேகூட மௌனம் அவளைச் சூழலிருந்து துண்டித்துத் தனியே இழுத்துச் சென்று விபரீத எண்ணங்களின் உலகத்திற்குள் தள்ளிவிட்டுக்கொண்டிருந்தது. நட்போ பகையோ பேசாமல் கெடும் என்று பூரணியம்மாள் அடிக்கடி சொல்லுவாள். பேச்சு, அதிலும் பொருளற்ற அசட்டுத்தனமான உரையாடல்கள் வாழ்தலின் அசதியைப் போக்கி எந்த அளவிற்கு அதைச் சுவாரஸ்யமானதாய் ஆக்கி வைக்கின்றன என்பதை வலிந்து மேற்கொண்டிருந்த மௌனத்தால் உடலும் மனமும் அல்லலுற்றுத் துடித்துக்கொண்டிருந்த அந்த நாட்களில் அவளால் தெளிவாகத் தெரிந்துகொள்ள முடிந்தது (இதைப்போல பலப்பல புதிய படிப்பினைகள் அந்த ஆறு மாத காலங்களில் வாசுதேவன் பாகீரதி இருவருக்குமே). சில வாரங்களுக்கு முன்பு வரையிலான குடும்ப வாழ்வின் ஞாபகங்கள் தொலைந்து போன தூரத்துக் கனவைப்போல முற்பிறவி நினைவுகளை யொத்த பிரிவேக்கத்துடன் அவளை அடிக்கடி நெட்டு யிர்க்கச் செய்துகொண்டிருந்தன. அதிகப்படியான கவளத்தை வாய்க்கருகே வைத்துக்கொண்டிருப்பவளைப்போல குமட்டிக் கொண்டிருக்கும் தன் மௌனத்தைக் கீழே போட்டுவிட்டு வாசுதேவனை அணைத்துக்கொள்ள அவள் எப்போதும் தயாராக இருந்தாள். வாசுதேவன் அதை ஒவ்வொரு கணமும் எதிர்பார்த்துக்கொண்டிருக்கிறானென்பதும் அவளுக்குத்

தெரியும். ஆனால் ஜெமினியைப்பற்றி அறிந்துகொள்ள அவள் வேறு வழியின்றி வாசுதேவனை மட்டுமே நம்பியிருந்தாள். குற்றவுணர்வும் கீழ்மையுணர்வும் அவனுக்குள் அணையாமல் கனன்றுகொண்டிருந்தால் மட்டுமே அவனால் அந்தத் தேடலை நோக்கித் தூண்டப்பட முடியுமென்பதும் தன்னுடைய மௌனத்தைத் தவிர வேறு எதுவும் அந்தத் தூண்டுகோலாய் இருக்க முடியாது என்பதும் அவளுக்குக் கூடவே தெரிந்திருந்ததால் பரிவு நிறைந்த ஒற்றைச் சொல்கூட அவனை அமைதிப்படுத்தி விடுமென்பதை அறிந்தே, அந்தச் சொல் எப்போதும் நா நுனியிலேயே துடித்துக்கொண்டிருந்தாலும், பார்வை அவனை முன்னிலும் அதிகக் காதலுடன் பின்தொடர்வதை ஒரு போதும் நிறுத்தவேயில்லையென்றாலும், பாராமுகத்தையும் மௌனத்தையும் பல்லைக் கடித்தபடி விடாப்பிடியான உறுதியுடன் பேணிக்கொண்டிருந்தாள்.

நாட்கள் இப்படிப் போய்க்கொண்டிருந்த நிலையில்தான் 1976, செப்டம்பர் 10ஆம் தேதியன்று முற்பகல் வேலைகளை முடித்து விட்டுக் குளியலறைக்குள் புகுந்த மூன்றாவது நிமிடம் தொலைபேசி மணி ஒலிப்பதைப் பாகீரதி கேட்டாள். எல்லாத் தடவையும் போலவே அந்தத் தடவையும் அது முந்தின அழைப்புகளைக் காட்டிலும் அதிக உறுதியுடனும் நிஜத்தன்மையுடனும் இருப்பதாகவேதான் தோன்றியது. ஆடைகளை முழுவதுமாகக் களைந்துவிட்டிருந்த நிலையிலேயே அவள் குளியலறைக் கதவுகளை விரியத் திறந்துகொண்டு கூடத்தை நோக்கி ஓடினாள். அவசர அவசரமாக ஒலிவாங்கியைக் கையிலெடுத்துத் தன் இருப்பை அறிவித்தாள். அதே சமயத்தில் தன் இயலாமையை நினைத்து அவளுக்குக் கண்ணீரும் முட்டிக்கொண்டு வந்தது. ஒவ்வொரு முறையும் ஏமாறுகிறோமென்று தெரிந்தும் ஒரு முறைகூட அந்தக் கற்பனை அழைப்பைப் புறக்கணிக்க அவளால் முடியவில்லை. கவர்ச்சிகரமான ஒரு கெட்ட பழக்கத்தை அறிமுகம் செய்துகொள்வதைப்போல வெறுப்பும் ஈர்ப்பும் கலந்த உணர்வால் உந்தப்பட்டு அவள் அதன்மேல் போய் விழுகிறாள். இந்த முறையும் அவளுடைய விளிப்பிற்கு மறுபக்கத்திலிருந்து பதில் வரவில்லை. ஆறு மாத இடைவெளிக்குப்பின் அவள் குரலைக் கேட்ட வினாடியில் பேராச்சாப்பா அஞ்சல் அலுவலகத்தின் பொதுத் தொலைபேசிக் கருவியைக் கையில் பிடித்துக்கொண்டிருந்த உறங்காப்புலிக்கு உணர்ச்சி வேகத்தில் குரல் உடனே ஒத்துழைக்க மறுத்துவிட்டது. அவன் தன்னைச் சுதாரித்துக்கொள்வதற்குள் வழக்கம்போலவே இதுவும் பிரமைதானென்று எண்ணிக்கொண்டுவிட்ட பாகீரதி

ஒலிவாங்கியைக் கருவியின் குமிழியில் பொருத்திவிட்டாள். பொருத்திய பிறகுதான் மறுமுனையில் நிஜமாகவே ஜெமினி இருந்தானோ என்கிற சந்தேகமும் பெருமூச்சு அல்லது விசும்பலொன்றின் வெற்றொலியைச் செவிமடுத்த உணர்வும் அவளுக்கு உண்டானது. உறங்காப்புலி மீண்டும் அஞ்சலலுவலகர்களிடம் இணைப்பிற்காகச் சொல்லிக் காத்திருந்து அதைப் பெறுவதற்குள் பல நிமிடங்கள் வீணாகக் கடந்துவிட்டன. அதுவரையில் பாகீரதி பொறுமையாக மறுமுறை அது ஒலிக்கக்கூடு மென்கிற தவிப்புடன் குளிக்கப் போகாமல் நிர்வாணத்தைப் பற்றிய ஓர்மையுமின்றி அதனருகிலேயே நின்றிருந்தாள். பல நிமிடங்களுக்குப் பிறகு மீண்டும் இணைப்புத் தரப்பட்டு அவர்கள் ஒருவர் குரலை மற்றவர் கேட்கத் தொடங்கியபோதோ அன்பும் துயரமும் அச்சமும் பொங்கி வழியும் அபூர்வமான மூன்று நிமிடங்களை அது சிருஷ்டித்தது. பாகீரதி ஒலிவாங்கியைக் கையிலெடுத்தவுடனேயே சர்வ நிச்சயத்துடன், ஜெமினி என்றாள். மறுமுனையிலிருந்த குரல், ஆமாம் பாகீரதி, ஜெமினிதான், எப்படி இருக்கிறீர்கள் என்று கேட்டது. அந்த வினாடியில் பாகீரதி பதில் சொல்ல முடியாமல் உடைந்துபோய் ஒலிவாங்கியைக் கீழே சரித்துத் திறந்து கிடந்த முலைகளுக்கு நடுவே அழுத்திப் பொதித்துக்கொண்டு உரத்த குரலில் அழத் தொடங்கிவிட்டாள். பாகீரதி, அழாதீர்கள், நான் நன்றாக இருக்கிறேன், நேரம் அதிகம் இல்லை, உங்கள் குரலைக் கேட்பதற்காகத்தான் இத்தனை நாட்கள் காத்திருந்தேன், தயவுசெய்து பேசுங்கள் என்றெல்லாம் எதிர்முனை கெஞ்சிக்கொண்டேயிருந்தது அவள் காதுகளில் விழவேயில்லை. அவள் ஒரு முழு நிமிடத்திற்கும் அதிகமாக அழுது மனச்சுமையை ஓரளவிற்குத் தணித்துக்கொண்ட பிறகுதான் ஒலிவாங்கியை மார்புகளுக்கிடையிலிருந்து விடுவித்தாள். கால அவகாசம் குறைவு என்பது பிறகுதான் அவள் புத்தியிலும் உறைத்தது. ஜெமினியிடம் தன் அன்பையும் சந்தோஷத்தையும் சொல்லிவிட்டு என்ன நடந்தது என்பதைச் சுருக்கமாயும் எங்கேயிருக்கிறானென்பதை விபரமாயும் சொல்லும்படி கேட்டுக் கொண்டாள். உறங்காப்புலி தான் கைதுசெய்து அழைத்துச் செல்லப்பட்டது முதல் சிறையிலிருந்து தப்பித்துக் கல்கத்தா விற்கு வந்து சேர்ந்ததுவரை முக்கியமான தருணங்களை மட்டும் மிகச் சுருக்கமான வரிகளில் சொல்லி முடித்தான் (சரக்கூர்தியில் அவள் வீட்டைக் கடந்து சென்ற இரவைப்பற்றிச் சொல்ல மட்டும் சில வரிகளைக் கூடுதலாகச் செலவிட்டான்). தற்போது அவன் கல்கத்தா நகருக்குக் கிழக்கே முப்பது கல் தொலைவிலிருக்கும் பேராச்சாப்பா என்னும் ஒரு பழமையான கிராமத்தில் அந்த வட்டார ஜனங்களால் அறியப்பட்டவரும்

மாஜி நக்ஸலைட்டும் ஜெமினியின் நண்பருமான இங்க்ளய்யா என்னும் கூக் இனத்துப் பெரியவர் ஒருவரின் அடைக்கலத்தில் ஒளிந்திருக்கிறான். கல்கத்தாவிற்கு எதற்குச் சென்றாய் என்று கேட்டாள் பாகீரதி. ஒரு வினாடி தயங்கிய உறங்காப்புலி, இறந்தவர்களை உயிர்ப்பிக்கும் வித்தையைக் கற்றுக்கொள்ள என்றான் சிரித்துக்கொண்டே. அந்தச் சிரிப்போ பாகீரதியிடம் மேலதிகமான கண்ணீரைத்தான் வரவழைத்தது. அவள், அந்த வித்தையை நீ எப்போதோ செய்து முடித்துவிட்டாய் ஜெமினி, இப்போது நீ அங்கே இருப்பது அற்புதங்களுக்கான சிலுவையை ஏற்றுக்கொள்ள என்றாள் விசும்பல்களுக்கிடையே. தான் ஒரு தெருச் சண்டையில் குடுமியை அறுத்துவிட்டு ஓடிவந்ததாகச் சொன்ன அதே பிராமணன்தான் தன்னைப்பற்றிய தேவையற்ற விபரங்களைக் காவல்துறையிடம் சொல்லித் தன்னைக் கைதியாக்கிவிட்டானென்று அவன் சொன்னபோது அதைவிட அதிர்ச்சிகரமான, அவனுக்குத் தெரியாத உண்மையொன்று தன்னிடம் இருப்பதைச் சொல்லிவிடலாமா என்றும்கூட யோசித்தாள். ஆனால் அதைச் சொல்வதால் உண்டாகும் பதற்றத்தை ஆறுதலாகப் பேசிக் குறைப்பதற்குப் போதுமான அவகாசம் இல்லையென்பதால் தெரியும்போது தெரியட்டும் என்று சொல்லாமல் விட்டாள். அவர்கள் உரையாடலில் பாதி நேரம் விசும்பலிலேயே கழிந்தது. பாகீரதி ஒரு தடவை ஒலிவாங்கியைச் சத்தமாக முத்தமிட்டாள். தொலைபேசித் துறையிலிருந்து நேரம் முடியப்போவதற்கான நினைவுறுத்தி ஒலித்தவுடன் உறங்காப்புலி அவளிடம் தனக்கு ஓர் உதவி செய்யும்படி வேண்டிக்கொண்டான், தான் உயிரோடு இருப்பதை யும் நலமாக இருப்பதையும் தன் தாய் தந்தையருக்கு அவள் தயவுசெய்து தெரியப்படுத்த வேண்டுமென்றும் தன் வீட்டில் தொலைபேசி இல்லாததாலும் தானே பேசுவதென்றால் அங்கிருந்து மூன்று வீடுகள் தள்ளியிருக்கும் தட்டெழுத்துப் பயிற்சிக்கூடத்திற்குத்தான் அவர்களை அழைக்கவேண்டு மென்றும் ஒரு தப்பியோடிய கைதியாக தான் எப்போது வேண்டுமானாலும் தன் குடும்பத்தாரைத் தொடர்புகொள்ள முயற்சிக்கலாமென்று தங்கள் வீட்டை எப்போதும் கண்காணிப்பி லேயே வைத்திருக்கக்கூடுமாதலால் அப்படி வெளியிடத்திலிருந்து அவர்களை அழைப்பது இப்போதைய ஸ்திதியில் உசிதமான காரியமாயிராது என்றும் தன் அன்பிற்காக அவள் அந்தச் சிரமத்தை மேற்கொள்ள வேண்டுமென்றும் கேட்டுக்கொண்டு தன் முகவரியையும் தெரிவித்தான். பாகீரதி நிச்சயமாக அதைச் செய்வதாக உறுதி கூறினாள். அதோடு இணைப்புத் துண்டிக்கப்பட்டு உரையாடல் முற்றுப்பெற்றது. துக்கம் மனதை

நிறைத்திருந்ததற்கப்பாலும் (தன் கணவனுக்காக ஜெமினியிடம் மன்னிப்புக் கேட்கவேண்டுமென்கிற அவளுடைய விருப்பம் கடைசிவரை நிறைவேறாமலேயேதானே போயிருந்தது) நீண்ட நாட்களுக்குப் பிறகு மனதிலிருந்த பெரும் பாரம் நீங்கிய ஆசுவாசத்தையும் சோகத் திரைப்படப் பாடல்களை (அனைத்தும் கைக்கிளை குறித்தவை) இடைவிடாமல் முணுமுணுக்கக்கூடிய மந்தகாசத்தையும் பாகீரதி அன்று பூரா அனுபவித்தாள். அன்று மழை வேறு தூறித் தூறி வெளி முழுவதையும் ஈரமாக்கி வைத்திருந்தது. உயிருள்ளவை உயிரற்றவையென்கிற பேதமின்றி பார்க்கும் வஸ்துகளெல்லாவற்றின்மீதும் காரணமின்றி அன்பு பொங்கி வழிந்தது. அடுக்களைக்குள் விளையாட வந்த எலிகளை விரட்டவில்லை (அவை அனுமதித்திருந்தால் பருக்கைகளை அவற்றுக்கு அவளே ஊட்டிக்கூட விட்டிருப்பாள்), கரப்பான் பூச்சியை அடிக்கவில்லை, செடியிலிருந்து செம்பருத்தியைப் பறிக்கவில்லை, உத்திரத்தில் ஏறியிருந்த சிலந்திக் கூட்டைக் கலைக்கவில்லை. மதிய நேரத்தின் முன்திண்ணை விழிப்புக்கூட சகித்துக்கொள்ளக்கூடியதாக மாறிவிட்டிருந்தது. அன்று அவளால் எதிர்ச்சாரியிலிருந்து ஜெமினி தன்னை நோக்கி நடந்து வரும் காட்சியைத் துல்லியமாகவே கற்பனை செய்து பார்த்துக்கொள்ள முடிந்தது. அதுபோலவே நீண்ட நாட்களுக்குப் பிறகு அவள் வாசுதேவனின் திரும்புகைக்காகவும் அன்று காத்திருந்தாள். ஜெமினியின் பத்திரம் குறித்த தகவல் அவனையும் நிச்சயமாக அமைதியடையச் செய்து அலைச்சல்களிலிருந்து அவனை விடுவிக்குமென்று அவள் நம்பினாள். அதுவே அவளுக்குப் போதுமானதாகவுமிருந்தது. ஜெமினியைத் தேடி அவன் கல்கத்தா விற்குப் புறப்பட்டுச் செல்லத் துணிவானென்றெல்லாம் அப்போது அவள் நினைத்தே பார்க்கவில்லை.

ஆனால் விரும்பியபடி அவளால் மாலையில் வாசுதேவன் வந்ததும் ஜெமினியைப்பற்றிப் பேச முடியவில்லை. அவன் முகத்தைக் கண்டதும் ஜெமினி தன்னிடம் பேசினானென்பதையே அவன் எப்படி எடுத்துக்கொள்வானென்கிற சந்தேகம் வந்துவிட்டது. காலையிலிருந்து அவளை ஆக்கிரமித்துக்கொண்டிருந்த உற்சாக மனநிலையும் பாதை மாறி அச்சமும் கவலையும் நிறைந்த திசையில் ஓடத் தொடங்கிவிட்டது. இரவு படுக்கையறையில் பாதி ஜாமத்திற்குமேல், ஹேமா உறங்கியதற்குப் பிறகு கூடத்தில் படுத்துக்கொள்வதற்காக அவன் எழுந்திருந்தபோதே இருட்டில் அவனுடைய நிழலுருவத்தைப் பார்த்துக்கொண்டு அதை அவனிடம் சொல்லும் துணிவு அவளுக்கு வாய்த்தது. சொன்ன பிறகு வாசுதேவன் முன்னிலும் இறுக்கமானவனாக ஆகிப்

போயிருந்தான். தூக்கத்தில் நடப்பவனைப்போல சதா நேரமும் நிலைகுத்தி நிற்கும் கண்களுடன் யோசனைகளின்மீதே மிதந்து வெளியே போவதும் வருவதுமாக இருந்தான். ஹேமாவைப் பொருட்படுத்தி அவள் முன்னே நடிப்பதுகூட நின்றுவிட்டது. அணுகிப் பேசிவிடலாமென்றாலோ ஆறு மாத காலத்தில் இருவருக்குமிடையே எழும்பியிருந்த மௌனம் தடித்துப்போய் தவறாக வளர்க்கப்பட்ட வீட்டு மிருகத்தைப்போல அவளுடைய ஆக்ஞைக்கு அடிபணிந்து விலகிச்செல்ல மறுத்து அடம் பிடித்தது. ஜெமினியைப்பற்றித் தான் தெரிவித்த தகவல்களுக்கப்பால் தொலைபேசியில் தாங்களிருவரும் என்ன பேசியிருப்போமென்கிற கற்பனை அவனுடைய நிம்மதியின் சுவரில் இன்னும் ஆழமான விரிசலை உண்டு பண்ணியிருக்கிறது என்று அவள் நினைத்தாள். ஒரு பக்கம் அது சரிதான், வாசுதேவன் அதைத் தன் கற்பனையில் பார்த்துப் புழுங்கிக்கொண்டிருந்தான்தான் (ஏறக்குறைய அது நிஜத்திற்கு மிகச் சமீபமாகவேதானிருந்தது). ஆனால் அந்தக் கற்பனைகள் அல்ல அவனை இறுக்கமடையச் செய்தவை (உண்மையில் அவன் அதைத் தொடர்ந்து கற்பனை செய்வது அநாகரீகம் என்கிற நினைப்பில் அதை நிறுத்திக்கொள்ளவே முயற்சித்தான்). மாறாக உறங்காப்புலியைச் சந்திப்பதும் அவனுடன் பேசித் தீர்ப்பதுமான யோசனைகள்தான் கல்கத்தாவிற்குப் புறப்படுவது என்று முடிவு செய்த நாளுக்கு முந்தின ஒரு வார காலம் முழுவதும் அவனை ஆக்கிரமித்துக்கொண்டிருந்தன. முதலில் அவனை அவசியம் சந்தித்தேயாக வேண்டுமா என்கிற கேள்வி. தன் பிராமணத்துவத்தையும் (குடுமியறுபட்டதற்குப்பின் அவனுடைய அன்றாடச் சந்தியாவந்தனப் பழக்கம் கணிசமான அளவில் பாதிக்கப்பட்டிருந்தது) தன் மனைவியையும் தன்னிடமிருந்து பறித்துக்கொண்டதற்குத் தண்டனையாக அவனோடு சேர்த்து அவன் குடும்பத்தின் எதிர்காலத்தையுமே பறித்தாயிற்று, சட்ட விதிகளின் வழியில்தானென்பதற்குமப்பால் மனு தர்மத்தை முற்றிலும் அனுசரிக்கும் அந்தத் தண்டனை நிறைவேற்றம் குறித்து ஒரு பிராமணனாகக் குற்றவுணர்வு கொள்வதற்கோ அவனைச் சமாதானப்படுத்துவதற்கோ கிஞ்சித்தும் அவசியமேயில்லை, இனி அவனைச் சந்தித்துப் பேச என்ன இருக்கிறது, என் மனைவியை மறந்துவிடு என்று கேட்டுக்கொள்வதற்கா, அது அசிங்கமல்லவா, தண்டித்ததன் திருப்தியையும் தண்டனையைத் தீர்மானித்ததன் கம்பீரத்தையும் தண்டனையின் அளவு குறித்த நியாயத்தையும் அந்த வேண்டுகோள் சிதைத்துவிடாதா, மேலும் இனி அதற்கு அவசியமுமில்லை, அது தன்னாலேயே நடக்கும், ஓடிக்கொண்டேயிருப்பதன் களைப்பும் பிடிபடுவது குறித்த அச்சமும் வயிறு குறித்த கவலைகளும் சீக்கிரமே காதல் குறித்த

(அதிலும் தடை செய்யப்பட்ட ஒரு காதல் குறித்த) அக்கறைகளை இரண்டாம் பட்சமாக்கிவிடும், அல்லது அவன்முன் போய் நின்று பகுத்தறிவு பொருட்படுத்தும் தூல உலகிற்கு இணையான, பகுத்தறிவால் பொருட்படுத்தப்படாத கனவுகள், நம்பிக்கைகள் மற்றும் அசாத்தியங்களின் அச்சில் சுழலும் உலகங்கள் இருந்து கொண்டுதானிருக்கின்றன என்பதை இப்போது ஒத்துக் கொள்கிறாயா என்று கேட்டுக் கொக்கரிக்கத்தான் அவன் விருப்பப்படுகிறானா, இதைக் கேட்பதற்காகவே அவன் ஓடி ஒளிந்துகொண்ட வீடும் அவன் காதலித்த பெண்ணும் அவனால் அவமானப்படுத்தப்பட்டவனின் உடைமைகள் என்கிற உண்மை யைச் சொல்லி அவன் முகம் பீதியிலும் வெட்கத்திலும் வெளுப்பதை நேருக்கு நேராகப் பார்த்துச் சந்தோஷப்பட விரும்பு கிறானா. உண்மையில் தான் எதற்காக உறங்காப்புலியைச் சென்று சந்திக்க விரும்புகிறோமென்று வாசுதேவனுக்கே தெளிவாகத் தெரியவில்லை. ஆனால் ஒன்று நன்றாகத் தெரிந்தது. அவன் ஜெமினியைச் சந்திக்க விரும்பினான். தனக்கு முன்பே பாகீரதிக்கு அவள் கனவுகளின் வழியே அறிமுகமாகிவிட்ட அவளுடைய அந்த மானசீகத் தோழமையை, அவள் விரும்பும் பொருளுக்காகப் பரிகாசங்களைச் சகித்துக்கொண்டு யாரிடமும் கையேந்துவதற்கோ தொலைதூரப் பயணங்களை மேற்கொள்வதற்கோ (இப்போது சிறை செல்வதற்கோகூட) தயங்காத அவளுடைய தந்தையின் உருவகத்தை, ஒரு பூவிதழைப்போல எந்நேரமும் அவளைச் சூழ்ந்துகொண்டிருந்த அவளுடைய பிராயத்தின் சுகந்தத்தை, அவளுக்குள்ளிருந்து அவளை இயக்கும் அவளுடைய மனத் துணிவை. உண்மையிலேயே ஜெமினியின் இருப்பு வாசுதேவனை அவனுடைய அத்தனை மனவழுத்தத்திற்கிடையிலும் வசீகரித்துக் கொண்டுதானிருந்தது. சமயங்களில் ஜெமினி தனக்கும் பாகீரதிக் கும் இடையில் நின்றுகொண்டிருக்கும் ஒரு தடைச் சுவர் அல்ல, அவள் நிஜவுலகிலிருந்து நிரந்தரமாகவே விலகித் தன் கனவுகளுக்குள் தொலைந்து போய்விடாதவண்ணம் அவளோடு உறவாடிக் காப்பாற்றித் தன் கையில் பத்திரமாகக் கொண்டுவந்து சேர்த்திருக்கும் ஒரு மெல்லிய பாதை என்றுகூடத் தோன்றியது, ஜெமினியைத் தேடிச்செல்வது என்பது அந்த உலகத்தில் தானும் இருப்பது, ஆச்சரியமான பாதையில் ஒருமுறை நடந்து பார்ப்பது, பழையதாகிப்போன தன் காதலைப் புதுப்பித்துக் கொள்வது, சரியாகச் சொல்ல வேண்டுமானால் பாகீரதியுடனான காதல் காலத்தை மீண்டும் முதலிலிருந்து துவக்குவது. பாகீரதி பயந்ததைப் போலல்லாமல் இந்த விதமான நினைவோட்டங்களுடன்தான் ஒரு ஸ்திரமான முடிவை எடுக்க முடியாமல் ஒரு வார காலம் அவன் தன்னுடைய அலுவலகத்திற்கும் வாடிக்கையாளர்களின்

அலுவலகங்களுக்கும் போய்வந்துகொண்டிருந்தான். அந்த நிலையில் பிரஸ்தாப செப்டம்பர் 17ஆம் தேதியன்று அவன் திலகர் திடலைக் கடக்க நேர்ந்த சமயத்தில் தற்செயலாக மீண்டும் அமரர் ஈவெராவின் (தொண்ணூற்றாறாவது) பிறந்த தினக் கூட்டத்தை எதிர்கொள்ள நேர்ந்தது. நினைவுகளின் அலை யடிப்பில் மூச்சுத் திணறக் கொஞ்சநேரம் நின்று கூட்டத்தைக் கவனித்துக்கொண்டிருந்த அவன் (அன்றும் அதே தீப்பொறி ஆறுமுகம் பேச்சுத்தான். திமுகவின் மதுரைக் கூட்டங்களில் அது வேறு எப்படித்தான் இருந்துவிட முடியும். ஆனால் அவசரநிலைப் பிரகடனத்தால் கட்டுப்படுத்தப்பட்ட, ஆர்வமிழந்துபோன, எச்சரிக்கை மிகுந்த, அதனாலேயே வழக்கமான ஆற்றொழுக்குக் குரலிலமையாத, சம்பிரதாயமான பேச்சு) வீடு திரும்பும் வழியில் கல்கத்தாவிற்குப் புறப்பட்டுச் செல்வதென்று முடிவு செய்து விட்டான். அதைப் பாகீரதியிடம் சொல்வதை இறுகிப் போய் விட்டிருந்த மௌனத்தின்மீது பாகீரதிக்கு இருந்த அதே பலவீனம் தடுத்துக்கொண்டிருந்ததால் நள்ளிரவுவரை யோசித்துவிட்டுக் கடைசியில் பாகீரதியையும் ஹேமாவையும் எழுப்பாமலேயே யசோதராவையும் ராகுலனையும்விட்டுச் சித்தார்த்தன் கிளம்பிச் சென்றதைப்போல கிளம்பிச் சென்றுவிட்டான். சித்தார்த்தனுக்கும் அவனுக்கும், அவன் ஒன்றும் அவதார புருஷன் இல்லையென்பதால், இரண்டு வித்தியாசங்கள், ஒன்று, அவனுடைய பிரிவு அவன் யாரைப் பிரிந்து சென்றானோ அவளுக்கானதாகவேதானிருந்தது, எனவே அவளைத் திரும்ப வந்தடையும் உறுதியும் அதில் கலந்திருந்தது, இரண்டு, பழைய இளவரசனைப் போலல்லாமல் அவன் தான் ஜெமினியைத் தேடிச் செல்வதாயும் விரைவில் திரும்பிவிடுவதாயும் தன் செயலுக்காகத் தன்னை மன்னித்துக்கொள்ளும்படியும் ஒரு கடிதத்தில் நான்கு வரிகளைக் கிறுக்கிக் கூடத்தில் தான் படுத்திருக்கும் நுரை மெத்தையின்மீதே வைத்துவிட்டுத்தான் வீட்டைவிட்டு வெளியேறினான்.

வழக்கம்போல அதிகாலையில் எழுந்து கூடத்திற்கு வந்த பாகீரதி கடிதத்தை எடுத்துப் படித்துவிட்டு நெடுநேரம் வாய்விட்டு அழுதுகொண்டிருந்தாள், வாசுதேவனுடைய கையொப்பத்தை முத்தமிட்டுக்கொண்டும் உங்கள்மேல் எப்படிக் கோபப்பட முடியும் வாசு என்று பைத்தியம் பிடித்ததைப்போல கடிதத்தில் தெரிந்த முகத்தைப் பார்த்துக் கேட்டுப் பிதற்றிக்கொண்டுமிருந்தாள், ஹேமா எழுந்திருப்பதற்குள் இதையெல்லாம் செய்து முடித்துக் கடிதத்தை ரவிக்கைக்குள் சொருகிக்கொண்டு வேலைகளைக் கவனிக்கப் போய்விட்டு அவளைப் பள்ளிக்கூடத்திற்கு அனுப்பிய

பின் தனக்கான வேலைகளெதையும் செய்துகொள்ளாமல் மீண்டும் கடிதத்தை எடுத்து வைத்துக்கொண்டு அழுதாள், மதியம் வரை இது திரும்பத் திரும்ப நடந்துகொண்டிருந்தது, மதிய வேளையில் ஒருவாறாகத் தேறிக் கண்களைத் துடைத்துக்கொண்டு எழுந்திருந்து சிம்மக்கல்லுக்குச் சென்று ஒரு குதிரை வண்டி பிடித்துக்கொண்டு சுப்பிரமணியபுரம் பள்ளிவாசல் தெருவிற்குச் சென்றாள், மலர்விழியோ அவள் கணவரோ வீட்டிலில்லை, இருவரும் அவரவர் பணியிடங்களுக்குச் சென்றிருந்தனர், வடிவம்மாள் வழக்கம்போல அந்நியத் தலையைக் கண்டதும் கணவரின் கட்டிலுக்கு ஓடிச் சென்று தஞ்சமடைந்துவிட்டார், பாகீரதி கையாலாகாமல் கிடந்த சுந்தரபாண்டியின் வற்றிப்போன சரீரத்தினருகே சென்று அவரருகே அமர்ந்து அவர் கைகளை எடுத்துத் தன் மடியில் வைத்துக்கொண்டபின் குனிந்து அவர் காதருகே அவர் மகன் உயிரோடிருப்பதாயும் அவர்களுடன் பேசும் சூழல் இல்லை என்கிற பயத்தில் கல்கத்தாவிலிருந்து தன்னிடம் பேசியதாயும் அவர்களிடம் தான் நலமாயிருப்பதாகச் சொல்லச் சொன்னதாயும் முணுமுணுத்தாள், காதுகளில் சொன்னாளேயொழிய ரகசியமாகச் சொல்லவில்லை, வடிவம்மாள் சந்தோஷத்திலும் துக்கத்திலும் தலையில் அடித்தபடி அழுதுகொண்டே கடவுளுக்கு நன்றி சொன்னார், சுந்தரபாண்டியின் கண்களிலிருந்தும் கண்ணீர் பொங்கித் தாரை தாரையாகப் பக்கவாட்டில் வழிந்தது, அவர் பேந்தப் பேந்த விழித்தார் (காதில் விழுந்ததை நம்ப முடியாமலோ அல்லது திடீரென்று அதில் வந்து பாய்ந்த தேனை ஜீரணிக்க முடியாமலோ), உறங்காப்புலி கைதாகிக் காவலருடன் சென்று மறைந்த பிறகு அவன் தப்பிச் சென்று எங்கேயோ தலைமறைவாக உயிரோடுதான் இருக்கிறானென்கிற தகவலை அவர் கேட்பது அதுவொன்றும் முதன்முறையில்லைதான், ஏற்கெனவே அதை அவருக்குக் காவல்துறை தெரியப்படுத்தித்தானிருந்தது. ஆனால் அவருக்குத்தான் அதை நம்பத் தோன்றவில்லை, அந்தத் தகவல் உண்மையின் ஏதோவொரு லட்சணத்தைத் தவறவிட்டிருந்ததாக அவருக்குத் தோன்றியது, அதை நம்புவது பெரிய ஆறுதலை அளித்திருக்குமாயினும் அவர் வலிந்து காவல்துறையிடம் ஆதாரங்களைக் காட்டச் சொன்னார், துறை கையை விரித்தபோது எனில் அது பொய்யென்று நிர்தாட்சண்யமாக மறுத்துவிட்டு அதற்குண்டான வலியின் சுமையை வலிந்து ஏற்றுக்கொண்டார், ஆனால் பல மாதங்களுக்குப் பிறகு மீண்டும் ஒரு குரல் தன் காதருகே உறங்காப்புலி உயிரோடுதான் இருக்கிறான் என்று முணுமுணுத்தபோது அவர் கண்களில் ஆனந்தக் கண்ணீர் வழிய அந்தக் குரலைக் கேள்வி கேட்காமல் ஏற்றுக்கொண்டார்,

இத்தனைக்கும் அதுவும்கூடக் காவல்துறையைப் போலவே ஆதாரங்கள் எதையும் தன்னிடம் வைத்திருக்கவில்லைதான், மேலும் தகவல் சொன்ன நபரை அவருக்கு யார் என்றே தெரியவும் தெரியாது, யார் அவள், ஏன் அவள் பொய் சொல்லியிருக்கக் கூடாது, ஏன் அவள் ஒரு முகவராக இருக்கக்கூடாது, அல்லது புலியால் ஒருவேளை அவன் சாவதற்கு முன்பு எழுதியிருக்கக்கூடிய இறுதிக் கடிதத்தில் நியமிக்கப்பட்ட நலம் விரும்பியாக இருக்கக் கூடாது, ஏன்தான் அவர் அவளைச் சந்தேகிக்கக்கூடாது, ஏன் அவளிடம் நீ சொல்வதற்கு என்ன ஆதாரம் என்று காவல் துறையைக் கேட்டதைப்போல கேட்கவில்லை, ஏன் அவள் தன்னைக் குசலம் விசாரிப்பதற்காக விலையுயர்ந்த பரிசுப் பொருள் ஒன்றைக் கொண்டுவந்ததைப்போல மகனைப் பற்றிய நல்ல செய்தியுடன் தன் வீட்டு வாசலின்முன் வந்து நின்ற ஒரு தேவதை என்றெண்ணினார், உண்மைக்குக் காவலாக நியமிக்கப்பட்டிருக்கும் காவல் துறையிடம் காணாத உண்மையின் லட்சணமென்று எதை அவள் வார்த்தைகளில் அவர் கண்டு கொண்டார், அவள் குரல் அவர் மகனின் பெயரை உச்சரித்த போது காவல் துறையின் குரலிலிருந்ததைப்போன்ற சலிப்பிற்கும் கோபத்திற்கும் அலட்சியத்திற்கும் பதிலாக அதில் ஒரு பேருவகை கொப்பளித்துக் கிடந்ததை அவருடைய பஞ்சடைந்த கண்கள் கண்ணீர்த் திரையின் வழியே கண்டன, அவள் அந்தச் செய்தி அவர்களை மகிழ்விக்கும் என்பதற்காக மட்டும் அதைச் சொல்ல அவர்கள் வீட்டிற்கு வரவில்லை, மாறாக அவளை ஆனந்தக்கடலில் ஆழ்த்திய ஒரு பரம ரகசியத்தைத் தொடர்ந்து மனதில் சுமந்துகொண்டிருக்க அவளுக்கே திராணி யில்லாத பலவீனத்தால் அவர்களுடன் அதைப் பங்கிட்டுத் தன்னை ஆசுவாசப்படுத்திக்கொள்ளவே அவர்களைத் தேடி வந்திருக்கிறாளென்று அவருக்குத் தெரிந்தது (அதாவது உறங்காப்புலி அவளிடம் கேட்டுக்கொண்டிராவிட்டாலும் அவள் அவர்களை எப்படியாவது சந்தித்திருப்பாள்), பாகீரதியின் சொற்களில் வெளிப்பட்ட சந்தோஷத் திணறலும் அதனாலுண் டான திக்கலும் (காவல்துறையின் மொழியோ கம்பீரமும் பிசிறு தட்டாத, தடைப்படாத ஒழுக்கும் கொண்டிருந்த, மனவுறுத்தலற்ற, ஒரு கச்சிதமான மொழி) உண்மையின் பிரகாசத்தை அவர்மீது வாரியிறைத்துக்கொண்டிருந்தது, உண்மையென்பது நிரூபணங்களை மட்டுமின்றி வேறு சில அம்சங்களையும் சார்ந்து நிற்பதாகத்தான் இருக்கவேண்டும், வறண்ட உண்மை நம்பிக்கைக்குரியதில்லைபோல, ஒருவேளை சுந்தரபாண்டி அந்தப் பெண் தன்னிடம் சொன்னதை வாய்மை என்கிற வார்த்தையால் அடையாளப்படுத்த விரும்புவாரா

யிருக்கும், அது வள்ளுவன் சொன்னதைப்போல ஒரு தீமை யிலாத சொலல், உண்மைக்குத்தான் நிரூபணங்கள் தேவை, வாய்மைக்கு அவை தேவையில்லை, பாகீரதி அதிக நேரம் அங்கே தங்கியிருக்கவில்லை, ஹேமா பள்ளியிலிருந்து திரும்பும் சமயம் சமீபித்துக்கொண்டிருந்ததால் தகவலைச் சொல்லிவிட்டு உடல்நலத்தைக் கவனித்துக் கொள்ளுமாறும் வேண்டிக்கொண்டு விரைவிலேயே கிளம்பிவிட்டாள், சுந்தரபாண்டியின் கண்களைப் பார்த்துப் பார்த்து வடிவம்மாள் கேட்ட எல்லாக் கேள்விகளுக்கும் அவளால் பதிலளித்துவிட முடியவில்லைதான் (உதாரணமாக, நீ யார், என் மகனை உனக்கு எப்படித் தெரியும்), ஆனால் அந்த இரக்கத்திற்குரிய பெற்றோர் வினவியதும் விசாரணையாகவோ சான்றுகளுக்காகவோ அல்லாமல் புதையலைக் கையில் வைத்திருப்பவனைப் பார்த்து இது எப்படிக் கிடைத்தது என்று கேட்பதைப்போல ஒரு கலப்படமற்ற வியப்பில்தானாகையால் அவளும் அவற்றுக்குப் பதில் சொல்வதை ஒரு நிர்பந்தமாக உணரவில்லை.

உறங்காப்புலியின் வரவு விபின் பாஸ்வானின் வறண்டுபோன அன்றாடங்களின் நிலத்தில் உயிர்நீரைப் பாய்ச்சியது என்று சொன்னால் அது மிகையான கூற்றாக இராது. அதிலும் ஜெமினியின் இறப்பிற்குப் பிறகு சவிதாதேவியின் ஸ்மரணையில் தன்னுடைய வெளிப்படுத்தப்படாத காதல் நிரம்பிக் கிடக்கிறது என்றும் பிரக்ஞையற்றுப் போகும் வேளைகளில் தன்னுடைய உருவெளித்தோற்றம் நிஜவுலகுடன் அவளைப் பிணைத்துக் கட்டும் கயிறாக உபயோகப்பட்டுக்கொண்டிருக்கிறது என்றும் அவன் சொன்னபோது அவர் அதற்குமேல் தாங்க முடியாமல் நெடுநேரம் அழுதுகொண்டிருந்தார். சவிதா தனக்குக் கிடைத்திருந்தால்கூட இத்தனை ஆனந்தத்தை அவள் தனக்கு அளித்திருக்க முடியாது என்று கூறிப் பரவசப்பட்டுக்கொண்டார். உறங்காப்புலி ஒசூருக்குச் சென்றுவந்த கதையையும் அங்கே சவிதாவை அவன் அவனுடைய காதலியாயும் சவிதா அவனை விபின் பாஸ்வானாயும் வரிந்து கொண்டு நடத்திய உரையாடல்களைத் திரும்பத் திரும்பச் சொல்லச் சொல்லிக் கேட்டார். உறங்காப்புலி பாகீரதி இருவரின் காதல் கதையும் அவருக்கு மிகுந்த ஆச்சரியத்தையும் சுவாரஸ்யத்தையும் அளிப்பதாய் அமைந்திருந்தது. தடை செய்யப்பட்ட தங்கள் காதல்களின் மகத்துவத்தை இருவரும் குருபிரசாத்தின் துணையுடனேயே (அவன் இருப்புக் குறித்துக் கவலைப்படத் தேவையில்லையென்று பெரியவர் முதலிலேயே சொல்லிவிட்டிருந்தாரென்று சொன்னோம். அந்தக் கதை அவரைப்

பற்றிய பிறருடைய பார்வையில் பாதிப்பைக் கொண்டுவரும் வயதை அவர் கடந்திருந்தார். உறங்காப்புலியோ நிரந்தரமாக அங்கே தங்கப்போகிறவனில்லை) பகிர்ந்துகொண்டு மனதை நிறைத்துக்கொண்டார்கள். உண்மையில் விபின் பாஸ்வானுக்கு அந்திமக் காலத்தில் வந்து தன் வாழ்வின் பயனைப் பூர்த்தி செய்து (தன் காதல் காதலியால் உணரப்பட்டிருக்கிறது என்பதைவிட அதிகமாக வேறெது வாழ்ந்ததற்கான அடையாளத்தை ஒருவனுக்குக் கொடுத்துவிடப் போகிறது) தன் ஆன்மாவைச் சாந்தியடையச் செய்துவிட்ட அந்த இளைஞனிடம் தனக்குக் கொள்ளியிடும் பொறுப்பையும் கொடுத்து (ஜெமினியின் குடும்பம் கல்கத்தாவிலிருந்ததுவரை அதை அவர் மகாவதனிடம் ஒப்படைத்து வைத்திருந்தார்) அவனைத் தன்னுடனேயே கடைசிவரை வைத்துக்கொள்ள வேண்டுமென்று ஆசைதான். ஆனால் இரண்டு நாட்களுக்குமேல் அவனை வைத்துக்கொள்ள முடியாதபடி அவசரநிலைக் காலச் சூழல் அவரைத் திகைக்கச் செய்துகொண்டிருந்தது. சவிதாவின் நினைவுகளையும் அவள் வாழ்ந்த வீட்டையும் விட்டுப் போக மனமில்லாமல் கல்கத்தாவி லேயே ஒரு பார்ஸி பணக்காரரின் வீட்டில் இரவு நேரக் காவலாளியாக வேலைசெய்து ஜீவித்துக்கொண்டிருந்த அந்த மாஜிக் காதலருக்குத் தன் வீட்டில் தன் தயவை நாடி வந்திருக்கும் ஒரு நோய்வாய்ப்பட்ட விருந்தாளிக்காகப் பகல் நேர ஓய்வைத் தியாகம் செய்வதும் அவனுடைய தேவைகளுக்காகக் கூடுதலாகச் சில சிரமங்களை மேற்கொள்வதும்கூடப் பெரிய விஷயமாகத் தெரியவில்லையென்றாலும் (தன்னுடைய நண்பனும் ஆருயிர்க் காதலியின் கணவனுமான ஜெமினியின் பெயரால் அந்தக் கூடுதல் பொறுப்பைச் சுமந்துவிட முடியும்தான்) தானே இருபத்து நான்கு மணி நேரமும் மத்திய உளவுத்துறையின் ரகசியக் கண்காணிப்பின் கீழிருக்கும் சிபிஐஎம்மெல்லைச் சேர்ந்த ஓர் உத்தேசக் குற்றவாளியாய் நித்திய கண்டம் பூரண ஆயுசு என்று இருக்கிற நிலையில் சிறையிலிருந்து தப்பி வந்த ஒரு கைதியாக இருக்கும் அவனுக்கு ரகசியமாக அடைக்கலம் தருவது அவனுக்கே எத்தனை தூரம் அனுகூலமாய் இருக்குமென்கிற கவலையும் மிக மோசமாக மர்மத்தில் அடிபட்டிருக்கும் அவனுக்கு அவனுடைய கைதியென்கிற தகுதி காரணமாகவே பொது மருத்துவமனையில் சேர்த்து மருத்துவச் சிகிச்சைகளை ஏற்படுத்தித் தரும் வாய்ப்போ தனி மருத்துவர்களிடம் ரகசிய மாக அதற்கு ஏற்பாடு செய்யும் அளவிற்குப் பொருளாதார வசதியோ செல்வாக்கோ இல்லையென்கிற யதார்த்தமும் அதே சமயத்தில் இவற்றையெல்லாம் காரணம் காட்டி உறங்காப்புலியைக் கைவிட்டுவிட மனங்கொடுக்காத

வாஞ்சையும் கல்கத்தாவிலிருந்து முப்பது கல் தொலைவிலிருக்கும் பேராச்சாப்பா கிராமத்தில் வசித்துவந்த இங்க்ளய்யாவின் உதவியை நாடச் சொல்லி அவரை வற்புறுத்தியது. இங்க்ளய்யா பல வருடங்களுக்கு முன்பே இயக்கங்களின் மீதான பிடிப்பு அற்றுப்போய் நாட்டு நடப்புகளிலிருந்து தன்னைத் துண்டித்துக் கொண்டு கண்காணிப்புகளின் எல்லைகளுக்கு வெளியே விலகி வந்துவிட்டிருந்ததாலும் பிறப்பால் கூக்கனானதால் பிறந்ததிலிருந்தே தொடர்ந்து வந்த வனப் புழக்கம் பயிற்றுவித்த மூலிகை மருத்துவ முறைப் பிரயோகங்களில் பயிற்சி உள்ளவரா யிருந்ததாலும் அதனாலேயே ஜனங்களிடையே ஆதிவாசியென்கிற மனப்பதிவையும் மீறி வைத்தியனென்கிற பிரசித்தமும் பெற்றவரா யிருந்ததாலும் அவரிடம் இருப்பது உறங்காப்புலிக்குக் கூடுதல் பாதுகாப்பாக இருக்கும் என்று அவருக்குத் தோன்றியது. எனவே வேறு வழியில்லாமல் கனத்த மனதுடன் தன் இயலாமையை எடுத்துச் சொல்லி உறங்காப்புலியைக் குருபிரசாத்தின் துணையுடன் பேராச்சாப்பாவிற்கு அனுப்பி வைத்தார்.

விபின் பாஸ்வானைப் போலவே ஒண்டிக்கட்டையான (ஆனால் காதல் தோல்வியென்கிற மாதிரியான இரங்கத்தக்கப் பின்கதைகளேதும் இல்லாத) இங்க்ளய்யாவிற்குத் தன் குடிசையில் கூடுதலாக ஒரு நபரைச் சேர்த்துக்கொள்வது பெரிய விஷயமாக இருக்கவில்லை. விபின் பாஸ்வான் சொன்னாரென்று சொல்லிக் குருபிரசாத் உறங்காப்புலியை அவர் கைகளில் ஒப்படைத்துவிட்டுச் சென்றபின் உறங்காப்புலி கூச்சத்துடன் அவரிடம் தன் வரவால் அவருக்குச் சிரமம் என்று சம்பிரதாயமாகச் சொன்னபோதுகூட அவர் சிரித்துக்கொண்டே, அதெல்லாம் ஒன்றுமில்லை தம்பி, இருப்பதைப் பகிர்ந்து கொள்வதற்குத்தான் யாருக்கும் மனம் வராது, இல்லாமையைப் பகிர்ந்துகொள்வது உண்மையில் அப்படியொன்றும் சிரமமான காரியமில்லை என்றுதான் சொன்னார். ஆனால் அவனுடைய நோய்மை நிலை நிர்பந்தித்த பிரத்யேக கவனிப்புத்தான் அவரைக் கொஞ்சம் சிரமப்படுத்தியது. ஏனெனில் கட்சியிலிருந்து விலகி வந்ததற்குப்பின் வயிற்றுப் பாட்டிற்காகச் சில சில்லரை வேலைகளைப் பார்த்துக்கொண்டும் பேராபுடீமாவின் தாக்குரைப் பராமரித்துக்கொண்டும் இல்லாத சனங்களுக்காகத் தன்னுடைய கை வைத்திய நிபுணத்து வத்தை உபயோகப்படுத்திக்கொண்டும் வாழ்வின்மீது பெரிய பற்றையோ பொறுப்பையோ ஏற்றுக்கொள்ளாமல் அதுநாள்வரை தான்தோன்றியாகவே காலத்தைக் கழித்துவந்த, எனவே விபின் பாஸ்வானைப்போலவே உறங்காப்புலியின் வருகையைத் தன் தனிமையைப் போக்கும் ஒரு துணையாகவும் அவனுடைய

நோய்மையைத் தன் கைவண்ணத்தைப் பரீட்சித்துப் பார்க்கும் உரைகல்லாயும் தேர்ந்துகொண்டு உற்சாகமாகவே அவனை வரவேற்கும் மனதையும் கூடவே கொண்டிருந்த அந்த முதியவர் அவன் வருவதற்குச் சில மாதங்களுக்கு முன்பிருந்துதான் உட்கார நேரமில்லாமல் பம்பரமாகத் தன்னைச் சுழற்றிக்கொண்டிருக்கும் ஒரு புதிய பொறுப்பை உற்சாகத்துடன் ஏற்றுக்கொண்டிருந்தார். பெரியவளுக்குப் புதிய கோவிலொன்றைப் பேராச்சாப்பா தொழிற்பேட்டை வளாகத்தில் கட்டும் திருப்பணியை முன்னின்று நடத்தி முடிக்கும் சந்தோஷச் சுமை அவர் எதிர் பாராமலேயே டொன்னேலி சணல் மற்றும் சாயத் தொழிற் சாலையின் நிறுவனர் திருவாளர் உபேந்திரநாத் தத்தாவால் அவர் தோள்களின்மீது சுமத்தப்பட்டிருந்தது. உபேந்திரநாத் தத்தா அப்படியொரு ஆணையை பேராபுடீமா பல்குண மாதத்தின் பௌர்ணமி இரவில் தன் கனவில் நேரிலேயே தோன்றித் தனக்கிட்டாளென்று பௌர்ணமி கழிந்து நான்கு நாட்களுக்குப் பிறகு ஓர் அதிகாலை நேரத்தில் திடீரென்று தன்னுடைய இம்பாலாவினால் பேராச்சாப்பாவின் குறுகிய தெருக்களில் விச்ராந்தியாகத் திரிந்துகொண்டிருந்த கோழி களையும் கால்நடைகளையும் காலைக்கடன்களுக்காக நகர்ந்து கொண்டிருந்த மனிதர்களையும் மருங்குகளை நோக்கிச் சிதறடித்தபடி இங்க்ளய்யாவின் குடிசை வாசலுக்கு வந்து நின்று இங்க்ளய்யாவின் மூலமாகவே பேராச்சாப்பா ஜனங்களை அங்கே திரட்டித் தன்முன் நிறுத்திக்கொண்டு அறிவித்தார். பின்பொருநாள் இங்க்ளய்யாவால் தன்னிடம் பிரஸ்தாபிக்கப் பட்ட உபேந்திரநாத் தத்தாவின் இந்தக் கனவுக் கதையை நம்ப முடியாமல் உறங்காப்புலி சிரிக்க முயற்சித்தபோது இங்க்ளய்யா அதைத் தடுத்துவிட்டுச் சொன்னார், அந்தப் பணக்காரர் தன் கனவை விவரித்துக்கொண்டிருந்தபோது (அந்தக் கனவில் என் படுக்கையறை திடீரென என் தொழிற்சாலையாக மாறிவிட்டது, முன்பு சர்வாலங்காரபூஷிதையாக இருந்தவளென்று ஊகித்துக் கொள்ளத் தக்க ஒரு லட்சணமான பெண் அந்த நடுநிசி நேரத்தில் மூளிக் கழுத்துடனும் தலைவிரி கோலத்துடனும் கிழிந்த பட்டாடைகளுடனும் வாயிலும் வயிற்றிலும் அடித்து ஒப்பாரி வைத்துக்கொண்டே ஈரக் கால்களுடன் ஓடிவந்து அந்தத் தொழிற்சாலைக்குள் புகுந்துகொண்டு அங்கிருக்கும் எல்லா இயந்திரங்களையும் சுற்றிச் சுற்றி வந்து உயிரற்ற ஜடங்களுக்கெல்லாம் துணையிருக்கும்போது தான் மட்டும் ஒரு மூலையில் அனாதையைப்போல உட்கார்த்தி வைக்கப் பட்டிருப்பது நியாயமா என்று கேட்டு மூக்கைச் சிந்தி ஓலமிட்டு அழுதாள், அவள் எங்கெல்லாம் அலைகிறாளோ அங்கெல்லாம் பித்யாவும் உக்கிரமாகத் தன் அலைகளை வீசியபடி கூடவே வந்து

கொண்டிருந்தது, பார்ப்பதற்கே அச்சத்தையும் துக்கத்தையும் ஊட்டும் தோற்றத்துடன் அவள் தன்னைக் கவனித்துக் கொள்ள இந்த ஊரில் ஆட்கள் இல்லையானால் சந்திர சூரியர்களையும் பித்யாவையும் ஜனங்கள்மேல் பாயாமல் கட்டுப்படுத்தி வைத்திருக்கும் தனக்கும் இந்த நிலத்தைக் கைவிட்டுவிட்டு வெளியேறிப் போய்விடுவதைப்பற்றி ஒரு தயக்கமும் இருக்கப்போவதில்லையென்றும் பிறகு வரும் விளைவுகளுக்கு ஜனங்கள்தான் பொறுப்பேற்க வேண்டுமென்றும் ஆங்காரத்துடன் கத்தினாள், பிறகு அவள் நுழைந்ததைவிட வேகமாகத் தொழிற்சாலையை (படுக்கையறையை) விட்டு வெளியேறினாள், அந்தக் கணத்தில் போகாதே போகாதே என்று அலறிக்கொண்டே நான் விழித்துக்கொண்டேன், நிஜமாகவே நடந்ததைப் போன்ற அப்படியொரு தத்ரூபமான சொப்பனத்தை நான் என் வாழ்நாளில் அதற்கு முன்பு கண்டதேயில்லை யாதலால் அந்த இரவின் மீதிப் பொழுதைத் தூங்காமலேயே கழித்துவிட்டு எப்போது விடியுமென்று காத்திருந்து அடுத்த நாள் காலையில் முதல் வேலையாக ஓஜாக்களை அழைத்து என் கனவைப்பற்றி விவரித்தேன், ஒரே சமயத்தில் யவ்வனப் பெண்ணாயும் வயதுக் கணக்கைக் கடந்துவிட்ட முதுபெரும் கிழவியாயும் தோற்றமளித்துக்கொண்டிருந்த, ஆனால் அத்தனை அலங்கோலத்திற்கும் அசந்தர்ப்பமான பொழுதிற்கும் நடுவி லும் தன்மேல் கருத்தூன்றச் செய்யக்கூடிய பிரமிக்கத்தக்க அழகுடன் ஒளிர்ந்துகொண்டிருந்தவளென்று என்னால் வர்ணிக்கப்பட்ட அந்தப் பெண் பித்யா நதிக்கரையில் குடிகொண்டிருக்கும் பேராபுடீமாதான் என்றும் அவளைத் தனிமையான நதிக்கரையிலிருந்து வெளியேற்றித் தொழிற்சாலை வளாகத்தின் அருகே அதன் வெளிப்புறத்தில் எல்லோரும் வந்து வணங்கிச் செல்வதற்கு ஏதுவாகப் புண்யாவஜனம் செய்யப்பட்ட இடத்தில் ஒரு நந்தவனத்தை உண்டாக்கி நடுவில் ஒரு கோவிலைக் கட்டிக் கும்பாபிஷேகம் செய்து குடியமர்த்த வேண்டும் என்றும் அவர்கள் பிரசன்னம் சொன்னார்கள்) அவர் உடல் இடைவிடாமல் நடுங்கிக்கொண்டிருந்ததையும் கண்கள் மின்னல் பாய்ந்ததைப்போல பிரகாசித்துக்கொண்டிருந்ததையும் நான் பிரத்யட்சமாகவே பார்த்துக்கொண்டிருந்தேன் தம்பி, ஒருவர் சொல்வது நிஜமா பொய்யா என்பதை அறிவிக்க விரும்பி னால் அதைப் பெரியவள் அவர் கண்கள் மூலமாகத்தான் தனக்கு நெருக்கமானவர்களுக்கு உணர்த்துவாள். மேலும் தனக்குத் தோன்றும் நேரங்களில் தனக்குத் தேவையானதைத் தான் தேர்ந்தெடுக்கும் நபர்களின் (அது அவளுடைய பக்தர் களாகத்தான் இருக்க வேண்டுமென்பதில்லை, சம்பந்தமே யில்லாத, அவளை முன்பின் அறிந்தேயிராத, அந்நியர்களாக,

தத்தாவைப்போல வேறொரு தெய்வத்தைத் தங்கள் குலதெய்வ மாகக் கொண்டவர்களாக இருந்தால்கூட. சில சமயங்களில் அவர்கள் ஒரு வெள்ளையனாகவோ அல்லது ஒரு பத்ரூத் சாதித் திருடனாகவோகூட இருந்திருக்கிறார்கள்) கனவிலோ சன்னதத்திலோ பேராபுடீமா வந்து அறிவித்துவிட்டுச் செல்வ தொன்றும் வரலாற்றில் புதிய விஷயமுமில்லை. பேராச்சாப்பா வில் பித்யாதரியின் கரையில் கூக் பழங்குடியினரால் அவள் குடியமர்த்தப்பட்டதேகூட மள்ளர் சாம்ராஜ்ஜிய காலத்தில் சோனாபாரியாவில் ஒரு வேட்டைக்காரனின் மகளாகப் பிறந்து அரசனின் காம இச்சைக்கு இணங்க மறுத்துக் கத்தி யால் தன் கழுத்தை அறுத்துக்கொண்ட பிறகு அவளை சோனாபாரியாவிலேயே தங்கள் குல தெய்வமாகப் பிரதிட்டை பண்ண கூக் சனங்கள் முனைந்தபோது அவர்கள் கனவில் தோன்றி அந்தக் கசந்த நினைவுகளின் மண்ணில் தான் இருக்க விரும்பவில்லையென்று அவள் அறிவித்ததால் நிகழ்ந்ததுதான். எனவே டொன்னேலி தொழிற்சாலை அதிபருடைய கூற்றை நம்பாமலிருக்க இங்க்ளய்யாவுக்கும் பேராச்சாப்பா ஜனங்களுக்கும் காரணம் எதுவும் இருக்கவில்லை. அவர் சொன்னதைக் கேட்டு இங்க்ளய்யா ஆச்சரியமடையவுமில்லை.

இவற்றுக்கப்பால், திருவாளர் உபேந்திரநாத் தத்தா பேராபுடீமாவைப்பற்றி இங்க்ளய்யாவைத் தேடி வந்து பேசிய சமயமும் அப்படிப் பேசுவதற்கான தருணம் கனிந்து கொண்டிருந்த காலக்கட்டமாகத்தானிருந்தது, சுதந்திரத் திற்கு முன்பு பேராபுடீமா வேட்டுவன் மகளாகப் பிறந்த இடமான சோனாபாரியாவும் அவள் தெய்வமாகக் குடியேறிய பேராச்சாப்பாவும் இந்தியாவாகவே அறியப்பட்டிருந்தவரை பேராபுடீமாவிற்கு அடையாளப் பிரச்சனையெதுவும் இல்லாம லிருந்தது, நாட்டுப் பிரிவினையில் பேராச்சாப்பா இந்திய நிலமான பர்கானா மாவட்டத்தையும் சோனாபாரியா கிழக்குப் பாகிஸ்தானையும் சேர்ந்ததென்று அறிவிக்கப்பட்டுவிட்டபிறகு பேராபுடீமாவின் தாக்குரை நாடி வரும் கூக்குகளுடைய நடமாட்டத்தில் சுணக்கம் ஏற்பட்டுவிட்டதாலும் (இத்தனைக்கும் பேராபுடீமாவிற்கான அவர்களுடைய எல்லை தாண்டல் களை இரு நாட்டு எல்லைக் காவலர்களுமே பார்த்தும் பார்க்காதது போலவேதான் இருந்துகொண்டிருந்தார்கள்) பேராபுடீமா பேராச்சாப்பாவிலிருக்கும் பிற சாதியினருடைய குலதெய்வமில்லையென்பதாலும் இரு தரப்பினராலுமே கைவிடப்பட்டுத் தனியளாகிவிட்டாள், அந்த நிலையில் எப்படியும் என்றாவதொருநாள் அந்த நிலத்தில் தன்னுடைய இருப்பையும் தனக்கு உரிமையுள்ள கொடைகளையும்

அவள் சனங்களுக்கு நினைவுபடுத்தித்தானே ஆகவேண்டும். எத்தனை நாட்களுக்குத்தான் அவளும் தனியாயும் பசியோடும் இருப்பாள். எனவே அவளுடைய சிதிலமடைந்த தாக்குரை முழுக்க இடிந்து போய்விடாமல் காப்பாற்றி இத்தனை காலமும் பராமரித்து வந்தவர் என்கிற முறையில் அவளை நதிக்கரையின் அனாதைமையிலிருந்து இடம் மாற்றி பர்கானா மாவட்டம் முழுவதும் அறியும்படி ஒரு பிரசித்தி பெற்ற தெய்வமாக, காளி யின் அம்சமாக, சண்டியாக, தொழிற்பேட்டை வளாகத்தில் நல்ல பராமரிப்பின்கீழ் எழுந்தருளச் செய்வதற்குத் தன்னுடைய சம்மதமும் உதவியும் தேவை என்று கேட்டுக்கொள்வதற்காகவே அவ்வளவு பெரிய மனிதர் தன் குடிசைக்கு வந்திருந்தாரென்பதை அறிந்தபோது திகைப்புணர்விற்குப் பதிலாக இத்தனை காலமும் பேராபுடீமாவினுடைய திருப்பணியில் ஈடுபட்டிருந்ததற்காகப் பெரியவள் தனக்கு அளித்த கௌரவம் என்கிற நினைப்பில் இங்க்ளய்யாவின் மனம் கர்வத்தையும் பெருமிதத்தையும் மகிழ்ச்சியையுமே அடைந்தது. அதுவே அவர் தன் வயதை மறந்து அந்தப் பொறுப்பைத் தன் தலைமீது வைத்துச் சுமக்கவும் உந்துகோலாக அமைந்தது. முதலில் அவர் பெரியவளின் திருவுருவத்தைப் பெயர்த்தெடுத்துப் புதிய இடத்திற்கு மாற்றும் காரியத்திற்குத் தன்னிச்சையாக சம்மதம் தந்துவிட முடியாது என்றும் தாக்குரின் பராமரிப்பாளன் தான்தானென்றாலும் கூடப் பூர்வ காலத்தில் பித்யா நதிக்கரையில் செழித்திருந்த வனத்தினுள் பேராபுடீமாவைக் குடியேற்றிய கூக் இனத்தவர் களின் வழித்தோன்றல்களுடைய பிரதிநிதியாகத்தான் அந்தக் கைங்கரியத்தைத் தான் செய்துகொண்டிருப்பதால் அவர்களைக் கலந்தாலோசிக்காமல் தனிப்படத் தன்னால் எந்த முடிவையும் எடுக்கவும் முடியாது என்றும் சொல்லி உபேந்திரநாத் தத்தாவினுடைய ஏற்பாட்டிலேயே சோனாபாரியாவிற்குச் சென்று தேயாஸிகளைச் சந்தித்துவிட்டு வந்தார். அவரைப் போலவே அவர்களுக்கும் திருவாளர் உபேந்திரநாத் தத்தாவினுடைய கனவு குறித்துச் சந்தோஷம்தான். தங்களிலொருவருடைய கனவில் பேராபுடீமா தோன்றாதது குறித்து அவர்களுக்குச் சிறிது வருத்தம்தானென்றாலும் அவளுக்குத் தெரியும் யாரிடம் எப்போது என்ன பேச வேண்டுமென்பது (தொழிலதிபர் கண்ட அதே கனவை அவர்களில் ஒருவர் கண்டதாகச் சொல்லிக்கொண்டு அவர் முன்னே போய் நின்று அவருடைய தொழிற்சாலையில் ஓர் இடத்தைத் தாக்குருக்குக் கொடுத்துதவ வேண்டுமென்று கேட்டிருந்தால் அவர் சம்மதித்திருப்பாராயென்ன).

கூட்டத்தில் அந்த வருடத்தின் அஸ்வினி அமாவாசைக் கொடையின்போது (பேராபுடீமாவின் முற்பிறவியில் தன் சுயச்

சாவை நிகழ்த்திக்கொண்ட தினம்) பெரியவளிடம் சம்மதம் கேட்ட பிறகு முடிவைச் சொல்வதென்று ஏக மனதாக முடிவு செய்யப்பட்டது. என்றாலும் சம்மதம் என்று பேராபுடீமா சொல்ல வேண்டுமென்பதே அனைவரின் விருப்பமாயும் இருந்தது. குழந்தைகளின் விருப்பம் அதுவாகவே இருக்கும் பட்சத்தில் தாயான பேராபுடீமா அதற்கு மறுப்புச் சொல்லிவிடப் போகிறாளாயென்ன. எனவே அவளுடைய பதிலுக்காகக் காத்திருக்கும் நேரத்தில் சம்மதம் கிடைத்துவிட்டதாகவே முடிவு செய்துகொண்டு திருவாளர் உபேந்திரநாத் தத்தாவுக்குப் புதிய தாக்குர் திட்டத்தின்மீதான பலாபலன்களைக் குறித்து எப்படி எடுத்துரைப்பது என்கிற விவாதத்திற்குள்ளும் அவர்கள் நேரடியாக இறங்கிவிட்டார்கள். குறிப்பாக வருங்காலத்தில் கொடை நாளுக்காகவோ அல்லது பிரத்யேக வேண்டுதல்களுக்காகவோ அல்லது நேர்த்திக் கடன் கழிப்பதற்காகவோ பெரியவளைச் சந்திக்கப் பேராச்சாப்பாவிற்கு வரவேண்டுமென்று கூக்குகள் விரும்புகிறபோது (அல்லது அதற்கான தட்டிக் கழிக்க முடியாத அழைப்பைப் பேராபுடீமாவே வெளியிடும்போது) குடிசனங்கள் அனைவருக்கும் பாத்யதைப்பட்ட பொது இடமான நதிக்கரையாக அது இல்லாமல் தனிப்பட்டவர்களின் சொத்தான தொழிற்பேட்டையாயும் தொழிற்சாலை வளாகமாயும் இருக்குமானால் ஆதிவாசிகளான கூக் இனத்தவர் அங்கே சுதந்திரமாக வந்து அவளை வழிபட முடியுமா என்பது அவர்களுடைய முக்கியமான சந்தேகமாக இருந்தது. இந்தக் கேள்வியுடன் இங்க்ளய்யா பேராச்சாப்பாவிற்குத் திரும்பித் திருவாளர் உபேந்திரநாத் தத்தாவை அவருடைய அலுவலகத்தில் சந்தித்து (தத்தா அந்தச் சந்தேகத்தையே கூக்குகளுடைய சம்மதமாக எடுத்துக்கொண்டு மகிழ்ச்சியடைந்தார்) தங்களுடைய சுதந்திரத்திற்கு உத்திரவாதத்தையும் வருடாந்திரக் கொடைகள் முழுக்க முழுக்க கூக் இனத்தவரால் தத்தா மற்றும் அவருடைய சந்ததிகளின் செலவில் கொண்டாடப்படுமென்கிற உறுதி மொழியையும் திருவிழாச் சமயத்தில் மட்டுமல்லாமல் வருடத்தின் பிற நாட்களிலும் பேராபுடீமாவை வழிபட வரும் கூக்குகள் தங்குவதற்கான தர்ம சத்திரமொன்று பேராச்சாப்பாவில் அமைக்கப்படுமென்கிற அறிவிப்பையும் வெற்றிகரமாகப் பெற்றுக்கொண்டு திரும்பினார். இவற்றுக்கு மேலாக வாய்க்காதுபோல் வாய்த்த இந்த அரிய சந்தர்ப்பத்தைப் பயன்படுத்திக்கொண்டு தங்களுடைய இன்னொரு நீண்ட நாள் ஆசையையும் நிறைவேற்றிக் கொண்டுவிடும் திட்டம் கூக்குகளிடம் இருந்தது. அஃதென்னவென்றால் கூக் சாதி இளைஞர்களுக்கு உபேந்திரநாத் தத்தாவும் பிற முதலாளிகளும் பேராச்சாப்பா தொழிற்சாலைகளில் வேலை வாய்ப்புகள் கொடுத்து உதவ வேண்டும். கூச்சத்துடனும் அதிகமோவென்கிற அச்சத்துடனும்

தன்முன் பரீசீலனைக்கு வைக்கப்பட்ட இந்தக் கோரிக்கைக்கு டொன்னேலி தொழிற்சாலையின் நிறுவனர் உடனடியாகச் சம்மதம் தெரிவிக்கவில்லை யென்றாலும் வருங்காலத்தில் வேலை வாய்ப்புகளைப் பெறும் விதமாக அடிப்படைக் கல்வித் தகுதி யைப் பெறும்வண்ணம் தனது செல்வாக்கை உபயோகித்து சோனாபாரியாவிலேயே கூக் இனத்தவருக்கான ஒரு பள்ளிக் கூடத்தை அமைத்துத் தருவதாக உறுதியளித்தார். நாட்டுப் பிரிவினை என்பது ஓர் அரசியல் நிகழ்வாகவல்லாமல் சமூக நிகழ்வாக இருக்க நாம் அனுமதிக்க வேண்டியதில்லை என்பதைத் தான் பேராபுடீமா தன் மக்களைப் பித்யாவின் அக்கரையிலும் தன்னை இக்கரையிலுமாக இருத்தி வைத்துக்கொண்டிருக்கும் யதார்த்தமும் எடுத்துக்காட்டுகிறது என்றாராம் அவர் இங்க்ளய்யா விடம் நெகிழ்ச்சியுடன். ஓர் எழுபது வயதுக் கிழவரைச் சுழற்றிவிட இத்தனைக் காரணங்கள் போதாதாயென்ன. உறங்காப்புலி மட்டும் நன்றாக நடமாடும் ஸ்திதியில் இருந்திருந்தால் உண்மையில் அவன் அவருக்கு அவருடைய புதிய பொறுப்புகளுக் கிடையில் அன்றாட வேலைகளைக் கவனித்துக்கொள்ள ஒரு ஜோடிக் கூடுதல் கரங்களாகவே உபயோகப்பட்டிருப்பான். ஆனால் அதற்காக அவன் தன் நோய்மைக் காலத்தில் அவருக்கு முற்றிலும் ஒரு சுமையாகவும் இருந்துவிடவில்லை. அவனால் களைத்துப்போய் வரும் இங்க்ளய்யாவிற்கு ஒரு நல்ல பேச்சுத் துணையாக இருக்க முடிந்தது. விபின் பாஸ்வானைப் போலவே இங்க்ளய்யாவும் ஜெமினியைப்பற்றித் தெரிந்துகொள்ள வந்தவ னென்கிற காரணத்தாலேயே அவனைத் தனக்கு நெருக்கமானவ னாய் உணர்ந்துகொண்டிருந்தார். ஜெமினியுடன் இங்க்ளய்யாவி னுடைய நட்பு என்பது முப்பது வருடங்களுக்கு முன் பேராச்சாப்பாவில் நிகழ்ந்த தெபாகா எழுச்சியின்போது நிலங் களின் விளைச்சலில் விவசாயிகளின் பங்கு குறித்து ஜோதாரிடமும் ஜமீன்தாரிடமும் கட்சித் தலைமை சார்பாகப் பேசுவதற்காகக் கிஸான் சமிதி உத்தரவின்படி இணைந்து செயல்பட்ட வெறும் இரண்டு நாள் பழக்கம் மட்டுமேதானென்றாலும், அந்த இரண்டு நாட்களிலும் அவர் ஜெமினியைப் பற்றி அறிந்து கொண்ட தெல்லாம் அவர் தென்னிந்தியாவைச் சேர்ந்தவர், தாழ்த்தப்பட்ட சாதியைச் சேர்ந்தவர், சிறு வயதிலேயே வீட்டைவிட்டு ஓடி வந்து கணிசமான வருடங்களை பீஹாரிலும் வங்காளத்திலும் கழித்தவர், பீஹாரிலேயே ஒரு துஸாத் இனப் பெண்ணைக் காதலித்துத் திருமணம் செய்துகொண்டவர், தெபாகா காலத்தின் போது அந்தப் பெண் தன்னுடைய முதல் பிரசவத்திற்காகப் பிறந்த வீட்டிற்குச் சென்றிருந்தாள், அது கட்சிப் பணிகளுக்காக வங்காளம் முழுவதும் அலைந்து திரிவதற்கு அவருக்கு உதவியாய் இருந்தது, சற்று பிரபலமான ஓவியர், பெரும்பாலும் மௌனி,

தெபாகா காட்சிகளைச் சித்திரத்தில் ஆவணப்படுத்துவதற்காக வங்காளம் முழுவதும் கட்சியால் நியமிக்கப்பட்டிருந்த கலைஞர்களில் ஒருவர் என்று இப்படிப் புறவயமான துவக்கநிலைத் தகவல்களைத் தவிர வேறெதுவுமில்லையென்றாலும் அவருடைய எண்ணப் போக்குகளில் பெரியதொரு திருப்பத்தையும் வாழ்வியல் பாணியில் மாற்றத்தையும் உண்டாக்கிய ஜமீன்தார் சுக்பிலாஸ் மாஜியின் பாராசாத் மாளிகைச் சம்பவம் ஜெமினி அவர் அருகிலிருந்த சமயத்தில்தான் நிகழ்ந்தது என்பதாலேயே அதற்கு முன்னால் மட்டுமல்லாமல் அதற்குப் பின்னாலும் சந்திக்கவே வாய்ப்பின்றிப் போன அந்த மௌனியிடம் ஒரு துலக்கமற்ற வாஞ்சை ஏற்பட்டிருந்தது. வெளிப்படையாகத் தெரியாவிடினும், நண்பர்கள் மூவரும் (ஜெமினி, விபின் பாஸ்வான், இங்க்ளய்யா) பிறகு அதுபற்றி வெளிப்படையாக விவாதித்துக்கொள்ள வில்லையாயினும் பாரசாத் மாளிகை வரவேற்பறையில் தனக்கேற் பட்ட, எந்த விவசாயிகளுக்கு எதிரான நிலச்சுவான்தார்களின் சுயநலத்தையும் பேராசையையும் கட்சி சார்பாகத் தட்டிக் கேட்கச் சென்றனரோ அந்த விவசாயிகள் மற்றும் ஜமீன்தார்கள் என்கிற இரண்டு வர்க்கங்களுமே ஓர் ஐரோப்பியக் கற்பிதங்கள்தா னென்பதான, இரண்டுமே சுயநலத்தையும் பேராசையையும் கலந்து வார்க்கப்பட்ட ஒரு நாணயத்தின் இரண்டு பக்கங்கள்தா னென்பதான திடீர்ப் புரிதல் (இங்க்ளய்யா அதை அப்படித்தான் உறங்காப்புலியிடம் குறிப்பிட்டார்), அதன் எதிர்பாராத வீச்சினால் உண்டான உணர்விழப்பு இரண்டும் சுக்பிலாஸ் மாஜியின், நீ கூக்கன்தானேடா என்கிற கேள்வியால் மட்டும் உண்டாகியிருக்க முடியாது என்றே அவர் எப்போதும் நம்பினார். ஏனெனில் அதற்கு முன்னும் பின்னும் எத்தனையோ தடவை அவர் அம்மாதிரியான சாதி குறித்த கேள்விகளையும் பரிகாசங் களையும் எதிர்கொள்ளவேயில்லையாயென்ன. ஆனால் பாராசாத் மாளிகையில் அதுவொரு வழக்கமான கேள்வி மட்டு மல்ல, ஒவ்வொரு கணமும் அவரை நோக்கிச் சமூகம் எறியும் அந்தப் பரிகாசத்தைத் திடீரென்று ஓர் அதிர்ச்சியூட்டும் உண்மை யாக உணர வைத்த ஒரு தனித்துவமான தருணம். ஒரு பிரத்யேகமான சூழல். ஜமீன்தார், அவருடைய காவலர்கள், விபின் பாஸ்வான், இவர்களுக்கு வெளியே பேராச்சாப்பாவில் அவர்களின் வரவை நோக்கி எதிர்பார்த்துக் காத்திருந்த ஜனங்கள், அவர்கள் குறித்த இவர்களுடைய அக்கறை, கவலை, அச்சம், தெபாகா பொருத்திவிட்ட நெருப்பின் தாங்கவொணா வெக்கை, பேராச்சாப்பாவின் குடிசைகளிலிருந்து பாராசாத் மாளிகையை நோக்கிய பயணம், களைப்பை ஏற்படுத்திய சுக்பிலாஸ் மாஜியுட னான நீண்ட உரையாடல் (நின்றுகொண்டே), இத்தனையும்

இணைந்து உருவானது அந்தச் சூழல் (அதில் கண்களுக்குப் புலப்படாத புவியீர்ப்பு விசையைப்போல விபின் பாஸ்வான் தன் சட்டைப் பைக்குள் 303 வீட்டுத் தயாரிப்புக் கைத்துப்பாக்கியின் மறைமுகமான உலோக ஈர்ப்புக்கூட ஒருவேளை அடங்கியிருந் திருக்கலாம் யார் கண்டது). அதில் ஜெமினியும் இடம் பெற்றிருந்தா ரெனில் அவர் எப்படித் தான் அதன் மூலம் பெற்ற தாக்கத் திற்குச் சம்பந்தமில்லாதவராக ஆகிவிட முடியும். இங்க்ளய்யா உறங்காப்புலியிடம் சொன்னார், இன்றும்கூட எனக்குப் பேராச்சாப்பா ஜமீன்தாரின் அகந்தை பிடித்த அந்தக் கேள்வி இரண்டு விளைவுகளைத்தான் நுண்ணுணர்வுள்ள யாரிடமும் உண்டாகியிருக்க முடியுமென்று தோன்றுகிறது, ஒன்று, ஜெமினியைப்போல ஸ்தம்பித்து நிற்பது அல்லது என்னைப்போல மயங்கி விழுவது, ஆனால் அன்று நான் மூன்றாவதான ஒரு விளைவையும் என் கண் முன்னே கண்டேன், சுக்பிலாஸ் மாஜி போன்றவர்களின் வஞ்சகத்தால் ஜோடிக்கப்பட்ட, ஆனால் தவிர்க்க முடியாமல் சில சமயங்களில் உண்மையாயிருந்துவிட நேர்கிற, சில தர்ம சங்கடமான கேள்விகளை எதிர்கொள்வதற்கு விபின் பாஸ்வானைப் போன்ற விசுவாசிகளுக்குக் கட்சியானது ஆயுதங்களைத்தான் மறைமுகமாகச் சிபாரிசு செய்யும் என்று நான் அன்றுவரை நினைத்துக்கூடப் பார்த்திருக்கவில்லை, என் மயக்கத்தினூடே நான் அந்தக் கைத்துப்பாக்கி வெடித்த சத்தத்தைக் கேட்டேன், ஜமீன்தார் தன்னுடைய விவசாயிகளுக்கு விளைச்சலில் மூன்றில் இரண்டு பங்கைத் தருவதற்கு ஒத்துக் கொண்டுவிட்டார், கட்சி அதைத் தனது மாபெரும் வெற்றியாக அறிவித்துக் கொண்டாடியது, ஆனால் அன்று நாங்கள் மூவரும் பாராசாத் மாளிகையிலிருந்து வெளிவந்தபோது சுக்பிலாஸ் மாஜியின் வஞ்சகப் பேச்சுக்கு விபின் அளித்த ஆபத்தான உடனடி எதிர்வினை புறத்திலிருந்து பார்க்கும்போது சற்று அவசரத்தனம் கொண்டதென்பதை ஒப்புக்கொண்ட பின்னும் செயலூக்கம் நிறைந்த ஒன்றாயும் ஜெமினியின் திகைத்துப்போன மௌனம் கோழைத்தனத்தின் வெளிப்பாடாயும் இரண்டு வேறு வேறான எதிர்வினைகளாகத் தென்பட்டாலும் என்னைப் போன்ற ஒரு வனவாசிக்கு இரண்டுமே ஒரே உண்மையைத்தான் அழுத்தமாக எடுத்துச் சொல்ல முடியுமென்று எனக்குத் தெரிந்து விட்டது, சுக்பிலாஸ் மாஜியின் கேள்விக்குக் கட்சியிடம் பதில் இல்லை என்பதுதான் அந்த உண்மை, எத்தனை ஆபத்தான விஷயம் அது, நீ ஆயுதத்தை எடுத்து உன் படைவீரனிடம் கொடுக்க வேண்டாம், அது உன் விருப்பமாய் இருக்கவும்கூட வேண்டாம், ஆனால் உன்மேல் கண்மூடித்தனமாக நம்பிக்கை வைத்திருக்கும் ஒரு செயல்வீரன் மாறிவரும் காலம் தன்முன்

வைக்கும் நிர்தாட்சண்யமான கேள்வியின்முன் (உதாரணமாக, கூலி குறைவு என்று போராடும் ஒரு விவசாயிக்கும் அவனிடம் பேரம் பேசும் ஜமீன்தாருக்கும் இவர்களிருவரிடையே மத்தியஸ்தம் செய்ய வரும் கட்சிக்காரனுக்கும் நடுவே தன் காட்டைப் பறி கொடுத்த ஓர் ஆதிவாசி என்ன பங்கைத்தான் வகிக்கிறான் என்கிற கேள்வி) உன் பிரதிநிதியென்கிற தகுதியுடன் பதில் தெரியாத நிராயுதபாணியாக நிற்க நேர்ந்துவிட்டால் அந்த இக்கட்டான நிலைமையை அவன் ஆயுதங்கள் மூலமாகவல்லாமல் வேறு எப்படித்தான் எதிர்கொண்டு கடக்க முயல்வான், ஜமீன்தார் என்னைப் பார்த்துக் கேட்ட கேள்விக்கு உண்மையில் பதில் சொல்ல வேண்டியது கட்சிதான் என்பதைக் கண நேரத்தில் தெரிந்துகொண்டுவிட்ட விபின் பாஸ்வான் அவருடைய குரலை என்னுடைய ஞாபகத்திலிருந்து அழித்துவிடுவதற்காகவே அதை விட உரத்து ஒலியெழுப்பக்கூடிய தன் துப்பாக்கியை அவசர அவசரமாக வெடிக்கச் செய்தான், ஆனால் தன் பலவீனத்தைத் துப்பாக்கியின் மூலமாகச் சரி செய்ய முயன்ற விபின் பாஸ்வானை விட மௌனமாகத் தலை குனிந்து நின்ற ஜெமினியைத்தான் என் மனம் மிக நெருக்கமானவராக அப்போது உணர்ந்தது. ஒருவேளை விபின் பாஸ்வானும் இங்க்ளய்யாவும் மட்டுமே அன்று ஜமீன்தாரின் கேள்வியின்முன் நின்றிருந்தார்களேயானால் அவர் தொடர்ந்து கட்சியிலேயே நீடித்திருந்திருப்பாராயிருக்கும். விபின் பாஸ்வானின் துப்பாக்கியும் அப்படி இருப்பதற்கான ஆரவாரமான, நாடி நரம்புகளை முறுக்கேற்றும் நியாயத்தை ஒரு பாம்பின் தீண்டடல் உடலுக்குள் ஏற்றும் உடனடி விஷத்தைப் போல அவருக்கு வழங்கியிருக்கும். ஆனால் அவர் பிறகு தன்னையறியாமலேயே கட்சிப் பணிகளைச் செய்யும் ஆர்வத்தைக் கொஞ்சம் கொஞ்சமாக இழந்துவந்தாரென்றால் அதற்கு அன்று அங்கு அவர்களுடன் நின்றிருந்த ஜெமினியின் மௌனப் பிரசன்னம் ஒரு காரணமாயிருக்க முடியுமென்பதை மறுக்க முடியாதுதான். அந்த மௌனம் ஓர் ஆதிவாசிக்கு ஆதரவான ஒரு செயல்வீரனின் மிகத் தைரியமான ஒப்புதல் வாக்குமூலம். பிடுங்கியெறியப்பட்டுவிட்ட கற்றாழை முள்ளின் விஷம் உடலுக்குள் தங்கி நாட்படக் கொல்லும் நோயாவதைப்போல அதுதான் கட்சியின் மேலிருந்த பிடிப்பை நலிவுறச் செய்து சிறிது சிறிதாகத் தனிமையை நோக்கி இங்க்ளய்யா நகரும்படி அவரை மாற்றிவிட்டுவிட்டது. அனைத்தும் அபத்தம் என்று தோன்றுகிறபோது ஒருவன்முன் விரியும் சூனிய வெளி அது. கூக்கர்கள் இழந்துகொண்டிருந்த வனத்தின் நிர்கதியான மௌன மாகவே தன்னையறியாமல் அது தனக்குள் அப்போது இறங்கி யிருந்தது என்பதையும் இங்க்ளய்யா பிறகு உறங்காப்புலியிடம் ஒப்புக்கொண்டார். ஜெமினியைப்போன்ற ஒரு சிருஷ்டிகர்த்தாவால்

அப்படித்தான் ஒரு பாதிக்கப்பட்டவனின் மனதில் பதிய முடியு மென்றும் அவருக்குத் தோன்றியது. ஆனால் இங்க்ளய்யாவைப் பாதித்த விதத்தில் அல்லது பாதித்த அளவில் பாராசாத் மாளிகைச் சம்பவம் ஜெமினியைப் பாதித்ததா என்பது சந்தேகம்தான் என்றான் உறங்காப்புலி. ஏனென்றால் ஜெமினி அதற்குப் பின்னும் பல காலம் கட்சியில் உறுப்பினராகத் தொடர்ந்து இருந்துகொண்டிருந்தாரென்பதுதான் அவன் கேள்விப்பட்டிருந்தது. ஆனால் அது அவருடைய பிரச்சனை, விஷயம் அப்போது ஜெமினி என்னவாக இருந்தாரென்பதல்ல, மாறாக அவருடைய அண்மையைப் பிறர் எப்படி உணர்ந்தார்கள், நான் எப்படி உணர்ந்தேன், என்பதுதான், ஆனாலும்கூட அன்று அவர் அடைந்த ஸ்தம்பிதம் அவருடைய பின்னாளைய வாழ்வில் தாக்கமெதையும் ஏற்படுத்தியிராது என்று அவர் தொடர்ந்து கட்சியிலிருந்தார் என்பதை மட்டும் வைத்துக்கொண்டு நிச்சயித்துவிடவும் தேவையில்லை என்று பதில் சொன்னார் இங்க்ளய்யா.

பெரியவரும் அவருடைய காயம்பட்ட விருந்தாளியும் வாய்ப்புக் கிடைக்கும்போதெல்லாம் (பெரும்பாலும் அது பின்னிரவு நேரத்திலும் விளக்கு அணைக்கப்பட்டுவிட்ட மையிருட்டிலுமே நிகழ்வதாகயிருந்தது) ஜெமினியைப்பற்றிய நினைவுகளைப் பகிர்ந்துகொண்டார்கள். ஜெமினி பின்னாளில் சாரு மஜூம்தாரின் தலைமறைவு இயக்கத்தில் இணைந்து பணியாற்றினார், அதன் காரணமாக அது நக்ஸலைட் இயக்கம் என்கிற பிரபலமான பெயரைப் பெறுவதற்கு முன்னாலேயே தன் மகனால் தன்னுடைய சொந்த ஊருக்கே அழைத்துச் செல்லப்பட்டுப் பின் அங்கேயே இறந்து போனார், அப்படி இறந்து போகும்வரை தன் கற்பனையில் உருவான மிதக்கும் வண்ணங்கள் என்கிற ஒரு வினோதமான சித்திரப் பாணியுருவாக்கத்தின்மீது தீராத வேட்கையையும் தேடலையும் கொண்டிருந்தார் என்பது போன்ற தகவல்களையெல்லாம் ஜெமினியைத் தன் வாணாளில் ஒருமுறைகூட சந்தித்தேயிராதவனான உறங்காப்புலியின் மூலமாக அறிந்துகொண்டபோது, இங்க்ளய்யாவிற்கு ஆச்சரியமும் வெட்கமும் அடடா, அந்த மனிதருடன் இன்னும் கொஞ்சம் நெருங்கிப் பழகாமல் போனோமே என்கிற ஏக்கமும் மனதில் எழத்தான் செய்தது. அந்த ஏக்கத்தைத் தன் பேச்சினால் ஈடு செய்துகொள்ளும் அவாவும் பிறந்தது. துவக்கத்தில் முப்பது வருடங்களுக்குமுன் ஓர் இரண்டு நாட்கள் மட்டுமே சந்தித்துப் பழகிய அந்த விசேஷமான மனிதரைப்பற்றித் தன்னால் நிறையப் பேசிவிட முடியுமா என்கிற சந்தேகத்துடனேயே தன் சம்பாஷணை களை ஆரம்பித்த அந்த முதியவர் பிறகு வெற்றுத்தாளில்

ஒரு சிறு புள்ளியிலிருந்து உருவாகும் சித்திரத்தைப்போல சிறிது சிறிதாகத் தன்னுள்ளிருந்து அது ஊற்றெடுப்பதை ஒரு புதைக்கப்பட்ட மதுவின் போதையுடன் தானே அனுபவித்தார் (என்றாலும் பேசிக்கொண்டிருக்கும்போதே அவர் சிலசமயம் உறங்காப்புலியிடம் ஒரு சுயமைதுனக்காரனைப்போல ஜெமினியுடனான மிக மிகக் குறுகிய அனுபவங்களை இந்த அளவிற்குத் தூண்டிவிட்டுக்கொள்வது இரங்கல் கூட்டத்தில் திடீரெனப் பேசுவதற்கு நிர்பந்திக்கப்பட்ட ஓர் அந்நியனின் நினைவுகூரல்களைப்போல வலிந்து புனையப்பட்ட அர்த்தங் களையும் கற்பனையான தீர்க்க தரிசனங்களையும் விதியால் முன்தீர்மானிக்கப்பட்டதென்று நாமே ஊகித்துக்கொள்ளும் தற்செயல்கள் குறித்த மிகைப்படுத்தப்பட்ட பிரலாபங்களையும் கொண்டுவிடாதா என்று ஒரு குழந்தையின் வெகுளித்தனத்துடன் கேட்பார். அப்படியோர் உரையைக் கட்டும் பிரயத்தனம் சில சமயம் தூசு படிந்த வெண்கலப் பாத்திரத்தின்மேல் அக்கறையற்ற விரல்களால் இழுக்கப்பட்ட கோட்டைப்போல கண்ணைப் பறிக்கும் ஒரு பிரகாசக் கீற்றை அந்த நினைவுகளின்மீது பாய்ச்சிவிடுவதும் நடக்கச் சாத்தியமுள்ளதுதான் என்று பதில் சொல்லி உறங்காப்புலி அவரை ஊக்குவிப்பான். இந்த ஊக்குவிப்பால்தான் ஜெமினியை அவர் இறந்த பிறகு மட்டுமல் லாமல் உயிரோடிருக்கும்போதேகூட ஒருவர் தமக்கு நிகழ்ந்த தென்பதை அறியாமலேயே கடந்துவிடும் பேரிழப்புகளின் வலியைக் காலம் கடந்து மீண்டும் உணரும் காலங்களில் அந்த இழப்புகளின் உருவகமாகவோ அவற்றின் சாட்சியாகவோ அவர்முன் நிற்பவராகத் தயக்கமின்றி உணரவும் சரளமாகப் பேசவும் ஆரம்பித்தார்).

கோவில் வேலைகளுக்கான அலைச்சல்கள் மற்றும் ஜெமினி பற்றிய பேச்சுக்கள் மற்றும் அன்றாட வயிற்றுப்பாட்டுக் கவலைகள் இவற்றுக்கிணையாக உறங்காப்புலியின் காயத்திற் கான வைத்தியமும் தடையின்றி நடந்துகொண்டிருந்தது. இங்க்ளய்யாவின் குடிசைக்கு வந்து சேர்ந்ததுமே விதியைக் கண்டடைந்துவிட்டவனைப்போல அதற்குமேல் நடக்கத் தெம்பின்றிக் கயிற்றுக் கட்டிலில் உடலைச் சாய்த்துப் படுத்த உறங்காப்புலி உடலுபாதையிலிருந்தும் மனச்சோர்விலிருந்தும் விடுபட்டுத் திரும்ப எழுந்து நடமாடுவதற்கு முழுதாக இரண்டு மாதங்கள் பிடித்தன. சிறையிலிருந்து தப்பிய நாளிலிருந்து ஓய்வில்லாமல் அலைந்துகொண்டேயிருந்ததில் ஏற்கெனவே வீங்கியிருந்த பீஜங்கள் இன்னும் அதிகமாக ஓதமிறங்கிப் புதிதாகக் கல்யாணமான பெண்ணின் ஸ்தனங்களைப்போல கெட்டிப்பட்டும் பெருத்தும் போயிருந்தன. இங்க்ளய்யாவினுடைய

மருத்துவப் பிரயோகம் நடைமுறை வைத்திய முறைகளின் விதிகளைத் தாண்டிய மர்மமிகு நம்பிக்கைகளையும் பிரத்யேகப் பிரார்த்தனைகளையும் உள்ளடக்கியதாக இருந்தது. அவற்றால் மட்டுமே எட்டித் தொடக்கூடிய நோய்மையின் ஆழத்திற்குள் அவன் விழுந்துகிடக்கிறான் என்று அவர் நம்பினார். உறங்காப்புலி அதை நம்பவில்லையென்றாலும் மறுத்துப் பேசவில்லை. அவருடைய புரியாத முணுமுணுப்புகளை அவன் தன்னை நோக்கிய பாகீரதியின் ஒலியற்ற அழைப்பு என்பதாக வரிந்து கொண்டிருந்தான். அதில் அவனுக்குப் பிரத்யேகமான மகிழ்ச்சியும் பெருமிதமும் இருந்தது. எப்படியாவது அவள் குரலைத் திரும்பக் கேட்டுவிடவேண்டுமென்கிற தவிப்பே மீண்டும் நடமாடுவதற்குரிய தெம்பையும் தேவையையும் அர்த்தத்தையும் அளிக்க வல்லதாயிருந்தது. மேற்கொண்டு இங்க்ளய்யா வெளியே சென்றிருக்கும் பகல் நேரங்களில் தனிமை அதிகப்படுத்திய வலி பற்றிய பிரக்ஞையைத் திசை திருப்புவதற்கு நாற்பது ஐம்பது புத்தகங்களைக்கொண்ட அவருடைய சிறிய நூலகத்தையும் அவன் உபயோகப்படுத்திக்கொண்டான். அதில் ஒரு பதினைந்து நூல்களாவது ஆங்கிலத்தில் இருந்தன. தாகூரின் படைப்புகளில் சில (கீதாஞ்சலி, பினோதினி) வங்காளம் ஆங்கிலம் ஆகிய இரண்டு மொழிகளிலுமே வாங்கி வைக்கப்பட்டிருந்தது. காஸி நஸ்ருல் இஸ்லாம், ரஜனிகாந்தா சென் ஆகியோரின் கவிதைகளின் ஆங்கில மொழிபெயர்ப்புகளும் இருந்தன. மூலதனத்தின் சுருக்கப்பட்ட வடிவத்துடன் தெபாகா காலத்தின் துண்டுப் பிரசுரங்களில் சிலவும் தி இந்தியன் சோஷியாலஜிஸ்ட் இதழ்களின் (1909) பிரதிகளும் முஸாஃப்பர்பூர் கொலை வழக்கின் விசாரணைக் குறிப்புகளும் பிமலா மாஜியின் பிரசங்கங்களும் அவருடைய கைது விபரங்களும் ஆங்கிலத்தில் கிடைத்தன. வங்காளம் ஆங்கிலம் உட்பட அனைத்து நூல்களுமே ஐம்பதுகளுக்கு முற்பட்ட பதிப்புகள். ஆங்கில நூல்களில் ஏறியிருந்த அந்துப் பூச்சிகளின் நெடிக்கு நிகராக அவற்றின் விக்டோரியா காலத்து நடையும் விஷய கனமும் உறங்காப்புலியை மூச்சுத் திணறச் செய்துகொண்டிருந்தன (பெரியவரின் காட்டுவாசித் தோற்றத்திற்குச் சம்பந்தமேயில்லாத அவருடைய இலக்கணச் சுத்தமான ஆங்கிலம் (அதை அவர் கரடுமுரடாகவே பயன்படுத்தியபோதிலும்) அந்த வீட்டிலிருந்த வரை அவனை ஆச்சரியப்படுத்திக்கொண்டேதானிருந்தது). பிறகு இங்க்ளய்யாவுடன் சரளமாக உரையாடுவதற்கு ஏதோவொரு விதத்தில் ஆங்கிலம் தடையாக நிற்பதாய் உணர்ந்ததாலும் சில நூல்களின் ஆங்கில மொழியாக்கத்திலிருந்த முரட்டுத் தன்மை மூலநூலைப் படித்துப் பார்க்கும் அவாவையே மனதிற்குள் கிளர்த்திவிட்டதாலும் படிக்கும் வேகத்தில் ஆங்கிலப் புத்தகங்கள் ஒரு கட்டத்தில் தீர்ந்துபோய் வெறுமையை

அதிகப்படுத்தி விடுமென்கிற அச்சம் உண்டானதாலும் வங்காள பாஷையைக் கற்றுக்கொள்ளவாரம்பித்து மெதுமெதுவாகச் சில வாரங்களில் நடப்பு விஷயங்களைப்பற்றி அந்த பாஷையில் ஓரளவு சரளமாக உரையாடுமளவிற்குப் பழகியும் கொண்டான். இரண்டு மாதங்களுக்குப்பின் இங்க்ளய்யாவின் துணையின்றித் தானே தன்னுடைய காலைக் கடன்களை நிறைவேற்றிக்கொள்ள முடியுமென்கிற நிச்சயத்தை அடைந்த பிறகுதான் தனக்கு அடைக்கலமளித்திருக்கும் அந்தப் பெரியவருக்குப் பாரமாக நாட்களைப் படுக்கையிலேயே கழித்துக்கொண்டிருக்கிறோமென்பது அவன் பிரக்ஞையில் உறைத்தது. இங்க்ளய்யா ஒருமுறைகூட அவனுடைய இருப்புக் குறித்து முகத்தைச் சுளித்துக்கொள்ளவோ முணுமுணுத்துக் கொள்ளவோ இல்லையானாலும் எல்லா நோயாளிகளையும் போலவே உபாதைகளிலிருந்து விடுபடத் தொடங்கியதுமே தன் வலிமையையும் ஆரோக்கியத்தையும் தனக்கே நிரூபித்துக் கொள்ளும் தவிப்பும் அவனைச் சும்மாயிருக்க விடாமல் உறுத்தியபடியேயிருந்ததால் ஏதாவதொரு வேலையில் தன்னை ஈடுபடுத்தும்படி இங்க்ளய்யாவை நச்சரித்து ஒரு மாத காலம் குடிசையைப் பராமரிக்கும் வேலையையும் சமையல் வேலையையும் (அங்கே சமைப்பதற்கு அதிகச் சாமான்கள் ஒன்றுமில்லை. பெரும்பாலும் முறை வைத்து வீடுகளுக்குச் சென்று யாசித்துப் பெற்று வரும் உணவுதான் இங்க்ளய்யாவின் அன்றாட ஜீவனமாயிருந்தது. சமையல் அபூர்வம்) கையில் எடுத்துக்கொண்டிருந்தான். ஆனால் விரைந்து பழைய ஸ்திதிக்குத் திரும்பிக்கொண்டிருந்த உடலின் தினவைத் தணிப்பதற்கு வீட்டு வேலைகள் போதுமானவையாக இருக்கவில்லை. பெரியவருக்கும் இந்த வகையான வேலைகளைச் செய்து சக்தியைப் பரிசீலித்துக்கொள்ள உதவுவதற்குமேல் அந்த விருந்தாளியை வேறெப்படிப் பயன்படுத்திக்கொள்வதென்று தெரியவில்லை. அவன் தன்னை ஒரு நாத்திகனென்று வேறு சொல்லிக்கொண்டதால் நதிக்கரைக்குச் சென்று பேராபுடீமாவின் கோவிலைச் சுத்தப்படுத்தி அங்கே ஒரு சிறிய அகல் விளக்கை ஏற்றி வைத்துவிட்டு வரும் வழக்கமான வேலையைச் செய்வதற்கு அவனை அவரால் கட்டாயப்படுத்தவும் முடியவில்லை. சுவாதீனமாக நடமாடத் தொடங்கியதும் பாகீரதியிடம் பேசும் ஏக்கமும் உள்ளுக்குள் பெரிதாக வளரத் தொடங்கியிருந்தது. அவளுடைய குரலை அவன் கேட்டு ஏறக்குறைய எட்டு மாதங்கள் கடந்துவிட்டிருந்தன (கடைசியாக அவன் பாகீரதியைச் சந்தித்தது 1975 டிசம்பர் மாதத்தின் கடைசி வாரத்தில். இப்போது அவன் இருப்பது 1976ஆம் வருடம் ஆகஸ்ட் மாதத்தில்). ஆனால்

தொலைபேசிக் கட்டணத்திற்காகச் செலவழிக்க ஒரு நயாபைசா கூட அவன் கைகளில் இருப்பாக இல்லை (சிவப்பிரகாசம் கைச்செலவிற்காகக் கொடுத்த சொற்பப் பணத்தில் கொஞ்சத்தை விபின் பாஸ்வான் கையிலும் மிகுதியைப் பேராச்சாப்பாவிற்குள் வந்தவுடனேயே இங்க்ளய்யாவின் கைகளிலுமாக வற்புறுத்தித் திணித்துவிட்டிருந்தான்). அதை இங்க்ளய்யாவிடம் கேட்பதற்கு வெட்கம் இடம் தரவுமில்லை. இதற்காகவாவது ஒரு வேலையைச் சம்பாதித்துக்கொள்ள வேண்டுமென முயற்சி செய்து சந்திரகேதுகர் பகுதியில் இருந்த கோபிந்த மிஸ்ரா என்பவருடைய சாயத் தொழிற்சாலையில் ஒரு தொழிலாளியாகச் சேர்ந்துகொண்டான். படிப்புத் தகுதிக்குக் குறைவான வேலைதானென்றாலும் முறையான சான்றிதழ்கள் எதையும் காட்ட முடியாத நிலையில் கிடைத்ததை ஏற்றுக்கொள்வதைத் தவிர வேறு தேர்வு எதுவும் இருக்கவில்லை. காலையில் எழுந்து வீட்டு வேலைகளை முடித்த பின் ஒரு சிறிய தூக்குப் பாத்திரத்தில் பழையதையும் ஒரு துண்டு மீனையும் எடுத்துக்கொண்டு வேலைக்குச் செல்வதும் நாள் முழுவதும் உடலுழைப்பில் ஈடுபடுவதும் மாலை திரும்பி வந்தபின் அந்த இரவிற்கும் அடுத்த நாள் காலைக்குமான உணவைச் சமைத்து வைப்பதும் ஓரளவு அவன் விரும்பியபடி சக்தியைப் பரிசோதித்துக்கொள்ளப் போதுமானதாயிருந்தன. கடைசியில் ஒரு மாத காலக் காத்திருப்பிற்குப் பிறகு செப்டம்பர் 10ஆம் தேதி தன் முதல் சம்பளத்தை வாங்கிய கையோடு மதிய இடைவேளை உணவைப் புறக்கணித்துவிட்டு தொழிற்சாலைக்கு அருகிலேயே இருந்த தபால்தந்தி அலுவலகத்திற்குச் சென்று அவசர அழைப்பு ஒன்றைப் பதிவு செய்து மதுரையில் தன் வீட்டில் குளிப்பதற்குத் தயாராக ஆடைகளை அவிழ்த்த நிலையிலிருந்த பாகீரதியுடன் பேசி தான் இன்னும் உயிரோடிருப்பதைத் தெரியப்படுத்தி முடித்தான். அவளுடைய ஆசுவாசப் பெருமூச்சையும் அழுகையொலியையும் கேட்டு முடித்த பிறகே மீட்டுக்கொள்ள மீதமிருந்த சக்தியையும் வசப்படுத்திக்கொண்டுவிட்ட திருப்தியையும் உற்சாகத்தையும் மனம் அடைந்தது. அன்று பூராவும் அவன் பாகீரதியுடன் பேசிய போதையிலேயே இருந்தான். இடைவேளைக்குப் பிறகு பணிக்குப் போகவில்லை. விடுப்பு எடுத்துக்கொண்டு குடிசைக்குத் திரும்பி வேலையெதையும் செய்யத் தோன்றாமல் வெறுமே கட்டிலில் படுத்தபடி அவள் குரலைக் காதுகளில் திரும்பத் திரும்பக் கசியவிட்டுக் கேட்டுக்கொண்டேயிருந்ததில் அவர்களிருவருக்குமிடையேயிருந்த ஆயிரம் கல் தொலைவு என்பது வெறும் கற்பனையென்றும் அவளுடைய அணைப்பில் யாராலும் கண்டுபிடிக்கவியலாத ஒரு மறைவிடத்திற்குள் தான்

மிகவும் பாதுகாப்பாகவே இருப்பதாயும் பிரமை தட்டியது. பேராச்சாப்பா மிகவும் விருப்பமான ஒரு பழைய, பரிச்சயமான கிராமமாக மாறிவிட்டது. அதன் சிறிய நிலப்பரப்பை பாகீரதியின் இரு ஸ்தனங்களுக்கிடையிலான வெளியாக அவன் கற்பனை செய்துகொண்டான். அங்கே கழித்த அந்த நான்கு மாத காலத்திற்கும் பாகீரதியுடன் பேசிய சொற்ப நிமிடங்களுக்கு மிடையில் அவை தன்னுள் நிரப்பிக்கொண்டிருந்த மந்தகாச உணர்வை முன்னிறுத்தித் தொடர்பொன்றைக் கண்டுபிடித்து (பாகீரதியையோ மலர்விழியையோ வடிவம்மாளையோ கேட்டால் அவர்கள் அதைப் பூர்வ ஜென்ம வாசனையென்று சொல்லக்கூடும்) மனம் சந்தோஷப்பட்டுக் கொண்டது. அவன் அந்தக் கிராமத்திலேயே நிரந்தரமாகத் தங்கிவிட விரும்பி னான் (அன்றிரவே அந்த விருப்பத்தை மறுபரிசீலனைக்கு உட்படுத்தும் நிர்பந்தம் ஏற்பட்டுவிட்டது). பாகீரதியின் மதிய நேரத்துக் கனவிற்குள்ளிருந்து (அல்லது கர்ப்பத்திற்குள்ளிருந்து) அவள் குரலைக் கேட்டபடியே அந்த எளிய நிலப் பகுதியின் சிக்கலில்லாத வாழ்க்கையை வாழ்ந்துவிட்டுத் தடயமின்றி இறந்துபோய்விடும் அவாவும் அந்த நினைப்புத் தூண்டி விட்ட ஆனந்த அழுகையும் அவனுக்குள் மேவியது. மாலை இங்க்ளய்யா வந்த போதும்கூட அந்தப் போதை அவனிடமிருந்து வடிந்திருக்கவில்லை. ஊதியத்தில் பாதியை அவர் வேண்டா மென்று மறுத்தும் கேட்காமல் வற்புறுத்திக் கைகளில் கொடுத்து விட்டுச் சந்தைக்குச் சென்று காய்கறிகளும் மீனும் வாங்கிவந்து விசேஷமாகச் சமையல் செய்தான். மனம் மிகவும் சந்தோஷ மாயும் நெகிழ்ந்துமிருப்பதாயும் ஆனால் அதற்குக் காரணம் பணமல்ல என்றும் சொல்லிவிட்டு அவரைப் பார்த்துக் கண்ணடித்தான். காரணம் தெரியாவிட்டாலும் பெரியவரும் அவனுடைய மகிழ்ச்சியில் கலந்துகொண்டார். அன்று தன் செலவில் அவன் வாங்கித் தந்த பங்கியைப் பற்களினிடையில் ஒதுக்கியபடியே மேலும் தீவிரமாக ஜெமினியைப்பற்றி நெடுநேரம் பேசிக்கொண்டிருந்துவிட்டும் அவனுடைய நீண்ட ஆரோக்கிய மான ஆயுளுக்காக அவனை வாழ்த்திவிட்டும் தூங்கப் போனார்.

உறங்காப்புலிக்குத் தூக்கம் வரவில்லை. நெடுநேரம் புரண்டு புரண்டு படுத்துக்கொண்டிருந்தான். பின் கட்டிலிலிருந்து எழுந்து குடிசைக்கு வெளியே வந்தான். பௌர்ணமி முடிந்து ஒரு வாரம் ஆகியிருந்த நிலையில் பிறை நிலவு இறுக அணைத்துக்கொள்ளும் பெண்ணின் சட்டைக்கு வெளியே பிதுங்கித் தெரியும் மார்பு விளிம்பைப்போல மங்கிய ஒளித்தோற்றம் காட்டி நினைவுகளை மயக்கியது. அவன் தொழுவங்களின் நிழலும் கால்நடைகளின் பெருமூச்சும் பெண்களின் இயற்கையுபாதைகளுக்கான

ரகசிய நடமாட்டங்களும் கவிந்த இரவில் ஏகாந்தமாக சந்திரகேதுகர்வரை ஒரு தடவை சென்றுவிட்டுத் திரும்பும் நோக்கத்துடன் பேராச்சாப்பாவின் குறுகிய தெருக்களின் வழியே நடக்கத் தொடங்கினான். ஆனால் பாதி வழியிலேயே நிலவின் மோகனத்தில் வசீகரிக்கப்பட்டு அந்த மயக்கத்தில் ஏதோவொரு திருப்பத்தில் கால்கள் தன்னிச்சையாகவே வழி மாறிப் பித்யாதரியை நோக்கி அவனை இட்டுச் சென்று விட்டன. தலையைக் குனிந்து பாலொளியில் மிதக்கும் தன் நிழலைப் பார்த்தபடி பாகீரதியைக் குறித்த கற்பனைகளில் முன்னேறிக்கொண்டிருந்தவன் மேற்கொண்டு நடக்கவியலாமல் பாதை அடைபட்டு, மங்கிய பிரதிபலிப்பில் ஒரு பெரிய பாம்புப் புற்றைப்போல எழும்பி நின்றுகொண்டிருந்த, பலவீனமான பழைய கருங்கற்பாளங்களால் எழுப்பப்பட்டிருந்த பேராபுடீமா வின் ஒற்றையறைத் தாக்குரின் குட்டிச் சுவரின்மேல் மோதி நிற்க நேர்ந்த கணத்தில்தான் சிறிது வியப்புடன் அதைத் தெரிந்துகொண்டான். பேராச்சாப்பாவில் கழிந்த அந்த நான்கு மாதங்களில் ஒரு தடவைகூட பித்யாவின் கரைக்குத் தான் வந்ததேயில்லையென்கிற விஷயமும் அப்போதுதான் புத்தியில் உறைத்தது. தாக்குரினுள் இருட்டு மையாக அப்பிக் கிடந்தது (இங்க்ளய்யா சாயுங்காலத்தில் ஏற்றிவைத்துவிட்டுப் போயிருந்த ஆச்சட்டி எண்ணெய் விளக்குகளிரண்டும் காற்றினாலோ எரிபொருள் தீர்ந்து போனதினாலோ அணைந்துவிட்டிருந்தன) என்றாலும் பேராபுடீமா என்கிற தெய்வம் திருப்பரங்குன்றத்தின் பின்புறமிருக்கும் திறந்தவெளிக் கோவிலில் அவன் எப்போதோ ஒருமுறை பார்த்திருந்த (தாயாருக்குத் துணையாக அவளுடைய வற்புறுத்தலின்பேரில் வந்திருந்ததாக நினைவு) சப்த கன்னிகையரை உருவகப்படுத்தும் மொட்டைக் கற்களையொத்த, உருவமேதுமற்ற ஒரு மூன்றடி உயரக் குத்துக் கல்தான் என்பதை அதில் நிரந்தரமாகப் படிந்துவிட்டிருந்த கருத்த எண்ணெய்ப்பூச்சின்மேல் கசிந்து கொண்டிருந்த வெளியின் பிரதிபலிப்பு ஓரளவு கண்களுக்குப் புலப்படுத்தியது. அப்போதிருந்த மனநிலையில் அங்கொரு கோடும் இங்கொரு புள்ளியும் சட்டென்ற மினுக்கமும் பின்பொரு நிழல் வளைவுமாக மங்கலாக ஒளிர்ந்த அந்தப் பலவீனமான பாறைப் பிரதிபலிப்பை ஒரு காலை மடித்து ஒருகாலைத் தொங்கவிட்டபடி உயர்ந்த ஆசனத்தில் நிமிர்ந்த நிலையில் அமர்ந்திருக்கும் ஒரு பெண்ணாகக் கற்பனை செய்துகொள்ள அவன் விளையாட்டாக முயற்சி செய்து பார்த்தான். ஒரு கணம் பாகீரதி தூக்கத்தில் எழுந்து தன்னினைவின்றி ஜெமினியிடம் பிதற்றிக்கொண் டிருக்கும் காட்சி கண்முன்னே மின்வெட்டியது. அவன் அதை எதிர்பார்க்கவில்லை. திடுக்கிட்டுப்போய்ப் பார்வையைத் தாக்குரிலிருந்து விலக்கி அதன் பக்கலில் பாய்ந்துகொண்டிருந்த

பித்யாதரியின்மேல் எறிந்தான். எறிந்த வேகத்திலேயே பரந்து இருண்ட வானின் கீழே சரிகைத் தாளைப்போல பிறையின் மங்கிய பிரதிபலிப்புடனும் அவனுக்கும் தனக்கும் மட்டுமேயான துயரார்ந்த ரகசியமொன்றைப் பகிர்ந்துகொள்ளும் மந்தகாசத்துடனும் நகர்ந்துகொண்டிருந்த பித்யாதரியின் சலனத்தையும் முதன்முதலாக அவன் கண்கள் கண்டன. அதிர்ஷ்டவசமாகவோ துரதிர்ஷ்டவசமாகவோ அந்த முதல் சந்திப்பே உயிருள்ள ஜீவன் ஒன்றுகூடக் கண்களில் படாத, பித்யா தன் முழுத் தனிமையிலும் நிர்வாணத்திலும் நிலவுடன் முயங்கிக்கொண்டிருந்த அந்தரங்கமான நேரத்தில் நிகழ்ந்ததாய் அமைந்துவிட்டது. கண்முன் விரிந்த அந்தக் காட்சியின் மோகனத்தையும் விகாசத்தையும் உள்வாங்கத் திணறி பிரமிப்பில் ஒரு கணம் வியர்த்துப்போன அவன் மானுடப் பலவீனத்திலும் அனுமதியின்றி பிரகிருதியின் அந்தரங்கத்தினுள் பிரவேசித்துவிட்ட கூச்சத்திலும் மீண்டும் ஒரு லேசான திடுக்கிடலுடன் வந்த வழியே திரும்பிவிடும் முனைப்பில் பாதங்களை எடுத்துப் பின்புறமாக வைத்துவிட்டான். சில்லென்ற காற்றினாலோ அல்லது நிற்கக் கூடாத இடமொன்றில் (அதாவது நிற்கத் தகுதியில்லாத ஓரிடத்தில்) நின்றுகொண்டிருப்பதைப்போன்ற உணர்விலோ அவன் உடல் பலமாக நடுங்கியது. அதே நொடியில் பாகீரதியின் கனவின்முன் நின்றுகொண்டிருக்கும் சிலீரிடும் காட்சியைத் தனிமையும் மௌனமும் மீண்டும் ஒரு கணம் அவன் கற்பனையில் சிருஷ்டித்தன. நிற்பதா நகர்வதா என்று தெரியாத குழப்பத்தில் கால்கள் சில நொடிகள் தயங்கின. சில நொடிகள்தான். அதற்குள் அந்தத் தயக்கத்தினூடே நதிக்கரைச் சூழலின் மோகனத்தைத் தலைகீழாக மாற்றும் அடுத்த காட்சியையும் பித்யாவின் நீர் வெளி அவனுக்குக் காட்டிவிட்டது. சற்று தொலைவில் கரையோரமாக நீரோட்டத்தின்மேல் சந்திரவொளியில் வானவில்லைப்போல தகதகக்கும் வண்ண ஜாலங்களுடன் ஒரு வஸ்து மிதந்துகொண்டிருந்ததை அவன் கண்கள் கண்டன. அதாவது அங்கே மிதந்துகொண்டிருந்ததை அவன் ஒரு வஸ்து என்று நினைத்தான். ஆனால் வஸ்து என்றால் அது நீரோட்டத்தோடு நகர்ந்துகொண்டேயல்லவா இருக்க வேண்டும். அல்லது ஏதாவதொரு உயிருள்ள ஜந்து என்றாலோ நீரோட்டத்திற்கு எதிராக இருந்த இடத்திலேயே நீந்திக்கொண்டேயாவது இருக்க வேண்டும். அவன் கண் முன்னே பளபளத்துக்கொண்டிருந்த வண்ணக் கலவை அந்த இரண்டையுமே செய்யவில்லை. ஏனென்றால் அது வஸ்துவோ ஜந்துவோ இல்லை. பித்யாவின் நீரோட்டமேதான். நதி நீரேதான் கரையோரமாக ஒரு மேனாமினுக்கி தன் உடலிலிருந்து நழுவ விடும் சேலையைப்போல (இது நம்முடைய உவமானம்) அல்லது

அறுக்கப்பட்ட காலத்தின் உடலிலிருந்து கசியும் கடைசித் துளி ரத்தத்தைப்போல (இது உறங்காப்புலியினுடைய கற்பனை) அல்லது இவ்வுலகின் கடைசி அரக்கனுடைய பதாகை காற்றில் பறப்பதுபோல (இது அவன் கனவில் இனி வரவிருக்கிற இரண்டு பெண்களில் ஒருத்தி இன்னொருத்தியிடம் சொன்ன உவமை) நதியின் மையப்பகுதியிலும் அக்கரையிலும் அப்பிக் கிடந்த இரவின் கரிய நிறப் பின்னணியில் தனுக்காக தன்னைத் துருத்திக் காட்டியபடி தேங்கிக் கிடந்தது. உறங்காப்புலியின் பாதங்களிலிருந்து சில பத்தடி தொலைவிலிருந்து அந்த மின்னும் வண்ணத் தேங்கலின் மர்மத் தன்மை அவனைத் தன்னருகே வரும்படி அழைத்தபோது அந்த வெட்கங்கெட்ட அழைப்பை அவனால் தட்ட முடியவில்லை. அதை நோக்கிச் செல்லச் செல்ல நீரோட்டத்திலிருந்து சகிக்கவியலாத துர்கந்தத்தை யும் நாசி சுவாசித்தது. பொறுக்கவியலாமல் அவன் மூக்கைப் பிடித்துக்கொண்டான். வண்ணங்களுக்கும் வாசனைகளுக்கு மான உறவு பற்றிய அதுநாள் வரையிலான அற்புத நவிற்சி கொண்ட கற்பிதங்களில் ஒரு பெரும் பிளவை ஏற்படுத்திவிட அது போதுமானதாக இருந்தது. அலைகள் கால்களை நனைக்குமளவிற்கு அருகே சென்றவுடன் மூக்கை இறுகப் பொத்திய நிலையிலேயே கரையோரமாக குந்தியமர்ந்து நன்றாகக் குனிந்து அந்த வண்ண ஒழுக்கை உற்றுப் பார்த்தான். முதலில் அது என்ன என்பதை அவனால் தெளிவாக இனம் காண முடியவில்லை. ஆனால் அதை ஆராய முயல்வதற்குள் தொலைவிலிருந்து பார்த்தபோது புலனாகாதிருந்த வேறொரு பயங்கரமான காட்சியும் அவன் திடுக்கிட்டுப் பின்வாங்கும் படியாக கண்முன் மெதுவாகப் புலனாகத் துவங்கிப் பின் பிரம்மாண்டமாக விரிந்தது. அந்த ராட்சச வண்ணப் படலத்தின்மேல் கண்ணுக்கெட்டிய தூரம்வரை போனாக்களும் ருயிக்களும் நூற்றுக்கணக்கில் செத்து மிதந்துகொண்டிருந்தன. வண்ணக் குழம்பு ஆற்றின் கரையோரமாயும் வெள்ளாட்டின் ரத்தத்தைப்போல கெட்டியாயும் படர்ந்திருந்ததால் நீரோட்டம் அதைத் தாக்கி ஊடறுத்துப் பாய்வதற்குப் பதிலாகப் பாறை மேல் மோதியதைப்போல அதில் மோதி விலகிச்சென்று கொண்டிருக்க அந்தச் சகதிக்குள் அகப்பட்டிருந்த மீன்களும் அடித்துச் செல்லப்படாமல் துருத்திக்கொண்டிருக்கும் பாறைக் கூம்புகளைப்போல அங்கேயே மிதந்துகொண்டிருந்தன. மீன் களின் பிணங்கள் அளவற்ற அச்சத்தையும் அருவெறுப்பையும் துக்கத்தையும் ஒவ்வாமை உணர்வையும் உண்டாக்குவதாக இருந்தன. மதுரையில் பருவ மழைக் காலத்திற்குப் பிறகு இதே போன்ற சில நிலாக் கால இரவுகளில் திரைப்படக் காட்சிகள் முடிந்து வறண்டு கிடக்கும் வைகையைக் குறுக்காகக் கடந்து

சிம்மக்கல்லிலோ ஒபுளா படித்துறையிலோ கரையேறும் வேளையில் படுகையில் மீன்கள் செத்துக் கிடப்பதை அவனும் அவன் நண்பர்களும் பார்த்திருக்கிறார்கள், அது களைப்பையும் தூக்கச் சடவையும் மீறி உற்சாகத்தை ஏற்படுத்தும் காட்சியாகயிருக்கும், அவர்கள் ஆசையாசையாக அவற்றைச் சேகரித்துக் கரையிலேயே தீ மூட்டி உண்ணும் பதத்திற்குச் சுடுவார்கள். மீன்களின் இறப்பு நதியின் பருவ வறட்சியோடு இசையும்போது சாவு என்பது அத்தனை அச்சுறுத்துவதாகத் தோன்றியதில்லை. ஆனால் நதி நிறைந்து செழித்துக்கொண்டிருக்கும் ஒரு பருவத்தில் அதன் உயிர்கள் செத்து மிதப்பது என்பது பீதியூட்டும் அமானுஷ்யமான காட்சியாகவேதான் இருந்தது. உறங்காப்புலி பதற்றத்துடனும் தயக்கத்துடனும் இன்னொரு கையின் விரல்களை வண்ணக் குழம்பிற்குள் நுழைத்து ஒரு மீனின் பிரேதத்தைக் கையிலெடுத்துக் கண்களுக்கு அருகே கொண்டுவந்து உற்றுப் பார்த்தான். நிலவொளியில் மின்வெட்டிய அதன் வெறித்த கண்களிலிருந்து தன்னை நோக்கிப் பாய்ந்ததுபோல அவன் உணர்ந்த குற்றச்சாட்டு (எங்களைக் கைவிட்டுவிட்டாயே) அவனை அதை அதிக நேரம் கையில் வைத்துக்கொண்டிருக்க அனுமதிக்கவில்லை. மேலும் அதன்மேலும் படிந்திருந்ததாக முதலில் அவனை எண்ண வைத்து ஏமாற்றிய வண்ணக் குழப்பம் அவன் அதைக் கையிலெடுத்த விநாடியிலேயே காற்றின் வீச்சில் முற்றிலும் உலர்ந்து மறைந்துவிட நிறங்களின் அடியிலிருந்து அதை அதன் படுகையாகித் தாங்கிக்கொண்டிருந்த கழிவுகளின் சேர்க்கை ஓங்கரிக்கத்தக்க அடர் கருப்பு நிறத்தில் அதன்மேல் பரவியது. முதுகெலும்பற்ற உயிரியைப்போல மீனின் உடலிலிருந்து வழிந்து தன் விரல்களையும் கவ்விப் பிடித்துக்கொண்டு முழங்கையை நோக்கிக் கொழகொழவென்று இறங்கவாரம்பித்த அந்தக் கருநிறக் கழிவை அவன் அருவருப்புடன் மீனின் உடலோடேயே மீண்டும் நதிக்குள் உதறிவிட்டு மீதக் கழிவைத் தன் காற்சட்டையிலேயே துடைத்துக்கொண்டு திகிலுடன் இங்க்ளய்யாவின் குடிசையை நோக்கித் தலை தெறிக்க ஓடினான்.

ஆனால் உறங்காப்புலி அடைந்திருந்த திகிலோடும் பித்யாவின் கரையில் தான் கண்ட காட்சியை இங்க்ளய்யாவை எழுப்பி விவரிக்கும்போதிருந்த பதற்றத்தோடும் ஒப்பிடும்போது இங்க்ளய்யாவின் எதிர்வினை முற்றிலும் ஏமாற்றமளிக்கக்கூடிய ஒன்றாகவே இருந்தது. விஷயத்தைச் சொன்ன வினாடியில் எங்கேயெங்கேயென்று பதறியடித்துக்கொண்டு எழுந்து தன்னுடன் நதிக்கரையை நோக்கி ஓடிவரப் போகிறாரென்று அவன் எதிர்பார்த்ததற்கு மாறாக நட்டநடுயிரவில் பாதித் தூக்கத்தில் எழுப்பப்பட்டதில் அவன் தன்னிடம் ஏதோ

சொல்லிக்கொண்டிருக்கிறான் என்பதைப் புத்தியில் வாங்கிக் கொள்ளவே அந்த முதியவருக்குப் பல நிமிடங்கள் தேவைப்பட்டன. பின் சடவிலிருந்து விடுபட்டு அவன் சொன்னதை உள்வாங்கிக் கொண்ட பிறகு அவர் சொன்ன பதிலோ அவனைத் திகைப்பும் எரிச்சலுமுற வைப்பதாக இருந்தது, இருட்டில் பேயைக் கண்டுவிட்டதாக முறையிடும் குழந்தையினுடையதைப்போல அவன் குரல் நடுங்கிக்கொண்டிருப்பது தனக்கு வேடிக்கையான காட்சியாய் இருப்பதாயும் சாந்திதாஸ், வித்யாபதி, ஜெயதேவர் ஆகியோரைப்போல அவனுடைய மொழியின் கவிஞர்களும் தங்களுடைய மிகையான கற்பனைகளின் வழியே நதி தீரங்களையும் பிறை நிலவுகளையும் பிரிவேக்கத்தையும் விரகவுணர்வுகளோடு இணைத்துக் காதலர்களுக்காகவே மரபாகச் சிருஷ்டித்து வைத்திருந்திருக்கும் கனவுலகின் ஏகாந்தத்தில் உலாவச் சென்று அந்த விளிம்பிலிருந்து சற்றும் எதிர்பாராமல் நிஜ நதிக்கரையின் அலங்கோலத்தை நேருக்கு நேராக எதிர்கொண்ட அதிர்ச்சியில் அவன் ரொம்பவும் பயந்துபோய்விட்டிருக்கிறான் என்றும் எழுந்து உட்காரக்கூட முயற்சிக்காமல் படுத்த நிலையிலேயே சாவதானமாகக் கிண்டலும் அலட்சியமும் கலந்த குரலில் அவர் பேசினார். தென்னிந்தியாவில் இம்மாதிரியான நதிக்கரைகளையே நீ பார்த்ததில்லையா என்று கூடுதலாக ஒரு கேள்வியை வேறு கேட்டார். சில சமயங்களில் அசாதாரணத்துவத்தைவிட அதிகமாகச் சாதாரணத்துவம் அளிக்கும் அதிர்ச்சிதான் நம்மை நிலைகுலையச் செய்துவிடுகிறது இல்லையா. பித்யாவில் தான் கண்ட அவலம் பேராச்சாப்பாவாசிகளுக்கு ஒரு வழக்கமான காட்சிதானென்பதை உறங்காப்புலியால் நம்பவே முடியவில்லை. பின்னே கரையில் நீ பார்த்த அவ்வளவு அழுக்கும் அத்தனை மீன்களும் ஒரே இரவில் அங்கே வந்து குவிந்தவையென்றோ தினமும் அங்கே போய்வந்துகொண்டிருக்கும் என் கண்களில் அவை பட்டிருக்காது என்றோவா நீ நினைக்கிறாய் என்று கேட்டார் இங்க்ளய்யா. பித்யாவின் கரையில் தொழிற்சாலைகள் உருவாகி அவற்றின் முன்பக்கத்தில் அவற்றைச் சார்ந்த குடியிருப்புகளும் உருவானபிறகு அதன் குடிகளுமே மலஜலத் தேவைகளுக்காகவன்றி மற்றபடி அரிப்பையும் வெண்குஷ்டத்தையும் அஜீர்ணத்தையும் துர்க்கனவுகளையும் உண்டாக்குகிறதென்று நதிக்கரைக்குக் குளிப்பதற்கோ துணிகளை வெளுப்பதற்கோ போவதை எப்போதோ நிறுத்திவிட்டார்கள். குடிகளை விடுங்கள், உங்கள் பேராபுடீமாவின் கோவிலைச் சுற்றி பரவிக்கிடக்கும் கழிவெண்ணெய்க் குளமும் தொழிற்சாலைக் குப்பைகளும் அதன் நடுவே தானுமே ஒரு கழிக்கப்பட்ட கற்குவியலாகத் தனிமையில் மூழ்கியிருக்கும் பேராபுடீமாவும் அவள் இருக்கிறாளென்பதையே நம்பாத எனக்கே அச்சத்தையும் அருவருப்பையும்

இரக்கத்தையும் தரும் காட்சிகளாக இருக்கும்போது அவளுடைய பக்தரென்று சொல்லிக்கொள்ளும் உங்களால் அதை எப்படிச் சகித்துக்கொள்ள முடிகிறது என்று சற்று கோபத் துடனேயே கேட்டான் உறங்காப்புலி. அவனுடைய கேள்விக்கு இங்க்ளய்யாவிற்குப் பதில் தெரியாமலில்லை, ஆனால் பதில் சொல்லவாரம்பித்தால் அது அவனிடமிருந்து மேலும் என்ன மாதிரியான கேள்விகளைத் தூண்டிவிடுமென்பதையும் அவை எதை நோக்கித் தங்கள் உரையாடலை இட்டுச் செல்லும் என்பதையும் பழுத்த அனுபவசாலியான அவர் கூடவே நன்றாகவே தெரிந்து வைத்திருந்ததால் அவனிடம் காலையில் எழுந்து கவனிக்கவேண்டிய வேலைகள் நிறைய இருப்பதால் சற்று நேரம் தலையைச் சாய்த்து ஓய்வெடுத்துக்கொள்ளத் தன்னை அனுமதிக்கும்படியும் அவனும் சிறிதுநேரம் ஓய்வெடுத்துக் கொள்ளும்படியும் சொல்லிவிட்டுப் புரண்டு படுத்துப் பேச்சை அத்துடன் கத்தரித்துக்கொண்டுவிட முயற்சித்தார். ஆனால் உறங்காப்புலி துரதிர்ஷ்டவசமாக அவருடைய பாசாங்கை நம்புமளவிற்கு முட்டாளாய் இருக்கவில்லை. அப்படியா, எதையும் பேசிவிடாமல் ஓய்வெடுக்கத்தான் விரும்புகிறீர்களா என்று கேலியாகக் கேட்டுவிட்டு அவன் அவரைப் பார்த்துச் சிரித்தான். அந்தச் சிரிப்பு அவன் தன்னிடம் என்ன பேச வேண்டுமென்பதை ஏற்கெனவே தீர்மானித்துவிட்டிருந்தான் என்பதையும் பேச்சைத் தப்பவியலாது என்பதையும் இங்க்ளய்யாவிற்குத் தெளிவாகவே தெரியப்படுத்தியது. அவன் அடுத்து என்ன சொல்லப் போகிறா னென்பது தான் பேசத் தொடங்கிய முதல் கணத்திலேயே தனக்குத் தெரியுமென்பதை அவனுக்குத் தெரிவிக்கத் தூக்கத்திற்குள் திரும்ப முனைந்த தன்னுடைய அவசரமே போதுமானதாயிருந்தது என்பதையும் அவர் வெட்கத்துடன் தெரிந்துகொண்டார். ஒரு கணம் வற்றிச் சுருங்கிய அவருடைய வயிற்றில் கத்தி சொருகியதுபோன்ற வலி உண்டானது. பின், சரி, வருவது வரட்டும் என்று தீர்மானித்துக்கொண்டவரைப்போல எழுந்து அமர்ந்துகொண்டபின் தன்னிடமிருந்து விலகி எதிர்ச் சுவரில் முதுகைச் சாய்த்துத் தரையில் உட்கார்ந்துகொண்டிருந்த, வெறுப்பையூட்டிய உறங்காப்புலியின் நிழலுருவத்திடம் (ஜெமினியினுடைய நிழலென்று தன்னைச் சொல்லிக்கொண்ட அந்த உருவமும் ஜெமினியைப்போலவே நழுவவிட்ட வாய்ப்புகள் குறித்தான குற்றவுணர்வையும் எதிர்காலம் குறித்த அச்சவுணர்வையும் ஏற்படுத்த வல்லதாக இருந்தது என்று அந்த இரவைப்பற்றி அவர் பின்பு உறங்காப்புலியைத் தேடி வந்த வாசுதேவனிடம் சொல்லிப் புலம்பினார் (ஒரு கணம் நான் ஜெமினியின் ஆவியின்முன் அமர்ந்திருப்பதைப்போலவே

உணர்ந்தேன்)), சரி சொல், என்ன பேசவேண்டும் உனக்கு என்று கேட்டார்.

உறங்காப்புலி சுற்றி வளைக்காமல் நேரடியாகவே விஷயத்திற்கு வந்தான். பித்யாவின் கரையைப் பார்த்த பிறகு எனக்குத் திருவாளர் உபேந்திரநாத் தத்தா வகையறாக்களின் நோக்கத்தின் மீது சந்தேகமாக இருக்கிறது, தன் கனவில் கூக்குகளின் தெய்வம் வந்ததாக அவர் சொன்னது ஏன் பொய்யாக இருக்கக்கூடாது. இங்க்ளய்யா அந்தக் கேள்வியை நாம் முன்பே சொன்னதுபோல ஏற்கெனவே எதிர்பார்த்துவிட்டாரென்றாலும் பதில் சொல்லத் திணறத்தான் செய்தார். உன் எண்ணவோட்டம் எனக்குப் புரியவில்லை தம்பி, ஆனால் அது எதுவாக இருந்தாலும் பேராபுடீமா கோபக்காரி, அவள் விஷயத்தில் அப்படியெல்லாம் சாதாரணமாக யாரும் விளையாடிவிட முடியாது, திருவாளர் தத்தா அதை என்னிடம் சொல்லிக்கொண்டிருந்தபோது நான் அவர் கண்களைப் பார்த்துக்கொண்டுதானிருந்தேன், அவற்றில் நிச்சயமாகப் பொய் இல்லை, வாக்கில் பொய் இருந்தால் பேராபுடீமா நிச்சயமாக அதைக் கண்களில் காட்டிக்கொடுத்து விடுவாள் என்றார் அவர். மூடநம்பிக்கைகளே வாழ்வாதாரமாக இருக்கும் ஒரு சமூகத்தில் நம்பிக்கையை அழிப்பது வாழ்வையே அழிப்பதாய் ஆகிவிடுமென்றால் அதைத் தப்பிக்க விட்டுவிடுவதில் தப்பில்லையென்று காந்தி நினைத்தார், மடத்தனமான நம்பிக்கை களுடன் வாழ்வதைவிடச் செத்துப் போகலாம் என்று பெரியார் நினைத்தார், கண்மூடித்தனமான நம்பிக்கைகளை அழித்துவிட்டு வாழ்வைத் தக்க வைத்துக்கொள்ளும் வித்தையை இருவருமே அறிந்திருக்கவில்லை, அதை இனி வரப்போகிற யாராவது ஒருவர்தான் கண்டுபிடித்துச் சொல்லவேண்டும்போல என்றான் உறங்காப்புலி தனக்குத்தானே பேசிக் கொள்பவனைப் போல. இங்க்ளய்யா படபடப்பாக, காந்தியும் அந்தப் பெரியார் என்பவரும் இருக்கட்டும், திருவாளர் தத்தா ஏன் பொய் சொல்ல வேண்டும் அதைச் சொல், கூக்கர்களின் தெய்வமான பேராபுடீமா வுக்குக் கோவில் கட்டுவதால் அவருக்கு என்ன லாபம், நாங்கள் எங்கள் வாரிசுகளுக்கு வேலை வாய்ப்புக் கொடுக்கும்படி கேட்டபோதுகூட அவர் அதை ஒரு துருப்புச் சீட்டாகப் பயன்படுத்திக்கொள்ளவில்லை, நிச்சயமாக வங்காளத்தில் வேறெங்கும் கிடைக்காத அளவிற்குக் குறைந்த கூலியில் அதிக உடலுழைப்பை நல்கக்கூடிய அப்பாவி வேலையாட்கள் எங்களினத்திலிருந்து நிச்சயம் உடனடியாக அவருக்குக் கிடைத்திருப்பார்கள் என்றார். ஆனால் தத்தாவுக்கு வேண்டியது உங்கள் மனிதர்களல்லர், உங்கள் தெய்வம் என்றான் உறங்காப்புலி,

அவர் ஏன் பேராபுடீமாவிற்கான கோவிலை அவளுடைய இடத்திலேயே புதுப்பித்துக் கட்ட முயலாமல் அவளைத் தொழிற் பேட்டைக்குக் குடிபெயர்க்க வேண்டும், அதற்குக் காரணம் அவர் உங்களிடம் தெரிவித்ததாக நீங்கள் என்னிடம் கூறியபடி பிரசன்ன விதிகளாக இல்லாமல் அவருக்கும் அவரைப் போன்ற பிற முதலாளிகளுக்கும் தங்களுடைய தொழிற்சாலைகளுக்காக பித்யாதரியின் நீர் தேவைப்படுகிறது என்பதாகக்கூடயிருக்கலா மில்லையா, நதிக்கரையில் மிதந்த கழிவுகளும் மீன்களின் பிணங்களும் எனக்கு அதை அப்படித்தான் அர்த்தப்படுத்திக் கொள்ள வற்புறுத்துகின்றன, அதுதான் காரணமென்றால் அங்கே பேராபுடீமாவைப் போல ஒரு தெய்வம் இருப்பது அவர்களுக்கு எப்போதுமே ஆபத்து, ஏனெனில் கனவுகளில் தெய்வங்களைக் காணும் பழக்கமுள்ள உங்களைப் போன்றவர்கள் இன்னும் வாழ்ந்துகொண்டிருக்கும் இந்த வினோத நிலத்திலிருந்து இன்றில்லாவிட்டாலும் நாளை திடீரென்று யார் வேண்டு மானாலும் பாதித் தூக்கத்திலிருந்து எழுந்து வந்து பேராபுடீமாவின் ஆக்ஞையென்று சொல்லி நதிக்கரையிலிருக்கும் கோவிலை அங்கேயே புதுப்பிக்கப் புறப்பட்டுவிடக்கூடும், அப்படிப் பித்யாதரி நதிக்கரை ஒருவேளை தூக்கத்தில் நடக்கும் பழக்கமுள்ள யாராலாவது புனிதத்தலம் ஆக்கப்பட்டுவிட்டால் பிறகு வேறு வழியின்றி அந்தப் பகுதியைக் கடந்து செல்லும் நதியின் நீரும் புண்ணியத் தீர்த்தமாக ஆக்கப்படுவதை ஏற்றுக்கொண்டேயாக வேண்டியிருக்கும், எனில் நிச்சயமாக அங்கே கழிவுகளைக் கொட்டுவதற்குக் கடவுளின் பெயரால் தடை விதிக்கப்பட்டுவிடும், ஒரு வெற்றிகரமான முதலாளியான திருவாளர் உபேந்திரநாத் தத்தா இதை நிச்சயமாக முன்கூட்டியே ஊகித்திருப்பார், நதிக்கரையை வேறு யாரும் கைப்பற்றுமுன் நாம் முந்திக் கொண்டுவிடுவோமென்று உடனே மற்ற தொழிலதிபர்களோடு கலந்து பேசியிருப்பார் (ஒருவேளை உங்களவர்கள் பேராபுடீமா வைக் கனவு கண்டுகொண்டிருக்கும் நடுநிசி நேரத்தில்தான் அந்தக் கூட்டம் நடந்ததோ என்னவோ) விளைவாக பேராபுடீமா கோவிலை அங்கிருந்து அப்புறப்படுத்தித் தன்னுடைய கொடை யாகத் தன்னுடைய இடத்திலேயே அதை அமைத்துத் தருவதற்குப் பேராபுடீமா மூலமாகவே கனவில் தனக்கு உத்தரவு கிடைத்து விட்டது என்று உங்களிடம் சொல்லியிருப்பார், ஏன் இது இப்படி நடந்திருக்குமென்று நாம் ஊகிக்கக்கூடாது. உறங்காப்புலி பேசியதைக் கேட்டு இங்க்ளய்யா சிரித்தார். நன்றாகக் கற்பனை செய்கிறாய் தம்பி என்றார். அதைச் சொல்லும்போதே முகம் தெரியாத அந்த இருட்டிலும் எதிராளியின் முகத்தில் படர்ந்த வெறுப்பின் தகிப்பை அவரால் உணரமுடிந்தது. பிறகு, சரி,

பேச விரும்பியதைப் பேசியாகிவிட்டதல்லவா, படுத்துக்கொள் என்று சொல்லிவிட்டுத் தானும் திரும்பிப் படுத்துக்கொண்டு விட்டார். உறங்காப்புலியால் அதற்குமேல் அந்த அகால நேரத்தில் இங்க்ளய்யாவைப் பேச்சில் ஈடுபடுத்த முடியவில்லை. ஆனால் அதற்குப் பிறகு அவனால் தூங்கவும் முடியவில்லை. மிச்சமிருந்த இரவு முழுவதையும் விழித்துக்கொண்டே கழித்து முடித்துவிட்டுக் காலையில் எழுந்ததிலிருந்து அவரிடம் மேற் கொண்டு பேசுவதற்குத் தகுந்த தருணத்தை எதிர்பார்த்துக் கொண்டேயிருந்தான். மனதில் கனத்துக்கொண்டிருப்பவைகளைப் பேசி முடிக்காவிட்டால் தலை வெடித்துவிடும் போலிருந்தது. கடைசியில் இங்க்ளய்யா அன்றைய வேலை அட்டவணைக்காக உபேந்திரநாத் தத்தாவைச் சந்திக்கச் செல்வதாகச் சொல்லிவிட்டுக் கிளம்பியபோது அதற்குமேல் பொறுத்துக்கொள்ள முடியாமல், இங்க்ளய்யா, கணிசமான வாழ்நாளையும் போராட்டங்களையும் சுக்பிலாஸ் மாஜி போன்ற மனிதர்களையும் இந்த மண்ணில் பார்த்துவிட்ட நீங்கள் தத்தா வகையறாக்களின் தந்திரத்தைத் தெரிந்துகொள்ள முடியாத அளவிற்கு ஓர் அப்பாவியென்று நான் நம்பத்தான் வேண்டுமா என்று கேட்டேவிட்டான். இங்க்ளய்யா இந்தக் கேள்விக்கு உடனே பதில் சொல்ல முயல வில்லை. அவர் சிறிதுநேரம் வாயிற்படியில் நின்றவாறே கூரை முகப்பைப் பார்த்தபடி மௌனமாக நின்றுகொண்டிருந்தார். பிறகு உள்ளே வந்து கட்டிலில் அமர்ந்துகொண்டு அவனையும் தன்னருகே வந்து அமரும்படி சைகை செய்தார். அமர்ந்ததும் அவன் கைகளை எடுத்துத் தன் கைகளுக்குள் வைத்துக்கொண்டு, நல்ல அவதானிப்பு என்று சொல்லிவிட்டு, ஆனால் தம்பி, உன்னுடைய பார்வை முழுவதும் ஒரு கொலையைத் துப்பறியும் புத்திசாலியின் பார்வையாகவே இருக்கிறது என்பது உனக்குத் தெரிகிறதா, அவனுக்குக் கொலையில் சம்பந்தமேதும் இல்லை, அவன் அது யார் செய்தது, எப்படிச் செய்தது என்பதைக் கண்டுபிடித்துவிடுவான், ஏன் நடந்தது என்பதையும்கூடக் கண்டுபிடித்துவிடுவான், ஆனால் கொலை செய்வதைத் தவிர வேறெந்த வழியிலும் இறுதி விடையைக் காண முடியாதபடி கொலையாளியை நிர்பந்தித்திருக்கக்கூடிய சூழலைப்பற்றி அந்தப் புத்திசாலிக்கு எந்த அக்கறையும் இருக்காது, திருவாளர் உபேந்திர நாத் தத்தா உண்மை சொன்னாரா பொய் சொன்னாரா என்பது உன் கவலை, இரண்டில் எதுவாக இருந்தாலும் அது சுக்பிலாஸ் மாஜி என்னைப் பார்த்து நீ கூக்கன்தானேடா என்று கேட்ட நாளிலிருந்து முதலாளி வர்க்கத்திடமிருந்து என் காதால் கேட்கவேண்டுமென்று நான் எதிர்பார்த்துக்கொண்டேயிருந்த ஒரு பதில், ஒரு சமாதானம், ஒரு பிராயச்சித்தம், இன்று தங்களிட

மிருந்து நிலச்சுவான்தார்களால் நிலங்கள் பறிக்கப்படுகின்றன என்று முறையிட்டுக் கொண்டிருக்கிறவர்களெல்லோருமே அந்த நிலங்களைக் கூக்குகளிடமிருந்தும் கோண்டுகளிடமிருந்தும் சாந்தால்களிடமிருந்தும் அபகரித்துக் கொண்டவர்கள்தானே, அவர்களுக்கு இவர்கள் என்ன பதில் சொல்லுவார்கள் என்கிற கேள்விதானே என் இந்தத் தனிமை வாழ்க்கையை வடிவமைத்தது, எங்களிடமிருந்து காடுகளைப் பறித்து விளைநிலங்களாக்கிக் கொண்டவர்களிடமிருந்து வயற்புறங்களைப் பறித்து நிலப் பிரபுக்களானவர்களை ஜமீன்களிலிருந்தும் சமஸ்தானங்களி லிருந்தும் வெளியேற்றி அங்கே தொழிற்சாலைகளை நிறுவிக் கொண்ட முதலாளிகள் முப்பது வருடங்களுக்குப் பிறகு எஞ்சியிருக்கும் மூலப்பொருள்களுக்காக நேரடியாக எங்களிடமே பேரம் பேசும்போது, களவாடப்பட்ட காடுகள் இனி எங்களுக்குத் திரும்பக் கிடைக்கவே போவதில்லையென்கிற நிலையில் அதில் எங்களுக்குரிய பங்கையாவது பெற்றுவிட வேண்டுமென்று நான் விரும்பியது தவறா, சற்று யோசித்துப் பார், கூக்கர்களுக்குப் புதிய மரியாதை, அவர்களுடைய சந்ததிகளுக்குக் கல்வி மற்றும் வேலை வாய்ப்பு, கூக்கர்கள் மட்டுமே அறிந்திருந்த அவர்களுடைய குலதெய்வத்திற்குப் புதிய சக்தி, பிரபலம், வேறென்ன செய்துவிட முடியும் எங்கள் மக்களுக்கு என்னால், தம்பி, நாங்கள் எங்கள் இருப்பைத் தக்கவைத்துக்கொள்ளத் தவிக்கிறோம் என்றார். மீண்டும் ஒரு திகைக்கச் செய்யும் பதில்தான். உறங்காப்புலி அந்தத் திகைப்பிலிருந்து மீண்டு மறுமொழி சொல்வதற்குள் அவர் கிளம்பிச் சென்றுவிட்டார். இங்க்ளய்யா பேச்சைக் கத்தரிக்க முயல்கிறாரென்பதும் ஏற்கெனவே வெந்திருக்கும் புண்ணில் கேள்விகளின் வேலைப் பாய்ச்சாமல் அவர் பக்க மிருக்கும் நியாயத்தை அவனாகவே புரிந்துகொள்ள வேண்டுமென விரும்புகிறாரென்பதும் அவனுக்கு நன்றாகத் தெரிந்தது. அன்று இரவு அவர் சோனாபாரியாவிலிருந்து அதிகமான எண்ணிக்கை யில் ஆட்கள் வரவாரம்பித்துவிட்டார்களென்றும் எனவே அன்று நடுச்சாமம் வரை தனக்குக் கடுமையான வேலையிருந்தது என்றும் சொல்லிக்கொண்டு குடிசைக்கு வராமலேயிருந்துவிட்டார். மறுநாள் காலையில் அவன் பணிக்குக் கிளம்பும் நேரம் கடந்த பிறகே வீட்டிற்குத் திரும்பினார். ஆனால் உறங்காப்புலி வீட்டில் தான் இருந்தான். வேலைக்குச் செல்லவில்லை. சாயத் தொழிற் சாலைப் பணியை விட்டுவிட்டதாகவும் அவரிடம் அறிவித்தான். அவர் அதைப்பற்றி ஆச்சரியம் தெரிவிப்பதற்குள் மீண்டும் பித்யா சம்பந்தமாகப் பேசவாரம்பித்துவிட்டான், ஆனால் உங்கள் இருப்பிற்கு விலையாக நீங்கள் கொடுக்கப் போவது பித்யா என்னும் அழகிய நதியையில்லையா இங்க்ளய்யா, அதை

யோசித்துப் பார்த்தீர்களா, பித்யா உங்கள் இனத்தின் அடையாள மல்லவா, சுக்பிலாஸ் மாஜி உங்கள் இனத்தைக் குறித்துக் கேட்ட கேள்வி பித்யாவையும் அவள் கரையில் பரந்து செழித்திருக்கும் காடுகளையும் பார்த்துக் கேட்ட கேள்வியில்லையா, பித்யாவை இழந்துவிட்டால் இந்த இந்திய நிலத்தின் காலாதீத அடையாளங் களான உங்களுடைய இருப்பை ஸ்தாபித்துக்கொள்வதே சவாலான விஷயமாகி விடுமே, பித்யா இல்லாவிட்டால் காலப் போக்கில் கூக்குகளும் இல்லாமலாகிவிட மாட்டார்களா, அதை யாவது யோசித்துப் பார்த்தீர்களா. அவனுடைய பிடிவாதம் பெரியவருக்குச் சுத்தமாகவே பிடிக்கவில்லையாயினும் வேறு வழியின்றி இறுக்கமான முகத்துடனும் விரக்திச் சிரிப்புடனும் பொறுமையாக மறுமொழியளித்துக்கொண்டிருந்தார், கூக்குகள் இல்லாமல் ஆகிவிட மாட்டார்கள் தம்பி, கூக்குகளாக இல்லாமல் ஆகி விடுவார்கள் என்று வேண்டுமானால் சொல், (குரலில் திடீர் ஆங்காரம்), ஆனால் பையா, யாருடைய பெருமைமிகு கலாச்சாரத்தின் காட்சிப் பொருளாக இருப்பதற்கு நாங்கள் இன்னும் மிருகங்களோடு மிருகங்களாய்க் காடுகளிலலையும் குக்குலங்களாகவே இருக்கவேண்டும் என்கிறாய், வனங்களைப் பாடிய எந்தக் கவிஞனும் வனவாசிகளைப் பாடியதில்லை, அருவிகள் தரும் மின்சாரத்தைப்பற்றி யோசிக்கும் எந்த அரசாங்க மும் ஆதிவாசிகளின் குடில்களைப்பற்றி யோசித்ததில்லை, வெளிநாடுகளில் வேலை வாய்ப்பைத் தேடும் எந்த இளைஞனும் இங்கே அடர்ந்து கிடக்கும் மூலிகைகளைத் திரும்பிப் பார்ப்ப தில்லை, பாடநூல்களுக்கோ இங்கிருந்து கற்றுக்கொள்ள எதுவுமே யில்லை, வனங்களுக்கு வெளியே நகரங்கள் வளர்ந்துகொண்டே யிருக்கின்றன, அவர்கள் யாருக்கோ வேலை செய்துகொண்டே யிருக்கிறார்கள், அந்த அடிமைகளைத் தொடர்ந்து போஷிப்பதற்கு அரசாங்கத்திற்கு விளைநிலங்களும் விளைவிப்பவனும் தேவைப் பட்டுக்கொண்டேயிருக்கிறார்கள், எனவே பழங்குடிகளைப் பாடாத எல்லாக் கவிஞர்களும் கட்டிடங்களுக்கும் விருட்சங் களுக்கும் இடையில் வவ்வால்களைப் போல தொங்கிக்கொண் டிருக்கும் உழவர்களைப் பாடித் தீர்த்துக்கொண்டிருக்கிறார்கள், அவர்களுக்கு விழா எடுத்துக் கொண்டிருக்கிறார்கள், கிஸான் களுக்கு அதில் தலைகொள்ளாப் பெருமை வேறு, அந்த மயக்கத்தி லேயே அவர்கள் மரங்களை வெட்டி வீழ்த்தும் நகரவாசிகளின் கருவிகளாகத் தங்களை தகவமைத்துக்கொண்டிருக்கிறார்கள், பறவைகளையும் விலங்குகளையும் வயற்புறங்களுக்கு வரவேற்கும் விவசாயி எவனிருக்கிறான், இங்கே நாங்கள் என்ன செய்ய வேண்டும் என்று எதிர்பார்க்கிறாய், சுக்பிலாஸ் மாஜி சொன்னது போல எங்களுக்கு இங்கே என்ன வேலை, நாங்கள் ஏன் இன்னும்

காடுகளிலேயே வாழ வேண்டும். ஆனால் நான்காம் நாள் திரும்பவும் உறங்காப்புலி இந்தப் பேச்சைத் துவக்கியபோது (இல்லை இங்க்ளய்யா, நீங்கள் அத்தனை விரக்தியடையத் தேவையில்லை, நாங்கள் அருந்தியிருக்கும் விஷத்தின் கசப்பு வேலை செய்யத் துவங்கும்போது நிச்சயம் உங்களிடம் திரும்ப வந்துவிடுவோம், எங்களுடைய கடைசிப் புகலிடம் நீங்களாகத் தான் இருப்பீர்கள், காடுகளுக்கு வெளியே உலகம் சுழன்று கொண்டிருக்கும் வேகம் அதன் உச்சத்தில் காடுகளை நோக்கி வெகு விரைவிலேயே குவிந்துவிடும், அதற்குள் அவசரப்பட்டு உங்கள் பிடிக்குள்ளிருக்கும் பித்யாவைப் பறிகொடுத்து விடாதீர்கள்.) இங்க்ளய்யா பொறுமையிழந்துவிட்டார் (உனக்குத் தெரியாது உறங்காப்புலி, சமவெளி மனிதர்கள் தந்திரசாலிகள், அவர்கள் ஆதிக் காலத்திலிருந்தே இந்த உலகின் பிரச்சனை யென்பது மேற்கே வர்க்கமும் கிழக்கே சாதியும் என்பதாக வடிவமைத்திருக்கிறார்கள், இரண்டுமே மனிதனை மட்டுமே மையப்படுத்தும் விஷயங்கள், மிருகங்களின் குரல்களுக்கும் விருட்சங்களின் பெருமூச்சுகளுக்கும் இலக்கணம் வகுக்கப்படாத இந்தப் பகுத்தறிவின் உலகில் மனிதனுடைய குரல் எதை வடிவமைக்கிறதோ அதுதான் பிரபஞ்சமனைத்திற்குமான பொதுப் பிரச்சனையாக இருக்கும், அதை எல்லோரும் ஏற்றுக் கொண்டேயாக வேண்டும், வர்க்கங்களை ஒழிப்பதும் சாதிகளை ஒழிப்பதும் காடுகளை ஒழிக்கும் குற்றவுணர்விலிருந்து தங்களைத் தப்புவித்துக்கொள்ளும் பிரயத்தனமேயன்றி வேறொன்று என்பதாக நான் நினைக்கவில்லை). உறங்காப்புலி அவருடைய படிப்பறிவையும் பட்டறிவையும் சுட்டிக்காட்டி (நினைவுபடுத்தி) அவரைச் சமாதானப்படுத்த முனைந்தபோது (மார்க்ஸைப் படித்தவரான நீங்களே இப்படிப் பேசலாமா இங்க்ளய்யா, வர்க்கமும் சாதியும் ஒழிக்கப்படவேண்டிய தொற்று நோய்க ளில்லையா) அவர் அந்த இரண்டு வகை அறிவுகளுமே ஒருவருக்கு வீண் சேகரங்கள் என்கிற ரீதியில் பதிலளித்தார் (கண்டிப்பாகச் சாதியும் வர்க்கமும் ஒழிக்கப்பட வேண்டியவை தான், ஆனால் அவற்றின் வேர்க் காரணம் நகரங்களிலும் கிராமங்களிலும் இல்லை, வனங்களில் இருக்கிறது, வனங்களின் அழிப்பில் இருக்கிறது, தொழிற்சாலைகளும் விளைநிலங்களும் இருக்கும்வரை இந்த இரண்டுமே ஒழியப்போவதேயில்லை). தான் பேசுவதை இங்க்ளய்யா ஒருபோதும் மறுத்துப் பேசவில்லையென்பதுதான் உறங்காப்புலிக்குப் பிரச்சனையாக இருந்தது. மீளும் வழிகள் அடைபட்டுவிட்டன என்று இங்க்ளய்யா சொல்லும்போது தானும் ஒரு நகரவாசியென்கிற குற்றவுணர்வில் அவனால் தன் வாதங்களை வேண்டுகோளாக வைக்க முடிந்ததேயன்றி (பிறகு

ஏன் பித்யாவையும் அவளுடைய குழந்தைகளையும் பலி கொடுக்கத் துணிகிறீர்கள், வனங்களையழித்துச் சமவெளியாக்கிப் பண்ணைகளுக்கும் எந்திரச்சாலைகளுக்கும் கச்சாப் பொருள் களை விளைவித்து அனுப்பிக்கொண்டிருக்கும் விவசாயிகளுக்காக முப்பது வருடங்களுக்கு முன்னால் துப்பாக்கிகளின் முன்னே போய் நின்ற நீங்கள் இப்போது உங்களுக்காக தத்தாவின்முன் போய் நின்றுதான் பித்யாவைத் திரும்பக் கேளுங்களேன்) அவர் தன் இயலாமையைச் சொல்லும்போது (ஆனால் முப்பது வருடங் களுக்கு முன்னாலிருந்த நிலைமை வேறு பையா, அப்போது விவசாயிகளின் பின்னால் ஒரு பெரிய இயக்கம் அவர்களுக்காகக் குரல் கொடுத்துக்கொண்டிருந்தது, எங்கள் குரல் ஒற்றைக் குரல், திருவாளர் தத்தா போன்ற முதலாளி வர்க்கத்தின்முன் இது எடுபடவே செய்யாது, மேலும் இப்போது காலம் கடந்துவிட்டது, இப்போது நானே அதைச் செய்யவேண்டுமென்று நினைத்தாலும் எங்கள் இனத்தவர்கள் அதற்கு உடன்பட மாட்டார்கள், அவர் களுக்கு ஏற்கெனவே போதுமான உறுதிமொழிகள் கொடுக்கப் பட்டாகிவிட்டது, அவர்கள் என்னைப்போல இயக்கம், கட்சி, எழுச்சி என்கிற நிகழ்வுகளினூடே வளர்ந்தவர்களும் இல்லை, அவர்களுக்கு இது சம்பந்தமாக எனக்கிருக்கும் அரைகுறைப் புரிதல்கூடக் கிடையாது, வேறு வழியில்லை தம்பி, நீ சொல்வதைப் போல உலகம் ஒருநாள் எங்களிடம் திரும்பி வரலாம், ஆனால் அதற்கு வெகு காலமாகும், எங்கள் குழந்தைகளைக் காப்பாற்றிக் கொள்ள வேண்டுமானால் நாங்கள்தான் அதன் பாதையில் நடந்தாக வேண்டும்) அவனால் பலவீனமாக அது குறித்து எச்சரிக்கத்தான் முடிந்ததேயொழிய (அது அழிவின் பாதை இங்க்ளய்யா) அவரை வாதிட்டுத் தடுக்க முடியவில்லை (தெரியும், ஆனால் எல்லோரும் அழிந்தபிறகு நாங்கள் மட்டும் வாழ்ந்து என்ன செய்யப் போகிறோம், விடு). ஐந்தாம் நாள், வாதம் செய்து இங்க்ளய்யாவை வெல்ல முடியாதென்பது உறுதியான பிறகு (தான் செய்வது சரி என்று நினைத்துக்கொண்டிருக்கும் ஒரு மனிதரை அதைத் தவறு என்று நிரூபித்து ஜெயித்துவிடலாம், தவறு என்று தெரிந்தே அதில் ஈடுபட்டிருக்கும் ஒருவரிடம் மேற்கொண்டு என்ன பேசி அவரை வழிக்குக் கொண்டு வருவது), கோவில் பணியை நிறுத்தும் தைரியம் அவருக்கு இல்லாவிட்டால் (கோவில் கட்டும் யோசனைகளும் திட்டங்களும் செங்கற்கள் இறங்கும் கட்டம்வரை வந்துவிட்ட பிறகு இனிமேல் தத்தாவை அந்தப் பணியை நிறுத்தும்படி தன்னால் கேட்டுக்கொள்ள முடியாது என்றும் அது வீண் மனஸ்தாபத்திலும் பகையிலும் போய் முடியும் என்றும் கூறி இங்க்ளய்யா அவன் யோசனையை மறுத்துக்கொண்டே வந்தார்) உபேந்திரநாத் தத்தாவின்

அலுவலகத்திற்குச் சென்று அவருடைய சூழ்ச்சியைக் கண்டித்துப் பேசித் திட்டத்தைக் கைவிடச் சொல்லிக் கேட்கத் தன்னையாவது அனுமதிக்கும்படியும் அப்படியில்லாவிட்டாலும் கூக் தலைவர் களைப் பார்த்துப் பேச தன்னையாவது அவர் சார்பாக அவர்களிடம் அனுப்பிவைக்கும்படியும் அவன் வற்புறுத்தத் தொடங்கியபோது அதற்கு மேல் பொறுக்கவியலாமல் அவர், தம்பி, இது எங்கள் பிரச்சனை, பேராபுடீமாவின் திருவுளப்படிதான் எதுவும் நடக்கும், இதில் ஏதும் சூழ்ச்சி இருக்குமேயானால் அதை எப்படி முறியடிக்க வேண்டுமென்பதை அவள் அறிவாள், அவளை மீறி எதுவும் செய்துவிட முடியாது, நீ நாங்கள் ஏமாற்றப் படுகிறோமென்கிற உணர்வை எங்கள்மேல் திணித்து எங்களைச் செயல் முடக்கம் கொள்ளச் செய்துவிடாதே தயவுசெய்து, நீ சொன்னதெல்லாம் உண்மையாகவேயிருக்கலாம், ஆனால் மூடநம்பிக்கையாகவேயிருந்தாலும் நாங்களும் வாழ ஆசைப் படுகிறோம் என்று கத்தரித்தாற்போல பேசிவிட்டார். உறங்காப் புலிக்கு முகம் தொங்கிவிட்டது. அன்றும் அடுத்த நாளும் அவர்களிருவரும் ஒருவருக்கொருவர் முகங்கொடுத்துப் பேசிக் கொள்ளவில்லை. மூன்றாம் நாள் காலை உறங்காப்புலி அதுவரை அவர் தன்மேல் எடுத்துக்கொண்ட அக்கறைக்கும் விருந்தோம்பலுக் கும் நன்றி தெரிவித்துவிட்டு அதற்குக் கைமாறாகத் தான் செய்ய விரும்பும் உதவியைச் செய்யும் வாய்ப்புத் தனக்கு மறுக்கப்படுவ தால் தொடர்ந்து அங்கே இருப்பதில் தனக்குக் குற்றவுணர்வு ஏற்படுவதாயும் சொல்லிவிட்டு வீட்டைவிட்டுக் கிளம்பிவிட்டான். இங்க்ளய்யா அவனைத் தடுக்கவில்லை. எங்கே போகிறாய் என்று கேட்கவுமில்லை.

ஏனென்றால் பேராச்சாப்பாவைவிட்டு வெளியேறினால் அவனுக்கு விபின் பாஸ்வானின் வீட்டிற்குச் செல்வதைத் தவிர வேறு போக்கிடம் கிடையாது என்று அவர் நினைத்தார். ஆனால் உறங்காப்புலி வேறு யோசனையிலிருந்தான். பேருந்து நிலையத்தில் இறங்கியதும் ஒரு ரிக்ஷா பிடித்துச் சூர்யா சென் சந்தைப் பகுதிக்குச் சென்றான் அவன். சிவப்பிரகாசத்தால் தனக்கு ஏற்கெனவே அறிமுகமாயியிருந்த அதே சரக்கூர்தி அலுவலகத்திற்குள் நுழைந்து அதன் மேலாளரைச் சந்தித்தான். அவருக்கு அவனை அடையாளம் தெரிந்தது. இடைப்பட்ட அந்த நான்கு மாதங்களில் மேலும் ஒருதடவை சிவப்பிரகாசம் கல்கத்தாவிற்கு வந்திருந்ததாயும் அவன் அங்கே வந்தானா என்று அக்கறையுடன் விசாரித்ததாயும் அவர் அவனிடம் தெரிவித்தார். கல்கத்தாவில் தான் வந்த வேலை முடிந்துவிட்டதென்றும் சொந்த

ஊருக்குத் திரும்ப விரும்புவதாயும் எனவே மெட்ராஸிலிருந்து கல்கத்தாவிற்கு வந்ததைப் போலவே ஒரு சரக்கூர்தி உதவியாள னாகத் திரும்பவும் கல்கத்தாவிலிருந்துமெட்ராஸுக்குச் செல்வதற்குத் தனக்கு உதவ வேண்டும் என்றும் உறங்காப்புலி அவரிடம் கேட்டுக்கொண்டான். ஒரு சரக்கூர்தியின் முழுக் கொள்ளளவையும் நிறைக்குமளவிற்குப் பல்வேறு நிறுவனங்களின் மெட்ராஸ் வாடிக்கையாளர்களுக்கான சரக்குகள் அங்கே சேகரமாவதற்கு இன்னும் இரண்டு நாட்கள் பிடிக்குமென்றும் எனவே மறுநாளைக்கு மறுநாள் அவனுடைய பயணத்திற்குத் தன்னால் ஏற்பாடு செய்ய முடியுமென்றும் மேலாளர் உறுதி யளித்தார். உறங்காப்புலிக்குச் சற்று நிம்மதியாயிற்று. ஆனால் அன்றும் அதற்கு மறுநாளுமாக இரண்டு இரவுகளை எங்கே தங்கிக் கழிப்பது என்கிற பிரச்சனை அவனைக் கவலைக்குள்ளாக்கியது. விபின் பாஸ்வானைச் சிரமப்படுத்த அவன் விரும்பவில்லை. கல்கத்தாவைவிட்டு வெளியேறுமுன் அவரைச் சந்தித்து ஜெமினி குறித்த சில விஷயங்களைப் பகிர்ந்துகொள்ள அவன் விரும்பினான். அது அதற்குப்பின் அவருடன் ஒரு வினாடி ஒரு வார்த்தை அதிகமாகப் பேசினாலும் திகட்டிவிடுமளவிற்கு நிறைவானதாய் அமையுமென்றும் எனவே அங்கே ஓர் இராத் தங்கலை அசாத்தியமானதாக ஆக்கிவிடுமென்றும் நம்பினான். கந்தமாலா அச்சகத்தின் பின்புற அறையை இரண்டு இரவுகளுக்கு மட்டும் ஒதுக்கித் தரும்படி கேட்டுக்கொள்ளுமளவிற்கு அதில் ஒளிந்துகொண்டிருக்கும் இளைஞர்களுடைய நம்பிக்கைக்குப் பாத்திரமானவனாய்த் திடீரென்று ஆகிவிடவும் முடியாது (நிரந்தரமாக அவர்களிலொருவனாகத் தன்னை இணைத்துக் கொள்வதாயிருந்தால் அவனை அவர்கள் மறுக்கப் போவ தில்லை தான்). சாலையோரத்தில் எங்கேயாவது படுத்து காவல்துறையின் பார்வைக்குள் அகப்பட்டுவிட்டால் ஒன்றைத் தொட்டு இன்னொன்றாகத் தான் யாரென்பது வெளியே வந்துவிடுமென்றும் அவனுக்கு அச்சமாக இருந்தது. எதுவும் சாத்தியமாகவில்லையென்றால் விபின் பாஸ்வானின் முன்னால் போய் நிற்பதைத் தவிர வேறு வழியில்லையென்றாலும் எதற்கும் இரண்டாவது கல்லையும் எறிந்து பார்த்துவிடலாமென்கிற முடிவுடன் அவன் சரக்கூர்தி அலுவலக மேலாளரிடமே தன்னை இரண்டு நாட்கள் அங்கே தங்கிக்கொள்ள அனுமதிக்க முடியுமாவென்று வேண்டிக்கொண்டு அதற்கு மாற்றாக அந்த நாட்களில் அங்கே ஒரு துப்புரவுப் பணியாளனாகவோ சரக்குகளைக் கையாளும் கூலியாளாகவோ வேலை பார்க்கத் தான் தயாரென்றும் தெரிவித்துப் பார்த்தான். சிறிது யோசனைக்குப் பிறகு மேலாளர் அவன் தங்குவதற்கு அனுமதியளித்துவிட்டார். ஆனால் படித்த இளைஞனாக இருக்கும் அவனைக் கூலியாகவோ

அலுவலக உதவியாளனாகவோ பயன்படுத்திக்கொள்ளத் தனக்கு மனமில்லையென்றும் எனவே பகல் நேரத்தைக் கல்கத்தாவைச் சுற்றிப் பார்த்துக் கழித்துவிட்டு இரவு நேரங்களில் தங்குவதற்கு அங்கே வந்தால் போதுமானதென்றும் இரவுக் காவலாளி யிடம் அவனைப்பற்றிச் சொல்லிவிட்டுச் செல்வதாயும் காவலாளியிடமே அலுவலகத்தின் திறவுகோலை அவன் பெற்றுக்கொள்ளலாமென்றும் சொல்லிவிட்டார். உறங்காப்புலி மகிழ்ச்சியுடன் அவருக்கு நன்றி சொல்லிவிட்டுத் தன் கைப்பையை யும் சரக்கூர்தி அலுவலகத்திலேயே வைத்துவிட்டு விபின் பாஸ்வானைச் சந்தித்து விடைபெற்றுக்கொண்டு திரும்புவதற் காகப் பேருந்தைப் பிடித்து நவாப்கன்ஜ் பகுதிக்குப் புறப்பட்டுச் சென்றான். விபின் பாஸ்வான் இங்க்ளய்யாவுடன் அவன் மனஸ்தாபம் கொண்டு பிரிந்து வந்தது குறித்து தன்னுடைய அதிருப்தியையும் கவலையையும் வெளிப்படுத்தினார். பாராசாத் மாளிகைச் சம்பவத்திற்குப் பிறகு இங்க்ளய்யா வர்க்கப் போராட்டங்களின்மீதும் கம்யூனிஸத்தின் ஐரோப்பிய மையப் பார்வையின்மீதும் அதிருப்தி கொண்டிருந்தார் என்பது அவருக்குத் தெரியும்தான். ஆனால் முப்பது வருடத் தனிமை வாழ்க்கைக்குப் பிறகும் ஓர் எழுபதுகளின் இளைஞனை மீளச் சிந்திக்கச் செய்யுமளவிற்கும் மார்க்ஸின்மீதான பழிவாங்கலைப் போல கிஸான்களுக்கெதிராக முதலாளிகளுடன் கூட்டுச் சேர்ந்துகொள்ளுமளவிற்கும் அந்த வெறுப்பின் தீவிரம் அவருக்குள் கனன்றுகொண்டேயிருக்குமென்றும் அவர் எதிர்பார்த்திருக்க வில்லை. வெளிப்பார்வைக்கு முரண்பட்டுப் பிரிந்ததைப்போல தோன்றினாலும் உறங்காப்புலியும் இங்க்ளய்யாவும் பித்யாதரி நதியின் கரையோரத்தில் செத்து மிதந்த மீன்களைப்பற்றி ஒரே வழியில்தான் சிந்தித்திருக்கிறார்களென்பதும் அதற்கு எப்படி முகங்கொடுப்பது என்கிற விஷயத்தில்தான் அவர்களுக்குள் கருத்து வேற்றுமை இருந்திருக்கிறது என்பதும்கூட அவருக்குப் புரியாமலில்லை. தன்னுடைய கைத்துப்பாக்கியின் தோட்டா குறி தவறாமல் சரியாகவே பாய்ந்திருந்தாலும்கூட சுக்பிலாஸ் மாஜியின் தொலைவான வெற்றி தவிர்க்க முடியாததாகத்தான் ஆகியிருந்திருக்கும் என்கிற உண்மை அவருக்குத் திகைப்பை அளித்தது. இங்க்ளய்யாவே அதற்குச் சாட்சி. ஆனால் அது குறித்து விவாதிக்கும் மனநிலையோ அல்லது துப்பாக்கியைத் தூக்கிக்கொண்டு இங்க்ளய்யாவைத் தேடிச்செல்லும் உடல் வலுவோ அவரிடம் இப்போது இல்லை (எடுப்பதற்குத் துப்பாக்கி யும் இப்போது அவரிடம் இல்லை. மகாவதனிடம் கையும் களவுமாக ஜெமினி பிடிபட்டு அவருடன் சவிதாவும் தன்னிட மிருந்து நிரந்தரமாகப் பிரிக்கப்பட்டுவிட்டார்களென்று தெரிந்த அன்று, பூட்டியிருந்த கதவின்முன் நின்று மலங்க மலங்கச்

சிறிதுநேரம் விழித்துக்கொண்டிருந்தவர் ஹுஃப்ளியின் கரை வழியாகக் கால் போன போக்கில் நடந்துகொண்டிருந்த சமயத்தில் உணர்ச்சி வேகத்தில் காற்சட்டைப் பைக்குள் கனத்துக் கொண்டிருந்த கைத்துப்பாக்கியை எடுத்து நதியினுள் வீசி எறிந்துவிட்டார் (நினைத்தால் அதுபோல ஒன்றைத் திரும்பச் செய்துகொள்ளலாமென்கிற நம்பிக்கையும் அவரை அப்படிச் செய்யத் தூண்டியிருக்கலாம்)). அவரை இப்போது உயிர் வாழ வைத்துக்கொண்டிருப்பது சித்தாந்தங்களோ வயிற்றுப் பசியோ அல்ல, அவசரநிலைக்காலக் காவல்துறையின் மீதான அச்சமும் சவிதாதேவி பற்றின நினைவுகளும் (உறங்காப்புலியின் வரவிற்குப் பிறகு தன்னைப்போன்றே சவிதாவும் அங்கே தன்னைப்பற்றி நினைத்துக்கொண்டிருக்கிறாள் என்கிற தெரிதலில் அது இன்னும் அதிகமாகக் கிளர்ந்தெழுந்திருக்கிறது) மட்டுமேதான்.

உறங்காப்புலிக்கும் இங்க்ளய்யாவுடன் தான் நடத்திய விவாதங் களை மீண்டும் விபின் பாஸ்வானுடன் நடத்திப் பார்க்கும் உத்தேசம் எதுவுமில்லைதான் (அப்படி நடத்தினால் தன்னுடைய இடத்தில் விபின் பாஸ்வானும் இங்க்ளய்யாவின் இடத்தில் தானும் நிற்க நேரிடும் என்றும் பிறகு பேராச்சாப்பாவை விட்டு வெளியேறியதற்கு அர்த்தமில்லாமல் போய்விடும் என்றும் அவன் அஞ்சினான்). அவனுக்குப் பித்யா நதிக்கரைக் காட்சியைப்பற்றிச் சொல்வதற்கு இன்னும் கொஞ்சம் விஷயம் மீதமிருந்தது. இங்க்ளய்யாவிடம் அதைப்பற்றிப் பேச முடியு மென்று அவனுக்குத் தோன்றவில்லை (இங்க்ளய்யாவின் பிரச்சனைகள் வேறு). உண்மையில் அவன் ஜெமினியின் பழைய வீட்டிற்குத் திரும்ப வந்தது அவருடைய நண்பரிடம் பிரியாவிடை பெற்றுக்கொண்டு போக மட்டுமல்ல, தன்மீது அவர் காட்டிய அன்பிற்குப் பிரதியுபகாரமாக ஜெமினியைப்பற்றிய பூர்த்தியாகாத சித்திரத்தை மனதில் சுமந்து கொண்டிருந்த அவருக்குத் தன்னுடைய அனுபவத்தை விவரிப்பதன் வழியே கொஞ்சம் ஆறுதலைத் தந்துவிட்டுப் போக முடியுமா என்று முயன்று பார்க்கவும்தான். அவன் விபின் பாஸ்வானிடம் சொன்னான் (இந்த முறை உறங்காப்புலியின் உரையாடலை அவன் சமீபத்தில் மேற்கொண்ட வங்காள மொழிப் பயிற்சி மட்டுமல்லாமல் அதன் இடைவெளிகளை உணர்ச்சி வேகத்தில் மடை திறந்தாற்போல பிரவகித்துக்கொண்டிருந்த பேச்சின் வேகமும் ஒழுக்கும் விஸ்தாரமான உடல்மொழியும்கூடத் திருப்திகரமாகவே நிரப்பிக்கொண்டிருந்ததால் குரு பிரசாத்திற்கு மிகச் சிக்கலான வார்த்தைப் பிரயோகங்களை மொழிபெயர்த்து அவனுக்கு அவ்வப்போது எடுத்துக்கொடுப்பதைத் தவிர மற்றபடி அதிக வேலையிருக்கவில்லை. அவன் பெரும்பாலும்

அவர்களிருவரும் பேசுவதை வேடிக்கை பார்த்துக்கொண்டு மட்டுமே உட்கார்ந்திருந்தான்), பித்யாவின் நீர்வெளியில் மிதந்த ஆலைக் கழிவுகளைக் கண்ட கணத்தில் என் மனதில் எழுந்தது அதன் தூய்மை பற்றிய கவலை மட்டுமல்ல, அந்தக் கணத்தில் என்னால் கிரகித்துக்கொள்ள முடியாதவொரு தாறுமாறான வேகத்தில் எனக்கு நினைவு தெரிந்த நாள் முதல் அந்தக் கணம் வரை என் மனதில் உருவாகிப் பதில் கிடைக்காமல் காலப்போக்கில் மங்கிப் போய்விட்டிருந்த பலப்பல கேள்விகளுக்கான விடைகளும்கூடத்தான், செத்துப்போன என் பாட்டனார் விண்ணிலிருந்து என்னைப் பார்த்துக்கொண்டிருக்கிறாரென்று என் தாயார் நம்புவதற்கும் பொக்ரானின் சிரிக்கும் புத்தருக்குமிடையேயிருக்கும் பிரிக்க முடியாத ஒற்றுமையிலிருந்து ஒரு தனிப்பட்ட காதல் தோல்வி யில் முடிவதற்கும் ஒரு சமூகத்தின் போராட்டம் வன்முறை யாக வெடிப்பதற்கும் இடையிலுள்ள ஒற்றுமையுட்பட சிலுவையைத் தன் தோளில் தாங்கிக்கொள்பவனுடைய பிரசங்கங்களுக்கும் கணையை எதிரியின் மார்பில் செலுத்திக் கொல்லச் சொல்பவனின் உபதேசங்களுக்கும் இரண்டையுமே ஏற்றுக்கொள்பவர்களின் முரண்பாட்டிற்கும் இருவரையுமே மறுப்பவர்களுக்குமிடையிலான ஒற்றுமைவரை எதையெதை யெல்லாமோ அந்தக் கணத்தில் என்னால் பார்க்க முடிந்தது, அவையனைத்தையும் ஒரு மாலையாகக் கோர்த்துக்கொண் டிருக்கும் சரடு ஒன்றேயொன்றுதான், ஒரே பதில்தான், அங்கிருந்த எல்லா அம்சங்களிலும் எல்லாத் துகள்களிலும் (அது நல்லதோ கெட்டதோ, சுத்தமானதோ அசுத்தமானதோ, உயிருள்ளதோ உயிரற்றதோ) அந்தப் பதில் தங்கிக் கிடந்தது, அது என்னைக் குழப்பியது, காரணம் பதிலிலிருந்த பன்மைத்துவம் அல்ல, மாறாக நான் என்ன கேள்வியை இயற்கையின்முன் வைத்தேனென்பதில் நானே தெளிவாக இல்லையென்பதால், என்னுடைய என்ன கேள்விக்கான பதிலை நான் பெற்றுக் கொண்டிருக்கிறேனென்பதைத் தெரிந்துகொள்ள முடியாத அச்சத்தால், மேலும் அவை யாவும் என் கேள்விகளுக்கான வெறும் பாட விளக்கங்களல்ல, காட்சிகள், பிரத்யட்சமான காட்சிகள், காலாதீதமாகப் பிரபஞ்ச வெளியில் மனிதயினத்தின் கண்முன் பிறப்பதும் கிளைப்பதும் உதிர்வதும் பின் மறக்கப் படுவதுமாக நகர்ந்துகொண்டேயிருக்கும் நிகழ்வுகள், அதில் ஒரு கணம் நான் மனித குலம் என்னும் கூட்டு ஆகிருதியின் ஒரு ஜோடிக் கண்களாக மாறி அவற்றைக் கவனித்துக் கொண்டிருக்கிறேன், இந்தவுலகின் ஆதிக் குரங்கு காடுகளில் அலைந்துகொண்டிருப்பதை, வேட்டைக்காரன் விலங்குகளைப் பின்தொடர்ந்துகொண்டிருப்பதை, அவர்களிருவருமே நான்தான்

என்பதை, நானேதான் பிறை நிலவாக மலைகளின்மேல் அப்போது மிதந்துகொண்டிருந்தேன், பிரகிருதியின் புதிர்த் தன்மையை மனிதவியல்பிற்குள்ளும் மனிதச் சமூகத்தின் யதார்த்தத்தைப் பிரகிருதியின் அசைவிற்குள்ளும் பரஸ்பரம் மாற்றிப் புகுத்தி அதைக் கவிதையின் உருவகங்களாக்கி வசப்படுத்திக்கொள்ளத் தவிக்கும் ஆரியனாக நான்தான் ஏதோவொரு நெருப்பின்முன் அமர்ந்துகொண்டிருந்தேன், காதல் மற்றும் வீரம் சார் வாழ்வின் சாட்சிப் பூதங்களாக இயற்கையை நிறுத்தித் தன்னினத்தின் முடிவிலியான தொடர்ச்சியைச் சாதிக்க விழையும் திராவிடனாகத் திணைகளினூடே அலைந்துகொண்டிருந்தேன், பரிசோதனைச் சாலைகளில் அதே பிரகிருதியைக் கணித வாய்ப்பாடுகளாக மாற்றி எலிகளின்மீதும் தவளைகளின்மீதும் பிரயோகித்து நானேதான் வேடிக்கை பார்த்துக்கொண்டிருந்தேன், வெள்ளையனாக, கறுப்பனாக, ஏன், செத்து மிதந்துகொண்டிருந்த மீன்களில் ஒருவனாகக்கூட இருந்தேன், நீராகவும் ஓடிக்கொண்டிருந்தேன், மத்தாப்புப் பொறிகளைப்போல அந்தக் காட்சிகள் என்முன் எழுந்து மடிந்து மின்வெட்டிச் சிதறி இன்னதென்று அடையாளம் கண்டு புலன்வசப்படுத்திக்கொள்வதற்குள் ஒன்றை ஒன்று மேவி ஒன்றுக்குள் ஒன்றாகப் புகுந்து மறைந்துகொண்டிருந்தன, எதையும் நிதானித்துப் பார்க்கும் அவகாசம் எனக்கு அளிக்கப்படவில்லை, ஒன்று மட்டும் புரிந்தது, அவை யாவும் ஒரே நெருப்பிலிருந்து வெடித்துச் சிதறும் ஆயிரக்கணக்கான பொறிகள், யாவும் ஆதாரமான ஒரு கேள்வியிலிருந்துதான் பிறக்கின்றன, வேறு ரூபம் கொள்கின்றன, பொறிகளில் மனதைப் பறிகொடுக்காமல் நெருப்பில் கவனத்தைச் செலுத்துகிறவன் அஞ்சாமல் அங்கேயே ஒரு போதி மரத்தடியைப் பார்த்து அமர்ந்துவிடக்கூடுமாயிருக்கும், என்னால் முடியவில்லை, அந்த அகண்ட வெளியினடியில் சில நிமிடங்களுக்குமேல் என்னால் நிற்க முடியவில்லை, அந்தக் காட்சிகளின் தீவிரத்தையும் வேகத்தையும் அழுத்தத்தையும் பிரகாசத்தையும் சுழற்சியையும் தாங்கவும் முடியவில்லை, நான் திரும்பிப் பார்க்காமல் ஓடி வந்துவிட்டேன், பாதிக் கனவில் திடுக்கிட்டு விழிப்பவன் அதிர்ச்சியில் தான் கண்டதை மறந்துவிடுவதைப்போல அவை உடனே என் நினைவைவிட்டுக் கழன்றும்விட்டன, நெருப்பின் சில பொறிகள் மட்டும் தெறித்து ஞாபகத்தில் வடுப் பதித்திருந்தன, அதில் ஒன்று பித்யாவின் இருப்பு, அதன் அழகு, சுத்தம், அசுத்தம், பயன்பாடு, வரலாறு ஆகியவை குறித்ததல்ல அது, பித்யா ஓர் இடத்தினுள், கர்ப்பவாசம் போல அதற்கென்றே பிரத்யேகமாக உருவாக்கப்பட்ட ஒரு சூலினுள், பொதித்து வைக்கப்பட்டிருக்கிறது, அது ஏதோவொரு இயக்கத்தின் மையமாயிருக்கிறது, அந்த இயக்கம் பிறிதொரு இயக்கத்தின் கண்ணியாகச் சுழன்றுகொண்டிருக்கிறது,

தண்ணீரில் தெரியும் பிம்பத்தைப்போல என் கண்முன் தெரிந்து கொண்டிருந்த பித்யாவின் இருப்பை ஒரு மனித விரல் தொட்டுச் சலனப்படுத்துகிறது, அந்தச் சலனம் அலையாக விரிந்து அதன் நாளங்களில் பிணைப்பட்டிருக்கும் இயக்கங்களின் கதி கலையும் வண்ணம் பிரபஞ்சம் முழுவதும் ஒருமுறை குலுங்கி அதிர்கிறது, நான் அதை இங்க்ளய்யாவிடம் விவரிக்க முயன்ற போது அதுவொரு சமூகக் கவலையாக, லௌகீகப் பிரச்சனை யாக, மாறிவிட்டதென்றாலும் (அதனால்தான் அவரை அதை உணர வைப்பதில் நான் தவறிவிட்டேனோ என்னவோ, கண்டதைக் கண்டபடியே வார்த்தைகளில் விரிக்கும் வலு என் கற்பனைக்கு இல்லையென்பதை ஒத்துக்கொள்ளத்தான் வேண்டும், இந்தக் கதையைச் சொல்லிக்கொண்டிருக்கும் ஆசாமியும் அப்போது என் உதவிக்கு வரவில்லை, அவருக்கு அவர் கதைதான் முக்கியமானதாக இருந்தது) அவை மட்டுமல்ல பித்யா, பித்யாவின் கரையிலிருந்து நான் எடுத்துக்கொண்டு திரும்பிய, திகைக்க வைக்கும் இன்னொரு ஞாபகம், அங்கே சற்றும் எதிர்பாராதவிதமாக நான் ஜெமினியின் நிறைவேறாத லட்சியமென்று சொல்லப்பட்ட மிதக்கும் வண்ணத்தைக் கண்டேன், அவர் மனதிலிருந்திருக்குமென்று நாம் நம்பியதைப்போல ஒரு தேவ தூரிகையால் சிருஷ்டிக்கப்படும் மகத்துவ ஓவியமாக அல்ல, மிஸ்ராக்கள், தத்தாக்கள் மற்றும் மாஜீக்களின் தொழிற் சாலைகள் வெளியேற்றும் கழிவெண்ணெயின் பிசுபிசுத்த நச்சு நிறங்களால் உருவாகும் ஒரு மாபெரும் சாக்கடையாக, என் கை விரல்களினிடையே அந்தக் கழிவு வழிந்து உலர்ந்து கருத்துப் போவதற்குள் சில நிமிடங்கள் கண்ணைப் பறிக்கும் வண்ணக் குழம்பாக சந்திரப் பிரபையில் மின்னியபோது என் மனதில் பளிச்சிட்ட எண்ணம் இதுதான், ஒன்றைச் சொல்லாவிட்டால் மூச்சு முட்டி இறந்தேவிடுவோமென்று தவிப்பதைப்போலவே, அந்த ஒன்றைத் தத்ரூபமாகச் சொல்லிவிடத் தன் வார்த்தைகளுக்கு வலு இல்லையே என்று வருத்தப்படுவதைப்போலவே, சொல்லக் கூடாத ஒன்றைச் சொல்லிவிடுவோமோ என்று கலங்கி நிற்கும் தருணங்களும் ஒரு கலைஞனுடைய வாழ்வில் குறுக்கிடக் கூடுமா, காளிதாசனின் கவிதைகளில் மயங்கிப் போயிருந்த போஜ ராஜன் தான் உயிரோடு இருக்கிறபோதே தனக்குச் சரமகவி பாட வேண்டுமென்று கேட்டுக்கொண்ட சமயத்தில் அவன் இந்த மாதிரித் திகைத்து நின்றானென்று கேள்விப்பட்டிருக்கிறேன், எனக்குத் தெரியவில்லை, பேராபுடீமாவின் சிலை வடிவை உற்றுப் பார்த்துக்கொண்டிருந்த நான் அதிலிருந்து கண்களைத் திருப்பி நதியின் ஓட்டத்தைச் சந்தித்ததற்கும் கழிவின் குடலைப் புரட்டும் நாற்றம் என் நாசியை எட்டுவதற்குமிடைப்பட்ட சில நிமிடங்களில் ஓர் அரூபச் சித்திரத்தின் புதிர்த் தன்மையுடன்

என்னை மயக்கி ஈர்த்த அந்தத் தீமையின் வண்ணப் பகட்டால் ஒருவேளை தானும் என்றாவது ஒருநாள் ஈர்க்கப்பட்டு அதைக் கலையாக்கிவிடக்கூடுமோ என்று ஜெமினி அப்போது பயந்திருக்கக் கூடுமா, உண்மையில் தெபாகா காலத்திற்குப் பிறகு அவர் ஓடிக் கொண்டேயிருந்தது மிதக்கும் வண்ணங்கள் என்கிறவொரு தூர லட்சியத்தை நோக்கியா அல்லது ஏற்கெனவே அடையாளம் கண்டுகொண்டுவிட்ட அந்தப் பிசாசால் துரத்தப்பட்டா, ஜெமினியைப்பற்றி உங்கள் மூலமாயும் அவருடைய மனைவி மகன் மூலமாயும் நான் கேள்விப்பட்ட கதைகளிலிருந்து சுக்பிலாஸ் மாஜியின் மாளிகையில் நடந்த சம்பவமும் அதன் பின் ஓவியர் ஹரேன்தாஸ் வீட்டில் வைத்து நடந்த விவாதங்களும் ஜெமினியின் வாழ்வில் முக்கியமான நிகழ்வுகளென்றும் இதற்குப் பிறகு அவர் சித்திரங்களை வரைவது என்பது மெதுவாகக் குறைந்துகொண்டே வந்தது என்றும் அதற்குக் காரணம் அவர் ஒரு கலைப் பயணம் இறுதியாக வேண்டி நிற்கும் நிறைவான மௌனத்தை அடைந்துவிட்டாரென்றும் அந்த மௌனத்தின் உருவகமாகத்தான் மிதக்கும் வண்ணங்கள் என்கிற (அடையவே முடியாத, அல்லது ஏற்கெனவே அடைந்துவிட்ட ஆனால் அதைப்பற்றிய ஓர்மையில்லாத) லட்சியமொன்றை அவர் மனம் வரிந்துகொண்டது என்றும் ஒரு பிம்பத்தை என் மனம் (நம் மனம்) உருவாக்கிக்கொண்டிருக்கிறது (அப்படித்தான் இருக்க முடியுமென்கிற நம்பிக்கையில்தான் ஜெமினியைப்பற்றிய சித்திரங்கள் இந்தக் கதையைச் சொல்லிக்கொண்டிருப்பவராலும் முன் வைக்கப்பட்டிருக்கின்றன), ஆனால் அது ஏன் அதற்கு நேர் மாறாக இருக்கக்கூடாது, சற்று யோசித்துப் பாருங்கள், சுக்பிலாஸ் மாஜியின் கேள்வியைக் கேட்ட மாத்திரத்தில் சிறிது சிறிதாகக் கட்சிப் பணிகளில் தனக்கிருந்த ஆர்வம் வடியத் தொடங்கி விட்டதாக இங்க்ளய்யாவால் சொல்ல முடிகிறதென்றால் அந்த இடத்தில் அந்தக் கணத்தில் அவருடைய மனதில் உங்களை விட அதிக நெருக்கமானவராக இடம் பிடித்துவிட்டிருந்த ஜெமினியின் இருப்பும் ஏன் அதேவிதமான, அதாவது என் படைப்புகள் யாருக்காக யாரை பிரதிநிதித்துவப்படுத்தி வரையப் பட்டுக்கொண்டிருக்கின்றன என்கிற உணர்வை, அடைந்திருக்க முடியாது, பேராச்சாப்பாவில் நீங்கள் தங்கியிருந்த இரண்டு நாட்களில் எப்போதேனும் பித்யாதரிப் பக்கம் ஜெமினி சென்ற தாக உங்களுக்கு நினைவிருக்கிறதா.

விபின் பாஸ்வானுக்கு நினைவில்லை. ஆனால் இருக்கலாம், பேராச்சாப்பாவிலிருந்து பாராசாத்திற்குப் போகவேண்டு மென்றால் பித்யாவைக் கடந்துதானேயாகவேண்டும், எனவே ஜெமினி அதை அப்போது பார்த்திருக்கலாம், அல்லது விபின்

பாஸ்வான் கிஸான் சமிதி ஆட்களோடு விவாதங்களில் ஈடுபட்டிருந்த சமயத்தில் தன்னுடைய சித்திரங்களுக்கான மாதிரிகளைத் தேடி வெளியே உலாவப் போன ஜெமினியை இங்க்ளய்யா நதிக்கரைக்கு அழைத்துச் சென்றுமிருக்கலாம், பித்யாவின் கரையில் தொழிற்சாலைகளும் அப்போதே தோன்றவாரம்பித்திருந்தனதான், அற்புதக் கவிஞன் ரூப்சந்த் பக்ஷி, குப்பைகளற்ற, எரிவாயு விளக்கால் நீள ஒளியேற்றப்படும், சுத்தமான தெருக்களில் முழுச் சந்திரன் வெளிப்பட்டிருக்கிறான், இனிமேலும் இது இரவல்ல, மாவு ஆலைகள், சணல் ஆலைகள், துணி மற்றும் செங்கல் ஆலைகள், தண்ணீரைத் தோண்டியெடுத்து நிலத்தை நிரப்பும் யானையளவு எந்திரங்கள் தினமும் ஒரு சாலை செய்யும், வாழ்வு எந்திரங்களின் காலடியில், நகரங்களும் கிராமங்களும் இரட்டைப் பிறவிகளாகியிருக்கின்றன என்று சென்ற நூற்றாண்டிலேயே வங்காளத்தின் தொழில் மயமாதலைப் பற்றிப் பாடிவிட்டானே. ஆனால் உறங்காப்புலி, பித்யா ஓர் உதாரணம்தானே, ஜெமினி அங்கே பார்த்திருக்கக்கூடிய காட்சியை அவன் வீட்டு வாசலிலேயே ஓடிக்கொண்டிருந்த ஹூப்ளியின் கரையிலுமே பார்த்திருக்க முடியும்தான், பித்யா பாகீரதியிலிருந்து பிரிந்து பித்யாவாக உருவெடுப்பதற்கு முன்பே ஹூப்ளியின் கரையில் தொழிற்சாலைகளும் அவற்றின் கழிவுகளும் கலக்கவாரம்பித்துவிட்டனதானே, இன்னும் சொல்லப்போனால் தெபாகா காலத்தில் டார்ஜிலிங்கிலிருந்து மேதினிப்பூர் வரை, பாராசாத்திலிருந்து புரூலியா வரை ஜெமினி பயணம் செய்த எந்தக் கிராமத்திலும் மீன்களைக் கொல்லும் வண்ணயெண்ணெய்ப் படலம் மிதக்கும் நதிகளை அவனால் பார்க்க முடிந்திருக்கும்தான், எனக்கு என்ன சந்தேகமென்றால் இது வங்காளத்தில் இப்போது எங்கேயுமே காணக் கிடைக்கிற ஒரு சாதாரணக் காட்சிதானே, இந்தக் காட்சி சீதலா தேவியின் அருளால் ஒரு வரமாக வாய்க்கப் பெற்ற தன் சித்திரக் கலை ஞானத்தின் ஆதாரமான வண்ணப் பிரக்ஞையைத் திடீரென்று விடுபடவேண்டிய ஒரு சாபமாக உணருமளவிற்கு ஜெமினியை ஏன் திடீரென்று தாக்க வேண்டும். சாதி குறித்த வழக்கமான எள்ளலைப் பாராசாத் மாளிகையின் சூழல் முற்றிலும் வேறொன்றைக் குறிக்கும் கேள்வியாக மாற்றிவிட்டதாக ஏன் இங்க்ளய்யா உணர்ந்தார், எங்கள் ஊரில் நான் பார்த்த அதேவிதமான ஒரு நதியையும் அதேவிதமான ஓர் இரவையும்தானே பித்யாவின் கரையிலும் நான் அன்று சந்தித்தேன், பின் அன்று மட்டும் ஏன் அதையொரு தனித்துவமிக்க இரவாக நான் உணர வேண்டும், ஒரு குறிப்பிட்ட தருணம், ஒரு குறிப்பிட்ட மனநிலை, பாராசாத் மாளிகைக்குச் சென்றதற்கு முன்போ அதற்குப் பின்போ

பார்த்திருந்த காட்சிகளின் நிறத்தை முற்றிலுமாக வேறொன்றாக ஜெமினியை உணர வைத்திருக்க வாய்ப்பிருக்கிறதுதான், தொழிற்சாலைகளின் பெருக்கத்தை விளைநிலங்களின் அழிவாகக் கிஸான்கள் உணர்ந்ததைப்போலவே விளைச்சலின்மீதான உரிமைக்கான கிஸான்களின் போராட்டத்தைக் காடுகளை அழித்து விளைநிலமாக்கியவர்களின் சுயநலமாகத் திடீரென்று இங்க்ளய்யா உணர்ந்ததைப்போலவே, சமூகத்திற்குத் தன் சிருஷ்டி ஏதோவொரு விதத்தில் பயன்பட்டுக்கொண்டிருக்கிறது என்று நம்பிச் செயல்பட்டுக்கொண்டிருக்கும் ஒரு கலைஞன் அதை வறியவர்களுக்கெதிராக ஆளும் வர்க்கம் பயன்படுத்திக் கொண்டிருக்கிறதோ என்கிற சந்தேகத்தையும் அச்சத்தையும் ஏதோவொரு தருணத்தில் அடையக்கூடும்தான், சற்று யோசித்துப் பாருங்கள், முன்பொரு காலத்தில் ஒரு தம்பதியினர் பத்துக் குழந்தைகளைப் பெற்றுக்கொள்வது என்பது சகஜமாயிருந்தது, இப்போது இரண்டு குழந்தைகள் போதுமென்கிறது அரசாங்கம், உணவுப் பகிர்மானம் சிக்கலாகும் என்கிற வாதம் ஒருபுறமிருக்க இயந்திரமயமாகிக்கொண்டிருக்கும் காலத்தில் அதிக மனித உடல்களை உழைப்பின்றிப் பராமரித்துக்கொண்டிருப்பதும் அதனுடைய பிரச்சனையாயிருக்கும், குறிப்பாக முதலாளிகளுக்குப் பிரயோசனமில்லாத உடல்கள், அது குழந்தைகள் நிறைந்த பழைய குடும்பத்தை வெறுக்கத்தக்கதாயும் குறைந்த உறவுகள் உள்ள புதிய குடும்பத்தை வசீகரமானதாயும் ஜனங்கள் முன் நிறுத்துகிறது, ஆசீர்வதிக்கப்பட்டதென்று நம்பப்பட்ட ஒரு வாழ்முறையைத் தீங்கு விளைவிப்பது என்பதாகப் பிரச்சாரம் செய்கிறது, ஆனால் இயந்திரங்களின் பெருக்கம் இத்துடன் நின்றுவிடப் போவதில்லை, எனவே சந்தேகமில்லாமல் மனிதர்கள் தேவைப்படாத நிலையும் அதிகரிக்கத்தான் போகிறது, ஓர் இருபது முப்பது வருடங்களுக்குப் பின் இத்தனை இயந்திரங்களுக்கு இத்தனை மனிதர்கள் போது மென்கிற விகிதத்தில் இரண்டு குழந்தைகளும் அதிகம், ஒரு குழந்தை போதும் என்கிற முடிவும்கூட அரசாங்கத்தால் எடுக்கப் படலாம், குழந்தையே தேவையில்லையென்கிற நிலைக்கும் அது கொண்டுபோகப்படலாம், அதே சமயத்தில் உயிர்களின் பௌதீக இயற்கையான பாலுறவு இச்சைக்கும் அது பதில் சொல்லியாக வேண்டும், எனில் இப்போது கைவசமிருக்கும் ஆணுறை போன்ற சாதனங்களை மட்டும் வைத்துக்கொண்டோ அல்லது கட்டாயக் குடும்பக் கட்டுப்பாட்டுச் சிகிச்சையைத் திணித்தோ மட்டும் அதைச் சமாளிக்க முடியாத நிலையும் ஏற்பட்டுவிடக் கூடும், அப்போது மனித உற்பத்தியை மட்டுமே நோக்கமாகக் கொண்ட பாலுறவு முறைகளுக்குப் புறம்பான மாற்றுப் பாலுறவு முறைகளை தன் மக்களுக்குச் சிபாரிசு செய்யும் நிலைக்கு

அரசாங்கமே வந்து சேரலாம், அதாவது ஆசீர்வதிக்கப்பட்டதைத் தீங்கு என்று பிரகடனம் செய்ததைப்போலவே தீங்கு என்று இதுநாள்வரை தடை செய்யப்பட்டிருந்த, மலட்டு இன்பத்திற்கு நூறு சதவீதம் உறுதியளிக்கக்கூடிய, சுய இன்பம், ஓரினச் சேர்க்கை ஆகிய இன்ப நுகர்ச்சிகளை நல்லது என்று அது அறிவித்துவிடவும்கூடும், ஆனால் இதுநாள்வரையில் தன்னாலேயே தடை செய்யப்பட்டிருந்த ஒன்றை இப்போது அனுமதிப்பதற்குத் தகுந்த காரணம் வேண்டுமென்பதாலும் முதலாளிகளுக்கு லாபம் பயக்கக்கூடியது என்கிற உண்மை தெரிந்தால் மக்களின் ஒத்துழைப்பு இதற்குக் கிடைக்காது என்பதாலும் அது தந்திரமாக விஞ்ஞானிகள், கலைஞர்கள், ஆன்மீகவாதிகள், புரட்சிக்காரர்கள் ஆகிய, மக்களிடையே மதிப்பும் செல்வாக்கும் பெற்றிருக்கும் ஆளுமைகளைத் தந்திரமாகத் தன் பிரச்சாரத்திற்குப் பயன்படுத்திக்கொள்ளுமாயிருக்கும், அப்போது இதுவரையில் மாற்றுப் பாலுறவுகளை மனநோய் என்றும் நரம்புத் தளர்ச்சி நோயை உருவாக்குமென்றும் கூறிவந்த விஞ் ஞானிகள் பின்னெப்போதாவது அது மனவழுத்த நீக்கத்திற்கு அருமையான மருந்து என்பதாகத் திடீரென்று கண்டுபிடித்து அறிவித்துவிடுவார்கள், கலைஞர்கள் ஒதுக்கப்பட்ட மாற்றுப் பாலுறவாளர்களை மதிக்கத்தக்க விதத்தில் முன்னிறுத்தும் படைப்புகளைத் தருவார்கள், பெண்கள் ஆண் துணையின்றி வாழும் வாழ்வை வற்புறுத்துவார்களாயிருக்கும், பெரியாரே பெண்கள் கர்ப்பப்பையை எடுத்தால்தான் அவர்களுக்கு விடுதலை என்று ஒருமுறை சொன்னார், அவர்கள் முன்னிறுத்தும் மாற்றுப் பாலுறவு முறைகளை முதலில் மறுப்பதுபோல மறுத்து தன்னையெதிர்த்துப் புரட்சி செய்யும் ஆட்களைத் தானே உருவாக்கித் தனக்குச் சாட்சியாக வைத்துக்கொண்டபின் மக்கள் விருப்பத்திற்கு அடிபணிகிறாற்போல ஒரு பிம்பத்தைக் கட்டிவிட்டுத் தன் திட்டத்தை அவர்களுடைய பூரண ஒத்துழைப்புடனேயே அது நிறைவேற்றிக்கொள்ளுமாயிருக்கும், சற்று யோசித்துத்தான் பாருங்களேன், அடக்குமுறைக்கு எதிரான புரட்சியென்றும் அதிகாரத்தைக் கேள்வி கேட்கும் சிருஷ்டியென்றும் நம்பி மேற்கொண்டிருக்கும் தன் செயல்பாடுகள் யாவும் உண்மையில் முதலாளிகளால் இயக்கப்படும் அரசாங்கத்தின் நிரலில் ஏற்கெனவே பட்டியலிடப்பட்டிருப்பதுதானென்றும் தன்னுடைய முழுக் கற்பனையும் சிந்தனையும் பேச்சும் களப்பணியும் அஃதால் அதனுடைய ஆதாயத்திற்காகவே நெறிப்படுத்தப்பட்டிருக்கிறது என்றும் தான் நினைப்பதுபோல தன் தேர்வுகளும் அசைவுகளு மொன்றும் சுதந்திரமானவனல்லன் என்றும் தெரிந்துகொள்ளும் ஒரு கலைஞன் அல்லது ஒரு புரட்சிக்காரன் அல்லது ஒரு விஞ்ஞானி அதற்குப் பிறகு சிருஷ்டியை நோக்கித் தன்

சுண்டுவிரலை அசைப்பதற்குக்கூட அஞ்சிச் சாகும் நிலை உருவாகுமா உருவாகாதா, பிரகிருதியின் வண்ண அதிசயங்களைப் பிரதிநிதித்துவப்படுத்துகிறதென்று நம்பி வரையப்பட்ட ஒரு சித்திரம் கழிவெண்ணெயின் தேங்கலையோ கட்டிடங்களின் பளபளப்பையோ மட்டுமே பார்வையாளனின் நினைவிற்குக் கொண்டுவருமளவிற்கு அவன் அரசாங்கத்தால் புத்திச் சலவை செய்யப்பட்டுவிட்டாலோ சுதந்திரமான பாலுறவின் அத்தனை பரீட்ச்சார்த்த முறைகள் மூலமாயும் பெறும் இன்பங்கள் யாவும் இயந்திரங்களின் பெருக்கத்திற்குத் துணைபோகக்கூடியவையாக ஆனாலோ சோறு போட வக்கில்லாத அரசாங்கம் உண்ணா நோன்பை உடல் ஆரோக்கியம் எனக் காட்டி ஏமாற்றினாலோ ஒரு புரட்சியாளனோ கலைஞனோ தொடர்ந்து இந்தப் பூமியில் இயங்க முடியுமா, சுக்பிலாஸ் மாஜியின் மாளிகையில் இங்க்ளய்யா அடைந்த அதேவிதமான விரக்தி மனப்பான்மையை ஜெமினியும் ஏன் அடைந்திருக்கக்கூடாது, அடைந்து சிறிது சிறிதாகக் கலையின்பால் ஆர்வத்தை இழக்கத் தொடங்கியிருக்கக்கூடாது, அந்த ஆர்வயிழப்பிற்கும் செயல் முடக்கத்திற்கும் தானே லட்சியத் தேடல் என்கிற ஒரு பெயரைக் கொடுத்துக்கொண்டிருக்கக்கூடாது.

உறங்காப்புலி ஜெமினியைப்பற்றி வெறுமே காதால் கேள்விப்பட்டிருக்கிறவன், விபின் பாஸ்வானோ அவருடன் பல வருடங்கள் பழகியவர், ஜெமினி இப்படியெல்லாம் யோசித்திருப்பாரென்று அவரால் எண்ணிப் பார்க்கவே முடியவில்லை. உறங்காப்புலி தானும் அவருடைய மிதக்கும் வண்ணங்களென்கிற லட்சியத்திற்கு இதுதான் அர்த்தம் என்று உறுதியாகச் சொல்லவில்லையென்றுதான் சொன்னான் (அவனுடையது ஜெமினி என்கிற தன் காதலியின் கனவு மனிதரை நோக்கிய தேடலை எங்கேயாவது ஒரு புள்ளியில் முடித்துக்கொள்ள வேண்டுமேயென்கிற தவிப்பினாலும் களைப்பினாலும் உருவான எண்ணவோட்டமாகவும்கூட இருக்கலாம், அல்லது உண்மையாகவும் இருக்கலாம்). என்னுடைய தேடல் கண்டுபிடிப்புகளை நோக்கியதல்ல, சாத்தியங்களைப் பரிசீலிப்பது, அவ்வளவுதான் என்றான் அவன். பித்யாவின் நிலையைப் பார்த்த பிறகு, அதைப்பற்றி இங்க்ளய்யாவிடம் பேசிய பிறகு, இப்படியும் இருக்கலாமோ என்று ஊகிப்பதில் வலிந்து புகுத்தப்பட்ட கற்பனைகள் இருப்பதாகக் குற்றவுணர்வொன்றும் கொள்ளவேண்டியதில்லையென்றுதான் அவன் நம்பினான். பாராசாத் மாளிகைச் சம்பவம் இங்க்ளய்யா, ஜெமினி ஆகிய இருவரின் மனதிலும் ஒரேவிதமான அதிர்ச்சியைத் தந்திருக்கிறது. இருவருமே மனவுளைச்சலுக்கு ஆட்பட்டுத் தங்கள் லட்சியங்களின் மீதான பிடிப்பை இழந்துகொண்டே வந்திருக்கிறார்கள். ஆனால்

தனி மனிதர்களைவிட அரசாங்கம் சக்தி வாய்ந்தது என்பதால் முப்பது வருடங்களுக்குப் பிறகாவது அஃதால் இங்க்ளய்யாவைத் தன் வழிக்குத் திருப்புவதில் வெற்றி பெற்றுவிட்டது. கிஸான்களின் மீதான அவருடைய அதிருப்தியை முதலாளிகளை நோக்கிய சாய்வாக அது மடை மாற்றி விட்டுவிட்டது. இதை ஒரு தி.க என்கிற தகுதியிலிருந்து உறங்காப்புலியால் சரியாகவே புரிந்துகொள்ள முடிந்தது. அவன் விபின் பாஸ்வானிடம் தமிழ்நாட்டில் திராவிட இயக்கத்தின் தோற்றத்திற்கான தவிர்க்க வியலாத காரணத்தைப்பற்றிச் சொன்னான், அது அதன் பிதாமகனான பெரியார் காந்தியின் பார்ப்பனச் சாய்வால் மனவுளைச்சலுக்கு உள்ளாகி ஆங்கிலேயேரிடம் நேரடியாகத் தானே தங்களுக்கானவற்றைப் பேரம் பேச முற்பட்டபோது முகிழ்த்ததுதான், ஒருவேளை இந்தப் புரிதலுமேகூட என் தரப்பு வாதங்களை ஆணித்தரமாக இங்க்ளய்யாவின்முன் நிறுவ முடியாமல் போனதற்குக் காரணமாயுமிருக்கலாம், அதாவது அவரிடம் பேசிக்கொண்டிருந்தபோது நானேகூட திராவிட இயக்கத்தின் கேள்விகளின்முன் தேசிய வாதம் பதில் பேச முடியாமல் திகைத்து நின்றுகொண்டிருந்ததைப்போல என்னை உணர்ந்துகொண்டிருந்தேனாயிருக்கும், மறுபக்கம் கலைஞனான ஜெமினியோ அதன் பிடியிலிருந்து தன்னால் முடிந்தமட்டும் தப்பியோடிக்கொண்டேயிருந்திருக்கிறார், ஒசூரிலிருந்து பால்யத்தில் யாராகக் கிளம்பி வெளியேறினாரோ, தன் இடைவிடாத அலைச்சலுக்குப் பிறகு, அந்திமக் காலத்தில் அந்தப் பழைய யாரோவாகவே அதே ஒசூரில் சரணடைந்து விட்டிருக்கிறார், அதிகாரமும் அவரும் நேருக்கு நேராகச் சந்தித்துக்கொள்ளும் தவிர்க்கவியலாத புள்ளி உருவாவதற்கு முன்பே அதிர்ஷ்டவசமாகவோ துரதிர்ஷ்டவசமாகவோ இறந்தும் போய்விட்டிருக்கிறார், அவருடைய பிள்ளை அவரைக் கண்டுபிடித்திருக்காவிட்டாலும் அப்படித்தான் நடந்திருக்கக் கூடும், இங்க்ளய்யாவைப்போல தனக்கு என்ன நேர்ந்த தென்று விளங்கிக்கொண்டு தானே பிரக்ஞைபூர்வமாகத் தன்னை விலக்கிக்கொள்ளுமளவிற்குப் புத்தகங்களாலும் சித்தாந்தங்களாலும் சிந்தனையோட்டம் உரம் பெற்றிராத, படிப்பறிவற்ற அப்பாவிக் கலைஞரான அவர் ஒருவேளை தான் கண்டுபிடிக்கப்படவேண்டுமென்றுகூட அடி மனதில் ஏங்கிக்கொண்டிருந்திருக்கக்கூடும், தெபாகாவிற்காக ஊரூராய் அலைந்ததற்கும் சொந்த ஊருக்குத் திரும்பியதற்கும் இடைப்பட்ட காலங்களில் நக்ஸலைட் எழுச்சிகள் அவருடைய ஊசலாட்டத் திற்கு வெளி அமைத்துக்கொடுத்திருக்கலாம், நகரங்களின் பகட்டுகளையும் திரைப்படங்களின் கவர்ச்சியையும் அரசாங்கத் திட்டங்களின் தந்திரங்களையும் வெறுக்கும் நக்ஸலைட்டுகளின்

பார்வை வண்ணங்களின்பால் தான் கொண்டுவிட்ட கசப்போடு தன்னை இனங்காண உதவியிருக்கலாம். ஆனால் தம்பி, எல்லாவற்றிலுமே வெறுப்புக் கொண்டு எல்லாவற்றையுமே சந்தேகப்பட்டு எல்லாவற்றிற்குமே பயந்து தன்னை ஒரு மனிதன் ஒடுக்கிக்கொண்டுவிட்டால் சமூக இயக்கம் ஸ்தம்பித்துவிடாதா, விளைவுகளை எண்ணிப் பயந்துகொண்டேயிருப்பதைவிடப் பேசாமல் துப்பாக்கியை எடுத்துச் சுட்டுவிட்டு அந்தக் கணத்தில் வாழ்ந்து பார்த்துவிட்டுப் போய்விடலாமே. சந்தேகமில்லாமல் அதுவும் ஒரு வழிதான் அய்யா, நான் ஜெமினியும் இங்க்ளய்யாவும் சரியா தப்பா என்று வாதிடவில்லை, அவர்கள் இப்படிச் செய்தார்கள் என்பதையும் ஏன் இப்படிச் செய்தார்கள் என்பதையும் மட்டுமே புரிந்துகொள்ள விரும்பினேன், ஜெமினி என்கிற மனிதரை நோக்கிய என் பயணம் முடிந்துவிட்டதாக எனக்குத் தோன்றுகிறது, அதுகூட ஏதோவொரு விதத்தில் அவரைக் கண்டடைந்துவிட்டோமென்கிற திருப்தியால் அல்ல, ஓர் எல்லைக்குமேல் அதிகாரத்தின் தந்திரங்களின்மேல் எதிர்நீச்சல் போட்டுப் பயணம் செய்யச் சாமானியர்களால் முடியாது என்பதை இங்க்ளய்யா எனக்குக் காட்டிவிட்ட விரக்தியால், நானும் ஜெமினியைப் போலவே இனி சொந்தவூருக்குத் திரும்புவதில்லையென்கிற முடிவோடு புறப்பட்டு வேறு வழியின்றி அங்கேயே திரும்பிச் செல்ல விரும்புகிறேன். ஆனால் இளைஞனே, நீ உங்களூரில் ஒரு தேடப்படும் கைதி. அது எனக்கு நன்றாக நினைவிருக்கிறது, ஆனால் சிறைக்கு வெளியிலிருப்பதற்கும் சிறைக்கு உள்ளேயிருப்பதற்கும் அதிக வித்தியாசமொன்றும் இருக்குமென்று எனக்குத் தோன்றவில்லை, இருந்தாலும் நான் சமாளித்துக்கொள்கிறேன், மறைவிடங்கள் இருக்கவே செய்கின்றன, மேலும் பாகீரதியைப் பார்க்காமல் என்னால் இனிமேலும் இருக்க முடியாது, நான் அவளுக்காக இதுவரை ஜெமினியாகவே இருந்துவிட்டேன், அதன் அழுத்தத்தில் எனக்கு மூச்சுத் திணறுகிறது, நான் நானாக, உறங்காப்புலியாக, மாற வேண்டும், அவளை அவளுடைய மதிய நேரத்துக் கனவுகளிலிருந்து வெளியேற்றி நிஜவுலகிற்குள் கொண்டுவர வேண்டும், என்னைத் தன் பிள்ளைபோல் பார்த்துக்கொண்ட உங்கள் நண்பருக்கு என்னால் எதையும் செய்ய முடியவில்லை, குறைந்தபட்சம் பாகீரதி என்மீது வைத்திருக்கும் அன்பிற்காவது இவ்விதமாக ஏதேனும் கைமாறு செய்ய முடிகிறதா என்று பார்க்க வேண்டும்.

அன்று பகல் முழுவதும் உறங்காப்புலி விபின் பாஸ்வானுடன் உரையாடியவாறே குருபிரசாத்திற்கும் சேர்த்துச் சமைத்துக் கொண்டும் அவருடைய துணிகளைத் துவைத்துக் காய

வைத்துக்கொண்டும் சாமான்களை ஒழுங்குபடுத்திக்கொண்டும் பொழுதைக் கழித்தான். மாலை அவர் தன்னுடைய இரவுக் காவல் பணிக்காகப் புறப்படும்போது அவனிடம் இன்னும் சில வாரங்களில் அவசரநிலைப் பிரகடனம் விலக்கிக்கொள்ளப்பட்டு விடுமென்று பேச்சு அடிபடுவதால் காவல்துறையின் கெடுபிடியும் உளவுத்துறைகளின் கண்காணிப்பும் விரைவிலேயே தளர்ந்து விடுமென்றும் அதுவரை பல்லைக் கடித்துக்கொண்டு பேராச்சாப்பாவிலேயே தங்கியிருந்துவிட்டுப் பிறகு தன்னோடு வந்து சேர்ந்துகொள்ளலாமென்றும் மீண்டும் வற்புறுத்தினார். உறங்காப்புலி அவருடைய அன்பிற்கு நன்றி சொல்லிப் பிரியாவிடை பெற்றுக்கொண்டு சூர்யாசென் சந்தைக்கு வந்து சேர்ந்தான். சரக்கூர்தி அலுவலகத்தில் சரக்குகளை ஏற்றியிறக்கும் சத்தமும் கூலிகளின் சுய உந்துதலுக்கான வசவுகளும் ஒருவரை யொருவர் ஏவிக்கொள்ளும் ஒலிகளும் வந்து நிற்பதும் கிளம்பிச் செல்வதுமாக இருக்கும் வாகனங்களின் இரைச்சலும் அடங்குவதற்கு நடுநிசிக்குமேல் பிடித்தது. மாலை வேளை முழுவதும் வெறிச்சோடியே கிடந்த அலுவலகம் இரவு எட்டு மணிக்குமேல்தான் உயிர் பெறவே தொடங்குவதாகயிருந்தது. பற்றாக்குறைக்கு மழை வேறு பெரிதாகப் பெய்யத் துவங்கி விட்டிருந்தது (விரிகுடாவில் புயல் மையம் கொண்டிருந்தது). உறங்காப்புலி மழையே நிகழ்த்துவதைப்போல தோற்றமளித்த அந்த உயிர்த்தெழலை வேடிக்கை பார்ப்பதும் நனைந்துகொண்டே சிறிது தொலைவுவரை நடந்துவிட்டு வந்து அமர்ந்துகொள்வதும் சிறிது நேரம் கழித்து எழுந்து நனைவதற்காகவேபோல திரும்ப நடந்து சென்று அருகிலிருந்த நடைபாதை உணவகத்தில் ஈரத்தையும் சகதிப் பிசுபிசுப்பையும் கால்களில் அனுபவித்தபடியே நிதானமாக உண்டுவிட்டுத் திரும்புவதும் மீதமிருந்த பொழுதில் அலுவலகத்தின் முன்னறையிலிருந்த உள்ளூர் வங்காள மொழிச் செய்தித்தாளை விரித்து வைத்துக்கொண்டு எழுத்துக் கூட்டிப் படிக்க முயற்சிப்பதும் பக்கங்களைத் திருப்பித் திருப்பிப் படம் பார்ப்பதுமாகப் பொழுதைக் கழித்துக்கொண்டிருந்தான். மேலும் இரண்டு பகல் பொழுதுகளை இவ்விதமேதான் கழிக்க வேண்டுமென்கிற நினைப்பு அவனை ஆயாசம் கொள்ளச் செய்தது. காலையில் முதல் வேலையாக மேலாளரிடம் மறுபடி பேசி ஏதாவது ஒரு பணியை வாங்கித் தலையில் போட்டுக் கொண்டுவிட வேண்டுமென்று முடிவு செய்துகொண்டான். அனைத்தும் முடிந்து மேலாளர் வெளியேறுகையில் கூர்க்கா தன்னிடமுள்ள திறவுகோலால் அலுவலகத்தை வெளிப் புறமாகப் பூட்டிக்கொள்வானென்றும் உறங்காப்புலி உள்ளே படுத்துக்கொள்ளலாமென்றும் கழிவறை வசதிகள் உள்ளேயே இருப்பதாயும் மேற்கொண்டு ஏதேனும் அவசரத் தேவையென்றால்

உட்புறமிருந்து கதவைத் தட்டிக் கூர்க்காவை அழைத்துத் திறக்கச் செய்துகொள்ளலாமென்றும் விபரங்கள் சொல்லிவிட்டு விடைபெற்றுக்கொண்டார்.

அறை வெறிச்சோடி நல்ல இருள் அவனைப் போர்வையாகப் போர்த்தி அணைத்துக்கொண்ட பின்னும், உடல் முழுவதும் அடித்துப் போட்டாற்போன்ற களைப்பை உணர்ந்ததற்கப்பாலும், உறங்காப்புலியால் உடனே தூங்கிவிட முடியவில்லை. அது சன்னல்களற்ற அறைதானென்றாலும், மின்விசிறி அணைக்கப்பட்டேதானிருந்ததென்றாலும் உடுப்புகளில் ஏறியிருந்த ஈரமும் சுவர்களிலும் தரையிலும் ஊடுருவியிருந்த சில்லிப்பும் அவனை ஒரு நிலையில் படுக்க விடாமல் புரட்டிச் சிரமப்படுத்திக்கொண்டிருந்தன. நிசப்தம் வேறு அதுவரையில் லௌகீகக் கவலைகளால் நிரம்பியிருந்த மனதை யோசனைகளால் நிறைக்கத் தொடங்கிவிட்டது (நடுவில் ஒருமுறை அந்த யோசனை களில் ஒருமுறையேனும் தன்னுடைய எதிர்காலம் குறித்த கவலை குறுக்கிடவேயில்லையென்கிற ஞாபகமும் எதனால் யார் கைகளிலோ தன்னை ஒப்புக்கொடுத்துவிட்டிருப்பதைப் போன்றவொரு வினோதமான அமைதியில் தன் மனம் நிறைந்திருக்கிறது என்கிற கேள்வியும் உறங்காப்புலியை ஆச்சரியப்படுத்தத்தான் செய்தது). ஜெமினியைப் பற்றி விபின் பாஸ்வானுடன் பேசிக்கொண்டிருந்த ஞாபகம் இங்க்ளய்யாவின் நிலைமீதான இரக்கவுணர்வையும் பித்யாவின் கரையில் தான் கண்ட காட்சிகளைப் பற்றிய சிந்தனையையும் கிளர்த்தி விட்டது. பிறகு அது மெதுவாக நகர்ந்து பேரபுடீமாவின் கல்லுருவத்தின்மேல் சிறிதுநேரம் நிலைத்தது. எந்தச் சிற்பியாலும் செதுக்கப்படாத, எந்த ஓவியனாலும் வண்ணமேற்றப்படாத, எந்தக் கவிஞனாலும் பாடப் பெறாத, காலத்தால் மழுங்கலான ஒரு குத்துக்கல். ஆனால் அந்த இரவில், அந்த நிசப்தத்தில், பித்யாவின் அந்த நேரத்துச் சலனத்தின் பின்னணியில் அதிலொரு பெண்ணுருவத்தைத் தவிர்க்கவியலாமல் தன் மனம் கற்பனை செய்துகொண்டதை நினைத்து அவனுக்கு (அது நிச்சயமாக அதற்குப் பிறகு உருவெளியில் அவன் கண்டு மிரண்ட மின்னல் வேகப் படிமங்களில் ஒன்றல்லயென்பதால்) சிறிது வியப்பும் சிறிது சிரிப்பும் உண்டானது. பிறகு திடீரென்று, தாக்குரின் தாழ அடுக்கப்பட்டிருந்த கல்லடுக்குகளுக்குள் குனிந்து அந்த உருவத்தை உற்றுப் பார்த்துக்கொண்டிருந்தபோது இருளுக்குள் ளிருந்து வாசல் வழியே ஒரு செவ்வோந்தியைப்போல கழுத்தை மட்டும் உள்ளே நுழைத்துப் பார்வையால் நெருங்கும் தன்னை அந்தப் பெண்ணுருவமும் தன் விழிகளால் வெறித்துப் பார்த்துக் கொண்டிருந்திருக்கும் என்கிற கற்பனை அவன் முதுகுத் தண்டை

சில்லிடச் செய்தது. அந்தச் செவ்வோந்தி பேராபுடீமாவின் தாக்குருக்கு நேரெதிரே எந்தக் காலத்திலோ நடப்பட்டு நீட்டிக் கொண்டிருந்த வேலிக்கல் ஒன்றின் உச்சியில் கழுத்தை உயரத் தூக்கிக் காற்றில் ஒரு கடிகாரப் பெண்டுலத்தைப்போல ஆட்டியபடியே உட்கார்ந்துகொண்டிருந்தது. அதன் உருவம் முழுவதும் தீப்பிடித்ததைப்போல நீண்ட கருப்புத் தடங்கள் ஆங்காங்கே குறுக்கிடும் பிரகாசமான செந்நிறத்தில் பளபளத்துக் கொண்டிருந்தது. தன் முதுகு தனக்கு ஓதம் இறங்கியிருந்த காலத்தில் இருந்ததைப்போலவே வில்லாக வளைந்திருப்பதையும் அந்தக் கூனின் விளிம்பில் அரத்தின் பற்களையொத்த கூர்த்த செதிள்கள் முளைத்துப் பயத்தாலோ குளிராலோ விரைத்துக் கொண்டிருப்பதையும் தன் முட்டை விழிகளை முற்றிலுமாகப் பின்புறம் திருப்பி உறங்காப்புலியால் நன்றாகப் பார்க்க முடிந்தது. அவன் அங்கிருந்து இறங்கி ஓடிவிட விரும்பினான். தன்னை உற்றுப் பார்த்துக்கொண்டிருந்த கூக் கடவுளினுடைய விழி வெப்பத்தையும் கூர்மையையும் அழுத்தத்தையும் அவனால் தாங்கிக்கொள்ள முடியவில்லை. ஆனால் அத்தனை எளிதாக நினைத்தவுடன் அங்கிருந்து ஓடிவிடவும் முடியவில்லை. தன்னுடைய கால்களுக்கு நேர் கீழே நிலத்தின் வெகு ஆழத்தில் புதையுண்டு கிடக்கும் சந்திரகேதுகர் சாம்ராஜ்ஜியத்தினுடைய செம்மண் பொம்மைகளிலொன்றாக, சிவந்த மேனியில் பச்சைநிறக் காலக் களிம்பு வரிவரியாக ரேகையிட்டிருக்க, மேடிட்டு வெறித்த கண்களுடன் சம்மணமிட்டு அமர்ந்திருந்த பேராபுடீமாவின் பார்வை அவனைக் கல்லின் உச்சியில் முளையடித்து நிறுத்தியிருந்தது. கணுக்காலில் பாறையைக் கட்டிவிட்டதைப்போல கால்கள் அசைய மறுத்தன. இதில் ஒரு விசித்திரமென்னவென்றால் பேராபுடீமாவுமே அவன் அங்கிருந்து நகர்ந்து ஏதோவொரு திசையை நோக்கி சென்று மறைவதை எதிர்பார்த்துத்தான் காத்துக்கொண்டிருந்தாள். ஏனென்றால் செவ்வோந்திகள் இடப்பக்கமாக ஓடினால் அன்று யாராவது படையலிட வருவார்களென்றும் வலப்பக்கமாக ஓடினால் மேலுமொருநாள் பட்டினி என்றும் அவளுக்கு அவளுடைய தோழியும் அவள் பித்யாவின் கரையில் தெய்வமாக வந்தமர்ந்த காலந்தொட்டே அவளுடைய காவற்பெண்ணாக நேர்ந்துவிடப்பட்டிருந்தவளுமான அநூபா சொல்லியிருந்தாள் (இங்க்ளய்யா மூலமாக உறங்காப்புலி தெரிந்துகொண்ட அநூபாவைப்பற்றிய கூக் இனப் பழங்கதை, பெரியவள் அநூபாவின் வசம் ஒப்படைக்கப்படுவதற்குமுன் அநூபா ஒற்றை மனுஷியாகவேதான் சுந்தரவனத்தின் மரங்களினூடாக, மிருகங்களோடு மிருகமாக, பறவைகளோடு பறவையாக, நீரோடு நீராக, சகதியோடு சகதியாக அலைந்துகொண்டிருந்தாள், கடல்

வழியே திருட்டுத்தனமாகக் காளியின் நிலத்திற்குள் நுழையும் கள்வர்களுக்கு அப்போது அவள்தான் வனாந்திரத்தின் உற்ற வழித்துணையாக இருந்தாளென்பதால் ஜனச் சேர்க்கை அவளுக்கு ஆகாத விஷயமாகியிருந்தது (அப்போது பித்யாவே பிசாசு நதி என்றோ போக்கிரிகளின் மார்க்கம் என்றோதான் அறியப்பட்டிருந்தாள். ஆனால் உறங்காப்புலியின் கனவில் விரிந்த கதையில் பெரியவள் பித்யாவைப் பாகீரதியின் மதிய நேரத்துத் தூக்கம் என்றுதான் அழைக்க அவளுடைய மக்களுக்குக் கற்றுக்கொடுத்திருந்தாள். இரையெடுத்த மலைப்பாம்பைப்போல அத்தனை ஆசுவாசமாய் அத்தனை நிதானமாய் உடல் முழுக்கப் படர்ந்த அழகான வசீகரமான சோம்பலுடன் சுந்தரவனத்தினுடைய தனிமையின் தாலாட்டிலும் மௌனத்தின் அணைப்பிலும் பாகீரதி லஜ்ஜையற்று மலர்த்திப் போட்டுக் கொண்டகையாய் அவள் உடலிலிருந்து பிரிந்து மதிய நேரத்தின் பளபளப்பில் வங்காளத்தின் குறுக்கே நீண்டு கிடந்தாள் பித்யா. ஒவ்வொரு நதிப் பெண்ணும் நாளின் ஒவ்வொரு நாழிகையுடன் தன்னைப் பொருத்திக் கொள்கிறாள், பத்மா இரவுடன், ஜமுனா அந்தியுடன், காவிரி கருக்கலுடன். பாகீரதியை மதியத்தில் காணவே ஜனங்கள் விரும்புகிறார்கள், மதியம் பெண்களின் பொழுது என்றாள் பெரியவள் செவ்வோந்தியிடம், இரவு பெண்ணைத் தாசியாக்குகிறது, புலர்வு மனைவியாக்குகிறது, அந்தி தாயாக்குகிறது, கருக்கல் கோழையாக்குகிறது, மதிய நேரத்தில் மட்டுமே பெண் பெண்ணாக இருக்கிறாள் என்பாள் அவள் (எவள், அநூபாவா, பேராபுடீமாவா, பாகீரதியா, பித்யாவா). அந்த மதிய நேரத்துத் தூக்கத்தின் கனவுகளில்தான் எத்தனை வண்ணங்கள், எத்தனை கொண்டாட்டங்கள், எத்தனை சிருஷ்டிகள்). அநூபாவைப் போலல்ல பெரியவள், அவள் ஒருபோதும் தனிமையை அறிந்தவளல்ல, அவளுடைய உலகம் ஆரவாரம் மிக்கதாயிருந்தது, அதனால் உள்ளுக்குள் கனவுகளைப் புரளவிட்டு வெளியே அசைவற்றவளாய்ப் படுத்துக்கிடந்த பித்யாவின் கரையும் அவளைப்போலவே சதா இரைச்சலுடனும் துடிப்புடனும் இயங்கிக்கொண்டிருந்தது, பெரியவளுக்குப் பொதுவாகவே அமைதி பிடிக்காது, எப்போதும் கரகோஷமும் குலவையொலியும் எழுப்பிக்கொண்டிருந்த கூக் இனத்தைச் சுற்றி நிறுத்திவைத்துத் தன்னைத்தானே ரசித்துக்கொண்டிருந்த குழந்தை அவள், அந்த விதந்தோதலுக்கு முற்றிலும் தகுதியானவளென்கிற அகங்காரத்திலும் அந்த அகங்காரம் கொடுத்த போதையிலும் காலம் செல்வதையறியாது கிறங்கிக்கொண்டிருந்தவள், எனவே பித்யாதரியின் கரையில் காளிதேவி காவல் தெய்வமாகக் குடியேறுவதற்குப் பல காலம் முன்பே அவளைச் சோனாபாரியாவிலிருந்து ஈர மண்ணோடும் தாலிக்கொடியோடும் கொண்டுவந்து

குடியேற்றியவர்கள் அதைச் செய்தபோதே தனிமை அவளைத் தாக்கிவிடாதவண்ணம் தினமும் அங்கே வந்து அவளைச் சந்தித்துவிட்டுப்போகும் வாக்குறுதியோடு தான்தோன்றியாகச் சுற்றிக்கொண்டிருந்த அநூபாவையும் பிடித்து அவளுக்குத் துணையாக நிறுத்திவைத்தார்கள் (தங்களால் தங்களுடைய வாக்குறுதியை நெடுங்காலத்திற்குக் காப்பாற்ற முடியாதென்பதை அப்போதே அவர்கள் தெரிந்துவைத்துக்கொண்டிருந்தார்களோ யென்னவோ)). ஆக, பெரியவளும் செவ்வோந்தியாக இருந்த உறங்காப்புலியும் தப்பிக்கவியலாதபடி ஒருவருடைய பிடிக்குள் ஒருவர் சிக்கிக்கொண்டுவிட்டிருந்தார்கள். பெரியவள் தன் பார்வையை விலக்கிக்கொள்ளாவிட்டால் ஓந்தியால் அசைய முடியாது. பார்வையை விலக்கிக்கொண்டாலோ பெரியவளால் அது எந்தத் திசையில் ஓடியது என்பதைத் தெரிந்துகொள்ள முடியாது. பசிக்கிறது பசிக்கிறது என்று அவளுடைய வாய் இடைவிடாமல் முனகிக்கொண்டேயிருந்தது.

தப்பிக்கும் வேட்கையால், ஆனால் நகர முடியாத நிலையில் செவ்வோந்தி அவசர அவசரமாகத் தன் கண்களைப் பின்னோக்கித் திருப்பிப் பார்வையின் வழியே பெரியவள் எதையோ கையில் வைத்து ருசித்துச் சாப்பிடும் காட்சியொன்றை ஒரு திரைப்படக் காட்சிபோல் வலையாக விரிக்கிறது. கண் முன்னே பார்த்துக் கொண்டிருந்த நிகழ்காலத்தின் காட்சியாக அல்ல. வெகுகாலத்திற்கு முன் நடந்த ஒரு பழைய காட்சியாக (செவ்வோந்தியினுடைய முட்டைக் கண்கள் பின்னோக்கித் திரும்பித் தன் முதுகை மட்டுமல்லாமல் இறந்த காலத்தையும் பார்க்கும் ஆற்றல் கொண்டிருந்தன), ஹூப்ளியின் கரையோரத் துப்பாக்கித் தொழிற்சாலைக்குக் கூலி வேலையாளாகப் போகும்முன் மனம் குறுகுறுத்த ஒரு மாஜி நெசவாளி அல்லது ஒரு விவசாயி அவளுக்குத் தைத்துப்போட்ட (அவள் அம்மணமாய் இருக்கிறாள் என்பதைக் காட்டுவதற்காகவே ஒட்டிக்கொண்டிருப்பதாகத் தோற்றம் காட்டும்) நூற்றுயெழுபத்தைந்து வருடப் பழைய கந்தலாடைகளுடனும் மள்ளரினத்து மன்னனின் காமத் தொந்தரவு தாங்க முடியாமல் தன் கழுத்தை அறுத்துக்கொள்ளப் பயன்படுத்திய அதே துருப்பிடித்த பழைய வெட்டுக் கத்தியுடனும் அவள் தனியே விடப்பட்டுப் பல காலங்களுக்குப் பிறகு ஒரு நாள் உறங்காப்புலியின் கனவில் நடந்தது அது, அதில் அவளுக்கு நன்றிக்கடன்பட்டிருந்த ஏதோவொரு முன்னாள் காட்டுவாசியின் ஏழாம் தலைமுறை வாரிசு என்று சொல்லிக்கொண்டு ஒருவன் தன் பெண்டாட்டியுடனும் கைக்குழந்தையுடனும் வந்து ஒரு போணியில் கொஞ்சம் வேக வைத்த காய் மீனையும் மண் கலயமொன்றில் இரண்டு மிடறு ஹடியாவையும், தொன்னையை

உபயோகிக்க வேண்டுமென்கிற குறைந்தபட்ச மரியாதையைக்கூட அலட்சியம் செய்து ஒரு பழைய செய்தித்தாளால் அவற்றின் வாயை மூடிக் கொண்டுவந்து உண்கிறாளா இல்லையா என்பதைப் பறவைகளைக்கொண்டு கணக்கிடும் வழக்கமான பொறுமைகூட இல்லாதவனாய்த் தலைபோகிற அவசரத்துடனும் கடமையைத் தீர்த்துக்கொண்டுவிடும் சடங்கு ரீதியிலமைந்த அசைவுகளுடனும் அதை அவள்முன் கிட்டத்தட்ட காக்கைக்குப் பிண்டச்சோறு வைக்கும் ஸ்திதியில் எறிந்துவிட்டுப் போகிறான் (ஒட்டடங்காவிற்கு அடுத்தபடியாக மீனும் கள்ளும் பெரியவ ளுடைய பிரியத்திற்குரிய உணவு வகைகளென்று இங்க்ளய்யா உறங்காப்புலியிடம் சொல்லியிருந்தார்), ஒரு நாய்க்கு இடுவதைப் போன்ற அலட்சியத்துடன் இட்டாலும் அதைத் தின்னும் ஸ்திதிக்கு பெரியவள் இறங்கிவிட்டாள் என்று அவன் எப்படி எண்ணிவிட முடியுமென்று அநூபா ஆத்திரத்துடன் குதிக்கிறாள், அந்தப் புருஷனும் பெண்டாட்டியும் அப்பால் அகன்றதும் அதைச் சாப்பிடுவதைவிட மலத்தைச் சாப்பிடலாம் என்று சொல்லிவிட்டுச் செய்தித்தாளின் கருப்பு மசி ஊறிக் கரைந்து கலந்துகொண்டிருந்த பதார்த்தங்களை எடுத்து வீசி எறியவும் முயல்கிறாள், ஆனால் பெரியவள் அதைச் செய்யவொட்டாமல் தடுக்கிறாள், ஓந்தி வலப்பக்கம் திரும்பி விட்டால் கையில் கிடைத்த உணவும் மறைந்துவிடுமென்று அச்சத்துடன் அநூபாவிடம் தெரிவிக்கிறாள், ஆனால் நான் நின்றுகொண்டிருப்பது இது நடந்து வெகு பின்னால் ஏதோவொரு காலத்திலல்லவா என்று செவ்வோந்தி சொல்ல நினைக்கிறது, ஆனால் பேசவிடாமல் பேராபுடீமாவின் பார்வை அதன் வாயைக் கட்டிப்போட்டிருக்கிறது, குறைந்தபட்சம் அந்தப் பெண்ணுடைய கூந்தலைப் பிடித்திழுத்துக் கன்னத்தில் நாலு அறை விடுவதற்காவது தன்னை அனுமதிக்கும்படி அநூபா பெரியவளிடம் கெஞ்சுகிறாள் (கொஞ்சமும் ரசனையோ பயிற்சியோ இன்றி வேண்டுதலுக்கென்றே விலை கொடுத்து வாங்கித் தன் கைவிரல்களில் மாட்டிக்கொண்டிருந்த மட்டரகமான கர்த்தலிலிருந்து சலங்கையொலியே எழும்பாத வாறு கட்டைகள் மட்டும் மோதிக்கொள்ளும்படி அவள் சப்புச்சப்பென்று அடித்துக்கொண்டிருந்த ஓசையின் நாராசம் வேறு தாங்கிக்கொள்ளவே முடியாதபடி ஓந்தியின் தலைக்குள் விண்விண்ணென்று தெறித்துக்கொண்டிருக்கிறது), பெரியவள் நிதானத்தை இழக்காமல் சிரித்தபடியே சற்று குதிக்காமலிரு என்று ஆணையிடுகிறாள், புதிய தேயாஸிதான் வித்தைகளைக் கையில் வைத்திருப்பான், பழகிய தேயாஸிக்கு அது தேவையில்லை என்கிறாள், பசியா மூப்பா தனிமையா அன்பா விரக்தியா எது உன்னை இத்தனை மிருதுவானவளாக

மாற்றியது, உன் கோபம் ஜெகப்பிரசித்தமில்லையா என்று ஆச்சரியத்துடன் பெரியவளைப் பார்த்துக் கேட்கிறாள் அநூபா, காரைக் கட்டிடச் சுவர்களின் மறைப்பில் உன்னுடைய மகத்துவங்கள் மறக்கப்பட்டுக்கொண்டிருந்த நாட்களிலும்கூட இதே பித்யாதரியின்மேல் உன் மக்களின் வயிற்றிலடிக்கும் சந்தைச் சாமான்களோடும் மரங்களை வெட்டக் கோடரிகளோடும் அடக்கமாட்டாக் கர்வத்தோடும் மிதந்துகொண்டிருந்தவர்களின் சரக்குக் கப்பலை இருநூற்று நாற்பது வருடங்களுக்குமுன் உன்னுடைய உத்தரவின்பேரில் கூகையின்மேல் பறந்து சென்று நதிக்குள் நான்தானே கவிழ்த்திவிட்டேன். அது ஒரு காலமடி பெண்ணே என்று அங்கலாய்த்துக்கொள்கிறாள் பேராபுடீமா. தினமும் பத்துக் குடும்பங்களாவது என்னை வந்து பார்த்துவிட்டுச் செல்லாமல் சூரியன் அஸ்தமிக்காது என்றிருந்த காலத்தின் கடைசி வருடங்கள் அவை, அப்போது சிறிதும் பொறுமையற்றவள் என்றும் தயவு தாட்சண்யமற்ற தீர்ப்பாளியென்றும் நான் அறியப்பட்டிருந்தது உண்மைதான், இப்போதோ ஒரு ஓந்திகூட எனக்குச் சரியானதொரு சகுனத்தைச் சொல்வதற்கு அவசரப்படாமல் தனக்கான அவகாசத்தை எடுத்துக்கொண்டு என் பொறுமையைச் சோதித்துக்கொண்டிருக்கிறது, பேராபுடீமாவின் பார்வை ஓந்தியின்மேல் சற்று கோபமாகவே அழுந்தப் படிகிறது, உறங்காப்புலிக்குப் பாதாதி கேசமும் நடுங்குகிறது, பசியின் வேகம் தாளாது அவள் தன்னைக் கொன்றுவிடக்கூடுமென்கிற அச்சத்தில் ஓந்தி அவசர அவசரமாகத் தன் முட்டை விழிகளை மறுபடியும் கடந்த காலத்தின் பக்கமாகப் பின்னோக்கி உருட்டி அவள் உணவுண்ணும் காட்சியை விரிக்கிறது, தம்பதிகள் இருவரும் அகன்றபிறகு ஓந்தியின்மேலிருந்த பார்வையை விலக்காமலேயே பெரியவள் அவமானத்தின் புழுக்கம் நிரம்பித் ததித்த தாக்குரின் சிறிய அறையைவிட்டு வெளியேறி முன்புறம் நாக தேவதைகள் யட்சிணிகள் மற்றும் சரித்திர காலத்திற்கு முற்பட்ட பழைய மன்னர்கள் ஆகியோரின் உருவங்கள் செதுக்கப் பட்ட நடுகற்கள் சூழயிருந்த வேல மரத்தடியை நோக்கிச் சென்று அவற்றிலொன்றில் தன் வற்றாத பிருஷ்டத்தைப் பதித்துக் கால்களைத் தொங்கப்போட்டபடி அமர்ந்து கொண்டதும் அநூபா தட்டுப்போல அகன்ற ஒரு நதியோரக் கொடியிலையில் ஊனமுதைப் பொதித்துக் கொண்டுவந்து சிறிய கள் கலயத்தோடு அவள் பக்கலில் இருந்த மேடையில் வைத்துவிட்டுப் பக்கவாட்டில் ஒதுங்கி நின்றுகொள்கிறாள் (பெரியவள் எந்த நிலையிலும் அவளிடம் மட்டும் இந்தச் சம்பிரதாயங்களைத் தவறாமல் எதிர்பார்ப்பாள், மக்களைப் பீடித்துக்கொண்டிருக்கும் அவள் மீதான பெரும் மறதி மனதை

உழுது உண்டாக்கிக்கொண்டிருக்கும் ரணங்களுக்குச் சிறிய கைமருந்தாகத் தன்னுடைய அந்தப் பணிவை அவளும் இன்னும் தீர்த்துவிடாமல் கைவசம் வைத்துக்கொண்டிருக்கிறாள்), பெரியவள் வழக்கமான கர்வத்துடன் இலையிலிருந்ததை விண்டு ஒரு வாய் போட்டுக்கொண்டபின் அவளையும் எடுத்துக்கொள்ளுமாறு சைகை காட்டுகிறாள், மீனில் சிறிதைக் கிள்ளி ஓந்தியின் பக்கமும் உதறுகிறாள், ஆனால் ஓந்தி அதைத் தொடும் துணிவின்றி அவளுடைய பார்வை விலகும் தருணத்தையே எதிர்பார்த்துக் கொண்டிருக்கிறது, அநூபாவும் தனக்கு அந்த ஈனவுணவு வேண்டாம் என்கிறாள், படைத்தவர்களின் அலட்சியம் பதார்த்தத்தில் தெரியவில்லையடி பெண்ணே, பேரமுதமாக இருக்கிறது மீன் என்கிறாள் பெரியவள் தன்னைத் தானே கேலி செய்துகொள்ளும் பாவனையில் பெரிதாகச் சிரித்தபடி, எடுத்துக் கொள், தாமதித்தால் அத்தனையையும் நானே கபளீகரம் செய்துவிடுவேன், அநூபாவும் பதிலுக்குச் சிரித்துவைக்கிறாள் (ஆனால் கண்ணீர் அவள் கண்களில் அரும்பியிருக்கிறது), பெரியவள் அதை விளையாட்டிற்குச் சொல்லவில்லையென்பது அவளுக்குத் தெரியும் (அவளறியாத பெரியவளா, இன்று நேற்றுத் துவங்கியதா அவர்களுடைய தோழமை), பெரும் பசியைத் தன் குணவிசேஷமாகக் கொண்டவள் பேராபுடீமா என்பதை ஓந்தியின் காதுகளில் இங்க்ளய்யாவின் குரல் தெரியப்படுத்துகிறது, சிறப்பாகக் கோபத்திலும் காமத்திலும், அவளுடைய கோபத்தின் விளைவுகளைச் சொல்ல அநேகக் கதைகள் கூக் இனக் குடில்களில் உண்டு, காமத்தின் உக்கிரத்தைச் சொல்ல ஒரு கதைகூட கிடையாதுதான், ஆனால் ரத்தத்தைப் பார்த்துத்தானா கத்தி வெட்டுமென்பதைத் தெரிந்துகொள்கிறோம், அதுபோலத்தான் பெரியவளின் காமமும், அதை உறுதி செய்ய ஆண்களின் அண்மை அவளுக்குத் தேவையில்லை, எனவே உணவைப் பெரியவள் தனக்குப் பகிர முனைந்தபோது வேண்டாமென்று அநூபா மறுத்தது அது அசிரத்தையை எண்ணெயாக ஊற்றிப் பொரித்தெடுக்கப்பட்ட பதார்த்தம் என்கிற எரிச்சலால் மட்டுமல்லாமல் அது பெரியவளுடைய வயிற்றுக்கே போதாது என்கிற இன்னொரு காரணத்தாலும்தான், ஆனால் தொடர்ந்து அதை உண்ண மறுப்பதானது உண்பவளை மனவருத்தம் அடையச் செய்யக்கூடுமென்பதால் அவளுடைய திருப்திக்காக ஒரு துண்டு மீனை எடுத்து வாயில் போட்டு மென்றுவிட்டு, நன்றாகத்தான் இருக்கிறது என்றும் வேண்டா வெறுப்பாகச் சொல்லிவைக்கிறாள், நீங்கள் சாப்பிடுங்கள், எனக்குப் போதும், பெரியவள் பிறகு தன் தோழியை வற்புறுத்தவில்லை, கட்டளைக்குக் கட்டுப்பட்டவளைப்போல லஜ்ஜையை மனதின் மூலையில்

ஒதுக்கி வைத்து ஒரே மூச்சில் தன் கையிலிருந்த உணவை எடுத்து விழுங்கிவிட்டு ஹடியாவையும் ஒரு மடக்கில் குடித்துக் காலி செய்தபின் திருப்தியுடன் ஏப்பமிட்டவாறே ஓந்தியைப் பார்த்துச் சிரிக்கிறாள். ஓந்தியோ இறந்த காலத்திலிருந்து தன் முட்டைக் கண்களைத் திருப்பி நிகழ்காலத்தில் சுழற்றுவதற்கு அச்சப்பட்டுக்கொண்டு முதுகைப் பார்த்த நிலையிலேயே உறைந்து நிற்கிறது.

திடீரென்று பேராபுடீமா அநூபாவின் பரந்த மடியில் விழுந்து அவளுடைய கால்களினிடையில் தன் முகத்தைப் புதைத்துக்கொண்டு விசும்புகிறாள், இந்தக் கட்டிடங்களுக்கு அப்பாலிருப்பவர்கள் மரணத்தைச் சந்திக்கும்போது அதை எப்படி உணருவார்களென்பதை என்னால் இப்போது தெளிவாக அறிந்துகொள்ள முடிகிறதடி, ஆனால் அதை ஒரு முறைக்குமேல் உணர்வதற்கு வாய்ப்பில்லையென்கிற வகையில் அவர்கள் என்னைவிட அதிக அதிர்ஷ்டம் உள்ளவர்கள்தான், அநூபா, தனிமை கையறு உணர்வை ஒவ்வொரு வினாடியும் என் வயிற்றில் கிளர்த்திக்கொண்டேயிருக்கிறது, அந்த ஓந்தியை எனக்குப் பிடித்துத் தருவாயா, ஓந்தி திடுக்கிட்டுப்போய்ப் பதற்றத்துடன் தன் கண்களை நிகழ்காலத்திற்குத் திருப்புகிறது, பெரியவளின் தலைக்குப் பின்புறத்தில் தெரியும் அவளுடைய சின்னஞ்சிறிய தாக்குருக்குள்ளிருந்து கரப்பான் பூச்சிகளும் எலிகளும் பல்லிகளும் ஓந்திகளும் நம்ப முடியாத தொகையில் படை படையாகப் புறப்பட்டு வெளியே வருவதைப் பார்க்கிறது, திகிலில் அதன் இதயம் வேகமாக அடித்துக்கொள்கிறது, அதற்குத் தெரியும், அவையனைத்தும் நிஜமான ஓரறிவு ஈரறிவு ஜந்துக்களல்ல, எப்போதாவது படையல்களோடு தாக்குருக்கு வந்து இருட்டுக்குள்ளிருக்கும் பெரியவளைச் சம்பிரதாயமாக உற்றுப் பார்த்துவிட்டுத் திரும்பிச் சென்றுவிட எத்தனித்த மனிதர்கள்தான் அவை, அவர்களைத்தான் திருப்பியனுப்பப் பயந்துகொண்டு தன் அறைக்குள்ளேயே பூச்சிகளாக மாற்றிச் சிறைப்பிடித்துப் பேச்சுத் துணைக்கென்று தன்னுடனேயே வைத்துக்கொண்டிருக்கிறாள் பேராபுடீமா, மேலும் அதைப் பார்த்த பிறகுதான் ஓந்திக்கே தான் உறங்காப்புலி என்கிற மனிதன் என்கிற நினைப்புப் புத்தியில் பொறி தட்டுகிறது. அது திரும்பத் தன் கண்களை நடப்புக் காலத்திற்குள் திருப்புகிறது. இப்போது பெரியவள் அநூபாவிடம் தன்னை ஜனங்கள் மறக்குமளவிற்கு நதிக்கரைக்கு அப்பாலிருக்கும் உலகம் அப்படியென்னதான் ஈர்ப்பைக் கொண்டிருக்கிறது என்பதைப் போய்ப் பார்த்துவிட்டு வரவேண்டுமென்று சொல்லிக்கொண்டிருக்கிறாள், பறவைகளைக்

காணமலடிக்கும்படியாகச் சத்தமிடும் அழுக்குப் பிடித்த எந்திரக் கூடங்களும் அவற்றின் சதா காலமும் நாற்றமடிக்கும் கரும்புகைப் படர்வினுள் அமுங்கிக் கருத்துக் கிடக்கும் உலோகக் கூரைகளும் அவற்றைப் பார்த்த கணத்திலேயே தீய்ந்த மணத்தையும் வெக்கையையும் புலன்கள் ஸ்பரிசித்துவிட முடியுமளவிற்கு அந்தக் காட்சி பெரியவளிடத்தில் வெறுப்பை உருவாக்கிவிடக் கூடியதென்றும் குப்பைக் கூளத்திலும் சாக்கடை நீரிலுமே தன் இருப்பை அடையாளப்படுத்திக்கொண்டிருக்கும், கொடிய பாவிகள் மட்டுமே நடமாடித் திரியச் சபிக்கப்பட்டிருக்கும் அந்தக் கருநிறச் சாலைகளில் பெரியவளின் கால்கள் படவே கூடாதென்றும் அநூபா பதிலளித்துக்கொண்டிருக்கிறாள், பெரியவள் சாதாரணமாக அப்படி மனிதர்களினிடத்திற்குச் சென்று வரவேண்டுமென்று விரும்புகிறவள் அல்ல என்பது ஓந்திக்குமே தெரிந்த விஷயம்தான், எப்போதாவது, தவிர்க்கவே முடியாத தருணங்களில், மீளவே முடியாத சுழலில் அவர்கள் அகப்பட்டுக்கொண்டிருப்பதாகத் தோன்றினால், அதுவும் அவர்களால் திரும்பத் திரும்ப அழைக்கப்பட்டால் மட்டுமே, அபூர்வமாகக் குடியிருப்புகளில் தன் கால்களைப் பதித்து அவர்களுக்குத் தேவையான ஆலோசனைகளையோ அல்லது கட்டளைகளையோ பிறப்பித்துவிட்டு உடனே திரும்ப நதிக்கரைக்கு வந்துவிடுவதுதானே அவளுடைய வழக்கம் என்று தனக்குள் சொல்லிக்கொண்டிருக்கும்போதே அது தன் விழிகளைத் தன்னையறியாமலேயே பின்புறமாகத் திருப்பிவிடுகிறது, மீண்டும் எண்ணங்கள் காட்சிகளாக உயிர் பெற்று எழுந்துவிடுகின்றன, அதில் இங்க்ளய்யாவின் குடிசையுட்பட பேராச்சாப்பாவின் வீடுகள் முழுவதுமே ஒரு பெரும் வனத்தின் விருட்சங்களாய் நெடுக வளர்ந்து கிடக்கின்றன, குதிரைகளிலும் மனிதர்களுடைய தோள்களிலும் சவாரி செய்தபடியே பிணம்போல் வெளுத்த நிறத்தையும் அதீதமான உயரத்தையும் மூக்கினாலேயே பேசும் வினோதமான பாஷையையும் தடித்த ஆடைகளையும் அழகான பெண்களையும் பட்டுப் பதாகைகளையும் தங்களுடைய அடையாளங்களாகக் கொண்டிருந்த சில மனிதர்கள் அங்கே பிரவேசித்துக் கூக்குகளிடம் எதையோ குசுகுசுவென்று பேசத் துவங்குகிறார்கள், அவர்கள் வனத்திற்கு வெளியே இருந்த மிகப்பெரிய நிலப்பரப்பு முழுவதையும் ஏற்கெனவே தங்கள் கட்டுப்பாட்டிற்குள் கொண்டுவந்துவிட்டிருந்தார்கள் என்பதை ஓந்தி அறிந்திருக்கிறது, அது அவர்களிடம் பேச வேண்டாமென்று கூக்குகளை எச்சரிக்க நினைக்கிறது, ஆனால் துவக்கத்திலிருந்தே தன் கண்முன் நிகழ்பவைகளை ஒரு சாட்சியாகப் பார்த்துக்கொண்டு நிற்பதற்கப்பால் அவற்றினுள் குறுக்கிட்டுப்

பேசுவதற்கோ நிகழ்த்துவதற்கோ அதனுடைய எந்தப் புலன்களுக்கும் பெரியவளுடைய அனுமதி கிடைக்கவேயில்லை, அதாவது தன்னிச்சையாக எதையேனும் செய்வதற்கில்லாமல் அவளுடைய பார்வை அதைக் கட்டிப்போட்டு வைத்திருக்கிறது, ஒந்தி பார்த்துக்கொண்டிருக்கும்போதே எங்கேயோ மரம் பலத்த ஓசையுடன் கீழே சாய்கிறது, அந்தச் சத்தத்தைக் கேட்டுத் தொலைவிலெங்கோ திடுக்கிட்டு உறுமியபடியே நாலாப்புறமும் தெறித்து ஓடும் மிருகங்கள் உண்டாக்கிய அதிர்வு வட்டப் பாத்திரத்திற்குள் அலைவுறும் தண்ணீரைப்போல திரும்பத் திரும்ப ஒரேயிடத்தில் சுழன்று சுழன்று எதிரொலிக்கிறது, மரங்களினிடையிலிருந்து மனிதர்கள் படை படையாக வெளியே வருகிறார்கள், அவர்கள் தங்கள் கைகளில் ஏதேதோ விதைகளை வைத்திருக்கிறார்கள், அவற்றை மலர் தூவுவதைப்போல நிலத்தின்மேல் தூவிவிட்டுக் கைதட்டி ஆர்ப்பரித்துச் சிரித்துத் தங்கள் சைகைகளைத் தாங்களே கொண்டாடிக்கொள்கிறார்கள், பெரியவள் ஒரு குழந்தையைப்போல மிரள மிரள விழித்துக் கொண்டே, விதைகளை இவர்கள் ஏன் இறைக்கிறார்கள், அது பறவைகளினுடைய வேலையல்லவா என்று அநூபாவிடம் கேட்கிறாள், கேட்டுக்கொண்டே கைகளால் தன் மூக்கையும் இறுகப் பொத்திக்கொள்கிறாள், உறங்காப்புலியால் துர்மணம் எதையும் நுகர முடியவில்லை, ஆனால் பெரியவளின் செய்கையிலிருந்து நிலத்தில் தூவப்பட்ட அந்த விதைகள் சகிக்க முடியாத துர்நாற்றத்தைக் கிளப்பிவிட்டிருக்கின்றன என்பதை அவனால் தெரிந்துகொள்ள முடிந்தது, பிறகு அவனே அதை அபினிப் பால் மற்றும் அவுரிச் சாயத்தின் புளித்த நாற்றமாகக் கற்பனை செய்துகொள்கிறான், தாவரப் பால் கழிவின் வீச்சம் உணவில் கலந்து வனத்தின் குழந்தைகளைத் துர்க்கனவுகளுக்கும் அதீதமான கற்பனைகளுக்கும் ஆளாக்குவதாயும் அவுரிச் சாயம் அந்தப் பிரதேசத்தின் எந்த வஸ்துக்களின்மீதும் நீலநிறத்தைத் தவிர வேறு வண்ணங்களைப் படிய அனுமதிக்காமல் ஆக்கிரமிப்பதாயும் மனிதர்கள் எப்போதுமே அரவத்தால் தீண்டப்பட்ட நிறத்தையும் உபாதையையும் கனவிற்குள் இருப்பதைப்போன்ற மந்தத் தன்மையையும் பெற்று மூச்சுவிடவே திணறுவதைப் போலவும் மண்ணுள் புதையுண்டுபோன சந்திரகேதுகர் சாம்ராஜ்யம் முழுக்க பித்துக்குளித்தனம் பரவிக்கொண்டிருப்பதாயும் காட்சிகள் பரவி விரிகின்றன, இவற்றுக்கிடையில் சத்தமில்லாமல் யாரோ ஒரு முதியவர் காணாமல் போன பறவைகளைத் திரும்ப அழைத்துக் கொண்டே கையில் சில பழ விதைகளை எடுத்து அவற்றை நிலத்தின்மேல் தூவித் தண்ணீர்விடத் தொடங்குகிறார், அந்த விதைகள் மண்ணில் போய் விழுந்த கணத்திலேயே கொதிக்கும்

பா. வெங்கடேசன்

எண்ணெயில் போடப்பட்டவைபோல பொரிகின்றன, கிழவர் வாய்விட்டு அலறுகிறார், கழுத்தறுபட்ட பன்றியைப்போல அடித்தொண்டையிலிருந்து அந்த வயசாளி எழுப்பிய அலறல் பித்யாதரி நதி தீரத்து மனிதர்கள் அனைவருடைய மறதியின் மேலும் ஒரு சவுக்கடியைப்போல விழுந்து அவர்களைப் பதறியெழச் செய்கிறது, ஆனால் அவர்களால் நிற்க முடியவில்லை, வீடுகளிலும் நிலங்களிலும் அவளுடைய காலடிகளிலுமேகூட பலர் செத்துக் கீழே விழுந்துகொண்டேயிருக்கிறார்கள், நிலம் விதைகளை ஏற்க மறுத்ததைப்போலவே வானம் மேகத்தையும் ஆறு தண்ணீரையும் ஏற்க மறுக்கின்றன, பித்யாவின் வறண்ட பரப்பு முழுக்கப் பிணங்கள் இறைந்து கிடக்கின்றன, ஓந்தியின் அசைய முடியாமல் நிலைகுத்திய பார்வைக்குள் அது ஒரு நெடிய காலப் பரப்பாக நீள்கிறது, பெரியவளே நீயாகச் சற்று இறங்கி வரக்கூடாதா, அவர்கள் உன் குழந்தைகளில்லையா என்று அநூபா அவளிடம் கேட்கிறாள், வாஸ்தவம்தான், ஆனால் களைகளிடம் காட்டும் வாஞ்சை கதிர்களைச் சாய்த்துவிடும் அநூபா என்கிறாள் பேராபுடீமா இறுகிய முகத்துடன், துறவியல்ல நான் எல்லோர்மீதும் இரக்கப்பட, நான் அரசி, ஆனால் அது உன்னைச் சுற்றியும் படரும் என்கிறாள் அநூபா கவலையுடன், அவள் அதைச் சொன்ன மாத்திரத்திலேயே அவர்களிருவரையும் சுற்றியிருந்த தாக்குரும் நதிக்கரையும் குத்துக்கல்லும் மரங்களும் மறைந்து திடுதிடுவெனச் சுவர்கள் எழும்பத் தொடங்குகின்றன, அவை இணைந்து இணைந்து அறைகளை உருவாக்குகின்றன, அறைகளினுள் இயந்திரங்களின் இரைச்சலும் பரபரப்பான மனிதர்களின் நடமாட்டமும் உருப்பெறத் தொடங்குகின்றன. இயந்திரங்களுக்குள்ளிருந்து ஒரே அச்சில் வார்க்கப்பட்ட ஏதோவொரு பொம்மை, அது மனிதனோ மிருகமோ பூச்சியோ கடவுளோ எதோவொன்று, நூற்றுக்கணக்கில் ஆயிரக்கணக்கில் லட்சக்கணக்கில் வெளியே வந்து விழுந்துகொண்டேயிருக்கிறது, எந்தப் பொம்மையும் மற்றொன்றிலிருந்து இம்மியளவிற்குக்கூட மாறுபட்டதாயில்லை, பெரியவள் அதிர்ச்சியுடன், அநூபா, வந்து பார் இந்தக் கொடுமையை என்று அலறுகிறாள், கூக்குகள் உயிர் பிழைக்க வேண்டுமானால் அவர்கள் இவர்களின் பொறியிலிருந்து வெளியே வர வேண்டும், பொறியிலிருந்து தப்ப வேண்டுமானால் உலக நியதிப்படி நிகழ்காலம் இறந்த காலத்திற்குள் நகர்ந்து மறைவதாக மாற வேண்டும், காலத்தின் நகர்தலை ஒன்றைப் பிறிதொன்றிலிருந்து வேறுபடுத்தியல்லவா சாத்தியப்படுத்த முடியும், இந்தக் கயவர்களோ ஒரே பொம்மையைத் திரும்பத் திரும்பச் செய்து காலத்தை நகர விடாமல் உறைய வைத்திருக் கிறார்கள், என்ன செய்வது, பேராபுடீமா இதைச் சொன்ன

கணத்தில் நீ முதலில் என் மீது நிலைத்திருக்கும் உன் பார்வையை விலக்கிக்கொள், காலம் அப்போதுதான் நகரும் என்று பதிலுக்குத் திடீரென்று வெடித்துக் கத்துகிறது செவ்வோந்தி, அது இப்போது அந்தத் தொழிற்சாலையின் ஏதோவொரு அறையின் ஏதோவொரு மூலையில் வசதியாகப் போடப்பட்டிருக்கும் ஒரு படுக்கையின் மேல் அமர்ந்தபடிச் சுற்றி நடப்பவற்றைக் கவனித்துக்கொண்டிருக்கிறது, தன் பார்வை எந்தக் காலத்தின்மீது இப்போது நிலைகொண்டிருக்கிறது என்பதை அறிந்துகொள்ள முடியாத குழப்பத்திலும் இருக்கிறது, பேராபுடீமா அதன் கண்களுக்கு மிக அருகாகத் தன் கண்களைக் கொண்டு வந்து அப்போதுதான் முதன்முறையாக அதன் இருப்பைக் கவனிப்பதைப்போல அதை உற்றுப் பார்க்கிறாள், இப்போதுதான் விழித்துக்கொள்கிறாயா உபேந்திரநாத் தத்தா என்று அதைப் பார்த்து ஆத்திரத்துடன் உறுமுகிறாள், அவளுடைய செம்மண்ணுரு மறைந்து இயந்திரங்கள் வெளித் தள்ளிக்கொண்டிருந்த அப்பழுக்கற்ற லட்சணத்துடன் கூடிய பொம்மையுருவங்களில் ஒன்றாக அவள் மாறியிருப்பதையும் ஆனால் ஆடைகள் கிழிந்து தொங்குவதையும் தலைமுடி விரிந்து அலங்கோலமாகக் கிடப்பதையும் கண்கள் கண்ணீரைப் பெருக்கிக்கொண்டிருப்பதையும் கால்கள் தடம் பதித்துச் செல்லும் இடமனைத்தும் ஈரம் படிந்து அலையடித்துக் கொண்டிருப்பதையும் ஓந்தியும் அப்போதுதான் முதன்முறையாகக் கவனிப்பதைப்போல கவனிக்கிறது.

நவாப்கன்ஜ்ஜிலிருந்து ஸ்ரீபள்ளி கூப்பிடு தூரத்தில்தான் இருக்கிறது. பாகீரதியின் தமக்கை சங்கரியின் புகுந்தவீடும் அங்கேதான் இருந்தது. உறங்காப்புலி விபின் பாஸ்வானைச் சந்தித்து உரையாடிக் கொண்டிருந்த 1976, செப்டம்பர் 22ஆம் தேதியின் அதே மாலை வேளையில் அவனைச் சந்திப்பதற்காக மதுரையிலிருந்து புறப்பட்டு வந்திருந்த வாசுதேவன் சங்கரியின் வீட்டில்தான் உட்கார்ந்து அவனுடைய திடீர் வரவு குறித்த அந்த வீட்டார்களுடைய கேள்விகளுக்கு மழுப்பலாகப் பதிலளித்துக்கொண்டிருந்தான். பாகீரதியின் தாயார் பூரணியம்மாளும் அப்போது அங்கேதான் இருந்தாள். அவர்களால் வாசுதேவனைத் திடீரென்று வீட்டு வாசலில், அதுவும் தனியாக, பார்த்த ஆச்சரியத்திலிருந்து அத்தனை எளிதில் மீண்டு விட முடியவில்லை. சங்கரிக்குக் கல்யாணம் ஆகி அத்தனை வருடங்களில் அவனோ பாகீரதியோ ஒரு தடவைகூட அவர்கள் வீட்டிற்கு வருகை தந்ததில்லை. வாசுதேவன் உத்தியோக நிமித்தமாகக் கிளம்பி வந்ததாகச் சொன்னபோது அதே செலவில் பாகீரதியையும் கையோடு

அழைத்து வந்திருக்கலாமேயென்று கூறி சங்கரி பெரிதாக அங்கலாய்த்துக்கொண்டாள். அது ஒரு திடீர் முடிவு என்றும் மறுநாள் வேலை முடிந்த கையோடு தான் உடனே திரும்பிச் செல்ல வேண்டுமென்றும் சொல்லி வாசுதேவன் சமாளித்து வைத்தான். சங்கரியின் கணவர் கல்கத்தாவில் அவன் எங்கே செல்ல வேண்டுமென்று கேட்டு அவன் பேராச்சாப்பா என்று பதில் சொன்னதும் அவர்களுடைய ஆச்சரியம் அவநம்பிக்கையாகவும் மெல்லிய பீதியாகவும் மாறிவிட்டது. பேராச்சாப்பா ஒரு குக்கிராமம். அங்கே போய்ச் சந்திக்குமளவிற்கு வாசுதேவனுடைய வாடிக்கையாளர்கள் யார் அங்கே இருக்கிறார்கள் (கல்கத்தாவில் இல்லாத பட்டயக் கணக்காளர்களா) என்று கேட்டு அவர் அவனைக் குடையவாரம்பித்துவிட்டார் (சங்கரியின் கணவரும் ஒரு பட்டயக் கணக்காளர்தான்). அவர்கள் வாசுதேவனுக்கும் பாகீரதிக்குமிடையில் கல்கத்தா வரை வந்து மாமியாரிடம் ரகசியமாகத் தெரிவித்தாக வேண்டிய கட்டாயத்தை உண்டுபண்ணுகிற அளவிற்குப் பெரிய மனத்தாங்கல் ஏதோ ஏற்பட்டிருக்கிறது என்றும் அதை வந்தவுடனேயே சொல்வது நன்றாகயிராது என்பதால் ஏதோ சாக்குப்போக்குச் சொல்கிறானென்றும் கவலை தோய்ந்த குரலில் தங்களுக்குள் பேசிக் கொள்ளத் துவங்கிவிட்டார்கள் (வாசுதேவனுடைய முகம் அவன் நல்ல மனநிலையில் இல்லையென்பதைத் தெளிவாகவே அறிவித்துக்கொண்டிருந்தது). அவன் பேராச்சாப்பாவிற்குப் போகிறபோது தானும் அவனுடன் வருவதாக சங்கரியின் கணவர் சொன்னபோது அவன் அதை மறுத்ததானது அவர்களுடைய தவிப்பை இன்னும் உறுதிப்படுத்தவும் அதிகப்படுத்தவும் போதுமானதாக அமைந்துவிட்டது. வாசுதேவனுக்கும் அது தெரிந்தேதானிருந்தது. என்றாலும் அவர்களைச் சமாதானப்படுத்த அவன் முயலவில்லை. முதலில் அவனுக்கு மைத்துனியின் வீட்டிற்கு வந்து போகும் உத்தேசமே இருக்கவில்லை. விடுதி எதையாவது பிடித்துத் தங்கிக் காதும் காதும் வைத்தாற்போல வேலையை முடித்துக்கொண்டு திரும்பச் சென்றுவிட வேண்டுமென்பதுதான் அவனுடைய விருப்பமாக இருந்தது. ஆனால் கிட்டத்தட்ட பத்து நாட்களுக்குமேல் தன்னிடமிருந்து தகவல் ஏதும் வராமலிருக்கிற பட்சத்திலும் பாகீரதியுடன் நேரடியாகப் பேசும் தைரியம் இன்னும் வாய்த்திராத நிலையிலும், அவள் அவசரப்பட்டு ஏடாகூடமாக எதையாவது செய்துவிடாமலிருக்கவேண்டுமேயென்கிற எண்ணத்தில்தான் அவன் அங்கே தங்கிவிட்டுச் செல்லும் யோசனையை வேறு வழியின்றிச் செயல்படுத்தினான். தன் தலையைக் கண்டவுடனேயே தனக்குப் பதிலாக அவர்களே பாகீரதியிடம் என்ன ஏதென்று தெரிந்துகொள்வதற்காகத்

தொலைபேசிவிடுவார்களென்று அவனுக்குத் தெரியும். அதன் மூலம் தன்னுடைய இருப்பிடமும் பத்திரமும் ஊர் திரும்பும் உத்தேசமும் குறித்தத் தகவல் அவளுக்கும் தெரியப்படுத்தப்பட்டுவிடும். மேலும் இந்தவிதமான மற்ற எல்லா விசனங்களையும் தாண்டி உறங்காப்புலியைச் சந்திக்கும் தருணத்தைத் திரும்பத் திரும்பக் கற்பனை செய்துகொள்வதிலேயேதான் அவன் மனம் சறுக்கிச் சறுக்கி விழுந்துகொண்டிருந்தது. ஆந்திராவின் குகைப் பாதைகளினூடே புகுந்து வெளிப்பட்ட புகைவண்டிப் பயணம் முழுவதையும் அவன் பாகீரதியின் கனவுகளுக்குள்ளான பிரவேசத்தைப்போலவேதான் உணர்ந்துகொண்டிருந்தான். கனவில் போலவே கலைந்து சேரும் மனிதர்கள், நிலப்பரப்புகள், மற்றும் காட்சிகள். அவற்றினுள்ளே புகுந்து அவற்றை ஊடுருவி அவற்றின் மறுபக்கத்தில் அல்லது விளிம்பில் அல்லது உச்சியில் நடமாடிக்கொண்டும் அவளை இயக்கிக்கொண்டும் அல்லது அவளால் இயக்கப்பட்டுக்கொண்டுமிருக்கும் ஜெமினி என்கிற அவளுடைய பிராயக் காலத்துக் காதலனை நோக்கி விரைந்து கொண்டேயிருப்பதான பதற்றமும் பரபரப்பும் அவனை விடாது தொற்றிக்கொண்டேயிருந்தன. ஆனால் அந்த உச்சத்தை அடைந்த பிறகு, அந்த மனிதனைச் சந்தித்த பிறகு, அடுத்து என்ன நடக்கும் என்பதை அவனால் ஊகிக்க முடியவில்லை, போய் விடலாம், பார்த்துவிடலாம், பிறகு என்ன, எல்லோருக்கும் போலவே கனவு உச்சத்தின் அழுத்தத்தில் அவனுக்கும் விழிப்புக் கண்டுவிடுமா, கனவு முடிந்துவிடுமா, தன் வரவின் தடத்தை மட்டும் ஆழப் பதித்துவிட்டு அந்தக் கனவு மனிதன் அவனுடைய வாழ்விலிருந்து மறைந்துவிடுவானா, அல்லது முடிவிலியான கனவொன்றைத் துவக்கி வைக்கவிருக்கும் மிக நீண்ட நித்திரையொன்றின் தவிர்க்கவியலாத சுழலுக்குள் அவன் விழுந்துவிடுவானா, முடிவிலியென்றால் என்ன, உச்சத்தையே எட்டாமல் தரைப் பரப்பிலேயே நிகழ்ந்துகொண்டிருக்கும் ஒரு மலட்டுப் புணர்ச்சியா, அப்படியானால் பாகீரதியின் கனவு மனிதனான ஜெமினியை அவன் இறுதிவரை சந்திக்கவே போவதில்லையென்று அர்த்தமா, அவன் சந்திக்கவிருப்பது வெறும் உறங்காப்புலியைத்தானா. இதைவிட, அதாவது கனவின் விளிம்பிற்கப்பால் என்ன நடக்குமென்கிற கவலையைவிட, அந்த விளிம்பில் அந்த மனிதனைத் தான் எப்படி எதிர் கொள்ளப் போகிறோம், என்ன பேசப் போகிறோம், பேசி என்ன தெரிந்துகொள்ளப் போகிறோமென்கிற கவலையும் வாசுதேவனைப் படுத்தியெடுத்துக்கொண்டிருந்தது, முதலில் அந்த உலகிலிருந்து என்ன தெரிந்துகொள்ள வேண்டுமென்று தான் விரும்புகிறோமென்பதிலேயே அவனுக்குத் தெளிவில்லாமல்

இருந்தது, எட்டு வருடங்களாகப் பழகித் தெரிந்து கொண்டு விட்டதாகக் கற்பனை செய்துகொண்டிருந்த ஒரு பெண்ணின் அந்தரங்க உலகைப் பற்றிய (இது வெறுமே வாசுதேவன் பாகீரதியைத் தொட்டு அறிந்துகொள்ளத் துவங்கிய அவர்களுடைய திருமண நாளிலிருந்தான கணக்கு. காதல் காலங்களைக் கணக்கிலெடுத்துக்கொண்டால் (அந்தக் காலங்களில் பாகீரதி அவனுடைய சுண்டுவிரல்கூடத் தன்மேல் பட அனுமதித்ததில்லை) அது பதினாறு வருடங்கள். தன் தகப்பனின் வேண்டுகோளின் பேரில் அவளுக்காக வாங்கிய முதல் அம்புலிமாமாவைக் காருக்குறிச்சி செல்லும் புகைவண்டியின் ஓட்டுநரிடம் கையளித்த வருடத்தையும் சேர்த்துக்கொண்டால் இன்னும் அதிகம். பத்தொன்பது வருடங்கள்) புத்தம் புதிதான, திகைப்பூட்டும் உண்மைகளின் தொகுப்பையா, அல்லது நாகரீகமான கணவனென்றும் மன்னிக்கத் தெரிந்த மனிதனென்றும் ஆயுதங்களை வெறுக்கும், புத்தியை நம்பும் பிராமணனென்றும் தன்னை நினைத்துக்கொண்டும் அதனால் கர்வத்துடன் நடமாடிக் கொண்டுமிருந்த தன்னுள் வெளிப்படாது மறைந்துகொண்டிருந்த உளவாளியை, காட்டிக்கொடுப்பவனை, தந்திரக்காரனை, கோழையை, வன்புணர்ச்சியாளனைத் தானே இனம் கண்டு கொள்ள ஒரு சந்தர்ப்பமளித்ததற்காகத் தன் நன்றியையும் பாவமன்னிப்பையும் எதிரியிடம் சமர்ப்பித்துக்கொள்ளும் பரிதாபமான நாடகத்தையா, அல்லது மிக வினோதமான நம்பற்கரிய கனவுகளுக்கும் மிகச் சாதாரணமான அன்றாட நிகழ்விற்குமிடையேயான இடைவெளி வெறும் மயிரிழைத் தொலைவேயென்கிற வியப்பிற்குரிய நிஜத்தின் செயல்முறை விளக்கத்தையா, அல்லது இவையெதையும்விட முக்கியமாகத் தன் வாழ்வின் கடந்த இரண்டு வருட கால நிகழ்வுகளனைத்தையும் ஒரு கனவைப்போல காட்டி அதிலிருந்து இப்போதுதான் விழித்தெழுந்து நிஜத்தைத் தொடரவிருக்கும் பிரமையில் இந்தக் கதையின் முதல் காட்சியை (தெருப் போக்கிரியொருவனுடனான நேருக்கு நேரான எதிர்கொள்ளலை) கனவின் அனுபவங்களால் கற்றுக்கொண்ட படிப்பினைகளுடன் மீண்டும் துவக்கவிருக்கும் ஒரு சவாலான தருணத்தையா. இதற்கெல்லாம் அப்பால் ஏன் இவற்றையெல்லாம் தெரிந்துகொள்ளவேண்டும் என்கிற கேள்வியும் அவனிடம் தோன்றாமலில்லை. விசாகப்பட்டினம் நிலையத்தில் வண்டி நின்று சிற்றுண்டிக்காகக் கீழே இறங்கிய சமயத்தில் இந்த எண்ணம் அவன் மனதில் ஓடியபோது அவன் அப்படியே எதிர்த்திசையில் செல்லவிருக்கும் அடுத்த வண்டிக்குச் சீட்டு வாங்கிக்கொண்டு வந்த வழியே திரும்பிவிடலாமா என்றுகூட யோசித்ததும் உண்மைதான். ஆனால் பாகீரதியினுடைய

பிரத்யேக மதிய நேரத்து நிகழ்வுகளின் தாக்கத்திலிருந்து தப்ப அதற்குள் நுழைந்து கடக்கும் அபாயகரமான சந்தர்ப்பத்தை எதிர்கொள்வதைத் தவிர வேறு வழியில்லையென்று தோன்றவே திரும்ப வந்து தன் இருக்கையில் அமர்ந்துகொண்டுவிட்டான்.

ஸ்ரீபள்ளி வீட்டில் தனக்கென அமைக்கப்பட்டிருந்த படுக்கையில் இரவு பூராவும் (நகரின் மற்றொரு பகுதியில் உறங்காப்புலி தானொரு செவ்வோந்தியாகிப் போனதாகக் கனவு கண்டுகொண்டிருந்த அதே இரவு) தூக்கம் பிடிக்காமல் புரண்டு புரண்டு படுத்துக் கொண்டு (இது அந்த இரவின் மொத்த நீளத்தையும் கணக்கிட்டுத் தோராயமாகச் சொல்லப்பட்டதுதான். வாசுதேவன் அதன் ஏதோ ஒரு புள்ளியில் சொற்ப நேரத்திற்குத்தானானாலும் தூக்கத்தில் விழத்தான் செய்தான். மட்டுமல்ல, பிரபஞ்சம் முழுவதும் விதிவிலக்கின்றி கனவுகளின் உலகில் விழித்துக் கொண்டிருக்கும் அந்த நேரத்தில் அவனும் தன் பங்கிற்குத் தானும் ஒரு கனவை அரங்கேற்றிக்கொண்டுதானிருந்தான், அதில் பாகீரதியின் கையைப் பிடித்துக்கொண்டு ஏற ஏற வளர்ந்து கொண்டேயிருக்கும் படிக்கட்டுகளின் வரிசையொன்றில் அவன் ஏறிக்கொண்டேயிருக்கிறான், எத்தனை படிகளைக் கடந்த பின்னும் இன்னும் முதல் படியிலேயே அவன் கால் இருக்கிறது, பாகீரதியோ இன்னும் ஏறவே ஆரம்பிக்காதவளாக இருக்கிறாள், ஆனால் படிகள் அவர்களுடைய கால்களுக்கடியில் மறைந்துகொண்டேயிருக்கின்றன, அதன் உச்சி கண்களுக்குப் புலப்படவேயில்லையென்றாலும் அந்த உச்சியில் அது நட்சத்திரங்கள் பிரகாசித்துக்கொண்டிருக்கும் ஓர் இரவு என்பதும் முகட்டின் முதல் படியிலிருந்து ஒரு நபர் கீழ்நோக்கி இறங்கிக் கொண்டிருக்கிறாரென்பதையும் அவனால் பார்க்க முடிகிறது, பிறகு அந்த உருவம் மெதுமெதுவாக பி–4 காவல்நிலையத்தின் தலைமைக் காவலதிகாரியாகப் புலப்படத் துவங்குகிறது, அவர் தங்களை நோக்கித்தான் இறங்கி வந்துகொண்டிருப்பதாயும் கைகளுக்குள் தனக்கான கைவிலங்கை மறைத்து வைத்துக்கொண்டிருப்பதாயும் அவனுக்குப் படுகிறது, ஏதோவொரு தருணத்தில் பிறகு அவனும் பாகீரதியும் ஏறிக்கொண்டிருக்கும் படிக்கட்டுகள் உச்சியிலும் புகழேந்தி இறங்கிக்கொண்டிருப்பவை கீழேயுமாக மாறித் தெரியத் துவங்குகின்றன, அவர்களிருவரும் இன்னும் சந்தித்துக்கொள்ளவேயில்லையென்றாலும், தன் கைகளில் விலங்கு எதுவும் பூட்டப்பட்டிருக்கவில்லையென்றாலும் தான் கைது செய்யப்பட்டுவிட்டதாக வாசுதேவன் பாகீரதியிடம் முணுமுணுக்கிறான், பாகீரதி நான் போய் என்ன என்று விசாரித்து விட்டு வருகிறேனென்று சொல்லிவிட்டு அவன் கையிலிருந்து

தன் கையை விடுவித்துக்கொண்டு கீழே எங்கோ அண்ணாந்து பார்த்தபடி அசைந்துகொண்டிருக்கும் புகழேந்தியை நோக்கி விடுவிடுவென்று இறங்கத் தொடங்குகிறாள்) எப்போது விடியும் என்று காத்துக்கொண்டேயிருந்துவிட்டு விடிந்த கையோடு மைத்துனர் அமர்த்திக் கொடுத்த வாடகை மகிழ்வுந்தில் ஏறி ஒரு மணி நேரப் பயணத்திற்குப் பிறகு பேராச்சாப்பாவை அடைந்தான் வாசுதேவன். ஆனால் அவன் திட்டமிட்டிருந்ததைப்போல ஊரை அடைந்ததுமே இங்க்ளய்யாவைச் சந்தித்துப் பேசிவிட முடியவில்லை. அவன் பேராச்சாப்பா போய்ச் சேர்ந்த வேளைக்கும் (காலை சுமார் 9 மணி) உறங்காப்புலியைப்பற்றித் தெரிந்துகொண்ட தருணத்திற்கும் (மாலை சுமார் 4 மணி) இடையில் சொல்வதற்குக் கிட்டத்தட்ட ஏழு மணி நேரங்கள் அவன் அலைந்து திரிந்த கதை இருக்கிறது. முதலில் அன்று அமாவாசை என்பதும் அன்றுதான் பித்யாதரி நதிக்கரையில் கோவில் கொண்டிருக்கும் பேராபுடீமாவிற்கான கொடை பேராச்சாப்பாவில் நடக்கிறது என்பதும் மற்ற வருடங்களைப் போலல்லாது அந்தக் கொடை அவள், அவளுடைய குழந்தை களான கூக்குகள் மற்றும் பேராச்சாப்பாவின் மற்ற இன மக்கள் ஆகிய அனைவருக்குமான வாழ்வின் அடுத்த கட்ட நகர்வை உறுதி செய்யவிருக்கிற நிகழ்வு என்கிற வகையில் மிகுந்த முக்கியத்துவம் கொண்டது என்பதும் நேயர்களுக்கு நினைவிருக்கும் (இதுவரையில் கூக்குகளின் தெய்வமாக மட்டுமே இருந்த பேராபுடீமா பிராமணர்களால் முன்மொழியப்பட்ட பினித்ரா தேவியென்கிற நாமகரணத்துடன் இனி அத்தனை சாதி மக்களுக்குமான கடவுளாகத் திருவாளர் உபேந்திரநாத் தத்தாவால் பதவி உயர்வு பெறவிருக்கிறாள் என்பதும் இதுவரையில் ஒரு குத்துக்கல்லாக மட்டுமே அறியப்பட்டிருந்த அவளுக்கு சாமுத்ரிகா லட்சணங்கள் அனைத்தும் கூடிய இளம் பெண் ஒருத்தியின் உருவம் கொடுக்கப்பட்டுச் (கழுத்தை அறுத்துக்கொண்டு செத்த பழைய கூக் இனக் கன்னிப்பெண்ணின் உருவத்தைத் தன் குடும்பத்தின் முன்னோர்களின் கதைகள் வாயிலாகத் தலைமுறை தலைமுறையாகக் கேட்டுக் கடத்திக்கொண்டு வந்திருந்த கூக் இன முதியவர்களின் வர்ணனைகளும் ஸ்தபதியால் கணக்கிலெடுத்துக் கொள்ளப்பட்டுத்தானிருந்தன) சர்வாலங்கார பூஷிதையாக அங்கே எழுந்தருளத் தயாராக அவள் டொன்னேலி சணல் மற்றும் சாயத் தொழிற்சாலை வளாகத்தின் முகப்பில் தலைமைத் தேயாஸியின் அருள் வாக்கிற்குக் காத்துக்கொண்டிருக்கிறாளென்பதும் மட்டும் ஒரு கூடுதல் தகவல்). அதையொட்டிப் பேராச்சாப்பா அதன் நாற்றிசையிலும் நான்கைந்து சதுரக் கல் தொலைவு வரையில் திருவிழாக் கோலம் பூண்டிருந்தது. வாசுதேவன் ஏறி வந்த

வாடகை மகிழ்வுந்து தீகங்காவின் குறுகிய சாலை முழுவதும் நிரம்பியிருந்த ஜனநெரிசலுக்குள் புகுந்து முன்னேறப் பயந்து கோலாபரி பஜாரிலேயே நின்றுவிட்டது. வண்டியோட்டி கையை விரித்துவிட்டான். வாசுதேவன் அங்கிருந்து பேராச்சாப்பாவிற்கு நடந்தே வந்து சேரும்படியாகிவிட்டது. சமீபத்தில்தான் புயலும் மழையும் அடித்து ஓய்ந்திருந்ததால் பெரிதாகப் பாராட்டிக்கொள்ளத் தேவையில்லாத வெய்யில்கூட தாங்க முடியாத அளவிற்குச் சுடுவதைப்போன்ற அரிப்பு உணர்வைத் தந்துகொண்டிருந்தது. இதைத் தலையில் வாங்கிக்கொண்டு கூட்டத்திற்குள்ளும் தன்னைச் செலுத்தி மீட்டுக்கொண்டு தப்படி தப்படியாக நகர்ந்து பேராச்சாப்பா எல்லையைத் தொடுவதற்குள் வாசுதேவன் அந்தக் காலை நேரத்திலேயே பல மணி நேரங்கள் உடலுழைப்பில் ஈடுபட்டிருந்தவனைப்போல வியர்த்துக் களைத்துப்போனான்.

இங்க்ளய்யா ஏற்கெனவே தனக்கிருந்த வைத்தியனென்கிற கியாதிக்கப்பால் பேராச்சாப்பாவினரால் திருவாளர் உபேந்திரநாத் தத்தாவின் கனவுக்கும் பேராபுடீமாவின் புதிய திருக்கோவில் பணிகளுக்கும் பிறகு இன்னும் சற்றுக் கூடுதலாகவே அறியப்பட்டவராக ஆகித்தானிருந்தாரென்றாலும் பெயரைச் சொன்னதும் அடையாளம் கண்டுகொள்ளுமளவிற்குப் பிரபலமானவராக ஆகிவிடவில்லையாதலாலும் (முகத்தைப் பார்த்தால், ஓ, இவரா, தெரியுமே என்று வேண்டுமானால் சொல்ல முடியும்) அவரைப் பற்றிய மேல் விபரங்களெதுவும் வாசுதேவனுக்கும் தெரியாதாகையாலும் (அவர் எந்த சாதிக்கார ரென்றோ என்ன தொழில் செய்கிறாரென்றோ எத்தனை வயதுக்காரரென்றோ எந்தக் கட்சியைச் சேர்ந்தவரென்றோ கல்யாணமாணவரா இல்லையா என்றோ, குறைந்த பட்சம் அவரை எதற்காக நாங்கள் அறிந்து வைத்திருக்க வேண்டு மென்றோ அவனால் விசாரிக்கப்பட்டவர்கள் கேட்ட எந்தக் கேள்விக்கும் அவனிடம் ஸ்தூலமான பதில் இருக்கவில்லை) தேடி வந்த நபரின் பெயரை மட்டும் வைத்துக்கொண்டு அவன் கூட்டத்தினரிடையே படாதபாடு பட்டான். குழுமியிருந்தவர் களில் பெரும்பாலானவர்கள் கிராமத்தினராகவே இருந்ததால் ஆங்கிலமும் பிரயோசனப்படவில்லை. ஆங்கிலத்தைப் புரிந்துகொண்ட சிலரிலும் பலர் தவறான ஆட்களைக் கைக்காட்டினார்கள் (அந்த ஆட்களில் யாரும் ஒரு தெற்கத்தி இளைஞனைச் சில மாதங்களாகத் தங்களுடன் வைத்துப் போஷித்துக்கொண்டிருக்கிற இங்க்ளய்யாக்களாக இல்லை), எஞ்சியிருந்தவர்களில் பலரை அவர்கள் உள்ளூர்க்காரர்களா

வெளியூர்க்காரர்களா என்று பிரித்தறிந்துகொள்ள முடியாமல் திண்டாடினான். கடைசியில் அது ஒரு சிறிய கிராமம்தான் என்பது திடீரென்று நினைவிற்கு வர அஞ்சல் அலுவலகத்திற்கு வழி கேட்டுக்கொண்டு நேராக பேராச்சாப்பா, அமுலியா, சக்ளா, நர்நகர் உள்ளிட்ட கிராமங்களுக்கான ஒரே அஞ்சல் அலுவலகத்தின் பொறுப்பாளராயும் தபால் பட்டுவாடாச் சிப்பந்தியாயும் இரட்டைப் பொறுப்பில் நியமிக்கப்பட்டிருந்த நடுத்தர வயது மனிதரின்முன் போய் நின்றுவிட்டான் (நல்ல வேளையாக அவர் இன்னும் தபால் நிலையத்திலேயேதான் இருந்தார். அஞ்சல் பட்டுவாடாவிற்காக அலுவலகத்தைப் பூட்டிக்கொண்டு கிளம்பிப் போய்விட்டிருக்கவில்லை). அந்த மனிதர் இங்க்ளய்யாவின் சரியான விலாசத்தை சுற்றுவட்டார அடையாளங்களோடேயே விளக்கிச் சொன்னதுமல்லாமல் இப்போது அவன் இங்க்ளய்யாவை அவர் வீட்டில் பார்க்க முடியாதென்றும், கொடையை நடத்திக் கொடுக்கும்படி முறைப்படி அழைப்பதற்காகப் பட்டுச் சால்வை, பாக்கு வெற்றிலையுடன் அவர் கல்கத்தாவிலிருக்கும் டொன்னேலி முதலாளியின் மாளிகைக்குப் போயிருக்கிறாரென்றும் வருவதற்குப் பதினோரு மணியாகும் என்றும் அவர் கொடையினுடைய இந்த வருடத்திய சிறப்பம்சத்தின் காரணகர்த்தாக்களில் ஒருவரென்பதால் கூட்டத்தினரிடையே அவரைத் தேடிக்கொண்டிராமல் பேராபுடீமா தாக்குரின் எதிரே அமைக்கப்பட்டிருக்கும் மேடையில் உலாத்திக்கொண்டிருப்பவர்களிடம் (கொடையில் கலந்து கொள்வதற்காக வருகை தரவிருக்கிற திருவாளர் உபேந்திரநாத் தத்தாவும் அவருடைய குடும்பத்தினரும் அவரால் பிரத்யேகமாக அழைக்கப்பட்டிருந்த சக தொழிலதிபர்கள் மற்றும் முக்கியப் புள்ளிகளும் வெளியை ஆக்கிரமித்துக்கொண்டிருந்த மனிதத் தலைகளைத் தாண்டிப் பேராபுடீமாவைத் தொலைவிலிருந்தே தரிசிப்பதற்கு வசதியாகத் தாக்குரின் எதிரே சற்றுத் தொலைவில் உயரமான மேடையொன்று மூங்கில் தப்பைகளைக்கொண்டு அமைக்கப்பட்டிருந்தது) அவரைப்பற்றி விசாரித்தோ அல்லது அங்கேயே நேரடியாகவோ சந்தித்துவிடலாமென்றும் சில உபரித் தகவல்களையும் கொடுத்துவிட்டு இங்க்ளய்யாவின் வயது மற்றும் அங்க அடையாளங்களையும் அவருடன் வாசுதேவன் ஆங்கிலத்திலேயே உரையாடலாம் என்பதையும் தெரிவித்து உதவினார். அவருக்கு அவருடன் கூட இருந்த மதராஸி இளைஞனைப்பற்றிய மேம்போக்கான தகவல்கூடத் தெரிந்திருந்தது (அந்தப் பையனை இங்க்ளய்யாவின் குடிசையில் இரண்டு மூன்று முறை பார்த்திருக்கிறேன், பிறகு மிஸ்ராவின் தொழிற்சாலையிலும் பார்த்த ஞாபகம் இருக்கிறது, சில

நாட்களுக்கு முன்பு மதிய நேரத்தில் (அது என்னுடைய சாப்பாட்டு நேரம்) அலுவலகத்திற்கு மூச்சிரைக்க ஓடி வந்து தன்னுடைய சொந்தவூருக்குப் பதிவுத் தொலைபேசி இணைப்பொன்றைக் கொடுக்கும்படி கேட்டுப் பேசிவிட்டுப் போனான், பதிவு இணைப்பில் தொலைபேச வருகிறவர்கள் இந்தக் கிராமத்தில் அபூர்வத்திலும் அபூர்வமென்பதால் அது எனக்கு நன்றாக நினைவிருக்கிறது). ஆனால் அவன் ஊரைவிட்டுப் போய்விட்டதைப்பற்றி அவருக்கொன்றும் தெரிந்திருக்கவில்லை (உறங்காப்புலி இங்க்ளய்யாவைப் பிரிந்து ஒருநாள்தான் ஆகியிருந்ததாகையால் அவன் அங்கேயில்லையென்பது இன்னும் இங்க்ளய்யாவினுடைய பக்கத்து வீட்டுக்காரர்களின் கவனத்திற்கே கூட வரவில்லை. கவனத்தை ஈர்க்குமளவிற்கு ஓர் ஆதிவாசியின் பிரச்சனைகள் அவர்களுக்கு முக்கியமான விஷயமுமில்லை). இங்கேதான் எங்கேயாவது சுற்றிக் கொண்டிருப்பான் என்று அவர் அவனைப்பற்றி வாசுதேவனிடம் குறிப்பிட்டார். அல்லது இங்க்ளய்யாவோடேயே புறப்பட்டுக் கல்கத்தா வரைக்கும் போயிருக்கலாம், எனில் இரண்டு பேருமே சேர்ந்தே வந்து விடுவார்கள், பித்யாவின் கரையில் நீங்கள் அவர்களை நிச்சயம் பார்த்துவிடலாம்.

எனவே வாசுதேவன் வேறு வழியின்றிச் சாரிசாரியாகச் சென்று கொண்டிருந்த கூட்டத்தோடு சேர்ந்து விழாக் கூத்துகளை வேடிக்கை பார்த்துக்கொண்டே தானும் பித்யாவை நோக்கி நடக்கத் தொடங்கினான். பித்யாவிலிருந்து பேராச்சாப்பா வரும் வழியெங்கும் புதிய மண் பாதை அமைக்கப்பட்டு அதன் இரு மருங்குகளிலும் இலைகளாலும் சால் பூக்களாலும் ஆன தோரணங்கள் கட்டப்பட்டிருந்தன. கிழக்கு மேற்காகச் செல்லும் டக்கி சாலையும் வடக்குத் தெற்காக நீளும் நூர்ஜஹான் ஹச்புதீன் சாலையும் இடைவெட்டிக்கொள்ளும் ஊரின் சதுக்கத்திற்கு எங்கிருந்து புறப்பட்டு வருகிறார்கள் என்றே தெரியாமல் ஜனங்கள் படைபடையாக வந்து சேர்ந்து கொஞ்சிப் பேசியபடியும் கைகளைக் கோர்த்துக்கொண்டும் கண்டிப்புக் காட்டிக்கொண்டும் ஆற்றங்கரையை நோக்கிக் குவிந்து சென்றுகொண்டிருந்தார்கள். அழைப்பின் பேரில் இச்சாமதியையும் ஜமுனாவையும் கடந்து வந்திருந்த கூக்குகள் பிற சாதிக்காரர்களைப் பார்த்து வழக்கமாகச் செய்வதுபோல் கரங்களால் வாயைப் பொத்திக்கொண்டு விலகி நிற்காமல் சுதந்திரத்துடன் கழுத்தில் வண்ண மணிக்கற் களும் தலையில் நரி ரோமக் குல்லாயும் காதுகளில் நரிப் பல் குண்டலமும் அணிந்தவர்களாகத் தனித்துவமான தோற்றத்துடன் கூட்டத்தினரிடையே வளைய வந்துகொண்டிருந்தார்கள். வாசுதேவன் அவர்களிலொருவனிடம் பாகீரதிக்காக ஒரு

மணி மாலை வாங்கினான். சதுக்கத்தில் ஆறேழு கூக்குகள் நின்றுகொண்டு தங்களுடைய பாணங்களில் ஆளுக்கொரு புராதனத் துதிப்பாடல்களைத் தனித்தனியாக சுருதி சேராமல் வாசித்துக்கொண்டிருந்தார்கள். சதுக்க மேடையில் அமைக்கப் பட்டிருந்த இந்திரத்வஜத்தில் (உச்சியில் ச்சட்டா எனப்படும் குடை பொருத்திய ஐம்பதடி உயர, அதிக வளைவுகளற்ற சால் மரம்) கட்டப்பட்டிருந்த ஒலிபெருக்கியிலிருந்து அலறிக் கொண்டிருந்த இசைத்தட்டுப் பாடல்களின் ஆரவாரமான முழக்கம் அவர்களுடைய பலவீனமான பாணயிசையை ஜனங்களைக் கவர்வதிலிருந்து விலக்கிவிட்டுவிடவில்லை. அவர்கள் கழுத்தில் விற்பனைக்காகத் தொங்கிக்கொண்டிருந்த பாணங்களைக் கேட்டுச் சிறுவர்கள் உரத்த குரலில் தங்கள் தாய்மார்களிடம் அழுதுகொண்டுதானிருந்தார்கள். வாசுதேவன் அங்கேயும் சற்றுத் தாமதித்து ஹேமாவுக்கும் சங்கரியின் குழந்தைக்குமாக இரண்டு ஹூக்கா பாணங்களை வாங்கிக் கொண்டு அவற்றின் இரட்டை நரம்புகளை எப்படி வில்லால் இழுத்து இசையை வெளிக்கொணர்வது என்று அதை விற்ற கூக்கிடமே பயிற்சியும் எடுத்துக்கொண்டபடி சிறிதுநேரம் பொழுதைப் போக்கினான் (எத்தனை இழுத்தும் தட்டையான ஒரு முனகலை வெளிப்படுத்தியதற்குமேல் அதை அவனால் வெற்றிகொள்ள முடியவில்லை. போகப் போகக் கைக்குப் பழகிவிடும் என்று சமாதானம் சொல்லி அனுப்பிவைத்தான் அந்தக் கூக்). இவற்றைத் தவிர ஊரின் மையமான சதுக்கத்திலிருந்து பித்யாதரி வரையிலும் டக்கிச் சாலையின் இருமருங்கிலும் மூங்கில் தப்பைகளால் தாங்கப்பெற்ற துணிக் கூடாரங்களினடியில் கைவினைப்பொருள்களையும் துணி வகைகளையும் கள்ளையும் கூவிக்கூவி விற்கும் முண்டா, சேரோ, ஹோ, காரோ, லோஹாரா, மாலி, ம்ரூ, ஒராவோன் இனத்தவர்களுடைய கடைகள் ஏராளமாகப் பெருகிக் கிடந்தன. அவர்களுக்கு மட்டுமல் லாமல் உள்ளூர்வாசிகளுக்குமேகூட (தொழிற்பேட்டைத் தொழிலாளிகளனைவருக்கும் ஒருநாள் சம்பளத்துடன் கூடிய விடுமுறை வழங்கப்பட்டிருந்தது) கானாமிஹிர் திடலில் பழைய கோட்டைக்கு அருகில் (அங்கே தொல்பொருள் ஆய்வுக் கழகத்தின் கண்டிப்பு அதிகமாக இன்னும் வருடங்கள் இருக்கிறது, மேலும் திருவாளர் தத்தாவின் செல்வாக்கும் அங்கே செயல்பட்டுக்கொண்டிருந்தது) மூன்று நாட்கள் மூன்றுவேளை உணவு ஏற்பாடு செய்யப்பட்டிருந்தது. வாசுதேவன் அவற்றையும் இடையிடையே கையைத் தூக்கித் தன் ஒமேகாவில் கவலையுடன் நேரத்தையும் மாற்றி மாற்றிக் கவனித்தபடி தொடர்ந்து நகர்ந்துகொண்டிருந்தான். சதுக்கத்திலிருந்து ஒரு கல்லுக்கும் குறைவான தூரத்திலேயே இருக்கும் பித்யாவின் கரையை

அடைய கூட்டம் அரை மணி நேரம் எடுத்துக்கொண்டது. கரையில் கூட்டம் அலைமோதிக்கொண்டிருந்தது. நதியில் தண்ணீர் குறைவில்லாமல் ஓடிக்கொண்டிருந்தாலும் முங்கிக் குளித்துக்கொண்டிருந்த தலைகளும் உடல்களும் நதி நீரைக் காணாமலடித்துவிட்டிருந்தன. குளித்துவிட்டுக் கரையேறியவர்கள் ஈரத்தோடேயே தங்கள் ஆடுகளுடனும் பன்றிகளுடனும் எருமைகளுடனும் கரையேறி வேண்டுதலை நிறைவேற்றுவதற்காக நீண்ட வரிசையில் நின்றுகொண்டிருந்தார்கள். கால்நடைகளுடன் பேராபுடீமாவைத் தரிசித்த பிறகு தாக்குரிலிருந்து ஐம்பது அறுபதடி தள்ளி நிர்மாணிக்கப்பட்டிருந்த பலியிடத்திற்கு அவற்றை ஓட்டிச் சென்றுகொண்டிருந்தார்கள். பலி கொடுப்பவர்களுக்கான தனியான வரிசையைத் தவிர்த்து மற்றவர்களுக்கான இன்னொரு பெரிய வரிசையும் அவளைத் தரிசனம் செய்வதற்காக தாக்குரின் உள்ளேயிருந்த பெரிய தேயாஸியிடம் ஆசிகளும் குங்குமப் பிரசாதமும் வாங்கிக் கொண்டு இரையுண்ட மலைப்பாம்பைப்போல மெதுவாக நகர்ந்துகொண்டிருந்தது (முன்னதில் பெரும்பாலும் கூக்கு களையும் பின்னதில் மற்றவர்களையும் உள்ளடக்கியதாக அவை இருந்தன). அவ்வப்போது திடீர் திடீரென்று வெறியேறி ஆடத் தொடங்கிவிட்டவர்களை அவர்களுடைய உறவினர்கள் தேயாஸியினருகே அழைத்து வரும் வேளைகளில் அந்த வரிசை பிளந்து அவர்களுக்கு வழியும் முதலிடச் சலுகையும் கொடுத்து விட்டு மீண்டும் சேர்ந்துகொண்டிருந்தது. வெறியில் நாக்கைக் கடித்துக்கொண்டும் கண்களைப் பிதுக்கிக்கொண்டும் உடலை முறுக்கிக்கொண்டும் பிளிறிக்கொண்டிருந்த சன்னதர்களைக் கண்டு வீறிட்டு அலறிக்கொண்டிருந்த குழந்தைகளைத் தாய்மார்கள் சமாதானப்படுத்திக்கொண்டிருக்க பெரியவர்கள் அவர்களை வழிநடத்திக் கொண்டுவந்து நிறுத்தியதும் தேயாஸி அவர்களிடம் வந்திருப்பது யார் என்று கேட்டுத் தெரிந்துகொண்டு (சிலர்மேல் பேராபுடீமா வந்து இறங்கியிருந்தாள், பலர்மேல் அவர்களுடைய முன்னோர்கள் (பெரும்பாலும் அவர்கள் பேராபுடீமாவைப் போன்றே கன்னிப் பருவத்தில் துர்மரணம் எய்திய பெண்களாயும் காலப்போக்கில் மெதுமெதுவே சந்ததிகளால் மறக்கப்பட்டுவிட்டவர்களாயும் இருந்தார்கள்) அருள் பாலித்திருந்தார்கள், அபூர்வமாய் இன்னும் சிலரின் வாயிலிருந்து அவர்களுடைய நிலங்களில் நடந்த அகாலச் சாவுகள் கிளப்பிவிட்ட அனாதை ஆவிகளேகூடத் தங்களுடைய மனக்குறைகளைச் சொல்லிப் புலம்பிக்கொண்டிருந்தன, கூக்குகள் மட்டுமில்லாமல் பிற சாதிக்காரர்களும் அதில் இருந்தார்கள், மேலும் அவர்களில் சிலர் சன்னதத்தில் பிறரால் புரிந்துகொள்ள முடியாத, சொந்தச்

சனங்களால்கூடப் பேசப்படாமல் வழக்கொழிந்தே போய்விட்ட, லிபி வடிவமற்ற புராதன மொழிகளிலும் பேசினார்கள், அவற்றைத் தேயாஸி புரிந்துகொண்டார்) அவர்களைத் திருப்தி செய்யும் மார்க்கங்களை உடனிருந்தவர்களிடம் தெரிவித்து அவற்றை நிறைவேற்றுவதாக உறுதிமொழிகளை வாங்கி இவர்களிடம் கொடுத்துச் சிந்தூரக் கலவையை முகத்திலடித்துத் தெளிவித்து அவர்களுக்குள் புகுந்திருந்தவர்களை மலையேற்றி அனுப்பிவைத்துக்கொண்டிருந்தார்.

மையப் பகுதியை நெருங்க நெருங்கக் கூட்டத்தின் அடர்த்தி அதிகமாக இருந்தது. திருவாளர் உபேந்திரநாத் தத்தா குழுவினருக்காக அமைக்கப்பட்டிருந்த அலங்காரப் பந்தல் மேடையை நோக்கிச் செல்வதற்கு வாசுதேவன் கூட்டத்தின் நகர்விற்கு எதிர்த் திசையில் சில நூறு தப்படிகள் முன்னேற வேண்டியிருந்தது. அதன் முகப்பில் கட்டப்பட்டிருந்த ஒலிபெருக்கியிலிருந்து பந்தி நடக்குமிடம், பலி கொடுக்குமிடம், குளிப்பதற்கான விதி முறைகள், காணாமல் போனவர் பற்றிய அறிவிப்பு, உள்ளூர் வியாபாரிகளின் சரக்குகளுக்கான விளம்பரங்கள், ஒழுங்கு தவறும் விடலைகளின்மீதான செல்லக் கண்டிப்பு என்று இடைவிடாமல் எதையெதையோ பற்றிய அறிவிப்புகள் அரிசிப் பொரியை வெளியே வாரியிறைத்ததுபோல கூட்டத்தினரின் தலைமீது விழுந்துகொண்டேயிருந்தன. காற்றால் துவட்டப்படும் வயல்வெளியைப்போல கூட்டமும் அந்த அறிவிப்புகளுக்கேற்ப இந்தப் பக்கமும் அந்தப் பக்கமுமாக ஏதேதோ புள்ளிகளை நோக்கிக் கொத்துக்கொத்தாகத் திரும்பித் திரும்பி அலைக்கழிந்துகொண்டிருந்தது. அந்த அறிவிப்புகளில் முக்கிய விருந்தினர்களின் வருகை பற்றிய அறிவிப்பும் இடம் பெற்றிருந்தது என்பது வாசுதேவனுக்குத் தெரிந்ததென்றாலும் அதை விபரமாகப் புரிந்துகொள்ள அவனால் முடியவில்லை. இதற்குள் அவன் ஜன வெள்ளத்தில் நீந்தியபடியே மேடையருகே வந்துவிட்டான். அதன் கீழே ஓர் ஓரமாக அமர்ந்து அறிவிப்புகளைச் சம்பிரதாயமாகச் செய்துகொண்டிருந்த உள்ளூர் ஆளிடம், இங்க்ளய்யா என்று ஒற்றை வார்த்தையில் கேட்டுவிட்டு மீதிக் கேள்வியைச் (அவரை நான் பார்க்க வேண்டும், எங்கேயிருக்கிறார் அவர்) சைகையில் காண்பித்தான். அறிவிப்பாளன் ஒரு கையால் ஒலிவாங்கியை மூடிக்கொண்டு அவனிடம் மளமளவென்று அவனுக்கான தகவலைப் பொழிந்துவிட்டு மீண்டும் தன் பணிக்குத் திரும்பிவிட்டான். அவன் இந்தி பேசினானா வங்காளி பேசினானா வேறு உள்ளூர் பாஷையெதிலாவது பதில் சொன்னானா என்பதைக்கூட வாசுதேவனால் தெரிந்துகொள்ள

முடியவில்லை. திரும்பவும் அவனை அணுகவும் அவனுக்குத் தயக்கமாக இருந்தது. ஆனால் திருவாளர் உபேந்திரநாத் தத்தா இன்னும் வரவில்லையென்பது மட்டும் நிச்சயமாகத் தெரிந்ததால் இன்னும் சற்று நேரம் பொறுத்துப் பார்ப்பது என்று முடிவு செய்துகொண்டு மேடையிலிருந்து நகர்ந்து மீண்டும் கூட்டத்திற்குள் நுழைந்து பேராபுடீமாவைத் தரிசிக்கச் செல்லும் வரிசைக்குப் போய் அஃதோடு தன்னை இணைத்துக்கொண்டான் (வந்தது வந்தாயிற்று, அந்தத் தெய்வத்தையும்தான் பார்த்து வைப்போமே). கூட்டம் வாழ்த்தொலிகளுடனும் அம்மன் மீதான குக்குலப் பாடல்களுடனும் பக்திப் பரவசத்துடன் அவசரமின்றி நிதானமாக நகர்ந்துகொண்டிருந்தது. மொழிப் பிரச்சனையைத் தவிர மற்றபடி வாசுதேவனுக்குத் தன் நிலத்தின் மாரி, பேச்சி, உச்சிமாகாளி, செல்லா வகையறா தெய்வங்களுக் கான கொடை வைபவங்களுக்கும் பேராபுடீமாவின் ராஜ்ஜியத்தில் நடக்கும் திருவிழாவிற்கும் அதிக வித்தியாசம் தெரியவில்லை. அவன் அவற்றில் ஒன்றில்கூட கலந்துகொண்டு உள்ளே நுழைந்து பார்த்ததுமில்லை. வேற்று நிலத்திலல்ல, தன் நிலத்திலேயே அவ்வகையான கொண்டாட்டங்களுக்குத் தான் அந்நியன்தானென்கிற நினைப்பு அவனை வெட்கம் கொள்ளச் செய்தது. அவை தன் போன்றவர்களை வெளியே தள்ளிவிடும் மூர்க்கமும் உக்கிரமும் நிறைந்தவையென்று அவன் அதுகாறும் நினைத்துக்கொண்டிருந்தான். ஆனால் அவனைச் சுற்றியிருந்த வெளிக்குள் சுழன்றுகொண்டிருந்த மனிதர்களோ அன்பின் உச்சபட்ச விசைக்குள் அவனை இழுத்துக்கொண்டிருந்தவர்களாயிருந்தார்கள். வரிசையை இடித்துத் தள்ளிக்கொண்டு தாக்குரின் வாசலில் அமர்ந்திருக்கும் தேயாஸியை நோக்கிச் சன்னதமேறிய ஓர் ஆளைத் தள்ளிக்கொண்டு ஓடும் மனிதர்களை அவன் இன்னும் பழகாத அச்சம் கலந்த பிரியத்துடனும் சுவாரஸ்யத்துடனும் ரசித்துக்கொண்டே பேராபுடீமாவை நோக்கி நகர்ந்தான். அவ்வப்போது தலையைத் திருப்பி முக்கியஸ்தர்கள் வருகை தரவிருக்கும் மேடையையும் கவனித்துக்கொண்டான். பலிக்களம் சற்று தொலைவில் தானிருந்ததென்றாலும் ரத்த வாடையும் பலியைத் தூண்டும் அவர்கள் பாணிக் குலவையொலியும் அவன் இருந்த இடம்வரை காத்திரமாகவே பரவியிருந்தது. அது வயிற்றினுள் ஒவ்வாமையை உண்டாக்கியதென்றாலும் அவன் அதைப் பொருட்படுத்த வில்லை. வெளியேற முயற்சிக்கவுமில்லை. அந்தப் பின்னணியில் சாமியாடிகளின் வியர்வையும் ரத்தமும் கோழையும் பொங்கிப் பெருகும் வெறியாட்டம் புணர்ச்சிக்கு ஈடான பரவசத்தை ஊட்டும் தோற்றத்தையும்கூடக் கொண்டிலங்கியதாக அந்தக்

கிறக்கத்தினூடே அவனுக்குப்பட்டது. கடைசியாகப் பாகீரதியைப் புணர்ந்த அந்த இரவின் நினைவில் ஒரு கணம் அவன் தடுமாறினான். இப்போது தன் மனதில் அதன் நிறம் மாறியிருப்பதையும் ஆச்சரியத்துடன் கவனித்தான். ஏனோ இந்தக் கணத்தில் அவள் கண்களைப் பார்த்துத் தன்னால் தைரியமாகப் பேச முடியுமென்றுகூட அவனுக்குத் தோன்றியது. அது அவனுக்குள் ஓர் இனம் புரியாத உற்சாகத்தைக் கீறிவிட்டது. அந்த உற்சாகம் சுற்றி நிகழ்ந்துகொண்டிருந்தவற்றில் அப்பிக்கொண்டிருந்த தீவிரத் தன்மையை இளக்கி அவற்றில் இருந்த கேளிக்கைமையை மற்றவர்களுக்குப் போலவே அவன் கண்களுக்கும் தெரியக் காட்டியது. இதற்குள் மெதுமெதுவாக நகர்ந்து தாக்குருக்குள்ளிருந்த கடவுளின் குத்துக்கல் வடிவத்தைத் தெளிவாகப் பார்க்குமளவிற்கு அவன் அதை நெருங்கிவிட்டான். பேராபுடீமா வாசுதேவனின் கண்களில் பட்டபோது மற்றவர்களைப்போல உரத்த குரலெழுப்புமளவிற்கு அவள் அவனை வசீகரிக்கவில்லைதான். சம்பிரதாயத்திற்காகத்தான் அவன் அவள்முன் கைகளைக் கூப்பினான். தேயாஸியின்முன் ஆடிக்கொண்டிருந்த ஆளின் விஸ்தாரமான ஊசலாட்டமும் ஸ்திரமாகச் சில நிமிடங்கள் அவளை முழுதாகக் கண்டு மனதை அதில் செலுத்துவதற்கு அவனை அனுமதிக்காமல் பார்வையைத் தடுத்துக்கொண்டிருந்தது. அவன் உடலில் ஏறியிருந்த பெண்ணும் (அருகிலிருந்தவர்கள் அடிக்கடி அநூபா அநூபா என்று முணுமுணுத்துக்கொண்டதிலிருந்து அது ஒரு பெண்தானென்பதாக வாசுதேவன் ஊகித்துக்கொண்டிருந்தான்) தேயாஸியும் பிரத்யேகமான ஏதோவொரு பாஷையில் நிகழ்த்திக்கொண்டிருந்த மலையேற்றும் நாடகத்தின் உருட்டல்களும் மிரட்டல்களும் கெஞ்சல்களும் செல்ல விளிகளும் வேறு அவன் கவனத்தைக் கடவுளிடம் குவிவதிலிருந்து கலைத்துக்கொண்டிருந்தன. அவனும் (அங்கே நடந்துகொண்டிருந்த ஒவ்வொரு நிகழ்வுமே அவனுக்குப் புத்தம் புதிய அனுபவமாக இருந்ததால்) ஒரு காட்சி இன்னொன்றை மேவி மறைப்பது குறித்துக் கவலைப்படவில்லை. எதுவெல்லாம் பார்வையில் படுகிறதோ அதையெல்லாம் மாந்தி ரசிக்கும் மனநிலையில்தான் இருந்தான். மேலும் ஒரு சாமியாடியை அவன் இதுவரை இத்தனை அருகில் சந்தித்ததுமில்லை. அவனுடைய துடி அச்சமூட்டும் விதத்தில் அமானுஷ்யமான அடவுகளைக் கொண்டிருந்தது. அடர்த்தியான வண்ணப் பொடிகளின் கலவையால் அவன் தன் உடல் முழுவதையும் குளிப்பாட்டிக்கொண்டிருந்தான் (அதைவிட, தன் தலைமீது அவற்றை அப்படியே கவிழ்த்துக்கொண்டிருந்தான் என்று சொல்வதுதான் சரியாக இருக்கும்). குங்குமமும் மஞ்சளும் சுண்ணமும் செங்கற்தூளும்

இன்னும் உலர்த்தி இடித்துப் பொடியாக்கப்பட்ட விதவிதமான இலைத் துகள்களும் அவுரிச் சாயக் கலவையும் மேனியெங்கும் தலைமுதல் கால்வரை ஒரு நகக்கண்கூட மீதமில்லாமல் அவன்மீது தாறுமாறாக இறைந்து கிடந்தன. அதுவே போதுமென்று முடிவு செய்துவிட்டிருந்ததைப்போல ஒரு லங்கோட்டைத் தவிர அவன் தன் உடம்பில் வேறு துணிகளையும் துறந்து விட்டிருந்தான். அத்தனைக் கூட்டத்திற்கு மத்தியில் அது ஒரு தைரியமான நிர்வாணம்தான். அந்தக் கோலத்தோடு அவன் சிறிதும் லஜ்ஜையின்றிக் கூட்டத்தின்முன் குதித்துக் குதித்து ஆடினான். முதல் பார்வைக்குக் கண்டபடி மனம்போன போக்கில் வாரியிறைத்துக்கொள்ளப்பட்டவைபோல தென்பட்டாலும் சற்றுக் கூர்ந்து கவனித்தால் உடல்மீது அப்பியிருந்த வண்ணத் தீற்றல்களில் ஓர் உள்ளார்ந்த ஒழுங்கு தன் கண்களுக்குத் தெரியக்கூடுமோ என்று வாசுதேவனுடைய புத்தி ஒரு கணம் யோசித்தது (அதற்காக அவன் மீண்டும் வெட்கத்துடன் தன்னைக் கடிந்துகொண்டான் (பிராமணப் புத்தி)). ஆனால் ஆவேசத்தில் கவிழ்த்துக்கொண்டதோ அல்லது திட்டமிட்டு வேஷம் கட்டிக்கொண்டதோ எதுவாகயிருந்தாலும் அந்த ஆளுடைய உன்மத்தம் பீடித்த அசைவுகளுடன் அவன் மேனியிலிருந்து தாறுமாறாக ஒழுகிக்கொண்டிருந்த வண்ணங்கள் இணைந்துகொண்டபோது கைகளும் கால்களும் உடலும் முறுக்கிக்கொண்ட திசைகளிலெல்லாம் அவையும் முறுகி முடிச்சிட்டுக்கொண்டு ஒன்றுடன் ஒன்று கலந்தும் பிரிந்தும் ஸ்திரமற்ற ஒரு பிரம்மாண்டமான மிதக்கும் நிறங்களின் அச்சமூட்டும் வெளியை அந்தப் பிரதேசம் முழுவதிலும் விரித்துச் சிதறடித்தன என்பதென்னவோ உண்மை. அந்த ஆட்டத்தின் முன் தேயாஸி உட்பட அங்கே குழுமியிருந்த அத்தனை பேருமே மந்திரவசப்பட்டவர்களைப்போல கட்டுண்டு போயிருந்தார்கள். குளிர்ந்த கடல்நீர்ப் பரப்பின் நடுவே நம்பற்கரிய வகையில் சில இடங்களில் சுடுநீர் ஊற்றுகள் சுரந்து கொண்டிருக்கும் என்று சொல்வார்களில்லையா, அதுபோல சுற்றிலும் நிகழ்ந்துகொண்டிருந்த அத்தனை அமளிகளுக்கும் ஆரவாரங்களுக்கும் நடுவே அந்தச் சாமியாடியை மையமாகக் கொண்டு சில பத்து அடிகள்வரை ஒரு மௌன மனித வட்டம் உருவாகிப் பரந்துவிட்டிருந்தது. அந்த மௌனத்திற்குக் காரணம் சன்னதத்தின் உக்கிரமோ கோலத்தின் வசியமோ அல்ல (அதைப்போல, அல்லது அதைவிட உக்கிரமான பல சாமியாடிகளைக் காலையிலிருந்து அந்தக் கூட்டம் வரிசை யாகப் பார்த்துக்கொண்டேதானிருந்தது), மாறாக அவன் எழுப்பிக்கொண்டிருந்த ஏதோவொரு ஆட்சேபணைக்குரிய விஷயத்தால்தான் என்பது வாசுதேவனுக்குப் (அவற்றின் ஓர்

அட்சரத்தைக்கூட அவனால் புரிந்துகொள்ள முடியாவிட்டாலும்) புரிந்தது. கூட்டத்தின் அச்சம் மற்றும் பணிவின் அந்த அரணைத் தளர்த்திக்கொண்டு அதன் வெளிவிளிம்பில் கொப்பளித்துக் கொண்டிருந்த கொண்டாட்டத்தின் ஒரு சிறு துளிகூட உள்ளே கசிய முடியவில்லை.

வாசுதேவனுக்கு நிற்கவியலாத அளவிற்கு குளிர் ஜுரத்தால் பீடிக்கப்பட்டதைப்போல உடல் நடுங்கத் தொடங்கியிருந்தது. நெட்டித் தள்ளி முன்னேற முயன்றுகொண்டிருந்த வரிசைக்கு வழிவிட்டுப் பக்கவாட்டில் சற்று ஒதுங்கி நின்றவாறு அவன் அந்த வண்ணமயமான உருவத்தைக் கண்ணிமைக்காமல் பார்த்துக்கொண்டிருந்தான். ஏறக்குறைய அவர்களிருவரும் பத்திருபதடி இடைவெளியில் கிட்டத்தட்ட நேருக்கு நேரான பார்வைக் கோட்டில்தான் நின்றுகொண்டிருந்தார்களானாலும் எதிரே ஆங்காரத்துடன் உறுமிக்கொண்டிருந்தவனின் கண்களில் வாசுதேவனை அடையாளம் கண்டுகொண்ட தடயமெதுவும் தெரியவில்லை. அவனுடைய விழிகள் நெரிந்துகொண்டிருந்த புருவங்களுக்குள் போய் அடிக்கடி செருகிக்கொள்ள வெண்விழிக் கோளம்தான் பெரும்பாலும் புடைத்துக்கொண்டு தெரிந்தது. அதே போல வெளியே துருத்திய நாக்கும் முழுவதுமாகத் தொங்காமல் பாதியில் மீண்டும் உள்ளேயே மடிந்துகொண்டுவிட வாய் பெரிய திண்பண்டமொன்றைக் கவ்விக்கொண்டிருப்பதான தோற்றத்தையும் கொடுத்துக்கொண்டிருந்தது. நாக்கு கடிபட்டிருந்த தென்பதும் வாயோரத்திலிருந்து வழிந்துகொண்டிருந்த ரத்தத்தால் அறியக்கூடியதாயிருந்தது. இத்தனைக் கோரங்களோடுகூட அவனுடைய உச்சந்தலையிலிருந்து பொங்கிப் பிரவகித்துக் கொண்டிருந்த வியர்வையில் ஊறி இறுகிப்போயிருந்த வண்ணப் பூச்சுகளும் முக வடிவை முற்றிலுமாகவே சிதைத்து மறைத்து விட்டிருந்தன. தன்னை மீறிய ஆவேசத்தில் தொண்டையைக் கிழித்துக்கொண்டு வெளிப்போந்த குரலும் அதன் உச்சஸ்தாயியில் இயற்கையான கார்வையிலிருந்து வெகுதூரம் விலகி ஒரு கிறீச்சிடலாகச் சின்னாபின்னப்பட்டிருந்தது. இவற்றுக்கு மேலாக அந்த முகத்தையும் அந்தக் குரலையும் கடைசியாக வாசுதேவன் சந்தித்தும் கேட்டும் அன்றோடு சரியாக இரண்டு வருடங்களும் ஆறு நாட்களும் கழிந்துவிட்டிருந்தன (எட்டு மாதங்களுக்குமுன், சிவாஜி மன்றத்தைச் சிதைத்துவிட்டு ஓடிக்கொண்டிருந்த வழியில், போகிற போக்கில் கண்ணில் தட்டுப்பட்டதை ஒரு சந்திப்பாக அவன் கணக்கிலெடுத்துக்கொள்ளவில்லை). ஒரு மனிதனுடைய ஞாபகத்தின் தடங்களை அழிக்க இத்தனை காரணிகள் போதுமென்றாலும் அவையனைத்தையும் தாண்டி வாசுதேவனால் எதிரே நின்றிருந்தவனின் முகம், குரல்

இரண்டையுமே துல்லியமாக அடையாளம் கண்டுகொள்ள முடிந்தது. நேற்றுப் பார்த்ததைப்போல அந்த முகம் அவன் நினைவில் எந்த மழுங்கலுமற்றுத் துல்லியமாக எழுந்து நின்றது. அது அவனுக்கே ஆச்சரியத்தைக் கொடுக்கவும் செய்தது. ஒரு வினாடி உறங்காப்புலி என்கிற உரத்த அழைப்பு அவன் நா நுனிவரை வந்துவிட்டது. பிறகு அவன் தன்னைச் சமாளித்துக் கொண்டு கண்முன்னே நடப்பதைப் பொறுமையாக வேடிக்கை பார்க்கத் தொடங்கினான். கூடவே புதிதாக இப்போது, சில நிமிடங்களுக்கு முன்பு தெரிந்துகொள்ள அவசியமற்ற அசுவாரஸ்யமான விஷயமாகத் தோன்றிக்கொண்டிருந்த, தேயாஸிக்கும் அவனுக்குமிடையிலான (அதாவது அவனுக்குள் புகுந்திருந்ததாக நம்பப்பட்ட அநூபா என்கிற பெண்ணுக்குமிடையிலான) பலத்த வாக்குவாதம் எதைப்பற்றியது என்பதைத் தெரிந்துகொள்ளும் ஆர்வமும் அவனுக்குள் எழுந்தது. அதை அவனுக்குப் புரியும்படியாக மொழிபெயர்த்துச் சொல்லக்கூடிய ஆள் யாரும் அருகே இருக்கவில்லை. ஆனால் நாம் அதை நேயர்களுக்குச் சொல்லித்தானாக வேண்டும், என்ன நடந்து கொண்டிருந்ததென்றால், பேராபுடீமாவை பித்யாவின் கரையிலிருந்து அப்புறப்படுத்துவதில் தனக்கு உடன்பாடில்லை என்று அநூபாவைத் தன்னுள் சுமந்துகொண்டிருந்த உறங்காப்புலி உரத்து முழங்கிக்கொண்டிருந்தான், தேயாஸி ஏன் என்று அநூபாவைக் கேட்டார், அங்கே பெரியவளுக்குப் பலி கிடைக்காது, பலி கிடைக்காது, அவள் பட்டினி கிடப்பாள் என்று அலறினாள் அநூபா, தேயாஸியும் சளைக்காமல் அதே அளவு உரத்த குரலில், ஆனால் இத்தனை காலமாக அவள் இங்கேயும் கவனிப்பாரற்றுத்தானே கிடந்தாள், அதைப் பொறுக்க முடியாமல் அவளேதானே பெரியவர்களிடம் தன்னை இடம் மாற்றும்படி ஆணையிட்டாள், இப்போது நீ இப்படிச் சொன்னால் எப்படி என்று பதிலுக்குக் கத்தினார், ஆடிக்கொண்டிருந்த நிலையிலேயே அநூபா செந்தணல்போல சிவந்திருந்த உறங்காப்புலியின் விழிகளால் சுற்றி வேடிக்கை பார்த்துக்கொண்டிருந்தவர்களுக்குக் குலைநடுக்கம் ஏற்படும் வண்ணம் தேயாஸியைச் சிறிதுநேரம் முறைத்துப் பார்த்தாள், பிறகு, இல்லை, அவளுக்குத் தெரியாது, அவள் குழந்தை, அவசரப்பட்டுவிட்டாள், நான் சொல்கிறேன், அவள் இங்கிருந்து போகக்கூடாது என்றாள் மேலும் அதிகச் சினத்துடன், யார் குழந்தை, பேராபுடீமாவா, அவள் உனக்குக் குழந்தையா, அநூபா, அவள் பெரியவள், உலகுக்கெல்லாம் தாய் என்றார் தேயாஸி தான் அஞ்சவில்லையென்பதைக் காட்டும் விதமாய்ப் பெரிதாகச் சிரித்துக்கொண்டே, உங்களுக்குத் தாய், எனக்குக் குழந்தை, எனக்குக் குழந்தை, அவளுக்குத் தெரியாது, நான் சொன்னதை அவள் கேட்கவில்லை, என்ன

சொன்னாய் நீ அவளிடம், வேறு தெய்வங்களின் கனவுகளுக்குள் பிரவேசிக்காதே என்று சொன்னேன், ஆனால் இத்தனை காலமும் கனவுகள் வழியாகத்தானே பெரியவள் தன் விருப்பங்களை மனிதர்களுக்கு அறிவித்து வந்திருக்கிறாள், அதுதானே அவள் இந்த உலகத்தோடு பேசுகிற பாணியும்கூட, முட்டாள் தேயாஸி, நீ சொல்வது மனிதர்களின் கனவுகள், நான் சொல்வது கடவுள்களின் கனவுகள், அப்படி எந்தக் கடவுளின் கனவில் அவள் அத்துமீறிப் பிரவேசித்துவிட்டாளாம், அநூபா இதற்குப் பதில் சொல்லவில்லை, அவள் கூடுதல் கோபமும் சலிப்பும் அடைந்தவளைப்போல ஒருமுறை விகாரமாகக் கால்களை அகட்டிக்கொண்டு துள்ளிக் குதித்தாள், பிறகு, அவள் போகக் கூடாது என்று மறுபடியும் முதலிலிருந்து தொடங்கினாள், இதைப்போல நிறையப் பார்த்துப் பழுத்த அனுபவமுள்ள தேயாஸி, இதோ பார் அநூபா, பல காலங்களுக்குப் பிறகு பெரியவளுக்கும் அவளுடைய குழந்தைகளான நமக்கும் ஒரு நல்லது நடக்கவிருக்கிறபோது நீ இப்படிக் குறுக்கே நின்று முரண்டு பிடிப்பது அழகா சொல், பேராபுடீமா குடிபெயர்வது அவளாலேயே முடிவு செய்யப்பட்டுவிட்ட ஒன்று, சால் பூவைத் தேர்ந்தெடுத்து அதற்கான அனுமதியையும் அவளேதான் இன்னும் சற்று நேரத்தில் நம்மெல்லோருக்கும் கொடுக்கவிருக்கிறாள், இதற்குமேல் இந்தச் செயலை நடத்த வேறு என்ன முறை செய்ய வேண்டும், அதில் உனக்கு மகிழ்ச்சியில்லையென்றால், அது நல்லதில்லையென்று உனக்குத் தோன்றினால், என்ன பரிகாரம் செய்ய வேண்டுமென்று சொல், அதைச் செய்துவிடுகிறோம், சாந்தி கொள் என்றார், உறங்காப்புலியின் கண்களிலிருந்து கரகரவென்று கண்ணீர் சுரந்து வழிந்ததை வாசுதேவன் நம்ப முடியாமல் பார்த்துக்கொண்டிருந்தான், என்றாலும் அநூபா விட்டுக்கொடுக்காமல் முட்டாள்கள், முட்டாள்கள் என்றாள் உரத்த குரலில். பிறகு, அப்படியானால் என்னை விட்டுவிடுங்கள் என்றும் தீனமாக முனகினாள், என்னை விட்டுவிடுங்கள், நான் வனத்திற்கே திரும்பப் போய்விடுகிறேன், அதையுமேகூட முடிவு செய்ய நாம் யார் அநூபா என்று கேட்டார் தேயாஸி, பெரியவளிடம் நீ பேசிக்கொள், இப்போது மலையேறு, காரியங்கள் கிடக்கின்றன, தீர்மானமாக இப்படிச் சொன்ன பிறகு அவர் உறங்காப்புலியினுடைய முகத்தின்மேல் அவன் மேற்கொண்டு எதுவும் பேச முடியாதபடியும் ஏற்கெனவே ஒழுகிக்கொண்டிருந்த வண்ணங்கள்மீது விழுந்து திப்பியாக ஒட்டிக்கொள்ளுமாறும் ஒரு கை நிறையச் சிந்தூரப் பொடியை எடுத்துப் படீரென்று அடித்தார், உறங்காப்புலி கண்களை இமைக்கக்கூட இல்லை, கண்களினுள் விழுந்த சிந்தூரம் கண்ணீரால் கலங்கி ரத்தச் சாயலுடன் ஏற்கெனவே பயங்கரமாயிருந்த அவன் முகமண்டலத்தை

அதிபயங்கரமாக்கியபடி கன்னங்களின்மீது உருண்டு இறங்கியது, அவன் உடலும் (அநூபாவின் மூர்க்கம் குறையவில்லையானாலும்) தளர்ந்துவிட்டது, முட்டாள்கள், நாசமாய்ப் போகப்போகிறீர்கள், என் குழந்தை அங்கே சந்தோஷமாக இருக்க மாட்டாள் என்றாள் அநூபா, பிறகு குலுங்கிக் குலுங்கி அழுதுகொண்டே தாக்குரின் பக்கம் திரும்பி உள்ளேயிருந்த குத்துக்கல்லிடம் அதை வாரியெடுத்து அணைத்துக்கொள்ள முன்னுபவளைப்போல கைகளிரண்டையும் அகல விரித்து முன்னோக்கி நீட்டியபடி புலம்பத் தொடங்கினாள், விடை பெறுகிறேன் பெரியவளே, இந்த விடைபெறலுக்கு அவசியமில்லைதான், நீ என்னைப் பிரியச் சம்மதிப்பாயென்றோ ஆட்சேபிப்பாயென்றோ இரண்டில் ஏதொன்றையும் எதிர்பார்த்து இதை நானும் உன்னிடம் சொல்லவில்லை, நீ பேச மாட்டாய், உன்னால் இனி பேச முடியாது, நீ இப்போது கல்லுக்குள் குடியிருக்கும் காற்று இல்லை, கல்லேதான், ஆனால் உன் காதுகள் திறந்திருக்கும், என் குரலைச் செவியுறாமல் நீ தப்பித்துவிட முடியாது, என்னுடைய பேச்சு இங்கே நடந்துகொண்டிருப்பவைகளின் எந்தப் பக்கத்தையும் இனி அடித்துத் திருத்தித் திரும்ப முதலிலிருந்து எழுதிவிடப்போவதுமில்லையென்றாலும் என் நினைவாக என் இந்தக் கடைசிக் குரல் உனக்குள் எதிரொலித்து உணர்வுகள் மரத்துப்போன கல்லாக நீ முழுவதுமே மாறி விடாதபடிக்கு உன்னைக் காப்பாற்றி வைக்குமென்கிற பேராசையால் நான் விடைபெறுகிறேனென்பதைத் தெரியப்படுத்திக் கொள்கிறேன், நீ முன்புபோல சாவதானமாக என் மடியில் படுத்துக்கொண்டு கண்களை மூடியபடி கதை கேட்கும் மனநிலையிலோ அவகாசத்திலோ இனி என்றுமே இருக்கப் போவதில்லை, உன்னைத் தேடித் தொடர்ந்து பக்தர்கள் வந்துகொண்டேயிருக்கப்போகிறார்கள். உன் சொந்தப் பிள்ளைகள் மட்டுமில்லாது இன்னும் என்னென்னவோ சாதிகளிலிருந்து இன்னும் என்னென்னவோ இடங்களிலிருந்து இன்னும் என்னென்னவோ நீயே புரிந்துகொள்ள முடியாத வினோதமான பிரார்த்தனைகளுடனும் கவலைகளுடனும், உன் பொறுப்பு அதிகமாகிவிட்டது, நீ பழைய, பித்யா நதிக்கரையோரத்து, அழுக்குக் கந்தலுடன் ஹடியாவிற்கும் மீனுக்கும் அருள் பாலிக்கும் பழைய பேராபுடீமா அல்ல, இன்று நீ அரசியாக்கப்பட்டுவிட்டாய், அரியணையில் அமர்த்தி வைக்கப்பட்டுவிட்டாய், உன் உடலுடன் நீ ஒருபோதும் அணிய விரும்பியேயிராத பட்டுச் சேலையும் பொன்னாபரணங்களும் பெரும் வறட்சிக்குப்பின் வந்து சேரும் முதல் வெள்ளம் பித்யாவின் தரையை ஆசையுடன் தழுவிக் கிளுகிளுப்பதைப்போல ஒட்டி உறவாடவிருக்கின்றன, இனி உன் எப்போதும் படபடத்துக்

கொண்டேயிருக்கும் கண்கள் கற்பூர மையால் பெரிதாக்கப்பட்டு உன் முன்னே வருகிற ஒரு பக்தர்கூட உன்னால் பார்க்கப்படாமல் போய்விடக் கூடாது என்கிற கரிசனத்துடன் இமைகளின் குறுக்கே ஒரு தர்ப்பையை அலகு குத்தி நிறுத்தியதைப்போல விரியத் திறக்கப்பட்டுவிடும், நீ கூக்குகளின் காவல் கடவுள் என்கிற நிலையிலிருந்து உலகு புரக்கும் தாய் என்கிற நிலைக்கு உயர்ந்துவிட்டதால் இனி நீ எப்படித் தூங்க முடியும் என்று அவர்கள் உன் சார்பாகத் தங்களைத் தாங்களே பரவசத்துடன் கேட்டுக்கொள்வார்கள், பெரியவளே, ஒரு மிடறு ஹடியாவும் என் தடித்த மடியும் போதையினால் சொருகும் கண்களும்தான் உன்னைக் காலம் கடந்தவளாக்கிக்கொண்டிருந்தன என்கிற கதைகளை அவர்களுக்குச் சொல்லக்கூடியவர்கள் இனி உன்முன் வருவது அரிதாகிவிடும், அவர்களுக்கென்று தனியான நாளும் நினைவுகளும் கொடையும் உருவாக்கப்பட்டு வருடத்தின் தினசரிகளிலிருந்து அவர்களுடைய வரவு பிரித்து ஒதுக்கப்பட்டு விடும், அப்பாவிப் பெரியவளே, தூக்கம் தூக்கம் என்று என் மடியில் புரண்டுகொண்டேயிருந்த நீ இனி உன் மடியில் மற்றவர் களைத் தூங்க வைத்துக்கொண்டு கண் மூடாமல் காவலிருக்கும் காட்சியைக் கற்பனை செய்வது எனக்குத் துயரத்தைக் கொடுக்கிறதா அல்லது பரிகாச உணர்வைக் கொடுக்கிறதா என்றுகூட என்னால் சரியாகச் சொல்லத் தெரிய வில்லை, போய் வருகிறேன், பத்திரமாய் இருந்துகொள்.

கூட்டம் ஸ்தம்பித்து நின்றுகொண்டிருந்தது. உறங்காப்புலியின் பின்னே மேலும் இரண்டு சன்னதம் ஏறிய பெண்களைக் கொண்டுவந்து சிலர் நிறுத்தினார்கள். தேயாஸி கண்களால் ஜாடை காட்டியதும் அவனைத் தாங்கிப் பிடித்துக்கொண்டிருந்த மூன்று ஆசாமிகள் அவனைச் சிறிது பலவந்தமாகவே நெட்டித் தள்ளி வரிசைக்கு வெளியே கொண்டுவந்தார்கள். உள்ளே யிருந்தவர்களின் பார்வை உறங்காப்புலியின் தலை மறையும்வரை அவனைச் சுற்றியேதான் மொய்த்துக் கிடந்ததென்றாலும் வாசுதேவனைத் தவிர வேறு யாரும் அவனைப் பின்தொடர்ந்து செல்லவில்லை. உள்ளே என்ன நடந்தது என்பதைத் தெரிந்து கொள்ள வழியற்ற விதமாக அதற்கு வெளியே கொண்டாட்டத்தின் போதைக்குள் மிதந்துகொண்டிருந்த ஜனக்கூட்டமும் தன்னுடன் வந்து சேர்ந்துகொண்ட அவனைச் சட்டை செய்யவில்லை (அதுவொரு வழக்கமான காட்சிதான்). சிறிது தொலைவுவரை நடத்திக் கூட்டிச் சென்றபின் அவர்கள் அவனைக் கூட்ட நெரிசலுக்குள்ளேயே நிலத்திலிருந்து ஓர் அடி உயரத்திற்குப் புடைத்தெழும்பிக்கொண்டிருந்த ஒரு பாறையின்மேல் அமர்த்தி வைத்துவிட்டு தங்கள் கைகளிலிருந்த அவனுடைய

உடுப்புகளையும் முகத்தின்மேல் எறிந்துவிட்டு அகன்றார்கள். உறங்காப்புலியின் தலை அவன் கால்களைப் பார்த்து ஆழமாகக் குனிந்திருந்தது. கண்களிலிருந்து கண்ணீர் வருவது இன்னும் நிற்கவில்லை. உடுப்புகளை உடுத்திக்கொள்ளவும் அவன் முயலவில்லை. வாசுதேவனுக்கு அந்தக் கோலத்தில் அவனை நெருங்கத் தயக்கமாக இருந்தது. ஜன நெரிசலின் அடர்த்தியிலும் அலைவிலும் கண்ணாமூச்சி விளையாட்டுப்போல் மறைவதும் தெரிவதுமாயிருந்த உறங்காப்புலியின் உடலில் அவனை அணுகுவதற்கான சந்தர்ப்பத்தைத் தனக்கு வழங்கும் ஏதாவதொரு சௌஜன்யமான அசைவை எதிர்பார்த்துக்கொண்டு தொலைவிலேயே காத்திருந்தான். ஒரு பத்துப் பதினைந்து நிமிடம் அப்படியே கழிந்திருக்கும். பிறகும் அவனிடம் எந்த மாற்றமும் இல்லாமல் உடல் குனிந்தவாகிலேயே உறைந்திருந்த நிலையில், சரி, போய்ப் பார்த்துவிடலாம் என்று முடிவு செய்துகொண்டு அவன் கால்களை முன்னெடுத்து வைக்கவிருந்த தருணத்தில் திடீரென்று கூட்டத்தை விலக்கிக்கொண்டு ஒரு முதியவர் உறங்காப்புலியினருகே தோன்றினார். தோன்றிய வேகத்திலேயே தன்னுடைய இடது கையால் அவனுடைய வலது புஜத்தை இறுகப் பற்றி அவனை அப்படியே அந்தரத்தில் எழுப்புவதைப்போல தூக்கி நிறுத்தினார். இங்க்ளய்யா என்பதை அவரைப் பார்த்த கணத்திலேயே வாசுதேவன் தெரிந்துகொண்டுவிட்டான். அடுத்த கணம் உடல் பதறும்படியாக அவன் கவனித்துவிட்ட இன்னொரு விஷயம் முதுகின் பின்புறமாகக் கட்டிக்கொண்டிருந்த இங்க்ளய்யாவின் வலது கையின் உள்பக்கத்தில் முன்கைக்கு இணையாகக் கிடைவாட்டில் மறைந்துகொண்டிருந்த ஒரு பிச்சுவாக் கத்தி. அவர் சுற்றியிருந்தவர்களின் கவனத்தை ஈர்த்துவிடாதபடி அமுங்கிய குரலில் ஆனால் உரமேறிய ஆத்திரத்துடன் ஆவேசமாக உறங்காப்புலியுடன் ஓரிரு நிமிடங்கள் பேசிக்கொண்டிருந்தார். இல்லை, அப்படிச் சொல்ல முடியாது, அவர் மட்டும்தான் அவனைப் பார்த்துப் பேசிக்கொண்டிருந்தார், அவர் அவனைக் கடிந்துகொண்டிருந்த நேரம் முழுவதிலும் உறங்காப்புலி ஒரு தடவைகூடத் தலையை நிமிர்த்தவோ பதிலோ சமாதானமோ சொல்லவோ எலும்புகள் நொறுங்கும் வண்ணம் நெரித்துக்கொண்டிருந்த பிடியிலிருந்து தன்னை விடுவித்துக்கொள்ளவோ முயற்சிக்கவேயில்லை. அவன் முகம் பாறையைப்போல இறுகிக் கிடந்தது. சார்த்தி வைக்கப்பட்ட பிணம்போலத்தான் அவன் நின்றுகொண்டிருந்தான். வழிந்து கொண்டேயிருந்த கண்ணீரைத் தவிர மற்றபடி அவன் உடலில் உயிர் இருந்தது என்பதற்கான அறிகுறியே இல்லை. திகைத்து நின்றுவிட்ட வாசுதேவன் தன்னைச் சுதாரித்துக்கொண்டு அவர் தன் ஆயுதத்தைப் பயன்படுத்துவதற்குள் தடுத்துவிடும் உத்தேசத்தோடு

வேகமாக அவர்களிருந்த இடத்தை நோக்கிக் கூட்டத்தை விலக்கிக்கொண்டு விரைந்தான். ஆனால் அவர்களுக்கும் அவனுக்குமான இடைவெளி குறையவில்லை. அவன் நடக்கத் தொடங்கிய அதே கணத்தில் இங்க்ளய்யாவும் உறங்காப்புலியைத் தரதரவென்று இழுத்துக்கொண்டு ஜனத்திரளினூடே புகுந்து நடக்கத் தொடங்கிவிட்டார். எந்த நேரத்திலும் பார்வையிலிருந்து அவரைத் தவறவிட்டுவிடும் விளிம்பில் பதற்றத்துடன் வாசுதேவன் அவரைப் பின்தொடர்ந்தான். அவர் நேராக பித்யாவை நோக்கிச் சென்று பின் அதன் கரையோரமாகவே விறுவிறுவென்று வடக்குத் திசையில் முன்னேறினார். தனியிடம் தேடிப் போகிறாரென்பது வாசுதேவனுக்குப் புரிந்தது. பலிக்களத்தை அவர்கள் தாண்டியதும் கரையெங்கிலும் பலிகளை வெட்டிச் சமைக்கும் வெளி துவங்கிவிட்டிருந்தது. மணல்வெளியிலும் பாறைகளிலும் மரங்களினடியிலும் மனிதர்களுடைய உறுப்புகளின் மேலும் கால்நடைகளின் ரத்தமும் நிணமும் சதைத் துண்டுகளும் எலும்புகளும் இறைந்து கிடந்தன. மதிய நேரத்து வெய்யிலில் அந்தப் பிரதேசமே செக்கர் நிறத்தில் ஜொலித்துக்கொண்டிருந்தது. ரத்த வாடையிலும் மாமிசம் நெருப்பில் வேகும் மணத்திலும் கழிக்கப்பட்ட உறுப்புகளின் அபரிமிதமான பெருக்கத்திலும் ஆங்காங்கே புதர்களிடையிலிருந்தோ மண்ணுக்குள்ளிருந்தோ பாறைகளினடியிலிருந்தோ நீருக்குள்ளிருந்தோ வெறித்துப் பார்த்துக்கொண்டிருந்த, வெட்டப்பட்ட வினாடியின் ஆச்சரியமும் அவநம்பிக்கையும் உறைந்துபோயிருந்த வாயில்லா ஜீவன்களினுடைய விழிகளின் காட்சியிலும் அவற்றின் நீட்சியாக உறங்காப்புலியின் உடலும் ரத்தமும் விழிகளும் மண்ணில் புரள்வதான கற்பனையிலும் வயிற்றுக் குமட்டலிலும் வாசுதேவனுக்கு நிதானம் தவறிக்கொண்டிருந்தது. எத்தனை கவனமாகப் பாதங்களை எடுத்து வைத்தபோதும் இலக்கைத் தவறவிட்டுவிடும் பயத்தில் அவ்வப்போது பார்வையை உயர்த்தி இங்க்ளய்யாவின் முதுகைப் பார்க்க முயற்சிக்கும் ஒவ்வொரு தடவையும் கால்களை ஸ்பரிசித்துவிடும் இரத்தப் பிசுக்கின் வழுக்கலினூடே தன்னால் மயங்கிவிடாமலோ வாந்தியெடுக்காமலோ அதிகத் தொலைவு நடந்துவிட முடியாது என்று அவன் அஞ்சினான். நல்லவேளையாக முன்னால் நடந்து கொண்டிருந்த முதியவர் அவனை அதிகம் சோதித்துவிடவில்லை. அவர் முன்னேற முன்னேற மெதுமெதுவாக ஜனங்களின் அடர்த்தி குறைந்துகொண்டே வந்து ஒரு பதினைந்து நிமிட நடைக்குப்பின் (அது வாசுதேவனுக்கோ ஓர் ஆயுட்கால நடையாக இருந்தது) குமாவிற்குச் செல்லும் நூர்ஜஹான் சாலையை நோக்கி ஏறும் நதிக்கரையின் ஒற்றையடிப் பாதையை ஒட்டிய பரப்பில் எலும்புத் துண்டுகளைக் கவ்விக் கொண்டு

வந்து தின்றுகொண்டிருந்த காக்கை, கழுகு மற்றும் சில நாய்களையும் தவிர வேறு மனித நடமாட்டமே இல்லை என்று சொல்லுமளவிற்கு வெளி வெறிச்சோடிவிட்டது. மரங்கள்கூட இல்லாத பொட்டல் பிரதேசம். சற்றுத் தொலைவில் பித்யா சுழித்து ஓடிக்கொண்டிருந்தது. அங்கே உறங்காப்புலியை நிறுத்தி வைத்துக்கொண்டு இங்க்ளய்யா மீண்டும் அவனைப் பார்த்து வங்காள மொழியில் பெரிதாகக் கத்தவாரம்பித்தார். ஆயுதத்தைப் பிரயோகிக்கும் துணிவையும் வெறியையும் தனக்குள் திரட்டிக்கொள்வதற்கான அவகாசத்தை வேண்டும் பிரயாசை அது என்பது வாசுதேவனுக்குத் தெரிந்தது. அந்தத் தாமதம் அவனுக்கும் தேவைப்பட்டது. மேலும் உறங்காப்புலி அவர் தன் முதுகிற்குப் பின்னால் மறைத்து வைத்திருக்கும் ஆயுதத்தை வெளிக்காட்டினால்கூட அதைத் தடுக்க முயற்சிக்க மாட்டானென்றும் அவனுக்குத் தோன்றியது. அந்த எண்ணம் அவனுடைய கிலியை அதிகமாக்கிவிட்டது. ஒளிந்துகொள்வதற்கு எந்த மறைப்புமற்ற நிலையில் அவன் இங்க்ளய்யாவை நோக்கி ஓடினான்.

முதலில் அவனை அருகிலிருந்த பாதையை உபயோகிக்க வந்த ஒரு வழிப்போக்கன் என்றெண்ணித் தன் கத்தலைச் சற்றுத் தணித்துக்கொண்டு அவன் தன்னைக் கடந்து செல்வதற்காகக் காத்திருந்த இங்க்ளய்யா அவன் தன்னை நோக்கித்தான் வருகிறானென்பது திடீரெனப் புத்தியில் உறைத்ததும் வியப்பும் சினமும் அவன் தன்னை அணுகுவதற்குள் காரியத்தை முடித்து விட வேண்டுமென்கிற பதற்றமும் முழுத் தீவிரத்துடன் முகத்திலும் உடலிலும் பாய உறங்காப்புலியின் புஜத்தை விட்டுவிட்டுக் குரல்வளையைக் கெட்டியாகப் பிடித்துக்கொண்டு கத்தியைச் சரேலென அவன் வயிற்றுக்கு நேரே வெளிப்படுத்தினார். ஆனால் அதற்குள் வாசுதேவன் அவரை அணுகிவிட்டான். கண்ணிமைக்கும் நேரத்தில் நம்ப முடியாத வேகத்துடன் பாய்ந்து கத்தியைப் பிடித்திருந்த அவருடைய கையின் மணிக்கட்டை அழுந்தப் பற்றியவாறே, போடுங்கள் அதைக் கீழே என்று ஆங்கிலத்தில் உறுமினான். இங்க்ளய்யா ஒரு கையில் உறங்காப்புலியையும் (ஆனால் அவன் தரப்பிலிருந்து அவருக்குப் பூரண ஒத்துழைப்புக் கிடைத்துக்கொண்டுதானிருந்தது) மறு கையில் வாசுதேவனையும் சமாளிப்பதற்குத் திணறினார். விடு என்னை, இந்தக் கதை முழுவதும் ஆயுதங்கள் பிரமாதமான வேகத்தோடு திரும்பத் திரும்ப எடுக்கப்படுகின்றனவேயன்றி யாரையும் எதுவும் செய்வதில்லை, எனக்குச் சலிப்பாக இருக்கிறது, இந்த நாயைக் கொன்று அவற்றின் இருப்பை நியாயப்படுத்தியாக வேண்டும் என்றார் ஆங்கிலத்திலேயே. இருக்கலாம், வாழ்வின் ஒவ்வொரு

புள்ளியிலும், வாழ்வதன் ஒவ்வொரு வினாடியிலும் கொல்வதற்கும் கொலையுறுவதற்குமான ஆயுதங்கள் எத்தனை சாத்வீகமான மனிதர்களின் கைகளுக்குள்ளும் ஒளிந்திருக்கின்றன என்பதைச் சொல்லும் விருப்பத்தினாலேயேயன்றி மற்றபடி அவற்றைக் கொண்டு ஒரு கொலையை நிகழ்த்துவது என்பது இந்தக் கதை சொல்லியின் நோக்கமாக இராது என்பதாக நாம் அதை எடுத்துக்கொள்வோமே பெரியவரே என்று பதில் சொன்னான் வாசுதேவன் அவர் கரத்திலிருந்து கத்தியை நழுவச் செய்யும் பிரயாசைக்கு நடுவே. மேலும் கொலை ஒரு கோழைத்தனமான தீர்வு, இங்க்ளய்யா, அது கதையை எளிதாக முடித்துவிட்டுக் கதை எழுப்பும் கேள்விகளை நிராதரவாக அப்படியே விட்டு விடுகிறது, நாம் செய்ய வேண்டியதோ அதற்கு நேர்எதிர், கொலையைத் தவிர்த்துவிட்டுக் கேள்விகளைத் தான் தோற்றாலும் பரவாயில்லையென்று கதையில் நாம் எதிர்கொள்ள வேண்டியிருக் கிறது, தயவுசெய்து கத்தியைக் கீழே போடுங்கள். தன் பெயரை வாசுதேவன் உச்சரிக்கக் கேட்டதும் வியப்பால் இங்க்ளய்யாவின் முரண்டு சற்றுத் தணிந்தது. ஆனால் கத்தியைக் கீழே போட்டு விடவில்லை. பலப்பரீட்சை ஒரு பக்கம் தொடர்ந்து நடந்து கொண்டேயிருக்க அதற்கு நடுவிலேயே அவர் வாசுதேவனின் முகத்தை உற்றுப் பார்த்துக்கொண்டே யார் நீ, என் பெயர் உனக்கு எப்படித் தெரியும் என்று கேட்டார். தெரியும், உங்களைப் பற்றி இவன் என் மனைவியிடம் சொல்லியிருக்கிறான், அவள் மூலமாக நானும் கேள்விப்பட்டிருக்கிறேன், இவன் என் நண்பன், இவனைத் தேடித்தான் நான் இங்கே வந்தேன் என்று பதில் சொன்னான் வாசுதேவன். அவன் அப்படிச் சொன்னதும் உறங்காப்புலி முதல் தடவையாக கழுத்தை நிமிர்த்தி வாசுதேவனைப் பார்த்தான். வாசுதேவன் மிகவும் தர்மசங்கட மாகத் தன் நிலையை உணர்ந்தபடியே (உறங்காப்புலியுடனான சந்திப்பு எங்கே எப்படி நிகழக்கூடுமென்று அவன் கற்பனையில் மிதந்துகொண்டிருந்தவை முற்றிலும் வேறான தருணமும் சூழலும் இல்லையா) அவனைப் பார்த்துப் புன்னகைத்து, எப்படி இருக்கிறாய், என்னைத் தெரிகிறதா என்று கேட்டான். உறங்காப்புலி பதில் சொல்லவில்லை. அவன் சிறிதுநேரம் வாசுதேவனை வெறிக்கப் பார்த்துக்கொண்டிருந்து விட்டு மீண்டும் தலையைக் குனிந்துகொண்டுவிட்டான். கண்களில் இப்போதும் எதிராளியை அடையாளம் கண்டு கொண்ட தடயம் இருக்கவில்லை. ஆற்றங்கரையெங்கும் இறைந்து கிடந்த கால்நடைகளின் துண்டாடப்பட்ட மண்டைகளிலிருந்து வழிந்து கொண்டிருந்த உயிரற்ற விழிகளின் அதே வெறுமையை அந்தக் கண்களில் கண்ட வாசுதேவனின் முதுகுத்தண்டு ஒரு கணம் சில்லிட்டது. ஆனால் அதற்குள் அவனை மேற்கொண்டு

யோசிக்க விடாமல் இங்க்ளய்யா, நான் அத்தனை சொல்லியும் சூழ்நிலையைப் புரிந்துகொள்ளாமல் என்ன வேலை செய்திருக்கிறான் தெரியுமா இந்தத் துரோகி என்று திரும்பவும் கத்தத் தொடங்கிவிட்டார். என்ன செய்தானென்று எனக்குத் தெரியவில்லை, ஆனால் உங்கள் குலதெய்வத்தின் கருவறை முன்னால் அவன் சன்னதம் வந்து புலம்பியவைகளில் உங்கள் ஆத்திரத்தைத் தூண்டும் செய்திகள் இருந்தன என்பது மட்டும் புரிந்தது என்று பதில் சொன்னான் வாசுதேவன். எத்தனையோ இன்னல்களுக்கும் அவமானங்களுக்கும் கைவிடல்களுக்கும் பிறகு ஒரு மாற்றத்திற்கான வேளை இப்போதுதான் கனிந்து வந்திருக்கிறது, இவன் ஒருவன் எங்கிருந்தோ வந்து புகுந்து அந்தச் சூழலில் விஷத்தைக் கலந்துவிட்டான் என்றார் இங்க்ளய்யா. வாசுதேவன் உறங்காப்புலியைப் பார்த்துத் திரும்பி, அப்படி என்னதான் பேசினாய் என்று கேட்டான். இங்க்ளய்யாவும் சில வினாடிகள் உறங்காப்புலி பேசுவானென்று காத்திருந்தார் (உண்மையில் வாசுதேவன் உசாவியதுகூட உறங்காப்புலி அப்படியாவது சகஜ நிலைக்குத் திரும்புவானா என்று முயன்று பார்ப்பதற்காகவேயன்றி அவன் என்ன பேசினானென்பதைத் தெரிந்துகொள்வதற்காக அல்ல. உறங்காப்புலியின் மௌனம் வயிற்றில் கல்லை இறக்கியதைப்போல அவனுக்குள் கனத்துக் கொண்டேயிருந்தது). அது நடக்கவில்லையென்று கண்டதும், அவன் எப்படிச் சொல்வான், சொல்ல மாட்டான், பேராபுடீமா பினித்ரா தேவியாவது அவனுக்குப் பிடிக்கவில்லை, ஆனால் அது அவனுக்குச் சம்பந்தமற்ற விஷயம், மேலும் அதைப்பற்றி நாங்களிருவரும் ராப்பகலாக ஒரு வாரம் முழுவதும் பேசித் தீர்த்தாயிற்று, பிறகெப்படி நான் விலகிக்கொள்கிறேன் என்று என்னிடம் சொல்லிவிட்டுக் காணாமல் போனவன் எனக்குத் தெரியாமல் அதைப் பெரியவளுடைய கீர்த்தியைப் பெரிதாக்க விரும்பும் ஜனங்களிடையே திரும்ப வந்து சொல்லமுடியும், அது நம்பிக்கைத் துரோகமல்லவா என்றார். ஏன் இவனுக்குப் பினித்ராதேவியைப் பிடிக்கவில்லை என்று கேட்டான் வாசுதேவன். ஏனென்றால் இவனுக்கு உபேந்திரநாத் தத்தாவைப் பிடிக்கவில்லை, இவன் அவரைச் சந்தேகப்படுகிறான் என்றார் இங்க்ளய்யா. யார் உபேந்திரநாத் தத்தா என்று மீண்டும் வினவினான் வாசுதேவன். ஆனால் அதைக் கேட்டதும் இங்க்ளய்யாவின் முகத்தில் சலிப்பு மற்றும் எரிச்சலின் ரேகைகள் படர்வதைக் கவனித்துவிட்ட அவன் பேச்சை மாற்றி, அது யாராக வேண்டுமானாலும் இருந்துவிட்டுப் போகட்டும், ஆனால் நான் பார்த்துக்கொண்டிருந்தவரையில் அங்கே உங்கள் முயற்சிகளை மறுத்தோ சந்தேகித்தோ பேசிக்கொண்டிருந்தது உறங்காப்புலி இல்லையே, அநூபா என்கிற ஓர் இறந்துபோன

பெண் அல்லவா, நீங்கள் கோபப்படுவதானால் அவள் மீதல்லவா அதைக் காட்ட வேண்டும், சாமியாடிகள் உங்களுக்கு உகந்ததை மட்டுமே சொல்ல வேண்டுமென எதிர்பார்ப்பது எப்படி நியாய மாகும் என்று கேட்டான். அவனுடைய கேள்வி இங்க்ளய்யாவின் ஆத்திரத்தை இன்னும் அதிகமாகக் கிளறிவிட்டது. அவர் ஆக்ரோஷத்துடன், யார், இவன் அநூபாவா, இந்த நாத்திகன் அநூபாவா, அவன் அங்கே பேசியவையனைத்தும் நான் அவனுக்குச் சொன்ன கதைகள், நான் அவனுக்குக் கற்றுக்கொடுத்த பாஷை, என் கையைக்கொண்டே என் கண்ணைக் குத்திவிட்டான், அந்தக் கதைகளுக்கு அப்பால் அநூபாவைப் பற்றி வேறு எதையாவது இவன் அறிவானா, அவளுடைய அலைச்சல்கள், பெரியவளுக்காக அவள் செய்திருக்கும் தியாகங்கள், அவளுடைய நல்வாழ்விற்கான அவளுடைய விருப்பம் ஆகியவை என்னென்ன என்பது இந்த அவசரக்காரனுக்குத் தெரியுமா, அவளைத் தன்னுள்ளே இறக்கிக்கொள்ளுமளவிற்கு காலாதீதமான அவளுடைய இருப்பின் வலிமையாலும் புராதனத்தாலும் ஆக்கிரமிக்கப்பட்டவனா இவன், நடித்திருக்கிறான் தம்பி நடித்திருக்கிறான், எங்கள் தெய்வங்களை எங்கள் நம்பிக்கைகளை வைத்து எங்கள் கண் முன்னாலேயே பரிகாசம் செய்திருக்கிறான், கேவலப்படுத்தியிருக்கிறான், அவர்களைத் தன்னுடைய பகுத்தறிவின் ஆணவத்திற்கும் தர்க்கவாதத்திற்கும் பயன்படுத்திக் கொண்டிருக்கிறான், உண்மையில் இவன்மேல் அநூபா இறங்கி யிருக்க வாய்ப்பேயில்லை என்று அலறினார். இல்லை அய்யா, நீங்கள் அவனை நம்ப விரும்பவில்லையென்றுதான் எனக்குத் தோன்றுகிறது, அந்த வண்ணத் தீற்றல்களும் பிதுங்கிய விழிகளும் கடிபட்ட நாக்கும் ரத்தம் வழிந்துகொண்டிருந்த வாயும் உடல் முறுக்கிக்கொண்டிருந்த கோணங்களும் கூச்சமற்ற நிர்வாணமும் அதை ஒருவன் நடித்தானென்று சொல்வதை மிகவும் பாரபட்ச மான, சுயநலமிக்க பார்வையென்று எண்ணச் செய்யுமென்றுதான் எனக்குத் தோன்றுகிறது என்றான் வாசுதேவன். அத்தனை ஆத்திரத்திற்கிடையிலும் இங்க்ளய்யா பெரிதாகச் சிரித்துவிட்டார். பிறகு நீங்கள் பிராமணரா என்று வெளிப்படையாகவே விகசித்த பரிகாசத் தொனியில் கேட்டார். ஆம் என்றான் வாசுதேவன் மெலிதான வெட்கத்தின் சிவந்த ரேகை முகத்தில் படர. அதுதான் என்றார் இங்க்ளய்யா. உங்களுக்குத் தெரியாது, ஒரு மனிதனுக்குள் நுழைந்துகொண்டிருக்கும் இன்னொரு உயிரின், அதிலும் மிகப் புராதனமான ஓர் உயிரின் இருப்பை அவனுடைய வேஷமும் அடவுகளும் மட்டுமே அடையாளப்படுத்திவிட முடியாது அய்யா, அது என்ன பேசுகிறது என்பதை அவற்றைக்கொண்டு புரிந்துகொள்ளவும் முயலக் கூடாது, சன்னதம் ஏறியவனின் மொழி ஒரு பிரவாகம், அது கடவுளின் தாக்குரின்முன்

நின்றிருப்பதல்ல, தாக்குராகவே இருப்பது, பேராபுடீமாவின் தாக்குரில், எத்தனை நல்ல நோக்கத்திற்காயிருந்தாலும், எத்தனை நியாயமான வாதங்களைக் கொண்டதாயிருந்தாலும், அறிவின் சாதுர்யத்திற்கும் குயுக்திக்கும் இடமில்லை, தன் தரப்பு வாதங்களை எடுத்து வைத்து நியாயம் கேட்க அதுவொன்றும் நீதிமன்றமுமில்லை, சன்னதி, உனக்குக் கிட்டவேண்டியது என்று தான் நினைக்கும் வரத்தையோ சாபத்தையோ பெரியவள் உனக்குத் தருவது மட்டுமே அங்கே சாத்தியமாகக்கூடிய சம்பவமாயிருக்கும், உங்களுக்கு அது புரியாது, ஒரு வெறும் பார்வையாளனாக அதை உங்களால் ஊடுருவிப் பார்க்கவும் முடியாது, அதன் பாஷையே வேறு, விஷயங்களை வெறியாட்டம் வெளிப்படுத்தும் முறையே வேறு, இந்தக் கயவனுடைய வேஷத்தையே எடுத்துக்கொண்டால்கூட உங்களைப் போன்ற அந்நியர்களைப் பிரமிப்பிற்கும் எங்களவர்களைத் திகைப்பிற்கும் உள்ளாக்கிய அந்த வண்ணத் தீற்றல்களுக்குப் பின்னே இந்தக் கதை முழுவதும் நீண்டுகொண்டிருக்கும் ஜெமினியென்கிற ஓர் இறந்துபோன ஆசாமி சம்பந்தப்பட்ட சிந்தனைச் சரடொன்று ஒளிந்திருக்கிறது என்பதை உறங்காப்புலியைப் பார்த்த கணத்தில் பெரிய யோசனைகள் ஏதுமின்றி நேயர்களே தெரிந்து கொண்டிருப்பார்கள், உங்களுக்கு வேண்டுமானால் அது புதிதாக வும் சத்தியத்தின் வெளிப்பாடாகவும் தோன்றலாம், இந்த உறங்காப்புலிக்கே அந்த வண்ணங்கள் கழிவின் அடையாளமாகத் தான் தெரிந்துகொண்டிருந்தன, உண்டா இல்லையா என்பதை அவனிடமே கேட்டுத் தெரிந்துகொள்ளுங்கள், எனவே அதை நான் நிச்சயமாக நம்பத் தயாராக இல்லை, பிறகு அவனுடைய அருள் வாக்கு, அதைப்பற்றித் தேயாஸி என்னிடம் சொல்லிப் புலம்பினார், பெரியவளைப் பினித்ரா தேவியாக்குவதுபற்றிப் பிரலாபித்தபோது இந்த உறங்காப்புலி அவளை இடம் பெயர்ப்பது என்று சொல்ல வில்லையாம், அப்புறப்படுத்துவது என்கிற வார்த்தையைப் பயன்படுத்தினானாம், ஆனால் அப்புறப்படுத்துவது என்பதுதான் பெரியவளுடைய குழந்தைகளான கூக்குகளின் மொழி, அது இவனுக்குத் தெரியாது, இடம் பெயர்ப்பது என்பது இங்கே வெகு அபூர்வமாகப் பயன்படுத்தப்படும் ஒரு வார்த்தை, எத்தனை கச்சிதமான, கேட்பவரின் மனதை அவரையறியாமலேயே சென்று பாதிக்கும், தேர்ந்தெடுக்கப்பட்ட வார்த்தை அப்புறப் படுத்துவது என்பது, இடம் பெயர்ப்பது என்கிற சொல்லாட்சியின் பின்னால் பிரியமும் பொறுப்பும் சிரத்தையும் அப்புறப்படுத்துவது என்கிற பிரயோகத்தின் பின்னால் ஓர் அலட்சியமும் அசூயையும் இருப்பது உங்கள் உணர்வில் தட்டுப்படுகிறதா இல்லையா, அதுதான் எங்களைப் பொறுத்தவரையில் இவனுடைய சன்னதம் என்பது என்ன வேஷம் கட்ட வேண்டும், என்ன பேச வேண்டு

மென்பதையெல்லாம் முன்பே நன்கு திட்டமிட்டுக் கொண்டு வந்து அரங்கேற்றப்பட்ட ஒரு நாடகம் என்பதை உறுதி செய்யும் சாட்சி, வெளியாட்களுக்கு அது தெரியாது தம்பி, தெய்வங்களைத் தன்னுள் இறக்கியும் இறங்கிய தெய்வங்களை மலையேறச் செய்தும் பழகிய தேயாஸிகளுக்குத் துல்லியமாகத் தெரிந்துவிடும். வாசுதேவனால் இங்க்ளய்யா சொன்னதை ஒத்துக்கொள்ள முடியவில்லை (உறங்காப்புலி தன்மேல் வாரியிறைத்துக்கொண்டிருந்த வண்ணங்களின் களேபரமான வீச்சினடியில் ஓர் ஒழுங்கு இழையோடிக்கொண்டிருப்பதாகத் தனக்குத் தோன்றியது அவன் நினைவிலும்கூட அந்தச் சமயத்தில் பளிச்சிட்டதுதானென்றாலும் அவனுடைய சன்னதம் உண்மை என்பதை உறுதிப்படுத்தும் முயற்சி தனக்குள் புரட்டிக்கொண்டிருந்த காரணம் புரியாத ஒரு பரவசத்தை அவனால் தன் குரலிலிருந்து (உறங்காப்புலி அதைக் கவனித்துக்கொண்டிருக்கிறானென்கிற உணர்வு அவனை வெட்கப்படுத்திய போதிலும்) மறைக்கவும் முடியவில்லை). அவன் கேட்டான், ஆவேசம் வந்தவனாக வேடமிட வேண்டுமென்று முடிவு செய்தபிறகு உறங்காப்புலி அதற்கு ஏன் அநூபாவைத் தேர்ந்தெடுக்கவேண்டும், கடவுளிடம் நம்பிக்கையோ பயமோ அற்ற நாத்திகனான அவன் நேரடியாகப் பேராபுடீமாவின் குரலாகவே அதை நடித்திருக்க மாட்டானா. இங்க்ளய்யா அதையும் முன்பே யோசித்து வைத்திருந்தார். அவர் சொன்னார், தம்பி, இந்தப் பாகத்தின் முன் பகுதியில் எங்கள் பெரியவள் உபேந்திரநாத் தத்தா என்பவரின் கனவில் தோன்றித் தனக்குக் கோவில் கட்டச் சொன்ன கதையொன்று இருக்கிறது, அது உங்களுக்குத் தெரியாது, அதை உண்மையென்று, உண்மையாகத் தான் இருக்க வேண்டுமென்று, நாங்கள் திடமாக நம்புகிறோம், அந்த நிலையில் தாக்குரின் முன் தனக்குக் கிடைக்கவிருக்கும் குறைந்த அளவேயான கால அவகாசத்தில் தன்னுடைய மெய்யான நோக்கத்தை விளம்பரப்படுத்துவதற்குமுன் தத்தாவின் கனவைப் பொய் என்று சொல்லி அந்த நம்பிக்கையை உடைக்கும் முதல் கட்ட அதிர்ச்சியைக் கொடுத்துக் கூட்டத்தின் மனப்பதிவைக் கலைத்துத் தான் சொல்லப்போவதைக் கேட்கும் மனநிலைக்கு அதைப் பக்குவப்படுத்தும் கூடுதல் சுமையையும் ஏற்றுக்கொள்வதென்பது கால விரயத்தை உண்டாக்கும் என்று கருதிச் சுருக்கு வழியில் விஷயத்திற்குள் நுழைவதற்காக அநூபாவைத் தேர்ந்தெடுத்திருக்கிறான் இந்தப் புத்திசாலி, மேலும் தம்பி, பெரியவளை ஏன் இடம் பெயர்க்க வேண்டுமென்கிற காரணங்களுக்குள் இவன் பித்யாதரியின் இருப்பைக் கொண்டு வரவேயில்லை, உண்மையிலேயே சன்னதம் கொண்டவனுக்குப் பித்யா பெரியவளின் உலகத்தில் ஒரு தவிர்க்கவியலாத அம்சம், அவளைப் பித்யாவிடமிருந்து பிரிப்பதற்குத் தேவையான

காரணங்களை ஏற்கெனவே நாங்கள் மறுக்கவியலாதபடி கட்டியெழுப்பிவிட்டோமென்பதை பிரக்ஞை உள்ளவன் மட்டுமே அறிவான், உறங்காப்புலி அதை நாங்களிருவரும் சண்டையிட்டுக்கொண்டிருந்த நாட்களில் என்னிடமிருந்தே தெரிந்து வைத்துக்கொண்டிருந்தான், எனவே மிகத் தந்திரமாகப் பித்யாவைப்பற்றிப் பேசுவதைத் தவிர்த்துவிட்டான், பேசினால் உபேந்திரநாத் தத்தா வகையறாக்கள் எச்சரிக்கையடைந்து விடுவார்களென்பது அவனுக்குத் தெரியும், அவன் இவை யெதையும் அறியாத ஆதி அநூபாவாக அப்போது இருக்கவில்லை, அனைத்தையும் அறிந்த ஒரு பகுத்தறிவாளனாகத்தான் அவனுடைய பாத்திரத்தை ஏற்றுக்கொண்டிருந்தான், தம்பீ, இவன் நிஜமாகவே சிறையிலிருக்க வேண்டிய அயோக்கியன், பாவ புண்ணியங்களுக்கு அஞ்சாதவன், நீங்கள் இவனுடைய நண்பர் என்கிறீர்கள், நானும் சில மணி நேரங்களுக்கு முன்புவரை அப்படித்தான் என்னை நினைத்துக்கொண்டிருந்தேன், எனவே எச்சரிக்கையாகவே இருங்கள்.

பேசிக்கொண்டேயிருந்த இங்க்ளய்யா திடீரென்று களைப் படைந்தவர்போல தன் ஒரு கையிலிருந்த கத்தியையும் இன்னொரு கையிலிருந்த உறங்காப்புலியின் கழுத்தையும் அசிரத்தையுடன் நழுவவிட்டார் (வாசுதேவனும் தன் பிடியைத் தளர்த்திக்கொண்டான்), பிறகு வாசுதேவனைப் பார்த்து, முழுக் கதையும் என்னவென்று தெரியாமல் நீங்கள் என்னிடம் குழந்தைத்தனமான கேள்விகளைக் கேட்டுக்கொண்டிருப்பதும் முன்பின் தெரியாத ஒரு நபரிடம் எங்களுடைய புராதனமான பிரச்சனைகளைச் சொல்லி நான் புலம்பிக்கொண்டிருப்பதும் ஒரு கேலி நாடகம்போல எனக்குத் தோன்றுகிறது. தம்பி, என்ன நடந்தது என்பதை நீங்கள் உங்கள் நண்பனிடமே கேட்டுத் தெரிந்துகொண்டு அவன் செய்தது நியாயமா என்பதைச் சாவதானமாக யோசித்து முடிவு செய்துகொள்ளுங்கள், கொன்றாலும் தீர்ந்துவிடக்கூடிய தீங்கல்ல இவன் செய்திருப்பது, எனவே இந்தக் கொலையில் ஆத்திரத்தைத் தீர்த்துக்கொள்கிறோமென்பதற்குமேல் பெரிதாக வேறு அர்த்தம் ஒன்றும் இருக்கப் போவதுமில்லை, நான் ஏன் இங்கே வந்தேனென்று எனக்கே வெறுப்பாக இருக்கிறது, இவன் சொருகிவிட்டு வந்திருக்கும் முள் புரையோடிப் போகாமலிருக்க எதையாவது செய்ய முடியுமா என்று பார்க்க நான் அங்கேயே உடனே எதையாவது செய்திருக்க வேண்டும், நீங்கள் இந்தப் பரோபகாரியைக் கூட்டிக்கொண்டு கிளம்புங்கள், இனிமேலாவது எங்கள் வாழ்வில் குறுக்கிடாதிருக்கும்படி, ஒரேயடியாக, கண் காணாமல் என்று சொல்லிவிட்டுப் பெருமூச்சு விட்டுக்கொண்டே கிளம்புவதற்கு ஆயத்தமானார். அவருடைய ஏற்கெனவே

வயதால் தளர்ந்த தோற்றமும் அதில் வழிந்துகொண்டிருந்த ஏமாற்றம் மற்றும் ஆயாசத்தின் வேர்வையும் அவர்பால் மட்டற்ற இரக்கத்தை வாசுதேவனுக்குள் சுரக்கச் செய்தது. எதையேனும் கூறி அவரை ஆற்றுப்படுத்துவதற்கு அவன் தவித்தான். ஆனால் அவர் அங்கலாய்த்துக்கொண்டதைப்போலவே எதைப் பற்றிய இறுதியான அபிப்பிராயத்தையும் கூறுவதற்கு உதவும் பின்புலம் எதுவும் அவனுக்குத் தெரிந்துமிராத நிலையில் அவன் அவரைச் சமாதானப்படுத்தும் விதத்தில், சரி விடுங்கள், இவ்வளவு பெரிய கூட்டத்திற்கும் இத்தனை மனிதர்களின் ஒத்த நோக்கத்திற்கும் மத்தியில் இவனுடைய பலவீனமான ஒற்றைக் குரலைக் கேட்டுத்தானா அனைத்தும் மறுபரிசீலனைக்குள்ளாகிக் காரியம் கெட்டுவிடப் போகிறது, ஒரு சிறு கல் தடுக்கிய அதிர்விற்குமேல் அதிகமான அசம்பாவிதம் எதையும் ஏற்படுத்திவிடும் சக்தி இந்த மனிதனின் புலம்பலுக்கு, அது நிஜமோ நடிப்போ, உண்டு என்று நான் நம்பவில்லை என்றான் பொதுப்படையாக. உங்கள் உவமானம் தவறு என்றார் இங்க்ளய்யா, இது கூட்டத்தில் தடுக்கிய சிறு கல் அல்ல, குடம் பாலில் கலக்கப்பட்ட ஒரு துளி விஷம், இன்று இந்த ஆரவாரத்தினூடே இது பெரிய விளைவுகளை ஏற்படுத்திவிடாது என்பது உண்மைதான், ஆனால் இவன் என்னுடன் இதுபற்றி விவாதித்த இரவுகளிலெல்லாம் இதன் எதிர்கால விளைவுகள் குறித்தான தெரிதலுடனேதான் நான் அவற்றை மறுத்துக்கொண்டிருந்தேன் என்பதும் உண்மைதானே, வாஸ்தவத்தில் இவன் அதைச் சரியாகப் பேசிவிட்டா னென்பதும் எங்களுக்கு இதை விட்டால் வேறு வழியில்லை என்பதும்தானே என்னுடைய கோபத்திற்குக் காரணமும், அன்று இவன் என் மனதில் அந்த இரவுகளில் விதைத்த அதே, தெரிந்தே தவறு செய்கிறோமென்கிற குற்றவுணர்ச்சியையும் கையாலாகதவர்களென்கிற சுயயிகழ்ச்சியையும் இப்போது எங்கள் முழு இனத்தின் எதிர்காலச் சிந்தனைகளில் அநூபாவின் பெயரால் தந்திரமாக விதைத்துவிட்டான், இனி இவன் சொன்னதை வரலாற்றிலிருந்து அழிக்க முடியாது, இனி என்ன தவறு எதிர்காலத்தில் நடந்தாலும் அது அநூபாவால் இந்த நாளில் இங்கே அறிவிக்கப்பட்டு எங்களால் அலட்சியப்படுத்தப் பட்டது என்கிற ஓர்மையைக் கூக் இனச் சந்ததிகளின் ஞாபகங்களுக்குள் அவர்கள் கருப்பையில் உருக்கொள்வதற்கு முன்பே அவர்களுடைய எதிர்காலப் பெற்றோர்களின் காதுகளின் வழியே வலுக்கட்டாயமாகப் புகட்டிவிட்டான், அவன் பேசியதற்கு இன்று ஆயிரம் பேர் சாட்சியாக நின்றிருக்கிறார்கள், இவன் பேசியதை அழிக்க வேண்டுமென்றால் இவனை மட்டுமல்ல, இவனைச் சுற்றி நின்ற ஆயிரம் பேரையும் கொன்றாக வேண்டும், பேராபுடீமா உள்பட. பிறகு இங்க்ளய்யா உறங்காப்புலியின்

பக்கமாகத் திரும்பி அவன் தோளில் ஆதூரமாகத் தட்டிக் கொடுத்தார். வருத்தம் தோய்ந்த குரலில், உறங்காப்புலி, தம்பீ, உன் நோக்கமும் செயலும் எங்களினத்தின் மீதான அன்பினால் விளைந்தது என்கிற அளவில் நான் உனக்கு நன்றிதான் சொல்லியிருக்க வேண்டும், எனினும் நீ ஒரு விஷயத்தைச் சரியாகப் புரிந்துகொள்ளவில்லை, சமவெளி மனிதர்களின் தந்திரங்களை வனக்குடியினர் புரிந்துகொள்ள வேண்டும் என்று நீ கவலைப்பட்டாய், அதற்கு அவர்கள் தொடர்ந்து உலகமறியாத அப்பாவிகளாகவே இருக்கக் கூடாதென்றோ இந்த இங்க்ளய்யா அளவிற்காவது வர்க்கங்களோடு பரிச்சயம் கொண்டிருக்க வேண்டுமென்றோ நீ இன்று அநூபாவினால் ஆட்கொள்ளப்பட்டோ, அல்லது அநூபாவாக நடித்தோ எங்களினத்தவர்களின் மனதில் சொருகியிருக்கிற முள் சந்ததிகளின் பிரக்ஞைகளில் நெறி கட்டிச் சீழ் பிடித்து வலியை உண்டாக்க வேண்டுமென்றால்கூட அவர்களுக்கு உபேந்திரநாத் தத்தாவைப் போன்ற முதலாளிகளின் தயவினால் கட்டப்படவிருக்கும் பள்ளிக்கூடங்கள் அவசியமென்றோ நீ யோசிக்கவில்லை, அவை இல்லையென்றால் அவர்கள் அந்த அறிவின் முள்ளை அது குத்திய வேகத்திலேயே குத்திய பிரக்ஞைகூட இன்றிப் பிடுங்கியெறிந்துக் காலைத் தேய்த்துவிட்டுப் போய்விடுவார்கள், நண்பா, நீ நினைப்பதைப்போல நாங்கள் பித்யாவையும் பேராபுடீமாவையும் பறி கொடுத்துவிடவில்லை, விட்டுக் கொடுத்திருக்கிறோம் என்று நினைத்துக்கொண்டு அமைதி பெறு, சதுரங்க ஆட்டத்தில் சில காய்களை இழந்து எதிரியைக் கைப்பற்றும் தந்திரம்தான் இது என்று நம்பு, விரைவிலேயே இரண்டையும் நாம் மீட்டுக்கொண்டுவிடலாம், நீ அன்று சொன்னதைப்போல உலகம் ஒருநாள் வனங்களை நோக்கித் திரும்பி வரத்தான் போகிறது, ஆங்கிலேயரை எதிர்க்கும் மனப்பான்மை நமக்கு ஆங்கிலேயர்களால் அளிக்கப்பட்ட கல்வியின் வழியாகத்தான் தோன்றி வளர்ந்தது இல்லையா, எனவே தத்தாவின் பரிசை ஏற்றுக்கொள்வதைத் தவிர இப்போதைக்கு நமக்கு வேறு வழியில்லை என்பதைத் தயவுசெய்து புரிந்துகொள், எந்த வகையிலேனும் நிகழ்ந்தாகவேண்டிய துரதிர்ஷ்டம்தான் இது, ஆனால் நல்லதற்கான துவக்கமாக இது இருக்கவும்கூடும், போய் வா, நன்றாக இரு என்றார். உறங்காப்புலி இதற்கும் எந்த எதிர்வினையும் காட்டவில்லை. சில வினாடிகள் அவனுடைய மறுமொழிக்காகக் காத்து நின்ற இங்க்ளய்யா வாசுதேவனிடம் விடைபெற்றுக்கொள்வதைக்கூட மறந்துபோய்ச் சிந்தனைவயப்பட்டவராகத் திரும்பி நடக்கவாரம்பித்தார். அவர் தலை மறையும்வரை அந்தத் திசையைப் பார்த்துக்கொண்டே

நின்றான் வாசுதேவன். தானும் திரும்பப் பலிக்குருதி தோய்ந்த அதே பாதையினூடே நடந்து செல்ல வேண்டுமேயென்கிற கவலையும் அசூயையும் அவனை ஆயாசம் கொள்ளச் செய்தது. உறங்காப்புலியின் பக்கம் திரும்பி, வாருங்கள் போகலாம் என்றான் அவன். உறங்காப்புலி நகரவில்லை. வழக்கம்போல நிமிர்ந்தும் பார்க்கவில்லை. ஆனால் வாசுதேவன் அவன் கையைப் பற்றி இழுத்தபோது ஆட்சேபம் தெரிவிக்கவில்லை. இரண்டு எட்டு நடந்தபிறகு வாசுதேவன் அவனுடைய அலங்கோலமான அலங்காரம் பிரக்ஞையில் உறைத்தவனாய்த் திரும்பி அவனிடம் அவனிருந்த கலவரமான கோலத்தில் காவல்துறையால் அவனை அடையாளம் கண்டுகொண்டுவிட முடியாது என்பது வாஸ்தவம்தானென்றாலும் அப்படியே தமிழ்நாடுவரை பயணம் செய்துவிடவும் முடியாது என்றும் எனவே குளித்து உடை மாற்றிக்கொள்ளும்படியும் கூறினான். உறங்காப்புலி திரும்பிப் பித்யாதரியை நோக்கி நடக்கவாரம்பித்தான்.

இளவயதில் தன் காந்தியப் பற்றால் தொலைத்துவிட்ட பேரழகுப் பெண்ணை அதே இளமையோடேயே தன்னுடைய முதிய வயதில் சந்தித்துவிடும் வேட்கையோடு பாகீரதியை நோக்கிய தன் தேடலைத் துவக்கிய மருத்துவர் அரங்கநாதன் நம்பி புகழேந்தியிடமிருந்து பெற்றுக்கொண்ட வடக்குவெளிவீதி விலாசத்தோடு அவளுடைய வீட்டை நோக்கிச் சென்று கொண்டிருந்த வழியில் இன்னும் சில மணி நேரங்களில், தனக்குத் தெளிவாகவே தோன்றும் இரண்டே இரண்டு சாத்தியங்களில் ஏதேனும் ஒன்றில் இந்தக் கதை முடிந்துவிடும் என்றுதான் (இந்தக் கதையின் மற்ற கதாபாத்திரங்களும் அவ்வப்போது மனப்பால் குடித்துக்கொண்டிருந்ததைப்போலவே) தானும் நம்பிக்கொண்டிருந்தார். முதலாவதில், அவர் அந்த வீட்டின் வாயிற்கதவைத் தட்டியதும் வீட்டின் வேலைக்காரப் பெண் கதவைப் பாதி திறந்து அவரைப் பார்த்து, யார் நீங்கள், என்ன வேண்டும் என்று கேட்பாள், அவர் தன் பெயரையும் தொழிலையும் சொல்லித் தன்னை அறிமுகப்படுத்திக்கொண்டு வாசுதேவனைப் பார்க்க வேண்டும் என்பார், வாருங்கள், இருக்கிறார் என்று அவள் அவரை உள்ளே அழைப்பாள், ஒருக்களித்துத் திறக்கப்பட்டிருந்த கதவின் இடைவெளியூடாகத் தெரிந்த வரவேற்பறையின் அரைகுறைக் காட்சி முழுவதுமாகக் கண்முன் விரியும்போது அதன் ஓர் ஓரமாகப் போடப்பட்டிருந்த நாற்காலியொன்றில் வாசுதேவன் செய்தித்தாளொன்றைக் கையில் பிடித்தபடி உட்கார்ந்திருப்பான், வாசலில் ஆளரவமும் பிறகு தன்னுடைய

பாகீரதியின் மதியம் 671

பெயரும் அடிபடுவதை ஏற்கெனவே கவனித்துவிட்டதால் வந்தவர் யாரென்பதைப் பார்க்கும் ஆவலுடன் தலையை நிமிர்த்தி அவருக்காகக் காத்துக்கொண்டுமிருப்பான், அவனுக்கு அரங்கநாதன் நம்பியென்கிற பெயர் மறந்துபோய்விட்டிருக்கும், ஆனால் உள்ளே வந்தவரின் முகத்தைப் பார்த்த கணத்தில் அவர் யாரென்பது அடையாளம் தெரிந்துவிடும், அவன் கண்களில் ஆச்சரியமும் குழப்பமும் வெளிப்படையாகவே மின்ன, அவசர அவசரமாக விழிகளைத் திருப்பி ஒருமுறை சமையலறையைக் கவனித்துக்கொள்வான், ஆனால் வாய் வந்தவரைத் தன்னிச்சையாகவே வரவேற்கும், அரங்கநாதன் நம்பி என்னைத் தெரிகிறதா என்று கேட்பார். நன்றாகத் தெரிகிறது, ஆனால் எதிர்பார்க்கவில்லை, அவரிடமிருந்து ஒரு நிம்மதிப் பெருமூச்சு வெளிப்படும், இந்தக் காட்சி எப்படித் துவங்க வேண்டுமென்று கற்பனை செய்துகொண்டிருந்தாரோ அப்படியே, ஏற்கெனவே மனதிற்குள் ஒத்திகை பார்த்துக்கொண்டிருந்த அதே உரையாடல்களுடனேயேதான் தொடங்குகிறது, கடவுளுக்கு நன்றி, என்றாலும் அவருடைய அசைவுகளில் இன்னும் பதற்றம் தொற்றிக்கொண்டுதானிருக்கும் (குற்றமுள்ள நெஞ்சு), அவர் சொல்வார், இங்கே தொழில் நிமித்தமாக ஒரு நண்பரைப் பார்க்க வந்தேன், சில நாட்களுக்குமுன் தற்செயலாக பி–4 காவல்நிலையத் தலைமை ஆய்வாளர் புகழேந்தியை (அவரை உங்களுக்கு நன்றாகத் தெரியுமில்லையா, அவரும் என் நீண்ட நாள் நண்பர்தான்) இதேபோலவொரு பணி நிமித்தமாகவே சந்திக்கச் சென்றிருந்தபோது உங்களைப்பற்றி விசாரித்தேன், தவறாக நினைத்துக்கொண்டு விடாதீர்கள், கடைசி முறை நீங்கள் என்னை நான் என் திருமண நாளை முன்னிட்டு அவசரமாக வீட்டிற்குக் கிளம்பிக்கொண்டிருந்த வேளையில் சந்தித்து வலிந்து தாமதப்படுத்தி (அரங்கநாதன் நம்பி இதை வேண்டுமென்றேதான் வாசுதேவனுக்கு நினைவுபடுத்துவார் (உண்மையில் என்னை இங்கே வரவழைத்தது நீதான், இந்தக் கதையின் துவக்கம் நீ என்னைச் சந்திக்க வரும் காட்சியாகத்தான் இருந்திருக்க வேண்டும் என்பது அதன் பொருள்)) உங்கள் மனைவியின் பிரச்சனையைப்பற்றிப் பிரலாபித்துவிட்டு மறுநாள் அவரை மருத்துவமனைக்கு அழைத்துவருவதாக உறுதியளித்துவிட்டுப் பிறகு வரவேயில்லையல்லவா, உங்களுக்கு அதற்கான நியாயமான காரணங்கள் இருந்திருக்கக்கூடும், ஆனால் ஒரு மருத்துவனென்கிற முறையில், அதிலும் பிரச்சனைகளை வலிந்து எதிர்கொள்ளும் ஒரு காந்தியவாதியென்கிற அளவில் என்னிடம் அடைக்கலம் தேடி வந்த ஒரு நோயாளியை (நோயாளி யாரென்பதையும் நான் அப்போது தெரிந்துகொள்ள விரும்பினேன், உங்கள் மனைவியா அல்லது நீங்களேதானா) நிர்கதியாக விட்டுவிட

என்னால்தான் முடியவில்லை, உண்மையில் நான் உங்களுக்கு உதவி செய்வதற்காகக் காத்துக்கொண்டிருந்தேன், ஒருநாளல்ல இரண்டு நாளல்ல, கிட்டத்தட்ட இரண்டு வருடங்கள், உங்களால் நம்ப முடியாதுதான், ஆனால் காந்தியத்தில் பழகிய ஒருவனுடைய கவலைகள் அவ்விதமாகத்தானிருக்கும், பெரிதாக அது என்னை அலைக்கழித்துவிடவில்லையாயினும் மனதின் ஒரு மூலையில் நான் தவற விட்டுவிட்ட ஒரு சேவைக்கான வாய்ப்பிற்காக (ஒருவேளை அன்று என்னுடைய அவசரத்தில் நான்தான் உங்களைத் திரும்ப என்னிடம் வரும் யோசனையைக் கைவிடுமளவிற்கு அலட்சியமாகவோ காயப்படுத்தும் விதமாகவோ பேசிவிட்டேனோ) அது என்னைக் குத்திக்கொண்டேதானிருந்தது, நானே உங்களைத் தேடி வரும் வாய்ப்பையும் உங்கள் மீதிருந்த நம்பிக்கையால் (நீங்கள் கண்டிப்பாக மறுநாள் வருவீர்கள்) உங்கள் முகவரி உட்பட உங்களைப்பற்றிய மேல் விபரங்களெதையும் நான் வாங்கிக்கொள்ளாததால் இழந்துவிட்டிருந்தேன், அந்த நிலையில்தான் சமீபத்தில் புகழேந்தியைச் சந்திக்கும் சந்தர்ப்பம் கிடைத்தது, அவரிடம் வேறு ஒரு வழக்கைப்பற்றிப் பேசிக்கொண்டிருந்தபோது திடீரென்று உங்கள் மனைவி மனநிலை பாதிக்கப்பட்டிருப்பதாகச் சந்தேகப்படத் தொடங்கிய அதே நாளில் ஒரு தெருச்சண்டையைப்பற்றிப் புகார் கொடுப்பதற்காக பி–4 காவல்நிலையத்திற்குச் சென்றதாக நீங்கள் என்னிடம் சொன்னது நினைவிற்கு வர நான் உடனே உங்களைப்பற்றி விசாரித்தேன், அதிர்ஷ்டவசமாக உங்களுடைய பெயர் புகழேந்திக்கு பிரத்யேகமாகவே நினைவிருந்தது, நீங்கள் ஒரு குற்றவாளியைக் கண்டுபிடிப்பதற்குப் பெரிய சாகஸச் செயல்களையெல்லாம் செய்து அவரை ஆச்சரியப்படுத்திவிட்டிருந்தீர்களாம், அவர் உங்களுடைய முகவரி உட்பட உங்களைப்பற்றிய சுவாரஸ்யமான மேலதிகத் தகவல்களையும் என்னிடம் சொன்னார், அவை எனக்கும் ஆச்சரியத்தை ஏற்படுத்தத்தான் செய்தன, மேலும் நீங்கள் அசாதாரண மனநிலையில் இருக்கிறீர்களென்பதை அவை எனக்குத் தெரியப்படுத்தின, அதன் அர்த்தம் நீங்கள் சாதாரணமாக இல்லை என்பதல்ல, ஒரு மனநல மருத்துவ மாணவனாக நான் என்னுடைய ஆதர்சமான மகாத்மாவை அசாதாரணமான மனநிலை உள்ளவர் என்று எந்த அர்த்தத்தில் வகைப் படுத்துவேனோ அதே அர்த்தத்தில்தான் உங்களுடையதையும் குறிப்பிடுகிறேன், மொத்தத்தில் புகழேந்தியின் உங்களைப்பற்றிய விவரணை என்னுடைய ஆர்வத்தை இன்னும் அதிகமாகக் கிளர்த்தியெழுப்பியது, என்னைச் சந்திக்க வந்தபோதிருந்த அந்த மகிழ்ச்சியற்ற, குழப்பமான மனநிலையிலிருந்து நீங்களோ உங்கள் மனைவியோ இன்னும் விடுபடவில்லையென்றும் வேறு மருத்துவரையும், வெட்கத்தினாலோ அச்சத்தினாலோ

அணுகவில்லையென்றும் நான் இன்னும் சற்றுக் கூடுதலாக முனைப்பும் முயற்சியும் காட்டியிருந்தால் உங்களுடைய மகிழ்ச்சியின்மையை என்னால் அப்போதே போக்கியிருக்க முடியுமென்றும் சாகஸம் என்ற பெயரில் ஆபத்தான செயல்களில் இறங்குமளவிற்கு நீங்கள் மனக்கிலேசத்திற்கு உள்ளானதற்கு ஒரு வகையில் நானும் காரணமென்றும்தான் எனக்குத் தோன்றியது, நான் உங்களைச் சந்தித்துப் பேச வேண்டுமென்று விரும்பினேன்,

திரு வாசுதேவன், உங்களுக்கு வேடிக்கையாகவும் ஆச்சரியமாகவும் தேவையற்றதாகவும்கூட இருக்கலாம், ஆனால் புகழேந்தி உங்களைப்பற்றிச் சொன்னபோது பொறுப்பற்றதனமாக நான் நடந்துகொண்டுவிட்டதான குற்றவுணர்வு முன்னிலும் அதிகமாக என்னை அரிக்கவாரம்பித்துவிட்டது, என்றாலும் இத்தனை காலத்திற்குப் பிறகு எந்த முகத்தை வைத்துக்கொண்டு உங்களைச் சந்திப்பது என்கிற வெட்க உணர்வுடன் தயங்கிக் கொண்டிருந்தேன், அதிர்ஷ்டவசமாக என் நண்பர் அந்தச் சந்தர்ப்பத்தை எனக்குக் கொடுத்துவிட்டார், உங்களுக்காக வரவில்லையென்றாலும் அவர் என்னை இங்கே வரவழைத்த சந்தர்ப்பத்தை என் தவறைச் சரி செய்துகொள்ள ஒரு வாய்ப்பாகவும் பயன்படுத்திக்கொள்ளலாமேயென்கிற நப்பாசையுடன் இங்கே வந்தேன், உங்கள் பிரச்சனை இன்னும் அப்படியேதானிருக்கிறதென்றால் அதைத் தீர்ப்பதற்கு எனக்கொரு வாய்ப்பை வழங்குவீர்களென்கிற நம்பிக்கையுடன், அரங்கநாதன் நம்பி பேசி முடிக்கும்போது வாசுதேவன் ஆச்சரியத்தில் வாயைப் பிளந்துவிடுவான், கடவுளே, உண்மைதானா இது, என்னால் நம்பவே முடியவில்லை, என்னென்ன வழிகளில் நீங்கள் பொறுப்பேற்கவே தேவையில்லாத ஒரு தவறைச் சரி செய்துகொள்ளும் வழிகளைத் தேடி அலைந்திருக்கிறீர்கள், காந்தியத்தால் இப்படியும் ஒரு மனதைப் பாதிக்க முடியுமென்றால் அந்த மனிதரை மகாத்மா என்று சொல்வதில் வியப்படைவதற்கும் விமர்சிப்பதற்கும் என்ன இருக்கிறது என்பான் அவன் நெகிழ்ச்சியுடன், மருத்துவருடைய அத்தனை பதற்றம் நிறைந்த குரலுக்கப்பாலும் அவர் நிகழ்த்திய நீண்ட உரையில் ஒரு சதவீதம்கூட உண்மை கிடையாது என்பதையும் அவருடைய வருகைக்கான ஒரே காரணம் பாகீரதிதானென்பதையும் அவனால் அவருடைய முகத்தைக்கொண்டு ஏகதேசமாகக்கூட ஊகிக்க முடியாது, அவன், நீங்கள் நினைத்தது சரிதான், நான் உங்களிடம் நம் முதல் சந்திப்பில் சொன்னதுபோல என் மனைவியின், மதிய நேரத்துக் கனவுகளில் இறந்த மனிதரைக் காணுவதும் அவர் உயிரோடுதான் இருக்கிறாரென்று நம்புவதும் அவர் தன்னை வந்து சந்திப்பதாக உணர்வதுமான வியாதி இன்னும் அப்படியேதான் இருக்கிறது,

எனக்கும் அவள் மனநிலை பிறழ்ந்திருக்கிறாளென்பதைச் சொல்லி அவளை உங்களிடம் அழைத்துவரும் தைரியம் இன்னும் கைகூடவில்லை, வாழ்க்கை இந்த உபத்திரவத்தோடேயேதான் போய்க்கொண்டிருக்கிறது, ஒருவேளை அவள் உங்களுக்காகத்தான் காத்திருக்கிறாளோயென்னவோ என்பான் தழுதழுக்கும் குரலில், அந்தக் கடைசி வார்த்தைகளைக் கேட்கும்போது அரங்கநாதன் நம்பியின் குரலும் இளகிவிடும், அவரை நான் பார்க்க முடியுமா என்று கேட்பார் அவர் தன் ஆர்வத்தின் துர்நோக்கம் இம்மியளவுகூட வெளிப்பட்டுவிடக்கூடாதென்கிற எச்சரிக்கையுணர்வுடன் குரலில் அப்பாவித்தனம் மிகுந்து ஒலிக்க, நிச்சயமாக என்று சொல்லும் வாசுதேவன், ஆனால் நீங்கள் யாரென்பதோ உங்களை நான் அவள் பொருட்டாக வந்து சந்தித்தேனென்பதோ அவளுக்கு இன்னும் தெரியாது, எனவே அதற்குத் தகுந்தாற்போல நடந்துகொள்ளுங்கள் என்று எச்சரித்துவிட்டுத் தலையைத் திருப்பிச் சமையலறையைப் பார்த்துப் பாகீ என்று குரல் கொடுப்பான், அதுவரையில் முன்கூடத்தில் நடந்துகொண்டிருந்த சம்பாஷணைகளைச் செவிமடுத்தபடியே உள்ளே வேலை செய்துகொண்டிருக்கும் அவள் கைகளைத் துடைத்தபடி எட்டிப் பார்த்துக்கொண்டே சமையலறையிலிருந்து முதன்முதலாக அரங்கநாதன் நம்பியின்முன் வெளிப்படுவாள், தூசி தட்டி விரிக்கப்பட்ட ஒரு முப்பது வருடப் பழைய புத்தகத்தின் பக்கத்தைப்போல அவள் முகம் முதலிலும் பின் உடலும் பழைமையின் வாசனையையும் பிரிவேக்கத்தின் வாத்ஸல்யத்தையும் வாசிப்பின் வசீகரிப்பையும் அர்த்தங்களின் விகசிப்பையும் பழமையின் மீதான பிரமிப்பையும் அறை முழுவதும் நிரப்பியபடியே தன்முன் வெளிப்படுவதை அவர் கண்ணாரக் காண்பார், வாய் தானாகவே திறந்துகொள்ளும், கடந்துபோன இளமைக்கும் கனத்துக்கொண்டிருக்கும் முதுமைக்குமிடையி லிருக்கும் கடக்கவியலாப் பள்ளத்தைக் கருணையுடன் இணைக்கும் சிரிப்பின் பாலத்தை அவள் அவர்முன் அனாயசமாக விரிப்பாள், தன் சொந்தக் கல்லறையின் அமைதியை அரங்கநாதன் நம்பியின் மனம் ஆழ்ந்து சுவாசிக்கும்.

அல்லது, அன்று வேலை நாளானதால் வாசுதேவன் வீட்டில் இல்லை என்றும் பணிக்குச் சென்றிருக்கிறாரென்றும் மாலையில் வந்தால் அவரைப் பார்க்கலாமென்றும் அவருக்காகக் கதவைப் பாதி திறக்கும் பணிப்பெண் தகவல் தெரிவிப்பாள், அரங்கநாதன் நம்பிக்கு அந்தப் பதில் ஏமாற்றத்தைக் கொடுப்பதற்குப் பதிலாகச் சந்தோஷத்தையே கொடுக்கும், தான் உண்மையில் வாசுதேவனைப் பார்க்க வரவில்லையென்றும் அவருடைய மனைவியைத்தான் பார்க்க வந்திருப்பதாயும், தான் இப்போது இப்படி வந்திருப்பது

அவருக்குத் தெரியாதே தவிர அந்தப் பெண்ணைத் தான் சந்திப்பது குறித்து அவருக்கு ஆட்சேபணையெதுவும் இராது என்றும் ஏற்கெனவே தாங்களிருவரும் அதைப்பற்றிப் பேசி முடிவு செய்திருந்ததாயும் அவர் அவளிடம் சொல்லுவார், அவள் சிறிது தயங்குவாளென்றாலும் அவருடைய தோற்றம், பேச்சு, வயது ஆகியவை மறுக்கவியலாதபடி அவரை உள்ளே அனுமதிக்க அவளை நிர்பந்திக்கும், எனவே வாயிற்கதவை விரியத் திறந்து அவரை உள்ளே வரவேற்பாள், அதுவரையில் ஒருக்களித்துத் திறக்கப்பட்டிருந்த கதவின் இடைவெளியூடாகத் தெரிந்த வரவேற்பறையின் அரைகுறைக் காட்சி முழுவதுமாகக் கண்முன் விரியும்போது அதன் ஓர் ஓரமாகப் போடப்பட்டிருக்கும் நாற்காலியொன்றில் ஒரு பெண்ணுருவம் அமர்ந்து மடியிலிருந்த ஒரு தட்டில் குவிந்திருந்த மல்லிகைக் குவியலிலிருந்து தனிப் பூக்களைப் பொறுக்கியெடுத்துக் கையிலிருந்த வாழை நாரில் கோர்த்து முடிச்சிட்டுக்கொண்டிருக்கும், அவள்தான் பாகீரதி, வாசலில் யாரோ வந்திருக்கிறார்களென்கிற அறிதல் அவளுக்கு இருந்திருக்குமானாலும் மாலை கட்டுவதிலேயே கவனம் இருந்ததாலும் தன்னைத் தேடி யாராவது வரக்கூடுமென்று அதுவரையில் கற்பனைகூடச் செய்து பார்த்திராததாலும் அவள் வந்தவர்களைத் தானே வரவேற்கவேண்டிய அவசிய மிருந்தாலொழிய பணிப்பெண் தன்னைச் சிரமப்படுத்த மாட்டாளென்கிற அலட்சியத்தில் அவர்கள் என்ன பேசிக் கொண்டிருந்தார்களென்பதை அவளுடைய புத்தி கிரகித்துக் கொண்டிராது, வாசலிலிருந்து அந்த அந்நியர் உள்ளே நுழைகிறாரென்பதைக் கவனித்தபின்தான் மலர்த் தட்டைக் கையில் எடுத்துக்கொண்டு அவசர அவசரமாக இருக்கையிலிருந்து எழ முயற்சிப்பாள், அதற்குள் பணிப்பெண்ணும் அம்மா, இவர் உங்களைப் பார்க்கத்தான் வந்திருக்கிறாராம் என்று அறிவிப்பாள், பாதி தொடுத்திருந்த மாலையிலிருந்து அரைகுறையாகத் தொடுக்கப்பட்ட கடைசி சில பூக்கள் உதிர்ந்து தரையில் விழத் தலையை நிமிர்த்திப் பாகீரதி தன்னை ஏறிட்டுப் பார்ப்பதை அரங்கநாதன் நம்பி கண்ணாரக் காண்பார், மார்பளவுப் புகைப்படத்தில் சில நிமிடங்கள் தென்பட்டு மனதைப் பேதலிக்கச் செய்து மறைந்த அதே முகம், அவர் சிரிக்க முயலக்கூடும், ஆனால் அந்த முயற்சி கண்டிப்பாகத் தோல்வியடைந்துவிடும், முகம் மோசமான முறையில் கோணிக்கொண்டுவிடலாம், மூச்சுத் திணறலும் ஏற்படலாம், எத்தனை வருடக் காத்திருப்பு, சிவகாசி நாடார் பெண்ணே, என்னைத் தெரிகிறதா, உன் பூர்வஜென்ம நினைவு உனக்கிருக்கிறதா, தரையில் உதிர்ந்து கிடந்த மல்லிகை மலர்களைப் பொறுக்கியெடுத்து வாயிலிட்டு

விழுங்கவேண்டுமென்கிற ஆசையும் வாய்விட்டு அழவேண்டும் போன்றவொரு தவிப்பும் அரங்கநாதன் நம்பியை ஆட்கொள்ளும், சாம்புவய்யர் சொன்னது சரிதான், கை தவற விட்டுவிட்ட பெண்கள் தேவதைகளாகத்தான் இருக்கிறார்கள், படபடப்பில் அவருக்குத் தன்னெதிரே குழப்பத்துடன் நிற்பவளிடம் தன்னை அறிமுகப்படுத்திக்கொள்ளக்கூட தோன்றாது, அவர் தன்னை யாராவது அங்கேயிருக்கும் நுரையிருக்கையில் உட்காரும்படி சொல்ல மாட்டார்களா என்று தவிப்பார், கடைசியில் பாகீரதிதான் அதையும் சொல்வாள், உட்காருங்கள், யார் நீங்கள், என்ன விஷயமாக என்னைப் பார்க்க வந்தீர்கள், நல்லவேளையாக அரங்கநாதன் நம்பி இந்தக் கேள்வியை முன்பே யோசித்துத்தான் வைத்திருந்தார், அவர் இருக்கையில் அமர்ந்து ஒரு வழியாகத் தன்னை நிதானப்படுத்திக்கொண்டபின், தன் பெயரையும் தொழிலையும் சொல்லித் தன்னை அறிமுகப்படுத்திக்கொள்வார், பிறகு கேட்பார், நீங்கள் எப்படியிருக்கிறீர்கள், நானா, நான் நன்றாக இருக்கிறேன், நன்றி, பரவாயில்லை, மதியத்தூக்க வேளைகளின்போது வந்து செல்லும் இறந்துபோன மனிதர்கள் எப்படியிருக்கிறார்கள் அல்லது அவர்கள் வருவது நின்றுவிட்டதா, பாகீரதியின் முகத்தில் ஆச்சரியக் குறி உண்டாகும், ஓ, அந்தப் பிரச்சனை இன்னும் என்னை வருத்திக்கொண்டுதானிருக்கிறது, சொல்லப்போனால் இன்னும் அதிகமாகியிருக்கிறது, பழைய மனிதர்கள் இனிமேல் நிஜத்திலேயே வருவது என்று ஒருவேளை முடிவு செய்திருக்கிறார்களோ என்னவோ, பாகீரதியினுடைய அந்த இரட்டை அர்த்தம் தொனிக்கும் சுட்டலைக் கவனத்தில் கொள்ளாததைப்போல நடித்துத் தன் முகபாவத்தைச் சாதாரணமாக வைத்துக்கொள்வார் மருத்துவர், பிறகு அவருக்கு எப்படித் தன்னுடைய பிரச்சனைகள் பற்றித் தெரியும் என்று கேட்பாள் பாகீரதி, வாசுதேவன் இரண்டு வருடங்களுக்குமுன் தன்னை வந்து சந்தித்ததையும் அவளைப் பற்றிச் சொன்னதையும் மறுநாள் அவளையும் அழைத்துக்கொண்டு வருவதாய்ச் சொல்லிவிட்டுச் சென்றதையும் பின் வராமலே போய்விட்டதையும் பற்றி அவளிடம் விவரிப்பார் அரங்கநாதன் நம்பி (அது வாசுதேவன் தன்னை ஏமாற்றிவிட்டதன் மீதான வெறுப்பையும் பாகீரதியிடம் அது என்ன விளைவை உண்டாக்க வேண்டுமென்று அவர் விரும்பினாரோ அந்த விளைவை உண்டாக்கும் நரித்தனமான விவரணைகளையும் உள்ளடக்கியதாக இருக்கும்), அவள் முகத்தில் மீண்டும் ஆச்சரிய பாவமும் கூடவே சிறிது சினமும் அச்சமும் நிச்சயமாகத் தோன்றும், ஆனால் என் சம்பந்தப்பட்ட ஒரு பிரச்சனையை ஓர் அந்நியரிடம் விவாதித்த சம்பவத்தைப் பற்றி வாசுதேவன்

இதுவரை ஒரு வார்த்தைகூட என்னிடம் சொன்னதில்லையே என்பாள் அவள், ஓ, மன்னித்துக்கொள்ளுங்கள், அது எனக்குத் தெரியாது, அதுபற்றி உங்களிடம் சொல்லியிருக்காவிட்டாலும் உங்களுடைய நலன் குறித்த அக்கறைதான் அதன் நோக்கமாயிருந்த தென்பதால் நீங்கள் அதை ஓர் அத்துமீறலாகக் கருதிக்கொள்ள வேண்டிய அவசியமில்லை, அது என் நலன் குறித்ததா இல்லையா என்பதல்ல பிரச்சனை, நம் குடும்பங்களில் கனவு காண்பதென்பது நடக்கப்போகும் ஏதோவொரு நல்லது அல்லது கெட்டதன் சூசக நிமித்தம், ஆனால் மேற்கில் கனவுகள் என்பவை பழைய காயங்களின் ஆழ்மன நினைவெச்சம், மூடநம்பிக்கையோ அல்லது உண்மையோ, கனவுகள் சொல்லும் பலன்கள்தான் நம்மவர்களுடைய பிரச்சனை, அவற்றை எப்படி எதிர்கொள்ளப் போகிறோம், அதற்கான தீர்வுகளை கனவுகளின் சூட்சுமங்களை வாசித்து எப்படிப் புரிந்துகொள்வது என்பது, ஆனால் அங்கே பிரச்சனை கனவுகளேதான், அவர்கள் அவற்றைக் கண்டு பயப்படுபவர்கள், அவற்றை எழும்பாமலே அழித்துவிட முனைபவர்கள், அப்படியிருக்க ஒரு சாதாரண கனவுப் பிரச்சனையை, அது ஒருநாள் அதீதமாகப் போய் என் உயிருக்கே ஹானி உண்டாகும்வண்ணம் என்னை நடு வீதிக்கு இழுத்துச் சென்றுவிட்டது என்பது உண்மைதானென்றாலும், ஒரு வியாதியாக்கி மருத்துவர்களை அணுகுமளவிற்கு என்னுடைய மனவலிமை குறித்த சந்தேகம் வாசுவிற்கு இருந்திருக்கிறது, அதை என்னிடம் பகிர்ந்துகொள்ளவுமில்லை, என்றால் இது என்ன தாம்பத்யம், உங்களுடைய பேச்சு ஒரு மனநல மருத்துவனென்கிற முறையில் என்னால் ஆட்சேபிக்கக்கூடியதாக இருக்கிறது என்றாலும் நீங்கள் சொல்வதிலிருக்கும் நியாயத்தையும் என்னால் பாராட்டாமல் இருக்க முடியவில்லை திருமதி வாசுதேவன், சொன்னால் நம்ப மாட்டீர்கள், உங்களைப்பற்றி நீங்கள் அருகில் இல்லாத வேளையில் உங்கள் கணவர் என்னிடம் முறையிட்டபோது நானும் இதைத்தான் நினைத்தேன், சொல்லப் போனால் இன்னும் கூடுதலாகவே, அதாவது தன்னுடைய மனப் பலவீனம் எதையோ மறைத்துக்கொள்வதற்காக உங்களுடைய சாதாரண கனவுத் தொந்தரவை ஏன் அவர் பயன்படுத்திக் கொள்ள முயன்றிருக்கக் கூடாது என்பதாக, மேலும் இதை நான் அவரிடம் நேரடியாகவே கேட்டும் விட்டேன் (இந்த இடத்தில் சிறிது நிறுத்தி பாகீரதியின் பணிப்பெண் உள்ளே சென்றுவிட்டாரென்பதை உறுதிசெய்துகொண்டபின்னரே மருத்துவர் பேச்சைத் தொடர்கிறார்), ஒருவேளை தன் மனச்சாட்சியின் மென்மையத்தை நேரடியாகக் குத்திவிட்ட அந்தக் கேள்வியால் அச்சுறுத்தப்பட்டுத்தான் அவர் என்னிடம்

வருவதை நிறுத்திவிட்டாரோ என்கிற சந்தேகம் இன்னும் கூட என்னிடம் இருந்துகொண்டுதானிருக்கிறது, சொல்லப் போனால் உங்களைப்பற்றி உங்கள் கணவரிடமிருந்து தெரிந்துகொள்வதைவிட உங்களிடமிருந்து அவரைப்பற்றித் தெரிந்துகொள்வது நல்லது என்கிற உத்தேசத்தில்தான் நான் உங்களிருவருடைய வருகைக்காகக் காத்துக்கொண்டிருந்தேன், ஒரு நாளல்ல இரண்டு நாளல்ல, கிட்டத்தட்ட இரண்டு வருடங்கள், உங்களால் நம்ப முடியாதுதான், ஆனால் ஒரு மேலை முறை மனநல மருத்துவனென்பதற்கப்பால் நானொரு காந்தியவாதி என்பதையும் நீங்கள் தெரிந்துகொள்ள வேண்டும், உங்கள் கணவர் என்னை அணுகாததால் உண்டாகக்கூடிய விளைவுகளுக்கு நான் பொறுப்பாளியாகப் போவதில்லையென்றாலும் என்னை அணுகிப் பின் விலகிச் சென்றுவிட்ட, என் தொழில் சார்ந்த ஓர் இரங்கத்தக்க வழக்கை மறுநாள் பார்ப்பதாகச் சொல்லித் தட்டிக் கழித்துவிட்டதான குற்றவுணர்வு காந்தியவாதி யான என்னை உறுத்திக்கொண்டேயிருந்ததால் நானே உங்களைத் தேடிக் கண்டுபிடித்துப் பிரச்சனை இன்னும் உயிரோடிருந்தால் என்னாலான வைத்தியத்தைச் செய்வது, தீர்ந்திருந்தால் குற்றவுணர்வைக் களைந்துவிட்டு நிம்மதியாக விலகிச் செல்வது என்கிற முடிவுடன் உங்களிருவரையும்பற்றி விசாரிக்கத் தொடங்கினேன், வாசுதேவன் அவரைப் பற்றிய விபரங்களெதையும் என்னிடம் கொடுத்துவிட்டுச் சென்றிராத நிலையில் என் அன்றாடப் பணிகளின் குறுக்கிடல்களுக்கிடையே அந்தத் தேடல் மிக மெதுவாகத்தான் நகர்ந்துகொண்டிருந்தது, இரண்டு வருடங்களுக்குப் பிறகு மிகச் சமீபத்தில்தான் தற்செயலாக மதுரை பி–4 காவல்நிலைய அதிகாரியொருவரிடமிருந்து, அவரிடம் வேறு ஒரு வழக்கைப்பற்றிப் பேசிக்கொண்டிருந்தபோது, திரு வாசுதேவனைப் பற்றிய விபரங்கள் கிடைத்தன, அந்த அதிகாரி உங்கள் கணவர் தன்னை அவமானப்படுத்திய ஒரு தெருப் போக்கிரியைக் காவல்துறையிடம் பிடித்துக் கொடுப் பதற்காக நிகழ்த்திய சாகஸச் செயல்களைப் பற்றி என்னிடம் சுவாரஸ்யமாகக் கூறிக்கொண்டிருந்தார், எனக்கோ அவை மிக முக்கியமான தகவல்களாயிருந்தன, அவை வாசுதேவன் சாதாரண மனநிலையில் இல்லையென்பதாக நான் ஆரம்பத்தில் ஊகித்து வைத்திருந்ததை ஊர்ஜிதம் செய்தன, அதுபற்றி எனக்கும் தெரியும் என்பாள் பாகீரதி, அதை அவர் என்னிடம் சொல்லியிருக்கிறார், ஆனால் ஒரு குற்றவாளியைப் பிடித்துக் கொடுப்பது எப்படி சாதாரண மனநிலையில் ஒருவர் இல்லையென்பதன் சாட்சியாக இருக்க முடியுமென்று எனக்கு விளங்கவில்லை, அவர் செய்த செயல் அல்ல அம்மணி, அதன்

நோக்கம்தான் அதை நமக்குச் சொல்கிறது என்பார் மருத்துவர், உதாரணமாகக் காந்தியடிகளைக்கூட அவருடைய உள்ளார்ந்த கோபத்திற்காகவும் பிடிவாதத்திற்காகவும் தன்னுடைய நிதானத்தால் அடுத்தவர்களுக்குப் பதற்றத்தை உண்டாக்கும் போக்கிற்காகவும் ஒருவிதத்தில் சாதாரண மனநிலையிலிருந்து விலகியவராக நாம் கொள்ள முடியும்தான், ஆனால் அவர் அதைப் பொது நன்மைக்காக உபயோகிக்கும்போது அதுவே ஒரு முன்னுதாரணமான மனப்போக்காக மாறிவிடுகிறது, அதற்கு அஹிம்சை என்றும் சத்தியாக்கிரகம் என்றும் ஒரு பெயர்கூடக் கொடுக்கப்பட்டுவிடுகிறது, ஆனால் வாசுதேவனைப்போல தன்னுடைய கோபத்தையும் ஆற்றலையும் தனிப்பட்ட பழி வாங்கும் செயலுக்காகப் பயன்படுத்தத் துவங்கும்போது, சட்ட ரீதியாக தண்டிக்கக்கூடிய குற்றமாகப் பார்க்கப்படாவிட்டாலும், மருத்துவ ரீதியாக குணப்படுத்தியாகவேண்டிய நோயாக அது மாறிவிடுகிறது, அதே பழிவாங்கும் மனப்பான்மைதான் நேரடியாகவோ மறைமுகமாகவோ தன் மனைவியை மனநிலை சரியில்லாதவளென்று நம்புவதாய் வளர்ந்தும்விடுகிறது, பாகீரதி சிறிதுநேரம் தலையைக் குனிந்து கால்களைப் பார்த்தபடியே உட்கார்ந்திருப்பாள், பிறகு நிமிர்ந்து, நீங்கள் சொல்வது உண்மை தான் என்பாள், மருத்துவரின் முகத்தில் பெருமை மற்றும் சந்தோஷத்தின் ஒளிக்கீற்று வெளிப்படையாகவே சுடர்விடும், அவர் தன் கர்வம் குரலில் வெளிப்பட்டுவிடாதவண்ணம் சிரமப்பட்டு அடக்கிக்கொண்டு, அறிவேன் அம்மணி, ஆனால் இது சரி செய்துவிடக் கூடியதுதான், எனக்கு உங்கள் கணவரைப் பற்றிச் சில விபரங்கள் வேண்டும், அவருடைய பிறப்பு, வளர்ப்பு, உங்களுடையது காதல் திருமணம் என்று அவர் என்னிடம் சொல்லியிருந்தார், எனில் அந்த வாழ்க்கை (மிக அந்தரங்கமான சில தகவல்கள்கூட, தேவைப்பட்டால்) ஆகியவைபோல, உங்களுக்கு ஆட்சேபணையில்லையென்றால் நாம் இந்த இடத்தைவிட்டு வெளியேறிச் சிறிது தொலைவு காலாற நடந்துகொண்டே தனியாக இவற்றைப்பற்றிப் பேச வாய்ப்பிருக்கிறதா என்று தயக்கத்துடனும் கண்ணியத்துடனும் கேட்பார், பாகீரதி அடுக்களையைப் பார்த்தபடியே சிறிது தயங்குவாள், பிறகு சரி, எப்படியிருந்தாலும் இது என் கணவருடைய மனநலம் சம்பந்தப்பட்ட பிரச்சனை, வாருங்கள், போகலாம் என்று சொல்லிக்கொண்டே இருக்கையைவிட்டு எழுந்திருப்பாள், இது இன்னொரு சாத்தியம்.

ஆனால், போதுமான பட்டறிவு ஏற்கெனவே இருந்தும், தாமதப்படுத்துவதன் பலாபலனாக உருவாகக்கூடிய மூன்றாவது சாத்தியத்தை அரங்கநாதன் நம்பி ஏனோ யோசித்திருக்கவில்லை.

முப்பது வருடங்களுக்கு முன்புபோலவே இந்த முறையும் தன்னுடைய வருகைக்காகக் காத்திருந்து பார்த்துவிட்டு ஏமாற்றத்துடன் அவள் கண் காணாமல் புறப்பட்டுப் போய் விட்டிருக்கக்கூடிய சாத்தியம் (ஒருவேளை தெரிந்தேகூட அதைக் கற்பனை செய்யும் தைரியம் அவருடைய மனதிற்கு இல்லாதிருந்ததோ என்னவோ). ஆனால் துரதிர்ஷ்டவசமாக அது அப்படித்தான் நடந்திருந்தது. மகிழ்வுந்தைவிட்டுக் கீழிறங்கியபோது வடக்குவெளிவீதி வீட்டின் பூட்டப்பட்டிருந்த அழிக்கதவின்முன் தான் நின்றுகொண்டிருப்பதைத்தான் அவரால் காண முடிந்தது. பக்கத்திலெங்கேனும் வெளியே சென்றிருப்பார்களென்று ஊகித்துவிட முடியாதபடி அந்த வீட்டின்மேலும் முன்னாலும் கழிவுகளும் தூசிகளும் மட்கிய வாடையும் படர்ந்து கிடந்தன. மருத்துவர் சிறிதுநேரம் செய்வதறியாமல் திகைத்து நின்று கொண்டிருந்தார். வீட்டை நெருங்கிக் கம்பிகளின் இடைவெளி வழியே வெறுமையாகக் கிடந்த முன்திண்ணையையும் (பாகீரதி அங்கேதான் படுத்துத் தன் மதிய நேரத்துக் கனவுகளை உருவாக்கி எழுப்பிக்கொண்டிருப்பாளாயிருக்கும்) அதன் மேல் முகப்பிலிருந்த மூன்று பழங்குடிப் பாணிச் சித்திரங்களையும் உற்றுப் பார்த்தபடியே அதன் முன் அப்படியுமிப்படியுமாகச் சில நிமிடங்கள் உலாவினார். பிறகு, புதிதாகத் தோன்றத் துவங்கி யிருக்கும் நரை முடிகளைப் பற்றிய கவலையைக் கூந்தலைக் கோதிக்கொண்டிருந்த கைகளில் படரவிட்டபடியே பக்கத்து வீட்டின் வாசலிலிருந்து தன்னை வேடிக்கை பார்த்துக்கொண்டிருந்த ஒரு நாற்பது வயது மதிக்கத்தக்க பெண்மணியை அணுகி அந்த வீட்டிலிருந்தவர்களைப்பற்றி உசாவினார். அவள் வாசுதேவனும் அவனுடைய மனைவியும் குழந்தையும் அந்த வருடத்தின் அக்டோபர் மாத நடுவில் கல்கத்தாவிலிருக்கும் பாகீரதியினுடைய தமக்கையின் வீட்டிற்குச் செல்வதாகத் தன்னிடம் தெரிவித்துவிட்டுப் போனார்களென்று தெரிவித்தாள். பிறகு தனது ஊகிக்கும் திறமையை எதிரேயிருந்தவரிடம் பிரகடனப்படுத்திக்கொள்ளவேண்டுமென்கிற வெளிப்படையான உந்துதலுடனேயே, தீபாவளியை எதிர்நோக்கிக்கொண்டிருந்த அந்த நாட்களில் அவர்கள் அதைத் தன் குடும்பத்தாருடன் கொண்டாடுவதற்காகச் செல்லக்கூடுமென்கிற நம்பிக்கையின் அடிப்படையிலும் புறப்படும்போது கண்ணில் பட்டவரையில் ஒரு விடுமுறையைக் (ஒருவேளை அவர்களுடைய பெண்ணின் பள்ளிக்கூடம் அனுமதித்ததைவிட அதிகமான நாட்களைக் கொண்ட ஒரு நீண்ட விடுமுறையை என்று வேண்டுமானால் சொல்லிக்கொள்ளலாம்) கழித்துவிட்டுத் திரும்புமளவிற்கான (ஒரு குதிரை வண்டியின் கூண்டுக்குள் அடங்கிவிட்ட) மிக அத்தியாவசியமான பொருட்களைத்தான் தங்களுடன் எடுத்துக்

கொண்டிருந்தார்களென்பதாலும் பாகீரதி சொன்னதை அப்போது தான் நம்பியதாயும் ஆனால் வகுப்புகள் தொடங்கி இத்தனை மாதங்கள் ஆன பின்பும் அவர்கள் திரும்பி வராததால் அதில் இப்போது சந்தேகம் வரத் தொடங்கியிருப்பதாயும் அவரிடம் இந்த விஷயத்தில் அவருடைய அபிப்பிராயம் என்ன என்பதைத் தெரிந்துகொள்ள விரும்புபவளைப்போல பார்த்துக்கொண்டே தெரிவித்தாள். போன இடத்தில் ஏதாவது அசம்பாவிதம் ஏற்பட்டு உடனே திரும்பி வரவியலாத சூழல் உண்டாகியிருக்கலாம் என்றார் மருத்துவர். அந்த மாது சிறிது யோசித்த பிறகு, அப்படியே இருந்தாலும் ஏழு மாதங்களாகவா குடும்பம் நடத்தும் ஒரு வீட்டைப் பூட்டி வைத்துவிட்டுத் திரும்பியே பார்க்காமல் வேறோரிடத்தில் உட்கார்ந்திருப்பார்கள், வீட்டைப் பார்த்துக்கொள்ளச் சொல்லி என்னிடம் சாவியைக்கூடக் கொடுத்துவிட்டுச் செல்லவில்லை அவள், உள்ளே சாமான்கள் இருக்கின்றன, வீடோ கவனிப்பாரற்றுத் தூசு படிந்து பேய் வீடு மாதிரி ஆகிக்கொண்டிருக்கிறது, இரண்டு வாரங்களுக்குமுன் கம்பியழியின் வழியாக இரண்டு தெரு நாய்கள் உள்ளே புகுந்து முன்திண்ணையில் படுத்துக்கொண்டிருப்பதைப் பார்த்துவிட்டு அவற்றை விரட்டிவிட்டேன், நாய்களை விரட்டி விடலாம், வௌவால்களை என்ன செய்வதாம், புழக்கமற்றுப் போன சுவர்களின்முன் கொஞ்சம் கொஞ்சமாகக் கோனார்கள் மாடுகளைக் கட்டவாரம்பிப்பதையும் பக்கத்துப் பெட்டிக் கடைக்காரர் தன் கடைக் குப்பைகளைப் பெருக்கி இந்தப் பக்கமாகத் தள்ளிவிடுவதையும் வழிப்போக்கர்கள் அவ்வப்போது நின்று நோட்டமிடுவதையும் பிறகு இரவுகளில் அந்த வாசலின்முன் சிறு பையன்கள் நடமாடுவதையும் எத்தனை நாட்களுக்குத்தான் பார்த்துக் கண்டித்துத் தடுத்து நிறுத்தி வைத்துக்கொண்டிருக்க முடியும் எங்களால், தவிரவும் ஒரு வீடு இப்படிப் பாழடைவது அதனருகிலிருக்கும் மற்றவர்களுக்கும் பாதுகாப்புப் பற்றிய அச்சத்தையும் சுகாதாரம் குறித்த கவலையையும் ஏற்படுத்தத்தானே செய்கிறது, நீங்கள் என்னசொல்கிறீர்கள், இன்னும் சில நாட்கள் பொறுத்துப் பார்த்துவிட்டுக் காவல்நிலையத்தில் போய்ச் சொல்லிவிட்டு வரலாமா என்றுதான் நாங்களும் யோசித்துக் கொண்டிருக்கிறோம் என்றாள். வாஸ்தவம்தான் என்று ஆமோதித்தார் அரங்கநாதன் நம்பி. அது அந்தப் பெண்மணியின் உற்சாகத்தை அதிகப்படுத்தியது. அவள் ஒரு நீண்ட உரையாடலுக்குள் அவரைச் சிக்கவைக்கும் முனைப்போடு, சாமான்கள் எல்லாவற்றையும் போட்டது போட்டபடி போட்டுவிட்டு எங்கோ போய்த் தங்கிவிடுமளவிற்கு வீடு வாசலையும் குழந்தையின் படிப்பையும்விட முக்கியமான விஷயம் அவர்களுக்கு வேறென்ன இருந்திருக்கும் என்று

கேட்டாள். அந்தக் கேள்வி அவர் மனதையும் உறுத்திக் கொண்டேதானிருந்ததென்பதாலும் காணத் துடித்த தேவதையைச் சந்திப்பதில் மீண்டும் தாமதித்துவிட்டோமென்கிற திடுக்கிடும் உண்மையின் மேலேயே அவருடைய சிந்தனை முழுவதும் தேங்கிப் போய்விட்டிருந்ததாலும் அவரால் அதற்குப் பதில் சொல்ல முடியவில்லை. பிறகு அந்தப் பெண்ணே தன் உள்ளத்தில் அதுகாறும் அழுத்திக்கொண்டிருந்த யோசனைகளனைத்தையும் பேசித் தன்னைக் காலி செய்துகொண்டுவிட வேண்டுமென்று முடிவெடுத்துக்கொண்டவளைபோல, ஆனால் அதற்குக் கொஞ்ச நாட்களுக்கு முன்பிருந்தே அந்தக் குடும்பத்தில் ஏதோ பிரச்சனை இருந்துகொண்டுதானிருந்தது என்று கூறி மீண்டும் பேச்சைத் துவக்கினாள், என்ன விஷயம் என்று எனக்குத் தெரியவில்லையென்றாலும் (பாகீரதி தன் வீட்டில் கொலையே நடந்தாலும் அதை வெளியே சொல்லும் பழக்கமுள்ளவளில்லை) அவர்கள் மகிழ்ச்சியாயில்லை என்பதை மட்டும் என்னால் உறுதியாகச் சொல்ல முடியும், எப்படி என்று கேட்காதீர்கள், அது அப்படித்தான் (பக்கத்து வீட்டுக்காரராக இருக்கும் கலை உங்களுக்குக் கைவந்திருந்தால் மட்டுமே அடுத்த கதவின் பின்னே என்ன நடக்கிறது என்பதை அதிலெதையும் பார்க்காமலேயே உங்களால் சொல்ல முடியும்), பாகீரதிக்கு மதிய நேரத்தில் தூங்கும் பழக்கம் உண்டு, நானும் தூங்குவேன்தான், ஆனால் எனக்கு அவளைப்போல தூக்கத்தில் திடீரென்று எழுந்து நடக்கும் வியாதி கிடையாது, இதற்காகவே அவள் மதிய நேரங்களில் அழிக் கதவை உள்பக்கமாகப் பூட்டித் தாளிட்டுக்கொண்டுதான் தூங்குவாள், இந்த வியாதி சம்பந்தமாக ஏதேனும் மனக்குறை வாசுதேவனுக்குப் பின்னாளில் வந்திருக்கக் கூடுமாயிருக்கலாம், பாகீரதியின் மதிய நேரங்கள் வினோதமானவைதான், அவள் உறங்கிக்கொண்டிருக்கும் அந்த நேரங்களில் எப்போதாவது எனக்கு விழிப்புக் கண்டால் யாரோ ஒரு பையன் சாலையின் அந்தப் பக்கத்தில், அவள் வீட்டிற்கு எதிரே, அதோ அங்கேதான், நின்றபடி அவள் வீட்டை வெறிக்கப் பார்த்துக்கொண்டிருப்பான், எனக்கே அது சொப்பனத்தில் நடப்பதைப்போலத்தான் படும், பிறகு ஓரிரு தடவை அந்தப் பையன் அவள் வீட்டுத் திண்ணையில் அமர்ந்து அவளுடன் பேசிக்கொண்டிருப்பதையும் பார்த்திருக்கிறேன், நான் முதலில் அந்தப் பையன்தான் அவர்களுடைய பிரச்சனை என்று நினைத்துக்கொண்டிருந்தேன், அவனுக்கும் பாகீரதியின் வயதுதான் இருக்கும், ஏனென்றால் அவனும் வாசுதேவன் இருக்கும் நேரங்களில் ஒருமுறைகூட அவர்கள் வீட்டிற்கு வந்ததில்லை, ஆனால் அவர்கள் ஒரேயடியாக இப்படிக் கிளம்பிப் போவதற்கு ஒரு வாரத்திற்கு முன்பு வாசுதேவனே அவனை வீட்டிற்குக் கூட்டிக்கொண்டு

பாகீரதியின் மதியம்
683

வந்திருந்தான், மட்டுமல்ல, அவர்கள் கல்கத்தாவிற்குப் போவ தாகச் சொல்லிவிட்டுக் கிளம்பியபோது அந்தப் பையனும் அவர்கள் கூடக் கிளம்பிக் கொண்டிருந்தான், அவன் அவர்களை வண்டியேற்றிவிடப் போனானா அல்லது அவனையும் அவர்கள் தங்களுடனே கல்கத்தாவிற்குக் கூட்டிக்கொண்டு போனார்களா தெரியவில்லை, எனக்கென்ன சந்தேகமென்றால் இப்படித் தடயமில்லாமல் கிளம்பிப் போவது குறித்து அவர்கள் முன்கூட்டியே பேசி வைத்திருப்பார்களோயென்று, ஏனென்றால் கல்கத்தாவுக்குப் போகிற பட்சத்தில் ஏற்கெனவே கல்கத்தாவி லிருந்த வாசுதேவன் (அவன் கல்கத்தாவிற்கு ஒரு வேலை விஷயமாகப் போயிருக்கிறானென்று பாகீரதி என்னிடம் சொல்லியிருந்தாள்) இவளையும் குழந்தையையும் புகைவண்டியேறி வரச் சொல்லிவிட்டு அங்கே நிலையத்தில் அவர்களைச் சந்தித்திருக்கலாமே, ஒரே ஒரு வாரத்திற்காக அவன் இங்கே வந்துவிட்டு உடனே திரும்பப் போக வேண்டிய அவசியமென்ன, இன்னொன்று, கல்கத்தாவிலிருந்து வந்தபோதுதான், அநேகமாகக் கல்கத்தாவிலிருந்தேதான், வாசுதேவன் அந்தப் பையனையும் கூட்டிக்கொண்டு வந்தான், யார் அவன்.

அந்தப் பெண்மணியை அழுத்திக்கொண்டிருந்த யார் அவன் என்கிற அந்தக் கேள்வி அரங்கநாதன் நம்பியை ஒரு பொருட் படுத்தக்கூடிய கேள்வியாகவோ பி-4 காவல்நிலையத்தில் வைத்துத் தனக்குச் சொல்லப்பட்ட கதையில் வரும் உறங்காப்புலி என்கிற இளைஞனை அவனுடன் தொடர்புபடுத்திப் பார்க்கத் தூண்டுமளவிற்கோ அப்போதுபெரிதாகப் பாதிக்கவில்லைதான். கல்கத்தாவிலிருக்கும் பாகீரதியினுடைய தமக்கையின் உத்தேச முகவரியைத் தெரிந்துகொண்டு (தமக்கையின் பெயர் தெரியாது, ஸ்ரீபள்ளியில் தமிழ்க் குடும்பங்கள் வசிக்கும் ஒரு பிரத்யேகமான குடியிருப்பில் இருக்கிறது அவர்கள் வீடு என்பதாய் எப்போதோ ஒருமுறை பாகீரதி சொல்லிக்கொண்டிருந்தது நினைவிருக்கிறது) தன்னைப் பற்றியும் அவளுக்குச் சந்தோஷம் ஏற்படும்வண்ணம் சில தகவல்களைச் சொல்லிவிட்டு (ஆம், நீங்கள் ஊகித்தது சரிதான், பாகீரதியின் மதியத்தூக்கம் அவளுடைய கனவுகளால் ஒரு வியாதியாகி அவளுக்குத் தொந்தரவு கொடுத்துக்கொண்டுதானிருந்தது, நான் அவளுடைய மருத்துவனாக இருக்க வாசுதேவனால் நியமிக்கப்பட்டிருந்தேன், நான் ஒரு மனநோய் சிகிச்சையாளன், என் பெயர் அரங்கநாதன் நம்பி, உங்களைச் சந்தித்ததில் மிக்க மகிழ்ச்சி) வீடு திரும்பிய அவர் திரும்பும் வழியிலேயே தன்னுடைய காதல் இனி வெறும் காத்திருப்பாக அல்லாமல் அலைச்சலாக மாறப்போகிறது என்பதைத் தெரிந்துகொண்டுவிட்டிருந்தார். முகாந்திரமோ

பா. வெங்கடேசன்

அழைப்போ சந்திப்போமென்கிற நிச்சயமோ சந்தித்தாலும் வரவேற்கப்படுவோமென்கிற உறுதிமொழியோ இல்லாமல் மதுரையிலிருந்து கல்கத்தாவரை போய் என்ன சாதிக்க முடியும் என்கிற தயக்கத்திலும் திகைப்பிலும் அடுத்த ஒரு வாரத்தைக் கடத்திக்கொண்டிருந்த அவர் இருபதுகளில் தன்னிடமிருந்த ஏமாற்றத்தை எதிர்கொள்ளும் மனத்திடம் ஐம்பதுகளில் இல்லை என்று ஒருபுறமும் ஆனால் தோல்விகளைப் பெற்றோர்களின் வற்புறுத்திலின்பேரில் வேறு வழியின்றி ஏற்றுக்கொள்ளும் இளவயதுக் கோழைத்தனமானது வயது, படிப்பு மற்றும் அனுபவங்களின் அதிகரிப்பில் மெல்ல மெல்ல மறைந்து அவற்றைச் சவாலுக்கழைக்கும் மனத்திடமாகத் தன்னிடம் வளர்ந்திருக்கிறது என்பதாகத்தான் அதை எடுத்துக்கொள்ள வேண்டுமென்று மறுபுறமும் தனக்குள் சொல்லிக்கொண்டதோடு கார்பாத்தியன் மலைகளிலிருந்து தன் காதலியைத் தேடி லண்டனுக்கு வந்து சேர்ந்தவனுக்கிருந்தவற்றைக் காட்டிலும் அதிகமான நிச்சயமின்மையும் கடினப் பயணமும் மதுரை கல்கத்தா பாதைகளில் தனக்கு இருக்கப்போவதில்லையே என்றும் எண்ணிப் பார்த்து ஆறுதலடைந்து கடைசியில் கல்கத்தாவிற்குப் போய்ப் பார்த்தேவிடுவதென்று முடிவு செய்துவிட்டார். செய்ததும் கல்கத்தாவிலிருக்கும் தன்னுடைய நண்பரொருவரைத் தொலைபேசியில் தொடர்புகொண்டு தான் அங்கே வர விரும்புவதாயும் ஆனால் அதற்கான காரணம் தன்னுடைய குடும்பத்தவரிடம் வெளிப்படையாகச் சொல்லக்கூடியதாக இல்லையாதலால் (என்ன என்பதை அங்கே வந்து சொல்கிறேன், ஒரு சுவாரஸ்யமான மனநோய் நிகழ்வினத்தை உனக்கு அறிமுகப்படுத்தப் போகிறேன்) ஏதோவொரு காரணத்தைக் கண்டுபிடித்து அந்த நண்பரே தன்னைக் கல்கத்தாவிற்கு அழைத்து ஒரு தந்தியைத் தன் முகவரிக்குக் கொடுக்குமாறும் ஏற்பாடு செய்துகொண்டார். குழம்பிப் போன அந்த நண்பர் வேறெதையும் யோசிக்கத் தோன்றாமல் அரங்கநாதன் நம்பி தனக்குச் சொன்னதையே ஒரு காரணமாக முன்னிறுத்தி அவருக்கு ஒரு தந்தியை அனுப்பி வைத்தார் (மிகுந்த ஆர்வத்தை ஏற்படுத்தக்கூடியதும் கவனத்தைக் கோருவதுமாகிய மனநோய் நிகழ்வினமொன்றை நான் சந்தித்திருக்கிறேன், கட்டாயம் அதை நீங்கள் பார்க்க வேண்டுமென்றும் அதைக் கையாளுவதில் எனக்கு உதவ வேண்டுமென்றும் விரும்புகிறேன், உடனே புறப்பட்டுக் கல்கத்தா வரவும், மற்றவை நேரில்). மேற்கொண்டு மருத்துவரின் பலத்த பீடிகையால் தூண்டப்பட்ட ஆர்வத்தில் பேச்சோடு பேச்சாக ஸ்ரீபள்ளி என்கிற இடம் கல்கத்தாவில் எங்கே இருக்கிறது என்று அவர் விசாரித்ததையும் (அது அதிகம் தேடியலையத் தேவையில்லாத அளவிற்குக் கல்கத்தாவின்

பிரசித்தமான பகுதிகளில் ஒன்றுதான் என்று இவர் பதில் சொன்னார்) அங்கே ஒரு தமிழ்க் குடும்பத்தைச் சேர்ந்தவர்களைச் சந்திக்கவேதான் தான் வருவதாயும் அதுவொரு பிராமணக் குடும்பம் என்றும் அந்தக் குடும்பத்தைச் சேர்ந்த ஒரு பெண்ணின் பெயர் பாகீரதி என்றும் திருநெல்வேலிப் பக்கம் காருக்குறிச்சியைப் பூர்வீகமாகக் கொண்டது அது என்றும் அவர் குறிப்பிட்டதையும் மனதில் வாங்கிக்கொண்டு அவர் கல்கத்தா வருவதற்குள் தானே ஸ்ரீபள்ளிக்கு ஒருமுறை சென்று அங்கே ஸ்ரீபள்ளியில் வசிக்கும் மதராஸிகளின் சங்கம் என்கிற அமைப்பு ஒன்று இருப்பதைக் கண்டுபிடித்து அதன் தலைவரை விசாரித்து அதில் அங்கத்தினர்களாகப் பதிவு செய்துகொண்டிருந்த திருநெல்வேலியைச் சேர்ந்த ஏழெட்டுத் தமிழ்க் குடும்பங்களின் விலாசங்களைச் சேகரித்து வைத்து விட்டார். ஆனால் பாகீரதி என்கிற பெயரைக் கொண்ட பெண்ணைப் பற்றிய விபரங்களெதையும் அதிலிருந்து கண்டு பிடிக்க முடியவில்லையாதலால் அத்தோடு தனது தேடும் பணியை நிறுத்திக்கொண்டு மீதத்தை அரங்கநாதன் நம்பியின் முயற்சிகளுக்கு விட்டு வைத்தார். தந்தியைக் கையில் வாங்கிய கையோடு மரகதவல்லியம்மாளிடம் விடைபெற்றுக்கொண்டு கிளம்பி வந்துவிட்ட அவரை மூன்றாம் நாள் காலையில் ஹௌரா புகைவண்டி நிலையத்தில் கையில் தயாராக வைத்திருந்த வடிகட்டப்பட்ட முகவரிகளின் பட்டியலோடுதான் வரவேற்றார். சம்பிரதாயமான நல விசாரிப்புகளுக்கும் காலைச் சிற்றுண்டிக்கும் பிறகு அவர்கள் ஸ்ரீபள்ளிக்குச் சென்றார்கள். மெய்யாகவே நண்பர் பிரமாதமான உதவியைத்தான் செய்திருந்தார். பட்டியலிலிருந்த இரண்டாவது வீட்டில் விசாரித்தபோதே அவர்கள் மூன்று தெரு தள்ளியிருந்த ஒரு வீட்டிலிருக்கும் மதுரையிலிருந்து இடம் பெயர்ந்து வந்த திருநெல்வேலிக் குடும்பமொன்றைப்பற்றி ஏகதேசமாகத் துப்புக் கொடுத்துவிட்டார்கள், என்றாலும் ஓர் உறுதிப்படுத்தலுக்காக விசாரித்த தெருவிற்கும் சுட்டப்பட்ட தெருவிற்கும் இடைப்பட்ட தெருவிலிருந்த இன்னொரு வீட்டையும் பார்த்துவிட்டு நான்காவது வீட்டின் கதவைத் தட்டி எச்சரிக்கையாக, வாசுதேவன் என்று இழுத்துத் தொடர்புள்ளி யிட்டு விசாரித்தபோது கதவைத் திறந்த ஒரு, முப்பதிலிருந்து முப்பத்தைந்து வயதிற்குள் மதிக்கத்தக்க பெண், ஆமாம், யார் நீங்கள் என்று கேட்டுவிட்டாள், அரங்கநாதன் நம்பியால் தன் அதிர்ஷ்டத்தை நம்பவே முடியவில்லை, அந்தக் கணத்தில் பாகீரதியையே சந்தித்துவிட்ட மாதிரியான சந்தோஷம் அவரைத் தாக்கித் திக்குமுக்காடச் செய்துவிட்டது. அதிர்ஷ்டத்தை மட்டுமல்ல, தன்னை அத்தனை பலவீனமானவனாக அவர் அதுவரை நினைத்துப் பார்த்திருக்கவுமில்லை. முப்பதுக்கு

மேற்பட்ட வருடங்களையும் இரண்டாயிரத்திற்கு மேற்பட்ட கல் தொலைவையும் காத்திருந்து கடந்த பிறகு தொலைந்தே போய்விட்டாளென்று முடிவு செய்துவிட்டிருந்த தன் கனவுப் பெண்ணுக்கும் தனக்குமிடையே இப்போது இருப்பது வெறும் நாலு விரற்கட்டைப் பருமனுள்ள ஒரு மரக்கதவு மட்டும்தான் என்கிற நினைப்பில் அவருடைய ஐம்பத்தைந்து வருடப் பழைய இதயம் கட்டுப்பாட்டை இழந்து தாறுமாறாகத் துடிக்கவாரம்பித்துவிட்டது. உடல் நடுக்கத்தையும் நாக்குழறலையும் (என் பெயர் அரங்கநாதன் நம்பி, மதுரையிலிருந்து வருகிறேன், திரு வாசுதேவனைப் பார்க்க வேண்டும்) எதிரே நிற்கும் பேரிளம் மங்கையும் தன் நண்பரும் கண்டுபிடித்துவிடாமலிருக்க வேண்டுமேயென்கிற கவலையில் தன் அசைவுகளையும் பேச்சையும் சாதாரண நிலையில் வைத்திருக்க முயற்சிப்பதாக நினைத்துக்கொண்டு தேவைக்கு மேலான அசைவுகளையும் வார்த்தைகளையும் அவர் பகிரங்கமாகவே வெளிப்படுத்திக்கொண்டிருந்தார்.

ஆனால் அவருடைய சந்தோஷமும் பரவசமும் பதற்றமும் சில நிமிடங்கள்கூட நீடிக்கவில்லை. அவருக்கும் அவர் காண விரும்பிய பெண்ணுக்குமிடையிலிருந்த தொலைவு அத்தனை எளிதாகச் சுருங்கிவிடவுமில்லை. வாசுதேவனைப் பார்க்க வேண்டுமென்று அவர் கூறியதுமே கதவைத் திறந்த பெண்ணின் முகத்திலும் குரலிலும் அலட்சியமும் அசூயையும் தொற்றிக் கொண்டுவிட்டன, அவள் ஒரு வினாடி உள்ளே திரும்பிப் பார்த்துவிட்டு (அங்கே நிழலாடியதை அவள் தன்னிடமிருந்து பார்வையைத் திருப்பிக் கவனித்த அதே கணத்தில் அரங்கநாதன் நம்பியும் கதவிடுக்கின் வழியே கவனிக்கத்தான் செய்தார்) அடிக்குரலில், என்ன விஷயமாக அவரைப் பார்க்க வேண்டும் என்று கேட்டாள். அவருடைய மனைவி விஷயமாக என்று மருத்துவர் இழுத்ததும், மன்னிக்கவும், அவர்களெல்லாம் இங்கே இல்லை, நீங்கள் போகலாம் என்று சொல்லிவிட்டுக் கதவைச் சார்த்துவதற்குத் தயாராகிவிட்டாள். அரங்கநாதன் நம்பி அவசரமாகக் கதவில் ஒரு கையை வைத்து அதைத் தடுத்துக் கொண்டே, நான் அவர்களை அவசியம் பார்க்க வேண்டும். அவர்கள் எங்கே இருக்கிறார்கள் என்றாவது சொல்ல முடியுமா என்று மன்றாடும் குரலில் கேட்டார். யாருக்குத் தெரியும் என்று சொல்லிவிட்டு இரக்கமேயில்லாமல் கதவை மூடியேவிட்டாள் அவள். மூடுமுன் அவளுடைய தொண்டையிலிருந்து ஒரு முணுமுணுப்பாக, தேவடியாள் என்கிற வார்த்தை வெளிப் பட்டதை அவரால் கேட்க முடிந்தது. அவருடைய மனதில் அந்தக் கணத்தில் முதலில் தோன்றிய எண்ணம், கோமகன் ட்ராகுலாவின் இருப்பையும் அவனுடைய நோக்கத்தையும்

அவனுடைய வருகையையும் தீச்சகுனங்கள் தவிர்க்கவியலாமல் அவர்களுக்குத் தெரியப்படுத்தியிருந்தன என்கிற ப்ராம்ஸ்டோக்கரின் வார்த்தைகளாகத்தான் இருந்தன. அவரும் நண்பரும் சில நிமிடங்கள் அந்த வாசலிலேயே நின்றுகொண்டிருந்தார்கள். நடந்ததைக் கண்டு குழம்பிப்போயிருந்த நண்பர் என்ன விஷயம் என்று கேட்டார். சொல்கிறேன், வாருங்கள் போகலாம் என்று சொல்லிவிட்டு அவரைக் கூட்டிக்கொண்டு அரங்கநாதன் நம்பி திரும்பி நடந்தார். ஆனால் வீதிக்கு வந்த பிறகும் ஏதோவொன்று நிகழ்வதற்காகக் காத்திருக்கிறவரைப்போல மகிழ்வுந்தில் ஏறாமல் சாலையின் எதிர்ச்சாரியிலிருந்த ஒரு நடைமேடைக் கடையை நோக்கி நண்பர் பின்தொடர நடந்தார். இரண்டு தேநீருக்குச் சொல்லி விட்டுச் சிறிதுநேரம் அவர்கள் காத்திருந்தார்கள். முதல் தடவை சிவகாசிப் பெண்ணைத் தவறவிட்டுவிட்டபோது உண்டானதை விட இரண்டாம் முறை அதே போன்றதொரு வாய்ப்பு வாயிற்கதவைத் தட்டிவிட்டு அகன்று சென்றுவிட்டபோது உண்டான துயரமும் ஏமாற்றமும் சுயவெறுப்பும் பன்மடங்கு அதிகமாகத்தான் இருந்தது (இந்த முறை அவளைத் தவற விட்டதற்கான முழுப்பொறுப்பையும் அவரேதான் சுமக்க வேண்டியிருந்தது. அவருக்காக அதைச் சுமக்கச் சாம்புவய்யரோ அவருடைய பெற்றோர்களோ அவர் கூட இல்லை). இன்னுமொரு ஜென்மம் காத்திருக்க வேண்டும்போல அவளைச் சந்திப்பதற்கு என்று சுயவெறுப்புடன் முணுமுணுத்துக்கொண்ட அவர் பிறகு ஒரு வழியாக எச்சிலைக் கூட்டி அந்த நினைப்பை விழுங்கிக் கொண்டு நண்பரிடம் அவர் உதவியை நாடிய மரியாதைக்காக மேம்போக்காகச் சில விஷயங்களை மட்டும் சொல்லி வைக்கலாம் (எதற்கும் பின்னால் உபயோகப்படலாம்) என்கிற எண்ணத்துடன் பேச முற்பட்டார். சரியாக அதே சமயத்தில் அவருடைய முதுகிற்குப் பின்னே யாரோ வந்து நிற்பதை நண்பர் சைகையால் சுட்டிக் காட்டினார். மருத்துவர் அதற்காகவே காத்திருந்தவரைப் போல சட்டென்று திரும்பினார் (உண்மையில் அது பாகீரதிதா னென்கிற நிச்சயத்தில் அவருடைய தலைமுதல் கால்வரை நடுங்கக்கூடத் துவங்கிவிட்டது. அந்தப் பெண் பேசிக்கொண்டிருந்த போது உள்ளே நகர்ந்த நிழல் பாகீரதியினுடையதுதானென்று அவருடைய உள்மனம் சொல்லிக்கொண்டேதானிருந்தது). அங்கே நின்றிருந்தது அறுபது வயதிற்குமேல் மதிக்கத்தக்க ஒரு பெண்மணி. மருத்துவர் அவர் கண்களைச் சந்தித்ததும் அவர் மகிழ்ச்சியின் சாயலே அற்ற ஒரு வறண்ட புன்னகையை வெளிப்படுத்தினார். அவர்களிருவரும் கண்களிலிருந்து மறைந்துவிடுமுன் அவர் களைப் பிடித்துவிட வேண்டுமென்பதற்காக வயதிற்கொவ்வாத வேகத்துடன் நடந்து வந்ததால் அவருக்குக் கடுமையாக மூச்சு

வாங்கிக்கொண்டிருந்தது. அரங்கநாதன் நம்பி கேட்காமலேயே அவர் தன்னை வாசுதேவனின் மாமியார் என்றும் தன் பெயர் பூரணி என்றும் அறிமுகப்படுத்திக்கொண்டார். பாகீரதியின் தாயாரா என்று அரங்கநாதன் நம்பி கேட்டார். அந்தப் பெயரை உச்சரிப்பதில் அவருக்குள்ள உவகையை அந்த அம்மணியால் புரிந்துகொள்ள முடியவில்லை. அவர் அந்தக் கேள்வியால் குழம்பிப்போனவராக (வாசுதேவனின் மாமியாரென்று சொன்ன பின் எதற்காகத் தனியாகப் பாகீரதியின் தாயா என்று இன்னொரு கேள்வி) ஆமாம் என்றார். சொல்லுங்கள் என்றார் மருத்துவர். அவருக்குக் கதவைத் திறந்த பெண் பாகீரதியினுடைய தமக்கை யென்றும் மகளையோ மருமகனையோ உள்ளே வைத்துக் கொண்டு வேண்டுமென்றே அவரிடம் அவள் அவர்கள் இல்லை யென்று சொன்னதாக அவர் நினைத்தாரா என்றும் கேட்டார் பூரணியம்மாள். மருத்துவர், இல்லை, ஆனால் அதை அந்தப் பெண் சொன்ன விதம் அப்படி நினைக்கத் தூண்டுவதாகத்தா னிருந்தது, அந்தச் சமயத்தில் உள்ளே இருந்தது நீங்கள்தானா. ஆமாம், அவளும் என் மகள்தான், பாகீரதியினுடைய தமக்கை, அவள் பொய் சொல்லவில்லை, அவர்கள் நிஜமாகவே எங்களுடன் இல்லை, அது மட்டுமல்ல, அவர்கள் எங்கே இருக்கிறார்களென்றே எங்களுக்குத் தெரியவில்லை, எட்டு மாதங்களாகிறது பாகீரதியிடமிருந்து தகவல் வந்து, கடைசியாக வாசுதேவன் வேலை விஷயமாக வந்தேனென்று போன வருடம் செப்டம்பரில் இங்கே வந்துவிட்டுப் போனான், அதுதான் அவனை நான் கடைசியாகப் பார்த்தது, அதற்குப் பிறகு அவர்களிருவரும் என் பேத்தியும் என்ன ஆனார்கள், எங்கே போனார்களென்றே தெரியவில்லை. அந்த அம்மணி பேசி முடிக்குமுன் அவருடைய குரல் உடைந்துவிட்டது. கண்கள் பொங்கிப் பெருகத் துவங்கிவிட்டன. அழாதீர்கள், அவர்களென்ன குழந்தைகளா, காணாமல் போவதற்கு, நீங்கள் அவர்களைக் கண்டுபிடிக்க ஏதேனும் முயற்சி எடுக்கவில்லையா, காவல்துறையை அணுகுவது, செய்தித் தாள்களில் விளம்பரம் கொடுப்பது என்பதுபோல என்று மருத்துவர் கேட்டார். பூரணியம்மாள் தன் கண்களைத் துடைத்துத் தன்னைச் சமாளித்துக்கொண்ட பிறகு, அந்த மாதிரி முயற்சிகளெதையும் நாங்கள் செய்யவே முடியாது, சொல்லப் போனால் என் பெற்ற வயிறுதான் என் கணவரின் செல்ல மகளைத் திரும்பப் பார்க்கவேண்டுமென்று கலங்கித் துடிக்கிறதே தவிர அவள் கண்டுபிடிக்கப்படுவதை என் மற்ற பிள்ளைகள் யாருமே விரும்பவில்லை என்றார், ஏன் என்று அரங்கநாதன் நம்பி கேட்கவில்லை. அவர் நினைவில் பாகீரதியின் தமக்கை தேவடியாள் என்று முணுமுணுத்துக்

கொண்டது பளிச்சிட்டது. ஆனால் அவர் கேள்வியெதையும் கேட்பதற்காகக் காத்திருக்கவில்லை பூரணியம்மாள். யதார்த்த வுலகம் ஒத்துக்கொள்ளும்படியான காரியத்தைச் செய்யவில்லையே அவள் என்றார் தனக்குத் தானே பேசிக் கொள்வதைப்போல. பிறகு, ஆனால் எது எப்படியானாலும் அவள் என் பெண், இவர்கள் யாரும் அவளைத் தேட முயற்சிக்கப் போவதில்லை, எனக்கும் உதவி செய்யும் நபர்களைத் தேடி அலைய முடியாத அளவிற்கு வயதாகிவிட்டது, கடவுளாகப் பார்த்து அனுப்பியதைப் போல வீட்டு வாசலில் நீங்கள் வந்து நின்றீர்கள், தயவுசெய்து உங்கள் முயற்சியைக் கைவிட்டுவிடாமல் என் பெண்ணைத் தேடிக் கண்டுபிடித்துவிடுங்கள், அவள் நன்றாக இருக்கிறாளென்று எனக்கு ஒரு தகவல் தந்தால் போதும், நான் நிம்மதியாகச் சாவேன் என்றார். மீண்டும் அவர் குரல் கட்டிக்கொண்டுவிட்டது. நண்பர் குறுக்கிட்டு, இப்படிச் சற்று இருக்கையில் அமர்ந்து கொள்ளுங்கள் என்றார். இல்லை, அதற்கெல்லாம் அவகாசமில்லை என்றார் பூரணியம்மாள். ஆனால் அவள் நிச்சயமாகப் பைத்தியம் இல்லை அய்யா, ஒரு மருத்துவராக அல்ல, ஒரு நலம் விரும்பியாக அவளைத் தேடிக் கண்டுபிடித்து உதவுங்கள், செய்வீர்களா, இத்தனை தொலைவு அவர்களைத் தேடி வந்திருக்கிறீர்களே. அரங்கநாதன் நம்பி ஆமோதிப்பாகத் தலையாட்டிவிட்டு ஆனால் அவர்களைப்பற்றி ஒரு துப்புக்கூட உங்கள் வீட்டிலிருந்து கிடைக்க வில்லையே அம்மா, மறுபடியும் நான் துவங்கிய புள்ளிக்கே வந்துவிட்டதைப் போலல்லவா இருக்கிறது, திரும்ப எங்கிருந்து துவங்குவது என்று தெரியவில்லையே என்றார். நீங்களாவது ஏதாவது சொன்னால் உதவியாக இருக்கும். பூரணியம்மாள் வாஸ்தவம்தான் என்று முனகிக்கொண்டார். ஆனால் உள்ளே துயரமும் அசூயையும் நம்பிக்கையின்மையும் வெட்கமுமாகப் பெருக்கெடுத்த உணர்ச்சி வெள்ளம் அவரை முழுதாகவோ கோர்வையாகவோ எதையும் சொல்ல அனுமதிக்கவில்லை. நீங்கள் அவனைக் கண்டுபிடியுங்கள் என்றார் திடீரென்று. அவர் முகத்தில் சினம் செம்மையைப் படர்த்திவிட்டிருந்தது. யாரை என்று கேட்டார் அரங்கநாதன் நம்பி. அவனை, அந்த மர்ம மனிதனை, அவன்தான் என்னவோ செய்து என் குழந்தை யைக் கலைத்துவிட்டான். யார், அவன்தான், வாசுதேவன் கூட்டிக்கொண்டு வந்த அந்த இளைஞன், அவனை அழைத்துப் போவதற்காகத்தான் வாசுதேவனே பணி நிமித்தமாக வந்ததாகப் பொய் சொல்லிக்கொண்டு இங்கே வந்தான், அய்யோ, ஆண்டவா, எப்படி இதெல்லாம் சாத்தியம். பிறகு பூரணியம்மாள் தன்னைத் தானே கடிந்துகொள்வதைப்போல இடவலமாகத் தலையை ஆட்டிக்கொண்டே, இல்லை, அப்படியெல்லாம் இருக்காது,

அவன் யாரோ இந்தக் கதைக்குச் சம்பந்தமில்லாத ஒரு பைத்தியம், அவன் பின்னே அவள், அவர்கள், போயிருக்கச் சாத்தியமில்லை, ஈஸ்வரா, என்னவொரு கேவலம். அவர் மீண்டும் அது ஒரு பொது இடம் என்பதைப் பொருட்படுத்தாமல் அழத் தொடங்கி விட்டார். மருத்துவருக்கோ விஷயம் புரிந்தது போலவும் புரியாதது போலவும் இருந்தது. புரிந்த பாதியைத் தொடர்ந்து யோசித்தபோது கோபமும் பொறாமையும் அவரை வலுவாகத் தாக்கின. யார் அவன் என்று மீண்டும் கேட்டார் அவர் பூரணியம்மாளிடம் அப்போதே அவனைத் தேடிக் கொல்வதற்குத் தயாராகிவிட்டவரைப்போல. தெரியவில்லை, பேராச்சாப்பாவி லிருந்து திரும்பி வந்த அன்று மாலையே வாசு அவனைக் கூட்டிக்கொண்டு மதுரைக்குக் கிளம்பிவிட்டான், அவனைப் பற்றிய ஒரு தகவலையும் எங்களிடம் தெரிவிக்கவில்லை, அந்த மனிதனும் கடைசிவரை குனிந்த தலையை நிமிர்த்தவேயில்லை, புத்தி பேதலித்தவனைப்போலத்தான் நடந்துகொண்டான், காற்சட்டை மேற்சட்டையெல்லாம் கந்தல் கந்தலாகக் கிழிந்து தொங்கிக்கொண்டிருந்தது, இங்கே வந்து வாசுதேவன்தான் தன்னுடைய உடுப்புகளைக் கொடுத்து அவனை அணிந்துகொள்ளச் சொன்னான், எங்களெல்லாருக்குமே அவனைப் பார்க்கையில் ஏதோ கெட்டது நடக்கப்போகும் உணர்வு ஏற்பட்டுக் கொண்டேதானிருந்தது, திரும்பத் திரும்ப யார் அவன் என்று கேட்டதற்குப் பிறகு அவன் பெயர் உறங்காப்புலி என்றும் மதுரைக்காரன் என்றும் மட்டும் பெரிய மனது பண்ணி எங்களுக்குத் தெரியப்படுத்தினான், அதுவுமே உண்மையா பொய்யா என்று எங்களுக்குத் தெரியவில்லை, ஏனென்றால் வாசுதேவன் புழக்கடைப் பக்கம் போயிருந்த சமயத்தில் தான் அவனை யாரென்று உசாவியதாயும் அவன் ஜெமினி என்று முணுமுணுத்ததாயும் சங்கரியின் கணவர் என்னிடம் சில நாட்கள் கழித்து, பாகீரதி காணாமல் போன பிறகு, சொன்னார், அதைக் கேட்டுவிட்டு எனக்கு மூச்சே நின்றுவிடும்போலாகி விட்டது, பாகீரதியின் அப்பாவால் அறிமுகப்படுத்தப்பட்ட, ஜெமினி என்கிற ஓர் ஓவியர் வரைந்த சித்திரங்களின்மீது பாகீரதிக்குச் சிறு வயதிலிருந்தே ஒரு பைத்தியம் உண்டு, உண்மையில் என்னதான் நடந்திருக்கும் என்பதை என்னால் கற்பனை செய்து கொள்ளக்கூட முடியவில்லை. பூரணியம்மாள் மேற்கொண்டும் ஏதோ சொல்லிப் புலம்பிக்கொண்டுதானிருந்தாள். ஆனால் ஜெமினி என்கிற பெயரைக் கேட்டதும் தான் கலங்கி விட்டதாக அவர் சொன்னதைப் போலவே உறங்காப்புலி என்கிற பெயரைக் கேட்டதும் அரங்கநாதன் நம்பியும் அதிர்ச்சி யடைந்து அதற்கப்பால் வேறெதையும் கேட்கவியலாதவராகிப்

பலத்த யோசனைகளுக்குள் மூழ்கிப் போனார். அந்தப் பெயர் இப்போதுதான் அவர் பிரக்ஞைக்குள் ஆழமாக வேர் பிடித்தது. வாசுதேவனின் குடுமியை அறுத்துவிட்டு ஓடியவனென்றும் பின்பொருநாள் வாசுதேவன் நிகழ்த்திய சில்லரைச் சாகஸச் செயல்களின் கிரியா ஊக்கியென்றும் மிசாவில் கைதாகித் தேனிச் சிறையிலிருந்து தப்பியோடிவிட்டவனென்றும் புகழேந்தி யால் விவரிக்கப்பட்ட போக்கிரியின் பெயரல்லவா அது. வாசுதேவன் காவல்துறையை நம்பாமல் தானே இன்னொரு முறையும் சாகஸச் செயலில் இறங்கிச் சிறையிலிருந்து தப்பியோடியவனைக் கண்டுபிடித்துவிட்டானா, எதற்காக இத்தனை வன்மம், ஆனால் எதிரே நிற்கும் பெண்மணி சொல் வதைக் கேட்டால் அவன் வன்மத்தினால் அந்தச் சாகஸத்தில் ஈடுபடவில்லைபோல தெரிகிறதே, பின் அந்தப் போக்கிரியை அவன் காவல்துறையிடம் ஒப்படைக்காமலிருக்கக் காரணமென்ன (அவனே தங்களிடம் வந்து அவனை விடுவித்துவிடும்படி கேட்டுக் கொண்டானென்று புகழேந்தி சொல்லவில்லையா), எனில் பாகீரதியின் பக்கத்து வீட்டுப் பெண்ணால் குறிப்பிடப்பட்டதும் அவன்தானா. என்னதான் நடந்திருக்கும் என்று அப்போது அவராலும் பூரணியம்மாளைப் போலவே எள்ளளவைக்கூட ஊகிக்க முடியவில்லை. ஆனால் ஒன்று மட்டும் தெளிவாகத் தெரிந்தது, பாகீரதியைத் தேடும் பாதையில் முன்பு தேவையில்லை என்று ஒதுக்கிய வழித்தடங்களில் மீண்டும் ஒருமுறை நடந்து பார்த்தேயாக வேண்டும், பிரிந்து செல்லும் பாதைகள் என்று நினைத்தவை உண்மையில் பாகீரதியை நோக்கிச் செல்பவைகளே தான், தான் குறி வைக்கும் இலக்கில் அல்ல, மாறாக ஒவ்வொரு பாதையின் முடிவிலும் பாகீரதி தனக்காகக் காத்துக்கொண் டிருக்கிறாள், எண்ணற்ற மார்க்கங்களின் இறுதிப் புள்ளியாக, சுருக்கமாகச் சொல்லவேண்டுமானால் பூர்வ ஜென்மக் காதலியை நோக்கிய தன் தேடும் படலம் வெறுமே அவளைத் தேடுவதாக மட்டும் இருக்கப் போவதில்லை, பாகீரதியைக் காண்பதென்பது அவளைக் காண்பதாக மட்டும் இருக்கப்போவதுமில்லை.

இப்படியாகத்தான், பாகீரதிக்கு வெகு அருகில், அவள் வீட்டு வாயிற்கதவு வரை சென்று அவளைத் தப்ப விட்டு விட்ட குற்றவுணர்வும் அந்தத் தோல்வி எனக்கு விடுத்த அறைகூவலும் இறுதியென்று நான் நினைத்த கல்கத்தா பயணத்தை முடிவிலியான பாதைகளுக்குள் இட்டுச் செல்லும் நுழைவாயிலாக மாற்றிவிட்டுவிட்டது, அதுதான் இத்தனை விஸ்தாரமாகச் சொல்லவும்பட்டது என்று தன் கதையை நம்மிடம் சொல்லி முடித்தார் அரங்கநாதன் நம்பி. அது என் வயதையும் சக்தியையும் சமூக மதிப்பீடுகளின்மீதான பயத்தையும்

குடும்ப உறவுகளின்மீதான தயக்கத்தையும் மீறிய ஒரு தீவிரமான அலைச்சல், எத்தனை தீவிரமாக என்றால் பயணத்தின் போக்கில் ஏதோவொரு புள்ளியில் அது பாகீரதிக்கான தேடல் என்கிற மூல காரணத்திலிருந்தே விடுபட்டு தேசாய் சொன்னதைப்போல என் காலத்துச் சமூக நிகழ்வுகளின் வேர்க் காரணங்களை நோக்கிய அலைச்சலாகத் தன்னிச்சையாகவே திரும்பி விட்டதோ என்று எனக்கே சந்தேகமெழுமளவிற்கு, அந்தத் தீவிரம் யௌவனத்தின் கற்பனைகளால் மட்டுமே சிருஷ்டிக்க இயலுவதான அனாயசமான பொய்களையும் ஆபத்தான கற்பனைகளையும் அற்புதமான நடிப்பாற்றலையும் எனக்குள் ஊற்றெடுக்கச் செய்தது, அதை நான் ரசித்தேன், விடாமல் பற்றிக்கொள்ளவேண்டுமென விரும்பினேன், அதன்மூலம் என்னைப் புதுப்பித்துக்கொண்டேயிருக்கவேண்டுமெனத் தவித்தேன், பாகீரதி என்னுடன் கண்ணாமூச்சி விளையாடிக் கொண்டேயிருந்ததாகத் தோன்றியபோதெல்லாம் அந்த விளையாட்டு முடிந்துவிடக்கூடாதேயென்கிற கவலை என்னை இன்னும் நிலங்களை நோக்கி, மேலும் மனிதர்களை நோக்கி விரட்டிக்கொண்டிருந்தது, ஸ்ரீபள்ளியிலிருந்து மதுரைக்குத் திரும்பிய கையோடு நான் திரும்பவும் பி–4 காவல்நிலையத்திற்குச் சென்று புகழேந்தியைச் சந்தித்தேன், முன்பு கேட்டுக்கொள்ளாமல் விட்டுவிட்டு வந்த உறங்காப்புலி என்கிற இளைஞனைப்பற்றி விசாரித்தேன், சட்டத்தின் பார்வையில் அவனுடைய குற்றப் பின்னணியைப் பற்றிய விபரங்களையும் அவனுடைய குடும்பத்த வரைப் பற்றிய தகவல்களையும் அது எதற்கு உங்களுக்கு என்று வினவிக்கொண்டே புகழேந்தி எனக்குக் கொடுத்தார், அவரே தேனி நக்ஸலைட் நடமாட்டக் கண்காணிப்பு முகாமின் பொறுப்பதிகாரியான மாரநாதனைச் சந்தித்துப் பேசுவதற்குத் (அவசரநிலைப் பிரகடனம் விலக்கிக்கொள்ளப்பட்ட பிறகும் அந்தச் சமயத்தில் அமைக்கப்பட்ட இம்மாதிரியான சிறப்பு முகாம்களைக் கலைப்பதற்கும் அதிகாரிகளைத் திரும்பப் பெறுவதற்கும் மொரார்ஜி அரசு தாமதப்படுத்திக்கொண்டுதானிருந்தது) தன் கைப்பட எழுதிய அறிமுகக் கடிதமொன்றையும் கொடுத்து உதவினார் (தப்பிச் சென்ற கைதி இருக்குமிடத்தை அவர் கண்டு பிடித்துவிட்டாரா அல்லது அதைப் பற்றிய துப்பு எதையும் கையில் வைத்திருக்கிறாரா என்று சம்பிரதாயத்திற்குக்கூட அவர் என்னைக் கேட்காதது, தேனியில் மாரநாதனைச் சந்திக்கும் வரை, எனக்கு ஆச்சரியமான ஒரு புதிராகவே இருந்தது), தேனி செல்வதற்குமுன் நான் சுப்பிரமணியபுரத்திற்குச் சென்று உறங்காப்புலியின் தங்கையைச் சந்தித்தேன், தானும் தன் பெற்றோர்களும் 1976 ஜனவரிக்குப் பின் உறங்காப்புலியைப் பார்க்கவேயில்லையென்று என்னிடம் தெரிவித்த அந்தப் பெண்

(ஆக வாசுதேவன் உறங்காப்புலியை மதுரைக்கு அழைத்துக் கொண்டு வந்த பிறகும் (காவல் துறைக் கண்காணிப்புக் குறித்த பயம் காரணமாகவோ என்னவோ) அவன் தன் வீட்டிற்குத் திரும்பிச் செல்லவேயில்லை) சுருளிநாதனை நான் சந்திப்பதற்கும் ஏற்பாடு செய்து கொடுத்தாள், கல்கத்தாவினருகிலிருக்கும் பேராச்சாப்பா என்கிற கிராமத்தின் அஞ்சலலுவலகத்திலிருந்து உறங்காப்புலி தனக்குத் தொலைபேசியதாகப் பாகீரதி வந்து சொன்ன பிறகுதான் அவன் உயிரோடு இருக்கிறானென்கிற நம்பிக்கையே தங்களுக்கு வந்தது என்று மலர்விழி தெரிவித்ததன் பேரில் நான் மீண்டும் கல்கத்தாவுக்குச் சென்று (இந்த முறை என் நண்பரை உதவிக்கு அழைத்துக்கொள்ளவில்லை, அவருக்கு நான் இரண்டாம் முறையாகவும் அங்கே வந்து திரும்பியதே இன்றுவரை தெரியாது) அங்கிருந்து நேராகப் பேராச்சாப்பா விற்குச் சென்றேன், பேராச்சாப்பா அஞ்சலலுவகச் சிப்பந்தி யிடம் வாசுதேவன் ஏற்கெனவே இங்க்ளய்யாவோடு சேர்த்து உறங்காப்புலியைப்பற்றியும் விசாரித்து அந்தப் பெயரைப் பரிச்சயப்படுத்தி வைத்திருந்தார், இங்க்ளய்யா (அவர் தப்பியோடிய கைதியான உறங்காப்புலியைத் தேடிக் காவல் துறையைத் தவிர மற்றவர்கள் வந்துகொண்டேயிருப்பது குறித்துத் தன் ஆச்சரியத்தையும் அங்கலாய்ப்பையும் வெளிப் படுத்தினார்) உறங்காப்புலியிடம் தான் நடத்திய ஜெமினி குறித்தான விவாதங்களையும் அது மனத்தாங்கலை உருவாக்கிய புள்ளியில் போய் முடிந்ததையும், பேராபுடீமாவைப் பித்யா நதிக்கரையிலிருந்து குடிபெயர்த்து பினித்ராதேவியாகப் பிரதிஷ்டை செய்த நாளில் அவன் நிகழ்த்திய விரும்பத்தகாத நாடகத்தையும் அவனைத் தேடி வந்த வாசுதேவன் என்பவரையும் பற்றி என்னிடம் பகிர்ந்துகொண்டதோடு (திருவாளர் உபேந்திரநாத் தத்தாவின் தொழிற்சாலை வளாகத்தில் நிறுவப் பட்டிருந்த பினித்ராதேவியின் சன்னதிக்குமுன் என்னைக் கொண்டுபோய் நிறுத்தித் தான் செய்தது சரியா தவறா என்று கேட்டார் இங்க்ளய்யா (சோனாபாரியாவில் ஒரு பள்ளிக் கூடமும் கட்டப்பட்டாயிற்றாம்), எனக்குப் பதில் சொல்லத் தெரியவில்லை (மகாத்மாவின் பார்வையில் அதை எப்படிப் பார்க்க வேண்டுமென்பதையும் நான் அப்போது (ஒருவேளை எப்போதைக்குமாகவே) மறந்துவிட்டிருந்தேன்) உறங்காப்புலியைத் தனக்கு அறிமுகப்படுத்தி வைத்தவரும் நவாப்கன்ஜ் தெருவில் குடியிருப்பவரும் தன்னுடைய கட்சித் தோழருமான விபின் பாஸ்வானைப் பற்றியும் விரிவாகச் சொன்னார், நான் கல்கத்தாவில் வண்டியேறுமுன் விபின் பாஸ்வானைச் சந்தித்தேன், அவருடைய பக்கத்து வீட்டுப் பையன் ஒருவனுடைய உதவியுடன்

அவரிடம் உறங்காப்புலியைப் பற்றிச் சில தகவல்களைப் பெற முடிந்தது, அதைவிட முக்கியமாக இந்தக் கதையின் ஆதார உந்துவிசையான ஜெமினி என்கிற அந்த இறந்துபோன சைத்ரீகருடைய குடும்பத்தைப் பற்றிய விபரங்களை, திருமணமான ஒரு பெண்ணை உயிருக்குயிராய் நேசித்துக்கொண்டிருந்த தன் அண்ணனின் பரிதாபத்திற்குரிய காதல் கதையோடு அதற்காக அவன் மேற்கொண்ட முயற்சிகளையும் பயணங்களையும் பற்றி மலர்விழியும் ஏற்கெனவே எனக்குச் விலாவாரியாகச் சொல்லியிருந்ததால் கல்கத்தாவிலிருந்து திரும்பிய சில நாட்களுக்குப் பிறகு ஒசூர்வரை ஒரு பயணத்தை மேற்கொள்வதும் சில தனித்துவமான அனுபவங்களைத் தரக்கூடுமென்று எனக்குத் தோன்றியது, அது தவறாக இருக்கவில்லை, ஒசூரிலிருந்து ஜெமினியைப் பற்றிய அவர்களுடைய குடும்பத்தவரின் (சவிதாதேவி அதிகமாகப் பேசவில்லை, மகாவதன் மட்டுமே பேசினான், அவனையும் உறங்காப்புலி வந்துவிட்டுப் போனதற்குப் பிறகான சில மாதங்களில் அடிக்கடி அழைத்துத் தொந்தரவு செய்திருந்ததால் அவனும்கூட என்னிடம் பயந்து கொண்டேதான் பேசினான், அந்த பயமே அவனளித்த தகவல்களின்மேல் ஒரு மர்மத் தன்மையைப் பிடிவாதமாகப் படர்த்தியிருந்தது) பார்வையை என்னால் தெரிந்துகொள்ள முடிந்தது (அது விபின் பாஸ்வானுடைய விவரணைக்கு முற்றிலும் நேர்மாறாக இருந்தது), மகாவதன் தன் தந்தையைப்பற்றியும் தங்களைப்பற்றியும் உறங்காப்புலி மெட்ராஸிலிருக்கும் ஓவியர் ஆதிமூலத்திடமிருந்து தெரிந்துகொண்டு வந்தானென்று சொன்ன பிறகு அந்த ஓவியரை மட்டுமல்லாது என் தேடலின் துவக்கத்திலேயே என் கவனத்திற்குக் கொண்டுவரப்பட்டிருந்த, வாசுதேவனின் நண்பரும் மதுரை நூற்பாலை வேலையை ராஜிநாமா செய்துவிட்டு ஜியாஃரே பாவாவின் உதவியாளராக மெட்ராஸுக்குப் போய்க் குடியமர்ந்துவிட்டிருந்தவருமான ஷ்ராஃபைச் சந்திப்பதற்காகவும் நான் மெட்ராஸுக்கும் போய்விட்டுத் திரும்பினேன், ஷ்ராஃப்தான் தற்போது கொச்சியிலிருக்கும் வாசுதேவனுடைய பெற்றோர்களைப்பற்றிய விபரங்களைக் கொடுத்துதவினார் (அவர்களுக்குத் தன் மகனுடைய குடும்பம் மதுரையிலிருந்த திடீரென்று காணாமல்போய்விட்டதென்கிற விபரம்கூடத் தெரிந்திருக்கவில்லை), வளர்த்துவானேன், ஒன்றைத் தொட்டு ஒன்று, அதைத் தொட்டு இன்னொன்று என்று வளர்ந்துகொண்டேயிருந்த அந்தப் பாதையின் வசீகரமும் அடுத்து எங்கே யாரிடம் என்னைக் கொண்டு செல்லவிருக்கிறதென்பதை அறிந்துகொள்ள அனுமதிக்காத அதன் மர்மத் தன்மையும் காலங்கடந்து ஒரு காதலனாக இருக்க

விரும்பிய எனக்குப் பிடிவாதமாக முன்னேறிச் செல்லும் வெறியைக் கொடுத்துக்கொண்டேயிருந்தன, ஓய்ந்துவிட்ட போராட்டக்காரர்கள், பழைய காதலர்கள், வேசிகள், ரசிகர் மன்ற உறுப்பினர்கள், ஓவியர்கள், புத்தி சுவாதீனமற்ற விதவைகள், அவர்களுடைய மகன்கள், திருவனந்தபுரம், கொச்சி, நன்மைதருவார் கோவில் தெரு, மதுரை புகைவண்டி நிலையம், ராஜா மில் சாலை, எங்கேயும் பாகீரதி இல்லை (அல்லது எல்லாயிடங்களிலும் எல்லா மனிதர்களிலும் அவள் மறைந்திருந்தாள்), அவளை இன்றுவரை என்னால் கண்டுபிடிக்கவும் முடியவில்லை, ஆனால் அதற்கான அந்த விரட்டலும் அலைச்சலும் மெதுமெதுவாக என்னை என் அச்சங்களிலிருந்து வெளியே இழுத்துவரும் மருந்தாக மாறிக் கொண்டிருந்தன என்பது உண்மை, ஒரு தனி மனிதனின் விருப்பமாகத் தொடங்கிய என் தேடல் மெல்ல மெல்லப் பொதுவெளியில் பகிர்ந்துகொள்ளத்தக்க ஒரு கதையாக மாறிக்கொண்டிருந்தது, குற்றவுணர்வும் தாழ்வுணர்ச்சியும் வெட்கமும் நிரம்பிய அந்த என் காதல் கதை நான் அதுவரைச் சந்தித்திராத, சுதந்திரத்திற்குப் பின்னான மனிதர்கள் எனக்குச் சொன்ன ஒரு பெரும் புதினத்தின் கிளைக் கதையாகச் சிறுத்துப் போனபோது என் போதையும் முப்பது வருடத் துயரமும் சிறிது சிறிதாக என்னைவிட்டு நீங்கும் பேருணர்வை நான் அடைந்தேன், என்முன் பாதைகளும் ஆச்சரியங்களும் கதைகளும் இன்னமும் தங்களை விரித்தபடியேயிருக்கின்றன, எந்தக் கணமும் எந்த மனிதனும் என் பாதையில் பாகீரதியின் பெயரைச் சொல்லிக்கொண்டு தென்படுகிறான், புதிய கதையொன்றைச் சொல்லத் தொடங்குகிறான், இன்னும் ஆழமாகக் காலத்திற்குள் என்னை இழுத்துச் செல்கிறான்.

அரங்கநாதன் நம்பியின் கதையை ஒரு புதினமாகச் சொல்லும் உத்தேசத்துடன் அவர் சொல்வதைக் கேட்டுக்கொண்டிருந்த நமக்கு அவர் உணர்ச்சிகரமாகப் பேசி முடித்தபோது தவிர்க்க வியலாமல் சிரிப்புத்தான் வந்தது. மனநோயாளி மனநோயாளி என்று இந்தக் கதை முழுவதும் யார் யாரோ எந்தெந்தச் சந்தர்ப்பத்திலோ ஏதோவொரு விதத்தில் நேரடியாகவோ மறைமுகமாகவோ சுட்டப்பட்டுக்கொண்டேயிருக்கிறார்கள், ஆனால் நமக்கென்னவோ இந்தக் கதையே ஒரு மனநோயாளியின் கற்பனையில் உருவான கதைபோலத்தான் படுகிறது என்றோம் நாம். இப்படிச் சொல்வதற்காக மன்னித்துக்கொள்ளுங்கள், ஆனால் நீங்களே ஒரு விசித்திரமான மனநோயால் ஆட்கொள்ளப்பட் டிருக்கிறீர்களென்பதை உங்களால் உணர முடியவில்லையா.

பா. வெங்கடேசன்

ஆனால் மருத்துவரும் பதிலுக்கு நம்மைப் பார்த்துச் சிரிக்கத்தான் செய்தார், உணராமலென்ன, ஆனால் ஒரு பிரமை நிஜமாக மாறி ஒருவனைப் பீடித்துக்கொள்வதற்குப் பிரதானமாக அந்தப் பிரமை தன்னுள் இருக்கிறது என்கிற பிரக்ஞை அவனிடம் இல்லாதிருக்க வேண்டும், முப்பது வருடங்களுக்குமுன் எனக்காக என் வீட்டு வாயிலுக்கு வந்து காத்திருந்து அவமானப்பட்டுத் திரும்பிய பேரழகியை ஒருவேளை அப்போது பிறந்தேகூடயிராத இன்னொரு அழகி என்முன் பிரசன்னப்படுத்தும்போது நான் தர்க்கங்களை மறந்துவிட்டு அதைத் தரிசிக்கிறேன், அதை நம்புகிறேன், விஞ்ஞானத்திற்கு வெளியே நடக்கும் எத்தனையோ அதிசயங்களில் ஒன்றாக அதை உள்வாங்கிக் கொள்கிறேன் (நான் இறந்துபோன முன்னோர்களைப் பறவைகளிடம் காணும் மனிதர்களின் இனத்தைச் சேர்ந்தவனில்லையா, தன் கணவனின் பெயரைக்கொண்ட பேரனைப் பெயர் சொல்லி அழைக்க மறுக்கும் பெண்களின், காவிரிக் கரையில் செத்துப் போனவர்களின் ஆன்மாவைக் கங்கையில் கண்டெடுக்கும் தலைமுறைகளின் சந்ததியில்லையா) நான் அதைச் செய்கிறே னென்கிற பிரக்ஞை எனக்குப் பூரணமாக இருக்கிறது, நான் ஒரு ட்ராகுலாவாக மாறுவதன் மூலம் நோயாளியாக மாறுவதிலிருந்து தப்பித்துக்கொள்கிறேன், இது என்னுடைய தேர்வுதான். ட்ராகுலாவால் காலங்களைக் கடக்க முடிகிறது, அவனுடைய காதலி கற்பனையல்ல, நிஜம், இல்லையா, ப்ராம் ஸ்டோக்கரின் கதை விதிப்படி கல்லறையிலிருந்து எழுந்து செயல்படத் துவங்கும்போதுதானே நித்தியத்துவம் என்னும் சாபம் மரணம் என்னும் அமைதியை நோக்கிப் பயணிக்கவாரம்பிக்கிறது, எனக்குப் பாகீரதி என்பது இந்த வயதிற்குப் பிறகு என் இருப்பை நிச்சயப்படுத்தும் அலைச்சல்களுக்கான சக்தியையும் காரணங்களையும் தேவையையும் வேட்கையையும் என் மரணத்திற்கு அர்த்தத்தையும் அமரத்துவத்தையும் தந்து கொண்டிருக்கும், தரவிருக்கும், ஓர் இலட்சியம், உருவமற்ற ஒரு பெயர், முப்பது வருடங்களுக்குமுன் எனக்காகக் காத்திருந்த பெண்ணை அது மிக எளிதாக என்னைக் காக்க வைக்கும் பெண்ணாக மாற்றிவிட வல்லது, நான் உங்களுக்குச் சொல்லும் கதையைச் சாம்புவய்யர் எனக்குச் சொன்ன கதையாக அது ஆக்கிவிடும், சாம்புவய்யரோ தன் கதையின் பாதி வழியிலேயே பூச்சிகளைத் தின்னும் ரென்ஃபீல்டாக மாறிவிடுவார், ட்ராகுலா மினா மர்ரேயைத் தேடிச் செல்லச் செல்ல பாத்திரங்கள் தோன்றிக்கொண்டேயிருக்கிறார்கள், லூசி வெஸென்ட்ரா, மருத்துவர் சேவார்ட், ஆர்தர் ஹோம்வுட், வான் ஹெல்சிங், பெயர் பெயர்களை உற்பத்தி செய்துகொண்டேயிருக்கிறது, அதுதான்

அதன் மாயாஜாலம், வித்தைக்காரனின் தொப்பியிலிருந்து வெளிவரும் எதுவும் உண்மையில்லை, அவை ஏதேதோ எண்ணங்களின், நோக்கங்களின், ஆரூடங்களின், திட்டங்களின், சித்திரவதைகளின் உருவகங்கள், பாகீரதி என்கிற அந்தப் பெயருக்குக் கால இட அடையாளம் எதுவும் கிடையாது, அது வெறும் சொல், சீஸேமைத் திறக்க வைக்கும் ஒரு கடவுச் சொல், நான் சில வேளைகளில் நினைத்துக்கொள்வதுண்டு, நனவிலியில் ஏற்கெனவே பாகீரதியைக் கண்டுபிடிக்கும் வழி எனக்குத் தெரிந்துதானிருக்கிறது, நான் அதை மட்டும் விட்டு விட்டு, தேடுதலின் சுகத்திற்காக, அது உவந்தளிக்கும் எதிர்பாராத சந்தோஷங்களுக்காக, முன்முடிவுகளை மாற்றியமைக்கும் கண்டுபிடிப்புகளுக்காக மாற்றுப் பாதைகளையே வலிந்து தேர்ந்தெடுத்து முடிவிலியாகச் சுற்றிச்சுற்றி வந்துகொண்டிருக்கிறேன் என்று. முடிவிலியான ஒரு கதை உங்களுக்கு வேண்டுமானால் சுவாரஸ்யம் தருவதாக இருக்கலாம், ஆனால் பாகீரதியும் அவளுடைய கணவனும் காதலனும் பெண்ணும் என்ன ஆனார்களென்பதைக் கண்டுபிடிக்காமல் இந்தக் கதையை எப்படி முடித்துப் புதினமாக்க முடியும். கதை முடிந்தது என்று நான் சொல்லவில்லையே, இப்போதைக்கு இதை இங்கே முடித்துக்கொள்ளுங்கள் என்றுதான் சொல்கிறேன், அலைச்சல் இன்னும் மீதமிருக்கிறது, கதைகளும் கதை சொல்லும் மனிதர்களும் அவர்கள் வாழும் நிலங்களும் ஏராளமாக இருக்கின்றன, அவற்றையும் அவற்றின் முடிவையும் இன்னொரு புதினத்திற்காக, அல்லது இந்தப் புதினத்தின் இரண்டாம் பாகத்திற்காக ஒதுக்கி வையுங்களேன் என்றார் மருத்துவர் லேசாகச் சிரித்துக் கொண்டே. அவருடைய பற்களிடையே ஓசையின்றி கசிந்த அந்தச் சிரிப்பு நம் உடலை ஒரு பாம்பின் தீண்டலைப்போல சிலீரென்று தாக்கியது. பார்க்கலாம் என்று சொல்லிக்கொண்டே சட்டென்று நாம் எழுந்துவிட்டோம். அரங்கநாதன் நம்பியும் எழுந்து நம்மை வழியனுப்புவதற்காக வாசல்வரை வந்தார். வாயிற்கதவைத் தாண்டிப் படிகளை நெருங்குகையில் நாம் அவரைப் பார்த்து, ஆனால் மனதை உறுத்திக்கொண்டேயிருக்கும் இன்னொரு விஷயத்தையும் சொல்லித்தானாக வேண்டும், வயது போன காலத்தின் காதல், அதிலும் தகாத காதல் என்னும் வெட்கக்கேடான விஷயத்தை மறைப்பதற்கும் நியாயப் படுத்துவதற்கும்தான் நீங்கள் சிறு வயதில் பார்க்கத் தவறிய பெண்ணையும் ப்ராம் ஸ்டோக்கரின் கதாநாயகனையும் துணைக்கழைத்துக்கொள்கிறீர்கள் என்னும் சந்தேகமும் நமக்கு இருக்கத்தான் செய்கிறது என்றோம். ஏனென்றால் நாமும் ட்ராகுலாவைப் படித்தும் திரைப்படங்களில் பார்த்துமிருக்கிறோம்,

நீங்கள் வர்ணித்ததைப்போல அது ஒரு காதல் கதையில்லை, வெறும் பேய்க் கதைதான். அப்படியா சொல்கிறீர்கள் என்று மறுபடியும் சிரித்தார் அரங்கநாதன் நம்பி. எனில் இதற்குப் பதில் சொல்லுங்கள், ட்ரான்ஸில்வேனியாவிலிருந்து லண்டன் நகரத்திற்கு வழியிலிருக்கும் எத்தனையோ மனிதர்களை விட்டுவிட்டு எதற்காக அந்தப் பிண மனிதன் மழையிலும் புயலிலும் சவப்பெட்டியைத் தூக்கிக்கொண்டு பயணம் செய்து அவஸ்தைப்பட வேண்டும். நல்ல கேள்விதான். எதற்காக ப்ராம் ஸ்டோக்கர் தன் கதாநாயகனை அப்படி அலைக்கழித்திருக்க வேண்டும். எதற்காக என்பதை அவர் நமக்குக் காட்டாது கதைக்குள் மறைத்துப் புதைத்துவிட்ட சாட்சியை வரிகளுக்கு நடுவே தேடிக் கண்டுபிடித்து நாமாகவேதான் தெரிந்துகொள்ளவேண்டும், அப்போதுதான் கோமகன் ட்ராகுலாவை ஒரு காதலனாக உங்களால் அடையாளம் கண்டுகொள்ள முடியும், நீங்களோ எல்லோரையும் போலவே ப்ராம் ஸ்டோக்கர் வாசகர்களின் கண்முன் வைத்த தூல சாட்சிகளின் பார்வையிலிருந்துதான் அந்த மத்திய காலச் சாத்தானைப் பார்க்க எத்தனிக்கிறீர்கள். அது என்ன ப்ராம் ஸ்டோக்கர் மறைத்துவிட்ட சாட்சி. ட்ராகுலாவின் நாட்குறிப்புகள்தான், வேறென்ன, ட்ராகுலா கதை முழுவதும் கதாபாத்திரங்களின் நாட்குறிப்புகள், விளம்பரங்கள், கடிதங்கள் ஆகியவற்றால் கட்டப்பட்டது என்பது உங்களுக்குத் தெரியும்தானே, எனில் அது ட்ராகுலாவின் நாட்குறிப்பையும் தானே வெளிப்படுத்தியிருக்க வேண்டும், இத்தனைக்கும் மிகப் பழைய மனிதனான அவன் இந்தக் காலத்தின் வீட்டுமனைப் பத்திரங்களையும் துறைமுகங்களில் சரக்குகளை ஏற்றிச் செல்லும் வணிக ஒப்பந்தங்களையும் வாசித்துப் பார்த்துக் கையெழுத்திடு மளவிற்குத் தன் எழுத்தறிவையும் கல்லறைகளுக்குள் புத்தகங்களை அடுக்கி வைக்குமளவிற்குப் படிப்பறிவையும் வளர்த்துக்கொண்டே யிருக்கும் நவீன மனிதனாகத்தானே கதையில் உலாவுகிறான், பின் ஏன் அவனுடைய நாட்குறிப்புகள் மட்டும் கதையில் சொல்லப்படவேயில்லை, அதை இரக்கத்துடன் சற்று யோசித்துப் பாருங்கள், அது காதல் கதையா இல்லையா என்பது தெரிய வரும், என்னைக் கேட்டால் நான் பாகீரதியைத் தேடியலைந்த இந்தக் கதைக்கேகூட ட்ராகுலாவின் நாட்குறிப்புகள் என்று தலைப்பு வைக்கச் சொல்லி சிபாரிசு செய்வேன், வைப்பீர்களா. பார்க்கலாம் என்று மறுபடியும் சொல்லிக்கொண்டே நாம் படிகளில் இறங்கவாரம்பித்தோம். தர்க்க ரீதியாகச் சில விஷயங்களை மறுக்க முடியாது, அதே சமயத்தில் மனம் அதை ஒத்துக்கொள்ளவும் செய்யாது. வாசலை அடைந்து சாலையில் கால் வைத்தபின் இறுதி விடை பெற்றுக்கொள்வதற்காக நாம்

அரங்கநாதன் நம்பியை நோக்கித் திரும்பியபோது அதை எதிர்பார்க்காதவரைப்போலவும் இந்தத் தீச்செயல்களின் கதையைச் சொல்வதிலிருந்து இனி நம்மால் தப்பிக்க முடியாது என்பதைத் தெரிந்தே வைத்திருப்பவர் போலவும் அவர் தன் உதட்டில் உறைந்துபோயிருந்த புன்னகையுடன் ஏற்கெனவே தன் வீட்டின் கதவைச் சார்த்திக்கொள்ளத் துவங்கிவிட்டிருந்தார். செங்குத்தாக நிறுத்திவைக்கப்பட்ட சவப்பெட்டிக்குள் தன்னைச் சாய்த்துக்கொண்டு அதன் மூடியைத் தன்மேல் இழுத்துவிட்டுக் கொள்வதைப்போல இருந்தது அந்தக் காட்சி.

ஒசூர்
31.12.2014
காலை 07:44

பின்னிணைப்பு

பேராபுடீமாவின் பூர்வகதை

ஒரு காலத்தில் கூக் வனக்குடிக்கு ஒரு புலியின் அட்டகாசத்தால் அடிக்கடி தொந்தரவு ஏற்பட்டுக்கொண்டிருந்தது. அது பெரிய, பசித்த புலி. மிருகங்கள் குடிக்குள் நுழைவது எப்போதும் நடக்கும் வழக்கமில்லை. அவை மனிதர்களைக் கண்டால் அஞ்சுவதும் விலகிச் சென்றுவிடுவதுமான பழக்கத்தையே கைக்கொண்டிருப்பவை. இது எப்படியோ நரமாமிசத்தின் ருசியைக் கண்டு விட்டிருந்தது. திடீர்திடீரென்று குடிக்குள் ஊடுருவுவதும் மனிதர்களை அடித்துக் கவ்விக் கொண்டு சென்றுவிடுவதுமாக இருந்தது. மேலும் அந்தக் காலம் வனத்திற்கு வேட்டையாட வந்த இடத்தில் தகப்பனுடைய நோய்க்காக அதே இடத்திற்குக் கற்றாழைப் பால் கீறவந்த தன்னைக் கண்டு காமப் பித்தம் தலைக்கேறித் துரத்தத் தொடங்கிய மள்ளர் ராஜாவின் வேகத்திற்கு ஈடுகொடுக்க முடியாமல் பயந்துபோய் 'தெக்கூ' என்கிற பெயருடைய ஒரு கூக் இனத்துக் கன்னிப் பெண் கற்றாழை கீறும் கத்தியால் தன் கழுத்தை அறுத்து மாய்த்துக்கொண்ட காலத்திற்குச் சமீபத்திலும் உடல் விழையும் அவசங்களையும் உடலுக்கான தேவையையும் அனுபவித்துத் தீர்க்கும் முன்பே மாண்டுபோய் அதைத் துறந்துவிட்டதால் மீதி ஆயுளை அவ்வப்போது கிடைக்கும் உடல்களுக்குள் புகுத்தி அவற்றின் மூலமாக வாழ்ந்து தீர்த்துவிட்டுப் போகவேண்டிய நிர்பந்தத்தில் அந்தப் பெண் இருந்த அதே காலத்திலும் இருந்தது.

அவள் அப்போது இன்னும் பேராபுடீமாவாக அறியப்படவில்லை. கூக்குகளிடையே தன்னுடைய பெயருக்கேற்றாற்போல ஒரு பொன்வண்டாய் (கூக் மொழியில் தெக்கூ என்றால் நிறங்களைச் சிருஷ்டிக்கும் வஸ்து என்று பொருள்) ஆண்கள் அறிந்தேயிராத அபூர்வமான வண்ணங்களை வாரியிறைக்கும் ஒளியைச் சிந்தியபடியே வளைய வந்துகொண்டிருந்த அவர்களுடைய செல்லப் பெண்ணாயும் (உயிருடன்) இல்லை. அநூபா என்னும் அரக்கியின் தோழியாய் அவளுடைய உயிருடன் கலந்துவிட்ட பெரியவளாயும் அவள் இன்னும் ஆகவில்லை. சொல்லப்போனால் அவளுக்கு அப்போது பெயரே கிடையாது. உடலைவிட்டு வெளிக்கிளம்பிய அவளுடைய உயிர் இன்னும் மூதாதைகளின் ஊரைப் போய் அடையவில்லையென்பதே அவளை மண்ணில் புதைத்து வாட்ஜியிடம் ஒப்படைத்துவிட்டோமென்கிற திருப்தியுடன் குடில்களுக்குத் திரும்பிவிட்ட கூக்குகளுக்குத் தெரியாது. தன்னை வெளிப்படுத்திக்கொள்ளவியலாத, திடவுருவும் குரலுமற்ற தெக்கூவின் உயிர் காற்றாய்க் காட்டினுள் அலைந்துகொண்டிருக்கும் அவலத்தை ஏற்கெனவே ஒரு போக்கிரியாயும் கடல்முகத்திலிருந்து நதிகளின் வழியே அவற்றின் திசைக்கு எதிர்த்திசையில் தோணிகளை ஓட்டிக்கொண்டு உள்ளே நுழையும் நெடுந்தூரத்துக் கள்வர்களுக்கு வனத்திற்கு வெளியேயிருந்த சாம்ராஜ்ஜியங்களை நோக்கிக் கைகாட்டிவிட்டுப் படையல்களும் மதுவும் பெற்று உண்ணும் திருட்டுச் சிறுக்கியாயும் அறியப்பட்டிருந்த அநூபா மட்டும்தான் அறிந்து வைத்திருந்தாள்.

அன்றன்றைக்கான உடல்களைத் தேடித் தெக்கூவின் உயிர் மரங்களினிடையே இங்குமங்குமாகக் குறுகுறுவென்று அலைந்து கொண்டிருக்கும் காட்சி அநூபாவினுள் பரிதாபத்தைவிட ஆர்வத்தையே அதிகம் கிளர்த்துவதாக இருந்தது. தெக்கூவின் ஆன்மா இன்னும் தூல ரூபமான உடலின் இயல்புகளை விட்டுவிட்டுக் காற்று ரூபமான உயிரின் சுதந்திரத்தை அறிந்து கொள்ளப் பழகியிருக்கவில்லை. மனிதர்கள் அவளை மறந்து விட்டாலும் அவள் இன்னும் பழைய தெக்கூவாகவே, போன ஜென்மத்தினுடைய கடைசி நாள் நினைவுகளோடேயே, அந்த நாளின் பதறித் துடிக்கும் ஓட்டம் தன் சாவுடன் நின்றுவிட்டது என்கிற பிரக்ஞை இல்லாதவளாகவே வனத்தினுள் பதைபதைத்துத் திரிந்துகொண்டிருந்தாள். எதைக் கண்டாலும் பயம். எதைக் கண்டாலும் சந்தேகம். ஒரு மலர் கீழே உதிரும் ஒலிகூட அவளைத் திடுக்கிட்டுத் திரும்பிப் பார்க்கச் செய்துகொண்டிருந்தது. அவள் தொங்கிக்கொண்டிருக்கும் கிளை ஓர் அணிலின் பளுவில் சிற்றதிர்வு கொண்டாலும் மள்ளரினத்துக் காமுகன் தனக்கு

மிக அருகே வந்து தன்னைக் கண்டுபிடித்துக் கரங்களைப் பின்புறமிருந்து முறுக்கிச் சிறைப்படுத்துவதாய் உணர்ந்து ஓவென்று அழத் தொடங்கிவிடுவாள். தானொரு பூர்வ ஜென்மத்தில் துரத்தப்பட்ட உடல் என்கிற நினைவு கண்ணில் காணும் அத்தனை உடல்களையும் அப்படியாகவே காணும்படி அவளை ஆக்கிவைத்திருந்தது. ஒவ்வொரு உடலும் தன்னைக் கபளீகரம் செய்வதற்காகத் துரத்தும், தன்னைவிடப் பலம் வாய்ந்த இன்னொரு உடலுக்கு அஞ்சி எங்கேயோ ஓடிக்கொண்டேயிருக்கிறது என்று அவள் நினைத்தாள். எனவே ஓய்வை நாடி ஓர் உடலைக்கூடத் தேர்ந்தெடுத்துக்கொள்ள முடியாத சலிப்பும் களைப்பும் அவளை வெகுவாக ஆட்கொண்டிருந்தது. உறக்கத்திற்காகவே கும்பகர்ணனுக்குத் தங்கை என்று கூக்குகளிடையே பிரசித்தி பெற்றிருந்த அவளால் ஒரு வினாடிகூட நிம்மதியாகக் கண்ணை மூடித் தலையைச் சாய்க்க முடியவில்லை.

நிற்காமல் சலனமுறும் காற்றாகவே எத்தனை காலம்தான் திரிந்துகொண்டேயிருக்க முடியும். அவள் தவித்தாள். எந்நேரமும் அழுதுகொண்டேயிருந்தாள். மள்ளரினக் காமுகன் தன் உடலைச் சீரழிக்கத் துரத்தினானென்பதைவிட அவனால்தான் உயிருக்குயிராய் நேசித்த உறக்கத்தை இழந்துவிட்டோமென்பதுதான் கோபமும் ஆங்காரமுமாகத் தெக்கூவின் ஆன்மாவைக் கிளர்த்தி விட்டுக்கொண்டிருந்தது. தூக்கம் ஓர் உடலுக்கு இயற்கை என்று அதை இயல்பாயும் பீற்றிக்கொள்ளப் பயன்படும் சாதனையாயும் பார்த்துக்கொண்டிருந்த அவள் அது அறவே தன்னைக் கைவிட்டுவிட்டதாக உணர்ந்த கணத்தில்தான் தூக்கத்தின் வழியே தான் விழித்திருந்த பொழுதுகளைக் கடந்து வந்துகொண்டிருந்தோமென்பதைக் கண்டுகொண்டாள். வாட்ஜியிடம் அவளுடைய வேண்டுதலெல்லாம் ஒரே ஒரு நாழிகைப் பொழுதேனும் தன்னைத் தூக்கத்தினுள் அமிழ்த்தி அச்சங்களையும் சந்தேகங்களையும் துறந்த கனவுலகில் மிதக்கச் செய்யவேண்டுமென்பதாகத்தானிருந்தது. அநூபாவிற்கு அவளைப் பார்க்கப் பாவமாகவும் இருந்தது. அவளிடமிருந்து கன்னிமையின் வெகுளித்தனம் இன்னும் நீங்கவில்லை. அவள் ஒரு குழந்தையாகவேதானிருந்தாள் (அப்போது மட்டுமல்ல, எப்போதுமே பேராபுடீமா அநூபாவின் கண்களுக்கு ஒரு குழந்தையாகவேதான் தெரிந்துகொண்டிருந்தாள். அதை அழுத்திச் சொல்லும் விதமாகத்தான் தன் குழந்தையைத் தன் தகப்பனென்றும் தன் தாயென்றும் மனிதர்கள் கூப்பிட்டுச் சந்தோஷப்பட்டுக்கொள்வதைப்போல அவளைப் பெரியவள் என்று கூப்பிட்டுக் கொஞ்சும் பழக்கம் அநூபாவிற்கும்

அவளிடமிருந்து பிறகு மற்றவர்களுக்கும் வந்தது). உடல்களின் உலகைப்போல உயிர்களின் உலகில் அஞ்சுவதற்கான அம்சம் எதுவும் கிடையாது என்றும் சிறப்பாக இங்கே மனிதர்களின் உலகிலிருப்பதைப்போல துரத்துபவர் ஓடுபவர் என்கிற பிரிவெல்லாம் கிடையாது என்றும் எந்தக் கிளையில் தங்கியும் எந்த உடலுக்குள் உறங்கியும் அவள் தன்னை இளைப்பாற்றிக் கொள்ளலாமென்றும் அநூபா அவளுக்குச் சொல்லத்தான் நினைத்தாள். ஆனால் ஒரு பறக்கும் வண்ணத்துப்பூச்சியைப்போல உலகின் மிக அழகான நடுக்கத்தைத் தன் அரூப இருப்பு முழுவதிலும் ஏற்றுக்கொண்டிருந்த அவளை (அந்த வசீகரமான அப்பாவித்தனமல்லவா ஒரு மனித மிருகம் மரணம்வரை அவளைத் துரத்தி வருவதற்கும் பின்னாளில் அவளுக்குத் துணையாகப் பேராச்சாப்பாவிற்குப் போகச் சம்மதமா என்று வாட்ஜி கேட்டபோது அநூபா ஒத்துக்கொண்டதற்கும் காரணமாய் அமைந்தது) அருகே அழைத்து உட்கார வைத்துத் தலையைத் தடவிக்கொடுத்து எத்தனை முறை திரும்பத்திரும்பச் சொன்னபோதும் அவளிலிருந்த பயத்தையும் பழைய நினைவு களையும் அநூபாவால் வெளியேற்றவே முடியவில்லை.

தெக்கூ முதலில் அநூபாவைப் பார்த்தே அதிகமாகப் பயந்து போயிருந்தாள். அவள் தன்மேல் வாஞ்சையும் அக்கறை யும் கொண்டிருந்தாளென்பதைத் தெரிந்துகொள்ளவே அவளுக்கு நெடுநேரம் பிடித்தது. கடைசியில் ஒரு வழியாய்ச் சமாதானமடைந்தாளென்றாலும் எந்த நேரமும் சிறைப் பிடிக்கப் பட்டுச் சீரழிக்கப்பட்டுவிடுவோமென்கிற அச்சம் அவளைவிட்டு நீங்கவில்லை. அவளிடம் அவளுடைய தற்போதைய ஸ்திதி பற்றி விவாதித்தும் பலனளிக்காத நிலையில் சலித்துப்போன அநூபா கடைசியில் அவளிடம் கேட்டாள், என்னதான் வேண்டும் உனக்கு. தூங்க வேண்டும் என்றது தெக்கூவின் ஆன்மா தேம்பிக்கொண்டே. அதற்கு யாராலும் அலைக்கழிக்கப்படாத ஓர் உடல் வேண்டும், நீ என்ன தைரியம் சொன்னாலும் என்னால் என் பழைய பயத்திலிருந்து என்னை விடுவித்துக்கொள்ள முடியவில்லை, ஒருவேளை அது காலப்போக்கில் எனக்குக் கைகூடலாம், ஆனால் இன்று என்னுடைய இளைப்பாறலுக்கான தவிப்பிற்கு அது எந்த விதத்திலும் உதவி செய்யப்போவதில்லை. உண்மைதான் என்று ஒத்துக்கொண்டாள் அநூபா. தைரியம் என்பது அடுத்தவர் தந்து பெறும் தின்பண்டம் அல்லதான். அவளுக்கு ஒரு யோசனை தோன்றியது. சற்று தயக்கத்துடனேயே, தெக்கூவின் தூக்கத்திற்குத் துரத்தப்படும் உடல்கள்தான் பிரச்சனையென்றால் அது பேசாமல் துரத்தப்படும் உடலுக்குப் பதிலாக துரத்தும்

உடலொன்றைத் தேடிப் புகுந்துகொண்டுவிட்டாலென்ன என்று ஒரு யோசனை சொன்னாள். இதை அநூபா சொன்னதும் தெக்கூவின் ஆன்ம விழிகள் ஆச்சரியத்திலும் சந்தோஷத்திலும் இமைகளின் ஓரங்கள் கிழிந்துவிடுமளவிற்கு விரிந்து ஜொலித்தன. ஓ, எத்தனை அற்புதமான யோசனை, நான் ஏன் இதை முன்பே யோசிக்கவில்லை. பிறகு அவர்களிருவரும் பேசிப் பேசி யாராலும் துரத்தப்பட முடியாத, வனக்குடியைப் பீதியில் கலங்கடித்துக் கொண்டிருந்த அந்தப் பெரிய புலியையே தெக்கூ உறங்குவதற் கேற்ற உடலாகத் தேர்ந்தெடுத்தார்கள். வனத்தின் ராணியாகக் கோலோச்சிக்கொண்டிருந்தது அது. அதற்குமேல் யாரும் கிடையாது. வேறெங்கே இருந்துவிடப்போகிறது, அதைவிட அற்புதமான இளைப்பாறலுக்கான இன்னொரு இடம். தெக்கூ அநூபாவைக் கட்டிப்பிடித்துக்கொண்டு கூத்தாடினாள். உடனே அந்தப் பொல்லாத புலியைத் தேடிச் சென்று அதன் உடலில் புகுந்தும்கொண்டாள். ஐமுனாவின் கரையோரம் நீரருந்திக் கொண்டிருந்த அந்த, தனக்குமேல் யாருமற்ற மிருகம் கண் களுக்குப் புலனாகாமல் ஆனால் மிக அருகாமையிலேயே புதருக்குள் ஒளிந்திருக்கும் ஒரு காட்டு மலரின் மெல்லிய நறுமணப் படலத்தைப்போல திடீரென்று தன்னைச் சூழ்ந்துகொண்ட ஒரு மிதக்கும் உணர்வில் அப்போது நிலைதடுமாறித்தான் போய் விட்டது. அது நீரருந்துவதை நிறுத்திவிட்டுத் தன்னை யாரோ நெருங்கி வந்ததைப்போல சுற்றுமுற்றும் பார்த்தது. யாராக இருந்தாலும் அவர்களை அச்சுறுத்தும் விதமாக ஒருமுறை உறும முயற்சித்தது. பிறகு தன்னுடைய வாலை ஒருமுறை திரும்பிப் பார்த்தும் உடலை நக்கியும் அவை தனியாகக் கழன்று கரைந்துவிடாமல் தன்னோடுதான் இருக்கின்றன என்பதை உறுதி செய்துகொண்டது. ஆனாலும் தானே அங்கே இல்லாததைப் போன்ற அந்த வினோதமான உணர்வு அந்த அப்பாவி மிருகத்திற்கு நிச்சயம் குழப்பத்தை அளிப்பதாகவே இருந்திருக்கும். அஃதால் உறும முடியவில்லை. அன்றைக்கான இரையைத் தேடிச் செல்லும் விருப்பமற்று அது தள்ளாடியபடியே நடந்து தன்னுடைய வழக்கமான ஆலமரப் பொந்திற்கு வந்து சேர்ந்தது. அதன் தரையில் தன் உடலைக் கிடத்தி முற்றிலுமாகத் தளர்த்திவிட்டுக்கொண்டு கால்களை ஒருமுறை நன்றாக விரைத்து நீட்டிச் சோம்பல் முறித்தது. அடுத்த கணமே ஒரு பெரும் தூக்கத்தைத் தொடங்கிவிட்டது.

ஒருநாளல்ல, இரண்டு நாளல்ல, தெக்கூ மனுஷியாகப் பிறப்பெடுத்ததிலிருந்து பெற்றோர்களால், பிறகு நண்பர்களால், பிறகு உறவுகளால், பல சமயங்களில் வயது கிளர்த்திவிட்ட

சிருங்காரக் கனவுகளால் பாதியில் எழுப்பப்பட்டு துளித் துளியாக மிச்சம் வைத்திருந்த தூக்கக் களைப்பு அத்தனையையும் தீர்த்துக்கொண்டுவிடும் வெறி கொண்டவளைப்போல பல மாதங்கள் புலியின் ஆன்மாவாக மாறித் தூங்கித் தீர்த்தாள் (பிறகும் எப்போதுமே, குறிப்பாக ஹடியாவின் போதைக்கு அவள் பழகிய பிறகு, அவளுடைய உறக்கக் காலம் என்பது நெடியதொரு பருவ காலமாகவே கூக்குகளால் விளங்கிக்கொள்ளப்பட்ட ஒன்றாக மாறிப்போன பின்னும் அந்த முதல் உறக்க அனுபவம் பேராபுடீமாவுக்கு எளிதில் மறந்துவிட முடியாத ஒன்றாகவேதா னிருந்தது. ஏனெனில் மிக ஆபத்தான புலியின் உடலைத் தற்செயலாகவே கீழே வீழ்த்திவிட்ட அவளுடைய அந்த உறக்கம் அதற்குப்பின் அவளுக்குத் தந்தது அவள் பெறவேண்டுமென ஏங்கித் தவித்த புத்துணர்வை மட்டுமல்ல). அப்போது வரும் இப்போது வரும் என்று அந்த மிருகத்தை எதிர்பார்த்து அதன் தாக்குதலைச் சமாளிக்கத் தங்களை எப்போதும் தயார் நிலையிலேயே வைத்துக்கொண்டிருந்த சனங்கள் நாட்கள் வாரங்களாகி வாரங்கள் மாதங்களாகக் கடந்துகொண்டிருந்த பின்னும் புலியின் நடமாட்டம் எங்குமே தட்டுப்படாததைக் கண்டு முதலில் குழம்பிப் பிறகு சந்தேகப்பட்டு அதற்கும் பிறகு சிறிதுசிறிதாகத் தைரியமுற்று அது நடமாடிய காலத்தில் போகத் தவிர்த்த, மிக ருசியான கிழங்குகளும் அபூர்வமான ருசியுள்ள கனிகளும் நிற்கும் இடத்தையே ஒரு கணம் கனவுப் பிரதேசமாக மாற்றிவிட வல்ல மணத்தைப் பரப்பும் மலர்களும் கொட்டிக் கிடக்கும் காட்டின் ஆழமான பகுதிகளுக்குள் நடமாட்டத்தைத் தொடங்கினார்கள். அவர்கள் முதலில் அந்தப் புலி அதைவிடப் பெரிய மிருகம் ஏதேனுமொன்றால் கொல்லப்பட்டிருக்கும் என்று நினைத்தார்கள். அந்த நினைப்பே அவர்களைக் கதி கலங்கச் செய்துகொண்டிருந்தது. ஏனென்றால் புலிக்குப் பதிலாக அப்படியொரு மிருகத்தையல்லவா இனி சமாளித்துக் காலம் தள்ள வேண்டும். ஆனால் அம்மாதிரியான ஆபத்தும்கூட நிகழாமலே காலம் கடந்துகொண்டிருந்ததைப் பார்த்துப் பிறகு கடல் முகத்திலிருந்து காடுகளுக்குள் நுழையும் கொள்ளைக்காரர் களிடமிருந்து தங்கள் குடிகளில் கிடைப்பதைவிட அதிக வேட்டை கிடைக்குமென்று அங்கே சென்றுவிட்டிருக்குமென்று சொல்லித் தங்களைச் சமாதானப்படுத்திக்கொண்டார்கள். வாஸ்தவத்தில் எந்த வழியிலும் அந்தப் பொல்லாத விலங்கின் அச்சந்தரும் நடமாட்டம் கேவலம் ஒரு தூக்கத்தால் நின்றுபோயிருக்கலாம் என்கிற யோசனை யாருடைய தலைக்குள்ளும் நுழைய வாய்ப்பேயில்லைதான். அநூபாவிற்கோ தெக்கூவின் ஆன்மா உறங்கிக்கொண்டிருந்த அந்த நெடிய காலம் முழுவதும் இந்த

வேடிக்கைக் காட்சிகளைப் பார்த்து வயிறு வலிக்கச் சிரித்துக் கொண்டிருப்பதிலேயேதான் கழிந்துகொண்டிருந்தது.

பிறகு பல மாதங்கள் கழித்து விளையாடுவதற்காக வனத்திற்குள் நீண்ட தொலைவுவரை சென்றுவிட்ட சில சிறுவர்கள்தான் அங்கே ஒரு பெரிய ஆலமரப் பொந்திற்குள் புலி அமைதியாகத் தூங்கிக்கொண்டிருப்பதைக் கண்டுவிட்டு அலறிப் புடைத்துக் கொண்டு குடிசைகளுக்குத் திரும்பிப் பெரியவர்களிடம் விஷயத்தைச் சொன்னார்கள். வனக்குடியில் சிறுவர்களின் செய்தி ஆச்சரியத்தையும் அவநம்பிக்கையையும் அச்சத்தையும் புலி திடீரென்று மாயமாகிவிட்டதன் காரணம் தெரியாமல் உள்ளுக்குள் கிளர்ந்தெழுந்துகொண்டேயிருந்த, அது ஒருவேளை திரும்ப வரக்கூடுமோயென்கிற, சந்தேகம் தீர்ந்துபோக வேர்க்காரணத்தைக் கண்டுபிடித்துவிட்ட ஆசுவாசத்தையும் தீவிர மாகக் கிளப்பிவிட்டுவிட்டது. இளைஞர்கள் முதலில் பொந்து இருந்த இடத்திற்குச் சென்று சிறுவர்கள் சொன்னது உண்மை தானா, புலி உண்மையில் செத்துக்கிடப்பதாக இல்லாமல் உறங்கிக்கொண்டுதானிருக்கிறதா என்பதை உறுதிசெய்துகொள்ள வேண்டுமென்கிற தேயாஸிகளின் யோசனையையேகூட பயத்தில் நிராகரித்துவிட்டார்கள். ஆனால் அதைத் தவற விட்டால் பிறகெப்போதுமே புலியிடமிருந்து தப்பிக்க ஒரு சந்தர்ப்பம் வாய்க்கவே வாய்க்காது என்பது எல்லோருக்குமே தெளிவாகத் தெரிந்திருந்ததால் வேறு வழியின்றி மரணத்தை நெருங்கிப் பார்த்துவிடச் சம்மதித்தார்கள். வென்றால் புலியின் நடமாட்டம் இனியில்லையென்கிற அச்சமற்ற, நிச்சயமான வாழ்க்கை, தோற்றால் இன்னும் சில நாட்களில் எப்படியும் அதன் பசிக்கு இரையாகப்போகிற மனிதர்களில் சிலர் சற்று முன்னதாக அதன் வாயில் தானே போய் விழும் அவலம், அவ்வளவுதானே. அவர்கள் அவசரஅவசரமாகக் கூடிப் பேசினார்கள். முதலில் அந்த மரத்தையே புலியோடு சேர்த்து எரித்துவிடலாமென்று திட்டமிட்டார்கள். ஆனால் சூட்டையோ புகையையோ புலன்கள் ஸ்பரிசித்த கணத்திலேயே அது விழித்துக்கொண்டு வெளியே பாய்ந்துவிட்டால் என்ன செய்வது என்று நினைத்து அது உறங்கிக்கொண்டிருக்கும் மரப்பொந்தை நெருங்கித் தூக்கத்திலேயே அதைக் குத்திக் கொன்று புதைத்துவிட்டு வருவது அல்லது, அதை அத்தனை நெருங்குவதற்கு வாய்ப்பில்லாவிட்டால், நதிக்கரையிலிருந்து ஒரு பெரிய பாறையை அத்தனை பேருமாகச் சேர்ந்து ஓசை யெழுப்பாமல் தூக்கிவந்து பொந்தின் வாய்க்குள் எறிந்து புலி வெளியேற முடியாதபடி அதை அடைத்துவிட வேண்டியது

பாகீரதியின் மதியம்

என்று முடிவு செய்துகொண்டு கைகளிலும் முதுகுகளிலும் போதுமான ஆயுதங்களுடனும் மரவேர் வலைப்பொறியுடனும் புலியைச் சந்திக்கக் கிளம்பினார்கள். ஒருவேளை அன்று அவர்கள் திட்டப்படியே எல்லாம் நடந்திருந்தால் அவர்களைப் பிறகெப்போதுமே எதற்குமே பயப்படத் தேவையற்ற தன்னுடைய பிள்ளைகளாகச் சுவீகரித்துக்கொண்டிருந்த பேராபுடீமா என்கிற ஒரு தெய்வம் அவர்களுக்குக் கிடைக்காமலே போயிருப்பாளா யிருக்கும்.

ஆனால் கூக்குகளுக்கு அந்தக் கொடுப்பினையிருந்தது. அவர்கள் புலியிருந்த இடத்தை நோக்கித் தங்கள் பயணத்தைக் கிட்டத் தட்ட துவக்கிவிட்ட கணத்தில் அதை நேரில் பார்த்துவிட்டு ஓடிவந்த சிறுவர்களில் ஒருவன் அவன் தாயைப் பார்த்துக் கேட்டான், அம்மா, ஒரு புலியால் எப்படி மாதக் கணக்காகப் பசியேயின்றித் தூங்க முடியும்,மேலும் அம்மா, அப்படித் தூங்கியும் கூட அதன் உடல், அது என்னவோ சில நிமிடங்களுக்கு முன்புதான் இரையெடுத்து முடித்துக்கொண்டு ஓய்வெடுக்கத் தொடங்கியதைப்போல, எப்படி அத்தனை பிரகாசமாயும் ஆரோக்கியமாயும் நறுமணம் கமழ்வதாயும் இருக்க முடியும், அது ஏன் இத்தனை நாள் பட்டினியில் எலும்பும் தோலுமாக இளைத்துப் போகவில்லை. சிறுவனின் இந்தக் கேள்வி காதில் விழுந்ததும் புலியைக் கொல்லக் கிளம்பிக்கொண்டிருந்தவர்களெல்லோரும் அப்படியே ஸ்தம்பித்து நின்றுவிட்டார்கள். அவர்கள் புலியின் தூக்கத்தை அதுவரை அந்தக் கோணத்திலிருந்து யோசனை செய்து பார்க்கவேயில்லை. அவர்கள் தூக்கத்தின் வழியாக தூங்கிக்கொண்டிருக்கும் தங்கள் எதிரியை அவதானிக்க முயன்று கொண்டிருந்தார்களே தவிர தூங்கிக்கொண்டிருக்கும் உடலின் வழியே தூக்கத்தை அறிவதற்கு முயற்சி செய்யவேயில்லை. அந்தக் குழந்தை கேட்டது சரிதானே, மண்ணோடு பிணைக்கப்பட்ட ஓர் உயிர் பசி தாகத்தை மறந்து மாதக் கணக்கில் அப்படித் தூங்கிவிட முடியுமா. உணவில் அத்தனை அசிரத்தை இருக்கு மானால் இத்தனை நாட்களாக அதற்கு எப்படி இத்தனைக் குரூரமாக வனக்குடியை வேட்டையாடும் மூர்க்கவியல்பு வாய்த்திருக்க முடியும். அது ஒருவேளை இறந்தே போயிருக்குமோ. அப்படியானால் எப்போதோ அதன் தோல் அழுகிப்போய் நாற்றமெடுக்கத் தொடங்கி சிறுவர்களின் உதவியில்லாமல் நாமே அங்கே சென்று பார்க்கும்படி நம்மை இருக்கவிடாமல் தன்பால் இழுத்திருக்கவேண்டுமே. இந்தக் கேள்விகளின் வழியேதான் கூக்குகள் சிறிதுசிறிதாக தெக்கூவினுடைய ஆன்மாவின் இருப்பை அறிவதை நோக்கி முன்னேறத்

தொடங்கினார்கள். முதலில் அவர்கள் புலிக்கு வாய்த்திருப்பது மண்ணில் உலவும் உயிர்களுக்கு இயற்கையாக வாய்க்கும் உறக்கமல்ல என்று முடிவு செய்தார்கள். அப்படியானால் தாங்கள் கவலைப்படவேண்டியது புலியைவிட அதிகமாக அதன் உறக்கத்தின் வழியே தன் இருப்பைக் காட்டிக்கொள்ளப் பிரயத்தனப்படும் இன்னொரு ஏதோவொன்றைப் பற்றித்தான் என்று ஊகித்தார்கள். பிறகு உறக்கத்தோடு சம்பந்தப்பட்ட பூர்வ கதைகளையும் மூதாதையர்களையும்பற்றிப் பேசிப்பேசிக் கடைசியில் அவற்றின் சுழல் மையத்திலிருந்து வனக்குடியில் தூக்கத்திற்காகவே பிரசித்திபெற்ற தெக்கூ என்கிற பெண்ணைக் கண்டுபிடித்து அவளுடைய அவல முடிவை நினைவுகளின் மேல் மட்டத்திற்குக் கொண்டுவந்துவிட்டார்கள். மள்ளர் ராஜாவுக்குப் பயந்து காட்டிற்குள் ஓடி உதவி கிடைக்காமல் வேறு வழியின்றிச் சுய சாவை நிகழ்த்திக்கொண்ட அவள் ஒரு கன்னி கழியாத பெண் என்பதும் அற்பாயுளில் விழுந்துவிட்ட அவளுடைய உயிர் ஒருவேளை பிரகிருதியோடு கலந்துவிடக் காலம் கனியாமல் அவளுக்கு விருப்பமான வனக்குடியையே சுற்றி வந்துகொண்டிருக்கலாமென்பதும் புத்தியில் பொறி தட்டிய போது அவர்கள் பயத்திலும் பரவசத்திலும் பொறி கலங்கிப்போய் ஆயுதங்களோடு சேர்த்துப் புலியைக் கொல்வது என்கிற முடிவை யும் கீழே போட்டுவிட்டார்கள். புலியின் உடலுக்குள் தெக்கூ குடியேறியிருக்கலாமென்பதில் நிச்சயம் உண்டானபிறகு அந்த மிருகத்தின்மீதிருந்த பயம் சரிந்து அதன்மேல் மரியாதையும் பாசமும் அவர்களுக்கு மேலிட்டுவிட்டது. அவர்கள் அதைக் கொல்வதற்குப் பதிலாகத் தைரியமாக அதனருகே சென்று உறக்கத்திலேயே அதை ஒரு மரவேர்ப் பொறிக்குள் சிறைப்பிடித்து (அது ஒரு மாயத் தூக்கம் என்பதால் தொட்டு அசைக்கும்போது கலைந்துவிடாமலிருந்தது) ஒரு பெரிய பலம் வாய்ந்த மரக்கூண்டிற் குள் அடைத்து வனக்குடிக்குக் கொண்டுவந்து அனைவரும் பார்க்கும்படியாக வைத்துவிட்டார்கள். அதைப் பார்க்கும் ஒவ்வொருவரும் அதைக் கண்ணீரோடு அன்பொழுகத் தெக்கூ என்றே அழைத்தார்கள்.

சில மாதங்களுக்குப்பின் அந்தப் புலியின் உடலிலிருந்து சோம்பல் முறித்துக்கொண்டே தெக்கூவின் ஆன்மா உறக்கம் கலைந்து எழுந்தது. புலியின் கதியைப் பார்க்க அவளுக்குச் சிரிப்புத் தாங்கவில்லை. அதன் உடலிலிருந்து அவள் வெளியேறி வந்து விட்ட பின்னும் புலியைக் கூண்டிலிருந்து கூக்குகள் வெளியே விடவுமில்லை. அதற்குத் தேவையான பலியை அவர்கள் வேளை தவறாமல் கொடுத்துச் செவ்வனே பார்த்துக்கொண்டார்கள்.

புலிக்கு இரைப் பிரச்சனையில்லையெனினும் வேட்டையை நோக்கிய அலைச்சல் இல்லாமல் அது சுணங்கிவிட்டது. விரைவிலேயே இறந்தும்விட்டது. அதற்குப் பிறகுதான் அவர்கள் தெக்கூ நிரந்தரமாகத் தங்கிக்கொள்ள ஓர் இடம் வேண்டுமென்று யோசித்துப் பித்யாவின் கரையில் ஒரு நடுகல்லை நட்டுவைத்து அவளை அதில் குடியேற்றினார்கள். ஒரு காமுகனால் துரத்தப்பட்டு ஓடிய கசந்த நினைவுகளைக் கொண்ட சோனாபாரியாவில் தொடர்ந்து இருக்கப் பிடிக்காமல் ஒருநாள் இரவு தேயாஸியின் கனவில் தோன்றிப் பித்யாவின் அக்கரைக்குக் குடிபோய்விடலாமென்று பிடிவாதம் பிடித்துப் பேராச்சாப்பாவிற்கு பேராபுடீமாவாக மாறித் தெக்கூவின் ஆன்மா இடம் பெயர்ந்தது. விழிப்பினாலும் பராக்கிரமத்தினாலும் புகழுறும் தெய்வங்களின் நடுவே பயத்தாலும் தூக்கத்தினாலுமே ஓர் இனத்தின் இறைவியாக விதிக்கப்பட்டவள் உலகத்திலேயே பேராபுடீமா ஒருத்திதான் என்று பின்னாளில் அவள் அடையாளம் காணப்பட்டாள்.